Insight Pocket
Travel Dictionary

Vietnamese

Vietnamese-English
English-Vietnamese

APA PUBLICATIONS
Part of the Langenscheidt Publishing Group

Compiled by LEXUS with

Phạm Quỳnh Châu
Ka Fue Lay, MIL
Dr Nguyễn Liên
Nguyễn Thụy Ứng
Grace Chew Chye Lay (Zhou Caili)

General editor: Peter Terrell

© 2002 Langenscheidt KG, Berlin and
Munich
Printed in Germany

Preface

Here is a new dictionary of English and Vietnamese, a tool with some 40,000 references for those who work with the English and Vietnamese languages at beginner's or intermediate level.

Focusing on modern usage, the dictionary offers coverage of everyday language, including vocabulary from areas such as computers and business.

The two sides of this dictionary, the English-Vietnamese and the Vietnamese-English, are quite different in structure and purpose. The English-Vietnamese is designed for productive usage, for self-expression in Vietnamese. The Vietnamese-English is a decoding dictionary, a dictionary to enable the native speaker of English to understand Vietnamese.

Clarity of presentation has been a major objective. The editors have set out to provide the means to enable you, the user of the dictionary, to get straight to the translation that fits a particular context of use. Is the *president* who is at the head of a company, for example, the same in Vietnamese as the *president* who is the head of a state? Is *flimsy* referring to furniture the same in Vietnamese as *flimsy* referring to an excuse? The English-Vietnamese dictionary is rich in sense distinctions like this – and in translation options tied to specific, identified senses.

Grammatical or function words are treated in some detail, on both the English-Vietnamese and the Vietnamese-English sides. And a large number of idiomatic phrases are given to show how the two languages correspond in context.

All in all, this is a book full of information, which will, we hope, become a valuable part of your language toolkit.

Contents

How to use the dictionary

To get the most out of your dictionary you should understand how and where to find the information you need. Whether you are yourself writing a text in Vietnamese or wanting to understand a text in Vietnamese, the following pages should help.

1. How and where do I find a word?

1.1 English headwords. The English word list is arranged in alphabetical order.

Sometimes you might want to look up terms made up of two separate words, for example **antivirus program**, or hyphenated words, for example **absent-minded**. These words are treated as though they were a single word and their alphabetical ordering reflects this. Compound words like **bookseller**, **bookstall** and **bookstore** are also listed in alphabetical order.

The only exception to this strict alphabetical ordering is made for English phrasal verbs – words like ♦**go off**, ♦**go out**, ♦**go up**. These are positioned directly after their main verb (in this case **go**), rather than being scattered around in alphabetical positions.

1.2 Vietnamese headwords. The Vietnamese word list is arranged in Vietnamese alphabetical order according to the following rules.

The characters **ă, â, đ, ê, ô, ơ** and **ư** are all treated as separate letters of the alphabet.

> **ă** comes after **a**
> **â** comes after **ă**
> **đ** comes after **d**
> **ê** comes after **e**
> **ô** comes after **o**
> **ơ** comes after **ô**
> **ư** comes after **u**

Ch is included in **C**; **F** is recognized as a letter; **gi** is included in **G**; **kh** is included in **K**; **ng** and **nh** are included in **N**; **ph** comes after the very short letter **P**; **th** and **tr** are included in **T**.

Tone marks are handled in the sequence:

a	mid-level tone
á	high rising tone
à	low falling tone
ả	low rising tone
ã	high broken tone
ạ	low broken tone

There are two joint criteria for ordering Vietnamese head-words: the letters of the alphabet and the tone marks. Words are first arranged into groups sharing a tone mark and are then sorted alphabetically within these groups. A change of tone mark means the start of a new alphabetically ordered block. Here is an example:

ha sít hashish

há open (one's mouth), open wide

há hốc mồm gasp; *há hốc mồm nhìn* gape at; gape

há miệng open one's mouth

hà hơi breathe out, exhale

hà lạm abuse

Hà lan Holland ◊ Dutch

hà mã hippopotamus

Hà Nội Hanoi

hà tiện stint on

hả huh? (*asking for confirmation*)

hả hê gloat

Note that, even though alphabetically **hà lạm** precedes **há miệng**, it must be positioned after it because of the tone on **hà** (low falling comes after high rising). The same applies to the positioning of **hả**, which starts a new alphabetically ordered block with the low rising tone.

The small number of words that can be written without hyphens and not syllable by syllable, are positioned as follows:

cạn chén! cheers!

cạn kiệt completely run out

cạn ly! cheers!

Canađa Canada ◊ Canadian

Hyphenated words are treated as though they had no hyphens or spaces:

> **hùng mạnh** powerful
>
> **hùng vĩ** majestic ◊ (sự) grandeur; majesty
>
> **Hung-ga-ri** Hungary ◊ Hungarian

1.3 Running heads

If you are looking for an English or a Vietnamese word you can use the **running heads** printed in bold in the top corner of each page. The running head on the left tells you the *first* headword on the left-hand page and the one on the right tells you the *last* headword on the right-hand page.

2. Swung dashes

2.1 A swung dash (~) replaces the entire headword when the headword is repeated within an entry:

> **sly** *person*, *look* ranh mãnh; *on the ~* kín đáo

Here *on the ~* means *on the sly*.

2.2 When a headword changes form in an entry, for example if it is put in the past tense or in the plural, then the past tense or plural ending is added to the swung dash – but only if the rest of the word doesn't change:

> **fluster** *v/t* bối rối; *get ~ed* bị bối rối

But:

> **horrify**: *I was horrified* tôi hoảng lên
>
> ♦**come back** trở về; *it came back to me* nhớ lại

2.3 Headwords made up of two, or sometimes three, words are replaced by a single swung dash:

> ♦**hold on** *v/i* (*wait*) chờ; TELEC giữ máy; *now ~ a minute!* này, đợi tí đã!
>
> ♦**come in on** tham gia vào; *~ a deal* tham gia vào một thỏa thuận

3. What do the different typefaces mean?

3.1 All Vietnamese and English headwords and the Arabic numerals differentiating English parts of speech appear in **bold**:

> **alcoholic 1** *n* người nghiện rượu **2** *adj* có rượu
>
> **Ngày Quốc Khánh** National Day

3.2 *italics* are used for :

a) abbreviated grammatical labels: *adj, adv, v/i, v/t* etc

b) all the indicating words which are the signposts pointing to the correct translation for your needs

> **mailbox** *(in street)* thùng thư bưu điện; *(of house)*, COMPUT hộp thư

> **Vietnamese 1** *adj* Việt Nam **2** *n* *(person)* người Việt; *(language)* tiếng Việt

> **serve 1** *n* *(in tennis)* cú giao bóng **2** *v/t food, customer, country* phục vụ **3** *v/i* *(give out food)* dọn cơm; *(as politician etc)* phục vụ; *(in tennis)* giao bóng; *it ~s you right* đáng đời anh/chị

> **khoang hàng** hold *(in ship)*

> **sẽ sinh** be due *(of baby)*

> **băng** ice; tape *(for cassette)*

3.3 All phrases (examples and idioms) are given in **secondary bold italics**:

> **bắt** capture, catch; pick up *criminal*; *bắt ... làm tù nhân* take ... prisoner

> **knowledge** kiến thức; *to the best of my ~* theo như tôi biết; *have a good ~ of ...* có kiến thức sâu rộng về ...

3.4 Normal typeface is used for the translations.

3.5 If a translation is given in *italics*, and not in the normal typeface, this means that the translation is more of an *explanation* in the other language and that an explanation has to be given because there is no real equivalent:

> **Medicare** *chế độ bảo hiểm y tế của nhà nước Mỹ*

> **walk-up** *n căn hộ không có thang máy*

> **quả** fruit ◊ *classifier for round things*: *quả hồng* persimmon

> **sấu** alligator; crocodile; *imaginary animal made of stone or bronze in front of temples*

4. What do the various symbols and abbreviations tell you?

4.1 A solid black lozenge is used to indicate a phrasal verb:

♦ **auction off** đem bán đấu giá

4.2 A white lozenge ◊ is used to divide up longer entries into more easily digested chunks of related bits of text:

> **a, an** ◊ (*with một and classifier*): **~ book about Hanoi** một quyển sách về Hà Nội; **he rented ~ car** anh ấy thuê một chiếc ô tô; **is that an antique?** đó có phải là một thứ đồ cổ không?; **can I have ~ beer?** cho tôi xin một cốc bia; **five men and ~ woman** năm người đàn ông và một người đàn bà ◊ (*classifier without một*): **do you have ~ map?** anh/chị có bản đồ không?; **I don't have ~ map** tôi không có bản đồ ◊ (*no equivalent in Vietnamese*): **I'm ~ student** tôi là học sinh; **I have ~ headache** tôi đau đầu; **~ cousin of mine** anh chị em họ của tôi ◊ (*per*) một, mỗi; **$50 ~ ride** 50$ đi một lần; **$15 ~ night** 15$ một đêm

It is also used, in the Vietnamese-English dictionary, to split translations within an entry when the English grammatical part of speech of each translation is different:

> **vỡ nợ** bankrupt ◊ go bankrupt

> **xã hội** society ◊ social

> **kém hơn** worse; inferior ◊ less

4.3 The abbreviation F tells you that the word or phrase is used colloquially rather than in formal contexts. The abbreviation V warns you that a word or phrase is vulgar or taboo. Be careful how you use these words.

4.4 A colon before an English or Vietnamese word or phrase means that usage is restricted to this specific example (at least as far as this dictionary's choice of vocabulary or examples is concerned):

> **accordance**: **in ~ with** phù hợp với

> **chứ**: **tôi có thể chứ? – đồng ý** can I? – ok

> **đếch**: **tôi đếch cần!** I don't give a damn!

4.6 The letters X and Y are used to indicate insertion points for other words if you are building a complete sentence in Vietnamese, for example:

> **glue 1** *n* keo dán **2** *v/t* dán; **~ X to Y** dán X vào Y

Suspension points (...) are used in a similar way:

> **ok** đồng ý; **is this bus ~ for ...?** xe buýt này có đi ... không?

5. Does the dictionary deal with grammar too?

5.1 All English headwords are given a part of speech label, unless, in normal modern English, the headword is only used as one part of speech and so no confusion or ambiguity is possible. In these cases no part of speech label is needed.

abolish hủy bỏ

lastly sau cùng

But:

glory *n* sự vinh quang
(*n* given because 'glory' could be a verb)

own[1] *v/t* (*possess*) có
(*v/t* given because 'own' is also an adjective)

5.2 Vietnamese headwords are not given part of speech labels. Where their English translations are of more than one part of speech, these are separated by a white lozenge. For example:

Mỹ La tinh Latin America ◊ Latin American

5.3 Where a Vietnamese word has a grammatical function or a special linguistic function, this is illustrated:

không thể cannot, can't ◊ (*forms negative adjectives*):
không thể làm X (được) be unable to do X

những some ◊ (*used to form plural nouns*): **những lời chia buồn** condolences; **những người giàu** the rich

cách đây ago, before; from here ◊ (*denotes past tense*):
cách đây 2 dặm it's 2 miles away; **cách đây bao lâu?** how long ago?

à *used at the end of a sentence, to ask a friendly question or to clarify; at the beginning of a sentence to show surprise*;
nhiều thế cơ à? as much as that?; **à quên** ah, I forgot!

6. sự

Entries with the structure:

ăn hối lộ bribe ◊ (sự) bribery

ăn mòn corrode ◊ (sự) corrosion

are frequent in the Vietnamese-English half of this dictionary. The bracketed word **sự** may optionally be used in Vietnamese contexts where an appropriate English translation would often be a noun. Use of **sự** is more likely in a more formal type of language.

Variants on **sự** are **việc** and **vụ**:

> **bán hàng** sell ◊ (việc) selling
>
> **giết người** kill ◊ (vụ) killing

On the English-Vietnamese side of the dictionary **sự** often precedes a noun translation. Whether or not it is actually to be used in a translation will depend on context:

> ***parking is expensive***
> đỗ xe thì là đắt
>
> ***careless parking can be dangerous***
> sự đỗ xe bừa bãi có thể gây nguy hiểm
>
> ***silence is golden***
> im lặng là vàng
>
> ***a heavy silence followed***
> sau đó là một sự im lặng nặng nề

7. Classifiers

On the English-Vietnamese side of the dictionary noun translations are, where useful, entered with their classifiers:

> **banana** quả chuối
>
> **elephant** con voi

On the Vietnamese-English side of the dictionary nouns are generally not entered under their respective classifier, since the classifier will not always or necessarily accompany the noun in actual contexts of use. In most cases the classifier will be entered in its own alphabetical position. For example:

> **chuối** banana   entered under **c**
>
> **voi** elephant   entered under **v**

At **q** and **c** you will find:

> **quả** fruit ◊ *classifier for round things*: **quả hồng** persimmon
>
> **con** me (*addressing one's parents*) ◊ offspring; son; daughter; piece (*in board game*) ◊ *classifier for animals, pejoratively for people, for long objects*

8. Reversibility

It is a feature of Vietnamese, to be borne in mind when looking something up in the dictionary, that some words made up of more than one syllable can be written, for example, either as:

> **cải bắp** cabbage

or as:

> **bắp cải** cabbage

The pronunciation of Vietnamese

Vietnamese is written in the roman alphabet, using a system devised in 1548 by the French missionary, Alexandre de Rhodes. A number of the characters and character combinations used have special sounds, which are introduced in the following pages. Some sounds can be accurately described in English; for others English approximations can be given as guidance.

A shortened version of this pronunciation guide is given at the foot of each double page of the dictionary.

Consonants and consonant combinations

b	like the b in *baby*
c	like the c in *cuddle*, always hard, with something of a g sound
ch (*at the start of a word*)	like the ch in *church*
ch (*in final position*)	like the k in Pa*k*istan
d	in the North this is like the z in *zombie*; in the South it is more like a y sound as in *you*
đ	like the d in *dog*
f	like the f in *fax* (Vietnamese mostly uses ph for this sound)
g, gh	like the g in *go*, always hard, but coming from further back in the throat, something like the way the Scots say lo*ch*
gi	the same as d, in the North this is like the z in *zombie*; in the South it is more like a y sound as in *you*
h	like the h in *hotel*
k	like the k in Pa*k*istan
kh	a throaty k sound as in the way the Scots say lo*ch*
l	like the l in *load*
m	like the m in *mother*
n	like the n in *nobody*
ng, ngh	like the ng in *song*, remember not to pronounce the g
nh (*at the start of a word*)	like the ny in ca*ny*on or the ni in o*ni*on
nh (*in final position*)	like the ng in *song*, remember not to pronounce the g
p	like the p in *pool*

ph		like the ph in *physical* or *photograph*
qu		like the qu in *quite*
r		in the North this is like the z in *zombie*; in the South it is r as in *rich*
s		like the s in *soft* or *silly*; in the South you will also hear sh as in *shoot*
t		between a t and a d; to get the sound, go to say *table* then at the last second change your mouth to say *dable*; like the t in *stand*
th		a weaker t sound, barely discernible from t, breathe out a very slight h after the t sound
tr		like the ch in *church*; in the South like tr in *train*
x		like the s in *soft*

Single vowels

a	like the a in h*a*t; can be longer, like the a in f*a*ther if not followed by a consonant
ă	like the a in h*a*rd, but don't pronounce the r sound
â	like the u in b*u*t
e	like the e in r*e*d
ê	like the ay in s*ay*; like the French é
i	like the i in t*i*n
o	like the au in f*au*lt or the o in c*o*rd; if in final position (without a following consonant) it can be slightly longer
ô	like the o in g*o*
ơ	like the u in f*u*r, but don't pronounce an r sound
u	like the oo in s*oo*n
ư	like the ew in d*ew*, but without any y sound; like the u in French d*u*; say a oo sound with teeth together and lips spread wide
y	like the i in s*i*n

Vowel combinations

ai	like the ai in S*ai*gon
ao	like the ao in M*ao*
au	a-oo
âu	like the o in s*o*
ay	like the ay in pl*ay*
ây	uh-i
eo	eh-ao

êu	ay-oo
iê	can also be pronounced i-uh as well as i-eh
iêu	i-yoh
iu	like the ew in f*ew*
oa	wa
oai	like the word *why*
oe	weh
ôi	like the oy in t*oy*
ơi	u*r*-i but don't pronounce an r sound
ua	oo-a, with the a as the er in lett*er*
uâ	oo-uh
uê $\rightarrow$	way; the ay as in the French é
ửi	u*r*-i, but don't pronounce an r sound
uôi	oo-oy
ươ	ew-u*r*, but don't pronounce an r sound
uy	wee
ửa	u*r*-uh, as in the sound made to express disgust: *ugh*
ửu	u*r*-ew, but don't pronounce the r
ươi	oo-uh-i

Some special combinations

ênh	uhng
qua	kwa, with the a as in b*ar*
oc	aok
ong	aong
ông	ong
uyên	oo-in
uyêt	oo-yit

Tones

Tones determine meaning, so getting the tone right is critically important.

Mid-level tone, as in **ta** (let's): there is no tone marker for this; the voice stays at a level pitch slightly above normal pitch.

High rising tone, as in **tá** (dozen): the pitch starts a little lower than at mid-level tone and then rises sharply.

Low falling tone, as in **tà** (low in the sky; setting; magical): the pitch starts lower than mid-level tone and then drops off.

Low rising tone, as in **tả** (describe): the pitch starts at the same level as the low falling tone then dips and rises again back to the starting point.

High broken tone, as in **tã** (diaper): the pitch starts a little above the starting point of the low falling tone, dips, then rises sharply to finish above the starting point.

Low broken tone, as in **tạ** (weight): the pitch starts at the same level as the low falling tone then immediately drops off.

The final consonant of words with a low broken tone is barely audible. For example **đẹp** can sound pretty much like 'deh'. Put your lips in the position to say the final consonant, but stop short of actually pronouncing it.

Abbreviations

adj	adjective	MUS	music
adv	adverb	(*N*)	Northern Vietnamese
ANAT	anatomy	*n*	noun
BIO	biology	NAUT	nautical
BOT	botany	*pej*	pejorative
Br	British English	PHOT	photography
CHEM	chemistry	PHYS	physics
COM	commerce,	POL	politics
	business	*prep*	preposition
COMPUT	computers,	*pron*	pronoun
	IT term	PSYCH	psychology
conj	conjunction	RAD	radio
EDU	education	RAIL	railroad
ELEC	electricity,	REL	religion
	electronics	(*S*)	Southern Vietnamese
F	familiar, colloquial	s.o.	someone
fig	figurative	SP	sports
FIN	financial	sth	something
fml	formal usage	TECH	technology
GRAM	grammar	TELEC	telecommunications
hum	humorous	THEA	theater
interj	interjection	TV	television
LAW	law	V	vulgar
MATH	mathematics	*v/i*	intransitive verb
MED	medicine	*v/t*	transitive verb
MIL	military	→	see
MOT	motoring	®	registered trademark

A

a lô hello (on the phone)

Á Châu Asia ◊ Asian

à used at the end of a sentence, to ask a friendly question or to clarify; at the beginning of a sentence to show surprise; **nhiều thế cơ à?** as much as that?; **à quên** ah, I forgot!

ả (poetic) young girl

Ả rập Arab ◊ Arabic

Ả rập Xê út Saudi Arabia ◊ Saudi Arabian

ạ particle used at the end of a sentence to indicate politeness, respect or friendliness; **được ạ** very well (acknowledging an order)

ác cruel; mean

ác độc cruel, brutal ◊ (sự) cruelty, brutality

ác hại harmful; hurtful; detrimental

ác liệt violent; fierce

ác mộng nightmare

ác ôn villain

ác quy battery

ác tâm malicious; malevolent ◊ (sự) malice

ác tính malignant

ác ý malicious; mischievous ◊ (sự) spite

ách yoke

ách tắc jam

ách tắc giao thông traffic jam

Ác-hen-ti-na Argentina ◊ Argentinian

a-đáp-tơ adapter

ai someone; anyone; one, you (impersonal) ◊ who; whom; **ai đó?** who is that?, who's there?; **ai là người cao nhất trong các cậu?** which of the boys is tallest?; **ai là người tiếp sau?** who's next?; **ai biết đâu** you never know

Ai cập Egypt ◊ Egyptian

ai mà whoever

ai nấy everybody

Ai-len Ireland ◊ Irish

Ái Nhĩ Lan Ireland ◊ Irish

am hiểu knowledgeable, clued-up

ám ảnh neurotic; **nỗi ám ảnh** obsession

ám chỉ allude to, refer to; insinuate ◊ (sự) reference

ám hại harm, hurt

ám muội fishy; sleazy

ám nghĩa ambiguity

ám sát assassinate ◊ (sự) assassination

ảm đạm bleak, dismal; sullen

amiđan tonsils

an ninh secure, safe ◊ (sự) security

an toàn safe ◊ (sự) safety

an toàn trên hết safety first

an tọa sit down; be seated; **xin tiếp tục an tọa** please remain seated

an ủi comfort, console ◊ (sự) comfort, consolation; **không an ủi được** inconsolable

án tử hình death penalty

anbom ảnh photo album

AND DNA, deoxyribonucleic acid

Anh Britain; England ◊ British; English

anh me (male addressing one's younger brother, sister, member of younger generation); you (less formal: to younger man) ◊ brother (older); cousin (older)

anh ấy he; him (young man)

anh cả eldest brother

anh chàng fellow, guy

anh chồng brother-in-law (older, on husband's side)

anh chú bác cousin (paternal:

older male)

anh đào cherry (tree); cherry blossom

anh em brothers ◊ brotherly; fraternal; *họ là anh em trai* they're brothers

anh hầu bàn ơi! waiter!

anh hầu bàn phụ busboy

anh hề clown

anh họ cousin (*maternal, older male*)

anh hùng heroic

Anh kim pound sterling

anh ngốc idiot

Anh Quốc England

anh rể brother-in-law (*older, on sister's side*)

anh trai older brother, big brother

anh túc poppy

anh vợ brother-in-law (*older, on wife's side*)

anh yêu darling, honey (*woman to man*)

ánh bạc silver

ánh chói glare

ánh chớp flash of lightning

ánh chớp sáng flash

ánh lên gleam

ánh lửa glow of a fire

ánh mắt glint

ánh mặt trời sunlight

ánh nắng sunshine

ánh sáng light; lighting

ánh sáng ban ngày daylight

ánh sáng mờ đục glow

ánh sáng nêông neon light

ánh sao starlight

ánh trăng moonlight

ảnh photo ◊ (*S*) he

ảnh chụp photograph; shot

ảnh chụp từ trên không aerial photograph

ảnh chụp X quang X-ray

ảnh hưởng influence; impact

◊ affect; *có ảnh hưởng tốt/xấu đối với ai* be a good/bad influence on s.o.; *có ảnh hưởng sâu rộng* sweeping

ảnh hưởng đến influence

ảnh in print

ảnh màu color photograph

ảnh thờ picture of a dead person

ảnh thực real image

ao pond; ounce

ao bùn muddy pond

ao sen lotus pond

ao ước yearn for

ao xơ ounce

Áo Austria ◊ Austrian

áo shirt; top (*clothing*)

ào ào nonstop; *mưa bắt đầu trút xuống ào ào* it started raining with a vengeance

áo ấm sweater; warm clothes

áo bà ba woman's traditional collarless shirt

áo bơi swimsuit

áo choàng blouse; gown; robe; coat

áo choàng mặc trong nhà robe

áo choàng tắm bathrobe

áo cổ lọ turtleneck (sweater)

áo cưới wedding dress

áo cứu đắm life preserver

áo dài traditional Vietnamese dress

áo dạ hội evening dress

áo đan sweater

áo đồng phục nữ tunic

áo giáp armor

áo gi-lê vest

áo gối pillowcase, pillowslip

áo khoác overcoat

áo khoác ngoài robe

áo ki-mô-nô kimono

áo lạnh sweater

áo len woolen (garment)

áo len cổ chui sweater

ch (*final*) k	**gh** g	**nh** (*final*) ng	**r** z; (*S*) r	**x** s	**â** (but) **i** (tin)
d z; (*S*) y	**gi** z; (*S*) y	**ph** f	**th** t	**a** (hat)	**e** (red) **o** (saw)
đ d	**nh** (onion)	**qu** kw	**tr** ch	**ă** (hard)	**ê** ay **ô** oh

áo len đan cardigan
áo lót undershirt
áo lông chồn mink (coat)
áo mưa raincoat
áo ngoài jacket
áo ngủ đàn bà nightdress, nightgown
áo ngủ nam nightshirt
áo phao (bơi) life jacket
áo phông (N) T-shirt
áo pigiama pajama jacket
áo quần garment
áo quần vải thô dungarees
áo săng-đay jersey
áo sơ mi shirt
áo sơ mi cổ lọ polo shirt
áo sơ mi đàn bà blouse
áo tàng hình on-line invisibility
áo tắm swimsuit
áo tắm hai mảnh bikini
áo thun (S) T-shirt
áo thụng gown
áo trong underwear
áo váy bầu maternity dress
áo vét coat; jacket
áo vét nam thường sportscoat
áo vét phi công bomber jacket

áo vét tông (suit) jacket, coat
áo vệ sinh sweatshirt
áo xmốckinh tuxedo, dinner jacket
ảo ảnh mirage
ảo giác optical illusion
ảo hoặc deceitful
ảo tưởng delusion; illusion
áp bức oppress
áp chế tyrannize
áp chót penultimate
áp cuối last but one
áp dụng apply; apply to; *áp dụng các biện pháp* take steps
áp dụng được applicable
áp đảo overpower
áp lực pressure
áp phích poster, bill; placard
áp suất pressure
áp suất cao high pressure
áp xe abscess
Áp-ga-ni-xtăng Afghanistan
◊ Afghan
aspirin aspirin
át drown
át hẳn eclipse
axít acid

Ă

ăn eat; have *meal*; receive; attend, go to; celebrate, observe ◊ responsive *brakes*; **ăn hoa hồng** receive a commission; **ăn Tết** observe Tet
ăn ảnh photogenic
ăn bám sponge off; *kẻ/tên/tay ăn bám* sponger, parasite

ăn bẩn eat dirt; make a profit in an improper way
ăn bèo steal food; shortchange
ăn biếu accept a gift
ăn bữa chính dine
ăn cắp steal ◊ (sự) larceny
ăn cắp vặt pilfer ◊ (sự) pilfering
ăn chạc eat without paying

ơ ur	**y** (tin)	**ây** uh-i	**iê** i-uh	**oa** wa	**ôi** oy	**uy** wee	**ong** aong
u (soon)	**au** a-oo	**eo** eh-ao	**iêu** i-yoh	**oai** wai	**ơi** ur-i	**ênh** uhng	**uyên** oo-in
ư (dew)	**âu** oh	**êu** ay-oo	**iu** ew	**oe** weh	**uê** way	**oc** aok	**uyêt** oo-yit

ăn chay vegetarian
ăn chay triệt để vegan
ăn chặn misappropriate
ăn chia share
ăn chơi have fun; *kẻ/tên/tay ăn chơi* playboy
ăn chung eat at the same table
ăn cơm have a meal, eat
ăn cơm tối have dinner
ăn cỗ attend a banquet
ăn cưới attend a wedding celebration
ăn cướp rob; steal; *ăn cướp cơm chim* rob the poor
ăn dỗ extort
ăn đất bite the dust, die
ăn đút accept bribes
ăn được edible, eatable
ăn giá agree on a price
ăn giải win the prize
ăn giỗ attend a death anniversary feast
ăn gỏi eat uncooked food
ăn hàng dine out; eat in the street
ăn hết consume, eat up
ăn hỏi celebrate an engagement
ăn hối lộ bribe ◊ (sự) bribery
ăn khớp coincide (with)
ăn kiêng diet
ăn lãi profit
ăn lễ feast; take bribes
ăn lời go back on one's promise; not take advice; make a profit
ăn lương employed, paid
ăn mày beg
ăn mặc dress, way of dressing
ăn mặc cải trang dress up
ăn mặc chỉnh tề well-groomed ◊ smarten up
ăn mặc lịch sự well-dressed
ăn mặc lôi thôi slovenly dressed
ăn mặc thật diện dress up
ăn mặn eat meat and fish; like salty food

ăn miếng trả miếng tit for tat
ăn mòn corrode ◊ (sự) corrosion
ăn mừng celebrate
ăn năn repent ◊ (sự) penitence
ăn nằm sleep with
ăn ngấu nghiến, ăn nghiến ngấu devour, wolf down
ăn ngon miệng relish
ăn nhạt eat simple food
ăn nhập blend in
ăn nhịn eat sparingly
ăn nhồi nhét gorge; *ăn nhồi nhét gì* gorge oneself on sth
ăn no hết mức eat one's fill
ăn nói lưu loát articulate
ăn nói mạch lạc coherent
ăn nốt finish up
ăn sáng have breakfast
ăn tạm have a bite (to eat)
ăn tham gluttonous
ăn thua go for it; go flat out; *không ăn thua gì* not effective; not working
ăn tiệc feast
ăn tiền accept bribes; bring good results
ăn trầu chew betel
ăn trộm burglarize; rob
ăn trưa have lunch
ăn uống eat and drink; *ăn uống gì chưa?* have you eaten?
ăn uống ngon miệng hearty appetite
ăn và ở trọ board and lodging
ăn vặt snack, eat on the go
ăn vận thật diện get dolled up
ăn vận tươm tất decent
ăn vội gobble
ăn xin beg, panhandle
ăn xong finish (eating)
ăn ý get along
Ăng co Angkor Wat
Ăng ghen Engels
ăng ten aerial, antenna

---

ch *(final)* k	**gh** g	**nh** *(final)* ng	**r** z; *(S)* r	**x** s	**â** (but)	**i** (tin)
d z; *(S)* y	**gi** z; *(S)* y	**ph** f	**th** t	**a** (hat)	**e** (red)	**o** (saw)
đ d	**nh** (onion)	**qu** kw	**tr** ch	**ă** (hard)	**ê** ay	**ô** oh

Â

âm negative ◊ minus; **âm 4 độ** minus 4 degrees

âm ấm lukewarm, tepid

âm dương Yin and Yang

âm đạo vagina ◊ vaginal

âm học acoustics

âm ỉ brew; smolder ◊ dull; insidious

âm lịch lunar calendar

âm lượng volume

âm mưu conspiracy; plot ◊ scheme; conspire

âm nhạc music ◊ musical

âm phủ underworld (*in mythology*)

âm thanh sound; tone; audio

âm tiết syllable

ấm warm

ấm áp warm ◊ (sự) warmth

ấm cúng cozy, snug

ấm đun nước kettle

ấm lên warm up

ấm pha trà teapot

ầm ầm roar (*of traffic etc*)

ầm ĩ loud ◊ (sự) fuss; **tiếng ầm ĩ** din, racket

ẩm damp; moist; humid

ẩm mốc stale

ẩm ướt clammy

ân cần nice, pleasant; kind

Ấn India ◊ Indian

ấn press; thrust; **ấn gì vào tay ai** thrust sth into s.o.'s hands

ấn định set, fix

Ấn Độ India ◊ Indian

ấn phẩm printed matter

ấn tượng impression; **tôi không bị ấn tượng** I'm not impressed; **cô ta gây ấn tượng như ...** she comes across as ...; **cô ấy gây cho tôi ấn tượng về ...** she struck me as being ...

ẩn hidden

ẩn náu take refuge

ẩn nấp hide

ẩn sĩ hermit

ấp hamlet

ấp ủ harbor *grudge*

ấp chiến lược strategic hamlet

ấp tự vệ homeguard hamlet

ấp ủ trong lòng cherish

ất water in the home (*in Vietnamese zodiac*)

Âu hóa westernize ◊ westernized

âu yếm tender ◊ (sự) tenderness ◊ pet (*of couple*)

ấu trùng grub, larva

ẩu reckless, negligent; **lái xe ẩu** careless driving

ấy that; those

âm lukew...

ấm warm

ẩm moist

B

ba three ◊ (*S*) father; dad ◊ me (*father addressing his children*)
ba ba fresh water turtle
ba bó một giạ dead certainty
ba chớp ba nhoáng carelessly, in a slapdash manner
Ba Lan Poland ◊ Polish
ba lê ballet
ba lô backpack, rucksack
ba mươi thirty
ba phần tư three quarters
bà grandma, granny; lady (*older woman*); Mrs; Ms ◊ you
bà ấy her (*older woman*)
bà chủ mistress; boss (*female*)
bà chủ nhà hostess
bà chủ quán landlady (*of bar*)
bà chủ trọ landlady (*of hostel etc*)
bà con relative
bà già mother (*informal*); grandmother
bà giám đốc manageress
bà ngoại grandmother (*maternal*)
bà nội grandmother (*paternal*)
bà nội trợ housewife
bà ông great-grandmother
ba vợ father-in-law
bà (*S*) she ◊ her
bã dregs
bã chè tea leaves
bác uncle (*father's older brother/ man older than one's parents, not related*); aunt
bác bỏ dismiss; reject; throw out *plan*; disprove; overrule; repudiate ◊ (*sự*) rejection
bác gái aunt

bác sĩ doctor
bác sĩ gia đình family doctor
bác sĩ khoa mắt ophthalmologist
bác sĩ nhi khoa pediatrician
bác sĩ nội khoa internist
bác sĩ phẫu thuật surgeon
bác sĩ phẫu thuật não brain surgeon
bác sĩ phẫu thuật thẩm mỹ cosmetic surgeon
bác sĩ phụ khoa gynecologist
bác sĩ sản khoa obstetrician
bác sĩ tâm thần psychiatrist
bác sĩ thần kinh neurologist
bác sĩ thú y vet, veterinarian
bác sĩ trị liệu therapist
bác sĩ trực duty doctor
bác sĩ y khoa MD, Doctor of Medicine
bác trai uncle
bạc silver
bạc bẽo thankless
bạc hà mint; spearmint
bạc hạnh bad luck
bạc màu faded
bạc mệnh ill fate
bạc phận doom
bạc trắng white
bách one hundred
bạch cầu leukemia
bách hóa department store
bạch bì albino
Bạch Cung the White House
bạch đàn sandalwood
bạch huyết lymph
bạch kim platinum
bạch phiến heroin

---

ch (*final*) k	**gh** g	**nh** (*final*) ng	**r** z; (*S*) r	**x** s	**â** (but) **i** (tin)
d z; (*S*) y	**gi** z; (*S*) y	**ph** f	**th** t	**a** (hat)	**e** (red) **o** (saw)
đ d	**nh** (onion)	**qu** kw	**tr** ch	**ă** (hard)	**ê** ay **ô** oh

bạch tuộc octopus

bai byte

bài lesson; text; card game

bài bác criticize; to find fault (with)

bài báo article; story (*in paper*)

bài báo cắt ra clipping, cutting

bài bỏ repel

bài brít bridge (*card game*)

bài "Cha của chúng con" Lord's Prayer

bài chính tả dictation; spelling

bài chuyên đề feature

bài công nghệ technophobia

bài diễn văn speech

bài đàn musical composition

bài để dẫn keynote speech

bài giảng lecture

bài hát song; chant

bài hát chủ đề theme song

bài hát dân ca folk song

bài hát mừng Nô-en Christmas carol

bài hát nhạc pốp pop song

bài hát ru lullaby

bài học lesson; moral (*of story*)

bài học lái xe driving lesson

bài làm assignment EDU

bài lên lớp sermon

bài luận composition, essay

bài ngoại xenophobic

bài nói chuyện talk, lecture

bài phê bình review, write-up

bài quảng cáo plug

bài tập drill; exercise

bài tập về nhà homework

bài thánh ca hymn

bài thi (examination) paper

bài thơ poem

bài thuyết pháp sermon

bài tiểu luận essay

bài toán số học sum

bài trừ eliminate, abolish

bài tường thuật report

bài viết article; contribution

bài xì poker

bãi flat; expanse field; yard

bãi biển beach

bãi bỏ cancel ◊ (*sự*) cancellation

bãi cá fishing place

bãi cạn sandbar

bãi chiến trường battlefield

bãi chợ market square

bãi cỏ lawn

bãi công strike; industrial action ◊ go on strike; be on strike

bãi công bất ngờ walkout

bãi đất hoang wilderness (*garden etc*)

bãi để ngựa paddock (*for horses*)

bãi đỗ xe parking lot

bãi hạ cánh landing field; landing strip

bãi học student strike

bãi hôn call off an engagement

bãi lệ get rid of a habit

bãi lệnh revoke an order

bãi luật abrogate

bãi mìn minefield

bãi muối salt lands

bãi nhốt pen, enclosure

bãi quây ngựa corral

bãi sa mạc desert

bãi tập hợp ngựa paddock (*at racetrack*)

bại liệt polio

bám stick to

bám chặt lấy cling to

bám lằng nhằng clingy

bám lấy cling to; stick to

bám riết dog (*of bad luck*)

bám theo keep to

ban confer, bestow ◊ section, department

ban cho grant

ban công (N) balcony

ban đầu initial ◊ initially

ban đêm night ◊ by night

ơ ur	**y** (tin)	**ây** uh-i	**iê** i-uh	**oa** wa	**ôi** oy	**uy** wee	**ong** aong
u (soon)	**au** a-oo	**eo** eh-ao	**iêu** i-yoh	**oai** wai	**ơi** ur-i	**ênh** uhng	**uyên** oo-in
ư (dew)	**âu** oh	**êu** ay-oo	**iu** ew	**oe** weh	**uê** way	**oc** aok	**uyêt** oo-yit

ban đỏ scarlet fever
ban giám đốc board (of directors)
ban giám khảo jury
ban hành enact
ban hội thẩm jury
ban ngày by day
ban nhạc band
ban nhạc pốp band, pop group
ban phúc bless; *Chúa ban phúc cho anh/chị!* (God) bless you!
ban quản trị management, managers
Ban Việt Kiều Trung Ương Central Committee of Overseas Vietnamese
bán sell; market; stock; push *drugs* ◊ *(sự)* sale; *kẻ/tên/tay bán ma túy* (drug) dealer; *đưa ra bán* put up for sale; *được đưa ra bán* be on the market
bán buôn wholesale
bán cầu hemisphere
bán chịu credit FIN
bán đảo peninsula
bán đấu giá auction
bán được fetch; realize FIN
bán hàng sell ◊ *(việc)* selling
bán hàng qua điện thoại telesales
bán hạ giá cut-price ◊ *(sự)* sale *(reduced prices)*
bán kết semifinal
bán kính radius
bán lẻ retail; *bán lẻ với giá ...* retail at ...
bán quá đắt overcharge
bán quân sự paramilitary
bán rẻ hơn undercut
bán thanh lý clearance sale
bán vé tickets; ticket office
bàn table
bàn ăn dining table
bàn cãi dispute
bàn cãi về debate

bàn chải brush
bàn chải quần áo clothes brush
bàn chải răng toothbrush
bàn chải tay nailbrush
bàn chải tóc hairbrush
bàn chân foot
bàn cọ scrubbing brush
bàn công chuyện talk shop
bàn cờ board; chessboard
bàn cờ đam checkerboard
bàn đánh pun pool table
bàn đạp pedal
bàn đạp phanh brake pedal
bàn ghi tên đi máy bay check-in (counter)
bàn học sinh desk
bàn là *(N)* iron
bàn là có bộ phận phun nước *(N)* steam iron
bàn làm việc desk; bureau
bàn luận talk; discuss
bàn phím keyboard
bàn quay turntable
bàn tay hand
bàn thắng goal
bàn thấp nhỏ coffee table
bàn thờ altar
bàn thợ bench
bàn trang điểm dresser, dressing table
bàn ủi *(S)* iron
bàn vẽ drawing board
bàn về discuss
bản copy; version; *bản dịch Kinh thánh ra tiếng Việt* the Vietnamese version of the Bible
bản âm negative *(film)*
bản báo cáo account, report
bản báo giá quotation, quote
bản câu hỏi questionnaire
bản chất nature
bản công xéc tô concerto
bản doanh base
bản dự thảo luật bill POL

---

ch *(final)* k	**gh** g	**nh** *(final)* ng	**r** z; *(S)* r	**x** s	**â** (but) **i** (tin)
d z; *(S)* y	**gi** z; *(S)* y	**ph** f	**th** t	**a** (hat)	**e** (red) **o** (saw)
đ d	**nh** (onion)	**qu** kw	**tr** ch	**ă** (hard)	**ê** ay **ô** oh

bản đồ chart; map
bản giao hưởng symphony
bản in printout; **bản in của cuốn sách đã hết** the book is out of print
bản in ra giấy hard copy
bản in thử proof (*of book*)
bản kê các khoản checklist
bản khai statement (*to police*)
bản khai thu nhập cá nhân tax return
bản khắc axít etching
bản kiến nghị motion, proposal
bản lề hinge
bản miêu tả profile
bản miêu tả công việc job description
bản năng instinct
bản nhạc music
bản phóng tác adaptation; version
bản quyền copyright
bản sao copy; duplicate; replica; backup; **làm một bản sao** take a backup COMPUT
bản sao chụp photocopy
bản thành tích học tập report card
bản thảo copy (*written material*); draft; manuscript
bản thân personally ◊ self
bản thân anh yourself
bản thân anh ấy himself
bản thân chúng ta, bản thân chúng tôi ourselves
bản thân cô ấy herself
bản thân họ themselves
bản thân nó itself
bản thân tôi myself
bản thiết kế design
bản thông báo statement
bản tin bulletin
bản tin đặc biệt newsflash
bản tính công tác phí expense

account
bản tóm tắt précis, summary
bản tổng phổ score
bản tuyên ngôn declaration
bản tự truyện autobiography
bạn friend, pal; **bạn tốt/xấu** be good/bad company
bạn cùng chơi playmate
bạn cùng lớp classmate
bạn cùng lứa tuổi peer
bạn cùng phòng roommate
bạn đồng nghiệp colleague
bạn đời partner
bạn đường fellow traveler; comrade
bạn gái girlfriend
bạn nhảy partner (*dancing*)
bạn thân buddy
bạn thư từ pen friend, penpal
bạn tình have sex with; make love to
bạn trai boyfriend
bạn trên thư từ pen friend, penpal
bạn tù inmate
bang state
báng bổ blaspheme
bàng hoàng shaken; screwed up; **ở trạng thái bàng hoàng** in a daze
bàng quang bladder
bảng board (*for notices*)
bảng Anh pound sterling
bảng biểu table (*of figures*)
bảng chạm touchpad COMPUT
bảng chuyển đổi conversion table
bảng chú dẫn index
bảng chú giải thuật ngữ glossary
bảng chữ cái alphabet
bảng dán quảng cáo billboard
bảng đen blackboard
bảng điều khiển control panel
bảng đồng hồ dashboard

ơ ur	**y** (tin)	**âi** uh-i	**iê** i-uh	**oa** wa	**ôi** oy	**uy** wee	**ong** aong
u (soon)	**au** a-oo	**eo** eh-ao	**iêu** i-yoh	**oai** wai	**ơi** ur-i	**ênh** uhng	**uyên** oo-in
ư (dew)	**âu** oh	**êu** ay-oo	**iu** ew	**oe** weh	**uê** way	**oc** aok	**uyêt** oo-yit

bảng giá tariff
bảng hiệu sign
bảng hiệu giao thông traffic sign
bảng kiểm kê inventory
bảng lương payroll; *có tên trên bảng lương* be on the payroll
bảng mạch điện circuit board
bảng mạch mẹ motherboard
bảng phân công rota
bảng rượu wine list
bảng tin thông báo bulletin board
bảng tính spreadsheet
bảng từ vựng vocabulary, glossary
banh (S) ball
banh miệng gag
bánh cake
bánh bao steamed dumpling
bánh bích qui cookie
bánh bông lan flan
bánh có nhân quả băm mince pie
bánh cưới wedding cake
bánh gừng gingerbread
bánh hấp steamed dumpling
bánh kem quế ice-cream cone
bánh kẹo confectionery
bánh kếp pancake
bánh lái helm; rudder; steering wheel
bánh mì bread
bánh mì cắt lát sliced bread
bánh mì kẹp thịt bò hamburger
bánh mì kẹp thịt burger
bánh mì lúa mạch đen rye bread
bánh mì ngọt bun
bánh nếp glutinous rice cake
bánh ngọt cake
bánh nướng moon cake; pastry
bánh nướng có nhân pie
bánh nướng nhân hoa quả dumpling
bánh nướng xốp muffin
bánh pho mát cheesecake

bánh phồng tôm prawn crackers
bánh pizza pizza
bánh quế crispy cinnamon roll
bánh quy giòn cracker
bánh rán deep fried cake
bánh răng cogwheel
bánh sandwich sandwich
bánh sô cô la chocolate cake
bánh su sê traditional cassava wedding cake
bánh táo apple pie
bánh tráng pancake
bánh xà phòng a bar of soap
bánh xăng đuých sandwich
bánh xe wheel
bánh xèo rice pancake
bảnh bao smart, stylish
bao pack; pouch; sheath (*for knife*) ◊ include; treat (*to a meal*), foot the bill
bao bì packaging
bao cao su condom, sheath
bao cát sandbag
bao che cho cover up for
bao con nhộng capsule
bao đeo thắt lưng fanny pack
bao giờ ever ◊ when; *bao giờ thì tôi có thể lấy lại?* when can I have it back?
bao gồm include, incorporate
bao gồm cả inclusive of; *bao gồm tất cả* inclusive *price*
bao la boundless; vast
bao lâu? how long?; *bao lâu một lần?* how often?; *cách đây bao lâu?* how long ago?; *anh/chị tính ở lại bao lâu?* how long do you intend to stay?
bao lơn (S) balcony
bao nhiêu? how many?; how much?; *cái đó giá bao nhiêu?* how much does it cost?; *đến ... thì xa bao nhiêu?* how far is it to ...?; *tất cả là bao nhiêu?* how much

---

ch (*final*) k	**gh** g	**nh** (*final*) ng	**r** z; (S) r	**x** s	**â** (but)	**i** (tin)
d z; (S) y	**gi** z; (S) y	**ph** f	**th** t	**a** (hat)	**e** (red)	**o** (saw)
đ d	**nh** (onion)	**qu** kw	**tr** ch	**ă** (hard)	**ê** ay	**ô** oh

altogether?

bao phủ close in; envelop

bao quanh around ◊ cluster
◊ enclose; surround; *bị bao quanh
bởi ...* be surrounded by ...

bao súng ngắn holster

bao tải sack

bao trùm engulf

bao vây encircle; surround; lay
siege to

báo break (*of news*); inform
◊ newspaper; leopard; *xin thường
xuyên báo cho tôi biết* please
keep me informed

báo buổi chiều evening paper

báo cáo report

báo cáo khoa học paper
(*academic*)

báo cáo ngân hàng bank
statement

báo chí the press

báo động alarm

báo động về an ninh security
alert

báo giá estimate FIN; *đưa cho X
bản báo giá về Y* give X an
estimate for Y

báo hiệu indicate, be a sign of

báo khổ nhỏ tabloid

báo Nhân Dân People's
Newspaper

báo ra hàng ngày daily (paper)

báo thức alarm

báo tin inform; *báo tin cho X về Y*
inform X of Y

báo trước warn, caution; alert; tip
off ◊ (sự) notice; *báo trước cho ai
đó phải thôi việc* give s.o. his/her
notice

bào shave off ◊ plane (*tool*)

bào chữa defend; *không thể bào
chữa được* inexcusable,
indefensible

bào ngư abalone

bảo thai fetus

bảo tell; *bảo ai làm gì* tell s.o. to do
sth

bảo dưỡng service

bảo đảm answer for; guarantee
◊ (sự) guarantee; security

bảo đảm cho vouch for

bảo hành guarantee ◊ (sự)
guarantee; bail LAW; *trong thời
hạn bảo hành* be under warranty;
bảo hành gì chống gì guarantee
sth against sth

bảo hiểm insurance, cover
◊ insure; underwrite; *được bảo
hiểm* be insured

bảo hiểm du lịch travel insurance

bảo hiểm nhân mạng life
insurance

bảo hiểm toàn diện
comprehensive insurance, full
coverage

bảo hiểm trách nhiệm dân sự
liability insurance, third-party
insurance

bảo hiểm y tế health insurance

bảo hộ protective

bảo quản cure *meat, fish*; preserve
wood, food etc; maintain *machine
etc* ◊ (sự) maintenance; upkeep;
giao gì cho ai bảo quản an toàn
give sth to s.o. for safekeeping;
bảo quản lạnh keep refrigerated

bảo tàng quân đội military
museum

bảo tàng viện museum

bảo thủ conservative; straight

bảo tồn conserve ◊ (sự)
conservation

bảo trợ sponsor ◊ (sự) sponsorship

bảo vệ defend; protect; safeguard;
stand up for ◊ (sự) defense;
protection

bảo vệ dữ liệu data protection

bảo vệ môi trường protect the

ơ ur	**y** (tin)	**ây** uh-i	**iê** i-uh	**oa** wa	**ôi** oy	**uy** wee	**ong** aong
u (soon)	**au** a-oo	**eo** eh-ao	**iêu** i-yoh	**oai** wai	**ơi** ur-i	**ênh** uhng	**uyên** oo-in
ư (dew)	**âu** oh	**êu** ay-oo	**iu** ew	**oe** weh	**uê** way	**oc** aok	**uyệt** oo-yit

environment ◊ (sự) environmental protection

bão hurricane; typhoon; storm

bão tố thunderstorm

bão tuyết snowstorm

bạo chúa: *kẻ/tên/tay bạo chúa* despot

bạo dạn streetwise

bạo dâm sadistic; *kẻ/tên/tay bạo dâm* sadist

bạo loạn disorder

bạo lực violence ◊ violent

bạo ngược: *kẻ/tên/tay bạo ngược* tyrant

bát (N) bowl

bát ăn cơm (N) rice bowl

bát phố go for a walk/ride (*usually in the evening*)

bạt tai hit; cuff

bay fly; *thổi bay* blow off, fly off

bay chệch hướng drift

bay diễu hành fly past

bay đi fly away; fly out

bay liệng glide

bay lượn hover

bay ở tốc độ vừa phải cruise

bay phần phật flap

bay tuột khỏi fly off

bay vào quỹ đạo orbit

bay về fly back

bay vút lên soar

bày set out *goods*

bày bán display

bày biện garnish

bày tỏ express; manifest ◊ (sự) expression

bảy seven

bảy mươi seventy

Bắc Ái Nhĩ Lan Northern Ireland ◊ Northern Irish

Bắc cực North Pole

Bắc Kinh Beijing

Bắc Mỹ North America ◊ North American

bắc qua span

Bắc thuộc Chinese domination

Bắc Triều Tiên North Korea ◊ North Korean

Bắc Việt Nam North Vietnam ◊ North Vietnamese

băm nhỏ mince

băn khoăn disturbed

bắn shoot; *bắn trúng tâm* hit the bull's eye; *bắn vào chân X* shoot X in the leg

bắn chết shoot dead

bắn gục gun down

bắn rơi shoot down

bắn tóe splash

băng ice; tape (*for cassette*)

băng bó wrap; dress; bandage

băng cách điện friction tape

băng cát xét cassette

băng chuyền hành lý carousel

băng cướp gang

băng dính adhesive tape; sticking plaster

băng đeo sling

băng ghi âm tape

băng giá freezing; frozen

băng giấy màu streamer

băng hình video recording

băng keo Scotch tape®

Băng la đét Bangladesh ◊ Bangladeshi

băng quàng vai sash

băng tải conveyor belt

băng trượt thoát hiểm escape chute

băng vệ sinh sanitary napkin

băng vidêô video cassette; videotape

bằng as; by; in; with ◊ made of ◊ certificate, diploma ◊ equal ◊ as much ... as ...; *bằng đường bộ* by land ◊ overland; *bằng máy bay* by airmail; *bằng ô tô* by car; *bằng giọng nói to* in a loud voice; *bằng*

---

ch (*final*) k	**gh** g	**nh** (*final*) ng	**r** z; (S) r	**x** s	**â** (but) **i** (tin)
d z; (S) y	**gi** z; (S) y	**ph** f	**th** t	**a** (hat)	**e** (red) **o** (saw)
đ d	**nh** (onion)	**qu** kw	**tr** ch	**ă** (hard)	**ê** ay **ô** oh

tiếng Anh/ Việt in English/ Vietnamese; *cao/ xinh bằng ... as* high/pretty as ...; *bằng li-e* cork; *bằng bạc* (made of) silver

bằng cách by means of

bằng cách này hay cách khác somehow

bằng cấp qualification

bằng chứng evidence, proof; testament; *đưa ra bằng chứng* give evidence

bằng cử nhân văn chương arts degree

bằng đại học degree

bằng đường miệng oral

bằng không otherwise

bằng lái (xe) driver's license

bằng lòng với make do with; *tạm bằng lòng với* content oneself with

bằng máy mechanically

bằng nhau equal; fifty-fifty

bằng phẳng even; flat

bằng sáng chế patent

bằng sợi quang fiber optic

bằng sức mạnh forcible

bằng tốt nghiệp đại học degree

bằng vũ lực bodily

bằng xương bằng thịt in person, in the flesh

bắp (*S*) sweetcorn; corn

bắp cải cabbage

bắp chân calf (*of leg*)

bắp tay biceps

bắt capture, catch; pick up *criminal*; *bắt ... làm tù nhân* take ... prisoner

bắt bồ pick up *man, woman*

bắt bu lông bolt

bắt buộc coerce; compel; bind LAW ◊ compulsory, mandatory ◊ (sự) obligation; *bắt buộc phải đọc* it is required reading

bắt chéo cross; put one across the

other

bắt chước imitate, copy, mimic ◊ (sự) imitation; takeoff

bắt cóc abduct; kidnap ◊ (sự) kidnap(p)ing; *kẻ/ tên/ tay bắt cóc* kidnap(p)er

bắt đầu begin, start; embark on ◊ (sự) start; onset; *bắt đầu làm X* start to do X; *bắt đầu học* take up (*begin studying*); *bắt đầu từ mồng 1 tháng Năm* effective May 1; *bắt đầu từ ngày mai* starting from tomorrow

bắt đầu biết get to know

bắt đầu hút light up

bắt đầu lại reopen

bắt đầu lại từ đầu make a fresh start

bắt đầu tồn tại come into existence

bắt được catch

bắt ép force; *bắt ép X phải làm Y* force X to do Y

bắt giữ arrest; seize; round up; detain ◊ (sự) arrest; capture; seizure (*of drugs etc*); round-up; *bị bắt giữ* be under arrest; *bắt giữ ai để đòi tiền chuộc* hold s.o. to ransom; *kẻ/ tên/ tay bắt giữ con tin* hostage taker

bắt làm mồi prey on

bắt làm việc quá sức overwork

bắt lại recapture

bắt lửa catch fire

bắt nguồn originate; *bắt nguồn từ* originate from; be derived from

bắt quả tang catch red-handed; *bắt quả tang X làm Y* catch X doing Y

bắt quân dịch draft

bắt tay handshake ◊ shake hands

bắt tay làm lại từ đầu go back to the drawing board

bắt tay vào việc knuckle down

ơ ur	**y** (tin)	**ây** uh-i	**iê** i-uh	**oa** wa	**ôi** oy	**uy** wee	**ong** aong
u (soon)	**au** a-oo	**eo** eh-ao	**iêu** i-yoh	**oai** wai	**ơi** ur-i	**ênh** uhng	**uyên** oo-in
ư (dew)	**âu** oh	**êu** ay-oo	**iu** ew	**oe** weh	**uê** way	**oc** aok	**uyêt** oo-yit

bắt trả quá đắt rip off *customers*
bắt vít screw
bấc wick
bậc rung
bậc cầu thang stair
bậc thang step, stair; terrace
bậc thầy masterly; *là bậc thầy ở môn* be a master of
bấm push; punch *ticket*; click COMPUT
bấm chuông buzz; ring; *xin vui lòng bấm chuông để được phục vụ* please ring for attention
bấm còi honk; sound one's horn
bấm giờ timer
bấm lách cách click
bấm lỗ pierce
bấm móng tay nail clippers
bấm vào click on COMPUT
bẩm sinh congenital; inborn, innate ◊ naturally; *là một thầy giáo bẩm sinh* be a born teacher; *mù/điếc bẩm sinh* be born blind/ deaf
bẩn dirty; dingy
bẩn thỉu dirty, pornographic; grubby; sordid; squalid
bận busy; full ◊ be busy; *đang bận làm gì* be busy doing sth
bận rộn bustle around ◊ busy; on the go; *bận rộn với* busy oneself with
bận tâm preoccupied; concerned; *bận tâm đến gì* concern oneself with sth; *đừng bận tâm* never mind
bâng khuâng wistful
bâng quơ throw-away
bấp bênh insecure; precarious ◊ precariously
bất no ◊ none ◊ without ◊ un..., in..., non...; *bất luận thế nào* in any case; no matter what happens
bất bình disgruntled

bất bình đẳng unequal ◊ (*sự*) inequality
bất cần: *tôi bất cần* I don't care
bất chấp regardless ◊ regardless of; in spite of
bất chính illicit
bất chợt suddenly
bất công unjust ◊ (*sự*) injustice; *một cách bất công* wrongly *accused etc*
bất cứ whatever; whichever; any
bất cứ ai anyone, anybody; whoever; *bất cứ ai trong bọn họ đều có thể phạm tội* any of them could be guilty
bất cứ cái gì whatever; anything
bất cứ đâu anywhere; wherever
bất cứ khi nào whenever; any time
bất cứ lúc nào whenever; any time
bất cứ nơi nào wherever; anywhere
bất đắc dĩ reluctant
bất đồng differ, disagree ◊ (*sự*) conflict; dissension; disagreement
bất đồng quan điểm với dissent
bất đồng sâu sắc clash
bất động motionless
bất động sản real estate
bất hạnh miserable; unfortunate ◊ (*sự*) unhappiness; misery; *nỗi bất hạnh* misfortune
bất hiếu filial impiety
bất hòa disagree, argue ◊ (*sự*) disagreement; difference; discord
bất hợp pháp illegitimate
bất hợp tác uncooperative
bất hủ immortal
bất kể irrespective of; *bất kể bà ấy nói gì* no matter what she says
bất kể là whatever
bất lịch sự ill-mannered
bất lợi disadvantageous ◊ (*sự*)

---

ch (*final*) k	**gh** g	**nh** (*final*) ng	**r** z; (*S*) r	**x** s	**â** (but) **i** (tin)
d z; (*S*) y	**gi** z; (*S*) y	**ph** f	**th** t	**a** (hat)	**e** (red) **o** (saw)
đ d	**nh** (onion)	**qu** kw	**tr** ch	**ă** (hard)	**ê** ay **ô** oh

disadvantage; *ở vào thế bất lợi* be at a disadvantage;

bất lực helpless; powerless; impotent ◊ (sự) impotence

bất mãn discontented ◊ (sự) discontent; dissatisfaction

bất ngờ accidental; unexpected; unforeseen; abrupt *departure* ◊ unexpectedly ◊ (việc) contingency; *làm X bất ngờ* catch X unawares

bất ngờ nhắc đến crop up (*in conversation*)

bất ngờ xảy ra crop up, happen

bất ngờ xuất hiện pop up, appear

bất tận endless, unending

bất thần suddenly; unexpectedly

bất thình lình all of a sudden

bất thường abnormal; uncommon

bất tiện awkward; inconvenient; uncomfortable ◊ (sự) inconvenience

bất tỉnh unconscious ◊ lose consciousness

bất trị insubordinate; rebellious; incurable

bất trung unfaithful; disloyal

bất tuân luật pháp civil disobedience

bất tử immortal ◊ (sự) immortality

bật put on, turn on

bật dậy jump to one's feet

bật nhảy ra eject

bật lửa lighter

bầu bottleneck gourd ◊ vote; elect; *được bầu ra* elected

bầu bạn company; companionship

bầu cử elect ◊ (sự) voting; election; the polls; *đi bầu cử* go to the polls; *ngày bầu cử* election day

bầu dục kidney (*food*)

bầu không khí mood; atmosphere

bầu trời sky

bậu cửa sổ windowsill

bây giờ now; *bây giờ là bốn giờ sáng!* it's four o'clock in the morning!; *bây giờ là mấy giờ?* what's the time?; *cho đến bây giờ* up to now; *từ bây giờ trở đi* from now on

bấy giờ then, at that time; *cho đến bấy giờ* until then; *từ bấy giờ* since then, from that time

bấy lâu long since; all this time

bẩy lever

bẩy nắp lever open

bẫy trip up

bẫy trip up

bậy bạ be wrong; *đừng nói bậy bạ* don't talk nonsense

bé small; young; *bé gái* young girl

bé hạt tiêu little demon

bé người short in stature

bé nhỏ pocket, miniature

bé tí tiny

bé xíu miniature; tiny

bè part MUS; raft

bè têno tenor (part)

bè trầm bass (part)

bẻ break off

bẽn lẽn timid

béo fat

béo bổ rich; plum *job etc*

béo lùn squat

béo mầm plump

béo ngậy greasy

béo nhão flabby ◊ (sự) flab

béo phệ tubby ◊ fat person

béo phì chubby, fat

béo quay roly-poly

béo ra fill out, get fatter

béo sưng fat pig (*insult*)

béo tròn chubby

béo ụt ịt fat as a pig

bẹp flat, crushed; squashed

bê calf

bê tông concrete

bê tông cốt sắt reinforced concrete

ơ ur	y (tin)	ây uh-i	iê i-uh	oa wa	ôi oy	uy wee	ong aong
u (soon)	au a-oo	eo eh-ao	iêu i-yoh	oai wai	ơi ur-i	ênh uhng	uyên oo-in
ư (dew)	âu oh	êu ay-oo	iu ew	oe weh	uê way	oc aok	uyêt oo-yit

bế carry

bế tắc stagnate ◊ (sự) deadlock, stalemate

bề bộn hectic

bề mặt surface

bề ngoài exterior; look ◊ cosmetic *change* ◊ on the surface

bề rộng breadth

bể tank; basin

bể bơi swimming pool

bể bơi nước ấm heated swimming pool

bể cá aquarium

bể chứa nước cistern

bể rồi broken, in pieces

bệ pedestal; stage, platform

bệ lò sưởi mantelpiece, mantelshelf

bệ phóng launch(ing) pad

bên by; near ◊ side; *bên bờ nước* at the waterside

bên bán vendor

bên bến cảng wharf

bên bị defendant

bên cạnh beside; by; next to; *bên cạnh nhau* side by side

bên có credit

bên dưới underneath; *xem bên dưới* see below

bên kia across ◊ over there; on the other side

bên ký kết signatory

bên lề fringe

bên này over here

bên ngoài external; outdoor; outward ◊ outside; exterior ◊ outwardly

bên ngoại maternal side

bên nguyên prosecution

bên nhau side by side

bên nội paternal side

bên nợ debit

bên phải right; right-hand; starboard; *ở bên phải* on the right,

on the right-hand side; *bên phải anh/chị* on your right hand

bên trái left ◊ left-hand; on/to the left

bên trong interior; internal ◊ within; inside ◊ internally; inward; *bên trong ngôi nhà* inside the house

bên yếu underdog

bến stop; terminal

bến bốc loading berth

bến cảng harbor; port; wharf

bến cuối (cùng) terminal, terminus

bến đỗ tắc xi taxi rank

bến tàu dock

bến thuyền marina

bến xe bus station

bến xe buýt bus station, depot

bến xe ca (*N*) bus station

bến xe dò (*S*) bus station

bến xe lửa train station

bến xe tắc xi cab stand

bền durable; heavy-duty; indestructible; resistant ◊ wear, last

bền chặt durable; lasting

bền vững durable; indestructible

bênh vực defend ◊ (sự) defense

bệnh disease; condition ◊ sick, ill ◊ *classifier for diseases, ailments*

bệnh án case history MED

bệnh bột phát seizure

bệnh dại rabies

bệnh di truyền hereditary disease

bệnh dị ứng allergy

bệnh dịch plague

bệnh đái đường diabetes

bệnh hoa liễu venereal disease

bệnh hoạn morbid; pathological; sick ◊ (sự) illness

bệnh kinh niên chronic illness

bệnh lây bằng con đường tình dục sexually transmitted disease

bệnh lây truyền transmitted

ch (*final*) k	**gh** g	**nh** (*final*) ng	**r** z; (*S*) r	**x** s	**â** (but)	**i** (tin)
đ z; (*S*) y	**gi** z; (*S*) y	**ph** f	**th** t	**a** (hat)	**e** (red)	**o** (saw)
đ d	**nh** (onion)	**qu** kw	**tr** ch	**ă** (hard)	**ê** ay	**ô** oh

disease

bệnh lý học pathology
bệnh mất trí nhớ amnesia
bệnh ngoài da skin disease
bệnh nhân patient
bệnh nhân nội trú in-patient
bệnh sử medical history
bệnh tâm thần psychiatric
bệnh tật disease
bệnh tự kỷ autism; *bị bệnh tự kỷ* autistic
bệnh viện hospital
bệnh viện tâm thần mental hospital
bệnh xá infirmary
bệnh zona shingles
bếp kitchen; galley
bếp lò stove
bếp nhỏ kitchenette
bếp trưởng chef

bi a

bi a billiards
bi ai sad; mournful; tragic
bi kịch tragedy ◊ tragic
bi quan pessimistic
bi thảm tragic
bí pumpkin
bí ẩn baffling; mysterious ◊ (sự) riddle
bí đao wax squash
bí hiểm eerie; inscrutable
bí mật clandestine; secret; confidential; undercover; underground; *làm một điều gì bí mật* do sth in secret
bí ngô pumpkin
bí quyết knowhow
bí quyết nhà nghề trade secret
bì lợn pigskin
Bỉ Belgium ◊ Belgian
bị be (*passive*); come by, receive; be suffering from; catch *illness*; *bị ai thu hút* be attracted to s.o.; *bị bắt làm con tin* be taken hostage; *bị pháo kích* come under shellfire

bị ám ảnh obsessive; *bị ám ảnh bởi* be obsessed with
bị bệnh tâm thần mentally ill
bị bong ra flaky ◊ come unstuck
bị cáo the accused, defendant
bị cấm forbidden
bị cháy xém charred
bị chậm be delayed
bị động passive
bị hoang tưởng paranoid
bị hỏng break; break down; go bad (*of milk etc*) ◊ broken; damaged
bị hư damaged
bị kẹt be jammed; stick
bị lật capsize
bị liệt hai chân paraplegic
bị lộ be out (*of secret*)
bị lừa fall for, be deceived by
bị mắc kẹt jam, stick; be stranded
bị mất người thân bereaved
bị nấu quá nhừ overdone
bị nghèo đi impoverished
bị nghi ngờ in question
bị nhầm be wrong
bị nhầm lẫn be mistaken
bị nhiễm become infected; *bị nhiễm trùng* infected ◊ go septic
bị nhồi nhét jam, squeeze
bị nôn vomit
bị ốm yếu be in poor health
bị phạt fine (*punishment*)
bị rối loạn tiêu hóa have an upset stomach
bị sâu bọ cắn insect bite
bị sổ mũi have a runny nose
bị sưng swollen
bị tắc clog up
bị thâm bruise
bị thâm tím bruise
bị thất bại broken ◊ come unstuck
bị thiếu máu be anemic
bị thiệt thòi disadvantaged; *bị thiệt thòi về quyền lợi* underprivileged

---

ơ ur	y (tin)	ây uh-i	iê i-uh	oa wa	ôi oy	uy wee	ong aong
u (soon)	au a-oo	eo eh-ao	iêu i-yoh	oai wai	ơi ur-i	ênh uhng	uyên oo-in
ư (dew)	âu oh	êu ay-oo	iu ew	oe weh	uê way	oc aok	uyêt oo-yit

bị thương injured; wounded; *bị thương ở đùi/cánh tay* wounded in the leg/arm
bị tiếp xúc với be exposed to
bị trật bánh be derailed
bị tử thương fatally injured
bị ức chế inhibited
bị vấy máu bloodstain
bị vẹo cổ crick in the neck
bị vết mark
bị vỡ break ◊ broken
bị vỡ nợ go bankrupt ◊ bankrupt
bị vỡ tan bust, broken
bị xịt hơi flat
bia beer, lager; target
bia chai bottled beer
bia gừng ginger beer
bia hơi draft beer
bia mộ gravestone, tombstone
bia ôm hostess bar
bia tươi draft (beer)
bìa binder, cover; soybean cake
bìa bọc ngoài dust cover, dust jacket
bìa cứng hard cover
bìa kẹp folder
bìa kẹp hồ sơ clipboard
bìa làn sóng corrugated cardboard
bìa mềm paperback
bìa rời jacket (*of book*)
bìa sách binding (*of book*)
bìa thư envelope
bìa thư hàng không airmail envelope
bìa trước front cover
bịa make up
bịa ra concoct
biên wing SP
biên bản minutes; transcript
biên dịch translate ◊ (sự) translation
biên dịch viên translator
biên đạo múa choreographer

biên giới border; frontier
biên lai receipt
biên nhận voucher
biên soạn compile
biên tập edit ◊ editorial
biên tập viên editor
biên tập viên chính trị political editor
biên tập viên thể thao sports editor
biến disappear
biến chuyển change
biến chứng complications MED
biến cố bất thường freak
biến đi disappear; clear up (*of illness*); *biến đi!* get lost!
biến đổi transform ◊ (sự) transformation
biến động upheaval
biến mất vanish; disappear; go away ◊ (sự) disappearance
biến số variable
biến thế transformer
biển sea; plaque ◊ marine   biển
biển báo roadsign
biển báo cấm đỗ xe no waiting sign
biển chỉ dẫn roadsign
biển chỉ đường signpost
biển dừng xe stop sign
Biển Đông South China Sea
biển đăng ký license plate
biển động swell (*at sea*)
biển thủ embezzle ◊ (sự) embezzlement
biện bạch rationalize
biện hộ defend, justify; warrant ◊ (sự) defense, justification
biện pháp measure, step
biện pháp khắc phục remedy
biết know; know how to; *tôi chỉ biết rằng* for all I know; *theo như tôi biết* to the best of my knowledge; *đứa bé đã biết nói*

---

ch (*final*) k	**gh** g	**nh** (*final*) ng	**r** z; (*S*) r	**x** s	**â** (but)	**i** (tin)
d z; (*S*) y	**gi** z; (*S*) y	**ph** f	**th** t	**a** (hat)	**e** (red)	**o** (saw)
đ d	**nh** (onion)	**qu** kw	**tr** ch	**ă** (hard)	**ê** ay	**ô** oh

chưa? can the baby talk yet?;
**anh/chị có biết nói tiếng Việt
không?** do you speak
Vietnamese?; **tôi không biết** I
don't know; **tôi không biết anh/
chị có thể giúp được không** I
wonder if you could help; **biết cái
đúng cái sai** know right from
wrong; **biết sử dụng máy tính** be
computer literate
biết chữ literate ◊ (sự) literacy
biết điều rational; reasonable;
sensible
biết ơn appreciate ◊ grateful,
thankful; **biết ơn ai** be grateful to
s.o.
biết rõ be certain; know for certain;
không biết rõ về X be uncertain
about X; **biết rõ X như lòng bàn
tay** have X at one's fingertips
biết thông cảm understanding
biết tôn trọng deferential
biệt động quân ranger (*in the
army of the Saigon government*)
biệt hiệu nickname; alias
biệt kích special forces soldier
biệt lập cut off, isolate ◊ isolated
biệt tăm disappear
biếu complimentary ◊ give a gift
biếu tặng complimentary
biểu bì cuticle
biểu cảm express ◊ (sự)
expression
biểu diễn enact ◊ (sự) exhibition
biểu diễn độc tấu (instrumental)
recital
biểu diễn võ thuật martial arts
demonstration
biểu đạt communicate; express
biểu đồ chart; diagram
biểu đồ phát triển flowchart
biểu hiện mark, token ◊ show
biểu lộ display, exhibit; register
emotion

biểu ngữ banner
biểu quyết vote on
biểu thị indicate; **biểu thị quan
điểm của mình** have one's say,
express one's opinion
biểu tình demo, demonstration
◊ demonstrate
biểu tình phản đối protest
biểu tượng emblem; icon; logo
biểu tượng may mắn mascot
bím tóc braid
bím tóc đuôi sam pigtail
bìmh tĩnh lại cool down
bính nhì private MIL
Bính lighted fire (*heavenly stem*)
bình pitcher; pot; tank; tub; vase
bình cà phê coffee pot
bình chứa container
bình chữa cháy fire extinguisher
bình đẳng equality ◊ egalitarian
bình định pacify
bình đựng kem creamer
bình hứng dầu sump
bình luận comment
bình luận viên commentator
bình minh dawn
bình nước water jug
bình ôxy oxygen tank
bình pha cà phê percolator
bình phong screen; front (*cover
organization*)
bình phục recover ◊ (sự) recovery
bình phục lại recover; pull
through
bình phương square
bình rượu decanter
bình sữa bottle
bình thót cổ flask
bình thủy (*S*) vacuum flask
bình thường average, ordinary;
casual; plain (*not pretty*); normal
◊ normally
bình thường hóa normalize
bình tĩnh calm; cool down

ơ ur	**y** (tin)	**ây** uh-i	**iê** i-uh	**oa** wa	**ôi** oy	**uy** wee	**ong** aong
u (soon)	**au** a-oo	**eo** eh-ao	**iêu** i-yoh	**oai** wai	**ơi** ur-i	**ênh** uhng	**uyên** oo-in
ư (dew)	**âu** oh	**êu** ay-oo	**iu** ew	**oe** weh	**uê** way	**oc** aok	**uyêt** oo-yit

◊ composed; cool; level-headed; self-possessed ◊ (sự) calm, composure; *hãy bình tĩnh* cool it

bình tĩnh trở lại simmer down

bình tưới watering can

bình xịt aerosol; atomizer; spray

bình xông inhaler

bình yên tranquil ◊ (sự) tranquility

bíp bíp beep

bịp bluff

bịp miệng gag

bít tất sock

bít tết steak

bịt kín bằng ván board up

bịt lại fill in

bịt mắt blindfold

bịt miệng gag

bịt răng crown

bó bundle ◊ set *broken limb*

bó chặt pinch

bó chân foot-binding

bó hẹp confined

bó hoa bunch of flowers; bouquet

bó lại bundle up

bó sát cling (*of clothes*)

bó sát người skin-tight

bó tay helpless

bò crawl; cow; bull; cattle; beef

bò cái cow

bò cạp scorpion

bò đực bull

bò quay roast beef

bò sữa cash cow

bò thiến ox

bỏ put, place; abandon; abort; ditch; give up, stop *smoking etc*; leave *person*; outgrow *ideas*; spend *time*; stop; take off *hat*; *bỏ nhiều công sức làm điều gì* go to a lot of trouble to do sth; *bỏ nhiều thời gian vào dự án* spend a lot of time on a project; *bỏ vào thùng thư bưu điện* put in the mail; *bỏ*

cha!, bỏ mẹ!, bỏ bố! damn it!

bỏ chạy run off, run away; make a run for it

bỏ dở abandon; abort

bỏ đi part with; turn away; walk out

bơ gơ burger

bỏ hoang waste

bỏ học nửa chừng drop out

bỏ không dùng nữa disused

bỏ lại abandon; leave

bỏ lỡ slip away; blow *opportunity*

bỏ màn khánh thành unveil

bỏ mạng lose one's life

bỏ neo moor

bỏ nhau split up

bỏ phiếu vote; *bỏ phiếu tán thành/chống lại ...* vote for/against ...

bỏ phiếu bầu vote in

bỏ phiếu gạt vote out

bỏ phiếu trắng abstain

bỏ qua ignore; overlook; condone; lose sight of; skip, omit

bỏ quên leave; *bỏ quên X* leave X unattended

bỏ rơi abandon; jilt; drop; walk out on

bỏ sót leave out

bỏ tay ra! hands off!

bỏ thầu tender COM

bỏ trốn get away, escape ◊ (sự) get-away

bỏ trống vacant, unoccupied

bỏ về walk out

bỏ xõa let down *hair*

bỏ xuống let down *blinds*

bọ cánh cứng beetle

bọ chét flea

bọ rùa ladybug

bóc lột exploit ◊ (sự) exploitation

bóc vỏ bark ◊ shell *peas*

bom bomb; *nguy cơ bị ném bom* bomb scare

bom bi cluster bomb

ch (*final*) k	gh g	nh (*final*) ng	r z; (S) r	x s	â (but)	i (tin)
đ z; (S) y	gi z; (S) y	ph f	th t	a (hat)	e (red)	o (saw)
đ d	nh (onion)	qu kw	tr ch	ă (hard)	ê ay	ô oh

bom cháy incendiary bomb
bom giờ time bomb
bom khinh khí hydrogen bomb
bom nguyên tử atom bomb
bon chen social climber
bon sai bonsai
bọn bunch
bọn maphia the Mafia
bong ra flake off; peel
bóng shadow; ball
bóng bay balloon
bóng bán dẫn transistor
bóng bàn table tennis, ping-pong
bóng bóng bàn table tennis ball, ping-pong ball
bóng chày baseball
bóng chuyền volleyball
bóng đá soccer
bóng đá kiểu Mỹ (American) football
bóng đèn light bulb
bóng đèn nháy flashbulb
bóng gió oblique
bóng láng shine
bóng loáng glossy
bóng lộn shine ◊ shiny
bóng rổ basketball
bóng ten-nít tennis ball
bóng tối dark; darkness
bóng tối lờ mờ gloom
bỏng (**nắng**) burn
bỏng ngô popcorn
boong deck
bóp squeeze
bóp cổ strangle, throttle
bóp nghẹt suffocate
bóp vụn crumble
bót nghẹt muffle
bọt foam; froth; lather
bọt biển sponge
bọt cạo shaving foam
bọt sóng biển surf
bọt tăm bubble
bọt xà phòng suds

bô potty (*for baby*)
bố (N) father; pop, dad ◊ me (*father addressing his children*); **cương vị làm bố** fatherhood
bố chồng father-in-law (*husband's father*)
bố dượng stepfather
bố trí fix *meeting etc*; position; post *guards*
bố trí màu sắc color scheme
bố vợ father-in-law (*wife's father*)
bồ girlfriend; boyfriend; date
bồ câu dove; pigeon
Bồ Đào Nha Portugal ◊ Portuguese
bồ hóng soot
bổ dưỡng wholesome
bổ đôi split
bổ ích instructive; rewarding *experience*; salutary
bổ ngữ object GRAM
bổ nhào dive
bổ nhiệm appoint, nominate; post ◊ (sự) appointment; nomination; posting; assignment
bổ sung addition ◊ complement ◊ complementary
bộ department; ministry; set (*of books, tools etc*); assortment ◊ suit
bộ bánh máy bay landing gear
bộ binh infantry
bộ binh cơ giới motorized infantry
Bộ Công nghiệp Ministry of Industry
bộ dụng cụ kit, equipment
bộ dụng cụ sơ cứu first-aid box, first-aid kit
bộ đệm buffer COMPUT
bộ điều chỉnh controls
bộ điều chỉnh nhiệt thermostat
bộ đồ unit, outfit
bộ đồ lắp ráp kit (*for assembly*)

ơ ur	**y** (tin)	**ây** uh-i	**iê** i-uh	**oa** wa	**ôi** oy	**uy** wee	**ong** aong
u (soon)	**au** a-oo	**eo** eh-ao	**iêu** i-yoh	**oai** wai	**ơi** ur-i	**ênh** uhng	**uyên** oo-in
ư (dew)	**âu** oh	**êu** ay-oo	**iu** ew	**oe** weh	**uê** way	**oc** aok	**uyêt** oo-yit

bộ đồ trà tea service, tea set

bộ đội soldier

Bộ Giao thông Ministry of Transport and Communications

Bộ Giao thông vận tải Department of Transportation

Bộ Giáo dục và Đào tạo Ministry of Education and Training

bộ gõ percussion, drums

bộ hoa suit

Bộ Khoa học - Công nghệ và Môi trường Ministry of Science, Technology and the Environment

bộ khởi động starter; ignition MOT

bộ lạc tribe

bộ lông coat

bộ máy đồng hồ clockwork

bộ máy quan liêu bureaucracy

Bộ Ngoại giao Ministry of Foreign Affairs; State Department; *Br* Foreign Office

bộ ngực to chest; *có bộ ngực to* busty

bộ nhớ memory

bộ nhớ chỉ đọc read-only memory

bộ nhớ truy nhập ngẫu nhiên random access memory

Bộ Nông nghiệp và phát triển nông thôn Ministry of Agriculture and Rural Development

Bộ Nội vụ Department of the Interior

bộ phát điện năng power unit

bộ phân phối distributor MOT

bộ phận division (*of company*); part; section; unit

bộ phận an ninh security (*department*)

bộ phận bán hàng sales (department)

bộ phận kiểm tra chất lượng quality control (department)

bộ phận máy mechanism

bộ phận nhạc hơi woodwind (section)

bộ phận thay thế replacement part

bộ phận theo dõi tăng cường intensive care unit

bộ phận xử lý văn bản word processor

bộ phiếu thư mục card index

bộ phim picture, movie

Bộ Quốc phòng Department of Defense

bộ sa lông suite (*of furniture*)

bộ số gears; gearbox

bộ sưu tầm collection

bộ sưu tập collection

bộ tai nghe headphones

Bộ Tài chính Ministry of Finance, Treasury Department

Bộ Thương mại Ministry of Trade

bộ tóc giả wig

bộ truyền lực transmission MOT

bộ trưởng minister, secretary ◊ ministerial

Bộ trưởng Bộ Ngoại giao Secretary of State; *Br* Foreign Secretary

Bộ trưởng Quốc phòng Defense Secretary

bộ tuyển chọn selection

Bộ Văn hóa - Thông tin Ministry of Culture and Information

bộ vi xử lý microprocessor

bộ xương skeleton

bộ xử lý processor

bộ xử lý trung tâm central processing unit, CPU

Bộ Y tế Ministry of Public Health

bốc cháy on fire; ablaze; alight

bốc đồng impulsive ◊ (*sự*) impulse; *làm gì khi bốc đồng* do sth on an impulse

ch (*final*) k	**gh** g	**nh** (*final*) ng	**r** z; (*S*) r	**x** s	**â** (but) **i** (tin)
d z; (*S*) y	**gi** z; (*S*) y	**ph** f	**th** t	**a** (hat)	**e** (red) **o** (saw)
đ d	**nh** (onion)	**qu** kw	**tr** ch	**ă** (hard)	**ê** ay **ô** oh

bốc hơi evaporate; vaporize

bốc phét lie; brag

bộc lộ revealing ◊ air *views*

bôi apply *ointment*

bôi nhọ libel; smear; blacken

bối cảnh background; scene, setting; *nhìn X trong bối cảnh/ ngoài bối cảnh của* look at X in context/out of context

bối rối be baffled; get ruffled; flap ◊ confused; perplexed ◊ (sự) confusion

bồi bàn trưởng head waiter, captain

bồi thường compensate, recompense

bội ơn ungrateful ◊ (sự) ingratitude

bội thực indigestion

bốn four

bốn lần four times

bốn mươi forty

bốn sao four-star

bồn chồn jittery; keyed-up; tense; uptight ◊ tense up ◊ (sự) agitation; *cảm thấy bồn chồn* get the jitters

bồn rửa washbasin, washbowl; sink

bồn rửa chén bát sink

bồn rửa tay washhand basin

bồn tắm bathtub, bath

bông flake; ear (*of corn, wheat*); cotton

bông băng dressing (*for wound*)

bông cải cauliflower; broccoli

bông gòn absorbent cotton

bông nhồi stuffing

bông súp lơ cauliflower; broccoli

bông tuyết snowflake

bổng lộc perk

bỗng nhiên suddenly

bốp pop

bột powder

bột giặt soap powder

bột giấy pulp

bột in tĩnh điện toner

bột kem creamer

bột mì flour

bột nghiền pulp

bột ngô (*N*) cornstarch

bột ngọt monosodium glutamate

bột nhào dough; batter

bột nhào cắt lát flaky pastry

bột sắn cassava flour; tapioca

bột talc talcum powder

bột tẩm batter

bơ butter; avocado

bơ lạc peanut butter

bơ phờ listless

bơ thực vật margarine

bờ bank (*of river*); brink; shore

bờ biển beach; coast; coastline; seaside ◊ by the sea

bờ cỏ verge

bờ hồ lakeside

bờ nước waterside

bờ sông riverside

Bờ Thái Bình Dương Pacific Rim

bờ yếu của ven đường verge, soft shoulder

bở vụn ra crumble

bợ đít brown-nose

bơi swim; stroke

bơi ếch breaststroke

bơi lội swim ◊ (sự) swimming

bơi ngửa backstroke

bơi thuyền buồm yachting

bởi by ◊ as, since, because ◊ because of

bởi lý do because of

bởi vì since, seeing that; in view of, because of; *bởi vì anh không thích* since you don't like it

bơm inject; pump; pump up ◊ (sự) injection; (gas) pump

bơm căng inflate

bơm ga gas pump

bờm mane

bờm xờm shaggy

bớt drop (*of wind*); take off

ơ ur	y (tin)	ây uh-i	iê i-uh	oa wa	ôi oy	uy wee	ong aong
u (soon)	au a-oo	eo eh-ao	iêu i-yoh	oai wai	ơi ur-i	ênh uhng	uyên oo-in
ư (dew)	âu oh	êu ay-oo	iu ew	oe weh	uê way	oc aok	uyêt oo-yit

percentage
bớt đi go down (*of swelling*)
bớt nghiêm khắc relent
bớt ồn keep the noise down
bớt ồn ào pipe down
brandi brandy
Brazin Brazil ◊ Brazilian
Bru-nê Brunei
Bs (= *bác sĩ*) Dr
bú (**bằng sữa**) **mẹ** breastfeed
bù đắp offset
bù đắp cho compensate for
bù đắp lại compensation
bù lại catch up on
bù nhìn puppet *pej*; scarecrow
bù nhìn giữ dưa scarecrow
bù xù tousled; unkempt
bụ bẫm plump
búa hammer
búa tạ sledgehammer
bục dais, podium; platform
bục giảng kinh pulpit
bugi spark plug
búi tuft
búi tóc bun
bụi dust
bụi bặm dusty
bụi bẩn dirty
bụi cây bush
bụi cây thấp undergrowth
bụi nước spray
bụi phóng xạ fallout
bún rice noodles
bún tàu rice vermicelli
bùn mud
bủn xỉn cheap, mean
bung ra burst
búng twang
bùng binh (*S*) traffic circle
bùng nổ break out, start up ◊ (*sự*) boom; eruption (*of violence*); explosion (*in population*)
bụng abdomen; stomach, tummy, gut ◊ abdominal

bụng chân calf (*of leg*)
bụng dưới groin
bụng phệ paunch
buộc tie; tie up; hitch; tape; tether; **buộc gì vào gì** hitch sth to sth; **buộc ai phải chấp nhận sự có mặt của mình** impose oneself on s.o.
buộc chặt lash down
buộc dây lace up
buộc dây an toàn strap in
buộc phải làm condemn, doom; oblige; **buộc phải làm gì** be obliged to do sth
buộc tội accuse; charge; incriminate ◊ (*sự*) accusation; charge LAW; **anh ấy đã buộc tội tôi đã nói dối** he accused me of lying; **bị buộc tội vì** be accused of
buổi (*N*) V prick, cock
buổi period, time; session ◊ *classifier for period of time*
buổi biểu diễn entertainment; performance; concert; show
buổi bình minh dawn *fig*
buổi chiếu đầu tiên première (*of movie*)
buổi chiều afternoon
buổi công diễn đầu tiên première (*of play*)
buổi diễn tập practice, rehearsal
buổi diễn thử audition
buổi đầu threshold
buổi hòa nhạc concert
buổi ngồi làm mẫu sitting (*for artist*)
buổi sáng morning ◊ in the morning
buổi tối evening ◊ in the evening
buổi trình thử show (*in theater*)
buổi trưa midday, noon
buồm sail
buôn wholesale
buôn bán deal in; handle

ch (*final*) k	**gh** g	**nh** (*final*) ng	**r** z; (*S*) r	**x** s	**â** (but)	**i** (tin)
d z; (*S*) y	**gi** z; (*S*) y	**ph** f	**th** t	**a** (hat)	**e** (red)	**o** (saw)
đ d	**nh** (onion)	**qu** kw	**tr** ch	**ă** (hard)	**ê** ay	**ô** oh

buôn bán ma tuý deal in drugs
◊ (việc) drug dealing; *kẻ/tên/tay*
buôn bán ma túy drug dealer
buôn dưa lê gossipy
buôn lậu smuggle; traffic in ◊ (sự)
smuggling; trafficking
buôn lậu ma túy traffic in drugs
◊ (sự) drug trafficking
buồn sad, unhappy; boring ◊ feel
like
buồn bã sad
buồn chán bored; depressed; grim
buồn cười funny, comical
buồn nản dismal, sad; *cảm thấy*
buồn nản be feeling low
buồn ngủ sleepy
buồn nôn sickness, nausea; *tôi*
cảm thấy buồn nôn I feel sick
buồn quá bored ◊ feel bored
buồn rầu sad ◊ (sự) sadness
buồn tẻ boring
buồn thảm mournful
buông ... ra let go of
buông xuống descend
buồng room
buồng kho storeroom
buồng lái flight deck; cabin
buồng ngăn compartment (*on*
train)
buồng nhỏ cabin (*of ship*)
buồng nhỏ thay quần áo cubicle
buồng tắm bathroom
buồng trứng ovary
buồng vệ sinh bathroom
buốt bitterly; *buốt thấu xương*
piercing
búp bê doll (*also woman*)
bút pen
bút bi ballpoint (pen)
bút chì pencil
bút chì màu crayon
bút danh pen name, pseudonym
bút dạ felt tip, felt tip(ped) pen
bút đánh dấu highlighter, marker

bút kẻ mi mắt eyeliner
bút máy fountain pen
bút nguyên tử ballpoint pen
bút quang điện light pen
bút vẽ paintbrush
Bu-tăng Bhutan ◊ Bhutanese
bừa at random
bừa bãi haphazard; messy ◊ (sự)
mess
bừa bộn be a mess ◊ messy
bữa (*N*) meal; (*S*) day; *bữa kia, bữa*
trước the other day
bữa ăn meal
bữa ăn bàn công việc business
lunch
bữa ăn ngoài trời picnic
bữa ăn nhẹ snack
bữa ăn sáng breakfast
bữa ăn tối dinner (*in the evening*)
bữa ăn trưa lunch
bữa chén no say blow-out
bữa cơm meal
bữa cơm tối supper
bữa nay today
bữa nhậu say sưa drinks party
bữa qua yesterday
bữa tiệc dinner; feast; spread;
party; reception
bữa tiệc liên hoan dinner party
bữa tối supper
bữa trà tea (*meal*)
bữa trưa lunch; *bữa trưa có gì ăn*
nhỉ? what's for lunch?
bựa răng plaque (*on teeth*)
bức classifier for piece of paper with
writing or pictures
bức ảnh (*N*) photo(graph)
bức ảnh chụp nhanh snap(shot)
bức điện telegram; message
bức hình (*S*) photo(graph)
bức họa painting
bức phác thảo sketch
bức thư letter
bức thư ngắn note (*short letter*)

ơ ur	**y** (tin)	**ây** uh-i	**iê** i-uh	**oa** wa	**ôi** oy	**uy** wee	**ong** aong
u (soon)	**au** a-oo	**eo** eh-ao	**iêu** i-yoh	**oai** wai	**ơi** ur-i	**ênh** uhng	**uyên** oo-in
ư (dew)	**âu** oh	**êu** ay-oo	**iu** ew	**oe** weh	**uê** way	**oc** aok	**uyêt** oo-yit

bức tranh tường mural
bức tường wall
bức vẽ drawing
bức vẽ sơn dầu canvas
bực bội resentful; annoyed
bực mình be annoyed ◊ annoying ◊ (sự) annoyance; frustration; *làm ai bực mình* get on s.o.'s nerves
bực tức exasperated; resentful ◊ (sự) grudge; resentment ◊ resent
bưng bít hush up
bước step
bước chân footstep, pace
bước đầu first step; *thôi thì cũng là bước đầu!* well, it's a start!
bước đi move; tread
bước đi lên upturn
bước đi oai vệ strut
bước đột phá mới breakthrough
bước ngoặt turning point
bước nhảy chân sáo skip
bước nhảy vọt lớn a great leap forward
bước nhẹ chân pad
bước quá độ transition
bước sóng truyền thanh wavelength
bước tiến advance
bước vào enter ◊ threshold
bưởi pomelo; grapefruit
bưởi tây grapefruit
bướm butterfly; pussy (*female pudenda*)
bướm đêm moth
bướng bỉnh stubborn; pigheaded
bướu hump; lump
bứt rứt uneasy
bưu điện post office ◊ postal
bưu kiện package, parcel
bưu phí postage
bưu phí giá cước quốc tế international postage rates
bưu thiếp postcard
bưu thiếp có ảnh picture postcard

C

C.A. (= *công an*) police
ca case MED; shift (*at work*) ◊ sing traditional songs
ca bin cab (*of truck*)
ca-cao cocoa
ca đêm night shift
ca mổ operation
ca pô hood (*of car*)
ca rô check *shirt etc*
ca sĩ singer, vocalist
ca sĩ dân gian folk singer
ca sĩ hát điệu blu blues singer
ca sĩ hát ôpêra opera singer
ca vát necktie
ca vát nơ bướm bow tie
cá fish
cá bơn sole; flounder
cá chép carp
cá heo dolphin
cá hồi salmon
cá lóc (*S*) mud-fish
cá mập shark
cá mòi sardine
cá nạc (fish) fillet
cá ngừ tuna
cá ngựa sea horse

ch (*final*) k	**gh** g	**nh** (*final*) ng	**r** z; (*S*) r	**x** s	**â** (but)	**i** (tin)
d z; (*S*) y	**gi** z; (*S*) y	**ph** f	**th** t	**a** (hat)	**e** (red)	**o** (saw)
đ d	**nh** (onion)	**qu** kw	**tr** ch	**ă** (hard)	**ê** ay	**ô** oh

cá nhân individual, person ◊ personal; *đừng nhận xét mang tính cá nhân* don't make personal remarks

cá quả (*N*) mud-fish

cá sấu crocodile

cá thu cod

cá tính character, personality

cá trích herring

cá vàng goldfish

cá voi whale

cà chua tomato

cà pháo pea eggplant

cà phê coffee; café

cà phê đá iced coffee

cà phe ôm hostess coffee bar

cà phê pha liền instant coffee

cà phê sữa Vietnamese coffee with condensed milk

cà phê vỉa hè sidewalk café

cà răng file one's teeth

cà rốt carrot

cà tím eggplant

cà vạt necktie

cà vạt nơ bướm bow tie

cả whole; all; eldest; principal ◊ all together ◊ everyone; *cả nước Mỹ* the whole of the United States; *cả thành phố/nước* the whole town/ country

cả hai both; either; *cả hai ... đều không* neither; *cả hai anh em đều ở đó* both (of the) brothers were there; *cả hai câu trả lời đều không đúng* neither answer is correct; *cả hai chúng nó* both of them (*people*); *cả hai thứ* both of them (*things*)

cả ... lẫn both ... and ...; *cả Jane lẫn Sally đều không biết ở đâu* neither Jane nor Sally knew where it was

cả tin gullible

các (*used to form plurals*) ◊ give an extra sum ◊ card; *mua gì theo cách các thêm tiền* take sth in part exchange

các anh you (*less formal, plural: to younger men*)

các bà you (*formal, plural: to more senior women*)

các cậu you (*familiar, plural*); *vào đây các cậu* come in, folks

các chị you (*less formal, plural: to younger women*)

các chú you (*formal, plural: to younger or middle-aged men*)

các cô you (*formal, plural: to younger women or female teachers*)

các cụ you (*formal, plural: to very elderly people, to show respect*)

các em you (*to younger persons or children*)

các hệ thống vệ sinh sanitation

các ông you (*formal, plural: to more senior men*)

các tông cardboard

cạc card

cacbon monoxyt carbon monoxide

cacbuaratơ carbureter

cách method; system; means; way; distance ◊ from; out of; off ◊ ago; apart ◊ divide; separate; move away; *cách xa 3 dặm* it's 3 miles off; *cách xa Đà Nẵng 20 dặm* 20 miles out of Danang; *cách một thứ Hai* on alternate Mondays, every other Monday

cách ăn mặc dress sense

cách âm soundproof

cách biệt isolated ◊ (*sự*) isolation

cách bố trí layout

cách cắm hoa flower arrangement

cách cư xử behavior; *cách cư xử*

ơ ur	**y** (tin)	**ây** uh-i	**iê** i-uh	**oa** wa	**ôi** oy	**uy** wee	**ong** aong
u (soon)	**au** a-oo	**eo** eh-ao	**iêu** i-yoh	**oai** wai	**ơi** ur-i	**ênh** uhng	**uyên** oo-in
ư (dew)	**âu** oh	**êu** ay-oo	**iu** ew	**oe** weh	**uê** way	**oc** aok	**uyêt** oo-yit

tốt/xấu good/bad manners
cách diễn đạt wording
cách dùng usage
cách đây ago, before; from here ◊ (*denotes past tense*): **cách đây 2 dặm** it's 2 miles away; **cách đây bao lâu?** how long ago?
cách điện insulate ◊ (sự) insulation ELEC
cách giải quyết solution
cách giải thích interpretation; explanation
cách ly segregate ◊ (sự) quarantine
cách mạng revolution ◊ revolutionary
cách mạng hóa revolutionize
Cách mạng Tháng Tám August Revolution
cách ngừa thai contraceptive method
cách nhau apart (*in distance*)
cách nhiệt insulate ◊ (sự) insulation
cách nói nhẹ understatement
cách suy nghĩ mentality
cách thức expedient
cách trình bày layout
cách ứng xử way, manner
cách xa far away
cách xưng hô form of address
cạch put off; dare not; **làm X cạch Y** put X off Y
các-ten cartel
cai give up, kick
cai nghiện withdraw ◊ (sự) withdrawal
cai trị govern, administer; rule ◊ (sự) administration; **một nước dưới quyền cai trị của Pháp** a country under French rule
cái female ◊ the (*thing*) ◊ general classifier for inanimate objects: **mấy cái?** how many?; **cái hay nhất** the most interesting

cái ấy that thing; thingumajig
cái bảo đảm safeguard
cái chết death
cái của nợ pain in the neck
cái đê thimble
cái đó that one ◊ that
cái gì anything; something; what; **cái gì thế?** what is it?, what do you want?; **cái gì vậy?** what?; what is that?
cái gì đó something; **cái gì đó?** what is that?; **cái gì đó nữa** something else
cái gọi là so-called
cái gửi kèm theo enclosure (*with letter*)
cái hót rác dustpan
cái kế tiếp successor (*thing*)
cái khác another; the other one
cái kia that ◊ that one
cái mới lạ novelty
cái nào which; any; whichever; **cái nào?** which one?; **cái nào cũng được** either; whichever; whatever; **cái nào là của anh?** which one is yours?
cái này one; this; this one; **cái này bao nhiêu?** how much is this?; **cái này của ai?** whose is this?; **cái này dành cho anh/chị** this is for you
cái này hoặc cái kia either
cái nuôi thân keep, maintenance
cái nữa another
cái sau latter (*thing*)
cái tôi ego
cái trước the former
cái xấu evil
cài do up, fasten
cài bẫy trap; set a trap for
cài chặt fasten; **cài chặt X vào Y** fasten X onto Y
cài chéo double-breasted
cài đặt install ◊ (sự) installation

ch (*final*) k **gh** g   **nh** (*final*) ng   **r** z; (S) r   **x** s   **â** (but)   **i** (tin)
d z; (S) y **gi** z; (S) y **ph** f   **th** t   **a** (hat)   **e** (red) **o** (saw)
đ d   **nh** (onion) **qu** kw   **tr** ch   **ă** (hard) **ê** ay   **ô** oh

cài khóa buckle

cài khuy button (up); fasten

cài then bolt ◊ latch

cải bắp cabbage

cải bẹ trắng mustard greens

cải biên arrange *music* ◊ (sự) arrangement (*of music*)

cải Bruxen (Brussels) sprouts

cải cách reform

cải cúc garland chrysanthemum

cải huấn political indoctrination

cải kim chi white cabbage

cải lương traditional opera from the south

cải tạo convert; reclaim *land from sea*; re-educate

cải tạo nhà cửa house conversion; renovation

cải thảo white cabbage

cải thiện improve ◊ (sự) improvement

cải tiến improve; refine

cải tiến chất lượng upgrade

cải tổ shake up ◊ (sự) shake-up

cải trang làm disguise oneself as, dress up as

cải xanh mustard greens

cải xoong watercress

cãi cọ bicker

cãi lại answer back; contradict ◊ (sự) contradiction

cãi lộn quarrel

cãi nhau argue, quarrel; fall out ◊ (sự) argument, quarrel

cãi vã squabble

calo calorie

cam orange

cam chịu resign oneself to ◊ resigned ◊ (sự) resignation

cam đoan assure ◊ (sự) assurance

cam kết commit oneself; commit ◊ (sự) commitment, undertaking; *cam kết gì* commit oneself on sth; *cam kết làm X* undertake to do X

cam thảo licorice

cám dỗ tantalizing ◊ (sự) temptation

cám ơn thank ◊ (sự) thanks ◊ grateful; *cám ơn anh/chị!* many thanks; *cám ơn quá* thanks a bunch; *không, cám ơn anh/chị* no thank you; *cám ơn nhiều* thank you very much

cảm động moving, touching

cảm giác feeling; sensation; sense ◊ *classifier for feelings*: *tôi có cảm giác rằng ...* I get the impression that ...

cảm lạnh catch (a) cold ◊ (sự) cold, chill; *bị cảm lạnh* catch (a) cold; *tôi bị cảm lạnh* I have a cold

cảm nghĩ feeling, impression

cảm nhận perceive ◊ (sự) perception

cảm ơn thank ◊ thank you

cảm thấy feel; sense; *cảm thấy băn khoăn về* feel uneasy about; *cảm thấy bất tiện* feel awkward; *cảm thấy bị bỏ mặc* feel neglected; *cảm thấy bối rối* feel ill at ease

cảm tưởng impression

cảm xúc emotion

can Celestial Stems, Heavenly Stems

can đảm brave ◊ (sự) bravery, courage; *làm ra vẻ can đảm* bravado

can thiệp interfere; intervene; meddle ◊ (sự) interference; intervention

canxi calcium

cán cân mậu dịch balance of trade

cán cân thanh toán balance of payments

cán lau nhà mop

ơ ur	**y** (tin)	**ây** uh-i	**iê** i-uh	**oa** wa	**ôi** oy	**uy** wee	**ong** aong
u (soon)	**au** a-oo	**eo** eh-ao	**iêu** i-yoh	**oai** wai	**ơi** ur-i	**ênh** uhng	**uyên** oo-in
ư (dew)	**âu** oh	**êu** ay-oo	**iu** ew	**oe** weh	**uê** way	**oc** aok	**uyệt** oo-yit

cán người rồi bỏ chạy hit-and-run

cản trở frustrate; hamper; impede; obstruct; stonewall ◊ obstructive

cạn dry up; run out of; be low on gas, *tea etc* ◊ shallow

cạn chén! cheers!

cạn kiệt completely run out

cạn ly! cheers!

Canađa Canada ◊ Canadian

cáng stretcher

càng claw; fork; *càng ngày càng* increasingly; *càng ... càng* the more ... the more; *càng ... càng tốt* as ... as possible; *càng sớm càng tốt* as soon as possible; the sooner the better; *bộ càng bánh máy bay* undercarriage

cảng harbor, port

cảng buôn commercial port

Canh metal (*in Vietnamese zodiac*)

canh soup

canh chừng watchful

canh gác guard

canh phòng keep watch

cánh wing

cánh buồm sail

cánh đồng field

cánh đồng lúa paddy field

cánh hoa petal

cánh hữu right, right wing ◊ right-wing POL

cánh nam South Wing

cánh quạt blade (*of helicopter*)

cánh tả left, left wing ◊ left-wing POL

cánh tay arm

cánh tay phải right-hand man

cành cây branch

cành ghép graft BOT

cảnh sight; view; scene THEA

cảnh cáo threatening ◊ warn

cảnh cô đơn loneliness

cảnh giác be on the alert ◊ wary

cảnh giác đề phòng be on one's guard against

cảnh giác với be wary of

cảnh hồi tưởng flashback

cảnh mộng vision REL

cảnh ngộ khốn khó plight

cảnh sát policeman, officer; police

cảnh sát chống bạo loạn riot police

cảnh sát giao thông traffic police; traffic cop

cảnh sát mật secret police

cảnh sát trưởng marshal (*police officer*)

cảnh sát tuần tra patrolman

cảnh tượng scene; spectacle

cảnh vật scenery

cạnh side

cạnh tranh compete ◊ (*sự*) competition; *những người cạnh tranh* competition, competitors; *cạnh tranh với* in competition with

cao high; tall; advanced *level*; sharp MUS ◊ tar

cao cả supreme

cao cấp highclass

cao dán Band-Aid®

cao điểm peak

cao độ intensity

cao gót high-heeled

cao hơn above; higher than

cao lương mỹ vị great delicacy

cao ngạo haughty

cao ngất lofty

cao nguyên plateau; highlands

Cao nguyên Miền Trung Central Highlands

Cao nguyên Trung Bộ Central Highlands

cao nhất top; topmost; best (*highest*)

cao quý lofty

cao su rubber; rubber tree

ch (*final*) k	**gh** g	**nh** (*final*) ng	**r** z; (*S*) r	**x** s	**â** (but) **i** (tin)
d z; (*S*) y	**gi** z; (*S*) y	**ph** f	**th** t	**a** (hat) **e** (red) **o** (saw)
đ d	**nh** (onion)	**qu** kw	**tr** ch	**ă** (hard) **ê** ay **ô** oh

cao su bọt foam rubber

cao thế high-tension

cáo fox ◊ feign *cáo ốm* feign illness

cáo già old fox ◊ crafty, cunning; slimy

cào claw; scratch ◊ rake (*for garden*)

cào cào grasshopper

cạo shave; shave off; scrape

cạo bỏ rub off; strip, remove

cạo gọt scrape *vegetables*

cạo lông shave

cạo râu shave

cạo sạch scrape

cạo trọc shaven

caphêin caffeine

cara carat

catalô catalog

cát sand

cau betel nut, areca nut; frown

cau có scowl

cau mày frown

cáu giận irritation

cáu kỉnh cranky, bad-tempered; irritable; peeved; surly

cay hot, spicy; pungent

cay đắng bitter ◊ bitterly

cay độc cutting; cynical

cày plow; dog; *đi cày* work hard to earn a living; study hard

cạy rỉ mũi pick one's nose

cắc kè gecko

cặc (*S*) ∨ prick, cock

căm ghét hate

căm phẫn indignation, outrage

cắm connect ELEC

cắm hoa arrange flowers

cắm lại rearrange

cắm phích plug in

cắm sừng be unfaithful (*of wife*); cuckold

cắm trại camp ◊ (*sự*) camping

cằm chin

cằm có ngấn double chin

Cămpuchia Cambodia ◊ Cambodian

căn *classifier for rooms, buildings* ◊ root; origin; cause

căn bình phương square root

căn cứ base MIL ◊ based on

căn cứ địa revolutionary base

căn cứ hải quân naval base

căn cứ không quân airbase

căn cứ quân sự military base; military installation

căn hộ apartment; condo(minium)

căn hộ hai tầng duplex (apartment)

căn nhà tồi tàn hovel

cắn bite, nip

cắn câu get a bite; bite (*of fish*)

cằn cỗi barren; infertile ◊ (*sự*) infertility

cằn nhằn grumble; bellyache; grunt; nag; *cằn nhằn ai để làm gì* nag s.o. to do sth

cặn residue; sediment

cặn bã xã hội dregs of society

căng taut; tense; burst ◊ tense up; strain

căng thẳng on edge; high-pressure *job etc*; nerve-racking; stressful; taut; harassed ◊ (*sự*) stress, tension; *bị căng thẳng* stressed out

căng tin canteen

cẳng chân shin

cặp couple (*two people*); briefcase; schoolbag

cặp bồ go out with

cặp sách bag

cặp tài liệu briefcase

cặp vợ chồng (married) couple

cắt cut; cut out; mutilate; slit *throat*; take out *appendix etc*; trim *costs* ◊ (*sự*) cut

cắt bỏ amputate; remove, take out

ơ ur	**y** (tin)	**ây** uh-i	**iê** i-uh	**oa** wa	**ôi** oy	**uy** wee	**ong** aong
u (soon)	**au** a-oo	**eo** eh-ao	**iêu** i-yoh	**oai** wai	**ơi** ur-i	**ênh** uhng	**uyên** oo-in
ư (dew)	**âu** oh	**êu** ay-oo	**iu** ew	**oe** weh	**uê** way	**oc** aok	**uyêt** oo-yit

cắt cỏ 50

tumor, paragraph etc; scrap ◊ (sự)
amputation; removal

cắt cỏ mow the lawn; cut the grass
cắt cổ exorbitant, extortionate
cắt dán cut and paste COMPUT
cắt điện power cut
cắt điện thoại cut off TELEC
cắt đuôi give the slip
cắt đứt break off; sever ◊ (sự)
rupture
cắt giảm cut; prune ◊ (sự) cutback
cắt giảm chi tiêu cut back
cắt may make *dress* ◊ (sự) cut (*of
garment*)
cắt mép crop *photo*
cắt ngang qua nhau cross (*of
lines*)
cắt ngắn shorten; curtail; cut off;
crop
cắt nhau intersect
cắt sửa móng tay manicure
cắt thành lát slice
cắt tỉa clip; trim
cắt tóc get one's hair cut ◊ (sự)
haircut; *tôi cần phải cắt tóc* my
hair needs a cut
cắt vụn shred
câm dumb, mute; silent
câm họng! shut up!
câm lặng mute
câm mồm! shut up!
câm như hến clam up
câm và điếc deaf-and-dumb
cấm ban, forbid ◊ (sự) prohibition;
bị cấm forbidden; *luật cấm*
forbidden by law; *cấm X không
được làm Y* forbid X to do Y
cấm dừng xe no stopping
cấm đỗ xe no parking
cấm hút thuốc no smoking
cấm kị, cấm kỵ taboo ◊ forbidden;
đó là điều cấm kỵ that's a no-no
cấm rượu dry (*where alcohol is
banned*)

cấm vào no entry; no trespassing
cấm vận embargo
cầm stem ◊ take; carry
cầm cố pawn
cảm cúm flu
cầm máy chờ, cầm máy đợi hold
the line
cầm nước mắt keep one's tears
back
cầm quyền ruling
cẩm chướng carnation
cẩm thạch marble
cân weigh ◊ scales; (N) kilo(gram)
cân bằng balance; equalize
◊ balanced ◊ (sự) balance
cân bằng sinh thái ecological
balance
cân đối balanced *diet*; shapely
figure
cân nặng weigh
cân nhắc debate; deliberate;
ponder
cân nhắc kỹ weigh up
cân sức khoẻ scales
cân xứng proportional
cần need; want ◊ rod; bridge; *cần
gấp gì* be in urgent need of sth;
cần ghê gớm một cốc rượu be
desperate for a drink
cần câu fishing rod
cần cù hard-working
cần đến require; *được cần đến* be
in demand
cần gạt nước windshield wiper
cần phải take; must (*necessity*); call
for; be to (*obligation*); *cần phải
mất bao lâu?* how long does it
take?; *cần phải mổ* need an
operation; *cần phải thận trọng*
caution is advised; *cần phải tính
đến ai/gì* have s.o./sth to reckon
with; *không cần phải thô lỗ*
there's no need to be rude
cần sa marihuana, pot

ch (*final*) k	**gh** g	**nh** (*final*) ng	**r** z; (*S*) r	**x** s	**â** (but) **i** (tin)
d z; (*S*) y	**gi** z; (*S*) y	**ph** f	**th** t	**a** (hat)	**e** (red) **o** (saw)
đ d	**nh** (onion)	**qu** kw	**tr** ch	**ă** (hard)	**ê** ay **ô** oh

cần sang số gear lever, gear shift
cần tây celery
cần thiết necessary, required ◊ (sự) necessity; **cần thiết phải ...** it is necessary to ...
cần trục crane
cẩn thận take care; watch out ◊ careful; methodical; thorough; **cẩn thận đấy!** mind!; watch out!; **cẩn thận nhé!** take care (of yourself)!; **cẩn thận với** watch out for
cận cảnh foreground; close-up
cận chiến close combat
cận thị near-sighted, myopic
cấp allocate; grant *visa etc* ◊ level
cấp bách imperative; pressing
cấp bậc rank
cấp cao high-level; **cấp cao hơn X** be senior to X
cấp cơ sở grassroots level
cấp cứu life-saving ◊ (việc) first aid
cấp dưới junior, subordinate
cấp giấy phép license
cấp phát issue
cấp so sánh comparative GRAM
cấp tiến radical
cấp tốc intensive; **cấp tốc đưa ai tới bệnh viện** rush s.o. to the hospital
cấp trên senior
cập bến dock
cập nhật up-to-date ◊ (sự) update
cất cánh takeoff ◊ take off, leave (*of airplane*)
cất (đi) put away
cất giữ store; lock away; save COMPUT
câu catch *fish* ◊ sentence GRAM
câu cá fish
câu chuyện story, account
câu chửi swearword
câu chửi thề oath

câu đố riddle
câu đối parallel sentences
câu đùa hóm hỉnh crack
câu hỏi inquiry, query, question
câu lạc bộ club
câu lạc bộ ban đêm nightclub, nightspot
câu lạc bộ đánh gôn golf club (*organization*)
câu lạc bộ thể dục health club
câu nói bông đùa banter
câu phù thủy magic spell
câu trả lời response
cấu kết với be in cahoots with
cấu tạo form; make up ◊ (sự) formation
cấu trúc structure ◊ structural
cầu bridge; pier
cầu cảng quay
cầu chì fuse
cầu cho người đi bộ footbridge
cầu dẫn overpass
cầu dốc ramp
cầu hôn propose ◊ (sự) proposal (of marriage)
cầu khẩn crave
cầu kỳ particular, picky, fussy
cầu là ironing board
cầu lông badminton
cầu mong keep one's fingers crossed
cầu nguyện pray
cầu nhảy diving board
cầu tàu wharf; gangway; jetty, landing stage
cầu thang flight (of stairs); stairs; staircase
cầu thang hình xoắn ốc spiral staircase
cầu thang sau backstairs
cầu thủ bóng đá football player
cầu thủ bóng đá kiểu Mỹ American football player
cầu thủ dự bị reserve

ơ ur	**y** (tin)	**ây** uh-i	**iê** i-uh
u (soon)	**au** a-oo	**eo** eh-ao	**iêu** i-yoh
ư (dew)	**âu** oh	**êu** ay-oo	**iu** ew

oa wa	**ôi** oy	**uy** wee
oai wai	**ơi** u-i	**ênh** uhng
oe weh	**uê** way	**oc** aok

ong aong	
uyên oo-in	
uyêt oo-yit	

cầu thủ ném bóng pitcher
cầu tiêu toilet, lavatory
cầu treo suspension bridge
cầu trượt chute; slide
cầu vồng rainbow
cầu xin plead for
cẩu thả careless; negligent; slipshod
cậu uncle (*mother's brother*) ◊ you (*familiar*)
cậu ấy he (*familiar*)
cậu bé boy; kid
cây tree; kilometer ◊ *classifier for trees, plants, sticks*
cây bụi shrub
cây cái female (*of plants*)
cây cối plant
cây giống con seedling
cây lai hybrid
cây leo creeper
cây Nô-en Christmas tree
cây số kilometer
cây thánh giá cross (*Christian symbol*)
cấy transplant MED
cấy ghép graft MED
cậy quyền high-handed
cha father, dad
cha mẹ parents ◊ parental
cha mẹ chồng in-laws (*husband's parents*)
cha mẹ đẻ biological parents
cha mẹ đỡ đầu foster parents
cha mẹ nuôi foster parents
cha mẹ vợ in-laws (*wife's parents*)
cha sở pastor
cha vợ father-in-law (*wife's father*)
chà wow
chà, chà! well, well!
chà đạp trample on
chà là date
chả not ◊ do not ◊ Vietnamese pork pie; Vietnamese salami
chả cá fish cake

chả giò Saigon (fried) spring roll
chả tôm grilled shrimp on sugar cane
chai bottle
chải brush; comb
chải chuốt spruce
chải lông groom
Chàm Cham, Champa Kingdom
chàm bội nhiễm eczema
chạm touch
chạm nhau touch; *mắt họ chạm nhau* their eyes met
chạm nhẹ brush
chạm trán encounter; bump into
chan hòa mix well with ◊ expansive; copious *tears*
chán go off, stop liking ◊ bored ◊ boredom; *anh ấy không bao giờ chán* he never tires of it; *tôi đã chán ngấy rồi!* I've had enough!
chán nản dejected, despondent; frustrated ◊ be down; *ở trong trạng thái chán nản* be in the doldrums
chán ngắt deadly, dull, tedious
chán ngấy dreary; fed up ◊ be sick of; be bored stiff
chạn larder
chàng young man; *chàng và nàng* he and she
chàng trai boy, lad, youth
chanh lemon; lime
chanh chua sour
chanh cốm lime
chào greet, say hello to; salute MIL ◊ hi; bye ◊ (*sự*) greeting; salute; *chào anh/chị* hi; bye
chào buổi chiều good afternoon
chào buổi sáng good morning
chào đáp lễ take the salute
chào đón welcome
chào hàng market
chào hỏi greet ◊ (*sự*) greetings

---

ch (*final*) k	**gh** g	**nh** (*final*) ng	**r** z; (*S*) r	**x** s	**â** (but) **i** (tin)
d z; (*S*) y	**gi** z; (*S*) y	**ph** f	**th** t	**a** (hat)	**e** (red) **o** (saw)
đ d	**nh** (onion)	**qu** kw	**tr** ch	**ă** (hard)	**ê** ay **ô** oh

chào tạm biệt goodbye

cháo rice porridge

cháo lòng rice porridge with pig offal

chảo saucepan; skillet, fry pan

chảo vệ tinh satellite dish

chát dry; tart; astringent

cháu grandchild ◊ *friendly term used to address small children and by children referring to themselves to show respect*

cháu gái granddaughter; niece

cháu trai grandson; nephew

cháy burn ◊ *(sự)* combustion; *làm cho ... cháy lên* set on fire

cháy âm ỉ smolder

cháy bùng lên flare up

cháy nắng burn ◊ sunburnt ◊ *(sự)* sunburn

cháy rực glow

cháy sáng rực blaze

cháy trụi burn down

chày vụt bóng baseball bat

chảy flow, run *(of river)*; pour

chảy dãi slobber

chảy máu bleed *(also fig)* ◊ *(sự)* bleeding

chảy máu cam have a nosebleed ◊ *(sự)* nosebleed

chảy nhỏ giọt dribble

chảy nước run *(of nose, tap etc)*; water *(of eyes)*

chảy nước dãi dribble; *mồm tôi chảy nước dãi* my mouth is watering

chảy ra ooze

chảy ròng ròng stream

chảy tràn overflow

chạy go; operate; run; do *100 mph etc* ◊ *(sự)* run *(on foot)*

chạy bằng buồm sailing ◊ sail

chạy bằng điện electric

chạy bộ jog, go jogging

chạy chậm lose *(of clock)*

chạy chệch hướng drift

chạy cóc cóc trot

chạy đua running SP

chạy đúng be right *(of clock)*

chạy hết tốc lực sprint

chạy không tải idle

chạy lại rerun

chạy lấy đà run-up SP

chạy lồng lên bolt

chạy một chặng go for a run

chạy ngoằn ngoèo zigzag

chạy nhanh race; speed; be fast *(of clock)*; *chạy nhanh hơn* outrun *(run faster than)*

chạy nhảy bound

chạy nhảy lung tung run wild

chạy nước kiệu trot

chạy nước rút sprint

chạy qua run past

chạy rầm rầm clatter; rumble

chạy suốt nonstop

chạy tán loạn scatter ◊ *(sự)* stampede

chạy tăng tốc độ spurt

chạy thẳng express

chạy trốn flee ◊ *(sự)* flight, fleeing; *một tên tội phạm đang chạy trốn* criminal on the run

chạy vèo vèo whizz by, whizz past

chạy việc vặt run errands

chạy vượt rào hurdles

chạy xa hơn outrun

chắc strong, sturdy ◊ definitely, certainly; probably ◊ must; *chắc bây giờ họ đã tới rồi* they must have arrived by now; *chắc là khoảng 6 giờ rồi* it must be about 6 o'clock

chắc chắn certain, definite; safe, secure *job, contract*; steady; sturdy *furniture etc* ◊ definitely; doubtless; inevitably ◊ be positive ◊ *(sự)* safety; *một thỏa thuận chắc chắn* a firm deal; *tôi không chắc*

chắn là I'm not sure; **chắc chắn
là ...** it's certain that ...; **chắc chắn
là không!** absolutely not!; **chắc
chắn làm gì** be bound to do sth;
chắc chắn về gì be sure about
sth; **chắc chắn!** sure!, you bet!

chắc đậm thickset

chắc hẳn must ◊ definitely

chẳng dây rope off

chăm chỉ studious

chăm chú attentive; **chăm chú
chờ đợi** watch for; **chăm chú
theo dõi** keep an eye on

chăm lo concerned

chăm nom tend

chăm sóc care for ◊ (sự) care;
chăm sóc quá mức make a fuss
of

chăn (N) blanket

chăn bông (N) duvet, quilt

chăn nuôi rear

chắn (bảo vệ) shield

chắn bùn fender

chắn chắn surely

chắn đường be in the way

chặn intercept; seal off

chặn cản tackle

chăng spin web

chẳng not ◊ do not; **chẳng bao lâu**
not long, soon; **chẳng hề** never,
never before; **chẳng hề gì** never
mind, no problem; **chẳng những**
not only; **chẳng những ... mà lại
còn nữa** not only ... but also

chẳng hạn for instance

chặng đường stage (of journey)

chặng đường trở về return
journey

chặng lái xe drive

chắp lại piece together

chắp nhiều mảnh patchwork

chắp vá patchy; scrappy

chắt great-grandchild ◊ stingy

chắt nước drain water, vegetables

chặt chop; cut down ◊ firm grip etc;
tight

chặt chẽ tight, strict; close; tight-
fisted

chặt xuống cut down

châm light; prick; sting

châm biếm satirical ◊ (sự) satire

châm chọc sarcastic

châm cứu acupuncture

chấm dot; point

chấm bài correct

chấm câu punctuate

chấm dứt break up; put an end to,
stop; terminate; cease; be over
◊ (sự) breakup

chấm dứt quan hệ break up (of
couple) ◊ (sự) break; **chấm dứt
quan hệ với** finish with

chấm điểm mark, grade

chấm hết finish; period; **tôi không
muốn, chấm hết!** I don't want to,
period!

chậm slow

chậm chậm slowly

chậm chạp sluggish

chậm lại slow down

chậm phát triển backward;
retarded

chậm trả be in arrears

chậm trễ delay; **chậm trễ trong
việc gì** be behind with sth

chân base, bottom; foot; leg; paw;
stem; **ở chân đổi** at the foot of the
hill

chân chống stand (for motorbike)

chân cắm socket

chân dung portrait ◊ portray

chân đi tread

chấn động đầu concussion

chân ga accelerator, gas pedal

chân không be barefoot ◊ vacuum

chân màng webbed feet

chân nhái flipper

chân tay khéo léo manual

---

ch (final) k	**gh** g	**nh** (final) ng	**r** z; (S) r	**x** s	**â** (but)	**i** (tin)
d z; (S) y	**gi** z; (S) y	**ph** f	**th** t	**a** (hat)	**e** (red)	**o** (saw)
đ d	**nh** (onion)	**qu** kw	**tr** ch	**ă** (hard)	**ê** ay	**ô** oh

chân thành heartfelt; sincere
◊ (sự) sincerity
chân thật genuine; truthful
chân vịt propeller
chấn động tremor ◊ cause a sensation; *gây chấn động* earth-shattering
chấn song grate; grid
chấn thương não concussion
chấp nhận accept; grant; take back ◊ (sự) acceptance
chấp nhận được permissible
chấp thuận countenance ◊ (sự) blessing
chập chờn fitful *sleep*
chập chững totter
chập mạch crazy
chập tối twilight
chất load; stack up ◊ substance; *chất gì lên gì* load sth onto sth
chất bán dẫn semiconductor
chất bảo quản preservative
chất bôi mí mắt eyeshadow
chất bổ goodness (*of food*)
chất cách điện insulation
chất dẻo plastic
chất diệt cỏ dại weedkiller
chất dinh dưỡng nourishment; nutrient
chất đạm protein
chất đầy laden
chất đống pile up (*of work, bills*)
chất độc màu da cam Agent Orange
chất hóa dầu petrochemical
chất hút ẩm absorbent
chất khí gas
chất khử mùi deodorant
chất kích thích stimulant
chất làm mềm vải conditioner; softener
chất làm sạch cleanser
chất lỏng fluid, liquid

chất lượng grade; quality
chất lượng cao high-grade
chất lượng kém third-rate
chất lượng tốt high quality
chất ma túy dope; drug
chất nhờn slime
chất nổ explosive
chất ô nhiễm pollutant
chất phòng băng de-icer
chất phụ gia additive
chất quá tải overload
chất sinh ung thư carcinogen
chất tẩy detergent
chất tẩy sinh học biological detergent
chất tẩy trùng disinfectant
chất thải sewage; waste
chất thải hạt nhân nuclear waste
chất thải nguyên tử atomic waste
chất tiết ra secretion
chất vấn question LAW
chất xơ roughage
chất xúc tác catalyst
chật tight-fitting, snug; scanty
chật chội poky
chật hẹp cramped
chật ních chockfull, jam-packed
chật vật narrow
châu Á Asia ◊ Asian
châu Âu Europe ◊ European
châu chấu grasshopper; locust
châu Mỹ America
châu Mỹ La tinh Hispanic
châu Phi Africa ◊ African
châu thổ sông Hồng Red River Delta
chậu bowl; pot
chậu hoa flowerpot
che shade; shield; veil
che chắn shelter
che chở protective ◊ (sự) shield; *sống cuộc đời được che chở* lead a sheltered life
che đậy whitewash *fig*

ơ ur	y (tin)	ây uh-i	iê i-uh	oa wa	ôi oy	uy wee	ong aong
u (soon)	au a-oo	eo eh-ao	iêu i-yoh	oai wai	ơi ur-i	ênh uhng	uyên oo-in
ư (dew)	âu oh	êu ay-oo	iu ew	oe weh	uê way	oc aok	uyệt oo-yit

che đỡ shelter

che giấu conceal, cover up; disguise, mask; shelter; *che giấu sự việc* smooth things over ◊ (sự) coverup

che khuất obscure ◊ screen

che mờ blot out

che phủ cover

chè (N) tea; (S) sweet pudding

chè chanh (N) lemon tea

chè chén lu bù go (out) on a spree

chè xanh (N) green tea

chẻ sợi tóc làm tư hair-splitting

chém chop; rip off

chém đầu decapitate

chen lách vào squeeze in

chen lấn jostle

chen vào shove in

chén tuck in ◊ (S) bowl; (N) teacup

chén ăn cơm (S) rice bowl

chén đĩa bằng sứ china

chén đũa crockery; flatware ◊ bowl and chopsticks

chẹn cửa wedge

chèo traditional opera from North Vietnam ◊ row *boat*

chèo ca-nô canoeing

chèo thuyền row

chèo xuống paddle

chẹt phải run over

chê (**bai**) run down, criticize

chê trách blame; find fault with; *có ý chê trách* reproachful; *không thể chê trách* be beyond reproach

chế biến concoct; process

chế độ regime; mode COMPUT

chế độ ăn kiêng diet

chế độ bầu cử electoral system

chế độ đóng trợ cấp pension scheme

chế độ dân chủ democracy

chế độ dùi cui police state

chế độ phong kiến feudalism

chế độ quân dịch draft MIL

chế độ thanh toán khi giao hàng COD, collect on delivery

chế giễu deride; scoff; poke fun at ◊ derisive ◊ (sự) derision

chế hòa khí carbureter

chế ngự conquer; *chế ngự được X* bring X under control

chế nhạo mock; taunt; take the mickey ◊ (sự) mockery

chế tạo make, manufacture

chệch miss (*not hit*)

chệch hướng depart ◊ (sự) MIL departure

chêm vào mention, drag up

chênh lệch one-sided ◊ (sự) disparity

chênh lệch thu chi cash flow

chênh vênh precariously

chết die ◊ dead ◊ (sự) death; doom

chết chóc death

chết đói starve (to death), die of starvation

chết đuối drown, be drowned

chết lặng đi numb

chết lịm dần slip away, die

chết lúc chào đời be stillborn

chết máy stall

chết ngạt suffocate

chết người deadly, fatal

chết rồi! damn it!

chết tiệt damn; fucking

chi limb; member; Earthly stems; *không có chi!* never mind!; don't mention it!

chi nhánh branch; subsidiary

chi phí cost, calculate the cost of ◊ (sự) expense

chi phí chung overhead FIN

chi phí đi lại travel expenses

chi phí phụ incidental expenses

chi phí sản xuất production costs

chi phí thêm frill

---

ch (*final*) k	gh g	nh (*final*) ng	r z; (S) r	x s	â (but)	i (tin)
d z; (S) y	gi z; (S) y	ph f	th t	a (hat)	e (red)	o (saw)
đ d	nh (onion)	qu kw	tr ch	ă (hard)	ê ay	ô oh

chi phí trọn gói package deal

chi phiếu check FIN

chi phối dominate

chi tiêu spend ◊ (sự) expenditure

chi tiết detail ◊ detailed; *đó chỉ là một chi tiết nhỏ* that's just a technicality

chi tiết hóa elaborate

chi tiết vụn vặt detail, irrelevancy

chi trội overdraw; *bị chi trội* have an overdraft, be overdrawn

chí tuyến tropic

chì lead

chì than charcoal

chỉ just, only, merely ◊ cotton, thread ◊ point at; *không chỉ X mà lại còn cả Y* not only X but Y also

chỉ dẫn counsel ◊ (sự) directions, instructions

chỉ dùng một lần throw-away; single-use

chỉ dùng ngoài da for external use only

chỉ định designate; prescribe

chỉ đường direct ◊ (sự) direction

chỉ giặt khô dry-clean only

chỉ huy command; conduct MUS

chỉ huy dàn nhạc conductor MUS

chỉ là mere

chỉ một single, sole

chỉ ra indicate; point out

chỉ rõ specify

chỉ số Dow Jones Dow Jones Average

chỉ số phấn hoa pollen count

chỉ số thông minh IQ, intelligence quotient

chỉ tay point

chỉ tay vào point at

chỉ thị instruct; *chỉ thị cho X làm Y* instruct X to do Y

chỉ trích criticize, get at; damn ◊ (sự) criticism; *một cách chỉ trích* critically

chỉ trừ except for, with the exception of

chỉ về point to

chị me (*female addressing one's younger brother, sister, member of younger generation*); you (*less formal: to younger woman*) ◊ sister; cousin (*older female*)

chị ấy she

chị dâu sister-in-law (*older*)

chị em sisters; brothers and sisters ◊ sisterly; *họ là chị em gái* they're sisters

chị gái older sister, big sister

chị họ cousin (*older female*)

chị ngốc idiot

chia deal; divide, split

chia cắt divide; partition ◊ (sự) division; partition

chia cắt chiến dịch campaign isolation

chia cắt chiến lược strategic isolation

chia đôi halve

chia động từ conjugate

chia hết divisible

chia làm đôi fifty-fifty

chia nhỏ ra subdivide

chia phần split

chia ra measure out

chia rẽ divide, split ◊ (sự) division, split

chia sẻ share

chia tay part ◊ (sự) parting

chia tách separate ◊ (sự) separation

chia tư quarter

chia xẻ share

chìa cái master key

chìa khóa key

chìa khóa công tắc ignition key

chìa khóa thứ hai duplicate key

chìa khóa vạn năng skeleton key

chìa ra put out; stick out

ơ ur	**y** (tin)	**ây** uh-i	**iê** i-uh	**oa** wa	**ôi** oy	**uy** wee	**ong** aong
u (soon)	**au** a-oo	**eo** eh-ao	**iêu** i-yoh	**oai** wai	**ơi** ur-i	**ênh** uhng	**uyên** oo-in
ư (dew)	**âu** oh	**êu** ay-oo	**iu** ew	**oe** weh	**uê** way	**oc** aok	**uyêt** oo-yit

chĩa point; **chĩa vào** be aimed at, be pointing at

chích inject

chiếc one; ones ◊ *classifier referring to inanimate objects*: **chiếc kéo** pair of scissors; **chiếc xe ô tô** car

chiếc nhẫn ring

chiếm account for; occupy, take up

chiếm dụng trái phép squat (*illegally*)

chiếm đa số be in the majority

chiếm đóng capture; occupy ◊ *(sự)* capture (*of city etc*); occupation (*of country*)

chiếm độc quyền monopolize

chiếm làm thuộc địa colonize

chiếm lại recapture

chiên fry ◊ fried

chiến binh fighter; warrior

chiến dịch campaign

chiến dịch bầu cử election campaign

chiến dịch bôi nhọ smear campaign

chiến dịch đẩy mạnh xuất khẩu export campaign

chiến dịch vận động crusade

chiến dịch xóa nạn mù chữ literacy campaign

chiến đấu fight ◊ militant

chiến đấu tay không unarmed combat

chiến hào trench MIL

chiến hữu crony

chiến lợi phẩm loot

chiến lũy barricade

chiến lược strategy ◊ strategic

chiến sĩ militant

chiến sĩ đấu tranh champion

chiến sự hostilities

chiến thắng victorious ◊ *(sự)* victory

chiến thuật tactics

chiến tích trophy

chiến tranh war; warfare; **trong tình trạng chiến tranh** be at war

chiến tranh giá cả price war

chiến tranh hóa học chemical warfare

chiến tranh lạnh Cold War

chiến tranh thế giới world war

chiến tranh vi trùng germ warfare

chiến trường battlefield, battleground

chiêng gong

chiêu đãi reception

chiêu đãi viên steward

chiêu đãi viên nam steward

chiêu đãi viên nữ stewardess

chiếu project; screen, show *movie*; check (*in chess*) ◊ beach mat

chiếu bóng movie

chiếu cố make allowances

chiếu hết checkmate

chiếu lệ perfunctory

chiếu sáng light up, illuminate; shine

chiếu sáng chói glare

chiếu tướng hết checkmate

chiều afternoon; p.m. ◊ pamper, please

chiều cao height

chiều chuộng coddle

chiều dài length

chiều rộng width

chiều sâu depth

chim bird; pigeon (*on menus*) ◊ *classifier for birds*: **theo đường chim bay** as the crow flies

chim cổ đỏ robin

chim hét thrush

chim săn mồi bird of prey

chim sẻ sparrow

chim sẻ ngô tit

chim sơn ca lark; nightingale

chim thú hoang dã wildlife

chim trống cock

---

ch (*final*) k	**gh** g	**nh** (*final*) ng	**r** z; (*S*) r	**x** s	**â** (but)	**i** (tin)
d z; (*S*) y	**gi** z; (*S*) y	**ph** f	**th** t	**a** (hat)	**e** (red)	**o** (saw)
đ d	**nh** (onion)	**qu** kw	**tr** ch	**ă** (hard)	**ê** ay	**ô** oh

chìm sink, go under; *thành phố chìm trong bóng tối* the city was plunged into darkness

chìm ngập overwhelm

chín nine ◊ ripe ◊ ripen ◊ (sự) ripeness

chín chắn mature

chín mươi ninety

chinh phục conquer ◊ (sự) conquest; *tay chinh phục* conqueror

chính main, principal ◊ exactly ◊ *(emphatic pronoun)*: *chính tôi* I myself; *chính anh* you yourself; *chính anh ấy* he himself

chính đáng just; justifiable; kosher

chính khách statesman

chính mình oneself

chính phủ government

chính phủ bù nhìn puppet government

chính quy regular MIL

chính quyền government, administration

chính quyền địa phương local government

chính sách policy

chính sách đối ngoại foreign policy

chính sách đổi mới renovation policy

chính sách khủng bố terrorism

chính sách mở cửa open door policy

chính thế! that's it!; exactly!

chính thể độc tài dictatorship

chính thức formal, official

chính tôi myself *(emphatic)*

chính trị political ◊ (việc) politics

chính trực honorable

chính xác accurate; correct; exact ◊ precisely ◊ (sự) precision

chỉnh tune up

chỉnh hình orthopedic

chỉnh huấn political indoctrination

chỉnh kênh tune in to

chỉnh sóng tune in to

chỉnh tiêu điểm vào focus on

chít chít squeak

chịu bear *costs*; *chịu chấp nhận gì* come to terms with sth

chịu đựng bear, tolerate, endure, put up with; *không thể chịu đựng nổi* intolerable

chịu đựng được hold out, endure; tolerate ◊ bearable

chịu được bear; stomach; take, endure ◊ bearable

chịu khó industrious ◊ persevere

chịu nhiệt heat-resistant

chịu nhịn go without

chịu ơn be under an obligation to

chịu sức ép căng thẳng be under pressure

chịu thiếu do without

chịu thua knuckle under

chịu trách nhiệm liable; responsible ◊ be held accountable ◊ (sự) blame

chịu trách nhiệm điều hành take charge (of operations)

chịu trách nhiệm về answer for; take care of, deal with

cho put; give; donate *kidney etc*; produce *(of cow etc)* ◊ (sự) donation ◊ for; to; *một phòng cho 2/3 người* a room for 2/3 people; *cho ai vay gì* lend s.o. sth, loan s.o. sth; *cho gì là của ai* attribute sth to s.o.; *cho gì là do ...* attribute sth to ...; *cho nó vào túi anh/chị* put it in your pocket; *cho bọn trẻ tránh xa* keep the children away; *xin cho tôi một cốc bia* can I have a beer?

cho ăn feed

cho bỏ phiếu kín ballot

ơ ur	**y** (tin)	**ây** uh-i	**iê** i-uh	**oa** wa	**ôi** oy	**uy** wee	**ong** aong
u (soon)	**au** a-oo	**eo** eh-ao	**iêu** i-yoh	**oai** wai	**ơi** ur-i	**ênh** uhng	**uyên** oo-in
ư (dew)	**âu** oh	**êu** ay-oo	**iu** ew	**oe** weh	**uê** way	**oc** aok	**uyêt** oo-yit

cho chạy run *software*
cho đến (khi) until
cho đi mời send for
cho ... đi nhờ pick up (*in car*, *on bike*); **cho ai đi nhờ xe** give s.o. a ride
cho giải ngũ discharge (*from army*)
cho không give away
cho là think; presume; suppose; *bị cho là* alleged
cho mượn lend
cho nổ explode
cho ở nhờ put up *person*
cho ở trọ take in, give accommodation
cho phép allow, permit; authorize; enable ◊ (*sự*) permission, go-ahead; *cho phép ai làm gì* allow s.o. to do sth, let s.o. do sth; *cho phép tôi giới thiệu ...* may I introduce ...?; *nhận được sự cho phép* get the go-ahead
cho phép đi ra excuse
cho qua thời giờ pass the time
cho quay nhanh rev up
cho ra rìa sideline
cho ra viện discharge (*from hospital*)
cho rằng (là) assume; expect; reckon; *cho rằng gì là đúng* take sth for granted
cho tham gia vào bring in, involve
cho thấy show up
cho thêm chi tiết elaborate
cho thêm ... vào add in
cho thôi việc discharge
cho thuê rent, lease out ◊ for rent; *cho thuê xe đạp* cycle rental
cho thuê lại sublet
cho tới until; *cho tới khi có thông báo mới* until further notice; *cho tới nay* as yet; *cho tới năm 1989*

up to the year 1989
cho vay lend, loan; *kẻ/tên/tay cho vay lãi* money-lender
cho vào admit, let in
cho vào nhà thương điên put away (*in mental home*)
cho vào tù put away (*in prison*)
cho về hưu pension off
cho vui for fun
cho xuống let off
cho ... xuống xe drop off
chó dog
chó cái bitch (*dog*)
chó chăn cừu sheepdog
chó con puppy, pup
chó dẫn đường cho người mù seeing-eye dog
chó đua grayhound
chó lai mongrel
chó lạc stray
chó rừng (wild) dog
chó sói wolf
chó tha mồi retriever
chó xù poodle
choáng ngất: *cơn choáng ngất* blackout MED
choáng váng dazed; light-headed; dizzy; *gây choáng váng* devastating; shattering
choàng drape
chọc prod
chọc tức madden; provoke; annoy
chói lọi brilliant *light*
chói mắt harsh *color*, *light*
chói tai deafening
chọi gà cock fight
chọn choose, pick, select, plump for
chọn lọc select, exclusive
chọn lựa choose
chọn lựa cẩn thận selective
chọn ra single out
chọn tín hiệu tuner
chóng fast
chóng lớn thrive

---

ch (*final*) k	**gh** g	**nh** (*final*) ng	**r** z; (*S*) r **x** s **â** (but) **i** (tin)
d z; (*S*) y	**gi** z; (*S*) y	**ph** f	**th** t **a** (hat) **e** (red) **o** (saw)
đ d	**nh** (onion)	**qu** kw	**tr** ch **ă** (hard) **ê** ay **ô** oh

chóng mặt giddy ◊ (sự) giddiness, vertigo; *tôi thấy chóng mặt* my head is spinning

chõng tre bamboo bed

chỗ room, space; place; house; apartment; bar; slot (*in schedule*); *phòng lớn có chỗ cho 200 người* the hall can seat 200 people; *ở chỗ Joe* at Joe's; *chỗ khác* somewhere else; *đi chỗ khác!* go away!; *chỗ nào đó* somewhere

chỗ ăn nghỉ accommodations

chỗ ẩn nấp cover, shelter

chỗ bám purchase, grip

chỗ bán vé box office

chỗ bẩn muck

chỗ bẫy pitfall

chỗ bị trầy da abrasion

chỗ bong gân sprain

chỗ cất giữ hoard

chỗ chắn tàu grade crossing

chỗ chờ shelter

chỗ còn trống opening, job

chỗ cua rất gấp hairpin curve

chỗ của người làm chứng (witness) stand

chỗ dốc xuống dip

chỗ duỗi chân leg room

chỗ đứng standing room

chỗ đỗ xe parking place

chỗ đổi tiền exchange bureau

chỗ đựng holder

chỗ gặp mặt meeting place

chỗ gió lùa draft

chỗ gồ ghề bump

chỗ họp meeting place

chỗ làm position, job

chỗ lấy hành lý baggage claim

chỗ loét ulcer

chỗ lõm sag

chỗ mạng darn

chỗ nấp hiding place

chỗ ngắt quãng gap

chỗ ngoặt twist

chỗ ngồi place, seat

chỗ ngồi bên cửa sổ window seat

chỗ ngồi bên lối đi aisle seat

chỗ nhốt mèo chó lạc pound (*for strays*)

chỗ nối join

chỗ ở accommodations; residence

chỗ phát ban rash MED

chỗ phát cước chilblain

chỗ phình ra bulge

chỗ quẹo corner

chỗ rách tear

chỗ rẽ bend; turn; exit (*from highway*)

chỗ rối knot

chỗ sông cạn ford

chỗ sưng bump

chỗ sưng lên swelling

chỗ sửa correction

chỗ thả neo berth

chỗ thân quen connection

chỗ thoát outlet (*of pipe*)

chỗ thuê xe hơi car rental

chỗ thụt vào indent

chỗ trật khớp wrench

chỗ trống blank; vacancy (*at work*)

chỗ trú cover

chỗ trú ẩn shelter

chỗ vỡ burst

chỗ vỡ mẻ chip

chỗ xóa bỏ deletion

chỗ xoắn kink

chỗ xước da graze

chốc lát instant; *trong chốc lát* in an instant, in a jiffy

chốc nữa in a minute

chối cãi deny, refute; *không thể chối cãi* hard, irrefutable *facts, evidence*

chối tội plead not guilty

chổi cây shoot BOT

chổi brush

chổi cạo râu shaving brush

ơ ur	y (tin)	ây uh-i	iê i-uh	oa wa	ôi oy	uy wee	ong aong
u (soon)	au a-oo	eo eh-ao	iêu i-yoh	oai wai	ơi ur-i	ênh uhng	uyên oo-in
ư (dew)	âu oh	êu ay-oo	iu ew	oe weh	uê way	oc aok	uyêt oo-yit

chổi có cán broom

chổi quét sơn paintbrush

chôm chôm rambutan

chôn bury

chôn giấu bury, conceal

chống án appeal LAW

chống cự resist ◊ (sự) resistance (*to enemy*)

chống dính nonstick

chống đạn bullet-proof

chống đối oppose, be opposed to ◊ (sự) opposition, resistance

chống đỡ support

chống lại against ◊ counter; fight; resist; *tôi chống lại ý kiến ấy* I'm against the idea

chống Mỹ un-American; anti-American

chống trơn nonslip

chồng bundle; stack; husband

chồng chất build up, mount up

chồng chéo overlap

chồng chéo lên nhau overlap

chồng chưa cưới fiancé

chồng cũ ex (*former husband*)

chộp pounce

chộp lấy grab

chộp mất snatch

chộp ngay lấy jump at

chốt fastener; commanding position MIL

chờ wait; wait for; hang on; *chờ một chút* just a second, wait a minute!; *tôi xin lỗi đã khiến anh/chị phải chờ* I'm sorry to have kept you waiting; *chờ tôi với!* wait for me!

chờ đợi wait ◊ (sự) waiting

chở carry; bring; *phà chở xe* car ferry

chợ market

chợ đen black market

chợ phiên (fun)fair

chợ trời street market

chợ vỡ madhouse

chơi play

chơi bời party, have fun; live for kicks

chơi chữ make a pun ◊ (sự) pun

chơi đùa play a joke on

chơi đùa thoải mái run wild

chơi khăm play a mean trick on

chơi nghịch với toy with

chơi tập tọng strum

chơi viôlông fiddle

chơi xấu foul SP

chơi xỏ play a trick on

chớp mắt blink

chớp nhoáng fleeting

chớp sáng flash

chợp mắt doze; doze off; have a nap ◊ (sự) doze, nap

chợt đến strike

chợt nghĩ ra hit on *idea*

chu cấp đầy đủ provide for

chu đáo considerate, thoughtful; conscientious

chu kỳ cycle, series of events

chu vi perimeter

chú uncle (*father's younger brother, man younger than one's parents, not related*) ◊ you (*formal to younger or middle-aged man*)

chú lùn dwarf

chú rể bridegroom

chú thích cuối trang footnote

chú ý pay attention ◊ (sự) attention; *xin chú ý* your attention please; *chú ý bậc thềm!* mind the step!; *chú ý lắng nghe* pay attention

chú ý đến heed, pay heed to

chú ý tới mind, heed

chủ employer; master (*of dog*); owner; *thay đổi chủ* change hands

chủ bút editor (*of newspaper*)

chủ chốt key, vital

---

ch (*final*) k	**gh** g	**nh** (*final*) ng	**r** z; (S) r	**x** s	**â** (but)	**i** (tin)
d z; (S) y	**gi** z; (S) y	**ph** f	**th** t	**a** (hat)	**e** (red)	**o** (saw)
đ d	**nh** (onion)	**qu** kw	**tr** ch	**ă** (hard)	**ê** ay	**ô** oh

chủ chứa pimp

chủ đề subject, topic; theme

chủ động take the initiative ◊ (sự) initiative ◊ active; *làm gì theo sự chủ động của mình* do sth on one's own initiative

chủ hiệu storekeeper

chủ hiệu bánh kẹo confectioner

chủ hiệu cầm đồ pawnbroker

chủ ngân hàng banker

chủ nghĩa cộng sản Communism

chủ nghĩa cực đoan cánh hữu right-wing extremism

chủ nghĩa dân tộc nationalism

chủ nghĩa gia trưởng paternalism

chủ nghĩa hòa bình pacifism

chủ nghĩa Mác Marxism

chủ nghĩa Mác Lênin Marxism-Leninism

chủ nghĩa phát xít fascism

chủ nghĩa phân biệt chủng tộc racism

chủ nghĩa thực dụng pragmatism

chủ nghĩa tư bản capitalism

chủ nghĩa tượng trưng symbolism

chủ nghĩa vật chất materialism

chủ nghĩa xã hội socialism

chủ nghĩa xét lại revisionism

chủ ngữ subject GRAM

chủ nhà host

chủ nhà in printer (*person*)

chủ nhân owner

Chủ Nhật Sunday

chủ nhiệm president

chủ nhiệm khoa dean

chủ nợ creditor

chủ quan subjective

chủ quyền sovereignty

chủ tàu shipowner

chủ tịch chairman; chairperson; president ◊ presidential

chủ tịch ban hội thẩm foreman LAW

chủ tọa speaker; the chair

chủ trại farmer

chủ trì preside

chủ yếu chief; fundamental ◊ mainly, principally

chủ yếu là chiefly, largely, predominantly

chủ ý knowingly ◊ (sự) attention

chua sour

chua cay bitter

chua ngọt sweet and sour

Chúa God (*Christian*); *Chúa ơi!* oh God!

Chúa cứu thế the Savior

Chúa Giê-su Christ, Jesus

Chúa trời God, Lord

chùa (tháp) Buddhist temple (*often with a pagoda*)

chuẩn properly ◊ standard

chuẩn bị plan, prepare ◊ (sự) preparation ◊ be ready; *chuẩn bị gì* get sth ready

chuẩn bị chiến đấu arm

chuẩn bị đóng cửa wind down

chuẩn bị sẵn sàng get (oneself) ready

chuẩn mực standard

chúc wish; *chúc cho ai mọi sự tốt lành* wish s.o. well

chúc Giáng Sinh vui vẻ! Merry Christmas!

chúc may mắn! good luck!

chúc mừng congratulate ◊ (sự) congratulation; *chúc mừng anh/chị!* here's to you!; *chúc mừng nhân dịp ...* congratulate on ...

chúc mừng năm mới! Happy New Year!

chúc mừng sinh nhật! happy birthday!

chúc ngon miệng! enjoy your meal!

ơ ur	y (tin)	ây uh-i	iê i-uh	oa wa	ôi oy	uy wee	ong aong
u (soon)	au a-oo	eo eh-ao	iêu i-yoh	oai wai	ơi ur-i	ênh uhng	uyên oo-in
ư (dew)	âu oh	êu ay-oo	iu ew	oe weh	uê way	oc aok	uyêt oo-yit

chúc ngủ ngon good night

chúc Nô-en vui vẻ! Merry Christmas!

chúc sinh nhật vui vẻ! happy birthday!

chúc sức khoẻ! cheers!, your health!

chúc vui vẻ! have a good time!

chục ten

chuếnh choáng hung-over

chúi duck *one's head*

chúi xuống duck (down)

chùm hoa blossom

chùm nho bunch of grapes

chung general, all-round; collective; mutual; common *interest etc*; universal *acceptance, truth*; joint; communal *kitchen etc*; united *efforts etc* ◊ in common; *có gì chung với ai* have sth in common with s.o.

chung chạ bừa bãi promiscuous ◊ (sự) promiscuity

chung chung sweeping *statement etc* ◊ generally

chung phòng double up, share

chung sống coexist ◊ (sự) coexistence

chung sức teamwork

chung thủy faithful ◊ (sự) fidelity

chúng they (*referring to children, animals, disapproving*)

chúng mày you (*familiar*)

chúng mình we; us ◊ let's (*including listeners*)

chúng ta we; us ◊ let's (*including listeners*); *chúng ta cần phải làm việc cùng nhau như một đơn vị* we must work together as a unit

chúng tôi we; us (*excluding listeners*)

chùng slack *rope*

chùng xuống stretch

chủng ngừa (S) vaccine ◊ (sự) vaccination

chủng tộc race ◊ racial

chuối banana

chuối xanh green banana

chuỗi string; sequence

chuỗi hạt beads; necklace

chuồn chuồn dragonfly

chuồn đi make off

chuồn ngay clear off, go away

chuông bell; buzzer

chuông cửa doorbell

chuồng cage

chuồng chim bird cage

chuồng chó kennel

chuồng lợn pigpen, sty

chuồng ngựa stable

chuột mouse *also* COMPUT; rat

chuột hang hamster

chuột lang guinea pig

chuột rút cramp

chụp take *photograph etc* ◊ photocopy

chụp ảnh photograph ◊ (sự) photography

chụp chân dung portray

chụp đèn lampshade

chụp rửa non underexposed

chụp X quang X-ray

chút (little) bit, piece; *không, không một chút nào* no, not in the slightest

chút ít little; bit; dash, drop; *đó là chút ít những gì tôi biết* that's the little I know

chút xíu tiny ◊ a little bit

chuyên chế totalitarian; tyrannical ◊ (sự) tyranny

chuyên chở transport ◊ (sự) transportation

chuyên gia expert, specialist

chuyên gia phân tích hệ thống systems analyst

chuyên gia tâm lý học psychologist

---

ch *(final)* k	gh g	nh *(final)* ng	r z; (S) r	x s	â (but)	i (tin)
d z; (S) y	gi z; (S) y	ph f	th t	a (hat)	e (red)	o (saw)
đ d	nh (onion)	qu kw	tr ch	ă (hard)	ê ay	ô oh

chuyên môn technical; *có trình độ chuyên môn* qualified; *có khả năng chuyên môn phù hợp với công việc* have the right qualifications for a job

chuyên nghiệp professional ◊ professionally

chuyên tâm single-minded

chuyên về specialize; specialize in

chuyên về môn major in

chuyên viên nhãn khoa optician

chuyến journey, trip; voyage; flight

chuyến bay flight

chuyến bay bằng máy bay thuê charter flight

chuyến bay chuyển tiếp connecting flight

chuyến bay đêm night flight

chuyến bay nội địa domestic flights

chuyến bay quốc tế international flights

chuyến bay thẳng through flight

chuyến bay theo kế hoạch scheduled flight

chuyến bay trong nước domestic flight

chuyến bay trở về return flight

chuyến du hành voyage; trip

chuyến du lịch tour

chuyến du lịch có hướng dẫn guided tour

chuyến đến arrivals

chuyến đi journey, trip; departures

chuyến đi bằng thuyền buồm sail, voyage

chuyến đi công cán business trip

chuyến đi công tác business trip

chuyến đi tham quan sightseeing tour, tour

chuyến đi thăm trao đổi exchange

chuyến đi trên biển voyage

chuyến đi trong ngày daytrip

chuyến đi trọn gói package tour

chuyến đi xa nhà outward journey

chuyến đi xe ride, journey

chuyến nối tiếp connection

chuyến ra departures

chuyến tàu chạy suốt through train

chuyến vào arrivals

chuyến vô arrivals

chuyến vượt biển crossing NAUT

chuyền pass SP; swing

chuyền tay pass around

chuyển move; shift; change *trains etc*; transfer; carry; convey; deliver; hand on, pass on *information etc*; pass *newspaper, the salt etc*; navigate COMPUT ◊ (*sự*) shift; transfer; *chuyển một quyết định/ vấn đề đến ai xử lý* refer a decision/problem to s.o.; *chuyển nhượng X cho Y* make X over to Y; *chuyển tới cô ấy những tình cảm thương yêu của tôi* give her my love

chuyển chỗ ở move house; move on

chuyển chủ đề move on (*to another subject*)

chuyển dịch move; transfer

chuyển đổi convert ◊ (*sự*) conversion; shift

chuyển động moving *parts etc* ◊ (*sự*) motion

chuyển giao công nghệ technology transfer

chuyển hóa metabolism

chuyển hướng turn around *company*

chuyển nghề move on

chuyển nhà move (*to new house*)

chuyển sang move; pass on *costs etc*; *chuyển sang chuyên nghiệp* turn professional; *chuyển sang*

ơ u*r*	**y** (tin)	**ây** uh-i	**iê** i-uh	**oa** wa	**ôi** oy	**uy** wee	**ong** aong
u (soon)	**au** a-oo	**eo** eh-ao	**iêu** i-yoh	**oai** wai	**ơi** u*r*-i	**ênh** uhng	**uyên** oo-in
ư (dew)	**âu** oh	**êu** ay-oo	**iu** ew	**oe** weh	**uê** way	**oc** aok	**uyêt** oo-yit

làm gì proceed to do sth; **chuyển sang phòng ngự** go on the defensive; **chuyển ... sang dùng điện** electrify *railroads*

chuyển thành turn into, become

chuyển thành kịch dramatize ◊ (*sự*) dramatization

chuyển thể adapt

chuyển tiếp relay

chuyển tới move in

chuyển trọng tâm vào shift the emphasis onto

chuyển tự transliterate

chuyện story; matter, event; **có chuyện gì đã xảy ra** something has come up; **có chuyện gì thế?** what's up?; **có chuyện gì xảy ra thế?** what's going on?; **có chuyện gì xảy ra với anh/chị thế?** what has happened to you?

chuyện bịa fib; lie; fiction

chuyện đăng nhiều kỳ serial

chuyện đùa joke; **đó không phải là chuyện đùa** it's no joke

chuyện gì vậy? what's the matter?; what? (*astonishment*)

chuyện hoang đường myth

chuyện kể narrative

chuyện khó tin tall story

chuyện lung tung crap

chuyện ngồi lê mách lẻo gossip

chuyện nhảm nhí nonsense, crap

chuyện phát nhiều buổi serial

chuyện phiếm chat; small talk

chuyện riêng confidence, secret

chuyện tầm phào gossip

chuyện tình (love) affair, romance

chuyện vớ vẩn hokum

chứ: *tôi có chứ?* - *đồng ý* can I? - ok

chữ letter (*of alphabet*); character ◊ word

chữ Hán Chinese script

chữ hoa capital letter; block letters

chữ in print

chữ in nghiêng italics

chữ ký signature

chữ ký lưu niệm autograph

chữ lồng monogram

chữ Nôm Han nom, old Vietnamese script

chữ nổi braille

chữ số digit, numeral

chữ Tàu Chinese script

chữ Trung Quốc Chinese character

chữ viết character; writing; script

chữ viết hoa capital letter; block letters

chữ viết ngoáy scribble

chữ viết tay handwriting

chữ viết tắt abbreviation

chưa yet; not yet; **đứa bé đã biết nói chưa?** can the baby talk yet?; **chưa đến lượt anh/chị** it's not your turn yet

chưa bao giờ never; not as yet; **chưa bao giờ tôi nghĩ đến** it never crossed my mind

chưa biết unknown

chưa cạo râu unshaven

chưa chắc not sure yet ◊ perhaps

chưa có gia đình unattached (*not married*)

chưa có người yêu unattached (*without a partner*)

chưa đạt not yet; yet

chưa đến tuổi underage

chưa được not ready yet

chưa được giải quyết unsettled

chưa được quyết định undecided

chưa được thanh toán outstanding FIN

chưa hề never

chưa hề bị đánh bại unbeaten

chưa kết thúc unfinished

chưa kể ra untold

ch (*final*) k	**gh** g	**nh** (*final*) ng	**r** z; (*S*) r	**x** s	**â** (but)	**i** (tin)
d z; (*S*) y	**gi** z; (*S*) y	**ph** f	**th** t	**a** (hat)	**e** (red)	**o** (saw)
đ d	**nh** (onion)	**qu** kw	**tr** ch	**ă** (hard)	**ê** ay	**ô** oh

chưa sinh unborn
chưa sử dụng unused
chưa thanh toán unsettled
chưa tới tuổi trưởng thành be underage
chưa từng never
chưa từng nghe thấy unheard-of
chưa từng thấy unprecedented
chưa xong unfinished, incomplete
chứa contain
chứa chấp harbor *criminal*
chứa được hold, contain
chữa cure; repair; *không thể chữa được* incurable
chữa bệnh từ xa telemedicine
chữa khỏi cure
chữa lành heal
chức năng function
chức năng làm mẹ maternity; motherhood
chức tổng thống presidency
chức vô địch championship
chức vụ office, position; title
chửi swear; *chửi ai* swear at s.o.
chửi rủa curse
chứng illness, disease; symptom ◊ *classifier for illnesses*
chứng cớ ngoại phạm alibi
chứng đau nửa đầu migraine
chứng huyết khối thrombosis
chứng khoán securities
chứng kiến witness
chứng minh back up; demonstrate, prove; substantiate ◊ (*sự*) demonstration, show
chứng minh bằng tài liệu documentation
chứng minh là đúng vindicate
chứng nghi bệnh hypochondriac
chứng nhận certify
chứng thư deed LAW
chứng thực corroborate
chứng tỏ prove
chừng nào? (S) when?

chương chapter
chương trình program; show; schedule; *tối nay có chương trình gì vậy?* what's on tonight?
chương trình biểu diễn program THEA
chương trình chống virus antivirus program
chương trình duyệt search engine
chương trình đào tạo training scheme
chương trình giảng dạy curriculum
chương trình học syllabus
chương trình kiểm lỗi chính tả spellchecker
chương trình nghị sự agenda
chương trình phát lại repeat
chương trình phát thanh broadcast
chương trình tài liệu documentary
chương trình tạp kỹ vaudeville
chương trình thi đố quiz program
chương trình thời sự current affairs program
chương trình ti vi TV program
chương trình truyền hình television program; broadcast
chướng shocking
clo chlorine
co cụm chiến lược huddle together strategically MIL
co dãn elastic; springy
co giãn stretch
co giật convulsion; twitch
co lại contract; retract; shrink
co mình lại crouch
có with ◊ there is/are ◊ have (got), own; hold ◊ (*used to form the equivalent of English adjectives*): *có 15 người* there were 15 people; *có ai ngoài cửa* there's someone at the door; *tôi không có (tí gì)* I

ơ ur	**y** (tin)	**ây** uh-i	**iê** i-uh	**oa** wa	**ôi** oy	**uy** wee	**ong** aong
u (soon)	**au** a-oo	**eo** eh-ao	**iêu** i-yoh	**oai** wai	**ơi** ur-i	**ênh** uhng	**uyên** oo-in
ư (dew)	**âu** oh	**êu** ay-oo	**iu** ew	**oe** weh	**uê** way	**oc** aok	**uyêt** oo-yit

don't have any
có ảnh hưởng influential
có bão stormy
có bắp thịt nở nang muscular
có bóng râm shady
có cát sandy
có chai callous
có chất dinh dưỡng nutritious
có chất độc hại poisonous
có chiều hướng be subject to
có chủ quyền sovereign
có chủ tâm deliberate, willful
có chứa ... contains ...
có chữ lồng monogrammed
có công hiệu powerful
có công suất lớn powerful
có dáng thuôn streamlined
có dây chun elasticized
có đặc quyền privileged
có điều hòa nhiệt độ air-conditioned
có điều kiện conditional ◊ have the means
có độc poisonous
có độn padded
có đủ điều kiện qualify
có đủ tư cách eligible
có được derive, obtain
có ga carbonated
có gai prickly
có gan gutsy
có gì đâu don't mention it; it's no big deal
có gia vị spicy
có giá trị count, be important ◊ valid *ticket etc*
có giá trị lớn valuable
có giá trị từ trước đó backdate
có gió lùa drafty
có gió thổi mạnh gusty
có hay không whether; *có hay không?* do you have it or not?; did you do it or not?; yes or no?
có hại damaging, detrimental,

harmful; *có hại cho* to the detriment of; *có hại cho ai* be bad for s.o.
có hại cho sức khỏe unhealthy
có hiệu lực trở về trước retroactive
có hình bán nguyệt semicircular
có hình tam giác triangular
có hình trụ cylindrical
có hoa văn patterned
có họ related
có học thức cultivated
có ích useful ◊ (sự) utility, usefulness
có ích lợi be worthwhile
có kẻ sọc striped
có khả năng sinh sản fertile
có khả năng thanh toán creditworthy; solvent
có khả năng thích nghi adaptable
có khiếu good; *có khiếu về toán* mathematical, good at math
có ... không if, whether; *có ... không?* is/are there ...?; *anh/chị có ... không?* do you have ...?; *có đau không?* does it hurt?; *anh/chị có muốn nhảy không?* would you like to dance?
có kinh nghiệm experienced
có kỹ năng skilled
có lãi commercial; cost-effective
có lẻ over, more than
có lẽ presumably; perhaps; *có lẽ đã đủ thời gian rồi* that should be long enough
có liên quan concerned; relevant; related ◊ be connected with; *có liên quan tới nhau* interrelated
có lò so springy
có lông hairy
có lợi advantageous, beneficial; profitable ◊ (sự) profitability; *có lợi cho sức khỏe* invigorating; *có*

ch (*final*) k	**gh** g	**nh** (*final*) ng	**r** z; (S) r	**x** s	**â** (but)	**i** (tin)
d z; (S) y	**gi** z; (S) y	**ph** f	**th** t	**a** (hat)	**e** (red)	**o** (saw)
đ d	**nh** (onion)	**qu** kw	**tr** ch	**ă** (hard)	**ê** ay	**ô** oh

lợi tử profit by, profit from

có lý make sense; *hãy nói cho có lý, anh bạn!* talk sense, man!

có ma spooky

có mang carry; expect, be expecting ◊ pregnant

có máu buồn (*N*) ticklish

có mặt put in an appearance; be present ◊ (*sự*) attendance, presence

có mây cloudy

có một không hai one-off

có mùi hôi stink

có mùi khó chịu smell

có năng khiếu gifted; *có năng khiếu tự nhiên về* have a natural flair for

có nghĩa mean, signify

có ngụ ý symbolic

có nhà in (*at home, in the building etc*)

có nhiều bụi cây shrubbery

có nhiều cây wooded

có nhu cầu in need

có nhược điểm defective

có nòi pedigree

có nọc độc poisonous

có phải (*used to ask questions*): *đây có phải là con của anh/chị không?* is that your child?; *có phải mang theo hộ chiếu không?* do you have to take your passport?

có phần sort of ...

có phẩm cách dignified

có phối hợp concerted

có phụ đề subtitle

có quan hệ tình dục với have sex with

có quyền đi bầu have the vote

có quyền hành powerful

có sẵn in stock

có sương giá frosty

có sương mù foggy

có sức chịu đựng hardy

có tay nghề professional; *có tay nghề vừa phải* semiskilled

có tài talented

có tàn nhang spotty

có tạp chất impure

có thai pregnant ◊ (*sự*) pregnancy

có thể can; may; might ◊ possible; likely ◊ possibly; maybe ◊ (*used to form adjectives*) ...able; *có thể ... được* be able to; *bà có thể ...?* could you ...? *có thể anh/chị đúng* you may be right; *cảm thấy có thể* feel up to; *tôi có thể bị muộn* I might be late; *có thể cô ấy vẫn còn đến* she might still come

có thể bàn cãi được debatable

có thể bơm căng được inflatable

có thể cạnh tranh được competitive; able to compete

có thể chấp nhận được admissible; acceptable

có thể chịu đựng được tolerable

có thể chuyển nhượng được transferable

có thể chữa khỏi được curable

có thể dùng được usable

có thể dự đoán được predictable; foreseeable

có thể điều chỉnh được adjustable

có thể đọc được readable

có thể đọc được bằng máy machine-readable

có thể được: *... ngắn nhất/nhanh nhất có thể được* the shortest/quickest possible ...; *... tốt nhất có thể được* the best possible ...

có thể gấp gọn được collapsible

có thể giải quyết được soluble

có thể giặt được washable

có thể hiểu được conceivable; understandable ◊ understandably

---

ơ ur   y (tin)   ây uh-i   iê i-uh   oa wa   ôi oy   uy wee   ong aong

u (soon)   au a-oo   eo eh-ao   iêu i-yoh   oai wai   ơi ur-i   ênh uhng   uyên oo-in

ư (dew)   âu oh   êu ay-oo   iu ew   oe weh   uê way   oc aok   uyêt oo-yit

có thể hòa tan được soluble

có thể là possibly; arguably; *có thể là anh đúng* you could well be right

có thể làm được manageable

có thể nhận ra được recognizable

có thể nhận thấy được discernible, perceptible

có thể nhìn thấy được visible

có thể ở được habitable, inhabitable

có thể so sánh được comparable

có thể sống được viable

có thể sử dụng được accessible

có thể thay đổi được unsettled, changeable

có thể thay thế cho nhau interchangeable

có thể tháo ra được detachable

có thể thương lượng được negotiable

có thể thực hiện được workable; viable

có thể tiêu hóa được digestible

có thể tin được plausible

có thể tốt lên promising

có thể tới được accessible

có thể tưởng tượng được conceivable, imaginable

có thích: *anh/chị có thích ...?* would you like to ...?; how about ...?

có tính tượng trưng symbolic

có tội guilty

có triệu chứng show symptoms of; be sickening for

có trợ lực power-assisted

có trước precede

có văn hóa cultured

có vẻ appear, look; *có vẻ gian* shifty-looking; *có vẻ như ...* it appears that ...

có ý mean, intend; *có ý định làm gì* mean to do sth; *có ý tốt* mean well

có ý nghĩa significant

có ý thức conscious; *có ý thức về* be aware of sth; *có ý thức an toàn* safety-conscious; *có ý thức về an ninh* security-conscious; *có ý thức về chi tiêu* cost-conscious

cò stork; trigger

cò mồi decoy (*person*)

cỏ grass; herb

cỏ dại weed

cỏ khô hay

cọ palm (tree); brush; scrub

cọ chùi scour; scrub

cọ rửa scrub

cocain cocaine

cóc toad

cọc stake

cọc buộc lều peg

coi consider; *coi ai/gì như ai/gì* regard s.o./sth as s.o./sth; *coi ai là nghiêm túc* take s.o. seriously; *coi ai là người phải chịu trách nhiệm* hold s.o. responsible; *coi việc gì là dễ dàng* take sth in one's stride; *coi X ngang với Y* equate X with Y

coi chừng beware of; guard against; *coi chừng!* look out!

coi khinh despise; scorn

coi lại check

coi ngang với be on a par with

coi như consider, regard ◊ by way of, in the form of

coi thường disregard; defy

coi trọng value; *coi trọng ai* think highly of s.o.

còi whistle; horn (*on car*); siren ◊ skinny

còi báo cháy, còi báo lửa fire alarm

colextêrôn cholesterol

com pa compass (*for geometry*)

ch (*final*) k	**gh** g	**nh** (*final*) ng	**r** z; (*S*) r	**x** s	**â** (but) **i** (tin)
d z; (*S*) y	**gi** z; (*S*) y	**ph** f	**th** t	**a** (hat)	**e** (red) **o** (saw)
đ d	**nh** (onion)	**qu** kw	**tr** ch	**ă** (hard)	**ê** ay **ô** oh

com-lê suit

con me (*addressing one's parents*)
◊ offspring; son; daughter; piece (*in board game*) ◊ classifier for animals, pejoratively for people, for long objects

con át ace

con bài (playing) card

con bạc gambler

con cái female; mate (*female*)

con cháu descendant

con dâu daughter-in-law

con đực male; mate (*male*)

con gái daughter

con gái riêng của chồng stepdaughter (*with original father*)

con gái riêng của vợ stepdaughter (*with original mother*)

con hoang bastard

con ky pin

con lợn sô vanh male chauvinist (pig)

con mồi decoy; prey

con một only child

con mụ female *pej*

con ngoài giá thú illegitimate child

con ngươi pupil (*of eye*)

con người human (being), man; mortal

con nít (*S*) child ◊ childish

con nợ debtor

con nuôi foster child

con pích spades

con quỉ, con quỷ demon; **con quỷ độc ác** monster (*person*)

con rể son-in-law

con rối puppet

con số figure, number ◊ (*used to form number words*): **con số ba mươi** thirty

con số thống kê statistics, figures

con tin hostage

con tốt pawn

con tốt đen pawn *fig*

con trai boy, son; clam; mussel

con trai riêng của chồng stepson (*with original father*)

con trai riêng của vợ stepson (*with original mother*)

con trỏ cursor

con vật creature

con vật bị nhốt captive

con vật đã lớn adult (*animal*)

con vật ít có khả năng thắng outsider

còn the rest ◊ yet; still ◊ remaining; *còn ai khác ở đấy?* who else was there?; *còn chưa rõ ràng về ...* there is still uncertainty about ...; *còn gì nữa không?* anything else?; *còn nhiều* there is/are still plenty; *còn quá sớm để quyết định* it's way too soon to decide yet; *còn to hơn/dài hơn* still bigger/longer; *còn gì nữa?* what else?; *còn thứ khác nữa* something else

còn lại be left, be over, remain

còn nguyên vẹn intact

còn nước còn tát not give up, struggle on

còn sống be alive; live on, continue living

còn thiếu be lacking

còn thừa ... to spare; 5 cái còn thừa there were 5 to spare

còn tiếp to be continued

còn tồn tại in existence

cong lại buckle

cong lên warp

cong queo crooked

cóng heavy

còng lưng stoop

còng số tám handcuffs

cọng rơm (piece of) straw

cóp photocopy

---

cọp (S) tiger

cót két squeak

cô aunt (*paternal*); lady (*young woman*) ◊ you (*formal, to younger woman or female teacher*); **cô Smith** Miss Smith

cô ấy she ◊ her

cô bé she ◊ her ◊ little girl

cô ca (**cô la**) Coke®

cô dâu bride

cô đặc concentrated

cô đồng medium

cô đơn lonely; solitary

cô gái girl, chick

cô gái nghịch ngợm tomboy

cô hiệu trưởng (female) principal EDU

cô lập isolate

cô nhắc cognac

cô phục vụ phòng maid (*in hotel*)

cố định fixed

cố đưa vào drag in

cố gắng attempt, effort; endeavor; **rất cố gắng ...** take pains to ...; **cố gắng làm gì** try to do sth, aim at doing sth

cố gắng hết sức do one's utmost

cố gắng tiết kiệm economy drive

cố hữu entrenched

cố lên! go on!; hang on!

cố tình on purpose; **cố tình làm gì** do sth on purpose; intend to do sth

cố túm lấy clutch at

cố vấn adviser, counselor

cố vấn dày kinh nghiệm mentor

cố vấn pháp lý legal adviser

cố vấn về hôn nhân marriage counselor

cố với stretch

cố ý intentional ◊ deliberately, purposely

cổ old; old-fashioned; ancient ◊ neck ◊ (S) she (*to younger woman*)

cổ áo collar

cổ chữ V V-neck

cổ điển classical; vintage

cổ đông stockholder

cổ động drum up support

cổ họng throat, gullet

cổ hủ conservative

cổ khoét sâu plunging neckline

cổ lọ polo neck

cổ lỗ sĩ antiquated, ancient

cổ phần share; stock FIN

cổ tay wrist

cổ tay áo cuff

cổ trễ low-cut

cổ tròn crew neck

cổ vũ spur on, urge on

cỗ bài deck, pack (*of cards*)

cỗ cưới wedding banquet

cốc glass; beaker; paper cup

cốc giấy paper cup

cốc ly có chân stemware

cốc tay cocktail

cốc vại tumbler; mug

cộc lốc brusque, curt

côcain cocaine

cối xay gió windmill

cốm young green rice ◊ unripe

côn clutch MOT

côn đồ: kẻ/tên/tay côn đồ hooligan, thug

côn trùng insect

công public; work; peacock

công an police; policeman

công bằng just, fair, balanced ◊ fairly ◊ (sự) justice; fairness; **điều đó là không công bằng** it's not fair

công bố issue *warning etc*; post *profits* ◊ (sự) publication

công bố hôn nhân ở nhà thờ banns

công chúa princess

công chúng the public

công chuyện business; (S) work

ch (*final*) k	gh g	nh (*final*) ng	r z; (S) r	x s	â (but)	i (tin)
d z; (S) y	gi z; (S) y	ph f	th t	a (hat)	e (red)	o (saw)
đ d	nh (onion)	qu kw	tr ch	ă (hard)	ê ay	ô oh

công chức civil servant; official
công chứng viên notary
công cộng public; communal
công cụ implement
công dân citizen; national ◊ civic
công đoàn labor union; *không thuộc công đoàn* nonunion
công khai public
công kích attack
công kích tới tấp hit out at
công lý justice
công mái pea hen
công nghệ technology ◊ technological
công nghệ gien genetic engineering
công nghệ học technology
công nghệ thông tin IT, information technology
công nghệ tiên tiến hi-tech
công nghiệp industry ◊ industrial
công nghiệp hàng không vũ trụ aerospace industry
công nghiệp hóa industrialize
công nghiệp sản xuất manufacturing industry
công nghiệp sản xuất xe ô tô automobile industry
công nghiệp xây dựng construction industry
công nhân blue-collar worker; worker
công nhân bốc vác stevedore, longshoreman
công nhân lành nghề skilled worker
công nhân trang trại farmworker
công nhân xây dựng construction worker
công nhận admit; recognize *state etc*; validate ◊ (*sự*) recognition; validation
công phu elaborate
công suất capacity; production

capacity
công suất lớn high-powered
công tác phí expenses
công tác quần chúng public relations
công tác vệ sinh sanitation (*removal of waste*)
công tác xã hội welfare work, social work
công tắc switch
công tắc bật on switch
công tắc tắt off switch
công thức formula
công thức nấu nướng recipe
công tố viên (public) prosecutor
công trái bond FIN
công trình kiến trúc structure
công trình làm bằng tay handiwork
công ty company, business
công ty bảo hiểm insurance company
công ty cạnh tranh competitor COM
công ty cổ phần joint-stock company
công ty cổ phần mẹ holding company
công ty cung cấp hàng hóa supplier
công ty dầu lửa oil company
công ty đa quốc gia multinational COM
công ty giới thiệu việc làm employment agency
công ty hàng đầu market leader
công ty hàng hải shipping company
công ty hữu hạn *Br* limited company
công ty khai thác bất động sản property developer
công ty mẹ parent company
công ty nhập khẩu importer

ơ *ur*	y (tin)	ây uh-i	iê i-uh	oa wa	ôi oy	uy wee	ong aong
u (soon)	au a-oo	eo eh-ao	iêu i-yoh	oai wai	ơi u*r*-i	ênh uhng	uyên oo-in
ư (dew)	âu oh	êu ay-oo	iu ew	oe weh	uê way	oc aok	uyêt oo-yit

công ty phân phối distributor
công ty tư vấn consultancy
công ty vận chuyển carrier
công ty vận tải đường bộ haulage company
công ty xuất khẩu exporter, export company
công việc work; employment; affair; business; commission; undertaking
công việc cực nhọc drudgery; toil
công việc chuẩn bị preparations
công việc may vá needlework
công việc nhà cửa housework
công việc nội trợ housekeeping
công việc vừa ý niche
công viên park
công viên chủ đề theme park
cống drain
cống hiến devote; donate ◊ (sự) donation
cống rãnh sewer
cống thoát nước lớn storm drain
cồng gong
cồng kềnh bulky; cumbersome
cổng gate
cổng nối tiếp serial port
cổng ra vào gateway
cổng tò vò archway
cổng vào input port
cộng add MATH
cộng đồng community
cộng hòa republican
cộng hòa Séc the Czech Republic
Cộng hòa xã hội chủ nghĩa Việt Nam Socialist Republic of Vietnam
cộng sản Communist
cộng sự partner
cộng tác collaborate ◊ (sự) collaboration; partnership
cộng tác viên collaborator
cộng với plus

côngtenơ container COM
cốt lõi core, heart (of problem)
cốt truyện framework; plot
cột column; pillar; pole; post ◊ tie up; tie down
cột ăng ten mast RAD
cột báo column
cột buồm mast (of ship)
cột đèn lamppost
cột điện cao thế pylon
cột điện thoại telegraph pole
cột đích winning post
cột gôn goalpost
cột nhà sàn stilts
cột thu lôi lightning conductor
cột trụ column
cột xương sống spinal column
cơ bản basic; fundamental; radical; những cái cơ bản the basics
cơ bắp muscle ◊ muscular
cơ cấu tổ chức set-up
cơ cực destitute
Cơ đốc Christian
cơ hoành diaphragm ANAT
cơ hội chance, opportunity; scope; anh/chị không có cơ hội nào you don't stand a chance; có cơ hội làm gì get to do sth
cơ hội làm ăn niche (in market)
cơ khí hóa mechanize
cơ quan office; organ ANAT
Cơ quan chiến tranh kinh tế Office of Economic Warfare
cơ quan đầu não headquarters
cơ quan lập pháp legislature
Cơ quan nhập cư Immigration (Service)
Cơ quan phản gián Counterintelligence
cơ quan sinh dục genitals
cơ quan sinh lý sexual organs
Cơ quan thông tin chiến tranh Intelligence Service
cơ quan tình báo secret service,

---

ch (final) k	gh g	nh (final) ng	r z; (S) r	x s	â (but) i (tin)
d z; (S) y	gi z; (S) y	ph f	th t	a (hat)	e (red) o (saw)
đ d	nh (onion)	qu kw	tr ch	ă (hard)	ê ay ô oh

intelligence service

Cơ quan tình báo trung ương Mỹ CIA, Central Intelligence Agency

cơ sở basis, foundation; establishment (*firm etc*); **trên cơ sở thông tin này** on the basis of this information

cơ sở dữ liệu database

cơ sở hạ tầng infrastructure

cơ thể body; flesh; organism ◊ physical

cơ thể tật nguyền physical handicap

cơ trí resourceful

cớ excuse, pretext

cờ chess; flag; game

cờ bạc gambling

cờ chữ Scrabble®

cờ đam checkers

cờ đuôi nheo pennant

cờ lê wrench

cờ người human chess

cờ tướng Chinese chess

cỡ size; caliber

cỡ lớn large; king-size(d)

cỡ quá nhỏ undersized

cỡ số size (*of clothing*)

cờ triệu phú Monopoly®

cỡ trung bình medium-sized

cỡ vừa medium-sized

cởi remove, take off *clothes etc*; undo; unfasten; untie ◊ (*sự*) removal (*of clothes*)

cởi bỏ ease off

cởi khuy unbutton

cởi mở communicative; forthcoming; open

cởi mở hơn open up (*of person*)

cởi quần áo strip, undress

cởi trói untie

cởi tuột ra slip off

cơm (boiled) rice; (steamed) rice; meal; food; (*slang*) wife, the old

lady; **ăn cơm!** let's eat!

cơm chiên (*S*) fried rice

cơm nếp glutinous rice

cơm ôi stale rice

cơm rang (*N*) fried rice

cơm thiu stale rice

cơm thổi steamed rice

cơm tối evening meal

cơm trắng boiled rice

cốm cop

cơn fit MED ◊ *classifier for illnesses, moods, storms etc*

cơn (bột phát) outburst

cơn bực tức bad mood

cơn cáu kỉnh temper; tantrum

cơn động kinh epileptic fit

cơn đột quy stroke MED

cơn gió lốc whirlwind

cơn lốc tornado

cơn rùng mình shudder

cơn sốt fever

cơn suy tim heart attack

cơn tái phát: bị cơn tái phát have a relapse

cơn thịnh nộ rage; fit of rage

crom chrome, chromium

C.S.G.T. (= **cảnh sát giao thông**) traffic police

cu pecker, willie *Br*

Cu Ba Cuba ◊ Cuban

cu set couchette; berth

cú owl; blow

cú đá kick

cú đánh đầu header (*in soccer*)

cú đánh trả return (*in tennis*)

cú đập forehand; smash (*in tennis*)

cú điện thoại telephone call, phonecall

cú đo ván knockout (*in boxing*)

cú giao bóng serve (*in tennis*)

cú pháp syntax

cú phát bóng kickoff

cú phạm lỗi foul SP

cú sốc shock

ơ u*r*	**y** (tin)	**ây** uh-i	**iê** i-uh	**oa** wa
u (soon)	**au** a-oo	**eo** eh-ao	**iêu** i-yoh	**oai** wai
ư (dew)	**âu** oh	**êu** ay-oo	**iu** ew	**oe** weh

ôi oy	**uy** wee	**ong** aong
ơi u*r*-i	**ênh** uhng	**uyên** oo-in
uê way	**oc** aok	**uyêt** oo-yit

cú sốc văn hóa culture shock
cú ve backhand
cù (*N*) tickle
củ bulb BOT; *classifier for tubers and bulbs*
củ ấu water chestnut
củ cải mooli
củ cải đỏ beet
củ chuối stubborn as a mule, pig-headed
củ dong arrowroot
củ đậu yam bean
củ sen lotus root
củ từ (*fancy*) yam
cũ old; old-fashioned; secondhand
cũ nát beat-up, battered
cũ rích threadbare; stale *news*
cụ you (*term of address for very elderly people, to show respect*)
cụ bà great-grandmother
cụ ông great-grandfather
cụ thể concrete; specific ◊ specifically
cua crab
cua đồng freshwater crab
cua gái flirt with a girl
của of (*possession*); from (*origin*) ◊ belong to
của ai whose; *cái xe đạp kia là của ai?* whose bike is that?
của anh your (*less formal: of younger man*) ◊ yours (*less formal: of or belonging to younger man*)
của anh ấy his (*of young man*)
của bà your (*formal, singular: of more senior woman*) ◊ yours (*formal: of or belonging to more senior woman*)
của bà ấy her ◊ hers (*of older woman*)
của bản thân own
của các anh your ◊ yours (*less formal, plural: of younger men*)
của các bà your ◊ yours (*formal, plural: of more senior women*)
của các cậu your ◊ yours (*familiar, plural*)
của các chị your ◊ yours (*less formal, plural: of younger women*)
của các chú your ◊ yours (*formal, plural: of younger men*)
của các cô your ◊ yours (*formal, plural: of younger women*)
của các cụ your ◊ yours (*formal, plural: of very elderly people, to show respect*)
của các em your ◊ yours (*of younger people or children*)
của các ông your ◊ yours (*formal, plural: of more senior men*)
của cải belongings
của cải thất lạc lost and found
của cậu your ◊ yours (*familiar, used for young men or uncles*)
của chị your (*less formal: of a younger woman*) ◊ yours (*less formal: of or belonging to younger woman*)
của chị ấy hers
của chính mình one's own; his/her own *etc*
của chú your ◊ yours (*formal: of younger man*)
của chúng mày your ◊ yours (*familiar*)
của chúng ta our (*including listeners*) ◊ ours
của chúng tôi our (*excluding listeners*) ◊ ours
của con người human
của cô your ◊ yours (*formal: of younger woman*)
của cô ấy her ◊ hers (*of young woman*)
của công chúng public
của cơ thể bodily
của em your ◊ yours (*of younger person or child*)

---

ch (*final*) k	**gh** g	**nh** (*final*) ng
d z; (*S*) y	**gi** z; (*S*) y	**ph** f
đ d	**nh** (onion)	**qu** kw

r z; (*S*) r	**x** s	**â** (but)	**i** (tin)
th t	**a** (hat)	**e** (red)	**o** (saw)
tr ch	**ă** (hard)	**ê** ay	**ô** oh

của họ their ◊ theirs
của mày your ◊ yours (*familiar*)
của một năm annual
của nó her (*of child*); his (*of child*); its
của ông your ◊ yours (*formal: of more senior man*)
của ông ấy his (*of older man*)
của ổng (*S*) his
của riêng mình own
của riêng tôi my very own
của tôi my ◊ mine
cục bureau (*government department*)
cục cằn gruff
Cục điều tra Liên Bang Federal Bureau of Investigation
cục đông clot
cục súc: *kẻ/tên/tay cục súc* brute
cục tẩy eraser
cúi bend; bow
cúi chào bow (*as greeting*)
cúi xuống bend down, crouch down, get down
cùi flesh; pith
cùi dừa coconut
củi firewood
cúm flu, influenza; *một trận cúm* a bout of flu
cụm cluster
cụm pháo cluster of artillery
cụm từ phrase
cún doggie
cùn blunt *knife etc*
cùn đi rusty *French etc*
cung sector
cung cấp provide; supply; offer; put up *money* ◊ (sự) provision, supply; *được cung cấp* be supplied with; *cung cấp Y cho X* supply X with Y, provide Y to X; *cung cấp một bản báo cáo về* give an account of

cung cấp nơi ở accommodate
cung cấp thực phẩm cater for
cung điện palace
cung hoàng đạo sign of the zodiac
cung kính reverent
cung và cầu supply and demand
cúng make offerings
cúng tế sacrifice
cùng bàn bạc brainstorming
cùng chung same, identical
cùng cực extremely
cùng đi string along ◊ along
cùng góp tiền trả go Dutch
cùng góp vốn co-finance ◊ (việc) co-financing
cùng một lúc (all) at once, at the same time, together
cùng nhau together
cùng với with; along with; in conjunction with
củng cố reinforce; bolster; cement
cũng also, too, as well; *họ cũng đến chứ?* are they coming as well?; *tôi cũng sẽ không đi* I won't go either; *tôi cũng vậy* so am I; so do I; me too; *tôi cũng không* nor do I, me neither; *tôi cũng thế* neither do I; *già trẻ như trẻ* old and young alike; *Chúc mừng năm mới - cũng xin chúc anh như vậy* Happy New Year - the same to you
cũng bõ công be worth it
cũng được alright, ok
cũng không or (*with negatives*); nor; either
cũng như thế the same
cũng tương tự như vậy ... equally, ...
cũng vậy thôi so-so
cuộc organized event ◊ *classifier for events involving a lot of people*: *cuộc đàm phán* negotiation;

ơ ur	**y** (tin)	**ây** uh-i	**iê** i-uh	**oa** wa	**ôi** oy	**uy** wee	**ong** aong
u (soon)	**au** a-oo	**eo** eh-ao	**iêu** i-yoh	**oai** wai	**ơi** u-r-i	**ênh** uhng	**uyên** oo-in
ư (dew)	**âu** oh	**êu** ay-oo	**iu** ew	**oe** weh	**uê** way	**oc** aok	**uyêt** oo-yit

cuộc đàm thoại conversation; **cuộc đàn áp** repression

cuộc ẩu đả scrap, scuffle

cuộc biểu diễn pháo hoa firework display

cuộc du hành không qua đêm day trip

cuộc du ngoạn ngắm cảnh sightseeing tour

cuộc đấu game

cuộc đấu bóng đá soccer match

cuộc đi chơi excursion, outing

cuộc đi chơi bằng xe hơi drive

cuộc đời life, lifetime

cuộc đua racing; race; competition

cuộc đua ma ra tông marathon

cuộc đua ngựa horse race

cuộc đua ngựa vượt rào steeplechase

cuộc đua ô tô đường trường rally MOT

cuộc đua thuyền buồm yachting

cuộc đua tiếp sức relay (race)

cuộc giải phẫu surgery

cuộc hành quân march MIL

cuộc hẹn engagement, appointment

cuộc họp meeting

cuộc họp ban giám đốc board meeting

cuộc họp tiếp sau follow-up meeting

cuộc họp toàn thể hàng năm annual general meeting

cuộc sống existence, life; **cuộc sống hiện nay ra sao?** how's life?

cuộc sống tình cảm lovelife

cuộc sống xa hoa high life

cuộc thăm tiếp theo follow-up visit

cuộc thi competition, contest; fight; exam; meet SP

cuộc thi đấu fight; competition

cuộc thi lấy bằng lái xe driving test

cuộc vận động campaign, drive

cuộc vận động tuyển mộ recruitment drive

cuối back; bottom; end ◊ last; **ở cuối hành lang** it's at the end of the corridor; **vào cuối tháng** at the end of the month; **cuối thế kỷ 19/20** the late 19th/20th century; **ở cuối trang** at the foot of the page

cuối cùng definitive, classic; eventual; final, ultimate ◊ last ◊ in the end; finally; in conclusion; at last; **cuối cùng cũng phải vào bệnh viện** wind up in hospital; **cuối cùng nhưng không kém phần quan trọng** last but not least; **cuối cùng thì anh ấy thích** he finished up liking it

cuối tuần weekend; **vào cuối tuần** on the weekend

cuỗm đi make off with

cuốn curl; roll up ◊ classifier for books and movies: **cuốn sách** book

cuốn sách mỏng booklet; pamphlet

cuộn coil; reel, spool; roll; wad

cuộn giấy scroll (manuscript); paper roll

cuộn lại curl

cuộn lên scroll up COMPUT

cuộn tròn coil (up); curl up; **cuộn tròn gì** roll sth into a ball

cuộn xuống scroll down COMPUT

cuống stalk; stub

cuồng loạn hysterics; **bị cuồng loạn** hysterical

cuồng nhiệt feverish; wild applause etc

cuồng nộ fury

cuồng tín fanatical

---

ch (*final*) k	**gh** g	**nh** (*final*) ng	**r** z; (*S*) r	**x** s	**â** (but) **i** (tin)
d z; (*S*) y	**gi** z; (*S*) y	**ph** f	**th** t	**a** (hat)	**e** (red) **o** (saw)
đ d	**nh** (onion)	**qu** kw	**tr** ch	**ă** (hard)	**ê** ay **ô** oh

cuõi mount *bike, horse*

cúp cup, trophy

cút scram, make off; *cút đi!* get lost!; fuck off!; *hãy cút đi!* (get) out!; *hãy cút khỏi phòng tôi!* (get) out of my room!

cút ngay scram

cụt blind *corner*

cư dân resident; inhabitant ◊ residential

cư trú inhabit; populate; reside ◊ (sự) residence

cư xử behave, conduct oneself; treat

cư xử thô bạo manhandle

cư xử xấu misbehave ◊ (sự) misbehavior

cứ persist in ◊ revolutionary base; *cứ tiếp tục thử* keep (on) trying; *cứ tự nhiên như ở nhà* make oneself at home; *xin cứ tự nhiên!* help yourself!; *cứ tiếp tục đi* on you go, go ahead; *cứ bình tĩnh!* take it easy!, keep cool!; *cứ làm đi* go on!

cứ điểm entrenched fortifications

cứ như là as if

cử chỉ gesture

cử động move ◊ (sự) movement

cử nhân quản lý kinh doanh MBA, Masters in Business Administration

cử nhân văn chương BA, Bachelor of Arts

cử tạ weightlifting

cử tri elector, voter

cự ly range; distance; *ở cự ly rất gần* at point-blank range

cự tuyệt rebuff

cưa saw

cưa bỏ saw off

cửa door; gate

cửa chớp shutter

cửa chớp lật venetian blind

cửa cuốn shutter (*on window*)

cửa giao dịch wicket

cửa hàng store, shop; department

cửa hàng ăn nhanh fast-food restaurant

cửa hàng bách hóa department store

cửa hàng cho thuê băng đĩa hình video rental store

cửa hàng đồ cổ antique shop

cửa hàng dược phẩm drugstore

cửa hàng giặt khô dry-cleaner

cửa hàng giày shoestore

cửa hàng kem ice-cream parlor

cửa hàng mậu dịch quốc doanh State department store

cửa hàng miễn thuế duty-free shop

cửa hàng ngũ kim hardware store

cửa hàng nhà nước state-run shop

cửa hàng nước hoa perfume shop

cửa hàng rượu liquor store

cửa hàng sách bookstore

cửa hàng tạp phẩm grocery store

cửa hàng thủ công nghệ craft shop

cửa hầm hàng hatch (*on ship*)

cửa kéo sliding door

cửa khuất kín concealed door

cửa kính cửa hiệu storefront

cửa kính dài French doors

cửa ngõ gateway *fig*

cửa quay revolving door; turnstile

cửa quần fly, flies (*on pants*)

cửa ra cấp cứu emergency exit

cửa sau backdoor

cửa sập trapdoor

cửa sông estuary; mouth (*of river*)

cửa sổ window

cửa sổ kính màu stained-glass window

ơ ur	**y** (tin)	**ây** uh-i	**iê** i-uh	**oa** wa	**ôi** oy	**uy** wee	**ong** aong
u (soon)	**au** a-oo	**eo** eh-ao	**iêu** i-yoh	**oai** wai	**ơi** ur-i	**ênh** uhng	**uyên** oo-in
ư (dew)	**âu** oh	**êu** ay-oo	**iu** ew	**oe** weh	**uê** way	**oc** aok	**uyêt** oo-yit

cửa sổ mái skylight
cửa trước front door
cửa tự động swing-door
cửa vào doorway
cửa quậy fidget
cực pole (*of earth*); terminal ELEC ◊ extremely
cực đoan extreme
cực khoái: điểm cực khoái orgasm
cực kỳ awesome; extreme, dire ◊ very; extremely; tremendously
cực tím ultraviolet
cưng (*S*) sweetheart; pet, favorite
cưng chiều coddle; *được cưng chiều* cuddly
cứng hard; rigid; stiff; coarse *hair*
cứng cỏi strong-minded, strong-willed; tough
cứng đầu willful
cứng đờ stiffen
cứng nhắc inflexible, rigid, set; stiff
cước điện thoại đường dài toll TELEC
cước phí delivery fee
cưới get married
cười laugh; smile
cười chế nhạo jeer
cười ha hả guffaw
cười khẩy sneer
cười khúc khích titter
cười nhạo laugh at, mock
cười phá lên roar with laughter
cười rúc rích chuckle; giggle

cười toe toét grin
cười tự mãn smirk
cưỡi ride ◊ (*sự*) riding
cưỡi hổ riding the tiger
cưỡi ngựa ride ◊ (*sự*) riding
cưỡi ngựa vượt rào show jumping
cương cứng erection (*of penis*)
cương lĩnh platform (*political*)
cương quyết firm *decision*
cường điệu dramatize; exaggerate, overdo ◊ dramatic; melodramatic; farfetched ◊ (*sự*) exaggeration
cường độ strength
cường quốc hải quân sea power
cường quốc thế giới world power
cường tráng robust; sturdy
cưỡng hiếp assault sexually ◊ (*sự*) (sexual) assault
cưỡng lại resist; *không thể cưỡng lại được* irresistible
cướp hijack; hold up; raid; rob; *tôi đã bị cướp* I've been robbed
cướp bóc loot
cứt crap, shit
cứu save, rescue; *tới cứu ai* come to s.o.'s rescue; *cứu tôi với!* help!
cứu hộ salvage
cứu nguy save SP
cứu rỗi linh hồn salvation REL
cừu sheep
cừu cái ewe
cừu đực ram (*sheep*)
cừu non lamb (*animal*)
cựu ex-
cựu chiến binh veteran

---

ch (*final*) k	**gh** g	**nh** (*final*) ng	**r** z; (*S*) r	**x** s	**â** (but) **i** (tin)
d z; (*S*) y	**gi** z; (*S*) y	**ph** f	**th** t	**a** (hat)	**e** (red) **o** (saw)
đ d	**nh** (onion)	**qu** kw	**tr** ch	**ă** (hard)	**ê** ay **ô** oh

D

da skin; leather; complexion
da bánh mật tan
da cừu sheepskin
da dẻ complexion
da đầu scalp
da đen black *person*
da gà gooseflesh, goose pimples; *nổi da gà* have goose pimples
da giả imitation leather
da lông chồn mink
da lợn pigskin
da màu colored *person*
da sống hide (*of animal*)
da sơn patent leather
da thuộc chamois leather
da trắng white *person*
dã man savage ◊ (*sự*) savagery
dã ngoại outing; field trip
dã thú predator
dạ felt; yes
dạ con uterus; womb
dạ dày stomach
dạ hội dinner dance; ball
dai tough
dai dẳng nagging *doubt, pain*; persistent *rain* ◊ persist
dai như đỉa obstinate; persistent
dài long
dài chấm gót full-length
dài dòng lengthy ◊ at length
dài hạn long-term
dài lê thê very long
dài ngày long-range
dài ra grow
dài tay long-sleeved
dài tới reach

dải stretch; strip
dải băng band
dải ruy băng ribbon
dải viền braid
dãi be exposed
dãi nắng be exposed to the sun; *dãi nắng ầm sương* be exposed to the sun and dew
dại wild; naive; stupid; *chó dại* dog with rabies
dại dột misguided
dại mặt be ashamed; lose face
dám dare; *dám làm gì* dare to do sth; presume to do sth
dạm bán offer for sale
dạm hỏi propose marriage
dan díu have an affair
dán glue; paste; stick; mount; put up *notice* ◊ cockroach; *dán X vào Y* glue X to Y
dán đầy be plastered with
dán giấy tường paper *room*
dán mắt stare at; gaze at
dán nhãn label
dán tem stamp; frank
dàn bài plan; outline
dàn diễn viên cast (*of play etc*)
dàn dựng produce; arrange ◊ (*sự*) production; arrangement
dàn hai phai hi-fi
dàn hòa make up, make it up
dàn hợp xướng chorus
dàn khoan drilling rig; (oil) rig
dàn nhạc (giao hưởng) orchestra
dàn xếp settle; patch up; iron out
dang spread; stretch out
dáng appearance, form

ơ u*r*	**y** (tin)	**ây** uh-i	**iê** i-uh	**oa** wa	**ôi** oy	**uy** wee	**ong** aong
u (soon)	**au** a-oo	**eo** eh-ao	**iêu** i-yoh	**oai** wai	**ơi** ur-i	**ênh** uhng	**uyên** oo-in
ư (dew)	**âu** oh	**êu** ay-oo	**iu** ew	**oe** weh	**uê** way	**oc** aok	**uyêt** oo-yit

dáng điệu nghênh ngang swagger

dáng lom khom stoop

dáng người figure

dạng form; shape

dạng tay dạng chân stretch (one's arms and legs)

danh bạ directory TELEC

danh bạ điện thoại telephone directory, phone book

danh dự honor; reputation

danh lợi fame and wealth

danh mục menu COMPUT; list; catalog

danh mục rượu vang wine list

danh sách list; roll

danh sách đối tượng hitlist

danh sách đợi waiting list

danh sách vòng trong shortlist

danh thiếp business card; visiting card

danh thiếp chúc mừng compliments slip

danh tiếng fame; renown; reputation; standing; goodwill COM

danh từ noun

danh vọng kudos

dành spend; put in *effort*; book, reserve

dành cho spare ◊ for ◊ reserved for

dành dụm put by, put aside

dành dụm để save up for

dành dụm tiền cho budget for

dành gì cho gì earmark sth for sth

dành riêng exclusive; personal

dành riêng ra set aside

dành trước reserve

dành ưu tiên cho prioritize

dao knife

dao bầu chopper

dao cạo razor

dao cạo điện (electric) shaver

dao động waver

dao găm dagger

dao mổ scalpel

dao nhíp pocketknife

dát mỏng laminated

day dứt torment oneself; *tôi cảm thấy lương tâm day dứt* it has been on my conscience; *không bị day dứt về ...* have no qualms about ...

day đi day lại dwell on

dày thick

dày dạn kinh nghiệm seasoned, experienced

dày dạn sương nắng weather-beaten

dày đặc dense; heavy; solid

dãy line; range (*of hills*)

dãy đèn sàn sân khấu footlights

dãy ghế tier

dãy nhà lầu apartment block

dãy phòng suite (*of rooms*)

dạy teach; *dạy ai làm gì* teach s.o. to do sth

dạy bảo straighten out (*person*)

dạy dỗ bring up ◊ (sự) upbringing

dạy học teach ◊ (sự) teaching

dạy tư private tuition

dặm mile

dặm mỗi giờ mph, miles per hour

dắt đi dạo walk

dâm đãng lewd

dấm vinegar

dầm girder

dầm giấm pickle

dân citizen

dân bản xứ native

dân ca folk music; folk song

dân chúng the public; the people

dân chủ democratic

dân cư inhabitants, population

dân cư thưa thớt sparsely populated

dân di-gan gipsy, gypsy

dân địa phương local

---

ch (*final*) k	**gh** g	**nh** (*final*) ng	**r** z; (*S*) r	**x** s	**â** (but)	**i** (tin)
d z; (*S*) y	**gi** z; (*S*) y	**ph** f	**th** t	**a** (hat)	**e** (red)	**o** (saw)
đ d	**nh** (onion)	**qu** kw	**tr** ch	**ă** (hard)	**ê** ay	**ô** oh

dân làng villager
dân nghiện junkie
dân quê hillbilly
dân số population
dân sống ở đảo islander
dân sự civil
dân thường civilian
dân tộc ethnic; national ◊ people
dân tộc miền núi hilltribe
dân tộc thiểu số ethnic minority
dấn thân embark on
Dần tiger (*in Vietnamese zodiac*)
dần steadily
dần dần little by little, bit by bit;
    gradually; eventually ◊ gradual
dẫn guide; lead; steer; conduct
    electricity
dẫn đầu lead; head (up) *delegation*
    etc; lead the way ◊ leading
dẫn đến culminate in; result in;
    bring to ◊ conducive to
dẫn đến chỗ ngừng trệ bring to
    a standstill
dẫn đến chỗ tắc nghẽn bring to
    a standstill
dẫn đi take
dẫn độ extradite ◊ (sự) extradition
dẫn đường navigate; lead the way
    ◊ (sự) navigation (*in car*)
dẫn tới bring about; lead up to;
    điều này dẫn tới đâu? where is
    this leading?
dâng lên come in (*of tide*); rise
dập smother
dập ghim stapler
dập tắt extinguish, put out
dập vỡ lạo xạo scrunch up
dật dục lust; sensuality
dâu mulberry; strawberry
dâu rể bride and groom
dâu tây strawberry
dấu accent; tone (*on letter*); stamp
    (*in passport etc*); seal
dấu âm minus sign

dấu bưu điện postmark
dấu chấm dot; period; punctuation
    mark
dấu chấm câu period
dấu chấm hỏi question mark
dấu chấm than exclamation point
dấu chân footprint
dấu chéo oblique, slash
dấu chờ lệnh prompt COMPUT
dấu chữ thập cross (*symbol*)
dấu cộng plus (sign)
dấu dương plus sign
dấu hai chấm colon (*in*
    punctuation)
dấu hiệu evidence; sign; indication;
    pointer; symptom *fig*; mark; trace;
    là dấu hiệu của be symptomatic
    of
dấu hoa thị asterisk
dấu hỏi low rising tone
dấu huyền low falling tone
dấu kiểm checkmark, tick
dấu kiểm nhận stamp of
    approval
dấu kiểm tra check ◊ checkmark
dấu làm chuẩn benchmark
dấu lược apostrophe
dấu mũ circumflex
dấu nặng low broken tone
dấu ngã high broken tone
dấu ngang mid-level tone
dấu ngoặc bracket
dấu ngoặc kép quote marks,
    inverted commas
dấu nối hyphen
dấu phẩy comma
dấu phẩy thập phân decimal
    point
dấu sắc high rising tone
dấu tay fingerprint
dấu than exclamation point
dấu thánh sign of the cross
dấu tích remnant
dấu trừ minus sign

ơ ur	**y** (tin)	**ây** uh-i	**iê** i-uh
u (soon)	**au** a-oo	**eo** eh-ao	**iêu** i-yoh
ư (dew)	**âu** oh	**êu** ay-oo	**iu** ew

oa wa	**ôi** oy	**uy** wee	**ong** aong
oai wai	**ơi** ur-i	**ênh** uhng	**uyên** oo-in
oe weh	**uê** way	**oc** aok	**uyêt** oo-yit

dấu vân tay fingerprint
dấu vân tay liên quan tới di truyền genetic fingerprint
dấu vết hint (of red etc); trace
dầu oil; gel ◊ oily
dầu dưỡng tóc conditioner
dầu đánh bóng polish
dầu dấm trộn dressing (for salad)
dầu điêđen diesel
dầu giấm salad dressing
dầu gội đầu shampoo
dầu hào oyster sauce
dầu hỏa kerosene
dầu mè sesame oil
dầu mỏ petroleum
dầu nhờn lubricant
dầu nhớt (S) diesel
dầu ôliu olive oil
dầu phanh brake fluid
dầu tắm shower gel
dầu thô crude (oil)
dầu thơm perfume
dầu thơm cạo râu shaving lotion
dầu vừng sesame oil
dầu xăng gasoline
Dậu cock (in Vietnamese zodiac)
dây cord; rope; strap; string; wire
dây an toàn seatbelt, safety belt
dây buộc lace; tether
dây cao su elastic band
dây cáp cable
dây cáp nối extension cable
dây câu fishing line
dây chằng ligament
dây chì fuse wire
dây chuyền necklace; chain
dây chuyền lắp ráp assembly line
dây cương rein
dây dắt lead, leash
dây đàn string MUS
dây đeo quần suspenders
dây điện power line; lead; wire
dây điện thoại telephone line
dây giày shoelace

dây kéo căng tightrope
dây kim loại wire
dây rốn umbilical cord
dây thanh âm vocal cords
dây thần kinh nerve ◊ nervous
dây thép gai barbed wire
dây thừng rope
dây vai strap
dây vợt string
dây xích chain
dầy thick
dầy đặc thick
dậy get up (in morning); stand up
dè bỉu pour scorn on; humiliate
dè dặt reserved; conservative; lowkey ◊ (sự) qualification; reserve; aloofness
dẻ ngựa horse chestnut (tree)
dẻo flexible; supple
dép sandal; slipper
dê goat
dế cricket (insect)
dễ easy
dễ bảo submissive; docile
dễ bắt lửa combustible
dễ biểu lộ tình cảm be demonstrative
dễ bị be prone to; **dễ bị lạnh** be susceptible to the cold
dễ bị kích động excitable, high-strung
dễ bị tấn công vulnerable
dễ buồn nôn squeamish
dễ cáu prickly, irritable
dễ cáu kỉnh snappy
dễ chan hòa convivial
dễ cháy flammable, inflammable
dễ chịu pleasing; pleasant; nice; agreeable ◊ be comfortable; **cảm thấy dễ chịu** feel at ease
dễ dàng easy; effortless ◊ (sự) ease
dễ dãi permissive
dễ dùng user-friendly
dễ đi tới within reach

ch (final) k	**gh** g	**nh** (final) ng	**r** z; (S) r	**x** s	**â** (but)	**i** (tin)
d z; (S) y	**gi** z; (S) y	**ph** f	**th** t	**a** (hat)	**e** (red)	**o** (saw)
đ d	**nh** (onion)	**qu** kw		**tr** ch	**ă** (hard)	**ê** ay	**ô** oh

dễ đọc legible

dễ động lòng touchy

dễ gây lầm lẫn deceptive

dễ gần approachable

dễ hiểu clear; intelligible

dễ hỏng perishable ◊ break down easily

dễ lây infectious, catching

dễ lây lan contagious

dễ mến endearing

dễ nhận thấy conspicuous

dễ như chơi be a cake walk, be a piece of cake

dễ như gảy móng tay be a cake walk, be a piece of cake

dễ nổi cáu prickly, irritable

dễ ôi thiu perishable

dễ phân biệt distinctive

dễ sợ frightening; awful

dễ sử dụng user-friendly

dễ thay đổi uncertain

dễ thương lovely; lik(e)able; sweet; dainty

dễ tiếp thu be receptive; *dễ tiếp thu điều gì* be receptive to sth

dễ uốn pliable

dễ vỡ breakable; fragile

dễ xúc cảm susceptible

dềnh dàng dawdle

dệt weave

di chuyển move; relocate

di chuyển chậm crawl

di chúc will LAW

di cư emigrate; migrate ◊ (sự) emigration; migration

di động mobile

di sản heritage

di sản văn hóa thế giới world heritage

di tặng bequeath

di tích ruins; vestige; historic monument

di tích lịch sử dã đổ nát ruins

di truyền genetic, hereditary

di truyền học genetics

di trú migrate ◊ (sự) migration

di vật relic

dí poke

dì aunt (*maternal*)

dĩ nhiên of course; *dĩ nhiên là không* of course not

dị dạng misshapen ◊ (sự) deformity

dị ứng allergy; *dị ứng với* be allergic to

dị ứng phấn hoa hay fever

dịch epidemic ◊ interpret; translate; move back; make room; *dịch sang tiếng Anh* translate into English; *không thể dịch được* untranslatable

dịch bệnh plague

dịch ra move up, make room

dịch sai misinterpret ◊ (sự) misinterpretation

dịch vụ service; *ngành dịch vụ công cộng* public utility

dịch vụ khẩn cấp emergency service

dịch vụ rửa xe valet service (*for cars*)

dịch vụ trên mạng on-line service

dịch vụ y tế health service

dịch vụ xe tuyến shuttle service

diệc heron

diêm (*N*) match

diêm giấy book of matches

diềm fringe

diềm xếp nếp frill; ruffle

diên vĩ iris

diễn act; perform

diễn biến develop ◊ development; change

diễn biến bất ngờ twist

diễn cảm expressive

diễn dịch deduce

diễn đàn rostrum

diễn đạt formulate; word; *diễn đạt*

---

tốt/ rõ ràng express oneself well/clearly

diễn giả orator

diễn giải ngắn gọn paraphrase

diễn kịch act; perform

diễn lại reconstruct; re-enact

diễn tả portray; convey ◊ (sự) portrayal

diễn tấu interpret *music* ◊ (sự) interpretation

diễn tập rehearse; exercise ◊ (sự) exercise MIL; rehearsal

diễn thử audition

diễn trường (film) set

diễn viên actor

diễn viên ba lê ballet dancer

diễn viên đơn ca soloist (*singer*)

diễn viên hài comedian

diễn viên làm trò vui entertainer

diễn viên múa dancer

diễn viên nhào lộn acrobat

diễn xuất act ◊ (sự) acting

diện elegant, smart

diện tích area

diệt khuẩn antiseptic

diều kite (*toy*)

diều hâu hawk

diễu hành parade, march, procession

diễu lên diễu xuống parade

dìm submerge

dìm chết drown

dinh dưỡng nutritious; nutritional ◊ (sự) nutrition; *có nhiều dinh dưỡng* nourishing

dinh thự mansion; residence

dính stick ◊ sticky, adhesive

dính chặt stuck fast

dính líu connect; be mixed up in; get involved ◊ (sự) involvement, implication; *làm ai dính líu vào gì* implicate s.o. in sth

dính nhớp nháp gooey

dính vào adhere to, stick to

dịch move back; make room

dịp occasion; opportunity; chance; *nhân dịp này* on this occasion

dịu soft; subdued; mild; muted

dịu bớt ease, ease off

dịu dàng gentle; mild; bland ◊ (sự) mildness

dịu dần wear off

dịu đi moderate

do from; because of; by ◊ owing to; *là do* be due to; *do không có* for want of; *do nhầm lẫn* in error; *do sơ suất* by mistake; *do tình cờ* by chance; *do ... viết* written by ...

do đó therefore, consequently; so

Do Thái Jewish

dò probe

dò dẫm grope

dò xét questioning

dọa nạt menacing

doanh nghiệp concern COM

doanh số turnover

doanh thu takings

doanh trại barracks, quarters

dọc down; along

dọc theo along; alongside

dọn remove; clear up; clear out

dọn bàn clear the table

dọn cơm serve; prepare a meal

dọn dẹp tidy up ◊ (sự) removal

dọn giường make the bed

dọn nhà move house

dọn sạch clean; clean up; clear; clear out; clear up

dòng stream (*of people*); current

dòng chảy flow

dòng chảy nhỏ trickle

dòng chấm chấm dotted line

dòng chữ line (*of text*)

dòng chữ ghi inscription

dòng dõi pedigree; *là dòng dõi của* be descended from

dòng điện current ELEC

dòng điện một chiều direct

---

ch (*final*) k	**gh** g	**nh** (*final*) ng	**r** z; (*S*) r **x** s **â** (but) **i** (tin)
d z; (*S*) y	**gi** z; (*S*) y	**ph** f	**th** t **a** (hat) **e** (red) **o** (saw)
đ d	**nh** (onion)	**qu** kw	**tr** ch **ă** (hard) **ê** ay **ô** oh

current

dòng điện xoay chiều
alternating current

dòng nước current (*in sea etc*)

dòng suối stream

dỗ dành coax; *dỗ dành ai làm gì*
coax s.o. to do sth

dốc hill; slant ◊ steep

dốc hết exhaust

dốc xuống descend; dip; slope

dốc sức in a burst of energy

dối trá deceitful; underhand

dồi dào abundant; plentiful;
generous *portion* ◊ (*sự*) abundance

dồn dập repeatedly

dồn hết summon up

dồn lại round up

dồn nén pent-up

dồn thành đống drift

dồn tới tấp deluge *fig*

dồn vào chân tường corner
person

dông dash off

dông dài chatty

dông tố thundery

dơ dirty

dở bad; lousy ◊ badly

dỡ unload *goods*

dỡ hàng unload *truck*

dơi bat (*animal*)

dởm bogus

du elm

du côn: *kẻ/tên/tay du côn* bully

du cư nomadic

du dân nomad

du dương musical; harmonious,
melodious; tuneful

du khách visitor, tourist

du kích guerrilla

du lịch travel; tourism; *du lịch gọn
nhẹ* travel light

du lịch sinh thái ecotourism

du ngoạn có hướng dẫn guided
tour

du thuyền yacht

dù parachute; (*S*) umbrella
◊ however; *dù họ có quan trọng/
giàu đến đâu* however big/rich
they are

dù che nắng sunshade

dù cho even if

dù sao anyway

dù sao đi nữa all the same

dùi cui club; stick

dùi trống drumstick MUS

dụi tắt stub out

dung dịch solution (*mixture*)

dung lượng nhớ storage capacity

dung thứ tolerate ◊ (*sự*) tolerance;
tôi sẽ không dung thứ! I won't
tolerate it!

dung tích volume

dung tích xi lanh cubic capacity

dung túng condone

dùng expend; use; *dùng để chữa
bệnh* for medicinal purposes;
dùng trước ngày ... best before
...; *dùng thuốc tránh thai* be on
the pill

dùng hết use up

dùng lại reuse

dùng mòn wear

dùng một lần disposable

dùng như function as

dùng rồi used

dùng sai misuse

dùng thử try

dũng cảm courageous; spirited;
valiant ◊ (*sự*) courage

dụng cụ device, tool; instrument;
gear; apparatus

dụng cụ gia đình household
goods

dụng cụ kì cục contraption

dụng cụ ngừa thai contraceptive

dụng cụ nhà bếp kitchenware

dụng cụ phun nước sprinkler

dụng cụ thể thao sports gear

ơ u**r**	**y** (tin)	**ây** uh-i	**iê** i-uh	**oa** wa
u (soon)	**au** a-oo	**eo** eh-ao	**iêu** i-yoh	**oai** wai
ư (dew)	**âu** oh	**êu** ay-oo	**iu** ew	**oe** weh

ôi oy	**uy** wee	**ong** aong
ơi u-r-i	**ênh** uhng	**uyên** oo-in
uê way	**oc** aok	**uyêt** oo-yit

dụng cụ văn phòng office supplies

duy nhất only, sole ◊ solely

duy trì maintain; keep up; sustain ◊ (sự) maintenance; observance (*of festival*)

duyên dáng elegant; graceful ◊ (sự) charm; elegance; grace

duyệt review

duyệt binh parade; review MIL

duyệt trước preview

dư thừa surplus

dư vị aftertaste

dữ vicious

dữ dội fierce; intense; savage; vicious; violent

dữ dội khác thường freak *storm etc*

dữ liệu data

dự án project, undertaking

dự án nghiên cứu research project

dự báo forecast

dự báo bão storm warning

dự báo thời tiết weather forecast

dự định have on, have planned; intend; propose; *dự định cho* be meant for; *dự định làm gì* intend to do sth; *tối nay anh/chị có dự định làm gì không?* do you have anything on tonight?

dự đoán foresee; predict ◊ (sự) forecast, prognosis; projection

dự kiến envisage; project; *dự kiến làm gì* plan to do sth

dự phòng spare

dự thi take an exam

dự tính anticipate, bargain for; figure on; contemplate

dự tính trước premeditated

dự trữ reserve(s) ◊ stockpile; *dự trữ gì* keep sth in reserve

dưa melon; pickle

dưa chuột cucumber

dưa đỏ (S) water melon

dưa gang type of large cucumber

dưa hấu water melon

dưa leo (S) cucumber

dưa lê green honey melon

dứa (N) pineapple

dừa coconut palm; coconut

dựa prop; lean; rest; *dựa gì vào gì* lean sth against sth; *dựa trên ...* rest on ...

dựa vào against ◊ base; rely on; rest on; *dựa vào ai để làm gì* rely on s.o. to do sth; *dựa vào gì* lean against sth; *dựa X vào Y* base X on Y

dừng stop

dừng bánh draw up (*of vehicle*)

dừng đột ngột check, stop

dừng lại call at; stop over; halt, stop; pull up; come to a stop ◊ (sự) stopover

dựng erect; pitch; put up *fence etc*; make *movie*; *dựng thẳng gì lên* stand sth on end

dựng đứng sheer *drop etc*

dựng lên raise; set up

dựng tóc gáy hair-raising

dược pharmaceutical

dược phẩm pharmaceuticals

dược sĩ, dược sỹ druggist, pharmacist

dược thảo medicinal herbs

dưới below; under; underneath ◊ down; *dưới ánh nắng* in the sun; *dưới ánh sáng của* in the light of

dưới cùng bottom

dưới dạng kể chuyện narrative

dưới dường under ◊ inferior, poor *quality*; lower

dưới không subzero; *10 độ dưới không* 10 below zero

dưới mặt đất underground

dưới nhà downstairs

dưới nước underwater; aquatic

ch (*final*) k	**gh** g	**nh** (*final*) ng	**r** z; (S) r	**x** s	**â** (but)	**i** (tin)
d z; (S) y	**gi** z; (S) y	**ph** f	**th** t	**a** (hat)	**e** (red)	**o** (saw)
đ d	**nh** (onion)	**qu** kw	**tr** ch	**ă** (hard)	**ê** ay	**ô** oh

dưới tầm vai underarm *throw*
dương positive
dương cầm piano
dương tính positive
dương vật penis
dương xỉ fern
dường như seem ◊ seemingly;

dường như là ... it seems that ...;
dường như tôi đã gặp anh ở đâu
I get the feeling that I've seen you somewhere before
dứt khoát decisive; emphatic; firm; pronounced ◊ certainly, definitely; explicitly

Đ

Đ (= **đồng**) dong FIN
đa banyan tree
đa cảm sentimental ◊ (sự) sentimentality
đa dạng diverse, varied ◊ (sự) variety, spectrum
đa dạng hóa diversify ◊ (sự) diversification
đa dạng sinh học biologically diverse ◊ (sự) biological diversity
đa mưu shrewd, scheming
đa quốc gia multinational
đa số majority
đa số phiếu majority vote
đá stone; ice ◊ kick; **đá loanh quanh** kick around
đá acđoa slate
đá cuội stone; pebble; shingle
đá granit granite
đá lát paving stone; tile
đá lổn nhổn rocky
đá mạt grit
đá ngầm reef
đá phạt trực tiếp free kick
đá phấn chalk
đá quí, đá quý jewel, gem
đá vôi limestone
đà momentum

đã already ◊ have already ◊ (*used to denote completed action*): **họ đã điện thoại lại** they called back; **đã ... rồi** already; **đã có cả rồi, cám ơn** that's all, thanks; **đã hết** be all gone; **đã được xuất bản** be published
đã bao giờ ever
đã cắt đứt be through (*of couple*)
đã có từ lâu long-standing
đã được ấn định fixed
đã lâu long ago
đã nêu trên above-mentioned
đã qua past, over, gone by
đã từng ever ◊ (*indicates perfect tense*)
đai band; hoop
đai an toàn seat belt
đai ốc nut (*for bolt*)
đái pee; urinate
đái đường diabetes
đài radio
đài bán dẫn transistor radio
đài báo thức radio alarm
đài chỉ huy bridge (*of ship*)
đài có kèm đồng hồ báo thức clock radio
đài điều khiển control tower

ơ ur	**y** (tin)	**ây** uh-i	**iê** i-uh
u (soon)	**au** a-oo	**eo** eh-ao	**iêu** i-yoh
ư (dew)	**âu** oh	**êu** ay-oo	**iu** ew

oa wa	**ôi** oy	**uy** wee	**ong** aong
oai wai	**ơi** ur-i	**ênh** uhng	**uyên** oo-in
oe weh	**uê** way	**oc** aok	**uyêt** oo-yit

đài kỷ niệm monument
Đài Loan Taiwan ◊ Taiwanese
đài phát thanh radio station
đài phun nước fountain
đài thiên văn observatory
đài truyền hình station TV
đài tưởng niệm memorial
đại bàng eagle
đại biểu delegate, representative
đại ca kịch traditional Vietnamese-style opera
đại diện agent, representative
đại diện cho represent
đại dương ocean
đại hoàng rhubarb
đại học university
đại hội congress
Đại hội thể thao Ôlimpích Olympic Games
đại khái rough, approximate ◊ roughly, approximately
đại lộ avenue
đại lý outlet; agent
đại lý vận chuyển hàng hóa forwarding agent
đại sứ ambassador
đại sứ quán embassy
đại tá colonel
Đại Tây Dương Atlantic
đại tu overhaul
đại từ pronoun
đại từ chỉ ngôi personal pronoun
đam mê compulsive ◊ (sự) passion
đam mê lạc thú sensual ◊ (sự) sensuality
đam mê sắc tình sexual
đám crowd; group; festival; funeral; party; *một đám sáng giá* eligible bachelor
đám bụi cloud of dust
đám cháy fire
đám cưới marriage
đám cưới vàng golden wedding anniversary

đám đông crowd; mob
đám đông chen chúc crush, crowd
đám khói cloud of smoke
đám mây cloud
đám rước procession
đám tang funeral
đàm phán negotiate
đàm thoại conversational
đảm bảo ensure; *đảm bảo chắc chắn là sẽ làm xong gì* see to it that sth gets done
đảm nhiệm assume
đạm bạc meager
đan knit; weave; *việc đan* knitting
Đan Mạch Denmark ◊ Danish
đàn flock; herd; swarm; musical instrument; altar
đàn áp repress, suppress, put down; oppress ◊ oppressive; repressive ◊ (sự) suppression
đàn bà woman
đàn bà góa widow
đàn bà phóng túng slut
đàn ban jô banjo
đàn công bát double bass
đàn dây stringed instrument
đàn ghi ta guitar
đàn hồi elastic; resilient ◊ (sự) elasticity; resilience
đàn óc organ MUS
đàn ông man, male ◊ masculine; *có vẻ đàn ông* manly
đàn ông Anh Englishman
đàn ông có vợ married man
đàn ông độc thân bachelor
đàn ông Pháp Frenchman
đàn pianô cánh dơi grand piano
đàn tam thập lục zither (*36 string*)
đàn tranh zither (*16 string*)
đàn viôlông violin, fiddle
đàn xenlô cello
đạn dược ammunition

ch (*final*) k	**gh** g	**nh** (*final*) ng	**r** z; (*S*) r	**x** s	**â** (but)	**i** (tin)
d z; (*S*) y	**gi** z; (*S*) y	**ph** f	**th** t	**a** (hat)	**e** (red)	**o** (saw)
đ d	**nh** (onion)	**qu** kw	**tr** ch	**ă** (hard)	**ê** ay	**ô** oh

đạn pháo shell MIL

đang be ◊ (*denotes present continuous*): *đứa bé đang ngủ* the baby is sleeping; *đang làm gì* be in the middle of doing sth

đang bận occupied

đang khi while

đang lên be on the way up

đang lúc while

đang thịnh hành be in (vogue)

đáng be worth; merit; *không đáng đợi* it's not worth waiting; *đáng đời anh/chị* it serves you right

đáng buồn dismal

đáng buồn là sadly

đáng ca ngợi praiseworthy

đáng chê trách blameworthy; reprehensible

đáng chú ý notable; remarkable; noticeable

đáng được deserve, merit

đáng được hưởng well-earned

đáng được kính trọng worthy

đáng ghét disagreeable; *kẻ/tên/ tay đáng ghét* undesirable; disgusting person

đáng ghi nhớ memorable

đáng giá be of value; be worth a lot

đáng gờm formidable

đáng hài lòng satisfactory

đáng kể considerable, substantial; significant

đáng khâm phục admirable

đáng khen creditable; laudable

đáng khiển trách reprehensible

đáng khinh contemptible

đáng kinh ngạc stunning; mid-boggling

đáng làm worthwhile

đáng lẽ should have; would have; could have; *đáng lẽ anh nên báo trước cho tôi!* you could have warned me!; *đáng lẽ tôi đã*

không giận đến thế nếu ... I would not have been so angry if ...; *đáng lẽ tôi đã nói với anh/chị nhưng ...* I would have told you but ...

đáng lẽ thì ... be supposed to ...

đáng lo ngại worrying

đáng mong muốn desirable

đáng nản lòng disheartening

đáng ngạc nhiên surprising

đáng ngờ doubtful; dubious; questionable

đáng sợ horrifying

đáng thèm muốn enviable

đáng thương piteous, pitiful

đáng tiếc lamentable, regrettable; *đáng tiếc là* it's a pity that

đáng tin credible ◊ (*sự*) credibility

đáng tin cậy credible; trustworthy; dependable, reliable

đáng trách guilty; deplorable

đáng xấu hổ shameful, criminal

đáng yêu delightful, lovely; lovable

đàng hoàng distinguished; proper

đàng sau (*S*) behind

đảng party POL

Đảng Cộng Sản Communist Party

Đảng viên (Communist) Party member

đảng viên Đảng Cộng hòa republican

đảng viên Đảng Tự do liberal

Đảng Xanh Green Party

đãng trí absent-minded, scatterbrained

đanh thép be strong

đánh clean; hit, thump; put on *make-up*; strike *match*; whip *cream*; whisk; (*N*) brush *teeth*; catch *fish*

đánh bại defeat

đánh bằng roi beat, whip

đánh bất tỉnh knock unconscious

ơ ur	**y** (tin)	**ây** uh-i	**iê** i-uh	**oa** wa	**ôi** oy	**uy** wee	**ong** aong
u (soon)	**au** a-oo	**eo** eh-ao	**iêu** i-yoh	**oai** wai	**ơi** ur-i	**ênh** uhng	**uyên** oo-in
ư (dew)	**âu** oh	**êu** ay-oo	**iu** ew	**oe** weh	**uê** way	**oc** aok	**uyêt** oo-yit

đánh bể break

đánh bom bomb ◊ (sự) bomb attack

đánh bóng polish

đánh bốc box

đánh cá bet; catch ◊ (sự) catch (*of fish*); fishing

đánh cá voi whaling

đánh chặn intercept

đánh chìm sink *ship*

đánh chuông điểm giờ chime

đánh cờ play chess

đánh cuộc bet

đánh dấu highlight; mark

đánh dấu kiểm tra check off

đánh đầu head *ball*

đánh đập beat; beat up; knock around; thrash ◊ (sự) thrashing

đánh đòn wallop

đánh đổ knock over, upset

đánh đổi swap

đánh gậy bat

đánh giá assess, sum up, evaluate ◊ (sự) evaluation; estimate; *theo sự đánh giá của tôi* in my estimation

đánh giá cao appreciate, value; *đánh giá cao về ai* have a high opinion of s.o.

đánh giá lại take stock

đánh giá quá cao overestimate; *được đánh giá quá cao* overrated

đánh giá quá thấp undervalue

đánh giá sai misjudge

đánh giá thấp minimize; underestimate

đánh giấy ráp (N) sand, sandpaper

đánh gôn golf ◊ play golf

đánh gục wallop

đánh hơi sniff

đánh huỵt thump

đánh lạc hướng divert; sidetrack

đánh lập cập chatter

đánh liều risk; take a chance

đánh lộn brawl

đánh lừa deceive; delude; mislead; string along; *đánh lừa ai đó* string s.o. along; *bị đánh lừa* delusive ◊ (sự) delusion

đánh máy type (*with keyboard*)

đánh mạnh wallop, whack

đánh ngất knock out

đánh nhau fight; clash; struggle

đánh nhẵn rub down

đánh phấn powder

đánh rắm (N) fart

đánh rơi drop

đánh số number

đánh thuế tax; impose a tax

đánh thuốc độc poison

đánh thuốc mê drug

đánh thức wake, rouse

đánh trứng whisk

đánh vào key in COMPUT

đánh vần spell *word*

đánh vécni varnish

đành chấp nhận settle for

đào peach (tree); peach blossom ◊ dig; excavate; mine

đào bới dig up

đào ngũ desert ◊ (sự) desertion MIL; *kẻ/tên/tay đào ngũ* deserter

đào sâu thêm deepen

đào tạo coach; train ◊ (sự) training

đào tạo giáo viên teacher training

đảo island

đảo chính coup

đảo lộn topsy-turvy

đảo ngược invert; reverse

đảo ngược lại upside down

đảo san hô coral island

đạo Ấn Hinduism

đạo Cao Caodaism

đạo Cao Đài Caodaism

đạo Cơ đốc Christianity

---

ch (*final*) k	**gh** g	**nh** (*final*) ng	**r** z; (*S*) r	**x** s	**â** (but)	**i** (tin)
d z; (*S*) y	**gi** z; (*S*) y	**ph** f	**th** t	**a** (hat)	**e** (red)	**o** (saw)
đ d	**nh** (onion)	**qu** kw	**tr** ch	**ă** (hard)	**ê** ay	**ô** oh

đạo cụ prop THEA

đạo diễn direct; mastermind ◊ director; producer

đạo đức morality; morals; virtue ◊ ethical; moral; *có đạo đức* moral; *có đạo đức tốt* virtuous

đạo đức giả hypocritical; *kẻ/tên/ tay đạo đức giả* hypocrite

đạo đức học ethics

đạo Giáo Confucianism

đạo Hòa Hảo Buddhist sect

đạo Hồi Islam ◊ Islamic

đạo Khổng Confucianism

đạo Lão Taoism ◊ Taoist

đạo luật act, statute

đạo lý ethics

đạo Phật Buddhism

đạo Thiên Chúa Catholicism

đạo Thiên Chúa La Mã Roman Catholic

đạo Thiền Zen

đạo Tin lành Protestantism

đáp lại return; reply; respond; render

đáp ứng satisfy, meet; respond to

đạp pedal

đạp phanh put on the brake

đạp xe pedal

đạp xe đạp cycling

đạt achieve; gain

đạt doanh số turn over FIN

đạt được produce; achieve; acquire, obtain; measure up to ◊ (sự) achievement; *đạt được thỏa thuận về* reach agreement on; *đạt được tốc độ* gain speed

đạt kết quả work, succeed

đạt tiêu chuẩn be up to standard

đạt tới achieve, reach

đạt vị trí đứng đầu take the lead; get to the top

đau painful, sore, tender ◊ hurt ◊ (sự) ache; *bị đau* hurt; be in pain

đau buốt hurt, smart

đau buồn distressing; painful

đau bụng tummy ache; colic

đau cứng stiff ◊ stiffen up

đau dạ dày stomach ache

đau đầu headache; hangover

đau đớn suffer ◊ (sự) pain; *nỗi đau đớn* anguish

đau đớn cực độ agonizing ◊ (sự) agony

đau khổ upset; upsetting ◊ (sự) pain, suffering; torment; *nỗi đau khổ* grief; *đau khổ vì gì* get upset about sth

đau lòng broken-hearted; heartbreaking; poignant

đau lưng backache; lumbago

đau nhói twinge; prick

đau nhức ache ◊ (sự) tenderness

đau ốm ill, sick ◊ (sự) illness, sickness

đau răng toothache

đau tai earache

đau thắt ngực angina

đau thần kinh tọa sciatica

đau xóc have a stitch

đáy bottom; floor (*of ocean*); bed (*of river etc*)

đặc solid; strong; thick ◊ thicken

đặc ân privilege

đặc biệt special; exclusive; exotic; particular ◊ especially; remarkably

đặc công special commando

đặc điểm characteristic, trait

đặc điểm kỹ thuật specification

đặc quánh stiff

đặc quyền privilege

đặc sản specialty

đặc sắc character

đặc tính characteristic; *đúng là đặc tính của anh ta!* that's typical of him!

đặc trưng specific; typical; characteristic; *đó là đặc trưng của anh ấy!* that's typical of him!

ơ ur	**y** (tin)	**ây** uh-i	**iê** i-uh	**oa** wa	**ôi** oy	**uy** wee	**ong** aong
u (soon)	**au** a-oo	**eo** eh-ao	**iêu** i-yoh	**oai** wai	**ơi** ur-i	**ênh** uhng	**uyên** oo-in
ư (dew)	**âu** oh	**êu** ay-oo	**iu** ew	**oe** weh	**uê** way	**oc** aok	**uyêt** oo-yit

đăm chiêu wistful

đắm sink; go down

đắm chìm go down (*of ship*)

đắm mình vào immerse oneself in

đắm tàu shipwreck; **bị đắm tàu** be shipwrecked

đắn đo hesitate ◊ (*sự*) scruples; hesitation; **không đắn đo khi làm điều gì** have no scruples about doing sth

đăng publish

đăng ký register, enroll; check in ◊ properly; **đăng ký tham gia** enter; **đăng ký ai tham gia vào gì** enter s.o. for sth

đăng ký trước để giữ chỗ advance booking

đăng nhiều kỳ serialize

đăng tên nhập ngũ join up, enlist

đắng bitter

đằng sau behind; after ◊ back side ◊ in back; backward

đằng sau ra đằng trước back to front

đằng trước front; **ở đằng trước** at the front; at the front of

đẳng cấp caste

đắt dear, expensive

đắt tiền expensive

đặt place, put; locate; order; book, reserve; devise; coin; **đặt cái bàn nằm nghiêng** stand the table on end; **đặt câu hỏi** ask a question

đặt bom kẻ/*tên*/tay **đặt bom** bomber (*terrorist*)

đặt chỗ book ◊ (*sự*) booking

đặt cọc deposit; **đặt cọc 200$** $200 down

đặt cược stake

đặt giá price *goods*; quote *price* ◊ (*sự*) bid (*at auction*)

đặt hàng place an order ◊ (*sự*) order

đặt hết chỗ booked up

đặt làm commission ◊ custom-made

đặt lại replace

đặt may custom-made, made to measure

đặt máy nghe trộm bug, tap

đặt mìn mine, lay mines in

đặt món ăn order (*in restaurant*)

đặt mua dài hạn subscribe to ◊ (*việc*) subscription

đặt ống dẫn pipe

đặt ống nghe xuống hang up TELEC

đặt phịch slam down

đặt phòng (room) reservation

đặt tên name; **đặt tên ai theo tên ai** name s.o. for s.o.; **đặt tên chế nhạo ai** call s.o. names

đặt tên mới rename

đặt thăng bằng balance

đặt trước reserve ◊ (*sự*) reservation; **được đặt trước** reserved

đặt vào giữa center

đặt ... xuống put down

đâm crash; knife, stab

đâm đầu vào nhau head-on

đâm đầu xuống headlong

đâm ngã run down, knock down

đâm thủng puncture

đâm vào hit; bump into; ram

đâm vỡ crash *car*

đấm punch; thump; **đấm xuống bàn** thump one's fist on the table

đầm đìa mồ hôi covered in sweat

đầm lầy marsh; swamp ◊ marshy

đẫm lệ tearful

đẫm máu bloody

đẫm mồ hôi sweaty

đậm dark *color*

đần độn stupid, dense

Đấng Tạo hóa the Creator

đập hit, strike; beat; bounce; knock; pulsate; swat *insect*; thresh *corn*;

---

ch (*final*) k	**gh** g	**nh** (*final*) ng
d z; (*S*) y	**gi** z; (*S*) y	**ph** f
đ d	**nh** (onion)	**qu** kw

r z; (*S*) r	**x** s	**â** (but)	**i** (tin)
th t	**a** (hat)	**e** (red)	**o** (saw)
tr ch	**ă** (hard)	**ê** ay	**ô** oh

đập X tan ra thành từng mảnh smash X to pieces

đập ầm ầm hammer; **đập cửa ầm ầm** hammer at the door

đập khẽ rap

đập mạnh throb; thump; smash; pound on ◊ driving *rain*

đập nước dam, weir

đập phá demolish; smash

đập tan demolish ◊ (sự) demolition

đập thình thịch pound (*of heart*)

đập thùm thụp thump; **đập thùm thụp vào cửa** thump at the door

đập vào bang

đập vỡ shatter

đất earth, soil; land

đất hoang bush; wasteland

đất liền land; mainland; **trên đất liền** ashore, on land; on the mainland

đất nước country, land

đất nước quê hương native country

đất sét clay

đâu where; somewhere; **để đâu cũng được** put it down anywhere; **đâu có**, **đâu phải** not at all, by no means, in no way

đâu đâu everywhere

đâu đây, **đâu đấy**, **đâu đó** somewhere; **anh/chị đi đâu đấy?** where are you going?;

đấu fight; battle; play against

đấu giá bid

đấu không cân sức unevenly matched

đấu kiếm fencing

đấu lại replay

đấu thủ contestant

đấu thủ ghi được bàn scorer

đấu thủ hạt giống seed (*in tennis*)

đấu thủ vào vòng tứ kết quarter-finalist

đấu tranh contest, battle, struggle;

đấu tranh cho strive for; **đấu tranh để làm gì** struggle to do sth; **đấu tranh vì** fight for

đấu tranh chống combat *unemployment etc*

đấu tranh giai cấp class warfare

đấu tranh quyền lãnh đạo leadership contest

đấu vật wrestling; **cuộc thi đấu vật** wrestling contest

đấu với versus

đầu early ◊ head; point; tip

đầu bếp cook

đầu bịt dạ felt tip, felt tip(ped) pen

đầu cầu thang landing (*on staircase*)

đầu cơ speculate FIN ◊ (sự) speculation

đầu đề title

đầu đề nhỏ subheading

đầu đọc thẻ card reader

đầu độc poison

đầu gấu gangster

đầu gối knee

đầu hàng surrender; give in, yield

đầu lòng firstborn

đầu lọc filter tip ◊ tipped

đầu mẩu thuốc lá butt (*of cigarette*)

đầu mút ngón tay fingertip

đầu mùa early

đầu nhọn spike

đầu nổ warhead

đầu óc brain; mind

đầu sỏ ringleader

đầu thú give oneself up; **đầu thú cảnh sát** give oneself up to the police

đầu tiên first, original ◊ at first

đầu trần bare-headed

đầu tư invest ◊ (sự) investment

đầu vidêô video recorder

đầu vú teat

đậu bean; (*N*) tofu ◊ perch; settle;

ơ ur	**y** (tin)	**ây** uh-i	**iê** i-uh
u (soon)	**au** a-oo	**eo** eh-ao	**iêu** i-yoh
ư (dew)	**âu** oh	**êu** ay-oo	**iu** ew

oa wa	**ôi** oy	**uy** wee	**ong** aong
oai wai	**ơi** ur-i	**ênh** uhng	**uyên** oo-in
oe weh	**uê** way	**oc** aok	**uyêt** oo-yit

(S) park; (S) pass (*in exam*)

đậu đũa long beans

đậu Hà lan snow peas, *Br* mange-tout

đậu hũ (S) soya bean pudding; beancurd paste

đậu mùa smallpox

đậu nành soy bean

đậu phộng (S) peanut

đậu phụ beancurd, tofu

đậu xe (S) park *car* ◊ (*sự*) parking

đây here; there you are (*completing sth*); **Lan đây** this is Lan TELEC; **của anh/chị đây** there you are (*giving sth*); **đây ông/bà** here you are (*giving sth*); **xin có đây** here you are (*giving sth*); **tôi đây** it's me; **anh ấy đấy!** there he is!; **đây là ...** this is ...; here is ...; here are ... **đây là bức thư gửi cho anh/chị** here's a letter for you; **đây rồi!** here we are! (*finding sth*) ◊ (*particle for emphasis*): **tôi phải đi đây** I must go

đấy there ◊ (*particle for emphasis*): **anh/chị đang làm gì đấy?** what are you doing?

đầy full ◊ be full of; be covered with

đầy ải exile

đầy ắp brimful

đầy đủ complete, full; thorough; adequate; ample ◊ fully

đầy hào hứng spirited

đầy hơi wind, flatulence

đầy hứa hẹn promising, hopeful

đầy không khí pneumatic

đầy kịch tính dramatic

đầy lo âu careworn

đầy năng lực high-powered

đầy nhục cảm sultry

đầy những sự kiện eventful

đầy quyến rũ glamorous

đầy sát khí murderous

đầy ý nghĩa meaningful

đẩy push, shove; budge; poke, prod

đẩy đi propel

đẩy gì ra eject sth

đẩy lên push up

đẩy lùi repel

đẩy mạnh jolt; shove; increase, step up

đẩy nhanh accelerate; precipitate

đẩy ra push away

đẩy trượt slide

đậy cover; put a lid on; **đậy kỹ sau khi dùng** close tightly after use

đậy chặt fasten

đe dọa intimidate; menace, threaten ◊ threatening; ominous ◊ (*sự*) threat, menace; intimidation

đè crush

đè bẹp massacre; crush

đẻ deliver *baby*; lay *eggs* ◊ (*sự*) birth, labor; **đang đẻ** be in labor; **bị chết lúc đẻ** be stillborn

đẻ non premature

đem bán đấu giá auction off

đem đến bring

đem lại bring, create; bring in; **đem lại hiệu quả** pay dividends

đen black; dark

đen đủi unlucky

đen nhánh jet-black

đen như mực pitch black

đen tối black, gloomy

đèn light; lamp

đèn báo flasher MOT

đèn cây floor lamp

đèn cầy (S) candle

đèn chùm chandelier

đèn đạp phanh brake light

đèn đỏ red light

đèn đỏ ở sau xe stoplight

đèn hậu tail light

đèn hiệu sidelight

đèn hiệu giao thông traffic light

đèn hiệu qua đường crosswalk;

---

ch (*final*) k	**gh** g	**nh** (*final*) ng	**r** z; (S) r	**x** s	**â** (but) **i** (tin)
d z; (S) y	**gi** z; (S) y	**ph** f	**th** t	**a** (hat) **e** (red)	**o** (saw)
đ d	**nh** (onion)	**qu** kw	**tr** ch	**ă** (hard) **ê** ay	**ô** oh

green light; walk sign

đèn lồng lantern

đèn nê ông neon light; fluorescent light

đèn ngoài đường phố streetlight

đèn nháy flash(light)

đèn pha headlight; floodlight

đèn pha rọi searchlight

đèn phố streetlight

đèn pin flashlight

đèn sân khấu spotlight

đèn stốp brake light

đèn vàng amber

đèn xanh green light

đèn xi nhan indicator; turn signal

đeo wear

đeo vào put on

đéo V fuck ◊ not; **đéo mẹ** fuck!; **đéo mẹ nó!** fuck him/that!; **đéo hiểu gì cả** I understand fuck all

đéo chịu được V fucking

đèo pass *(in mountains)*

đèo Hải Vân Hai Van Pass

đẽo whittle

đẹp beautiful; handsome; lovely; glorious ◊ beauty; **hãy xử đẹp với chị/em** be nice to your sister

đẹp bình dị idyllic

đẹp dần brighten up

đẹp gái good-looking

đẹp như mơ dream *house etc*

đẹp như tranh picturesque

đẹp trai good-looking, handsome

đê embankment; dike

đê chắn sóng jetty

đê tiện vile

đế sole *(of shoe)*

đế chế empire

đế dẹt flat

đề án project

đề bạt promote ◊ (sự) promotion *(of employee)*

đề cập mention

đề cập đến touch on

đề cương outline

đề cử nominate ◊ (sự) nomination; **đề cử ai vào chức vụ** nominate s.o. for a post

đề mục heading; headline

đề nghị offer ◊ propose, suggest; **đề nghị các vị khách...** guests are required to ...; **đề nghị nâng cốc chúc mừng ai** propose a toast to s.o.

đề phòng try to prevent, guard against ◊ (sự) precaution

đề tặng dedicate

đề xuất put forward

để put; keep; set *alarm clock etc*; deposit; leave; let ◊ in order to, in order that; **để việc này cho tôi** let me handle this; **để X còn dở dang** leave X unfinished; **để làm gì?** what's it for?; **để ai làm gì** let s.o. do sth; **để đến mai** leave until tomorrow; sleep on

để bán sale ◊ for sale

để biết chắc make certain

để cách nhau space out

để cho let, allow ◊ so, in order that; **để cho tôi cũng có thể đến được** so (that) I could come too

để chuẩn bị cho in preparation for

để dành save

để khô seasoned

để không idle *machinery* ◊ leave empty

để kỷ niệm in commemoration of

để làm gì? what for?, why?

để lại leave; leave behind; bequeath; put back, return; **để lại ấn tượng** leave one's mark; **để lại đến mai** sleep on

để lâu last *(of food)*

để lộ ra reveal

để lùi ngày tháng postdate

để mà in order to, so as to; so as

ơ ur	y (tin)	ây uh-i	iê i-uh	oa wa	ôi oy	uy wee	ong aong
u (soon)	au a-oo	eo eh-ao	iêu i-yoh	oai wai	ơi ur-i	ênh uhng	uyên oo-in
ư (dew)	âu oh	êu ay-oo	iu ew	oe weh	uê way	oc aok	uyêt oo-yit

để nguyên leave on *coat etc*

để quên leave behind, forget

để ra allow, calculate for

để tang mourning ◊ be in mourning

để thất lạc mislay

để trang trí ornamental, decorative ◊ decorate

để trắng blank

để yên leave alone

để ý notice; *không để ý đến* discount; disregard; *không để ý tới* take no notice of; brush aside; *để ý tới gì* take note of sth, take notice of sth

để xuống put down

đệ đơn kiện lodge a complaint

đệ trình submit, put in ◊ (*sự*) submission

đếch: *tôi đếch cần!* I don't give a damn!

đêm night; *đi đêm* travel by night; *11 giờ đêm* 11 o'clock at night; *đêm nay* tonight; *làm đêm* work nights; *đêm qua* last night

đêm đêm nightly

đêm Giáng Sinh Christmas Eve

đêm Giao Thừa (lunar) New Year's Eve

đêm hôm trước last night

đêm mai tomorrow night

đêm Nô-en Christmas Eve

đếm count; *đếm được ...* keep count of ...

đếm lùi countdown

đếm xỉa consider; take account of; *không đếm xỉa tới* in defiance of

đệm accompany MUS ◊ mattress; cushion

đệm lót pad

đệm nhún để nhào lộn trampoline

đến arrive; arrive at; turn up; be; come; come along ◊ arrival ◊

incoming ◊ to; until; *đến ... thì bao xa?* how far is it to ...?; *đến Chi-ca-gô* to Chicago; *đi bộ đến nhà ga* walk to the station; *đến khi ấy* by then; *không đến nổi nào* it's not bad

đến chào vĩnh biệt pay one's last respects to

đến dự attend; come, make it

đến đón come for, collect

đến gặp join

đến gần approach; draw on

đến hạn thanh toán mature (*of policy*)

đến khi until; *đến khi ấy* by then

đến kịp make it (*catch bus etc*)

đến kỳ hạn due

đến lấy call for, come for

đến mức mà to such an extent that

đến nghe audit *course*

đến như vậy such a, so much of a

đến nơi arrive ◊ arrival

đến tận as far as

đến thăm visit; call; look up; *đến thăm ai* pay s.o. a visit

đến thăm lại call back

đến thế that, so; *to/ đắt đến thế* that big/expensive

đến tìm call for, collect

đền temple REL ◊ compensate

đền bù compensate; make amends; make up for

đền đáp repay

đều even ◊ evenly; *hai đều* two all

đều đặn regular

đều đều flat, monotonous; steady

đều nhau equally

đêxiben decibel

đi go; ride; walk; be; get, catch *bus, train etc* ◊ for (*destination etc*) ◊ (*used with imperatives*) let's; why don't you; *ngày mai chúng tôi sẽ đi* we're leaving tomorrow; *đi*

---

ch (*final*) k	**gh** g	**nh** (*final*) ng	**r** z; (*S*) r	**x** s	**â** (but)	**i** (tin)
d z; (*S*) y	**gi** z; (*S*) y	**ph** f	**th** t	**a** (hat)	**e** (red)	**o** (saw)
đ d	**nh** (onion)	**qu** kw	**tr** ch	**ă** (hard)	**ê** ay	**ô** oh

bằng máy bay tới fly in; *đi bằng tàu hỏa* go by train; *đi bằng tàu thủy* go by boat; *tàu hỏa đi ...* a train for ...; *đi bệnh viện* go into the hospital; *im mồm đi!* shut up!

đi ăn ngoài eat out

đi ẩu jaywalk; drive dangerously ◊ (sự) jaywalking; dangerous driving

đi bách bộ go for a walk

đi bộ walk; hike ◊ walking tour ◊ on foot; *việc đi bộ* walking

đi bộ đường dài walking, hiking; hike ◊ walk, hike

đi bơi go swimming, go for a swim

đi cắt tóc get one's hair cut

đi chậm lại slacken off

đi chập chững toddle

đi chệch deflect; depart from, deviate from

đi chợ go shopping ◊ (sự) shopping

đi chơi go out; *đi chơi pic níc* go on a picnic

đi công tác be on business; *đi công tác hay là đi chơi?* is it business or pleasure?

đi cùng accompany, come along; take; *đi cùng ai* keep s.o. company

đi dạo go for a walk; take a stroll; ramble ◊ (sự) stroll; rambling

đi dọc theo along

đi du lịch tour; travel; get about

đi du lịch ba lô backpack

đi đái piss; urinate

đi đây đó travel, knock around

đi đến visit; attend; *đi đến nhà vệ sinh* go to the toilet; *đi đến quyết định* come to a decision

đi đi go away, shove off; *đi đi!* come on!; go away!

đi đi lại lại pace up and down ◊ to and fro

đi đón meet, collect

đi được cover *distance*; *không thể*

đi được impassable

đi ỉa crap, shit

đi khám visit

đi khập khiễng limp

đi khỏi move out; move away; walk off; leave, push off

đi lạc stray, wander

đi lạch bạch waddle

đi lại get about; move around; visit ◊ mobile ◊ (sự) mobility

đi làm gì? what for?

đi lang thang bum around; wander

đi lảng vảng: *kẻ/tên/tay đi lảng vảng* prowler

đi lảng vảng kiếm mồi prowl

đi lảng vảng rình mò prowl

đi lẹ lên! (S) hurry up!

đi lên come up; go up(stairs); go aboard

đi lính join the army

đi loanh quanh walk around; mill around

đi lướt sóng go surfing

đi máy bay fly ◊ flying

đi máy bay đi fly out

đi máy bay về fly back

đi mua hàng go shopping, do one's shopping

đi mua sắm go shopping

đi ngoài have the runs

đi nhanh lên! hurry up!

đi nhờ hitch ◊ (sự) lift, ride; *đi nhờ một chuyến* hitch a ride

đi nhờ xe hitch(hike) ◊ (sự) hitchhiking

đi ốt phát sáng LED, light-emitting diode

đi pic níc picnic

đi qua pass; cross; go by, pass by; negotiate *bend in road*

đi qua biển crossing

đi quanh walk the streets, walk around

ơ ur	y (tin)	ây uh-i	iê i-uh	oa wa	ôi oy	uy wee	ong aong
u (soon)	au a-oo	eo eh-ao	iêu i-yoh	oai wai	ơi ur-i	ênh uhng	uyên oo-in
ư (dew)	âu oh	êu ay-oo	iu ew	oe weh	uê way	oc aok	uyêt oo-yit

đi ra go out
đi ra khỏi come out; go out
đi ra ngoài go outside
đi ra phố go out
đi săn hunt ◊ (sự) hunting
đi thả bộ go for a walk
đi tham quan go sightseeing
đi thành đoàn travel in convoy
đi thăm call on, visit
đi theo follow
đi thong dong saunter
đi thuyền buồm sailing
đi tiếp walk on
đi tiểu urinate
đi tới come to, reach
đi tới đi lui back and forth
đi trước precede, lead on
đi tua go on one's rounds ◊ (sự) round (*of doctor*)
đi vào enter; come in; put on *shoes* ◊ (sự) entrance; exit THEA
đi vào hoạt động come on stream
đi vào trong inward
đi và về there and back
đi văng couch
đi vắng be out (*not at home etc*)
đi vận động canvass
đi về go home
đi vòng quanh round *corner*
đi xe ride
đi xe buýt bus, take by bus
đi xe đạp cycle, bike ◊ (sự) cycling
đi xuống go down ◊ downward
đĩ đực male prostitute
đĩa leech
đĩa disc; discus; disk COMPUT; dish; plate; *trên đĩa* on disk
đĩa CD CD, compact disc
đĩa chén bằng sành crockery, flatware
đĩa compact CD, compact disc
đĩa cứng hard disk
đĩa để tách saucer
đĩa hát record, album

đĩa hát đơn single
đĩa lớn platter
đĩa mềm floppy (disk), diskette
đĩa sao copy
đĩa trình bày demo disk
địa chấn học seismology
địa chất geology ◊ geological
địa chi Earthly stems
địa chỉ address
địa chỉ chuyển thư forwarding address
địa chỉ e-mail e-mail address
địa chỉ nơi ở home address
địa chủ land owner
địa cực polar
địa đạo tunnel
địa đạo Củ Chi Cu Chi Tunnels
địa đạo Vĩnh Mốc Vinh Moc Tunnels
địa điểm location; site
địa điểm cắm trại camp ground, campsite
địa điểm xây dựng construction site
địa hình terrain
địa lý geography ◊ geographical
địa ngục hell
địa phương local ◊ locally; *sản phẩm địa phương* local produce
địa thế situation
địa vị status, standing, position
đích finish; target
đích làm trò cười butt (*of joke*)
đích thân personally, in person
đích thực authentic, genuine
đích xác definite
địch enemy ◊ hostile
điếc deaf ◊ (sự) deafness
điếc đặc stone-deaf
điểm tĩnh imperturbable, unflappable
điểm mark, grade EDU; point ◊ strike (*of clock*)
điểm cắm điện power outlet,

ch (*final*) k	**gh** g	**nh** (*final*) ng	**r** z; (*S*) r	**x** s	**â** (but)	**i** (tin)
d z; (*S*) y	**gi** z; (*S*) y	**ph** f	**th** t	**a** (hat)	**e** (red)	**o** (saw)
đ d	**nh** (onion)	**qu** kw	**tr** ch	**ă** (hard)	**ê** ay	**ô** oh

power point

điểm chuyên môn technicality LAW

điểm danh roll call

điểm đang được tranh luận the point at issue

điểm đông: 10 độ dưới điểm đông 10 below freezing

điểm đông lạnh freezing (point)

điểm đỗ xe buýt bus stop

điểm giao nhau interface *fig*

điểm hấp dẫn selling point

điểm khởi đầu starting point

điểm mù blind spot

điểm nóng hot spot

điểm nút punch line

điểm phát bóng tee

điểm phân equinox

điểm tâm breakfast

điểm xuất phát starting point

điên mad; demented ◊ (sự) madness

điên cuồng frantic; demented

điên loạn hysterical

điên rồ crazy; insane; wild; mindless ◊ (sự) madness; *kẻ/tên/ tay điên rồ* lunatic

điền fill out

điền kinh athletic ◊ athletics; *môn điền kinh trên sân bãi* field event

điền trang estate; land

điền vào complete, fill out

điển hình classic, typical ◊ typically; *một người đàn ông Mỹ điển hình* a typical American male; *điển hình của người Mỹ* typically American; *điển hình cho* be a byword for

điện electric; electrical ◊ electricity; *mắc điện* electrify

điện áp voltage

điện ảnh cinema

điện cực electrode

điện đài xách tay walkie-talkie

điện giật shock ELEC

điện thoại (tele)phone

điện thoại công cộng telephone booth; pay phone

điện thoại di động cell phone, *Br* mobile phone

điện thoại dùng thẻ cardphone

điện thoại gọi xa long-distance call

điện thoại miễn phí toll-free

điện thoại trong vùng local call

điện thoại vô tuyến cellular phone

điện thờ shrine

điện trở resistance ELEC

điện tử electron ◊ electronic

điện tử học electronics (*science*)

điệp khúc refrain

điệp viên secret agent

điếu cày water pipe (*to smoke*)

điếu cần sa joint (*of cannabis*)

điều thing; matter; happening; clause; *điều thiết yếu là ...* it is vital that ...; *muốn nói điều gì* want to say sth

điều bất lợi drawback, disadvantage

điều bí ẩn mystery, puzzle

điều bí hiểm enigma

điều bí mật secret

điều bù lại redeeming feature

điều cản trở hindrance

điều cần thiết necessity

điều chắc chắn certainty

điều chỉnh adjust; readjust; regulate; massage *figures*; set *mechanism*

điều chỉnh âm lượng volume control

điều cốt yếu bottom line

điều dè dặt reservation (*mental*)

điều đó có nghĩa là that is to say

điều độ moderation; *một cách điều độ* in moderation

ơ ur	y (tín)	ây uh-i	iê i-uh	oa wa	ôi oy	uy wee	ong aong
u (soon)	au a-oo	eo eh-ao	iêu i-yoh	oai wai	ơi ur-i	ênh uhng	uyên oo-in
ư (dew)	âu oh	êu ay-oo	iu ew	oe weh	uê way	oc aok	uyêt oo-yit

điều động send in

điều hành run *business, hotel etc* ◊ (sự) running (*of business*), management

điều hòa reconcile ◊ (sự) reconciliation

điều hòa nhiệt độ air-conditioning

điều khiển control; preside over *meeting*; maneuver; manipulate *bones* ◊ (sự) manipulation; **được điều khiển bằng máy tính** computer-controlled; **không điều khiển được** lose control of

điều khiển mặt đất ground control

điều khiển từ xa remote control

điều khoản article, section; clause; provision; term

điều khoản phạt penalty clause

điều kiện condition, proviso, stipulation

điều kiện tiên quyết precondition, prerequisite

điều kiện tốt nhất optimum

điều lặp lại repetition

điều may mắn stroke of luck

điều này this; these

điều ngược lại converse, contrary

điều nhảm nhí nonsense

điều nhắc nhở reminder

điều phàn nàn complaint, grievance

điều phiền phức nuisance

điều tất nhiên: **là điều tất nhiên** as a matter of course

điều tệ hại nhất the worst

điều thú vị treat; **tôi có một điều thú vị dành cho anh/chị** I have a treat for you

điều tiết lộ disclosure

điều tra investigate; check out; check up on ◊ (sự) inquest; probe; investigation; **đang được điều tra**

it is under investigation; **điều tra về gì** inquire into sth

điều trái ngược reverse, opposite

điều trị treat ◊ (sự) remedy; medical treatment

điều ưu tiên priority

điều vô nghĩa garbage, nonsense

điệu bộ theatrical

điệu múa dance (*art form*)

điệu múa thoát y striptease

điệu nhảy dance

điệu nhảy clacket tap dance

điệu nhảy tăng gô tango

điệu vanxơ waltz

đinamit dynamite

đinamô dynamo

Đinh latent fire (*heavenly stem*)

đinh nail; spike

đinh ghim pin

đinh mũ tack

đinh rệp thumbtack

đinh tai nhức óc strident

đinh tán rivet

đinh tử hương lilac

đinh vít screw

đính sew on

đính hôn engaged ◊ get engaged ◊ (sự) engagement (*to be married*)

đình chỉ suspend ◊ (sự) suspension

đình chỉ công tác suspend (*from office etc*)

đình hoãn cancel

đình lại call off

đình summit; crest

đỉnh cao high point; high

đỉnh cao nhất culmination, pinnacle

đỉnh điểm climax

đỉnh đồi brow, hilltop

đỉnh núi peak

đĩnh đạc poised

định cư settle down

định giá value; quote *price* ◊ (sự) valuation; quotation

định hình formative

định hướng orient; orient oneself; shape

định khẩu phần ration

định khuôn dạng format (*of disk*)

định kỳ periodic

định mệnh fate

định nghĩa define ◊ (sự) definition (*of word*); *không thể định nghĩa được* indefinable

định rõ define *objective* ◊ (sự) definition

định rõ phạm vi delimit

định trước preconceived

đít bottom; ass

địt ∨ (S) fart; (N) fuck

địt mẹ (N) shit ◊ bastard

đo gauge; measure; take *temperature*

đo được measurable

đo lường measurement

đó it; that; those ◊ there; *người đó* that one, that person; *đó có phải ...?* is that ...?; *đó chính là thứ mà tôi cần* that's the very thing I need

đó là namely; *đó là bước đầu!* well, it's a start!; *đó là gì?* what's that?; *đó là cái tôi thích nhất* that's the one I like most; *đó là Charlie đang ở đây* it's Charlie here TELEC

đỏ red

đỏ hoe red; reddish

đỏ hồng rosy

đỏ mặt blush, redden

đỏ ngầu bloodshot

đỏ rực red-hot

đỏ thẫm crimson

đỏ tươi scarlet

đọ được measure up to

đoán guess

đoán trước foretell; *không đoán trước được* unpredictable

đoàn team; party; group

đoàn ba-lê ballet company

đoàn đại biểu delegation

đoàn kết unite

đoàn kịch theater company

đoàn ngoại giao diplomatic corps

đoàn người procession, steady flow

đoàn tàu thủy convoy

Đoàn Thanh niên Youth Union

đoàn thám hiểm expedition

đoàn thể corporate

đoàn thủy thủ crew

đoàn tìm kiếm search party

đoàn tụ reunite

đoàn xe convoy, fleet

đoàn xe hộ tống motorcade

đoàn xiếc circus

đoản mạch short circuit

đoạn episode; paragraph; length (*of material*); place (*in book*); verse

đoạn cong sweep

đoạn đồng ca chorus

đoạn quay chậm replay

đoạn trích excerpt, extract; passage

đoạn trích ngắn clip, extract

đoạt giải winning

đọc read; say; *đọc cho ai nghe* read to s.o.; *không thể đọc được* unpronounceable

đọc cho viết dictate ◊ (việc) dictation

đọc hết go through; *đọc hết cuốn sách* read a book through

đọc khó difficulty with reading; *chứng đọc khó* dyslexia

đọc liến thoắng rattle off

đọc lướt skim through

đọc một bài diễn văn deliver a speech

đọc nhiều well-read

đọc sai misread

đọc sách báo read ◊ (sự) reading

ơ u*r*	**y** (tin)	**ây** uh-i	**iê** i-uh
u (soon)	**au** a-oo	**eo** eh-ao	**iêu** i-yoh
ư (dew)	**âu** oh	**êu** ay-oo	**iu** ew

oa wa	**ôi** oy	**uy** wee	**ong** aong
oai wai	**ơi** u*r*-i	**ênh** uhng	**uyên** oo-in
oe weh	**uê** way	**oc** aok	**uyêt** oo-yit

đọc to read out; read aloud

đọc vất vả wade through

đọc xong finish *book*

đói hungry ◊ (sự) hunger; starvation ◊ starve; *tôi đói* I'm hungry; *tôi đói lắm rồi* I'm starving; *đói đến chết* starve to death

đói bụng hungry

đói cồn cào ravenous

đòi call on, urge; require; want; *họ đòi bao nhiêu?* how much do they want?

đòi bồi thường claim

đòi hỏi claim; call for, require; cry out for, need; involve; necessitate ◊ (sự) claim

đòi hỏi nhiều nỗ lực demanding

đòi hỏi quá cao tall order

đòi nhận lại claim

đòi ra hầu tòa subpoena

đón catch; collect, fetch, pick up; wait for; receive

đón nhận welcome *decision etc*

đón tiếp receive ◊ (sự) reception

đòn bẩy lever

đòn chí mạng mortal blow

đòn đánh blow

đòn gánh shoulder pole; yoke

đòn mạnh blow *fig*

đòn tấn công strike

đóng close, shut; drive in *nail*

đóng băng freeze

đóng chai bottle, put in bottles

đóng chặt fasten; fix

đóng cửa close, close down, shut down ◊ closed ◊ (sự) closure

đóng cửa hẳn close, close down

đóng cửa rồi closed, shut

đóng dấu stamp; seal

đóng dấu tem stamp; frank

đóng giả act; impersonate

đóng gói pack; package ◊ (sự) packaging

đóng gói bằng giấy nilông shrink-wrapping

đóng gói chân không vacuum-packed

đóng góp contribute ◊ (sự) contribution

đóng hộp can, put in cans

đóng khung frame; mount

đóng kín (shut) tight

đóng lại shut

đóng sầm bang, slam

đóng sầm lại slam

đóng sẹo scar

đóng thành cục curdle

đóng thuế pay tax; *trước/sau khi đóng thuế* before/after tax

đóng vai play; act as

đóng vai chính star (*in movie*)

đóng vai thử screen test

đô dollar, buck

đô đốc hải quân admiral

đô la dollar

đô thị urban

đô thị hóa urbanization

đô vật wrestler

đồ article, item; goods ◊ (*used to insult*): *đồ chết tiệt!* damn you!; *đồ qủi tha ma bắt!* to hell with you!

đồ ăn food

đồ ăn cũ left-overs

đồ ăn nhanh fast food

đồ ăn sẵn junk food

đồ ăn thừa left-overs

đồ bỏ đi garbage, junk

đồ cá nhân things, belongings

đồ cải trang disguise

đồ cặn bã scum

đồ chó đẻ ∨ son of a bitch

đồ chơi toy

đồ chơi bằng bông fluffy toy

đồ chơi nhồi bông stuffed toy

đồ con lợn pig, swine (*person*)

đồ cổ antique

đồ cúng offerings

ch (*final*) k	**gh** g	**nh** (*final*) ng	**r** z; (S) r	**x** s	**â** (but) **i** (tin)
d z; (S) y	**gi** z; (S) y	**ph** f	**th** t	**a** (hat)	**e** (red) **o** (saw)
đ d	**nh** (onion)	**qu** kw	**tr** ch	**ă** (hard)	**ê** ay **ô** oh

đồ của nợ pain in the neck
đồ cũ secondhand
đồ dởm dummy; imitation
đồ dùng appliance; gadget; utensil
đồ dùng văn phòng stationery
đồ đan knitting
đồ đan bằng mây wicker
đồ đạc furniture; stuff, belongings
đồ đạc bàn ghế furniture
đồ đất nung earthenware, terracotta
đồ đểu V bastard, son of a bitch
đồ điện electrical appliances
đồ đông lạnh convenience food
đồ đồng nát junk, trash
đồ gia vị flavoring; spice
đồ giả fake; forgery; imitation
đồ giặt khô dry-cleaning
đồ gốm ceramic ◊ ceramics; pottery (*items*)
đồ hay bắt chước copy cat
đồ họa graphics
đồ hộp convenience food
đồ khâu vá notions
đồ khô groceries
đồ khốn! damn you!
đồ khui hộp can opener
đồ lanh linen
đồ lặn aqualung
đồ may sewing
đồ mở chai bottle opener
đồ nghề paraphernalia
đồ ngốc dope, idiot
đồ ngu twit
đồ ngũ kim hardware (*household*)
đồ nữ trang jewelry, jewels
đồ nữ trang giả costume jewelry
đồ quảng cáo point of sale material
đồ quyên góp donation
đồ quý giá valuables
đồ rác rưởi trash
đồ sắt iron; metal; hardware
đồ sộ enormous; ample

đồ sứ china, porcelain
đồ tắm swimsuit
đồ tắm biển beachwear
đồ tặng phẩm gifts
đồ tể butcher, murderer
đồ thật genuine *antique etc*
đồ thị graph
đồ trang điểm make-up
đồ trang sức rẻ tiền trinket
đồ trang trí ornament; trimming
đồ trang trí lặt vặt knick-knacks
đồ uống drink, beverage
đồ vặn nút chai corkscrew
đồ vật thing, object
đồ vật bị vỡ breakage
đổ blow over; tip over; give way; dump *waste*; shed *blood*
đổ bộ land (*of airplane*)
đổ đầy fill; top up
đổ hết empty
đổ máu shed blood ◊ (sự) bloodshed
đổ mồ hôi perspire ◊ (sự) perspiration
đổ nát disintegrate ◊ in ruins ◊ (sự) ruin
đổ ngập fill up
đổ nhào topple; tumble
đổ ra spill
đổ sập collapse
đổ xuống flop
đỗ stop, call at (*of bus, train*); park *car*; pass (*in exam*)
đỗ xe park ◊ (sự) parking
đỗ xe cạnh xe khác doublepark
độ degree; angle
độ ẩm humidity; moisture; ***độ ẩm 90%*** 90% humidity
độ bách phân Celsius
độ cao altitude, height; pitch MUS
độ căng tension (*in rope*)
độ cứng hardness
độ dốc gradient
độ đậm đặc consistency

ơ ur　　y (tin)　　ây uh-i　　iê i-uh　　oa wa　　ôi oy　　uy wee　　ong aong
u (soon)　au a-oo　eo eh-ao　iêu i-yoh　oai wai　ơi u-i　ênh uhng　uyên oo-in
ư (dew)　âu oh　　êu ay-oo　iu ew　　oe weh　uê way　oc aok　　uyêt oo-yit

độ F Fahrenheit
độ mở aperture PHOT
độ nghiêng slope
độ nhạy speed (*of film*)
độ nhạy cảm sensitivity
độ phân giải resolution
độ phân giải cao high resolution
độ rắn hardness
độ sâm depth
độ trầm depth
độ vang âm acoustics
đốc công foreman
độc ác nasty; cruel; bitchy; pitiless; savage *criticism*; sick *sense of humor* ◊ (sự) cruelty
độc đáo original
độc đoán domineering
độc hại toxic; virulent
độc lập independence ◊ independent; **độc lập với** independently of
độc nhất unique
độc nhất vô nhị unique, excellent
độc quyền monopolize ◊ (sự) monopoly
độc tài dictatorial
độc tấu solo
độc thân single (*not married*)
độc thoại monolog
đôi double ◊ pair; **một đôi giày/ dép** a pair of shoes/sandals
đôi chút marginally
đôi đũa chopsticks
đôi giày thể thao sneakers
đôi giường tầng bunk beds
đôi khi sometimes
đôi nam nữ couple
đối chiếu contrast
đối chọi hoàn toàn diametrically opposed
đối diện opposite *side etc*
đối đầu showdown, confrontation
đối lập opposite *meaning etc*
đối phó với cope with

đối tác partner
đối tác hùn vốn silent partner
đối thoại dialog; conversation
đối thủ opponent; rival; contender
đối trọng counterbalance
đối với toward; for; to; with respect to; **đối với anh/ chị thì là quá to/ nhỏ** it's too big/small for you; **đối với tôi** to me, as far as I'm concerned; **đó là tin mới đối với tôi** that's news to me; **đối với tôi thì cũng được thôi** that's fine by me
đối xứng symmetric(al) ◊ (sự) symmetry
đối xử treatment
đối xử bất công victimize
đối xử kẻ cả patronize
đối xử tàn ác kick around
đồi hill; dẫy đồi phía dưới foothills
đồi bại corrupt; rotten ◊ (sự) corruption
đồi mồi sea turtle
đổi exchange; change *money*; swap; switch; **đổi gì lấy gì** exchange sth for sth, swap sth for sth, trade sth for sth; **đổi séc lấy tiền mặt** cash a check
đổi chác barter; exchange
đổi hướng divert ◊ (sự) diversion
đổi lấy in exchange ◊ in exchange for
đổi lộ trình reroute
đổi mới innovative ◊ (sự) innovation; new way
đổi tần số scramble *message*
đổi tiền exchange, change *currency*
đội crew; team
đội cấp cứu rescue party
đội chống tội phạm xã hội vice squad
đội cứu hỏa fire department
đội cứu lửa fire department
đội đặc nhiệm hit squad

---

ch (*final*) k	**gh** g	**nh** (*final*) ng	**r** z; (S) r	**x** s	**â** (but) **i** (tin)
d z; (S) y	**gi** z; (S) y	**ph** f	**th** t	**a** (hat)	**e** (red) **o** (saw)
đ d	**nh** (onion)	**qu** kw	**tr** ch	**ă** (hard)	**ê** ay **ô** oh

đội gác biển coastguard
đội hình formation
đội hộ tống escort
đội hợp xướng choir
đội kèn đồng brass band
đội lính gác guard
đội mũ put one's hat on
đội phòng chống ma túy anti-drugs unit
đội quản lý management team
Đội quân Cứu tế Salvation Army
đội thu nhặt hài cốt corpse-collecting team MIL
đội trưởng captain, skipper
đốm spot
đốn chop down
đồn rumor has it that … ◊ post; *nghe đồn về gì* hear sth through the grapevine
đồn cảnh sát police station
đồn cảnh sát quân sự military police station
đồn công an police station
đồn điền plantation
đồn trưởng sergeant
đông east ◊ easterly
đông bắc northeast ◊ northeasterly
đông dân cư densely populated
Đông Dương Indochina ◊ Indochinese
đông đặc congeal
đông hơn outnumber; *họ đông hơn* they were outnumbered
đông kết set (*of glue etc*)
đông lại clot, coagulate
đông lạnh frozen
đông nam southeast ◊ southeasterly
Đông Nam Á Southeast Asia ◊ Southeast Asian
đông nghịt congested; overcrowded
đông người crowded

đông y Oriental medicine
đống pile; mound; heap; drift; *một đống việc* a pile of work
đống lửa fire
đống lửa ngoài trời bonfire
đống phế liệu scrap heap
đống tuyết snowdrift
đồng bronze; copper; dong FIN
đồng 25 xen quarter
đồng bào fellow citizen
đồng bằng Anh sterling
đồng bằng plain; delta
Đồng bằng sông Cửu Long, Đồng bằng sông Mê Kông Mekong Delta
đồng bộ hóa synchronize
đồng cảm với empathize with
đồng chí comrade POL
đồng cỏ prairie; meadow
đồng đỏ bronze
đồng hóa assimilate
đồng hồ clock; watch
đồng hồ báo thức alarm clock
đồng hồ bấm giờ stopwatch
đồng hồ đeo tay wristwatch
đồng hồ đo gauge; meter
đồng hồ đo dặm odometer
đồng hồ đỗ xe parking meter
đồng hồ mặt trời sundial
đồng hồ tốc độ speedometer
đồng loại fellow man
đồng minh ally
đồng mười xu dime
đồng năm xu nickel
đồng nhất identical to ◊ (*sự*) identity; *ý thức đồng nhất dân tộc của họ* their sense of national identity
đồng pao pound FIN
đồng phục uniform
đồng ruộng field
đồng sự associate
đồng thanh bronze
đồng thau brass

ơ ur	**y** (tin)	**ây** uh-i	**iê** i-uh	**oa** wa	**ôi** oy	**uy** wee	**ong** aong
u (soon)	**au** a-oo	**eo** eh-ao	**iêu** i-yoh	**oai** wai	**ơi** u-r-i	**ênh** uhng	**uyên** oo-in
ư (dew)	**âu** oh	**êu** ay-oo	**iu** ew	**oe** weh	**uê** way	**oc** aok	**uyêt** oo-yit

đồng thời parallel ◊ simultaneous

đồng tiền coin; currency

đồng tiền mạnh hard currency

đồng tính luyến ái nam homosexual, gay

đồng tính luyến ái nữ lesbian

đồng tính nữ lesbian

đồng tình concur ◊ sympathetic ◊ (sự) sympathy; **đồng tình với một người/một tư tưởng nào đó** be sympathetic toward a person/ an idea

đồng xu cent

đồng yên yen FIN

đồng ý agree, be agreeable, consent; ok ◊ (sự) agreement, consent; sanction; **đồng ý rằng cần phải làm một gì đó** agree that sth should be done; **không đồng ý với** disagree with; **trả lời đồng ý** answer in the affirmative

động rough

động cơ engine, motor; motivation; motive

động cơ đốt trong internal combustion engine

động cơ phản lực jet engine

động đất earthquake

động đậy stir (*of sleeping person*)

động kinh epilepsy

động lòng thương compassionate

động mạch artery

động mạch vành coronary arteries

động từ verb

động vào interfere with

động vật animal

động vật bốn chân quadruped

động vật có xương sống vertebrate

động vật học zoology ◊ zoological

động vật không xương sống invertebrate

đốt bite; sting (*of bee*); burn; ignite

đốt cháy burn

đốt sống vertebra

đột kích raid

đột ngột short; sudden ◊ just like that, abruptly; **đột ngột ngắt lời một người** stop a person short

đột nhập break in ◊ (sự) break-in

đột nhiên all at once

đờ đẫn blank; glazed ◊ glaze over; **kẻ/tên/tay đờ đẫn** zombie; robot

đờ người be paralyzed *fig*

đỡ hold; prop up; get better; **bây giờ anh ấy đỡ hơn** he's better now

đời life; times; reign; generation; **trọn đời** for life; **qua đời** die; pass away; **cuộc đời là thế đấy!** that's life!

đời sống life

đời sống riêng tư privacy

đợi wait; wait for; await; look for; **làm ai phải đợi** keep s.o. waiting; **đợi một chút** wait a minute; **đợi tí** just a second!; **đợi tôi với!** wait for me!

đơn single ◊ form, document

đơn ca solo

đơn đặt hàng order

đơn đặt hàng tiếp repeat order

đơn điệu monotonous ◊ (sự) monotony

đơn độc solitary; single-handed

đơn giá unit cost

đơn giản simple; plain; basic; unsophisticated ◊ (sự) simplicity

đơn giản hóa simplify

đơn giản quá mức simplistic

đơn phương unilateral

đơn sơ austere; primitive

đơn thuần purely

đơn thuốc (*N*) prescription

đơn tính tiền check (*in restaurant etc*)

đơn vị unit

---

ch (*final*) k	**gh** g	**nh** (*final*) ng	**r** z; (*S*) r	**x** s	**â** (but)	**i** (tin)
d z; (*S*) y	**gi** z; (*S*) y	**ph** f	**th** t	**a** (hat)	**e** (red)	**o** (saw)
đ d	**nh** (onion)	**qu** kw	**tr** ch	**ă** (hard)	**ê** ay	**ô** oh

đơn vị đồn trú garrison
đơn vị thông tin bit COMPUT
đơn xin application
đợt batch; spell
đợt điều trị course of treatment
đợt lưu diễn run (of play)
đợt nóng heatwave
đợt thư tới tấp deluge
đra sheet (for bed)
Đ.S.V.N. (= Đường sắt Việt Nam)
  Vietnamese Railroads
đu swing
đu đủ papaya
đu đưa rock (to and fro)
đu mẹ shit ◊ bastard
đủ enough; **đủ các loại người** all
  kinds of people; **tôi đủ rồi** I'm
  alright; **đủ rồi, yên đi nào!** that's
  enough, calm down!
đủ điều kiện eligible
đủ tiêu chuẩn eligible
đủ sức able, competent; **đủ sức để**
  be equal to task
đủ tư cách: **làm ai có đủ tư cách**
  để làm gì qualify s.o. to do sth; **tôi**
  không đủ tư cách để xét đoán I
  am not qualified to judge
đụ má shit ◊ bastard
đua race SP
đua thuyền boat race
đua tranh competitive ◊ (sự)
  rivalry; **đua tranh để giành**
  contend for; be in contention for;
  đua tranh để giành lấy gì
  compete for sth
đua tranh với rival
đùa joke; jest ◊ play a joke on
  ◊ jokingly ◊ playful; **tôi chỉ đùa**
  thôi I was only kidding; **anh/chị**
  đùa đấy chứ you don't mean it!,
  you've got to be joking!
đùa giỡn jest ◊ in jest
đùa xỏ play a joke on
đũa chopstick

đúc cast; **giống ai như đúc** be the
  spitting image of s.o
đúc hợp fusion
đục chisel
đục lỗ perforated
đui socket
đùi thigh
đun burn, use
đun sôi boil
đùn trách nhiệm pass the buck
đụn cát (sand) dune
đung đưa dangle, swing
đúng precise; proper, true, correct
  ◊ right; just; on the dot, precisely;
  really ◊ yes ◊ agree; **ba giờ đúng**
  at 3 o'clock sharp; **hoàn toàn**
  đúng that's absolutely right; **điều**
  đó không thể đúng được that
  can't be right; **đúng đấy, phải**
  không? that's right, isn't it?; **đúng**
  rồi that's right
đúng đắn sound, sensible
đúng điệu in tune
đúng giờ prompt, punctual
  ◊ promptly, punctually; **tôi cần**
  phải đúng giờ I must be on time
đúng hướng be moving in the
  right direction; be in the right
  ballpark
đúng là exactly; truly
đúng lúc timely; well-timed
đúng mốt fashionable
đúng mức properly
đúng như dự định duly
đúng như thế just like that
đúng như vậy! exactly!
đúng thế! that's right!, quite!
đúng vào lúc này just now
đúng vậy sao? really?
đúng với conform; **đúng với tiêu**
  chuẩn Nhà nước conform to
  government standards
đũng quần seat (of pants)
đụng touch; bump; hit

ơ ur	**y** (tin)	**ây** uh-i	**iê** i-uh
u (soon)	**au** a-oo	**eo** eh-ao	**iêu** i-yoh
ư (dew)	**âu** oh	**êu** ay-oo	**iu** ew

oa wa	**ôi** oy	**uy** wee	**ong** aong
oai wai	**ơi** ur-i	**ênh** uhng	**uyên** oo-in
oe weh	**uê** way	**oc** aok	**uyêt** oo-yit

đụng độ conflict, brush; *một cuộc đụng độ ở biên giới* a border incident

đụng ngã knock down, knock over

đụng xe crash

đuốc torch

đuôi tail

đuôi lái rudder

đuổi repel; expel; drive away ◊ (*sự*) expulsion

đuổi đi chase away, see off; throw out

đuổi khỏi evict; chuck out; *bị đuổi khỏi công ty/quân đội* be kicked out of the company/army

đuổi kịp catch up

đuổi ra kick out

đuổi ra ngoài sân expel from the game

đuổi theo chase

đuổi việc dismiss, fire

đút lót buy off, pay off

đút túi pocket, put in one's pocket

đút vội slip, put

đưa bring *person*; give, hand over; take *transport*; deliver ◊ (*sự*) delivery; *đưa gì cho ai* give sth to s.o.

đưa đến bring

đưa đi escort; take, lead; take out (*to dinner etc*)

đưa đi bằng xe hơi drive away

đưa lên sân khấu stage *play*

đưa ra launch (*of product*) ◊ advance *theory*; bring in *legislation*; hold out *hand, prospect*

đưa ra câu hỏi put a question

đưa ra tranh cãi challenge

đưa tay delivered by hand

đưa tin report

đưa vào insert; input; send in ◊ (*sự*) insertion; input; *đưa X vào Y* insert X into Y

đưa vào áp dụng introduce ◊ (*sự*) introduction

đưa vào nhà take in, take indoors

đưa vào từng bước phase in

đưa về take back *person*

đứa classifier for children or people who are younger or of the same age, either friendly or pejorative: *anh/chị có mấy đứa con? - hai đứa* how many children do you have? - two

đứa hớt lẻo telltale

đứa mách lẻo sneak

đứa quái nào so-and-so

đứa trẻ child, kid

đứa trẻ mới biết đi toddler

đứa trẻ tinh quái rascal

Đức Germany ◊ German

Đức cha Reverend

Đức Khổng Tử Confucius

Đức Phật Buddha

Đức Thánh Thần Holy Spirit

đức tính quality, characteristic

đực male

đứng stand

đứng bàng quan stand by

đứng bất động stand stock-still

đứng dậy stand, stand up, get up

đứng đắn steady; serious; correct; decent; respectable

đứng đầu head; be in the lead; *đứng đầu danh sách* at the head of the list

đứng gác guard

đứng lại stop

đứng ngoài hands-off

đứng thăng bằng balance

đứng thẳng người lên! stand up straight!

đứng tránh xa stand clear of

đứng trong hàng stand in line

đứng vào hạng rank among

đứng về phe take sides; side with

đứng xem look on

đứng yên stand still ◊ stationary;

ch (*final*) k	gh g	nh (*final*) ng	r z; (*S*) r	x s	â (but)	i (tin)
d z; (*S*) y	gi z; (*S*) y	ph f	th t	a (hat)	e (red)	o (saw)
đ d	nh (onion)	qu kw	tr ch	ă (hard)	ê ay	ô oh

đứng yên ở đó! stay right there!

đừng (*used to form negative imperatives*): *đừng buồn* don't be sad; *xin đừng!* please don't!

đựng contain

đước (*S*) mangrove

được be (*passive: with positive sense*) ◊ (*used to form adjectives in -able*) ◊ for (*distance*) ◊ acquire; gain, win ◊ OK, alright; *dùng lại được* reusable; *được ạ* very well (*acknowledging an order*); *được bày bán* be on sale, be on display; *thứ Sáu đối với anh/chị thì được chứ ?* are you ok for Friday?; *bà ... được không?* can you ...?; *được rồi!* right!; that's all; *được, nếu anh muốn* you may if you like

được chăng hay chớ hit-or-miss

được chiếu be shown (*of movie*)

được chiều be pampered, be spoilt

được lắm that's alright

được lòng popular; *không được lòng dân* unpopular

được lợi benefit

được như ý satisfactory, alright

được phép allowed ◊ be allowed to; be authorized to; *không được phép* it's not allowed

được quyền làm gì be entitled to do sth

được thôi very well (*signifying reluctance*); it's ok

được truy cập have access to

được tuyển chọn select ◊ (*sự*) selection

được vinh dự privileged, honored

đượm tinge

đương be ◊ (*denotes present continuous*): *đứa bé đương ngủ* the baby is sleeping; *đương làm gì* be in the middle of doing sth

đương đầu confront; encounter;

tackle; *đương đầu với* stand up to; contend with

đương nhiên natural, obvious ◊ of course, naturally

đường way, route; road; avenue *fig*; sugar; *ở trên đường đi tới nhà ga* it's on the way to the station; *bên lề đường* at the roadside; *đường còn dài* it's a long way; *đường kia* that way; *đường này* this way

đường bay flight path

đường băng runway

đường biên touchline

đường biển sea route; *gửi bằng đường biển* send by sea, ship

đường cao tốc freeway; expressway

đường cao tốc có thu lệ phí turnpike

đường cái main road

đường chạy course

đường chạy bên trong inside lane SP

đường chân trời horizon

đường chéo diagonal line

đường chính main road

đường cong curve

đường dài long-distance

đường dây line TELEC; *đường dây đang bận* the line is busy

đường dẫn vào inlet (*in machine*)

đường đắp cao embankment RAIL

đường đua racetrack

đường đua chính track

đường đua nhỏ track

đường đục lỗ perforations

đường gờ ridge

đường hàng không air route; flight path

đường hầm tunnel

đường hoàng dignity ◊ dignified

đường huyết mạch arterial road, main road

đường kẻ của đích finish line

---

o ur	**y** (tin)	**ây** uh-i	**iê** i-uh	**oa** wa
u (soon)	**au** a-oo	**eo** eh-ao	**iêu** i-yoh	**oai** wai
ư (dew)	**âu** oh	**êu** ay-oo	**iu** ew	**oe** weh

ôi oy	**uy** wee	**ong** aong
ơi ur-i	**ênh** uhng	**uyên** oo-in
uê way	**oc** aok	**uyêt** oo-yit

đường kính diameter
đường làng lane (*in country*)
đường li crease
đường lối line of inquiry
đường lối chỉ đạo guidelines
đường lối cứng rắn hard line; *kẻ/ tên/ tay theo đường lối cứng rắn* hardliner
đường lối hành động course of action
đường men quanh contour
đường mòn footpath, track, trail
Đường mòn Hồ Chí Minh Ho Chi Minh trail
đường ngôi part (*in hair*)
đường nhỏ path
đường nối seam
đường nứt rift
đường ống drain
đường ống dẫn pipeline; drainpipe
đường phố street
đường phố chính main street
đường phố một chiều one-way street
đường phụ access road; back road
đường ray track RAIL

đường ren thread (*of screw*)
đường sacarin saccharin
đường sắt railroad
đường sắt leo núi funicular (railway)
đường sắt Việt Nam Vietnamese Railroads
đường sống núi ridge
đường song song parallel
đường tắt shortcut
đường thu lệ phí toll road
đường tránh diversion, detour
đường tròn circumference
đường trực giao crossroads, intersection
đường trường long-distance
Đường Trường sơn Ho Chi Minh Trail
đường vào walk, path
đường vằn stripe
đường viền border, surround
đường vòng bypass; detour
đường xe lửa railroad
đường xẻ slit
đứt cầu chì fuse
đứt ra come away (*of button etc*)
đứt rời ra come off

E

e be afraid; *tôi e rằng ...* I'm afraid ...; *tôi e rằng không* I'm afraid not; *tôi e rằng thế* I'm afraid so
e dè self-conscious
e hèm cough; ahem
em me (*addressing one's older brother, sister, member of older generation*); you (*to younger person or child*) ◊ cousin
em bé baby
em chồng brother-in-law (*younger, on husband's side*)
em chú bác cousin (*younger male/ female*)
em dâu sister-in-law (*younger*)
em gái sister (*younger*), kid sister

ch (*final*) k	**gh** g	**nh** (*final*) ng	**r** z; (*S*) r	**x** s	**â** (but) **i** (tin)
d z; (*S*) y	**gi** z; (*S*) y	**ph** f	**th** t	**a** (hat)	**e** (red) **o** (saw)
đ d	**nh** (onion)	**qu** kw	**tr** ch	**ă** (hard)	**ê** ay **ô** oh

em họ cousin (*younger male/ female*)

em rể brother-in-law (*younger, on sister's side*)

em trai (kid) brother

em vợ brother-in-law (*younger, on wife's side*)

em yêu darling, honey, my love (*man to woman*)

e-mail e-mail; *gửi bằng e-mail* e-mail, send by e-mail

én swallow (*bird*)

eo waist

eo biển strait

eo lưng small of the back

éo le awkward, trying

ép extract; press ◊ (*sự*) extraction

ép buộc force, coerce ◊ (*sự*) constraint, coercion; *bị ép buộc* forced; *dưới sự ép buộc* under duress; *ép buộc X làm Y* bulldoze X into Y

ép sát squeeze up

ế unmarketable; left on the shelf

ế chồng (*of woman*) be on the shelf, be unwanted

ế hàng have trouble getting customers

ế vợ (*of man*) be unwanted, have trouble getting a wife

ếch frog

êm quiet; smooth; soft; in good condition

êm ả quiet

êm dịu mellow; soft

êm tai musical, pleasant-sounding; *không êm tai* unmusical

F

fax fax; *fax X cho Y* fax X to Y; *gửi X bằng fax* send X by fax

foóc-xép forceps

frông front (*of weather*)

G

ga (train) station; gas

ga cuối cùng terminus

ga đến arrivals

ga đến hoặc đi terminal

ga hàng không air terminal

ga ra garage

ga trải giường undersheet

ga xe lửa train station, railroad station

ga xép halt RAIL

ơ ur	**y** (tin)	**ây** uh-i	**iê** i-uh	**oa** wa	**ôi** oy	**uy** wee	**ong** aong
u (soon)	**au** a-oo	**eo** eh-ao	**iêu** i-yoh	**oai** wai	**ơi** ur-i	**ênh** uhng	**uyên** oo-in
ư (dew)	**âu** oh	**êu** ay-oo	**iu** ew	**oe** weh	**uê** way	**oc** aok	**uyêt** oo-yit

gà chicken
gà con chick
gà công nghiệp battery hen
gà gật nod off
gà mái hen
gà ta free-range chicken
gà tần chicken simmered in traditional medicinal herbs
gà tây turkey
gà trống cock
gà vịt poultry, fowl
gả marry off
gã he *pej* ◊ guy, fellow
gạ gẫm xin X của Y cadge X from Y
gác put ◊ floor
gác chuông bell tower, church tower
gác lửng mezzanine (floor)
gác mái attic, loft
gác máy replace the receiver
gạc gauze; compress MED
gạch brick
gạch bỏ strike out, delete
gạch dưới underline
gạch đá vụn rubble
gạch ngang dash (*in punctuation*)
gai thorn; spine; spike; prickle
gai dầu cannabis, hemp
gái girl
gái đĩ (*S*) prostitute, hooker
gái điếm prostitute, hooker
gái tân virgin (*female*)
gãi scratch; have a scratch
ga-lăng gallant
galông gallon
gam gram; scale MUS
gam màu shade, tone
gan liver
gan dạ gutsy
gàn dở nuts, nutty
gang cast iron
gánh carry on one's shoulder; shoulder *responsibility*

gánh chịu incur; *gánh chịu hậu quả xấu nhất của ...* bear the brunt of ...
gánh nặng burden
gào thét yell; hurl *insults*
gạo rice
gạo lứt (*N*) brown rice
gạo nếp glutinous rice, sticky rice
gạo tám high-quality rice
gạo tẻ (*N*) ordinary rice, non-sticky, polished rice
gạo xay polished rice
gạt brush away
gạt bỏ dismiss; omit; work off ◊ (*sự*) omission
gạt ra exclude; oust
gạt ra khỏi drop (*from team*)
gạt sang một bên put aside
gạt tàn (*thuốc*) ashtray
gàu dandruff
gay gắt bitter; cut-throat; scathing; sharp
gay go hard; stiff
gáy spine; nape of the neck
gảy từng tí một pick at one's food
gãy fracture ◊ broken ◊ (*sự*) break; fracture
găm withhold
găm gnaw; nibble
găm cỏ graze
gắn attach; set *jewel*
gắn bằng xi măng cement
gắn bó bind; *gắn bó với* be attached to; *gắn bó với nhau* stick together ◊ very closely connected
gắn chặt bond; secure
gắn huy chương decorate
gắn liền combine; connect
gắn sẵn built-in
gắn vết thương heal the wounds *also fig*
găng tense
găng bắt bóng mitt

---

ch (*final*) k	**gh** g	**nh** (*final*) ng	**r** z; (*S*) r	**x** s	**â** (but)	**i** (tin)
d z; (*S*) y	**gi** z; (*S*) y	**ph** f	**th** t	**a** (hat)	**e** (red)	**o** (saw)
đ d	**nh** (onion)	**qu** kw	**tr** ch	**ă** (hard)	**ê** ay	**ô** oh

găng tay glove
găng tay liền ngón mitten
gắng sức exert oneself ◊ (sự) exertion
gắng xoay xở try hard to manage
gắp tongs ◊ pick up with chopsticks
gặp meet
gặp gỡ meeting
gặp khó khăn lớn in great difficulties
gặp kỳ phùng địch thủ meet one's match
gặp mặt meet with ◊ (sự) meeting
gặp nhau join
gặp phải meet with, encounter
gặp rắc rối get into trouble
gắt sharp
gặt harvest
gầm roar
gầm gừ growl; snarl
gầm lên roar
gậm chew
gân tendon
gần near; close ◊ close by ◊ (sự) proximity; *trong một tương lai gần* in the near future
gần đây near here ◊ recent; *gần đây tôi không hay nhìn thấy cô ấy* I don't see her so often these days
gần gũi close relations; intimacy
gần kề adjacent; imminent; close
gần như nearly, almost; all but ◊ verge on
gấp fold; fold up; turn back; increase; multiply ◊ folding; hurried; pressing ◊ urgently; *ăn gấp* eat in a hurry; grab a quick bite to eat
gấp ba treble *price*
gấp đôi double
gấp hai lần twice as much
gấp làm đôi double, fold
gấp lại fold up

gấp lên hurry, hurry up
gập bend; turn down *edge, collar*
gập lại flex
gật đầu nod
gấu hem; bear (*animal*)
gấu trúc panda
gấu trúc Mỹ raccoon
gây cause; *gây hào hứng* stimulating; *gây ra lạm phát* inflationary; *gây X cho Y* inflict X on Y
gây ấn tượng impress ◊ spectacular; *bị gây ấn tượng bởi* be impressed by; *gây ấn tượng tốt/xấu đối với ai* make a good/bad impression on s.o.
gây ấn tượng mạnh impressive
gây ấn tượng sâu sắc effective
gây chuyện cause an argument
gây giống breed
gây lộn make a scene
gây nên create, cause; *gây nên sự náo động* cause a stir
gây nổ set off, cause
gây ô nhiễm contaminate ◊ (sự) contamination
gây ra cause; provoke; inspire; trigger off; breed *fig*; make *noise*
gây rắc rối play up
gây rối disruptive
gây tai tiếng scandalous
gây tê cục bộ local anesthetic
gầy thin
gầy mòn emaciated
gầy mòn đi waste away
gầy nhom skinny
gãy come apart
gãy gập jack-knife
gãy rắc snap
gậy club; rod
gậy chọc bi-a (billiards) cue
gậy chống walking stick
gậy đánh gôn golf club
gậy trượt tuyết ski pole

ơ u*r*	**y** (tin)	**ây** uh-i	**iê** i-uh	**oa** wa	**ôi** oy	**uy** wee	**ong** aong
u (soon)	**au** a-oo	**eo** eh-ao	**iêu** i-yoh	**oai** wai	**ơi** u*r*-i	**ênh** uhng	**uyên** oo-in
ư (dew)	**âu** oh	**êu** ay-oo	**iu** ew	**oe** weh	**uê** way	**oc** aok	**uyêt** oo-yit

GĐ (= *Giám đốc*) MD, Managing Director

ghe buồm junk (*boat*)

ghé qua look in on, visit; pass through

ghé thăm stop by

ghen tị envy ◊ envious; **ghen tị với ai về điều gì** envy s.o. sth

ghen tuông jealous ◊ (*sự*) jealousy; **ghen tuông với** be jealous of

ghép bằng đinh tán rivet; **ghép gì với gì bằng đinh tán** rivet sth to sth

ghép lại link up

ghép tim heart transplant

ghép tội oan frame *person*

ghét detest; dislike; have an aversion to ◊ (*sự*) dislike

ghét bỏ: **bị ghét bỏ** in disgrace

ghét cay ghét đắng loathe, hate, detest

ghê awful; terrific

ghê gớm horrible

ghê quá awful; aggressive

ghê rợn horrible ◊ (*sự*) horror

ghê sợ revolting ◊ (*sự*) revulsion

ghê tởm hideous; obnoxious; obscene; repulsive; sickening ◊ sicken

ghế seat; chair

ghế bành armchair, easy chair

ghế bị cáo dock LAW

ghế dài bench

ghế dài có tựa pew

ghế đẩu stool

ghế điện electric chair

ghế gấp folding chair

ghế hành khách passenger seat

ghế mây wicker chair

ghế ngồi seats

ghế nhân chứng witness stand

ghế quay swivel chair

ghế trẻ con baby seat

ghế vải deckchair

ghế xếp deckchair

ghế xích đu rocking chair

ghế xô pha sofa

ghềnh rapids

ghi write down; mark; **ghi 50$ nợ vào tài khoản của tôi** debit $50 against my account; **ghi bàn thắng** score

ghi âm tape ◊ (*sự*) recording; **được ghi âm** recorded

ghi âm trên băng từ tape recording

ghi chép take notes; note down; take down ◊ (*sự*) note; log

ghi điểm score *goal, point*

ghi đông handlebars

ghi được score *goal, point*

ghi lại điểm score; keep the score

ghi ngày tháng date, write the date on

ghi nhanh jot down

ghi nhận acknowledge, take on board *comments etc*

ghi nợ debit

ghi số reading (*from meter etc*)

ghi tên register ◊ (*việc*) registration

ghi tên phạt book, fine

ghi tên thi đấu entry (*for competition*)

ghi tên thuê phòng check in (*at hotel*)

ghi tên vào sổ đen blacklist

ghi thành từng khoản itemize

ghi vào entry (*in diary, accounts*)

ghì chặt grapple with

ghim pin, attach ◊ pin

ghim băng safety pin

ghim dập staple; **đóng vào bằng ghim dập** staple

ghim lên pin up

ghim chặt pin, hold down

ghìm giữ restrain

ghìm nén repress

---

ch (*final*) k	gh g	nh (*final*) ng	r z; (S) r	x s	â (but)	i (tin)
đ z; (S) y	gi z; (S) y	ph f	th t	a (hat)	e (red)	o (saw)
đ d	nh (onion)	qu kw	tr ch	ă (hard)	ê ay	ô oh

gí mũi vào poke one's nose into something; anything; what; whatever; *tôi chẳng nghe thấy gì cả* I didn't hear anything at all; *gì thế?* what?; *tối nay anh/chị làm gì?* what are you doing tonight?; *gì nữa?* anything else?; what else?

gỉ rust ◊ rusty

gia đình family; *trong gia đình* domestic

gia hạn extend; renew; roll over ◊ (sự) extension, renewal

gia hạn thị thực visa extension

Gia Nã Canada ◊ Canadian

gia nhập join

gia súc cattle; livestock; domestic animal

gia sư (private) tutor

gia tài lớn fortune

gia tăng expand ◊ (sự) expansion, growth

gia vị seasoning

giá beansprouts; price; rate; rack; stand; shelf ◊ suppose, supposing that; *... giá là bao nhiêu?* how much is/are ...?; *những ngăn giá* shelves; *thật là giá cắt cổ* it's a rip-off

giá áo hanger; rack

giá ba chân tripod PHOT

giá bán lẻ retail price

giá bán sỉ wholesale price

giá cả cost; price

giá chênh lệch price differential

giá chi phí, bảo hiểm và vận chuyển cost, insurance and freight

giá chi phí và vận chuyển cost and freight

giá cố định fixed price

giá dự thầu tender price

giá đặt bán asking price

giá đặt nến candlestick

giá để ô umbrella stand

giá để xe đạp (bicycle) rack

giá đồng hạng flat rate

giá đỡ bracket (*for shelf*)

giá đơn vị unit price

giá gác rack

giá hời be good value

giá lạnh cold, freezing cold

giá mua purchase price

giá mui xe roof rack

giá mực price list

giá nến candlestick

giá nhất định fixed price

giá phá giá dumping price

giá phải trả cost; price to pay

giá sinh hoạt cost of living

giá thành prime cost; cost price

giá tiền là cost; *giá tiền họ phải trả là ...* it cost them ...

giá tiền trả thêm extra charge

giá treo cổ gallows

giá trị merit; value ◊ valuable

giá vé fare, ticket price; *giá vé người nước ngoài* ticket price for foreigners

giá vốn cost price

già old, elderly

già đi age; get on

già làng elder; village elder

già yếu senile

giả fake; artificial; mock; phony ◊ disguise; forge *signature*

giả bộ pretend ◊ (sự) act, pretense

giả danh (là) masquerade as, pose as; assume the name of

giả dối misleading ◊ (sự) falsity

giả định assumption; presumption

giả đò (S) pretend ◊ (sự) act, pretense

giả mạo falsify

giả như assuming, supposing

giả ốm pretend to be ill

giả sử assuming, supposing

giả tạo false; artificial ◊ (sự) act, pretense

ơ u*r*   y (tin)   ây uh-i   iê i-uh   oa wa   ôi oy   uy wee   ong aong
u (soon)   au a-oo   eo eh-ao   iêu i-yoh   oai wai   ơi u*r*-i   ênh uhng   uyên oo-in
ư (dew)   âu oh   êu ay-oo   iu ew   oe weh   uê way   oc aok   uyêt oo-yit

giả thuyết hypothesis; **có tính chất giả thuyết** hypothetical
giả tỉ assuming, supposing
giả vờ pretend; make believe; put on; simulate ◊ mock ◊ (sự) make-believe, pretense
giác quan sense (*sight etc*)
giai cấp class
giai cấp công nhân working class
giai điệu tune, melody
giai đoạn stage, phase; **ở giai đoạn lập kế hoạch** at the planning stage
giải solve, crack ◊ prize; **được giải** award-winning ◊ win a prize
giải đáp answer (*to problem*)
giải đặc biệt jackpot
giải đoán decipher
giải độc đắc jackpot
giải được work out
giải karaoke bàn tay vàng golden hand prize (*for feeling up the waitress*)
giải khát quench one's thirst
giải lao interval; break
giải mã decipher, decode
giải nén unzip COMPUT
giải ngũ be discharged
giải pháp resolution; solution; fix
giải phân cách median strip
giải phẫu dissect
giải phẫu học surgery
giải phóng liberate; emancipate ◊ (sự) liberation; emancipation; **được giải phóng** emancipated
giải quyết deal with; process *application etc*; tackle *problem*; settle; straighten out; resolve; sort out; solve; unravel *complexities* ◊ (sự) processing; settlement; solving; **đang được giải quyết** be in hand; **không thể giải quyết được** insoluble; **giải quyết dứt điểm một vụ làm ăn** clinch a deal

giải quyết xong wind up *business*
giải tán remove; disperse; break up; dismantle ◊ (sự) removal
giải thể go into liquidation
giải thi đấu tournament; prize
giải thích explain; interpret ◊ (sự) explanation; **không thể giải thích được** inexplicable; unaccountable
giải thích nguyên nhân account for
giải thoát free; ease *one's mind*
giải thưởng prize
giải tội pardon LAW
giải tội cho exonerate
giải trí amuse, entertain ◊ (sự) entertainment; pastime; recreation
giải trừ quân bị disarm ◊ (sự) disarmament
giải vô địch championship
giãi bày confide; **giãi bày với ai** confide in s.o.
giam lock up
giam cầm imprison ◊ (sự) imprisonment
giam giữ intern ◊ (sự) internment, detention
giam hãm confine ◊ (sự) confinement
giám đốc director; managing director; manager
giám đốc bộ phận bán hàng sales manager
giám đốc điều hành managing director
giám đốc ngân hàng bank manager
giám đốc tiếp thị marketing manager
giám khảo judge (*in competition*); **làm giám khảo** judge
giám mục bishop
giám sát oversee, supervise
giảm fall, drop; reduce, lower; cut back; be down; take off *20% etc*;

---

ch (*final*) k	**gh** g	**nh** (*final*) ng	**r** z; (S) r	**x** s	**â** (but)	**i** (tin)
d z; (S) y	**gi** z; (S) y	**ph** f	**th** t	**a** (hat)	**e** (red)	**o** (saw)
đ d	**nh** (onion)	**qu** kw	**tr** ch	**ă** (hard)	**ê** ay	**ô** oh

relax *pace* ◊ (sự) drop, reduction; slowdown

giảm án commute LAW

giảm âm muffler MOT

giảm biên chế downsize

giảm bớt cut down; cut down on; deaden *sound*; diminish; relieve *pain*; slacken off; subside; tone down ◊ (sự) decrease; *làm giảm bớt* moderate

giảm dần taper off; whittle down

giảm đến mức tối thiểu minimize

giảm đi moderate; shrink

giảm độ trượt nonskid

giảm ga throttle back

giảm giá discount, mark down ◊ (sự) reduction; discount; *giảm giá 20$* $20 off the price

giảm giá trị detract from

giảm khoảng cách bridge the gap

giảm kích thước downsize

giảm mạnh ax; slash

giảm một nửa halve

giảm sáng đèn pha dim the headlights

giảm sút decline; ebb away

giảm thanh silencer; muffler

giảm tốc độ reduce speed, slow down

giảm xuống sink ◊ toned down

gian cunning; deceitful

gian giảo shifty

gian hàng department

gian khôn deceitful; sneaky

gian lận cheat; rig *elections etc* ◊ deceitful

gian nan rough

gián cockroach

gián điệp espionage; spy; *làm gián điệp* spy

gián đoạn interrupt ◊ (sự) gap; interruption

gián tiếp indirect

giàn giáo scaffolding

giàn khoan dầu oil rig

giản dị modest ◊ (sự) modesty

giản đơn basic; menial

giãn nở expand ◊ (sự) expansion

giãn ra dilate; stretch

giãn tĩnh mạch varicose vein

giang mai syphilis

giáng: giáng X cho Y inflict X on Y

giáng cấp downgrade

giáng một đòn deal a blow to

Giáng Sinh Christmas

giáng xuống strike

giảng bài lecture

giảng đạo preach

giảng viên lecturer; academic

giành được get; earn; capture; land *job*; meet with *approval etc*; *giành được sự giúp đỡ của ...* enlist the help of ...

giành thắng lợi trước ... win a victory over ...

giao deliver, drop off; join (*of road*) ◊ (sự) delivery

giao bóng serve (*in tennis*)

giao ... cho hand over; turn in (*to police*); *giao một việc cho ai* set a task for s.o.

giao cho đóng vai cast *actor*

giao diện interface

giao dịch transact; deal with; socialize ◊ (sự) transaction; dealings

giao du associate; socialize

giao đoạn episode

giao hợp sexual intercourse

giao liên liaison person

giao nộp surrender, hand in ◊ (sự) surrender, handing in

giao phó delegate *work* ◊ (sự) delegation; *giao phó Y cho X* entrust X with Y, entrust Y to X

giao phối nội dòng inbreed ◊ (sự)

ơ ur	**y** (tin)	**ây** uh-i	**iê** i-uh	**oa** wa	**ôi** oy	**uy** wee	**ong** aong
u (soon)	**au** a-oo	**eo** eh-ao	**iêu** i-yoh	**oai** wai	**ơi** ur-i	**ênh** uhng	**uyên** oo-in
ư (dew)	**âu** oh	**êu** ay-oo	**iu** ew	**oe** weh	**uê** way	**oc** aok	**uyêt** oo-yit

inbreeding
giao thiệp với deal with; mix with
giao thông traffic; transport
giao thông hai chiều two-way traffic
giao thông hàng hải shipping
giao tiếp communicate ◊ (sự) communication
giáo cụ teaching aid
giáo dục educate; *có tính giáo dục* educational; *có trình độ giáo dục* educated; *không được giáo dục* uneducated
giáo dục bắt buộc compulsory education
giáo điều dogma ◊ dogmatic
giáo đoàn congregation
giáo hoàng Pope
giáo phái denomination; cult, sect
giáo sinh student teacher
giáo sĩ clergyman
giáo sư professor; chair
giáo viên teacher; coach
giáo viên dạy lái xe driving instructor
giáo viên mẫu giáo nursery school teacher
giáo viên tiểu học elementary teacher
Giáp water in nature (*in Vietnamese zodiac*)
giàu rich, affluent; well-to-do
giàu có rich ◊ (sự) wealth
giàu tưởng tượng imaginative
giày shoe
giày dép footwear
giày đế phẳng loafer
giày gót nhọn stilettos
giày ống boot
giày pa-tanh skate
giày tập chạy jogger (*shoe*)
giày thể thao sneakers, *Br* trainers
giày trượt băng skate
giày xăng-đan sandals

giặc aggressor
giặc ngoại xâm foreign aggressors
giảm bông ham
giặt wash
giặt khô dry-clean
giặt là launder
giặt quần áo do the washing
giặt tẩy clean
giấc chợp mắt nap
giấc mơ dream
giấc ngủ sleep
giấc ngủ ngắn snooze
giẫm lên tread on
giẫm nát trample on
giậm chân stamp one's feet
giẫm đạp trample; *bị giẫm đạp lên* be trampled underfoot
giẫm vào tread on; *giẫm vào chân ai* tread on s.o.'s toes
giận angry; be angry with; *giận cá chén thớt* (*proverbial*) be angry with one person and take it out on another; *vì X mà giận Y* hold X against Y
giận dữ furious; in a temper ◊ (sự) anger
giận điên lên enraged, livid
giận phát điên lên go wild
giận sôi lên simmer (with rage)
giật pull; snatch
giật dây pull strings
giật gân sensational *pej*
giật giật twitch ◊ jerky
giật lấy snatch
giật lùi backward
giật mạnh tug; wrench; yank; jerk; jolt
giật mình jump (*in surprise*)
giật nước flush; *giật nước cho X trôi xuống hố xí* flush X down the toilet
giật nước cho trôi đi flush away
giấu hide; keep back

---

giấu kín secrete ◊ hidden ◊ (việc) secretion, hiding

giấu mình go into hiding

giấu tên anonymous

giàu rich

giàu có wealthy ◊ (sự) wealth

giây second (of time)

giấy paper

giấy báo chuyển nhà eviction order

giấy báo nghỉ việc notice (to leave job)

giấy báo trả tiền bill of exchange

giấy bảo hành warranty

giấy bạc ngân hàng bank bill

giấy biên nhận receipt

giấy bóng kính cellophane

giấy bọc wrapping; wrapping paper

giấy chứng minh identification

giấy chứng nhận certificate; reference, testimonial

giấy có tiêu đề letterhead

giấy dán tường (wall)paper

giấy đăng ký kết hôn marriage certificate

giấy gói wrapper; wrapping paper

giấy khai sinh birth certificate

giấy khám sức khỏe medical certificate

giấy lộn wastepaper

giấy lụa tissue paper

giấy mời invitation (card)

giấy nhám (S) sandpaper

giấy nhắc trả tiền reminder

giấy ni lông để đóng gói shrink-wrapping

giấy nợ IOU, I owe you

giấy phép permit; license; clearance; *được cấp giấy phép* be licensed

giấy phép cư trú residence permit

giấy phép hải quan customs clearance

giấy phép làm việc work permit

giấy ráp (N) sandpaper

giấy tờ papers; document; *công việc giấy tờ* paperwork

giấy vệ sinh toilet paper

giấy viết (thư) writing paper, notepaper

giầy (S) shoe

giẻ rag

giẻ lau cloth

giẻ lau nhà floor cloth

gien gene

gieo cast; sow; throw *dice*

giếng well

giếng dầu oil well

giếng nước well (for water)

Giê-su Jesus

giết kill; put away *animal*

giết chết murder, slay

giết người kill ◊ (vụ) killing; *kẻ/ tên/ tay giết người* killer, murderer; *kẻ/ tên/ tay giết người hàng loạt* serial killer; *kẻ/ tên/ tay giết người thuê* hitman

giết thời gian while away

giễu cợt make fun of

gigabai gigabyte

gin gin

gin pha tô-níc gin and tonic

gió wind

gió mạnh đột ngột gust

gió mùa monsoon

gió ngược headwind

gió nhẹ breeze

gió rất mạnh gale

gió thổi mạnh gusty wind

gió xuôi tail wind

giỏ basket; tote bag

giỏ lưới basket (in basketball)

giỏ mây hamper (for food)

giòi maggot

giỏi shine ◊ able; competent ◊ well; *giỏi về gì* be good at sth; *tôi không thể bơi giỏi bằng anh/ chị*

ơ ur	**y** (tin)	**ây** uh-i	**iê** i-uh	**oa** wa	**ôi** oy	**uy** wee	**ong** aong
u (soon)	**au** a-oo	**eo** eh-ao	**iêu** i-yoh	**oai** wai	**ơi** ur-i	**ênh** uhng	**uyên** oo-in
ư (dew)	**âu** oh	**êu** ay-oo	**iu** ew	**oe** weh	**uê** way	**oc** aok	**uyêt** oo-yit

I can't swim as well as you
giỏi hơn superior
giỏi nghề expert
giỏi nhạc musical
giỏi việc good at one's job
giòn brittle; crisp
giỏng tai prick up one's ears
giọng accent
giọng kim treble MUS
giọng mũi twang
giọng nam cao tenor (*singer*)
giọng nam trầm bass (*singer*)
giọng nói voice; tone of voice; accent
giọng nữ cao soprano (*voice*)
giọt drip; drop; blob
giọt mưa raindrop
giọt nước mắt teardrop
giỗ chạp anniversary (*of death*)
giống breed; gender GRAM; variety ◊ resemble; take after; parallel ◊ similar; *giống ai đó* be like s.o.; *giống gì đó* be like sth
giống cái feminine GRAM
giống hệt identical; *giống y hệt ai* be the image of s.o.
giống ngựa pony pony
giống nhau alike; the same; similar ◊ (*sự*) likeness, resemblance, similarity
giống nhau như hệt close resemblance
giống như đàn bà effeminate
giống như ma ghostly
giống như thật lifelike
giơ ... lên hold up; *giơ cao tay lên* throw up one's hands; *giơ tay lên!* put your hand up!, hands up!
giờ hour; time; *lúc năm/sáu giờ* at five/six o'clock; *5 giờ 15* (it's) five fifteen, quarter past five; *hai giờ mười* (it's) ten after two
giờ ăn mealtime
giờ ăn trưa lunchtime

giờ bay flight time
giờ cao điểm prime time; rush hour; *những giờ cao điểm* peak hours
giờ công man-hour
giờ đi ngủ bedtime
giờ địa phương local time
giờ đóng cửa closing time
giờ ghi tên đi máy bay check-in time
giờ giải lao recess EDU; break
giờ hành chính office hours
giờ học class, lesson
giờ khởi hành departure time
giờ làm thêm overtime
giờ làm việc business hours, office hours
giờ mở cửa opening times
giờ nghỉ ăn trưa lunch hour
giờ nghỉ giải lao interlude
giờ nghỉ giữa hai hiệp half time
giờ quốc tế GMT GMT, Greenwich Mean Time
giờ tàu chạy timetable
giờ thăm bệnh visiting hours
giờ lướt flick through
giới circle, set (*of people*); sphere; *giới nhạc jazz/nhạc rock* jazz/rock scene; *giới vi tính/sân khấu* the world of computers/the theater
giới hạn confine; limit ◊ (*sự*) parameter; *trong giới hạn* within limits
giới hạn cao nhất ceiling, limit
giới hạn tốc độ speed limit
giới quyền uy the Establishment
giới quý tộc nobility
giới tăng lữ clergy
giới thiệu introduce; present, front *TV program*; recommend ◊ (*sự*) introduction (*to person, new food etc*)
giới tính gender, sex

ch (*final*) k	**gh** g	**nh** (*final*) ng	**r** z; (*S*) r	**x** s	**â** (but)	**i** (tin)
d z; (*S*) y	**gi** z; (*S*) y	**ph** f	**th** t	**a** (hat)	**e** (red)	**o** (saw)
đ d	**nh** (onion)	**qu** kw	**tr** ch	**ă** (hard)	**ê** ay	**ô** oh

gỏi cuốn

giới tội phạm underworld
giới từ preposition
giũ rinse
giũa (nail) file
giũa móng tay nail file
giục hurry up
giùi lỗ punch (*tool*)
giun worm MED
giúp help; **làm một việc gì giúp ai** do s.o. a good turn
giúp đỡ aid, assist ◊ supportive ◊ (sự) help, assistance; aid
giữ keep, hang on to; stay; hold *job, course, disk drive etc*; occupy; maintain; catch; **giữ không cho tăng** keep down *costs etc*
giữ bí mật secrecy
giữ bình tĩnh keep one's cool; pull oneself together
giữ độc quyền monopolize
giữ được keep (*of food*)
giữ được bình tĩnh keep one's temper
giữ gìn conserve; preserve; uphold ◊ (sự) preservation
giữ kín hold back; keep ... to oneself; **giữ kín X không cho Y biết** keep X from Y; **giữ kín điều gì** keep quiet about sth
giữ lại keep; detain, keep in (*in hospital etc*); hold on to; retain; reserve *judgment*; stop *s.o. in street*
giữ liên hệ với keep in contact with
giữ liên lạc với keep in touch with
giữ lời hứa keep a promise
giữ máy hold on TELEC
giữ miệng hold back
giữ quan hệ với keep up with, stay in touch with
giữ vững keep up; stand by *decision*
giữa center; middle ◊ among(st); between ◊ intermediate; **ở giữa** in

the middle of; **vào giữa** in the middle of; **vào giữa đêm** in the middle of the night; **ở giữa không trung** in midair; **giữa anh/chị và tôi** between you and me
giữa ban ngày in broad daylight
giữa buổi midway (*in time*)
giữa các bang interstate
giữa các nước đại tây dương transatlantic
giữa các nước thái bình dương transpacific
giữa công chúng in public
giữa mùa đông midwinter ◊ in the depths of winter
giữa mùa hè midsummer
giữa ngày midday
giữa tuần midweek
giường bed
giường bạt cot
giường cũi crib
giường đi-văng couch
giường đôi double bed
giường đơn single bed
giường một người single bed
giường ngủ couchette, sleeping car; berth; bunk
giường xô pha sofa bed
gò mound
gõ knock; rap at
gõ khẽ rap
gõ nhẹ tap
góc angle; corner; wedge
góc nhỏ nook
góc phố street corner; **ở góc phố** on the (street) corner
góc vuông right-angle
gói packet; parcel; sachet ◊ wrap
gói chè teabag
gói lại parcel up
gói quà giftwrap
gói trong giấy ni lông shrink-wrap
gỏi cuốn (*S*) summer roll, fresh

ơ ur	**y** (tin)	**ây** uh-i	**iê** i-uh	**oa** wa	**ôi** oy	**uy** wee	**ong** aong
u (soon)	**au** a-oo	**eo** eh-ao	**iêu** i-yoh	**oai** wai	**ơi** ur-i	**ênh** uhng	**uyên** oo-in
ư (dew)	**âu** oh	**êu** ay-oo	**iu** ew	**oe** weh	**uê** way	**oc** aok	**uyêt** oo-yit

shrimp roll

gọi call; page; order *meal*

gọi điện phone

gọi điện thoại call, phone; make a telephone call; *việc gọi điện thoại* (phone)call

gọi điện thoại đánh thức wake-up call

gọi điện thoại lại call back

gọi điện thoại về call in

gọi lại call back

gọi máy nhắn tin page, beep

gọi món ăn order (*in restaurant*)

gọi nội địa national call

gọi trực tiếp direct dial

gọi về recall *ambassador etc*; call back

gom nhặt collect

gọn gàng neat; trim; straight

gọng frame, rim

góp contribute ◊ (*sự*) contribution

góp chung pool *resources*

góp tiền vào chip in

góp ý contribute (*to discussion*) ◊ (*sự*) contribution

gót heel

gọt sharpen

gọt bút chì pencil sharpener

gọt vỏ pare, peel

gỗ prominent

gồ ghề jagged; rough; uneven

gỗ timber; wood

gỗ dán plywood

gỗ óc chó walnut

gỗ sồi oak

gỗ tếch teak

gỗ thông pine

gỗ xẻ lumber

gốc original ◊ stem (*of word*); *gốc Trung Quốc* of Chinese origin

gốc cây (tree) stump

gốc rễ roots

gốc từ root (*of word*)

gối pillow

gối đệm cushion

gối lên nhau overlap

gội wash *hair*

gội … bằng dầu gội đầu shampoo

gội và sấy ép shampoo and set

gồm có comprise; be composed of, consist of; take in, include

gộp lại lump together

gôrila gorilla

gờ edge

gỡ disentangle; disengage

gỡ bỏ thiết bị nghe trộm debug

gỡ lỗi debug COMPUT

gỡ ra extricate

gởi send; mail

gợi cảm sensuous

gợi lại stir up, bring back *memories*

gợi lên prompt; conjure up

gợi nên evoke; stimulate

gợi tình erotic; sensual

gởm guốc forbidding

gợn sóng wavy

gục xuống droop; slump

gửi deposit; send; mail; send in; ship; *gửi ai đi gặp ai* send s.o. to s.o.; *gửi gì cho ai* send sth to s.o.

gửi bảo đảm by registered mail

gửi bưu điện send off

gửi bức thư đảm bảo send a letter registered

gửi chuyển tiếp forward *mail*

gửi đảm bảo register

gửi đi send off, dispatch

gửi e-mail e-mail

gửi fax fax

gửi hàng ship, send ◊ (*sự*) shipment; shipping

gửi hóa đơn bill, invoice

gửi kèm inclose

gửi qua bưu điện mail

gửi thư mail

gửi tiền vào ngân hàng bank, put in the bank

gửi tới for the attention of

---

ch (*final*) k	**gh** g	**nh** (*final*) ng	**r** z; (*S*) r	**x** s	**â** (but)	**i** (tin)
d z; (*S*) y	**gi** z; (*S*) y	**ph** f	**th** t	**a** (hat)	**e** (red)	**o** (saw)
đ d	**nh** (onion)	**qu** kw	**tr** ch	**ă** (hard)	**ê** ay	**ô** oh

gửi trả send back; *gửi trả ... cho cửa hàng* take ... back to the store
gừng ginger
gươm sword
gương mirror; example; *nêu gương tốt/xấu* set a good/bad example

gương chiếu hậu rear-view mirror
gương hậu (driving) mirror
gương mẫu exemplary, model ◊ example
gương mù bad example
gương sáng good example
gượng ép forced

H

ha sít hashish
há open (one's mouth), open wide
há hốc mồm gasp; *há hốc mồm nhìn* gape at; gape
há miệng open one's mouth
hà hơi breathe out, exhale
hà lạm abuse
Hà lan Holland ◊ Dutch
hà mã hippopotamus
Hà Nội Hanoi
hà tiện stint on
hả huh? (*asking for confirmation*); *thế hả?* is that so?; *anh ấy đã đi rồi hả?* has he already gone?
hả hê gloat; *hả hê trước ...* gloat over ...
hả hơi flat *beer*
hạ bring down, shoot down; lengthen *sleeve etc*; lower *flag, hemline*
hạ bộ genitals
hạ cánh land, touch down ◊ (*sự*) landing, touchdown (*of airplane*)
hạ cánh khẩn cấp emergency landing
hạ cánh xuống nước splash down

hạ cố deign to
hạ gấu let down
hạ giá reduce the price of, knock down ◊ discount; reduced price
Hạ nghị sĩ member of Congress
Hạ nghị viện House of Representatives
hạ sĩ corporal MIL
hạ sĩ quan noncommissioned officer
hạ thấp lower; dip; *hạ thấp đèn pha* dip the headlights; *hạ thấp giọng* lower one's voice
hạ xuống descent ◊ go down, descend; lower
hách dịch dictatorial
hai two; *hai ...* a couple of ...
hai giường (đơn) twin beds
hai kỳ two-stroke
hai là secondly
hai lần double ◊ twice
hai ... một lần: *hai ngày một lần* every other day; *hai người một lần* every other person; *hai năm một lần* biennial
hai mươi twenty
hái scythe ◊ pick *flowers, fruit*

ơ ur	y (tin)	ây uh-i	iê i-uh	oa wa	ôi oy	uy wee	ong aong
u (soon)	au a-oo	eo eh-ao	iêu i-yoh	oai wai	ơi ur-i	ênh uhng	uyên oo-in
ư (dew)	âu oh	êu ay-oo	iu ew	oe weh	uê way	oc aok	uyêt oo-yit

hài hòa harmonious

hài hước comic, humorous ◊ (sự) humor

hài kịch comedy

hài kịch tình thế sitcom

hài lòng content; pleased

hài lòng về việc làm job satisfaction

hải âu seagull; gull

hải cẩu seal

hải đăng lighthouse

hải đồ chart, map

hải lý nautical mile

hải mã sea horse

hải phận (territorial) waters

hải quan customs

hải quân navy ◊ naval

hải sản seafood

hãi hùng nightmare

hại harm; *chẳng hại gì* it wouldn't do any harm

hại sức hazardous to health; bad for the health

ham be fond of, like; desire

ham ăn gluttonous

ham chơi fun-loving

ham gái horny; girl-crazy

ham học studious

ham mê be passionately fond of

ham muốn urge

ham muốn nhục dục lust

ham muốn tình dục sexual appetite

ham thể thao sporty

ham thích take up *hobby etc* ◊ (sự) addiction; appetite *fig*

hám lợi acquisitive

hàm jaw

hàm dưỡng self-control

hàm lượng content (*of alcohol etc*)

hàm ý imply, get at ◊ (sự) implication

hấm infuse ◊ (sự) infusion

hãm hiếp rape

hạm đội fleet

Hán học sinology

Hán Nôm Sino-Vietnamese characters

hàn weld ◊ (sự) filling (*in tooth*)

hàn nối fuse

Hàn Quốc (South) Korea ◊ (South) Korean

hàn răng filling (*in tooth*)

hạn dryness, drought; end

hạn chế qualify; restrict ◊ (sự) restriction; constraint ◊ qualified; restricted

hạn chế sinh đẻ practice birth control ◊ (sự) birth control

hạn hán drought

hạn ngạch quota

hạn sử dụng best-before date

hang (động) cave

hàng column; row; goods; shopping ◊ every

hàng bán chạy good seller; top-selling line

hàng bán hạ giá cut-price goods

hàng cá fishmonger

hàng cơm restaurant

hàng dễ cháy inflammable goods

hàng đầu first-class; leading; top; primary; leading-edge

hàng đống loads; loads of

hàng ế poor seller

hàng giả bogus goods, imitations

hàng giải khát refreshments shop

hàng giờ at hourly intervals; for hours; *tôi ở đây đã hàng giờ rồi* I've been here for hours

hàng giờ liền for hours on end

hàng gửi nhanh fast delivery goods

hàng hải maritime, nautical

hàng hậu vệ defense

hàng hóa commodity; goods, merchandise

---

ch (*final*) k	**gh** g	**nh** (*final*) ng	**r** z; (*S*) r **x** s **â** (but) **i** (tin)
d z; (*S*) y	**gi** z; (*S*) y	**ph** f	**th** t **a** (hat) **e** (red) **o** (saw)
đ d	**nh** (onion)	**qu** kw	**tr** ch **ă** (hard) **ê** ay **ô** oh

hàng hóa chuyên chở freight
hàng hóa vận tải cargo
hàng không aviation
◊ aeronautical; ***bằng đường hàng không*** by airmail
hàng không quân sự military aviation
hàng lắp ráp self-assembly goods
hàng lậu (thuế) contraband
hàng loạt stream; succession
◊ wholesale *fig*
hàng mẫu miễn phí free sample
hàng miễn thuế duty-free (goods)
hàng mua shopping
hàng năm annual, yearly
hàng ngày daily; everyday
hàng (ngoại) nhập imported goods
hàng nội home product
hàng nước café (*selling drinks only*)
hàng quán shop; store
hàng quý quarterly
hàng rào barrier; fence; hedge; railings
hàng rào cảnh sát cordon
hàng rào cọc nhọn picket fence
hàng rào ngôn ngữ language barrier
hàng rào vòng ngoài perimeter fence
hàng sơn mài lacquerware
hàng tá dozens of
hàng tái nhập reimports
hàng tái xuất re-exports
hàng tạp phẩm groceries
hàng tháng every month, monthly
hàng thật genuine product
hàng thịt butcher's shop
hàng thủ công crafts
hàng thứ nhất front row
hàng tiêu dùng consumer goods; consumer products
hàng trong kho stock
hàng tuần every week, weekly
hàng xa xỉ luxuries
hàng xịn genuine goods
hàng xóm neighborhood; neighbor
hàng xuất cảng export
hàng xuất khẩu export
hàng xứ strange; foreign
hãng firm; agency
hãng bán buôn wholesaler
hãng bán lẻ retailer
hãng buôn trading firm
hãng dầu oil company
hãng du lịch travel agency; travel agent
hãng điều hành du lịch tour operator
hãng hàng không airline
hãng quảng cáo advertising agency
hãng tàu thủy shipping company
hãng thông tấn news agency
hãng tổ chức du lịch tour operator
hạng class, category
hạng bình dân economy class
hạng business business class
hạng chuồng gà gallery THEA
hạng hai second class
hạng nặng heavyweight
hạng nhất first class
hạng nhẹ lightweight
hạng nhì second class *travel*
hạng rẻ nhất economy class
hạng sang first class *travel*
hạng thường economy class
hành scallion; work
hành chính administrative
hành chính quản trị administration
hành động act, deed; action ◊ take action

ơ ur	**y** (tin)	**ây** uh-i	**iê** i-uh	**oa** wa	**ôi** oy	**uy** wee	**ong** aong
u (soon)	**au** a-oo	**eo** eh-ao	**iêu** i-yoh	**oai** wai	**ơi** ur-i	**ênh** uhng	**uyên** oo-in
ư (dew)	**âu** oh	**êu** ay-oo	**iu** ew	**oe** weh	**uê** way	**oc** aok	**uyêt** oo-yit

hành động phá hoại vandalism
hành động phạm pháp offense
hành động tàn ác atrocity
hành động tàn bạo outrage
hành hạ tyrannize; torment
hành hoa scallion
hành hung assault
hành hương pilgrimage
hành khách occupant; passenger
hành khách ghế trên front seat passenger
hành khô shallot
hành kinh period; menstruation
hành lang corridor, passage
hành lang cửa vào hall
hành lý baggage, luggage
hành lý bỏ quên lost and found
hành lý quá cước excess baggage
hành lý quá mức qui định excess baggage
hành lý xách tay hand baggage
hành nghề practice *law, medicine etc*
hành quân march
hành ta scallion
hành tây onion
hành tinh planet
hành trình itinerary; journey
hành vi action; act; deed; behavior, conduct
hành vi sai trái misconduct
hãnh diện proud ◊ (*sự*) pride
hãnh tiến: *kẻ/tên/tay hãnh tiến* upstart
hạnh đào almond (tree)
hạnh kiểm conduct, behavior
hạnh nhân almond
hạnh phúc happy ◊ (*sự*) happiness, welfare; *niềm hạnh phúc* happiness
hao mòn wear (and tear)
háo hức avid
hào chống tăng anti-tank trench
hào hiệp gracious; magnanimous; sporting
hào hoa phong nhã chivalrous
hào hứng stimulating; *gây hào hứng* stimulate ◊ stirring
hào nhoáng glossy (*magazine*)
hào phóng generous, liberal
hão hollow
hão huyền empty; vain ◊ (*sự*) vanity
hảo hạng excellent
hát sing; chant
hát hò folk singing with chorus
hát quan họ traditional love song (duo)
hát ru lullaby
hạt county; grain; granule; particle PHYS; (*N*) nut; bean; seed; grain; drop
hạt cà phê coffee bean
hạt dẻ chestnut (tree)
hạt dẻ ngựa horse chestnut
hạt gạo rice grain (*husked*)
hạt giống seed
hạt hạnh nhân almond
hạt hồi star anise
hạt lúa rice grain (*unhusked*)
hạt mưa raindrop
hạt ngô kernel of corn
hạt nhân core ◊ nuclear
hạt tiêu pepper
hạt xuân diamond
háu ăn greedy, gluttonous
hàu oyster
hay good; interesting; lovely; clever; neat; habitual ◊ often ◊ or (*in questions*)
hay bắt nạt: *kẻ/tên/tay hay bắt nạt* bully
hay biết know; *không hay biết* be unaware of
hay cáu (kỉnh) testy
hay cằn nhằn nagging
hay đùa: *kẻ/tên/tay hay đùa* xỏ joker *pej*

---

ch (*final*) k	**gh** g	**nh** (*final*) ng	**r** z; (*S*) r	**x** s	**â** (but) **i** (tin)
d z; (*S*) y	**gi** z; (*S*) y	**ph** f	**th** t	**a** (hat)	**e** (red) **o** (saw)
đ d	**nh** (onion)	**qu** kw	**tr** ch	**ă** (hard)	**ê** ay **ô** oh

hay giúp đỡ helpful
hay hay sort of interesting; not bad; cute
hay hơn better
hay hờn dỗi sulky
hay khóc cry a lot
hay lây contagious
hay lui tới haunt
hay lý sự argumentative
hay mưa rainy
hay nhột (S) ticklish
hay nói talkative
hay ốm sickly
hay quá incredible, amazing
hay quên forgetful
hay sinh sự quarrelsome
hay tán tỉnh flirtatious
hay thay đổi fickle; volatile
hay thật! brilliant!, great!
hay tuyệt incredible, amazing
hãy be; let; *hãy cẩn thận* be careful; *hãy chờ một chút!* hang on a minute!; *hãy đi thôi!* let's go!; *hãy để cho anh ấy vào!* let him come in!; *hãy để cho tôi đi!* let me go!
hãy chú ý pay attention
hăm dọa threaten ◊ (sự) threat; *hăm dọa ai để buộc làm gì* force s.o. to do sth
hăm hở eager ◊ (sự) eagerness
hắc-cơ hacker COMPUT
hắn he (*familiar*)
hằn học catty, spiteful
hẳn right, completely
hăng pungent
hăng hái ardent
hăng say passion ◊ spirited
hắng giọng clear one's throat
hắt hơi sneeze
hâm lại warm up
hâm mộ like, be fond of; admire; *được hâm mộ nhất* be all the rage

hâm nóng heat up
hâm nóng lên warm up
hầm stew; casserole; underground shelter
hầm chứa basement, cellar
hầm hầm grim
hầm hè snarl
hầm két vaults
hầm rượu (wine) cellar
hầm thông gió ventilation shaft
hầm trú ẩn shelter
hầm ủ bia beer cellar
hân hạnh được gặp anh/chị pleased to meet you
hân hạnh gặp ông/bà how do you do?
hân hoan exult ◊ jubilant
hận hatred; *kẻ/tên/tay hận đời* misanthropist
hận thù feud ◊ vindictive
hấp steam
hấp dẫn appeal to; draw ◊ attractive; appetizing; tempting; luscious; striking; compelling; intriguing; fascinating ◊ (sự) attraction, affinity; *có sức hấp dẫn* magnetic
hấp hối dying
hấp tấp impulsive, rash
hấp thụ assimilate
hất lên toss
hất ngã throw
hầu bàn wait table ◊ waiter; waitress
hầu hạ wait on
hầu hết most ◊ mostly
hầu như just about, almost, practically; hardly ◊ virtual; *hầu như không có ai ở đó* there was hardly anyone there; *hầu như không còn lại gì* scarcely anything left; *tôi hầu như không nghe được* I can hardly hear

---

ơ ur	**y** (tin)	**ây** uh-i	**iê** i-uh	**oa** wa	**ôi** oy	**uy** wee	**ong** aong
u (soon)	**au** a-oo	**eo** eh-ao	**iêu** i-yoh	**oai** wai	**ơi** ur-i	**ênh** uhng	**uyên** oo-in
ư (dew)	**âu** oh	**êu** ay-oo	**iu** ew	**oe** weh	**uê** way	**oc** aok	**uyêt** oo-yit

hầu như chắc chắn probably
hậu chiến postwar
hậu cứ rear of a revolutionary base
hậu địch in the enemy's rear
hậu hĩnh lavish
hậu quả consequence; sequel; repercussions
hậu trường behind the scenes
hậu vệ defense player; back SP
HĐND (= *Hội Đồng Nhân Dân*) People's Council
hé half-open; *hé mắt* half-open eyes
hé miệng, hé môi open one's mouth
hé mở opened slightly
hé răng open one's lips, part one's lips
hè summer; sidewalk
hẹ garlic chives
hecpet môi cold sore
hẻm (S) lane; alley
hẻm núi (S) gorge; ravine
hẽm (N) lane; alley
hẽm núi (N) gorge; ravine
hen asthma
hèn cowardly; mean; humble; modest
hèn chi, hèn gì no wonder; that's why
hèn hạ cheap, mean, nasty
hèn kém humble
hèn nào no wonder; that's why
hèn nhất cowardly, spineless; *kẻ/ tên/ tay hèn nhất* coward
hèn yếu weak
hẹn appointment; promise
hẹn gặp make an appointment with ◊ (sự) appointment, meeting
hẹn gặp lại (anh/chị)! see you!
hẹn hò date, go out with
heo (S) pig; pork
heo quay (S) roast pork
heo rừng (S) wild boar

héo khô wither
héo tàn wilt
héo lánh loneliness ◊ lonely; secluded
hẹp narrow; restricted
hẹp bụng narrow-minded; petty
hẹp hòi narrow; narrow-minded; suburban; tacky
hét shriek
hét lên shriek
hê rô in heroin
hề clown; *không hề chi* never mind; *không hề gì* never mind; don't mention it
hề hề (just) laugh
hệ system; branch of the family
hệ chữ viết script
hệ điều hành operating system COMPUT
hệ giao tiếp interface
hệ phái faction, wing (*of party*)
hệ phục vụ server
hệ quả result; consequence
hệ quản lý tệp dữ liệu file manager COMPUT
hệ sinh thái ecosystem
hệ thống system; *có hệ thống* systematic
hệ thống báo động sớm early warning system
hệ thống bơm phun nhiên liệu fuel injection system
hệ thống cấp bậc hierarchy
hệ thống chữ Bray braille
hệ thống đánh lửa ignition
hệ thống điều hành operating system
hệ thống đo lường system of measurement
hệ thống giảm xóc suspension
hệ thống hóa systematize ◊ (sự) systematization
hệ thống kinh tế economic system

ch (*final*) k	**gh** g	**nh** (*final*) ng	**r** z; (S) r **x** s **â** (but) **i** (tin)
d z; (S) y	**gi** z; (S) y	**ph** f	**th** t **a** (hat) **e** (red) **o** (saw)
đ d	**nh** (onion)	**qu** kw	**tr** ch **ă** (hard) **ê** ay **ô** oh

hệ thống làm việc method of working

hệ thống loa speaker system

hệ thống miễn dịch immune system

hệ thống ống nước plumbing

hệ thống phanh braking system

hệ thống phun nước chống cháy sprinkler

hệ thống phúc lợi xã hội welfare state

hệ thống sưởi heating

hệ thống sưởi trung tâm central heating

hệ thống tăng tốc overdrive

hệ thống thần kinh nervous system

hệ thống thoát nước drainage

hệ thống thông tin nội bộ intercom

hệ thống thuế taxation

hệ thống tiêu hóa digestive system

hệ thống tưới nước irrigation system

hệ tộc genealogy

hệ tư tưởng ideology ◊ ideological

hến mussel; clam

hết be all gone; run out of; finish; *hết phòng* no rooms; *hết giờ* time is up

hết cạn give out

hết chỗ full up

hết duyên no longer attractive

hết điện run down ◊ dead, flat *battery*

hết hạn expire; run out; be up ◊ out of date ◊ (*sự*) expiration, expiry

hết hồn panic-stricken

hết hơi breathless

hết hy vọng despair of

hết lòng whole-hearted

hết lời find nothing more to say

hết nợ nần với be quits with

hết sạch fully

hết sức dreadful; enormous; utmost ◊ downright; exceptionally; extra; *hết sức cố gắng/ hào phóng* be unstinting in one's efforts/generosity

hết sức buồn cười hysterical

hết sức nghiêm trọng desperate

hết sức nhanh in double-quick time

hết sức rõ ràng foolproof

hết thời time is up

hết thời kỳ huấn luyện be out of training

hết tiền hard up

hết tốc lực flat out

hết vé sold out

hết ý wonderful

hi vọng hope

hí neigh

hỉ mũi blow one's nose

hích poke

hích nhẹ jog

hiếm hardly, scarcely ◊ rare

hiếm có exceptional; rare

hiếm khi rarely, seldom

hiếm thấy uncommon

hiểm họa peril

hiểm nguy distress; *trong cảnh hiểm nguy* in distress

hiên stoop, porch

hiên hè patio, veranda

hiến pháp constitution ◊ constitutional

hiến thân cho dedicate oneself to

hiền good, kind

hiền lành meek; placid

hiền năng virtuous and talented

hiển nhiên clear, obvious ◊ clearly, obviously

hiển nhiên là evidently, apparently

hiện đại contemporary, modern; up-to-date

---

hiện đại hóa modernize ◊ (sự) modernization

hiện nay current, present, existing ◊ now; currently

hiện ra materialize; appear; come out (*of sun*)

hiện ra lờ mờ loom up

hiện số digital

hiện tại present ◊ going *price etc* ◊ now

hiện thân embodiment; reincarnation

hiện thân cho embody

hiện thời at this time

hiện thực reality

hiện trạng actual state

hiện trường scene

hiện tượng phenomenon

hiếp dâm rape; *kẻ/tên/tay hiếp dâm* rapist

hiệp round (*in boxing*)

hiệp định convention, treaty

hiệp định dẫn độ extradition treaty

hiệp đồng contract

hiệp hội association

Hiệp hội các quốc gia Đông Nam Á ASEAN, Association of South East Asian Nations

hiệp hội cho vay và tiết kiệm savings and loan

hiệp nghị agreement

hiệp phụ overtime SP

hiệp ước pact, treaty

hiếu filial piety

hiếu chiến belligerent

hiếu động restless

hiểu understand, comprehend, see; appreciate ◊ (sự) comprehension; *tôi hiểu rồi* I see; *hiểu ý ai* read s.o.'s mind

hiểu biết knowing ◊ (sự) understanding, perception; *ngoài tầm hiểu biết của tôi* it's beyond me

hiểu biết sâu sắc insight

hiểu được understand, get; cotton on to; *không thể hiểu được* impenetrable; incomprehensible, unintelligible

hiểu lầm misunderstand; misconstrue; be under a misapprehension ◊ (sự) misunderstanding; misinterpretation

hiểu ngầm read between the lines

hiểu nhầm misunderstand ◊ (sự) misunderstanding

hiểu rõ digest *information*; follow, understand ◊ (sự) familiarity

hiểu sai misinterpret, misread

hiệu store, shop; signal

hiệu bách hóa department store

hiệu bán đồ khô greengrocer

hiệu bánh kẹo confectioner, candy store

hiệu bánh mì (*N*) bakery

hiệu cầm đồ pawnshop

hiệu cắt tóc nam (*N*) barbershop

hiệu giặt khô dry cleaner

hiệu giặt tự động laundromat

hiệu kem ice-cream parlor

hiệu làm đầu hairdresser

hiệu lực effect; validity; *có hiệu lực* come into effect, come into force

hiệu mát xa massage parlor

hiệu năng efficiency

hiệu nghiệm potent

hiệu phó vice-principal

hiệu quả result; effect; *có hiệu quả* businesslike; effective ◊ efficiently

hiệu sách bookstore

hiệu suất performance

hiệu suất cao high performance

hiệu suất cao hơn outperform

hiệu thuốc pharmacy

---

ch (*final*) k	**gh** g	**nh** (*final*) ng	**r** z; (S) r	**x** s	**â** (but)	**i** (tin)
d z; (S) y	**gi** z; (S) y	**ph** f	**th** t	**a** (hat)	**e** (red)	**o** (saw)
đ d	**nh** (onion)	**qu** kw	**tr** ch	**ă** (hard)	**ê** ay	**ô** oh

hiệu thuốc tây drugstore
hiệu trưởng principal EDU
hiệu ứng nhà kính greenhouse effect
hiệu văn phòng phẩm stationery store
hình (*S*) photo
hình ảnh image, picture
hình bán nguyệt semicircle
hình bầu dục oval
hình bóng silhouette, figure
hình cầu sphere
hình chữ nhật oblong, rectangle ◊ rectangular
hình dáng shape; outline
hình dung picture, visualize
hình học geometry ◊ geometric(al)
hình lập phương cube
hình lưỡi liềm crescent
hình mờ watermark
hình như apparently
hình nón cone
hình phạt punishment
hình tam giác triangle
hình thái form
hình thành form; compose ◊ (*sự*) formation
hình tháp pyramid
hình thắt nút loop
hình thoi diamond; lozenge
hình thức form, shape; *hình thức đầu tư* form of investment
hình trái xoan ellipse ◊ oval EDU
hình tròn circle ◊ circular
hình tròn dẹt disk
hình trụ cylinder
hình tượng figurative
hình tượng hợp nhất corporate image
hình tứ giác quadrangle
hình vành coronary
hình vẽ figure (*symbol*)
hình viên phân segment

hình vuông square
hình xăm tattoo
hình xoắn ốc spiral
hình xoắn tròn twirl (*of cream etc*)
hít inhale, breathe in
hít khói inhale (*when smoking*)
hít một hơi dài take a deep breath
hít thở breathe, inhale
hít vào breathe in
HIV dương tính HIV-positive
HKDD (= *Hàng Không Dân Dụng*) Vietnamese Airlines
ho cough
ho gà whooping cough
hò shout for
hò hét shout; shouting
họ they; them ◊ surname, family name; *họ nói rằng ...* they say that ...; *họ và tên* full name
họ hàng relative
họ hàng bên chồng in-laws (*husband's family*)
họ hàng bên vợ in-laws (*wife's family*)
họ hàng ruột thịt blood relative
họ nội paternal
hoa flower, bloom ◊ *classifier for flowers*: *có hình hoa* flowery
hoa bướm pansy
hoa chuông lily of the valley
hoa cúc chrysanthemum
hoa hồi star anise
hoa hồng commission; bonus; rose
Hoa Kỳ United States
hoa lài (*S*) jasmine
hoa lan orchid
hoa liễu venereal disease
hoa mai apricot blossom
hoa mắt dazzle
hoa mơ apricot blossom
hoa mỹ flowery; pompous
hoa nhài (*N*) jasmine
hoa oải hương lavender
hoa phong lan orchid

ơ ur	**y** (tin)	**ây** uh-i	**iê** i-uh	**oa** wa	**ôi** oy	**uy** wee	**ong** aong
u (soon)	**au** a-oo	**eo** eh-ao	**iêu** i-yoh	**oai** wai	**ơi** ur-i	**ênh** uhng	**uyên** oo-in
ư (dew)	**âu** oh	**êu** ay-oo	**iu** ew	**oe** weh	**uê** way	**oc** aok	**uyêt** oo-yit

hoa quả (*N*) fruit
hoa sen lotus flower
hoa súng water lily
hoa thuỷ tiên narcissus
hoa tiêu navigation; navigator; *làm hoa tiêu* navigate
hoa tuy líp tulip
hoa văn pattern
hoa violét violet
hóa (*corresponds to English -ize*): *tiêu chuẩn hóa* standardize
hóa chất chemical
hóa chất chống đông antifreeze
hóa đơn bill, invoice; check; *xin cho hóa đơn* check please
hóa học chemistry ◊ chemical
hóa học liệu pháp chemotherapy
hóa thạch fossil
hóa trang make up
hòa tie SP
hòa âm harmony
hòa bình peace ◊ peaceful
hòa giải reconcile; be reconciled ◊ conciliatory ◊ (sự) reconciliation; troubleshooting; *không thể hòa giải được* irreconcilable
hòa hoãn détente
hòa hợp fit in ◊ united ◊ (sự) harmony; *không hòa hợp* clash; *không thể hòa hợp được* irreconcilable
hòa nhã amiable
hòa nhạc concert
hòa nhập mix; integrate; socialize
hòa tan dissolve
hòa thuận get on, be friendly with ◊ harmonious
hòa tỉ số draw, tie
hòa vốn break even
hỏa hoạn blaze, fire
hỏa táng cremate ◊ (sự) cremation
hỏa tiễn (*S*) missile
họa drawing
họa sĩ painter, artist

họa tiết design; motif
họa tiết nhiều ô vuông checkered
hoài nghi cynical; skeptical ◊ in disbelief
hoan hô cheer ◊ hurray ◊ cheering; *hoan hô!* well done!
hoan hô cuồng nhiệt go wild
hoan nghênh welcome
hoàn cảnh circumstances; conditions; position, situation; *trong hoàn cảnh như vậy* under the circumstances
hoàn chỉnh complete, full, comprehensive
hoàn hảo faultless, flawless, perfect; impeccable
hoàn lại refund, reimburse; *không hoàn lại* nonrefundable
hoàn lại tiền refund
hoàn tất finalize
hoàn thành accomplish; finish; terminate ◊ complete ◊ (sự) completion
hoàn thiện perfect; polish up; develop ◊ (sự) development; finish (*of product*)
hoàn toàn absolute; complete, total; utter; downright ◊ completely; utterly; totally; soundly; simply; pure *white etc*; *hoàn toàn không* anything but; *hoàn toàn không ngạc nhiên/ thất vọng chút nào* not in the least surprised/disappointed; *hoàn toàn không như vậy* nothing of the kind
hoàn toàn bưng bít ai keep s.o. in the dark
hoàn toàn có khả năng in all likelihood
hoàn toàn đúng như vậy exactly
hoãn adjourn; put off, postpone
hoãn lại delay, postpone ◊ (sự)

---

ch (*final*) k	**gh** g	**nh** (*final*) ng	**r** z; (*S*) r	**x** s	**â** (but)	**i** (tin)
d z; (*S*) y	**gi** z; (*S*) y	**ph** f	**th** t	**a** (hat)	**e** (red)	**o** (saw)
đ d	**nh** (onion)	**qu** kw	**tr** ch	**ă** (hard)	**ê** ay	**ô** oh

postponement

hoãn thi hành án reprieve

hoạn castrate

hoạn nạn misfortune

hoang (dã) wild, desolate

hoang đàng prodigal

hoang phí waste ◊ wasteful

hoang tưởng paranoia ◊ paranoid

hoang vắng derelict; desolate

hoàng cung royal palace

hoàng đạo zodiac

hoàng đế emperor ◊ imperial

hoàng gia royal

Hoàng Hà Yellow River

Hoàng Hải Yellow Sea

hoàng hậu queen

hoàng kim golden *period*

hoàng tộc royalty

hoàng tử prince

hoàng yến canary

hoảng be frightened, be scared

hoảng hốt be terrified, panic

hoảng lên lose one's head; be horrified; *đừng có hoảng lên!* don't panic!

hoảng loạn panic

hoảng sợ panic; be frightened ◊ petrified; panic-stricken ◊ (*sự*) scare, fright; *làm cho X hoảng sợ* give X a fright

hoành hành go on the rampage ◊ (*sự*) rampage; *hoành hành dữ dội* rage (*of storm*)

hoạt bát lively *person*

hoạt động operate; perform; work ◊ (*sự*) operation; activity; *nó hoạt động thế nào?* how does it work?

hoạt động phản gián counterespionage

hoạt động tư vấn consultancy

hoặc or ◊ alternatively; *hoặc ... hay* either ... or; *hoặc ... hoặc* either ... or

hóc ngạt choke

học study; learn; do *French, chemistry etc* ◊ subject; learning; project EDU; *đi học* go to school; *học lái xe* learn to drive; *học làm gì* learn how to do sth

học bài study

học bổng grant; scholarship

học đòi dabble in

học gạo bone up (on), *Br* mug up (on)

học giả scholar

học giỏi academic ◊ do well in school

học hành study ◊ studious; *chăm chỉ học hành* study hard

học kỳ semester

học lại study again

học sinh pupil, student; schoolchildren

học sinh nam schoolboy

học sinh nội trú boarder

học sinh nữ schoolgirl

học tập study

học thuộc memorize

học thuyết doctrine

học thuyết Mác Lê Marxist-Leninist theory

học trò disciple; student

học trò cưng teacher's pet

học viên trường sĩ quan cadet

học viện academy; institute

học viện quân sự military academy

học vị academic achievement

học vị tiến sĩ doctorate

hoen ố stain

hói bald

hỏi ask; inquire; question ◊ inquiry; *hỏi ai về gì* ask s.o. about sth

hỏi dồn pester with questions

hỏi thăm inquire; ask after

hỏi vặn vẹo heckle

hỏi xem check with

ơ ur   **y** (tin)   **ây** uh-i   **iê** i-uh   **oa** wa   **ôi** oy   **uy** wee   **ong** aong

u (soon)   **au** a-oo   **eo** eh-ao   **iêu** i-yoh   **oai** wai   **ơi** ur-i   **ênh** uhng   **uyên** oo-in

ư (dew)   **âu** oh   **êu** ay-oo   **iu** ew   **oe** weh   **uê** way   **oc** aok   **uyêt** oo-yit

hỏi ý kiến consult ◊ (sự) consultation

hóm hỉnh witty ◊ (sự) wit

hòm chest; trunk

hòm dụng cụ tool box

hòm phiếu ballot box

hòm thư PO Box

hõm hollow

hòn dái testicle

hòn đá rock

honda ôm ride on the back of a motorbike (as a paying passenger)

hỏng fall through (of plans); break down ◊ dead battery etc; faulty, out of order

hỏng hóc break down (of machine) ◊ (sự) breakdown

hỏng máy break down (of machine)

hoóc môn hormone

họp session; sitting ◊ meet

họp báo press conference

họp bàn công việc business meeting

họp mặt reunion, get-together

họp thượng đỉnh summit POL

hót sing (of bird)

hót líu lo chirp; warble

hô shout; chant

hô hấp respire ◊ (sự) respiration ◊ respiratory

hố pit

hố cát sandpit

hố ngăn cách gulf fig

hồ lake; glue

hồ bơi trong nhà indoor pool

hồ chứa reservoir

hồ dán paste

hồ đào Pêcan pecan

hồ nước mặn lagoon

hồ sơ record; records

hồ Tây West Lake

hồ xóa white-out (for text)

hổ (N) tiger

hổ thẹn be ashamed ◊ (sự) shame; disgrace; *thật đáng hổ thẹn* it's a disgrace

hỗ trợ prop up ◊ (sự) backup, support; boost

hộ household ◊ for, instead of, in behalf of ◊ help; *để tôi làm hộ anh/chị* let me help you, let me do it for you

hộ chiếu passport

hộ lý orderly (in hospital)

hộ sinh midwife

hộ tống escort

hốc recess; socket (of eye)

hốc cây trên băng (ice) hockey

hốc hác gaunt

hôi thối foul; smelly ◊ (sự) bad smell, stink

hôi xì bad smell, stink

hối hả scramble

hối hận remorseful ◊ (sự) remorse

hối lộ bribe; corrupt ◊ (sự) bribery; corruption

hối tiếc regret

hối xuất rate of exchange

hối xuất chính thức official exchange rate

hồi act

hồi đáp reply, answer

Hồi giáo Muslim

hồi hộp tense ◊ (sự) suspense

hồi hương repatriate ◊ (sự) repatriation

hồi ký memoirs

hồi phục recuperate; recover; *cảm thấy hồi phục* feel renewed

hồi phục sức khoẻ convalesce

hồi tỉnh conscious

hồi tưởng reminisce; relive

hội society

hội chợ fair

hội chợ giải trí carnival, funfair

hội chợ quốc tế international fair

hội chợ triển lãm trade fair

---

ch (final) k	**gh** g	**nh** (final) ng	**r** z; (S) r	**x** s	**â** (but) **i** (tin)
d z; (S) y	**gi** z; (S) y	**ph** f	**th** t	**a** (hat)	**e** (red) **o** (saw)
đ d	**nh** (onion)	**qu** kw	**tr** ch	**ă** (hard)	**ê** ay **ô** oh

Hội Chữ thập đỏ Red Cross
Hội Chữ thập tự (S) Red Cross
hội chứng syndrome
hội đàm consultation
hội đồng council, committee
hội đồng giám khảo examination board
hội đồng kinh tế economic council
Hội Đồng Nhân Dân People's Council
hội đồng quản trị board of trustees; board of directors
hội đồng thị xã town council
hội hè festival
hội họa painting; art
hội họp gathering
Hội liên hiệp phụ nữ Việt Nam Vietnam Women's Union
hội nghị conference, convention
hội nghị bàn tròn roundtable meeting
hội nghị toàn thể hàng năm annual general meeting
hội nghị về bán hàng sales meeting
hội nhà giáo và phụ huynh học sinh parent-teacher association
hội thảo seminar, workshop
hội thẩm juror
hội trường lecture hall
hội ý confer
hôm kia the day before yesterday
hôm nay today; *hôm nay là ngày thứ mấy?* what day is it today?
hôm nọ the other day, recently
hôm qua yesterday
hôm sau the day after; *ngày/đêm hôm sau* the following day/night
hôm trước the day before
hôn kiss
hôn mê anesthetize ◊ be under ◊ (sự) coma; trance; *bị hôn mê* go into a trance

hôn nhau kiss
hôn nhân marriage; matrimony ◊ marital
hôn vội peck, kiss
hồn soul, character
hồn nhiên childlike
hỗn hợp mixture; mix
hỗn loạn chaotic; disorderly; topsy-turvy ◊ (sự) chaos; anarchy
hỗn xược impudent, fresh
hông hip
hống hách bossy
hồng rose; persimmon
hồng hào ruddy
Hồng Kông Hong Kong
hồng ngoại infra-red
hồng ngọc ruby
hộp box; can; carton; case; pack; tub
hộp các tông carton
hộp cấp cứu first-aid kit
hộp cầu chì fusebox
hộp chứa container
hộp diêm (N) matchbox
hộp đêm nightclub
hộp đen black box, flight recorder
hộp đựng thức ăn trưa lunch box
hộp quẹt (S) matchbox
hộp thoại dialog box COMPUT
hộp thư mailbox
hộp thư bưu điện PO Box
hộp tro ash bin, ash can
hốt hoảng distracted
hột pip; stone; (S) nut
hờ hững lukewarm; remote; nonchalant; unconcerned
hở hang revealing; skimpy
hơi a bit; slightly; rather; vaguely; *hơi buồn/lạ kỳ* kind of sad/strange; *hơi nhanh hơn* a bit faster
hơi ẩm moisture
hơi béo stout
hơi bực tức cross, angry
hơi cay tear gas

---

hơi chế giễu wry
hơi dính tacky
hơi nóng heat
hơi nước steam; vapor
hơi nước ngưng tụ condensation
hơi thở breath
hời hợt flimsy; superficial
Hợi pig (*in Vietnamese zodiac*)
hợm be conceited; **hợm của** be conceited about one's wealth
hợm đời conceited ◊ (sự) conceit; **kẻ/tên/tay hợm đời** wise guy
hợm hĩnh snobbish, superior
hợm mình stuck-up; **kẻ/tên/tay hợm mình** snob
hơn above; more than; over; beyond ◊ more ◊ plus; than ◊ (*used to form comparatives*): **hơn hết tất cả** above all; **to hơn tôi** bigger than me; **thường xuyên hơn** more often; **hơn nhất, hơn cả** best; most; **khá hơn** better; **dễ hơn** easier; **hơn nhiều** considerably more; **hơn kém** more or less
hơn nữa besides; moreover ◊ but then (again) ◊ plus; in addition to
hớn hở exuberant
hờn dỗi sulk; **bị hờn dỗi** be in the doghouse
hợp compatible
hợp âm chord
hợp chất compound CHEM
Hợp chủng quốc Hoa Kỳ United States (of America)
hợp đồng contract, agreement; policy ◊ contractual
hợp đồng bảo hiểm insurance policy
hợp đồng kỳ hạn futures FIN
hợp đồng thuê lease; rental agreement
hợp hơn be preferable to ◊ preferable
hợp kim alloy

hợp kim thiếc pewter
hợp lý logical; rational; reasonable; sensible; valid
hợp lý hóa rationalize ◊ (sự) rationalization
hợp nhau go, match; **chúng tôi không hợp nhau** we're not compatible
hợp nhất amalgamate
hợp pháp legal, lawful; legitimate; rightful
hợp pháp hóa legalize
hợp tác cooperate, play ball ◊ cooperative ◊ (sự) cooperation; interaction
hợp tác xã cooperative
hợp thời trang stylish; in fashion
hợp thức valid; regular
hợp thức hóa validate
hợp với suit; **hợp với gì** be suited for sth, be cut out for sth
hợp với lô gíc logical
HQ (= **hải quan**) Customs
hú howl
hủ tiếu (N) rice noodles
hũ (S) beancurd paste; tub
hùa theo toe the line
huấn luyện train; coach; groom; **trong thời kỳ huấn luyện** be in training
huấn luyện viên trainer; coach; instructor
huấn luyện viên thể dục gymnast
hublông hop (*plant*)
húc butt
húc đầu butt
hung ác brutal ◊ (sự) brutality; **kẻ/tên/tay hung ác** brute
hung dữ ferocious, fierce, savage; violent
hung hăng aggressive
hùng biện eloquent ◊ (sự) eloquence

---

ch (*final*) k	**gh** g	**nh** (*final*) ng	**r** z; (S) r	**x** s	**â** (but)	**i** (tin)
d z; (S) y	**gi** z; (S) y	**ph** f	**th** t	**a** (hat)	**e** (red)	**o** (saw)
đ d	**nh** (onion)	**qu** kw	**tr** ch	**ă** (hard)	**ê** ay	**ô** oh

hùng cường mighty
hùng dũng virile
hùng hồn eloquent
hùng mạnh powerful
hùng vĩ majestic ◊ (sự) grandeur; majesty
Hung-ga-ri Hungary ◊ Hungarian
hút absorb; smoke *cigarettes*; **hút chất độc ra khỏi vết thương** suck poison out of a wound
hút bụi vacuum
hút khô suck up
hút thuốc (lá) smoke ◊ (sự) smoking; **tôi không hút thuốc** I don't smoke
hút thuốc liên tục chain smoke
hút từng hơi ngắn puff on a cigarette
huy chương medal
huy chương bạc silver medal
huy chương đồng bronze medal
huy chương vàng gold medal
huy hiệu pin, button, badge
hủy destroy; cancel
hủy bỏ abolish; scrap; annul; repeal; undo; cancel
hủy bỏ từng bước phase out
hủy diệt wipe out, exterminate ◊ (sự) extermination; holocaust
hủy hoại ruin
huých nudge
huých khuỷu tay elbow; **huých khuỷu tay để chen** elbow out of the way
huyên náo hullabaloo, din
huyền bí occult; **những điều huyền bí** the occult
huyện district (*administrative*)
huyết áp blood pressure
huyết áp cao hypertension
huyết cầu corpuscle
huyết quản vein
huỳnh quang fluorescent
huýt sáo whistle

huýt sáo chê hiss
huỵt thud
hư naughty; damaged; broken; faulty ◊ break down
hư ảo unreal
hư cấu fictitious
hư hỏng worn out; broken ◊ (sự) wear (and tear)
hư nát ramshackle; **trong tình trạng hư nát** in a state of disrepair
hư rối broken, not working
hứa promise; **hứa ...** promise to ...; **anh ấy chỉ hứa hão** he's all talk
hứa hẹn promise, pledge
hưng thịnh bloom
hứng thú exciting
hượm một phút! wait a minute!
hương incense
hương muỗi mosquito coil
hương thơm perfume; fragrance
hương vị aroma; bouquet
hương vị bạc hà peppermint
hướng direction; course ◊ direct; **hướng này** this way, in this direction; **hướng bắc** northern ◊ north; **hướng về gì** tend toward sth
hướng dẫn conduct ◊ (sự) guidance; instructions; **cuộc đi thăm có hướng dẫn** conducted tour, guided tour
hướng dẫn du lịch tourist information
hướng dẫn sử dụng instructions for use
hướng dẫn viên (du lịch) tour guide; courier
hướng đạo sinh boy scout
hướng đông east
hướng đông nam southeast
hướng lập luận line of reasoning, argument
hướng nghiệp vocational

o ur	**y** (tin)	**ây** uh-i	**iê** i-uh	**oa** wa	**ôi** oy	**uy** wee	**ong** aong
u (soon)	**au** a-oo	**eo** eh-ao	**iêu** i-yoh	**oai** wai	**ơi** ur-i	**ênh** uhng	**uyên** oo-in
ư (dew)	**âu** oh	**êu** ay-oo	**iu** ew	**oe** weh	**uê** way	**oc** aok	**uyêt** oo-yit

guidance
hướng tây nam southwest
hướng tới toward; *hướng tới một giải pháp* toward a solution
hưởng earn
hươu deer
hươu cái doe
hươu cao cổ giraffe
hữu biên right wing SP
hữu cơ organic
hữu hạn limited, Ltd
hữu hiệu neat, clever

hữu ích use ◊ useful; helpful; productive; *rất hữu ích cho ai* be of great use to s.o.
hữu nghị friendship
hữu phái right wing
Hy Lạp Greek
hy sinh sacrifice; make sacrifices
hy vọng hope; *tôi hy vọng là vậy* I hope so; *không có hy vọng là* there's no hope of that
hydrat cacbon carbohydrate
hydrô hydrogen

I

ỉa have a shit; *đi ỉa* shit
ỉa chảy diarrhea
ích use; *không có ích cho ai* be of no use to s.o.; *không ích gì* there's no point
ích kỉ, ích kỷ selfish; self-centered
im đi! shut up!
im lặng silent ◊ (sự) silence
im lìm sleepy *town etc*
im mồm shut up; *im mồm đi!* shut up!
im nào! shut up!
in print ◊ (sự) imprint (*of credit card*)
in đậm bold (print) ◊ in bold
in lậu pirate
in ra print out

Inđônêxia Indonesia ◊ Indonesian
inh tai ear-piercing
inốc stainless steel
insơ inch
in-tơ-nét-tơ, interneter internetter
iốt iodine
Iran Iran ◊ Iranian
Irắc Iraq ◊ Iraqi
Israen Israel ◊ Israeli
ít little; short; few ; *ít hơn* fewer; *ít hơn ...* fewer than ... ; *ít đi* less; *ăn/nói ít đi* eat/talk less *ít cay* less hot
ít khi hardly, seldom
ít nhất least; at least
ít ỏi not much ◊ meager; miserly, niggardly

ch (*final*) k	**gh** g	**nh** (*final*) ng	**r** z; (S) r	**x** s	**â** (but)	**i** (tin)
d z; (S) y	**gi** z; (S) y	**ph** f	**th** t	**a** (hat)	**e** (red)	**o** (saw)
đ d	**nh** (onion)	**qu** kw	**tr** ch	**ă** (hard)	**ê** ay	**ô** oh

K

kẻ *classifier for persons, negative connotations*
kẻ ám sát assassin
kẻ ca rô checked
kẻ cả condescending
kẻ cắp thief
kẻ cướp robber; raider; gangster; mobster; hijacker; hood(lum)
kẻ cướp bóc looter
kẻ đường ranh mark out
kẻ sọc stripe
kẻ sọc nhỏ pinstripe
kẻ tay cắp ở cửa hàng shoplifter
kẻ thù enemy, adversary
kẻ tử thù mortal enemy
kẽ hở loophole; slit
kem cream; lotion; ice cream
kem bôi lotion
kem cây Popsicle®
kem chắn nắng sunblock
kem chống khô da moisturizer
kem chống nắng sunblock
kem đá Popsicle®
kem đánh giày shoe polish
kem đánh răng toothpaste
kem làm rụng lông hair remover
kem nền foundation cream
kem que Popsicle®
kem tẩy cleansing lotion
kem thoa cream; cleansing lotion
kem trứng frosting
kem xoa lotion
kem xô đa soda
kém be bad at; not be as good as, be not a patch on ◊ bad; poor, low *quality*; behind *(in progress)* ◊ less; **5 giờ kém 15** a quarter to 5; **12**

giờ kém năm/ mười phút five/ ten minutes of twelve; **kém thú vị/ nghiêm trọng** less interesting/ serious
kém hiệu quả inefficient
kém học thức lowbrow
kém hơn worse; inferior ◊ less
kém năng lực inefficient
kém phẩm chất shoddy
kèm hai bên flank
kèm theo enclose; **kèm theo đây là ...** please find enclosed ...
kẽm zinc
ken két grating
kén cá chọn canh picky
kén chọn pick and choose
kèn ácmônica mouthorgan
kèn clarinét clarinet
kèn trôm bông trombone
kèn trôm-pét trumpet
kèn xắc xô saxophone
keng ping
keo gum, glue; **có sẵn keo dính** sticky
keo dán glue
keo kiệt miserly, niggardly, stingy
keo xịt tóc lacquer
kéo pull; drag; haul; draw; draw up; tow ◊ (pair of) scissors; **kéo phéc mơ tuya lên** zip up *jacket etc*
kéo dài drag; drag on; drag out; lengthen; extend *contract etc*; prolong; last; linger ◊ protracted
kéo dài lê thê drag *(of movie etc)*
kéo đến brew *(of storm)*
kéo đi tow away
kéo giúp hộ give a tow

ơ ur	y (tin)	ây uh-i	iê i-uh	oa wa	ôi oy	uy wee	ong aong
u (soon)	au a-oo	eo eh-ao	iêu i-yoh	oai wai	ơi ur-i	ênh uhng	uyên oo-in
ư (dew)	âu oh	êu ay-oo	iu ew	oe weh	uê way	oc aok	uyêt oo-yit

kéo lại draw back; pull away

kéo lê trail

kéo lên pull out; pull up; hoist

kéo sửa móng tay nail scissors

kéo thấp pull down, lower

kéo tỉa cành shears

kéo xén clippers

kẻo otherwise

kẹo candy

kẹo bạc hà peppermint; mint

kẹo bông cotton candy

kẹo bơ toffee

kẹo cao su chewing gum

kẹo dẻo jelly bean

kẹo mút sucker, lollipop

kẹo nuga nougat

kẹo tăm lollipop

kép dual

kẹp clip; clamp; tongs; *bị kẹp giữa hai ...* be sandwiched between two ...

kẹp chặt clamp

kẹp giấy paper clip

kẹp hạt nutcrackers

kẹp hồ sơ file (*of documents*)

kẹp tóc barrette

kẹp uốn tongs (*for hair*)

kẹp vào clip; *kẹp X vào Y* clip X to Y

kẹp vỡ crack *nut*

két sắt safe (*for valuables*)

kẹt máy jam

kê đơn prescribe

kế hoạch plan; arrangement; schedule; blueprint; *đúng với kế hoạch* be on schedule (*of work*); *chậm so với kế hoạch* be behind schedule

kế hoạch hóa gia đình family planning

kế hoạch phân phối distribution arrangement

kế hoạch thí điểm pilot scheme

kế sinh nhai livelihood

kế thừa inherit ◊ (*sự*) inheritance

kế tiếp next

kế tiếp nhau successive

kế toán accounts; bookkeeping

kế toán viên accountant

kế toán viên có chứng nhận certified public accountant

kế tục succeed; come after

kế vị succeed (*to throne*) ◊ (*sự*) succession

kề bên adjoining; *ở kề bên* nearby, at hand, to hand

kể tell

kể cả allow for ◊ including ◊ inclusive

kể chuyện narrate ◊ (*sự*) narration

kể chuyện đùa joke

kể lại recite

kể từ lần since

kền nickel

kền kền vulture

kênh channel TV, RAD; canal

kênh tưới nước irrigation canal

kê-ốt kiosk

kết án convict; sentence LAW ◊ (*sự*) conviction LAW; *kết án X về tội Y* convict X of Y

kết bạn make friends; *kết bạn với X* make friends with X

kết cấu structure; texture

kết cục ending (*of book etc*)

kết đôi mate

kết hôn marry; *kết hôn với* be married to; get married to

kết hôn khác chủng tộc mixed marriage

kết hợp combine ◊ (*sự*) combination

kết luận conclude; sum up LAW ◊ (*sự*) conclusion; decision; *không đi đến kết luận* inconclusive; *từ Y rút ra kết luận về X* conclude X from Y

kết nạp admit

ch (*final*) k	gh g	nh (*final*) ng	r z; (S) r	x s	â (but)	i (tin)
d z; (S) y	gi z; (S) y	ph f	th t	a (hat)	e (red)	o (saw)
đ d	nh (onion)	qu kw	tr ch	ă (hard)	ê ay	ô oh

kết nổ đĩa madly in love
kết quả outcome, result, product; fruit *fig*; **là kết quả của** result from
kết quả cuối cùng upshot; end result; bottom line
kết quả suy luận deduction
kết thúc end, finish; get off *work*; be over ◊ (*sự*) conclusion; termination; **mọi cái đã kết thúc** it's all over
kết thúc xong finish off
kết tinh crystallize
kết xuất output COMPUT
kêu call, cry; hoot; complain; (*S*) ask; order
kêu ăng ẳng yelp
kêu ấm ĩ blare; blare out
kêu be be bleat
kêu bíp bíp beep, bleep
kêu ca complain
kêu chít chít squeak
kêu cót két creak; squeak
kêu gào call, call out; screech
kêu gọi appeal for; call out, summon
kêu ken két grate
kêu khóc bawl; wail
kêu lách cách rattle; **làm kêu lách cách** rattle
kêu lạo xạo crunch
kêu leng keng jingle
kêu lên cry out, give a cry
kêu líu ríu twitter
kêu loạt soạt rustle
kêu ốm ộp croak
kêu quàng quạc quack
kêu ré (lên) squeal
kêu rừ rừ purr
kêu thét scream
kêu thét lên screech
kêu tích-tắc tick
kêu to cry out; exclaim
kêu ù ù hum

kêu ủn ỉn grunt
kêu vo ve buzz
kêu vù vù whirr
kêu xì xì hiss
kha khá quite good
khá quite, fairly; rather
khá giỏi tolerable
khá hơn better
khá lạnh fresh
khá lớn sizeable
khá nhất best
khá nhiều quite a few, a good many, quite a lot
khả năng ability; capacity; capability; potential; possibility; chance; likelihood; faculty; **có khả năng** be capable of; be liable to ◊ potentially; **không có khả năng làm gì** be incapable of doing sth; **khả năng xấu nhất có thể xảy ra là gì?** what's the worst that could happen?
khả năng chuyển đổi convertibility
khả năng có thể xảy ra probability
khả năng công tác work capacity
khả năng giao tiếp communicative competence
khả năng lãnh đạo leadership skills
khả năng miễn dịch immunity
khả năng nói speech
khả năng sinh sản fertility
khả năng suy xét judgment
khả năng tăng tốc acceleration
khả năng thanh toán tiền mặt liquidity
khả năng xảy ra liability, likeliness
khả nghi suspicious; shady
khả thi feasible; **nghiên cứu tính khả thi** feasibility study
khác another; different; other;

ơ ur	y (tin)	ây uh-i	iê i-uh	oa wa	ôi oy	uy wee	ong aong
u (soon)	au a-oo	eo eh-ao	iêu i-yoh	oai wai	ơi u-i-i	ênh uhng	uyên oo-in
ư (dew)	âu oh	êu ay-oo	iu ew	oe weh	uê way	oc aok	uyêt oo-yit

various; different from
◊ differently, otherwise
◊ difference; something else; *khác*
với distinct from
khác biệt distinguish ◊ (sự)
distinction
khác nhau differ ◊ different;
distinct; various; dissimilar ◊ (sự)
difference; gap
khác thường exceptional; unusual
khạc ra cough up
khách guest; company
khách bộ hành pedestrian
khách du lịch tourist
khách dự tiệc dinner guest
khách đến thăm visitor, guest
khách hàng customer, client
khách hàng quen customer,
patron
khách qua đường passer-by
khách quan objective
khách sạn hotel
khách tham quan visitor
khách thường xuyên regular
khách trọ resident; boarder
khách vãng lai nonresident
khách xem patron
khai declare (*at customs*)
khai báo về inform on
khai diễn lại reopen
khai hóa civilize
khai man perjure oneself
khai mạc open ◊ inaugural
khai quật excavate; unearth ◊ (sự)
excavation
khai sáng enlighten
khai thác develop; exploit; extract;
mine for; tap into ◊ (sự)
development
khai thác mỏ mining
khai thông unblock
khai vị appetizer, starter
khái niệm concept
khái quát general, broad

khái quát hóa generalize
khám examine
khám bệnh examine
khám nghe sound MED
khám nghiệm tử thi postmortem
khám răng (dental) checkup
khám sức khỏe medical, physical
(checkup)
khan hiếm scarce
khán đài grandstand
khán giả audience, crowd;
spectator
khán giả (truyền hình) viewer
khàn hoarse; rough
khàn khàn husky *voice*
kháng thể antibody
khánh kiệt broke
khánh thành inaugurate
khao khát crave; hanker after;
yearn for ◊ (sự) craving
khảo cổ học archeology
khát be thirsty ◊ (sự) thirst
khát cháy họng be parched
khay tray
khắc carve; engrave
khắc khổ austerity ◊ austere
khắc nghiệt abrasive; harsh,
severe; stiff ◊ (sự) severity; *tính*
khắc nghiệt của mùa đông the
rigors of winter
khắc phục surmount
khăn towel; kerchief; turban
khăn ăn napkin
khăn bông towel
khăn choàng shawl
khăn chùi miệng serviette
khăn giấy paper towel; tissue
khăn lau cloth; duster
khăn lau bát đĩa dishcloth, tea
cloth
khăn lau tay hand towel
khăn mặt washcloth
khăn phủ giường bedspread
khăn quàng scarf

ch (*final*) k	**gh** g	**nh** (*final*) ng	**r** z; (S) r	**x** s	**â** (but)	**i** (tin)
d z; (S) y	**gi** z; (S) y	**ph** f	**th** t	**a** (hat)	**e** (red)	**o** (saw)
đ d	**nh** (onion)	**qu** kw	**tr** ch	**ă** (hard)	**ê** ay	**ô** oh

khăn tay handkerchief

khăn tắm bath towel; towel

khăn thắt lưng sash

khăn trải bàn tablecloth

khăn trải giường sheet

khăn trùm veil

khăn trùm đầu headscarf

khăng khăng persist in

khẳng định claim; maintain; confirm ◊ (sự) confirmation; contention; *khẳng định rằng* maintain that

khẳng khiu lanky

khắp all over; *đi khắp Việt Nam* travel all over Vietnam; *đau khắp mọi chỗ* it hurts all over

khắp mọi nơi everywhere, wherever

khắp nơi throughout; *khắp nơi đều sơn màu trắng* painted white all over

khắp thế giới worldwide

khắt khe strict

khâm phục admire ◊ (sự) admiration

khẩn cấp urgent ◊ (sự) emergency

khẩn cầu ai ... beg s.o. to ...

khập khiễng lame; *đi khập khiễng* hobble

khất lần stall

khâu sew; stitch; stitch up

khâu lược tack

khấu deduct; *khấu X vào Y* deduct X from Y

khấu trừ deduct ◊ (sự) deduction

khẩu hiệu motto; slogan

khẩu phần ration

khẩu vị palate

khe slot

khe hở chink; crevice

khẽ softly

khẽ ho cough

khẽ khàng subdued

khen compliment; give a pat on the back

khen ngợi praise, applaud ◊ (sự) credit; *nhận được sự khen ngợi về X* get the credit for X

khéo léo deft; slick ◊ (sự) dexterity

khéo léo của đôi tay sleight of hand

khéo tay skillful, dexterous ◊ (sự) manual dexterity

khéo xử tact ◊ tactful

khép kín self-contained

khét tiếng infamous

khế star fruit

khêu gợi sexy; provocative; voluptous

khi when, as; *khi anh ấy đến/ra đi* on his arrival/departure; *khi anh/ chị quen với công việc* when you're into the job; *tôi lấy làm tiếc khi nghe tin đó* I'm sorry to hear it; *thật là kinh tởm khi mà ... it is disgusting that ...

khi ấy then, at that time

khi cần as necessary

khi cần thiết at a pinch

khi đó then, at that time

khi nào when; *khi nào anh sẽ trở về?* when are you coming back?

khí gas; fumes

khí CFC CFC, chlorofluorocarbon

khí động lực: *theo kiểu khí động lực* aerodynamic

khí động lực học aerodynamics

khí hậu climate

khí ôdôn ozone

khí ôxy oxygen

khí quyển atmosphere

khí thế spirit

khí tượng meteorological

khí tượng học meteorology

khí tự nhiên natural gas

khỉ monkey

khỉ đột gorilla

khỉ ho cò gáy godforsaken

ơ ur	**y** (tin)	**ây** uh-i	**iê** i-uh	**oa** wa	**ôi** oy	**uy** wee	**ong** aong
u (soon)	**au** a-oo	**eo** eh-ao	**iêu** i-yoh	**oai** wai	**ơi** ur-i	**ênh** uhng	**uyên** oo-in
ư (dew)	**âu** oh	**êu** ay-oo	**iu** ew	**oe** weh	**uê** way	**oc** aok	**uyêt** oo-yit

khỉ không đuôi ape

khía notch

khía cạnh aspect

khía cạnh kinh tế economics

khích lệ encouraging ◊ (sự) incentive, boost

khiêm tốn modest, unassuming; humble

khiếm khuyết shortcoming

khiếm nhã ignorant, rude; tasteless; *tôi không có ý khiếm nhã* I didn't mean to be rude

khiến make; order, command; instruct, entrust (*s.o. with doing sth*); cause, induce; *ngôi nhà / anh ấy khiến tôi rùng mình* the house / he gives me the creeps; *tôi xin lỗi đã khiến anh / chị phải chờ* I'm sorry to have kept you waiting

khiển trách reprimand, rebuke ◊ (sự) blame

khiêng carry

khiếp quá! it's horrible!

khiếp sợ terrified; *làm khiếp sợ* terrify, petrify

khiêu dâm pornographic ◊ (sự) pornography

khiêu khích provocative

khiêu vũ dance

khiếu thẩm mỹ esthetic sense; taste; *có khiếu thẩm mỹ* tasteful

khinh despise, scorn

khinh bỉ contemptuous; scornful ◊ (sự) contempt; scorn

khinh khí cầu balloon

khinh khỉnh contemptuous; snooty

khinh miệt scornful

khít tight

khịt khịt mũi snort

kho depot; storage (space); store, stock

kho báu treasure

kho dự trữ stockpile

kho hàng warehouse

kho thóc barn

khó difficult, tough; *thật khó đối với tôi* it's beyond me

khó chịu uncomfortable; bad; unpleasant; nasty; offensive; tiresome ◊ (sự) discomfort; *thật khó chịu nếu phải ...* it's a drag having to ...; *tôi cảm thấy khó chịu với anh ấy* I feel uncomfortable with him

khó coi unsightly

khó đọc illegible; unreadable

khó gần antisocial; unapproachable

khó hiểu baffling; confusing; enigmatic; obscure

khó khăn difficulty; trouble ◊ difficult; embarrassing; *gây khó khăn* awkward; *gây khó khăn cho* embarrass

khó nghĩ puzzling

khó nhọc painstaking

khó nói hard to say; embarrassing to say

khó nuốt hard to swallow

khó ở indisposed

khó tả nondescript

khó tiêu heavy, stodgy; indigestible ◊ (sự) indigestion

khó tìm thấy elusive

khó xử difficult to handle

khoa faculty; department

khoa công trình engineering

khoa giải phẫu anatomy

khoa học science ◊ scientific

khoa học thống kê statistics

khoa học tự nhiên natural science

khoa học viễn tưởng science fiction

khoa ngoại trú out-patients' department

khoa nhi pediatrics

---

ch (*final*) k	**gh** g	**nh** (*final*) ng	**r** z; (*S*) r	**x** s	**â** (but)	**i** (tin)
d z; (*S*) y	**gi** z; (*S*) y	**ph** f	**th** t	**a** (hat)	**e** (red)	**o** (saw)
đ d	**nh** (onion)	**qu** kw	**tr** ch	**ă** (hard)	**ê** ay	**ô** oh

khoa tay múa chân gesticulate
khoa trương pompous; pretentious
khóa lock; turn off ◊ buckle; key
MUS; school year, academic year;
course; ***khóa chốt gì*** lock sth in
position; ***khóa tốt nghiệp năm
1988*** the class of 1988; ***bị khóa ở
ngoài cửa*** be locked out
khóa chốt cửa trung tâm central
locking
khóa dạy ngôn ngữ language
course
khóa đào tạo training course
khóa học course
khóa họp session
khóa kẹp bánh xe wheel clamp,
Denver boot
khóa móc padlock; ***khóa móc X
vào Y*** padlock X to Y
khóa Vencrô Velcro®
khỏa thân nude
khoác lác brag
khoai lang sweet potato
khoai mì (*S*) cassava
khoai môn taro
khoai sắn (*N*) cassava
khoai tây potato
khoai tây chiên potato chip
khoai tây nghiền mashed
potatoes
khoai tây nướng baked potatoes
khoai tây nướng cả vỏ jacket
potato
khoai tây rán (French) fries, fried
potatoes; hash browns; potato
chips
khoái cảm pleasure
khoái cảm đau masochistic; ***kẻ/
tên/ tay khoái cảm đau***
masochist
khoái nhất favorite
khoan bore; drill; punch *hole*
khoan dung lenient; tolerant
◊ (*sự*) pardon

khoan hẵng! just a minute! (*in
indignation*)
khoan hơi pneumatic drill
khoản sum; article; item
khoản mục item
khoản nợ debit; debt
khoản thu earnings
khoản tiền sum of money
khoản tiền gửi deposit
khoản tiền tiết kiệm saving
khoang module; box
khoang hàng hold (*in ship*)
khoang hành lý hold (*in plane*)
khoang lái cockpit
khoáng đạt liberal
khoáng sản mineral
khoảng space ◊ about,
approximately; thereabouts;
khoảng 50 gì đó 50 or so
khoảng cách distance; interval;
giữ khoảng cách với ai give s.o. a
wide berth
khoảng cách thế hệ generation
gap
khoảng chừng approximate
◊ more or less, in the
neighborhood of
khoảng giữa interval
khoảng không void
khoảng không gian outer space
khoảng thời gian interlude;
timelag; while; ***khoảng thời gian
yên tĩnh*** lull
khoảng trống clearance; gap;
vacuum; void
khoanh chunk; round (*of toast*)
khoanh tay fold one's arms
khoanh tròn circle, draw a circle
around
khóc cry, have a cry; weep; ***đang
khóc*** be in tears; be tearful
khóc nhai nhải whine
khóc thút thít whimper
khoe brag

ơ ur	y (tin)	ây uh-i	iê i-uh	oa wa	ôi oy	uy wee	ong aong
u (soon)	au a-oo	eo eh-ao	iêu i-yoh	oai wai	ơi ur-i	ênh uhng	uyên oo-in
ư (dew)	âu oh	êu ay-oo	iu ew	oe weh	uê way	oc aok	uyêt oo-yit

khoe khoang boast; show off

khỏe well; strong; *cảm thấy khỏe* feel well; *không khỏe* unwell; unfit; *chóng khỏe nhé!* get well soon!; *anh/chị có khỏe không? - tôi khỏe* how are you? - fine

khỏe mạnh healthy; fit; sturdy; sound

khói fumes; smoke ◊ smoky

khói thải exhaust fumes

khỏi recover from; get over; *đi/chạy khỏi* walk/run away

khóm cây clump

khô dry ◊ dried

khô cạn dry up

khô cằn arid

khô cháy parch

khô cứng harden

khô cứng lại cake (*of blood*)

khô lạnh crisp

khổ format

khổ dọc portrait *print*

khổ não distressing ◊ (*sự*) distress

khổ ngang landscape *print*

khổ qua (*S*) bitter melon

khổ sở agonizing; miserable

khôi hài funny

khối volume; mass; bloc POL ◊ cubic

khối đá rock

khối lượng volume

khối lượng công việc workload

khối Nato NATO

khối nước body of water

khối u tumor; growth MED

khối văn phòng office block

khởi dụng initialize COMPUT

khôn khéo clever, cute

khôn ngoan shrewd; wise

khốn khổ miserable ◊ (*sự*) misery

khốn nạn miserable

không no; not ◊ non..., un... ◊ love (*in tennis*); space ◊ without; *không ... quá* not overly ...

không ai nobody; *không ai biết*

nobody knows

không ai ưa undesirable

không an toàn treachery ◊ unsafe

không bác được undisputed

không bao giờ never

không bao giờ chấm dứt never-ending

không bao giờ thỏa mãn insatiable

không bạo động nonviolent

không bạo lực nonviolence

không bằng lòng unhappy, not satisfied

không bằng nhau unequal

không biến màu color-fast

không biết diễn đạt inarticulate

không bình thường abnormal; unnatural; unbalanced PSYCH

không bị hư hại undamaged

không bị thiệt hại unharmed; unscathed

không bị thương unhurt, uninjured

không bị trừng phạt get off scot-free ◊ with impunity

không can dự hands off

không can thiệp noninterference, nonintervention

không cạn kiệt constant

không cân bằng về mặt tâm lý maladjusted

không cân xứng unbalanced

không cần (đến) dispense with, do without; spare

không cần là ủi non-iron

không cần thiết unnecessary; uncalled-for; superfluous; *không cần thiết!* don't bother!

không cấp thiết elective

không chải untidy

không chan hòa unsociable

không chạy be down (*not working*)

không chắc unlikely

---

không chắc chắn uncertain; uneasy

không chắc có thực improbable, unlikely

không chặt chẽ loose ◊ loosely

không chân thành insincere

không chính thức informal; unofficial

không chính xác inaccurate

không chịu nổi succumb; *không chịu nổi sự cám dỗ* succumb to temptation

không chuẩn nonstandard

không chung thủy unfaithful; *không chung thủy với X* be unfaithful to X

không chuyên unprofessional

không chuyên nghiệp unprofessional

không chú ý inattentive

không có no ◊ none ◊ without; out of ◊ (*used to form negative adjectives*); *không có ...* there is/are not ...; there is/are no; *không có ai ở nhà* there was nobody at home; *không có đồ đạc* unfurnished

không có căn cứ invalid

không có chính kiến wishy-washy

không có chì lead-free, unleaded

không có chỗ nào nowhere

không có chuyên môn unskilled

không có con childless

không có cơ sở groundless, unfounded

không có dây vai strapless

không có đá straight up, without ice

không có đổ máu bloodless

không có đủ go short of

không có giá trị null and void; worthless

không có gì nothing ◊ that's

alright; it's no bother; *không có gì đáng ngạc nhiên!* no wonder!; *không có gì làm tôi thích hơn* I'd like nothing better; *không có gì liên quan tới* that's beside the point

không có gì ngoài nothing but

không có hiệu quả ineffective

không có họ hàng unrelated

không có khiếu về âm nhạc unmusical

không có liên quan unrelated

không có lông hairless

không có lời unprofitable

không có năng lực hopeless

không có người lái unmanned

không có người ở uninhabited

không có sự báo trước without warning

không có thực nonexistent

không có vấn đề gì it doesn't matter; no problem, no trouble

không có vũ khí unarmed

không còn no longer

không còn liên lạc nữa be out of touch

không còn nữa not any more ◊ there is/are none left; *không còn cà phê/chè nữa* there's no coffee/tea left; *không còn gì nữa* nothing else

không công unpaid ◊ for nothing

không công bằng unfair, unjust

không ... cũng không neither ... nor ...

không dám it's a pleasure, you're welcome; *chào ông – không dám, chào bà* good morning, sir - good morning, ma'am

không dấu toneless

không dây wireless

không dễ bắt lửa non(in)flammable

không dễ chịu inhospitable;

ơ ur	**y** (tin)	**ây** uh-i	**iê** i-uh	**oa** wa	**ôi** oy	**uy** wee	**ong** aong
u (soon)	**au** a-oo	**eo** eh-ao	**iêu** i-yoh	**oai** wai	**ơi** ur-i	**ênh** uhng	**uyên** oo-in
ư (dew)	**âu** oh	**êu** ay-oo	**iu** ew	**oe** weh	**uê** way	**oc** aok	**uyêt** oo-yit

messy

không dễ sử dụng unfriendly *software etc*

không dung thứ được intolerant

không dứt khoát indecisive; tepid

không đáng kể faint; slight; insignificant; negligible; trivial

không đáng tin cậy erratic; unreliable

không đắt inexpensive

không đầy đủ incomplete; skimpy

không đều irregular, uneven ◊ unevenly

không để ý disregard

không đời nào! no way!, not likely!

không đủ insufficient; **không đủ sức làm nhiệm vụ** be unequal to the task

không đủ trình độ unqualified

không đúng incorrect

không đúng chỗ misplaced

không đúng sự thật untrue

không đứng đắn indecent

không được must not; should not; *anh/chị không được nói cho bất cứ ai* you were not to tell anyone; *không được!* no way!; it's no good

không được bảo vệ unprotected

không được phép unauthorized; *anh/chị không được phép ...* you are not supposed to ...

không gì cả nothing; not anything

không gì rust-proof, nonrust

không gian space

không giống unlike; *họ không giống nhau chút nào* they're not at all alike

không hài lòng dissatisfied

không hạn định indefinite ◊ indefinitely

không hiểu biết ignorant; illiterate

không hiểu sao somehow, for

some unknown reason

không hóa tan được insoluble

không hòa âm discordant

không hoàn hảo imperfect

không hoạt động inactive; dead *phone*

không hoạt động nữa out of action

không hợp disagree with

không hợp thời trang go out of style ◊ out of fashion

không hữu ích unproductive

không ích kỷ unselfish

không kể excluding

không kể xiết untold

không khí air; atmosphere; climate

không khỏe mạnh unhealthy

không khôn ngoan inadvisable, unwise

không khớp mismatch

không kiểm soát được get out of control

không kín đáo indiscreet

không kinh tế uneconomic

không lưu air traffic

không ... ma/và cũng không neither ... nor ...

không may unluckily; *thật là không may!* hard luck!

không một ... nào none of; *không một số cô la nào* none of the chocolate

không một nơi nào nowhere

không một xu dính túi penniless

không nén được irrepressible

không nên inadvisable

không nghi ngờ unsuspecting

không nghỉ without a break

không nghĩa lý gì derisory

không ngờ undreamt-of

không ngớt relentless

không ngủ be up (*out of bed*) ◊ sleepless

không nguôi inconsolable

ch (*final*) k	**gh** g	**nh** (*final*) ng	**r** z; (*S*) r	**x** s	**â** (but)	**i** (tin)
d z; (*S*) y	**gi** z; (*S*) y	**ph** f	**th** t	**a** (hat)	**e** (red)	**o** (saw)
đ d	**nh** (onion)	**qu** kw	**tr** ch	**ă** (hard)	**ê** ay	**ô** oh

không ngừng incessant, unceasing ◊ incessantly; on and on; without respite

không nhất quán not unanimous

không nhất trí disagree

không nhận disclaim

không nhận thấy miss, not notice

không nói nên lời speechless

không ở đâu cả nowhere

không pha straight, neat *whiskey etc*

không phải not ◊ free

không phải bây giờ not now

không phải như vậy not like that

không phải trả tiền free of charge

không phận airspace

không phức tạp straightforward, simple

không quá within

không quân air force

không quen unfamiliar; *không quen làm gì* be unused to doing sth; *không quen với gì* be unused to sth; be unfamiliar with sth

không quên được unforgettable

không ra gì trash

không sao alright, ok; not hurt ◊ it doesn't matter; *anh/ chị không sao chứ?* are you ok?

không tán thành disapprove of

không tắt leave on *TV etc*

không thay đổi constant

không theo nghi thức informal ◊ (*sự*) informality

không thể cannot, can't ◊ (*forms negative adjectives*): *không thể làm X* (*được*) be unable to do X

không thể áp dụng được inapplicable

không thể ăn được uneatable

không thể bị tấn công được invulnerable

không thể chấp nhận được unacceptable

không thể chê trách được irreproachable

không thể chịu nổi unbearable

không thể chối cãi được indisputable ◊ indisputably

không thể được impossible; *điều đó không thể được* that's out of the question

không thể hàn gắn được irreparable

không thể tha thứ unforgivable

không thể thiếu được indispensable

không thể tính được incalculable

không thể tưởng tượng được unthinkable

không thể vào được inaccessible

không thích dislike

không thích hợp inappropriate; unsuitable; unfortunate; unfit; beside the point ◊ unduly; *không thích hợp để ăn/ uống* be unfit to eat/drink

không thiên vị dispassionate, unbiased

không thoả mãn về tình dục sexual frustration

không thú vị uninteresting

không thuận lợi unfavorable

không thừa nhận contest

không thường xuyên casual; infrequent

không tí nào by no means

không trả được nợ insolvent

không trả tiền nonpayment

không trung thành disloyal

không tuân lệnh disobedient

không tương hợp incompatible ◊ (*sự*) incompatibility

không tự nhiên stilted

không vâng lời disobedient ◊ (*sự*) disobedience

không vì cái gì for nothing

không vững shaky; unstable

ơ ur	**y** (tin)	**ây** uh-i	**iê** i-uh	**oa** wa
u (soon)	**au** a-oo	**eo** eh-ao	**iêu** i-yoh	**oai** wai
ư (dew)	**âu** oh	**êu** ay-oo	**iu** ew	**oe** weh

ôi oy	**uy** wee	**ong** aong
ơi ur-i	**ênh** uhng	**uyên** oo-in
uê way	**oc** aok	**uyêt** oo-yit

Khổng giáo Confucianism

khổng long dinosaur

khổng lồ vast; giant; mammoth; monstrous

khờ dại foolish, silly; *kẻ/tên/tay khờ dại* idiot, sucker

khơi gợi arouse

khởi đầu initiate ◊ (sự) initiation; *một sự khởi đầu tốt đẹp/tồi tệ* get off to a good/bad start

khởi động start; warm up; boot up

khởi hành go, depart; set off (*on journey*) ◊ (sự) departure

Khờ-me Khmer

Khờ-me đỏ Khmer Rouge

khớp agree ◊ joint; socket ANAT

khớp đốt ngón tay knuckle

khớp với check with, tally; go in, fit

khu ward; zone; area; district

khu an dưỡng health resort

khu bảo tồn sanctuary

khu bảo tồn chim bird sanctuary

khu bảo tồn thiên nhiên nature reserve

khu chơi bô-ling bowling alley

khu công nghiệp industrial park

khu đang xây dựng building site

khu đông nhà cửa built-up area

khu gần trung tâm inner city

khu làng chơi red light district

khu liên hợp complex

khu ngoại ô environs; suburbs

khu nhà lớn block

khu nhà ổ chuột ghetto, slum

khu nhà ở residential area

khu nhà rẻ tiền project, housing area

khu phạt đền penalty area

khu phố neighborhood; quarter

khu sản maternity ward

khu sản phụ labor ward

khu trung tâm thành phố downtown

khu vui chơi giải trí amusement park

khu vực area; sector; zone ◊ regional

khu vực buôn bán (shopping) mall

khu vực dịch vụ service sector

khu vực Nhà nước public sector

khu vực tư nhân private sector

khuất disappear ◊ hidden

khuất gió sheltered

khuất nẻo secret

khuất phục subject ◊ (sự) submission

khuây khỏa relieve

khuấy stir; *khuấy món xúp lên* give the soup a stir

khúc chunk

khúc côn cầu field hockey

khúc côn cầu trên băng (ice) hockey

khúc củi log (*wood*)

khúc dạo đầu overture

khuếch đại amplifier ◊ amplify

khung frame

khung cảnh setting

khung chậu pelvis

khung cửa trượt sash

khung tập đi walker (*for baby, old person*)

khung thành goal

khung vẽ easel

khủng bố terrorize

khủng hoảng crisis

khủng khiếp dreadful; horrible; terrible; shocking

khuôn mold

khuôn bó bột plaster cast

khuôn đúc cast

khuôn khổ framework

khuôn mẫu model; stereotype; pattern

khuôn viên ground

khuôn viên đại học campus

khụt khịt sniff

---

ch (*final*) k	**gh** g	**nh** (*final*) ng	**r** z; (*S*) r	**x** s	**â** (but)	**i** (tin)
d z; (*S*) y	**gi** z; (*S*) y	**ph** f	**th** t	**a** (hat)	**e** (red)	**o** (saw)
đ d	**nh** (onion)	**qu** kw	**tr** ch	**ă** (hard)	**ê** ay	**ô** oh

khuy (*N*) button

khuy măng-sét cuff link

khuyên advise, recommend; *khuyên ai nên ...* advise s.o. to ...; *khuyên ngăn ai không nên làm gì* discourage s.o. from doing sth

khuyên bảo advise, counsel

khuyên can dissuade; *khuyên can X không làm Y* dissuade X from Y

khuyên giải console; *không gì khuyên giải được* inconsolable

khuyên tai earring

khuyến cáo advise

khuyến khích encourage ◊ (*sự*) encouragement; stimulation

khuyết vacant

khuyết áo buttonhole

khuyết tật defect; impediment; *có khuyết tật* defective

khuyết tật trong nói năng speech defect

khuynh hướng tendency; *có khuynh hướng làm gì* tend to do sth

khuỷu tay elbow

khứ hồi round trip

khử eliminate

khử trùng sterilize

khước từ decline; pass up *opportunity*; rebuff; *bị khước từ* be rebuffed

khứu giác sense of smell

kí lô bai kilobyte

kí kilo

kì nhông lizard

kia there ◊ other; that; those; *kia là cái gì?* what is that?

kích jack MOT

kích dục horny; aroused

kích động incite; rouse; work up; stir up; turn on (*sexually*) ◊ rousing; *bị kích động* get carried away; get excited; *kích động ai làm gì* incite s.o. to do sth;

bị kích động do điều gì get excited about sth

kích lên jack up MOT

kích thích electrify; inflame; whet ◊ (*sự*) spur, incentive; kick, thrill

kích thích tình dục arouse (*sexually*)

kích thước measurement; proportions; size

kịch drama ◊ dramatic

kịch bản script; scenario

kịch bản phim screenplay

kịch liệt strident; vigorous

kịch tài liệu docudrama

kịch tính drama

kiếm get, fetch ◊ sword

kiếm được get; come by, acquire; earn ◊ obtainable; *không thể kiếm được* unobtainable

kiếm sống earn one's living

kiềm chế restrain, check, hold in check; control; curb; refrain ◊ (*sự*) control; moderation, restraint; *không kiềm chế* unrestrained; *không thể kiềm chế được* irrepressible; uncontrollable

kiểm check, test

kiểm duyệt censor ◊ (*sự*) censorship

kiểm kê do the stocktaking ◊ (*sự*) stocktaking

kiểm lỗi chính tả spellcheck; *kiểm lỗi chính tả của ...* do a spellcheck on ...

kiểm soát control; curb; *kiểm soát được tình hình* the situation is under control

kiểm soát chặt chẽ hơn clamp down

kiểm soát không lưu air-traffic control

kiểm toán audit

kiểm tra check, go over; check for; verify; inspect; survey ◊ (*sự*) check;

ơ ur	**y** (tin)	**ây** uh-i	**iê** i-uh	**oa** wa	**ôi** oy	**uy** wee	**ong** aong
u (soon)	**au** a-oo	**eo** eh-ao	**iêu** i-yoh	**oai** wai	**ơi** ur-i	**ênh** uhng	**uyên** oo-in
ư (dew)	**âu** oh	**êu** ay-oo	**iu** ew	**oe** weh	**uê** way	**oc** aok	**uyêt** oo-yit

verification; inspection; test
kiểm tra an ninh security check
kiểm tra chất lượng quality control
kiểm tra chéo double check
kiểm tra đột xuất spot check
kiểm tra hành lý baggage check
kiểm tra hải quan customs inspection
kiểm tra hộ chiếu passport control
kiểm tra kỹ doublecheck
kiểm tra kỹ lưỡng vet
kiểm tra lại query; *kiểm tra lại X với Y* query X with Y
kiểm tra sức khỏe checkup
kiên cố robust; strong
kiên cường steadfast; strong
kiên định stalwart, staunch; unswerving
kiên gan persist
kiên nhẫn patient; patiently ◊ (sự) patience; *hãy kiên nhẫn một chút!* just be patient!
kiên quyết determined; purposeful; stubborn *kiên quyết làm gì* be intent on doing sth; *kiên quyết thực hiện X* be dead set on X
kiên trì hold on to *belief*; persevere ◊ persistent
kiên trì theo đuổi stick to
kiến ant
kiến nghị petition
kiến thức knowledge; learning; *có kiến thức tốt về* have a good knowledge of
kiến thức cơ bản working knowledge
kiến trúc architecture; construction
kiến trúc sư architect
kiện sue ◊ (sự) case; *kiện X lên tòa án* take X to court
kiện cáo lawsuit

kiện lại versus LAW
kiêng keep off *food, drink etc*
kiệt quệ exhausted ◊ (sự) exhaustion; *làm ai kiệt quệ* exhaust s.o., drain s.o.
kiệt sức be prostrate with grief ◊ exhausted; run-down; *không thể kiệt sức* inexhaustible; *tôi kiệt sức rồi* I'm exhausted
kiệt tác masterpiece
kiêu kỳ pretentious
kiêu ngạo arrogant; big-headed; vain ◊ (sự) arrogance
kiểu make, brand; pattern; fashion; style
kiểu ảnh exposure PHOT
kiểu cách fussy
kiểu dáng fashion
kiểu làm đầu hairdo
kiểu mới nhất up-to-date
kiểu tóc hairstyle
kilôbai kilobyte
kilôgam kilogram
kilômét kilometer
kim hand (*of clock*)
kim chỉ giây second hand
kim chỉ số needle
kim cương diamond
kim khâu needle
kim loại metal ◊ metallic
kim tiêm needle
kim tuyến tinsel
kìm pincers; pliers
kìm lại stifle
kìm nén contain *tears, laughter*; *kìm nén mình* contain oneself
kín full
kín đáo secretive; cagey; inconspicuous ◊ on the sly
kín hơi airtight
kín nước watertight
Kinh the (Holy) Scriptures; Vietnamese ethnic group
Kinh Cựu ước Old Testament

---

ch (*final*) k	gh g	nh (*final*) ng	r z; (S) r	x s	â (but)	i (tin)
d z; (S) y	gi z; (S) y	ph f	th t	a (hat)	e (red)	o (saw)
đ d	nh (onion)	qu kw	tr ch	ă (hard)	ê ay	ô oh

kinh doanh business ◊ trade, do business ◊ entrepreneurial; *kinh doanh gì* trade in sth

kinh doanh chui black economy

kinh doanh tư nhân private enterprise

kinh độ longitude

kinh hoàng worried ◊ (sự) consternation

kinh khủng appalling, awful; hideous

kinh ngạc be astonished ◊ astonishing ◊ (sự) astonishment, amazement; *kinh ngạc trước* marvel at

kinh nghiệm experience

kinh nguyệt menstruation

kinh niên chronic

Kinh Tân ước New Testament

kinh tế học economics

kinh tế thị trường market economy

kinh tế thị trường tự do free market economy

kinh tế toàn cầu global economy

kinh thánh Bible

kinh tởm disgusting; repellent; nauseating

kính glasses; lens; glass

kính áp tròng contact lens

kính bảo hộ goggles

kính cẩn honorific; respectful ◊ respectfully

kính chắn gió xe hơi windshield

kính cửa sổ pane

kính đeo mắt eyeglasses

kính đeo vào con ngươi contact lens

kính gọng sừng horn-rimmed spectacles

kính hai lớp double glazing

kính hiển vi microscope

kính lồng contact lenses

kính lúp magnifying glass

kính mát sunglasses, dark glasses

kính màu tinted eyeglasses

kính mờ frosted glass

kính ngắm viewfinder

kính râm sunglasses, dark glasses

kính thiên văn telescope

kính thư Yours truly, Yours

kính trọng look up to, respect; *rất kính trọng ai* have great respect for s.o.

kịp in time

kít squeal

Ks (= **kỹ sư**) engineer

KT (= **ký thay**) (signed) for and on behalf of, pp

ký sign; (S) kilo

ký hậu indorse

ký hiệu reference; symbol

ký hợp đồng phụ subcontract

ký ninh quinine

ký sinh parasite

ký tất initial, write one's initials on

ký tên sign

ký ức memory, recollection

kỳ installment; period ◊ *classifier for periods of time*

kỳ công exploit; feat

kỳ cục queer, odd, quirky; cranky

kỳ cựu veteran

kỳ diệu magical; miraculous

kỳ diệu hơn miraculously ◊ funnily

kỳ đua ngựa the races

kỳ hạn target date

kỳ lạ odd, strange, peculiar; quaint; uncanny *resemblance*; phenomenal ◊ funnily, oddly

kỳ nghỉ vacation

kỳ quái bizarre; monstrous

kỳ quặc odd, peculiar

kỳ thai nghén pregnancy

kỳ thi examination

kỳ thú exotic

kỳ vĩ epic

Kỷ wood prepared to burn (*in*

ơ ur	y (tin)	ây uh-i	iê i-uh	oa wa	ôi oy	uy wee	ong aong
u (soon)	au a-oo	eo eh-ao	iêu i-yoh	oai wai	ơi ur-i	ênh uhng	uyên oo-in
ư (dew)	âu oh	êu ay-oo	iu ew	oe weh	uê way	oc aok	uyêt oo-yit

Vietnamese zodiac)

kỷ luật discipline ◊ disciplinary
kỷ luật tự giác self-discipline
kỷ lục record
kỷ nguyên era
kỷ niệm celebrate; commemorate, mark ◊ recollections
kỷ niệm 100 năm centennial
kỷ niệm ngày cưới wedding anniversary
kỹ thorough
kỹ lưỡng thorough; intensive
kỹ năng expertise, skill
kỹ sư engineer
kỹ sư công chính civil engineer

ký thay (signed) for and on behalf of, pp
kỹ thuật technique ◊ technical
kỹ thuật chế bản điện tử desktop publishing
kỹ thuật làm phim hoạt hình animation
kỹ thuật sinh học biotechnology
kỹ thuật tạo ảnh ba chiều hologram
kỹ thuật viên technician
kỹ thuật viên phòng thí nghiệm laboratory technician
kỹ tính choosey
kỵ binh bay Air Cavalry

L

la mule (*animal*)
la bàn compass
la de laser
la hét bawl, shout; clamor; *la hét đòi* clamor for
la ó boo
la ó phản đối boo
lá foil; leaf
lá cây leaf
lá chắn bảo vệ shield
lá chắn sáng shutter PHOT
lá cờ flag; colors MIL
lá mặt lá trái two-faced
lá phiếu vote; ballot
lá số tử vi horoscope
lá thiếc tinfoil
lá thư letter
là be; constitute; (*N*) iron, press; *là quần áo* do the ironing; *tôi là bác sĩ* I am a doctor

lạ strange
lạ lùng funny, odd; stupendous; unbelievable
lạ thường incredible; extraordinary; uncanny; *một cách lạ thường* extraordinarily
lác mắt cross-eyed
lạc be lost; lose ◊ stray; *tôi bị lạc* I'm lost; *anh ấy có thể đã bị lạc* he could have got lost
lạc (*N*) groundnut, peanut
lạc đề digress ◊ (*sự*) digression
lạc đường lose one's way
lạc hậu backward; outdated
lạc hướng get lost; *bị lạc hướng* get sidetracked
lạc lõng out of place
lạc quan optimistic; positive ◊ (*sự*) optimism
lạc ra stray

ch (*final*) k	**gh** g	**nh** (*final*) ng	**r** z; (*S*) r	**x** s	**â** (but)	**i** (tin)
d z; (*S*) y	**gi** z; (*S*) y	**ph** f	**th** t	**a** (hat)	**e** (red)	**o** (saw)
đ d	**nh** (onion)	**qu** kw	**tr** ch	**ă** (hard)	**ê** ay	**ô** oh

lách edge, move slowly

lách cách clink; rattle

lách qua wriggle

lai lịch background

lái drive; fly; sail; steer; *lái một chặng* go for a drive in the car

lái đi drive off

lái quá tốc độ qui định speed

lái tắc xi cab driver ◊ drive a cab

lái thuyền sail

lái xe drive ◊ driver ◊ (sự) driving; *kẻ/tên/tay lái xe bạt mạng* road hog

lái xe bỏ đi drive away, drive off

lái xe đưa drive

lái xe khi say rượu drunk driving

lái xe tắc xi cab driver

lài (S) jasmine

lải nhải về harp on about

lãi interest; yield

lãi gộp compound interest

lãi ròng profit margin; net profit

lãi suất interest rate

lãi suất gốc base rate

lãi suất ngân hàng bank rate

lại again; back; *đi ngủ lại* go to sleep again, go back to sleep; *làm gì lại* do sth over again; *anh ấy đánh tôi lại* he hit me back; *anh ấy đánh không lại tôi* he is no match for me; *họ đã viết/điện thoại lại* they wrote/phoned back

lại cái gay; bisexual

lại chạy thẳng straighten out

lại đực lesbian; bisexual

lại êm lặng calm down

lại hiện ra reappear

lại khai diễn reopen

lại thẳng ra straighten out

lại tiếp tục resume

lại xuất hiện surface; resurface

làm do; make; be; work as; *làm giám khảo* judge; *làm gián điệp* spy; *làm ai/gì có vẻ nhỏ đi* make

s.o./sth look very small

làm ăn tiếp repeat business

làm ấm lên warm, warm up

làm ầm ĩ make a fuss

làm ẩm dampen, moisten

làm bạc màu discolor

làm bản sao duplicate, copy

làm bắn spatter

làm bắn nước splash

làm bắn ra squirt

làm bắn tóe splash

làm bằng be made of; *làm bằng chuối* made from bananas

làm bằng gang cast-iron

làm bằng tay handmade

làm bẩn smudge; soil

làm bất động immobilize

làm bật ra dislodge

làm bế tắc stonewall

làm biến dạng deform; disfigure

làm bị thương injure; wound

làm bong gân sprain

làm bóng mượt smooth

làm bỏng scald

làm bối rối puzzle, baffle; bewilder; ruffle; disconcert; embarrass

làm bù ruffle

làm buồn buồn (N) tickle (*of material*)

làm buồn chán depress

làm buồn nôn nauseate

làm bực mình annoy ◊ annoying; *làm bực mình mọi người* make a nuisance of oneself

làm ca shift work

làm cay đắng embitter

làm cản block; block out

làm cạn drain

làm cạn kiệt exhaust, use up

làm chán nản get down, depress

làm cháy burn

làm cháy xém singe; scorch

làm chảy nước miếng

ơ ur	**y** (tin)	**ây** uh-i	**iê** i-uh	**oa** wa	**ôi** oy	**uy** wee	**ong** aong
u (soon)	**au** a-oo	**eo** eh-ao	**iêu** i-yoh	**oai** wai	**ơi** ur-i	**ênh** uhng	**uyên** oo-in
ư (dew)	**âu** oh	**êu** ay-oo	**iu** ew	**oe** weh	**uê** way	**oc** aok	**uyêt** oo-yit

mouthwatering
làm chậm slacken
làm chậm lại hold up; slow down; set back
làm chết kill
làm chết hàng loạt mow down
làm chết không đau đớn euthanasia
làm chết máy stall *engine*
làm chết người killer ◊ lethal
làm chệch hướng deflect
làm chìm xuống submerge
làm cho make; cause; *làm cho ai làm gì* make s.o. do sth; *làm cho ai sung sướng / tức giận* make s.o. happy/angry
làm cho đi chệch deflect
làm cho ghê tởm sicken
làm cho hết đông lạnh defrost
làm cho mát cool down
làm cho mệt lử wear out
làm cho mòn rách wear out
làm cho rắn chắc strengthen
làm cho sạch clean
làm cho vui lên cheer up
làm cho vui vẻ perk up
làm cho X xấu hổ mà làm Y shame X into doing Y
làm choáng người shattering
làm choáng váng devastate; stagger; stun
làm chói tai jar
làm chơi dabble in
làm chùng slacken
làm chủ master ◊ (sự) control; mastery
làm chủ bút edit *newspaper*
làm chủ tọa chair; take the chair
làm chứng testify; witness
làm cứng họng silence
làm dấu chữ thập cross oneself
làm dịu moderate; soften; soothe; alleviate
làm dịu bớt ease

làm dừng lại halt
làm dựng tóc gáy scary, frightening
làm đau hurt; trouble
làm đau đớn play up
làm đau khổ grieve ◊ upset
làm đảo lộn play havoc with
làm đắm shipwreck
làm đất till *soil*
làm đầu have one's hair done; *đi làm đầu* go to the hairdresser
làm đầy lại refill
làm điếc tai deafen
làm điệu bộ mime
làm đóng băng freeze
làm đông lạnh freeze
làm đổ spill; bring down; blow over
làm đỡ soothe
làm được can do ◊ capable
làm đứt knock out *power lines etc*
làm gãy break
làm gãy rắc snap
làm giả forge; falsify ◊ (sự) forgery; falsification; *kẻ / tên / tay làm giả* forger
làm giảm counteract; prejudice
làm giảm nhẹ soften
làm gián đoạn disrupt; interrupt; discontinue ◊ (sự) disruption
làm giãn ra stretch
làm giàu thêm enrich
làm gọn gàng sạch sẽ smarten up
làm hai bản in duplicate
làm hài lòng charm; gratify; *làm hài lòng anh / chị* to your liking
làm hại jeopardize; harm; impair
làm hao mòn sap *energy*
làm hẹp lại taper; take in, make narrower
làm hết khát quench one's thirst ◊ thirst-quenching
làm hết sức mình do one's best
làm hiểu được get through, make

---

ch (*final*) k	**gh** g	**nh** (*final*) ng	**r** z; (*S*) r	**x** s	**â** (but)	**i** (tin)
d z; (*S*) y	**gi** z; (*S*) y	**ph** f	**th** t	**a** (hat)	**e** (red)	**o** (saw)
đ d	**nh** (onion)	**qu** kw	**tr** ch	**ă** (hard)	**ê** ay	**ô** oh

oneself understood

làm hiện ra conjure up

làm hoa mắt dazzle

làm hòa hợp harmonize

làm hoang mang mystify

làm hoảng sợ frighten

làm hỏng ruin, spoil; damage; deface; murder *song etc*; play havoc with; strain *eyes*; wreck; write off *car*; goof; screw up ◊ corrupt COMPUT

làm hỏng bét make a hash of

làm hư damage; spoil *child*

làm hư hại damage

làm hư hỏng corrupt; warp

làm im lặng quieten down

làm khéo workmanlike

làm khó chịu annoying ◊ put off; repel

làm khỏe ra exhilarating

làm khô cứng harden

làm kiệt sức exhaust ◊ exhausting

làm kiệt sức mình burn oneself out

làm kinh hoàng appall

làm kinh ngạc astonish ◊ amazing

làm kinh tởm disgust; nauseate; repel

làm lại reconstruct; do over, do again

làm lan truyền spread

làm lắng dịu defuse *situation*

làm lắng đọng deposit

làm lây infect

làm lật capsize

làm lễ celebrate

làm lễ rửa tội baptize, christen

làm liệt paralyze

làm lo âu trouble, worry

làm lo lắng concern, worry; perturb ◊ perturbing

làm lóa mắt blind; dazzle

làm lõm dent

làm lộ tẩy telltale

làm lộn xộn mess up; muddle up; jumble up

làm lợi benefit

làm lúng túng disconcert

làm mạnh lên build up

làm mắc kẹt jam; strand *tourists*

làm mất danh dự bring dishonor on

làm mất đi lose; shift; take away

làm mất giá trị invalidate

làm mất mặt brushoff; *bị làm mất mặt* get the brushoff

làm mất tập trung distract

làm mất thể diện discredit

làm mất tin tưởng vào discredit

làm mất tư cách degrade ◊ degrading

làm mẫu pose

làm méo mó distort

làm mê chip

làm mê hoặc enthrall

làm mệt tire

làm mệt mỏi tiring, wearing

làm mòn wear (out)

làm mòn dần wear away

làm mờ blur; mist up

làm mù blind

làm mù quáng blind

làm náo loạn riot

làm nản lòng daunt; dismay ◊ demoralizing; frustrating; unnerving ◊ frustratingly

làm nát squash

làm nền tảng underlie

làm ngạc nhiên amaze, surprise

làm ngạt thở smother

làm ngắn take up, shorten *dress etc*

làm ngập lụt flood

làm ngập nước swamp

làm ngạt thở choke

làm nghẹt clog up

làm nguôi pacify

làm nguôi giận disarming

làm ngượng embarrass

ơ u*r*	y (tin)	ây uh-i	iê i-uh	oa wa	ôi oy	uy wee	ong aong
u (soon)	au a-oo	eo eh-ao	iêu i-yoh	oai wai	ơi u*r*-i	ênh uhng	uyên oo-in
ư (dew)	âu oh	êu ay-oo	iu ew	oe weh	uê way	oc aok	uyêt oo-yit

làm nhạt màu bleach *hair*
làm nhàu crease; crumple
làm nhăn wrinkle
làm nhăn nhó contort
làm nhẵn smooth down
làm nhẹ bớt cushion *blow, fall*
làm nhẹ đi lighten
làm nhiễm độc infect
làm nhiễm trùng infect
làm nhiễu jam
làm nhột (S) tickle
làm nhơ nhuốc tarnish *reputation*
làm nhục disgrace; humiliate; shame ◊ (sự) humiliation
làm nhụt chí discourage
làm nổ blow up; explode; detonate; burst
làm nổi bật single out; make a feature of
làm nứt split
làm om xòm carry on, make a fuss
làm ô nhiễm contaminate, pollute
làm ơn please ◊ can; could ◊ do a favor; do a good turn; *làm ơn cho ai điều gì* do s.o. a favor; *làm ơn cho tôi biết đường tới ...* could you tell me the way to ...?; *làm ơn cho tôi đi cùng anh/chị* please take me with you; *làm ơn cho tôi một cốc cà phê?* can I have a cup of coffee?
làm ớn put off, repel
làm phát cáu irritate ◊ irritating
làm phấn chấn exhilarating
làm phật lòng displease
làm phẫu thuật undergo surgery
làm phép cưới marry (*of priest*)
làm phép tính cộng add
làm phiền trouble, bother; worry; harass ◊ annoying ◊ (sự) harassment
làm phong phú enrich
làm phức tạp complicate
làm quá tải overload ELEC

làm quan tâm interest
làm què cripple
làm quen meet; acquaint; *làm quen với ...* familiarize o.s. with ...
làm ra vẻ put on *look of regret etc*
làm rạn nứt crack
làm rạng rỡ brighten up
làm ráo nước dry; drain
làm rõ solve
làm rối lên confuse
làm rối loạn disrupt ◊ (sự) disruption
làm rối rít make a fuss
làm rối tinh spoil, screw up
làm rối trí muddle, confuse
làm rối tung muddle, mix; get tangled up
làm rùm beng make a fuss ◊ (sự) hullabaloo
làm rụng strip
làm ruộng work on the land
làm sạch clean; cleanse
làm sáng lên lighten
làm sáng tỏ clarify; clear up; enlighten; solve ◊ illuminating
làm sao why; how; *làm sao chúng vào được bên trong?* how did they get in?
làm sao lãng distract
làm sao nhãng distract ◊ (sự) distraction
làm sao vậy? what's wrong?
làm say mê captivate; fascinate ◊ charming
làm sẵn prefabricated
làm sinh động jazz up
làm sổ sách do the books
làm sôi nổi enliven; warm up
làm sợ hãi alarm
làm suy đồi corrupt
làm suy yếu undermine; weaken
làm sửng sốt stun, bowl over; shock
làm tan băng defrost; de-ice

---

ch (*final*) k	**gh** g	**nh** (*final*) ng	**r** z; (S) r **x** s **â** (but) **i** (tin)
d z; (S) y	**gi** z; (S) y	**ph** f	**th** t **a** (hat) **e** (red) **o** (saw)
đ d	**nh** (onion)	**qu** kw	**tr** ch **ă** (hard) **ê** ay **ô** oh

làm tan biến melt away

làm tan ra melt

làm tàn tật maim

làm tắc block; obstruct; block up, clog up

làm tắc nghẽn block in

làm tăng enhance

làm tê liệt cripple, paralyze *industry etc*

làm thay đổi tín ngưỡng convert

làm thay đổi ý kiến budge

làm thăng bằng stabilize

làm thâm (tím) bruise

làm thất bại defeat; frustrate *plans*

làm thất vọng disappoint, let down ◊ depressing

làm theo follow up

làm theo ý mình have one's (own) way

làm thế nào how

làm thiệt hại (*N*) damage

làm thoáng air *room*

làm thông gió ventilate

làm thủ tục (xuất cảnh) check in (*at airport*)

làm tiêu tan dash, shatter

làm tình make love ◊ sex; *làm tình với* make love to; have sex with

làm tỉnh lại resuscitate; revive; bring around

làm tỉnh táo refresh ◊ refreshing

làm tò mò intrigue

làm toạc split

làm toáng lên make a fuss

làm tôn vẻ đẹp flattering

làm tổn hại damage; poison *relationship*

làm tổn thương strain

làm tốt hơn hẳn excel oneself

làm trầm trọng thêm aggravate

làm trật khớp dislocate; wrench

làm tròn round off

làm trọng tài phân xử arbitrate

làm trung gian hòa giải

intercede; mediate

làm tự self-employed

làm từ thiện do charitable work ◊ (*việc*) charity

làm tức điên lên infuriating

làm tức giận anger

làm ướt soak

làm ướt sũng drench

làm vấy bẩn stain

làm vênh warp

làm việc work; *làm việc với cương vị là một giáo viên* work as a teacher

làm việc cần cù toil

làm việc miệt mài beaver away

làm việc ở nhà homeworking COM

làm việc quá sức overwork ◊ you're overdoing things

làm việc theo ca shift work

làm việc thong thả take things easy

làm vô hiệu hóa neutralize

làm vỡ break

làm vỡ mộng disillusion

làm vỡ tan break, bust

làm vui amuse

làm vui lòng please

làm vui mắt jazz up

làm vui vẻ brighten up

làm vườn do gardening ◊ (*việc*) gardening

làm vừa lòng take a liking to

làm xây xát scrape

làm xấu đi disfigure

làm xỉu knock out (*of medicine*)

làm xong finish doing

làm xúc động move, touch; affect, concern

làm xước da graze

làm yên tâm reassure ◊ reassuring

lạm dụng trespass on; abuse ◊ (*sự*) (sexual) abuse

lạm dụng tình dục abuse (sexually) ◊ (*sự*) sexual abuse

ơ ur	**y** (tin)	**ây** uh-i	**iê** i-uh	**oa** wa	**ôi** oy	**uy** wee	**ong** aong
u (soon)	**au** a-oo	**eo** eh-ao	**iêu** i-yoh	**oai** wai	**ơi** ur-i	**ênh** uhng	**uyên** oo-in
ư (dew)	**âu** oh	**êu** ay-oo	**iu** ew	**oe** weh	**uê** way	**oc** aok	**uyêt** oo-yit

lạm phát inflationary ◊ (sự) inflation; *gây ra lạm phát* inflationary

lan can handrail

lan dạ hương hyacinth

lan man rambling

lan ra spread

lan rộng pervasive

lan truyền circulate ◊ (sự) spread

làn coil

làn đường lane MOT

làn đường bên phải inside lane

lang bạt drift; *kẻ/tên/tay lang bạt* drifter

lang băm quack (*doctor*)

lang thang roam; *kẻ/tên/tay lang thang* bum, hobo; *kẻ/tên/tay lang thang cơ nhỡ* down-and-out

láng bóng shiny; glossy ◊ (sự) shine; gloss

láng giềng neighboring

làng village

lảng tránh evasive

lảng vảng loiter

lãng mạn romantic

lãng phí waste

lanh canh chink

lánh đi make oneself scarce

lành benign MED; tame; recovered, healthy; lucky; gentle ◊ heal

lành mạnh healthy; sane; wholesome; *không lành mạnh* unhealthy

lành nghề skillful

lãnh cảm frigid (*sexually*)

lãnh đạm frosty

lãnh đạo lead ◊ (sự) leadership; *dưới sự lãnh đạo của anh ấy* under his leadership

lãnh hải territorial waters

lãnh sự consul

lãnh sự quán consulate

lãnh thổ territory ◊ territorial

lạnh cold; fresh

lạnh buốt bitter

lạnh cứng frozen

lạnh lẽo chilly; impersonal *pej* ◊ (sự) chill

lạnh lùng standoffish; chilly

lạnh nhạt distant, aloof ◊ (sự) snub

lao tuberculosis; dart

Lao công chiến trường battlefield laborer

lao động labor

lao động chân tay manual labor

lao lên surge forward; *lao lên tấn công* lunge at

lao móc harpoon

lao qua vùn vụt speed by

lao tới shoot off; make a dash for

lao vội dash

lao vút, lao vụt tear, race

lao xuống plunge; swoop; *lao xuống vồ* swoop down on

láo lie; *nói láo* tell a lie

láo xược insolent

Lào Laos; Lao ◊ Laotian

lảo đảo lurch; sway; totter

lão khoa geriatric

lát pave ◊ slice; moment; *hai lát lườn bò* two beef steaks

lát bánh mì nướng toast

lát nữa later, later on; *lát nữa sẽ gặp!* see you later!

lau wipe; mop; *lau nước mắt* dry one's eyes

lau rửa mop

lau sạch clean up; rub off

láu cá cunning, shrewd

lạy chúa! Christ!; thank God!

lay động move

lắc shake; waggle

lắc lư rock; swing; wiggle ◊ wobbly

lắm much; very (*in negative sentences*): *các xe buýt không chạy thường xuyên lắm* the buses don't go very often

lăn roll; roll over

---

ch (*final*) k	**gh** g	**nh** (*final*) ng	**r** z; (*S*) r	**x** s	**â** (but)	**i** (tin)
d z; (*S*) y	**gi** z; (*S*) y	**ph** f	**th** t	**a** (hat)	**e** (red)	**o** (saw)
đ d	**nh** (onion)	**qu** kw	**tr** ch	**ă** (hard)	**ê** ay	**ô** oh

lăn bóng bowl

lăn lông lốc head over heels

lăn mình roll over

lăn tăn undulating

lặn dive; set, go down (*of sun*)

lặn có bình khí nén scuba diving

lặn trần skin diving

lặn với bình khí nén go scuba diving

lặn xuống submerge

lăng mausoleum; royal tomb

Lăng Chủ Tịch Hồ Chí Minh Ho Chi Minh's Mausoleum

lăng mạ insult; abuse ◊ abusive; *lăng mạ một ai đó* call s.o. names

lăng nhăng fool around (*sexually*) ◊ promiscuous

lăng tẩm vua chúa Imperial Tombs

lăng xăng bận rộn hustle and bustle

lắng dần die down, die away

lắng đọng settle

lắng nghe listen; *anh ấy là người biết lắng nghe* he's a good listener

lắng xuống wind down; die down

lẳng lơ saucy

lặng calm; serene

lặng đi vì sửng sốt be flabbergasted

lặng gió calm

lặng lẽ silent

lắp install; slot in; fit; *lắp X vào Y* fix X onto Y

lắp đặt install; set up ◊ (sự) installation (*of equipment*); *được lắp đặt* be up (*of shelves etc*)

lắp ghép vào nhau dock (*of spaceship*)

lắp kính glaze ◊ (sự) glazing

lắp phim load

lắp ráp assemble; piece together ◊ (sự) assembly (*of parts*); *được*

lắp ráp be modular

lặp đi lặp lại frequency ◊ repetitive

lặp lại duplicate, repeat ◊ (sự) repetition

lặt vặt petty ◊ errand

lắc cắc abrupt; offhand

lâm nghiệp forestry

lâm sàng clinical

lâm vào run into, encounter; *lâm vào tình thế khó khăn* be in a jam

lấm bùn muddy

lầm bầm growl

lầm lẫn slip up

lầm bầm mutter

lấn vào encroach on

lần time, occasion; *hai/ba mỗi lần* two/three at a time; *lần này* this time

lần hồi kiếm sống scrape a living

lần lại retrace

lần lượt in turn; one after another

lần nữa again

lần rút tiền debit

lần soát frisk

lần theo trace

lẩn lút đe dọa stalk

lẩn tránh duck; wriggle out of

lẫn lộn muddle up ◊ mixed feelings

lẫn nhau one another, each other ◊ mutual; reciprocal; *họ giúp đỡ lẫn nhau* they help each other

lấp fill up; fill in; bury under; *bị lấp dưới* be buried under

lấp lánh glitter; shimmer; sparkle; twinkle

lập compile

lập dị eccentric

lập hàng rào cách ly cordon off

lập kế hoạch plan ◊ (sự) planning

lập kế hoạch chi tiêu budget

lập kế hoạch cho tương lai plan ahead

lập pháp legislate ◊ legislative

ơ ur	**y** (tin)	**ây** uh-i	**iê** i-uh	**oa** wa
u (soon)	**au** a-oo	**eo** eh-ao	**iêu** i-yoh	**oai** wai
ư (dew)	**âu** oh	**êu** ay-oo	**iu** ew	**oe** weh

ôi oy	**uy** wee	**ong** aong	
ơi ur-i	**ênh** uhng	**uyên** oo-in	
uê way	**oc** aok	**uyêt** oo-yit	

lập trình program COMPUT
lập trường stance, position
lập tức straightaway, at once
lật turn over
lật đổ overthrow, topple, bring down; *có tính chất lật đổ* subversive
lật lên turn up *collar*
lật ngược turn over, put upside down
lật nhanh flip through
lật nhào turn over (*of vehicle*)
lật úp overturn; *bị lật úp* overturn
lâu long; *lâu năm* confirmed *bachelor etc*
lâu dài permanent; enduring; long-term
lâu đài castle
lâu (lắm) rồi for a long time; *lâu rồi* for years ◊ that was long ago
lầu floor ◊ upstairs
lầu cao nhất top floor
lầu dưới first floor, *Br* ground floor
lầu một second floor, *Br* first floor
Lầu năm góc the Pentagon
lầu sàn first floor, *Br* ground floor
lẩu vegetable and meat soup
lậu illicit
lây lan contagious
lây nhiễm infectious ◊ (*sự*) infection
lấy take, remove; fetch; *lấy của ai cái gì* take sth away from s.o., get sth away from s.o.; *lấy ra* unpack, take out
lấy bằng sáng chế patent, take out a patent on
lấy bối cảnh set *movie, novel etc*
lấy đi take away; skim off; *lấy đi gì của ai* take sth away from s.o.
lấy hết can đảm pluck up courage
lấy lại regain; get back; reinstate
lấy lại được recover; recoup ◊ (*sự*) recovery; *không thể lấy lại được*

irretrievable
lấy lại quyền sở hữu repossess
lấy làm tiếc sorry
lấy lòng ingratiate oneself with
lấy mất take, steal
lấy tròn round up *figure*
lấy về collect, pick up
lấy xuống take down
lấy lội muddy; swampy
LCCT (= *Lao công chiến trường*) battlefield laborer
le lói glimmer
lẻ retail ◊ odd (*not even*)
lẻ tẻ sporadic
lẽ ra (thì) actually, in fact
lẽ thường common sense
lẹ (*S*) fast, quick; *lẹ lên!* come on! hurry up!
len wool ◊ woolen ◊ force one's way
len qua squeeze through
lén nhìn vào sneak a glance at
lèn vào squeeze in
lẻn steal, slip
lẻn ra slip out, go out
leng keng tinkle
léng phéng play around
leo climb up, go up ◊ (*sự*) climbing
leo lên scale *rockface*
leo núi mountaineering ◊ climb
leo thang climb; escalate ◊ (*sự*) escalation
leo xuống climb down, come down
lẽo đẽo theo sau trail, lag behind
lê pear (*tree*)
lê bước plod; tramp; trudge
lê chân shuffle
lề margin (*of page*)
lề đường curb (*on street*)
lễ festival
lễ chính thức function
lễ cưới wedding
lễ gia tiên ancestor worship
lễ Giáng Sinh Christmas

---

ch (*final*) k	**gh** g	**nh** (*final*) ng	**r** z; (*S*) r	**x** s	**â** (but) **i** (tin)
d z; (*S*) y	**gi** z; (*S*) y	**ph** f	**th** t	**a** (hat) **e** (red) **o** (saw)
đ d	**nh** (onion)	**qu** kw	**tr** ch	**ă** (hard) **ê** ay **ô** oh

lễ giới thiệu induction ceremony
lễ hội festival; *những cuộc lễ hội* festivities
lễ khai trương launch(ing) ceremony
lễ kỷ niệm anniversary; commemeration; celebration
lễ mai táng burial
lễ mixa mass REL
lễ nghi ritual
lễ Nô-en Christmas; *vào ngày lễ Nô-en* on Christmas day
lễ Phật ản Buddha's birthday celebration
lễ phép politeness
lễ phục evening dress (*for man*)
lễ phục nam business suit
lễ Phục Sinh Easter; resurrection REL
lễ rửa tội baptism
lễ tân reception
lệ phí fee; toll
lệ phí ngân hàng commission
lệ thuộc vào be subject to
lệ thường routine; *theo lệ thường* as a rule
lệch lop-sided
lệch lạc warped
lên board; get in; get on; go up ◊ up; upward; *lên xe buýt/ xe đạp* get on the bus/one's bike; *lên 10 pao* put on 10 pounds
lên án condemn ◊ (*sự*) condemnation
lên ảnh đẹp photogenic
lên bờ disembark, go ashore
lên cao climb
lên cân put on weight
lên cơn buồn be beside oneself with grief
lên cơn giận be beside oneself with rage
lên cơn sốt have a temperature
lên danh sách list

lên dây tune *instrument*; wind up *clock*
lên dốc uphill
lên đồng go into a trance
lên được gain, put on *weight*
lên đường set out (*on journey*)
lên gác (*N*) upstairs ◊ go upstairs
lên kịp catch
lên lầu (*S*) upstairs ◊ go upstairs
lên men ferment ◊ (*sự*) fermentation
lên tàu embark; board
lên tới amount to
lên trên onto
lên xe get on (*to train etc*)
lệnh warrant
lệnh ân xá amnesty
lệnh báo động alert
lệnh cấm ban; prohibition
lệnh chi money order
lệnh giới nghiêm curfew
lệnh hoãn thi hành án reprieve
lệnh khám xét search warrant
lệnh trả tiền banker's order
lệnh trục xuất deportation order
lệnh vĩ mô macro
lều tent
lều bạt lớn marquee
lều bằng gỗ súc log cabin
lều tuyết igloo
lì thickskinned
Li-băng Libyan
Li-Bi Libya
lịch calendar
lịch bay flight schedule
lịch chạy tàu railroad schedule
lịch đại chronological; *theo trình tự lịch đại* in chronological order
lịch sử history ◊ historic; historical
lịch sự polite, courteous; well-mannered; refined; smart ◊ (*sự*) courtesy; *không lịch sự* have no manners
lịch thiệp diplomatic, tactful;

ơ ur	**y** (tin)	**ây** uh-i	**iê** i-uh
u (soon)	**au** a-oo	**eo** eh-ao	**iêu** i-yoh
ư (dew)	**âu** oh	**êu** ay-oo	**iu** ew

oa wa	**ôi** oy	**uy** wee	**ong** aong
oai wai	**ơi** u-r-i	**ênh** uhng	**uyên** oo-in
oe weh	**uê** way	**oc** aok	**uyêt** oo-yit

không lịch thiệp tactless
li-e cork (*material*)
liếc nhìn glance; *liếc nhìn ai/gì* glance at s.o./sth
liếm lick; lap up
liếm môi lick one's lips
liềm sickle
liên bang federation ◊ federal
liên doanh joint venture
liên đoàn confederation
liên hệ associate; relate ◊ (*sự*) connection, contact; *liên hệ X với Y* relate X to Y
liên hiệp incorporated
liên hiệp công ty corporate
Liên hiệp quốc UN, United Nations
liên hoan festival; party
liên hợp incorporated
liên kết link; *không liên kết* nonaligned; *liên kết với* in association with
liên lạc contact; liaise with ◊ (*sự*) communication, contact; liaison; *mất liên lạc với ai* lose touch with s.o.
liên lạc được get through TELEC; *không thể liên lạc được* unobtainable TELEC
liên lạc viễn thông telecommunications
liên lạc với nhau communicate
liên miên constant
liên minh league; union; coalition
liên quan involve; concern; be relevant ◊ (*sự*) relevance; *không liên quan* irrelevant, immaterial; *X có liên quan với Y* X is relative to Y; X is related to Y
liên quan đến concerning
liên quan tới relate to ◊ in connection with; *liên quan tới cái gì?* what does it involve?
liên tiếp consecutive; repeated ◊ in

succession
liên tục continual; continuous; successive; uninterrupted *sleep*; unrelenting ◊ perpetually; nonstop ◊ (*sự*) continuity
liên từ conjunction GRAM
Liên Xô Soviet Union
liền consecutive; continuous; *5 ngày liền* 5 days in a row
liền một lúc all at once
liệt paralysis ◊ be paralyzed; *bị liệt giường* be confined to one's bed
liệt sĩ war dead; war hero
liệt tim heart failure
liều dose ◊ take a risk; venture
liều lượng dosage
liễu willow
liệu (*used to ask questions when wondering about sth*): *liệu 50 đô la có đủ không?* will $50 be enough?
linh cảm hunch; premonition
linh động stretch ◊ flexible; *tôi khá linh động* I'm quite flexible
linh hoạt supple; lively
linh hồn soul; spirit
linh lợi nimble; sprightly
linh mục priest
linh mục nghe xưng tội confessor
linh thiêng sacred
linh tinh miscellaneous
linh tính foreboding
lính bộ binh infantry soldier
lính cứu hỏa fire fighter, fireman
lính đánh thuê mercenary MIL
lính gác guard; sentry
lính mới greenhorn
lính quân dịch draftee
lính thủy đánh bộ marine MIL
lính thường the ranks
lĩnh hội perceive
lĩnh vực area; field; territory; frontier; *đó không phải là lĩnh*

---

ch (*final*) k	**gh** g	**nh** (*final*) ng	**r** z; (S) r	**x** s	**â** (but) **i** (tin)
d z; (S) y	**gi** z; (S) y	**ph** f	**th** t	**a** (hat)	**e** (red) **o** (saw)
đ d	**nh** (onion)	**qu** kw	**tr** ch	**ă** (hard)	**ê** ay **ô** oh

vực của tôi that's not my field

lĩnh vực khó khăn minefield *fig*

lít liter

lít Anh, lít Mỹ quart

líu: tiếng nói của cô ấy đã líu nhíu her speech was slurred

líu lo chirp; warble

lo worried

lo giải quyết see to

lo lắng anxious, worried; apprehensive ◊ bother, worry ◊ care of ◊ (sự) anxiety, worry; concern; *không lo lắng về X* be unconcerned about X; *cảm thấy lo lắng về* feel uncomfortable about

lo lắng bồn chồn agitated ◊ (sự) agitation

lo liệu see about, look into

lo ngại concerned, anxious; *lo ngại làm gì* be nervous about doing sth; *không lo ngại về* have no qualms about

lo nghĩ preoccupied

lo sốt vó be on tenterhooks

lo sợ jumpy

lo xa foresee ◊ (sự) foresight

ló come out, appear

lò oven

lò bếp cooker

lò cao blast furnace

lò đốt rác incinerator

lò đúc foundry

lò luyện kim furnace

lò nấu thủy tinh (glass) furnace

lò nung kiln

lò nướng grill

lò nướng bánh bakery

lò phản ứng hạt nhân nuclear reactor

lò sưởi fire; stove; radiator; fireplace

lò vi sóng microwave (oven)

lò xo spring

lọ jar

lọ muối saltcellar

loa (loud)speaker

loa kèn lily

loa phóng thanh loudspeaker

loài species

loài bò sát reptile

loài có nguy cơ tuyệt chủng endangered species

loài (động vật) có vú mammal

loài gặm nhấm rodent

loài gây hại pest

loài người human race

loại category; denomination; grade EDU; kind, type; variety; elimination ◊ disqualify; eliminate; *loại ... gì?* what kind of ...?, what type of ...?

loại bỏ eliminate; reject; weed out; work off *flab*; condemn *building, meat*

loại bỏ caphêin decaffeinated

loại cây tùng bách conifer

loại sang de luxe

loại trừ exclude, rule out; stamp out *violence etc*

loại xoàng second-rate

loạn luân incestuous ◊ (sự) incest

loạn thần kinh chức năng neurosis

loạn trí deranged

loang lổ run (*of paint, make-up*)

loảng xoảng clang; clatter

loãng thin; watery

loạng choạng wobble; stagger ◊ unsteady

loanh quanh lounge about

loạt spectrum; range; series; volley

loạt đạn burst (of gunfire)

loạt đạt bắn gunfire

loạt soạt rustle

loạt súng chào salute

lọc filter; strain; refine

ơ ur	y (tin)	ây uh-i	iê i-uh	oa wa	ôi oy	uy wee	ong aong
u (soon)	au a-oo	eo eh-ao	iêu i-yoh	oai wai	ơi ur-i	ênh uhng	uyên oo-in
ư (dew)	âu oh	êu ay-oo	iu ew	oe weh	uê way	oc aok	uyêt oo-yit

lọc lõi wordly
lọc sạch purify
lọc trà tea strainer
lọc xọc rattle
lọc xương bone, take the bones out of
loe flare (*in dress*)
lóe lên flicker; *lóe lên một tia cảm hứng* have a flash of inspiration
lóe sáng flash; glint
lòe loẹt garish, gaudy; tacky; showy
lõi core
lõm sunken ◊ dent
lon can (*for drinks*)
lọn tóc lock (*of hair*)
lọn tóc xoăn curl
long lanh twinkle
long trọng grave; solemn; state *banquet etc*
lóng ngóng fumble
lòng giblets; lap; bowels
lòng bàn chân sole (*of foot*)
lòng bàn tay palm (*of hand*)
lòng biết ơn gratitude, appreciation
lòng bò tripe
lòng căm thù hatred
lòng đào rare *steak*
lòng đỏ trứng yolk
lòng đường roadway
lòng hiếu thảo filial piety
lòng khoan dung clemency
lòng khòng slouch
lòng mến khách hospitality
lòng mong muốn longing
lòng mong ước yearning
lòng nhân đạo humanity
lòng nhân đức philanthropy
lòng nhân từ mercy
lòng sông riverbed
lòng thương compassion
lòng thương hại pity
lòng tin confidence, trust

lòng tốt goodness; kindness
lòng trắng trứng white (*of egg*)
lòng trung thực honesty
lòng tự trọng ego; pride; self-respect
lòng yêu mến affection
lòng yêu nước patriotism
lỏng liquid; molten ◊ play TECH
lỏng lẻo lax, slack; loose ◊ loosely
lõm dent
lót line (*with material etc*) ◊ mat
lót con chuột mouse mat
lọt ra filter through
lô block; lot; *một lô hàng gửi* consignment of goods
lô cuốn roller
lô gíc logic
lô hàng tiết kiệm economy size
lố bịch ludicrous, ridiculous, absurd ◊ (*sự*) absurdity
lỗ eye (*of needle*)
lỗ chân lông pore
lỗ dòm ở cửa peephole
lỗ đít anus; asshole
lỗ hổng hole; cavity; gap; opening
lỗ khóa keyhole
lỗ mũi nostril
lỗ thông vent
lỗ thủng puncture
lộ ra show; *nó có lộ ra không?* does it show?
lộ ra ngoài leak out (*of news*)
lộ rõ apparent
lộ sáng thừa overexpose
lộ trình làm việc round
lôi drag
lôi cuốn attract ◊ manipulative
lôi kéo manipulate; tempt; *lôi kéo ai làm gì* tempt s.o. into doing sth; *lôi kéo X vào Y* drag X into Y
lôi ra ngoài flush out
lôi thôi disheveled; difficult, troublesome
lối way; manner; style; route

---

ch (*final*) k	**gh** g	**nh** (*final*) ng	**r** z; (*S*) r	**x** s	**â** (but)	**i** (tin)
d z; (*S*) y	**gi** z; (*S*) y	**ph** f	**th** t	**a** (hat)	**e** (red)	**o** (saw)
đ d	**nh** (onion)	**qu** kw	**tr** ch	**ă** (hard)	**ê** ay	**ô** oh

lối bơi crôn crawl (*in swimming*)
lối chơi play SP
lối chơi bài paxiên solitaire
lối đi passageway
lối nói hoa mỹ rhetoric *pej*
lối nói kéo dài giọng drawl
lối nói liến thoắng patter
lối ra exit, way out
lối ra khẩn cấp emergency exit
lối ra vào gateway
lối ra vào phía trước front entrance
lối sống way of life
lối thoát hỏa hoạn fire escape
lối vào entry, way in; entrance, door; access
lối viết case (*of letter*)
lồi ra protrude; bulge
lỗi error; mistake; fault; bug COMPUT; *cảm thấy có lỗi* feel bad about; *có lỗi* be in the wrong; *đó là lỗi của anh/chị* it's your fault
lỗi in sai misprint
lỗi lầm guilt
lỗi ngớ ngẩn blunder
lỗi thiết kế design fault
lỗi thời out-of-date; dated, old-fashioned; obsolete
lội wade; (*S*) swim
lội nước paddle
lốm đốm spotted
lổn nhổn lumpy
lộn ngược upside down ◊ turn upside down
lộn trái turn inside out
lộn xộn messy, untidy; disorderly ◊ mix up, muddle up ◊ (*sự*) disorder; havoc
lông hair (*of animal*)
lông bông flighty
lông chim plumage
lông lá hairy
lông mày eyebrow
lông mi eyelash

lông mu pubic hair
lông thú fur; *bằng lông thú* furry
lông tơ chim down, feathers
lông vũ feather
lồng ấp incubator
lồng chim bird cage
lồng ghép mainstream ◊ (*sự*) mainstreaming
lồng kính incubator
lồng tiếng dub
lộng gió windy
lộng lẫy gorgeous; magnificent
lốp tire (*of car etc*)
lốp dự phòng spare tire
lộp cộp clatter
lộp độp patter
lột bỏ strip
lột da skin *animal etc*
lơ đãng vacant
lơ đễnh wander
lơ là slack; *lơ là không làm gì đó* omit to do sth
lơ lớ speak with a slight accent
lờ đờ bleary-eyed
lờ mờ blur ◊ dim
lở đất landslide
lỡ miss, not be present at
lỡ lời slip of the tongue
lời profit; gain; word; *có lời* pay, be profitable; *chị ấy không nói một lời* she didn't say a word
lời bình luận comment
lời bôi nhọ libel
lời buộc tội accusation
lời ca lyrics
lời cam kết commitment
lời cám ơn thanks
lời cáo phó obituary
lời cảnh cáo warning
lời cầu nguyện prayer
lời cầu nguyện của Chúa Lord's Prayer
lời cầu xin plea
lời chào hỏi greeting

ơ ur	**y** (tin)	**ây** uh-i	**iê** i-uh	**oa** wa	**ôi** oy	**uy** wee	**ong** aong
u (soon)	**au** a-oo	**eo** eh-ao	**iêu** i-yoh	**oai** wai	**ơi** ur-i	**ênh** uhng	**uyên** oo-in
ư (dew)	**âu** oh	**êu** ay-oo	**iu** ew	**oe** weh	**uê** way	**oc** aok	**uyêt** oo-yit

lời chào tạm biệt farewell

lời châm chọc sarcasm

lời chế nhạo jeer, taunt

lời chia buồn condolences

lời chỉ dẫn hint; direction; counseling; brief

lời chú giải note

lời chú thích tấm ảnh caption

lời chúc wish; *lời chúc tốt đẹp* (kind) regards; *những lời chúc tốt đẹp nhất* best wishes

lời chúc mừng congratulations; *gửi cô ấy lời chúc mừng tốt đẹp của tôi* send her my best wishes

lời chửi rủa curse; swearword

lời dự báo prediction

lời đề nghị proposal, suggestion

lời đề tặng dedication (*in book*)

lời động viên pep talk

lời giải thích chung chung gloss

lời giới thiệu blurb

lời gợi ý hint, pointer

lời hứa promise; *không giữ lời hứa* not keep a promise

lời hứa hẹn pledge

lời hứa trung thành Pledge of Allegiance

lời kêu gọi appeal

lời khai deposition

lời khen compliment

lời khen ngợi praise

lời khoe khoang boast

lời khuyên advice, counsel; hint; recommendation; *nghe theo lời khuyên của ai* take s.o.'s advice

lời mở đầu foreword

lời mời invitation

lời nguyền rủa curse, spell

lời nhạt nhẽo platitude

lời nhắn message

lời nhận xét dí dỏm quip

lời nói dối lie

lời nói đầu preface, introduction

lời nói đùa jest

lời nói lém lỉnh wisecrack

lời nói thô tục bad language

lời phản kháng protest

lời than tiếc lament

lời than vãn moan

lời thề oath; vow

lời thỉnh cầu request

lời trích dẫn quotation, quote (*from author*)

lời tuyên án sentence LAW; verdict

lời tuyên bố claim, assertion; declaration

lời tường thuật commentary

lời vặn lại retort

lời vô nghĩa hokum

lời vu khống slur

lời xin lỗi apology

lời xúc phạm insult

lợi advantage, good; gum (*in mouth*); *có lợi cho anh/chị* it's to your advantage; *không đem lại lợi lộc ...* it doesn't pay to ...

lợi dụng profit from; use *pej*; prey on; *lợi dụng từ* cash in on

lợi ích benefit

lợi ích phụ spin-off

lợi nhuận profit

lợi thế advantage

lởm chởm jagged; ragged; rugged

lớn big, large; major; extensive

lớn hết cỡ full-grown

lớn hơn elder

lớn lao enormous

lớn lên grow

lớn nhất supreme

lớn thứ hai second biggest

lớn tiếng vocal

lớn tuổi nhất eldest

lớn vổng lên shoot up

lợn (*N*) pig

lợn nái (*N*) sow (*pig*)

lợn quay (*N*) roast pork

lợn sữa (*N*) sucking pig

lợn thịt (*N*) hog

---

ch (*final*) k	**gh** g	**nh** (*final*) ng	**r** z; (*S*) r	**x** s	**â** (but)	**i** (tin)
d z; (*S*) y	**gi** z; (*S*) y	**ph** f	**th** t	**a** (hat)	**e** (red)	**o** (saw)
đ d	**nh** (onion)	**qu** kw	**tr** ch	**ă** (hard)	**ê** ay	**ô** oh

lớp grade (*in school*); course; class; crop *fig*; layer; strata; coating

lớp bọt head

lớp bồi dưỡng refresher course

lớp cỏ turf

lớp gỗ dán veneer

lớp học buổi tối evening class

lớp học cấp tốc crash course, intensive course

lớp huấn luyện quân sự cho học sinh lớn cadet corps

lớp người trung lưu middle class(es)

lớp nhân trên topping

lớp sơn coat of paint; paintwork

lớp tập huấn workshop

lớp trong lining

lớp váng scum

lớp vải lót lining

lũ trẻ the little ones

lúa rice (*plant*)

lúa mạch barley

lúa mạch đen rye

lúa mì wheat

lúa nước wet rice

lụa silk

lụa tơ tằm silkworm

Luân Đôn London

luân phiên làm do in rotation

luẩn quẩn hang around

luận điệu allegation

luận ra X từ Y infer X from Y

luận văn thesis

luật law

luật cung cầu law of supply and demand

luật đầu tư investment law

luật hình sự criminal law

luật lệ law

luật pháp legislation

luật sư lawyer, attorney; counselor

luật sư bên bị defense lawyer

luật sư bị cáo defense LAW

lúc point, moment ◊ at; in; *đã đến*

lúc ... it is high time ...; *lúc nắng/ mưa* sunny/showery intervals; *tôi sẽ trở về lúc sáu giờ* I'll be back by six; *lúc nóng nhất của mùa hè* the height of summer; *lúc nửa đêm* in the dead of night; *lúc sẩm tối* at nightfall; *lúc tảng sáng* in the early hours of the morning; *vào lúc nửa đêm* at midnight; *vào lúc rỗi rãi* at your leisure

lúc chạng vạng dusk

lúc chập tối twilight

lúc đầu originally; in the first place

lúc đó then, at that time

lúc lắc dangle; swing; wiggle; shake ◊ rattle (*child's*)

lúc nào when

lúc nào cũng all the time; always

lúc này at the moment; presently; just now; *vào lúc này* by now; just now

lúc nhúc swarm

lúc tạm nghỉ intermission, interval

lục địa continent ◊ continental

lục địa Trung Hoa mainland China

lục lọi poke around

lục soát search, comb

lục soát kỹ lưỡng ransack

lục tìm comb

lục tung rummage around

lùi back, back up, reverse; *không lùi bước* stand one's ground

lùi lại back away, draw back; stand back

lùi ra xa back away, cower

lùi về phía sau backward

lùi xe reverse MOT

lúm đồng tiền dimple

lùm group

lún settle (*of building*) ◊ (*sự*) settlement

lún xuống subside

lùn short *person*

ơ ur	**y** (tin)	**ây** uh-i	**iê** i-uh	**oa** wa	**ôi** oy	**uy** wee	**ong** aong
u (soon)	**au** a-oo	**eo** eh-ao	**iêu** i-yoh	**oai** wai	**ơi** ur-i	**ênh** uhng	**uyên** oo-in
ư (dew)	**âu** oh	**êu** ay-oo	**iu** ew	**oe** weh	**uê** way	**oc** aok	**uyêt** oo-yit

lung lay shake; wobble; waggle ◊ unsteady; wobbly

lung tung disorderly; aimless

lúng túng embarrassed; disconcerted ◊ (sự) embarrassment; *bị lúng túng* be in a fix; be at a loss; *lúng túng ghê gớm* acute embarrassment

lùng kiếm hunt

lùng sục scour

lùng thùng baggy

lũng đoạn thị trường corner market

luộc boil

luộc thật chín hard-boiled

luộm thuộm sloppy; slovenly

luôn âm vang haunting

luôn luôn all the time, all along ◊ invariably, always

luồn lách weave

luống bed

luống hoa flowerbed

luồng channel; current; puff

luồng gió mạnh blast

luồng máu bloodstream

luồng nước waterway

lụt flood

luyến tiếc quá khứ nostalgic

luyện practice

luyện để tạo thói quen condition PSYCH ◊ (sự) conditioning

luyện tập drill MIL; train

lửa đẻ litter (*of animals*)

lừa donkey ◊ set up, frame; rip off; *lừa ai làm gì* trick s.o. into doing sth; *lừa X để lấy Y* cheat X out of Y, do X out of Y

lừa bịp con, swindle

lừa dối trick; *lừa dối vợ mình* cheat on one's wife

lừa đảo swindle, screw ◊ fraudulent ◊ (sự) deceit; trickery; fraud; swindle; *kẻ/ tên/ tay lừa đảo* con man; crook; trickster; fraud

lừa gạt cheat ◊ (sự) set-up

lửa fire; *anh/ chị có lửa không?* do you have a light?

lựa chọn select, choose ◊ (sự) alternative; choice; option; *tôi đã không có sự lựa chọn nào khác* I had no other option

lực strength

lực hút gravity PHYS

lực lưỡng burly

lực lượng the forces

lực lượng bảo an security forces

lực lượng dân quân militia

lực lượng đặc biệt của Mỹ US special forces

lực lượng đặc nhiệm task force

lực lượng lao động workforce

lực lượng nòng cốt trung kiên hard core

lực lượng tăng viện reinforcements MIL

lực lượng thúc đẩy driving force

lực lượng vũ trang armed forces

lưng back

lửng lơ noncommittal; sluggish

lược comb

lược bớt trim down, prune

lưới grating; net; mesh

lưới anh sinh xã hội social safety net

lưới bảo vệ grill, grille

lưới đánh cá fishing net

lưới điện grid

lưới sắt wire netting

lười idle

lười biếng lazy

lười nhác indolent

lưỡi blade; tongue

lưỡi câu hook

lưỡi dao cạo razor blade

lưỡi máy lăn cắt cỏ roller blade

lưỡi trai visor

lươn eel

lườn bò steak

---

ch (*final*) k	gh g	nh (*final*) ng	r z; (S) r	x s	â (but)	i (tin)
d z; (S) y	gi z; (S) y	ph f	th t	a (hat)	e (red)	o (saw)
đ d	nh (onion)	qu kw	tr ch	ă (hard)	ê ay	ô oh

lượn lờ loaf around
lượn sóng wavy
lượn vòng circle; wheel
lương khởi điểm starting salary
lương tâm conscience; *có lương tâm tội lỗi* have a guilty conscience
lương thiện straight
lương thực food
lương tối thiểu minimum wage
lường trước anticipate ◊ (sự) anticipation
lưỡng lự về be undecided about
lưỡng tính bisexual
lượng quantity, amount
lượng béo thấp low-fat
lượng ca lo thấp low-calorie
lượng mưa rainfall
lượng nhỏ splash
lướt glide; surf
lướt qua leaf through; skim
lướt sóng surf ◊ (sự) surfing
lướt thuyền (gió) windsurfing, sailboarding
lướt ván buồm sailboard; sailboarding, windsurfing
lướt ván nước waterskiing
lượt turn; time; *tới lượt anh/chị* it's your turn; over to you; *đến lượt lái xe* take a turn at the wheel; *đến lượt tôi* it's my turn; *đến lượt tôi (trả tiền)* this is on me
lượt ăn sitting (*for meals*)
lượt chơi try
lượt đi outgoing
lưu diễn run (*of play*)
lựu đạn grenade
lưu huỳnh sulfur
lưu kho storage
lưu lại stay
lưu loát articulate; fluent ◊ fluently

◊ (sự) fluency; *anh ấy nói tiếng Trung Quốc lưu loát* he speaks fluent Chinese
lưu lượng vận chuyển traffic (*at airport*)
lưu ly forget-me-not
lưu thông circulate; flow
lưu trữ store COMPUT
lưu trữ dữ liệu data storage ◊ store data
lưu trữ trong máy tính computerize
lưu trữ vào hồ sơ file away
lưu vong exile
lưu ý point out; *lưu ý ai tới gì* bring sth to s.o.'s attention
lựu đạn grenade
ly (*S*) cup; glass
ly dị divorced
ly hôn divorce, get divorced ◊ divorced ◊ (sự) divorce; *được ly hôn* get a divorce
ly kỳ thriller
ly thân separate ◊ separated; estranged ◊ (sự) separation
lý do cause, reason; consideration; factor; excuse; *vì lý do đó* that's why; *không vì bất cứ lý do nào* on no account
lý gai gooseberry
lý lẽ case, argument; point; ammunition
lý luận argue; *lý luận rằng ...* argue that ...
lý sự rationalize
lý thuyết theory ◊ theoretical; academic
lý thú stimulating; entertaining
lý trí reason
lý tưởng ideal, perfect
lý tưởng chủ nghĩa idealistic

ơ ur	**y** (tin)	**ây** uh-i	**iê** i-uh	**oa** wa	**ôi** oy
u (soon)	**au** a-oo	**eo** eh-ao	**iêu** i-yoh	**oai** wai	**ơi** ur-i
ư (dew)	**âu** oh	**êu** ay-oo	**iu** ew	**oe** weh	**uê** way

uy wee	**ong** aong
ênh uhng	**uyên** oo-in
oc aok	**uyêt** oo-yit

M

ma ghost; **nơi này có ma ám** this place is haunted
ma cô pimp
ma lanh slick, cunning
ma quỷ ghosts and devils
ma sát rub together; create friction ◊ (sự) friction
ma thuật magic ◊ magical
ma túy drugs; narcotic
ma túy trái phép controlled substance
má cheek; mother; (S) me
mà but ◊ that, which; who; whose ◊ in order to ◊ (filler word, for emphasis): **đây là nơi mà tôi đã ở** this is where I used to live; **đấy mà** there you are (finding sth); **có gì mà vội ghê thế?** what's the big rush?
mà cả (S) bargain; haggle
... mà ... cũng không either ... or; **tôi không đi mà chị ấy cũng sẽ không đi** I won't go and she won't go either
mà không without; **chị ấy đã đi mà không nói lời tạm biệt** she left without saying goodbye
mã paper effigy
mã bưu điện zipcode
mã lực horsepower
mã số code; area code
mã thư tín zip code
mã truy cập access code
mã vùng area code
mạ gilt; plate; rice seedling; **gieo mạ** sow rice (seeds)
mạ bạc silver-plated

mác make; mark FIN
Mác Lê(nin) Marxist-Leninist
Mác Xít Marxist
mách report; recommend; suggest
mách lẻo snitch
mách nước advice; tip
mạch pulse; source
mạch đập pulse beat
mạch điện circuit
mạch điện tử làm bằng silic silicon chip
mạch lạc straight; coherent ◊ (sự) coherence
mạch máu blood vessel
mạch nước course (of stream)
mai spade; shell (of tortoise); apricot; plum ◊ tomorrow; **chiều mai** tomorrow afternoon
mai sau later; in the future ◊ future
mái roof; **gà mái** hen
mái bằng fringe
mái chèo oar; paddle
mái hiên eaves
mái vòm dome; vault
mài sharpen
mài nhẵn file
mải be carried away; be absorbed in; **mải việc** be absorbed in one's work
mải mê engrossed in
mải mê nghiên cứu pore over
mãi mãi forever
mại dâm prostitution
Ma-lay-si-a Malaysia ◊ Malaysian
man việt quất cranberry
màn curtain THEA; (N) mosquito

---

net

màn ảnh screen (*in movie theater*)

màn che shade

màn che chắn screen (*protective*)

màn cửa drapes

màn hình screen, display COMPUT; monitor

màn hình trợ giúp help screen

màn lưới net curtain

màn tinh thể lỏng LCD, liquid crystal display

màn trướng drapery

mãn hạn end of one's term

mãn kinh menopause

mãn nguyện contented ◊ (sự) contentment; gratification

mãn ý satisfied; satisfied with

mạn area; region

mạn ngược mountain area

mạn thuyền side of the boat

mạn trái port NAUT

mang bring; carry; have with one ◊ gill (*of fish*); **có mang** be pregnant

mang bệnh have an illness

mang điểm gở sinister

mang được manage *heavy object etc*

mang lại yield; **mang lại nỗi nhục cho** bring shame on

mang lên take up, carry up

mang mối ác cảm bear a grudge

mang nhan đề entitled *book*

mang ơn be indebted to

mang tai tiếng get a bad reputation

mang thai be pregnant

mang theo carry, have with one

máng đổ rác garbage chute

máng nước gutter

màng membrane

màng tai eardrum

mảng large patch

mảng cỏ patch of grass

mãng cầu (*N*) soursop

mạng darn ◊ web; network COMPUT; life; **bỏ mạng** die; lose one's life

mạng chat chat room

mạng che mặt veil

mạng điện wiring

mạng Internet Internet; **trên mạng Internet** on the Internet

mạng lưới chain; network; **mạng lưới đường sắt** railroad network

mạng nhện spiderweb, cobweb

mạng vi tính toàn cầu World Wide Web

manh mối clue

mánh lới gimmick

mành mành blind

mành trúc bamboo blind

mảnh piece; shred; flake ◊ thin; **mảnh gỗ** piece of wood

mảnh bánh vụn crumb

mảnh đất plot (of land)

mảnh đất quê hương native land

mảnh giẻ washcloth

mảnh khảnh thin; slight

mảnh vỡ fragment; debris

mảnh vụn splinter; wreckage

mãnh liệt intense, violent ◊ (sự) violence

mạnh strong, hard, powerful *punch*; healthy *economy*; high *wind*; blinding *light*

mạnh bạo audacious; daring

mạnh khỏe strong; healthy

mạnh lên strengthen

mạnh mẽ forceful; forcible; drastic; energetic; intense *personality*; solid *support*; vivid *imagination*

manơcanh mannequin, dummy

mào crest

mào đầu preamble

Mão cat (*in Vietnamese zodiac*)

mạo forge

mạo danh: *kẻ/tên/tay mạo danh*

ơ ur   y (tin)   ây uh-i   iê i-uh   oa wa   ôi oy   uy wee   ong aong
u (soon) au a-oo   eo eh-ao   iêu i-yoh oai wai ơi ur-i ênh uhng uyên oo-in
ư (dew) âu oh   êu ay-oo   iu ew   oe weh   uê way   oc aok   uyêt oo-yit

impostor
mạo hiểm risky ◊ (sự) chance, risk
mạo từ article GRAM
mát fresh; cool ◊ cool down
mát mẻ cool
mát tay skillful
mát tít putty
mát xa massage
mạt chược mah-jong
mạt sát insult
Mát-xơ-cơ-va Moscow
mau quick; fast
mau hiểu quick to understand, quick on the uptake
mau lẹ swift; snappy
mau lên! get a move on!
mau phục hồi resilient
máu blood; bloodstream ◊ game, willing
máu buồn: *có máu buồn* ticklish
máu cam nosebleed
máu gái: *kẻ/tên/tay máu gái* womanizer; wolf
máu ghen jealousy
máu lạnh cold-blooded
máu mê passion for
máu nóng hot-tempered, quick-tempered
màu color ◊ in color; *bầu trời màu gì?* what color is the sky?
màu be brown
màu chanh limegreen
màu da bò buff
màu da cam orange
màu đen black ◊ blackness
màu hồng pink
màu hung hung đỏ sandy
màu kem cream
màu lục sẫm dark green
màu lục tươi emerald
màu mơ chín apricot
màu mỡ fertile ◊ (sự) fertility
màu nâu brown
màu ngọc lam turquoise

màu nước watercolor
màu phấn nhạt pastel
màu rám nắng tan
màu sắc color; shade
màu tía purple; reddish purple
màu tím violet; purple
màu tím nhạt lilac
màu trắng white
màu vàng yellow; golden
màu xanh blue
màu xanh nước biển navy blue
may lucky ◊ luckily, fortunately ◊ run up *clothes; thật may anh/chị đã* ... it's a good job you ...
may đo made-to-measure; custom-made; tailor-made
may mắn luck ◊ fortunate, happy; lucky ◊ fortunately, luckily ◊ luck out; *được may mắn có* be blessed with
may mắn là fortunately
may mắn thay luckily
may mắn tìm thấy happen across
may sẵn ready-made, off the peg
may vá sew ◊ (việc) sewing
máy machine; engine
máy ảnh camera
máy bán hàng tự động slot machine, vending machine
máy bán vé ticket machine
máy bay airplane, aircraft
máy bay chiến đấu fighter (plane)
máy bay chở hàng freight plane, freighter
máy bay oanh tạc bomber
máy bay phản lực jet
máy bay quân sự warplane
máy bay trực thăng helicopter
máy bơm pump
máy cạo râu shaver
máy cát xét cassette player
máy cát xét cá nhân Walkman®
máy chấm công time clock

---

ch (*final*) k	**gh** g	**nh** (*final*) ng	**r** z; (*S*) r	**x** s	**â** (but)	**i** (tin)
d z; (*S*) y	**gi** z; (*S*) y	**ph** f	**th** t	**a** (hat)	**e** (red)	**o** (saw)
đ d	**nh** (onion)	**qu** kw	**tr** ch	**ă** (hard)	**ê** ay	**ô** oh

máy chế biến thực phẩm food processor

máy chiếu phim dương bản slide projector

máy chủ mainframe

máy chủ mạng server

máy chụp ảnh camera

máy chụp ảnh số hóa digital camera

máy chữ typewriter

máy dập ghim staple gun

máy dò detector

máy đánh bạc slot machine

máy đánh bóng sander

máy điện thoại telephone

máy điện thoại không dây cordless phone

máy điện thoại trả lời tự động answer phone

máy điện thoại truyền hình videophone

máy điện toán computer

máy điều hòa nhịp tim pacemaker MED

máy fax fax (machine)

máy gặt đập combine harvester

máy ghi âm tape recorder

máy ghi âm băng từ tape deck

máy ghi âm cát xét cassette recorder

máy gia tốc accelerator (*in physics*)

máy giặt washing machine

máy hát tự động jukebox

máy hô hấp nhân tạo respirator

máy hút bụi vacuum cleaner

máy in printer

máy in đồ thị plotter COMPUT

máy in la de laser printer

máy in phun mực inkjet (printer)

máy in sách báo printing press

máy kéo tractor

máy khâu sewing machine

máy khoan drill

máy lạnh air-conditioner

máy lọc filter

máy móc machinery; engine ◊ mechanical

máy móc thiết bị plant, equipment

máy nghe trộm bug

máy nhánh extension TELEC

máy nhắn tin pager

máy pha cà phê coffee maker

máy phách fax

máy phát transmitter

máy phát điện generator

máy phóng thanh loudspeaker; amplifier

máy photocopy photocopier

máy phô tô photocopier

máy phụ extension TELEC

máy quay đĩa record player

máy quay phim camcorder

máy quay viđêô video camera

máy quay viđêô xách tay camcorder

máy quét hình scanner COMPUT

máy ra-đi-ô radio

máy rút tiền tự động ATM, automated teller machine

máy rửa bát đĩa dishwasher

máy sấy drier

máy sấy tóc hairdrier

máy soi chụp scanner MED

máy stereo cá nhân personal stereo

máy thu receiver

máy thu băng viđêô VCR, video cassette recorder

máy thu hình màu color television

máy thu thanh radio

máy thu tiền cash desk

máy thuyền outboard motor

máy ti vi màu color TV

máy tiện lathe

máy tính computer; calculator

ơ ur	**y** (tin)	**ây** uh-i	**iê** i-uh	**oa** wa	**ôi** oy	**uy** wee	**ong** aong
u (soon)	**au** a-oo	**eo** eh-ao	**iêu** i-yoh	**oai** wai	**ơi** ur-i	**ênh** uhng	**uyên** oo-in
ư (dew)	**âu** oh	**êu** ay-oo	**iu** ew	**oe** weh	**uê** way	**oc** aok	**uyêt** oo-yit

máy tính cá nhân PC, personal computer

máy tính cầm tay pocket calculator

máy tính dùng trong nhà home computer

máy tính nhỏ calculator

máy tính tiền cash register

máy tính tiền đỗ xe (parking) meter

máy tính xách tay laptop, notebook COMPUT

máy trả tiền mặt cash machine

máy trộn thức ăn food mixer

máy trợ thính hearing aid

máy truyền hình television

máy ủi bulldozer

máy vắt quần áo spin-drier

máy vi tính personal computer

máy vi tính riêng lẻ standalone computer

máy vô tuyến television (set)

máy vô tuyến xách tay portable TV

máy xé giấy shredder

máy xén mower

máy xén cỏ lawn mower

máy xúc excavator

mày you (*familiar*)

mày mò tinker with

mắc hook, peg ◊ expensive

mắc áo clothes hanger, coathanger

mắc bẫy be trapped

mắc cỡ ashamed; embarrassed

mắc điện thoại be on the telephone

mắc lỗi go wrong

mắc nạn have an accident; be in difficulties

mắc nợ be in debt

mắc tội charged with; accused of

mắc vào lodge

mắc việc be busy

mặc wear, have on

mặc ấm dress warmly; cover up

mặc cả (*N*) bargain; haggle

mặc cảm complex PSYCH

mặc cảm tự ti inferiority complex

mặc dầu although ◊ in spite of

mặc dù although ◊ despite; **mặc dù có thể thất bại** though it might fail; **mặc dù vậy** even so

mặc đồ ấm vào wrap up

mặc đồ tang wear mourning

mặc kệ leave alone; let alone; ignore

mặc phong phanh scantily clad

mặc quần áo dress, get dressed ◊ (*sự*) wear

mặc thử try on

mặc thường phục in plain clothes

mặc vào put on

mắm: nước mắm fish sauce

mắm cáy crab paste

mắm môi purse one's lips

mắm ruốc shrimp paste

mắm tôm fermented shrimp paste

mặn salty; **có vị mặn** savory

măng bamboo shoots

măng cụt mangosteen

măng tây asparagus

mắng scold

mắng nhiếc chew out

mắt eye

mắt cá chân ankle

mắt gà mờ poor eyesight

mắt hột trachoma

mắt kính lens; eyeglasses

mắt lác cross-eyed

mắt lưới mesh

mắt thâm tím black eye

mắt thường naked eye

mắt xích link

mặt face; surface; side; field; aspect; sphere; **một mặt ... mặt khác** on one hand ... on the other; **mặt tiêu cực** negative aspect; **mặt đối mặt** face to face; **biết mặt** know

---

by sight; ***trong tầm mắt*** within sight of; ***ngoài tầm mắt*** out of sight

mặt bàn phụ flap

mặt bậc cầu thang tread (*of staircase*)

mặt bất lợi disadvantage, downside

mặt bên side

mặt chia độ scale

mặt dây pendant

mặt dưới bottom

mặt đất ground

mặt đồng hồ dial

mặt đường pavement

mặt hàng chủ yếu staple

mặt hạn chế limitation

mặt hướng về face

mặt mạnh strength

mặt nạ mask

mặt ngoài exterior

mặt nhìn nghiêng profile

mặt nước surface (of the water)

mặt phẳng level surface; plane

mặt sau back, reverse

mặt số dial

mặt tiền façade

mặt trái inside out

mặt trái xoan oval face

mặt trăng moon; ***thuộc mặt trăng*** lunar

mặt trận front MIL

mặt trời sun

mặt trời lặn sunset

mặt trời mọc sunrise

mặt trước front

mâm (*N*) round tray

mâm xôi raspberry

mầm sprout, shoot

mầm mống germ (*of idea*)

mầm non: ***trường mầm non*** pre-school

mân mê feel; finger

mẫn cảm sensitive

mận plum; plum tree

mận khô prune

mập fat; corpulent

mập mờ vague; ambiguous

mất lose ◊ missing, lost ◊ (sự) loss

mất bình tĩnh lose one's temper; lose one's cool; get nervous

mất cắp have ... stolen

mất chức lose one's position

mất của cải lost and found

mất danh dự dishonorable ◊ (sự) dishonor

mất dạy ill-bred

mất dần peter out

mất đi go, come out (of stain etc)

mất điện blackout ELEC; power cut, power outage

mất độ bóng tarnish

mất giá depreciate; devalue ◊ (sự) depreciation FIN; devaluation

mất hứng lose one's enthusiasm; turn off

mất mát lose ◊ (sự) loss

mất mặt lose face

mất mùa have a bad harvest ◊ (sự) bad harvest

mất ngủ insomnia ◊ sleepless

mất nước dehydrated

mất ổn định unstable ◊ (sự) instability

mất phương hướng disoriented ◊ lose one's bearings

mất quyền fall from power

mất sĩ diện lose face

mất thời gian bother; waste time

mất tích missing

mất tiền lose money ◊ not free of charge

mất tinh thần demoralized

mất tính đàn hồi perish

mất trật tự unruly

mất trinh lose one's virginity

mất trí insane, mental ◊ (sự) insanity

ơ ur	**y** (tin)	**ây** uh-i	**iê** i-uh	**oa** wa	**ôi** oy	**uy** wee	**ong** aong
u (soon)	**au** a-oo	**eo** eh-ao	**iêu** i-yoh	**oai** wai	**ơi** ur-i	**ênh** uhng	**uyên** oo-in
ư (dew)	**âu** oh	**êu** ay-oo	**iu** ew	**oe** weh	**uê** way	**oc** aok	**uyêt** oo-yit

mất trộm: *bị mất trộm* have a robbery

mất vệ sinh unhygienic, insanitary

mất vị trí đứng đầu lose the lead

mật classified *information* ◊ honey; treacle; bile; gall

mật độ density

mật gấu bear gall (*used medicinally*)

mật hoa nectar

mật khẩu password

mật mã code

mật mía molasses

mật ong honey

mâu thuẫn clash, conflict ◊ (*sự*) contradiction

mâu thuẫn với conflict with, contradict

mầu (*S*) color

mẫu: *phép mẫu* miracle; magic

mấu chốt key; clue; *mấu chốt của vấn đề* the key to the matter

mẩu bit, piece; stub

mẩu bánh mì breadcrumbs

mẩu tin item; *một mẩu tin* a bit of news

mẫu sample, specimen; form

mẫu Anh acre

mẫu đăng ký entry form

mẫu đầu tiên prototype

mẫu đơn application form

mẫu giáo nursery; kindergarten

mẫu gương role model

mẫu hình pattern

mẫu in sẵn coupon

mẫu lấy ngẫu nhiên random sample

mẫu máu blood sample

mẫu mực exemplary

mẫu tiêu biểu cross-section

mẫu tử maternal

mẫu xét nghiệm specimen MED, smear

Mậu wood (*in Vietnamese zodiac*)

mậu dịch trade; commerce; store

mây cloud; rattan

mấy how many; how much; what; how ◊ several; *thằng bé này lên mấy?* how old is he, this boy?; *hôm nay là ngày mấy?* what's the date today?; *2 cộng 3 là mấy?* what is 2 and 3?; *mấy giờ rồi?* what's the time?; *mấy khi* not always; seldom; *mấy lần* several times; *mấy ngày qua* the other day

me tamarind

mè nheo nag

mẻ batch; *mẻ cá* catch of fish

mẻ lưới haul

mẽ appearance

mẹ (*N*) mother ◊ me

mẹ chồng mother-in-law

mẹ đẻ mother; *tiếng mẹ đẻ* mother tongue

mẹ ghẻ, mẹ kế stepmother

mẹ kiếp! damn!, shit!

mẹ mìn child kidnapper

mẹ vợ mother-in-law

men enamel; yeast

men răng enamel (*on tooth*)

men rượu yeast

men theo skirt; go along the side of

meo meo miaow

méo be out of shape; *gương mặt méo đi vì đau đớn* face twisted in pain

méo mó warped

mèo cat

mèo con kitten

mèo đực tomcat

mèo lạc stray cat

mèo rừng lynx

Mẽo Yank ◊ Yankie

mẹo trick, knack

mép edge; ledge

mét meter ◊ metric

---

ch (*final*) k	**gh** g	**nh** (*final*) ng	**r** z; (*S*) r	**x** s	**â** (but) **i** (tin)
d z; (*S*) y	**gi** z; (*S*) y	**ph** f	**th** t	**a** (hat)	**e** (red) **o** (saw)
đ d	**nh** (onion)	**qu** kw	**tr** ch	**ă** (hard)	**ê** ay **ô** oh

mê like; go in for

mê cung maze

mê đắm have a crush on

mê hoặc entranced

mê hồn ravishing

mê ly breathtaking

mê man unconscious; in a coma

mê mẩn spellbound

mê sảng delirious

mê say be nuts about

mê tín superstitious ◊ (sự) superstition

mê tít fall for; be crazy about

mề đay medal

mếch lòng offended; *làm mếch lòng* offend

mêga bai megabyte

Mêhicô Mexico ◊ Mexican

mền nhồi lông eiderdown

mềm soft; limp, floppy; supple; tender *steak* ◊ tenderness (*of steak*)

mềm dẻo springy

mềm đi soften

mềm mại supple

mềm yếu weak (*morally*) ◊ weaken ◊ weakling; (sự) weakness

mến khách friendly, hospitable; *không mến khách* inhospitable

mền (S) blanket; rug

mền bông (S) quilt, duvet

mênh mông vast; spacious

mệnh đề clause GRAM

mệnh lệnh command, order

mệt tired

mệt chết được dead beat, dead tired

mệt đứt hơi be winded; be pooped

mệt lử worn-out, dog-tired

mệt mỏi tire; *cảm thấy mệt mỏi* be feeling tired; be under the weather; *không mệt mỏi* tireless, untiring; *gây mệt mỏi* tiring

mệt mỏi vì be weighed down with

mệt nặng very sick; seriously ill

mệt nhoài grueling, punishing

mệt nhọc tired; tiring ◊ (sự) tiredness, fatigue

mếu be on the verge of tears

mí mắt eyelid

mì noodles; noodle soup

mì chính glutamate

mì sợi vermicelli

mía sugar cane

mỉa mai ironic(al) ◊ (sự) irony

micrô microphone

miến cellophane noodles

Miến Điện Burma ◊ Burmese

miền zone; area; region

miền bắc north ◊ northern

miền duyên hải coastal region

miền đông east ◊ eastern

miền nam south ◊ southern

miền quê countryside

miền tây west ◊ western

miền trung central

miễn exempt; discharge; *được miễn* be exempt from; be immune; *anh ấy được miễn cho mọi trách nhiệm về ...* he was exonerated of all responsibility for ...; *miễn cho X về Y* excuse X from Y

miễn cưỡng grudge ◊ grudging; reluctant ◊ (sự) reluctance; *miễn cưỡng làm gì* be reluctant to do sth

miễn dịch immune

miễn là so long as

miễn phí free

miễn thuế duty-free, tax-free

miễn trừ immune ◊ (sự) immunity

miễn vào no admittance

miếng bite; mouthful; piece; lump; wad

miếng bịt seal

miếng cắt section

ơ ur	**y** (tin)	**ây** uh-i	**iê** i-uh	**oa** wa	**ôi** oy	**uy** wee	**ong** aong
u (soon)	**au** a-oo	**eo** eh-ao	**iêu** i-yoh	**oai** wai	**ơi** ur-i	**ênh** uhng	**uyên** oo-in
ư (dew)	**âu** oh	**êu** ay-oo	**iu** ew	**oe** weh	**uê** way	**oc** aok	**uyệt** oo-yit

miếng đệm gasket
miếng đệm lót pad
miếng gạc swab MED
miếng lót đĩa ăn place mat
miếng rửa bát đĩa sponge
miếng vá patch (*on clothes*)
miếng vải chắp mảnh patchwork
miệng mouth; brim; rim ◊ oral
miệng kèn mouthpiece (*of instrument*)
miệng núi lửa crater
miệng vòi nozzle
miệt thị disparaging
miêu tả describe ◊ (sự) description; portrayal
miêu tả sai misrepresent
miêu tả tính cách characterize
miếu temple
miligam milligram
milimét millimeter
mím close
mỉm cười smile; *mỉm cười với* smile at
mìn mine (*explosive*)
mịn clear, soft *skin*; fluffy
mịn màng delicate
minh họa graphic ◊ illustrate ◊ (sự) illustration
minh oan clear, vindicate
mình me ◊ let's ◊ oneself; *theo sự chủ động của mình* on one's own initiative
mít jack fruit
mít tinh meeting
mít tinh lớn rally
mó máy meddle; mess around with
mò mẫm tìm grope for
mò ra root out
mò vét drag
mỏ beak; (coal)mine
mỏ đá quarry
mỏ lết đầu dẹt monkey wrench
mỏ neo anchor
mỏ than coalmine

móc catch; clasp
móc nối hitch up
móc túi: *kẻ/tên/tay móc túi* pickpocket
mọc come up, rise; be up (*of sun*); grow
mọc bừa bãi run wild
mọc lên shoot up
mọc lên như nấm mushroom
mọc mầm sprout
mọc sum suê flourish
mọc um tùm overgrown
modem modem
moi được extract; *moi được X từ Y* drag X out of Y
moi hết tiền clean out
moi ra dredge up
mỏi mắt eye strain
mọi every
mọi người everybody; people; *mọi người khác đều đi cả* everyone else is going; *mọi người nói ...* people say ...; *mọi người trong gia đình tôi* my folk
mọi nơi everywhere
mọi thứ everything
móm toothless ◊ loss
mõm muzzle; snout
món course (*of meal*); *món này ngon tuyệt* that was delicious
món ăn cooking; dish; food
món ăn ấn định set meal
món ăn kèm side dish
món ăn nhẹ refreshment
món chế biến concoction
món hàng item
món hầm stew
món hời bargain, good buy
món quà gift, present
món quà thưởng bonus
món tiền cả cục lump sum
mòn wear out
mòn dần wear away
mong hope; expect; wait for; *tôi*

ch (*final*) k	gh g	nh (*final*) ng	r z; (S) r	x s	â (but)	i (tin)
d z; (S) y	gi z; (S) y	ph f	th t	a (hat)	e (red)	o (saw)
đ d	nh (onion)	qu kw	tr ch	ă (hard)	ê ay	ô oh

không mong là thế I hope not;
tôi mong là thế I hope so
mong chờ expect ◊ (*sự*)
expectation
mong đợi bank on; look forward
to ◊ expectant
mong mỏi long for; **mong mỏi
làm gì** be longing to do sth
mong muốn wish for; desire ◊ (*sự*)
desire; **không mong muốn**
undesirable
mong ngóng pine for
móng nail
móng guốc hoof
móng ngựa horseshoe
móng tay fingernail
móng vuốt claw
mỏng thin; fine; flimsy; slim
mỏng manh fragile, flimsy; remote
possibility; slender *chance*
mọng nước juicy
mooc-phin morphine
mô tissue ANAT
mô đất clump; hump
môđun module
mô hình model, mock-up; pattern
mô phạm: *người mô phạm*
pedant; *làm ra vẻ mô phạm* be
pedantic
mồ grave; tomb
mồ côi orphan
mồ hôi sweat, perspiration
mổ operate; operate on MED; bite,
peck
mổ ghép gan liver transplant
mổ ghép thận kidney transplant
mổ ghép tim heart transplant
mổ khám nghiệm tử thi autopsy
mổ thịt slaughter
mổ tử thi autopsy
mổ xẻ operation MED
mộ grave; tomb
mộ đạo devout
mốc landmark *also fig*; mold; **bị**

mốc moldy
mốc chuẩn benchmark
mốc meo musty
mộc mạc homely; simple; plain
mộc nhĩ (*N*) wood ears
môi lip; (*N*) ladle
môi sinh environment
môi son red lips
môi trường environment;
atmosphere
môi trường sống habitat
môi trường xung quanh
surroundings
mối *classifier for feelings,
relationships:* **mối ác cảm** (feeling
of) antipathy
mồi bait; boot COMPUT
mồi ngon easy prey
mồi nổ primer; detonator
mỗi each; every ◊ per; **mỗi cái là
1.50$** they're $1.50 each
mỗi khi whenever
mỗi một each
mỗi năm per annum
mỗi người each; everyone,
everybody; **15$ mỗi người** $15
each
mồm mouth
môn *classifier for sports, sciences,
subjects*
môn bóng ball game, baseball
môn chơi game
môn cờ board game
môn đệ pupil; disciple
môn học subject (*of study*)
môn phái sect
môn thi thể thao event SP
mông buttocks, butt; rump
Mông Cổ Mongolia ◊ Mongolian
mông đít bottom, buttocks
mộng joint
mốt fashion, vogue ◊ the day after
tomorrow; **rất mốt** trendy; snazzy;
mốt mới nhất the latest craze;

ơ ur	y (tin)	ây uh-i	iê i-uh	oa wa	ôi oy	uy wee	ong aong
u (soon)	au a-oo	eo eh-ao	iêu i-yoh	oai wai	ơi ur-i	ênh uhng	uyên oo-in
ư (dew)	âu oh	êu ay-oo	iu ew	oe weh	uê way	oc aok	uyêt oo-yit

một

không còn là mốt nữa be out of fashion

một one; a; either; **một cái như cái này** one like this; **con trai/con gái một** only son/daughter; **giá một cân** price per kilogram; **một cái khác** another one

một cách (*used to form adverbs*) in a ... way; **một cách bí mật** secretly; **một cách cẩn thận** carefully

một cách tàn bạo brutally

một chiều one-way *ticket, street*

một chỗ nào đó somewhere

một chuỗi succession

một chút a little, a bit ◊ some; **một chút ít** just a few; **một chút thôi** just a few

một ít a little, a bit; few ◊ some; **một ít bánh mì** a bit of bread; **một ít vẫn còn hơn không** a little is better than nothing

một khi once; **một khi anh/chị kết thúc** once you have finished

một lần once; **một lần nữa** once again, once more

một loạt a string of

một lúc briefly

một mạch at a stretch

một mặt ..., mặt khác ... on the one hand ..., on the other hand ...

một mình alone; by itself; by myself/yourself etc; on his/my etc own ◊ solitary; solo

một nửa half; halfway

một phần part, partly; partially; **một phần số tiền** some of the money; **một phần ba** third; **một phần hai mươi** twentieth; **một phần mười hai** twelfth; **một phần tư** quarter

một số measure; number ◊ several; some; **một số người nói rằng ...** some people say that ...

một tập hợp assortment

một tí a scrap, a little bit; some

một tràng torrent

một vài a few; some

mơ dream; apricot

mơ hồ ambiguous; vague; hazy

mơ màng daydream ◊ dreamy

mơ mộng dream; **người mơ mộng hão huyền** dreamer

mơ tưởng wishful thinking

mơ ước dream

mớ bòng bong be a mess

mớ lộn xộn jumble

mớ rối tangle

mờ dim, hazy; opaque; **làm cho mờ** tarnish

mờ dần wear away

mờ đi dim (*of lights*); mist over

mờ nhạt faint; fuzzy

mở open; access *file*; draw; remove, take off *lid etc*; be off (*of lid etc*); put on *tape etc*; switch on *TV, PC*; turn on *faucet, engine*; undo *parcel etc*; unpack; **được mở** be on (*of TV, computer etc*)

mở cửa open (*of store*)

mở đài tune in

mở đầu pioneer; foretaste

mở đồ hộp can opener

mở đường cho pave the way for

mở hàng be the first customer of the day

mở kênh tune in

mở khóa unlock

mở khóa phéc mơ tuya unzip

mở lại reopen

mở lớp start a class

mở màn raise the curtain

mở máy start an engine; start up; be a motormouth

mở miệng open one's mouth; begin to speak

mở nắp chai bottle-opener

mở nút uncork

---

ch (*final*) k	**gh** g	**nh** (*final*) ng	**r** z; (*S*) r	**x** s	**â** (but)	**i** (tin)
d z; (*S*) y	**gi** z; (*S*) y	**ph** f	**th** t	**a** (hat)	**e** (red)	**o** (saw)
đ d	**nh** (onion)	**qu** kw	**tr** ch	**ă** (hard)	**ê** ay	**ô** oh

mở nút chai corkscrew

mở ra unscrew; unwrap; unfold; usher in *new era*

mở rộng enlarge, make bigger; expand; broaden; extend ◊ extensive; gaping *hole*; sprawling *city*; wide-open ◊ (sự) enlargement; expansion

mở rộng hoạt động branch out, diversify

mở số draw (*in lottery*)

mở tiệc give a banquet; give a party

mở to gape ◊ wide-open

mở to ống kính zoom in on

mỡ fat; grease

mới new, fresh

mới cứng brand-new

mới đắc cử incoming, newly elected

mới đầu at first

mới đây recently, lately, the other day; just now

mới (đây) nhất latest

mới sinh newborn

mới toanh brand-new

mời invite, ask; offer ◊ please; *mời ai đồ uống* buy s.o. a drink; *tôi có thể mời anh/chị ăn một bữa chứ?* can I invite you for a meal?

mời đến call; call back; call in; invite

mời đi chơi ask out

mời vào! come in!

mu bàn chân instep

mù blind

mù chữ illiterate

mù màu color-blind

mù quáng unquestioning

mù tạc mustard

mủ pus

mũ hat

mũ bảo hiểm helmet

mũ bảo hộ crash helmet

mũ bảo vệ helmet

mũ cát cap

mũ chóp cao top hat

mũ chụm skullcap, brimless cap

mũ cối helmet; sun-helmet; Vietnamese army helmet

mũ két cap, hat

mũ không vành cap

mũ lưỡi trai baseball cap

Mũ Nồi Xanh Green Berets MIL

mũ tắm shower cap

mũ trùm đầu hood

mũ tử cung diaphragm (*contraceptive*)

mụ dame

mụ ấy she *pej*

mụ đàn bà broad, dame

mụ La Sát dragon *fig*

mụ mẫm stagnate

mụ phù thủy witch

mụ ta she *pej*

mua buy, purchase; *mua mang về* to go *hamburger etc*; *tôi sẽ mua* I'll take it

mua chuộc bribe

mua được pick up, buy

mua hàng shop; *việc mua hàng* shopping

mua hết buy up

mua lại buy out ◊ secondhand

mua sắm shopping; *đi mua sắm lu bù* go on a shopping spree

mua trả góp installment plan

mua trước book *ticket etc*

múa dance

múa dân gian folk dance

múa dân tộc folk dancing

múa lân unicorn dance

múa rối nước water puppets

múa rồng dragon dance

mùa season

Mùa chay Lent

mùa đông winter ◊ wintry

mùa gặt rice harvest

ơ ur	y (tin)	ây uh-i	iê i-uh	oa wa	ôi oy	uy wee	ong aong
u (soon)	au a-oo	eo eh-ao	iêu i-yoh	oai wai	ơi ur-i	ênh uhng	uyên oo-in
ư (dew)	âu oh	êu ay-oo	iu ew	oe weh	uê way	oc aok	uyêt oo-yit

mùa hạ summer

mùa hè summer; summer holiday

mùa hội hè the festive season

mùa khô dry season

mùa mưa monsoon season, the rains ◊ rainy

mùa nghỉ vacation time

mùa thu fall, autumn

mùa vắng khách low season, off-season

mùa xuân spring

múc scoop

mục column (*in paper*); decay; plank (*of policy*)

mục đích objective, aim; purpose

mục hỏng rotten

mục nát rot

mục rao vặt classified ad(vertisement); want ad

mục sư pastor

mục thông báo bulletin board

mục tiêu target, goal

mui xe gập hood MOT

múi segment

múi giờ time zone

Mùi goat (*in Vietnamese zodiac*)

mùi smell

mùi hôi stink

mùi hôi thối stench

mùi hơi scent

mùi tây parsley

mùi thơm scent

mùi vị flavor

mủi lòng moved; touched; **không mủi lòng** unmoved

mũi nose; point (*of knife*); toe (*of shoe*) ◊ nasal

mũi đan stitch

mũi hếch snub-nosed

mũi khâu stitch; stiches MED

mũi kim needle

mũi tàu bow (*of ship*)

mũi tên arrow

mũi thuyền prow

mũi tiêm shot, injection

mũm mĩm chubby, plump

mùn cưa sawdust

mụn spot

mụn cóc wart

mụn giộp herpes

mụn nhọt pimple

mùng (S) mosquito net

muôi scoop

muối salt

muỗi mosquito

muốn want; **muốn làm gì** want to do sth; **nếu anh/chị muốn** if you want; **không muốn** disinclined; **tôi muốn ...** I would like ...; I would like to ...; **anh/chị có muốn ... không?** would you like to ...?; would you like to ...?; **tôi rất muốn ...** I've a good mind to ...; **tôi muốn có ...** I could do with ...; **muốn ... đến chết đi được** be dying to ...

muốn gặp ask for

muộn (N) late; **muộn rồi** it's getting late

muộn mằn belated

muỗng (S) spoon; ladle

muỗng cà phê (S) teaspoon

múp míp stubby

mút suck; **mút ngón tay cái** suck one's thumb

mưa rain; **dưới mưa** in the rain

mưa axít acid rain

mưa dông rainstorm

mưa đá hail

mưa nhiều rainy ◊ it's rainy

mưa phùn drizzle

mưa rào đột ngột cloudburst

mưa tuyết sleet

mưa xối xả be teeming with rain

mửa (S) vomit

mức rate

mức cầu demand

mức chuẩn nghèo poverty line

mức độ degree, extent; level; **ở**

ch (*final*) k	gh g	nh (*final*) ng	r z; (S) r	x s	â (but)	i (tín)
d z; (S) y	gi z; (S) y	ph f	th t	a (hat)	e (red)	o (saw)
đ d	nh (onion)	qu kw	tr ch	ă (hard)	ê ay	ô oh

một mức độ nào đó in a way
mức giới hạn tín dụng credit limit
mức sâu sắc depth
mức sống standard of living
mức sống chỉ đủ để tồn tại subsistence level
mức thấp low (*in sales, statistics*)
mức thấp nhất bottom out
mức tiêu chuẩn pass mark
mức tiêu thụ cao nhất peak consumption
mức tối thiểu minimum
mức trung bình average
mực ink; squid; cuttlefish
mực nước water level
mực nước biển sea level; *trên/ dưới mực nước biển* above/ below sea level
mưng mủ fester
mừng glad
mười ten
mười ba thirteen
mười bảy seventeen
mười bốn fourteen

mười chín nineteen
mười hai twelve
mười lăm fifteen
mười một eleven
mười sáu sixteen
mười tám eighteen
mượn borrow; rent ◊ on loan
mương ditch
mướp loofah
mướp đắng (*N*) bitter melon
mượt soft *material*
mứt candied fruit; conserve; jam
mứt cam marmalade
mứt nhừ marmalade
mưu cầu pursue ◊ (*sự*) pursuit
mưu đồ intrigue, scheme
mưu lược tactical
mưu mẹo hơn outwit
mưu tính plot
Mỹ United States, America ◊ American
Mỹ La tinh Latin America ◊ Latin American
mỹ phẩm cosmetic
mỹ viện beauty parlor

N

na custard apple
Na Uy Norway ◊ Norwegian
nã pháo shell MIL
nạc lean
nách armpit
nai deer
nài nỉ insist ◊ insistent
nài xin plead with
nam male; south, southerly
nam bán hàng salesman

nam châm magnet
nam hay nữ sex
Nam Mỹ South America ◊ South American
nam nữ bình quyền feminist
nam phát ngôn viên spokesman
Nam Phi South Africa ◊ South African
nam thiếu niên teenage boy
nam tính manhood

ơ ur	**y** (tin)	**ây** uh-i	**iê** i-uh	**oa** wa	**ôi** oy	**uy** wee	**ong** aong
u (soon)	**au** a-oo	**eo** eh-ao	**iêu** i-yoh	**oai** wai	**ơi** ur-i	**ênh** uhng	**uyên** oo-in
ư (dew)	**âu** oh	**êu** ay-oo	**iu** ew	**oe** weh	**uê** way	**oc** aok	**uyêt** oo-yit

nan giải knotty; *vấn đề nan giải của ...* the vexed question of ...

nan hoa spoke (*of wheel*)

nản lòng disheartened

nạn disaster; misfortune; catastrophe

nạn dịch epidemic

nạn đói famine

nạn hối lộ corruption

nạn lụt flooding

nạn mù chữ illiteracy

nạn nhân victim, casualty

nạn nhân vụ hiếp dâm rape victim

nạn quan liêu bureaucracy

nạn thất nghiệp unemployment

nang cyst

nàng young woman ◊ she

nàng dâu daughter-in-law

nàng tiên fairy

nàng tiên nâu drug

nạng crutch

nao núng flinch; *không nao núng* relentless

náo động cause a disturbance; disturb ◊ (sự) disturbance; commotion

náo loạn riot; disturbances; *kẻ/ tên/ tay náo loạn* rioter

náo nhiệt busy; noisy; boisterous

nào any; which; *anh/ chị có cái nào không?* do you have any?

nào đó certain; *một ông S nào đó* a certain Mr S

nào, nào! there, there!

não brain

nạo grate *food* ◊ grater

nạo thai have an abortion; terminate *pregnancy* ◊ (sự) abortion

nạo vét dredge

nạp dữ liệu load *software*

nạp đạn load *gun*

nạp điện charge *battery*

nạp lại recharge

napan napalm

này this; these; *này, các anh* hey, you guys

... này hoặc ... kia either ... or

nảy bounce

nảy lên bounce

nảy ra come up with

nảy sinh arise

nạy push off *lid*; prize open

nặc danh anonymous ◊ anonymity

nặc mùi reek of

năm year; five

năm ánh sáng light year

năm học academic year

năm mới new year

năm mươi fifty

năm nhuận leap year

năm tài chính fiscal year, financial year

nắm hold; pick up *language, skill*; catch; wield *power, weapon*; *nắm được quyền kiểm soát* be in control of

nắm bắt understand, grasp

nắm chắc have a firm grasp of, master

nắm chặt clasp, clutch, grasp; tighten one's grip on

nắm đấm handle

nắm lấy seize; take hold of

nắm phần đúng be in the right

nắm quyền take over ◊ in power

nắm quyền kiểm soát take over ◊ (sự) takeover

nắm tay fist

nắm tiền wad; *một nắm tiền giấy 100$* a wad of $100 bills

nắm tuyết snowball

nắm vững master ◊ (sự) grasp, mastery

nằm lie; *nằm trong khoảng từ X đến Y* range from X to Y

nằm im dormant *volcano*

---

ch (*final*) k	**gh** g	**nh** (*final*) ng	**r** z; (S) r	**x** s	**â** (but) **i** (tin)
d z; (S) y	**gi** z; (S) y	**ph** f	**th** t	**a** (hat)	**e** (red) **o** (saw)
đ d	**nh** (onion)	**qu** kw	**tr** ch	**ă** (hard)	**ê** ay **ô** oh

nằm liệt giường bedridden
nằm ngang horizontal
nằm nghỉ lie down
nằm ngổn ngang sprawl
nằm ở lie, be situated, be located
nằm xuống lie down
nắn squeeze
nắn điện adapter
nặn form, shape, mold
nặn óc rack one's brains
năng động dynamic
năng khiếu aptitude; flair
năng lượng energy, power
năng lượng hạt nhân nuclear energy
năng lượng mặt trời solar energy
năng lượng nguyên tử atomic energy
năng lực competence; dynamism; *có năng lực* capable, efficient, competent; *tôi không đủ năng lực để xét đoán* I'm not competent to judge; *năng lực tôi có phần cùn đi* I'm a little rusty
năng nổ energetic; dynamic; go-ahead
năng suất productivity; *có năng suất* efficient; productive
nắng sunny
nặng bad; heavy; strong *cheese, smell, accent*; heady *wine* ◊ badly; *nặng ở phần đầu* topheavy
nặng gánh be burdened with; *làm cho X nặng gánh với Y* burden X with Y
nặng nề heavy *loss*; labored *style*
nặng tai hard of hearing
nặng trĩu be weighed down with
nắp cap, top, lid; flap *(of envelope)*
nắp đậy bếp hood *(over cooker)*
nắp đậy ống kính lens cover
nắp trục hubcap
nắp xoáy screw top
nấc hiccup

nấm mushroom
nấm hương dried Chinese mushroom
nấm mèo *(S)* wood ears
nấm mốc mildew
nấm rơm straw mushroom
nấn ná linger
nâng raise
nâng cao improve ◊ *(sự)* improvement
nâng cấp upgrade
nâng cốc toast *(when drinking)*
nâng giá revalue ◊ *(sự)* revaluation
nâng giá tiền tệ currency revaluation
nâng hàng pallet
nâng lên lift; heave; scoop up
nấp đằng sau be behind, be responsible for
nâu brown; *nâu vàng nhạt* tan; *nâu nhạt* beige
nâu đá Vietnamese coffee with condensed milk
nấu cook
nấu ăn cook
nấu chảy melt down ◊ molten
nấu kỹ well-done
nấu nướng culinary
nấu quá nhừ overdo ◊ overdone
nấu sẵn ready-made
nẩy lại rebound
né tránh evade, bypass, dodge
nem spring roll
nem cuốn *(N)* summer roll, fresh shrimp roll
nem rán fried spring roll
nem Sài Gòn Saigon spring roll
ném throw; drop *bomb*; *ném túi bụi Y vào X* pelt X with Y
ném bom bomb
ném bóng vào sân throw-in
ném đi throw away
ném phịch slam down

ơ ur	y (tin)	ây uh-i	iê i-uh	oa wa	ôi oy	uy wee	ong aong
u (soon)	au a-oo	eo eh-ao	iêu i-yoh	oai wai	ơi ur-i	ênh uhng	uyên oo-in
ư (dew)	âu oh	êu ay-oo	iu ew	oe weh	uê way	oc aok	uyêt oo-yit

nén compress; bottle up *feelings*; zip up *file*; stuff
nén hương joss stick, incense stick
nén lòng repress one's feelings
nép vào nestle
nẹp răng brace
nét feature
nét bút stroke (*in writing, painting*)
nét chữ handwriting, writing
nét nguệch ngoạc scrawl
nét đặc trưng feature
nét riêng biệt peculiarity
nét ửng đỏ blush
nếm taste
nếm mùi taste *freedom etc*
nếm trải experience
nệm cushion; mattress
nên should ◊ advisable; *anh/chị nên đi khám bác sĩ* you should see a doctor; *bà không nên ...* you shouldn't ...; *cho nên ...* that is why ...
nến candle
nền background; foundation ◊ *classifier for cultural and economic etc institutions*
nền chuyên chính vô sản dictatorship of the proletariat
nền giáo dục education
nền giáo dục trung học secondary education
nền kinh tế economy
nền lò sưởi hearth
nền móng foundations
nền văn hóa culture
Nê-pan Nepal ◊ Nepalese
nếp glutinous rice
nếp gấp fold; pleat
nếp nhàu crease
nếp nhăn wrinkle
nêu raise; *nêu gì lên làm thí dụ* hold sth up as an example; *nêu lên quan điểm* voice an opinion, raise a point

nêu ra bring up *subject*
nếu if; *anh/chị có đồng ý nếu ... không?* is it ok with you if ...?; *nếu không có anh/chị* if it weren't for you, without you; *nếu không* otherwise; *nếu không thì* or else; *nếu tôi hút thuốc thì có làm phiền anh/chị không?* would you mind if I smoked?
Nga Russia ◊ Russian
ngà ivory ◊ tusk
ngà say tipsy
ngả mình recline
ngã fall; *có người ngã kìa!* man overboard!
Ngã ba fork
Ngã ba Sông Hồng Red River Gorge
ngã gục collapse
ngã lộn nhào fall over
ngã ngũ be settled, concluded; *chưa ngã ngũ* indecisive; *những điều còn chưa ngã ngũ* loose ends
ngã sấp fall flat on one's face
ngã tư crossroads, intersection; junction; square; (*N*) traffic circle
ngã xe fall from a vehicle
ngã xuống fall down
ngạc miệng palate (*in mouth*)
ngạc nhiên amazed; amazing ◊ (*sự*) amazement, surprise
ngai vàng throne
ngái ngủ sleepy
ngại hesitate ◊ hesitancy (*about troubling s.o.*) ◊ lazy
ngàn (*S*) thousand
ngang level, equal; *ngang điểm với ai* draw level with s.o.; *ngang như cua* stubborn as a mule
ngang bằng level
ngang bướng unruly; stubborn; restive
ngang ngạnh defiant

ch (*final*) k	**gh** g	**nh** (*final*) ng	**r** z; (*S*) r	**x** s	**â** (but)	**i** (tin)
d z; (*S*) y	**gi** z; (*S*) y	**ph** f	**th** t	**a** (hat)	**e** (red)	**o** (saw)
đ d	**nh** (onion)	**qu** kw	**tr** ch	**ă** (hard)	**ê** ay	**ô** oh

ngang ngược contrary

ngang qua by, past; **đi ngang qua** cross, go across

ngang tầm với be on a par with

ngành line; department (*in university*)

ngành dân chính civil service

ngành dịch vụ service industry

ngành du lịch tourism

ngành hàng hải navigation

ngành hậu cần logistics

ngành nghề business

ngành ngoại giao diplomacy

ngành quảng cáo advertising

ngao large mussel

ngào ngạt strong

ngáp yawn; **ngáp ngủ** sleepy

ngạt stuffy

ngạt mũi nasal congestion

ngạt thở suffocate ◊ (*sự*) suffocation

ngay immediate ◊ directly, right; outright *kill*; promptly; soon; even; **đi ngủ ngay** go straight to bed; **ngay sau ngân hàng/nhà thờ** immediately after the bank/church; **ngay trước đó** shortly before that; **ngay chỗ này** just here; **ngay như** even if

ngay bây giờ momentarily; right now

ngay cả even

ngay cả ... cũng không not even

ngay chốc lát presently, soon

ngay khi directly, as soon as

ngay lập tức right now, immediately, at once ◊ instant

ngay lúc này right now

ngay phía trước straight ahead

ngay sát vách next-door

ngay tại chỗ on the spot

ngay thẳng upright; **không ngay thẳng** crooked, dishonest

ngay tức khắc directly, instantly

ngáy snore ◊ (*sự*) snoring

ngày day; **những ngày ấy** in those days

ngày 31 tháng Chạp New Year's Eve

ngày càng (nhiều) more and more; **ngày càng nhiều sinh viên/thời gian** more and more students/time

ngày Chủ Nhật Sunday

ngày cuối tuần weekend

ngày cưới wedding day

Ngày Độc lập Independence Day

Ngày Giải Phóng Liberation Day

ngày giao hàng delivery date

ngày hết hạn expiration date

ngày hôm sau the day after

ngày hội festive ◊ carnival

ngày kia the day after tomorrow; **một ngày kia** one day

ngày làm việc work day

ngày lại ngày day by day

ngày lễ public holiday

ngày Lễ Tạ ơn Thanksgiving (Day)

ngày liệt sĩ Memorial Day

ngày lĩnh lương payday

ngày mai tomorrow; **ngày mai tôi sẽ nói cho anh/chị biết** I will let you know tomorrow

Ngày mồng một tháng Năm May Day

Ngày mùng một tháng Năm (*S*) May Day

Ngày mùng một tháng Giêng New Year's Day

ngày nay nowadays

ngày nào đó one day; someday; sometime

ngày ngày day in day out

ngày nghỉ day off, holiday

ngày nghỉ lễ (công cộng) public holiday

ngày Nô-en Christmas Day

ơ ur	y (tin)	ây uh-i	iê i-uh	oa wa	ôi oy	uy wee	ong aong
u (soon)	au a-oo	eo eh-ao	iêu i-yoh	oai wai	ơi ur-i	ênh uhng	uyên oo-in
ư (dew)	âu oh	êu ay-oo	iu ew	oe weh	uê way	oc aok	uyêt oo-yit

Ngày Quốc Khánh National Day
Ngày quốc tế lao động
  International Worker's Day
ngày sinh date of birth
Ngày tết Dương lịch New Year's
  Day (*Western*)
ngày tháng date
ngày thường (trong tuần)
  weekday
ngày trước eve
ngày trước tuần chay Mardi
  Gras
ngày xưa có một ... once upon a
  time there was ...
ngắc ngứ broken *English etc*
ngăm đen swarthy
ngắm look at, view; contemplate
ngắm cảnh sightseeing
ngăn compartment; car RAIL; box
ngăn cách separate
ngăn cản prevent, stop; deter; put
  off; interfere with *plans*; hold back
  crowds; **ngăn cản ai làm gì**
  prevent s.o. from doing sth; **không
  ngăn cản X** let X go unchecked
ngăn cấm prohibit; bar
ngăn chặn avert; prevent;
  prohibit; foil; contain *floodwaters*;
  stem; stifle *criticism, debate*; **ngăn
  chặn một gì** clamp down on sth;
  ngăn chặn tờ séc stop a check
ngăn chuồng stall (*for horse etc*)
ngăn đá freezing compartment
ngăn để hành lý trunk (*of car*)
ngăn đựng tiền till
ngăn kéo drawer
ngăn nắp neat, tidy; orderly ◊ tidy
  up
ngăn ngừa prevent ◊ (sự)
  prevention
ngăn ra partition off
ngăn trở inhibit
ngắn short, brief
ngắn gọn brisk

ngắn hạn short-term
ngắn ngủi short
ngắn tay short-sleeved
ngắt interrupt, break in; disconnect
ngắt điện circuit breaker
ngắt lời interrupt ◊ (sự)
  interruption
ngâm soak, immerse; recite
ngâm nga hum
ngấm ngầm implicit; insidious
  ◊ lurk (*of doubt*)
ngấm vào sink in
ngầm tacit; underground
ngầm định default COMPUT
ngân hàng bank FIN
ngân hàng máu blood bank
Ngân hàng phát triển Châu Á
  Asian Development Bank
Ngân hàng thế giới World Bank
ngân hàng tiết kiệm savings
  bank
ngân hàng tinh trùng sperm
  bank
ngân quỹ budget
ngân sách budget; **ngân sách có
  hạn** be on a budget
ngân sách quốc phòng defense
  budget
ngẩn ngơ pine for ◊ distraught
ngập flood; **bị ngập** flooded,
  inundated
ngập đầu: bị ngập đầu trong be
  swamped with, be snowed under
  with
ngập đến come up to, reach
ngập mặn salt flat
ngập ngừng hesitate ◊ (sự)
  hesitation ◊ hesitating
  ◊ hesitatingly
ngập nước waterlogged
ngất (đi) faint; pass out
ngấu nghiến voraciously
ngẫu nhiên random

---

ch (*final*) k	**gh** g	**nh** (*final*) ng	**r** z; (*S*) r	**x** s	**â** (but)	**i** (tin)
đ z; (*S*) y	**gi** z; (*S*) y	**ph** f	**th** t	**a** (hat)	**e** (red)	**o** (saw)
đ d	**nh** (onion)	**qu** kw	**tr** ch	**ă** (hard)	**ê** ay	**ô** oh

ngây ngấy sốt feverish

ngây thơ innocent; naive ◊ (sự) innocence

ngấy greasy *food*

nghe listen; listen to; hear; *nghe đây, chuyện nghiêm túc đấy* listen, this is serious; *chuyện ấy nghe ra cũng thú vị* that sounds interesting; *không nghe được* inaudible

nghe lỏm listen in; overhear

nghe nhìn audiovisual

nghe nói về hear about

nghe phong thanh get to hear about

nghe rõ hear, catch

nghe thấy hear

nghe thấy được audible

nghe trộm eavesdrop; intercept *message*

nghẹn ngào gulp, choke

nghèo poor

nghèo nàn slender *income* ◊ (sự) poverty

nghèo xác xơ poverty-stricken

nghề craft, trade, profession ◊ *classifier for jobs, professions*

nghề cá fishing

nghề đóng kịch acting (*in the theater*)

nghề đóng phim acting (*in movies*)

nghề gốm pottery

nghề kỹ sư engineering

nghề làm báo journalism

nghề làm báo điều tra investigative journalism

nghề làm đồ gốm ceramics; pottery

nghề làm vườn horticulture

nghề mộc woodwork

nghề nấu ăn cookery

nghề nghiệp profession; occupation; career

nghề phụ sideline

nghề thợ nề masonry

nghề thủ công craft; handicraft

nghề tự do freelance

nghề xây dựng building trade; construction industry

nghề y tá nursing

nghệ turmeric

nghệ sĩ artist; artistic person

nghệ sĩ bậc thầy virtuoso

nghệ thuật art; the arts ◊ artistic

nghệ thuật biên đạo múa choreography

nghệ thuật điêu khắc sculpture

nghệ thuật in khắc engraving

nghệ thuật nhiếp ảnh photography

nghệ thuật sân khấu drama

nghển cổ crane one's neck

nghi suspect

nghi lễ ceremony ◊ ceremonial

nghi ngại doubtful ◊ doubtfully ◊ (sự) misgivings

nghi ngờ distrust; mistrust; doubt; be suspicious of; question ◊ dubious ◊ (sự) doubt; suspicion; distrust; *không thể nghi ngờ được* unquestionably, without doubt

nghi ngờ bản thân doubt oneself ◊ (sự) self-doubt

nghi thức ceremony, ceremonial; formality; ritual; protocol; *theo nghi thức* formal

nghỉ rest; be off (*not at work*) ◊ closed; *đi nghỉ* take a vacation; *đi nghỉ ở ...* go to ... on vacation; *một ngày/tuần nghỉ việc* take a day/week off; *nghỉ làm một ngày* take a day off; *đang nghỉ lễ* be on vacation

nghỉ đẻ maternity leave

nghỉ giải lao interval; rest

nghỉ hè summer vacation

ơ ur	**y** (tin)	**ây** uh-i	**iê** i-uh	**oa** wa	**ôi** oy	**uy** wee	**ong** aong
u (soon)	**au** a-oo	**eo** eh-ao	**iêu** i-yoh	**oai** wai	**ơi** ur-i	**ênh** uhng	**uyên** oo-in
ư (dew)	**âu** oh	**êu** ay-oo	**iu** ew	**oe** weh	**uê** way	**oc** aok	**uyêt** oo-yit

nghỉ mệt have a rest

nghỉ ngơi rest, relax ◊ (sự) rest; relaxation; break; respite

nghỉ ốm be on sick leave

nghỉ phép be on leave

nghỉ thi đấu time out

nghỉ việc lay off *workers*

nghỉ xả hơi interval THEA

nghĩ think; *nghĩ gì nói nấy* speak one's mind; *anh/chị nghĩ thế nào?* what do you think?; *anh/chị nghĩ gì về điều đó?* what do you think of it?; *tôi không nghĩ vậy* I don't think so; *tôi không nghĩ thế* I guess not; *tôi nghĩ thế* I guess so

nghĩ ngợi brood

nghĩ tốt về be well disposed toward

nghĩ vẩn vơ về toy with

nghị lực drive, energy

nghị quyết resolution

nghị sĩ Congressman

nghĩa meaning; sense; *cái đó không có nghĩa gì* it doesn't make sense; *về một nghĩa nào đó* in a sense

nghĩa bóng figurative

nghĩa đen literal

nghĩa địa graveyard

nghĩa trang cemetery

nghĩa vụ quân sự military service

nghĩa xấu pejorative, derogatory

nghịch fiddle with; *nghịch dại dột với* fool around with; *nghịch vớ vẩn* fiddle around with

nghịch lý paradox ◊ paradoxical

nghiêm cấm strictly forbid ◊ it is strictly forbidden

nghiêm khắc severe; stern; strict; rigorous ◊ (sự) severity

nghiêm ngặt strict *instructions*, rigorous *tests*; stringent *conditions* ◊ tighten *controls*; tighten up

nghiêm nghị stuffy *person* ◊ (sự) frown

nghiêm trọng bad; serious *illness*, *damage*; nasty *cut*, *disease* ◊ badly *injured* ◊ (sự) severity

nghiêm túc serious; no-nonsense; *nghiêm túc đấy chứ?* seriously?; *nghiêm túc dự định* seriously intend to

nghiên cứu look at, examine; study; research into; read up on ◊ (sự) investigation; research; study

nghiên cứu sinh graduate, *Br* postgraduate

nghiên cứu thị trường market research

nghiên cứu và phát triển R&D, research and development

nghiên cứu về kinh doanh business studies

nghiên cứu về quản lý management studies

nghiến chặt clench *teeth*

nghiến mash

nghiện be addicted to, be hooked on ◊ (sự) addiction; *gây nghiện* be addictive; *nghiện ma túy* be on drugs

nghiêng lean, slant ◊ sideways ◊ slanting; italic

nghiệp profession

nghìn thousand

ngó look; take care of, look after; *tôi có thể ngó qua xem được không?* can I have a look around?

ngó ngoáy tamper with

ngó sen lotus stalks

ngó theo stare at

ngó trân trân stare

ngò (*S*) cilantro, coriander

ngõ (*N*) lane, alley

ngõ cụt blind alley; dead end; cul-

ch (*final*) k	**gh** g	**nh** (*final*) ng	**r** z; (*S*) r	**x** s	**â** (but)	**i** (tin)
d z; (*S*) y	**gi** z; (*S*) y	**ph** f	**th** t	**a** (hat)	**e** (red)	**o** (saw)
đ d	**nh** (onion)	**qu** kw	**tr** ch	**ă** (hard)	**ê** ay	**ô** oh

de-sac

ngõ thông gateway COMPUT

Ngọ horse (in Vietnamese zodiac)

ngọ ngoạy wriggle

ngoài aside from; beyond; outside; *ngoài ... ra* besides, aside from

ngoài cao điểm offpeak

ngoài da superficial

ngoài đường biên touch SP

ngoài giờ overtime

ngoài hôn nhân extramarital

ngoài tầm nghe out of earshot

ngoài tầm nhìn out of sight

ngoài tầm tay out of reach

ngoài trời open-air, outdoor ◊ outdoors

ngoại maternal; external

ngoại cảm cold, chill (caused by cold weather)

ngoại cỡ outsize

ngoại giao diplomatic ◊ (sự) foreign affairs

ngoại hối foreign exchange

ngoại kiều alien

ngoại lệ exception, one-off

ngoại ngữ foreign language

ngoại nhập foreign, exotic

ngoại ô suburb; outskirts

ngoại quốc foreign

ngoại tệ foreign currency

ngoại tình adulterous ◊ (sự) adultery; *những vụ ngoại tình* extramarital affairs

ngoại trừ apart from

ngoại vi periphery

ngoan behave (oneself) ◊ well-behaved, good; *hãy ngoan nào!* behave (yourself)!

ngoan cố obstinate

ngoan cường stubborn; tenacious; dogged

ngoạn mục spectacular

ngoáy scribble

ngoáy mũi pick one's nose

ngoằn ngoèo zigzag

ngoặt swerve

ngoặt sang curve

ngọc bích jade

Ngọc Hoàng Jade Emperor

ngọc lan magnolia

ngọc quý pearl

ngọc trai pearl

ngoe ngoe cry (of baby)

ngoe nguẩy wag tail

ngon delicious, beautiful; good food; good, sound sleep; running well machine ◊ soundly sleep

ngon miệng delicious ◊ (sự) appetite

ngon nhất best taste

ngón chân toe

ngón tay finger

ngón tay cái thumb

ngón (tay) trỏ index finger, forefinger

ngọn blade (of grass); top (of mountain)

ngọn đồi hill

ngọn lửa flame

ngọng líu slurred

ngọt sweet

ngọt xớt glib, smooth

ngô (N) corn

ngô hạt ngọt (N) sweetcorn

ngộ độc thức ăn food poisoning

ngộ nghĩnh funny

ngộ nghĩnh trơ tráo saucy

ngốc nghếch foolish, stupid

ngôi sao star also fig

ngôi sao điện ảnh movie star

ngôi sao nhạc rốc rock star

ngồi sit

ngồi chơi không twiddle one's thumbs

ngồi dậy sit up

ngồi ghế perch

ngồi ghế điện go to the (electric) chair

ơ ur	y (tin)	ây uh-i	iê i-uh	oa wa	ôi oy	uy wee	ong aong
u (soon)	au a-oo	eo eh-ao	iêu i-yoh	oai wai	ơi ur-i	ênh uhng	uyên oo-in
ư (dew)	âu oh	êu ay-oh	iu ew	oe weh	uê way	oc aok	uyêt oo-yit

ngồi không idle away

ngồi ngất ngưởng perch

ngồi thẳng lên sit up

ngồi xổm squat (on one's haunches)

ngồi xuống sit down

ngồi yên tại chỗ stay put

ngồm ngoàm chomp ◊ chomping

ngôn ngữ language

ngôn ngữ Ả rập Arabic

ngôn ngữ cử chỉ body language

ngôn ngữ học linguistic

ngôn ngữ ký hiệu sign language

ngốn gulp down

ngốn hết polish off, scoff

ngốn sạch wolf down *food*

ngông cuồng wild *teenager etc*

ngỗng goose

ngột ngạt oppressive, stifling; stuffy *room*

ngờ ngẩn cockeyed

ngờ ngợ vague

ngờ vực suspicious

ngớt subside; ease off

ngu stupid

ngu dốt stupid, thick

ngu đần fool

ngu ngốc stupid, idiotic, dumb ◊ (sự) stupidity; *kẻ / tên / tay ngu ngốc* idiot, ass; *làm điều ngu ngốc* fool around

ngu si brainless

ngu xuẩn stupid ◊ (sự) folly

ngủ sleep; fall asleep ◊ dormant; *đi ngủ* go to bed, turn in; go to sleep; *tôi không thể ngủ được* I couldn't get to sleep; *ngủ với* sleep with, go to bed with

ngủ dậy muộn sleep late

ngủ đông hibernate

ngủ gật snooze

ngủ muộn sleep late

ngủ quá giấc oversleep

ngủ say fast asleep

ngủ thiếp đi fall asleep

ngủ vạ vật sleep rough

ngũ cốc cereal

ngũ vị hương five spices powder

ngụ ý imply

ngụm mouthful; *một ngụm ...* a drink of ...

nguôi dần die down

nguôi đi cool (*of tempers*); *làm ai nguôi đi* cool s.o. down

nguội cool down

nguội lạnh cool (*of interest*)

nguồn source; resource

nguồn cảm hứng inspiration

nguồn dự trữ stock, supplies

nguồn gốc origin, beginning

nguy cơ risk

nguy hại harmful, bad; *gây nguy hại* endanger

nguy hiểm dangerous; hazardous ◊ (sự) danger; hazard; *trong tình trạng nguy hiểm* be in jeopardy

nguy kịch critical MED; life-threatening

nguy nga impressive; magnificent; palatial

ngụy trang camouflage

nguyên original, unchanged

nguyên âm vowel

nguyên bản original

nguyên chất pure; straight up *whiskey*; solid *gold etc* ◊ (sự) purity

nguyên đơn claimant; plaintiff

nguyên liệu materials; raw materials

nguyên lý foundation; principle; *về nguyên lý* in principle; *vì những nguyên lý đạo đức* on principle

nguyên nhân cause

nguyên tắc principle

nguyên tắc đạo đức moral principle

nguyên thể infinitive GRAM

---

ch (*final*) k	**gh** g	**nh** (*final*) ng	**r** z; (S) r	**x** s	**â** (but)	**i** (tin)
d z; (S) y	**gi** z; (S) y	**ph** f	**th** t	**a** (hat)	**e** (red)	**o** (saw)
đ d	**nh** (onion)	**qu** kw	**tr** ch	**ă** (hard)	**ê** ay	**ô** oh

nguyên thủy primitive
nguyên tố element CHEM
nguyên tử atom ◊ atomic
nguyên văn literal
nguyền rủa blaspheme; curse
nguyệt quế laurel
nguyệt thực eclipse of the moon
ngữ pháp grammar ◊ grammatical
ngứa itch; sting ◊ (sự) irritation; *gây ngứa* irritating
ngứa ngáy itch
ngừa thai contraception
ngửa face up; *ngửa hay sấp?* heads or tails?; *bơi ngửa* backstroke
ngựa horse
ngựa cái mare
ngựa cưỡi horse, mount
ngựa đua racehorse
ngựa đực to colt
ngựa giống stallion
ngựa vằn zebra
ngực bust; chest; bosom; *ngực đàn bà* woman's breasts
ngực lép flat-chested
ngực trần topless
ngửi sniff
ngửi hít smell
ngửi thấy smell
ngưng tụ condense
ngừng stop; adjourn; break off; *ngừng làm gì* stop doing sth; *ngừng đi nào!* will you stop that!
ngừng bắn cease-fire; truce
ngừng chống cự succumb
ngừng đập stop (beating)
ngừng hoạt động fail, fold, collapse; discontinue
ngừng không thanh toán séc stop a check
ngừng kinh doanh shut down
ngừng lại cease ◊ (sự) cessation
ngừng trệ standstill; *trong trạng thái ngừng trệ* be at a standstill

ngước nhìn lên look up
ngược inverse
ngược chiều kim đồng hồ counterclockwise
ngược dòng upstream
ngược đãi abuse, illtreat; persecute ◊ (sự) persecution; maltreatment
ngược lại on the contrary; conversely; vice versa ◊ reverse; *đi ngược lại* backpedal *fig*
ngược nhau opposite
người person; people; *người nhà tôi* my folk
người Ác-hen-ti-na Argentinian
người Ai cập Egyptian
người Ai-len Irishman
người Anh Briton; the British; the English
người anh hùng hero
người Anh-điêng Indian
người Áo Austrian
người Áp-ga-ni-xtăng Afghan
người Ả rập Arab
người Ả-rập Xê út Saudi
người ăn chay vegetarian
người ăn theo dependent
người ăn xin beggar
người âm mưu plotter
người Ấn Độ Indian
người ấy thingumajig, what's-his-name
người ẩn dật recluse
người ba hoa chatterbox
người Ba Lan Pole
người bán seller; sales person
người bán báo newsdealer
người bán buôn seller
người bán cá fishmonger
người bán đồ nữ trang jeweler
người bán hàng (sales) clerk
người bán hàng rong street hawker
người bán hoa florist
người bán lẻ retailer

ơ ur	**y** (tin)	**ây** uh-i	**iê** i-uh	**oa** wa	**ôi** oy	**uy** wee	**ong** aong
u (soon)	**au** a-oo	**eo** eh-ao	**iêu** i-yoh	**oai** wai	**ơi** u-r-i	**ênh** uhng	**uyên** oo-in
ư (dew)	**âu** oh	**êu** ay-oo	**iu** ew	**oe** weh	**uê** way	**oc** aok	**uyêt** oo-yit

người bán ở quầy rượu
bartender
người bán sách bookseller
người bán sỉ wholesaler
người bán tạp phẩm grocer
người bán thuốc cigarette vendor
người báo tin informant
người bảo đảm guarantor
người bảo lãnh guarantor
người bảo thủ stick-in-the-mud
người bảo trợ sponsor; patron
người bảo vệ security guard;
protector
người bảo vệ rừng forest ranger
người Bắc Mỹ North American
người Bắc Triều Tiên (North)
Korean
người Bắc Việt Nam North
Vietnamese
người bắn cung archer
người bắn tỉa sniper
người Băng la đét Bangladeshi
người bắt bóng catcher
người bắt chước mimic
người béo phệ fatty, fatso
người bên cạnh neighbor
người bệnh tâm thần psychopath
người bi quan pessimist
người Bỉ Belgian
người bị bắt giữ detainee
người bị động kinh epileptic
người bị giam cầm captive
người bị kết án tù convict
người bị ruồng bỏ outcast
người bị suy nhược thần kinh
nervous wreck
người bị thương injured (people)
người bị tình nghi suspect
người biểu diễn performer
người biểu tình demonstrator,
protester
người bỏ học nửa chừng
(school) dropout
người Bồ Đào Nha Portuguese

người bơi swimmer
người Brazin Brazilian
người buôn bán dealer; vendor
người buôn bán đồ cổ antique
dealer
người buôn bán ma túy pusher
người buôn lậu smuggler
người Bu-tăng Bhutanese
người bủn xỉn miser
người cá nhân chủ nghĩa
individualist
người cải đạo convert
người Canađa Canadian
người cắm trại camper (*person*)
người Cămpuchia Cambodian
người cầm holder (*of passport,
ticket etc*)
người cầm quyền administrator;
ruler
người cần cù plodder
người cấp dưới junior,
subordinate
người cấp thấp hơn inferior
người cấp trên superior
người cầu toàn perfectionist
người cha father
người chạy bộ jogger
người chạy trốn fugitive
người chăn bò cowboy
người chăn ngựa groom
người chấm thi examiner
người châu Á Asian
người châu Âu European
người châu Mỹ La tinh Hispanic
người châu Phi African
người chết dead person; death,
fatality; *những người chết* the
dead
người chi trả payer
người chỉ huy commander
người chỉ trích critic
người chia bài dealer (*in cards*)
người cho donor
người cho máu blood donor

---

ch (*final*) k	**gh** g	**nh** (*final*) ng	**r** z; (*S*) r	**x** s	**â** (but) **i** (tin)
d z; (*S*) y	**gi** z; (*S*) y	**ph** f	**th** t	**a** (hat)	**e** (red) **o** (saw)
đ d	**nh** (onion)	**qu** kw	**tr** ch	**ă** (hard)	**ê** ay **ô** oh

người chống đối dissident
người chồng husband
người chồng sợ vợ henpecked husband
người chơi player
người chơi dương cầm pianist
người chơi đàn ghi ta guitarist
người chơi đàn violông violinist
người chơi gôn golfer
người chơi lướt ván buồm windsurfer
người chơi nghiệp dư amateur
người chơi ten-nít tennis player
người chủ proprietor
người chủ gia đình head of the family
người chủ hiệu shopkeeper
người chuyên nghiệp professional
người chuyên quyền dictator *fig*
người chứng kiến witness; eyewitness
người chứng nhận referee (*for job*)
người có holder (*of passport, ticket etc*)
người có cảm tình sympathizer
người có tội sinner
người cô đơn loner
người cộng sản Communist
người cộng tác với địch collaborator (*with enemy*)
người cung cấp hàng hóa supplier
người cung cấp tin (tức) informant; informer
người cùng chơi playmate
người cùng làm việc colleague
người cùng phe partner
người cùng thời contemporary
người cuồng tín fanatic
người cưỡi ngựa rider
người cưỡi ngựa đua jockey
người cử tạ weightlifter

người da đen black
người da trắng white
người dạy trainer
người dân subject (*of country*)
người dẫn chỗ usher
người dẫn chương trình host (*of TV program*); anchorman
người dẫn đầu pacemaker SP
người Do Thái Jew
người dự thi competitor
người dự tiệc diner
người Đan Mạch Dane
người đánh cá fisherman
người Đài Loan Taiwanese
người đàm phán negotiator
người đã về hưu senior citizen
người đại diện representative
người đại diện công đoàn shop steward
người đạp xích lô cyclo rider
người đần độn imbecile
người đầu cơ speculator
người đầu não brains
người đeo ba lô backpacker
người đến thăm caller, visitor
người đi ẩu jaywalker
người đi bộ đường dài hiker, walker
người đi chào hàng commercial traveler
người đi dạo rambler; stroller
người đi du lịch traveler
người điên madman, lunatic
người điên khùng maniac
người điều hành (tour) operator
người điều khiển (machine) operator
người đi nghỉ vacationer
người đi nhờ xe hitchhiker
người đi săn hunter
người đi tham quan sightseer
người đi xe đạp cyclist, rider
người đi xe máy motorcyclist, rider

ơ ur   y (tin) ây uh-i   iê i-uh   oa wa   ôi oy   uy wee   ong aong
u (soon) au a-oo   eo eh-ao   iêu i-yoh   oai wai   ơi u-r-i   ênh uhng   uyên oo-in
ư (dew) âu oh   êu ay-oo   iu ew   oe weh   uê way   oc aok   uyêt oo-yit

người đi xem phim moviegoer
người địa phương local
người định cư emigrant; settler
người đóng góp contributor
người đóng thay double (*in movies*)
người đóng thuế tax payer
người đọc reader
người Đông Nam Á Southeast Asian
người đồng hương (fellow) countryman
người đồng sở hữu part owner
người đồng tính luyến ái gay, homosexual
người đổi mới innovator
người đua ô tô racing driver
người đua xe (máy) hell rider
người đưa tang mourner
người đưa thư courier; mailman
người đưa tin messenger
người đỡ bảo trợ ward
người được đào tạo trainee
người được đề cử nomination, nominee
người được phỏng vấn interviewee
người được thưởng huy chương medalist
người được ủy nhiệm proxy
người được ủy thác trustee
người Đức German
người đứng đầu head
người gác lookout; warden; guard
người gác biển coastguard
người gác cổng janitor
người gác cửa porter
người gác dan guard
người gác đêm night porter
người gây mê anesthetist
người gây phiền hà troublemaker
người ghi được điểm scorer
người ghi tên dự thi entrant

người gian lận cheat
người giao bóng server (*in tennis*)
người giám hộ guardian
người giám sát supervisor
người giả trang transvestite
người giàu rich person; the rich
người giỏi nhất the best
người giống hệt double
người giơ đầu chịu báng scapegoat
người giúp đỡ helper
người giúp việc maid, domestic help
người giữ (record) holder
người giữ kỷ lục record holder
người giữ trật tự bouncer, doorman
người góa vợ widower
người gọi (điện thoại) caller TELEC
người gửi sender
người Hà lan Dutchman; Dutchwoman; the Dutch
người ham mê addict
người hãm tài jinx
người Hàn Quốc (South) Korean
người hàng thịt butcher
người hành hình executioner
người hành hương pilgrim
người hảo tâm benefactor
người hát giọng nữ cao soprano
người hát xẩm blind singer
người hay cả thẹn prude; *thuộc người hay cả thẹn* prudish
người hay cằn nhằn grumbler
người hâm mộ fan; admirer
người hầu maid
người hầu bàn waiter
người hầu bàn nữ waitress
người hòa giải troubleshooter
người hoài nghi cynic; skeptic
người học learner
người học lái xe learner driver
người học nghề apprentice

---

người hóm hỉnh wit
người huấn luyện instructor
người Hung-ga-ri Hungarian
người hướng dẫn guide;
  supervisor
người hướng ngoại extrovert
người hướng nội introvert
người Hy Lạp Greek
người Inđônêxia Indonesian
người I-ran Iranian
người I-rắc Iraqi
người Israen Israeli
người kế vị successor
người kể chuyện narrator
người khác giới the opposite sex
người khác thường freak
người khai thác bất động sản
  property developer
người khắt khe puritan
người không biết bơi
  nonswimmer
người không chuyên layman
người không hút thuốc lá
  nonsmoker
người khổng lồ giant
người khờ dại moron
người khuân vác porter
người kích động agitator
người kiểm soát vé ticket
  inspector
người kiểm toán auditor
người Kinh Kinh people (*largest
  ethnic group in Vietnam*)
người kinh doanh bất động sản
  realtor
người kỳ cục crank
người kỳ cựu veteran
người kỳ diệu marvel
người lạ stranger
người lạ mặt foreigner
người lạc lõng misfit
người lạc quan optimist
người lái driver; navigator NAUT
người lái thuyền buồm

yachtsman
người lái xe điện streetcar driver
người lái xe máy motorcyclist
người lái xe ô tô motorist
người lái xe tải teamster, truck
  driver
người lái xe tắc xi cab driver
người láng giềng neighbor
người lang thang bum
người làm chứng witness
người làm công employee
người làm công ăn lương wage
  earner
người làm công tác xã hội social
  worker; welfare worker
người làm nghề tự do freelancer
người làm phim film-maker
người làm quân sư mastermind
người làm trò ảo thuật conjurer
người làm trung gian hòa giải
  mediator
người làm vệ sinh cleaner
người làm việc ở nông trại truck
  farmer
người làm vườn gardener
người lãnh đạo leader; chief
người lao công laborer
người lao động chân tay manual
  worker
người lao động trí óc white-
  collar worker
người Lào Laotian
người lặn diver
người lấp chỗ trống stopgap
người lập dị eccentric; weirdo
người lập trình programmer
người Li-băng Libyan
người lính soldier
người lớn adult, grown-up
người lớn tuổi hơn senior
người lớn tuổi nhất the eldest
người lùn dwarf, midget
người ly hôn divorcee
người Mã lai Malay

ơ ur   **y** (tin)   **ây** uh-i   **iê** i-uh   **oa** wa   **ôi** oy   **uy** wee   **ong** aong
u (soon) **au** a-oo   **eo** eh-ao   **iêu** i-yoh   **oai** wai   **ơi** u-i   **ênh** uhng   **uyên** oo-in
ư (dew) **âu** oh   **êu** ay-oo   **iu** ew   **oe** weh   **uê** way   **oc** aok   **uyêt** oo-yit

người man rợ savage
người mang mầm bệnh carrier (*of disease*)
người máy robot
người mắc bệnh đái đường diabetic
người mắc bệnh tâm thần phân liệt schizophrenic
người mắc chứng đọc khó dyslexic
người mẫu model; *làm người mẫu* model, work as a model
người mẫu thời trang (fashion) model
người Mêhicô Mexican
người Miến Điện Burmese
người miền Bắc northerner
người môi giới broker
người Mông Cổ Mongolian
người mộng du sleepwalker
người mở đường forerunner
người mới bắt đầu beginner
người mới đến newcomer
người mới tu novice
người mới vào nghề novice
người mua buyer
người mua hàng shopper
người mù blind person; the blind
người Mỹ American
người Mỹ La tinh Latin American
người Na Uy Norwegian
người Nam Mỹ South American
người Nam Phi South African
người nào? which one?
người nào đó somebody; so-and-so
người nấu ăn cook
người Nê-pan Nepalese
người Nga Russian
người ngang hàng equal, peer
người nghèo poor person; the poor
người nghiện addict
người nghiện ma túy drug addict

người nghiện rượu alcoholic
người nghiện thuốc lá smoker
người nghiện thuốc phiện opium smoker
người nghiện trà tea drinker
người ngoài outsider
người ngoại đạo heathen
người ngoại quốc foreigner
người ngồi lê mách lẻo gossip
người ngố ngẩn nerd
người ngu ngốc imbecile, jerk
người nhái frogman
người nhào lộn tumbler
người nhảy dancer
người nhảy dù parachutist
người nhảy pơ lông giông diver
người nhận addressee; receiver, recipient
người nhận chi trả payee
người nhập cư immigrant
người nhập khẩu importer
người Nhật (Bản) Japanese
người nhút nhát wimp
người Niu-Zi-Lân New Zealander
người nói dối liar
người nói tiếng mẹ đẻ native speaker
người nổi tiếng celebrity
người nộp đơn applicant
người nước ngoài foreigner
người nướng bánh baker
người ở occupant; servant
người ở trọ lodger
người Pakixtan Pakistani
người phao tin đồn nhảm scaremonger
người phác thảo draftsman
người Pháp Frenchman; Frenchwoman; the French
người phát hiện discoverer
người phàm ăn glutton
người phàm tục philistine
người phản đối protester
người phân phối distributor

---

ch (*final*) k	**gh** g	**nh** (*final*) ng	**r** z; (S) r	**x** s	**â** (but)	**i** (tin)
đ z; (S) y	**gi** z; (S) y	**ph** f	**th** t	**a** (hat)	**e** (red)	**o** (saw)
đ d	**nh** (onion)	**qu** kw	**tr** ch	**ă** (hard)	**ê** ay	**ô** oh

người Phần Lan Finn
người phiên dịch interpreter
người phiền phức nuisance
người Phi-líp-pin Filipino
người phỏng vấn interviewer
người phục vụ attendant; valet
người phụ tá assistant
người phụ trách nhà bảo tàng curator
người phương Đông East Asian
người phương Tây Westerner
người quan liêu bureaucrat
người quan sát observer
người quan trọng important person, VIP
người quay phim cameraman
người quá cố the deceased
người quản lý administrator; super, superintendent (*of apartment house*)
người quản lý nhân sự personnel manager
người quảng cáo advertiser
người què (quặt) cripple
người quen acquaintance; contact
người quét dọn cleaner
người ra quyết định decision-maker
người ruột thịt gần nhất next of kin
người rửa bát đĩa dishwasher (*person*)
người san bằng tỷ số equalizer SP
người sáng lập creator, founder
người sáng tác creator
người sáng tạo creator; originator
người sành ăn gourmet
người sành sỏi connoisseur
người sau latter
người say mê enthusiast; fan
người say rượu drunk
người săn đuổi pursuer

người Séc Czech
người Sing-ga-po Singaporean
người soạn diễn văn speech writer
người sống ly hương exile
người sống ngoài lề xã hội dropout (from society)
người sống sót survivor
người sử dụng user
người sử dụng bàn phím keyboarder
người sưu tầm collector
người sửa chữa repairman
người ta you, one; people, they; I; *người ta có thể nói gì/làm gì?* what can one say/do?; *người ta không bao giờ biết được* you never know; *người ta đã bảo rồi mà!* I have already said so!
người tai quái devil
người tài trợ backer
người tạm trú nonresident
người tàn tật disabled person; invalid; the disabled
người tạo mẫu thời trang fashion designer
người tặng donor
người tầm thường mediocrity
người Tây Ban Nha Spaniard
người Tây Phương Westerner
người Tây Tạng Tibetan
người thách đấu challenger
người Thái Lan Thai
người tham gia participant
người tham gia bãi công striker
người thanh tra inspector
người thay đổi tín ngưỡng convert
người thay thế replacement; substitute
người thăm dò ý kiến pollster
người thắng winner
người thắng cuộc winner
người thẩm vấn interrogator

ơ ur   y (tin)   ây uh-i   iê i-uh   oa wa   ôi oy   uy wee   ong aong
u (soon)   au a-oo   eo eh-ao   iêu i-yoh   oai wai   ơi ur-i   ênh uhng   uyên oo-in
ư (dew)   âu oh   êu ay-oo   iu ew   oe weh   uê way   oc aok   uyêt oo-yit

người thất bại loser

người theo chế độ dân chủ democrat

người theo chủ nghĩa hòa bình pacifist

người theo chủ nghĩa khỏa thân nudist

người theo chủ nghĩa Mác Marxist

người theo chủ nghĩa tư bản capitalist

người theo chủ nghĩa xã hội socialist

người theo đạo Lão Taoist

người theo đạo Thiên Chúa La Mã Roman Catholic

người theo đạo Tin lành Protestant

người theo dõi follower (*of TV program*)

người thiên về vật chất materialist

người thiết kế designer

người thiết kế nội thất interior designer

người thích đùa joker

người thích phô trương exhibitionist

người thích tự hành hạ mình masochist

người Thổ Nhĩ Kỳ Turk

người thợ workman

người thu ngân teller (*in bank*)

người thu vé ticket collector

người thua loser

người thuê tenant

người thuộc Đảng Dân chủ Democrat

người thuộc thế giới khác alien

người Thụy Điển Swede

người thuyết giáo preacher

người thừa kế heir

người thừa kế nữ heiress

người thực tế realist

người tị nạn refugee

người tiên phong pioneer

người tiền nhiệm predecessor

người tiêu dùng consumer; end-user

người tình lover

người tình nguyện volunteer

người tóc đỏ redhead

người tổ chức organizer

người tốt nghiệp đại học graduate

người trả tiền payer

người trí thức intellectual

người trình diễn thoát y stripper

người trốn quân dịch draft dodger

người trốn vé stowaway

người trông trẻ baby-sitter; nanny

người trung gian intermediary; middleman; go-between

người Trung Quốc Chinese

người trúng giải prizewinner

người trúng thưởng winner

người trụy lạc pervert

người truyền bá Phúc âm evangelist

người trực tổng đài operator TELEC

người trượt băng (ice-)skater

người trượt tuyết skier

người tuân thủ conformist

người tung hứng juggler

người tuyết snowman

người tư vấn consultant

người tư vấn về quản lý management consultant

người từ thiện philanthropist

người ủ bia brewer

người Úc Australian

người ủng hộ supporter

người vào chung kết finalist

người vận động campaigner

người vẽ drawer (*person*)

người vẽ sơ đồ thiết kế

---

ch (*final*) k	**gh** g	**nh** (*final*) ng	**r** z; (*S*) r	**x** s	**â** (but)	**i** (tin)
d z; (*S*) y	**gi** z; (*S*) y	**ph** f	**th** t	**a** (hat)	**e** (red)	**o** (saw)
đ d	**nh** (onion)	**qu** kw	**tr** ch	**ă** (hard)	**ê** ay	**ô** oh

draftsman
người vẽ tranh minh họa illustrator
người vi phạm trespasser
người vị thành niên minor
người viết writer
người viết báo chuyên mục columnist
người viết bài contributor
người viết lời bài hát lyricist
người viết quảng cáo copywriter
người viết thư correspondent
người Việt Nam Vietnamese
người vô dụng bum
người vô thần atheist
người vô tích sự good-for-nothing
người vợ wife
người xây dựng builder
người Xcốtlen Scot
người xem onlooker
người xuất bản publisher
người Ý Italian
người yêu boyfriend; girlfriend; lover
người yêu cầu claimant
người yêu nước patriot
ngưỡng cửa doorstep; threshold; *ở ngưỡng cửa của ...* be on the verge of ...
ngượng ngập sheepish
ngượng ngùng embarrassed, ashamed
nha sĩ dentist
nhà home; house; place; building ◊ classifier for person in a certain occupation and for buildings: *ở nhà* at home; home; *đến nhà tôi* go to my place
nhà ăn (N) restaurant
nhà ảo thuật magician
nhà báo journalist
nhà báo thể thao sports journalist

nhà băng bank
nhà bệnh lý học pathologist
nhà cách mạng revolutionary
nhà cải cách hăng hái do-gooder
nhà cầu (S) john
nhà chiêm tinh astrologer
nhà chính trị politician
nhà chọc trời skyscraper
nhà chuyên viên expert; specialist
nhà chức trách the authorities
nhà cửa đất đai property, land
nhà diễn thuyết speaker
nhà di truyền học geneticist
nhà doanh nghiệp entrepreneur
nhà du hành vũ trụ astronaut, cosmonaut
nhà duy linh spiritualist
nhà dưỡng lão home, institute; nursing home; rest home
nhà đầu tư investor
nhà để máy bay hangar
nhà để xe garage
nhà địa chất geologist
nhà điêu khắc sculptor
nhà độc tài dictator
nhà ga station
nhà hàng restaurant
nhà hàng hải navigator
nhà hát theater
nhà hóa học chemist
nhà hoạt động activist
nhà khách guesthouse
nhà khảo cổ archeologist
nhà khí tượng meteorologist
nhà kho storehouse, store; shed
nhà khoa học scientist
nhà khoa học tự nhiên natural scientist
nhà khoa học về thông tin information scientist
nhà khối apartment block

ơ ur   **y** (tin)   **ây** uh-i   **iê** i-uh   **oa** wa   **ôi** oy   **uy** wee   **ong** aong
u (soon)   **au** a-oo   **eo** eh-ao   **iêu** i-yoh   **oai** wai   **ơi** u-r-i   **ênh** uhng   **uyên** oo-in
ư (dew)   **âu** oh   **êu** ay-oo   **iu** ew   **oe** weh   **uê** way   **oc** aok   **uyêt** oo-yit

nhà kinh tế học economist
nhà kính greenhouse; conservatory
nhà ký túc hostel
nhà làm homemade
nhà lầu apartment
nhà leo núi climber, mountaineer
nhà Lê Le Dynasty
nhà lưu động mobile home, trailer
nhà Lý Ly Dynasty
nhà máy factory, plant
nhà máy bia brewery
nhà máy điện power station
nhà máy điện hạt nhân nuclear power station
nhà máy lọc refinery
nhà máy sản xuất hơi đốt gas works
nhà máy sợi mill
nhà máy tinh chế refinery
nhà máy xay mill
nhà máy xử lý chất thải sewage plant
nhà môi trường học environmentalist
nhà nấu cơm trọ rooming house
nhà nghề professional
nhà nghiên cứu researcher
nhà ngoại giao diplomat
nhà ngôn ngữ học linguist
nhà Nguyễn Nguyen Dynasty
nhà nguyện chapel
nhà nhiếp ảnh photographer
nhà nước state (*part of country*)
nhà ở housing
nhà ở tập thể dormitory
nhà phát minh inventor
nhà phân tâm học psychoanalyst
nhà phẫu thuật tạo hình plastic surgeon
nhà phê bình critic; reviewer
nhà phụ annex
nhà quê provincial; hick
nhà sàn stilt house

nhà sản xuất manufacturer; producer; maker
nhà sinh thái học ecologist
nhà soạn kịch dramatist, playwright
nhà soạn nhạc composer
nhà sư (Buddhist) monk
nhà sử học historian
nhà tài chính financier
nhà tâm lý học psychiatrist
nhà thám hiểm explorer
nhà thiên văn astronomer
nhà thổ brothel
nhà thơ poet
nhà thờ church
nhà thờ lớn cathedral
nhà thuốc pharmacy
nhà thuyền houseboat
nhà thương điên (mental) asylum
nhà tin học computer scientist
nhà toán học mathematician
nhà tranh thatched house
Nhà Trắng White House
nhà Trần Tran Dynasty
nhà trẻ nursery
nhà trí thức intellectual; egghead
nhà trọ boarding house
nhà trọ thanh niên hostel
nhà truyền giáo missionary
nhà tù prison, jail
nhà tư bản capitalist
nhà tư bản công nghiệp industrialist
nhà tự nhiên học naturalist
nhà văn writer
nhà văn châm biếm satirist
nhà văn xoàng hack
nhà vật lý physicist
nhà vật lý trị liệu physiotherapist
nhà vệ sinh rest room, toilet
nhà vệ sinh nam men's room
nhà vệ sinh nữ ladies' room
nhà viết tiểu thuyết novelist
nhà vô địch champion

---

ch (*final*) k	**gh** g	**nh** (*final*) ng	**r** z; (*S*) r	**x** s	**â** (but)	**i** (tin)
d z; (*S*) y	**gi** z; (*S*) y	**ph** f	**th** t	**a** (hat)	**e** (red)	**o** (saw)
đ d	**nh** (onion)	**qu** kw	**tr** ch	**ă** (hard)	**ê** ay	**ô** oh

nhà xác morgue, mortuary
nhà xí (N) john
nhà xuất bản publishing company, publisher
nhà xuất khẩu exporter
nhà xứ pastor's house
nhả release *brake*
nhả côn declutch
nhả đạn liên tục blaze away
nhả khói blow smoke
nhả ra cough up, pay
nhạc music
nhạc blu blues
nhạc công đàn dây string player; string section
nhạc công độc tấu soloist
nhạc cụ (musical) instrument
nhạc dân gian folk music
nhạc đồng quê country music
nhạc hiệu signature tune
nhạc ja jazz
nhạc khí gõ percussion instrument; percussion section
nhạc khí thổi wind instrument; wind section
nhạc kịch opera
nhạc kịch trường opera house
nhạc phát ra loa piped music
nhạc pốp pop (music)
nhạc rap MUS
nhạc rốc rock MUS
nhạc sĩ musician
nhạc sĩ sáng tác bài hát songwriter
nhạc trưởng concert master
nhạc viện conservatory
nhai chew
nhai tóp tép munch
nhại impersonate
nhại lại impression ◊ do an impression of
nham hiểm sinister
nhàm corny, hackneyed
nhàm chán humdrum, trite

nhảm nhí naughty *word etc*
nhan sắc looks
nhàn hạ slack
nhàn rỗi unoccupied; *vào lúc nhàn rỗi* in an idle moment
nhãn tag, label; longan
nhãn cầu eyeball
nhãn dính sticker
nhãn hiệu brand; label; trademark
nhãn hiệu dẫn đầu brand leader
nhãn hiệu nổi tiếng brand leader
nhãn tên nametag
nhanh quick, fast, rapid; brisk *walk* ◊ soon
nhanh chóng prompt; speedy; meteoric ◊ (sự) rapidity
nhanh lên! be quick!; hurry up!
nhanh nhẹn agile, nimble; brisk
nhanh trí quickwitted ◊ (sự) presence of mind
nhánh cây twig
nhào lộn acrobatics
nhào trộn blend in; knead
nhão soggy
nhạo báng ridicule
nhát chặt carate karate chop
nhát chém chop
nhát gan cowardly; *kẻ/tên/tay nhát gan* coward
nhạt weak; pastel; *hồng/xanh nhạt* pale pink/blue
nhạt nhẽo tame *joke etc*
nhau each other ◊ inter...
nhàu crush; wrinkle
nháy mắt ra hiệu wink; *nháy mắt ra hiệu cho ai* wink at s.o.
nhảy dance; jump, leap; hop; *nhảy vọt vào* leap into
nhảy bật lên spring
nhảy cao high jump
nhảy chân sáo skip
nhảy dây skip
nhảy dù parachute; bail out
nhảy đầm disco

ơ ur	**y** (tin)	**ây** uh-i	**iê** i-uh	**oa** wa	**ôi** oy	**uy** wee	**ong** aong
u (soon)	**au** a-oo	**eo** eh-ao	**iêu** i-yoh	**oai** wai	**ơi** ur-i	**ênh** uhng	**uyên** oo-in
ư (dew)	**âu** oh	**êu** ay-oo	**iu** ew	**oe** weh	**uê** way	**oc** aok	**uyêt** oo-yit

nhảy lao đầu xuống dive
nhảy lên leap, bound
nhảy lộn nhào somersault
nhảy múa dancing; dance
nhảy ngựa gỗ vault
nhảy nhót bounce
nhảy pơ lông giông dive ◊ (*sự*) diving (*from board*); *động tác nhảy pơ lông giông cao* high diving
nhảy qua jump, leap over
nhảy sào polevault, vault
nhảy xa broad jump, long jump
nhảy xuống dive; leap into
nhạy bén on the ball, alert
nhạy cảm sensitive
nhắc remind; *nhắc nhiều để Y nhớ X* drum X into Y; *nhắc nhở ai điều gì* remind s.o. of sth
nhắc lại repeat
nhắc vở prompt
nhắm close; aim
nhắm lại closed
nhắm thẳng vào pointed *remark*
nhắm vào target; be meant for, be aimed at
nhăn wrinkle
nhăn mặt wince
nhăn nhúm shrivel
nhẵn bóng shiny
nhẵn nhụi smooth
nhặt lên pick up
nhấc ... lên hoist; pick up
nhấc ... lên hoist; pick up
Nhâm virgin land (*in Vietnamese zodiac*)
nhầm mistake; *nhầm X với Y* mistake X for Y
nhầm lẫn confuse, mix up ◊ (*sự*) confusion, mix-up; *không nhầm lẫn* unerring; *không thể nhầm lẫn được* unmistakable; *nhầm lẫn X với Y* confuse X with Y
nhầm số wrong number

nhân filling (*in sandwich etc*); kernel; (*sự*) multiplication ◊ multiply
nhân chứng witness
nhân chứng cho bên bị defense witness
nhân công hand
nhân dân the people; *nhân dân Việt Nam* the Vietnamese people; *của nhân dân* of the people, popular
nhân dân tự vệ civilian self-defense
nhân đạo humane; humanitarian
nhân đức benevolent; charitable
nhân loại mankind, man, humanity
nhân lực human resources
nhân nhượng concede; *không nhân nhượng* uncompromising
nhân phẩm human dignity
nhân sâm ginseng
nhân tạo artificial; man-made
nhân thể incidentally
nhân tiện by the way
nhân tố factor
nhân từ benign, merciful
nhân vật character (*in book etc*); personality, celebrity
nhân vật phản diện villain
nhân viên personnel, staff; staffer
nhân viên bán vé booking clerk
nhân viên bắt chó đi lạc dog catcher
nhân viên cứu hộ lifeguard
nhân viên dịch vụ thẩm mỹ beautician
nhân viên đánh máy typist
nhân viên đội kiểm tra ma túy narcotics agent
nhân viên hải quan customs officer
nhân viên kế toán accountant; bookkeeper

---

ch (*final*) k	**gh** g	**nh** (*final*) ng	**r** z; (*S*) r	**x** s	**â** (but)	**i** (tin)
d z; (*S*) y	**gi** z; (*S*) y	**ph** f	**th** t	**a** (hat)	**e** (red)	**o** (saw)
đ d	**nh** (onion)	**qu** kw	**tr** ch	**ă** (hard)	**ê** ay	**ô** oh

nhân viên khuân vác hành lý bellhop

nhân viên kiểm soát không lưu air-traffic controller

nhân viên làm phòng maid (*in hotel*)

nhân viên lễ tang mortician

nhân viên lễ tân desk clerk, receptionist, room clerk

nhân viên mát xa masseur; masseuse

nhân viên mặt đất ground crew; ground staff (*at airport*)

nhân viên phục vụ steward; maid

nhân viên phục vụ bàn waiter; waitress

nhân viên quầy ba bartender; bar staff

nhân viên tạm thời temp

nhân viên thuế tax inspector

nhân viên thư viện librarian

nhân viên tiếp tân receptionist

nhân viên tổng đài operator

nhân viên trợ giúp y tế paramedic

nhấn click on COMPUT

nhấn mạnh emphasize, stress ◊ (*sự*) emphasis, stress ◊ emphatic

nhẫn ring

nhẫn cưới wedding ring

nhẫn đính hôn engagement ring

nhẫn nại patient

nhẫn tâm callous, unfeeling

nhận accept; receive

nhận biết perceive; identify

nhận dạng identify ◊ (*sự*) identification; identity

nhận diện pick out, identify

nhận định judge; opinion ◊ (*sự*) judgment; verdict

nhận được get, receive; obtain; take out *insurance policy*; **nhận được tin của** hear from

nhận làm take on *job*; take up

offer

nhận làm con nuôi adopt; *việc nhận làm con nuôi* adoption

nhận lại have back

nhận ra know, recognize; distinguish; spot; be conscious of; *có thể nhận ra điều đó nhờ ...* it can be recognized by ...

nhận thấy detect, discern ◊ (*sự*) acknowledg(e)ment; *không thể nhận thấy được* imperceptible; *nhận thấy gì* become aware of sth

nhận thức be aware of, realize; perceive ◊ (*sự*) awareness; realization; perception

nhận thức được realize

nhận thức muộn hindsight

nhận tiền ứng trước get money in advance

nhận trách nhiệm accept responsibility for

nhận vào admit

nhận xét observe, remark ◊ (*sự*) observation, remark; *nhận xét X với vẻ bề ngoài của nó* judge X by appearances

nhận xét dí dỏm quip

nhận xét hóm hỉnh witticism

nhấp nháp sip

nhấp nhô bob

nhập enter, input, key in ◊ (*sự*) input COMPUT

nhập cư immigrate ◊ (*sự*) immigration

nhập liệu input

nhập dữ liệu data capture

nhập khẩu import

nhập ngũ enlist

nhập quốc tịch be naturalized; *cô ấy xin nhập quốc tịch Anh* she's applied for British citizenship

nhập vào nhau merge

nhập viện admit

nhất most; first; *đẹp nhất/ thú vị*

ơ ur	**y** (tin)	**ây** uh-i	**iê** i-uh
u (soon)	**au** a-oo	**eo** eh-ao	**iêu** i-yoh
ư (dew)	**âu** oh	**êu** ay-oo	**iu** ew

oa wa	**ôi** oy	**uy** wee	**ong** aong
oai wai	**ơi** ur-i	**ênh** uhng	**uyên** oo-in
oe weh	**uê** way	**oc** aok	**uyêt** oo-yit

nhất the most beautiful/the most interesting

nhất là most of all

nhất quán coherent; consistent ◊ *(sự)* consistency; *không nhất quán* inconsistent

nhất quyết be determined; *nhất quyết cho rằng* be determined that; *tôi nhất quyết không ...* I'm damned if ...

nhất thiết necessarily

nhất trí unanimous ◊ *(sự)* consensus; *không nhất trí* disagree; *nhất trí về* be unanimous on; *làm cho gì nhất trí với gì* reconcile sth with sth

Nhật (Bản) Japan ◊ Japanese

nhật ký diary; journal

nhật ký hàng hải log

nhật thực eclipse of the sun

nhậu *(S)* drinking

nhầy nhụa slimy

nhé emphasize; gently persuade

nhẹ gentle; light; mild; minor; slight ◊ lightness

nhẹ người relief; *thật là nhẹ cả người* that's a relief

nhẹ cân underweight

nhẹ dạ credulous

nhẹ nhàng soft ◊ mildly

nhẹ nhõm: *cảm thấy nhẹ nhõm* be relieved

nhét tuck; tuck in; jam; *nhét X vào trong Y* stuff X into Y

nhếch nhác disheveled; scruffy; *trông anh/ chị thật là nhếch nhác!* what a sight you are!

nhện spider

nhỉ isn't it?; aren't you?; don't you?

nhị phân binary

nhích lên từng bước at a crawl

nhiễm contract, develop *illness*; pick up *habit*

nhiễm trùng septic

nhiễm trùng máu blood poisoning

nhiệm kỳ term

nhiệm kỳ tổng thống presidency

nhiệm vụ assignment; brief; mission; duty, task; *đang làm nhiệm vụ* be on duty; *giao nhiệm vụ cho ai* set a task for s.o.

nhiên liệu fuel

nhiệt heat

nhiệt độ temperature

nhiệt đới tropical

nhiệt kế thermometer

nhiệt tâm warmhearted ◊ *(sự)* zeal

nhiệt tình ◊ enthusiastic ◊ *(sự)* enthusiasm; warmth

nhiều much; many; ample; heavy *bleeding*; multiple *births* ◊ a good deal, a lot; plenty; a lot of; plenty of ◊ greatly; far; *dễ hơn/ tốt hơn rất nhiều* it's a whole lot easier/ better; *rất nhiều* a great many, a good many; masses of ◊ very much; *tốt hơn/ dễ hơn nhiều* a lot better/easier; *nhiều ơi là nhiều* a hell of a lot; *nhiều thế cơ à?* as much as that?; *nhiều hơn* more; *nhiều hơn thế nữa* more than that; *nhiều khoảng chừng* as much as ...; *không gì nhiều lắm* not a lot; nothing much; not really; not so much

nhiều bụi dusty

nhiều lần many times, over and over again

nhiều màu sắc colorful

nhiều mây cloudy

nhiều mỡ fatty

nhiều nhất the most; *nhiều nhất là* at the most ◊ maximum

nhiều quá too much; too many; so much; so many

nhiều tác dụng versatile

nhiễu interference

ch *(final)* k	**gh** g	**nh** *(final)* ng	**r** z; *(S)* r	**x** s	**â** (but)	**i** (tin)
d z; *(S)* y	**gi** z; *(S)* y	**ph** f	**th** t	**a** (hat)	**e** (red)	**o** (saw)
đ d	**nh** (onion)	**qu** kw	**tr** ch	**ă** (hard)	**ê** ay	**ô** oh

nhím hedgehog; porcupine
nhím biển sea urchin
nhìn look; look at, eye; glance
nhìn bề ngoài visually
nhìn căng mắt vào peer at
nhìn chăm chú scan
nhìn chằm chằm gaze, stare; *nhìn chằm chằm vào* gaze at, stare at
nhìn chệch ra stray
nhìn đăm đăm stare
nhìn đều cáng leer (*sexual*)
nhìn đi chỗ khác look away
nhìn giận giữ glare at
nhìn gí mắt peer at
nhìn kỹ peer
nhìn lại look back ◊ in retrospect
nhìn lén peek
nhìn lướt nhanh scan
nhìn lướt qua glimpse
nhìn quỷ quyệt leer (*evil*)
nhìn ra give onto
nhìn ra ngoài look out; look out of
nhìn thấy see, catch sight of; catch a glimpse of; *tôi không thể nhìn thấy* I can't see; *nhìn thấy được từ* within sight of
nhìn tổng quát survey
nhìn trộm peep, peek
nhìn vội peep, peek
nhìn xa thấy rộng farsighted
nhìn xuyên qua được see-through
nhịn go without *food etc*; repress *laugh etc*; *nhịn thở* hold one's breath; *tôi đã không thể nhịn cười* I couldn't help laughing; *làm ơn cố nhịn hút thuốc* please refrain from smoking
nhíp tweezers
nhịp rhythm; tempo
nhịp đập beat (*of heart*)
nhịp điệu rhythm, beat MUS
nhịp tim heartbeat

nhíu mắt screw up
nho grape; vine
nho khô currant; raisin
nhỏ little, small; slight, minor ◊ drip
nhỏ bé puny
nhỏ dầu oil leak
nhỏ giọt drip
nhỏ gọn compact
nhỏ lại dwindle
nhỏ nhất least
nhỏ nhen petty
nhỏ nhoi paltry
nhỏ tí xíu minuscule
nhỏ xíu diminutive
nhòe misty
nhói acute, sharp
nhóm circle; group; party; cluster
nhóm ca sĩ vocal group
nhóm dân tộc ethnic group
nhóm đại diện deputation
nhóm đối tượng target group
nhóm máu blood group
nhóm người group of people; panel
nhóm người ưu tú nhất elite
nhóm người vận động lobby POL
nhóm nhạc đệm backing group MUS
nhóm những người ủng hộ following
nhóm phân lập splinter group
nhóm tứ tấu quartet
nhón chân on tippy-toe
nhọt boil
nhô ra emerge; project; protrude ◊ prominent *chin*
nhổ extract, take out; pull off; spit ◊ (*sự*) extraction; *cấm khạc nhổ* no spitting
nhổ cỏ weed *garden*
nhổ lên pull up
nhổ lông pluck *chicken*

ơ ur	y (tin)	ây uh-i	iê i-uh	oa wa	ôi oy	uy wee	ong aong
u (soon)	au a-oo	eo eh-ao	iêu i-yoh	oai wai	ơi ur-i	ênh uhng	uyên oo-in
ư (dew)	âu oh	êu ay-oo	iu ew	oe weh	uê way	oc aok	uyêt oo-yit

nhổ neo sail, leave; cast off (*of ship*)

nhổ nước bọt spit

nhổ ra spit out

nhồi stuff *turkey etc*

nhồi máu cơ tim coronary

nhồi nhét cram; pad; clog up

nhồi sọ indoctrinate

nhôm aluminum

nhộn nhịp busy

nhộn nhịp hối hả hustle

nhốt lock in

nhốt ở ngoài lock out; *tôi đã bị nhốt mình ở bên ngoài* I locked myself out

nhơ tainted

nhớ remember; miss; *tôi nhớ anh/ chị lắm* I miss you so; *nhớ gì* bear sth in mind; *nhớ khóa cửa đấy* remember to lock the door

nhớ lại recall, recollect ◊ (*sự*) recollection ◊ *it came back to me*; *làm ai nhớ lại ai* remind s.o. of s.o.; *làm ai nhớ lại điều gì* remind s.o. of sth

nhớ nhà be homesick

nhớ ơn grateful

nhờ send for; ask to do a favor ◊ thanks to

nhờ cậy đến fall back on

nhờ ... chuyển c/o, care of; *gửi Joe Hall, nhờ Brown chuyển giúp* Joe Hall, c/o Brown

nhờ có thanks to, through

nhờ một việc ask a favor

nhỡ miss

nhờn greasy

nhớp nháp clammy; sticky

nhớp nhúa sleazy

nhợt light ◊ (*sự*) lightness

nhợt nhạt very pale, wishy-washy

nhu cầu need, requirement, want

nhũ băng icicle

nhúc nhích budge

nhục hình corporal punishment

nhục nhã disgraceful; dishonorable; humiliating ◊ (*sự*) disgrace

nhúm pinch

nhún shrug

nhún vai shrug (one's shoulders)

nhung velvet

nhung kẻ corduroy

nhúng dip

nhuốm tinge

nhuộm color; dye; tint

nhuộm màu stain

nhút nhát nervous; retiring; shy

như as; like; such as; *như có phép mầu* like magic; *như pháp luật qui định* as required by law

như cứt crap

như điên like mad; madly

như là as; as though; *như là phương sách cuối cùng* as a last resort

như nhau equal, the same; *anh ấy và tôi cùng nói như nhau* he and I said the same thing; *ngửi/nhìn như nhau* smell/look the same

như thế such ◊ thus; so; *đàn ông đều như thế cả* men are all the same; *ăn/uống nhiều như thế* eat/drink so much

như thế nào how

như thế này this way

như thường lệ as usual

như trẻ con boyish

như vậy so, like this; *tôi cho là như vậy* I expect so

nhử entice, lure

nhựa sap

nhựa đường tar

nhựa PVC PVC

nhựa ruồi holly

nhựa thông resin

nhức đầu headache ◊ have a headache

---

ch (*final*) k	**gh** g	**nh** (*final*) ng	**r** z; (S) r	**x** s	**â** (but)	**i** (tin)
d z; (S) y	**gi** z; (S) y	**ph** f	**th** t	**a** (hat)	**e** (red)	**o** (saw)
đ d	**nh** (onion)	**qu** kw	**tr** ch	**ă** (hard)	**ê** ay	**ô** oh

nhức nhối excruciating

nhưng but; *nhưng như thế thì không công bằng!* but that's not fair!

những some ◊ (*used to form plural nouns*): *những lời chia buồn* condolences; *những người giàu* the rich

những cái ấy they (*things*)

những cái đó them (*things*); those

những cái này these

những điều đó those

những ... đó those

những gì sau đây the following

những ... này these

những người mới cưới newlyweds

những người sống nơi vỉa hè streetpeople

những người thất nghiệp the unemployed

những người vô gia cư the homeless

những thăng trầm ups and downs

những thú vui xác thịt the pleasures of the flesh

những trang vàng yellow pages

những vật khác the others (*things*)

nhược điểm defect, flaw; weakness

nhường đường yield, give way

nhượng bộ back down, yield ◊ (*sự*) concession

ni lông nylon

nĩa fork

niêm phong freeze *bank account*

niềm *classifier for feelings such as joy, trust and faith*

niềm hân hoan jubilation

niềm sung sướng bliss

niềm tin belief, faith; conviction

niềm vui (sướng) pleasure; fun; delight; joy; glee

nín lặng stay silent

nín thinh stay silent

nín thở hold one's breath

nịnh hót flatter ◊ (*sự*) flattery

nịnh nọt butter up

nịt elastic

nịt bít tất garter

nịt vú brassière

nitơ nitrogen

níu lại buttonhole

Niu-Yóoc New York

Niu-Zi-Lân New Zealand

no full up

nó he; she; him; her; it

nóc ridge

nọc độc venom

nói speak; speak to; talk; say; talk to; tell; *tôi đang nói đây* speaking TELEC; *nói về gì?* what's it about?; *ông/bà nói gì?* pardon me?; *nói bậy!* nonsense!; *nói nhảm!* nonsense!

nói chung in general, broadly speaking

nói chuyện talk; give a talk; address; *nói chuyện riêng với ai* have a word with s.o.

nói chuyện phiếm chat; gossip

nói chuyện tầm phào prattle

nói chuyện xã giao mingle (*at party*)

nói dối lie (*tell untruth*)

nói dối vô hại white lie

nói đến mention

nói điên cuồng rave

nói đùa joke; *nói đùa ai* pull s.o.'s leg

nói được rõ ràng express oneself

nói hết finish (talking)

nói huênh hoang talk big

nói huyên thiên yap

nói khàn khàn croak

nói khẽ keep one's voice down

nói không mạc lạc ramble

ơ ur   **y** (tin)   **ây** uh-i   **iê** i-uh   **oa** wa   **ôi** oy   **uy** wee   **ong** aong

u (soon)   **au** a-oo   **eo** eh-ao   **iêu** i-yoh   **oai** wai   **ơi** ur-i   **ênh** uhng   **uyên** oo-in

ư (dew)   **âu** oh   **êu** ay-oo   **iu** ew   **oe** weh   **uê** way   **oc** aok   **uyêt** oo-yit

nói lại repeat
nói lan man ramble
nói lắp stammer, stutter
nói liến thoắng chatter
nói lí nhí mumble
nói líu nhí slur
nói loanh quanh waffle
nói lời chào tạm biệt với say goodbye to
nói lung tung rant and rave
nói mát allude to
nói năng tản mạn ramble ◊ (sự) rambling
nói nghiêm chỉnh joking apart
nói ngọng lisp; have a speech impediment; have pronunciation problems
nói nhảm nhí talk nonsense
nói nhẹ bớt downplay
nói quanh co beat about the bush
nói ra ý nghĩ của mình think aloud
nói riêng confide ◊ in particular
nói rõ thêm expand on
nói sảng rave
nói thay cho speak for
nói thẳng speak out ◊ plain-spoken
nói thầm whisper
nói thật đấy! honestly!
nói thêm add
nói tiếp talk on
nói to talk loudly; shout
nói to lên speak up
nói toạc make it plain; *nói toạc ra với ai* give s.o. a piece of one's mind
nói trạng brag
nói vấp váp stumble over; stumble over one's words
nói xấu defame ◊ (sự) defamation
nói xen vào chip in
nòi pedigree
non nớt immature

nón conical hat
nóng hot; quick-tempered
nóng hổi red-hot *metal, news*
nóng khó chịu sweltering
nóng lòng be anxious for
nóng nảy petulant
nóng nẩy fiery
nóng như thiêu scorching hot
nóng nực humid
nóng sốt piping hot
nóng tính short-tempered
nòng cốt skeleton; backbone *fig*
nòng nọc tadpole
nô đùa play; *thích nô đùa* frisky
nô lệ slave
nổ blow (*of fuse, tire*); burst; detonate; explode; go off ◊ (sự) explosion
nổ ầm ầm crash (*of thunder*)
nổ bốp pop
nổ đùng đùng boom
nổ lách tách crackle
nổ lốp xe blow-out
nổ ra erupt
nổ súng fire
nổ tung explode, blow up; go bang
nỗ lực strive ◊ (sự) bid, attempt; effort; *nỗ lực để làm gì* make an effort to do sth
nốc gulp down, put away
nốc ao knock out ◊ KO
nôi cradle
nối connect, join ◊ (sự) connection
nối chương trình link up
nối giáo cho giặc collaborate with the enemy
nối lại reconnect; knit together
nối máy connect, put through TELEC
nối mạng on-line; *không nối mạng* off-line; *nối mạng với* go on-line to
nối ngôi succeed, follow
nồi pot

nồi cơm điện (electric) rice cooker

nồi hấp steamer

nồi hơi boiler

nổi float; show up, be visible ◊ afloat; in relief

nổi bật stand out, stick out ◊ prominent; striking

nổi bật lên come to the fore

nổi bật nhất predominant

nổi bùng lên flare up

nổi cơn lên be steamed up

nổi cơn thịnh nộ be in a rage

nổi da gà gooseflesh

nổi dậy revolt, uprising

nổi đóa be fuming

nổi giận get worked up; *làm ai nổi giận* make s.o. angry

nổi gió: *trời nổi gió to* it's getting windy

nổi khùng lên erupt, fly into a rage

nổi lên break (*of storm*); get up (*of wind*)

nổi lên mặt nước surface (*of water*)

nổi loạn mutiny; rebellion

nổi nóng flare up, get angry

nổi tiếng famous, renowned ◊ become popular, take off ◊ (*sự*) fame, celebrity; *nổi tiếng tốt* have a good reputation; *nổi tiếng về* be famous for; *những bài hát/đĩa nổi tiếng* hit songs/records

nổi tiếng xấu disreputable ◊ have a bad reputation

nổi xung rage

nỗi day dứt qualm

nỗi đau buồn sorrow

nỗi khiếp sợ terror

nỗi luyến tiếc quá khứ nostalgia

nỗi nhục shame

nỗi ô nhục stigma

nỗi sợ hãi phobia

nỗi xúc động feeling

nội paternal

nội (bộ) internal ◊ internally; in-house

nội các cabinet POL

nội cảm chest cold

nội chiến civil war

nội dung content; contents

nội địa inland; domestic

nội động từ intransitive

nội tại in-house

nội thành inner city; city center

nội thất interior

nón sắt helmet

nôn (*N*) vomit; throw up

nôn nóng impatient ◊ (*sự*) impatience

nôn ra bring up, vomit

nông (cạn) shallow

nông dân farmer; peasant

nông nghiệp agriculture ◊ agricultural

nông nổi impetuous

nông thôn country ◊ rural; *ở nông thôn* in the country

nồng nặc overpowering ◊ reek

nồng nhiệt passionate, fervent; warm *welcome*

nộp give in; hand over

nộp giấy báo thôi việc hand in one's notice

nộp tiền bảo lãnh bail out LAW

nộp vào pay in

nốt đen quarternote

nốt đỏ spot

nốt giộp blister

nốt nhạc note MUS

nốt ruồi mole (*on skin*)

nơ bướm bow; bow tie

nở hatch out (*of egg*); open; be out (*of flower*)

nở hoa flower, bloom

nở nang buxom

nở rộng ra dilate

ơ ur	**y** (tin)	**ây** uh-i	**iê** i-uh	**oa** wa	**ôi** oy	**uy** wee	**ong** aong
u (soon)	**au** a-oo	**eo** eh-ao	**iêu** i-yoh	**oai** wai	**ơi** ur-i	**ênh** uhng	**uyên** oo-in
ư (dew)	**âu** oh	**êu** ay-oo	**iu** ew	**oe** weh	**uê** way	**oc** aok	**uyêt** oo-yit

nợ due; in the red ◊ owe; *tài khoản của bà ấy ghi nợ 50$* her account was debited with $50; *nợ ai 500$* owe s.o. $500

nợ quốc gia national debt

nơi place; area; part

nơi ăn chốn nghỉ accommodation; board and lodging

nơi ẩn dật retreat

nơi ẩn náu haven; refuge; hideaway

nơi bán hàng point of sale

nơi bẩn thỉu dump

nơi chốn locality

nơi cư trú asylum POL

nơi để đồ tạp nhạp junkyard

nơi đến destination; arrival

nơi đồn trú garrison

nơi đổ rác dump

nơi gặp gỡ venue

nơi giải đáp thông tin information desk

nơi giữ đồ đạc bị thất lạc lost and found

nơi giữ ô tô bị phạt pound (*for cars*)

nơi hay lui tới haunt

nơi hẹn gặp meeting place, rendez-vous

nơi hỏa táng crematorium

nơi họp chợ marketplace

nơi hội họp meeting place

nơi khác elsewhere

nơi làm việc place of work; workplace

nơi lưu trữ archives

nơi mà where

nơi nào đó somewhere

nơi nghỉ resort

nơi nghỉ ở bờ biển seaside resort

nơi nhận hành lý baggage reclaim

nơi phát thuốc dispensary

nơi rửa ô tô car wash

nơi sinh birthplace

nơi tập kết rendez-vous

nơi thu đổi tiền exchange bureau

nơi trả tiền mua hàng checkout

nơi trông giữ chó kennels

nơi tụ cư melting pot

nơi yên tĩnh oasis *fig*

nới lỏng loosen

nới rộng thêm let out *jacket etc*

nụ bud BOT

nụ cười smile

nụ cười tự mãn smirk

nụ hôn kiss

núi mountain

núi lửa volcano

núm knob

núm vú nipple

nung nấu smolder (*with anger*)

nuôi bring up *child*; feed, support *family*; keep *animals*; cherish *hope etc*

nuôi dưỡng keep *family*; raise *children* ◊ (sự) nurture

nuông chiều indulgent ◊ pamper ◊ (sự) indulgence

nuốt swallow

nuốt hết eat up *fig*

nuốt lời back out

nuốt vội gobble up

núp lurk

nút knot; plug; stopper; (*S*) button

nút bấm button

nút bông vệ sinh tampon

nút chai cork

nút định giờ time switch

nút kép square knot

nút lại plug *hole*

nút thòng lọng noose

nút tua đi fast forward

nút xoắn twist

nữ female, woman

nữ anh hùng heroine

nữ bác sĩ woman doctor

nữ cảnh sát policewoman

---

ch (*final*) k	**gh** g	**nh** (*final*) ng	**r** z; (*S*) r	**x** s	**â** (but) **i** (tin)
d z; (*S*) y	**gi** z; (*S*) y	**ph** f	**th** t	**a** (hat)	**e** (red) **o** (saw)
đ d	**nh** (onion)	**qu** kw	**tr** ch	**ă** (hard)	**ê** ay **ô** oh

nữ chiêu đãi viên hostess
nữ chiêu đãi viên hàng không air hostess
nữ chúa matriarch
nữ chủ tịch chairwoman
nữ công an policewoman
nữ diễn viên actress
nữ diễn viên ba lê ballerina
nữ hoàng empress; queen
nữ hướng đạo girl guide, girl scout
nữ hướng đạo nhỏ tuổi Brownie
nữ lao công cleaning woman
nữ nghị sĩ Congresswoman
nữ phát ngôn viên spokeswoman
nữ thần goddess
nữ thương gia businesswoman
nữ tính feminine
nữ tu sĩ nun; woman priest
nửa half
nửa buổi: *làm việc nửa buổi* work part-time
nửa chừng halfway
nửa đêm midnight
nửa đường halfway, midway
nửa giá half price
nửa giá vé half fare
nửa giờ half an hour
nửa pao half a pound
nửa tiếng half hour
nữa again; more; any more; else ◊ another; *người nữa* another (person); *người nào đó nữa* somebody else; *ai nữa?* anyone else?; who else?; *không ai nữa* no one else
nức nở sob
nước water; juice; country ◊ *classifier for countries*
nước bọt (N) saliva
nước bưởi tây grapefruit juice
nước cam orange juice
nước chanh lemon juice
nước chanh ga lemonade

nước chấm dipping sauce
nước cộng hòa republic
nước da complexion
nước dân chủ democracy; democratic country
nước dừa coconut milk
nước dùng broth, stock
nước đang phát triển developing country
nước đại gallop
nước đi move
nước đóng chai bottled water
nước hầm stock (*for cooking*)
nước hoa perfume, scent
nước hoa xịt perfume spray
nước khoáng mineral water
nước lũ flood, torrent
nước máy running water
nước mắm fish sauce
nước mắt tear; *rơi nước mắt* be in tears
nước men glaze
nước miếng (S) saliva
nước ngoài abroad, overseas ◊ foreign
nước ngọt freshwater; soft drink, soda
nước nguội cooled water
nước nhầy mucus
nước nhập khẩu importer, importing country
nước ớt chilli sauce
nước quả juice
nước rửa bát dishwater
nước sạch để uống drinking water
nước sô cô la nóng hot chocolate
nước sốt relish
nước súc miệng mouthwash
nước táo apple juice
nước thơm dịu eau de toilette
nước tiểu urine
nước tinh khiết pure water;

---

drinking water

nước tô-níc tonic (water)
nước trái cây (S) fruit juice
nước uống (được) drinking water
nước ướp marinade
nước vôi trắng whitewash
nước xoài mango juice
nước xô đa soda

nước xốt sauce; dip; gravy
nước xuất khẩu exporter, exporting country
nước xúp vegetable stock
nướng bake; broil; grill
◊ charbroiled ◊ (sự) broiler
nướng vỉ barbecue
nứt nẻ chapped
nứt ra split

O

òa khóc burst into tears; break down
oai nghiêm imposing
oai vệ majestic
oải hương lavender
oát watt
oằn lại buckle
oằn người dưới be weighed down with
óc brain; mind; intelligence
óc chó walnut (tree)
oi stifling hot

oi bức muggy, sultry
ói (S) throw up
om sòm fuss; **đừng có làm om sòm lên như vậy** don't make such a fuss
ong bee
ong bắp cày wasp; hornet
ong chúa queen bee
ong nghệ bumblebee
óng ánh glisten
ọp ẹp dilapidated, tumbledown; shaky

ô

ô box (on form); umbrella; parasol
ô cửa sổ porthole
ô kính window (of store)
ô kính cửa hàng shop window
ô kính cửa sổ windowpane

ô nhiễm pollute ◊ polluted ◊ (sự) pollution; **không ô nhiễm** nonpolluting
ô nhiễm không khí atmospheric pollution

---

ch (final) k	**gh** g	**nh** (final) ng	**r** z; (S) r	**x** s	**â** (but) **i** (tin)
d z; (S) y	**gi** z; (S) y	**ph** f	**th** t	**a** (hat)	**e** (red) **o** (saw)
đ d	**nh** (onion)	**qu** kw	**tr** ch	**ă** (hard)	**ê** ay **ô** oh

ô nhiễm môi trường environmental pollution

ô tô car

ô tô có bộ số tự động automatic

ô tô công ty company car

ô tô cực nhỏ subcompact (*car*)

ô tô đuôi cong hatchback; station wagon

ô tô khách bus

ô tô nhỏ compact

ô vuông square

ổ breeding ground

ổ bánh mì loaf; roll

ổ băng tape drive

ổ bi ball bearing

ổ cắm power point, outlet

ổ đạn cartridge

ổ đề kháng pocket of resistance

ổ đĩa disk drive

ổ đĩa CD-ROM CD-ROM drive

ổ khóa lock

ổ lợn pigpen *fig*

ổ trục bearing (*in machine*)

ốc snail

ốc đảo oasis

ốc sên snail

ôi go bad

ôi khét rancid

ổi guava

ôliu olive (tree)

ôm hold; embrace

ôm ấp cuddle

ôm chặt hug; clasp

ôm ghì embrace

ôm nhau embrace

ốm ill, sick ◊ illness; *bị ốm* fall ill, be taken ill; *ốm nặng vô phương cứu chữa* terminally ill

ôn con brat

ôn hòa mild; moderate ◊ (*sự*) mildness; moderation; *người có quan điểm ôn hòa* moderate POL

ôn lại brush up

ôn tập review

ồn ào noise; uproar ◊ noisy

ổn alright; satisfactory; *cái đó sẽ ổn thôi, đừng lo!* it will be alright, don't worry!; *có gì không ổn chăng?* is something wrong?

ổn định stabilize; freeze *wages* ◊ stable ◊ (*sự*) stability; *không ổn định* unsettled; unstable

ổn định cuộc sống settle down

ông man; Mr; grandad ◊ you (*to a more senior man*); *ông có thể ...?* could you ...?

ông ấy he; him

ông bà grandparents

ông chủ boss

ông chủ quán landlord

ông chủ trọ landlord

ông đồng medium

ông già dad; old man

ông già Nô-en Santa Claus

ông già vợ father-in-law

ông ngoại grandfather (*maternal*)

ông nội grandfather (*paternal*)

Ông Táo Kitchen God

ông trùm tycoon

ông xã husband, hubby

ống stem; tube; drain

ống dẫn pipe

ống điếu pipe

ống hút straw

ống khói chimney; funnel

ống khói cao stack

ống kính zoom lens

ống kính chụp xa telephoto lens

ống mềm hose

ống nghe receiver TELEC; stethoscope

ống nghe đeo tai earphones

ống nghiệm test tube

ống nhòm binoculars

ống nhòm xem ôpêra opera glasses

ống nivô spirit level

ống nói mouthpiece

ơ u*r*	**y** (tin)	**ây** uh-i	**iê** i-uh	**oa** wa	**ôi** oy	**uy** wee	**ong** aong
u (soon)	**au** a-oo	**eo** eh-ao	**iêu** i-yoh	**oai** wai	**ơi** u*r*-i	**ênh** uhng	**uyên** oo-in
ư (dew)	**âu** oh	**êu** ay-oo	**iu** ew	**oe** weh	**uê** way	**oc** aok	**uyêt** oo-yit

ống phun spraygun
ống sáo flute
ống thoát overflow
ống thở snorkel
ống tiêm syringe
ống tiêu recorder MUS

ống tiêu nước drainpipe
ống truyền drip MED
ống xả exhaust; exhaust pipe
ổng (*S*) he
ôpêra opera
ôxít oxide

ơ

ờ well ...
ở at; in; on; to ◊ live; stand; *ở cửa hàng tạp phẩm* at the grocery store; *ở đằng này/ đằng kia* over here/there; *ở phía bắc/ nam của ...* to the north/south of ...
ở bất cứ nơi đâu anywhere
ở bất cứ nơi nào wherever
ở bên dưới below
ở bên kia across; beyond
ở bên ngoài outside, outdoors ◊ outer
ở bên trong inside, indoors ◊ inner
ở cấp so sánh comparative
ở chỗ đó over there
ở dưới below, beneath; *ở dưới đất* on the ground
ở đâu where; wherever; *anh/ chị sinh ở đâu?* where were you born?; *ở đâu vậy?* where is it?
ở đâu đó somewhere
ở đây here; over here
ở đó there; over there
ở được habitable; *không thể ở được* uninhabitable
ở gần nearby

ở lại stay; stay behind; *ở lại đêm* stay the night
ở mức vừa phải moderately
ở ngoài out of
ở ngoài trời in the open air, outdoors
ở ngoại ô suburban
ở nước ngoài abroad
ở phía trước in front ◊ in front of
ở trên aboard; over; on top of; *ở trên đường phố* in the street; *ở trên đỉnh của* on top of
ở trên cao overhead; at the top; *ở trên cao đây/ đấy* up here/there
ở trong in; inside; *ở trong đây* in here
ở trong nước in my country; home
ở trước mặt in front
ợ belch, burp
ợ nóng heartburn
ơi hey; *ông/ bà ơi* excuse me
ơn favor; grace; gratitude; *xin làm ơn thôi cho!* do me a favor!
ớn lạnh chill ◊ chilly
ớt chilli (pepper)
ớt ngọt (bell) pepper

---

ch (*final*) k	**gh** g	**nh** (*final*) ng	**r** z; (*S*) r	**x** s	**â** (but)	**i** (tin)
d z; (*S*) y	**gi** z; (*S*) y	**ph** f	**th** t	**a** (hat)	**e** (red)	**o** (saw)
đ d	**nh** (onion)	**qu** kw	**tr** ch	**ă** (hard)	**ê** ay	**ô** oh

P

Pakixtan Pakistan ◊ Pakistani
panen panel
panh pint
pao pound

parasốc bumper
pa-tanh roller skate
pê đê *pej* fag
pênixilin penicillin

PH

pha make *coffee, tea*; brew; mix
pha bằng phin percolate
pha len wool mixture
pha lê crystal
pha loãng dilute; make a weak
  coffee/tea etc
pha nước uống make a drink; *tôi
  sẽ pha nước uống cho anh/chị*
  I'll fix you a drink
pha nước vào water down
pha trộn blend; mix
pha với đá on the rocks
phá knock down; break *record*;
  destroy; *không phá vỡ được*
  unbreakable *record*
phá bung force *door etc*; *phá
  bung X* force X open
phá đám disturb; spoil; *kẻ/tên/tay
  phá đám* spoilsport
phá đổ demolish, pull down; break
  down *door*; topple over
phá giá devaluate; slash prices
  ◊ *(sự)* devaluation; *phá giá tiền tệ*
  currency devaluation

phá hoại destroy; sabotage;
  vandalize ◊ destructive ◊ *(sự)*
  destruction; sabotage; *kẻ/tên/tay
  phá hoại* vandal; *kẻ/tên/tay phá
  hoại bãi công* strikebreaker
phá hủy demolish; obliterate ◊ *(sự)*
  demolition
phá kỷ lục record-breaking
phá lên cười burst out laughing
phá nổ blast
phá phách rampage
phá ra cười crack up, burst out
  laughing
phá rối disrupt ◊ *(sự)* disruption
phá rừng deforestation
phá sản bankrupt; go bankrupt;
  crash *(of market)* ◊ *(sự)*
  bankruptcy; crash; *bị phá sản*
  bankrupt ◊ go bankrupt, go broke;
  be ruined
phà ferry
phà chở khách passenger ferry
phà chở xe car ferry
phác họa sketch

ơ ur	y (tin)	ây uh-i	iê i-uh	oa wa	ôi oy	uy wee	ong aong
u (soon)	au a-oo	eo eh-ao	iêu i-yoh	oai wai	ơi ur-i	ênh uhng	uyên oo-in
ư (dew)	âu oh	êu ay-oo	iu ew	oe weh	uê way	oc aok	uyêt oo-yit

phác thảo outline
phác thảo sơ lược rough draft
phai fade; *phai màu* lose color
phái sect; gender
phái đoàn mission
phái đoàn thương mại trade mission
phái giữa center POL
phái viên envoy
phải have (got) to; must; should ◊ that's right; *tôi phải* I must; *không cần phải thô lỗ* there's no need to be rude
phải chăng reasonable ◊ is it true that ...?; isn't that so?; *phải chăng tôi phải hiểu rằng...?* am I to gather that ...?
phải chết mortal
phải không? is she?; are you? don't they? *etc*
phải lòng fall in love
phải thế không? is it?; do they? *etc*; is that so?
phải trái right and left; *biết phải trái* have common sense
phải vậy không? is it?; do they? *etc*; is that so?
phải xin lỗi owe an apology
phàm tục profane
phạm make *mistake*; commit *error, crime*
phạm nhân prisoner
phạm pháp delinquency; law breaking ◊ illegal; *kẻ/ tên/ tay phạm pháp* delinquent
phạm pháp ở vị thành niên juvenile delinquency
phạm sai lầm put one's foot in it
phạm tội sin; *kẻ/ tên/ tay phạm tội* criminal, offender; sinner
phạm vi scope; sphere (*of activity, interest*)
phạm vi ảnh hưởng sphere of influence

phạm vi rộng lớn breadth (*of knowledge*)
phạm vi xét xử jurisdiction
phán quyết judgment; *quan tòa phán quyết rằng ...* the judge ruled that ...
phán xử sentence (to); be sentenced
phàn nàn complain; bitch ◊ (sự) complaint
phàn nàn về deplore
phản anti-; counter- ◊ betray
phản ánh reflect ◊ (sự) reflection
phản bác contest
phản bác lại counter, retaliate
phản biện rebuttal
phản bội betray; give away; doublecross ◊ (sự) betrayal; *kẻ/ tên/ tay phản bội* traitor
phản cách mạng counter-revolutionary
phản chiếu mirror, reflect ◊ (sự) reflection; *được phản chiếu trên* be reflected in
phản công (lại) counter; counter-attack
phản đối disapprove of; object to, mind; disagree; object; protest ◊ against ◊ (sự) objection
phản động reactionary
phản kháng ầm ĩ protest ◊ (sự) uproar
phản lại backfire *fig*
phản lại chính mình give oneself away
phản loạn rebellious ◊ rebel
phản quốc commit treason, betray one's country ◊ (sự) treason
phản tác dụng counterproductive
phản ứng react ◊ (sự) reaction
phản ứng dây chuyền chain reaction
phản ứng dữ dội backlash
phản ứng không tự chủ reflex

ch (*final*) k   gh g   nh (*final*) ng   r z; (*S*) r   x s   â (but)   i (tin)
d z; (*S*) y   gi z; (*S*) y   ph f   th t   a (hat)   e (red)   o (saw)
đ d   nh (onion)   qu kw   tr ch   ă (hard)   ê ay   ô oh

reaction

phản ứng phụ side effect

phản xã hội antisocial

phản xạ reflex (action)

phanh (N) brake

phanh tay (N) parking brake

Phan-xi-pan Fansipan (*highest mountain in Vietnam*)

phao buoy; life belt; crib (*for exam*)

phao cấp cứu life belt

phao câu pope's nose

pháo artillery, guns; firecracker

pháo binh artillery

pháo bông fireworks

pháo đài fort; stronghold *fig*

pháo hạm gunship

pháo hoa fireworks; rocket

pháo kích shell ◊ (sự) shellfire; artillery attack; *bị pháo kích* come under shellfire

pháo sáng flare

pháo thuyền trực thăng helicopter gunship

Pháp France ◊ French

pháp luật law; *không có pháp luật* lawless

pháp lý legal; judicial

phát deliver *parcel etc*; dispense; broadcast; administer *medicine*; break out (*of disease*); smack *bottom* ◊ (sự) delivery; *đang phát* be on (*of program*)

phát âm pronounce ◊ vocal ◊ (sự) pronunciation

phát âm sai mispronounce ◊ (sự) mispronunciation

phát biểu make a speech; state; announce

phát bóng kick off

phát đạt boom; prosper ◊ brisk; booming, flourishing; prosperous

phát điên go mad; *làm cho ai phát điên lên* drive s.o. mad

phát điện generate electricity

phát động put things in motion

phát đơn kiện bring an action against

phát ghen lên với be envious of

phát giác reveal; discover *plot* ◊ (sự) revelation; discovery

phát hành come out (*of book, CD etc*) ◊ (sự) issue; release (*of CD etc*)

phát hiện discover; detect; strike *oil*; dig up, unearth *information* ◊ (sự) detection; discovery

phát hiện mới breakthrough

phát hiện ra find out

phát huy develop *talent, initiative*

phát lại repeat, rebroadcast

phát lại âm reproduce ◊ (sự) reproduction

phát minh invent ◊ (việc) invention

phát ngôn viên spokesperson

phát nhỏ giọt dole out

phát phì put on weight

phát ra release *information*; let out *groan etc*; generate *electricity*; utter *sound*

phát rắm fart

phát sáng luminous

phát sinh derivative

phát súng shot, gunshot

phát tài prosperous

phát thanh broadcast ◊ (sự) broadcasting

phát thanh nhiều buổi serialize

phát thanh viên broadcaster; announcer; newsreader

phát tín hiệu báo động raise the alarm

phát to blare out

phát triển develop; expand; grow ◊ (sự) development; growth

phát triển kinh tế xã hội socio-economic development

phát vào đít spank

phát xít fascist

ơ ur	y (tin)	ây uh-i	iê i-uh	oa wa	ôi oy	uy wee	ong aong
u (soon)	au a-oo	eo eh-ao	iêu i-yoh	oai wai	ơi ur-i	ênh uhng	uyên oo-in
ư (dew)	âu oh	êu ay-oo	iu ew	oe weh	uê way	oc aok	uyêt oo-yit

phạt fine; discipline; penalize ◊ (sự) penalty

phạt giữ lại keep in (*at school*)

phạt roi beat, whip ◊ (sự) beating, whipping

phẳng level

phẳng lặng calm, serene

phẳng phiu smooth

phẩm cách dignity

phẩm chất quality; virtue; *phẩm chất của cuộc sống* quality of life

phân centimeter

phân ban subcommittee

phân biệt distinguish; segregate ◊ (sự) distinction; segregation; *không phân biệt* indiscriminate; *không phân biệt được* indistinguishable

phân biệt chủng tộc racial discrimination ◊ racist; *kẻ/tên/tay phân biệt chủng tộc* racist

phân biệt đối xử differentiate between ◊ (sự) discrimination

phân biệt đối xử đối với discriminate against

phân biệt giữa differentiate between

phân biệt với mark out, set apart; *phân biệt X với Y* set X apart from Y; discriminate between X and Y; distinguish between X and Y

phân bón fertilizer; manure

phân cấp quản lý decentralize ◊ (sự) decentralization

phân chia allot, assign; share out; divide; break down *figures* ◊ (sự) breakdown (*of figures*); *không thể phân chia được* indivisible

phân công allocate, assign

phân cực polarize

phân hạt nhân split the atom ◊ (sự) nuclear fission

phân loại classify, sort ◊ (sự) classification

phân phát allocate, distribute; give out *leaflets etc* ◊ (sự) distribution, handing out

phân phối distribute ◊ (sự) distribution

phân số fraction

phân số thập phân decimal

phân súc vật dung

phân tâm học (psycho)analysis

phân tây centimeter

phân tích analyze ◊ (sự) analysis

phân tích chi phí - lợi ích cost-benefit analysis

phân từ quá khứ past participle

phân tử molecule ◊ molecular

phân vai cast

phân vân waver; hesitate; *phân vân giữa hai sự lựa chọn* waver between two alternatives

phân xử arbitrate ◊ (sự) arbitration

phấn chalk; powder (*for face*)

phấn chấn elated ◊ (sự) elation; nervous energy

phấn hoa pollen

phấn hồng blusher

phấn khích excited ◊ (sự) excitement

phấn khởi excited

phấn màu crayon

phần bit, part; fraction; quota; section (*of text, book*); share (*of inheritance, profits*); helping (*of food*); movement MUS

phần bổ sung supplement

phần còn lại remainder, the rest

phần cứng hardware COMPUT

phần đầu beginning

phần đầu trang header (*in document*)

phần đệm accompaniment; backing MUS

phần hướng ra biển sea front

phần kết epilog

---

ch (*final*) k	gh g	nh (*final*) ng	r z; (S) r	x s	â (but)	i (tin)
d z; (S) y	gi z; (S) y	ph f	th t	a (hat)	e (red)	o (saw)
đ d	nh (onion)	qu kw	tr ch	ă (hard)	ê ay	ô oh

Phần Lan Finland ◊ Finnish

phần lớn most ◊ the bulk

phần lưng back; back part

phần mềm software

phần mềm trọn gói software package

phần mộc woodwork

phần mở đầu opening, beginning

phần mở rộng extension (*to house*)

phần nào partly; *xong rồi chứ? - phần nào* is it finished? - sort of

phần nhạc phim score (*of movie etc*)

phần nhỏ fragment

phần thân trên bodice

phần thưởng award; reward

phần tiếp continuation

phần trả từng kỳ installment

phần trăm percent

phần trên top

phần tư quarter

phần tử cánh hữu right winger POL

phần tử cấp tiến radical; extremist

phần tử diều hâu hawk *fig*

phần tử lật đổ subversive

phần tử phản động reactionary

phần tử phát xít fascist

phần tử xô vanh chauvinist

phần việc stint; *làm phần việc của mình* do one's share of the work

phần xây nề masonry

phẫn nộ indignant ◊ (*sự*) indignation, outrage; *tôi rất phẫn nộ khi nghe thấy ...* I was outraged to hear ...

phất wave

phất phới flutter

Phật Buddha

Phật giáo Buddhist

Phật giáo thiền phái Zen Buddhism

phẫu thuật surgical ◊ (*sự*) surgery

phẫu thuật tạo hình plastic surgery

phẫu thuật thẩm mỹ cosmetic surgery

phẫu thuật tim mạch bypass surgery

phe cánh clan

phe đối lập opposition

phe phái in-group

phe vé scalper

phéc mơ tuya zipper, fastener

phép authority; leave; sabbatical

phép chấm câu punctuation

phép chia division MATH

phép chữa bệnh bằng thôi miên hypnotherapy

phép chữa bệnh vi lượng đồng căn homeopathy

phép điều trị treatment

phép điều trị bằng tia X radiotherapy

phép kì diệu miracle

phép lịch sự decency

phép mầu magic; miracle

phép nghỉ ốm sick leave

phép ứng xử lịch sự social niceties

phê bình review; criticize

phê chuẩn sanction

phê phán critical ◊ find fault with

phế liệu scrap

phế phẩm waste product

phế thải waste

phế thải công nghiệp industrial waste

phết spread; spank

phết bơ butter *bread*

phết lên smear

phi công pilot

phi công lái phụ copilot

phi cơ (*S*) airplane

phi đạn (*S*) rocket, missile

ơ ur   y (tin)   ây uh-i   iê i-uh   oa wa   ôi oy   uy wee   ong aong
u (soon)   au a-oo   eo eh-ao   iêu i-yoh   oai wai   ơi ur-i   ênh uhng   uyên oo-in
ư (dew)   âu oh   êu ay-oo   iu ew   oe weh   uê way   oc aok   uyệt oo-yit

phi đội crew (*of aircraft*)
phi hành đoàn flight crew
phi hạt nhân nuclear-free
phi lý illogical, irrational; monstrous
phi nước đại gallop
phi pháp illegal
phi thường magnificent; superhuman
phi tiêu dart
phi vàng brown (*in cooking*), fry to a golden brown
phí bảo hiểm insurance premium
phí phục vụ service charge
phí tổn expense
phỉ hazelnut; hazel (tree)
phía bắc north ◊ northern
phía dưới below; at the bottom of
phía đông east ◊ eastern
phía nam south ◊ southern
phía sau back, rear ◊ behind; *ở phía sau xe ô tô* in back of the car
phía tây west ◊ western
phía trên above
phía trong inside
phía trước front
phích (nước) (*N*) vacuum flask
phích cắm outlet ELEC; plug; *phích cắm hai chạc* a 2-pin plug
phiên bản reproduction
phiên dịch interpret ◊ (sự) interpretation
phiên tòa trial; hearing LAW
phiến slab
phiến loạn rebel, revolt; *kẻ / tên / tay phiến loạn* rebel
phiến tinh thể chip COMPUT
phiền trouble ◊ troublesome
phiền hà cumbersome
phiền phức troublesome ◊ (sự) trouble, bother; annoyance; *thật là phiền phức!* what a nuisance!
phiền toái cumbersome

phiêu lưu adventurous ◊ (sự) adventure; *thích phiêu lưu* adventurous
phiếu coupon, voucher; ticket; card
phiếu giao hàng delivery note
phiếu mua hàng giảm giá discount voucher
phiếu mua tặng phẩm token, gift token
phiếu phạt đỗ xe parking ticket
phiếu quà tặng gift voucher
phiếu trắng abstention
Phi-líp-pin the Philippines ◊ Filipino
phim movie; film
phim ảnh movie
phim chính feature
phim dành cho người lớn adult movie
phim dương bản slide PHOT
phim đèn chiếu transparency PHOT
phim hài comedy (movie)
phim hoạt hình (animated) cartoon
phim khiêu dâm porn movie
phim màu color film
phim nhà làm home movie
phim quay lấy home movie
phim rùng rợn horror movie
phim tài liệu documentary
phim tình yêu romance
phím key COMPUT
phím cách space bar
phím chữ hoa caps lock
phím dịch chuyển shift key
phím enter enter (key), return
phím lùi backspace (key)
phím síp shift key
phím trỏ cursor
phím xóa delete key
phin filter
phình ra bulge ◊ swollen
phình nịnh wheedle; *phình nịnh Y*

để được X wheedle X out of Y

phít foot (*length*)

pho mát cheese

pho mát trắng nhiều kem cream cheese

phó deputy ◊ vice

phó chủ tịch deputy leader; vice president

phó giáo sư associate professor

phó mặc cho be at the mercy of

phó thuyền trưởng mate NAUT

phong bì envelope

phong cách style

phong cách riêng idiosyncrasy

phong cảnh landscape; scenery

phong cầm organ MUS

phong kiến feudal ◊ feudalism

phong lan orchid

phong phú varied; wide *experience* ◊ (sự) wealth of

phong tỏa blockade

phong trào movement

phong trào giải phóng phụ nữ women's lib

phong trào kháng chiến Resistance POL

phong tục custom, tradition

phong vũ biểu barometer

phóng launch; lift off ◊ (sự) blast-off, lift-off

phóng đãng dissolute

phóng đại magnify

phóng khoáng open-minded; liberated

phóng lên rise; **được phóng lên** blast off

phóng nhanh go fast, race along

phóng sự news report

phóng to enlarge, blow up *photograph* ◊ (sự) enlargement, blow-up

phóng túng loose *morals*

phóng viên reporter; correspondent

phóng vù vù zoom

phóng xạ radiation ◊ radioactive

phóng xuống launch

phòng room; department; bureau; ward

phòng ăn dining room

phòng bán vé box office; ticket office

phòng bệnh preventive MED ◊ (sự) prevention MED; room (*in hospital*)

phòng bỏ phiếu voting booth

phòng cách ly isolation ward

phòng cấp cứu accident and emergency

phòng chẩn mạch clinic

phòng cho thuê accommodations

phòng chờ waiting room

phòng chơi lounge

phòng cứu thương accident and emergency

phòng dành cho khách spare room

phòng đánh pun pool hall

phòng để quần áo closet

phòng điều tra các vụ án giết người homicide (department)

phòng đôi double (room)

phòng đợi departure lounge; waiting room

phòng đợi khởi hành departure lounge

phòng đợi lên máy bay departure lounge

phòng đơn single (room)

phòng đứng chờ standing room

phòng ghi âm recording studio

phòng giặt là laundry

phòng giữ mũ áo checkroom (*for coats*)

phòng gửi hành lý (baggage) checkroom

phòng hai giường twin room

phòng hai người double room

phòng học classroom

ơ ur	**y** (tin)	**ây** uh-i	**iê** i-uh	**oa** wa	**ôi** oy	**uy** wee	**ong** aong
u (soon)	**au** a-oo	**eo** eh-ao	**iêu** i-yoh	**oai** wai	**ơi** ur-i	**ênh** uhng	**uyên** oo-in
ư (dew)	**âu** oh	**êu** ay-oo	**iu** ew	**oe** weh	**uê** way	**oc** aok	**uyêt** oo-yit

phòng họp conference room

phòng họp ban giám đốc boardroom

phòng hội nghị conference room

phòng hướng dẫn information desk

phòng kép twin room

phòng khách living room, sitting room

phòng khách sạn hotel room

phòng khám (bệnh) clinic

phòng kho stockroom

phòng làm việc office; study

phòng làm việc của giáo viên staffroom

phòng làm việc riêng den

phòng lễ tang funeral home

phòng lễ tân reception

phòng lớn hall

phòng mổ operating room

phòng một (người) single (room)

phòng ngủ bedroom

phòng ngủ chính master bedroom

phòng ngủ dành cho khách guestroom

phòng ngừa prevent ◊ preventive; precautionary; *phòng ngừa ai làm gì* prevent s.o. from doing sth

phòng nhảy disco disco

phòng nhân sự personnel (department)

phòng tắm bathroom

phòng tập thể dục gymnasium

phòng thay quần áo dressing room

phòng thể dục thẩm mỹ fitness center

phòng thí nghiệm lab, laboratory

phòng thính giả auditorium

phòng thông tin information desk

phòng thông tin du lịch tourist (information) office

phòng thu phát các chương trình truyền hình television studio

phòng thủ defensive ◊ defend ◊ (sự) defense

Phòng thương mại Chamber of Commerce

phòng tiếp tân lobby; reception

phòng tranh (art) gallery

phòng trà tearoom; hostess bar

phòng treo quần áo checkroom

phòng triển lãm hội họa art gallery

phòng trưng bày showroom

phòng trưng bày nghệ thuật art gallery

phòng thư lưu general delivery

phòng thử quần áo fitting room

phòng vé ticket office

phòng vệ dân sự (dân vệ) civilian guard

phòng vệ sinh washroom, lavatory

phòng vệ sinh nam men's room

phòng vệ sinh nữ ladies' room

phòng xét xử courtroom

phòng xưng tội confessional REL

phỏng đoán guess ◊ (sự) conjecture, guesswork

phỏng vấn interview

phọt ra gush

phô trương show off, parade ◊ showy; flamboyant; ostentatious; *kẻ/tên/tay phô trương* show-off; *không phô trương* unobtrusive

phố street

phố chính main street

phố nhỏ side street

phố Wall Wall Street

phổ biến common; general; widespread; *không phổ biến* unpopular

phổ biến nhất prevailing

phôi thai embryo

---

ch *(final)* k	gh g	nh *(final)* ng	r z; (S) r	x s	â (but)	i (tin)
d z; (S) y	gi z; (S) y	ph f	th t	a (hat)	e (red)	o (saw)
đ d	nh (onion)	qu kw	tr ch	ă (hard)	ê ay	ô oh

phối hòa âm harmonize

phối hợp coordinate ◊ (sự) coordination

phối lung

phồn vinh prosper ◊ prosperous ◊ (sự) prosperity

phông cảnh set; scenery THEA

phông chữ font (*for printing*)

phồng lên flare

phốt phát phosphate

phờ phạc haggard, washed-out

phở noodles; noodle soup; (*slang*) mistress, bit on the side

phơi bày expose

phơi khô dry

phơi nắng bask

phơi ra expose ◊ (sự) exposure; *phơi X ra Y* expose X to Y

phớt lờ ignore; brush off *criticism*

phu khuân vác porter (*in hotel*)

phù dâu bridesmaid

phù hiệu badge

phù hợp correspond ◊ properly ◊ (sự) correspondence; *không phù hợp* incongruous; *phù hợp với* in accordance with, in keeping with, in line with

phù phiếm frivolous

phù rể best man

phủ cover; covered with; draped in

phủ băng freeze over; ice up ◊ icy

phủ cỏ grassy

phủ đầy coat (with)

phủ định negative

phủ giấy dán tường wallpaper

phủ kem trên topped with cream

phủ nhận deny ◊ (sự) denial; *không thể phủ nhận được* undeniable ◊ undeniably

phủ quyết veto

phủ rêu mossy

phụ auxiliary; secondary

phụ âm consonant

phụ bạc treacherous

phụ cận surrounding

phụ đề subtitle

phụ đính enclosure (*with letter*)

phụ kiện add-on

phụ lục appendix

phụ nữ woman

phụ nữ Anh Englishwoman

phụ nữ có chồng married woman

phụ nữ có mang expectant mother

phụ nữ Pháp Frenchwoman

phụ nữ tóc vàng blonde

phụ thuộc dependent ◊ (sự) dependence, dependency; *phụ thuộc vào* be dependent on; *phụ thuộc vào anh/chị* it's up to you

phụ thuộc lẫn nhau interdependent

phụ trách be in charge of; be responsible for

phụ trương insert, supplement

phụ tùng thay thế spare

phúc lành blessing REL

phục hồi bring back; retrieve; revive *custom etc*; rehabilitate *criminal etc* ◊ (sự) revival

phục hồi chức năng rehabilitate ◊ (sự) rehabilitation

phục hồi chức vị reinstate ◊ (sự) reinstatement

phục kích ambush

phục vụ serve; attend to *customer* ◊ (sự) service

phục vụ tại phòng room service

phủi brush off

phủi bụi dust

phun spray, squirt; *phun Y lên X* spray X with Y

phun lửa erupt ◊ (sự) eruption

phun ra spout

phung phí spend, blow; fritter away, squander ◊ extravagant ◊ (sự) extravagance

phút minute; *mười lăm phút*

ơ ur	**y** (tin)	**ây** uh-i	**iê** i-uh	**oa** wa	**ôi** oy	**uy** wee	**ong** aong
u (soon)	**au** a-oo	**eo** eh-ao	**iêu** i-yoh	**oai** wai	**ơi** ur-i	**ênh** uhng	**uyên** oo-in
ư (dew)	**âu** oh	**êu** ay-oo	**iu** ew	**oe** weh	**uê** way	**oc** aok	**uyêt** oo-yit

fifteen minutes, quarter of an hour

phụt ra spurt

phức tạp complex; complicated ◊ *(sự)* complication

phương Đông east; Orient, East Asia ◊ Oriental, East Asian

phương nam south

phương pháp method, system; formula; *có phương pháp* methodical, systematic

phương pháp điều trị therapy

phương Tây the West ◊ Western

phương thức mode

phương tiện means; medium; vehicle *(for information etc)*

phương tiện giảng dạy nhìn visual aid

phương tiện giao thông communications; means of transportation

phương tiện thông tin đại chúng mass media, the media

phương tiện thông tin tổng hợp multimedia

phương tiện vận chuyển means of transportation

phương tiện vận chuyển công cộng public transportation

phương trình equation

phường guild; precinct; *công an phường* district police

phượng phoenix

pianô piano

pianô tủ upright (piano)

pigiama pajamas

pin battery

pít-tông piston

politen polyethylene

polixtiren polystyrene

Q

QL (= *Quốc lộ*) main road from north to south

qua across; through; via ◊ spend *time*; cross; go past

qua cơn hiểm nghèo be out of danger

qua đại tây dương transatlantic

qua đêm overnight

qua đi pass, blow over

qua đời pass away ◊ *(sự)* demise

qua đường by way of; via

qua khỏi survive

qua lại back and forth; *cấm qua lại* no trespassing

qua lại được passable

qua thái bình dương transpacific

qua thống kê statistically

quá extremely; too, excessively ◊ past, after; *quá nặng để vác* too heavy to carry

quá cao excessive *speed*; prohibitive *prices*

quá cảnh in transit

quá chậm overdue

quá cuồng nhiệt wild *party etc*

quá cường điệu gushy

quá dạt dào effusive

quá đắt costly

quá đáng immoderate; excessive; outrageous *prices etc*

ch *(final)* k	**gh** g	**nh** *(final)* ng	**r** z; *(S)* r	**x** s	**â** (but)	**i** (tin)
d z; *(S)* y	**gi** z; *(S)* y	**ph** f	**th** t	**a** (hat)	**e** (red)	**o** (saw)
đ d	**nh** (onion)	**qu** kw	**tr** ch	**ă** (hard)	**ê** ay	**ô** oh

quá đắt overpriced

quá độ transitional ◊ be excessive; **ăn/uống quá độ** eat/drink to excess

quá giờ overrun

quá hiếu động hyperactive

quá khắt khe straitlaced

quá khó khăn formidable

quá khứ past

quá kích động hysterical ◊ (sự) hysteria

quá lâu lengthy

quá lo âu neurotic

quá mạnh drastic

quá mức overly ◊ excessive ◊ (sự) excess

quá nhạy cảm hypersensitive

quá nhiều too much; too many ◊ excessive; **quá nhiều cơm** too much rice

quá nhiệt tình với go overboard for

quá quắt exaggerated, excessive; **thật là quá quắt!** that's really too much!

quá rõ ràng glaring

quá say mê be crazy about

quá sớm premature; untimely

quá sợ be overawed by

quá táo bạo presumptuous

quá tỉ mỉ finicky

quá tồi tệ stink

quá trình process

quá trình lớn lên growth

quá trình sinh con childbirth

quá trình tuyển chọn selection process

quá trọng lượng overweight

quà gift, present

quà Nô-en Christmas present

quà tặng gift, present

quả fruit ◊ classifier for round things; **quả hồng** persimmon

quả bóng ball

quả bóng chày baseball

quả bóng đá football

quả cầu lông shuttlecock

quả đấm cửa doorknob

quả đất globe

quả địa cầu globe

quả giao bóng service (in tennis)

quả nắm cửa knob

quả phạt đền penalty SP

quả phạt góc corner (kick) (in soccer)

quả quyết assertive

quả tang: **bắt quả tang** catch red-handed

quả trái backhand

quả tua tassel

quả vô lê volley

qua crow; raven

quai strap

quai bị mumps

quái: **mày muốn cái quái gì?** what the hell do you want?; **mày đang làm cái quái gì vậy?** what the hell are you doing?

quái dị freak

quái vật monster

quan chức cao cấp dignitary

quan điểm opinion, point of view; view; position; slant; **theo quan điểm của tôi** in my opinion; **quan điểm chính trị của anh ấy là thế nào?** what are his politics?

quan hệ relation; relationship; **có quan hệ bình đẳng/khác biệt** be on the same/a different footing; **có quan hệ đứng đắn** be going steady; **quan hệ giữa tôi với anh/chị ra thế nào?** where do I stand with you?; **có quan hệ hữu nghị với ...** be on a friendly footing with ...; **quan hệ kinh doanh/ngoại giao** business/diplomatic relations; **có quan hệ thông gia với X** be connected with X by

ơ ur	y (tin)	ây uh-i	iê i-uh	oa wa	ôi oy	uy wee	ong aong
u (soon)	au a-oo	eo eh-ao	iêu i-yoh	oai wai	ơi ur-i	ênh uhng	uyên oo-in
ư (dew)	âu oh	êu ay-oo	iu ew	oe weh	uê way	oc aok	uyêt oo-yit

marriage; **có quan hệ tốt/xấu với ai** be on good/bad terms with s.o.; **có quan hệ với những người có ảnh hưởng** be well connected

quan hệ bừa bãi promiscuous relationships

quan hệ Đông-Tây East-West relations

quan hệ họ hàng relation (*in family*)

quan hệ máu mủ blood relation, blood relative

quan hệ quần chúng PR, public relations

quan hệ thư từ correspondence

quan hệ tình dục intimacy; (sexual) relationship

quan hệ tình dục không an toàn unprotected sex

quan hệ với khách hàng customer relations

quan lại mandarin (*in China*)

quan liêu bureaucratic ◊ (sự) bureaucracy

quan niệm sai lầm misconception

quan sát watch; observe; survey ◊ (sự) observation

quan sát viên observer

quan tài casket, coffin

quan tâm care; care about; consider ◊ interested ◊ (sự) consideration; interest; concern; **không quan tâm đến** with no regard for; **quan tâm tới gì** take an interest in sth

quan trọng big, important; fundamental ◊ (sự) matter; **rất quan trọng** crucial; momentous; **không quan trọng** insignificant; unimportant; **có tầm quan trọng bậc nhất** of prime importance; **quan trọng nhất** dominant, foremost; paramount

quán joint, place

quán ăn restaurant; inn

quán ăn cạnh đường diner

quán ăn nhẹ snack bar

quán ăn tự phục vụ cafeteria

quán cà phê coffee shop; café

quán dành cho lái xe tải truck stop

quán giải khát café

quán trọ thanh niên youth hostel

quán từ article GRAM

quán từ không xác định indefinite article GRAM

quán từ xác định definite article GRAM

quản gia caretaker; housekeeper

quản lý manage; administer; conduct ◊ (sự) management; administration

quản lý tồi mismanagement

quang cảnh view

quang đãng clear

quang gánh hanging basket

quàng quạc quack

quảng cáo advertisement, ad; commercial; advertising; publicity ◊ advertise; promote; publicize

quảng cáo liên tiếp plug

quảng cáo thổi phồng hype

quảng cáo xen giữa commercial break

quảng trường square

quãng stretch; way; **đó là một quãng đi bộ dài/ngắn đến cơ quan** it's a long/short walk to the office

quanh co indirect *route*; crooked; twisting, winding *roads*; contorted *excuse etc* ◊ stall, play for time; wind (*of path etc*)

quanh đây be about

quanh quẩn around

quanh quẩn gần đây stick around

quành bend

---

quát tháo shout at; bawl out

quạt fan

quạt máy ventilator

quạt tay fan (*handheld*)

quạt trần ceiling fan

quay rotate (*of blades*); spin, turn (*of wheel*); swing; turn around; avert *eyes*; roast *beef* ◊ (*sự*) rotation

quay chậm slow motion; *được quay chậm* in slow motion

quay cóp copy

quay cuồng whirl; *đầu óc tôi quay cuồng* my head is spinning

quay lại turn around ◊ (*sự*) action replay

quay lên wind up *window*

quay lui turn back

quay lưng đi turn away

quay lưng lại turn one's back on

quay lưng ra back onto

quay mặt lại turn around

quay ngoắt swing

quay ngược do a U-turn ◊ (*sự*) U-turn (*in policy etc*)

quay nhanh (lại) spin around

quay phim film, shoot

quay số dial

quay tại hiện trường on location

quay tít whirl

quay tròn revolve; twirl; whirl; wheel around

quay trở lại double back, turn back

quay trượt lại spin around

quay vòng turn

quay xuống wind down *car window*

quăn curl

quăn tít frizzy

quần quại squirm

quặn đau writhe

quăng sling

quẳng dump, dispose of

quặng ore

quặt bend

quân man (*in chess etc*)

quân bài playing card

quân cảnh MP, Military Policeman

quân chủng services MIL

quân cơ hearts

quân địch enemy

quân đoàn corps

quân đoàn thủy quân lục chiến Marine corps

quân đội army, the military; troops

Quân Đội Nhân Dân People's Army

quân J jack (*in cards*)

quân nhảy dù paratrooper

quân nhân serviceman

quân nhân phục viên returnee MIL

quân nhép clubs (*in cards*)

quân phăng teo joker

quân phiến loạn rebel troops

quân phục uniform

quân rô diamonds (*in cards*)

quân sự military

quân tiếp viện reinforcements

quấn wind, wrap

quấn kín envelop

quấn quanh wind

quần pants; slacks

quần áo clothes; clothing; dress

quần áo bình thường casual wear

quần áo bơi swimsuit

quần áo cần giặt laundry, washing

quần áo cần là (*N*)/**ủi** (*S*) ironing

quần áo dành cho trẻ con children's clothes

quần áo dơ laundry (*clothes*)

quần áo đàn bà ladies' wear

quần áo đàn ông menswear

quần áo giặt là laundry

quần áo hóa trang fancy dress

ơ ur   **y** (tin)   **ây** uh-i   **iê** i-uh   **oa** wa   **ôi** oy   **uy** wee   **ong** aong

u (soon)   **au** a-oo   **eo** eh-ao   **iêu** i-yoh   **oai** wai   **ơi** ur-i   **ênh** uhng   **uyên** oo-in

ư (dew)   **âu** oh   **êu** ay-oo   **iu** ew   **oe** weh   **uê** way   **oc** aok   **uyệt** oo-yit

quần áo lót underwear; body (suit)

quần áo lót của phụ nữ lingerie

quần áo mốt cao cấp designer clothes

quần áo nam menswear

quần áo ngủ pajamas

quần áo nịt leotard

quần áo phụ nữ ladies' wear

quần áo thể thao tracksuit; jogging suit

quần áo trẻ em children's wear

quần áo vũ trụ spacesuit

quần bó chẽn pantyhose

quần bò jeans, denims

quần chúng extra (in movie)

quần chúng nhân dân the masses

quần lót briefs, underpants; panties

quần lót đàn bà panties

quần lót nữ panties

quần nhung kẻ cords

quần nịt pantyhose

quần pigiama pajama pants

quần soóc shorts

quần tắm swimsuit

quần tất pantyhose

quần vợt tennis

quẫn bách be in great difficulties

quẫn trí distraught

quận district; precinct

quất flog, lash

quất mạnh buffet (of wind)

quấy rầy bother; badger; pester; disturb; persecute ◊ (sự) disturbance; persecution; *kẻ/tên/ tay quấy rầy* pest; *quấy rầy ai để làm gì* pester s.o. to do sth

quấy rối harass; molest ◊ (sự) harassment; *quấy rối tình dục ai* harass s.o. sexually

quấy rối về tình dục sexually harass ◊ (sự) sexual harassment

quầy bar; booth (at market, in restaurant etc); kiosk; counter

quầy bán báo newsstand

quầy bán đồ nhắm snackbar

quầy bán hàng (market) stall

quầy bán sách bookstall

quầy bán sách báo newsstand

quầy cân hành lý check-in

quầy đổi tiền exchange bureau

quầy hàng counter

quầy lễ tân (reception) desk

quầy rượu bar; saloon

quầy sách bookstall

quầy tiếp tân reception (desk)

quầy trả tiền cash desk

quầy văn phòng phẩm stationer's

quầy vé ticket office

quẫy đập thrash about

quẫy rối used to

quẩy (N) fried dough sticks

quen familiar; familiar with; habitual; usual ◊ get used to; *làm cho quen* familiarize; *quen làm gì* be used to doing sth; *quen với* be used to, be accustomed to; *chỉ quen mặt* know by sight; *anh/chị có quen ông ta không?* do you know him?; *tôi chưa quen việc* I'm new to the job

quen biết be acquainted with

quen thói habitual

quen thuộc be acquainted ◊ (sự) familiarity

queo (S) turn

quét scan (in) COMPUT; sweep

quét sạch sweep up; mop up

quét sạch bọn tội phạm clean up

quét vôi trắng whitewash

quẹt (S) match

quẹt lửa cigarette lighter

quê village; home; country; countryside ◊ rural; *dân quê* country people; *quê ... ở* originate

ch (*final*) k	**gh** g	**nh** (*final*) ng	**r** z; (S) r	**x** s	**â** (but)	**i** (tin)
d z; (S) y	**gi** z; (S) y	**ph** f	**th** t	**a** (hat)	**e** (red)	**o** (saw)
đ d	**nh** (onion)	**qu** kw	**tr** ch	**ă** (hard)	**ê** ay	**ô** oh

from ...

quê gốc originate; *anh ấy quê gốc ở Pháp* originally he comes from France

quê hương home; native village; native country, homeland

quê ngoại mother's village

quê nội father's village

quê quán native country, homeland; native village; home town; country of origin

quế cinnamon

quên forget; *được quên đi* be forgotten, blow over *(of argument)*

quên được get over

quên hết be oblivious of

quên lãng forget; forgotten ◊ (sự) oblivion; *bị rơi vào quên lãng* fall into oblivion

quên mình selfless

qui chế công ty company law

qui định stipulate; designate; provide for

qui hoạch lại redevelop

qui mô size

qui tắc regulation, rule

Qui Xa tăng the Devil, Satan

quít mandarin orange; tangerine

quốc ca national anthem

quốc gia nation; state ◊ national

quốc hội assembly POL; parliament ◊ parliamentary; congressional

quốc hội Hoa Kỳ Congress

quốc hữu hóa nationalize

quốc lộ highway; main road from north to south Vietnam

quốc ngữ Vietnamese script

quốc phòng defense

quốc tế international; cosmopolitan ◊ internationally

quốc tịch nationality

quốc vương monarch

quy judge; *quy X cho Y* put X down to Y

quy định stipulate; fix ◊ (sự) stipulation; regulation ◊ fixed; set; *sách/bài quy định* set book/ reading

quy định phạm vi delimit

quy lỗi blame; *quy lỗi cho X về Y* blame X for Y

quy luật law; rule; *quy luật phát triển* law of (social) development

quy mô scale

quy tắc rules; regulations

quy tắc vận hành operating instructions

quy tội accuse; accuse of; charge; charge with

quy trình process

Quý cultivated land *(in Vietnamese zodiac)*

quý precious

quý giá precious, valuable

quý phái noble

quý tộc noble

quý trọng respect, value, prize

quỳ kneel

quỳ xuống be down on one's knees

quỷ Sa tăng Satan

quỷ tha ma bắt mày đi! go to hell!

quỹ fund

quỹ đạo orbit; *đưa gì vào quỹ đạo* send sth into orbit

quỹ đen slush fund

quỹ lương trợ cấp pension fund

quỹ tài trợ foundation, organization

Quỹ Tiền Tệ Quốc Tế International Monetary Fund

quỵ xuống crumple

quyên góp collect; donate ◊ (sự) collection; donation

quyến rũ captivate; seduce ◊ alluring; cute; seductive ◊ (sự) seduction

---

ơ u*r*	**y** (tin)	**ây** uh-i	**iê** i-uh	**oa** wa	**ôi** oy	**uy** wee	**ong** aong
u (soon)	**au** a-oo	**eo** eh-ao	**iêu** i-yoh	**oai** wai	**ơi** ur-i	**ênh** uhng	**uyên** oo-in
ư (dew)	**âu** oh	**êu** ay-oo	**iu** ew	**oe** weh	**uê** way	**oc** aok	**uyêt** oo-yit

quyền acting, temporary ◊ right; title

quyền Anh boxing

quyền bình đẳng giữa các chủng tộc racial equality

quyền công dân civil rights

quyền đi vào entry

quyền đòi hỏi claim; right

quyền được đi qua right of way

quyền hành authoritative

quyền lực authority, power

quyền miễn trừ ngoại giao diplomatic immunity

quyền nhập cảnh entry

quyền phủ quyết veto

quyền sở hữu ownership

quyền trông nom custody

quyền ủy nhiệm power of attorney

quyền ưu tiên right of way, priority; **được quyền ưu tiên** have priority; **có quyền ưu tiên hơn** take precedence over

quyển volume

quyển anbom album

quyển séc checkbook

quyển vở exercise book

quyết định decide; make up one's mind ◊ decision ◊ decisive; critical

quyết đoán assertive

quyết liệt drastic; intense

quyết tâm resolve ◊ (*sự*) determination; resolution; **quyết tâm làm gì** resolve to do sth

quyết toán sổ sách balance the books

quỵt abscond

quỵt nợ refuse to settle a debt

R

ra out ◊ go out; come out; get out (*of prison*); **ra đây** come here

ra bộ as if ◊ seem

ra đa radar

ra đi come away; go; go away ◊ (*sự*) departure

ra đón go out to meet

ra đời be born; come into being

ra gì: chẳng ra gì it's worthless

ra hầu tòa on trial

ra hiệu signal; beckon

ra khỏi get out (*of car etc*); let out; quit COMPUT ◊ out of

ra khỏi chương trình log off

ra làm chứng take the stand

ra lệnh command; dictate (*course of action*); **thích ra lệnh** dictatorial; **ra lệnh (cho) ai làm gì** order s.o. to do sth; tell s.o. to do sth

ra mặt show oneself ◊ openly

ra miệng speak in public

ra mồ hôi perspire

ra mồm speak in public

ra mở cửa answer the door

ra oai show one's teeth

ra phết quite; **hay ra phết** quite good

ra quân deploy troops

ra sức strive

ra tay show what one is made of

ra Tết post Tet celebration ◊ after

ch (*final*) k	**gh** g	**nh** (*final*) ng	**r** z; (S) r	**x** s	**â** (but) **i** (tin)
d z; (S) y	**gi** z; (S) y	**ph** f	**th** t	**a** (hat)	**e** (red) **o** (saw)
đ d	**nh** (onion)	**qu** kw	**tr** ch	**ă** (hard)	**ê** ay **ô** oh

Tet

ra tòa appear LAW ◊ (sự) appearance

ra vào come in and out

ra vẻ e lệ coy

ra vẻ kẻ cả patronizing

ra viện be discharged from the hospital

rã rời weary, exhausted, shattered

rác garbage, trash; litter

rác rưởi waste; garbage ◊ shitty, crap

rách rip, tear; slash

rách nát tattered

rách rưới ragged

rạch slash; score *line* ◊ (sự) incision

rạch mở slit

rái cá otter

rải scatter

rải đá stony

rải lại resurface

rải rác scattered; *rải rắc khắp phòng* be scattered all over the room

rám nắng brown, tanned ◊ tan ◊ (sự) (sun)tan; *có nước da rám nắng* get a (sun)tan

rán (deep-)fry

rán vàng brown (*in cooking*), fry to a golden brown

rạn crack

rạn nứt cracked ◊ (sự) breach, rift

rang roast; *chúng tôi bị rang nóng* we're roasting

ráng sức plug away

ràng buộc binding *agreement* ◊ tie down

rạng đông dawn

rạng rỡ radiant ◊ brightly ◊ (sự) brightness; radiance

rạng sáng daybreak

ranh sly; mischievous ◊ border

ranh con monkey, scoundrel

ranh giới boundary; limit

ranh mãnh sly; clever; wicked *laugh*

rành fluent

rành rành downright *lie*; gross *exaggeration* ◊ distinctly

rành rọt clear; fluent, flowing

rảnh free

rảnh mặt get out of view

rảnh nợ good riddance

rảnh rỗi free; idle

rảnh tay have a rest

rãnh ditch; groove

rãnh nước gutter

rao hàng advertize; shout out one's wares

ráo dry

ráo hoảnh tearless; dry *eyes*

ráo nước dried; *để cho ráo nước* strain *vegetables*

ráo riết remorseless

rào hurdle SP

rào chắn đường roadblock

rào lại fence in ◊ (sự) enclosure

rào quanh enclose

rạp chiếu bóng movie theater

rạp chiếu phim movie theater

rạp hát theater

rạp ôpêra opera house

rạp xi nê movie theater

rát sting

rau vegetable

rau bina spinach

rau bí squash; wax gourd

rau các loại vegetables

rau cần celery

rau cần tây oriental celery

rau cỏ vegetables

rau dền spinach (*Southeast Asian variety*)

rau diếp lettuce

rau húng sweet basil

rau húng cho (N) sweet basil

rau muống water spinach

rau mùi (N) cilantro, coriander

ơ ur	**y** (tin)	**ây** uh-i	**iê** i-uh	**oa** wa	**ôi** oy	**uy** wee	**ong** aong
u (soon)	**au** a-oo	**eo** eh-ao	**iêu** i-yoh	**oai** wai	**ơi** ur-i	**ênh** uhng	**uyên** oo-in
ư (dew)	**âu** oh	**êu** ay-oo	**iu** ew	**oe** weh	**uê** way	**oc** aok	**uyêt** oo-yit

rau răm fragrant knotweed
rau sống salad
rau thơm herbs
ráy tai wax (*in ear*)
rắc sprinkle
rắc rối intricate, involved; troublesome ◊ (*sự*) mess
rằm fifteenth day of the month (*Lunar calendar*)
răn đe deterrent
rắn solid ◊ snake
rắn chắc firm
rắn đuôi kêu rattlesnake
rắn lại solidify
răng tooth ◊ dental; *không có răng* toothless
răng bánh xe cog
răng giả false teeth, dentures
răng hàm molar
răng khôn wisdom tooth
răng nanh fang
răng nọc fang (*of snake*)
răng sữa milk tooth
rằng that; *có tin tiết lộ rằng ...* it has emerged that ...
râm mát shady *spot*, shaded
rậm bushy
rậm rạp dense
rần rần pins and needles
rận louse
rập nổi emboss
rất very; highly; most; tremendously; a lot; *rất cần* badly in need of; *tốt/dễ hơn rất nhiều* so much better/easier; *rất nhiều* very much
rất có thể probable ◊ no doubt, probably
râu beard; bristles; antenna (*of insect*); whiskers; *không có râu* hairless
râu mọc lởm chởm stubble
râu quai nón whiskers
râu sờ feeler

rầu rĩ mope ◊ plaintive
ré squeal
rẻ cheap, inexpensive
rẻ như bèo dirt cheap
rẻ như bùn dirt cheap
rẻ tiền tacky
rẽ (*N*) turn; turn off; *rẽ sang phải* turn to the right, take a right
rẽ đường ngôi part one's hair
rẽ ngoặt branch off
rẽ nước wake (*of ship*)
rẽ ra diverge
rèm che buồng tắm shower curtain
rèm cửa curtain; drapes; shades
ren lace
rèn kỷ luật discipline
reo hò cheer; *những tiếng reo hò sung sướng/khích động* shouts of joy/excitement
reo hò cổ vũ cheer on
reo mừng cheer
rét cold
rét buốt chilled
rét cóng freeze; be freezing
rét ngọt dry cold
rét như cắt piercing cold
rét run tremble with cold
rê bóng dribble SP
rể son-in-law
rễ root
rên groan
rên lên groan
rên rỉ moan
rền roll (*of thunder*)
rền rĩ wail
rệp bug, insect
rêu moss
rêu phủ mossy
rệu rã shaky
rệu rạo shaky, loose; dilapidated
rỉ leak
rỉ ra seep; seep out
ria mép mustache

ch (*final*) k	gh g	nh (*final*) ng	r z; (*S*) r	x s	â (but)	i (tin)
d z; (*S*) y	gi z; (*S*) y	ph f	th t	a (hat)	e (red)	o (saw)
đ d	nh (onion)	qu kw	tr ch	ă (hard)	ê ay	ô oh

riêng private; individual ◊ in private; privately; separately

riêng biệt separate; isolated ◊ individually ◊ (sự) privacy; *riêng biệt của* peculiar to

riêng lẻ individual ◊ standalone (*computer*)

riêng rẽ separately

riêng tư personal; intimate

riêng từng respective

riềng wild ginger

rim poach

rình mò snoop around

rít screech; whizz

rít lên screech; snap (*in speaking*); whistle (*of wind*)

ríu rít gurgle

rìu ax

rìu cán ngắn hatchet

rò leak out; *bị rò* leak ◊ leaky

rò rỉ escape

rò tin leak (*of information*)

rỏ (*S*) drip

rỏ dầu (*S*) oil leak

rõ nét clear

rõ nghĩa meaningful

rõ ràng clear, obvious; definite; distinct; coherent; outright *winner* ◊ obviously; distinctly; easily, by far ◊ (sự) clarity; *trở nên rõ ràng là* become clear that

rõ rành rành patently, clearly

rõ rệt marked, definite; pronounced; stark *reminder*, *contrast*

rọ bịt mõm muzzle

roi whip

rọi shine

rọi sáng shed light on

rón rén creep ◊ stealthy

rong biển seaweed

ròng rọc pulley

rót pour; pour out

rót đầy lại refill

rót vào inject ◊ (sự) injection

rồ dại mad, lunatic ◊ (sự) madness, lunacy

rổ strainer

rôbốt robot

rốc két (*N*) rocket

rốc-en-rôn rock 'n' roll

rối bù disheveled

rối loạn troubled ◊ (sự) confusion; chaos; turmoil; disorder MED

rối trí muddled ◊ (sự) muddle; *làm ai rối trí* drive s.o. to distraction

rối tung be a mess

rồi already ◊ (*used to mark a completed action*): *trước đây lâu rồi* long before this; *tôi hiểu rồi* I see; *chắc là 6 giờ rồi* it must be about 6 o'clock; *rồi sẽ biết* time will tell; *chắc bây giờ họ đã tới rồi* they'll surely have arrived by now; *kết thúc rồi* it's over

rồi sao? (*S*) so what?; what happens next?

rỗi free; *chiều nay anh/chị có rỗi không?* are you free this afternoon?

rốn navel

rộn ràng throb

rống bellow

rống lên bellow

rồng dragon

rồng mây gặp hội golden opportunity

rỗng hollow

rỗng bụng empty stomach

rỗng túi penniless

rộng wide, broad; roomy; *rộng 10m* 10m across

rộng lớn large; extensive *knowledge*; wide *range*

rộng lùng thùng loose *clothes*

rộng lượng generous, not too critical

rộng rãi spacious

ơ ur	y (tin)	ây uh-i	iê i-uh	oa wa	ôi oy	uy wee	ong aong
u (soon)	au a-oo	eo eh-ao	iêu i-yoh	oai wai	ơi ur-i	ênh uhng	uyên oo-in
ư (dew)	âu oh	êu ay-oo	iu ew	oe weh	uê way	oc aok	uyêt oo-yit

rốt cuộc finally; eventually; *rốt cuộc thì* as it turned out

rơi come down; drop; crash; *rơi đúng vào ngày thứ Ba* it falls on a Tuesday

rơi lộp bộp patter

rơi máy bay plane crash

rơi tõm splash

rơi vỡ come apart, fall to pieces

rơi vỡ loảng xoảng crash

rơi xuống land

rời leave (*of bus, plane etc*); depart; separate from; move; *không rời nhau* inseparable

rời bỏ desert, abandon ◊ (*sự*) desertion, abandonment

rời đi leave (*of person*)

rời khỏi leave; vacate; quit *job etc*; pull out (*of ship*)

rời rạc disjointed; scrappy

rời xa nhau dần drift apart

rơm straw

rờn rợn scary, creepy

ru lét roulette

rú roar

rú lên howl; roar

rủ xuống droop; hang down to

rùa turtle; tortoise

rúc hoot

rúc còi hoot

rúc rích giggle

rui nhà rafter

rủi misfortune; *gặp rủi* have bad luck

rủi ro unfortunate ◊ (*việc*) mishap

rum rum

rúm người lại cringe

run tremble

run lên shiver; thrill

run rẩy shake; quake ◊ shaky

run run shake; quiver ◊ shaky

rung shake; ring

rung chuông chime

rung chuyển shudder

rung động vibrate ◊ (*sự*) vibration

rung lên quake; shudder; vibrate

rung rinh quiver; tremble

rung rung quaver (*of voice*)

rung tiếng quaver (*of voice*)

rùng mình shudder; *ngôi nhà/ anh ấy khiến tôi rùng mình* the house/he gives me the creeps

rùng rợn ghastly; scary; *những điều rùng rợn của chiến tranh* the horrors of war

rụng fall out (*of hair*); shed *leaves*

rụng rời shattered, very upset

rụng tóc baldness; hair loss

ruồi fly

ruồng bỏ abandon, desert

ruộng field

ruộng bắp (*S*) corn field

ruộng bậc thang terraced field

ruộng biển marsh

ruộng đất field; land

ruộng gai hemp field

ruộng lúa ricefield

ruộng ngô (*N*) corn field

ruộng nho vineyard

ruộng rẫy farm

ruộng sắn cassava field

ruột gut, intestines; lining (*of brakes*)

ruột bánh mì breadcrumbs

ruột bánh xe (*S*) inner tube

ruột kết colon ANAT

ruột thừa appendix ANAT

rút get out, take out; draw *cash, gun*; drop *charges, requirement etc*; ebb ◊ (*sự*) withdrawal (*of money, troops*); *rút dao chĩa vào ai* pull a knife on s.o.

rút cục eventually; *rút cục anh sẽ thích* you'll come to like it, you'll get to like it

rút gọn shorten, condense

rút khỏi drop out; withdraw; pull

ch (*final*) k	gh g	nh (*final*) ng	r z; (*S*) r	x s	â (but)	i (tin)
d z; (*S*) y	gi z; (*S*) y	ph f	th t	a (hat)	e (red)	o (saw)
đ d	nh (onion)	qu kw	tr ch	ă (hard)	ê ay	ô oh

out; evacuate

rút lại retract, withdraw *statement etc* ◊ (*sự*) retraction; withdrawal (*of complaint, accusation*)

rút lui retreat; back off; stand down (*in election etc*)

rút ngắn shorten; *rút ngắn một kỳ nghỉ/ cuộc họp* cut a vacation / meeting short

rút phích cắm unplug

rút ra take out; extract; pull out

rút thăm draw (*in lottery*)

rút vào bí mật go underground

rút xuống subside

rụt rè coy

ruy băng ribbon

rửa clean, wash; develop

rửa phim film processing

rửa ráy wash up

rửa tội baptize

rực brilliant; sparkling

rực cháy inflamed (with)

rực rỡ splendid; colorful

rực rỡ về màu sắc blaze of color

rừng forest; wood

rừng cây woods

rừng cấm protected forest

rừng nhiệt đới rain forest

rừng rậm jungle

rừng rú forests, woods; jungle ◊ wild

rừng rực blazing; roaring *fire*

ruỡi half; *bây giờ là hai giờ rưỡi* it's half past two

rượu alcohol ◊ alcoholic; *không có rượu* nonalcoholic; *có rượu* strong *drink*; alcoholic

rượu chính vụ vintage (*of wine*)

rượu đếp (*S*) rice wine

rượu mạnh liquor, spirits

rượu mùi liqueur

rượu se-ry sherry

rượu táo cider

rượu trắng Vietnamese rice wine

rượu vang wine (*Western*)

rứt pull *hair, clothes*; *rứt ra* break away

S

sa (silk) gauze; sand ◊ drop; fall; *sa vào tay địch* fall into the hands of the enemy

sa lát salad

sa mạc desert; type of song

sa môn Buddhist priest

sa ngã depraved; debauched; corrupt

sa sả vehement ◊ vehemently

sa sẩm darken

sa sẩy suffer a loss; have a miscarriage

sa sỉ luxury

sa sút drop, take a dive ◊ (*sự*) downfall; comedown

sa thải fire; dismiss ◊ (*sự*) dismissal; *bị sa thải* be laid off; be fired

sa thạch sandstone

sà lan barge NAUT

sách book

sách bán chạy nhất best-seller

sách báo reading matter

ơ ur	**y** (tin)	**ây** uh-i	**iê** i-uh	**oa** wa	**ôi** oy	**uy** wee	**ong** aong
u (soon)	**au** a-oo	**eo** eh-ao	**iêu** i-yoh	**oai** wai	**ơi** ur-i	**ênh** uhng	**uyên** oo-in
ư (dew)	**âu** oh	**êu** ay-oo	**iu** ew	**oe** weh	**uê** way	**oc** aok	**uyêt** oo-yit

sách báo khiêu dâm pornography

sách báo xuất bản publication

sách bìa cứng hardback

sách bìa mềm paperback

sách bò cattle stomach

sách bỏ túi paperback; pocketbook

sách chỉ dẫn sử dụng user manual

sách cũ old book; second-hand book

sách dạy guide

sách dạy nấu ăn cookbook

sách dẫn bibliography

sách giáo khoa textbook

sách hướng dẫn guide

sách hướng dẫn du lịch guidebook, travel guide

sách nhiễu extort money from

sách nhỏ brochure

sách Phúc âm Gospel

sách tham khảo reference book

sách tranh ảnh picture book

sách vở books and notebooks ◊ bookish

sạch clean

sạch bong spotless

sạch khô run dry ◊ dried up

sạch mắt nice-looking

sạch nợ get rid of one's debts

sạch sẽ clean; spruce

sạch sẽ chỉnh tề immaculate

sạch trơn cleaned out

sai wrong; false; incorrect ◊ incorrectly; *không thể sai được* infallible

sai bảo give orders; order about

sai biệt diffference; discrepancy

sai chính tả misspelt

sai điệu out of tune

sai khớp chân sprain one's ankle

sai lầm mistake ◊ mistaken; misguided; *sai lầm trong việc*

nhận định tình hình an error of judgment

sai phái boss around

sai sót fault; flaw

sai sót của con người human error

sai trái improper

Sài Gòn Saigon

Sài Gòn trước đây old Saigon

sải fathom NAUT

sải bước stride

sải chân stride

sa-lát salad

sa-lát hoa quả fruit salad

sạm nắng weather-beaten

san bằng flatten

san bằng tỷ số even the score

san hô coral

san phẳng flatten

san ủi bulldoze

sán dây tapeworm

sàn floor; deck (*of bus*)

sàn diễn ring (*at circus*)

sàn nhà floor

sản lượng output

sản phẩm product; produce

sản phẩm hàng đầu market leader

sản phẩm làm từ sữa dairy product

sản phẩm phụ by-product, spin-off

sản phẩm thay thế substitute

sản xuất produce; bring out; manufacture; output ◊ (sự) production; manufacture; generation ELEC; *sản xuất tại Việt Nam* made in Vietnam

sản xuất hàng loạt mass-produce ◊ (sự) mass production

sản xuất hợp lý hóa rationalized production

sản xuất lương thực food output

sản xuất nông nghiệp

---

ch (*final*) k	**gh** g	**nh** (*final*) ng	**r** z; (*S*) r	**x** s	**â** (but)	**i** (tin)
d z; (*S*) y	**gi** z; (*S*) y	**ph** f	**th** t	**a** (hat)	**e** (red)	**o** (saw)
đ d	**nh** (onion)	**qu** kw	**tr** ch	**ă** (hard)	**ê** ay	**ô** oh

agricultural production

sạn grit

sang transfer; go over; come over ◊ luxurious; upmarket ◊ fine appearance; **quay ngoắt sang với những người Đảng Dân Chủ** swing to the Democrats

sang chuyển transfer

sang một bên aside

sang phải right

sang trọng luxury; plush; upmarket

sáng bright

sáng bóng shine

sáng chế develop; originate; devise ◊ (sự) development

sáng chói very bright ◊ (sự) brilliance; brightness

sáng kiến initiative ◊ (sự) innovation

sáng lập found, create ◊ (sự) foundation

sáng lập ra found, establish

sáng lên glint

sáng mai in the morning; tomorrow morning

sáng màu fair *hair*

sáng mắt have good eyesight; become aware, realize

sáng nay this morning

sáng ngày mai tomorrow morning

sáng rực glow

sáng suốt clear ◊ wise; discerning

sáng sủa bright; light; intelligent ◊ (sự) brightness; lightness

sáng tác compose; create ◊ (sự) creation

sáng tạo create; originate; think up ◊ creative ◊ (sự) creation

sáng tính intelligent, sharp

sàng sieve ◊ sift

sàng lọc sift

sảng khoái cheerful; elated; refreshed

sánh được compare; match; **không thể sánh được** incomparable

sành điệu sophisticated

sành sỏi discriminating

sành sứ porcelain

sao print off, run off ◊ star ◊ how; why; **không sao** that's alright; never mind; **sao không?** why not?; **sao anh/chị dám như thế!** how dare you!; **sao đấy?** what happened?

sao băng meteor; falling star

sao biển starfish

sao chép copy

sao chổi comet

sao chụp copy, photocopy

sao đĩa mềm backup disk

sao lại reproduce *sounds etc*; run off ◊ (sự) reproduction; **sao lại thế được!** come on!

sao lãng fail in one's duty

sao lưu back up *file* ◊ (sự) backup

sao một tệp make a copy of a file

sao nhãng neglect; **bị sao nhãng** neglected

sao phỏng theo copy

Sao và Sọc Stars and Stripes

sáo blackbird

sáo đá starling

sáo trúc bamboo flute

sào pole

sào đậu perch

sáp wax; ointment

sạp stall; kiosk

sạp báo newspaper kiosk

sạp thuyền deck (*of boat*)

sát close to; attached to ◊ closely

sát bên mình close at hand

sát bên nhau side by side

sát cánh với nhau pull together

sát da skintight ◊ superficial scratch

sát hại kill; murder; assassinate

ơ ur	y (tin)	ây uh-i	iê i-uh	oa wa	ôi oy	uy wee	ong aong
u (soon)	au a-oo	eo eh-ao	iêu i-yoh	oai wai	ơi ur-i	ênh uhng	uyên oo-in
ư (dew)	âu oh	êu ay-oo	iu ew	oe weh	uê way	oc aok	uyệt oo-yit

◊ (sự) killing; murder; assassination

sát nhân murder; homicide

sát nhập merge ◊ (sự) merger

sát nút by a narrow margin

sát vách next-door

sau after; afterward ◊ back; rear; nest ◊ behind; next to (*in comparison*); past; *được thanh toán sau* be paid in arrears; *như sau* as follows; *ở sau* behind; *ở phía sau xe buýt* at the back of the bus; *sau một tuần kể từ ngày mai* a week tomorrow; *lần sau* next time; *tuần sau* next week

sau cùng rearmost ◊ lastly

sau đại học postgraduate

sau đây following ◊ as follows

sau đó next; then; subsequently

sau hết after all; at last ◊ last; latest

sau khi after

sau lưng behind, secretly ◊ at the back

sau này later on

sáu six

sáu mươi sixty

say deep *sleep*; drunk; high (*on drugs*); *làm ai say* get s.o. drunk

say đắm passionate; madly in love; *cô ta yêu say đắm* she's head over heels in love

say gái girl-crazy

say máy bay airsick; *bị say máy bay* get airsick

say mèm drunk out of one's mind, in a drunken stupor

say mê be enthusiastic about, be mad about; be hooked on ◊ compulsive *reading* ◊ (sự) mania, craze; fascination

say nắng heatstroke, sunstroke

say rượu drunk; drunken ◊ get drunk

say sóng seasick; *bị say sóng* get seasick

say sưa drunken; *say sưa bởi/với gì* intoxicated by/with sth

say tàu seasick

say tàu xe travelsick

say thuốc on drugs; high

sắc sharp *knife* ◊ tint, tone; beauty; royal decree

sắc đèo (lưng) knapsack

sắc đẹp feminine beauty

sắc hồng hào color

sắc lệnh decree, order

sắc màu color; shade

sắc nhỏ pocketbook

sắc sáng highlight (*in hair*)

sắc sảo sharp, penetrating *mind, analysis*; incisive

sắc tài beauty and talent

sắc thái coloring, tint; nuance, shade

sặc choke; smell of

sặc sỡ loud, flashy *colors etc*; vivid

săm inner tube; *không có săm* tubeless

săn bắn trái phép poaching

săn bắt hunt

săn đuổi pursue; stalk ◊ (sự) pursuit

săn lùng hunt; chase; *cuộc săn lùng tội phạm* manhunt

săn trộm poach *fish etc*

sắn (N) cassava

sẵn có available

sẵn lòng ready ◊ readily; *không sẵn lòng làm ...* be unwilling to do ...

sẵn sàng ready; willing; available; live *ammunition* ◊ stand by ◊ willingly; *sẵn sàng làm gì* disposed to do sth; *trong trạng thái sẵn sàng* on standby

sẵn sàng hợp tác cooperative

sắp soon; nearly ◊ be about to ◊ arrange, put in order; *sắp có một phát minh* be on the brink of

---

ch (*final*) k	**gh** g	**nh** (*final*) ng	**r** z; (*S*) r	**x** s	**â** (but)	**i** (tin)
d z; (*S*) y	**gi** z; (*S*) y	**ph** f	**th** t	**a** (hat)	**e** (red)	**o** (saw)
đ d	**nh** (onion)	**qu** kw	**tr** ch	**ă** (hard)	**ê** ay	**ô** oh

a discovery; **sắp làm gì** be on the
point of doing sth; **sắp muộn rồi**
it's getting late
sắp chữ thẳng hàng justify *text*
sắp đặt arrange; lay out ◊ (sự)
arrangement; **sắp đặt bàn ăn** set
the table
sắp đặt lại rearrange
sắp giao due for delivery
sắp hàng line up, stand in line
sắp sửa be on the point of
◊ before long
sắp theo thứ tự put in order
sắp tiêu vong dying
sắp tới upcoming, forthcoming
◊ before long
sắp xảy ra imminent; impending
sắp xếp arrange, organize;
structure *schedule etc*; sort out; sort
COMPUT ◊ (sự) organization; **được
sắp xếp** be on (*of meeting etc*);
sắp xếp gì lại put sth away again
sắp xếp hợp lý streamline
sắp xếp lại rearrange, reorganize
◊ (sự) reorganization
sắt iron
sắt vụn scrap metal
sâm ginseng
sâm banh champagne
sâm Cao ly Korean ginseng
sấm thunder
sấm chớp thunder and lightning
sấm sét mưa bão thunderstorm
sập snap
sẫm dark; deep *color*
sẫm màu dark
sân course SP; court SP; field SP; yard
(*of prison etc*)
sân bay airport
sân bay nhỏ airfield
sân bay trên boong flight deck
(*on aircraft carrier*)
sân băng ice rink
sân bóng playing field

sân chơi playground
sân chơi bình đẳng level playing
field
sân chơi bóng chày ballpark
sân đậu xe parking lot
sân đỗ platform
sân ga track RAIL
sân gôn golf course
sân hiên terrace
sân khấu stage THEA ◊ theatrical
sân nhà home ground; **trên sân
nhà** at home SP
sân phơi laundry drying room
sân sau backyard
sân ten-nít tennis court
sân trong courtyard
sân vận động stadium
sân vườn yard (*behind house*)
sần rugged, rough; uneven
sần sùi rugged
sấp face down; **ngửa hay sấp?**
heads or tails?
sâu deep, profound ◊ decay (*of
teeth*); worm; insect
sâu bọ insect
sâu bướm caterpillar
sâu sắc deep, profound *thinker*;
penetrating *analysis*; perceptive
person ◊ profoundly; **một cách
sâu sắc** in depth
sâu thẳm innermost
sâu thêm deepen
sâu xa underlying
sấu alligator; crocodile; *imaginary
animal made of stone or bronze in
front of temples*
sầu riêng durian; secret sorrow
sấy tóc blow-dry
sẩy thai miscarry MED ◊ (sự)
miscarriage
sậy reed
s. CN (= sau Công Nguyên) AD
sẻ sparrow ◊ divide
sẽ will, shall; would; **anh/chị sẽ có**

ơ ur	**y** (tin)	**ây** uh-i	**iê** i-uh	**oa** wa	**ôi** oy	**uy** wee	**ong** aong
u (soon)	**au** a-oo	**eo** eh-ao	**iêu** i-yoh	**oai** wai	**ơi** ur-i	**ênh** uhng	**uyên** oo-in
ư (dew)	**âu** oh	**êu** ay-oo	**iu** ew	**oe** weh	**uê** way	**oc** aok	**uyêt** oo-yit

mặt ở đó chứ? will you be there?;
tôi sẽ đưa anh/ chị về nhà I'll
take you home; **tôi sẽ giúp nếu
có thể** I would help if I could;
không, tôi sẽ làm no, I'll do it; **sẽ
làm gì** be going to do sth; **sẽ là
thô lỗ nếu ...** it is rude to ...
sẽ gặp be in for
sẽ sinh be due (*of baby*)
Séc Czech
séc check FIN
séc du lịch traveler's check
séc trả lương pay check
sen lotus
sẹo scar ◊ wrinkled
sét lightning; thunderbolt; **như sét
đánh ngang tai** like a bolt from
the blue
sên slug
sếp boss
si mê be infatuated with
sĩ diện honor; face; pride; prestige
◊ snobbish, snooty
sĩ quan officer
SIĐA Aids
siêng năng diligent
siết chặt squeeze; tighten; clench
◊ (sự) squeeze
siêu kettle; harpoon ◊ super, great
siêu âm supersonic ◊ (sự) scan,
ultrasound
siêu cường superpower
siêu linh psychic
siêu phàm the supernatural
siêu thị supermarket
siêu tự nhiên supernatural
siêu văn bản hypertext
silic silicon
Sing-ga-po Singapore
◊ Singaporean
sinh be born ◊ (sự) birth
sinh ba: con sinh ba triplet
sinh con breed ◊ (sự) childbearing
sinh đẻ give birth ◊ (sự) birth;

delivery; confinement
sinh đôi: con sinh đôi twin
sinh động animated, lively;
colorful; graphic ◊ (sự) animation,
liveliness; **không sinh động**
lifeless
sinh hạ bear *child*
sinh hóa life and death;
biochemistry; gross returns
sinh hoạt livelihood; activity
sinh học biology ◊ biological
sinh lãi yield FIN
sinh lời pay off; yield interest
sinh lực energy
sinh nhật birthday
sinh nhật Bác Hồ Ho Chi Minh's
Birthday
sinh ra give birth to
sinh ra ung thư carcinogenic
sinh sản reproduce ◊ reproductive
◊ (sự) reproduction
sinh sống settle; live; exist
sinh suất birthrate
sinh thái học ecology
sinh tố vitamin; fresh fruit drink
sinh tư: đứa trẻ sinh tư
quadruplet
sinh vật being
sinh vật học biology ◊ biological
sinh viên student
sinh viên được học bổng
scholar (*awarded a scholarship*)
sinh viên năm thứ nhất
freshman
sinh viên tốt nghiệp graduate
sirô ho cough syrup
so dây tune up
so lại droop
so sánh compare ◊ comparative
◊ (sự) comparison; parallel; **không
thể so sánh được** there's no
comparison; **so sánh X với Y**
compare X with Y
so với compared with

---

ch (*final*) k	**gh** g	**nh** (*final*) ng	**r** z; (S) r	**x** s	**â** (but)	**i** (tin)
d z; (S) y	**gi** z; (S) y	**ph** f	**th** t	**a** (hat)	**e** (red)	**o** (saw)
đ d	**nh** (onion)	**qu** kw	**tr** ch	**ă** (hard)	**ê** ay	**ô** oh

sò oyster; clam

sọ skull

sọ dừa coconut shell

soài mango

soạn write *music*

soạn đồ ra unpack

soạn thảo draft; compile; compose

sóc squirrel

soi light; *soi gương* look at oneself in the mirror; *soi cá* fish using a light

soi chụp scan MED

soi xét scrutinize; examine

sỏi gravel

sỏi mật gallstone

son (bôi) môi lipstick

son phấn make-up; cosmetics; *đời son phấn* life of a prostitute

song still

song ca duo (*singers*)

song mây rattan

song ngữ bilingual

song song parallel

song tấu duo (*instrumentalists*)

sóng wave; frequency

sóng cồn tidal wave

sóng dài long wave

sóng gió stormy

sóng ngắn short wave

sóng trung medium wave

sóng võ surf

sòng bạc casino

sọt basket

sọt đựng giấy lộn wastepaper basket

sô cô la chocolate

sô cô la bạc hà mint

sô cô la bọc hạnh nhân chocolate coated almonds

sô cô la sữa milk chocolate

sô cô la thường plain chocolate

sô vanh chauvinist

số number; gear MOT

số cao high, top MOT

số cao nhất top gear

số chẵn even

số chín nine

số chín mươi ninety

số chuyến bay flight number

số còn lại balance, remainder

số dặm đã đi được mileage

số dư balance (*of bank account*); remainder MATH

số dư tài khoản bank balance

số đăng ký license number; registration number

số đếm được count

số điểm score; *số điểm là bao nhiêu?* what's the score?

số điện thoại phone number

số điện thoại để liên hệ contact number

số đo measurement

số đo cơ thể vital statistics

số đông masses of

số gấp đôi double

số giấy phép license number

số hai của bộ số second gear

số hiệu chuyến bay flight number

số hóa digital

số học arithmetic

số hội viên membership

số ít singular GRAM; *ở dạng số ít* in the singular

số không zero; neutral MOT

số liệu ra data output

số lùi reverse (gear) MOT

số lượng amount; *số lượng cần thiết ...* the required amount of ...; *với số lượng lớn* in bulk

số lượng người vào intake

số lượng nhỏ nhất least

số mã vùng area code

số mệnh destiny

số một one

số mười ten

số mười chín nineteen

ơ ur	y (tin)	ây uh-i	iê i-uh	oa wa	ôi oy	uy wee	ong aong
u (soon)	au a-oo	eo eh-ao	iêu i-yoh	oai wai	ơi ur-i	ênh uhng	uyên oo-in
ư (dew)	âu oh	êu ay-oo	iu ew	oe weh	uê way	oc aok	uyêt oo-yit

số nhận dạng cá nhân PIN, personal identification number

số nhiều plural; *ở số nhiều* in the plural

số nhỏ modesty

số phận fate; fortune

số thu receipts

số tiền sum

số tiền bảo hiểm sum insured

số tiền chi trội overdraft

số tiền được trả lại rebate

số tiền phải trả charge

số tiền phải trả thêm surcharge

số tiền thiếu hụt deficit

số tiền thuê credit

số tiền trả vào tài khoản credit

số tối thiểu minimum

số trang page number

số trúng winning number

số vùng dial code

số xêri serial number

sổ register; book; notebook; account book

sổ cái ledger

sổ đen blacklist

sổ địa chỉ address book

sổ điểm score book

sổ ghi các cuộc hẹn gặp appointments diary

sổ lộ trình logbook

sổ nhập quy cash book, receipts book

sổ nhật ký diary (*business etc*)

sổ tay diary; notebook; planner

sổ tay hướng dẫn handbook

sổ tay hướng dẫn sử dụng instruction manual

sổ tay nhỏ pocketbook, paperback

sổ tiết kiệm savings (bank) book, pass book

sổ tổng kê balance sheet

sổ vé book of tickets

sổ sàng forward *person*

sốc shock; *bị sốc* be in shock

sôi boil

sôi động tumultuous; electric

sôi nổi heated *discussion*; hectic *activity*; vivacious, effervescent *personality*; *không sôi nổi* lowkey; *nói sôi nổi về điều gì* rave about sth

sôi nổi lên warm up

sôi trào boil over

sôi ùng ục rumble

sồi oak (tree); beech

sông river

sông băng glacier

sông biển sea and rivers

sông Cửu Long Mekong River

sông Hồng Red River

sông Hương Perfume River

sông Mê Công Mekong River

sông Ngân Hà Milky Way

sông nhánh tributary

sông núi rivers and mountains; country; motherland

sống live, be alive ◊ raw; *nhạc sống* live music

sống bằng live on, exist on; subsist on

sống chung với nhau cohabit

sống động vivid

sống được make it, survive

sống hoàn lương go straight

sống lâu hơn outlive

sống mũi bridge (*of nose*)

sống qua được survive

sống riêng live apart

sống sót survive ◊ (*sự*) survival

sống tàu keel

sống theo live up to

sống xả láng live it up

sốt temperature ◊ feverish

sốt cà chua tomato ketchup

sốt phát ban typhus

sốt rét malaria

sốt sắng enthusiastic; obliging

ch (*final*) k	**gh** g	**nh** (*final*) ng	**r** z; (*S*) r	**x** s	**â** (but)	**i** (tin)
d z; (*S*) y	**gi** z; (*S*) y	**ph** f	**th** t	**a** (hat)	**e** (red)	**o** (saw)
đ d	**nh** (onion)	**qu** kw	**tr** ch	**ă** (hard)	**ê** ay	**ô** oh

sốt thương hàn typhoid (fever)

sốt vàng da yellow fever

sơ distant; small; petty ◊ beginning; fiber; Catholic nun ◊ incompletely; *biết sơ sơ* know a little bit (about); have a smattering (of)

sơ bộ preliminary ◊ (sự) first steps

sơ cấp elementary

sơ cứu first aid

sơ đẳng basic

sơ đồ plan

sơ đồ mặt bằng ground plan

sơ lược superficial

sơ sài sketchy; incomplete; careless

sơ suất oversight

sơ tán evacuate

sơ xuất mistake ◊ make a mistake

sơ yếu lý lịch résumé

sờ feel; touch; *cấm sờ* do not touch

sờ soạng fumble about; grope; paw; feel up

sờ thấy feel; *sờ thấy như lụa/vải bông* it feels like silk/cotton

sở department; office; agency

sở chỉ huy headquarters

sở hữu possessive GRAM ◊ (sự) possession; *có tính sở hữu* possessive

sở thích liking; inclination; taste

sở thích riêng hobby

Sở Thuế Internal Revenue Service

sở thú (S) zoo

sở vệ sinh sanitation department

sợ be afraid; be afraid of; fear; *làm cho ... hoảng sợ* give a scare; *làm cho ... sợ phải lánh xa* scare away

sợ hãi be scared of; get cold feet ◊ scary; eerie ◊ (sự) fear; *không sợ hãi* fearless; *sợ hãi đến cực độ* be scared stiff

sợ vợ henpecked

sởi measles

sợi fiber; strand; yarn ◊ classifier for threads

sợi chỉ thread

sợi cước bristles

sợi dây string

sợi dây ràng buộc bond

sợi quang fiber optics

sợi thủy tinh fiberglass

sợi tóc hair

sợi tổng hợp synthetic

sớm early; shortly; soon ◊ premature; *sớm hay muộn* sooner or later; *sớm nhất thì bao giờ anh/chị có thể sẵn sàng ra đi?* how soon can you be ready to leave?

sớm phát triển precocious

sơn paint; varnish (*for nails*); lacquer; *sơn còn ướt* wet paint; *sơn màu vàng* painted in yellow

sơn bóng gloss paint; varnish (*for nails*)

sơn bôi móng tay nail varnish, nail polish

sơn phun spray (paint)

sơn quét lại redecorate

sơn tráng men enamel paint

sờn wear out; *bị sờn* frayed

sờn góc dog-eared

sờn mòn worn-out

sờn rách well-worn ◊ (sự) wear (and tear)

stereo stereo

su hào kohlrabi

su sê traditional wedding cake

su su chayote

sủa bark

sủa ăng ẳng yap

suất portion

súc chunk; log; pack ◊ wash; rinse; cleanse

súc miệng gargle

súc sắc dice

ơ ur	**y** (tin)	**ây** uh-i	**iê** i-uh	**oa** wa	**ôi** oy	**uy** wee	**ong** aong
u (soon)	**au** a-oo	**eo** eh-ao	**iêu** i-yoh	**oai** wai	**ơi** ur-i	**ênh** uhng	**uyên** oo-in
ư (dew)	**âu** oh	**êu** ay-oo	**iu** ew	**oe** weh	**uê** way	**oc** aok	**uyêt** oo-yit

súc thịt joint (*of meat*)

súc tích concise, succinct; choice *phrases*

sục sạo nose about

sục vào swoop on; burst into

sủi bọt effervescent *drink*; frothy *cream*

sủi tăm simmer; bubble

sung sycamore; cluster fig

sung huyết congestion MED

sung sướng delighted ◊ happily

sung sướng mê ly ecstatic

sung sướng vô ngần rapture

sung sức fit (*physically*) ◊ (*sự*) fitness; *ở thời kỳ sung sức nhất* be in one's prime (*of man*)

sung túc well-off

súng gun

súng cầm tay pistol, revolver

súng cối mortar MIL

súng lục pistol, revolver

súng máy machine gun

súng ngắn pistol

súng phòng không anti-aircraft gun

súng săn hunting gun

súng tay handgun

súng tiểu liên submachine gun

súng trường rifle

súng tự động automatic (weapon)

sùng đạo pious; religious

sững sốt dazed

suối creek, stream

suôn sẻ smooth

suốt direct ◊ through; throughout; *suốt cuộc đời của cô ấy* all her life; *suốt mùa đông/hè* through the winter/summer; *suốt từ đó* ever since

suốt đời lifelong

súp broth

súp lơ cauliflower

súp lơ xanh broccoli

sụp đổ fall down; collapse; cave in (*of roof*); crumble (*of civilization*); fall (*of government*) ◊ (*sự*) fall; doom

sút kém suffer, deteriorate, go downhill

sụt cân lose weight

sụt giá fall in value, take a dive

sụt xuống slump; collapse

suy diễn deductive ◊ (*sự*) deduction

suy dinh dưỡng malnourished ◊ (*sự*) malnutrition

suy đoán speculate ◊ (*sự*) speculation

suy đồi decadent

suy giảm decline; wane

suy kém impaired

suy luận deduce; conclude

suy ngẫm contemplate

suy nghĩ think, reflect ◊ (*sự*) reflection

suy nghĩ kỹ give careful thought to

suy nghĩ thêm give more thought to

suy nghĩ về think over

suy nhược break down (*mentally*) ◊ (*sự*) breakdown

suy nhược thần kinh nervous breakdown; *là một người suy nhược thần kinh* be a nervous wreck

suy sụp collapse; crack up; *bị suy sụp* go to pieces

suy sụp tinh thần depressed ◊ (*sự*) depression

suy tàn decay

suy thoái decline ◊ (*sự*) downturn

suy tính consider, mull over

suy tính cá nhân personal thoughts

suy vi go downhill ◊ (*sự*) downfall

suy xét kỹ lưỡng think through

suy xét sâu sắc discerning

ch (*final*) k	**gh** g	**nh** (*final*) ng	**r** z; (*S*) r	**x** s	**â** (but)	**i** (tin)
d z; (*S*) y	**gi** z; (*S*) y	**ph** f	**th** t	**a** (hat)	**e** (red)	**o** (saw)
đ d	**nh** (onion)	**qu** kw	**tr** ch	**ă** (hard)	**ê** ay	**ô** oh

suy yếu ailing ◊ weaken

suyễn asthma

suýt nearly; *suýt bị gì* narrowly escape sth

suýt nữa almost, nearly; *suýt nữa thì nguy* that was a close shave

suýt phát khóc be on the verge of tears

suýt soát narrowly

suýt! hush!

sư tử lion

sứ china; ambassador; envoy

sứ đoàn diplomatic corps

sứ mệnh mission

sứ quán embassy

sử dụng use; utilize; draw on, make use of; employ; exert *authority*; spend *time* ◊ (sự) use; *đem X cho Y sử dụng* put X at Y's disposal

sử dụng bừa bãi abuse

sử dụng nhiều thứ tiếng multilingual

sử dụng quá liều overdose

sử dụng triệt để stretch

sử gia historian

sử học history

sự (*used to form nouns*): *sự an ninh* security; *sự bất bình đẳng* inequality; *sự béo nhão* flab; *sự tập trung* concentration

sự cố event; fact

sự đúng giờ punctuality

sự được lòng dân popularity

sự hữu ích usefulness

sự kiện event; occasion; happening; action; *một sự kiện ngoại giao* a diplomatic incident

sự kiện hiện nay current events

sự lạm dụng misuse

sự nghiệp career; cause; objective

sự ra đời birth *fig*

sự sáng tạo ra thế giới creation REL

sự sẵn lòng readiness

sự sẵn sàng willingness

sự tăng nhiệt độ khí quyển trái đất global warming

sự thật truth; *sự thật là* in fact, as a matter of fact

sự thế situation

sự thụ thai conception (*of child*)

sự tích story; history

sự tống tiền blackmail; extortion

sự treo máy crash COMPUT

sự trinh sát reconnaissance

sự trong lành purity (*of air*)

sự trong trẻo purity (*of voice*)

sự vật thing

sự viêm nhiễm inflammation MED

sự việc matter, affair; business; fact; *sự việc diễn ra trôi chảy* it went smoothly

sứa jellyfish

sửa correct ◊ (sự) correction; *tôi sẽ sửa cho anh/chị* I'll get it fixed for you; *không thể sửa được* incorrigible

sửa bậy tamper with

sửa cho đẹp touch up *photo*

sửa cho thẳng straighten

sửa chữa repair, fix; mend ◊ (việc) repair

sửa chữa lại do up *building etc*

sửa đổi amend, modify; compromise ◊ (sự) amendment, modification

sửa đường road repairs

sửa lại adapt; revise ◊ (việc) adaptation; revision

sửa mới recondition

sửa sang chỉnh tề tidy oneself up

sửa sang lại freshen up

sửa soạn get ready; fix *lunch etc*; *sửa soạn gì sẵn sàng* get sth ready

sửa tạm patch up

sữa milk

ơ ur	**y** (tin)	**ây** uh-i	**iê** i-uh	**oa** wa	**ôi** oy	**uy** wee	**ong** aong
u (soon)	**au** a-oo	**eo** eh-ao	**iêu** i-yoh	**oai** wai	**ơi** ur-i	**ênh** uhng	**uyên** oo-in
ư (dew)	**âu** oh	**êu** ay-oo	**iu** ew	**oe** weh	**uê** way	**oc** aok	**uyêt** oo-yit

sữa chua yoghurt
sữa đặc condensed milk
sữa đậu nành soy drink; soy bean milk
sữa không kem skimmed milk
sữa tắm shower gel
sữa trộn milkshake
sức bền bỉ stamina
sức cản của không khí air resistance
sức chịu đựng endurance
sức chứa capacity
sức đề kháng resistance
sức ép pressure, strain; *gây sức ép* pressure; strain; *dùng sức ép đối với ...* bring pressure to bear on ...
sức hấp dẫn appeal, attraction; magnetism
sức hút suction
sức kéo căng strain
sức khỏe health; *giữ sức khoẻ* keep fit
sức lôi kéo appeal, pull
sức lực strength; pressure
sức mạnh force, power; strength
sức mạnh đòn bẩy leverage
sức mạnh tình dục virility
sức mạnh vũ phu brute force

sức quyến rũ glamor
sức sống vigor, vitality
sức thuyết phục conclusiveness; convincingness; forcefulness (*of argument, speaker*)
sức vóc endurance; strength
sưng amiđan tonsillitis
sưng các tuyến bạch hầu glandular fever
sưng lên swell ◊ swollen
sưng phồng swollen and puffy
sưng phù bloated
sừng horn
sửng sốt shocked ◊ (sự) shock
sững sờ stupefy ◊ (sự) dismay
sưởi ấm heat up
sườn side; flank; slope (*of mountain*); spare ribs; chop
sườn đồi hillside
sườn lợn pork ribs
sương dew
sương giá frost
sương khói smog
sương mù fog; mist ◊ foggy; misty
sương mù mỏng haze
sướng delight ◊ gleeful; delightful
sướng cuồng lên delirious
sưu tầm collect, save
Sửu buffalo (*in Vietnamese zodiac*)

T

ta let's ◊ we; us ◊ things Vietnamese ◊ Vietnamese
ta lông tread (*of tire*)
tá dozen
tà low in the sky; setting; magical
tả describe ◊ left

tả được describable; *không thể tả được* indescribable
tả lại describe ◊ (sự) description
tả tơi in tatters
tã (lót) diaper
tạ weight

ch (*final*) k	**gh** g	**nh** (*final*) ng	**r** z; (S) r	**x** s	**â** (but)	**i** (tin)
d z; (S) y	**gi** z; (S) y	**ph** f	**th** t	**a** (hat)	**e** (red)	**o** (saw)
đ d	**nh** (onion)	**qu** kw	**tr** ch	**ă** (hard)	**ê** ay	**ô** oh

tạ ơn Chúa! thank goodness!

tab tab (*in text*)

tác dụng effect; action; *có tác dụng* take effect, tell

tác động effect; impact; *dễ bị tác động* impressionable

tác động phụ side effect

tác giả author

tác giả kịch bản scriptwriter

tác nhân kích thích stimulus

tác phẩm production (*TV program etc*); composition MUS; *những tác phẩm của ...* the works of ...

tác phẩm dự thi entry (*for competition*)

tác phẩm điêu khắc sculpture

tác phẩm đoạt giải winning entry

tác phẩm kinh điển classic

tác phẩm nghệ thuật work of art

tác phẩm văn học literature

tách break up; *tách X khỏi Y* separate X from Y

tách biệt secluded ◊ (sự) seclusion; *ở một nơi tách biệt* at the back of beyond

tách cà phê nhỏ demitasse

tách khỏi break away; distance oneself from

tách ra isolate; separate; come apart

tách riêng isolate, identify; *tách riêng X khỏi Y* keep X separate from Y

tách riêng ra separate

tách rời separate, divorce; pull away; *không thể tách rời* inseparable

tách xa ra khỏi stay away from

tai ear

tai ác perverse. awkward

tai hại disastrous; fatal *error*

tai họa disaster; evil

tai nạn accident

tai nạn giao thông traffic accident

tai nạn ô tô đâm nhau smash, (car) crash

tái underdone

tái bản reprint

tái bút PS, postscript

tái diễn recur

tái diễn đều recurrent

tái đầu tư plow back

tái hôn remarry

tái mét pale

tái nhợt white (*with anger*)

tái phát flare up (*of illness*) ◊ (sự) relapse

tái sinh recycle; be reborn ◊ (sự) recycling; rebirth

tái tạo simulate; recycle ◊ (sự) recycling

tái vũ trang rearm

tái xanh pale

tài knack, ability ◊ talented

tài chính finance ◊ financial; fiscal

tài giỏi talented; competent ◊ (sự) brilliance

tài khoản account; accounts, books; *có tài khoản ở* bank with; *còn tiền trong tài khoản* be in credit

tài khoản chung joint account

tài khoản ngân hàng bank account

tài khoản tiết kiệm savings account

tài khoản tín dụng charge account

tài khoản vãng lai checking account

tài liệu document; documentation; material; information, literature (*promotional*) ◊ documentary

tài liệu lưu trữ archives

tài năng ability, talent; prowess

tài ngoại giao diplomacy, tact

tài sản possessions, property; asset FIN; estate (*of deceased*)

ơ ur	**y** (tin)	**ây** uh-i	**iê** i-uh	**oa** wa	**ôi** oy
u (soon)	**au** a-oo	**eo** eh-ao	**iêu** i-yoh	**oai** wai	**ơi** ur-i
ư (dew)	**âu** oh	**êu** ay-oo	**iu** ew	**oe** weh	**uê** way

uy wee	**ong** aong	
ênh uhng	**uyên** oo-in	
oc aok	**uyêt** oo-yit	

tài sản kế thừa legacy

tài tình clever; ingenious ◊ (sự) ingenuity

tài trí mind, intellect

tài trợ finance, fund, bankroll

tài tử amateur *pej*

tài xế chauffeur

tài xế xe lửa engineer RAIL

tải lên upload

tải trọng load ELEC

tải xuống download

tại at; in; on ◊ due to, because of

tại chỗ live ◊ on the spot

tại đây here

tại nhà: tại nhà anh/chị at your house; **tại nhà tôi/anh ấy** at my/ his place

tại sao why; **tại sao lại không?** why not?; **tại sao vậy?** why is that?

tam ca trio

tam tấu piano piano trio

tám eight

tám mươi eighty

tàm tạm passable, so-so

tạm temporary, provisional

tạm biệt bye(-bye); so long

tạm dừng stop; freeze *video* ◊ (sự) pause

tạm đóng cửa close up

tạm giam remand; **bị tạm giam** be in custody; be on remand

tạm hoãn reprieve

tạm nghỉ take a break

tạm ngừng pause

tạm thay thế fill in for

tạm thời temporary, provisional; makeshift ◊ for the time being; temporarily; **làm tạm thời** temp

tạm vừa ý satisfactory *pej*

tan thaw

tan băng thaw (*of frozen food*)

tan biến go (*of pain, doubt, problem etc*)

tan dần die down; wear off

tan đi clear, lift *of mist*

tan ra melt; disintegrate

tan vỡ disintegrate, crumble (*of hopes, marriage etc*) ◊ in ruins; in tatters (*of career etc*); **bị tan vỡ** broken *home*

tán dương glowing *description*

tán đồng endorse; echo

tán lá foliage

tán thành approve; approve of; be in favor of ◊ (sự) approval; **không tán thành** disapprove ◊ unfavorable

tán thành bột pulverize

tán thưởng applause

tán tỉnh make advances; flirt; **kẻ/ tên/tay tán tỉnh** flirt

tàn ash

tàn bạo outrageous

tàn dư remnant

tàn lụi die out

tàn nhang freckle

tàn nhẫn cold-blooded, heartless; ruthless, remorseless; merciless ◊ (sự) heartlessness; ruthlessness; **thật thà một cách tàn nhẫn** brutally frank

tàn nhẫn về mặt tinh thần mental cruelty

tàn phá devastate; strike (*of hurricane*)

tàn sát slaughter, massacre

tàn tạ seedy

tàn tật disabled ◊ (sự) disability; **bị tàn tật** be handicapped

tàn tích hangover

tản nhiệt radiator

tảng block

tảng băng trôi iceberg

tảng đá kê bước stepping stone

tảng đá mòn boulder

tảng sáng small hours

tạnh go away; **trời đã tạnh mưa** it

ch (*final*) k	**gh** g	**nh** (*final*) ng	**r** z; (S) r	**x** s	**â** (but)	**i** (tin)
d z; (S) y	**gi** z; (S) y	**ph** f	**th** t	**a** (hat)	**e** (red)	**o** (saw)
đ d	**nh** (onion)	**qu** kw	**tr** ch	**ă** (hard)	**ê** ay	**ô** oh

has stopped raining

tao I; me (*familiar*)

tao nhã refined; elegant

táo apple; jujube; crab apple

táo bạo bold, daring ◊ (sự) audacity

táo bón constipation ◊ constipated

táo tây apple

táo Thái Lan Thai apple

tào lao mess around

tào phớ (*N*) bean curd with syrup

tạo provide; create, make

tạo lập establish

tạo nên create

tạo ra generate; produce; create ◊ (sự) creation; *tạo ra vấn đề/mối đe dọa* pose a problem/a threat

táo Tàu Chinese date

tạo thành comprise, constitute, make up; generate (*in linguistics*); make *total*

tạp chí magazine; journal

tạp chí khiêu dâm girlie magazine

tạp chí ra hàng tháng monthly (magazine)

tạp chí xuất bản định kỳ periodical

tát smack, slap; *tát anh ấy vào mặt* slap him in the face

tạt đến drop by

tạt lại chơi come around

tạt qua come by

tạt vào stop off

tạt vào thăm drop in

Tàu China ◊ Chinese

tàu ship; train; streetcar

tàu biển chở du khách cruise liner

tàu cao tốc high-speed train

tàu chiến warship

tàu chở dầu tanker; oil tanker

tàu con thoi space shuttle

tàu di động trên đệm không khí hovercraft

tàu đánh cá fishing boat

tàu điện streetcar

tàu điện ngầm subway RAIL

tàu đổ bộ landing craft

tàu hàng freight train

tàu hỏa train

tàu hỏa tốc hành express

tàu kéo tug

tàu khu trục destroyer

tàu lửa train

tàu lượn glider

tàu ngầm submarine

tàu ngầm hạt nhân nuclear submarine

tàu nhanh high-speed train

tàu phá băng icebreaker

tàu phóng ngư lôi torpedo-boat

tàu quét thủy lôi minesweeper

tàu sân bay aircraft carrier

tàu thăm dò vũ trụ probe (*scientific*)

Tàu Thống Nhất North-South express train

tàu thủy boat; liner; *trên tàu thủy* on board (ship)

tàu thủy chở côngtenơ container ship

tàu thủy chở hàng freighter

tàu tốc hành fast train

tàu vũ trụ rocket; spacecraft, spaceship

tay arm; hand ◊ *classifier for persons, with negative connotations*: *bằng tay* by hand; *tay thô tục* lout

tay áo sleeve; *không có tay áo* sleeveless

tay ga throttle

tay lái (steering) wheel; handlebar

tay lái bên phải right-hand drive

tay nghề workmanship

tay non beginner

ơ ur	y (tin)	ây uh-i	iê i-uh	oa wa	ôi oy	uy wee	ong aong
u (soon)	au a-oo	eo eh-ao	iêu i-yoh	oai wai	ơi ur-i	ênh uhng	uyên oo-in
ư (dew)	âu oh	êu ay-oo	iu ew	oe weh	uê way	oc aok	uyêt oo-yit

tay sai henchman

tay súng shot; *là tay súng giỏi/ kém* be a good/poor shot

tay trong insider

tay trống drummer

tay vịn (hand)rail

tay xách handle

táy máy nghịch monkey about with

tắc block ◊ blocked ◊ (*sự*) blockage

tắc mạch embolism

tắc nghẽn be backed up (*of traffic*) ◊ (*sự*) block; obstruction; congestion; gridlock; *bị tắc nghẽn* be jammed

tắc nghẽn giao thông traffic congestion

tắc xi taxi

tăm toothpick

tắm take a shower; have a bath; *cấm tắm* no swimming

tắm bồn take a bath ◊ tub

tắm hơi sauna

tắm nắng sunbathe

tắm rửa have a wash, wash; freshen up

tằm silkworm

tăng increase; boost; put up *prices*; heighten *effect, tension*; revive (*of business*) ◊ (*sự*) increase, hike (*in prices*); raise (*in salary*)

tăng cường strengthen; intensify; promote, encourage ◊ (*sự*) boost

tăng dần accumulate ◊ progressive

tăng gấp ba treble

tăng gấp bốn lần quadruple

tăng gấp đôi double

tăng giá rise in value; mark up ◊ (*sự*) mark-up

tăng giá trị appreciate FIN

tăng lên increase; grow (*of amount, number*); go up (*of prices*); rise (*of temperature, prices*); build up (*of excitement, pressure*); turn up

volume ◊ increasing ◊ (*sự*) increase, build-up; rise

tăng lên đột ngột surge

tăng thêm increase; deepen (*of crisis etc*); multiply

tăng tốc accelerate ◊ gas pedal

tăng tốc độ gather speed; speed up

tăng tối ta maximize

tăng trưởng nhanh chóng surge

tăng trưởng số không zero growth

tăng vọt rocket, shoot up (*of prices*); spiral; jump ◊ (*sự*) boom; jump

tặng give; present *award*; donate ◊ (*sự*) donation; *tặng Y cho X* present X with Y

tặng phẩm present, gift

tặng thưởng award

tắt extinguish; put off, switch off *light, TV*; go out (*of light, fire*); shut down *computer*; blow out (*of candle*); be off; be out

tắt dần die down

tắt mạng go off-line

tắt nghẽn jam; be jammed

tâm đầu ý hợp be on the same wavelength

tâm điểm bull's-eye

tâm động đất epicenter

tâm linh psychic

tâm lý psychological

tâm lý học psychology

tâm thần mental illness

tâm thần học psychiatry

tâm thần phân lập split personality

tâm thần phân liệt schizophrenia ◊ schizophrenic

tâm trạng mood, frame of mind; *có tâm trạng vui vẻ/khó chịu* be in a good/bad mood

tâm trạng căng thẳng stress; *có*

---

ch (*final*) k	**gh** g	**nh** (*final*) ng	**r** z; (*S*) r	**x** s	**â** (but)	**i** (tin)
d z; (*S*) y	**gi** z; (*S*) y	**ph** f	**th** t	**a** (hat)	**e** (red)	**o** (saw)
đ d	**nh** (onion)	**qu** kw	**tr** ch	**ă** (hard)	**ê** ay	**ô** oh

tâm trạng căng thẳng be under stress

tâm trí mind; thoughts

tấm plate, sheet (*of metal, glass*); slab (*of cake etc*) ◊ *classifier for flat things*

tấm bạt che awning

tấm chắn (bảo vệ) shield

tấm che mặt visor

tấm ghép panel

tấm thu năng lượng mặt trời solar panel

tấm ván board; plank

tầm range (*of voice, vision*)

tầm bắn range (*of missile, gun*)

tầm hoạt động range (*of airplane*)

tầm ma nettle

tầm nghe hearing; **trong tầm nghe** within earshot

tầm nhìn visibility

tầm quan trọng emphasis; importance

tầm tay: **trong tầm tay** within reach

tầm thường humble *meal, house*; commonplace; trifling *concerns*

tầm xa long-range

Tân wrought metal (*in Vietnamese zodiac*)

tân new

tân binh recruit MIL

Tân Tây Lan New Zealand

tân tiến nhất ultimate

tấn ton

tấn công attack; strike ◊ (sự) assault, attack; offensive

tần số frequency

tần số cao high-frequency

tận end

tận cùng farthest limit, extreme end; **trong tận cùng** innermost

tận dụng take advantage of; make the most of

tận tâm conscientious

tận tụy devoted ◊ (sự) devotion; **tận tụy với ...** dedicate oneself to ...; **tận tụy với một người** be devoted to a person

tâng bốc flattering

tầng floor, story; **ở tầng dưới** downstairs; **ở tầng trên** upstairs

tầng hầm basement; vaults

tầng lầu floor, story

tầng lớp tier

tầng lớp lao động working-class

tầng lớp thượng lưu upper-class

tầng lớp trên upper-class

tầng lớp trung lưu middle-class

tầng mái penthouse

tầng ong honeycomb

tầng ôdôn ozone layer

tầng thượng upper

tầng trệt first floor

tấp nập busy

tập bản đồ atlas

tập đoàn consortium; corporation; group (*of companies*)

tập giấy pad (*for writing*)

tập giấy để ghi chép notepad

tập hợp assemble; mass ◊ (sự) set MATH

tập hợp các điều kiện package (*of offers etc*)

tập hợp lại rally around; **tập hợp lại xung quanh ai** rally around s.o.

tập hợp thành nhóm group

tập luyện exercise; take exercise; practice; work out ◊ (sự) exercise; practice; **không tập luyện** be out of practice

tập luyện thể dục do gymnastics ◊ (sự) gymnastics

tập quán custom

tập thể collective

tập thể dục take exercise

tập tin file COMPUT

tập trung centralize; concentrate

◊ intensive ◊ (*sự*) concentration; *tập trung làm gì* be intent on doing sth; *tập trung tư tưởng vào gì* keep one's mind on sth; *tập trung vào* center on; focus on; zero in on; *tập trung vào gì* concentrate on sth

tập tục practice, custom

tất cả all ◊ altogether; overall; *tất cả chúng tôi* all of us; *tất cả đã thu xếp xong* it's all fixed up

tất cả mọi cái everything

tất dài stocking

tất nhiên of course, certainly, sure ◊ automatically; *tất nhiên là không* of course not, certainly not

tất phải thất bại doomed

tất yếu automatic

tật lác mắt (*N*) squint

tật lé mắt (*S*) squint

tật nguyền handicap

tật nguyền tâm thần mentally handicapped

tật nói lắp stammer

tật nói ngọng lisp

tấu revue

tàu (*S*) vessel; train; streetcar

tẩu thuốc pipe (*to smoke*)

tây west; westerly

Tây ba lô backpacker (*Western tourist*)

Tây Ban Nha Spain ◊ Spanish

tây bắc northwest

tây hóa westernize

tây nam southwest

Tây Phương Western; *các nước Tây Phương* the West

Tây Tạng Tibet ◊ Tibetan

tẩy get out, remove; bleach ◊ eraser, rubber

tẩy chay boycott

tẩy não brainwash ◊ (*sự*) brainwashing

tẩy sạch come out (*of stain etc*)

tẩy trùng disinfect

tẩy xóa rub out (*with eraser*)

tế fall

tẻ ngắt dead *town, bar etc*; drab *streets, clothes*

tẻ nhạt monotonous

téc-mốt thermos flask

tem stamp (*for letter*)

ten-nít tennis

tê cóng numb

tê giác rhinoceros

tê tê tingle

tế bào cell BIO

tế nhị delicate *problem, situation* ◊ (*sự*) delicacy; *không tế nhị* obvious; tactless

tệ bad

tệ hại bad; harmful; wicked

tệ nạn xã hội social evils; vice

tệ nhất worst

tệ quá terrible

tệ quan liêu red tape

tếch teak

tên name, first name, given name ◊ *classifier for person, with negative connotations*: *anh/chị tên gì?* what's your name?; *tên thô tục* lout

tên cướp bandit

tên cướp có súng gunman

tên đệm middle name

tên gọi tắt diminutive

tên họ thời con gái maiden name

tên họ viết tắt initial

tên khai sinh née

tên khủng bố terrorist

tên lưu manh ruffian

tên lửa missile, rocket

tên lửa đạn đạo ballistic missile

tên lửa điều khiển guided missile

tên người dùng user name

tên nhãn hiệu brand name

tên thánh Christian name

tên tuổi lớn big name

---

ch (*final*) k	**gh** g	**nh** (*final*) ng	**r** z; (*S*) r	**x** s	**â** (but) **i** (tin)
d z; (*S*) y	**gi** z; (*S*) y	**ph** f	**th** t	**a** (hat)	**e** (red) **o** (saw)
đ d	**nh** (onion)	**qu** kw	**tr** ch	**ă** (hard)	**ê** ay **ô** oh

tên vô lại scoundrel
tệp file COMPUT
tệp chỉ đọc read-only file
tệp gửi kèm theo attachment (*to e-mail*)
Tết Vietnamese New Year
tết festival; carnival; plait
Tết Âm Lịch Vietnamese New Year
tết Mậu Thân Tet offensive
Tết Nguyên Đán Lunar New Year
Tết Thanh Minh Ching Ming Festival
Tết Trung Thu Mid-Autumn Festival, Moon Festival
TGĐ (= *Tổng Giám đốc*) CEO
tha let off (*not punish*); *tôi sẽ không tha!* I won't tolerate it!
tha bổng acquit LAW
tha lỗi excuse, forgive
tha thiết anxious; impassioned ◊ dearly
tha thứ forgive; pardon; stand for, tolerate; *không tha thứ được* unforgivable
tha tội absolve *sinners*; pardon LAW
thà rằng rather
thả drop; free, liberate; release ◊ (*sự*) liberation; release
thả dù parachute
thả neo anchor
thả nổi float FIN
thả rong at large
thả xe freewheel
thả xuống lower
thác nước waterfall
thác phun fountain
thạc sĩ master's (degree)
thạc sĩ Văn chương MA, Master of Arts
thách challenge, defy; *thách X làm Y* dare X to do Y
thách đấu challenge
thách thức challenge
thạch jelly

thạch anh crystal; quartz
thạch lựu pomegranate
thái carve; chop; cut up
Thái Bình Dương Pacific (Ocean); *những nước bên bờ Thái Bình Dương* Pacific Rim countries
thái cực extreme
thái dương temple ANAT
thái độ attitude; manner; gesture (*of friendship etc*)
thái độ hoài nghi cynicism; skepticism
thái độ khiêm nhường humility
thái hạt lựu dice, cut
Thái Lan Thailand ◊ Thai
thái nhỏ shred
thải bỏ discard ◊ (*sự*) disposal
tham ăn greedy
tham chiến belligerent
tham dự go in for *competition*
tham gia enter *competition*; participate ◊ (*sự*) involvement, participation
tham gia cuộc đua compete
tham gia quảng cáo endorse *product* ◊ (*việc*) endorsement (*of product*)
tham gia vào come in on; join in; engage in; take part in; be a party to LAW; *tham gia vào một thỏa thuận* come in on a deal
tham gia vào cuộc bãi công be on strike
tham lam greedy (*for money*) ◊ (*sự*) greed
tham nhũng corrupt ◊ (*sự*) corruption
tham quan sightseeing; visit
tham vọng ambition ◊ ambitious
thám báo scout MIL
thám hiểm expedition
thám tử detective
thảm carpet; rug, mat
thảm chùi chân doormat

ơ ur   **y** (tin)   **ây** uh-i   **iê** i-uh   **oa** wa   **ôi** oy   **uy** wee   **ong** aong
u (soon)   **au** a-oo   **eo** eh-ao   **iêu** i-yoh   **oai** wai   **ơi** ur-i   **ênh** uhng   **uyên** oo-in
ư (dew)   **âu** oh   **êu** ay-oo   **iu** ew   **oe** weh   **uê** way   **oc** aok   **uyệt** oo-yit

thảm hại pathetic, miserable

thảm họa catastrophe

thảm thêu tapestry

than coal

than củi charcoal

than hồng embers

than khóc wail

than phiền complain of MED; nag, go on at

than vãn complain ◊ (sự) complaint

thán từ exclamation

thản nhiên matter-of-fact; impassive; *thản nhiên trước* impervious to

thang ladder

thang đứng stepladder

thang lương salary scale

thang máy elevator; escalator

thang máy bay ramp (*for airplane*)

tháng month

tháng Ba March

tháng Bảy July

tháng Chín September

tháng Giêng January

tháng Hai February

tháng Mười October

tháng Mười hai December

tháng Mười một November

tháng Năm May

tháng Sáu June

tháng Tám August

tháng Tư April

thanh bar (*of iron, chocolate*)

thanh củi stick

thanh lịch elegant

thanh long dragon fruit

thanh lý liquidate ◊ (sự) liquidation

thanh mảnh trim

thanh nẹp splint

thanh ngang crossbar (*of bicycle*)

thanh niên youth

thanh niên mới lớn adolescent

thanh quản larynx

thanh ray rail (*on track*)

thanh thản serene

thanh thiếu niên teenager

thanh toán pay; pay off; settle ◊ (sự) payment; repayment; settlement (*of debt*)

thanh toán để rời khách sạn check out

thanh toán ngay bằng tiền mặt cash down

thanh toán trước pay in advance ◊ (sự) advance payment

thanh tra inspect ◊ (sự) inspection

thanh trừng purge

thánh saint ◊ sacred

thánh đường sanctuary REL

thành citadel

thành công do well; succeed; get on; make it: pull off *deal etc* ◊ successful ◊ (sự) success; hit; *thành công trong việc gì* succeed in doing sth; *việc thành công* success, hit; *không thành công* unsuccessful ◊ unsuccessfully

thành đạt successful

thành hàng một in single file

thành kiến prejudice, bias; *có thành kiến* prejudiced; *làm ai có thành kiến* prejudice s.o.

thành lập establish, set up

thành lũy citadel; rampart

thành ngữ expression, phrase, saying

Thành Nội Royal Citadel

thành phẩm end product

thành phần composition; constituent; ingredient

thành phố city ◊ metropolitan; municipal

thành phố cảng port, seaport

Thành phố Hồ Chí Minh Ho Chi Minh City, HCM

ch (*final*) k	**gh** g	**nh** (*final*) ng	**r** z; (S) r	**x** s	**â** (but)	**i** (tin)
d z; (S) y	**gi** z; (S) y	**ph** f	**th** t	**a** (hat)	**e** (red)	**o** (saw)
đ d	**nh** (onion)	**qu** kw	**tr** ch	**ă** (hard)	**ê** ay	**ô** oh

thành phố kết nghĩa twin town
thành phố quê hương hometown
thành quách citadel
thành sự thật materialize
thành thạo expert; proficient; accomplished ◊ (sự) proficiency; mastery
thành thật open, honest
thành tích performance; *có thành tích tốt về gì* have a good record for sth
thành tích bất hảo disreputable
thành tố ingredient
thành tựu achievement
thành viên member
thành viên của tổ chức bán quân sự paramilitary
thành viên hội nghị conventioneer
thành viên mới recruit
thao tác maneuver
tháo disconnect; drain *oil etc*; unfix
tháo dỡ dismantle, take down
tháo ngòi nổ defuse *bomb*
tháo ốc unscrew
tháo ra detach; unwind; unravel
tháo rời take to pieces
tháo vát versatile ◊ (sự) versatility
tháo xuống take down (*from shelf*)
thảo draw up *document*
thảo luận discuss, talk over ◊ (sự) discussion
thạo tin be in the know
tháp tower; pagoda
tháp Chàm Cham towers
tháp nhỏ turret (*of castle*)
tháp nhọn spire
tháp pháo turret (*of tank*)
thay change; take over
thay cho instead of; *thay cho ai* substitute for s.o.
thay đổi change, alter; shift; vary; switch ◊ variable ◊ (sự) change,

alteration; shift; variation; inflection (*of voice*) ◊ it varies; *không thể thay đổi* irrevocable; *để thay đổi thói thường* for a change
thay đổi bất thường fluctuate ◊ (sự) fluctuation
thay đổi đề tài change the subject
thay đổi đột ngột switch(over)
thay đổi nhất thời blip
thay đổi ý kiến change one's mind
thay mặt on/in behalf of; *thay mặt tôi/anh ấy* on my/his behalf
thay mặt cho deputize for
thay phiên relieve, take over from; *tôi sẽ thay phiên cầm lái* I'll take a spell at the wheel
thay quần áo change (clothes) ◊ (sự) change of clothes
thay thế replace; displace; stand in for; substitute ◊ (sự) substitution; *X thay thế cho Y* substitute X for Y; *không thể thay thế được* irreplaceable
thay thế cho instead
thay vì in place of
thắc mắc wonder
thăm look around; visit
thăm dò explore; probe; prospect for ◊ tentative ◊ (sự) exploration
thăm dò ý kiến poll, survey
thăn bò steak
thằn lằn lizard
thăng bằng equilibrium; *không thăng bằng* unstable
thăng trầm checkered *career*
thắng beat; win; prevail; (*S*) brake
thắng cảnh sights
thắng cảnh lịch sử historical site
thắng đậm thrashing sp
thắng lợi triumph; win
thắng lợi long trời lở đất win a landslide victory
thắng tay (*S*) parking brake

ơ ur	**y** (tin)	**ây** uh-i	**iê** i-uh	**oa** wa	**ôi** oy	**uy** wee	**ong** aong
u (soon)	**au** a-oo	**eo** eh-ao	**iêu** i-yoh	**oai** wai	**ơi** ur-i	**ênh** uhng	**uyên** oo-in
ư (dew)	**âu** oh	**êu** ay-oo	**iu** ew	**oe** weh	**uê** way	**oc** aok	**uyêt** oo-yit

thằng béo fatso

thằng cha he *pej*

thằng dở hơi nut, idiot

thằng hề clown *pej*

thằng ngốc idiot, asshole

thằng ngu (ngốc) prick *pej*

thằng pê đê *pej* fag

thẳng direct; nonstop; straight; *nhìn thẳng vào mắt ai* look s.o. straight in the eye; *đi thẳng vào vấn đề* get to the point; *đi thẳng tới* carry straight on

thẳng đứng bolt upright; erect; upright; vertical

thẳng người lên straighten up

thẳng thắn frank, candid; direct; outspoken; straight; sporting; *thẳng thắn mà nói thì ...* to be honest with you ...

thẳng thừng blunt; point-blank

thẳng về phía trước straight ahead

thặng dư surplus

thắp light; *được thắp sáng* be lit up; be on (*of light*)

thắt do up; tie

thắt lưng belt; *thắt lưng buộc bụng* tighten one's belt *fig*

thắt nút tie; knot; *thắt nút hai dây với nhau* tie two ropes together

thâm bruise ◊ insidious; deep

thâm hụt shortfall, deficit

thâm nhập infiltrate; penetrate ◊ (*sự*) penetration

thấm dab off; soak up; *không thấm nước* showerproof, waterproof

thấm khô blot

thấm thía sink in; *phải mất một thời gian dài mới thấm thía được sự thực* it took a long time for the truth to sink in

thầm mentally

thầm kín innermost; ulterior

thầm lặng silent; muted

thẩm đoán estimate, assess

thẩm mỹ esthetic

thẩm mỹ viện beauty salon

thẩm phán judge

thẩm quyền competence; *có thẩm quyền* authoritative

thẩm tra screen

thẩm vấn interrogate ◊ (*sự*) interrogation

thẩm vấn chéo cross-examine

thậm chí actually; even; *thậm chí to hơn* even bigger; *thậm chí tôi còn biết anh ấy* actually I do know him

Thân monkey (*in Vietnamese zodiac*)

thân close; intimate ◊ stalk; stem; trunk; *thân với X* be friendly with X

thân cây stem

thân chủ client

thân hình figure (*of person*)

thân máy bay fuselage

thân mật friendly; informal, familiar (*form of address*) ◊ nicely, pleasantly ◊ (*sự*) informality

thân mến dear; *Richard thân mến* Dear Richard

thân nhân relative

thân răng crown (*on tooth*)

thân tàu hull

thân thiết intimate ◊ (*sự*) intimacy

thân thiết với ... đó be close to

thân thiện amicable, friendly

thân thuộc familiar

thân trục shaft

thân xe bodywork

thần god

thần đồng (child) prodigy

thần giao cách cảm telepathy

thần học theology

thần thánh divine, holy

---

ch (*final*) k	**gh** g	**nh** (*final*) ng	**r** z; (*S*) r	**x** s	**â** (but) **i** (tin)
d z; (*S*) y	**gi** z; (*S*) y	**ph** f	**th** t	**a** (hat) **e** (red)	**o** (saw)
đ d	**nh** (onion)	**qu** kw	**tr** ch	**ă** (hard) **ê** ay	**ô** oh

thần thoại myth; mythology ◊ mythical

thần tượng idol; icon; heart throb

thần tượng hóa idolize

thận kidney ANAT

thận trọng careful; prudent; discreet; scrupulous ◊ (sự) caution; discretion

thấp short; low; flat MUS

thấp bè bè squat

thấp đậm stocky

thấp khớp rheumatism

thấp nhất bottom; rock-bottom; *thấp nhất từ trước tới nay* be at an all-time low

thập kỷ decade

thất bại fall down; fail; go wrong; break down (*of talks*) ◊ (sự) breakdown; defeat; failure; fiasco

thất bại chủ nghĩa defeatist

thất lạc unemployed

thất nghiệp unemployed

thất thường irregular; erratic; variable

thất vọng disappointed ◊ (sự) disappointment; *gây thất vọng* disappointing; *thất vọng của cuộc sống hiện đại* the frustrations of modern life

thật real ◊ really ◊ it is, that is; *đây là không có thật!* this is unreal!; *thật vậy hả?* is that so?; *thật nhiều hơn nữa* a lot more; *thật vậy sao?* really?; *nóng thật!* so hot!

thật là so; really; such ◊ how; *thật là buồn cười!* how funny!; *thật là đáng buồn!* how sad!; *thật là không may cho anh/chị!* that was so unlucky for you!; *thật là nóng/lạnh* so hot/cold; *thật là sung sướng được gặp anh/chị!* great to see you!

thật ra as a matter of fact, indeed

thật sự proper, real; true *friend etc*; substantive ◊ truly

thật thà on the level

thầu khoán contractor

thầu khoán phụ subcontractor

thấy see; tell *difference*; find

thấy kinh menstruate

thấy trước visualize, envisage

thầy bói fortune-teller

thầy cả high priest

thầy hiệu trưởng principal EDU

thầy thuốc physician

thầy tu monk (*Christian*)

the thé high-pitched; grating; piercing

thè ra stick out

thẻ counter (*in game*); chip; credit card

thẻ chứng minh identity card

thẻ điện thoại phonecard

thẻ hội viên membership card

thẻ khóa cửa card key

thẻ lên máy bay boarding card (*for airplane*)

thẻ lên tàu boarding card (*for ship*)

thẻ ngân hàng banker's card

thẻ quân nhân dog tag

thẻ ra vào pass

thẻ tín dụng credit card

thèm crave

thèm muốn desire; *là sự thèm muốn của* be the envy of

thèm thuồng crave ◊ (sự) craving

then bolt

then cửa catch (*on window etc*)

theo follow ◊ according to; *theo đánh giá của anh ấy* at his valuation; *theo đồng hồ của tôi* by my watch; *theo giờ/tấn* by the hour/ton

theo bản năng instinctive

theo cánh hữu on the right POL

---

theo chiều kim đồng hồ clockwise

theo chu kỳ periodic

theo chủ nghĩa gia trưởng paternalistic

theo Công giáo Catholic

theo dõi follow; monitor; watch; spy on; *theo dõi được gì* keep track of sth

theo đuổi follow; trail; pursue *career*

theo kịp keep up; keep up with

theo Phật giáo Buddhist

theo sau in the wake of

thép steel

thép không gỉ stainless steel

thép xây dựng structural steel

thét shout

thét lên bellow, shout, yell

thế so, that ◊ (*cushion word*); *tôi nghĩ thế* I guess so; *với tôi thì cũng thế cả thôi* it's all the same to me; *tôi thế nào cũng được* I don't mind; *thế rồi thì sao?* so what?; *thế là xong!* that settles it!; *thế là hết!* that's it!; *thế đấy* that's it; *thế nào* what?; what about?; how was it?; *thế thôi* no more, that's it

thế bế tắc impasse

thế chấp mortgage

thế cờ bí stalemate

thế đứng stance

thế giới world; *trên toàn thế giới* worldwide

thế giới thứ ba Third World

thế giới vi mô microcosm

thế hệ generation

thế hệ mai sau posterity

thế kỷ century

thế lực thị trường market forces

thế phòng ngự defensive; *ở vào thế phòng ngự* on the defensive

thế tục secular

thề swear; promise; be on oath; *thề làm gì* vow to do sth

thề trước tòa be on oath

thể form

thể bị động passive GRAM

thể chất constitution (*of person*)

thể chế institution

thể chủ động active GRAM

thể dục gymnastics

thể dục chạy bộ jog; jogging

thể dục hít đất push-up

thể dục nhịp điệu aerobics

thể điều kiện conditional GRAM

thể hiện depict; show *interest, emotion*; display COMPUT; come out (*of results*) ◊ (*sự*) show, display

thể lực physique

thể mệnh lệnh imperative GRAM

thể thao sport ◊ sporting

thể thao mùa đông winter sports

thể thao tàu lượn gliding

thể xác physical

thêm more; additional, extra; *thêm chút nữa* a little more; *thêm một cái nữa* another one (*thing*); *thêm một người nữa* another one (*person*)

thêm gia vị flavor

thêm nữa further

thêm vào add; eke out ◊ in addition; in addition to; *phần thêm vào phải trả tiền* optional extras

thềm ga platform

thết treat; *đây là tôi thết* it's my treat; *thết đãi ai gì* treat s.o. to sth

thêu embroider

thêu dệt embroider *fig*

thêu dệt thêm embellish

thêu thùa embroidery; needlework

thi take *exam etc*

thi đấu play *opponent*; fight; *đội Mỹ thi đấu với đội Brazin* America against Brazil

---

ch (*final*) k	gh g	nh (*final*) ng	r z; (*S*) r	x s	â (but)	i (tin)
d z; (*S*) y	gi z; (*S*) y	ph f	th t	a (hat)	e (red)	o (saw)
đ d	nh (onion)	qu kw	tr ch	ă (hard)	ê ay	ô oh

thi đậu (*S*) pass an exam
thi đố quiz
thi đỗ pass an exam
thi đua với emulate
thi hài remains
thi hành carry out
thi ném đĩa discus (*event*)
thi trượt fail
thi vấn đáp oral exam
thi vị poetic
thí dụ example; *thí dụ như* for example
thí nghiệm experiment
thí sinh candidate
thì (*grammatical word used in conditions and to express effect*): *không bao lâu thì chuông điện thoại reo* the phone rang soon after; *5 tuần thì quá lâu* 5 weeks is too long; *anh/ chị muốn lấy cái nào thì lấy* take any one you like; *anh ấy vừa mới bước vào phòng thì ...* scarcely had he entered the room when ...; *một cách thẳng thắn thì nó không đáng phải như vậy* frankly, it's not worth it; *nếu không thì ...!* or else ...!; *thì đã sao nào?* so what?
thì giờ time
... thì sao? how about ...?
thì thầm whisper; murmur
thị giác visual; *một trí nhớ thị giác tốt* a good visual memory
thị lực eyesight, sight, vision; *thị lực suy kém* visually impaired
thị phần market share
thị thực visa
thị thực nhập cảnh entry visa
thị thực xuất cảnh exit visa
thị tộc clan
thị trấn town
thị trấn tỉnh lẻ hick town
thị trường market
thị trường chứng khoán stock market; securities market
thị trường chứng khoán sụt giá stockmarket crash
thị trường đầu cơ bull market
thị trường kỳ hạn futures market
thị trường mục tiêu target market
thị trường tiền tệ money market
thị trường toàn cầu global market
thị trưởng mayor
thị xã town
thìa (*N*) spoon; spoonful
thìa cà phê (*N*) teaspoon
thìa uống trà (*N*) teaspoon
thìa xúp (*N*) soup spoon
thích like; enjoy ◊ maple; *rất thích* adore, love; *thích làm gì* like to do sth
thích đáng decent *salary etc*; due *care etc*; relevant *information*
thích giao du sociable
thích hơn prefer ◊ (*sự*) preference; *thích chờ đợi hơn* prefer to wait; *thích làm gì hơn* prefer to do sth; *thích X hơn Y* prefer X to Y; *hoặc anh/ chị thích ... hơn?* or would you rather ...?
thích hợp appropriate; suitable; fitting
thích nghi adapt; acclimate, acclimatize
thích nhất favorite
thích thú enjoy ◊ (*sự*) amusement; enjoyment; fondness ◊ with amusement
thích ứng readjust
thiếc tin
thiên heaven; bias ◊ be inclined
Thiên chúa giáo Catholic
thiên đường paradise
thiên hướng inclination; vocation; *có thiên hướng làm gì* be inclined to do sth

ơ ur	y (tin)	ây uh-i	iê i-uh	oa wa	ôi oy	uy wee	ong aong
u (soon)	au a-oo	eo eh-ao	iêu i-yoh	oai wai	ơi ur-i	ênh uhng	uyên oo-in
ư (dew)	âu oh	êu ay-oo	iu ew	oe weh	uê way	oc aok	uyêt oo-yit

thiên nga swan

thiên nhiên natural

thiên niên kỷ millennium

thiên sử thi epic

thiên tai natural disaster

thiên tài genius; giant *fig*; *một trong những thiên tài vĩ đại của thế kỷ này* one of the great minds of this century

thiên thạch meteorite

thiên văn học astronomy

thiên vị biased, one-sided

thiến castrate

thiển cận shortsighted *fig*

thiện chí goodwill; *có thiện chí* favorable

thiện ý favor

thiếp (mừng) card

thiếp mừng Nô-en Christmas card

thiết bị equipment; appliance, device; facilities; fittings

thiết bị báo động khi có trộm burglar alarm

thiết bị cố định fixture

thiết bị đầu cuối terminal COMPUT

thiết bị đo nồng độ rượu Breathalyzer®, breath analyzer

thiết bị giảm sóc shock absorber

thiết bị giữ độ ẩm humidifier

thiết bị hiện hình visual display unit

thiết bị lái steering

thiết bị lái tự động autopilot

thiết bị ngoại vi peripheral COMPUT

thiết bị sưởi heater

thiết bị truyền lực cho bánh trước front-wheel drive

thiết kế design; plan

thiết kế bằng vi tính - chế tạo bằng vi tính CAD-CAM

thiết kế nội thất interior design

thiết lập institute

thiết tha eager

thiết thực practical; down-to-earth; hard-headed

thiết yếu essential, vital

thiệt hại damage

thiêu cháy gut

thiêu hủy wipe out

thiêu trụi burn down

thiếu absence ◊ lack, be short of; be wanting in ◊ missing; *thiếu gì* void of sth

thiếu ăn underfed

thiếu cân đối disproportionate

thiếu hụt shortage

thiếu khả năng unable ◊ (sự) inability

thiếu kinh nghiệm inexperienced

thiếu máu anemia

thiếu năng lực incompetent ◊ (sự) incompetence

thiếu người làm short-staffed

thiếu nhân sự short-staffed

thiếu nhân viên understaffed

thiếu nhiệt tình half-hearted

thiếu niên teenager; teenage girl

thiếu sót defect; *có thiếu sót* defective

thiếu suy nghĩ off the cuff

thiếu tá major MIL

thiếu tế nhị indelicate

thiếu thận trọng indiscreet; inconsiderate; reckless ◊ (sự) indiscretion; inconsiderateness; recklessness

thiếu thốn deprived

thiếu tôn trọng disrespectful ◊ (sự) disrespect

thiếu tự tin insecure ◊ (sự) insecurity

thiếu xây dựng destructive

thiếu số minority

Thìn dragon (*in Vietnamese zodiac*)

thính acute

---

ch (*final*) k	**gh** g	**nh** (*final*) ng	**r** z; (*S*) r	**x** s	**â** (but)	**i** (tin)
d z; (*S*) y	**gi** z; (*S*) y	**ph** f	**th** t	**a** (hat)	**e** (red)	**o** (saw)
đ d	**nh** (onion)	**qu** kw	**tr** ch	**ă** (hard)	**ê** ay	**ô** oh

thính giả listener; audience

thính giác hearing

thình lình suddenly

thình thịch dull

thỉnh thoảng now and again, now and then ◊ occasional

thịnh soạn hearty *meal*

thịnh vượng thrive ◊ (sự) prosperity

thịt meat; flesh

thịt ba chỉ belly of pork

thịt băm ground meat

thịt băm viên meatball

thịt bê veal

thịt bò beef

thịt bò băm viên beefburger

thịt chó dog meat

thịt cừu mutton

thịt cừu non lamb

thịt dê eliminate *opponent*

thịt đỏ red meat

thịt gà chicken

thịt gà vịt poultry

thịt heo (*S*) pork

thịt lợn (*N*) pork

thịt mông bò rumpsteak

thịt nai venison

thịt nguội cold cuts

thịt nướng barbecue

thịt quay roast

thịt rừng game

thịt thăn fillet

thịt thăn bò sirloin

thịt thỏ rabbit

thịt trắng white meat

thịt viên meatball

thiu stale

thiu hỏng rot ◊ rotten

thiu thối bad, rotten

thoa bóp massage

thò ra protrude

thỏ rabbit

thỏ cái doe (*of rabbit*)

thỏ rừng hare

thỏa đáng adequate, satisfactory; decent *sleep*; **điều này là chưa thỏa đáng** this is not satisfactory; **không thỏa đáng** inadequate; unsatisfactory

thỏa hiệp compromise

thỏa mãn satisfactory, alright ◊ satisfy ◊ (sự) fulfillment; indulgence; satisfaction; **cảm thấy thỏa mãn** feel fulfilled; **cái đó đã làm anh/chị thỏa mãn chưa?** is that to your satisfaction?; **thỏa mãn vì điều gì** get satisfaction out of sth

thỏa thích gì indulge in sth

thỏa thuận agree ◊ pact ◊ (sự) agreement, deal, bargain; settlement, payment; **thỏa thuận dứt khóa** clinch a deal

thoái hóa degenerate

thoải mái comfortable; relaxed, easy-going *person*; **không thoải mái** uncomfortable; uneasy

thoải mái đi relax, lighten up

thoáng khí airy

thoáng nhìn thấy glimpse, catch a fleeting glimpse of

thoáng qua momentary ◊ momentarily

thoát tội get off (*not be punished*)

thoát vị hernia

thoát y strip

thoạt tiên to begin with

thoăn thoắt springy

thóc rice (*with husks*)

thóc mách nosy

thọc lét (*S*) tickle

thọc mạnh jab

thói cao ngạo của đàn ông machismo

thói côn đồ hooliganism

thói đạo đức giả hypocrisy

thói nghiện rượu drinking

thói phàm ăn gluttony

ơ ur	**y** (tin)	**ây** uh-i	**iê** i-uh	**oa** wa	**ôi** oy	**uy** wee	**ong** aong
u (soon)	**au** a-oo	**eo** eh-ao	**iêu** i-yoh	**oai** wai	**ơi** u-i	**ênh** uhng	**uyên** oo-in
ư (dew)	**âu** oh	**êu** ay-oo	**iu** ew	**oe** weh	**uê** way	**oc** aok	**uyêt** oo-yit

thói quen habit; *theo thói quen của anh ấy* as was his custom

thói xấu vice

thỏi ingot

thon thả slim; slender; *làm cho người thon thả* slim, be slimming

thô coarse; raw *sugar, iron*

thô bạo rough, violent

thô lỗ rude, vulgar ◊ (sự) rudeness

thô ráp rough

thô sơ crude, rudimentary

thô tục crude, vulgar; *kẻ / tên / tay thô tục* lout

thổ dân native

thổ lộ pour out

thổ ngữ vernacular

Thổ Nhĩ Kỳ Turkey ◊ Turkish

thôi no longer; *chỉ có thế thôi, xin cảm ơn* that's all, thanks

thôi cái đó đi! cut that out!

thôi đi! that'll do!

thôi miên hypnotize ◊ (sự) hypnosis

thôi thúc compel ◊ (sự) compulsion

thôi việc quit ◊ (sự) departure

thối decay

thối rữa decompose

thổi blow

thổi bong bóng blow bubbles

thổi căng blow up

thổi cuốn đi blow

thổi phồng exaggerate

thổi tắt blow out

thôn hamlet

thôn tính annex

thông pine (tree), fir; cone

thông báo announce; circulate *memo etc*; notify *authorities* ◊ (sự) announcement; statement; notice; circular; *thông báo cho ai về cái gì* keep s.o. in the picture; *thông báo ai kịp thời* keep s.o. posted; *thông báo trước bốn tuần* four

weeks' notice; *thông báo tường tận cho X về Y* brief X on Y

thông báo hướng dẫn du lịch tourist information

thông báo lỗi error message

thông cảm sympathetic ◊ (sự) sympathy

thông cảm với sympathize with

thông dịch translate; interpret ◊ translator; interpreter

thông điệp message (*of book etc*)

thông gió ventilation

thông lệ practice; *theo thông lệ thì ...* it is customary to ...

thông minh clever, intelligent; brilliant *idea* ◊ (sự) brains, intelligence

thông ngôn interpreter

thông qua adopt; carry *proposal*; pass, approve; *việc thông qua* adoption

Thông Tấn Xã Việt Nam Vietnam News Agency

thông thái wise ◊ (sự) wisdom

thông thuộc be conversant with

thông thường normal, regular; conventional, customary ◊ usually

thông tin information; *có nhiều thông tin* informative

thông tin phản hồi feedback

thông tục colloquial

thống đốc governor

thống kê statistical

thống nhất unify ◊ (sự) unification; unity

thống nhất lại reunite ◊ (sự) reunification

thống trị dominate ◊ (sự) domination, sway

thốt ra blurt out

thơ verse

thơ ca poetry

thơ ca cho trẻ nhỏ nursery rhyme

thớ grain

ch (*final*) k	gh g	nh (*final*) ng	r z; (S) r	x s	â (but)	i (tin)
d z; (S) y	gi z; (S) y	ph f	th t	a (hat)	e (red)	o (saw)
đ d	nh (onion)	qu kw	tr ch	ă (hard)	ê ay	ô oh

thờ cúng worship

thờ cúng ông bà ancestor worship

thờ ơ indifferent; apathetic ◊ (sự) indifference

thờ tổ tiên ancestor worship

thở breathe ◊ (sự) breathing

thở dài sigh; *thở dài khoan khoái* heave a sigh of relief

thở gấp breathless ◊ (sự) breathlessness ◊ be out of breath

thở hổn hển gasp; pant; be out of breath

thở khò khè wheeze

thở phì phì snort

thở ra breathe; breathe out

thợ cắt tóc barber

thợ cơ khí mechanic

thợ điện electrician

thợ đồng hồ watchmaker

thợ gốm potter

thợ hàn welder

thợ in printer

thợ khóa locksmith

thợ kim hoàn jeweler; goldsmith

thợ làm đầu hairdresser

thợ lắp kính glazier

thợ lắp ráp fitter

thợ may tailor

thợ may quần áo nữ dressmaker

thợ máy mechanic; engineer NAUT

thợ mỏ miner

thợ mộc carpenter; joiner

thợ nề bricklayer; mason

thợ ống cống plumber

thợ ống nước plumber

thợ rèn blacksmith

thợ sơn decorator; painter

thợ sửa giày shoe repairer

thợ thủ công artisan, craftsman

thời time; tense GRAM

thời biểu schedule; *đúng với thời biểu* be on schedule; *chậm so với thời biểu* be behind schedule

thời chiến wartime

thời đại age, era; *đó là một dấu hiệu của thời đại* it's a sign of the times

thời điểm hòa vốn break-even point

thời gian time; duration; spell

thời gian bảo hành guarantee period

thời gian bay flight time

thời gian biểu timetable, schedule

thời gian chờ đợi wait

thời gian được nghỉ leave

thời gian làm thử trial period

thời gian nghỉ ốm sick leave

thời gian nghỉ trưa lunch break

thời gian ngừng họp recess

thời gian quản chế probation LAW

thời gian rảnh rỗi leisure (time)

thời gian rỗi spare time

thời gian thanh toán để rời khách sạn checkout time

thời gian thử nghiệm trial period

thời gian thử thách probation period (*in job*)

thời gian thực real time

thời gian thực hiện timescale

thời gian trôi qua the passage of time

thời gian truy cập thông tin access time

thời gian vô tận eternity

thời giờ rảnh rỗi leisure (time)

thời hạn time limit

thời hạn cuối cùng deadline

thời hiện tại present GRAM

thời hoàn thành perfect GRAM

thời học sinh school days

thời khóa biểu schedule

thời kỳ period, patch

thời kỳ dưỡng bệnh convalescence

thời kỳ đầu early *Picasso etc*

ơ ur	y (tin)	ây uh-i	iê i-uh	oa wa	ôi oy	uy wee	ong aong
u (soon)	au a-oo	eo eh-ao	iêu i-yoh	oai wai	ơi ur-i	ênh uhng	uyên oo-in
ư (dew)	âu oh	êu ay-oo	iu ew	oe weh	uê way	oc aok	uyêt oo-yit

thời kỳ huấn luyện training period

thời kỳ mãn kinh menopause

thời kỳ mùa xuân springtime

thời kỳ nhịn ăn fast (*not eating*)

thời kỳ suy sụp slump

thời kỳ trứng nước infancy

thời nay present-day

thời quá khứ past tense GRAM

thời quá khứ chưa hoàn thành imperfect GRAM

thời sung túc time of plenty

thời sự topical ◊ (*sự*) current events

thời thanh niên adolescence

thời thơ ấu childhood

thời thượng fashionable

thời tiền sử prehistoric

thời tiết weather

thời tiết nóng heat

thời trang style, fashion ◊ fashionable

thời Trung cổ Middle Ages ◊ medieval

thời tương lai future GRAM

thời vàng son heyday

thơm fragrant ◊ (*S*) pineapple

thơm ngon gorgeous; luscious

thớt bếp burner

thu record (*on tape etc*); remove ◊ (*sự*) reception (*for radio etc*); recording; removal; *thu một chương trình TV vào băng viđêô* video a TV program

thu ẩn túy unadulterated, absolute

thu dọn clear away, clear up

thu được poll *votes*

thu gom collect

thu gọn compress

thu góp raise *money*

thu hoạch reap ◊ (*việc*) harvest

thu hồi revoke

thu hút attract; *thu hút sự chú ý của ai* catch s.o.'s eye; *bị thu hút vào ...* be absorbed in ...

thu lượm collect

thu mình lại withdrawn, shy

thu nhập income; revenue

thu nhập khả dụng disposable income

thu nhỏ lại miniature

thu thập build up, accumulate; gather

thu xếp arrange, fix up; *anh/chị đã thu xếp như thế nào với anh ấy?* how did you leave things with him?; *thu xếp tốt đẹp mọi việc* put things right

thu xếp cho arrange for

thú beast

thú con cub

thú nhận admit, confess ◊ (*sự*) admission; *thú nhận điểm yếu về gì* confess to a weakness for sth; *tôi xin thú nhận là tôi không biết* I confess I don't know; *thú nhận với ai* confess to s.o.

thú tội confess (*to police*); plead guilty ◊ (*sự*) confession

thú vị lovely, nice; enjoyable; interesting; welcome *change, sight etc*; *đó là một điều thú vị thực sự* it was a real treat

thú vui ban đêm nightlife

thù địch hostile ◊ (*sự*) antagonism, hostility

thù ghét hate ◊ (*sự*) ill will

thù hận hate ◊ (*sự*) animosity

thù oán rancorous ◊ (*sự*) rancor

thủ công handicrafts

thủ dâm masturbate ◊ (*sự*) masturbation

thủ đoạn maneuver ◊ scheming

thủ đoạn làm tiền racket

thủ đô capital (*of country*); metropolis

Thủ hiến premier (*in Australia*)

---

ch (*final*) k	**gh** g	**nh** (*final*) ng	**r** z; (*S*) r	**x** s	**â** (but)	**i** (tin)
d z; (*S*) y	**gi** z; (*S*) y	**ph** f	**th** t	**a** (hat)	**e** (red)	**o** (saw)
đ d	**nh** (onion)	**qu** kw	**tr** ch	**ă** (hard)	**ê** ay	**ô** oh

thủ môn goalkeeper

thủ phạm culprit

thủ pháo hand-grenade

thủ quỹ cashier; treasurer

thủ thuật cắt bỏ dạ con hysterectomy

thủ tục procedure; formality; *đó chỉ là một thủ tục thôi* it's just a formality

thủ tướng prime minister

thụ cầm harp

thụ động passive

thụ thai conceive

thụ tinh fertilize

thụ tinh nhân tạo artificial insemination

thua lose

thua đậm massacre

thua lỗ make a loss ◊ (*sự*) loss

thua thiệt loss; *bị thua thiệt* lose out

thuần chủng thoroughbred

thuần hoá domesticate; tame

thuần khiết platonic

thuận lợi merit, advantage; *điều kiện thuận lợi* favorable conditions

thuận tay phải right-handed

thuận tay trái left-handed

thuận tiện convenient ◊ (*sự*) convenience; *làm cho thuận tiện* facilitate

thuận và chống pros and cons

thuật chiêm tinh astrology

thuật khắc axít etching

thuật ngữ terminology

thuật ngữ chuyên môn technicality

thuật viết chữ calligraphy

thúc bách: *bị thúc bách về* be pushed for

thúc đẩy advance *knowledge, cause etc*; motivate *person*; promote, stimulate *growth, demand* ◊ (*sự*)

impetus

thúc ép push, urge; *bị thúc ép làm gì* be under pressure to do sth

thúc ép đòi press for

thúc giục rush; hustle

thuê rent; hire, book; lease

thuê miễn phí rent-free

thuê mua trả góp lease purchase

thuê riêng charter

thuế tax; duty; tariff

thuế quan Customs

thuế thu nhập income tax

thung lũng valley

Thung lũng sông Hồng Red River Valley

thùng box; case; drum; barrel; bucket

thùng chứa to (storage) bin

thùng gỗ lớn crate

thùng nhỏ keg

thùng rác garbage can, trashcan

thùng thư (bưu điện) mailbox

thùng xe trunk (*of car*)

thuốc drug MED; medication; remedy; cigarette

thuốc an thần sedative, tranquilizer

thuốc bắc traditional medicine

thuốc bổ tonic MED

thuốc bôi lotion

thuốc bôi mi mắt mascara

thuốc cao dán adhesive plaster

thuốc chống côn trùng insect repellent

thuốc chữa rắn cắn snake bite antidote

thuốc dán Bandaid®

thuốc đạn suppository

thuốc đánh bóng polish

thuốc độc poison

thuốc đuổi côn trùng repellent

thuốc gây mê anesthetic

thuốc giải độc antidote

thuốc giảm đau painkiller

ơ ur	y (tin)	ây uh-i	iê i-uh	oa wa	ôi oy	uy wee	ong aong
u (soon)	au a-oo	eo eh-ao	iêu i-yoh	oai wai	ơi u-i	ênh uhng	uyên oo-in
ư (dew)	âu oh	êu ay-oo	iu ew	oe weh	uê way	oc aok	uyêt oo-yit

thuốc ho cough medicine
thuốc hỗn hợp mixture MED
thuốc kháng sinh (N) antibiotic
thuốc lá cigarette; tobacco
thuốc lá sợi tobacco
thuốc lào tobacco (for water pipe)
thuốc màu paint
thuốc men drug
thuốc mỡ ointment
thuốc ngừa sâu bọ cắn insect repellent
thuốc ngừa thai (contraceptive) pill
thuốc nhuận tràng laxative
thuốc nhuộm dye; stain
thuốc nhuộm tóc hair dye
thuốc nổ dynamite fig
thuốc phiện opium
thuốc rửa sơn bôi móng tay nail polish remover
thuốc sát trùng antiseptic
thuốc súng gunpowder
thuốc tẩy gỉ rust remover
thuốc tẩy (trắng) bleach
thuốc tẩy vết bẩn stain remover
thuốc trị đau painkiller
thuốc trợ giúp thụ thai fertility drug
thuốc trụ sinh (S) antibiotic
thuốc trừ sâu insecticide; pesticide
thuốc uống medicine
thuốc viên ngừa thai (contraceptive) pill
thuốc xịt spray
thuộc belonging to ◊ (used to form adjectives): **thuộc phía bắc** northern
thuộc cánh tả left-wing
thuộc da tan leather
thuộc dòng dõi descent
thuộc địa colony
thuộc lòng know by heart
thuộc tính attribute
thuộc về belong to

thụt withdraw; take in; go in; **thụt vào đầu dòng** indent a line
thụt lùi retrograde
thủy ... hydro...
thủy đậu chicken pox
thủy điện hydroelectric
thủy lực hydraulic
thủy ngân mercury, quicksilver
thủy thủ sailor, seaman ◊ seafaring
thủy tinh glass
thủy tinh thể lens ANAT
thủy triều tide; **thủy triều lên/ xuống** the tide is in/out
thủy triều ở mức thấp nhất low tide
Thụy Điển Sweden ◊ Swedish
Thụy Sĩ Switzerland ◊ Swiss
thuyền boat, craft
thuyền buồm sailboat; yacht; sailing ship; yachting
thuyền cao tốc speedboat
thuyền chèo rowboat
thuyền có mái chèo rowboat
thuyền cứu đắm lifeboat
thuyền đánh lưới rà trawler
thuyền máy motorboat
thuyền nhân boat people
thuyền tam bản sampan
thuyền thể thao yacht
thuyền trưởng captain, master, skipper
thuyết cấp tiến radicalism
thuyết duy linh spiritualism
thuyết giáo preach, moralize
thuyết giảng preach sermon
thuyết phục persuade; convince ◊ (sự) persuasion; **thuyết phục ai làm gì** persuade s.o. to do sth; talk s.o. into doing sth
thuyết tiên định predestination
thư letter
thư báo memo
thư bảo đảm registered letter
thư giãn relax

---

ch (final) k	**gh** g	**nh** (final) ng	**r** z; (S) r	**x** s	**â** (but)	**i** (tin)
d z; (S) y	**gi** z; (S) y	**ph** f	**th** t	**a** (hat)	**e** (red)	**o** (saw)
đ d	**nh** (onion)	**qu** kw	**tr** ch	**ă** (hard)	**ê** ay	**ô** oh

thư giới thiệu recommendation
thư ký secretary; clerk ◊ secretarial
thư mục bibliography; folder, directory COMPUT
thư phát nhanh express letter
thư thả easy, relaxed
thư thường surface mail
thư tín dụng letter of credit
thư tình love letter
thư từ mail; correspondence
thư từ quảng cáo junk mail
thư viện library
thứ day; type; minor; *cung Rê thứ* in D minor
thứ Ba Tuesday
thứ ba third
thứ ba mươi thirtieth
thứ Bảy Saturday
thứ bảy seventh
thứ bảy mươi seventieth
thứ bốn fourth
thứ bốn mươi fortieth
thứ chín ninth
thứ chín mươi ninetieth
thứ Hai Monday
thứ hai second
thứ hai mươi twentieth
thứ một nghìn thousandth
thứ một trăm hundredth
thứ một tỷ billionth
thứ mười tenth
thứ mười ba thirteenth
thứ mười bảy seventeenth
thứ mười bốn fourteenth
thứ mười chín nineteenth
thứ mười hai twelfth
thứ mười lăm fifteenth
thứ mười một eleventh
thứ mười sáu sixteenth
thứ mười tám eighteenth
thứ Năm Thursday
thứ năm fifth
thứ năm mươi fiftieth
thứ nhất first

thứ nhất là firstly
thứ nhì second best
thứ Sáu Friday
thứ sáu sixth
thứ sáu mươi sixtieth
thứ Sáu tuần Thánh Good Friday
thứ tám eighth
thứ tám mươi eightieth
thứ Tư Wednesday
thứ tự order; *theo thứ tự chữ cái* alphabetical; in alphabetical order
thứ yếu secondary, peripheral
thử try ◊ mock *exams etc*
thử làm qua dabble in
thử mùi experiment with
thử nghiệm test; trial (*of equipment*) ◊ try out; *đem thử nghiệm gì* have sth on trial; *thử nghiệm trên* experiment on; *thử nghiệm với* experiment with
thử nghiệm thăm dò exploratory
thử thách test ◊ (*sự*) ordeal; test
thử thách gay go acid test
thử xem check out *new bar etc*
thưa thin ◊ *polite word used when addressing people*
thưa bà ma'am
thưa ngài sir; Dear Sir
thưa ông excuse me, sir
thưa quí ngài gentlemen; Dear Sirs
thưa thớt scattered; sparse *growth*
thừa excess; redundant; *đã có thừa 5 cái* there were 5 to spare
thừa kế inherit ◊ (*sự*) inheritance
thừa nhận acknowledge; concede ◊ (*sự*) acknowledg(e)ment
thức awake ◊ stay up
thức ăn food
thức ăn đông lạnh frozen food
thức ăn gia súc fodder
thức ăn thường ngày diet; staple diet
thức ăn tự nhiên health food
thức chờ wait up

ơ ur · y (tin) · ây uh-i · iê i-uh · oa wa · ôi oy · uy wee · ong aong
u (soon) · au a-oo · eo eh-ao · iêu i-yoh · oai wai · ơi ur-i · ênh uhng · uyên oo-in
ư (dew) · âu oh · êu ay-oo · iu ew · oe weh · uê way · oc aok · uyêt oo-yit

thức dậy wake
thức khuya sit up, wait up
thức thời trendy
thực real; true; net *price etc*
thực dân colonial
thực dụng pragmatic
thực đơn menu
thực hành practical; hands-on ◊ (sự) practice
thực hiện carry out, perform; execute; fulfill; implement ◊ (sự) execution (*of plan*); fulfillment (*of contract etc*); realization (*of goal etc*)
thực hiện đúng theo abide by
thực hiện được realize *dreams etc*
thực nghiệm experimental
thực sự actual; real ◊ actually; really; *thực sự nhiều* very much indeed
thực tế down-to-earth, practical; realistic ◊ reality; *trên thực tế* in practice, in reality; *không thực tế* impractical; unrealistic
thực tế là in fact, as a matter of fact
thực thi enforce
thực tiễn practical
thực vật plant
thực vật học botany ◊ botanical
thước ruler
thước Anh yard (*measurement*)
thước dây tape measure
thước đo yardstick; barometer *fig*
thước gấp rule (*for measuring*)
thước kẻ pointer (*for teacher*)
thương wound; gash; sore ◊ feel sorry (or); be fond of
thương cảm commiserate; feel sorry (for); *tôi thấy thương cảm cho cô ấy* I feel sorry for her
thương gia businessman
thương hại pity; take pity on
thương mại business; commerce;

trade ◊ commercial
thương mại hóa commercialize
thương mến loving
thương nhân trader, merchant
thương tâm heartrending
thương tích injury
thương tiếc lament, mourn; mourn for, grieve for
thương trường marketplace
thương vong casualty
thường usual; mediocre, average; prevailing *wind* ◊ usually, normally; often ◊ compensate
thường kỳ regular
thường lệ regular; routine; usual; *xin cho như thường lệ* the usual, please
thường lui tới frequent *bar etc*
thường phục civilian clothes
thường xuân ivy
thường xuyên frequent; perpetual *interruptions etc*; permanent *job, employee, address* ◊ frequently ◊ (sự) frequency; *các xe buýt không chạy thường xuyên lắm* the buses don't go very often
thưởng recompense, reward; tip *waiter etc*
thưởng thức appreciate, savor ◊ (sự) appreciation
Thượng Đế The Supreme Being
thượng đỉnh summit (*of powers*)
thượng lưu high; upper
thượng nghị sĩ senator
thượng viện senate
ti tit; boob
ti tiện shoddy
ti vi TV; *trên ti vi* on TV
Tí snake (*in Vietnamese Zodiac*)
tí little; *to hơn tí* a little bigger
tí nữa in a minute
tí xíu tiny ◊ a little bit
tỉ giá hối đoái exchange rate
tỉ giá lãi suất hàng năm APR,

ch (*final*) k	gh g	nh (*final*) ng	r z; (S) r	x s	â (but)	i (tin)
d z; (S) y	gi z; (S) y	ph f	th t	a (hat)	e (red)	o (saw)
đ d	nh (onion)	qu kw	tr ch	ă (hard)	ê ay	ô oh

annual percentage rate

tỉ lệ rate; proportion

tỉ lệ đổi tiền exchange rate

tỉ lệ sinh đẻ birth rate

tỉ mỉ elaborate; meticulous; minute; *đến từng chi tiết tỉ mỉ* in minute detail

tỉ số 40 đều deuce

tia jet (*of water*); ray

tia chớp lightning

tia lại vọng glimmer of hope

tia la de laser beam

tia lửa spark

tia sáng le lói glimmer

tia sáng lóe glint

tia sáng yếu ớt gleam

tía tô red perilla, red beefsteak leaf

tỉa prune *plant*; pluck *eyebrows*

tích chứa collect

tích cực active; positive; meaningful

tích cực hoạt động active

tích lại run up *debts etc*

tích lũy accumulate

tích trữ hoard; stock up on

tịch thu confiscate

tíc-tắc tick

tiếc regret; *thật là tiếc!* hard luck!

tiệc party

tiệc chia tay leaving party

tiệc đứng buffet

tiệc hóa trang fancy-dress party

tiệc lớn banquet

tiệc mừng nhà mới housewarming (party)

tiệc trà tea ceremony

tiêm inject ◊ (việc) injection MED; *con ngựa đã được tiêm chất kích thích* the horse was doped

tiêm chủng inoculate ◊ (sự) inoculation

tiêm ngừa (N) vaccinate ◊ (sự) vaccination; *được tiêm ngừa phòng* be vaccinated against

tiềm năng potential

tiềm thức subconscious (mind) ◊ unconscious

tiệm (S) store

tiệm ăn (S) restaurant

tiệm bán giày dép (S) shoe store

tiệm bánh mì (S) bakery

tiệm đồ ăn nhanh (S) fast-food restaurant

tiệm giặt khô (S) dry-cleaner

tiệm hớt tóc (S) barbershop

tiên đoán prophesy

tiên lượng bệnh prognosis

tiên nghiệm transcendental

tiên phong pioneering

tiên tiến advanced; élite

tiên tiến nhất state-of-the-art

tiên tri prophesy ◊ (sự) prophecy

tiến bộ progress, come on, get on ◊ progressive *policy, person* ◊ (sự) progress

tiến đánh close in

tiến hành carry on, conduct; set up *inquiry*; stage *demonstration*; wage *war*; take place; *việc tiến hành* institution, setting up; *đang được tiến hành* be in progress, be under way

tiến hành cuộc bãi công go on strike

tiến hóa evolve ◊ (sự) evolution

tiến lên advance MIL; move up ◊ (sự) advance

tiến sĩ doctor (*of philosophy etc*)

tiến sĩ Triết học PhD, Doctor of Philosophy

tiến tới progress

tiến triển progress, come along; evolve; work out (*of relationship*); unwind (*of story*)

tiến về phía make for

tiền money

tiền án criminal record

tiền bản quyền tác giả royalty

ơ ur   y (tin)   ây uh-i   iê i-uh   oa wa   ôi oy   uy wee   ong aong
u (soon)   au a-oo   eo ch-ao   iêu i-yoh   oai wai   ơi u-i   ênh uhng   uyên oo-in
ư (dew)   âu oh   êu ay-oo   iu ew   oe weh   uê way   oc aok   uyêt oo-yit

tiền bảnh sterling
tiền bảo kê protection money
tiền bảo lãnh bail
tiền bồi thường compensation, damages
tiền bớt discount
tiền cấp dưỡng alimony
tiền chiến prewar
tiền chi vặt petty cash
tiền cho vay loan
tiền chu cấp allowance; maintenance
tiền chuộc ransom
tiền chuyên chở freight (costs)
tiền cứ outpost
tiền đánh cuộc bet, stake
tiền đạo forward SP
tiền đặt cọc deposit, down payment
tiền đầu tư investment
tiền được cuộc winnings
tiền giả dud, counterfeit bill
tiền giấy bank bill
tiền góp kitty
tiền hoa hồng commission
tiền hoàn lại refund
tiền lãi cổ phần dividend
tiền lại quả bribe, kickback
tiền lẻ (small) change
tiền lệ precedent
tiền lời returns
tiền lương salary; wages; pay
tiền mặt cash
tiền nhà rent
tiền nội trợ housekeeping money
tiền nợ quá hạn arrears
tiền pao pound sterling
tiền phạt fine
tiền phạt vi phạm tốc độ speeding fine
tiền puốc boa tip
tiền sản antenatal
tiền sảnh lobby
tiền tài trợ grant

tiền tạm ứng advance
tiền tệ currency ◊ monetary
tiền thân forerunner
tiền thu được proceeds
tiền thu nhập earnings
tiền thù lao fee
tiền thuê rent
tiền thưởng bonus; reward; tip
tiền thừa trả lại change
tiền tiết kiệm savings
tiền tố prefix
tiền trả fee
tiền trả công remuneration
tiền trả trước retainer FIN
tiền trợ cấp allowance; subsidy; welfare; *được cấp tiền trợ cấp* be on welfare
tiền trợ cấp xã hội welfare check
tiền vào cửa entrance fee
tiền vay của ngân hàng bank loan
tiền vé fare
tiền vé trả thêm excess fare
tiền vệ quarterback
tiền vốn capital FIN
tiền xe fare
tiễn see off; *tiễn ai về nhà* see s.o. home
tiện (**lợi**) handy, convenient; advantageous
tiện nghi comfort; convenience ◊ comfortable
tiếng language; sound; hour; *tiếng ầm ĩ* din, racket
tiếng Anh English
tiếng Ba Lan Polish
tiếng Bắc Kinh Mandarin
tiếng Bồ Đào Nha Portuguese
tiếng Cămpuchia Cambodian
tiếng chuông ring
tiếng cười laugh ◊ laughter; *tiếng cười phá lên* roars of laughter; *tiếng cười rúc rích* chuckle; giggle

---

ch (*final*) k	**gh** g	**nh** (*final*) ng	**r** z; (S) r	**x** s	**â** (but)	**i** (tin)
d z; (S) y	**gi** z; (S) y	**ph** f	**th** t	**a** (hat)	**e** (red)	**o** (saw)
đ d	**nh** (onion)	**qu** kw	**tr** ch	**ă** (hard)	**ê** ay	**ô** oh

tiếng Đan Mạch Danish

tiếng địa phương dialect

tiếng địa phương Đài Loan Taiwanese

tiếng động noise

tiếng Đức German

tiếng Hà lan Dutch

tiếng Hàn Korean

tiếng Hung Hungarian

tiếng Hy Lạp Greek

tiếng khàn khàn croak

tiếng lóng slang

tiếng Mã lai Malay

tiếng mẹ đẻ mother tongue, native language

tiếng Miến Điện Burmese

tiếng Mỹ American English

tiếng Na Uy Norwegian

tiếng Nga Russian

tiếng ngân vang ring (*of voice*)

tiếng Nhật Japanese

tiếng nói voice

tiếng nói lí nhí mumble

tiếng nổ crash (*of thunder etc*)

tiếng Phần Lan Finnish

tiếng Pháp French

tiếng Quan Thoại Mandarin

tiếng Quảng Đông Cantonese

tiếng sấm thunder

tiếng sập mạnh bang

tiếng Séc Czech

tiếng tăm (public) image

tiếng Tây Ban Nha Spanish

tiếng Tây Tạng Tibetan

tiếng Thái Lan Thai

tiếng Thổ Nhĩ Kỳ Turkish

tiếng Thụy Điển Swedish

tiếng Triều Tiên Korean

tiếng Trung Quốc Chinese

tiếng ù ù drone

tiếng vang echo

tiếng Việt Vietnamese

tiếng vo ve buzz

tiếng vỗ tay applause

tiếng xấu notoriety; bad reputation; **có tiếng xấu** notorious

tiếng Ý Italian

tiếp cận approach; have access to ◊ (sự) access

tiếp diễn progress

tiếp đãi entertain

tiếp đất ground ELEC

tiếp giáp border

tiếp giáp với border on

tiếp ký countersign

tiếp nhận go down (*of suggestion etc*)

tiếp nhiên liệu refuel

tiếp nối follow

tiếp phát relay TV, RAD

tiếp quản take over

tiếp sau next

tiếp theo following, subsequent

tiếp theo sau follow in the wake of

tiếp thị marketing

tiếp thức ăn serve up

tiếp tục carry on, continue, go on ◊ persistently ◊ (sự) continuation; persistence; **tiếp tục không nản lòng** carry on undaunted

tiếp tục lại renew ◊ (sự) renewal

tiếp xúc approach; have access to ◊ (sự) access (*to one's children*); exposure (*to radiation*); **tiếp xúc với** make overtures to, approach

tiếp xúc thăm dò approach; propose ◊ (sự) approach; proposal

tiết kiệm economy, saving ◊ economical ◊ economize; economize on; save *time, money*

tiết kiệm năng lượng energy-saving

tiết kiệm thời gian timesaving

tiết lộ reveal, disclose; unfold ◊ (sự) disclosure; **có tin tiết lộ rằng ...** it has emerged that ...

ơ u*r*	**y** (tin)	**ây** uh-i	**iê** i-uh	**oa** wa	**ôi** oy	**uy** wee	**ong** aong
u (soon)	**au** a-oo	**eo** eh-ao	**iêu** i-yoh	**oai** wai	**ơi** u*r*-i	**ênh** uhng	**uyên** oo-in
ư (dew)	**âu** oh	**êu** ay-oo	**iu** ew	**oe** weh	**uê** way	**oc** aok	**uyêt** oo-yit

tiết mục act, turn (*in vaudeville*)

tiết mục biểu diễn trên dây high wire

tiết ra secrete ◊ (sự) secretion

tiêu pepper

tiêu biểu characteristic; representative

tiêu biểu cho characterize

tiêu chuẩn norm, standard; criterion; *dưới mức tiêu chuẩn* substandard

tiêu chuẩn hóa standardize

tiêu cực negative; passive *resistance*

tiêu diệt exterminate

tiêu diệt các loài gây hại pest control

tiêu dùng consume ◊ (sự) consumption

tiêu đề letterhead

tiêu đi drain away

tiêu điểm focus; *ở trong tiêu điểm* be in focus; *ở ngoài tiêu điểm* be out of focus

tiêu điều stark

tiêu hóa digest ◊ (sự) digestion

tiêu huyền sycamore

tiêu khiển amuse ◊ (sự) amusement, distraction

tiêu nước drain ◊ (sự) drainage

tiêu sài spend

tiêu tan evaporate

tiêu thụ consume

tiểu sử biography; life history

tiểu thuyết novel; fiction

tiểu thuyết tình yêu romance

tim heart ◊ cardiac

tim đập nhanh palpitations

tim ngừng đập cardiac arrest

tìm search; look for; *tìm việc làm* be seeking employment, be job hunting

tìm cách gạ gẫm make a pass at

tìm được dig out

tìm được cách ... manage to ...

tìm hiểu explore; find out; *tìm hiểu chắc chắn rằng ...* make sure that ...

tìm kiếm look; look for, search for ◊ (sự) search

tìm lại được retrieve

tìm ra work out *solution*

tìm thấy trace; track down; unearth

tìm tòi seek

tin believe ◊ news; *tin có ma* believe in ghosts; *có tin đồn là anh ấy đang ở Hồng Kông* he is reported to be in Hong Kong; *không thể tin được* unbelievable; inconceivable; *theo tin đồn* by hearsay; *tin vào* believe in; count on

tin cậy trust ◊ (sự) reliance, trust

tin cậy được trusted

tin chắc be certain ◊ (sự) certainty

tin chắn believe in, be confident about ◊ (sự) confidence

tin đồn rumor; *có tin đồn rằng ...* it is rumored that ...

tin giật gân sensation

tin học computing; computer science

tin học hóa computerize

tin là attach *importance*

Tin Lành Protestant; Christianity

tin mật dope

tin người trustful, trusting

tin sốt dẻo scoop

tin thể thao sports news

tin tưởng confident ◊ (sự) trust, confidence

tin tưởng vào look to, rely on; *tôi tin tưởng vào anh/chị* I trust you; *tin tưởng vào gì* confident of sth

tin tức news; *có tin tức gì về ... không?* is there any word from ...?

tin tức nội bộ inside information

---

ch (*final*) k	**gh** g	**nh** (*final*) ng	**r** z; (*S*) r	**x** s	**â** (but)	**i** (tin)
d z; (*S*) y	**gi** z; (*S*) y	**ph** f	**th** t	**a** (hat)	**e** (red)	**o** (saw)
đ d	**nh** (onion)	**qu** kw	**tr** ch	**ă** (hard)	**ê** ay	**ô** oh

tin tức tình báo intelligence
tin tức trang nhất front page news
tín dụng credit
tín đồ believer REL
tín đồ Cơ đốc Christian
tín đồ đạo Phật Buddhist
tín đồ Thanh giáo Puritan
tín đồ Thiên chúa giáo Catholic
tín hiệu signal
tín hiệu bận busy signal
tín hiệu cấp cứu distress signal
tín hiệu giao thông stoplight
tín ngưỡng belief
tín nhiệm have confidence in
◊ (**sự**) credibility
tinh chế refine
tinh dịch semen; sperm
tinh hoàn testicle
tinh khiết pure
tinh nghịch mischievous
tinh nhuệ élite
tinh tế subtle; fine *distinction etc*; polished *performance*
tinh thần mental; spiritual ◊ morale; spirit
tinh thần đồng đội team spirit
tinh thần tận tụy dedication
tinh tinh chimpanzee
tinh trùng sperm
tinh vi sophisticated
tinh xảo skillful
tinh ý observant
tính count; calculate; charge *sum* ◊ streak (*of meanness etc*)
tính bài ngoại xenophobia
tính bạo dâm sadism
tính bền vững sustainability
tính bi quan pessimism
tính cách character, personality
tính cao thượng nobility
tính cần cù industriousness
tính cấp bách urgency
tính cẩu thả negligence

tính chất gay go hardness
tính chất kỳ lạ peculiarity
tính chất tầm thường mediocrity
tính chín chắn maturity
tính chính trực integrity
tính chính xác accuracy
tính cộng addition MATH
tính cơ động mobility
tính dữ dội intensity; violence
tính đa dạng diversity; versatility
tính đàn hồi elasticity
tính đàn ông masculinity
tính đáng tin cậy reliability
tính đến accommodate; make allowances for; take into account; count; qualify
tính độc đáo originality, freshness
tính gợi tình eroticism
tính hài hước sense of humor
tính hào phóng generosity
tính hèn nhát cowardice
tính hiệu quả efficiency
tính hợp lý rationality; validity
tính hợp pháp legality
tính khiêm tốn modesty
tính khí temperament, nature
tính khí thất thường moody, temperamental
tính không dứt khoát indecisiveness
tính không trung thực dishonesty
tính kiên nhẫn patience
tính kiên trì perseverance; persistence
tính lầm miscalculate
tính long trọng splendor
tính lười nhác indolence
tính mịn màng delicacy
tính mới lạ novelty
tính nam nhi virility
tính năng động dynamism
tính ngay thẳng candor
tính nghiêm khắc rigor

ơ u*r*	**y** (tin)	**ây** uh-i	**iê** i-uh	**oa** wa	**ôi** oy	**uy** wee	**ong** aong
u (soon)	**au** a-oo	**eo** eh-ao	**iêu** i-yoh	**oai** wai	**ơi** u*r*-i	**ênh** uhng	**uyên** oo-in
ư (dew)	**âu** oh	**êu** ay-oo	**iu** ew	**oe** weh	**uê** way	**oc** aok	**uyêt** oo-yit

tính ngoan cố obstinacy
tính nhẩm mental arithmetic
tính nhân multiplication
tính nhút nhát shyness
tính phóng xạ radioactivity
tính sai be wrong, be out
tính sáng tạo enterprise
tính sôi nổi vivacity
tính tế nhị delicacy (*of problem*)
tính tham ăn greed
tính thận trọng prudence
tính thêm add on
tính thiêng liêng sanctity
tính thực tế realism
tính tiền vào charge, put on an account
tính tiết kiệm thrift
tính toán figure out ◊ (*sự*) calculation ◊ calculating
tính toán mức trung bình average out
tính toán sai miscalculate ◊ (*sự*) miscalculation
tính tổng số add up, total
tính trái đạo đức immorality
tình trạng kiệt lực exhaustion
tính trung bình average
tính trung lập neutrality POL
tính tư lợi self-interest
tính từ adjective
tính tự phụ conceit, vanity
tính tương hợp compatibility
tính vĩnh cửu eternity
tính vô tư detachment
tính xác thực authenticity
tình báo công nghiệp industrial espionage
tình bạn friendship; comradeship; companionship
tình cảm sentiment ◊ sentimental; emotional
tình cảm dấm dở slush
tình cảm mạnh mẽ passion
tình cờ incidental; casual ◊ by

accident ◊ (*sự*) chance
tình cờ gặp run across, run into
tình cờ thấy come across
tình cờ tìm ra stumble across
tình cờ tìm thấy run across
tình dục sex ◊ sexual; *có quan hệ tình dục* intimate
tình dục khác giới heterosexual, straight
tình đoàn kết solidarity
tình hình situation; *tình hình đang được cải thiện* things are looking up
tình huống căng thẳng tension
tình nghi suspect; *bị tình nghi* suspected
tình nguyện voluntary ◊ volunteer
tình người: *có tình người* caring
tình nhân mistress
tình thế khó khăn jam, predicament
tình thế khó xử embarrassing situation; *đặt ai vào tình thế khó xử* put s.o. on the spot
tình thế tiến thoái lưỡng nan dilemma; *ở vào tình thế tiến thoái lưỡng nan* be in a dilemma
tình tiết giảm nhẹ mitigating circumstances
tình trạng condition, state
tình trạng bất an unrest
tình trạng bẩn thỉu squalor
tình trạng bị giam cầm captivity
tình trạng bị sa thải lay-off; being laid off
tình trạng bối rối perplexity
tình trạng buồn chán depression
tình trạng già yếu senility
tình trạng khẩn cấp emergency; state of emergency
tình trạng khoẻ mạnh well-being
tình trạng không ổn định instability
tình trạng không rõ ràng

ch (*final*) k	gh g	nh (*final*) ng	r z; (*S*) r	x s	â (but)	i (tin)
d z; (*S*) y	gi z; (*S*) y	ph f	th t	a (hat)	e (red)	o (saw)
đ d	nh (onion)	qu kw	tr ch	ă (hard)	ê ay	ô oh

uncertainty

tình trạng kiệt sức exhaustion

tình trạng lộn xộn muddle

tình trạng mục hỏng decay

tình trạng sẵn sàng readiness

tình trạng sâu răng tooth decay

tình trạng suy tàn decay

tình trạng suy thoái depression; recession

tình trạng sức khỏe condition (*of health*)

tình trạng thất nghiệp unemployment

tình trạng thị trường không chấp nhận market resistance

tình trạng thiết quân luật martial law

tình trạng trì trệ bottleneck

tình trạng vô chính phủ anarchy

tình trạng vỡ nợ bankruptcy

tình trạng yếu kém weakness

tình yêu love

tỉnh province; county ◊ provincial

tỉnh khô dry

tỉnh lại bring around, bring to; come around, come to, regain consciousness

tỉnh rượu sober up

tỉnh táo wide-awake; alert; lucid ◊ (*sự*) sanity

tỉnh trưởng governor

tĩnh (điện) static (electricity)

tĩnh lặng still, quiet

tịnh net *weight*

tiu nghỉu crestfallen

ti vi TV; *trên ti vi* on TV

TLĐLĐVN (= *Tổng liên đoàn lao động Việt Nam*) Vietnam Workers' Confederation

to big, large; heavy *rain*; loud *voice*

to béo corpulent

to khỏe hefty

to lắm enormous

to lớn enormous, huge

tò mò curious, inquisitive ◊ (*sự*) curiosity; *tôi tò mò muốn biết ...* I would be intrigued to know ...

to nặng bulky

to như thật lifesized

to tiếng loud

tỏ ra ăn năn penitent

tỏ ra láu cá với get smart with

tỏ ra tôn trọng show respect to

tỏ ra xuất sắc excel

tỏ ý khen ngợi complimentary

toa compartment, car RAIL

toa ăn dining car

toa cáp cable car

toa giường nằm couchette

toa hành khách car

toa hành lý baggage car

toa hút thuốc smoking car

toa ngủ sleeping car

toa thuốc (*S*) prescription

toa trần freight car

toa xe lửa car RAIL

toa xe lửa có giường ngủ sleeping car

toa xe trần wagon

tòa án court LAW; courthouse; tribunal

tòa án quân sự court martial

Tòa án Quốc tế International Court of Justice

Tòa án tối cao High Court

tòa đại sứ embassy

tòa lãnh sự consulate

tòa nhà building; premises; *trong tòa nhà* on the premises

tòa thị chích town hall

tòa thị chính city hall

tỏa radiate; give off

tỏa khói smoke

tỏa ra emit ◊ (*sự*) emission

toạc (ra) split

toán math; team; party, group

toán học mathematics ◊ mathematical

ơ ur	**y** (tin)	**ây** uh-i	**iê** i-uh	**oa** wa	**ôi** oy	**uy** wee	**ong** aong
u (soon)	**au** a-oo	**eo** eh-ao	**iêu** i-yoh	**oai** wai	**ơi** ur-i	**ênh** uhng	**uyên** oo-in
ư (dew)	**âu** oh	**êu** ay-oo	**iu** ew	**oe** weh	**uê** way	**oc** aok	**uyêt** oo-yit

toàn bộ whole; comprehensive; entire ◊ across the board
toàn bộ cử tri electorate
toàn cảnh panorama ◊ panoramic
toàn cầu global
toàn diện exhaustive
toàn năng all-round
toàn tập collected; *Hồ Chí Minh toàn tập* the complete works of Ho Chi Minh
toàn thể global ◊ univerally
toát mồ hôi sweat
tóc hair
tóc bạc gray-haired; *bắt đầu có tóc bạc* be going gray
tóc cắt bồng bob
tóc đuôi ngựa ponytail
tóc húi cua crew cut
tóc mai sideburn
tóc tết plait
tóc vàng blond
tỏi garlic
tỏi tây leek
tóm lại briefly, in a nutshell; to sum up
tóm lại ... là boil down to; be the bottom line
tóm tắt summarize; abridge ◊ (sự) round-up (*of news*)
tòng phạm accessory, accomplice
tô bowl; *tô xúp* a bowl of soup
Tô Cách Lan Scotland ◊ Scottish
tô điểm embellish, trim
tô đựng xúp soup bowl
tố cáo report; denounce; *tố cáo một người với cảnh sát* report a person to the police
tố giác expose ◊ (sự) exposure
Tổ chức các nước xuất khẩu dầu lửa OPEC, Organization of Petroleum Exporting Countries
tổ nest
tổ chức organize; throw *party* ◊ (sự) organization

Tổ chức hiệp ước Bắc Đại tây dương NATO, North Atlantic Treaty Organization
Tổ chức Hòa bình Mỹ Peace Corps
tổ chức khủng bố terrorist organization
Tổ chức Lao Động quốc tế ILO, International Labor Organization
tổ chức lại reorganize ◊ (việc) reorganization
tổ chức từ thiện charity
Tổ chức y tế thế giới WHO, World Health Organization
tổ khúc suite MUS
tổ ong beehive
tổ quốc home (*country*)
tổ tiên ancestor
tốc độ speed; rate; *với tốc độ này* at this rate
tốc độ tiết kiệm nhiên liệu cruising speed
tốc hành express
tốc ký shorthand
tôi I; me ◊ my
tối dark
tối cao supreme
tối đa maximum ◊ at (the) most
tối đa là at the outside
tối hậu thư ultimatum
tối lại darken
tối mai tomorrow night
tối mật top secret
tối nay this evening, tonight
tối tăm dim, gloomy
tối thiểu minimum ◊ minimal
tối ưu optimum
tồi bad, poor ◊ poorly, badly
tồi đi worsen
tồi nhất worst
tồi tàn shabby
tồi tệ lousy, rotten; run-down; unsavory
tồi tệ nhất worst

tội crime

tội ác chiến tranh war crime

tội cố ý gây hỏa hoạn arson

tội giết người homicide

tội hiếp dâm rape

tội khai man perjury

tội lỗi guilt LAW; sin ◊ sinful

tội nghiệp pathetic; poor, unfortunate; *tội nghiệp Lan!* poor old Lan!; *thật tội nghiệp!* poor bastard!

tội phạm crime ◊ criminal

tội phạm chiến tranh war criminal

tội phạm hung dữ thug

Tô-ky-ô Tokyo

tôm shrimp

tôm he *type of crayfish*

tôm hùm lobster

tôn giáo religion ◊ religious

tôn múi corrugated iron

tôn sùng revere

tôn thờ worship

tôn trọng respect

tốn nhiều thời gian time-consuming

tồn tại exist ◊ (sự) being, existence; survival

tồn hại damage; harm

tồn thương hurt, wound; *dễ bị tổn thương* vulnerable

tống cổ ra khỏi throw out

tống khứ get rid of

tống ... ra eject

tống tiền extort money from; *kẻ/ tên/ tay tống tiền* blackmailer

tổng gross FIN; sum

Tổng Công ty Bưu Chính Viễn Thông Vietnam Post and Telecommunications

tổng cộng total

Tổng cục Hải quan Customs Department

tổng diễn tập dress rehearsal

tổng doanh số hàng bán ra sales figures

tổng đài switchboard

tổng đài địa phương local exchange

tổng đài điện thoại operator

tổng giám đốc CEO, Chief Executive Officer

tổng hợp assortment

Tổng liên đoàn lao động Việt Nam Vietnam Workers' Confederation

tổng quát generally

tổng sản lượng quốc gia GNP, gross national product

tổng sản lượng trong nước GDP, gross domestic product

tổng số total

tổng số là work out to; *tổng số là ba* three in all

tổng số phát hành circulation (*of newspaper*)

tổng số tiền amount

tổng thống president ◊ presidential

Tổng Thư Ký Secretary General

Tổng tuyển cử general election

tổng tư lệnh commander-in-chief

tổng vệ sinh spring-cleaning

tông-đơ clippers

tốt good; sound *business*; well-made ◊ well; nicely

tốt bụng kind

tốt đẹp beautiful

tốt đối với be good for

tốt hơn better; superior, better quality; *tốt hơn cho chúng tôi* all the better for us; *tốt hơn là tôi không nên* I'd really better not

tốt lắm alright

tốt mã good-looking

tốt nghiệp qualify

tốt nghiệp đại học graduate ◊ (sự) graduation

ơ ur	y (tin)	ây uh-i	iê i-uh	oa wa	ôi oy	uy wee	ong aong
u (soon)	au a-oo	eo eh-ao	iêu i-yoh	oai wai	ơi ur-i	ênh uhng	uyên oo-in
ư (dew)	âu oh	êu ay-oo	iu ew	oe weh	uê way	oc aok	uyêt oo-yit

tốt nhất best; the best; *tốt nhất nếu ...* it would be best if ...
tốt nhất là preferably
tột đỉnh peak
tột độ extreme
tơ (lụa) silk
tờ sheet (of paper)
tờ báo newspaper
tờ đơn form
tờ giấy bạc bill
tờ khai form
tờ quyết toán balance sheet
tờ rời leaflet
tới arrive; get in (*of train, plane*); reach ◊ next; *tới bênh vực ai* come to s.o.'s defense; *tới thành phố* hit town; *tuần tới* next week
tới gần draw near
tới nơi arrive ◊ (*sự*) arrival
tới tấp in quick succession
tời hoist
tởm disgust; be sick of
tra look up; refer to
tra cứu consult
tra dầu oil
tra dầu mỡ lubricate ◊ (*sự*) lubrication
tra hỏi grill
tra tấn torture
trà (*S*) tea
trà chanh (*S*) lemon tea
trà dược thảo (*S*) herb(al) tea
trà xanh (*S*) green tea
trả pay
trả bằng tiền mặt pay (in) cash
trả công payment ◊ remunerate
trả đũa retaliate, hit back; get even with ◊ (*sự*) reprisal, retaliation
trả giá pay for; bid (*at auction*) ◊ (*sự*) bargaining; *với sự trả giá bằng sức khoẻ của anh ấy* at the expense of his health
trả hết redeem; pay in full
trả hết nợ pay up

trả lại return; give back; take back; repay ◊ (*sự*) return; refund; *trả lại X cho Y* give X back to Y
trả lời answer, reply; *trả lời điện thoại* answer the telephone
trả lương pay
trả nợ pay back
trả quá cao overpaid
trả thêm be extra, cost extra ◊ supplement, extra charge
trả thù pay back; take one's revenge ◊ (*sự*) revenge; vengeance
trả tiền pay; pay for; put down deposit ◊ payment; *do công ty trả tiền* at the company's expense
trả tiền công payment
trả tiền mặt cash payment ◊ pay cash
trả tiền trước cash in advance
trả trước advance
trác táng debauched ◊ (*sự*) debauchery
trách reproach
trách mắng tick off, reprimand ◊ (*sự*) reproach
trách móc tell off
trách nhiệm accountability; commitment; responsibility; duty; *có tinh thần trách nhiệm* responsible
trai oyster
trai tân virgin (*male*)
trái left ◊ against, contrary to ◊ (*used for negative adjectives*) in..., un...
trái cây (*S*) fruit
trái đạo đức immoral
trái đất earth, world; *của trái đất* terrestrial
trái luật wrongful
trái ngược contrary, opposite; *trái ngược với ai đó* be alien to s.o.
trái ngược nhau contrasting; contradictory

---

ch (*final*) k	**gh** g	**nh** (*final*) ng	**r** z; (*S*) r	**x** s	**â** (but) **i** (tin)
d z; (*S*) y	**gi** z; (*S*) y	**ph** f	**th** t	**a** (hat)	**e** (red) **o** (saw)
đ d	**nh** (onion)	**qu** kw	**tr** ch	**ă** (hard)	**ê** ay **ô** oh

trái phiếu thượng hạng gilts
trái tim đeo cổ locket
trái với run counter to ◊ contrary to; as opposed to; *trái với bản chất* go against the grain; *trái với pháp luật* against the law
trải spread; *trải đệm giường* make the beds; *trải dài từ X đến Y* stretch from X to Y
trải qua experience, go through; undergo; *trải qua một ca mổ ruột thừa* have an operation for appendicitis
trải ra unfold, unroll
trải rộng ra stretch
trại camp
trại chăn nuôi ranch
trại giam prison; *đưa trả ai về trại giam* remand s.o. in custody
trại mồ côi orphanage
trại tị nạn refugee camp
trạm stop; station
trạm bán xăng gas station
trạm công tác work station
trạm cuối cùng (S) terminal, terminus
trạm điện thoại công cộng phone booth
trạm đổ xăng filling station
trạm kiểm soát checkpoint
trạm kiểm soát nhập cảnh passport control
trạm kiểm tra ở trường đua checkpoint
trạm sân bay air terminal
trạm sửa chữa repair shop
trạm thu lệ phí cầu đường toll booth
trạm vũ trụ space station
trạm xăng filling station
trạm xăng dầu service station
trạm xe buýt bus stop
trạm y tế địa phương local health unit

trán forehead, brow
tràn overflow, spill over ◊ sieve; strainer
tràn đầy sức sống be cheerful, be full of beans
tràn ngập fill up; *tràn ngập bởi* be overrun with; *khánh du lịch tràn ngập thành phố* tourists take over the town
tràn qua bờ flood its banks, overflow
tràn ra run over
tràn vào overrun; *ánh nắng tràn vào gian buồng* sunlight streamed into the room
trang page
trang bị equip
trang bị đồ đạc furnish
trang bị máy tính computerize
trang bị vũ khí arm
trang điểm make up, put make-up on; *không trang điểm* unmade-up
trang hoàng decorate
trang nhã elegant ◊ (sự) style; elegance
trang nhất front page
trang phục costume
trang thể thao sports page
trang tranh chuyện vui comics
trang trại farm
trang trí decorate ◊ (sự) decoration ◊ decorative
trang trí lộng lẫy ornate
trang trí nhỏ charm
trang trọng formal
trang web web page
tráng develop *film*; rinse ◊ (sự) developing (*of film*)
tráng lệ splendid
tráng miệng dessert
tràng giang đại hải long-winded
trảng heath
trạng *used to describe states,*

ơ ur	y (tin)	ây uh-i	iê i-uh	oa wa	ôi oy	uy wee	ong aong
u (soon)	au a-oo	eo eh-ao	iêu i-yoh	oai wai	ơi ur-i	ênh uhng	uyên oo-in
ư (dew)	âu oh	êu ay-oo	iu ew	oe weh	uê way	oc aok	uyêt oo-yit

situations, appearances; **trạng bối rối** perplexity

trạng thái state

trạng thái bị kích thích nervousness

trạng thái bình thường normality

trạng thái đơn độc solitude

trạng thái mê ly ecstasy

trạng thái phởn phơ euphoria

trạng thái tỉnh táo consciousness MED

trạng từ adverb

tranh ảnh tài tử pin-up

tranh biếm họa caricature; cartoon

tranh cãi argument ◊ argue

tranh chấp dispute

tranh cử contest *leadership etc* ◊ (sự) clash

tranh ghép mảnh mosaic

tranh in khắc engraving

tranh in to poster

tranh khắc gỗ woodcut print

tranh khỏa thân nude

tranh lụa silk painting

tranh luận debate; controversy; **tranh luận với** reason with; **gây ra tranh luận** controversial

tranh luận triệt để thrash out

tranh minh họa illustration

tranh phong cảnh landscape

tranh sơn dầu oil painting

tranh sơn mài lacquer painting

tranh thủ: **tranh thủ ăn** grab a bite to eat; **tranh thủ chợp mắt** grab some sleep

tranh vui comic strip

tránh avoid; dodge; ward off; shun; keep off *subject etc* ◊ (sự) evasion; **không thể tránh được** inescapable; inevitable; unavoidable

tránh mặt avoid meeting

tránh nhiệm liability

tránh thụ thai be on the pill ◊ (sự) birth control

tránh xa steer clear of; keep away

trao đổi exchange; trade ◊ (sự) exchange; flow (*of information*); **trao đổi kinh nghiệm** share experiences

trao đổi hàng hóa barter

trao đổi thư từ correspond

trao đổi ý kiến consult, discuss

tráo mắt stare (at)

trào shed

trào lưu trend, tendency

trát daub; plaster; **trát đầy** be plastered with

trát đòi hầu toà subpoena; summons

trau chuốt polish

trau dồi cultivate; sharpen *skills*

trăm hundred

trần trọc: **qua một đêm trần trọc** have a restless night

trăng moon; **đêm trăng** moonlit night

trăng non new moon

trăng tròn full moon

trắng white; blank *tape*; fair

trắng nhạt off-white

trắng trợn blatant

trâm hairpin

trâm cài áo brooch

trầm bass; deep, low

trầm ngâm muse ◊ pensive

trầm tích deposit (*mineral*)

trầm trọng critical, serious; **ốm trầm trọng** critically ill

trầm tư meditate ◊ thoughtful ◊ (sự) meditation

trân trọng treasure

trấn lột mug ◊ (sự) mugging; **kẻ/tên/tay trấn lột** mugger

trấn tĩnh calm down

trấn tĩnh lại compose oneself

ch (*final*) k	**gh** g	**nh** (*final*) ng	**r** z; (*S*) r	**x** s	**â** (but) **i** (tin)
d z; (*S*) y	**gi** z; (*S*) y	**ph** f	**th** t	**a** (hat)	**e** (red) **o** (saw)
đ d	**nh** (onion)	**qu** kw	**tr** ch	**ă** (hard)	**ê** ay **ô** oh

trần naked; bare ◊ poach **bằng mắt trần** to the naked eye
trần nhà ceiling
trần như nhộng stark naked
trần thế earthly
trần truồng naked, in the nude
trần trụi bare
trận game; spell, period (*of weather*); bout MED; battle
trận bão tuyết dữ dội blizzard
trận chung kết final SP
trận cười điên dại hysterics
trận đánh battle; combat
trận đánh đôi doubles
trận đánh đôi nam nữ mixed doubles
trận đánh đơn singles
trận đấu match; bout
trận đấu hòa draw, tie
trận đấu lại replay
trận đấu quyền Anh boxing match
trận đấu quyết định decider
trận đấu trên sân nhà home game
trận đấu vật wrestle
trận đòn beating, hiding
trận động đất (earth)quake
trận giao chiến engagement MIL
trận hòa tie SP
trận mưa đá dữ dội hailstorm
trận mưa lớn deluge
trận mưa rào shower
trận thủy chiến naval battle
trận tuyết lở avalanche
trận tứ kết quarter-final
trật mắt cá chân twist one's ankle
trật tự order; *theo trật tự* in sequence; *không trật tự ngăn nắp* out of order, not in sequence
trâu buffalo
trâu Ấn Độ water buffalo
trâu non thiến steer, bullock
trấu husk (*of rice*)

trầu betel
tr. CN (= *trước Công Nguyên*) BC
tre bamboo
trẻ young; *cô ấy trẻ hơn tôi mười tuổi* she is ten years my junior
trẻ bụi đời urchin
trẻ con child *pej*; infant; youngster ◊ infantile, juvenile *pej*
trẻ em child
trẻ hơn junior
trẻ mồ côi orphan
trẻ sơ sinh baby
trẻ trung youthful
treo hang; suspend; put up *poster, leaflet*; *bị treo* crash COMPUT; *còn để treo* be pending
treo cổ hang *person*
treo cổ lên hang, string up
trèo climb; go up; mount; scramble
trèo lên climb; go up *hill, stairs*
trèo núi climb
trèo xuống climb down
trẹo đĩa khớp slipped disc
trề môi pout
trễ (*S*) late, tardy; *bị trễ* be delayed
trên on; above; up ◊ upper; *trên bàn/tường* on the table/wall; *trên bờ* on shore; *trên 10,000* upward of 10, 000; *trên đài phát thanh* on the radio; *trên xe buýt/tàu hỏa* on the bus/train; *một trên mười* one in ten
trên cao high up
trên danh nghĩa nominal
trên đay above
trên đó up there
trên gác (*N*) upstairs
trên kia up there
trên lầu (*S*) upstairs
trêu chọc goad; kid; tease
trí nhớ memory; *có trí nhớ tốt/tồi* have a good/bad memory
trí thông minh intelligence

---

trí thức intellectual; highbrow

trí tuệ intellect ◊ intellectual; mental

trí tuệ nhân tạo artificial intelligence

trí tưởng tượng imagination; *không có trí tưởng tượng* unimaginative

trì hoãn defer, postpone; stall

trì trệ stagnant; *ở vào trạng thái trì trệ* be in the doldrums

trĩ piles MED

trị handle, control

trị giá be worth

trị liệu therapeutic

trị vì reign, rule

trích dẫn quote; *trích dẫn tác giả* quote from an author

trích đoạn quảng cáo trailer (*of movie*)

triển lãm exhibit ◊ (sự) exhibition

triển vọng prospect; prospects

triết gia philosopher

triết học philosophy ◊ philosophical

triết lý philosophy

triệt bỏ eliminate, root out ◊ (sự) elimination

triệt để radical

triệt sản sterilize

triều đại dynasty; reign

triều lên high tide

Triều Tiên Korea ◊ Korean

triều xuống low tide

triệu million

triệu chứng symptom MED; *những triệu chứng trong lúc cai nghiện* withdrawal symptoms

triệu dụng call up COMPUT

triệu phú millionaire

triệu tập call; convene; summon

trinh tiết virginity

trình hand in

trình báo report

trình bày lay out; set out; demonstrate ◊ (sự) demo, demonstration (*of video, machine etc*); presentation (*to audience*); *trình bày bài giảng* give a lecture

trình bẩy format

Trình Chọn chooser COMPUT

trình diễn mẫu model

trình diễn perform, play ◊ (sự) rendering

trình diễn buổi chiều matinée

trình diễn thoát y strip show

trình diễn xiếc circus

trình diện report

trình duyệt browser

trình độ cao advanced

triu mến affectionate; fond; warm ◊ affectionately ◊ (sự) warmth

tro ash

tro cốt ashes

tro tàn ashes

trò ảo thuật magic (*tricks*)

trò bịp bluff; trick

trò bịp bẩn thỉu dirty trick

trò chơi amusements; game; play

trò chơi bau-linh bowling

trò chơi bi-a billiards

trò chơi bi-da snooker

trò chơi chắp hình jigsaw (puzzle)

trò chơi cò quay roulette

trò chơi đố puzzle

trò chơi khăm hoax; practical joke

trò chơi lắp hình jigsaw (puzzle)

trò chơi ô chữ crossword (puzzle)

trò chơi pun pool (*game*)

trò chơi trên máy tính computer game

trò chơi viđêô video game

trò chuyện talk

trò cờ bạc gambling

trò cười laughing stock

trò đánh lạc hướng diversion

trò đùa practical joke

ch (*final*) k	**gh** g	**nh** (*final*) ng	**r** z; (*S*) r	**x** s	**â** (but) **i** (tin)
d z; (*S*) y	**gi** z; (*S*) y	**ph** f	**th** t	**a** (hat)	**e** (red) **o** (saw)
đ d	**nh** (onion)	**qu** kw	**tr** ch	**ă** (hard)	**ê** ay **ô** oh

trò đùa tinh nghịch prank

trò giả tạo pose, pretense

trò giải trí amusement, entertainment

trò giải trí trong chuyến bay in-flight entertainment

trò hấp dẫn draw, attraction

trò hề farce; mockery

trò khôi hài gag, joke

trò lặt vặt trifle, triviality

trò lừa đảo scam

trò may rủi gamble

trò mua vui cabaret

trò nguy hiểm stunt

trò quảng cáo stunt

trò tinh nghịch mischief

trò ú tim hide-and-seek

trọ tại board at

tróc ra peel

trọc hairless

trói tie up

trói buộc bind, tie

tròn round

tròn số in round figures

trọn vẹn whole, integral; full-length

trong during; for (*time*); in; inside, within; over a period of; among ◊ inner; clear; *trong ba ngày/hai giờ* for three days/two hours; *trong nhà* in the house; *trong suốt cuộc đời tôi* in my lifetime; *trong hai giờ* in two hours; *trong quá khứ* in the past; *trong một thời gian* for a while

trong chuyến bay in-flight

trong khi while; *trong khi tôi vắng mặt* during my absence, while I was absent

trong khi chờ đợi pending

trong khoảng between (*time*); *trong khoảng cách gần có thể đi bộ* be within walking distance

trong lành pure

trong lòng bowels

trong lúc in; while; in the course of; *trong lúc đang qua đường* in crossing the road; *trong lúc đó* in the meantime

trong nhà domestic; indoor ◊ indoors

trong nội bộ in-house

trong nước domestic, internal

trong phạm vi within; *trong phạm vi quyền hạn của tôi* within my power

trong sáng pure ◊ (*sự*) clarity (*of sound*); purity (*moral*); *không trong sáng* impure

trong sạch clear

trong số among(st); *5 trong số 10* 5 out of 10

trong suốt transparent

trong thâm tâm inward ◊ inwardly, privately

trong thời gian over; during

trong trẻo pure

trong trường hợp ... in case ...; *trong trường hợp đó* in that case; *trong trường hợp khẩn cấp* in an emergency; *trong trường hợp xấu nhất* if the worst comes to worst

trong vắt clear

trong vòng within; inside of; *trong vòng hai giờ* inside of 2 hours

tròng mắt iris

tròng trành lurch, roll

trọng âm accent; stress

trọng lượng weight

trọng tài referee; umpire ◊ (*sự*) arbitration

trọng tài biên linesman

trọng tội felony

trọng trách responsible

trổ ra bulge

trổ hoa blossom

trôi chảy flow; *một cách trôi chảy* without problems, smoothly

ơ ur	**y** (tin)	**ây** uh-i	**iê** i-uh	**oa** wa	**ôi** oy	**uy** wee	**ong** aong
u (soon)	**au** a-oo	**eo** eh-ao	**iêu** i-yoh	**oai** wai	**ơi** ur-i	**ênh** uhng	**uyên** oo-in
ư (dew)	**âu** oh	**êu** ay-oo	**iu** ew	**oe** weh	**uê** way	**oc** aok	**uyêt** oo-yit

trôi giạt drift

trôi nhanh fly past

trôi qua pass, go by; elapse

trôi sạch flush

trôi vùn vụt whizz by

trội dominant

trội hơn surpass; outdo

trội hơn hẳn predominate

trộm furtive ◊ steal ◊ burglary; robbery; *kẻ/tên/tay trộm* burglar; robber; thief

trộm cắp theft

trốn đi elope

trốn học play truant, play hooky

trốn thoát escape; break away; elude ◊ (sự) escape

trốn tránh shirk; run away; *đang trốn tránh* be in hiding

trốn vé stow away

trộn combine; mix; toss *salad*

trộn lẫn mingle

trông expect

trông hộ keep an eye on

trông mong rely on; depend on

trông ngon miệng nice to eat

trông nom take care of, look after; care for

trông ra look onto

trông trẻ baby-sit

trông xuống overlook

trống free, unoccupied; male ◊ drum

trống đồng bronze drum

trống không empty ◊ (sự) emptiness

trống rỗng bare

trống trải bleak; open

trống vắng empty ◊ (sự) emptiness

trồng grow; plant ◊ filling (*in tooth*)

trồng trọt cultivate ◊ (sự) cultivation

trồng trọt được arable

trơ tráo shameless; fresh; saucy ◊ (sự) shamelessness; nerve

trơ trọi bare

trở buồm tack

trở cờ turn traitor

trở lại return; go back, date back; retrace; *trở lại năm 1935* back in 1935

trở lại vị trí trước đây make a comeback

trở lại yên tĩnh settle down

trở lực setback

trở mình toss and turn; turn over

trở mùi rancid

trở nên become, get, go; *trở nên chua/lạnh* it has turned sour/cold; *trở nên già/mệt* grow old/tired; *trở nên hoảng hốt* panic

trở nên bình tĩnh calm down

trở nên chín chắn mature; mellow

trở nên cuồng nhiệt go wild

trở nên cứng rắn harden

trở nên dữ dội intensify

trở nên điên khùng go berserk

trở nên điên loạn become hysterical

trở nên hoạt bát blossom

trở nên im lặng quieten down

trở nên kẹt seize up

trở nên khá hơn be on the mend

trở nên lăng mạ become abusive

trở nên nổi danh make a name for oneself

trở nên phấn chấn perk up

trở nên phổ biến catch on, become popular

trở nên quen get used to; *trở nên quen với ai/gì* get used to s.o./sth

trở nên rộng hơn fill out; widen

trở nên tiều tụy go to seed (*of person*)

trở nên tồi tàn go to seed (*of district*)

trở nên tốt hơn improve, pick up

trở nên xấu đi go wrong

---

ch (*final*) k	**gh** g	**nh** (*final*) ng	**r** z; (*S*) r	**x** s	**â** (but) **i** (tin)
d z; (*S*) y	**gi** z; (*S*) y	**ph** f	**th** t	**a** (hat)	**e** (red) **o** (saw)
đ d	**nh** (onion)	**qu** kw		**tr** ch	**ă** (hard) **ê** ay **ô** oh

trở nên xấu hơn worsen

trở nên yên tĩnh calm down, quieten down

trở ngại obstacle

trở thành become; **trở thành bạn** become friends

trở thành mốt be in vogue

trở thành sự thật come true

trở thành tin quan trọng make the headlines

trở về return; go back; get back; come back ◊ (sự) return

trở về nhà homeward (*to own house*) ◊ (sự) homecoming; **ta trở về nhà nhé?** what about heading home?

trở về nước homeward (*to own country*)

trợ cấp pension

trợ cấp cho subsidize

trợ giúp stake; finance

trợ giúp kỹ thuật technical assistance

trợ giúp tiền bail out

trợ lý đạo diễn assistant director

trợ lý giám đốc assistant director; assistant manager

trợ lý nghiên cứu research assistant

trợ lý riêng personal assistant

Trời God

trời heaven; sky ◊ it (*used in expressions about the weather*): **trời băng giá** it's freezing; **trời đang mưa** it's raining; **trời lạnh** it's cold; **trời nắng** it's sunny; **nếu trời không mưa** if the rain keeps off

trời đất! good heavens!

trời ơi! (oh) dear!, dear me!; good heavens!

trời quang đãng clear up (*of weather*)

trơn plain; slick; slippery

tru lên whine

trú shelter

trù dập pick on

trù tính plan

trụ cột gia đình breadwinner

trụ sở chính head office

trúc bamboo

trục axle; hub

trục cán rolling pin

trục quay crankshaft

trục trặc malfunction; misfire; play up; go wrong ◊ (sự) malfunction; hitch; **xe ô tô có gì trục trặc** there is something wrong with the car; **không có trục trặc** trouble-free; **không có trục trặc gì** without a hitch

trục xuất deport; expel ◊ (sự) deportation; expulsion

trung average; mid ◊ center

trung bình medium ◊ average, middling ◊ on average

trung cấp intermediate

trung đoàn regiment

trung đội platoon

Trung Đông Middle East

trung gian hòa giải mediate ◊ (sự) mediation

trung hòa neutralize

trung lập neutral

Trung Quốc China ◊ Chinese

trung sĩ sergeant

trung tâm center; focus; heart ◊ central; main; core

trung tâm buôn bán plaza, shopping mall

trung tâm điều khiển control center

trung tâm giải trí leisure center

trung tâm hội nghị convention center

trung tâm thành phố city center, downtown

trung tâm thể thao leisure center

trung tâm thị xã town center,

ơ ur	**y** (tin)	**ây** uh-i	**iê** i-uh	**oa** wa	**ôi** oy	**uy** wee	**ong** aong
u (soon)	**au** a-oo	**eo** eh-ao	**iêu** i-yoh	**oai** wai	**ơi** ur-i	**ênh** uhng	**uyên** oo-in
ư (dew)	**âu** oh	**êu** ay-oo	**iu** ew	**oe** weh	**uê** way	**oc** aok	**uyêt** oo-yit

downtown

trung tâm thương mại shopping mall, shopping center

trung thành loyal, faithful, constant; *không trung thành* disloyal, untrue; *trung thành với ai* be loyal to s.o., stick by s.o.; *trung thành với đối tác của mình* be faithful to one's partner

trung thực truthful; *không trung thực* dishonest; questionable

trung úy lieutenant

trung ương central

trúng đậm make a killing

trúng giải prizewinning

trúng số độc đắc hit the jackpot

trùng giờ clash

trùng khớp ngẫu nhiên coincide ◊ (sự) coincidence

trùng tu renovate; restore ◊ (việc) renovation; restoration

trùng với conflict

trút pour; pour out; *trời mưa như trút* it's pouring (with rain)

trút hết empty; give vent to

trút lên đầu take it out on

truy cập access; connect to COMPUT

truy nã chase; *anh ấy đang bị công an truy nã* he is wanted by the police

truy nhập từ xa remote access

truy tặng award posthumously ◊ (sự) posthumous award

truy tố indict; prosecute ◊ (sự) prosecution LAW

trụy lạc perverted ◊ (sự) perversion

truyền transmit, beam; flow ◊ (sự) transmission

truyền bá spread

truyền đạt communicate

truyền đạt được come across (*of idea, humor*)

truyền đi spread

truyền hình broadcast; televise ◊ (sự) broadcasting

truyền hình cáp cable (TV)

truyền hình vệ tinh satellite television

truyền lại hand down

truyền lực drive TECH

truyền máu give a blood transfusion ◊ (sự) blood transfusion

truyền thông communications

truyền thống tradition ◊ traditional; *theo truyền thống* traditionally

truyền thuyết legend

truyện story, tale

truyện ngắn short story

truyện thần tiên fairy tale

truyện tranh comic; comic book

truyện trinh thám detective novel; mystery

trừ subtract, take away ◊ minus; except; *trừ tôi ra khỏi việc này* leave me out of this

trừ bỏ cut out, eliminate

trừ khi except that

trừ phi unless; except

trừ tiệt eradicate

trực giác intuition

trực hệ direct

trực tiếp direct; firsthand

trưng bày display, exhibit, show ◊ (sự) exhibition; *được trưng bày* be on show, be on display

trưng cầu canvass

trưng cầu dân ý referendum

trưng đèn illuminate

trứng egg

trứng cá muối caviar

trứng chần poached egg

trứng ốp lết omelet

trứng rán fried egg

trứng trưng scrambled eggs

trừng phạt punish ◊ (sự)

---

ch (*final*) k	**gh** g	**nh** (*final*) ng
d z; (*S*) y	**gi** z; (*S*) y	**ph** f
đ d	**nh** (onion)	**qu** kw

r z; (*S*) r	**x** s	**â** (but)	**i** (tin)
th t	**a** (hat)	**e** (red)	**o** (saw)
tr ch	**ă** (hard)	**ê** ay	**ô** oh

punishment; penalty

trừng phạt kinh tế economic sanction

trừng phạt tử hình capital punishment

trước before; by, no later than; in front of ◊ front; last, preceding; previous; prior; former ◊ in advance; first; beforehand; prior to; *hai ngày trước* 2 days ago; *người trước* the former; *trước 6 giờ một chút* a little before 6; *không trước thứ Sáu* not until Friday; *trước đó đã lâu* long before then

trước đây before; previously; ago ◊ old; past; *trước đây lâu rồi* long ago

trước đó preceding

trước hết first; first of all; in the first place; to begin with

trước hôn nhân premarital

trước khi before

trước khi đẻ prenatal

trước khi nộp thuế pre-tax

trước kia formerly; *hiện nay tôi không làm việc tại đó, song trước kia thì có* I don't work there now, but I used to

trước mắt in the short run

trước mặt in the presence of

trường school

trường cao đẳng college

trường công public school

trường dạy lái xe driving school

trường dạy thiết kế design school

trường đại học university, school

trường đấu arena

trường đua course

trường đua ngựa racecourse

trường học school

trường học buổi tối night school

trường hợp case, instance; *trong bất cứ trường hợp nào* at all

events; *trường hợp đắn đo* a borderline case

trường hợp mổ đẻ Cesarean

trường mẫu giáo nursery school

trường nội trú boarding school

trường thoại speech (*in play*)

trường thương nghiệp business school

trường tiểu học elementary school

trường trung học high (school)

trưởng: *khóa Đô trưởng* in (the key of) C major

trưởng ban nghi thức master of ceremonies

trưởng đoàn head of the delegation

trưởng phi đội captain

trưởng tàu conductor (*on train*)

trưởng thành grow up; *ở lứa tuổi chưa trưởng thành* underage

trưởng thành thực sự full-grown

trượt fail; miss; skid; slide; slip

trượt băng skate ◊ skating

trượt băng nghệ thuật figure skating

trượt chân lose one's footing ◊ (*sự*) slip (*on ice*)

trượt nước waterski ◊ waterskiing

trượt pa-tanh skate ◊ skating

trượt tuyết ski ◊ skiing

trượt vỏ chuối flunk

trượt xuống drop, slide

trừu tượng abstract

TTK (= *Tổng Thư Ký*) Secretary General

TTXVN (= *Thông Tấn Xã Việt Nam*) Vietnam News Agency

tu sĩ monk

tu từ học rhetoric

tu viện convent; monastery ◊ monastic

tù prison; imprisonment; *trong tù*

ơ u*r*	**y** (tin)	**ây** uh-i	**iê** i-uh	**oa** wa	**ôi** oy	**uy** wee	**ong** aong
u (soon)	**au** a-oo	**eo** eh-ao	**iêu** i-yoh	**oai** wai	**ơi** u*r*-i	**ênh** uhng	**uyên** oo-in
ư (dew)	**âu** oh	**êu** ay-oo	**iu** ew	**oe** weh	**uê** way	**oc** aok	**uyêt** oo-yit

be in prison; *bị kết án 15 năm tù* be sentenced to 15 years imprisonment

tù binh prisoner of war

tù đọng stagnant

tù nhân prisoner

tù trưởng chief

tủ cabinet; closet

tủ búp-phê sideboard

tủ đá freezer

tủ để bát đĩa dresser (*in kitchen*)

tủ đựng hồ sơ file cabinet

tủ đựng quần áo closet

tủ hoặc bàn có ngăn kéo chest of drawers

tủ khóa locker (*for baggage etc*)

tủ kính glass case

tủ kính cửa hàng shop window

tủ kính trưng bày display cabinet

tủ lạnh fridge, icebox

tủ ngăn nhỏ có khóa locker

tủ quần áo closet (*for clothes*)

tủ quần áo lớn walk-in closet

tủ sách bookcase

tụ tập collect; congregate

tua bin turbine

tua đi fast forward

tua lại rewind

tuân lệnh obey; *không tuân lệnh* disobey

tuân theo comply; comply with; conform; keep to; obey ◊ obedient ◊ (*sự*) obedience; compliance; *không tuân theo* defy; disobey

tuân thủ adhere to

tuần week; round (*of drinks*)

tuần báo weekly (*magazine*)

tuần biển lifeguard

tuần hành march

tuần hoàn circulate ◊ (*sự*) circulation (*of blood*)

Tuần lễ Thánh Holy Week

tuần tra patrol; *việc tuần tra*

patrol; *đang tuần tra* be on patrol

tuần trăng mật honeymoon

Tuất dog (*in Vietnamese zodiac*)

tục lệ convention, tradition

tục ngữ proverb, saying

tục tĩu coarse, vulgar; obscene; bawdy, smutty

tui (*S*) I (*formal*)

túi bag; pocket

túi áo pocket

túi bên trong inside pocket

túi cóc backpack

túi du lịch travel bag

túi để đồ carrier bag

túi đựng đồ trang điểm vanity case

túi đựng hàng carrier bag

túi giấy paper bag

túi hông hip pocket

túi mật gall bladder

túi ngủ sleeping bag

túi nhỏ pouch

túi ni lông plastic bag

túi quần pocket

túi sách đeo vai schoolbag

túi sau quần hip pocket

túi xách hàng carrier bag

túm lấy seize

túm tụm với nhau huddle together

tụm lại với nhau huddle together

tụm quanh cluster

tung toss; throw up; *tung đồng xu* toss a coin

tung bay fly

tung hứng juggle

tung ra launch

túng be short of

túng thiếu needy

tuổi age; *tôi 15 tuổi* I'm 15; *ở tuổi 18* at the age of 18

tuổi dậy thì puberty

tuổi già old age

ch (*final*) k	**gh** g	**nh** (*final*) ng	**r** z; (*S*) r	**x** s	**â** (but) **i** (tin)
d z; (*S*) y	**gi** z; (*S*) y	**ph** f	**th** t	**a** (hat)	**e** (red) **o** (saw)
đ d	**nh** (onion)	**qu** kw	**tr** ch	**ă** (hard)	**ê** ay **ô** oh

tuổi mới lớn adolescent

tuổi thanh thiếu niên teenage; *ở tuổi thanh thiếu niên* be in one's teens

tuổi thanh xuân teens; *đến tuổi thanh xuân* reach one's teens

tuổi thọ life

tuổi thọ trung bình life expectancy

tuổi trẻ youth

tuổi trung niên middle-aged

tuổi trưởng thành maturity; manhood

tuổi về hưu retirement age

tuồng (Central Vietnamese) classical opera; (Central Vietnamese) folk opera

tuột tay khỏi lose one's hold on

túp lều hut; shack

tút carton

tụt take down *pants*; take off *shoes*

tụt lại sau be behind; lag behind

tụt lùi fall behind (*in studies*)

tụt xuống plummet, plunge

tụt xuống thấp slip (*of quality etc*)

tuy là although, though

tuy nhiên however, though; nevertheless ◊ yet; *tuy nhiên vẫn chưa kết thúc* it's not finished though

tuy rằng although, though

tuy thế nonetheless

tuy vậy however

tùy depend; *cái đó còn tùy* that depends; *tùy anh/chị!* suit yourself!; it's up to you; *tùy anh/chị thôi* please yourself

tùy biến customize

tùy nghi di tản evacuate flexibly

tùy theo according to

tùy tiện arbitrary; casual, offhand

tùy ý anh/chị at your discretion

tuyên án pass sentence

tuyên bố declare; state; pronounce; proclaim; make a statement; bring in (*verdict*); *tuyên bố một người vô tội/có tội* find a person innocent/guilty

tuyên chiến declare war ◊ (sự) declaration of war

tuyên thệ swear in *witness*

tuyên truyền make propaganda ◊ (sự) propaganda

tuyến gland; route

tuyến bạch cầu lymph gland

tuyến đường route

tuyến đường sắt railroad

tuyến giáp thyroid (gland)

tuyến phòng ngự defense line

tuyến tính linear

tuyển take on *staff*

tuyển chọn select ◊ (sự) selection

tuyển dụng employ, hire; *anh ấy được tuyển dụng làm ...* he's employed as a ...

tuyển mộ enlist; recruit ◊ (sự) recruitment

tuyển sinh enrolment

tuyển thủ thay thế substitute SP

tuyển thủ trong trận chung kết finalist

tuyết snow

tuyết rơi snow; *có tuyết rơi* snowy

tuyết tan slush

tuyệt great, excellent

tuyệt chủng die out ◊ extinct ◊ (sự) extinction

tuyệt diệu tremendous

tuyệt đẹp exquisite; gorgeous

tuyệt đối absolute

tuyệt hảo perfect ◊ (sự) perfection

tuyệt trần amazing

tuyệt vọng despair; desperation ◊ desperate; hopeless; *một cách tuyệt vọng* in despair

tuyệt vời fantastic, marvelous; great, super; *đẹp tuyệt vời*

ơ ur	**y** (tin)	**ây** uh-i	**iê** i-uh	**oa** wa	**ôi** oy	**uy** wee	**ong** aong
u (soon)	**au** a-oo	**eo** eh-ao	**iêu** i-yoh	**oai** wai	**ơi** ur-i	**ênh** uhng	**uyên** oo-in
ư (dew)	**âu** oh	**êu** ay-oo	**iu** ew	**oe** weh	**uê** way	**oc** aok	**uyêt** oo-yit

stunningly beautiful

tuýp tube

tư private

tư bản capitalist

tư cách mold; *với tư cách là ...* in the capacity of ...

tư cách công dân citizenship

tư cách hội viên membership

tư cách làm cha paternity

tư cách lăng nhăng promiscuous behavior

tư duy thought

tư ích personal benefit

tư lập privately owned

tư liệu means; data

tư liệu sản xuất means of production

tư lợi personal interests

tư nhân private ◊ privately

tư pháp justice; private law

tư sản private property

tư sắc beauty, elegance

tư thế position; posture; dignity

tư thế đĩnh đạc poise

tư trào line of thought

tư tưởng idea; thought

tư tưởng rộng rãi broadmindedness

tư tưởng trọng nam khinh nữ sexist attitude

từ word; term ◊ from (*in time, space*); since; *tôi từ ... tới* I am from ..., I come from ...; *tư ... trở lên* from ... onward; *từ ... đến* from ... to; *từ 10 đến 15 người* from 10 to 15 people; *từ 9 giờ đến 5 giờ* from 9 to 5 (o'clock); *từ nay giờ trở đi* from now on; *từ tuần trước* since last week; *từ đó tôi không còn gặp anh ấy nữa* I haven't seen him since

từ bỏ discard; disown; jettison; renounce; break away

từ bỏ cố gắng give up

từ căn root (*of word*)

từ chối deny; refuse; turn down ◊ (*sự*) denial; refusal; *từ chối không làm gì* refuse to do sth; *trả lời từ chối* answer in the negative

từ chối không cho withhold

từ chuyên môn jargon

từ chức resign; step down ◊ (*sự*) resignation

từ cực magnetic pole

từ đa tiết polysyllabic word

từ đầu from the beginning, from scratch ◊ prefix

từ điển dictionary

từ điển bách khoa encyclopedia

từ điển cụm từ và thành ngữ phrasebook

từ điển song ngữ bilingual dictionary

từ đó since

từ đồng nghĩa synonym

từ khi since

từ loại part of speech

từ nghi vấn interrogative GRAM

từ nguồn trực tiếp at first hand

từ thiện charitable; philanthropic

từ tượng thanh onomatopoeic words

từ xa in the distance

tử hình death penalty; *bị kết án tử hình* sentenced to death

tử sĩ dead soldier (*in Vietnamese People's Army*)

tử tế good-natured; kind, kindly; proper; decent ◊ (*sự*) kindness; decency; *tử tế đối với ai* be kind toward s.o.; *thật tử tế quá* that's very kind

tử tế tốt bụng neighborly

tử thi corpse, cadaver

tử vì đạo *người tử vì đạo* martyr REL

tử vong fatality; mortality

ch (*final*) k	**gh** g	**nh** (*final*) ng	**r** z; (*S*) r	**x** s	**â** (but)	**i** (tin)
d z; (*S*) y	**gi** z; (*S*) y	**ph** f	**th** t	**a** (hat)	**e** (red)	**o** (saw)
đ d	**nh** (onion)	**qu** kw	**tr** ch	**ă** (hard)	**ê** ay	**ô** oh

tự self

tự anh ấy himself

tự buộc tội incriminate oneself

tự cắt vào cổ tay slash one's wrists

tự chị ấy herself

tự cho mình là đúng self-righteous

tự chọn elective, optional

tự chủ collected, calm ◊ (sự) self-control

tự chủ được control oneself; *không tự chủ được* lose control of oneself

tự do free; permissive ◊ (sự) liberty, freedom; latitude; *được tự do* be at liberty, be at large

tự do báo chí freedom of the press

tự do ngôn luận free speech, freedom of speech

tự đề cao pushy

tự động automatic

tự động hóa automate; *việc tự động hóa* automation

tự hạn chế mình control oneself

tự hào proud ◊ (sự) pride; *tự hào về* be proud of; pride oneself on

tự họ by themselves

tự hỏi wonder

tự khẳng định mình assert oneself

tự kiểm chế restrain oneself

tự kỷ trung tâm egocentric

tự làm hại mình compromise oneself

tự làm khổ mình distress oneself

tự làm lấy DIY, do-it-yourself

tự lo liệu lấy fend for oneself

tự lực self-reliant; *không thể tự lực* helpless

tự mãn self-satisfied, smug; complacent ◊ (sự) smugness; complacency

tự mình oneself; yourself; yourselves etc ◊ by oneself/herself/himself etc

tự nguyện of one's own accord

tự nhận (là) profess ◊ self-confessed

tự nhiên nature ◊ natural ◊ naturally

tự nó itself

tự phát spontaneous

tự phụ conceited

tự phục vụ self-service

tự quản autonomous ◊ (sự) autonomy

tự rạch cổ tay slash one's wrists

tự sửa chữa do-it-yourself

tự thiêu burn oneself to death

tự thỏa mãn indulge

tự thú nhận self-confessed

tự tin confident, self-assured ◊ (sự) assurance, self-confidence

tự tôi myself

tự trọng proud

tự tử kill oneself, commit suicide ◊ (sự) suicide

tự vệ defend oneself ◊ (sự) self-defense; *không có khả năng tự vệ* defenseless

tựa đầu headrest

tức cười comical

tức điên lên furious; *làm ai tức điên lên* infuriate s.o.

tức giận angry, mad ◊ (sự) anger; *tức giận với ai* be angry with s.o.

tức thật! blast!

tức thì immediately

từng ever ◊ (*indicates perfect tense*): *chị ấy là người từng trải* she has been around

từng bước một step by step

từng cái một one by one (*of things*)

từng người một one by one (*of people*)

ơ ur	**y** (tin)	**ây** uh-i	**iê** i-uh	**oa** wa	**ôi** oy	**uy** wee	**ong** aong
u (soon)	**au** a-oo	**eo** eh-ao	**iêu** i-yoh	**oai** wai	**ơi** ur-i	**ênh** uhng	**uyên** oo-in
ư (dew)	**âu** oh	**êu** ay-oo	**iu** ew	**oe** weh	**uê** way	**oc** aok	**uyệt** oo-yit

từng phần một piecemeal

từng quý một quarterly

từng trải experienced ◊ (sự) experience

tước strip; take away; *tước X khỏi Y* deprive X of Y

tước bỏ Y của X divest X of Y, strip X of Y

tước quyền thừa kế disinherit

tước vũ khí disarm ◊ (sự) disarmament

tươi bright; crisp; fresh *fruit*, *meat*

tươi cười beam, smile

tươi ngon fresh ◊ (sự) freshness

tươi tỉnh brighten

tưới irrigate ◊ (sự) irrigation

tưới nước water

tươm tất decent

tương đối comparative; relative ◊ comparatively; relatively

tương đương corresponding; comparable; equivalent; *tương đương với* be equivalent to; be tantamount to; correspond to

tương hợp compatible; *không tương hợp* incompatible

tương lai future; prospective; *trong tương lai* in future

tương ớt chilli sauce

tương phản contrast

tương tác interactive ◊ (sự) interaction

tương thích interface ◊ compatible COMPUT

tương tự similar; analog COMPUT ◊ (sự) analogy; parallel

tương ứng correspond ◊ corresponding; *một cách tương ứng* respectively

tương xứng match; correspond ◊ matching; *sự không tương xứng* mismatch

tướng general MIL

tường wall

tường tận thorough; complete; *biết tường tận gì* know sth inside out

tường thuật report

tưởng nhớ: *để tưởng nhớ tới* in memory of

tưởng niệm commemorate ◊ (sự) memorial

tưởng tượng imagine, conceive of ◊ imaginary; *không thể tưởng tượng được* unimaginable; *khó mà tưởng tượng nổi!* it boggles the mind!; *đó hoàn toàn do anh tưởng tượng* it's all in your mind

tưởng tượng ra dream up

tượng statue

tượng Nữ thần Tự do Statue of Liberty

tượng thần idol

tượng trưng represent ◊ (sự) symbol

tượng trưng cho symbolize

tuốt đoạt Y của X divest X of Y

Tý rat (*in Vietnamese zodiac*)

tỷ billion

tỷ giá rate

tỷ lệ percentage; proportion; scale

tỷ lệ phần trăm percentage

tỷ lệ sinh đẻ birthrate

tỷ lệ tử vong mortality

tỷ số thắng par (*in golf*)

Tỵ snake (*in Vietnamese zodiac*)

U

u ám bleak; dull, overcast
u buồn gloomy ◊ (sự) gloom
u sầu gloomy; melancholy; somber
ù té chạy bolt, run off
ủ brew
ủ ấm muffle up
ủ chăn tuck in; *ủ chăn cho ai* tuck
s.o. up in bed
ủ rũ glum; morose; sullen
UBND (= *Ủy Ban Nhân Dân*)
People's Committee
Úc Australia ◊ Australian
uể oải lethargic
ủi (*S*) iron, press
ủi quần áo (*S*) ironing
ùn đống stack up, pile up ◊ (sự)
backlog
ùn lại build up
ùn ùn kéo ra khỏi stream out of
ùn ùn kéo vào stream into
ủn ỉn grunt
ung dung laidback, leisurely
ung thư cancer
ung thư phổi lung cancer
ùng ục gurgle
ủng hộ back, support, be behind;
defend; endorse; uphold, vindicate;
second *motion* ◊ for, in favor of
◊ (sự) endorsement; support; *tôi
ủng hộ ý kiến* I am for the idea
ủng hộ mạnh mẽ champion *cause*
ủng hộ việc bảo vệ môi trường
green, environmentally friendly
uốn cong bend
uốn éo swing
uốn khúc twist; wind; zigzag
◊ winding

uốn lượn bend
uốn sóng perm
uốn ván tetanus
uốn xoăn curl
uống drink; *đi uống một chầu* go
for a drink
uống được drinkable
uống hết drink; drink up
uống một hơi hết down, swallow
uống nốt drink up
uống rượu drink (alcohol)
◊ drinking; *tôi không uống rượu*
I don't drink
uống thuốc take medicine
úp mở với mess around
uran uranium
uy lực power; *có uy lực* powerful,
potent
uy nghi majestic
uy thế supremacy
uy tín prestige; reputation; *có uy
tín* prestigious; reputable
ủy ban committee, commission
Ủy Ban Nhân Dân People's
Committee
ủy mị sentimental; corny, sloppy
ủy nhiệm authorize; commission
◊ (sự) authority, proxy
ủy thác mandate; trust FIN
ủy viên công tố public prosecutor
ủy viên công tố quận DA,
district attorney
ủy viên hội đồng councilor;
councilman
ủy viên quản trị executive
uyên bác scholarly ◊ (sự)
scholarship

uyển chuyển graceful
uyển ngữ euphemism
uýt ki whiskey
ưa nhìn good-looking
ưa thích take to, like; *được ưa thích (nhất)* favorite
ức chế uptight, inhibited ◊ (*sự*) inhibition
ứng biến improvise
ứng cử run (*in election*) ◊ (*sự*) candidacy; *ứng cử Tổng thống* run for President
ứng cử viên candidate
ứng dụng application COMPUT
ứng xử behave ◊ (*sự*) behavior; *các phép ứng xử lịch sự* social niceties
ửng đỏ flush, go red
ửng hồng glow

ước wish; desire
ước chừng estimate
ước đoán judge, estimate
ước mong wish
ước tính estimate
ườn ra sprawl
ương ngạnh headstrong
ướp marinate
ướp lạnh cool; chill; refrigerate ◊ iced
ướp xác embalm
ướt wet
ướt đẫm soaked
ướt sũng dripping (wet); *bị ướt sũng* get drenched; be wet through
ưu đãi preferential
ưu thế advantage
ưu tiên prioritize

V

va bump
va chạm knock; impact; contact
va li suitcase
va mạnh bang
va nhẹ brush against
va vào nhau collide
vá patch
và and; *và thêm cả* as well as, in addition to; *và vân vân* and so forth, and so on
vả (pear) fig
vả lại besides
vác carry; hump; manhandle
vách đá cliff
vách đá dựng đứng crag
vách ngăn partition, screen

vạch line
vạch chéo slash (*in punctuation*)
vạch mặt expose
vạch quân hàm stripe
vạch ra map out
vạch rõ point to
vạch trần expose
vácxin vaccine
vai part, role; shoulder; *có ... đóng vai chính* feature
vai diễn portrayal
vai hề clown
vai trò role
vài few, not many; several; some
vải cloth, fabric, material, textile; lychee

ch (*final*) k	**gh** g	**nh** (*final*) ng	**r** z; (*S*) r	**x** s	**â** (but)	**i** (tin)
d z; (*S*) y	**gi** z; (*S*) y	**ph** f	**th** t	**a** (hat)	**e** (red)	**o** (saw)
đ d	**nh** (onion)	**qu** kw	**tr** ch	**ă** (hard)	**ê** ay	**ô** oh

vải bạt canvas
vải băng bó bandage
vải bò denim
vải bông cotton
vải ca rô check (*pattern*)
vải lanh linen
vải nhựa tarpaulin
vải poliexte polyester
vãi scatter
van valve; choke MOT
van của động cơ xăng choke MOT
van điều tiết không khí choke MOT
van nài implore
van tiết lưu throttle
ván game (*in tennis*)
ván bập bênh seesaw
ván buồm sailboard, windsurfer
ván lướt sóng surfboard
ván nhún springboard
ván sàn floorboard
ván trượt skateboard
ván trượt tuyết ski
văn hồi hòa bình restore peace
văn khách off-season
vạn năng all-purpose
vang wine
vang dội reverberate ◊ resounding
vang lại echo
vang lên go off (*of alarm*)
vang sủi tăm sparkling wine
vang trắng white wine
vang xa carry
vàng yellow; blond; gold
vàng da jaundice
vàng hoe yellow; blond; gold
vành brim; rim
vani vanilla
vào in; for; at; on ◊ incoming *tide* ◊ arrive ◊ entry **vào buổi chiều** in the afternoon; **vào buổi sáng** in the morning; **vào buổi tối** in the evening; **vào lúc 5 giờ** at 5

o'clock; **vào buổi trưa** at noon; **vào năm 1999** in 1999; **vào ngày mùng 1 ...** on the 1st of ...; **vào quãng thời gian này ngày mai** by this time tomorrow; **vào ga** arrive at the station; **vào đây** come in here; **vào miễn phí** admission free
vào chương trình log on; log on to
vào cua corner (*of car, driver*)
vào cửa entrance; admission
vào giai đoạn cuối terminal
vào hùa bắt nạt gang up on
vào khoảng around, roughly
vào khớp engage TECH
vào trong inside ◊ into
vạt tab
vay borrow
váy skirt
váy cưới gown
váy dài dress; gown
váy lót underskirt
váy mini, váy ngắn miniskirt
vảy scale (*on fish*) ◊ sprinkle
vảy da scab
văn bản text; **bằng văn bản** in writing
văn bia epitaph
văn cảnh context
văn hóa culture ◊ cultural
văn học literature ◊ literary
Văn Miếu Temple of Literature
văn minh civilization
văn phong writing
văn phong báo chí journalism
văn phòng office
văn phòng du lịch travel agency
văn xuôi prose
vắn tắt brief
vằn stripe; **có vằn** striped
vặn turn; twist
vặn bớt turn down *heating*
vặn chặt screw; **vặn chặt X vào Y**

ơ ur   y (tin)   ây uh-i   iê i-uh   oa wa   ôi oy   uy wee   ong aong
u (soon)   au a-oo   eo eh-ao   iêu i-yoh   oai wai   ơi ur-i   ênh uhng   uyên oo-in
ư (dew)   âu oh   êu ay-oo   iu ew   oe weh   uê way   oc aok   uyêt oo-yit

screw X to Y

vặn hỏi quiz

vặn lại retort

vặn lên turn up *volume*, *TV*

vặn nhỏ turn down *volume*, *TV*

vặn vẹo contort

vặn vít screwdriver

vắng mặt absent ◊ be away ◊ (*sự*) absence

vắng tanh deserted

vắt squeeze

vắt chéo chân cross one's legs

vắt khô spin-dry

vắt kiệt squeeze dry

vắt nước wring out

vắt sữa milk

vặt trifling

vân vân and so on

vấn đề problem, catch; trouble; issue, matter, question; *vấn đề là* the point is

vần rhyme

vần với nhau rhyme

vẫn remain ◊ still; *họ vẫn là cha mẹ tôi* they are still my parents; *vẫn độc thân* still single

vẫn còn hold out ◊ still, yet; *vẫn còn cách xa* it's a long way off

vẫn tiếp tục ngắt lời keep (on) interrupting

vận chuyển transport ◊ (*sự*) transportation

vận động campaign; maneuver

vận động quảng cáo promotion COM

vận động viên bóng chày baseball player; batter

vận động viên chạy runner

vận động viên chạy nước rút sprinter

vận động viên chạy vượt rào hurdler

vận động viên điền kinh athlete

vận động viên đua thuyền sailor

vận động viên nam sportsman

vận động viên nhảy jumper

vận động viên nữ sportswoman

vận động viên về thứ nhì runner-up

vận hành function; operate, work; *vận hành bằng* be powered by

vận may good luck, fortune

vận rủi bad luck

vận tải đường bộ haulage

vận tải đường thủy shipping

vận tốc velocity

vâng (*N*) yes

vâng lời obey; *không vâng lời* disobey ◊ disobedient

vầng hào quang halo

vấp stumble, trip; trip up; stub; *làm cho ai vấp* trip s.o. up; *vấp ngón chân* stub one's toe

vấp ngã trip up, fall

vấp phải stumble over

vất vả plod along, plod on ◊ strenuous; painful; *vất vả mới đạt đủ điểm* scrape through

vật thing, item; wrestling ◊ wrestle

vật áp cuối the last but one

vật bồi thường recompense

vật chạm khắc carving

vật chất matter PHYS ◊ wordly, material

vật chống support

vật chở load

vật chướng mắt eyesore

vật chướng ngại hurdle, obstacle; stumbling block

vật dụng điện khí electrical appliances

vật đệm buffer; padding

vật được gửi kèm theo inclosure

vật được yêu thích nhất favorite

vật hại mùa màng vermin

vật hiếm rarity

vật hóa thạch fossil

---

ch (*final*) k	**gh** g	**nh** (*final*) ng	**r** z; (*S*) r	**x** s	**â** (but)	**i** (tin)
d z; (*S*) y	**gi** z; (*S*) y	**ph** f	**th** t	**a** (hat)	**e** (red)	**o** (saw)
đ d	**nh** (onion)	**qu** kw	**tr** ch	**ă** (hard)	**ê** ay	**ô** oh

vật hối lộ bribe

vật khảm inlay

vật kỳ diệu marvel

vật kỳ quái monstrosity

vật kỷ niệm memento, souvenir

vật lai hybrid

vật lấp chỗ trống stopgap

vật liệu material, substance

vật lộn battle, struggle; grapple with

vật lý hạt nhân nuclear physics

vật lý học physics

vật lý trị liệu physiotherapy

vật mang mầm bệnh carrier (*of disease*)

vật mua purchase

vật nặng burden

vật ném missile

vật nuôi pet

vật nuôi trong nhà domestic animal

vật quý giá gem *fig*

vật sở hữu possession; property

vật tế thần sacrifice

vật thay thế replacement

vật thí nghiệm guinea pig *fig*

vật thưởng recompense

vật trang trí decoration

vật trưng bày exhibit

vật tương đương equivalent

vây fin (*of fish*)

vây bắt raid

vây chặn seal off

vây hãm besiege ◊ (*sự*) siege

vây quanh mob *pop star etc*

vây ráp raid

vấy bẩn dirty; stain

vẩy splash

vẫy wag; waggle; **vẫy ai** wave to s.o.; **vẫy xe đi nhờ** thumb a ride

vẫy tay wave

vậy so; **tôi nghĩ là vậy** I think so; **vậy à?** really?; **vậy đấy** that's it; **vậy thì sao?** so what?; **vậy thì**

then (*deducing*); **vậy thì tôi đã để nó ở đâu?** now then, where did I put it?

ve áo lapel

ve vẩy wag

vé ticket; fare; **vé đã bán hết** sold out

vé để trống open ticket

vé đi one-way ticket

vé khứ hồi round trip ticket

vé tập thể group/party ticket

vé xe fare

về seem; appear to

về bề ngoài appearance, look; trappings; veneer

về cau có scowl

về duyên dáng elegance; grace

về đẹp beauty

về giận dữ edge

về hồng hào glow

về lộng lẫy magnificence

về mặt expression

về ngoài façade

về nhăn nhó grimace

về thanh lịch elegance

về tráng lệ splendor

về vang glorious

về xanh xao pallor

vẽ draw; trace; paint ◊ drawing

vẽ chân dung portray

vẽ theo tỷ lệ scale drawing

vecmut vermouth

vécni varnish

ven edge; fringe

ven biển coastal

véo nip, pinch

vét mop up

vẹt parrot; (*N*) mangrove

về get in, come home; go back ◊ about; regarding; as regards ◊ (*used to form adjectives and adverbs*); **về nhà** go home

về căn bản substantially

về cơ bản basically, essentially

ơ ur	**y** (tin)	**ây** uh-i	**iê** i-uh	**oa** wa	**ôi** oy	**uy** wee	**ong** aong
u (soon)	**au** a-oo	**eo** eh-ao	**iêu** i-yoh	**oai** wai	**ơi** ur-i	**ênh** uhng	**uyên** oo-in
ư (dew)	**âu** oh	**êu** ay-oo	**iu** ew	**oe** weh	**uê** way	**oc** aok	**uyêt** oo-yit

về đêm nightly ◊ at nighttime, in the nighttime

về đích come in (*in race*)

về giáo dục educational

về hướng đông-nam southeast

về hưu retire ◊ retired ◊ (*sự*) retirement

về lại go back; come back; get back

về lâu dài in the long run

về mặt di truyền genetically

về mặt kinh tế economically

về mặt kỹ thuật technically

về mặt lý thuyết in theory

về mặt này in this regard

về mặt tâm lý psychologically

về môi trường environmental

về nước go home (*to country*) ◊ (*sự*) homecoming

về phần as for

về phần tôi personally

về phe on the side of; *tôi đứng về phe anh/chị* I'm on your side

về phía toward; *về phía bắc* north, northward; *về phía nam của ...* to the south of ...

về phía sau backward

về phía trước forward; onward

về quản lý managerial

về quê go home (*to town, part of country*) ◊ (*sự*) homecoming

về sinh thái ecological

về số không in neutral

về thể xác physically

về trước ago, before

về việc about

vệ sinh hygiene; toilet ◊ hygienic; sanitary; *không vệ sinh* unsanitary

vệ sinh cá nhân personal hygiene

vệ sĩ bodyguard; escort

vệ tinh satellite

vệ tinh liên lạc communications satellite

vênh bent, curved; swell-headed

vênh lên warp

vênh mặt look proud, look full of oneself

vênh vang pompous

vênh ra protrude, stick out

vểnh tai prick up one's ears

vết mark; blot; smear; trail; *làm có vết* mark, stain

vết bánh xe rut (*in road*)

vết bẩn dirt, filth; smudge; stain

vết bỏng burn

vết cắn bite

vết cắt cut

vết cháy burn

vết dầu loang slick

vết đứt cut

vết khía notch

vết lõm dent

vết nứt split

vết rách rip, tear; slash

vết rạn crack

vết sẹo scar

vết thâm bruise

vết thâm tím bruise

vết thương wound; gash; sore

vết thương từ phát đạn gunshot wound

vết toạc split

vết xước scratch

vệt blotch; dab; streak

vi điện tử microelectronics

vi khuẩn bacteria

vi mạch integrated circuit; microchip

vi phạm break, contravene, violate ◊ (*sự*) breach; violation

vi phạm hợp đồng be in breach of contract ◊ (*sự*) breach of contract

vi phạm nhẹ misdemeanor

vi phạm tốc độ speed ◊ (*sự*) speeding

vi phim microfilm

vi rút virus ◊ viral

ch (*final*) k	**gh** g	**nh** (*final*) ng	**r** z; (*S*) r	**x** s	**â** (but)	**i** (tin)
d z; (*S*) y	**gi** z; (*S*) y	**ph** f	**th** t	**a** (hat)	**e** (red)	**o** (saw)
đ d	**nh** (onion)	**qu** kw	**tr** ch	**ă** (hard)	**ê** ay	**ô** oh

vi trùng germ

ví wallet; pocketbook; billfold

ví dụ instance, example; *ví dụ như*, *cho ví dụ* for instance

ví xách tay purse

vì because, as; because of, due to; out of (*cause*); with (*cause*); *vì quá đắt* because it was too expensive; *vì anh/chị* for your sake; *vì tôi* for my sake; *vì lợi ích của* for the sake of; *vì ghen tức/tò mò* out of jealousy/curiosity

vì lý do on account of

vì sao (mà) why

vì thế therefore

vì vậy accordingly; so; therefore

vì nướng barbecue

ví bow MUS

ví bạch cue (*for actor etc*)

ví đại great *composer, writer* ◊ (sự) greatness

ví độ latitude

ví tố ending GRAM

ví tuyến parallel (*in geography*)

vị taste

vị giác taste

vị khách guest; visitor

vị tha altruistic, selfless

vị thành niên juvenile

vị thành niên phạm pháp juvenile delinquent

vị thần deity

vị trí place; position; post

vị trí cuối cùng bottom

vị trí đứng đầu top

vị trí hợp lệ onside

vị trí web web site

vỉa seam (*of ore*)

vỉa hè sidewalk

viđêô video

việc affair; concern; job; work ◊ (*used to form nouns of action*): *đấy không phải việc của anh/chị!* mind your own business!;

việc này cần phải rất cẩn thận this job requires great care; *việc này chẳng có hại gì nếu ...* it wouldn't do any harm to ...; *không việc gì* it doesn't matter; *có việc gì vậy?* what's up? *việc gì đã xảy ra thế?* what has happened?

việc khoán piecework

việc làm employment; job; *không có việc làm* out of work

việc làm có trả lương paid employment

việc làm giả forgery

việc làm phi pháp malpractice

việc lặt vặt errand

việc ngoại giao foreign affairs

việc phi thường coup

việc vặt chore

việc xảy ra occurrence

viêm gan hepatitis

viêm kết mạc conjunctivitis

viêm khớp arthritis

viêm màng não meningitis

viêm phế quản bronchitis

viêm phổi pneumonia

viêm ruột thừa appendicitis

viêm thanh quản laryngitis

viêm xoang sinusitis

viên tablet; sweet; bullet; brick; jewel

viên đá nhỏ ice cube

viên đạn bullet

viên đạn bọc đường sugar-coated bullets (*losing one's ideals because of the attraction of material well-being*)

viên đạn nhỏ pellet

viên ngậm lozenge

viên ngậm chống ho throat lozenge

viên ngọc lục bảo emerald

viên ngọc quý gem, jewel (*person*)

viên ngọt sweetener

ơ ur	**y** (tin)	**ây** uh-i	**iê** i-uh	**oa** wa	**ôi** oy	**uy** wee	**ong** aong
u (soon)	**au** a-oo	**eo** eh-ao	**iêu** i-yoh	**oai** wai	**ơi** ur-i	**ênh** uhng	**uyên** oo-in
ư (dew)	**âu** oh	**êu** ay-oo	**iu** ew	**oe** weh	**uê** way	**ôc** aok	**uyêt** oo-yit

viên nhỏ pellet
viên thanh tra surveyor
viên thuốc pill
viên thuốc ngủ sleeping pill
viên vitamin vitamin pill
viền cổ neckline
viễn cảnh prospect; outlook; scenario
viễn dương seagoing
Viễn Đông Far East
viễn thị farsighted, long-sighted
viện bảo tàng museum
viện điều dưỡng sanitarium
viện hàn lâm academy
viện trợ aid
viết write; make out *list, check*; *một vở kịch do ... viết* a play by ...; *viết vài dòng cho* drop a line to
viết bài contribute (*to magazine etc*)
viết chữ in hoa print (*in block capitals*)
viết đúng chính tả spell
viết hoa capital (letter)
viết lại rewrite
viết ngoáy scribble
viết nguệch ngoạc scrawl, scribble
viết sai chính tả misspell
viết tay handwritten
viết tắt abbreviate ◊ (*sự*) abbreviation; *là chữ viết tắt của* stand for, represent
viết thư write
viết văn write ◊ (*sự*) writing
Việt Cộng Viet Cong
Việt Cộng nằm vùng Viet Cong secret agent
Việt Kiều Overseas Vietnamese
Việt Nam Vietnam ◊ Vietnamese
việt vị offside SP
vinh dự honor; *thật là một vinh dự được ...* it was an honor to ...
vinh quang glorious ◊ (*sự*) glory

vĩnh cửu eternal
vĩnh viễn permanent; eternal ◊ permanently; for keeps
vịnh bay; gulf
Vịnh Bắc Bộ Gulf of Tonkin
Vịnh Hạ long Halong Bay
Vịnh Thái Lan Gulf of Thailand
visa visa
vịt duck
vịt cái duck (*female*)
vitamin vitamin
VNPT Vietnam Post and Telecommunications
vo tròn screw up *piece of paper etc*
vò nhàu rumple
vỏ husk; peel; shell; *ra khỏi cái vỏ của mình* come out of one's shell
vỏ bánh crust; pastry
vỏ bọc cover; housing TECH
vỏ kem ốc quế cone
vỏ trứng eggshell
vỏ xe tire
võ caratê karate
võ đài ring
võ giu đô judo
võ sĩ fighter, boxer
võ sĩ hạng trung middleweight
võ sĩ quyền Anh boxer
võ sư martial arts instructor
võ thuật martial arts
vóc dáng build (*of person*)
voi elephant
vòi faucet; jet; spout; trunk (*elephant's*)
vòi tắm shower
vòm arch
vòng round (*of competition*)
vòng cổ collar
vòng cuộn coil
vòng cung circle
vòng đeo chìa khóa keyring
vòng đeo tay bracelet
vòng đệm washer (*for faucet etc*)
vòng đua circuit, lap

---

ch (*final*) k	**gh** g	**nh** (*final*) ng	**r** z; (S) r	**x** s	**â** (but) **i** (tin)
d z; (S) y	**gi** z; (S) y	**ph** f	**th** t	**a** (hat)	**e** (red) **o** (saw)
đ d	**nh** (onion)	**qu** kw	**tr** ch	**ă** (hard)	**ê** ay **ô** oh

vòng eo waistline

vòng gỗ hoop

vòng hoa garland; wreath

vòng kéo ring-pull

vòng kiềng bandy

vòng loại preliminary

vòng ngoài perimeter

vòng ngực bust; chest

vòng quanh around (*in circle*) ◊ circular

vòng quay spin, turn; revolution; rev; *vòng quay/phút* revs per minute

vòng quay chuyển phim carousel (*for slides*)

vòng quay ngựa gỗ carousel, merry-go-round

vòng tay bracelet

vòng tròn ring, circle

vòng vo circular

võng hammock

võng xuống sag

vọoc langur

vô ...less; un... ◊ (S) enter

vô bổ pointless

vô chủ unattended

vô cơ inorganic

vô cớ unprovoked

vô cùng deep ◊ enormously

vô danh unknown; *kẻ/tên/tay vô danh* nonentity

vô dụng useless; ineffectual

vô duyên misfire

vô địch unbeatable, invincible

vô điều kiện unconditional

vô gia cư homeless; *làm ai trở nên vô gia cư* make s.o. homeless

vô giá priceless; invaluable; inestimable

vô giá trị worthless

vô hại harmless; inoffensive

vô hạn infinite, unlimited

vô hình invisible

vô học uneducated

vô ích useless; futile; *những cố gắng của họ đều là vô ích* their efforts were in vain; *thật là vô ích nếu cứ cố* there's no point in trying

vô lại worthless; *kẻ/tên/tay vô lại* rogue

vô lễ impolite; irreverent

vô liêm sỉ shameless

vô lương tâm unprincipled, unscrupulous

vô lý absurd, preposterous, ridiculous; unreasonable ◊ (sự) absurdity; *vô lý, dễ thôi!* nonsense, it's easy!

vô nghĩa nonsense ◊ meaningless; senseless

vô nhân đạo inhuman

vô ơn ungrateful

vô phương kế be at one's wits' end

vô sản proletarian; havenots

vô sinh infertile, sterile ◊ (sự) infertility

vô số countless, innumerable

vô sự unscathed

vô tác dụng idle

vô tâm inattentive

vô tận inexhaustible; unlimited ◊ (sự) infinity

vô thời hạn permanent; indefinitely

vô thức automatic; unconscious

vô tính neuter

vô tình insensitive; involuntary ◊ (sự) insensitivity

vô tổ chức disorganized

vô tội innocent LAW ◊ (sự) innocence

vô trách nhiệm irresponsible

vô tri ignorant

vô tri vô giác inanimate

vô trùng antiseptic; sterile

ơ u*r*	**y** (tin)	**ây** uh-i	**iê** i-uh	**oa** wa	**ôi** oy	**uy** wee	**ong** aong
u (soon)	**au** a-oo	**eo** eh-ao	**iêu** i-yoh	**oai** wai	**ơi** u*r*-i	**ênh** uhng	**uyên** oo-in
ư (dew)	**âu** oh	**êu** ay-oo	**iu** ew	**oe** weh	**uê** way	**oc** aok	**uyêt** oo-yit

vô tuyến television; *trên vô tuyến* on television

vô tuyến điện radio; *bằng vô tuyến điện* by radio

vô tuyến truyền hình television

vô tư impartial; detached; light-hearted ◊ (*sự*) detachment; impartiality

vô tư lự carefree, happy-go-lucky

vô vị tasteless; bland; boring

vô ý unintentionally

vồ pounce

vồ hết snap up

vồ vập lap up

vỗ clap; flap

vỗ ầm ầm crash

vỗ cánh flutter

vỗ nhẹ lap ◊ pat

vỗ tay clap

vỗ tay hoan nghênh applaud

vôi lime

vội rush, hurry; *đang vội* be in a rush; *có gì mà vội ghê thế?* what's the big rush?

vội kết luận jump to conclusions

vội vàng hasty; snap; cursory ◊ (*sự*) hurry, haste

vội vã rush, be in a hurry ◊ (*sự*) rush

vôn volt

vốn (start-up) capital ◊ used to; *tôi vốn thích/ biết anh ấy* I used to like/ know him

vốn chung pool, common fund

vốn cổ phần equity

vốn dự trữ reserve capital

vốn đăng ký registered capital

vốn đầu tư stake

vốn đầu tư nước ngoài foreign investment capital

vốn đầu tư trực tiếp direct investment capital

vốn lưu động liquid asset

vốn pháp định legal capital

vốn quý asset

vốn trái khoán debenture capital

vốn từ vocabulary

vốtca vodka

vớ (*S*) sock

vớ được clean up (*on stock market etc*)

vớ vẩn trivial; nonsensical

vở vịt playact

vở hài kịch ngắn sketch THEA

vở kịch play, drama

vở nhạc kịch musical

vở nháp sketchbook

vỡ dig up; rupture; break (*of boy's voice*); *không vỡ được* unbreakable

vỡ loảng xoảng crash, smash

vỡ mộng disenchanted ◊ (*sự*) disillusionment

vỡ nát smashed

vỡ nợ bankrupt ◊ go bankrupt

vỡ tan shatter, smash

vỡ tan tành total car

vỡ vụn crumble; splinter ◊ broken, in pieces

vợ wife

vợ bé concubine

vợ cả first wife

vợ chồng married

vợ chưa cưới fiancée

vợ con wife and child(ren)

vợ cũ ex (*former wife*)

vợ không cưới xin common law wife

với with; at; in; on; *với cung cách này* at this rate; *với tốc độ 150 dặm/ giờ* at 150 mph; *với hai con số* in double figures; *với một tốc độ dữ dội* at a furious pace; *với qui mô lớn hơn/ nhỏ hơn* on a larger/ smaller scale

với điều kiện là on condition that, provided (that); on the understanding that

---

với giá for; at; in exchange for; *với giá 10 đô la* at 10 dollars

với nhau together

với tay reach out

vợt racket; bat

vợt ten-nít tennis racket

VTV (= *Việt Nam Ti Vi*) Vietnamese Television

vu cáo slander

vú breast; tit

vú giả pacifier (*for baby*)

vú sữa mamey apple

vũ dân tộc folk dance

vũ hội dance

vũ hội ở trường prom, school dance

vũ khí weapon, arms; armaments; *có vũ khí* armed

vũ khí hạt nhân nuclear weapons

vũ lực force

vũ trụ universe

vũ trường dance hall

vụ case; crop; *vụ lúa mì/khoai tây* the wheat/potato crop

vụ ám sát assassination

vụ án case; trial

vụ bê bối scandal

vụ cướp hijack; holdup, raid; robbery

vụ cướp có vũ khí armed robbery

vụ đánh lộn brawl

vụ đâm ô tô car crash

vụ đụng xe car crash

vụ gặt (lúa) rice harvest

vụ giết người murder

vụ hỏa hoạn blaze, fire

vụ kiện case LAW

vụ làm ăn deal; transaction

vụ làm ăn tiếp repeat business

vụ lợi mercenary *attitude etc*

vụ nổ blast, explosion

vụ rơi máy bay plane crash

vụ trấn lột mugging

vụ trộm burglary, robbery

vụ xì căng đan scandal

vụ xử án court case

vua king

vui amusing; enjoyable; happy ◊ fun

vui chơi pleasure; play; *tạm biệt, vui chơi thoả thích nhé!* bye, have fun!

vui đùa enjoy oneself; *hãy vui đùa thỏa thích!* enjoy yourselves!

vui lên đi! cheer up!

vui lòng: *rất vui lòng* with pleasure

vui mắt pleasing

vui mừng glad

vui mừng khôn xiết overjoyed

vui nhộn entertaining; lively; *thật là vui nhộn* it was fun

vui sướng gleeful

vui thích enjoy oneself; have fun ◊ (sự) fun, enjoyment, pleasure

vui tính good-humored; hearty

vui vẻ cheerful; genial; buoyant; merry ◊ gladly ◊ enjoy oneself

vùi đầu vào bury oneself in

vụn vặt fragmentary

vung brandish

vung tiền splash out

vùng district; region; stretch; zone

vùng áp thấp low, low pressure area, depression

vùng Bắc cực Arctic

vùng cát lún quicksand

vùng cấm restricted area MIL

vùng cấm bay no-fly zone

vùng có chung múi giờ time zone

vùng có thiên tai disaster area

vùng đặc cư reservation

vùng đất thấp lowlands

vùng hoang vu the wilds; wilderness

vùng hông haunch

vùng lân cận vicinity; *vùng lân cận của ...* in the vicinity of ...; *ở*

ơ ur	y (tin)	ây uh-i	iê i-uh	oa wa	ôi oy	uy wee	ong aong
u (soon)	au a-oo	eo eh-ao	iêu i-yoh	oai wai	ơi ur-i	ênh uhng	uyên oo-in
ư (dew)	âu oh	êu ay-oo	iu ew	oe weh	uê way	oc aok	uyêt oo-yit

vùng lân cận nhất in the immediate neighborhood

vùng mở rộng sprawl

vùng Nam cực Antarctic

vùng nhiệt đới tropics

vùng nội địa interior

vùng nông thôn countryside

vùng rộng lớn expanse

vũng pool

vũng nhỏ puddle

vụng trộm sneaky

vụng về clumsy, awkward; inept ◊ (sự) clumsiness

vuông square; *dặm/thước Anh vuông* square mile/yard

vuông góc perpendicular; *vuông góc với* at right-angles to

vuốt claw ◊ stroke

vuốt phẳng smooth out

vuốt thon taper

vuốt ve caress, fondle, pet ◊ (sự) caress

vụt mạnh wallop

vừa fit ◊ medium *steak* ◊ just, only; *vừa khít* it's a tight fit; *vừa vặn* it's a good fit; *vừa ... vừa* both ... and ...

vừa đủ barely, only just

vừa khớp fit

vừa mới hardly, scarcely; just; just now; only just; *tôi vừa mới định rời khỏi khi ...* I was just about to leave when ...; *tôi vừa mới trông thấy cô ấy* I've just seen her

vừa phải moderate

vừa qua just gone; *tuần vừa qua* last week

vừa tới be through, have arrived

vừa ý fulfilling; satisfactory; *cái này chưa được vừa ý* this is not satisfactory

vữa mortar; plaster

vực thẳm abyss

vững steady, stable; *làm cho vững* strengthen; steady

vững chắc solid; strong

vững tin convinced

vững vàng secure, confident; *không vững vàng* insecure

vươn vai stretch

vườn garden

vườn bách thảo botanical garden

vườn bách thú zoo

vườn cây ăn quả orchard

vườn hoa garden

vườn quốc gia national park

vườn thú (*N*) zoo

vườn trẻ kindergarten

vườn ươm nursery (*for plants*)

vương quốc empire; kingdom

Vương quốc Anh UK, United Kingdom

vướng: *bị vướng mắc vào* become entangled in (*in love affair*); *bị vướng vào* become entangled in (*in rope*)

vượt pass, overtake; travel

vượt lên pass, overtake

vượt ngục break out (*of prisoners*)

vượt qua overcome; get over; negotiate; exceed, pass ◊ beyond; in excess of; *chúng ta đã vượt qua được điều tệ hại nhất* we're over the worst; *không thể vượt qua* insurmountable

vứt throw out

vứt bỏ dispose of; jettison ◊ (sự) disposal

vứt đi throw away, chuck out

vvv (= *và vân vân*) etc

X

xa distant, far away ◊ far; **còn xa** it's a long way off; **ở xa** far away

xa hoa expensive ◊ (sự) luxury

xa hơn farther; **xa hơn 2 dặm nữa** 2 miles further (on); **xa hơn nữa** further; beyond

xa lạ alien

xa lạ với Mỹ un-American

xa lánh: **làm cho xa lánh** alienate

xa lộ giữa các bang interstate

xa nhất furthest, farthest

xa phia sapphire

xa tanh satin

xa xỉ phẩm luxury goods

xa xôi outlying, remote

xa xưa distant, remote

xà beam; crossbar

xà bông (S) soap

xà bông rửa chén đĩa (S) dishwashing liquid

xà cừ mother-of-pearl

xà lách salad

xà lách cải bắp coleslaw

xà lách cải xoong watercress salad

xà lim cell (*for prisoner*)

xà ngang crossbar (*of goal*)

xà phòng soap ◊ soapy

xà phòng cạo râu shaving soap

xà phòng rửa bát đĩa (N) dishwashing liquid

xà treo trapeze

xả lemon grass

xả nước rinse

xã giao social relations; social etiquette; **tính xã giao** sociable disposition

xã hội society ◊ social

xã hội chủ nghĩa socialist

xã hội học sociology

xã hội thượng lưu high society

xã hội tiêu dùng consumer society

xã luận editorial

xạ thủ archer

xác corpse

xác chết (dead) body ◊ lifeless

xác định define; determine; **không xác định** erratic; indeterminate

xác định địa điểm site, locate

xác định phạm vi delimit

xác định rõ pinpoint

xác định số lượng quantify

xác định vị trí locate; **việc xác định vị trí** location

xác lập setup

xác minh establish; verify; vouch for ◊ (sự) verification

xác nhận back up, support; bear out, confirm ◊ (sự) confirmation

xác ô tô wreck (*of car*)

xác tàu wreck (*of ship*)

xác thịt flesh; body

xác thực solid

xách carry

xách tay portable

xài spend

xài dòng use

xám gray

xám xịt dingy

xanh blue; green

xanh biển navy blue

xanh da trời sky blue

xanh lá cây green

ơ ur	**y** (tin)	**âу** uh-i	**iê** i-uh	**oa** wa	**ôi** oy	**uy** wee	**ong** aong
u (soon)	**au** a-oo	**eo** eh-ao	**iêu** i-yoh	**oai** wai	**ơi** ur-i	**ênh** uhng	**uyên** oo-in
ư (dew)	**âu** oh	**êu** ay-oo	**iu** ew	**oe** weh	**uê** way	**oc** aok	**uyêt** oo-yit

xanh nước biển navy blue

xanh xao pasty; sickly; wan

xao xuyến flutter

xáo bài shuffle *cards*

xáo động turbulent ◊ (sự) turbulence; **bị xáo động** disturbed

xáo trộn upheaval

xào stir-fry

xảo quyệt crafty, cunning, devious

xát rub

xay grind *coffee, meat*

xảy ra happen, occur; come about; go on

xảy ra đồng thời coincide

xắc bag

xắc mắc fond of finding fault, carping

xắc nhỏ overnight bag

xắc tay purse, pocketbook

xắc xói sneering

xắn roll up; tuck up

xắn lên turn up

xăng gas

xăng dầu gas(oline)

xăng ti-mét centimeter

xắp đặt contrive, arrange

xắp đặt cho trật tự order

xấc láo impertinent ◊ (sự) impertinence

xâm lược invade ◊ (sự) aggression; invasion

xâm nhập intrude; trespass on ◊ (sự) intrusion; **kẻ/tên/tay xâm nhập** intruder

xâm phạm trespass; encroach on; violate ◊ (sự) violation

xấp xỉ in the vicinity of; **xấp xỉ 40 tuổi** be pushing 40

xập tiệm close down ◊ (sự) closure; demise

xâu chuỗi hạt thread *beads*

xâu kim thread *needle*

xấu bad; foul; homely

xấu đi descend; deteriorate

xấu hổ be ashamed of; squirm ◊ (sự) shame; **anh/chị phải biết xấu hổ chứ** you should be ashamed of yourself

xấu hơn worse

xấu tính ill-natured

xấu xa evil

xấu xí ugly

xây build

xây dựng construct; build up; erect; found ◊ (sự) building (*activity*), construction ◊ constructive; **đang được xây dựng** be under construction; **được xây dựng** be up, be built

xây dựng lại rebuild; reconstruct

xây dựng luật pháp legislation

xây đắp form *friendship etc*

xây đập dam *river*

Xcốt Scotch

Xcốtlen Scotland ◊ Scottish

xe vehicle ◊ spin *cotton etc*

xe buýt bus

xe buýt nội thành city bus

xe buýt tốc hành express bus

xe ca (long-distance) bus

xe cắm trại motor home

xe cấp cứu ambulance

xe cho thuê rental car

xe chở tù patrol wagon

xe có hiệu suất cao performance car

xe cộ traffic; vehicles

xe con thoi shuttlebus

xe cút kít wheelbarrow

xe cứu hỏa fire truck, fire engine

xe cứu thương ambulance

xe đạp bicycle, bike

xe đạp ba bánh tricycle

xe đạp địa hình mountain bike

xe đạp hai chỗ ngồi tandem

xe đẩy stroller (*for baby*); cart

xe đẩy hành lý baggage cart

xe đẩy trẻ con baby carriage,

---

ch (*final*) k	**gh** g	**nh** (*final*) ng	**r** z; (*S*) r	**x** s	**â** (but)	**i** (tin)
d z; (*S*) y	**gi** z; (*S*) y	**ph** f	**th** t	**a** (hat)	**e** (red)	**o** (saw)
đ d	**nh** (onion)	**qu** kw	**tr** ch	**ă** (hard)	**ê** ay	**ô** oh

buggy
xe điện streetcar
xe điện bánh hơi trolleycar
xe đò (*S*) (long-distance) bus
xe đua racing car; sportscar
xe gắn máy motor vehicle; moped; motorbike
xe giao hàng delivery van
xe gíp jeep
xe hẩy scooter
xe hòm sedan
xe honda (*S*) motorbike
xe hơi car
xe hư break down
xe khách bus
xe lái bên trái left-hand drive
xe lam lambretta (*three-wheeled transport*)
xe lăn wheelchair
xe li-mô-din limousine, limo
xe lửa train; *bằng xe lửa* by train
xe lửa chở hàng freight train
xe máy motorcycle, bike; *đi xe máy* bike
xe moóc trailer
xe mô tô motorbike
xe nâng forklift (truck)
xe ngựa cart
xe ô tô auto(mobile)
xe ôm motorbike taxi
xe scutơ scooter
xe tải truck; van
xe tải nhỏ pick-up (truck)
xe tang hearse
xe tắc xi cab
xe tăng tank MIL
xe thiết giáp armored vehicle
xe thuê rental car
xe trượt tuyết toboggan, sled(ge)
xe tuần tra patrol car
xe vận tải truck
xe vét-pa motorscooter
xe xà lun sedan
xé tear

xé bỏ tear up
xé mở tear open
xé nát mangle
xé tan tear up
xé toạc rip
xéc set (*in tennis*)
xem look at; see; view; watch; *xem vô tuyến* watch television; *xem ai/gì như là* look on s.o./sth as; *tôi có thể xem được không?* can I have a look?; *xem này!* look!
xem lại run through
xem lướt browse; look through; *xem lướt hết quyển sách* browse through a book
xem ra sound, seem; *xem ra đó là một ý hay* that sounds like a good idea
xem thường look down on; put down, belittle
xem xét check; check on; look over; consider; view ◊ (*sự*) consideration; check
xem xét đẩy đủ think through
xem xét kỹ sift through; weigh up
xem xét kỹ càng study
xem xét kỹ lưỡng overhaul; scrutinize ◊ (*sự*) scrutiny; *được đưa ra xem xét kỹ lưỡng* come under scrutiny
xem xét lại reconsider; review; *việc xem xét lại* review; *đang được xem xét lại* it is under review
xen nhau alternate
xen vào put in, insert
xén mow
xẻng shovel
xentimet centimeter
xéo go away; *xéo đi!* beat it!
xèo xèo sizzle
xét đoán judge
xét nghiệm test
xét nghiệm máu blood test

ơ ur   y (tin)   ây uh-i   iê i-uh   oa wa   ôi oy   uy wee   ong aong
u (soon) au a-oo   eo eh-ao   iêu i-yoh   oai wai   ơi ur-i   ênh uhng   uyên oo-in
ư (dew)   âu oh   êu ay-oo   iu ew   oe weh   uê way   oc aok   uyêt oo-yit

xét thấy seeing (that)

xét xử try; judge LAW

xê dịch shift, move

xếch slanting

xếp pack

xếp ... chồng lên nhau stack

xếp chữ typeset

xếp gọn stow

xếp hàng line up

xếp hạng rate, rank

xếp hành lý pack

xếp loại grade

xếp ... thành đống heap up

xếp vào chương trình schedule

xếp vào hồ sơ file

xếp xen kẽ stagger

xi đánh giày shoe polish

xi măng cement

xi nê (ma) movie theater; cinema

xi nhan indicate (*when driving*)

xí nghiệp enterprise

xì dầu soy sauce

xì gà cigar

Xịa CIA agent

xích chain; **xích X vào Y** chain X to Y

xích đạo equator

xích lại gần snuggle up to

xích lô cyclo, pedicab, trishaw

xích mích friction

xích tâm bội tình Purple Heart

xiếc circus

xiếc nhào lộn acrobat

xiết chặt press

xiêu vẹo crooked

xilanh cylinder

xin apply for; put in for; beg; cadge, bum *cigarette etc* ◊ please, (*used to make polite requests*): **xin anh/ chị đóng cửa lại** would you close the door, please?; **xin anh/ chị nói với cô ấy là ...?** would you please tell her that ...?; **xin phép ông/ bà** excuse me

xin cám ơn thank you, thanks

xin chào how do you do?; hello

xin chúc mừng! congratulations!

xin đừng ... please do not ...

xin kính chào quí vị ... welcome to ...

xin lỗi apologize ◊ excuse me ◊ sorry; (*tôi*) **xin lỗi!** (I'm) sorry!; **xin lỗi, anh/ chị nói sao?** I beg your pardon?; pardon me?; **xin lỗi anh/ chị** I beg your pardon

xin mời not at all!; please do; **xin mời ngồi** please take a seat

xìn matt

xinh pretty, good-looking

xinh đẹp cute

xinh xắn pretty; quaint

xinh xinh cute, pretty

xirô syrup

xoa apply, dab on

xoa bóp massage

xóa erase; delete; zap COMPUT

xóa bảng eraser

xóa bỏ cross off, cross out; delete; stamp out *disease*; write off *debt* ◊ (*sự*) deletion, eradication

xóa bỏ tệ phân biệt chủng tộc desegregate

xóa đi blot out

xóa hết wipe out

xóa sạch obliterate; take out *stain*

xóa tan remove ◊ (*sự*) removal

xóa xuống come to, reach; hang

xoài mango

xoàng mediocre, indifferent; bad

xoay spin; swivel

xoay quanh pivot

xoay sở manage, cope

xoay sở được get by (*financially*)

xoay tít whirl

xoay xoay twiddle

xoay xở wangle

xoay xở được cope; cope with

xoay xở làm contrive to do

---

ch (*final*) k	**gh** g	**nh** (*final*) ng	**r** z; (*S*) r	**x** s	**â** (but) **i** (tin)
d z; (*S*) y	**gi** z; (*S*) y	**ph** f	**th** t	**a** (hat)	**e** (red) **o** (saw)
đ d	**nh** (onion)	**qu** kw	**tr** ch	**ă** (hard)	**ê** ay **ô** oh

xoáy sneak, steal ◊ rip-off

xoáy nước whirlpool

xoáy trộm: *kẻ / tên / tay xoáy trộm* scrounger

xoắn curly

xoắn tít fuzzy

xoắn twist ◊ curly

xoắn trôn ốc wind (*of staircase etc*)

xóc bumpy

xoi mói pry; *xoi mói vào* pry into

xói mòn erode ◊ (*sự*) erosion

xóm hamlet

xong finish; *xin làm xong vào ngày thứ Hai* please get it done for Monday

xót sting

xô bucket ◊ push

xô đẩy shove

xô thơm sage (*herb*)

xổ số raffle

xộc dash, rush; *xộc vào phòng* burst into a room

xôi (*N*) steamed glutinous rice

xối xả torrential

xông khói smoke *bacon etc*

xông lên tấn công charge, attack

xoong saucepan

xốp porous

xốp như bông fluffy

xốt cà chua catsup

xốt mayone mayonnaise

xốt táo apple sauce

xới vấn đề brainstorm ◊ (*việc*) brainstorming

xteroit steroids

xu cent; *không có xu nào* broke, without a red cent

xu chiêng brassière

xu hướng tendency, trend

xu nịnh slimy

xu thời jump on the bandwagon

xua brush (off)

xua đi shoo away

xua đuổi scare away

xua tan disperse

xua tan sự e ngại break the ice *fig*

xuân sắc youth and beauty; prime; *ở thời kỳ xuân sắc* be in one's prime

xuất export COMPUT

xuất bản publish, bring out ◊ (*sự*) publication; edition ◊ (*việc*) publishing

xuất hiện appear; come along, show up; enter THEA ◊ (*sự*) appearance

xuất hiện trên sân khấu entrance THEA

xuất huyết hemorrhage

xuất khẩu export

xuất phát depart

xuất phát từ stem from; *xuất phát từ cái này nên ...* it follows from this that ...

xuất sắc excellent, brilliant; outstanding; eminent; top ◊ (*sự*) excellence ◊ excel; shine; *xuất sắc về* excel at

xuất trình show

xúc scoop

xúc động be thrilled ◊ emotional ◊ (*sự*) thrill; *gây xúc động* thrilling; *gây xúc động mạnh* sensational

xúc giác touch

xúc phạm insult, offend; hurt; outrage ◊ derogatory; stinging ◊ (*sự*) insult

xúc tiến promote *idea, area etc* ◊ (*sự*) promotion (*of idea etc*)

xúc tu tentacle

xúc xích sausage

xuềnh xoàng dowdy

xui xẻo ill-fated

xúi giục egg on

xúi quẩy jinx

ơ ur	**y** (tin)	**ây** uh-i	**iê** i-uh	**oa** wa	**ôi** oy	**uy** wee	**ong** aong
u (soon)	**au** a-oo	**eo** eh-ao	**iêu** i-yoh	**oai** wai	**ơi** ur-i	**ênh** uhng	**uyên** oo-in
ư (dew)	**âu** oh	**êu** ay-oo	**iu** ew	**oe** weh	**uê** way	**oc** aok	**uyêt** oo-yit

xung đột clash; conflict; gang warfare

xung quanh around

xủng xoẻng clink

xuống descend; fall; get down; go down; come down; get off; slide ◊ descent ◊ downward ◊ down; *xuống miền Nam* down south

xuống cấp downgrade

xuống cầu thang downstairs

xuống dốc downhill

xuống máy bay disembark

xuống tàu embark

xuống thang climb down *fig*

xuống thấp sink

xuống tới điểm thấp nhất reach rock-bottom

xuống xe get out; get off

xuồng canoe; dinghy

xuồng hơi dinghy

xuồng máy motorboat

xuồng phao dinghy

xúp soup

xuyên qua penetrate ◊ (sự) penetration

xuyên tạc distort

xuyên thấu piercing

xuyên thủng pierce

xứ Wales Wales ◊ Welsh

xử judge; *một vụ án xử sai* miscarriage of justice; *xử sự một cách ngốc nghếch* make a fool of oneself

xử lý process; treat; handle *case etc*; crack, solve

xử lý dữ liệu data processing ◊ process data

xử lý dữ liệu điện tử EDP, electronic data processing

xử lý sai mishandle

xử lý thẳng tay crackdown

xử lý văn bản word processing

xử tử execute *criminal* ◊ (sự) execution

xử tử bằng ghế điện be electrocuted

xưng hô address *person*

xưng tội confess REL ◊ (sự) confession; *xưng tội với* confess to

xứng đáng fit, worthy ◊ (sự) merit; *không xứng đáng* undeserved ◊ beneath (*in status, value*); *xứng đáng với* be worthy of, deserve

xước scratch

xương bone

xương bánh chè kneecap

xương cá fishbone

xương đòn collarbone

xương gò má cheekbone

xương rồng cactus

xương sống spine ◊ spinal

xương sống cùng base of the spine

xương sụn gristle

xương sườn rib

xương vai shoulder blade

xương xẩu gnarled

xưởng workshop

xưởng chế tạo manufacturing plant

xưởng đóng tàu shipyard

xưởng đúc gang ironworks

xưởng gốm pottery

xưởng lắp ráp assembly plant

xưởng phim (film) studio

xưởng sửa chữa ô tô garage

xưởng sửa chữa và đóng tàu dockyard

xưởng truyền hình (TV) studio

xưởng vẽ studio (*artist's*)

---

ch (*final*) k	**gh** g	**nh** (*final*) ng	**r** z; (S) r	**x** s	**â** (but) **i** (tin)
d z; (S) y	**gi** z; (S) y	**ph** f	**th** t	**a** (hat)	**e** (red) **o** (saw)
đ d	**nh** (onion)	**qu** kw	**tr** ch	**ă** (hard)	**ê** ay **ô** oh

YZ

y học medicine
y khoa medical
y tá nurse
y tá nam male nurse
y tá thực tập student nurse
y tế medical
Ý Italy ◊ Italian
ý idea; intention; meaning; *thôi được, chúng ta sẽ làm theo ý của anh/chị*, we'll do it your way; *không có ý* unintentional; *ý anh/chị muốn nói gì?* what do you mean?
ý chí will(power)
ý chính gist
ý định intention; *với ý định* with a view to; *tôi không hề có ý định ...* I have no intention of ...
ý kiến thought, idea; sentiment; opinion; *ý kiến hay đấy!* good idea!; *không có ý kiến!* no comment!
ý kiến bất chợt brainwave
ý kiến chuyên gia expert advice
ý kiến tư vấn consultancy
ý nghĩ notion; *ý nghĩ thuần túy* the very thought
ý nghĩ bất chợt inspiration
ý nghĩa sense, point; significance; *điều đó có ý nghĩa gì với anh/chị không?* doesn't it mean anything to you?
ý niệm idea
ý thích đột ngột whim
ý thức consciousness, awareness; *không ý thức được về* be unaware of; *làm ai có ý thức về*

gì educate s.o. about sth, make s.o. aware of sth; *không có ý thức về* be unconscious of
yếm dãi bib
yên still; *hãy yên nào!* keep still!
yên ả quiet
yên bình tranquil
yên đèo pillion
yên nào! quiet
yên ngựa saddle (*for horse*)
yên ổn secure *job* ◊ (*sự*) security
yên tâm secure ◊ (*sự*) security (*of beliefs etc*)
yên tĩnh calm, peaceful ◊ (*sự*) silence; quiet; *thích yên tĩnh* peaceable, peace-loving
yên xe saddle (*for bike*)
yến mạch oats
yêu love; be in love; *yêu ai một cách mãnh liệt* fall violently in love with s.o.
yêu cầu demand, call for; insist on; request, ask for ◊ (*sự*) demand; requirement; *theo yêu cầu* on request; *yêu cầu ai ...* ask s.o. for ...; *yêu cầu ai làm gì* ask s.o. to do sth; *bài vở không đạt yêu cầu* this is not satisfactory
yêu chiều dote on
yêu mến fond ◊ (*sự*) fondness
yêu như điên madly in love
yêu nước patriotic
yêu quí, yêu quý dear; beloved; darling; *con yêu quý* my love (*to child*)
yêu say mê be madly in love
yêu thương cherish

ơ u*r*	**y** (tin)	**ây** uh-i	**iê** i-uh	**oa** wa
u (soon)	**au** a-oo	**eo** eh-ao	**iêu** i-yoh	**oai** wai
ư (dew)	**âu** oh	**êu** ay-oo	**iu** ew	**oe** weh

ôi oy	**uy** wee	**ong** aong
ơi ur-i	**ênh** uhng	**uyên** oo-in
uê way	**oc** aok	**uyêt** oo-yit

yếu weak; delicate; bad ◊ weakling
yếu dần peter out
yếu đi weaken; flag, tire; die down
yếu đuối infirm ◊ (sự) infirmity
yếu kém weak
yếu mệt floppy

yếu ớt feeble, frail; puny ◊ (sự)
delicacy
yếu tố element, part; factor; *yếu tố
thúc đẩy* impetus; motivational
factor
zê-rô zero

ch (*final*) k	**gh** g	**nh** (*final*) ng	**r** z; (*S*) r	**x** s	**â** (but)	**i** (tin)
d z; (*S*) y	**gi** z; (*S*) y	**ph** f	**th** t	**a** (hat)	**e** (red)	**o** (saw)
đ d	**nh** (onion)	**qu** kw	**tr** ch	**ă** (hard)	**ê** ay	**ô** oh

A

a, an ◊ *(with* một *and classifier)*: ~ *book about Hanoi* một quyển sách về Hà Nội; *he rented* ~ *car* anh ấy thuê một chiếc ô tô; *is that an antique?* đó có phải là một thứ đồ cổ không?; *can I have* ~ *beer?* cho tôi xin một cốc bia; *five men and* ~ *woman* năm người đàn ông và một người đàn bà ◊ *(classifier without* một*): do you have* ~ *map?* anh/chị có bản đồ không?; *I don't have* ~ *map* tôi không có bản đồ ◊ *(no equivalent in Vietnamese)*: *I'm* ~ *student* tôi là học sinh; *I have* ~ *headache* tôi đau đầu; ~ *cousin of mine* anh chị em họ của tôi ◊ *(per)* một, mỗi; *$50* ~ *ride* 50$ đi một lần; *$15* ~ *night* 15$ một đêm

abalone bào ngư

abandon *object* bỏ; *person* bỏ rơi; *car* bỏ lại; *plan* bỏ dở

abbreviate viết tắt

abbreviation chữ viết tắt

abdomen bụng

abdominal bụng

abduct bắt cóc

◆ **abide by** thực hiện đúng theo

ability khả năng; *(talent)* tài năng

ablaze bốc cháy

able *(skillful)* lành nghề; *be* ~ *to* có thể; *I wasn't* ~ *to see/ hear* tôi không thể nhìn thấy/ nghe được

abnormal không bình thường

aboard 1 *prep ship, plane* ở trên **2** *adv*: *be* ~ *(on ship, plane)* ở trên; *go* ~ *(onto ship, plane)* đi lên

abolish hủy bỏ

abort *v/t mission, rocket launch* bỏ; COMPUT: *program* bỏ dở

abortion sự nạo thai; *have an* ~ nạo thai

about 1 *prep (concerning)* về; *what's it* ~? *(book, movie)* nói về gì? **2** *adv (roughly)* khoảng; ~ *50* khoảng 50; *be* ~ *to do sth* sắp sửa làm gì

above 1 *prep (higher than)* cao hơn; *(more than)* hơn; ~ *all* trước hết là **2** *adv* phía trên; *on the floor* ~ ở tầng trên

above-mentioned đã nêu trên

abrasion chỗ bị trầy da

abrasive *personality* khắc nghiệt

abridge tóm tắt

abroad *live* ở nước ngoài; *go* ra nước ngoài

abrupt *departure* bất ngờ; *manner* lắc cắc

abscess áp xe

absence *(of person)* sự vắng mặt; *(lack)* thiếu

absent *adj* vắng mặt

absent-minded đãng trí

absolute *power* tuyệt đối; *idiot, mess* hoàn toàn

absolutely *(completely)* hoàn toàn; ~ *not!* chắc chắn là không!; *do you agree?* ~ ~ anh/chị đồng ý chứ? – hoàn toàn đồng ý

absolve *sinners* tha tội

absorb *(of plant, sand)* hút; ~*ed in ...* bị thu hút vào ...

absorbent chất hút ẩm

absorbent cotton bông gòn

abstain *(from voting)* bỏ phiếu trắng

abstention *(in voting)* phiếu trắng

abstract *adj* trừu tượng

absurd *idea, suggestion* vô lý; *appearance* lố bịch

absurdity sự vô lý; (*of appearance*) sự lố bịch

abundance sự dồi dào

abundant dồi dào

abuse[1] *n* (*insults*) sự lăng mạ; (*sexual*) sự lạm dụng tình dục; (*of thing*) sử dụng bừa bãi

abuse[2] *v/t* (*physically*) ngược đãi; (*verbally*) lăng mạ; (*sexually*) lạm dụng tình dục

abusive *language* lăng mạ; *become* ~ trở nên lăng mạ

abysmal (*very bad: grade*) rất xấu; *spelling* thật tồi

abyss vực thẳm

academic 1 *n* giảng viên **2** *adj studies, interests* lý thuyết; *person* thông thái; *the ~ year* năm học

academy học viện; (*society to advance arts or sciences*) viện hàn lâm

accelerate 1 *v/i* tăng tốc **2** *v/t production* đẩy nhanh

acceleration (*of car*) khả năng tăng tốc

accelerator chân ga; PHYS máy gia tốc

accent (*when speaking*) giọng nói; (*on printed character*) dấu; (*emphasis*) trọng âm

accentuate nhấn mạnh

accept 1 *v/t offer, suggestion, present* nhận; *behavior, conditions* chấp nhận **2** *v/i* chấp nhận

acceptable có thể chấp nhận được

acceptance sự chấp nhận

access 1 *n* (*to building*) lối vào; (*to secrets*) sự tiếp cận; (*to one's children*) sự tiếp xúc; *have ~ to computer* được truy cập; *child* được tiếp xúc; *secrets* được tiếp cận **2** *v/t* mở; COMPUT truy cập

access code COMPUT mã truy cập

accessible *house* có thể tới được;

information, objects có thể sử dụng được

accessory (*for wearing*) những đồ phụ tùng trang phục; LAW tòng phạm

access road đường phụ

access time COMPUT thời gian truy cập thông tin

accident tai nạn; *by* ~ tình cờ

accidental bất ngờ

acclimate, acclimatize *v/t* thích nghi

accommodate cung cấp nơi ở; *special requirements* tính đến

accommodations phòng cho thuê

accompaniment MUS phần đệm

accompany đi cùng; MUS đệm

accomplice tòng phạm

accomplish *task, goal* hoàn thành

accomplished thành thạo

accord: *of one's own* ~ tự nguyện

accordance: *in* ~ *with* phù hợp với

according: ~ *to* theo

accordingly (*consequently*) vì vậy; (*appropriately*) một cách phù hợp

account *n* (*financial*) tài khoản; (*report*) bản báo cáo; (*description*) sự miêu tả; *give an* ~ *of* cung cấp một bản báo cáo về; *on no* ~ không vì bất cứ lý do nào; *on* ~ *of* vì lý do; *take ... into* ~, *take* ~ *of ...* tính đến ...

♦**account for** (*explain*) giải thích nguyên nhân; (*make up, constitute*) chiếm

accountability trách nhiệm

accountable: *be held* ~ chịu trách nhiệm

accountant nhân viên kế toán

accounts kế toán

accumulate 1 *v/t evidence* thu thập; *wealth* tích lũy **2** *v/i* tăng dần

accuracy tính chính xác

accurate chính xác

accusation sự buộc tội; (*public*) lời buộc tội

accuse buộc tội; *he ~d me of lying* anh ấy đã buộc tội tôi nói dối; *be ~d of ...* LAW bị buộc tội vì ...

accused: *the ~* LAW bị cáo

accustom: *be/get ~ed to* quen với

ace (*in cards*) con át; (*in tennis: shot*) cú giao bóng thắng điểm

ache 1 *n* sự đau **2** *v/i* đau nhức

achieve đạt được

achievement (*of ambition*) sự đạt được; (*thing achieved*) thành tựu

acid *n* axít

acid rain mưa axít

acid test *fig* thử thách gay go

acknowledge (*admit*) thừa nhận; *receipt* báo cho biết đã nhận được

acknowledg(e)ment (*of truth of sth etc*) sự thừa nhận; (*of receipt*) giấy báo cho biết đã nhận được

acoustics (*science*) âm học; (*of room*) độ vang âm

acquaint: *be ~ed with* person làm quen với biết; *author* quen thuộc với

acquaintance (*person*) người quen

acquire *skill, knowledge, property* đạt được

acquisitive hám lợi

acquit LAW tha bổng

acre mẫu Anh

acrobat diễn viên nhào lộn

acrobatics động tác nhào lộn

across 1 *prep* ◊ (*on other side of: of the sea, table etc*) ở bên kia; *it's ~ the road from the hotel* ở bên kia đường của khách sạn; *she shouted from ~ the street* cô ấy gọi to từ bên kia đường ◊ (*to other side of: of the sea etc*) qua; *walk ~ the street* đi qua phố **2** *adv* (*to other side*) qua; *10m ~* rộng 10m

act 1 *v/i* THEA diễn (kịch); (*pretend*)

đóng giả; *~ as* đóng vai **2** *n* (*deed*) hành động; (*of play*) hồi; (*in vaudeville*) tiết mục; (*pretense*) sự giả bộ; (*law*) đạo luật

acting 1 *n* (*performance*) sự diễn xuất; (*occupation: in theater*) nghề đóng kịch; (*in movies*) nghề đóng phim **2** *adj* (*temporary*) quyền

action hành động; (*of movie*) sự kiện; *out of ~* (*not functioning*) không hoạt động nữa; *take ~* hành động; *bring an ~ against* LAW phát đơn kiện

action replay TV sự quay lại

active tích cực hoạt động; *party member* tích cực; GRAM thể chủ động

activist POL nhà hoạt động

activity (*being busy*) sự náo nhiệt; (*pastime, thing to do*) hoạt động

actor diễn viên

actress nữ diễn viên

actual thực sự

actually (*in fact, to tell the truth*) thực sự; (*surprised*) thậm chí; *~ I do know him* (*stressing converse*) thậm chí tôi còn biết anh ấy

acupuncture châm cứu

acute *pain* nhói; *sense* thính; *~ embarrassment* lúng túng ghê gớm

ad quảng cáo

adapt 1 *v/t* (*for stage, TV etc*) chuyển thể; *machine* sửa lại **2** *v/i* (*of person*) thích nghi

adaptable *person, plant* có khả năng thích nghi; *vehicle etc* có thể sử dụng vào nhiều việc

adaptation (*of play etc*) bản phóng tác

adapter (*electrical*) bộ nắn điện, a-đáp-tơ

add 1 *v/t* MATH cộng; (*say*) nói thêm; *comment* bình luận thêm;

ơ ur	y (tin)	ây uh-i	iê i-uh	oa wa	ôi oy	uy wee	ong aong
u (soon)	au a-oo	eo eh-ao	iêu i-yoh	oai wai	ơi ur-i	ênh uhng	uyên oo-in
ư (dew)	âu oh	êu ay-oo	iu ew	oe weh	uê way	oc aok	uyêt oo-yit

sugar, *salt etc* thêm vào **2** *v/i* (*of person*) làm phép tính cộng

♦ **add on** *15% etc* tính thêm

♦ **add up 1** *v/t* tính tổng số **2** *v/i fig* có lý

addict (*on drugs*) người nghiện; (*of TV etc*) người ham mê

addicted: be ~ to *also fig* nghiện

addiction (*to drugs*) sự nghiện; (*to TV*, *chocolate etc*) sự ham thích

addictive: be ~ *also fig* gây nghiện

addition MATH tính cộng; (*to list*, *company etc*) bổ sung; **in ~** thêm vào; **in ~ to** thêm vào

additional thêm

additive chất phụ gia

add-on phụ kiện

address 1 *n* địa chỉ; *form of ~* cách xưng hô **2** *v/t letter* đề địa chỉ; *audience* nói chuyện; *person* xưng hô

address book sổ địa chỉ

addressee người nhận

adequate đầy đủ; (*satisfactory*) thỏa đáng

♦ **adhere to** *surface* dính vào; *rules* tuân thủ

adhesive dính

adhesive plaster thuốc cao dán

adhesive tape băng dính

adjacent gần kề

adjective tính từ

adjoining kề bên

adjourn *v/i* (*of court*) hoãn; (*of meeting*) ngừng

adjust *v/t* điều chỉnh

adjustable có thể điều chỉnh được

administer *medicine* phát; *company* quản lý; *country* cai trị

administration công việc hành chính; (*of company*) sự quản lý; (*of country*) sự cai trị; (*government*) chính quyền

administrative hành chính

administrator (*of company*) người quản lý; (*in government*) người cầm quyền

admirable đáng khâm phục

admiral đô đốc hải quân

admiration sự khâm phục

admire khâm phục

admirer người hâm mộ

admissible có thể chấp nhận

admission (*confession*) sự thú nhận; **~ free** vào cửa miễn phí

admit (*to a place*) cho vào; (*to school*) nhận vào; (*to hospital*) nhập viện; (*to organization*) kết nạp; (*confess*) thú nhận; (*accept*) công nhận

admittance: no ~ miễn vào

adolescence thời thanh niên

adolescent 1 *n* thanh niên mới lớn **2** *adj* tuổi mới lớn

adopt *child* nhận ... làm con nuôi; *plan*, *policy* thông qua

adoption (*of child*) việc nhận làm con nuôi; (*of plan*, *policy*) việc thông qua

adorable *person* rất đáng yêu; *thing* rất hấp dẫn

adore *person* rất yêu quý; *chocolate etc* rất thích

adult 1 *n* (*person*) người lớn; (*animal*) con vật đã lớn **2** *adj* người lớn; **~ movie** phim dành cho người lớn

adultery sự ngoại tình

advance 1 *n* (*sum of money*) tiền tạm ứng; (*in science etc*) bước tiến; MIL sự tiến lên; **in ~** trước; **get some money in ~** nhận tiền ứng trước; **make ~s** (*progress*) có tiến bộ; (*to woman*) tán tỉnh **2** *v/i* MIL tiến lên; **~ a long way** (*make progress*) có những bước tiến dài **3** *v/t theory* đưa ra; *sum of money* trả trước; *human knowledge*, *a*

ch (*final*) k	**gh** g	**nh** (*final*) ng	**r** z; (S) r	**x** s	**â** (but)	**i** (tin)
d z; (S) y	**gi** z; (S) y	**ph** f	**th** t	**a** (hat)	**e** (red)	**o** (saw)
đ d	**nh** (onion)	**qu** kw	**tr** ch	**ă** (hard)	**ê** ay	**ô** oh

cause thúc đẩy

advance booking sự đăng ký trước để giữ chỗ

advanced *country* tiên tiến; *level* cao; *learner* trình độ cao

advance payment sự thanh toán trước

advantage lợi thế; *it's to your ~* nó có lợi cho anh/chị; *take ~ of opportunity etc* tận dụng

advantageous có lợi

adventure sự phiêu lưu

adventurous *person* thích phiêu lưu; *policy* đầy phiêu lưu

adverb trạng từ

adversary (*in contest*) đối thủ; (*in battle*) kẻ thù

advertise *v/t & v/i* quảng cáo

advertisement quảng cáo

advertiser người quảng cáo

advertising quảng cáo; (*industry*) ngành quảng cáo

advertising agency hãng quảng cáo

advice lời khuyên; *take s.o.'s ~* nghe theo lời khuyên của ai

advisable nên

advise *person* khuyên bảo; *government* khuyến cáo; *caution etc* khuyên; *~ s.o. to ...* khuyên ai nên ...

adviser cố vấn

aerial (*antenna*) ăng ten

aerial photograph ảnh chụp từ trên không

aerobics thể dục nhịp điệu

aerodynamic theo kiểu khí động lực

aeronautical hàng không

aeroplane *Br* máy bay

aerosol bình xịt

aerospace industry công nghiệp hàng không vũ trụ

affair (*matter*) việc; (*business*) công

việc; (*love ~*) chuyện tình; *have an ~ with* dan díu với

affect (*influence*) ảnh hưởng; (*concern*) làm xúc động

affection lòng yêu mến

affectionate trìu mến

affinity (*attraction*) sự hấp dẫn; (*close resemblance*) sự giống nhau

affirmative: *answer in the ~* trả lời đồng ý

affluent giàu có; *~ society* xã hội thịnh vượng

afford (*financially*) có đủ tiền

Afghan 1 *adj* Ap-ga-ni-xtăng **2** *n* người Ap-ga-ni-xtăng

Afghanistan nước Ap-ga-ni-xtăng

afloat *boat* nổi

afraid: be ~ sợ; *be ~ of* (*cats, upsetting person etc*) sợ; *I'm ~* (*expressing regret*) tôi e rằng; *I'm ~ so* tôi e rằng thế; *I'm ~ not* tôi e rằng không

Africa châu Phi

African 1 *adj* châu Phi **2** *n* người châu Phi

after 1 *prep* (*in order, time*) sau; (*in position*) đằng sau; *~ all* sau hết; *~ that* sau đó; *it's ten ~ two* hai giờ mười phút **2** *adv* sau; *the day ~* ngày hôm sau

afternoon buổi chiều; *in the ~* vào buổi chiều; *this ~* chiều nay; *good ~ (to older man)* chào ông; (*to older woman*) chào bà; (*to younger man, same age*) chào anh; (*to younger woman, same age*) chào chị

after sales service dịch vụ bảo hành; **aftershave** *nước hoa dùng sau khi cạo râu*; **aftertaste** dư vị

afterward sau

again lại

against *lean* dựa vào; (*hostile toward*) chống lại; *America ~*

ơ ur	y (tin)	ây uh-i	iê i-uh	oa wa	ôi oy	uy wee	ong aong
u (soon)	au a-oo	eo eh-ao	iêu i-yoh	oai wai	ơi ur-i	ênh uhng	uyên oo-in
ư (dew)	âu oh	êu ay-oo	iu ew	oe weh	uê way	oc aok	uyêt oo-yit

Brazil SP đội Mỹ thi đấu với đội Brazin; *I'm ~ the idea* tôi chống lại ý kiến ấy; *what do you have ~ her?* anh/chị có điều gì chống lại cô ta?; *~ the law* trái với pháp luật

age 1 *n* (*of person, object*) tuổi; (*era*) thời đại; *at the ~ of* vào thời đại …; *under ~* dưới tuổi trưởng thành; *she's five years of ~* cô bé lên năm tuổi **2** *v/i* già đi

agency (*business, organization*) hãng

agenda chương trình nghị sự; *on the ~* trong chương trình nghị sự

agent đại diện

Agent Orange chất độc màu da cam

aggravate làm trầm trọng thêm; (*annoy*) chọc tức

aggression sự xâm lược

aggressive hung hăng; (*dynamic*) năng nổ

aggressor kẻ xâm lược; *foreign ~s* giặc ngoại xâm

agile nhanh nhẹn

agitated lo lắng bồn chồn

agitation sự lo lắng bồn chồn

agitator người kích động

ago: *2 days ~* hai ngày trước; *long ~* từ đây lâu rồi; *how long ~?* cách đây bao lâu rồi?

agonizing *pain* khổ sở

agony sự đau đớn cực độ

agree 1 *v/i* đồng ý; (*of figures, accounts*) khớp; (*reach agreement*) thỏa thuận; *I ~* tôi đồng ý; *I don't ~* tôi không đồng ý; *it doesn't ~ with me* (*of food*) cái này không thích hợp với tôi **2** *v/t price* thỏa thuận; *~ that something should be done* đồng ý rằng cần phải làm gì đó

agreeable (*pleasant*) dễ chịu; *be ~*

(*in agreement*) đồng ý

agreement (*consent*) sự đồng ý; (*contract*) hợp đồng; *reach ~ on* đạt được thỏa thuận về

agricultural nông nghiệp

agriculture nông nghiệp

ahead: *be ~ of* dẫn đầu; *plan ~* lập kế hoạch cho tương lai

aid 1 *n* (*help*) sự giúp đỡ; (*money*) viện trợ **2** *v/t* giúp đỡ

Aids bệnh AIDS, bệnh SIĐA

aid worker nhân viên làm công tác viện trợ phát triển

ailing *economy* suy yếu

aim 1 *n* (*in shooting*) cú nhắm; (*objective*) mục đích **2** *v/i* (*in shooting*) nhắm; *~ at doing sth, ~ to do sth* cố gắng làm gì **3** *v/t*: *be ~ed at* (*of remark etc*) nhằm vào; (*of guns*) chĩa vào

air 1 *n* không khí; *by ~ travel* bằng đường hàng không; *send mail* bằng máy bay; *in the open* ở ngoài trời; *on the ~* RAD, TV đang phát **2** *v/t room* làm thoáng; *fig*: *views* bộc lộ

airbase căn cứ không quân; **Air Cavalry** kỵ binh bay; **air-conditioned** có điều hòa nhiệt độ; **air-conditioner** máy lạnh; **air-conditioning** điều hòa nhiệt độ; **aircraft** máy bay; **aircraft carrier** tàu sân bay; **air cylinder** bộ đồ lặn; **airfield** sân bay nhỏ; **air force** không quân; **air hostess** nữ chiêu đãi viên hàng không; **air letter** thư giấy hàng không; **airline** hãng hàng không; **airmail**: *by ~* bằng máy bay; **airplane** máy bay; **air pollution** sự ô nhiễm không khí; **airport** sân bay; **airsick**: *get ~* bị say máy bay; **airspace** không phận; **air terminal** trạm sân bay; **airtight** *container* kín hơi; **air**

ch (*final*) k	**gh** g	**nh** (*final*) ng	**r** z; (*S*) r	**x** s	**â** (but)	**i** (tin)
d z; (*S*) y	**gi** z; (*S*) y	**ph** f	**th** t	**a** (hat)	**e** (red)	**o** (saw)
đ d	**nh** (onion)	**qu** kw	**tr** ch	**ă** (hard)	**ê** ay	**ô** oh

traffic không lưu; **air-traffic control** kiểm soát không lưu; **air-traffic controller** nhân viên kiểm soát không lưu

airy *room* thoáng khí; *attitude* không thực tế

aisle lối đi

aisle seat chỗ ngồi bên lối đi

alarm 1 *n* báo động; *raise the ~* phát tín hiệu báo động **2** *v/t* làm sợ hãi

alarm clock đồng hồ báo thức

album (*for photographs*) quyển anbom; (*record*) đĩa hát

alcohol rượu

alcoholic 1 *n* người nghiện rượu **2** *adj* có rượu

alert 1 *n* (*signal*) lệnh báo động; *be on the ~* cảnh giác **2** *v/t* báo trước **3** *adj* tỉnh táo

alibi *n* chứng cớ ngoại phạm

alien 1 *n* (*foreigner*) ngoại kiều; (*from space*) người thuộc thế giới khác **2** *adj* xa lạ; *be ~ to s.o.* trái ngược với ai đó

alienate làm cho xa lánh

alight *adj* bốc cháy

alike 1 *adj*: *be ~* giống nhau **2** *adv*: *young and old ~* già cũng như trẻ

alimony tiền cấp dưỡng

alive: *be ~* còn sống

all 1 *adj/pron*; *we ~ agree* tất cả chúng tôi đều đồng ý; *~ Vietnamese students* tất cả học sinh Việt Nam; *~ the time* lúc nào cũng **2** *pron* tất cả; *~ of us* tất cả chúng tôi; *he ate ~ of it* anh ấy đã ăn hết tất cả; *that's ~, thanks* đủ rồi, cám ơn; *for ~ I care* tôi bất cần; *for ~ I know* tôi chỉ biết rằng **3** *adv*: *~ at once* (*at the same time*) cùng một lúc; (*suddenly*) đột nhiên; *~ but* (*except*) tất cả... trừ

(*nearly*) gần như; *~ the better* càng tốt; *they're not at ~ alike* họ không giống nhau chút nào; *not at ~!* (*you're welcome*) không dám!; (*no way*) không chút nào; *two ~* (*in score*) hai đều

allegation luận điệu

alleged bị cho là

allergic: *be ~ to ...* dị ứng với ...

allergy dị ứng

alleviate làm dịu

alley ngõ (*N*), hẻm (*S*)

alliance sự liên minh

alligator cá sấu Mỹ

allocate *tasks* phân công; *funds* cấp; *tickets, seats* phân phát

allot phân chia

allow (*permit*) cho phép; (*calculate for*) để ra; *be ~ed to* được phép; *it's not ~ed* không được phép; *~ s.o. to do sth* cho phép ai làm gì

♦ **allow for** kể cả

allowance (*money*) tiền trợ cấp; (*pocket money*) tiền chu cấp; *make ~s* (*for thing, weather etc*) tính đến; (*for person*) chiếu cố

alloy hợp kim

all-purpose vạn năng; **all-round** chung; *athlete* toàn năng; **all-time**: *be at an ~ low* thấp nhất từ trước tới nay

♦ **allude to** ám chỉ

alluring quyến rũ

all-wheel drive xe lái bằng bốn bánh

ally *n* đồng minh

almond (*tree*) cây hạnh đào; (*nut*) hạt hạnh nhân

almost gần như

alone một mình

along 1 *prep* (*moving forward*) đi dọc theo; (*situated beside*) dọc theo **2** *adv* cùng đi; *~ with* cùng

ơ ur   y (tin)   ây uh-i   iê i-uh   oa wa   ôi oy   uy wee   ong aong
u (soon)   au a-oo   eo eh-ao   iêu i-yoh   oai wai   ơi ur-i   ênh uhng   uyên oo-in
ư (dew)   âu oh   êu ay-oo   iu ew   oe weh   uê way   oc aok   uyêt oo-yit

với; *all* ~ (*all the time*) luôn luôn

aloud: *read* ~ đọc to; *think* ~ nói ra ý nghĩ của mình

alphabet bảng chữ cái

alphabetical theo thứ tự chữ cái

already đã… rồi; *I* ~ *saw that movie* tôi đã xem phim này rồi

alright (*satisfactory*) được như ý; (*well*) khỏe; *that's* ~ (*doesn't matter*) không sao; (*when s.o. says thank you*) không có gì; (*is quite good*) được lắm; *I'm* ~ (*not hurt*) tôi không sao; (*have got enough*) tôi đủ rồi; ~, *that's enough!* tốt lắm, thế này đủ rồi!

also cũng

altar bàn thờ

alter *v/t* thay đổi

alteration sự thay đổi

alternate 1 *v/i* xen nhau **2** *adj:* *on* ~ *Mondays* vào mỗi hai tuần thứ Hai

alternating current dòng điện xoay chiều

alternative 1 *n* sự lựa chọn; *there's no* ~ không có sự lựa chọn **2** *adj* khác; ~ *solution* giải pháp khác

alternatively hoặc

although mặc dù

altitude (*of plane, mountain, city*) độ cao

altogether (*completely*) hoàn toàn; (*in all*) tất cả

altruistic vị tha

aluminum nhôm

always lúc nào cũng, luôn luôn; *it is* ~ *raining here* ở đây trời mưa luôn

a.m.: *at 7.00* ~ vào lúc 7 giờ sáng

amalgamate *v/i* (*of companies*) hợp nhất

amateur *n* (*unskilled*) tài tử; SP người chơi nghiệp dư

amaze làm ngạc nhiên

amazed ngạc nhiên

amazement sự ngạc nhiên

amazing (*surprising*) làm kinh ngạc; (*very good*) tuyệt vời

ambassador đại sứ

amber: *at* ~ lúc đèn đổi màu vàng

ambiguous mơ hồ

ambition tham vọng

ambitious đầy tham vọng

ambulance xe cấp cứu

ambush 1 *n* cuộc phục kích **2** *v/t* phục kích

amend sửa đổi

amendment sự sửa đổi

amends: *make* ~ đền bù

amenities tiện nghi

America (*USA*) nước Mỹ; (*continent*) châu Mỹ

American 1 *n* người Mỹ **2** *adj* Mỹ; ~ *English* tiếng Mỹ; ~ *national* kiểu Mỹ

amiable hòa nhã

amicable thân thiện

ammunition đạn dược; *fig* lý lẽ

amnesty *n* (*for prisoners*) lệnh ân xá

among(st) (*in the group of*) trong số; (*in the middle of*) giữa

amount số lượng; (*sum of money*) tổng số tiền

♦**amount to** lên tới; *it doesn't* ~ *much!* đó chẳng thấm vào đâu!

ample *supplies, food* đầy đủ; *money* nhiều; *bosom* đồ sộ

amplifier bộ khuếch đại

amplify *sound* khuếch đại

amputate cắt bỏ

amuse (*make laugh etc*) làm vui; (*entertain*) giải trí

amusement (*merriment*) sự thích thú; (*entertainment*) trò giải trí; ~*s* (*games*) trò chơi; *to our great* ~ chúng tôi rất buồn cười

amusement park khu vui chơi giải

ch (*final*) k	**gh** g	**nh** (*final*) ng	**r** z; (*S*) r	**x** s	**â** (but)	**i** (tin)
d z; (*S*) y	**gi** z; (*S*) y	**ph** f	**th** t	**a** (hat)	**e** (red)	**o** (saw)
đ d	**nh** (onion)	**qu** kw	**tr** ch	**ă** (hard)	**ê** ay	**ô** oh

trí
amusing vui
anabolic steroid xteroit tổng hợp
analog COMPUT tương tự
analogy sự tương tự
analysis sự phân tích; PSYCH phân tâm học
analyze phân tích
anarchy POL tình trạng vô chính phủ; *fig* sự hỗn loạn
anatomy khoa giải phẫu
ancestor tổ tiên
ancestor worship thờ cúng ông bà
anchor NAUT **1** *n* mỏ neo **2** *v/i* thả neo
anchorman TV người dẫn chương trình
ancient *adj* cổ
and ◊ và; *2 ~ 2 is 4* 2 cộng 2 bằng 4 ◊: *faster ~ faster* ngày càng nhanh ◊ (*consequence*): *do that ~ you'll regret it* làm đi rồi anh/chị sẽ hối hận
anemia bệnh thiếu máu
anemic: *be ~* bị thiếu máu
anesthetic *n* thuốc gây mê
anesthetist người gây mê
anger 1 *n* sự tức giận **2** *v/t* làm tức giận
angina chứng đau thắt ngực
angle *n* góc
angry tức giận; *be ~ with s.o.* tức giận với ai
anguish nỗi đau đớn
animal động vật
animated sinh động
animated cartoon phim hoạt hình
animation (*liveliness*) sự sinh động; (*art of making movie*) kỹ thuật làm phim hoạt hình
animosity sự thù hận
ankle mắt cá chân
annex 1 *n* (*building*) nhà phụ **2** *v/t state* thôn tính

anniversary lễ kỷ niệm hàng năm; (*of death*) giỗ chạp
announce thông báo
announcement thông báo
announcer TV, RAD phát thanh viên
annoy làm bực mình; *be ~ed* bực mình
annoyance (*anger*) sự bực mình; (*nuisance*) cái phiền phức
annoying làm phiền
annual *adj* (*once a year*) hàng năm; (*of a year*) của một năm
annul *marriage* hủy bỏ
anonymous *person* giấu tên; *letter* không ký tên; *an ~ poem* một bài thơ nặc danh
anorexia chứng biếng ăn
anorexic: *be ~* chứng biếng ăn
another 1 *adj* (*different*) khác; (*additional*) nữa **2** *pron* (*different one: thing*) cái khác; (*different one: person*) người khác; (*additional one: thing*) cái nữa; (*additional one: person*) người nữa; *one ~* lẫn nhau
answer 1 *n* (*to letter, person, question*) sự trả lời; (*to problem*) cách giải đáp **2** *v/t letter, person, question* trả lời; *~ the door* ra mở cửa; *~ the telephone* trả lời điện thoại
♦**answer back** *v/t & v/i* cãi lại
♦**answer for** *one's actions* chịu trách nhiệm về; *person* bảo đảm
answer phone máy điện thoại trả lời tự động
ant con kiến
antagonism sự thù địch
Antarctic *n* vùng Nam cực
antenatal *classes* tiền sản; *~ clinic* phòng khám trước khi để thai
antenna (*of insect*) râu; (*for TV*) ăng ten
anti-aircraft gun súng phòng không

ơ u*r*	y (tin)	ây uh-i	iê i-uh	oa wa	ôi oy	uy wee	ong aong
u (soon)	au a-oo	eo eh-ao	iêu i-yoh	oai wai	ơi ur-i	ênh uhng	uyên oo-in
ư (dew)	âu oh	êu ay-oo	iu ew	oe weh	uê way	oc aok	uyêt oo-yit

antibiotic n thuốc kháng sinh (N), thuốc trụ sinh (S)

antibody kháng thể

anticipate dự tính

anticipation sự lường trước

antidote thuốc giải độc; *for snake bites* thuốc chữa rắn cắn

antifreeze hóa chất chống đông

antipathy mối ác cảm

antiquated cổ lổ

antique n đồ cổ

antique dealer người buôn bán đồ cổ

antiseptic 1 adj ointment, cream diệt khuẩn; bandage vô trùng **2** n thuốc sát trùng

antisocial tendencies phản xã hội; (not friendly) khó gần

antivirus program COMPUT chương trình chống virút

anxiety sự lo lắng

anxious lo lắng; (eager) tha thiết; *be ~ for ...* (for news etc) nóng lòng ...

any 1 adj ◊ (no equivalent): *there ~ diskettes?* có đĩa mềm không?; *is there ~ bread?* có bánh mì không? ◊ (emphatic) nào: *have you ~ idea at all?* anh/chị có ý kiến nào không?; *take ~ one you like* anh/chị muốn lấy cái nào cũng được **2** pron cái nào; *do you have ~?* anh/chị có cái gì không?; *there isn't/aren't ~ left* không còn lại cái nào; *~ of them could be guilty* bất cứ ai trong bọn họ đều có thể phạm tội **3** adv: *is that ~ easier?* thế có dễ hơn chút nào không?; *I don't like it ~ more* tôi không còn thích nữa

anybody ai; *was ~ at home?* đã có ai ở nhà lúc đó không?; *~ could*

do that (emphatic) ai cũng có thể làm được; *there wasn't ~ there* đã không có ai ở đó

anyhow dù sao đi nữa

anyone → *anybody*

anything cái gì; (with negatives) gì; *~ will do* (emphatic) cái gì cũng được; *I didn't hear ~* tôi chẳng nghe thấy gì cả; *~ but* cái gì cũng được trừ; *~ else?* còn gì nữa không?

anyway → *anyhow*

anywhere đâu; *he won't go ~ without me* anh ấy sẽ không đi đâu nếu không có tôi; *I can't find it ~* (emphatic) tôi tìm đâu cũng không thấy

apart (in distance) cách nhau; *live ~* (of people) sống riêng; *~ from* (excepting) ngoại trừ; (in addition to) ngoài ... ra

apartment căn hộ

apartment block dãy nhà lầu

apathetic thờ ơ

ape n khỉ không đuôi

aperture PHOT độ mở

apologize xin lỗi

apology lời xin lỗi

apostrophe dấu lược

appall làm kinh hoảng

appalling behavior, language etc kinh khủng

apparatus dụng cụ

apparent lộ rõ; *become ~ that ...* trở nên rõ ràng là ...

apparently hình như

appeal 1 n (charm) sức hấp dẫn; (for funds etc) lời kêu gọi; LAW sự chống án **2** v/i LAW chống án

♦ **appeal for** kêu gọi

♦ **appeal to** (be attractive to) hấp dẫn

appear (in movie, of new product) xuất hiện; (in court) ra tòa; (look,

ch (final) k	gh g	nh (final) ng	r z; (S) r	x s	â (but)	i (tin)
đ z; (S) y	gi z; (S) y	ph f	th t	a (hat)	e (red)	o (saw)
đ d	nh (onion)	qu kw	tr ch	ă (hard)	ê ay	ô oh

seem) có vẻ; *it ~s that ...* có vẻ như ...

appearance (*arrival, in movie etc*) sự xuất hiện; (*in court*) sự ra tòa; (*look*) về bề ngoài; *put in an ~* có mặt

appendicitis bệnh viêm ruột thừa

appendix MED ruột thừa; (*of book etc*) phụ lục

appetite sự ngon miệng; *fig* sự ham thích; *sexual ~* ham muốn tình dục

appetizer (*food*) món khai vị; (*drink*) rượu khai vị

appetizing hấp dẫn

applaud 1 *v/i* vỗ tay hoan nghênh **2** *v/t* vỗ tay hoan nghênh; *fig* khen ngợi

applause tiếng vỗ tay; (*praise*) tán thưởng

apple quả táo

apple pie bánh táo

apple sauce nước xốt táo

appliance thiết bị; (*household*) đồ dùng

applicable áp dụng được

applicant người nộp đơn

application (*for job, passport, visa, university etc*) đơn xin

application form mẫu đơn

apply 1 *v/t* áp dụng; *ointment* bôi **2** *v/i* (*of rule, law*) áp dụng

♦**apply for** *job, passport, university* xin

♦**apply to** (*contact*) liên hệ; (*affect*) áp dụng

appoint (*to position*) bổ nhiệm

appointment (*to position*) sự bổ nhiệm; (*meeting*) sự hẹn gặp

appointments diary sổ ghi các cuộc hẹn gặp

appreciate 1 *v/t advice, kindness* đánh giá cao; *good wine, music* thưởng thức; (*be grateful for*) biết

ơn; (*acknowledge*) hiểu; *thanks, I ~ it* cám ơn, tôi rất cảm kích **2** *v/i* FIN tăng giá trị

appreciation (*of kindness etc*) lòng biết ơn; (*of music etc*) sự thưởng thức

apprehensive lo lắng

apprentice người học nghề

approach 1 *n* sự đến gần; (*proposal*) sự tiếp xúc thăm dò; (*to problem*) cách tiếp cận **2** *v/t* (*get near to*) đến gần; (*contact*) tiếp xúc; *problem* tiếp cận

approachable *person* dễ gần

appropriate *adj* thích hợp

approval sự tán thành

approve *v/t & v/i* tán thành

♦**approve of** tán thành

approximate *adj* khoảng chừng

approximately khoảng

APR (= *annual percentage rate*) tỉ giá lãi suất hàng năm

apricot (*tree*) quả mơ; (*fruit*) cây mơ; (*color*) màu mơ chín

apricot blossom hoa mơ

April tháng Tư

apt *remark* thích hợp; *be ~ to ...* có khả năng ...

aptitude năng khiếu

aqualung bộ đồ lặn

aquarium bể cá

aquatic dưới nước

Arab 1 *adj* Ả rập **2** *n* người Ả rập

Arabic 1 *adj* Ả rập **2** *n* ngôn ngữ Ả rập

arable trồng trọt được

arbitrary tùy tiện

arbitrate *v/i* làm trọng tài phân xử

arbitration sự phân xử

arcade (*with slot machines*) phòng có đặt các máy trò chơi

arch *n* vòm

archeologist nhà khảo cổ

archeology khảo cổ học

ơ *ur*	**y** (tin)	**ây** uh-i	**iê** i-uh	**oa** wa	**ôi** oy	**uy** wee	**ong** aong
u (soon)	**au** a-oo	**eo** eh-ao	**iêu** i-yoh	**oai** wai	**ơi** ur-i	**ênh** uhng	**uyên** oo-in
ư (dew)	**âu** oh	**êu** ay-oo	**iu** ew	**oe** weh	**uê** way	**oc** aok	**uyêt** oo-yit

archer MIL người bắn cung; SP xạ thủ

architect kiến trúc sư

architecture khoa kiến trúc

archives (*place*) nơi lưu trữ; (*documents*) tài liệu lưu trữ

archway cổng tò vò

Arctic *n* vùng Bắc cực

ardent hăng hái

area (*region*) khu vực; (*of activity, job, study etc*) lĩnh vực; (*square meters etc*) diện tích

area code TELEC mã vùng

arena SP trường đấu

Argentina nước Ác-hen-ti-na

Argentinian 1 *adj* Ac-hen-ti-na **2** *n* người Ac-hen-ti-na

arguably có thể biện luận là

argue 1 *v/i* (*quarrel*) cãi nhau; (*reason*) lý luận **2** *v/t*: **~ that** lý luận đi

argument (*quarrel*) sự cãi nhau; (*reasoning*) sự tranh luận

argumentative hay lý sự

arid *land* khô cằn

arise (*of situation, problem*) nảy sinh

arithmetic số học

arm[1] *n* (*of person*) cánh tay; (*of chair*) tay

arm[2] *v/t* trang bị vũ khí

armaments vũ khí

armchair ghế bành

armed có vũ khí

armed forces các lực lượng vũ trang

armed robbery vụ cướp có vũ khí

armor áo giáp

armored vehicle xe thiết giáp

armpit nách

arms (*weapons*) vũ khí

army quân đội

aroma hương vị, mùi thơm

around 1 *prep* (*in circle*) vòng quanh; (*roughly*) vào khoảng; *it's ~ the corner* chỉ gần đây thôi **2** *adv* (*in the area*) quanh quẩn; (*encircling*) bao quanh; *be ~* (*somewhere near*) ở quanh đây; *he lives ~ here* anh ấy ở quanh đây; *walk ~* đi loanh quanh; *she has been ~* (*has traveled a lot, is experienced*) chị ấy là người từng trải; *there are a lot of people ~* có rất nhiều người ở quanh đây

arouse khơi gợi; (*sexually*) kích thích tình dục

arrange (*put in order*) sắp đặt; *furniture* sắp xếp; *music* cải biên; *meeting, party etc* thu xếp; *time and place* thỏa thuận; *~ flowers* cắm hoa; *I've ~d to meet her* tôi đã thu xếp để gặp cô ta

♦**arrange for** thu xếp cho

arrangement (*plan*) kế hoạch; (*agreement*) sự thỏa thuận; (*layout: of furniture etc*) sự sắp đặt; (*of music*) sự cải biên; *flower ~* cách cắm hoa

arrears tiền nợ quá hạn; *be in ~* (*of person*) chậm trả; *be paid in ~* được thanh toán sau

arrest 1 *n* sự bắt giữ; *be under ~* bị bắt giữ **2** *v/t* bắt giữ

arrival sự tới nơi; *~s* (*at airport*) ga đến

arrive đến

♦**arrive at** *place* đến; *decision etc* đạt đến

arrogance sự kiêu ngạo

arrogant kiêu ngạo

arrow mũi tên

arson tội cố ý gây hỏa hoạn

art nghệ thuật; *the ~s* mỹ thuật; *~s degree* bằng cử nhân văn chương

arterial road con đường huyết mạch

---

ch (*final*) k	gh g	nh (*final*) ng	r z; (S) r	x s	â (but)	i (tin)
d z; (S) y	gi z; (S) y	ph f	th t	a (hat)	e (red)	o (saw)
đ d	nh (onion)	qu kw	tr ch	ă (hard)	ê ay	ô oh

artery ANAT động mạch
art gallery phòng trưng bày nghệ thuật
arthritis bệnh viêm khớp
article (*item*) đồ; (*in newspaper*) bài báo; (*section*) điều khoản; GRAM mạo từ
articulate *adj essay etc* lưu loát; *person* ăn nói lưu loát
artificial *leather, flowers, hand* giả; *light* nhân tạo; (*not sincere*) giả tạo
artificial intelligence trí tuệ nhân tạo
artillery (*guns*) pháo; (*section of the army*) pháo binh
artisan thợ thủ công
artist (*painter*) họa sĩ; (*artistic person*) nghệ sĩ
artistic *skills* nghệ thuật
as 1 *conj* ◊ (*while, when*) trong khi; ~ *I was leaving, the phone rang* đang khi tôi đi ra thì chuông điện thoại reo ◊ (*because*) vì; *I didn't go* ~ *I wasn't feeling well* tôi đã không đi vì tôi cảm thấy không được khỏe; ◊ (*like*) như; ~ *I said ...* như tôi đã nói…; ~ *if* cứ như là; ~ *usual* như thường lệ; ~ *necessary* khi cần **2** *adv* bằng; ~ *high*/*pretty*/ *etc* ~ ... cao/xinh/vv bằng ...; ~ *much* ~ *that?* nhiều thế cơ à? **3** *prep* như là; ~ *a child* khi còn là đứa trẻ; *work* ~ *a teacher*/ *translator* làm việc như là một giáo viên/biên dịch; ~ *for* về phần; ~ *Hamlet* như Hamlet
asap (= *as soon as possible*) càng sớm càng tốt
ASEAN (= *Association of South East Asian Nations*) Hiệp hội các quốc gia Đông Nam Á
ash (*from cigarette*) tàn; (*from volcano*) tro; ~**es** (*of fire*) tro tàn; (*after cremation*) tro cốt

ashamed ngượng ngùng; *be* ~ *of* xấu hổ; *you should be* ~ *of yourself* anh/chị phải thấy xấu hổ về bản thân mình
ash can hộp tro
ashore trên đất liền; *go* ~ lên bờ
ashtray cái gạt tàn
Asia châu Á
Asian 1 *adj* châu Á **2** *n* người châu Á
Asian Development Bank Ngân hàng phát triển châu Á
aside sang một bên; ~ *from* ngoài
ask 1 *v/t person* hỏi; (*invite*) mời; *a question* đặt câu hỏi; ~ *a favor* nhờ một việc; *can I* ~ *you something?* (*ask a question*) tôi hỏi anh/chị tí chuyện được không?; ~ *s.o. for ...* yêu cầu ai …; ~ *s.o. to do sth* yêu cầu ai làm gì; ~ *s.o. about sth* hỏi ai về gì **2** *v/i* hỏi
♦ **ask after** *person* hỏi thăm
♦ **ask for** yêu cầu; *person* muốn gặp
♦ **ask out** (*for a drink, night out*) mời đi chơi
asking price giá đặt bán
asleep: *be* (*fast*) ~ đang ngủ say; *fall* ~ ngủ thiếp đi
asparagus măng tây
aspect khía cạnh
aspirin aspirin
ass[1] F (*idiot*) kẻ ngu ngốc
ass[2] V (*backside*) mông đít
assassin tên sát nhân
assassinate ám sát
assassination vụ ám sát
assault 1 *n* MIL sự tấn công; (*sexual*) sự cưỡng hiếp; LAW sự hành hung **2** *v/t* hành hung
assemble 1 *v/t parts* lắp ráp **2** *v/i* (*of people*) tập hợp
assembly (*of parts*) sự lắp ráp; POL

ơ ur	y (tin)	ây u-i	iê i-uh	oa wa	ôi oy	uy wee	ong aong
u (soon)	au a-oo	eo eh-ao	iêu i-yoh	oai wai	ơi ur-i	ênh uhng	uyên oo-in
ư (dew)	âu oh	êu ay-oo	iu ew	oe weh	uê way	oc aok	uyêt oo-yit

Quốc hội

assembly line dây chuyền lắp ráp

assembly plant xưởng lắp ráp

assent *v/i* đồng ý, tán thành

assert: ~ *oneself* tự khẳng định mình

assertive *person* quyết đoán; *tone* quả quyết

assess *situation, value* đánh giá

asset FIN tài sản; *fig* vốn quý

asshole V lỗ đít; (*idiot*) thằng ngốc

assign *person* phân công; *thing* phân chia

assignment (*task*) nhiệm vụ; EDU bài làm

assimilate *v/t information* hấp thụ; *person into group* đồng hóa

assist giúp đỡ

assistance sự giúp đỡ

assistant (*helper*) người phụ tá

assistant director trợ lý giám đốc; (*of movie*) trợ lý đạo diễn

assistant manager trợ lý giám đốc

associate 1 *v/t* liên hệ **2** *v/i*: ~ *with* giao du với **3** *n* đồng sự

associate professor phó giáo sư

association hiệp hội; *in ~ with* liên kết với

assortment (*of books, CDs*) một bộ; (*of food*) tổng hợp; (*of people*) một tập hợp

assume (*suppose*) cho rằng; *power* đảm nhiệm

assumption giả định

assurance sự cam đoan; (*confidence*) sự tự tin

assure (*reassure*) cam đoan

assured (*confident*) tự tin

asterisk dấu hoa thị

asthma bệnh hen

astonish làm kinh ngạc; *be ~ed* kinh ngạc

astonishing rất ngạc nhiên, kinh

ngạc

astonishment sự kinh ngạc

astrologer nhà chiêm tinh

astrology thuật chiêm tinh

astronaut nhà du hành vũ trụ

astronomer nhà thiên văn

astronomical *sum, price* rất cao

astronomy thiên văn học

asylum (*mental*) nhà thương điên; (*political*) nơi ẩn náp

at (*with places*) ở; ~ *the cleaner's* ở chỗ người quét dọn; ~ *Joe's* ở chỗ Joe; ~ *the door* ở cửa; ~ *10 dollars* với giá 10 đô la; ~ *the age of 18* ở tuổi 18; ~ *5 o'clock* vào lúc 5 giờ; ~ *150 mph* với tốc độ 150 dặm/giờ; *be good/bad ~ sth* giỏi/dở về gì

atheist *n* người vô thần

athlete nhà điền kinh

athletic điền kinh; (*physically strong*) rất thể thao

athletics điền kinh

Atlantic *n* Đại Tây Dương

atlas tập bản đồ

ATM (= *automated teller machine*) máy rút tiền tự động

atmosphere (*of earth*) khí quyển; (*ambience*) không khí

atmospheric pollution sự ô nhiễm không khí

atom nguyên tử

atom bomb bom nguyên tử

atomic nguyên tử

atomic energy năng lượng nguyên tử

atomic waste chất thải nguyên tử

atomizer bình xịt

atrocious rất tồi; *smell* khó chịu

atrocity hành động tàn ác

attach gắn; *importance* coi; *be ~ed to* (*fond of*) gắn bó với

attachment (*to e-mail*) tệp gửi kèm theo

ch (*final*) k	**gh** g	**nh** (*final*) ng	**r** z; (*S*) r	**x** s	**â** (but)	**i** (tin)
đ z; (*S*) y	**gi** z; (*S*) y	**ph** f	**th** t	**a** (hat)	**e** (red)	**o** (saw)
đ d	**nh** (onion)	**qu** kw	**tr** ch	**ă** (hard)	**ê** ay	**ô** oh

attack 1 *n* sự tấn công; (*verbal*) sự công kích **2** *v/t* tấn công; (*verbally*) công kích

attempt *n & v/t* cố gắng

attend (*be present at*) đến dự; (*go regularly to*) đi đến

♦ **attend to** giải quyết; *customer* phục vụ

attendance sự có mặt

attendant (*in museum*) người phục vụ

attention sự chú ý; *bring sth to s.o.'s* ~ lưu ý ai tới gì; *your ~ please* xin chú ý; *pay* ~ hãy chú ý

attentive *listener* chăm chú

attic gác mái

attitude thái độ

attn (= *for the attention of*) gửi tới

attorney (*lawyer*) luật sư; *power of* ~ quyền ủy nhiệm

attract thu hút; *attention* lôi cuốn; *be ~ed to s.o.* bị ai thu hút

attraction sự hấp dẫn; (*romantic*) sức hấp dẫn

attractive hấp dẫn

attribute[1] *v/t*: ~ *sth to ...* cho gì là do ...; *poem etc* cho gì là của ...

attribute[2] *n* thuộc tính

auction 1 *n* cuộc bán đấu giá **2** *v/t* bán đấu giá

♦ **auction off** đem bán đấu giá

audacious *plan* táo bạo

audacity sự táo bạo

audible nghe thấy được

audience (*in theater, at show, TV*) khán giả

audio *adj* (*thuộc*) âm thanh

audiovisual nghe nhìn

audit 1 *n* sự kiểm toán **2** *v/t* kiểm toán; *course* đến nghe

audition 1 *n* buổi diễn thử **2** *v/i* diễn thử

auditor người kiểm toán

auditorium (*of theater etc*) phòng

thính giả

August tháng Tám

August Revolution Cách mạng Tháng Tám

aunt (*maternal*) dì; (*paternal*) cô

austere *interior, style* đơn sơ; *person, face* khắc khổ

austerity (*economic*) khắc khổ

Australasia nước Úc và các đảo lân cận

Australia nước Úc

Australian 1 *adj* Úc **2** *n* người Úc

Austria nước Áo

Austrian 1 *adj* Áo **2** *n* người Áo

authentic đích thực

authenticity tính xác thực

author (*of story, novel, text*) tác giả

authoritative (*reliable*) có thẩm quyền; *person, manner* quyền hành

authority quyền lực; (*permission*) phép; *be an* ~ *on ...* là chuyên gia về ...; *the authorities* nhà chức trách

authorize cho phép; *be ~d to ...* được phép ...

autistic bị bệnh tự kỷ

auto *n* xe ô tô

autobiography bản tự truyện

autograph *n* chữ ký lưu niệm

automate tự động hóa

automatic 1 *adj* *machine* tự động; *action, thought* vô thức; *promotion etc* tất yếu **2** *n* (*gun*) súng tự động; (*car*) ô tô có bộ số tự động

automatically *close* một cách tự động; *fine, punish, follow* tất nhiên

automation việc tự động hóa

automobile xe ô tô

automobile industry công nghiệp sản xuất xe ô tô

autonomy sự tự quản

autopilot thiết bị lái tự động

autopsy mổ khám nghiệm tử thi

auxiliary *adj* phụ

available sẵn có; *person* sẵn sàng

avalanche trận tuyết lở

avenue đại lộ; *fig* con đường

average 1 *adj* trung bình; *(ordinary)* bình thường; *(of mediocre quality)* thường **2** *n* mức trung bình; *above/below ~* trên/dưới mức trung bình; *on ~* trung bình **3** *v/t* tính trung bình

♦ **average out** *v/t* tính toán mức trung bình

♦ **average out at** tính trung bình là

aversion: *have an ~ to* ghét

avert *one's eyes* quay; *crisis* ngăn chặn

aviation hàng không

avid háo hức

avocado quả bơ

avoid tránh

awake *adj* thức; *it's keeping me ~* cái đó làm tôi thức giấc

award 1 *n (prize)* phần thưởng **2** *v/t*

tặng thưởng; *damages* thưởng

aware: *be ~ of sth* có ý thức về gì; *become ~ of sth* nhận thấy gì

awareness sự nhận thức

away: *be ~ (traveling, sick etc)* vắng mặt; *walk/run ~* đi/chạy khỏi; *look ~* nhìn đi chỗ khác; *it's 2 miles ~* cách đây 2 dặm; *Christmas is still 6 weeks ~* còn cách 6 tuần mới tới lễ Giáng Sinh; *take sth ~ from s.o.* lấy cái gì của ai đó; *put sth ~* cất đi gì đó

away game SP cuộc đấu ở sân khách

awesome F *(terrific)* cực kỳ

awful kinh khủng

awkward *(clumsy)* vụng về; *(difficult)* gây khó khăn; *(embarrassing)* lúng túng; *feel ~* cảm thấy lúng túng

awning tấm bạt che

ax 1 *n* cái rìu **2** *v/t project, budget, job etc* cắt bớt

axle trục

B

BA (= *Bachelor of Arts*) cử nhân văn chương

baby *n* trẻ sơ sinh

baby carriage xe đẩy trẻ con; **baby-sit** trông trẻ; **baby-sitter** người trông trẻ

bachelor người đàn ông độc thân

back 1 *n (of person, clothes, chair)* lưng; *(of car, bus, house)* phía sau; *(of paper)* mặt sau; *(of book, drawer)* cuối; SP hậu vệ; *in ~* ở

đằng sau nhà; *in the ~ of the car* ở phía sau xe ô tô; *at the ~ of the bus* ở phía sau xe buýt; *~ to front* đằng sau ra đằng trước; *at the ~ of beyond* ở một nơi tách biệt **2** *adj wheels, legs, seat, door etc* sau; *~ road* đường phụ **3** *adv*: *please move/stand ~* xin hãy xê ra/đứng lùi lại; *2 meters ~ from the edge* lùi cách mét 2m; *~ in 1935* trở lại năm 1935; *give X ~ to Y* trả

ch *(final)* k	**gh** g	**nh** *(final)* ng	**r** z; *(S)* r	**x** s	**â** (but) **i** (tin)
d z; *(S)* y	**gi** z; *(S)* y	**ph** f	**th** t	**a** (hat)	**e** (red) **o** (saw)
đ d	**nh** (onion)	**qu** kw	**tr** ch	**ă** (hard)	**ê** ay **ô** oh

lại X cho Y; **she'll be ~ tomorrow** cô ấy sẽ trở lại vào ngày mai; **when are you coming ~?** khi nào anh sẽ trở về?; **take sth ~ to the store** (*because unsatisfactory*) mang gì trả lại cho cửa hàng; **they wrote/phoned ~** họ đã viết thư hồi âm/điện thoại lại; **he hit me ~** anh ấy đánh trả lại tôi **4** v/t (*support*) ủng hộ; **car** lùi; **horse** đánh cá tiền **5** v/i (*of driver*) lùi

♦ **back away** lùi lại

♦ **back down** nhượng bộ

♦ **back off** rút lui

♦ **back onto** quay lưng ra

♦ **back out** (*of commitment*) nuốt lời

♦ **back up 1** v/t (*support*) xác nhận; **claim, argument** chứng minh; **file** sao lưu; **be backed up** (*of traffic*) tắc nghẽn **2** v/i (*in car*) lùi

back burner: put sth on the ~ gác gì lại; **backdate** có giá trị từ trước đó; **backdoor** cửa sau

backer người tài trợ

backfire v/i fig phản lại;

background (*of painting, picture*) nền; (*of person*) lai lịch; (*of situation*) bối cảnh; **backhand** n (*in tennis*) cú ve, quả trái

backing (*support*) sự hỗ trợ; MUS phần đệm

backing group MUS nhóm nhạc đệm

backlash phản ứng dữ dội;

backlog sự ùn đọng; **backpack 1** n ba lô **2** v/i đi du lịch ba lô; **backpacker** người đeo ba lô; (*Western tourist*) Tây ba lô; **backpedal** fig đi ngược lại; **backspace** (**key**) (phím) lùi; **backstairs** cầu thang sau; **backstroke** SP bơi ngửa

backup (*support*) hỗ trợ; COMPUT

sự sao lưu; **take a ~** COMPUT làm một bản sao

backup disk COMPUT sao đĩa mềm

backward 1 adj **child** chậm phát triển; **society** lạc hậu; **glance** về phía sau **2** adv giật lùi, lùi về phía sau

backyard also fig sân sau; **the not in my ~ syndrome** hội chứng "không phải ở chỗ tôi"

bacon (*smoked*) thịt lợn xông khói (N), thịt heo xông khói (S); (*salted*) thịt lợn muối (N), thịt heo muối (S)

bacteria vi khuẩn

bad news, manner, person, day xấu; **pay, management** tồi; **spelling** dở; **smell, mood** rất khó chịu; **cold, headache etc** nặng; (*rotten*) thiu thối; **it's not ~** không đến nỗi nào; **that's really too ~** (*shame*) thật đáng tiếc; **feel ~ about** (*guilty*) cảm thấy có lỗi; **be ~ at** kém; **be ~ for s.o.** (*for health etc*) có hại cho ai; **Friday's ~, how about Thursday?** thứ Sáu là ngày xấu, vậy thứ Năm thì sao?

bad debt món nợ không có hy vọng được trả lại

badge phù hiệu

badger v/t quấy rầy

bad language lời nói thô tục

badly injured, damaged nặng; **behaved** tồi; **~ in need of** rất cần; **I did really ~ in the exam** tôi làm bài dở thật trong kỳ thi; **he ~ needs a haircut/rest** anh ấy rất cần sự cắt tóc/nghỉ ngơi; **he is ~ off** (*poor*) anh ấy lâm cảnh nghèo khổ

badminton cầu lông, vũ cầu

baffle làm bối rối; **be ~d** bối rối

baffling mystery bí ẩn; **software etc**

ơ ur	**y** (tin)	**ây** uh-i	**iê** i-uh
u (soon)	**au** a-oo	**eo** eh-ao	**iêu** i-yoh
ư (dew)	**âu** oh	**êu** ay-oo	**iu** ew

oa wa	**ôi** oy	**uy** wee	**ong** aong
oai wai	**ơi** ur-i	**ênh** uhng	**uyên** oo-in
oe weh	**uê** way	**oc** aok	**uyêt** oo-yit

khó hiểu

bag (*plastic, paper, for traveling*) túi; (*for school*) cặp sách; (*woman's purse*) xắc

baggage hành lý

baggage car RAIL toa hành lý; **baggage cart** xe đẩy hành lý; **baggage check** kiểm tra hành lý; **baggage reclaim** nơi nhận hành lý

baggy lùng thùng

bail n LAW sự bảo lãnh; (*money*) tiền bảo lãnh; **on ~** được tại ngoại hậu tra

♦ **bail out 1** v/t LAW nộp tiền bảo lãnh; fig trợ giúp tiền **2** v/i (*from airplane*) nhảy dù

bait n mồi

bake v/t nướng

baked potato khoai tây nướng

baker người nướng, bán bánh

bakery tiệm bánh mì (*S*), hiệu bánh mì (*N*)

balance 1 n sự cân bằng; (*remainder*) số còn lại; (*of bank account*) số dư **2** v/t đặt thăng bằng; **~ the books** quyết toán sổ sách **3** v/i (*of object*) đặt thăng bằng; (*of person*) đứng thăng bằng; (*of accounts*) cân bằng

balanced (*fair*) công bằng; *diet* cân đối; *personality* cân bằng

balance of payments cán cân thanh toán; **balance of trade** cán cân mậu dịch; **balance sheet** tờ quyết toán

balcony (*of house, theater*) ban công (*N*), bao lơn (*S*)

bald *man* hói; **he's going ~** anh ấy đã bắt đầu hói

ball quả bóng; **on the ~** fig nhạy bén; **play ~** fig hợp tác; **the ~'s in his court** fig đã đến lượt anh ấy phải lên tiếng

ball bearing ổ bi

ballerina nữ diễn viên ba lê

ballet ba lê

ballet dancer diễn viên ba lê

ball game môn bóng; (*baseball*) môn bóng chày; **that's a different ~** đó là một tình thế khác

ballistic missile tên lửa đạn đạo

balloon (*child's*) quả bóng bay; (*for flight*) khinh khí cầu

ballot 1 n lá phiếu **2** v/t *members* cho bỏ phiếu kín

ballot box hòm phiếu

ballpark (*baseball*) sân chơi bóng chày; **be in the right ~** fig đúng hướng; **ballpark figure** số liệu tương đối; **ballpoint (pen)** bút bi

balls ∨ hòn dái; (*courage*) can đảm; *Br* (*nonsense*) điều nhảm nhí

bamboo cây tre

bamboo bed chõng tre

bamboo shoots măng

ban 1 n lệnh cấm **2** v/t cấm

banana quả chuối

band ban nhạc; (*pop*) ban nhạc pốp; (*strip of metal*) đai; (*for hair etc*) dải băng

bandage 1 n vải băng bó **2** v/t băng bó

Band-Aid® cao dán

bandit tên cướp

bandwagon: jump on the ~ xu thời

bandy *legs* vòng kiềng

bang 1 n (*noise*) tiếng sập mạnh; (*blow*) cú va mạnh **2** v/t *door* đóng sầm; (*hit*) đập vào **3** v/i đóng sầm

Bangladesh nước Băng la đét

Bangladeshi 1 adj Băng la đét **2** n người Băng la đét

banjo đàn ban jô

bank¹ (*of river*) bờ

bank² 1 n FIN ngân hàng **2** v/i: **~ with** có tài khoản ở **3** v/t *money*

---

ch (*final*) k	**gh** g	**nh** (*final*) ng	**r** z; (*S*) r	**x** s	**â** (but)	**i** (tin)
d z; (*S*) y	**gi** z; (*S*) y	**ph** f	**th** t	**a** (hat)	**e** (red)	**o** (saw)
đ d	**nh** (onion)	**qu** kw	**tr** ch	**ă** (hard)	**ê** ay	**ô** oh

gửi tiền vào ngân hàng
♦**bank on** mong đợi; ***don't ~ it***
đừng quá hy vọng
bank account tài khoản ngân
hàng; **bank balance** số quyết
toán tài khoản; **bank bill** giấy bạc
ngân hàng
banker chủ ngân hàng
banker's card thẻ ngân hàng
banker's order lệnh trả tiền
bank loan tiền vay của ngân hàng;
bank manager giám đốc ngân
hàng; **bank rate** lãi suất ngân
hàng; **bankroll** v/t tài trợ
bankrupt 1 adj person bị vỡ nợ;
company bị phá sản; **go ~** (of
person) bị vỡ nợ; (of company) bị
phá sản **2** v/t person vỡ nợ;
company phá sản
bankruptcy (for person) tình trạng
vỡ nợ; (for company) sự phá sản
bank statement bản báo cáo ngân
hàng
banner biểu ngữ
banns công bố hôn nhân ở nhà thờ
banquet tiệc lớn
banter n câu nói bông đùa
banyan tree cây đa
baptism lễ rửa tội
baptize làm lễ rửa tội; ***she was ~d
Mary*** cô bé được đặt tên thánh là
Mary
bar¹ (of iron, chocolate) thanh; (for
drinks) quầy rượu; (counter) quầy;
a ~ of soap một bánh xà phòng;
be behind ~s trong tù
bar² v/t ngăn cấm
bar³ prep (except) trừ
barbecue 1 n (meal) bữa ăn thịt
nướng; (party) bữa tiệc nướng thịt
ngoài trời; (equipment) vỉ nướng
2 v/t nướng vỉ
barbed wire dây thép gai
barber thợ cắt tóc

bar code mã số kẻ sọc trên hàng
hóa
bare adj (naked) trần; room trống
rỗng; hillside etc trơ trọi; floor trần
trụi
barefoot: be ~ chân không
bare-headed đầu trần
barely (only just) vừa đủ; ***we ~ had
time to catch the train*** chúng tôi
chỉ vừa có đủ thời gian để kịp lên
tàu
bargain 1 n (deal) sự thỏa thuận;
(good buy) món hời; ***it's a ~!*** (deal)
thật là một món hời! **2** v/i mặc cả
(N), mà cả (S)
♦**bargain for** (expect) dự tính
barge n NAUT sà lan
bark¹ 1 n (of dog) tiếng sủa **2** v/i
sủa
bark² (of tree) bóc vỏ
barley lúa mạch
barn kho thóc
barometer phong vũ biểu; fig
thước đo
barracks MIL doanh trại
barrel (container) thùng
barren land cằn cỗi
barrette cái kẹp tóc
barricade n chiến lũy
barrier also fig hàng rào; ***language
~*** hàng rào ngôn ngữ
bartender nhân viên quầy ba
barter 1 n sự trao đổi hàng hóa
2 v/t đổi chác
base 1 n (bottom) chân; (center)
bản doanh; MIL căn cứ; ***~ of the
spine*** xương sống cùng **2** v/t dựa
vào; ***~ X on Y*** dựa X vào Y; ***be ~d
in*** (in city, country) ở
baseball (ball) quả bóng chày;
(game) môn bóng chày
baseball bat chày vụt bóng;
baseball cap mũ lưỡi trai;
baseball player cầu thủ bóng

ơ ur	y (tin)	ây uh-i	iê i-uh	oa wa	ôi oy	uy wee	ong aong
u (soon)	au a-oo	eo eh-ao	iêu i-yoh	oai wai	ơi ur-i	ênh uhng	uyên oo-in
ư (dew)	âu oh	êu ay-oo	iu ew	oe weh	uê way	oc aok	uyêt oo-yit

chày

basement (*of house, store*) tầng hầm

base rate FIN lãi suất gốc

basic *idea, salary etc* cơ bản; (*elementary*) sơ đẳng; (*simple, unsophisticated*) đơn giản

basically về cơ bản

basics: the ~ những cái cơ bản; **get down to ~** đi vào những vấn đề thiết yếu

basin (*for washing*) bồn rửa

basis (*of relationship, argument etc*) cơ sở; **on the ~ of this information** trên cơ sở thông tin này

bask phơi nắng

basket giỏ; (*in basketball*) giỏ lưới

basketball bóng rổ; (*ball*) quả bóng rổ

bass 1 *n* (*part*) bè trầm; (*singer*) giọng nam trầm; **double ~** (*instrument*) đàn công bát **2** *adj* trầm

bastard con hoang; F đồ đểu; **poor ~** F thật tội nghiệp

bat¹ 1 *n* (*for baseball*) chày vụt bóng; (*for table tennis*) vợt **2** *v/i* (*in baseball*) đánh gậy

bat²: he didn't ~ an eyelid anh ấy thản nhiên như không

bat³ (*animal*) con dơi

batch *n* (*of students, data*) đợt; (*of bread, products*) mẻ

bath *n* bồn tắm; **have a ~, take a ~** tắm

bathe *v/i* (*have a bath*) tắm

bath mat thảm hút nước; **bathrobe** áo choàng tắm; **bathroom** buồng tắm; (*toilet*) buồng vệ sinh; **bath towel** khăn tắm; **bathtub** bồn tắm

batter¹ *n* (*for cakes*) bột nhào; (*for fish etc*) bột tẩm

batter² *n* (*in baseball*) vận động

viên bóng chày

battery pin; MOT bộ ác quy

battle 1 *n* trận đánh; *fig* cuộc đấu tranh **2** *v/i* (*against illness etc*) vật lộn, đấu tranh

battlefield, battleground chiến trường

bawdy tục tĩu

bawl (*shout*) la hét; (*weep*) kêu khóc

♦**bawl out** *v/t* F quát tháo

bay (*inlet*) vịnh

bay window cửa sổ lồi

be ◊ (*with nouns*) là; (*negative*) không phải là; *I am a doctor* tôi là bác sĩ; *she is Australian* cô ấy là người Úc; *I'm not a doctor* tôi không phải là bác sĩ ◊ (*with adjectives: be is not translated*): *I'm tired* tôi mệt; *she is beautiful* cô ấy đẹp; *I'm not tired* tôi không mệt; *I'm 15* tôi 15 tuổi; *was there?* cô ấy có ở đấy không?; *it's me* tôi đây; *how much is/are ...?* ... giá là bao nhiêu?; *there is, there are* có ◊ (*imperative*) hãy; (*negative*) đừng; *~ careful* hãy cẩn thận; *don't ~ sad* đừng buồn ◊ đi, đến; *has the mailman been?* người đưa thư đã đi chưa?; *I've never been to Vietnam* tôi chưa bao giờ đến Việt Nam; *I've been here for hours* tôi ở đây đã hàng giờ rồi; *I'll be back by six* tôi sẽ trở về lúc sáu giờ ◊ (*tags*) phải không?; *that's right, isn't it?* đúng đấy, phải không?; *she's Chinese, isn't she?* cô ta là người Trung Quốc, phải không? ◊ (*auxiliary*) đang; *I am thinking* tôi đang nghĩ; *he is running* anh ấy đang chạy; *you're ~ing silly* anh/chị đang làm trò ngớ ngẩn; *he was crying* anh ấy đang khóc ◊

ch (*final*) k	gh g	nh (*final*) ng	r z; (*S*) r	x s	â (but)	i (tin)
d z; (*S*) y	gi z; (*S*) y	ph f	th t	a (hat)	e (red)	o (saw)
đ d	nh (onion)	qu kw	tr ch	ă (hard)	ê ay	ô oh

(*obligation*) cần phải; **you are to do what I tell you** anh/chị cần phải làm những gì tôi bảo; **I was to tell you this** tôi cần phải nói với anh/chị điều này; **you were not to tell anyone** anh/chị không được nói với ai ◊ (*passive: especially with negative sense*) bị; **he was killed** (*by s.o. else*) anh ấy đã bị giết; (*in a collision*) bị đụng xe chết; (*run over*) bị xe cán chết ◊ (*passive: especially with positive sense*) được; **they have been sold** chúng đã được bán; **the house was built** ngôi nhà đã được xây dựng

◆ **be in for** *surprise*, *trouble etc* sẽ gặp

beach bờ biển

beachwear đồ tắm biển

beads chuỗi hạt

beak mỏ

beaker (*for drinking*) cốc

be-all: **the ~ and end-all** phần quan trọng

beam 1 *n* (*in ceiling etc*) xà **2** *v/i* (*smile*) tươi cười **3** *v/t* (*transmit*) truyền

beans đậu; **coffee** ~ hạt cà phê; **be full of ~** tràn đầy sức sống

beansprouts giá

bear¹ (*animal*) con gấu

bear² **1** *v/t weight* chịu được; *costs* chịu; *tolerate* chịu đựng; *child* sinh hạ **2** *v/i*: **bring pressure to ~ on ...** dùng sức ép đối với ...

◆ **bear out** (*confirm*) xác nhận

bearable chịu đựng được

beard râu

bearing (*in machine*) ổ trục; **that has no ~ on the case** cái đó chẳng liên quan gì đến trường hợp này

beast con thú

beat 1 *n* (*of heart*) nhịp đập; (*of music*) nhịp điệu **2** *v/i* (*of heart*, *rain*) đập; ~ **about the bush** nói quanh co **3** *v/t* (*in competition*) thắng; (*hit*) đánh đập; (*pound*) đập; ~ **it!** F xéo đi!; **it ~s me** F tôi không hiểu

◆ **beat up** đánh đập

beaten: **off the ~ track** ở một nơi biệt lập ít người đi lại

beating (*physical*) trận đòn

beat-up F cũ nát

beautician nhân viên làm đẹp

beautiful *woman*, *house*, *day* đẹp; *meal* ngon; *vacation* tốt đẹp; *story*, *movie* hay; **thanks, that's just ~!** (*food*) cám ơn, rất ngon

beautifully *cooked*, *done* rất tốt; *simple* rất

beauty (*of woman*, *sunset*) vẻ đẹp

beauty parlor mỹ viện

◆ **beaver away** làm việc miệt mài

because vì; ~ **it was too expensive** vì quá đắt; ~ **of** vì

beckon *v/i* ra hiệu

become *warmer*, *clearer*, *evident etc* trở nên; *doctor*, *priest etc* trở thành; **what's ~ of her?** cô ấy đã ra sao rồi?

bed cái giường; (*of flowers*) luống; (*of sea*, *river*) đáy; **go to ~** đi ngủ; **he's still in ~** anh ấy vẫn còn ở trên giường; **go to ~ with ...** ngủ với ...; **make the ~** làm giường

bedclothes bộ đồ trải giường

bedding bộ đồ trải giường

bedridden nằm liệt giường; **bedroom** phòng ngủ; **bedspread** khăn phủ giường; **bedtime** giờ đi ngủ

bee con ong

beech cây sồi

beef 1 *n* thịt bò; F (*complaint*) sự than vãn **2** *v/i* F (*complain*) than

ơ ur	**y** (tin)	**ây** uh-i	**iê** i-uh	**oa** wa	**ôi** oy	**uy** wee	**ong** aong
u (soon)	**au** a-oo	**eo** eh-ao	**iêu** i-yoh	**oai** wai	**ơi** ur-i	**ênh** uhng	**uyên** oo-in
ư (dew)	**âu** oh	**êu** ay-oo	**iu** ew	**oe** weh	**uê** way	**oc** aok	**uyêt** oo-yit

văn

♦**beef up** F tăng cường

beefburger thịt bò băm viên, bơ gơ

beehive tổ ong

beeline: *make a ~ for* sà ngay tới

beep 1 *n* tiếng bíp bíp **2** *v/i* kêu bíp bíp **3** *v/t* (*call on pager*) gọi máy nhắn tin

beeper máy nhắn tin

beer bia

beetle bọ cánh cứng

before 1 *prep* (*in time, order, position*) trước; *~ Tuesday* trước thứ Ba *adv* trước đây; *the week / day ~* tuần/hôm trước **3** *conj* trước khi; *~ you leave* trước khi anh/chị đi

beforehand trước

beg 1 *v/i* ăn xin **2** *v/t*: *~ s.o. to ...* khẩn cầu ai ...

beggar người ăn xin

begin 1 *v/i* bắt đầu; *to ~ with* (*at first*) trước hết; (*in the first place*) thoạt tiên **2** *v/t* bắt đầu

beginner người mới bắt đầu

beginner driver người học lái xe

beginning phần đầu; (*origin*) nguồn gốc

behalf: *on / in ~ of* thay mặt; *on my / his ~* thay mặt tôi/anh ấy

behave *v/i* cư xử; *~ (oneself)* (*of children*) ngoan; *~ (yourself)!* hãy ngoan nào!

behavior cách cư xử

behind 1 *prep* (*in position*) sau; (*in progress*) kém; (*in order*) ở sau; *be ~ ...* (*responsible for*) nấp đằng sau ...; (*support*) ủng hộ **2** *adv* (*at the back*) đằng sau; *be ~ with sth* chậm trễ trong việc gì

Beijing Bắc Kinh

being (*existence*) sự tồn tại; (*creature*) sinh vật

belated muộn mằn

belch 1 *n* tiếng ợ **2** *v/i* ợ

Belgian 1 *adj* Bỉ **2** *n* người Bỉ

Belgium nước Bỉ

belief niềm tin; (*religious*) tín ngưỡng

believe tin

♦**believe in** tin vào; *ghosts* tin có

believer REL tín đồ; *fig* người tin tưởng

bell chuông

bellhop nhân viên khuân vác hành lý

belligerent *adj* hiếu chiến; (*engaged in war*) tham chiến

bellow 1 *n* (*of person*) tiếng thét; (*of bull*) tiếng rống **2** *v/i* (*of person*) thét lên; (*of bull*) rống lên

belly bụng

bellyache *v/i* F cằn nhằn

belong: *where does this ~?* cái này để ở đâu?; *I don't ~ here* tôi không thích hợp với nơi đây

♦**belong to** thuộc về, của; *club, organization* là thành viên; *that CD belongs to me* đĩa CD này là của tôi

belongings của cải

beloved *adj* yêu quý

below 1 *prep* dưới **2** *adv* ở dưới; (*in text*) ở bên dưới; *see ~* xem bên dưới; *10 degrees ~* âm 10 độ

belt thắt lưng; *tighten one's ~* *fig* thắt lưng buộc bụng

bench (*seat*) ghế dài; (*work~*) bàn thợ

benchmark dấu làm chuẩn

bend 1 *n* chỗ rẽ **2** *v/t* gập **3** *v/i* (*of road*) quặt; (*of river*) uốn lượn; (*of pipe*) uốn cong; (*of person*) cúi

♦**bend down** cúi xuống

bender F: *go on a ~* đi nhậu say sưa

beneath 1 *prep* ở dưới; (*in status, value*) không xứng đáng **2** *adv* ở

ch (*final*) k	gh g	nh (*final*) ng	r z; (S) r	x s	â (but)	i (tin)
d z; (S) y	gi z; (S) y	ph f	th t	a (hat)	e (red)	o (saw)
đ d	nh (onion)	qu kw	tr ch	ă (hard)	ê ay	ô oh

dưới

benefactor người hảo tâm

beneficial có lợi

benefit 1 *n* lợi ích **2** *v/t* làm lợi **3** *v/i* được lợi

benevolent nhân đức

benign nhân từ; MED lành

bequeath di tặng; *fig* để lại

bereaved 1 *adj* bị mất người thân **2** *n: the ~* người bị mất thân nhân

berry quả mọng

berserk: go ~ trở nên điên khùng

berth (*for sleeping*) giường nằm; (*for ship*) chỗ thả neo; *give s.o. a wide ~* giữ khoảng cách với ai

beside bên cạnh; *be ~ oneself with rage/grief* cơn giận xung thiên/sầu khổ; *that's ~ the point* không có gì liên quan tới

besides 1 *adv* hơn nữa, và lại **2** *prep* (*apart from*) ngoài ... ra

best 1 *adj* tốt nhất; (*Vietnamese often prefers a more specific word than 'best', so for example the 'best price' may translate as the 'highest/lowest price'*): *food, meal* ngon nhất; (*in quality*) *hotel, restaurant, train service, model* khá nhất; (*most skilled, most able*) *craftsman, student, doctor* giỏi nhất; *speaker* hay nhất; (*~ made*) *movie, book* hay nhất; (*strongest*) *runner, boxer* khỏe nhất; (*most valid*) *reason* chính đáng nhất; (*most enjoyable*) *party, vacation* vui nhất; (*most suitable*) *color* hợp nhất **2** *adv* tốt nhất; *like* nhiều nhất; *dressed* đẹp nhất; *it would be ~ if ...* tốt nhất nếu ...; *I like her ~* tôi thích cô ấy nhất **3** *n: do one's ~* làm hết sức mình; *make the ~ of* cố gắng cứu vãn; *all the ~!* chúc mọi sự tốt lành!

best before date hạn sử dụng; **best man** (*at wedding*) phù rể; **best-seller** sách bán chạy nhất

bet 1 *n* sự đánh cuộc; (*money wagered*) tiền đánh cuộc **2** *v/t & v/i* đánh cuộc; *I ~ that ...* (*reckon*) tôi chắc chắn rằng ...; *you ~!* chắc chắn!

betel trầu; *chew ~* ăn trầu

betray phản bội

betrayal sự phản bội

better tốt hơn; (*Vietnamese often prefers a more specific word than 'better', so for example a 'better price' may translate as a 'higher/lower price'*): *food, meal* ngon hơn; (*in quality*) *hotel, restaurant, train service, model* khá hơn; (*more skilled, able*) *craftsman, student, doctor* giỏi hơn; *speaker* hay hơn; (*~ made*) *movie, book* hay hơn; (*stronger*) *runner, boxer* khỏe hơn; (*more valid*) *reason* chính đáng hơn; (*more enjoyable*) *party, vacation* vui hơn; (*more suitable*) *color* hợp hơn; *get ~* (*improve*) trở nên tốt hơn; (*in health*) đã đỡ hơn; *he's ~* (*in health*) anh ấy đã đỡ hơn; *you look ~ today* anh/chị trông khá hơn hôm nay; *that's ~, now you're getting it!* thế thì đỡ hơn, anh/chị đã nắm được rồi đấy! **2** *adv* tốt hơn; *sing, dance* hay hơn; *like* hơn; *you'd ~ ask permission* anh/chị nên xin phép thì hay hơn; *I'd really ~ not* tôi thật sự không nên thì hơn; *all the ~ for us* càng tốt hơn cho chúng tôi

better-off *adj* khá khẩm hơn

between giữa; (*in time*) trong khoảng; *I'll meet you ~ 5 and 5.30* tôi sẽ gặp anh/chị trong khoảng thời gian từ 5 đến 5 giờ 30; *~ you*

ơ ur	y (tin)	ây uh-i	iê i-uh	oa wa	ôi oy	uy wee	ong aong
u (soon)	au a-oo	eo eh-ao	iêu i-yoh	oai wai	ơi ur-i	ênh uhng	uyên oo-in
ư (dew)	âu oh	êu ay-oo	iu ew	oe weh	uê way	oc aok	uyêt oo-yit

and me giữa anh/chị và tôi

beverage *fml* đồ uống

beware: *~ of* coi chừng

bewilder làm bối rối

beyond 1 *prep* (*in space*) ở bên kia; (*outside the range of*) vượt quá; *it's ~ me* (*don't understand*) ngoài tầm hiểu biết của tôi; (*can't do it*) ngoài khả năng tôi **2** *adv* xa hơn nữa

Bhutan nước Bu-tăng

Bhutanese 1 *adj* Bu-tăng **2** *n* người Bu-tăng

bias *n* (*against*) sự thành kiến; (*in favor of*) sự thiên về

bias(s)ed thiên vị

bib (*for baby*) yếm dãi

Bible kinh thánh

bibliography thư mục

biceps bắp tay

bicker cãi cọ

bicycle *n* xe đạp

bid 1 *n* (*at auction*) sự đặt giá; (*attempt*) sự nỗ lực **2** *v/i* (*at auction*) đấu giá

biennial *adj* hai năm một lần

big 1 *adj* lớn; (*long: word*) dài; (*important*) quan trọng; *my ~ brother/sister* anh/chị tôi; *~ name* vang danh **2** *adv: talk ~* nói huênh hoang

bigamist (*man*) người hai chồng; (*woman*) người hai vợ

big-headed kiêu ngạo

bike 1 *n* xe đạp; (*motor~*) xe máy **2** *v/i* đi xe đạp; (*by motor~*) đi xe máy

bikini bộ áo tắm hai mảnh, bikini

bilingual song ngữ

bill 1 *n* (*invoice*) hóa đơn; (*money*) tờ giấy bạc; POL bản dự thảo luật; (*poster*) áp phích **2** *v/t* (*invoice*) gửi hóa đơn

billboard bảng dán quảng cáo

billfold ví tiền

billiards trò chơi bi-a

billion tỷ

billionth *adj* thứ một tỷ

bill of exchange giấy báo trả tiền

bill of sale hóa đơn

bin (*for storage*) thùng chứa to

binary nhị phân

bind *v/t* (*connect*) gắn bó; (*tie*) trói buộc; (LAW: *oblige*) bắt buộc

binder (*for papers*) bìa

binding 1 *adj agreement, promise* ràng buộc **2** *n* (*of book*) bìa sách

binoculars ống nhòm

biodegradable có thể thối rữa được

biography tiểu sử

biological sinh học; *~ parents* cha mẹ đẻ; *~ detergent* chất tẩy sinh học

biology sinh vật học

biotechnology kỹ thuật sinh học

bird chim

bird of prey chim săn mồi

bird sanctuary khu bảo tồn chim

birth (*of child*) sự sinh đẻ; (*labor*) sự đẻ; *fig* (*of country etc*) sự ra đời; *give ~ to child* sinh ra; *date of ~* ngày sinh

birth certificate giấy khai sinh

birth control sự hạn chế sinh đẻ

birthday sinh nhật; *happy ~!* chúc mừng sinh nhật!; **birthplace** nơi sinh; **birthrate** tỷ lệ sinh đẻ

biscuit (*cracker*) bánh quy giòn

bisexual 1 *adj* lưỡng tính **2** *n* kẻ lưỡng tính

bishop giám mục

bit *n* (*piece: of wood, string etc*) mẩu; (*part of a whole*) phần; COMPUT đơn vị thông tin; *a ~* (*a little*) một ít; (*a little while*) một chút; (*rather*) hơi; *a ~ faster* nhanh hơn tí; *a ~ of bread* một ít bánh mì; *a ~ of news*

---

ch (*final*) k	**gh** g	**nh** (*final*) ng	**r** z; (*S*) r	**x** s	**â** (but)	**i** (tin)
d z; (*S*) y	**gi** z; (*S*) y	**ph** f	**th** t	**a** (hat)	**e** (red)	**o** (saw)
đ d	**nh** (onion)	**qu** kw	**tr** ch	**ă** (hard)	**ê** ay	**ô** oh

một mẩu tin; **~ by** ~ dần dần; *I'll be there in a* ~ tôi sẽ sớm có mặt ở đó

bitch 1 *n* (*dog*) chó cái; F (*woman*) con mụ **2** *v/i* F (*complain*) phàn nàn

bitchy F *person, remark* độc ác

bite 1 *n* vết cắn; (*of food*) miếng; *get a* ~ (*of angler*) cắn câu; *let's have a* ~ *to eat* hãy ăn chút gì đã **2** *v/t* cắn; (*of mosquito, flea*) đốt **3** *v/i* cắn; (*of mosquito, flea*) đốt; (*of fish*) cắn câu

bitter *taste* đắng; *person, comment, tone* chua cay; *failure* cay đắng; *wind* lạnh buốt; *argument* gay gắt

bitterly *cold* buốt; *smile* chua chát; *weep* thảm thiết

black 1 *adj* đen; *person* da đen; *fig* (*gloomy*) đen tối **2** *n* (*color*) màu đen; (*person*) người da đen; *in the* ~ FIN có tiền ở tài khoản ngân hàng

♦**black out** *v/i* (*lose consciousness*) ngất đi

blackberry quả mâm xôi; **blackbird** chim hét; **blackboard** bảng đen; **black box** hộp đen; **black economy** kinh doanh chui

blacken *person's name* bôi nhọ

black eye mắt thâm tím; **black ice** lớp băng mỏng; **blacklist 1** *n* sổ đen **2** *v/t* ghi tên vào sổ đen; **blackmail 1** *n* (*demanding money*) sự tống tiền; (*using threats*) sự hăm dọa; *emotional* ~ sự hăm dọa bằng tình cảm **2** *v/t*: *they are ~ing him* họ đang hăm dọa anh ấy; ~ *s.o. into doing sth* hăm dọa ai để buộc họ làm gì; **blackmailer** (*who demands money*) kẻ tống tiền; (*who threatens*) kẻ hăm dọa; **black market** chợ đen

blackness độ đen

blackout ELEC sự mất điện; MED sự choáng ngất

blacksmith thợ rèn

bladder bàng quang

blade (*of knife, sword*) lưỡi; (*of helicopter*) cánh quạt; (*of grass*) ngọn

blame 1 *n* sự khiển trách; (*responsibility*) sự chịu trách nhiệm **2** *v/t* chê trách; ~ *X for Y* quy lỗi cho X về Y

bland *smile, food* nhạt; *answer* vô vị

blank 1 *adj* (*not written on*) để trắng; *tape* trắng; *look* đờ đẫn **2** *n* (*empty space*) chỗ trống; *my mind's a* ~ đầu óc tôi trống rỗng

blank check chi phiếu không gạch

blanket *n* chăn (N), mền (S); *a* ~ *of ... fig* một lớp ...

blare *v/i* kêu ầm ĩ

♦**blare out 1** *v/i* kêu ầm ĩ **2** *v/t* phát to

blaspheme *v/i* báng bổ

blast 1 *n* (*explosion*) vụ nổ; (*gust*) luồng gió mạnh **2** *v/t* phá nổ; ~*!* F tức thật!

♦**blast off** (*of rocket*) được phóng lên

blast furnace lò cao

blast-off sự phóng

blatant trắng trợn

blaze 1 *n* (*fire*) vụ hỏa hoạn; *a* ~ *of color* sự rực rỡ về màu sắc **2** *v/i* (*of fire*) cháy sáng rực

♦**blaze away** (*with gun*) nhả đạn liên tục

bleach 1 *n* thuốc tẩy trắng **2** *v/t hair* làm nhạt màu

bleak *countryside* trống trải; *weather* ảm đạm; *future* u ám

bleary-eyed mắt lờ đờ

bleat *v/i* (*of sheep*) kêu be be

bleed 1 *v/i* chảy máu **2** *v/t fig* chảy máu

ơ ur	y (tin)	ây uh-i	iê i-uh	oa wa	ôi oy	uy wee	ong aong
u (soon)	au a-oo	eo eh-ao	iêu i-yoh	oai wai	ơi ur-i	ênh uhng	uyên oo-in
ư (dew)	âu oh	êu ay-oo	iu ew	oe weh	uê way	oc aok	uyêt oo-yit

bleeding *n* sự chảy máu

bleep 1 *n* tiếng kêu bíp bíp **2** *v/i* kêu bíp bíp

bleeper thiết bị phát ra tiếng bíp bíp

blemish 1 *n* vết nhơ **2** *v/t reputation* làm ô uế

blend 1 *n* sự pha trộn **2** *v/t* pha trộn

♦**blend in 1** *v/i* ăn nhập **2** *v/t* (*in cooking*) nhào trộn

blender (*machine*) máy nghiền nát lỏng thực phẩm

bless ban phúc; (*God*) **~ you!** Chúa ban phước cho anh/chị!; **~ you** (*to children*) cơm cá, (*nothing said to adults*); **be ~ed with ...** được may mắn có ...

blessing REL phúc lành; *fig* (*approval*) sự chấp thuận

blind 1 *adj* mù; *corner* cụt; **~ to** không hay biết gì **2** *in: the ~* người mù **3** *v/t* làm mù; (*dazzle*) làm lóa mắt; *fig* (*of love etc*) làm mù quáng

blind alley ngõ cụt (*N*); **blind date** cuộc gặp gỡ được xắp xếp cho những người chưa quen biết nhau; **blindfold 1** *n* sự bịt mắt **2** *v/t* bịt mắt **3** *adv*: **I could do it ~** cái đó thì bịt mắt tôi cũng làm được

blinding *light* mạnh; *headache* nặng

blind spot (*in road*) điểm mù; *fig* (*in abilities etc*) môn học yếu kém

blink *v/i* (*of light, person*) chớp mắt; **~ back one's tears** cầm nước mắt

blip (*on radar screen*) điểm sáng trên màn hình ra đa; *fig* sự thay đổi nhất thời

bliss niềm sung sướng

blister 1 *n* nốt giộp **2** *v/i* bị giộp

blizzard trận bão tuyết dữ dội

bloated sưng phù

blob (*of liquid*) giọt

bloc POL khối

block 1 *n* (*of ice, stone etc*) tảng; (*in town*) khu nhà lớn; (*of shares*) lô; (*blockage*) sự tắc nghẽn **2** *v/t road, traffic, drain* làm tắc; *view* làm cản

♦**block in** (*with vehicle*) làm tắc nghẽn

♦**block out** *light* làm cản

♦**block up** *v/t sink etc* làm tắc

blockade 1 *n* sự phong tỏa **2** *v/t* phong tỏa

blockage sự tắc nghẽn

blockbuster (*movie*) một bộ phim nổi tiếng; (*book*) một tác phẩm nổi tiếng

block letters chữ hoa

blond *adj* vàng

blonde *n* (*woman*) phụ nữ tóc vàng

blood máu; **in cold ~** một cách tàn nhẫn

blood bank ngân hàng máu; **blood donor** người cho máu; **blood group** nhóm máu

bloodless *coup, revolution* không có đổ máu

blood poisoning nhiễm trùng máu; **blood pressure** huyết áp; **blood relation, blood relative** quan hệ máu mủ, họ hàng ruột thịt; **blood sample** mẫu máu; **bloodshed** sự đổ máu; **bloodshot** đỏ ngầu; **bloodstain** bị vấy máu; **bloodstream** luồng máu; **blood test** xét nghiệm máu; **blood transfusion** sự truyền máu; **blood vessel** mạch máu

bloody *hands, battle etc* đẫm máu

bloody mary vốt ca pha với nước cà chua

bloom 1 *n* bông hoa; **in full ~** đang nở rộ **2** *v/i* nở hoa; *fig* hưng thịnh

blossom 1 *n* chùm hoa **2** *v/i* trổ hoa; *fig* trở nên hoạt bát

blot 1 *n* vết; **a ~ on the landscape** cái làm mất vẻ đẹp chung **2** *v/t* (*dry*) thấm khô

ch (*final*) k	gh g	nh (*final*) ng	r z; (S) r	x s	â (but)	i (tin)
d z; (S) y	gi z; (S) y	ph f	th t	a (hat)	e (red)	o (saw)
đ d	nh (onion)	qu kw	tr ch	ă (hard)	ê ay	ô oh

◆blot out *memory* xóa đi; *sun* che mờ

blotch vệt

blotchy có vệt

blouse áo choàng

blow¹ *n* đòn; **this dealt our plans a ~** kế hoạch chúng ta bị giáng một đòn

blow² 1 *v/t* (*of wind*) thổi cuốn đi; *whistle* thổi; F (*spend*) phung phí; F *opportunity* bỏ lỡ; **~ one's nose** hỉ mũi; **~ smoke** nhả khói 2 *v/i* (*of wind, whistle, person etc*) thổi; (*of fuse, tire*) nổ

◆blow off 1 *v/t* thổi bay 2 *v/i* bị thổi bay

◆blow out 1 *v/t candle* thổi tắt 2 *v/i* (*of candle*) tắt

◆blow over 1 *v/t* làm đổ 2 *v/i* (*topple*) đổ; (*of storm*) qua đi; (*of argument*) được quên đi

◆blow up 1 *v/t* (*with explosives*) làm nổ; *balloon* thổi căng; *photograph* phóng to 2 *v/i* nổ tung; F (*become angry*) nổi nóng

blow-dry *v/t* sấy tóc; blow-out (*of tire*) nổ lốp xe; F (*big meal*) bữa chén no say; blow-up (*of photo*) sự phóng to

blue 1 *adj* xanh da trời; *movie* khiêu dâm 2 *n* màu xanh

blue chip cổ phần của các công ty lớn; blue-collar worker công nhân; blueprint bản thiết kế; *fig* (*plan*) kế hoạch

blues MUS nhạc blu; **have the ~** cảm thấy buồn chán

blues singer ca sĩ hát điệu blu

bluff 1 *n* (*deception*) trò bịp 2 *v/i* bịp

blunder 1 *n* lỗi ngớ ngẩn 2 *v/i* phạm sai lầm ngớ ngẩn

blunt *adj pencil, knife* cùn; *person* thẳng thừng

bluntly *speak* một cách thẳng thừng

blur 1 *n* lờ mờ 2 *v/t* làm mờ

blurb (*on book*) lời giới thiệu

◆blurt out thốt ra

blush 1 *n* nét ửng đỏ 2 *v/i* đỏ mặt

blusher (*cosmetic*) phấn hồng

BO (= **body odor**) mùi mồ hôi người

board 1 *n* (*of wood etc*) tấm ván; (*for game*) bàn cờ; (*for notices*) bảng; **~** (**of directors**) ban giám đốc; **on ~** (*plane*) trên máy bay; (*ship*) trên tàu thủy; (*train*) trên tàu hỏa; **take on ~** *comments etc* ghi nhận; (*fully realize truth of*) nhận thức được; **across the ~** toàn bộ 2 *v/t airplane etc* lên

◆board up bịt kín bằng ván

◆board with ở trọ tại

board and lodging ăn và ở trọ

boarder khách trọ; EDU học sinh nội trú

board game môn cờ

boarding card (*for plane*) thẻ lên máy bay; (*for ship*) thẻ lên tàu; boarding house nhà trọ; boarding pass (*for ship*) thẻ lên tàu; (*for plane*) thẻ lên máy bay; boarding school trường nội trú

board meeting cuộc họp ban giám đốc; board room phòng họp ban giám đốc; boardwalk lối đi dạo lát bằng ván

boast 1 *n* lời khoe khoang 2 *v/i* khoe khoang

boat tàu thủy; (*small, for leisure*) thuyền; **go by ~** đi bằng tàu thủy

boat people thuyền nhân

boat race cuộc đua thuyền

bob¹ (*haircut*) kiểu tóc cắt bồng

bob² *v/i* (*of boat etc*) nhấp nhô

◆bob up xuất hiện đột ngột

bobsled, bobsleigh xe trượt băng

bodice phần thân trên

bodily 1 *adj* của cơ thể 2 *adv eject*

ơ ur	**y** (tin)	**ây** uh-i	**iê** i-uh	**oa** wa	**ôi** oy	**uy** wee	**ong** aong
u (soon)	**au** a-oo	**eo** eh-ao	**iêu** i-yoh	**oai** wai	**ơi** ur-i	**ênh** uhng	**uyên** oo-in
ư (dew)	**âu** oh	**êu** ay-oo	**iu** ew	**oe** weh	**uê** way	**oc** aok	**uyêt** oo-yit

bằng vũ lực

body cơ thể; (*dead*) xác chết; **~ of water** khối nước; **~ (suit)** (*undergarment*) bộ quần áo lót

bodyguard vệ sĩ; **body language** ngôn ngữ cử chỉ; **body odor** mùi mồ hôi người; **body shop** MOT xưởng sửa chữa thân xe; **bodywork** MOT thân xe

boggle: *it ~s the mind!* khó mà tưởng tượng nổi!

bogus *doctor etc* dởm; *argument etc* giả

boil[1] *n* nhọt

boil[2] **1** *v/t liquid* đun sôi; *egg, vegetables* luộc **2** *v/i* đun sôi

♦**boil down to** tóm lại ... là; *it boils down to a question of money* chung quy vẫn là vấn đề tiền bạc

♦**boil over** (*of milk etc*) sôi trào

boiled rice cơm

boiler nồi hơi

boisterous náo nhiệt

bold 1 *adj* táo bạo **2** *n* (*print*) sự in đậm; *in ~* in đậm

bolster *v/t confidence* củng cố

bolt 1 *n* (*on door*) cái then; (*of lightning*) ánh chớp; *like a ~ from the blue* như sét đánh ngang tai **2** *adv*: **~ upright** thẳng đứng **3** *v/t* (*fix with bolts*) bắt bu lông; *door* cài then **4** *v/i* (*run off*) chạy lồng lên; (*of prisoner*) ù té chạy

bomb 1 *n* bom **2** *v/t* MIL ném bom; (*of terrorists*) đánh bom

bombard: **~ with questions** hỏi dồn dập

bomb attack sự tấn công bằng bom

bomber (*airplane*) máy bay oanh tạc; (*terrorist*) kẻ đánh bom

bomber jacket áo vét phi công

bomb scare cơn hoảng sợ bị bom

bond 1 *n* (*tie*) sợi dây ràng buộc;

FIN công trái **2** *v/i* (*of glue*) gắn chặt

bone 1 *n* xương **2** *v/t meat, fish* lọc xương

bonfire đống lửa ngoài trời

bonsai cây bon sai

bonus (*money*) tiền thưởng; (*something extra*) món quà thưởng

boo 1 *n* tiếng la ó **2** *v/t actor, speaker* la ó phản đối **3** *v/i* la ó

book 1 *n* sách; **~ of matches** diêm giấy **2** *v/t* (*reserve*) đặt chỗ trước; (*rent*) thuê; (*of policeman*) ghi tên phạt **3** *v/i* (*reserve*) đặt chỗ trước

bookcase tủ sách

booked up *hotel, restaurant, flight* đặt hết chỗ; *I'm ~ all next week* tôi bận hết cả tuần sau

bookie F người đánh cá ngựa thuê

booking (*reservation*) sự đặt chỗ

booking clerk nhân viên bán vé

bookkeeper kế toán viên

bookkeeping kế toán

booklet cuốn sách mỏng

bookmaker người đánh cá ngựa thuê

books (*accounts*) tài khoản; *do the ~* làm sổ sách

bookseller người bán sách; **bookstall** quầy sách; **bookstore** cửa hàng sách

boom[1] **1** *n* sự bùng nổ; *the postwar baby ~* sự bùng nổ sinh đẻ sau chiến tranh **2** *v/i* (*of business*) phát đạt

boom[2] *n* (*noise*) tiếng nổ đùng đùng; (*in trade etc*) sự tăng vọt

boonies F: *out in the ~* nơi xa xôi hẻo lánh

boost 1 *n* (*to sales, confidence*) sự tăng cường; (*encouragement*) khích lệ; (*to economy*) sự hỗ trợ **2** *v/t production, sales, prices* làm tăng; *confidence, morale* khích lệ

---

ch (*final*) k	**gh** g	**nh** (*final*) ng	**r** z; (*S*) r	**x** s	**â** (but)	**i** (tin)
d z; (*S*) y	**gi** z; (*S*) y	**ph** f	**th** t	**a** (hat)	**e** (red)	**o** (saw)
đ d	**nh** (onion)	**qu** kw	**tr** ch	**ă** (hard)	**ê** ay	**ô** oh

boot *n* giày ống

♦**boot out** F tống cổ ra khỏi

♦**boot up** *v/t & v/i* COMPUT khởi động

booth (*at market, fair, in restaurant*) quầy

booze *n* F rượu

booze-up F bữa uống say sưa

border 1 *n* (*between countries*) biên giới; (*edge*) đường viền **2** *v/t country, river* tiếp giáp

♦**border on** *country* tiếp giáp với; (*be almost*) gần như là

borderline: *a ~ case* một trường hợp cần sự đắn đo

bore[1] *v/t hole* khoan

bore[2] **1** *n* (*person*) người nói chuyện dài dòng và nhạt nhẽo **2** *v/t* làm buồn, làm chán

bored buồn, chán; *be ~* buồn, chán

boredom tình trạng buồn, chán

boring buồn tẻ

born: *be ~* sinh; *be ~ blind/deaf* mù/điếc bẩm sinh; *where were you ~?* anh/chị sinh ở đâu?; *be a ~ teacher* là một thầy giáo bẩm sinh

borrow *money, food* vay; *object, word, person* mượn

bosom (*of woman*) bộ ngực

boss (*male*) ông chủ; (*female*) bà chủ

♦**boss around** sai phái

bossy hống hách

botanical thực vật học; *~ garden* vườn bách thảo

botany thực vật học

botch *v/t* làm hỏng

both 1 *adj & pron* cả hai; *I know ~* (*of the*) *brothers* tôi biết cả hai anh em; *~* (*of the*) *brothers were there* cả hai anh em đều ở đó; *~ of them* cả hai **2** *adv: ~ ... and ...* cả ... lẫn ...; vừa ... vừa ...; *is it*

business or pleasure? – ~ công tác hay đi chơi? – cả hai

bother 1 *n* sự phiền phức; *it's no ~* không có gì **2** *v/t* (*disturb*) làm phiền; *person working* quấy rầy; (*worry*) lo lắng **3** *v/i* mất thời gian; *don't ~!* (*you needn't do it*) đừng bận tâm; *you needn't have ~ed* lẽ ra anh/chị không cần bận tâm

bottle 1 *n* chai; (*for baby*) bình sữa **2** *v/t* đóng chai

♦**bottle up** *feelings* nén

bottle bank thùng đựng vỏ chai

bottled water nước đóng chai

bottleneck *n* (*in road*) chỗ hay bị tắc nghẽn; (*in production*) tình trạng trì trệ

bottle-opener cái mở nắp chai

bottom 1 *adj* vị trí cuối cùng, thấp nhất **2** *n* (*on the inside*) đáy; (*of hill*) chân; (*of pile*) dưới cùng; (*underside*) mặt dưới; (*of street, garden, page etc*) cuối; (*buttocks*) mông đít; *at the ~ of the screen* ở dưới màn ảnh

♦**bottom out** mức thấp nhất

bottom line *fig* (*financial outcome*) kết quả cuối cùng; (*the real issue*) điều cốt yếu

boulder tảng đá mòn

bounce 1 *v/t ball* đập **2** *v/i* (*of ball*) nảy lên, nảy; (*on sofa etc*) nhảy nhót; (*of rain etc*) đập; (*of check*) bị trả lại

bouncer người giữ trật tự

bound[1]: *be ~ to do sth* (*sure to*) chắc chắn làm gì; (*obliged to*) buộc phải làm gì

bound[2]: *be ~ for* (*of ship*) đi về hướng

bound[3] **1** *n* (*jump*) sự nhảy lên **2** *v/i* chạy nhảy

boundary ranh giới

boundless *sea, space* bao la;

ơ ur	**y** (tin)	**ây** uh-i	**iê** i-uh	**oa** wa	**ôi** oy	**uy** wee	**ong** aong
u (soon)	**au** a-oo	**eo** eh-ao	**iêu** i-yoh	**oai** wai	**ơi** ur-i	**ênh** uhng	**uyên** oo-in
ư (dew)	**âu** oh	**êu** ay-oo	**iu** ew	**oe** weh	**uê** way	**oc** aok	**uyêt** oo-yit

kindness, enthusiasm vô hạn

bouquet (*flowers*) bó hoa; (*of wine*) hương vị

bourbon rượu uýt ki ngô

bout MED trận; (*in boxing*) trận đấu; *a ~ of flu* một trận cúm

boutique tiệm bán quần áo thời trang

bow[1] **1** *n* (*as greeting*) cái cúi chào **2** *v/i* cúi chào **3** *v/t* head cúi

bow[2] (*knot*) nơ bướm; MUS vĩ

bow[3] (*of ship*) mũi tàu

bowels lòng

bowl[1] (*container*) chậu; (*for rice, soup*) chén (S), bát (N)

bowl[2] *n* (*in tenpins*) quả bóng ki; (*in lawn bowls*) quả bóng gỗ

♦ **bowl over** *fig* làm sửng sốt

bowling alley bãi chơi ki

bow tie cà vạt nơ bướm

box[1] *n* (*small, cardboard*) hộp; (*large, crate*) thùng; (*on form*) ô

box[2] *v/i* đánh bốc

boxer võ sĩ quyền Anh

boxing môn quyền Anh

boxing match trận đấu quyền Anh

box office chỗ bán vé

boy cậu bé; (*older, young man*) chàng trai; (*son*) con trai

boycott 1 *n* sự tẩy chay **2** *v/t* tẩy chay

boyfriend bạn trai; (*lover*) người yêu

boyish như trẻ con

boyscout hướng đạo sinh

bra nịt vú, xu chiêng

brace (*on teeth*) nẹp răng

bracelet vòng tay

bracket (*for shelf*) giá đỡ; (*in text*) dấu ngoặc

brag *v/i* khoác lác

braid *n* (*in hair*) bím tóc; (*trimming*) dải viền

braille chữ nổi, hệ thống chữ Bray

brain não, óc

brainless F ngu si

brains (*intelligence*) sự thông minh; (*person*) người đầu não

brainstorm → **brainwave**; **brainstorming** gom góp ý kiến; **brain surgeon** bác sĩ phẫu thuật não; **brainwash** tẩy não; **brainwashing** sự tẩy não; **brainwave** (*brilliant idea*) ý kiến bất chợt

brainy F thông minh

brake 1 *n* cái phanh (N), cái thắng (S); *fig* sự hạn chế **2** *v/i* đạp phanh

brake light đèn đạp phanh

brake pedal bàn đạp phanh

branch *n* (*of tree*) cành cây; (*of bank, company*) chi nhánh

♦ **branch off** (*of road*) rẽ ngoặt

♦ **branch out** (*diversify*) mở rộng hoạt động

brand 1 *n* (*of product*) nhãn hiệu **2** *v/t*: *be ~ed a liar* bị quy là kẻ nói dối

brand image nhãn uy tín sản phẩm

brandish vung

brand leader nhãn hiệu dẫn đầu; **brand loyalty** sự trung thành với nhãn hiệu; **brand name** tên nhãn hiệu; **brand-new** mới toanh

brandy rượu cô nhắc

brass (*alloy*) đồng thau

brass band đội kèn đồng

brassière nịt vú, xu chiêng

brat *pej* ôn con

bravado làm ra vẻ can đảm

brave *adj* can đảm

bravery sự can đảm

brawl 1 *n* vụ đánh lộn **2** *v/i* đánh lộn

brawny (*strong*) khỏe mạnh

Brazil nước Brazin

Brazilian 1 *adj* Brazin **2** *n* người Brazin

---

ch (*final*) k	**gh** g	**nh** (*final*) ng	**r** z; (S) r	**x** s	**â** (but) **i** (tin)
d z; (S) y	**gi** z; (S) y	**ph** f	**th** t	**a** (hat)	**e** (red) **o** (saw)
đ d	**nh** (onion)	**qu** kw	**tr** ch	**ă** (hard)	**ê** ay **ô** oh

breach (*violation*) sự vi phạm; (*in party*) sự rạn nứt

breach of contract LAW sự vi phạm hợp đồng

bread *n* bánh mì

breadcrumbs (*for cooking*) ruột bánh mì; (*for bird*) mẩu bánh mì

breadth (*of road etc*) bề rộng; (*of knowledge etc*) phạm vi rộng lớn

breadwinner trụ cột gia đình

break 1 *n* (*in bone etc*) sự gãy; (*rest*) nghỉ ngơi; (*in relationship*) sự chấm dứt quan hệ; *give s.o. a ~* (*opportunity*) cho ai cơ hội; *take a ~* tạm nghỉ; *without a ~ work, travel* không ngừng **2** *v/t machine* làm hư; *toy, glass, egg etc* làm vỡ; *stick, arm, leg* làm gãy; *rules, law* vi phạm; *news* báo; *record* phá; *~ a promise* không giữ lời hứa **3** *v/i* (*of machine, device, toy*) bị hỏng; (*of china, glass, egg etc*) bị vỡ; (*of stick, leg etc*) bị gãy; (*of news*) báo; (*of storm*) nổi lên; (*of boy's voice*) vỡ

♦**break away** *v/i* (*escape*) trốn thoát; (*from family, tradition*) từ bỏ; (*from organization*) tách khỏi

♦**break down 1** *v/i* (*of vehicle, machine*) bị hỏng; (*of talks*) thất bại; (*in tears*) òa khóc; (*mentally*) suy nhược **2** *v/t door* phá đổ; *figures* phân chia

♦**break even** COM hòa vốn

♦**break in** (*interrupt*) ngắt; (*of burglar*) đột nhập

♦**break off 1** *v/t branch, chocolate etc* bẻ; *relationship* cắt đứt; *they've broken it off* họ đã chia tay nhau **2** *v/i* (*stop*) ngừng

♦**break out** (*start up*) bùng nổ; (*of disease*) bùng nổ; (*of prisoners*) vượt ngục; *he broke out in a rash* anh ấy bỗng phát ban

♦**break up 1** *v/t* (*into component parts*) tách; *fight* chấm dứt **2** *v/i* (*of ice*) tan; (*of couple*) chấm dứt quan hệ; (*of band, meeting*) giải tán

breakable dễ vỡ

breakage đồ vật bị vỡ

breakdown (*of vehicle, machine*) sự hỏng hóc; (*of talks*) sự thất bại; (*nervous ~*) sự suy nhược; (*of figures*) sự phân chia

break-even point thời điểm hòa vốn

breakfast *n* bữa ăn sáng; *have ~* ăn sáng

break-in sự đột nhập

breakthrough (*in plan, negotiations*) bước đột phá mới; (*in science, technology*) phát triển mới

breakup (*of marriage, partnership*) sự chấm dứt

breast (*of woman*) ngực; (*boob*) vú

breastfeed *v/t* bú bằng sữa mẹ

breaststroke kiểu bơi ếch

breath hơi thở; *be out of ~* thở hổn hển; *take a deep ~* hít một hơi dài

Breathalyzer®, breath analyzer thiết bị đo nồng độ rượu

breathe 1 *v/i* thở **2** *v/t* thở ra

♦**breathe in 1** *v/i* thở vào **2** *v/t* hít

♦**breathe out** *v/i* thở ra

breathing sự thở

breathless hết hơi

breathlessness sự thở gấp

breathtaking *view* ngoạn mục; *beauty, good looks* tuyệt vời

breed 1 *n* giống **2** *v/t* gây giống; *fig* gây ra **3** *v/i* (*of animals*) sinh con

breeding (*of animals, plants*) sự sinh sản

breeding ground *fig* ổ

breeze cơn gió nhẹ

brew 1 *v/t beer* ủ; *tea* pha **2** *v/i* (*of storm*) kéo đến; (*of trouble*) âm ỉ

brewer người ủ bia

ơ ur	**y** (tin)	**ây** uh-i	**iê** i-uh	**oa** wa	**ôi** oy	**uy** wee	**ong** aong
u (soon)	**au** a-oo	**eo** eh-ao	**iêu** i-yoh	**oai** wai	**ơi** ur-i	**ênh** uhng	**uyên** oo-in
ư (dew)	**âu** oh	**êu** ay-oo	**iu** ew	**oe** weh	**uê** way	**oc** aok	**uyêt** oo-yit

brewery nhà máy bia

bribe 1 *n* vật hối lộ **2** *v/t official etc* hối lộ; *child* mua chuộc

bribery sự ăn hối lộ

brick gạch

bricklayer thợ nề

bride cô dâu

bridegroom chú rể

bridesmaid phù dâu

bridge¹ 1 *n* cái cầu; (*of nose*) sống mũi; (*of ship*) đài chỉ huy **2** *v/t:* ~ *the gap* giảm khoảng cách

bridge² (*card game*) bài brít

brief¹ *adj* ngắn, vắn tắt

brief² 1 *n* (*mission*) lời chỉ dẫn **2** *v/t:* ~ *X on Y* thông báo tường tận cho X về Y

briefcase cái cặp

briefing lời chỉ dẫn tường tận

briefly (*for a short period of time*) một lúc; (*in a few words*) một cách ngắn gọn; (*to sum up*) tóm lại

briefs (*for women, men*) quần lót

bright *color, light* sáng; *smile* tươi; *future, prospect* sáng sủa; (*sunny*) sáng sủa; (*intelligent*) thông minh

brighten (*of face, person*) tươi tỉnh

♦**brighten up 1** *v/t* (*make brighter*) làm rạng rỡ; (*make cheerful*) làm vui lên **2** *v/i* (*of weather*) đẹp dần

brightly *smile, shine* rạng rỡ; ~ *colored flags* những lá cờ màu sắc rực rỡ

brightness (*of weather*) sự sáng sủa; (*of smile*) sự rạng rỡ; (*intelligence*) sự thông minh

brilliance (*of person*) sự tài giỏi; (*of color*) sự sáng chói

brilliant *sunshine etc* chói lọi; (*very good*) xuất sắc; (*very intelligent*) rất tài giỏi; *idea* rất hay

brim (*of container*) miệng; (*of hat*) vành

brimful đầy ắp

bring *object* mang; *person* đưa; (*create: peace, happiness, misery*) đem lại; ~ *it here, will you* anh/ chị hãy mang lại đây; *can I ~ a friend?* tôi mang người bạn theo có được không?

♦**bring about** dẫn tới

♦**bring around** (*from a faint*) làm tỉnh lại; (*persuade*) thuyết phục

♦**bring back** (*return*) trả lại; (*re-introduce*) phục hồi, đưa về lại; *memories* gợi lại

♦**bring down** *fence, tree* làm đổ; *government* lật đổ; *bird, airplane, price etc* hạ; *inflation* giảm

♦**bring in** *interest, income* đem lại; *legislation* đưa ra; *verdict* tuyên bố; (*involve*) cho tham gia vào

♦**bring out** *book* xuất bản; *video, CD etc* sản xuất

♦**bring to** (*from a faint*) làm tỉnh lại

♦**bring up** *child* nuôi; *subject* nêu ra; (*vomit*) nôn ra

brink (*edge*) bờ; *be on the ~ of financial ruin* bên bờ vực sâu của sự phá sản; *be on the ~ of a discovery* rất gần phát hiện cái gì

brisk *person* nhanh nhẹn; *walk* nhanh; *voice* ngắn gọn; *trade* đắt hàng

bristles (*on chin*) râu; (*of brush*) sợi cước

bristling: be ~ with đầy

Britain nước Anh

British 1 *adj* Anh **2** *n: the* ~ người Anh

Briton người Anh

brittle *adj* giòn

broach *subject* đề cập

broad 1 *adj* rộng; (*general*) khái quát; *in ~ daylight* giữa ban ngày ban mặt **2** *n* F (*woman*) mụ đàn bà

broadcast 1 *n* RAD chương trình phát thanh; TV chương trình truyền

ch (*final*) k	gh g	nh (*final*) ng	r z; (S) r	x s	â (but)	i (tin)
d z; (S) y	gi z; (S) y	ph f	th t	a (hat)	ê (red)	o (saw)
đ d	nh (onion)	qu kw	tr ch	ă (hard)	ê ay	ô oh

hình **2** *v/t* RAD phát thanh; TV truyền hình

broadcaster phát thanh viên

broadcasting RAD sự phát thanh; TV truyền hình

broaden 1 *v/i* được mở rộng **2** *v/t* mở rộng

broadjump môn nhảy xa

broadly: ~ *speaking* nói chung

broadmindedness tư tưởng rộng rãi

broccoli súp lơ xanh

brochure sách nhỏ

broil *v/t* nướng

broiler (*on stove*) sự nướng

broke F (*temporarily*) không có xu nào; (*long term*) khánh kiệt; *go ~* (*go bankrupt*) bị phá sản

broken *adj machine etc* bị hỏng; *glass, window* bị vỡ; *neck, arm* bị gãy; *home* bị tan vỡ; *marriage* bị thất bại; *English* ngắc ngứ

broken-hearted nát gan

broker người môi giới

bronchitis viêm phế quản

bronze *n* (*metal*) đồng thanh; ~ *drum* trống đồng

brooch trâm cài áo

brood *v/i* (*of person*) nghĩ ngợi

broom cái chổi

broth (*soup*) xúp; (*stock*) nước hầm

brothel nhà chứa

brother (*elder*) anh trai; (*younger*) em trai; *they're ~s* họ là anh em trai; *~s and sisters* anh em trai và chị em gái

brother-in-law (*older, on wife's side*) anh vợ; (*older, on husband's side*) anh chồng; (*older, on sister's side*) anh rể; (*younger, on sister's side*) em rể; (*younger, on wife's side*) em vợ; (*younger, on husband's side*) em chồng

brotherly như anh em

brow (*forehead*) trán; (*of hill*) đỉnh đồi

browbeat hăm dọa

brown 1 *n* màu nâu **2** *adj* nâu; (*tanned*) rám nắng **3** *v/t* (*in cooking*) phi vàng **4** *v/i* (*in cooking*) được rán vàng

brownbag: ~ *it* F mang theo bữa trưa

Brownie nữ hướng đạo nhỏ tuổi

brownie (*cake*) bánh sô cô la hạnh nhân

Brownie points: *earn* ~ giành được điểm tốt

brown-nose *v/t* F bợ đít

browse (*in store*) xem lướt; ~ *through a book* đọc lướt một quyển sách

browser COMPUT chương trình duyệt

bruise 1 *n* vết thâm tím; (*on fruit*) vết thâm tím **2** *v/t* làm thâm tím; *fruit* làm thâm **3** *v/i* bị thâm tím; (*of fruit*) bị thâm

bruising *adj fig* đau lòng

brunch bữa ăn nửa buổi

brunette người đàn bà tóc nâu

brunt: *bear the ~ of ...* (*of disaster, fighting etc*) gánh chịu hậu quả xấu nhất của ...

brush 1 *n* bàn chải; (*conflict*) cuộc đụng độ **2** *v/t teeth* đánh (N), chải (S); *jacket, hair* chải; *floor* cọ; (*touch lightly*) chạm nhẹ; (*remove*) gạt, xua

♦ **brush against** *thing* chạm phải; *person* va nhẹ

♦ **brush aside** (*pay no attention to*) gạt qua một bên

♦ **brush off** phủi; *criticism* phớt lờ

♦ **brush up** ôn lại

brushoff F sự làm mất mặt; *get the* ~ bị làm mất mặt

brusque cộc lốc

ơ ur	**y** (tin)	**ây** uh-i	**iê** i-uh	**oa** wa	**ôi** oy	**uy** wee	**ong** aong
u (soon)	**au** a-oo	**eo** eh-ao	**iêu** i-yoh	**oai** wai	**ơi** ur-i	**ênh** uhng	**uyên** oo-in
ư (dew)	**âu** oh	**êu** ay-oo	**iu** ew	**oe** weh	**uê** way	**oc** aok	**uyêt** oo-yit

Brussels sprouts cải Bruxen
brutal hung ác, tàn nhẫn
brutality sự hung ác, sự tàn nhẫn
brutally một cách tàn bạo; *be ~ frank* thật thà một cách tàn nhẫn
brute kẻ cục súc
brute force sức mạnh vũ phu
bubble *n (in champagne etc)* bọt tăm; *blow ~s* thổi bong bóng
bubble gum kẹo cao su thổi bóng
buck[1] *n* F *(dollar)* đô
buck[2] *v/i (of horse)* nhảy chụm bốn vó
buck[3]: *pass the ~* đùn trách nhiệm
bucket *n* xô
buckle[1] **1** *n* khóa **2** *v/t belt* cài khóa
buckle[2] *v/i (of wood)* cong lại; *(of metal)* oằn lại
bud *n* BOT nụ
Buddha Đức Phật
Buddhism đạo Phật
Buddhist 1 *adj* Phật giáo **2** *n* tín đồ đạo Phật
Buddhist monk nhà sư
buddy F bạn thân; *(form of address)* bạn
budge 1 *v/t* đẩy; *(make reconsider)* làm thay đổi ý kiến **2** *v/i* nhúc nhích; *(change one's mind)* thay đổi ý kiến
budgerigar chim vẹt đuôi dài
budget 1 *n* ngân sách; *(of a family)* ngân quỹ; *be on a ~* ngân sách có hạn **2** *v/i* lập kế hoạch chi tiêu
♦ **budget for** dành dụm tiền cho
buff[1] *adj color* màu da bò
buff[2]: *a movie / jazz ~* một người mê phim/nhạc jazz
buffalo con trâu; *(in Vietnamese zodiac)* Sửu
buffer RAIL vật đệm; COMPUT bộ đệm; *fig* vật đệm
buffet[1] *n (meal)* tiệc đứng
buffet[2] *v/t (of wind)* quất mạnh

bug 1 *n (insect)* con rệp; *(virus)* bệnh do virút gây ra; *(spying device)* máy nghe trộm; COMPUT lỗi **2** *v/t room, telephone* đặt máy nghe trộm; F *(annoy)* làm bực mình
buggy *(for baby)* xe đẩy trẻ con
build 1 *n (of person)* vóc dáng **2** *v/t* xây
♦ **build up 1** *v/t strength* làm mạnh lên; *relationship* xây dựng; *collection* thu thập **2** *v/i (of dirt, silt)* chồng chất; *(of excitement, pressure etc)* tăng lên
builder thợ xây cất
building tòa nhà; *(activity)* sự xây dựng
building site khu đang xây dựng
building trade nghề xây cất
build-up *(accumulation)* sự tăng lên; *(publicity)* quảng cáo
built-in gắn sẵn
built-up area khu đông nhà cửa
bulb BOT củ; *(light ~)* bóng đèn
bulge 1 *n* chỗ phình ra **2** *v/i (of pocket, wall)* phình ra; *(of eyes)* lồi ra
bulk phần lớn; *in ~* với số lượng lớn
bulky *parcel* cồng kềnh; *sweater* to nặng
bull *(animal)* con bò đực
bulldoze *(demolish)* san ủi; *~ X into doing Y fig* ép buộc X làm Y
bulldozer máy ủi
bullet viên đạn
bulletin bản tin
bulletin board *(on wall)* bảng tin thông báo; COMPUT mục thông báo
bullet-proof chống đạn
bull market FIN thị trường đầu cơ
bull's-eye tâm điểm; *hit the ~* bắn trúng tâm
bullshit *n & v/i* V nói láo

ch *(final)* k	**gh** g	**nh** *(final)* ng	**r** z; *(S)* r	**x** s	**â** (but) **i** (tin)
d z; *(S)* y	**gi** z; *(S)* y	**ph** f	**th** t	**a** (hat)	**e** (red) **o** (saw)
đ d	**nh** (onion)	**qu** kw	**tr** ch	**ă** (hard)	**ê** ay **ô** oh

bully 1 *n* kẻ du côn; (*child*) kẻ hay bắt nạt **2** *v/t* bắt nạt

bum F **1** *n* (*tramp*) người lang thang; (*worthless person*) người vô dụng **2** *adj* (*useless*) vô giá trị **3** *v/t* cigarette etc xin

♦**bum around** F (*travel*) đi lang thang; (*be lazy*) không làm gì cả

bumblebee ong nghệ

bump 1 *n* (*swelling*) chỗ sưng; (*in road*) chỗ gồ ghề; **get a ~ on the head** bị cục u trên đầu **2** *v/t* va

♦**bump into** *table* đâm vào; (*meet*) chạm trán

♦**bump off** F (*murder*) giết

♦**bump up** F *prices* tăng

bumper *n* MOT cái parasốc

bumpy xóc

bun (*hairstyle*) búi tóc; (*for eating*) bánh mì ngọt

bunch (*of people*) nhóm; **a ~ of flowers** một bó hoa; **a ~ of grapes** một chùm nho; **thanks a ~** (*ironic*) thật cảm ơn quá

bundle *n* (*of clothes*) chồng; (*of wood*) bó

♦**bundle up 1** *v/t* bó lại **2** *v/i* (*dress warmly*) mặc ấm

bungle *v/t* làm hỏng

bunk giường ngủ

bunk beds đôi giường tầng

buoy *n* phao

buoyant *mood* vui vẻ; *economy* đang lên

burden 1 *n* vật nặng; *fig* gánh nặng **2** *v/t*: **~ X with Y** làm cho X nặng gánh với Y

bureau (*chest of drawers*) bàn làm việc; (*government department*) cục; (*office*) phòng

bureaucracy (*red tape*) sự quan liêu; (*system*) bộ máy quan liêu

bureaucrat người quan liêu

bureaucratic quan liêu

burger bánh mì kẹp thịt, bơ gơ

burglar kẻ trộm

burglar alarm thiết bị báo động khi có trộm

burglarize ăn trộm

burglary vụ trộm

burial lễ mai táng

burly lực lưỡng

Burma nước Miến Điện

Burmese 1 *adj* Miến Điện **2** *n* (*person*) người Miến Điện; (*language*) tiếng Miến Điện

burn 1 *n* vết bỏng **2** *v/t* đốt; *toast, meat* làm cháy; (*of sun*) cháy nắng; (*use*) đun **3** *v/i* cháy; (*get sunburnt*) bỏng nắng

♦**burn down 1** *v/t* thiêu trụi **2** *v/i* cháy trụi

♦**burn out**: **burn oneself out** làm kiệt sức mình; **a burned-out car** một chiếc ô tô bị cháy trụi

burner (*on cooker*) thớt bếp

burp 1 *n* cái ợ **2** *v/i* ợ **3** *v/t* *baby* vỗ cho hết trớ

burst 1 *n* (*in water pipe*) chỗ vỡ; (*of gunfire*) tràn đạn; **in a ~ of energy** dốc sức **2** *adj* *tire* căng **3** *v/t* *balloon* làm nổ **4** *v/i* (*of balloon, tire*) nổ; **~ into a room** xộc vào phòng; **~ out laughing** phá lên cười

bury *person, animal* chôn; (*conceal*) chôn giấu; **be buried under** (*covered by*) bị chôn vùi; **~ oneself in work** vùi đầu vào công việc

bus 1 *n* xe buýt **2** *v/t* đi xe buýt

busboy anh hầu bàn phụ

bush (*plant*) bụi cây; (*land*) đất hoang

bushed F (*tired*) rất mệt

bushy *beard* rậm

business (*trade, company*) kinh doanh; (*work*) công việc; (*sector*) ngành nghề; (*affair, matter*) sự

ơ ur	y (tin)	ây uh-i	ê i-uh	oa wa	ôi oy	uy wee	ong aong
u (soon)	au a-oo	eo eh-ao	iêu i-yoh	oai wai	ơi ur-i	ênh uhng	uyên oo-in
ư (dew)	âu oh	êu ay-oo	iu ew	oe weh	uê way	oc aok	uyêt oo-yit

việc; (*as subject of study*) thương mại; *on* ~ đi công tác; *that's none of your* ~*!* đấy không ăn nhằm gì đến anh/chị!

business card danh thiếp; **business class** hạng sang, hạng business; **business hours** giờ làm việc; **businesslike** (*efficient*) có hiệu quả; **business lunch** bàn công việc qua bữa ăn trưa; **businessman** thương gia; **business meeting** họp bàn công việc; **business school** trường thương nghiệp; **business studies** sự nghiên cứu về kinh doanh; **business suit** bộ lễ phục nam; **business trip** chuyến đi công tác; **businesswoman** nữ thương gia

bus station bến xe buýt

bus stop trạm xe buýt

bust[1] *n* (*of woman*) ngực, vòng ngực

bust[2] F **1** *adj* (*broken*) bị vỡ tan; *go* ~ bị phá sản **2** *v/t* làm vỡ tan

♦**bustle around** bận rộn

bust-up F chia tay nhau

busty có bộ ngực to

busy 1 *adj* day, *life*, *person* bận rộn; street náo nhiệt; store, restaurant, (*making money*) nhộn nhịp; (*full of people*) tấp nập; TELEC bận; *be* ~ *doing sth* đang bận làm gì **2** *v/t*: ~ *oneself with* bận rộn với

busybody kẻ lắm chuyện

busy signal tín hiệu báo bận

but 1 *conj* ◊ mà; *it's not me* ~ *my father you want* người anh/chị cần gặp không phải là tôi mà là cha tôi; ~ *then* (*again*) (*on the other hand*) hơn nữa ◊ (*expressing protest, surprise*) nhưng; ~ *you promised!* nhưng anh/chị đã hứa!; ~ *that's not fair!* nhưng như thế

thì không công bằng! **2** *prep*: *all* ~ *him* tất cả trừ anh ấy; *the last* ~ *one* (*person*) người áp cuối; (*thing*) vật áp cuối; ~ *for you* nếu không vì anh/chị; *nothing* ~ *the best* không gì ngoài cái tốt nhất

butcher người hàng thịt; (*murderer*) đồ tể

butt 1 *n* (*of cigarette*) đầu mẩu thuốc lá; (*of joke*) đích làm trò cười; F (*buttocks*) mông **2** *v/t* húc đầu; (*of goat, bull*) húc

♦**butt in** ngắt lời

butter 1 *n* bơ **2** *v/t* phết bơ

♦**butter up** F nịnh nọt

butterfly (*insect*) con bướm

buttocks mông

button 1 *n* khuy (*N*), nút (*S*); (*on machine*) nút bấm; (*badge*) huy hiệu **2** *v/t* cài khuy

♦**button up** cài khuy lại

buttonhole 1 *n* (*in suit*) khuyết áo **2** *v/t* níu lại

buxom nở nang

buy *v/t* mua; *can I* ~ *you a drink?* tôi có thể mua cho anh/chị cái gì uống chứ?; *$50 doesn't* ~ *much* 50$ không mua được gì nhiều lắm

♦**buy off** (*bribe*) đút lót

♦**buy out** COM mua lại

♦**buy up** mua hết

buyer người mua; (*for department store*) người mua hàng vào

buzz 1 *n* (*of insect*) tiếng vo ve; (*thrill*) thích thú **2** *v/i* (*of insect*) kêu vo ve; (*with buzzer*) bấm chuông **3** *v/t* (*with buzzer*) bấm chuông gọi

♦**buzz off** F cút đi

buzzer chuông

by 1 *prep* ◊ (*showing agent, result*) bởi, do; *he was hit* ~ *a car* anh ấy đã bị ô tô đâm; *it was translated* ~ *...* do ... dịch; *a play* ~ *...* một vở

---

ch (*final*) k	**gh** g	**nh** (*final*) ng	**r** z; (*S*) r	**x** s	**â** (but)	**i** (tin)
d z; (*S*) y	**gi** z; (*S*) y	**ph** f	**th** t	**a** (hat)	**e** (red)	**o** (saw)
đ d	**nh** (onion)	**qu** kw	**tr** ch	**ă** (hard)	**ê** ay	**ô** oh

kịch do ... viết; ***be shocked*** ~ sửng sốt bởi ◊ (*next to*) bên cạnh; (*near*) bên; ***side*** ~ ***side*** bên cạnh nhau ◊ (*no later than*) trước; ~ ***this time tomorrow*** ngày mai vào lúc này ◊ (*past*) ngang qua; ***we drove*** ~ ***the*** ... chúng tôi lái xe ngang qua ... ◊ (*mode of transport*) bằng; ~ ***bus*** / ***train*** bằng xe buýt/tàu hỏa ◊ (*according to*) theo; ~ ***my watch*** theo đồng hồ của tôi; ~ ***the hour*** / ***ton*** theo giờ/tấn ◊: ~ ***day*** / ***night*** vào ban ngày/đêm; ~ ***oneself*** một mình ◊ (*measurement*): ***he won*** ~ ***a couple of minutes*** anh ấy đã

thắng trước vài phút; ***2*** ~ ***4*** 2 nhân 4   ***2*** *adv*: ~ ***and*** ~ (*soon*) chẳng bao lâu

bye(-bye) chào, tạm biệt

bygone: ***let*** ~***s be*** ~***s*** đừng nhắc tới chuyện cũ

bypass 1 *n* (*road*) đường vòng; MED đường dẫn máu phụ trong phẫu thuật tim mạch **2** *v/t* né tránh

bypass surgery phẫu thuật tim mạch

by-product sản phẩm phụ

bystander người ngoài cuộc

byte bai

byword: ***be a*** ~ ***for*** điển hình cho

C

cab (*taxi*) tắc xi; (*of truck*) ca bin

cabaret trò mua vui

cabbage cải bắp

cab driver lái tắc xi

cabin buồng lái

cabin crew phi đội

cabinet (*drinks, medicine* ~) tủ; POL nội các

cable (*of electrical appliance, for securing*) dây cáp; ~ (*TV*) truyền hình cáp

cable car toa cáp

cable television → ***cable***

cab stand bến xe tắc xi

cactus cây xương rồng

cadaver tử thi

CAD-CAM thiết kế bằng vi tính, chế tạo bằng vi tính

caddie 1 *n* (*in golf*) người vác gậy cho người chơi gôn **2** *v/i*: ~ ***for*** vác

gậy gôn cho

cadet sĩ quan đào tạo

cadge: ~ ***X from Y*** gạ gẫm xin X của Y

café quán giải khát, quán cà phê

cafeteria quán ăn tự phục vụ

caffeine caphêin

cage (*for bird*) lồng; (*for lion*) chuồng

cagey kín đáo

cahoots: ***be in*** ~ ***with*** cấu kết với

cake 1 *n* bánh ngọt; ***be a piece of*** ~ *fig* dễ như chơi **2** *v/i* (*of blood*) khô cứng lại; ***his shoes were*** ~***d with mud*** giày nó phủ đầy bùn đóng thành bánh

calcium canxi

calculate (*work out*) có ý định; (*in arithmetic*) tính

calculating *adj* tính toán

σ ur	y (tin)	ây uh-i	iê i-uh	oa wa	ôi oy	uy wee	ong aong
u (soon)	au a-oo	eo eh-ao	iêu i-yoh	oai wai	ơi ur-i	ênh uhng	uyên oo-in
ư (dew)	âu oh	êu ay-oo	iu ew	oe weh	uê way	oc aok	uyêt oo-yit

calculation sự tính toán
calculator máy tính
calendar lịch
calf[1] (*young cow*) con bê
calf[2] (*of leg*) bụng chân, bắp chân
caliber (*of gun*) cỡ; *a man of his ~* một người đàn ông có năng lực như anh ấy
call 1 *n* (*phone~*) việc gọi điện thoại; (*shout*) tiếng kêu; (*demand*) yêu cầu; *there's a ~ for you* có điện thoại cho anh/chị **2** *v/t* (*on phone*) gọi điện thoại; (*summon: manager, doctor*) mời đến; *the kids* gọi; *meeting, person for interview* triệu tập; (*describe as*) gọi; (*shout*) kêu gào; *what have they ~ed the baby?* họ đặt tên cho đứa bé để là gì?; *but we ~ him Tom* nhưng chúng tôi gọi nó là Tom; *~ s.o. names* lăng mạ một ai đó **3** *v/i* (*on phone*) gọi điện thoại; (*shout*) kêu; (*visit*) đến thăm
♦ **call at** (*stop at: of person, train*) dừng lại
♦ **call back 1** *v/t* (*on phone*) gọi lại; (*summon*) mời đến **2** *v/i* (*on phone*) gọi lại; (*make another visit*) đến thăm lại
♦ **call for** (*collect: person*) đến tìm; *sth* đến lấy; (*demand*) yêu cầu; (*require*) đòi hỏi; *celebration* cần phải
♦ **call in 1** *v/t* (*summon*) mời đến **2** *v/i* (*phone*) gọi về
♦ **call off** (*cancel*) đình lại
♦ **call on** (*urge*) đòi; (*visit*) đi thăm
♦ **call out** (*shout*) kêu gào; (*summon*) kêu gọi
♦ **call up** *v/t* (*on phone*) gọi; COMPUT triệu dụng
caller (*on phone*) người gọi; (*visitor*) người đến thăm
call girl gái điếm, gái đĩ (S) (*hẹn gặp qua điện thoại*)

calligraphy thuật viết chữ
callous *person, attitude, act* nhẫn tâm
calm 1 *adj sea* lặng; *weather* lặng gió; *person* bình tĩnh **2** *n* (*of countryside*) sự yên tĩnh; (*of person*) sự bình tĩnh **3** *v/t*: → **calm down**
♦ **calm down 1** *v/t* trấn tĩnh **2** *v/i* (*of sea*) lại êm lặng; (*of weather*) lại lặng gió; (*of person*) trở nên bình tĩnh; (*of situation*) trở nên yên tĩnh
calorie calo
Cambodia nước Cămpuchia
Cambodian 1 *adj* (*thuộc*) Cămpuchia **2** *n* (*person*) người Cămpuchia
camcorder máy quay viđêô xách tay
camera máy ảnh; (*film, video, television ~*) máy quay phim
cameraman người quay phim
camouflage 1 *n* sự ngụy trang **2** *v/t* ngụy trang
camp 1 *n* trại **2** *v/i* cắm trại
campaign 1 *n* cuộc vận động **2** *v/i* vận động
campaigner người vận động
camper (*person*) người cắm trại; (*vehicle*) xe cắm trại
camp ground địa điểm cắm trại
camping sự cắm trại
campsite địa điểm cắm trại
campus khuôn viên đại học
can[1] ◊ (*ability*) có thể, được; *~ you hear me?* anh/chị có thể nghe tôi nói gì không?; *~ you speak French?* anh/chị nói được tiếng Pháp chứ?; *~ he call me back?* anh ấy có thể gọi điện thoại lại cho tôi không?; *I'll do it as fast as I ~* tôi sẽ cố gắng hết sức làm cho nhanh; *~ I help you?* tôi có thể

ch (*final*) k	gh g	nh (*final*) ng	r z; (S) r	x s	â (but)	i (tin)
d z; (S) y	gi z; (S) y	ph f	th t	a (hat)	e (red)	o (saw)
đ d	nh (onion)	qu kw	tr ch	ă (hard)	ê ay	ô oh

giúp anh/chị điều gì không?; **~ you help me?** anh/chị giúp tôi có được không? ◊ *(with negatives)* không thể; **I can't see** tôi không thể nhìn thấy; **that can't be right** điều đó không thể đúng được ◊ *(permission)* có thể; **~ I use your phone?** tôi dùng điện thoại của anh/chị có được không?; **~ I have a beer?** cho tôi xin một cốc bia; **could I have a beer?** xin cho tôi một cốc bia

can² 1 *n (for drinks)* lon; *(for soup, pork, vegetables, paint etc)* hộp 2 *v/t (put in ~)* đóng hộp

Canada nước Canađa

Canadian 1 *adj (thuộc)* Canađa 2 *n* người Canađa

canal *(waterway)* kênh

canary chim hoàng yến

cancel *meeting, vacation, flight, train* bãi bỏ; *appointment, reservation* đình hoãn

cancellation *(of meeting, vacation, flight, train)* sự bãi bỏ; *(of booking, performance, plane ticket)* việc bỏ không mua vé

cancer bệnh ung thư

candid *opinion, statement, person* thẳng thắn

candidacy sự ứng cử

candidate *(for position)* ứng cử viên; *(in exam)* thí sinh

candied fruit mứt

candle cái nến, đèn cầy *(S)*

candlestick giá nến

candor tính ngay thẳng

candy cái kẹo

cannabis cây gai dầu

canned *fruit, tomatoes* đóng hộp; *(recorded)* ghi âm

cannibalize: ~ a car tháo xe hỏng để dùng vào xe khác

cannot → can¹

canoe xuồng

can opener cái mở đồ hộp

can't → can¹

canteen *(in factory)* căng tin

Cantonese *adj* Quang Đông

canvas *(for painting)* bức vẽ sơn dầu; *(material)* vải bạt

canvass 1 *v/t (seek opinion of)* trưng cầu 2 *v/i* POL đi vận động

canyon hẻm núi

Caodaism đạo Cao Đài

cap *(hat)* mũ kết; *(of bottle, jar, pen, lens)* nắp

capability *(of person, military)* khả năng

capable *(efficient)* có năng lực; **be ~ of** có khả năng; **he was ~ of murder** hắn có khả năng giết người

capacity *(of container, elevator, building, stadium, oil tank)* sức chứa; *(of car engine, factory)* công suất; *(ability)* khả năng; **in my ~ as ...** với tư cách của tôi là ...

capacity crowd chật ních

capital *n (of country)* thủ đô; *(~ letter)* chữ hoa; *(money)* tiền vốn

capital gains tax thuế lợi tức

capitalism chủ nghĩa tư bản

capitalist 1 *adj system, society* tư bản 2 *n* người theo chủ nghĩa tư bản; *(businessman)* nhà tư bản

capital letter chữ hoa

capital punishment trừng phạt tử hình

capitulate đầu hàng

capsize 1 *v/i* bị lật 2 *v/t* làm lật

capsule *(of medicine)* bao con nhộng; *(space ~) khoang sống và làm việc của nhà phi hành trên tàu vũ trụ*

captain *n (of ship)* thuyền trưởng; *(of aircraft)* trưởng phi đội; *(of team)* đội trưởng

---

ơ ur　　**y** (tin)　　**ây** uh-i　　**iê** i-uh　　**oa** wa　　**ôi** oy　　**uy** wee　　**ong** aong
u (soon) **au** a-oo　**eo** eh-ao　**iêu** i-yoh　**oai** wai　**ơi** ur-i　**ênh** uhng　**uyên** oo-in
ư (dew)　**âu** oh　　**êu** ay-oo　**iu** ew　　**oe** weh　**uê** way　**oc** aok　**uyêt** oo-yit

caption n lời chú thích tấm ảnh

captivate (of scenery) làm say mê; (of beautiful girl) quyến rũ

captive (person) người bị giam cầm; (animal) con vật bị nhốt

captivity tình trạng bị giam cầm

capture 1 n (of city) sự chiếm đóng; (of criminal) sự bắt giữ; (of animal) sự bắt **2** v/t person, animal bắt; city, building chiếm đóng; (win: market share) giành được; (portray) nắm bắt được

car xe ô tô (N), xe hơi (S); (of train) toa xe lửa; **by ~** bằng xe ô tô (N); bằng xe hơi (S)

carafe bình nước hoặc rượu

carat cara

carbohydrate hydrat cacbon; (food) chứa hydrat cacbon

carbonated drink có ga

carbon monoxide cacbon monoxyt

carbureter, carburetor bộ chế hòa khí, cacbuaratơ

carcinogen chất sinh ung thư

carcinogenic sinh ra ung thư

card (to mark special occasion) thiếp mừng; (post~) bưu thiếp; (business ~) danh thiếp; (playing ~) con bài

cardboard các tông

cardiac unit, massage, failure tim

cardiac arrest tim ngừng đập

cardigan áo len đan

card index bộ phiếu thư mục

card key thẻ chìa khóa

care 1 n (of baby, pet, elderly, sick person) sự chăm sóc; (medical ~) sự điều trị; (worry) sự lo lắng; **~ of** ... (on envelope) nhờ ... chuyển; **take ~** (be cautious) cẩn thận; **take ~ (of yourself)!** (goodbye) cẩn thận nhé!; **take ~ of** (look after: baby, dog, house trông nom; (deal

with) chịu trách nhiệm về; (handle) **with ~!** (on label) hãy mang vác cẩn thận! **2** v/i quan tâm; **I don't ~** tôi bất cần; **I couldn't ~ less** tôi không thể quan tâm ít hơn

♦ **care about** quan tâm

♦ **care for** (look after) trông nom; (like, be fond of) thích; **would you ~ ...?** anh/chị có muốn ... không?

career (profession) nghề nghiệp; (path through life) sự nghiệp

carefree vô tư lự

careful (cautious) cẩn thận; (about how to break the news etc) thận trọng; (thorough) kỹ lưỡng; worker cẩn thận; (be) **~!** hãy cẩn thận!

carefully (with caution) một cách cẩn thận; worked-out etc một cách chu đáo

careless cẩu thả; **you are so ~!** anh/chị cẩu thả quá!

caress 1 n sự vuốt ve **2** v/t vuốt ve

caretaker quản gia

careworn chăm lo kiệt quệ

cargo hàng hóa vận tải

caricature n tranh biếm họa

caring adj giàu lòng thương

carnage sự tàn sát

carnation cây cẩm chướng

carnival ngày hội

carol n bài hát mừng Nô-en

carousel (at airport) băng chuyền hành lý; (for slide projector) vòng quay chuyển phim; (merry-go-round) vòng quay ngựa gỗ

carp (fish) cá chép

carpenter thợ mộc

carpet tấm thảm

carpool 1 n sự đi xe chung **2** v/i đi xe chung

car port mái che ô tô

car rental chỗ thuê xe hơi

carrier (company) công ty vận

---

ch (final) k	**gh** g	**nh** (final) ng	**r** z; (S) r	**x** s	**â** (but)	**i** (tin)
d z; (S) y	**gi** z; (S) y	**ph** f	**th** t	**a** (hat)	**e** (red)	**o** (saw)
đ d	**nh** (onion)	**qu** kw	**tr** ch	**ă** (hard)	**ê** ay	**ô** oh

chuyển; (*of disease: person*) người mang mầm bệnh; (*animal*) vật mang mầm bệnh
carrot củ cà rốt
carry 1 *v/t* (*of person: in hand*) xách; (*on back or shoulder*) vác; (*of two people*) khiêng; (*in arms*) bế; (*from a place to another*) chuyển; (*have on one's person*) mang theo; (*of pregnant woman*) có mang; *disease* mang; (*of ship, plane, bus etc*) chở; *proposal* thông qua; **get carried away** bị kích động **2** *v/i* (*of sound*) vang xa
♦ **carry on 1** *v/i* (*continue*) tiếp tục; (*make a fuss*) làm om xòm; (*have an affair*) đan díu **2** *v/t* (*conduct*) tiến hành
♦ **carry out** *survey etc* thực hiện; *orders etc* thi hành
cart xe ngựa
cartel các-ten
carton (*for storage, transport*) hộp các-tông; (*for milk, eggs etc*) hộp; (*of cigarettes*) tút
cartoon (*in newspaper, magazine*) tranh biếm họa; (*on TV, movie*) phim hoạt hình
cartridge (*for gun*) ổ đạn
carve *meat* thái; *wood* khắc
carving (*figure*) vật chạm khắc
car wash nơi rửa ô tô
case[1] (*container: for glasses, jewel, pencil*) hộp; (*of Scotch, wine*) thùng; *Br* (*suitcase*) va li; **glass ~** (*in museum etc*) tủ kính
case[2] *n* (*instance*) trường hợp; (*argument*) lý lẽ; (*for police, mystery*) vụ; MED ca; LAW vụ kiện; **in ~ ...** trong trường hợp ...; **in any ~** bất luận thế nào; **in that ~** trong trường hợp đó
case history MED bệnh án
cash 1 *n* tiền mặt; **~ down** thanh toán ngay bằng tiền mặt; **pay (in)** **~** trả bằng tiền mặt; **~ in advance** trả tiền trước **2** *v/t*: **~ a check** đổi séc lấy tiền mặt
♦ **cash in on** lợi dụng
cash cow con bò sữa; **cash desk** quầy trả tiền; **cash discount** giảm giá nếu trả bằng tiền mặt; **cash flow** chênh lệch thu chi
cashier *n* (*in store etc*) thủ quỹ
cash machine máy lấy tiền
cashmere *adj coat, sweater* bằng len ca-sơ-mia
cash register máy tính tiền
casino sòng bạc
casket (*coffin*) quan tài
cassava củ sắn (*N*), khoai mì (*S*)
cassette băng cát xét
cassette player máy cát xét
cassette recorder máy ghi âm cát xét
cast 1 *n* (*of play*) dàn diễn viên; (*in a mold*) khuôn đúc; **take a ~ of the footprints** lấy khuôn mẫu những dấu chân **2** *v/t doubt, suspicion* gieo; *metal* đúc; *play* phân vai; *actor* giao cho đóng vai
♦ **cast off** *v/i* (*of ship*) nhổ neo
caste đẳng cấp
caster (*on chair etc*) bánh xe nhỏ
cast iron *n* gang
cast-iron *adj* làm bằng gang
castle lâu đài
castor → **caster**
castrate thiến
casual (*chance*) tình cờ; (*offhand*) tùy tiện; (*not formal*) bình thường; (*not permanent*) không thường xuyên
casualty thương vong; *fig* nạn nhân
casual wear thường phục
cat con mèo; (*in Vietnamese zodiac*) Mão
catalog *n* bộ danh mục

ơ ur	y (tin)	ây uh-i	iê i-uh	oa wa	ôi oy	uy wee	ong aong
u (soon)	au a-oo	eo eh-ao	iêu i-yoh	oai wai	ơi ur-i	ênh uhng	uyên oo-in
ư (dew)	âu oh	êu ay-oo	iu ew	oe weh	uê way	oc aok	uyêt oo-yit

catalyst *fig* chất xúc tác, vật xúc tác

catastrophe thảm họa

catch 1 *n* (*sport*) sự bắt bóng; (*of fish*) sự đánh cá; (*on door, window*) then cửa; (*on box*) cái móc; (*problem, snag*) vấn đề; *a very small ~* (*of fish*) một mẻ cá ít **2** *v/t* ball etc bắt; (*get on: bus, train*) đón; (*not miss: bus, train*) kịp; *fish with rod* câu; *fish with net* đánh; (*in order to speak to*) kịp nói chuyện; (*hear*) nghe rõ; *illness* bị; *the dog caught a cookie in its mouth* con chó ngoạm chiếc bánh trong mồm; *~ (a) cold* bị cảm lạnh; *~ s.o.'s eye* (*of person, object*) thu hút sự chú ý của ai; *~ sight of, ~ a glimpse of* nhìn thấy; *~ X doing Y* bắt quả tang X làm Y

♦ **catch on** (*become popular*) trở nên phổ biến; (*understand*) nắm được

♦ **catch up** *v/i* đuổi kịp

♦ **catch up on** bù lại

catch-22: *it's a ~ situation* đó là một tình huống khó xử

catcher (*in baseball*) người bắt bóng

catching *also fig* dễ lây

catchy *tune* dễ nhớ

category loại

♦ **cater for** (*meet the needs of*) phục vụ; (*provide food for*) cung cấp thức ăn

caterer người cung cấp thức ăn

caterpillar *insect* sâu bướm

cathedral nhà thờ lớn

Catholic 1 *adj* Thiên chúa giáo **2** *n* tín đồ Thiên chúa giáo

Catholicism đạo Thiên chúa

catsup xốt cà chua

cattle con bò

catty hằn học

cauliflower súp lơ

cause 1 *n* nguyên nhân; (*grounds*) lý do; (*of movment etc*) sự nghiệp **2** *v/t* gây ra

caution 1 *n* (*carefulness*) sự thận trọng; *~ is advised* cần phải thận trọng **2** *v/t* (*warn*) báo trước

cautious cẩn thận

cave hang động

♦ **cave in** (*of roof*) sụp đổ

caviar trứng cá muối

cavity lỗ hổng

cc 1 *n* bản sao **2** *v/t letter* gửi bản sao

CD (= *compact disc*) đĩa compact

CD-ROM CD-ROM, bộ nhớ chỉ đọc trên đĩa compact

CD-ROM drive ổ đĩa CD-ROM

cease 1 *v/i* chấm dứt **2** *v/t* ngừng

ceasefire ngừng bắn

ceiling (*of room*) trần nhà; (*limit*) giới hạn cao nhất

celebrate 1 *v/i* ăn mừng **2** *v/t* kỷ niệm; (*observe*) làm lễ

celebrated *author, conductor, poet etc* nổi tiếng; *be ~ for* nổi tiếng về

celebration lễ kỷ niệm

celebrity (*person*) người nổi tiếng; (*fame*) sự nổi tiếng

celery cần tây

Celestial Stems can

cell (*for prisoner*) xà lim; BIO tế bào

cellar (*under house*) hầm chứa; (*for wine storage*) hầm rượu

cello đàn xenlô

♦ **cellophane** giấy bóng kính

cellophane noodles miến

cellphone, cellular phone điện thoại vô tuyến

Celsius *adj* độ bách phân

cement 1 *n* xi măng **2** *v/t bricks* gắn bằng xi măng; *friendship* củng cố

cemetery nghĩa trang

censor *v/t book, play, movie* kiểm

---

ch (*final*) k	**gh** g	**nh** (*final*) ng	**r** z; (S) r	**x** s	**â** (but)	**i** (tin)
d z; (S) y	**gi** z; (S) y	**ph** f	**th** t	**a** (hat)	**e** (red)	**o** (saw)
đ d	**nh** (onion)	**qu** kw	**tr** ch	**ă** (hard)	**ê** ay	**ô** oh

duyệt
censorship việc kiểm duyệt
cent đồng xu
centennial kỷ niệm 100 năm
center 1 *n* (*of room, table*) giữa; (*of city, building*) trung tâm; POL phái giữa; *in the ~ of* ở vào trung tâm của **2** *v/t* (*put in the middle*) đặt vào giữa
♦ **center on** tập trung vào
centigrade *adj*: *10 degrees ~* 10 độ C
centimeter xentimet, phân
central trung tâm; (*main*) chính; *~ France* miền trung nước Pháp; *be ~ to sth* là phần quan trọng nhất của gì
Central Committee of Overseas Vietnamese Ban Việt Kiều Trung Ương
central heating hệ thống sưởi trung tâm
centralize *decision-making* tập trung
central locking MOT khóa chốt cửa trung tâm
central processing unit bộ xử lý trung tâm
century thế kỷ
CEO (= *Chief Executive Officer*) tổng giám đốc
ceramic *adj* đồ gốm
ceramics (*objects*) đồ gốm; (*art*) nghề làm đồ gốm
cereal (*grain, food*) ngũ cốc
ceremonial 1 *adj* nghi lễ **2** *n* nghi thức
ceremony (*event*) nghi lễ; (*ritual*) nghi thức
certain (*sure*) chắc chắn; (*particular*) nào đó; *it's ~ that ...* chắc chắn là ...; *a ~ Mr S* một ông S nào đó; *make ~* để biết chắc; *know/say for ~* biết/nói đích xác

certainly (*definitely*) dứt khoát; (*of course*) tất nhiên; *~ not!* tất nhiên là không!
certainty (*confidence*) sự tin chắc; (*inevitability*) điều chắc chắn; *it's a ~* đó là điều chắc chắn
certificate (*qualification*) bằng; (*official paper*) giấy chứng nhận
certified public accountant kế toán viên có chứng nhận
certify chứng nhận
Cesarean *n* mổ xê-da
cessation sự ngừng lại
c/f (= *cost and freight*) giá chi phí và vận chuyển
CFC (= *chlorofluorocarbon*) khí CFC
chain 1 *n* (*for animal, anchor, bicycle*) dây xích; (*jewelry*) dây chuyền; (*of stores, hotels*) mạng lưới **2** *v/t*: *~ X to Y* xích X vào Y
chain reaction phản ứng dây chuyền; **chain smoke** hút thuốc liên tục; **chain smoker** người hút thuốc liên tục; **chain store** chi nhánh cửa hàng
chair 1 *n* ghế; (*arm~*) ghế bành; (*at university*) giáo sư; *the ~* (*electric ~*) ghế điện; (*at meeting*) chủ tọa; *go to the ~* lên ngồi ghế điện; *take the ~* làm chủ tọa **2** *v/t meeting* làm chủ tọa
chairman chủ tịch; **chairperson** chủ tịch; **chairwoman** nữ chủ tịch
chalk (*for writing*) phấn; (*in soil*) đá phấn
challenge 1 *n* (*difficulty*) sự thách thức; (*in competition*) thách đấu **2** *v/t* (*defy*) thách; (*to race, game*) thách đấu; (*to debate*) thách thức; (*call into question*) đưa ra tranh cãi
challenger người thách đấu
challenging *job, undertaking* có tính kích thích

ơ ur   y (tin)   ây uh-i   iê i-uh   oa wa   ôi oy   uy wee   ong aong
u (soon)   au a-oo   eo eh-ao   iêu i-yoh   oai wai   ơi ur-i   ênh uhng   uyên oo-in
ư (dew)   âu oh   êu ay-oo   iu ew   oe weh   uê way   oc aok   uyêt oo-yit

Cham Chàm

chambermaid (*in hotel*) cô hầu phòng

Chamber of Commerce Phòng thương mại

chamois leather da thuộc

champagne rượu sâm banh

Champa Kingdom Vương quốc Chàm

champion 1 *n* SP nhà vô địch; (*of cause*) chiến sĩ đấu tranh **2** *v/t cause* ủng hộ mạnh mẽ

championship (*event*) giải vô địch; (*title*) chức vô địch

Cham towers tháp Chàm

chance (*possibility*) khả năng; (*opportunity*) cơ hội; (*risk*) sự mạo hiểm; (*luck*) sự tình cờ; **by ~** do tình cờ; **take a ~** đánh liều; **I'm not taking any ~s** tôi không liều lĩnh chút nào

chandelier đèn chùm

change 1 *n* (*alteration: to plan, idea, script*) sự thay đổi; (*in society, climate, condition*) sự biến chuyển; (*small coins*) tiền lẻ; (*from purchase*) tiền thừa trả lại; **for a ~** khác với ngày thường; **a ~ of clothes** sự thay quần áo **2** *v/t* (*alter*) thay đổi; *bank bill* đổi tiền; (*replace*) thay; *trains, planes* chuyển; *one's clothes* thay **3** *v/i* thay đổi; (*put on different clothes*) thay; (*take different train, bus*) chuyển

channel (*on TV, radio*) đài kênh; (*waterway*) luồng

chant 1 *n* bài hát **2** *v/i* REL xướng; (*sing*) hát; (*of demonstrators etc*) hô

chaos sự hỗn loạn

chaotic hỗn loạn

chapel nhà nguyện

chapped nứt nẻ

chapter (*of book*) chương; (*of organization*) chi nhánh

character (*nature*) cá tính; (*person*) tính cách; (*in book, play*) nhân vật; (*personality*) đặc sắc; (*in writing*) chữ viết; **he's a real ~** anh ấy quả là có chí khí

characteristic 1 *n* đặc điểm **2** *adj* tiêu biểu

characterize (*be typical of*) tiêu biểu cho; (*describe*) miêu tả tính cách

charbroiled nướng

charcoal (*for barbecue*) than củi; (*for drawing*) chì than

charge 1 *n* (*fee*) số tiền phải trả; LAW sự buộc tội; **free of ~** không phải trả tiền; **will that be cash or ~?** cái đó sẽ trả tiền hay ghi sổ?; **be in ~** phụ trách; **take ~** chịu trách nhiệm điều hành **2** *v/t sum of money* tính; (*put on account*) tính tiền vào; LAW buộc tội; *battery* nạp điện **3** *v/i* (*attack*) xông lên tấn công

charge account tài khoản tín dụng

charge card thẻ tín dụng

charisma tài lôi cuốn quần chúng

charitable *institution, donation* từ thiện; *person* nhân đức

charity (*assistance*) việc làm từ thiện; (*organization*) tổ chức từ thiện

charm 1 *n* (*appealing quality*) sự duyên dáng; (*on bracelet etc*) trang trí nhỏ **2** *v/t* làm hài lòng

charming làm say mê

charred *wood* bị cháy xém

chart (*diagram*) biểu đồ; (*map: for sea*) hải đồ; (*for airplane*) bản đồ; **the ~s** MUS danh mục những đĩa nhạc pop bán chạy nhất trong tuần

charter *v/t* thuê riêng

ch (*final*) k **gh** g **nh** (*final*) ng **r** z; (*S*) r **x** s **â** (but) **i** (tin)
d z; (*S*) y **gi** z; (*S*) y **ph** f **th** t **a** (hat) **e** (red) **o** (saw)
đ d **nh** (onion) **qu** kw **tr** ch **ă** (hard) **ê** ay **ô** oh

charter flight chuyến bay bằng máy bay thuê

chase 1 *n* sự truy nã **2** *v/t* đuổi theo

♦ **chase away** đuổi đi

chaser (*drink*) đồ uống tiếp theo một đồ uống khác

chassis (*of car*) khung gầm

chat 1 *n* chuyện phiếm **2** *v/i* nói chuyện phiếm

chatter 1 *n* cuộc nói chuyện huyên thuyên **2** *v/i* (*talk*) nói liến thoắng; (*of teeth*) đánh lập cập

chatterbox người thích nói chuyện

chatty *person* thích nói chuyện phiếm; *letter* dông dài

chauffeur *n* tài xế

chauvinist (*male* ~) phần tử sô vanh

cheap *adj* (*inexpensive*) rẻ; (*nasty*) hèn hạ; (*mean*) bủn xỉn

cheat 1 *n* (*person*) người gian lận **2** *v/t* lừa gạt; ~ *X out of Y* lừa X để lấy Y **3** *v/i* (*in exam, cards etc*) gian lận; ~ *on one's wife* lừa dối vợ mình

check¹ 1 *adj shirt* ca rô **2** *n* vải ca rô

check² FIN séc; (*in restaurant etc*) hoá đơn; ~ *please* xin cho hóa đơn

check³ 1 *n* (*to verify sth*) cuộc kiểm tra; *keep in* ~, *hold in* ~ kiềm chế; *keep a* ~ *on* kiểm tra **2** *v/t* (*verify*) xem xét; *machinery* kiểm tra; (*restrain*) kiềm chế; (*stop*) dừng đột ngột; (*with a* ~*mark*) dấu kiểm tra; *coat, package etc* gửi áo mũ hoặc túi **3** *v/i* xem xét; ~ *for* kiểm tra

♦ **check in** (*at airport*) làm thủ tục (xuất cảnh); (*at hotel*) ghi tên thuê phòng

♦ **check off** đánh dấu kiểm tra

♦ **check on** xem xét

♦ **check out 1** *v/i* (*of hotel*) thanh toán để rời khách sạn **2** *v/t* (*look into*) điều tra; *club, restaurant etc* thử xem

♦ **check up on** điều tra

♦ **check with** (*of person*) hỏi xem; (*tally: of information*) khớp với

checkbook quyển séc

checked *material* kẻ ca rô

checkerboard bàn cờ đam

checkered *pattern* họa tiết nhiều ô vuông; *career* thăng trầm

checkers cờ đam

check-in (**counter**) bàn ghi tên đi máy bay

checking account tài khoản vãng lai

check-in time giờ ghi tên đi máy bay

checklist bản kê các khoản; **checkmark** dấu kiểm tra; **checkmate** *n* chiếu hết; **checkout** (*in supermarket*) nơi trả tiền mua hàng; **checkout time** (*from hotel*) thời gian thanh toán để rời khách sạn; **checkpoint** (*military, police*) trạm kiểm soát; (*in race etc*) trạm kiểm tra ở trường đua; **checkroom** (*for coats*) phòng giữ mũ áo; (*for baggage*) phòng gửi hành lý; **checkup** (*medical*) cuộc kiểm tra sức khỏe; (*dental*) khám răng

cheek má

cheekbone xương gò má

cheer 1 *n* tiếng reo mừng; ~*s!* (*toast*) chúc sức khoẻ! **2** *v/t* hoan hô **3** *v/i* reo hò

♦ **cheer on** reo hò cổ vũ

♦ **cheer up 1** *v/i* vui lên; ~*!* vui lên đi! **2** *v/t* làm cho vui lên

cheerful *person, mood, smile* vui vẻ

cheering tiếng hoan hô

cheerleader người dẫn đầu hoan hô

ơ ur	y (tin)	ây uh-i	iê i-uh	oa wa	ôi oy	uy wee	ong aong
u (soon)	au a-oo	eo eh-ao	iêu i-yoh	oai wai	ơi ur-i	ênh uhng	uyên oo-in
ư (dew)	âu oh	êu ay-oo	iu ew	oe weh	uê way	oc aok	uyêt oo-yit

cheese pho mát
cheeseburger pho mát bọc thịt băm
cheesecake bánh pho mát
chef bếp trưởng
chemical *n & adj* hóa chất
chemical warfare chiến tranh hóa học
chemist nhà hóa học
chemistry môn hóa học; *fig* sự hấp dẫn tình dục
chemotherapy hóa học liệu pháp
cherish *garden, homeland* yêu thương; *memory* ấp ủ trong lòng; *hope, illusion* nuôi
cherry (*fruit*) quả anh đào; (*tree*) cây anh đào
cherry blossom hoa anh đào
chess môn đánh cờ
chessboard bàn cờ
chest (*of person*) ngực; (*tool* ~) hòm
chestnut hạt dẻ; (*tree*) cây hạt dẻ
chest of drawers tủ hoặc bàn có ngăn kéo
chew *v/t* nhai; (*of dog, rats*) gặm; ~ **betel** ăn trầu
♦ **chew out** F mắng nhiếc
chewing gum kẹo cao su
chick gà con; F (*girl*) cô gái
chicken 1 *n* con gà; (*food*) món thịt gà; F kẻ nhát gan **2** *adj* F (*cowardly*) nhát gan
♦ **chicken out** F rút lui vì nhát
chickenfeed F số tiền nhỏ mọn
chicken pox bệnh thủy đậu
chief 1 *n* (*head*) người lãnh đạo; (*of tribe*) tù trưởng **2** *adj* chủ yếu
chiefly chủ yếu là
chilblain chỗ phát cước
child đứa trẻ; *pej* trẻ con; *she's their only ~* cô ấy là đứa con duy nhất của họ; *is this your ~?* đây có phải là con của anh/chị

không?; *children's literature / program* văn học/chương trình thiếu nhi
childbirth quá trình sinh con
childhood thời thơ ấu
childish *pej* con nít
childless không có con
childlike hồn nhiên
chill 1 *n* (*in air*) sự lạnh lẽo; (*illness*) sự cảm lạnh **2** *v/t wine* ướp lạnh
chilli (**pepper**) quả ớt
chilli sauce nước ớt
chilly *weather* lạnh lẽo; *welcome* lạnh lùng; *I'm ~* tôi thấy ớn lạnh
chime *v/i* (*of clock*) đánh chuông điểm giờ; (*of doorbell etc*) rung chuông
chimney ống khói
chimpanzee con tinh tinh
chin cằm
China nước Trung Quốc
china đồ sứ; (*material*) bằng sứ
Chinese 1 *adj* Trung Quốc **2** *n* (*language*) tiếng Trung Quốc; (*person*) người Trung Quốc
Chinese character chữ Trung Quốc; **Chinese domination** Bắc thuộc; **Chinese script** chữ Hán, chữ Tàu
chink (*gap*) khe hở; (*sound*) tiếng lanh canh
chip 1 *n* (*fragment*) mảnh vỡ; (*damage*) chỗ vỡ mẻ; (*in gambling*) thẻ; COMPUT phiến tinh thể; (*potato*) ~**s** khoai tây rán **2** *v/t* (*damage*) làm mẻ
♦ **chip in** (*interrupt*) nói xen vào; (*with money*) góp tiền vào
chiropractor người làm nghề chữa xoa bóp
chirp *v/i* líu lo
chisel *n* cái đục
chivalrous hào hoa phong nhã
chlorine clo

ch (*final*) k	**gh** g	**nh** (*final*) ng	**r** z; (S) r	**x** s	**â** (but) **i** (tin)
d z; (S) y	**gi** z; (S) y	**ph** f	**th** t	**a** (hat)	**e** (red) **o** (saw)
đ d	**nh** (onion)	**qu** kw	**tr** ch	**ă** (hard)	**ê** ay **ô** oh

chockfull chật ních
chocolate sô cô la; *hot ~* nước sô cô la nóng
chocolate cake bánh sô cô la
choice 1 *n* sự lựa chọn; (*selection*) các loại để chọn; (*preference*) sự lựa chọn tuỳ thích; *I had no ~* tôi không có sự lựa chọn **2** *adj* (*top quality: fruits*) có chất lượng ngon; *phrases* súc tích
choir đội hợp xướng
choke 1 *n* MOT van điều tiết không khí **2** *v/i* hóc ngạt; *he ~d on a bone* anh ấy hóc xương ngạt thở **3** *v/t* làm ngạt thở
cholesterol colextêrôn
choose 1 *v/t* chọn **2** *v/i* chọn lựa
choosey F (*about food*) cầu kỳ; (*about friends*) kỹ tính
chop 1 *n* (*with ax*) nhát chém; (*meat*) miếng sườn **2** *v/t* wood chặt; *meat, vegetables* thái
♦ **chop down** *tree* đốn
chopper (*tool*) dao bầu; F (*helicopter*) máy bay trực thăng
chopsticks đũa
chord MUS hợp âm
chore việc vặt
choreographer biên đạo múa
choreography nghệ thuật biên đạo múa
chorus (*singers*) dàn hợp xướng; (*of song*) đoạn đồng ca
Christ Chúa Giê-su; *~!* F lạy Chúa!
christen làm lễ rửa tội
Christian 1 *n* tín đồ Cơ đốc **2** *adj* Cơ đốc; *attitude* tư tưởng Cơ đốc
Christianity đạo Cơ đốc
Christian name tên
Christmas lễ Nô-en, Giáng Sinh; *at ~* vào lễ Nô-en; *Merry ~!* chúc Nô-en vui vẻ!
Christmas card thiếp mừng Nô-en; **Christmas Day** ngày Nô-en;

Christmas Eve đêm Nô-en; **Christmas present** quà Nô-en; **Christmas tree** cây Nô-en
chrome, chromium crom
chronic kinh niên
chronological lịch đại; *in ~ order* theo trình tự lịch đại
chrysanthemum hoa cúc
chubby *child* mũm mĩm
chuck *v/t* F ném
♦ **chuck out** *object* vứt đi; *person* đuổi đi
chuckle 1 *n* tiếng cười rúc rích **2** *v/i* cười rúc rích
chunk (*of bread*) khoanh; (*of meat*) súc; (*of wood*) khúc
chu nom chữ Nôm
church nhà thờ
chute (*slide in playground etc*) cầu trượt; (*for garbage*) máng đổ rác
CIA (= *Central Intelligence Agency*) CIA, cơ quan tình báo trung ương Mỹ
cider rượu táo
CIF (= *cost insurance freight*) giá CIF, chi phí, bảo hiểm và vận chuyển
cigar xì gà
cigarette thuốc lá
cinema (*as institution*) điện ảnh; *Br* (*building*) rạp chiếu bóng, rạp xi nê
cinnamon quế
circle 1 *n* hình tròn; (*group: of friends*) nhóm; (*business, political ~*) giới; *sitting in a ~* ngồi thành vòng tròn **2** *v/t* (*draw ~ around*) khoanh tròn **3** *v/i* (*of plane, bird*) lượn vòng
circuit (*electrical*) mạch điện; (*lap*) vòng đua
circuit board bảng mạch điện
circuit breaker cái ngắt điện
circular 1 *n* (*giving information*)

ơ ur   y (tin)   ây uh-i   iê i-uh   oa wa   ôi oy   uy wee   ong aong
u (soon) au a-oo eo eh-ao iêu i-yoh oai wai ơi ur-i ênh uhng uyên oo-in
ư (dew) âu oh êu ay-oo iu ew oe weh uê way oc aok uyêt oo-yit

thông báo **2** *adj bed, pond* hình tròn; *tour* vòng quanh; *argument* vòng vo

circulate 1 *v/i (of blood)* tuần hoàn; *(of news, rumor)* lan truyền; *(of air)* lưu thông **2** *v/t memo* thông báo

circulation BIO sự tuần hoàn; *(of newspaper, magazine)* tổng số phát hành

circumference đường tròn

circumflex dấu mũ

circumstances hoàn cảnh; *(financial)* tình hình; *under no ~* dù trong hoàn cảnh nào; *under no ~ should the child be left unattended* dù trong hoàn cảnh nào cũng không được bỏ mặc đứa bé; *under the ~* trong hoàn cảnh như vậy

circus *(group of performers)* đoàn xiếc; *(performance)* buổi trình diễn xiếc

cistern bể chứa nước

citizen công dân; *(of town)* dân

citizenship tư cách công dân; *she's applied for American ~* cô ấy xin nhập quốc tịch Mỹ

city thành phố; *~ center* trung tâm thành phố; *~ hall* tòa thị chính

civic *adj pride, responsibilities* công dân

civil *(as opposed to military)* dân sự; *(polite)* lịch sự; *~ disobedience* bất tuân luật pháp

civil engineer kỹ sư công chính

civilian 1 *n* dân thường **2** *adj:* *~ clothes* thường phục

civilization văn minh

civilize *person* khai hoá

civil rights quyền công dân; **civil servant** công chức; **civil service** ngành dân chính; **civil war** nội chiến

claim 1 *n (request)* sự đòi hỏi; *(right)* quyền đòi hỏi; *(assertion)* lời tuyên bố **2** *v/t (ask for as a right)* đòi hỏi; *(for damages)* đòi bồi thường; *(assert)* khẳng định; *lost property* đòi nhận lại; *they have ~ed responsibility for the attack* họ tuyên bố chịu trách nhiệm về cuộc tấn công

claimant người yêu cầu; LAW nguyên đơn

clam con trai

♦ **clam up** F câm như hến

clammy *hands* nhớp nháp; *weather* ẩm ướt

clamor *n (noise)* tiếng ồn ào; *(outcry)* tiếng la hét

♦ **clamor for** la hét đòi

clamp 1 *n (fastener)* cái kẹp **2** *v/t (fasten)* kẹp chặt

♦ **clamp down** kiểm soát chặt chẽ hơn

♦ **clamp down on** ngăn chặn một

clan thị tộc; *(close group)* phe cánh

clandestine bí mật

clang 1 *n* tiếng loảng xoảng **2** *v/i* loảng xoảng

clap 1 *v/t one's hands* vỗ **2** *v/i (applaud)* vỗ tay

clarify *statement* làm sáng tỏ

clarinet kèn clarinét

clarity *(of sound)* sự trong sáng; *(of explanation)* sự rõ ràng

clash 1 *n (argument)* sự tranh cãi; *(of personalities)* mâu thuẫn; *(fight)* xung đột **2** *v/i (fight)* đánh nhau; *(of colors)* không hòa hợp; *(of opinions)* bất đồng sâu sắc; *(of events)* trùng giờ

clasp 1 *n (fastener)* cái móc **2** *v/t (in hand)* nắm chặt; *(embrace)* ôm chặt

class *n (lesson)* giờ học; *(category)* hạng; *(social)* giai cấp; *we were in*

---

ch *(final)* k	**gh** g	**nh** *(final)* ng	**r** z; (S) r	**x** s	**â** (but)	**i** (tin)
d z; (S) y	**gi** z; (S) y	**ph** f	**th** t	**a** (hat)	**e** (red)	**o** (saw)
đ d	**nh** (onion)	**qu** kw	**tr** ch	**ă** (hard)	**ê** ay	**ô** oh

the same ~ at school ở trường chúng tôi học cùng một lớp; *the ~ of 1988* khóa tốt nghiệp năm 1988

classic 1 *adj* (*typical*) điển hình; (*definitive*) cuối cùng **2** *n* tác phẩm kinh điển

classical *music* cổ điển

classical opera tuồng

classification (*act*) sự phân loại; (*category*) loại

classified *information* mật

classified ad(vertisement) mục rao vặt

classifier từ phân loại

classify (*categorize*) phân loại

classmate bạn cùng lớp; **classroom** phòng học; **class warfare** đấu tranh giai cấp

classy F sang trọng

clatter 1 *n* (*of boots*) tiếng lộp cộp; (*of broken glass*) tiếng loảng xoảng **2** *v/i* chạy rầm rầm

clause (*in agreement*) điều khoản; GRAM mệnh đề

claustrophobia chứng sợ chỗ kín

claw 1 *n* (*of cat, bird*) vuốt; (*of crab, lobster*) càng; (*of woman*) móng vuốt **2** *v/t* (*scratch*) cào

clay đất sét

clean 1 *adj* sạch **2** *adv* F (*completely*) hoàn toàn **3** *v/t* làm cho sạch; *teeth, shoes* đánh; *house, room* dọn sạch; *car, hands, face* rửa; *clothes* giặt tẩy; *have sth ~ed* làm sạch gì

♦ **clean out** *room, closet* dọn sạch; *fig* moi hết tiền

♦ **clean up 1** *v/t* dọn sạch; *fig: city* quét sạch bọn tội phạm **2** *v/i* dọn sạch; (*wash*) lau sạch; (*on stock market etc*) vớ được

cleaner (*male, female*) người làm vệ sinh; *dry-~* tiệm giặt khô

cleaning woman nữ lao công

cleanse (*skin*) làm sạch

cleanser (*for skin*) chất làm sạch

clear 1 *adj* *voice* trong; *photograph, vision* rõ nét; *thinker* sáng suốt; (*easy to understand*) dễ hiểu; (*obvious*) hiển nhiên; *weather, sky* quang đãng; *water* trong vắt; *skin* mịn; *conscience* trong sạch; *I'm not ~ about it* tôi chưa được rõ về cái đó; *I didn't make myself ~* tôi đã nói không được rõ **2** *adv* một cách rõ ràng; *stand ~ of* đứng tránh xa; *steer ~ of* tránh xa **3** *v/t* *roads, table* dọn sạch; (*acquit*) minh oan; (*authorize*) cho phép; (*earn*) kiếm được; *~ one's throat* hắng giọng **4** *v/i* (*of sky*) quang đãng; (*of mist*) tan đi

♦ **clear away** *v/t* thu dọn

♦ **clear off** *v/i* (*of thief etc*) chuồn ngay; *~!* cút đi!

♦ **clear out 1** *v/t* *closet* dọn sạch **2** *v/i* đi khỏi

♦ **clear up 1** *v/i* thu dọn; (*of weather*) trời quang đãng; (*of illness, rash*) biến đi **2** *v/t* (*tidy*) dọn sạch; *mystery, problem* làm sáng tỏ

clearance (*space*) khoảng trống; (*authorization*) giấy phép

clearance sale sự bán thanh lý

clearly (*with clarity*) một cách rõ ràng; (*evidently*) hiển nhiên

clemency lòng khoan dung

clench *teeth* nghiến chặt; *fist* siết chặt

clergy giới tăng lữ

clergyman giáo sĩ

clerk (*administrative*) thư ký; (*in store*) người bán hàng

clever *person, animal* thông minh; *idea* hay; *gadget, device* tài tình

click 1 *n* COMPUT sự bấm (con chuột) **2** *v/i* bấm lách cách

ɵ ur	**y** (tin)	**âu** uh-i	**iê** i-uh	**oa** wa	**ôi** oy	**uy** wee	**ong** aong
u (soon)	**au** a-oo	**eo** eh-ao	**iêu** i-yoh	**oai** wai	**ơi** u-i	**ênh** uhng	**uyên** oo-in
ư (dew)	**âu** oh	**êu** ay-oo	**iu** ew	**oe** weh	**uê** way	**oc** aok	**uyêt** oo-yit

♦ **click on** COMPUT nhấn

client (*of lawyer*) thân chủ; (*customer*) khách hàng

cliff vách đá

climate khí hậu; *fig* (*political ~*) không khí

climax *n* đỉnh điểm

climb 1 *n* (*up mountain*) sự leo trèo **2** *v/t* leo trèo **3** *v/i* leo trèo; (*up mountain*) leo núi; (*of plane*) lên cao; *fig* (*of inflation etc*) leo thang

♦ **climb down** (*from tree, ladder*) trèo xuống; *fig* xuống thang

climber (*of mountain*) người leo núi; (*social ~*) kẻ bon chen

clinch: *~ **a deal*** thỏa thuận dứt khoát

cling (*of clothes*) bó sát

♦ **cling to** (*of child*) bám chặt lấy; *ideas, tradition* bám lấy

clingfilm giấy nhựa dính

clingy *child, boyfriend* bám lẵng nhẵng

clinic phòng khám bệnh

clinical *training, symptoms* lâm sàng

clink 1 *n* (*of glasses*) tiếng lách cách **2** *v/i* (*of coins*) xủng xoẻng

clip¹ 1 *n* (*fastener*) cái kẹp **2** *v/t* kẹp vào; *~* ***X to Y*** kẹp X vào Y

clip² 1 *n* (*extract*) đoạn trích ngắn **2** *v/t hair, hedge, grass* cắt tỉa

clipboard bìa kẹp hồ sơ

clippers (*for hair*) tông-đơ; (*for nails*) bấm móng tay; (*for gardening*) kéo xén

clipping (*from newspaper*) bài báo cắt ra

clock đồng hồ

clock radio đài có kèm đồng hồ báo thức; **clockwise** theo chiều kim đồng hồ; **clockwork** bộ máy đồng hồ; *it went like ~* sự việc diễn ra trôi chảy

♦ **clog up 1** *v/i* bị tắc **2** *v/t drain* làm tắc; *nose* làm nghẹt

close¹ 1 *adj friend* thân; *relative* gần; *~ **resemblance*** giống nhau như hệt **2** *adv* gần; *~ **at hand*** sát bên mình; *~ **by*** gần; *be ~ **to s.o.*** (*emotionally*) thân thiết với ai đó

close² 1 *v/t door, window, drawer* đóng; *eyes* nhắm; *mouth* mím; (*permanently: business*) đóng cửa **2** *v/i* (*of door, store*) đóng cửa; (*of eyes*) nhắm; (*of business: permanently*) đóng cửa hẳn

♦ **close down 1** *v/t* đóng cửa **2** *v/i* (*permanently*) đóng cửa hẳn

♦ **close in** *v/i* (*of rebel troops*) tiến đánh; (*of fog*) bao phủ

♦ **close up 1** *v/t building* tạm đóng cửa **2** *v/i* (*move closer*) nhích lại gần hơn

closed *store* đóng cửa; *eyes* nhắm lại

closed-circuit television hệ thống truyền hình cáp

closely *listen, watch* chăm chú; *cooperate* chặt chẽ

closet tủ; (*for clothes*) tủ quần áo

close-up PHOT cận cảnh

closing time giờ đóng cửa

closure (*permanent*) việc đóng cửa; (*of store*) sự đóng cửa

clot 1 *n* (*of blood*) cục đông **2** *v/i* (*of blood*) đông lại

cloth (*fabric*) vải; (*for kitchen*) khăn lau; (*for cleaning etc*) giẻ lau

clothes quần áo

clothes brush bàn chải quần áo

clothes hanger mắc áo

clothing quần áo

cloud *n* mây; *a ~ **of smoke/dust*** đám khói/bụi

♦ **cloud over** (*of sky*) phủ mây

cloudburst mưa rào đột ngột

cloudy u ám

ch (*final*) k	**gh** g	**nh** (*final*) ng	**r** z; (*S*) r	**x** s	**â** (but)	**i** (tin)
d z; (*S*) y	**gi** z; (*S*) y	**ph** f	**th** t	**a** (hat)	**e** (red)	**o** (saw)
đ d	**nh** (onion)	**qu** kw	**tr** ch	**ă** (hard)	**ê** ay	**ô** oh

clout *n fig* (*influence*) ảnh hưởng

clown (*in circus*) vai hề; (*joker*) anh hề; *pej* thằng hề

club *n* (*weapon*) dùi cui; (*golf iron*) gậy; (*organization*) câu lạc bộ

clubs (*in cards*) quân nhép

clue manh mối; ***I haven't a ~*** F tôi hoàn toàn mù tịt

clued-up F am hiểu

clump *n* (*of earth*) mô đất; (*of plants*) khóm cây

clumsiness sự vụng về

clumsy *person* vụng về

cluster 1 *n* (*of people, houses*) nhóm; (*of trees*) cụm **2** *v/i* (*of people*) tụm quanh; (*of houses*) bao quanh

clutch 1 *n* MOT côn **2** *v/t s.o.'s hand* nắm chặt

♦ **clutch at** cố túm lấy

co. (= *Company*) công ty

c/o (= *care of*) nhờ ... chuyển; *Joe Hall, ~ Brown* gửi Joe Hall, nhờ Brown chuyển giúp

coach 1 *n* SP huấn luyện viên; (*singing, drama ~*) giáo viên **2** *v/t* huấn luyện; *singers, actors* đào tạo

coagulate (*of blood*) đông lại

coal than

coalition sự liên minh

coalmine mỏ than

coarse *skin, fabric* thô; *hair* cứng; (*vulgar*) tục tĩu

coast *n* bờ biển; *at the ~* ở bờ biển

coastal *fisheries, waters* ven biển

coastguard đội gác biển; (*person*) người gác biển

coastline bờ biển

coat 1 *n* áo vét; (*over~*) áo khoác; (*of animal*) bộ lông; (*of paint etc*) lớp **2** *v/t* (*with dust, paint*) phủ đầy; *chocolate ~ed almonds* sô cô la bọc hạnh nhân

coathanger mắc áo

coating (*of dust, chocolate*) lớp

coax dỗ dành; *~ s.o. to do sth* dỗ dành ai làm gì

cobweb mạng nhện

cocaine cocain

cock *n* (*chicken*) con gà trống; (*any male bird*) con chim trống; (*in Vietnamese zodiac*) Dậu

cockeyed *idea etc* ngớ ngẩn

cock fight chọi gà

cockpit (*of plane*) khoang lái

cockroach con gián

cocktail rượu cốc-tay

cocoa (*plant*) cây ca-cao; (*drink*) ca-cao

coconut (*food*) dừa

coconut palm cây dừa

COD (= *collect on delivery*) thanh toán tiền khi giao hàng

cod cá thu

coddle *sick person, child* chiều chuộng

code *n* mật mã

coeducational giáo dục hỗn hợp

coerce ép

coexist chung sống

coexistence sự chung sống

coffee cà phê

coffee break giờ giải lao có cà phê; **coffee maker** máy pha cà phê; **coffee pot** bình cà phê; **coffee shop** quán cà phê; **coffee table** bàn thấp nhỏ

coffin *Br* quan tài

cog răng bánh xe

cognac rượu cô nhắc

cogwheel bánh răng

cohabit sống chung với nhau

coherent *analysis, description, argument* rõ ràng; *speech* mạch lạc

coil 1 *n* (*of rope, barbed wire*) cuộn; (*of smoke*) làn; (*of snake*) vòng cuộn **2** *v/t* cuộn; *~* (*up*) cuộn tròn

coin *n* đồng tiền

ơ ur	**y** (tin)	**ây** uh-i	**iê** i-uh	**oa** wa	**ôi** oy
u (soon)	**au** a-oo	**eo** eh-ao	**iêu** i-yoh	**oai** wai	**ơi** ur-i
ư (dew)	**âu** oh	**êu** ay-oo	**iu** ew	**oe** weh	**uê** way

uy wee	**ong** aong
ênh uhng	**uyên** oo-in
oc aok	**uyêt** oo-yit

coincide (*of events*) xảy ra đồng thời

coincidence sự trùng khớp ngẫu nhiên

Coke® cô ca (cô la)

cold 1 *adj* lạnh; *I'm* (*feeling*) ~ tôi thấy lạnh; *it's* ~ trời lạnh; *in* ~ *blood* một cách tàn nhẫn; *get* ~ *feet* *fig* ớn nhất **2** *n* sự lạnh lẽo; (*illness*) sự cảm lạnh; *I have a* ~ tôi bị cảm lạnh

cold-blooded máu lạnh; *fig* tàn nhẫn; **cold cuts** món thịt nguội; **cold sore** bệnh hecpet môi; **Cold War** chiến tranh lạnh

coleslaw món xà lách cải bắp

colic cơn đau bụng

collaborate cộng tác

collaboration sự cộng tác

collaborator (*with enemy*) kẻ tiếp tay; (*in writing book etc*) cộng tác viên

collapse (*of floor, roof, building*) sự đổ sập; (*of person*) sự ngã gục

collapsible *seat, umbrella* có thể gấp gọn

collar (*of shirt, jacket*) cổ áo; (*of dog, cat*) vòng cổ

collarbone xương đòn

colleague bạn đồng nghiệp

collect 1 *v/t person* đón; (*suit etc: from cleaner's*) lấy về; (*as hobby*) sưu tầm; (*clothes etc: for charity*) quyên góp; *one's belongings* thu lượm; *wood for fire* gom; *rainwater* tích chứa **2** *v/i* (*gather together*) tụ tập **3** *adv*: *call* ~ cú điện thoại mà người nhận phải trả tiền

collect call cú điện thoại mà người nhận phải trả tiền

collected *works, poems etc* toàn tập; *person* tự chủ

collection bộ sưu tầm; (*designer* ~) bộ sưu tập; (*in church*) sự quyên góp

collective *decision* tập thể; *assets* chung

collective bargaining sự thương lượng tập thể

collector (*as hobby*) người sưu tầm

college trường cao đẳng

collide (*of cars, people*) va vào nhau

collision sự va chạm

colloquial *word, expression* thông tục

colon (*punctuation*) dấu hai chấm; ANAT ruột kết

colonel đại tá

colonial *adj* thực dân

colonize *country* chiếm làm thuộc địa

colony thuộc địa

color 1 *n* màu sắc; (*in cheeks*) sắc hồng hào; *what* ~ *is the sky?* bầu trời màu gì?; *in* ~ (*of movie etc*) màu; ~*s* MIL lá cờ **2** *v/t one's hair* nhuộm **3** *v/i* (*blush*) đỏ mặt

color-blind mù màu

colored *adj person* da màu

color-fast không biến màu

colorful nhiều màu sắc; *character, life, story* sinh động

coloring (*of hair, eyes, skin*) sự tô màu

color photograph ảnh màu; **color scheme** sự bố trí màu sắc; **color TV** máy ti vi màu

colt ngựa đực tơ

column (*of figures*) cột; (*of people*) hàng; (*architectural*) cột trụ; (*of text*) cột báo; (*newspaper feature*) mục

columnist người viết báo chuyên mục

coma sự hôn mê

comb 1 *n* cái lược **2** *v/t* chải; *area* lục soát; *newspaper etc* lục tìm

combat 1 *n* trận đánh **2** *v/t*

ch (*final*) k	**gh** g	**nh** (*final*) ng	**r** z; (*S*) r	**x** s	**â** (but)	**i** (tin)
d z; (*S*) y	**gi** z; (*S*) y	**ph** f	**th** t	**a** (hat)	**e** (red)	**o** (saw)
đ d	**nh** (onion)	**qu** kw	**tr** ch	**ă** (hard)	**ê** ay	**ô** oh

unemployment, inflation, apathy etc đấu tranh chống

combination (*of factors*) sự kết hợp; (*of safe*) khóa bí mật

combine 1 *v/t ingredients* trộn; *business with pleasure* kết hợp 2 *v/i* (*of chemical elements*) kết hợp

combine harvester máy gặt đập

combustible (*inflammable*) bén lửa

combustion sự cháy

come (*towards speaker, listener*) đến; (*of train, bus*) đến; **you'll ~ to like it** rút cục anh/chị sẽ thích nó; **how ~?** F sao vậy?

♦ **come about** (*happen*) xảy ra

♦ **come across** 1 *v/t* (*find*) thấy 2 *v/i* (*of idea, humor*) truyền đạt được; **she comes across as ...** cô ta gây ấn tượng như ...

♦ **come along** (*come too*) đi cùng; (*turn up: of bus, man*) đến; (*turn up: of job*) xuất hiện; (*progress*) tiến triển

♦ **come apart** (*break*) tách ra; (*fall into pieces*) vỡ nát

♦ **come around** (*to s.o.'s home*) tạt lại chơi; (*regain consciousness*) tỉnh lại

♦ **come away** (*leave*) rời đi; (*of button etc*) bung ra

♦ **come back** trở về; **it came back to me** nhớ lại

♦ **come by** 1 *v/i* tạt qua 2 *v/t* (*acquire*) kiếm được; (*receive*) bị

♦ **come down** *v/i* (*from tree, ledge*) xuống; (*in price, amount etc*) giảm; (*of rain, snow*) rơi; **he came down the stairs** anh ấy đi xuống thang

♦ **come for** (*attack*) tấn công; (*collect: thing*) đến lấy; (*collect: person*) đến đón

♦ **come forward** (*present oneself*) đứng ra

♦ **come from** từ ... đến; **I ~ from New York** tôi từ Niu-Yóoc đến

♦ **come in** (*of person*) đi vào; (*in race*) về đích; (*of train*) tới; (*of tide*) dâng lên; **~!** mời vào!

♦ **come in for** là mục tiêu của; **~ criticism** là mục tiêu của sự chỉ trích

♦ **come in on** tham gia vào; **~ a deal** tham gia vào một thỏa thuận

♦ **come off** (*of handle etc*) rời ra

♦ **come on** (*progress: of painting, garden, baby*) tiến triển; (*of work, study*) tiến bộ; **~!** đi đi!; (*in disbelief*) sao lại thế được!

♦ **come out** (*of person*) đi ra khỏi; (*of sun*) hiện ra; (*of results*) thể hiện; (*of records, books*) phát hành; (*of stain*) tẩy sạch

♦ **come to** 1 *v/t place* đi tới; (*of hair*) xõa xuống; (*of dress*) rủ xuống; (*of water*) ngập đến; **that comes to $70** tất cả là 70 đô la 2 *v/i* (*regain consciousness*) tỉnh lại

♦ **come up** đi lên; (*of sun*) mọc; **something has ~** có chuyện gì đã xảy ra

♦ **come up with** *new idea etc* nảy ra

comeback: **make a ~** (*of singer, actor, fashion*) trở lại vị trí trước đây

comedian diễn viên hài; *pej* thằng ngốc

comedown sự sa sút

comedy (*play*) hài kịch; (*movie*) phim hài

comet sao chổi

comeuppance: **he'll get his ~** anh ấy sẽ bị trừng phạt đích đáng

comfort 1 *n* tiện nghi; (*consolation*) sự an ủi 2 *v/t* an ủi

comfortable *chair, house, room* thoải mái; (*financially*) sung túc; **be ~** (*of person*) dễ chịu

---

ơ ur	**y** (tin)	**ây** uh-i	**iê** i-uh	**oa** wa	**ôi** oy	**uy** wee	**ong** aong
u (soon)	**au** a-oo	**eo** eh-ao	**iêu** i-yoh	**oai** wai	**ơi** ur-i	**ênh** uhng	**uyên** oo-in
ư (dew)	**âu** oh	**êu** ay-oo	**iu** ew	**oe** weh	**uê** way	**oc** aok	**uyêt** oo-yit

comic 1 n (to read) truyện bằng tranh **2** adj hài hước

comical tức cười

comic book cuốn truyện bằng tranh

comics trang tranh chuyện vui

comma dấu phẩy

command 1 n (order) mệnh lệnh **2** v/t (order) ra lệnh; (have authority over) chỉ huy

commander sĩ quan chỉ huy

commander-in-chief tổng tư lệnh

commemorate (of statue, memorial etc) tưởng niệm; victory etc kỷ niệm

commemoration (ceremony) lễ kỷ niệm; in ~ of kỷ niệm

commence v/t & v/i bắt đầu

comment 1 n lời bình luận; **no ~!** không có ý kiến! **2** v/i bình luận

commentary lời tường thuật

commentator bình luận viên

commerce thương mại

commercial 1 adj firm, bank, college thương mại; (profitable) có lãi **2** n (advertisement) quảng cáo

commercial break quảng cáo xen giữa

commercialize v/t thương mại hóa

commercial traveler người đi chào hàng

commiserate thương cảm

commission 1 n (payment) tiền hoa hồng; (job) công việc; (committee) ủy ban **2** v/t (for job) ủy nhiệm

commit crime, error phạm; funds cam kết; **~ oneself (on sth)** cam kết (gì)

commitment (in professional relationship) lời cam kết; (responsibility) điều ràng buộc

committee ủy ban

commodity FIN hàng hóa

common (not rare) phổ biến; (shared) chung; **in ~** chung; **have sth in ~ with s.o.** có gì chung với ai

common law wife vợ không cưới xin; **commonplace** adj pej tầm thường; **common sense** lẽ thường

commotion (noisy disturbance) sự náo động

communal land, facilities công cộng; kitchen chung

communal house đình

communicate 1 v/i (have contact) liên lạc với nhau; (make self understood) biểu đạt **2** v/t idea, intentions truyền đạt

communication sự liên lạc; (in relationship) sự giao tiếp

communications truyền thông; (in travel) phương tiện giao thông

communications satellite vệ tinh liên lạc

communicative person cởi mở

Communism chủ nghĩa cộng sản

Communist 1 adj cộng sản **2** n người cộng sản

Communist Party Đảng Cộng Sản

community cộng đồng

commute 1 v/i đi làm xa **2** v/t LAW giảm án

commuter người đi làm xa

commuter traffic xe cộ của những người đi làm xa

commuter train tàu hỏa chở những người đi làm xa

compact 1 adj apartment, vehicle, build nhỏ gọn **2** n MOT ô tô nhỏ

compact disc đĩa CD

companion bạn

companionship tình bạn

company (business organization) công ty; (companionship) sự bầu bạn; (guests) khách; **ballet ~** đoàn

ch (final) k	**gh** g	**nh** (final) ng	**r** z; (S) r	**x** s	**â** (but)	**i** (tin)
d z; (S) y	**gi** z; (S) y	**ph** f	**th** t	**a** (hat)	**e** (red)	**o** (saw)
đ d	**nh** (onion)	**qu** kw	**tr** ch	**ă** (hard)	**ê** ay	**ô** oh

ba lê; *theater* ~ đoàn kịch; *be good/bad* ~ là bạn tốt/xấu; *keep s.o.* ~ bầu bạn ai

company car ô tô công ty

company law qui chế công ty

comparable (*which can be compared*) có thể so sánh được; (*similar*) tương đương

comparative 1 *adj* (*relative*) tương đối; (*involving comparison*) so sánh; GRAM ở cấp so sánh **2** *n* GRAM cấp so sánh

comparatively tương đối

compare 1 *v/t* so sánh; ~ *X with Y* so sánh X với Y; *~d with ...* so với ... **2** *v/i* sánh; *how does it ~ with ...?* sánh với ... thì thế nào?

comparison sự so sánh; *in ~ with sth/s.o.* so với gì/ai; *there's no ~* không thể so sánh được

compartment ngăn; RAIL toa

compass la bàn; (*for geometry*) (chiếc) com pa

compassion lòng thương

compassionate động lòng thương

compatibility tính tương hợp

compatible *people* hợp; *blood types, lifestyles* tương hợp; COMPUT tương thích; *we're not* ~ chúng tôi không hợp nhau

compel bắt buộc

compelling *argument* có sức thuyết phục; *movie, book* hấp dẫn

compensate 1 *v/t* (*with money*) đền bù **2** *v/i* bồi thường; ~ *for* bù đắp cho

compensation (*money*) bồi thường; (*reward*) cái bù đắp lại; (*comfort*) sự khuây khỏa

compete cạnh tranh; (*take part*) tham gia cuộc đua; ~ *for sth* đua tranh để giành lấy gì

competence năng lực

competent *person* có năng lực; *I'm*

not ~ *to judge* tôi không đủ năng lực để xét đoán

competition (*contest*) cuộc thi; SP cuộc thi đấu; (*competing*) sự cạnh tranh; (*competitors*) những người cạnh tranh; *in* ~ *with* cạnh tranh với; *the government wants to encourage* ~ chính phủ muốn khuyến khích sự cạnh tranh

competitive *profession, skiing* đua tranh; *price, offer* có thể cạnh tranh được

competitor (*in contest*) người dự thi; COM công ty cạnh tranh

compile *dictionary* biên soạn; *list* lập

complacency sự tự mãn

complacent *smile, manner, tone of voice* tự mãn

complain *v/i* kêu ca; (*to store, manager*) phàn nàn; ~ *of* MED than phiền

complaint điều phàn nàn; MED bệnh; *submit a formal* ~ đệ đơn kiện

complement *v/t* bổ sung; *they* ~ *each other* họ bổ sung cho nhau

complementary bổ sung

complete 1 *adj* (*total*) hoàn toàn; (*full*) đầy đủ; (*finished*) hoàn thành; *the* ~ *works of Shakespeare* Shakespeare toàn tập **2** *v/t* (*finish*) hoàn thành; *form* điền vào

completely hoàn toàn

completion sự hoàn thành

complex 1 *adj* *situation, person, system* phức tạp **2** *n* PSYCH mặc cảm; (*of buildings*) khu liên hợp

complexion (*facial*) nước da

compliance sự tuân theo

complicate làm phức tạp

complicated phức tạp

complication sự phức tạp; *~s* MED

ơ ur **y** (tin) **ây** uh-i **iê** i-uh **oa** wa **ôi** oy **uy** wee **ong** aong
u (soon) **au** a-oo **eo** eh-ao **iêu** i-yoh **oai** wai **ơi** ur-i **ênh** uhng **uyên** oo-in
ư (dew) **âu** oh **êu** ay-oo **iu** ew **oe** weh **uê** way **oc** aok **uyêt** oo-yit

biến chứng

compliment 1 *n* lời khen **2** *v/t* khen

complimentary tỏ ý khen ngợi; (*free*) biếu tặng; (*in restaurant, hotel*) biếu

compliments slip danh thiếp chào hỏi

comply tuân theo; ~ **with** tuân theo

component *n* bộ phận cấu thành

compose *v/t* (*make up*) tạo thành; (*with abstracts*) hình thành; MUS sáng tác; *be* ~*d of* gồm có; ~ *oneself* trấn tĩnh lại

composed (*calm*) bình tĩnh

composer MUS nhà soạn nhạc

composition (*make-up*) thành phần; MUS tác phẩm; (*essay*) bài luận

composure sự bình tĩnh

compound *n* CHEM hợp chất

compound interest lãi gộp

comprehend (*understand*) hiểu

comprehension sự hiểu

comprehensive (*full*) toàn bộ

comprehensive insurance bảo hiểm toàn diện

compress 1 *n* MED gạc **2** *v/t air, gas* nén; *information* thu gọn

comprise (*be composed of*) gồm có; (*make up*) tạo thành; *be* ~*d of* gồm có

compromise 1 *n* sự thỏa hiệp **2** *v/i* thỏa hiệp **3** *v/t one's principles* sửa đổi; (*jeopardize*) làm hại; ~ *oneself* tự làm hại mình

compulsion PSYCH sự thôi thúc

compulsive *behavior* đam mê; *reading* say mê

compulsory *subject* bắt buộc; ~ *education* giáo dục bắt buộc

computer máy tính; *have sth on* ~ có gì trên máy tính

computer-controlled được điều khiển bằng máy tính

computer game trò chơi trên máy tính

computerize *workplace* trang bị máy tính; *information* lưu trữ trong máy tính; *process* tin học hóa

computer literate: *be* ~ biết sử dụng máy tính; **computer science** môn tin học; **computer scientist** nhà tin học

computing tin học

comrade (*friend*) bạn; POL đồng chí

comradeship tình bạn

con F **1** *n* trò bịp bợm **2** *v/t* lừa bịp

conceal *evidence, truth, letter* che giấu; ~*ed door* cửa khuất kín

concede *v/t* (*admit*) thừa nhận

conceit tính tự phụ

conceited tự phụ

conceivable (*believable*) có thể hiểu được; (*imaginable*) có thể tưởng tượng được

conceive *v/i* (*of woman*) thụ thai; ~ *of* (*imagine*) tưởng tượng

concentrate 1 *v/i* tập trung; ~ *on sth* tập trung vào gì **2** *v/t attention, energies* tập trung

concentrated *juice etc* cô đặc

concentration sự tập trung

concept khái niệm

conception (*of child*) sự thụ thai

concern 1 *n* (*anxiety*) sự lo lắng; (*care*) mối quan tâm; (*business*) việc; (*company*) doanh nghiệp **2** *v/t* (*involve*) liên quan; (*worry*) làm lo lắng; ~ *oneself with sth* bận tâm đến gì

concerned (*anxious*) lo ngại; (*caring*) chăm lo; (*involved*) có liên quan; *as far as I'm* ~ đối với tôi

concerning *prep* liên quan đến

concert buổi hòa nhạc

concerted (*joint*) có phối hợp

---

ch (*final*) k	**gh** g	**nh** (*final*) ng	**r** z; (S) r	**x** s	**â** (but)	**i** (tin)
d z; (S) y	**gi** z; (S) y	**ph** f	**th** t	**a** (hat)	**e** (red)	**o** (saw)
đ d	**nh** (onion)	**qu** kw	**tr** ch	**ă** (hard)	**ê** ay	**ô** oh

concert master nhạc trưởng

concerto bản công xéc tô

concession (*giving in*) sự nhượng bộ

conciliatory *gesture, remark, smile* hòa giải

concise súc tích

conclude 1 *v/t* (*deduce*) kết luận; (*end*) kết thúc; ~ *X from Y* từ Y rút ra kết luận về X **2** *v/i* kết thúc

conclusion (*deduction*) sự kết luận; (*end*) sự kết thúc; *in* ~ cuối cùng

conclusive *proof, evidence* có sức thuyết phục

concoct *meal* chế biến; *drink* pha chế; *excuse, story* bịa ra

concoction (*food*) món chế biến; (*drink*) đồ uống pha chế

concrete¹ *adj* (*not abstract*) cụ thể

concrete² *n* bê tông

concur *v/i* đồng tình

concussion chấn thương não

condemn *action* lên án; *building, meat* loại bỏ; (*doom*) buộc phải làm

condemnation (*of action*) sự lên án

condensation (*on walls, windows*) hơi nước ngưng tụ

condense 1 *v/t* (*make shorter*) rút gọn **2** *v/i* (*of steam*) ngưng tụ

condensed milk sữa đặc

condescend: *he ~ed to speak to me* anh ấy hạ cố nói chuyện với tôi

condescending (*patronizing*) kẻ cả

condition 1 *n* (*state*) tình trạng; (*of health*) tình trạng sức khỏe; (*illness*) bệnh; (*requirement, term*) điều kiện; ~*s* (*circumstances*) hoàn cảnh; *on* ~ *that* ... với điều kiện là ... **2** *v/t* PSYCH: *be* ~*ed to believe that* ... được luyện để tin rằng

điều ...

conditional 1 *adj acceptance* có điều kiện; *payment of the money is* ~ *on* ... việc thanh toán tuỳ thuộc vào việc ... **2** *n* GRAM thể điều kiện

conditioner (*for hair*) dầu dưỡng tóc; (*for fabric*) chất làm mềm vải

conditioning PSYCH sự luyện để tạo thói quen

condo căn hộ

condolences lời chia buồn

condom bao cao su

condominium căn hộ

condone *mistake* bỏ qua; *crime* dung túng

conducive: ~ *to* dẫn đến

conduct 1 *n* (*behavior*) hạnh kiểm; (*management*) sự quản lý **2** *v/t survey, experiment, investigation* tiến hành; *business* quản lý; *visitors* hướng dẫn; ELEC dẫn; MUS chỉ huy; ~ *oneself* cư xử

conducted tour cuộc đi thăm có hướng dẫn

conductor MUS chỉ huy dàn nhạc; (*on train*) trưởng tàu

cone (*in geometry*) hình nón; (*for ice cream*) vỏ kem ốc quế; (*of pine tree*) quả thông; (*on highway*) biển báo thi công

confectioner chủ hiệu bánh kẹo

confectioners' sugar đường mịn

confectionery (*candy*) bánh kẹo

confederation liên đoàn

confer 1 *v/t* (*bestow*) ban **2** *v/i* (*discuss*) hội ý

conference hội nghị

conference room phòng họp

confess 1 *v/t sin, guilt, crime* thú nhận; *I ~ I don't know* tôi xin thú nhận là tôi không biết **2** *v/i* thú nhận; REL xưng tội; (*to police*) thú tội; ~ *to s.o.* thú nhận với ai; REL

ơ ur	y (tin)	ây uh-i	iê i-uh	oa wa	ôi oy	uy wee	ong aong
u (soon)	au a-oo	eo eh-ao	iêu i-yoh	oai wai	ơi u-i	ênh uhng	uyên oo-in
ư (dew)	âu oh	êu ay-oo	iu ew	oe weh	uê way	oc aok	uyêt oo-yit

xưng tội với ai; ~ **to a weakness for sth** thú nhận điểm yếu về gì

confession sự thú tội; REL sự xưng tội

confessional REL phòng xưng tội

confessor REL linh mục nghe xưng tội

confide 1 *v/t* nói riêng **2** *v/i* giãi bày; ~ **in s.o.** giãi bày với ai

confidence (*assurance*) sự tin chắc; (*trust*) lòng tin; (*secret*) chuyện riêng; **in ~** như là một bí mật

confident (*self-assured*) tự tin; (*convinced*) tin tưởng; ~ **of sth** tin tưởng vào gì

confidential *information, files, letters* bí mật

confine (*imprison*) giam hãm; (*restrict*) giới hạn; **be ~d to one's bed** bị liệt giường

confined *space* bó hẹp

confinement (*imprisonment*) sự giam hãm; MED sự sinh đẻ

confirm *v/t arrangement, flight, reports* khẳng định; *fear* tăng thêm

confirmation (*of theory, statement*) sự khẳng định, sự xác nhận; (*of fear*) sự tăng thêm

confirmed (*inveterate*) lâu năm

confiscate tịch thu

conflict 1 *n* (*disagreement*) sự bất đồng; (*clash*) mâu thuẫn; (*war*) xung đột **2** *v/i* (*of dates, events*) trùng với; (*go against*) mâu thuẫn

conform tuân theo; (*of product*) đúng với; ~ **to government standards** đúng với tiêu chuẩn Nhà nước

conformist *n* người tuân thủ

confront *fear, difficulty, danger* đương đầu; (*tackle*) nói; ~ **s.o. with s.o./sth** buộc ai phải đối mặt với ai/gì

confrontation sự đối đầu

Confucianism đạo Khổng, Khổng giáo

Confucius Đức Khổng Tử

confuse *matters* làm rối lên; (*mix up*) nhầm lẫn; ~ **s.o.** (*muddle*) làm ai bối rối; ~ **X with Y** nhầm lẫn X với Y

confused *person* bối rối; *situation, account, speech* không rõ ràng

confusing *message, person* khó hiểu

confusion (*chaos*) sự rối loạn; (*mistake*) sự nhầm lẫn; (*embarrassment*) sự bối rối

congeal (*of blood, fat*) đông đặc

congenial (*pleasant*) dễ chịu

congenital MED bẩm sinh

congested *roads* đông nghịt

congestion (*on roads*) sự tắc nghẽn; (*in chest*) chứng sung huyết; **nasal ~** chứng ngạt mũi; **traffic ~** sự tắc nghẽn giao thông

congratulate chúc mừng

congratulations những lời chúc mừng; ~**!** xin chúc mừng!; ~ **on ...** chúc mừng nhân dịp ...

congregate (*gather*) tụ tập

congregation REL giáo đoàn

congress (*conference*) đại hội; **Congress** (*of US*) quốc hội (Hoa Kỳ)

Congressional quốc hội

Congressman nghị sĩ

Congresswoman nữ nghị sĩ

conical hat nón

conifer loại cây tùng bách

conjecture *n* (*speculation*) sự phỏng đoán

conjugate *v/t* GRAM chia động từ

conjunction GRAM liên từ; **in ~ with** cùng với

conjunctivitis viêm kết mạc

♦**conjure up** (*produce*) làm hiện ra; (*evoke*) gợi lên

conjurer, conjuror (*magician*)

ch (*final*) k	gh g	nh (*final*) ng	r z; (*S*) r	x s	â (but)	i (tin)
d z; (*S*) y	gi z; (*S*) y	ph f	th t	a (hat)	e (red)	o (saw)
đ d	nh (onion)	qu kw	tr ch	ă (hard)	ê ay	ô oh

người làm trò ảo thuật

conjuring tricks những trò ảo thuật

con man kẻ lừa đảo

connect (*join*) nối; TELEC nối máy; (*link*) dính líu; (*to power supply*) cắm

connected: be well ~ có quan hệ với những người có ảnh hưởng; **be ~ with ...** có liên quan ...; **be ~ with X by marriage** có quan hệ thông gia với X

connecting flight chuyến bay chuyển tiếp

connection (*in wiring*) sự nối; (*link*) mối liên hệ; (*when traveling*) chuyến nối tiếp; (*personal contact*) chỗ thân quen; **in ~ with ...** liên quan tới ...

connoisseur người sành sỏi

conquer chinh phục; *fig: fear etc* chế ngự

conqueror người chinh phục; (*negative connotations*) tay chinh phục

conquest (*of territory*) cuộc chinh phục

conscience lương tâm; *it has been on my ~* tôi cảm thấy lương tâm day dứt

conscientious *worker, pupil, attitude* tận tâm; *piece of work* chu đáo

conscientious objector người chống quân dịch vì đạo lý

conscious *adj* có ý thức; MED hồi tỉnh; **be ~ of ...** nhận ra ...

consciousness (*awareness*) ý thức; MED trạng thái tỉnh táo; *lose ~* bất tỉnh; *regain ~* tỉnh lại

consecutive liên tiếp

consensus sự nhất trí

consent 1 *n* sự đồng ý **2** *v/i* đồng ý

consequence (*result*) hậu quả

consequently (*therefore*) do đó

conservation (*preservation*) sự bảo tồn

conservationist *n* người bảo tồn môi trường

conservative *adj* (*conventional*) bảo thủ; *clothes* cổ hủ; *estimate* dè dặt

conservatory (*for plants*) nhà kính; MUS nhạc viện

conserve 1 *n* (*jam*) mứt **2** *v/t energy, strength* giữ gìn

consider (*regard*) coi như; (*show regard for*) quan tâm đến; (*think about*) xem xét; *it is ~ed to be ...* nó được coi như là ...

considerable đáng kể

considerably đáng kể

considerate (*thoughtful*) chu đáo

consideration (*thought*) sự xem xét; (*thoughtfulness, concern*) sự quan tâm; (*factor*) lý do; *take X into ~* tính đến X

consignment COM lô hàng; *a ~ of goods* một lô hàng gửi

♦ **consist of** gồm có

consistency (*texture*) độ đậm đặc; (*unchangingness*) sự nhất quán

consistent (*unchanging*) nhất quán

consolation sự an ủi

console *v/t* an ủi

consonant *n* GRAM phụ âm

consortium tập đoàn

conspicuous dễ nhận thấy

conspiracy âm mưu

conspire âm mưu

constant (*continuous*) không cạn kiệt; *pain* liên miên; *speed, value* không thay đổi; *friend* trung thành

consternation sự kinh hoàng

constipated táo bón

constipation chứng táo bón

constituent *n* (*component*) thành phần

ơ ur	y (tin)	ây uh-i	iê i-uh	oa wa	ôi oy	uy wee	ong aong
u (soon)	au a-oo	eo eh-ao	iêu i-yoh	oai wai	ơi ur-i	ênh uhng	uyên oo-in
ư (dew)	âu oh	êu ay-oo	iu ew	oe weh	uê way	oc aok	uyêt oo-yit

constitute (*account for*) tạo thành; (*represent*) là

constitution POL hiến pháp; (*of person*) thể chất

constitutional *adj* POL hiến pháp

constraint (*restriction*) sự hạn chế; (*strong pressure*) sự ép buộc

construct *v/t building etc* xây dựng

construction (*of building etc*) việc xây dựng; (*building etc*) kiến trúc; (*trade*) xây dựng; *under ~* đang được xây dựng

construction industry công nghiệp xây dựng; **construction site** địa điểm xây dựng; **construction worker** công nhân xây dựng

constructive có tính chất xây dựng

consul lãnh sự

consulate tòa lãnh sự

consult (*seek the advice of*) hỏi ý kiến; (*discuss*) trao đổi ý kiến; *dictionary* tra cứu

consultancy (*company*) công ty tư vấn; (*advice*) ý kiến tư vấn

consultant (*adviser*) người tư vấn

consultation sự hỏi ý kiến; (*meeting for consulting*) cuộc hội đàm

consume (*eat*) ăn hết; (*drink*) uống hết; (*use*) tiêu dùng

consumer (*purchaser*) người tiêu dùng

consumer confidence lòng tin người tiêu dùng; **consumer goods** hàng tiêu dùng; **consumer society** xã hội tiêu dùng

consumption (*of energy, food etc*) sự tiêu dùng

contact 1 *n* (*person*) người quen; (*communication*) sự liên lạc; (*physical*) sự va chạm; *keep in ~ with X* giữ liên hệ với X **2** *v/t* liên lạc

contact lens kính áp trong

contact number số điện thoại để liên hệ

contagious lây lan; *fig: laughter, fear* dễ lây lan

contain *tears, laughter* kìm nén; *floodwaters* ngăn chặn; *it ~ed my camera* nó chứa đựng máy ảnh của tôi; *~ oneself* kìm nén mình

container (*box*) hộp chứa; (*bottle*) bình chứa; COM côngtenơ

container ship tàu thủy chở côngtenơ

contaminate làm ô nhiễm

contamination sự gây ô nhiễm

contemplate *v/t* (*look at*) ngắm; (*think about*) suy ngẫm; (*envisage*) dự tính

contemporary 1 *adj art, design, cinema etc* hiện đại **2** *n* người cùng thời

contempt sự khinh bỉ; *be beneath ~* hoàn toàn đáng khinh

contemptible đáng khinh

contemptuous *person, smile* khinh khỉnh; *remark* khinh bỉ

♦**contend for** đua tranh để giành ...

♦**contend with** đương đầu với

contender đối thủ

content[1] *n* nội dung

content[2] **1** *adj* hài lòng **2** *v/t: ~ one-self with ...* tạm bằng lòng với ...

contented *person, smile* mãn nguyện

contention (*assertion*) sự khẳng định; *be in ~ for ...* đua tranh để giành ...

contentment sự mãn nguyện

contents (*of house, bag etc*) đồ chứa bên trong; (*of letter*) nội dung

contest[1] (*competition*) cuộc thi; (*struggle, for power*) cuộc đấu tranh

---

ch (*final*) k	**gh** g	**nh** (*final*) ng	**r** z; (S) r	**x** s	**â** (but)	**i** (tin)
d z; (S) y	**gi** z; (S) y	**ph** f	**th** t	**a** (hat)	**e** (red)	**o** (saw)
đ d	**nh** (onion)	**qu** kw	**tr** ch	**ă** (hard)	**ê** ay	**ô** oh

contest² *leadership etc* tranh cử; *will* không thừa nhận; *statement, point etc* phản bác

contestant đấu thủ

context văn cảnh; ***look at X in ~/ out of ~*** *(circumstances)* nhìn X trong bối cảnh/ngoài bối cảnh của

continent *n* lục địa

continental lục địa

contingency việc bất ngờ

continual *interruptions, complaints* liên tục

continuation *(of story)* phần tiếp; *(continuing)* sự tiếp tục

continue 1 *v/t* tiếp tục; ***to be ~d*** còn tiếp **2** *v/i* tiếp tục

continuity sự tiếp tục

continuous liên tục

contort *face* làm nhăn nhó; *body* vặn vẹo

contorted *explanation, excuse* quanh co

contour đường men quanh

contraception sự ngừa thai

contraceptive *n (device)* dụng cụ ngừa thai; *(pill)* thuốc ngừa thai

contract¹ *n* hợp đồng

contract² **1** *v/i (shrink)* co lại **2** *v/t illness* nhiễm

contractor thầu khoán

contractual hợp đồng

contradict *(of facts, evidence etc)* mâu thuẫn với; *(argue with)* cãi lại

contradiction sự mâu thuẫn; *(action of contradicting)* sự cãi lại

contradictory *account* trái ngược nhau

contraption F dụng cụ kì cục

contrary¹ **1** *adj* trái ngược; ***~ to ...*** trái với ... **2** *n* điều ngược lại; ***on the ~*** ngược lại

contrary² *(perverse)* ngang ngược

contrast 1 *n* sự tương phản **2** *v/t* đối

chiếu **3** *v/i* tương phản

contrasting *colors, personalities, views* trái ngược nhau

contravene *law, regulations* vi phạm

contribute 1 *v/i (with money, material, time)* đóng góp; *(to magazine, paper)* viết bài; *(to discussion)* góp ý kiến; **~ to** *(help to cause)* góp phần gây ra **2** *v/t money, time, suggestion* đóng góp

contribution *(money, time, effort)* sự đóng góp; *(to debate)* sự góp ý kiến; *(to magazine)* bài viết

contributor *(of money)* người đóng góp; *(to magazine)* người viết bài

contrive *(arrange)* xắp đặt; **~ to do sth** xoay xở làm gì

control 1 *n (of country, organization)* sự kiểm soát; *(of emotion)* sự kiểm chế; *(in ball game, sport)* sự làm chủ; ***be in ~ of ...*** nắm được quyền kiểm soát ...; ***bring X under ~*** chế ngự được X; ***get out of ~*** *(of fire, inflation)* không kiểm soát được; *(of vehicle)* không làm chủ được; ***lose ~ of ...*** không điều khiển được; ***lose ~ of oneself*** không tự chủ được; ***the situation is under ~*** kiểm soát được tình hình; ***circumstances beyond our ~*** tình huống vượt ra ngoài sự kiểm soát của chúng tôi; ***~s*** *(of aircraft, vehicle)* bộ điều chỉnh; *(restrictions)* sự kiểm soát **2** *v/t (govern, regulate)* điều khiển; *temper* kiểm chế; *(restrict)* kiểm soát; **~ oneself** *(not get angry, emotional)* tự chủ được; *(not overeat etc)* tự hạn chế mình

control center trung tâm điều khiển

control freak F kẻ hay chỉ đạo

controlled substance ma túy trái

ơ ur   y (tin)   ây uh-i   iê i-uh   oa wa   ôi oy   uy wee   ong aong
u (soon)   au a-oo   eo eh-ao   iêu i-yoh   oai wai   ơi ur-i   ênh uhng   uyên oo-in
ư (dew)   âu oh   êu ay-oo   iu ew   oe weh   uê way   oc aok   uyêt oo-yit

phép

controlling interest FIN số lãi to

control panel bảng điều khiển

control tower đài điều khiển

controversial gây ra tranh luận

controversy cuộc tranh luận

convalesce dưỡng bệnh

convalescence thời kỳ dưỡng bệnh

convene *v/t meeting* triệu tập

convenience (*of having sth, location*) sự thuận tiện; *at your/ my ~* vào lúc thuận tiện cho anh/ cho tôi; *all modern ~s* mọi tiện nghi hiện đại

convenience food (*canned*) đồ hộp; (*frozen*) đồ đông lạnh

convenience store cửa hàng tạp hóa

convenient thuận tiện

convent tu viện

convention (*tradition*) tục lệ; (*conference*) hội nghị

conventional thông thường

convention center trung tâm hội nghị

conventioneer thành viên hội nghị

conversant: *be ~ with ...* thông thuộc ...

conversation cuộc đàm thoại

conversational đàm thoại

converse *n* (*opposite*) điều ngược lại

conversely ngược lại

conversion sự chuyển đổi; *house ~s* việc cải tạo nhà cửa

conversion table bảng chuyển đổi

convert 1 *n* người cải đạo **2** *v/t* chuyển đổi; *house, room etc* cải tạo; *person* làm thay đổi tín ngưỡng

convertible *n* (*car*) ô tô bỏ mui được

convey *message, news, wishes etc*

chuyển; *impression, opinion, feeling* diễn tả; (*carry*) chuyển

conveyor belt băng tải

convict 1 *n* người bị kết án từ **2** *v/t* LAW kết án; *~ X of Y* kết án X về tội Y

conviction LAW sự kết án; (*belief*) niềm tin vững chắc

convince thuyết phục

convinced vững tin

convincing có sức thuyết phục

convivial *person* dễ chan hòa; *meal* thân mật

convoy (*of ships*) đoàn tàu thủy; (*of vehicles*) đoàn xe; *in ~* đi thành đoàn

convulsion MED cơn co giật

cook 1 *n* F: *keep one's ~* giữ bình tĩnh; *lose one's ~* mất bình tĩnh **2** *adj weather, breeze* mát mẻ; *drink* mát; (*calm*) bình tĩnh; (*unfriendly*) lạnh nhạt; F (*great*) tuyệt **3** *v/i* (*of food*) ướp lạnh; (*of tempers*) nguôi đi; (*of interest*) nguôi lạnh **4** *v/t* F: *~ it!* hãy bình tĩnh!

◆**cool down 1** *v/i* (*of sth hot*) nguội; (*of weather*) mát; (*of tempers*) bình tĩnh; (*of person: because angry*) bình tĩnh lại; (*of person: because hot*) làm cho mát **2** *v/t drink* làm cho mát; *cool s.o. down* fig làm ai nguôi đi

cook 1 *n* người nấu ăn; (*in restaurant, hotel*) đầu bếp **2** *v/t* nấu; *a ~ed meal* một bữa ăn nóng **3** *v/i* nấu ăn

cookbook sách dạy nấu ăn

cookery nghề nấu ăn

cookie bánh bích qui

cooking (*food*) sự nấu nướng

cooperate hợp tác

cooperation sự hợp tác

cooperative 1 *n* COM hợp tác xã **2** *adj* COM hợp tác; (*helpful*) sẵn

ch (*final*) k	gh g	nh (*final*) ng	r z; (S) r	x s	â (but)	i (tin)
d z; (S) y	gi z; (S) y	ph f	th t	a (hat)	e (red)	o (saw)
đ d	nh (onion)	qu kw	tr ch	ă (hard)	ê ay	ô oh

sàng hợp tác

coordinate *activities* phối hợp

coordination (*of activities, body*) sự phối hợp

cop F cớm

cope (*manage*) xoay xở được; ~ **with ...** xoay xở được ...; *problems, difficulties, misfortune* đối phó với ...

copier (*machine*) máy photocopy

copilot phụ tá phi công

copious *notes* rất nhiều; *tears* chan hòa

copper *n* (*metal*) đồng

copy 1 *n* (*duplicate, imitation*) bản sao; (*photocopy*) bản sao chụp; (*of book*) bản; (*of record, CD*) đĩa sao; (*written material*) bản thảo; **make a ~ of a file** COMPUT sao một tệp **2** *v/t* (*imitate: of person*) bắt chước; (*of manufacturer*) sao phỏng theo; (*duplicate*) sao chép; (*photocopy*) sao chụp; (*in writing*) ghi chép lại; (*in order to cheat*) quay cóp

copy cat F đồ hay bắt chước; **copycat crime** tội phạm bắt chước; **copyright** *n* bản quyền; **copy-writer** (*in advertising*) người viết quảng cáo

coral san hô

cord (*string*) dây thừng nhỏ; (*cable*) dây

cordial *adj* thân mật

cordless phone máy điện thoại không dây

cordon (*of police*) hàng rào cảnh sát

♦ **cordon off** lập hàng rào cách ly

cords (*pants*) quần nhung kẻ

corduroy nhung kẻ

core 1 *n* (*of apple, pear*) lõi; (*of problem*) cốt lõi; (*of organization, party*) hạt nhân **2** *adj issue, meaning* trung tâm

cork (*in bottle*) nút chai; (*material*) bằng li-e

corkscrew cái mở nút chai

corn ngô (*N*), bắp (*S*)

corner 1 *n* (*of letter, table, street etc*) góc; (*bend: on road*) chỗ quẹo; (*in soccer*) quả phạt góc; **in the ~** ở trong góc; **on the ~** (*of street*) ở góc phố **2** *v/t person* dồn vào chân tường; **~ the market** lũng đoạn thị trường **3** *v/i* (*of driver, car*) vào cua

corner kick (*in soccer*) quả phạt góc

cornstarch bột ngô (*N*), bột bắp (*S*)

corny F *joke* nhảm; *pej* (*sentimental*) ủy mị

coronary 1 *adj* hình vành; **~ arteries** động mạch vành **2** *n* nhồi máu cơ tim

coroner chức giảo nghiệm

corporal *n* hạ sĩ

corporal punishment nhục hình

corporate *responsibility, action, law* đoàn thể; *strategy, finances* liên hiệp công ty; **~ image** hình tượng hợp nhất; **sense of ~ loyalty** ý thức trung thành với đoàn thể

corporation (*business*) tập đoàn

corps MIL quân đoàn; **Marine ~** quân đoàn thủy quân lục chiến; **cadet ~** thiếu sinh quân; **diplomatic ~** đoàn ngoại giao

corpse tử thi

corpulent to béo

corpuscle huyết cầu

corral *n* bãi quây ngựa

correct 1 *adj* chính xác; *behavior* đứng đắn **2** *v/t* sửa; *homework* chấm bài

correction (*mark on paper*) chỗ sửa; (*action*) sự sửa

correspond (*match*) tương ứng; (*write letters*) trao đổi thư từ; **~ to**

ơ ur	y (tin)	ây uh-i	iê i-uh	oa wa	ôi oy	uy wee	ong aong
u (soon)	au a-oo	eo eh-ao	iêu i-yoh	oai wai	ơi ur-i	ênh uhng	uyên oo-in
ư (dew)	âu oh	êu ay-oo	iu ew	oe weh	uê way	oc aok	uyêt oo-yit

... tương đương với ...; **~ with ...** phù hợp với ...

correspondence (*matching*) sự phù hợp; (*letters*) thư từ; (*exchange of letters*) quan hệ thư từ

correspondent (*letter writer*) người viết thư; (*reporter*) phóng viên

corresponding (*equivalent*) tương ứng

corridor (*in building*) hành lang

corroborate *statement, views* chứng thực

corrode *v/t & v/i* ăn mòn

corrosion sự ăn mòn

corrugated cardboard bìa làn sóng

corrugated iron tôn múi

corrupt 1 *adj pej* tham nhũng; (*depraved*) đồi bại; COMPUT làm hỏng **2** *v/t morals* làm suy đồi; *youth* làm hư hỏng; (*bribe*) hối lộ

corruption sự tham nhũng; (*depravity*) sự đồi bại

cosmetic *adj* mỹ phẩm; *fig: change* bề ngoài

cosmetics mỹ phẩm

cosmetic surgeon bác sĩ phẫu thuật thẩm mỹ

cosmetic surgery phẫu thuật thẩm mỹ

cosmonaut nhà du hành vũ trụ

cosmopolitan *city* quốc tế

cost 1 *n* giá cả; *fig* giá phải trả **2** *v/t* giá tiền là; *time* phải trả giá bằng; FIN: *proposal, project* chi phí; *it ~ them ...* giá tiền họ phải trả là ...; *how much does it ~?* cái đó giá bao nhiêu?; *it ~ me my health* cái đó làm tôi phải hao tổn sức khoẻ

cost and freight COM giá chi phí và vận chuyển; **cost-conscious** có ý thức về sự hao phí; **cost-effective** có lãi; **cost, insurance and freight** COM giá chi phí, bảo hiểm

và vận chuyển

costly *mistake* đắt đỏ

cost of living giá sinh hoạt

cost price giá vốn

costume (*for actor*) trang phục

costume jewelry đồ nữ trang giả

cot (*for camping*) giường bạt

cotton 1 *n* vải bông **2** *adj* bằng vải bông

♦**cotton on** F hiểu

♦**cotton on to** F hiểu

♦**cotton to** F cảm thấy thích

cotton candy kẹo bông

couch *n* đi văng

couchette giường, cu set

couch potato kẻ biếng nhác

cough 1 *n* sự ho; (*sound*) tiếng ho; (*illness*) chứng ho; (*to get attention*) tiếng e hèm **2** *v/i* ho; (*to get attention*) e hèm

♦**cough up 1** *v/t blood etc* khạc ra; F *money* nhả ra **2** *v/i* F (*pay*) nhả tiền ra trả

cough medicine, cough syrup thuốc ho, sirô ho

could ◊ (*polite request*): **~ I have my key?** tôi lấy chìa khóa của tôi được không?; **~ you help me?** anh/chị có thể giúp tôi được không? ◊ (*possibility*): **this ~ be our bus** đây có thể là xe buýt của chúng ta; **you ~ be right** có thể là anh/chị đúng; **I ~n't say for sure** tôi không dám chắc; **he ~ have got lost** anh ấy có thể đã bị lạc ◊ (*indignation*): **you ~ have warned me!** đáng lẽ anh/chị nên báo tôi trước!

council (*assembly*) hội đồng

councilman ủy viên hội đồng

councilor ủy viên hội đồng

counsel 1 *n* (*advice*) lời khuyên; (*lawyer*) luật sư **2** *v/t course of action* khuyên bảo; *person* chỉ dẫn

ch (*final*) k	**gh** g	**nh** (*final*) ng	**r** z; (*S*) r	**x** s	**â** (but)	**i** (tin)
d z; (*S*) y	**gi** z; (*S*) y	**ph** f	**th** t	**a** (hat)	**e** (red)	**o** (saw)
đ d	**nh** (onion)	**qu** kw	**tr** ch	**ă** (hard)	**ê** ay	**ô** oh

counseling lời chỉ dẫn

counselor (*adviser*) cố vấn; LAW luật sư

count 1 n (*number arrived at*) số đếm được; (*action*) sự đếm; (*in boxing*) đếm số; *keep ~ of ...* đếm được ...; *lose ~ of ...* không đếm được ...; *at the last ~* vào lần đếm cuối cùng **2** v/i (*to ten etc*) đếm; (*calculate*) tính; (*be important*) có giá trị; (*qualify*) tính đến **3** v/t (*~ up*) đếm; (*include*) tính

♦ **count on** trông cậy vào

countdown đếm lùi

countenance v/t chấp thuận

counter¹ (*in store, café*) quầy hàng; (*in game*) thẻ

counter² **1** v/t *critics, propaganda* phản công lại; *effects of drug* chống lại **2** v/i (*retaliate*) phản bác lại

counter³: *run ~ to ...* trái với ...

counteract *effect, influence* làm giảm; **counter-attack 1** n cuộc phản công **2** v/i phản công; **counterbalance** sự đối trọng; **counterclockwise** ngược chiều kim đồng hồ; **counterespionage** hoạt động phản gián

counterfeit 1 v/t làm giả **2** adj *money, jewels, bank bill* giả

counterintelligence cơ quan phản gián; **counterpart**: *my ~ in your company* người giữ chức vụ tương đương trong công ty anh/ chị; **counterproductive** phản tác dụng; **countersign** v/t tiếp ký

countless vô số

country (*nation*) nước; (*as opposed to town*) nông thôn; *in the ~* ở nông thôn

country and western MUS nhạc đồng quê

countryman (*fellow ~*) người đồng

hương

countryside vùng nông thôn

county hạt, tỉnh

coup POL cuộc đảo chính; *fig* việc phi thường

couple (*married*) cặp vợ chồng; (*man and woman*) đôi nam nữ; (*two people*) cặp p; *just a ~* (*a few*) một chút ít; *a ~ of ... people, things* hai ...

coupon (*form*) mẫu in sẵn; (*voucher*) phiếu

courage sự dũng cảm

courageous *decision, act, person* dũng cảm

courier (*messenger*) người đưa thư; (*with tourist party*) hướng dẫn viên du lịch

course n (*series of lessons*) khóa học; (*part of meal*) món; (*of ship, plane*) hướng; (*for golf, skiing*) sân; (*for horse race*) trường đua; (*for running*) đường chạy; *of ~* (*certainly*) tất nhiên; (*naturally*) đương nhiên; *of ~ not* tất nhiên là không; *~ of action* đường lối hành động; *~ of treatment* đợt điều trị; *in the ~ of ...* trong lúc ...

court n LAW tòa án; SP sân; *take X to ~* kiện X lên tòa án

court case vụ xử án

courteous lịch sự

courtesy sự lịch sự

courthouse tòa án; **court martial 1** n tòa án quân sự **2** v/t xét xử ở tòa án quân sự; **court order** lệnh tòa án; **courtroom** phòng xét xử; **courtyard** sân trong

cousin (*older male*) anh họ; (*older female*) chị họ; (*younger*) em họ

cove (*small bay*) vịnh nhỏ

cover 1 n (*protective*) vỏ bọc; (*of book, magazine*) bìa; (*for bed*) ga phủ giường; (*shelter*) chỗ ẩn nấp;

ơ ur	**y** (tin)	**ây** uh-i	**iê** i-uh	**oa** wa	**ôi** oy	**uy** wee	**ong** aong
u (soon)	**au** a-oo	**eo** eh-ao	**iêu** i-yoh	**oai** wai	**ơi** ur-i	**ênh** uhng	**uyên** oo-in
ư (dew)	**âu** oh	**êu** ay-oo	**iu** ew	**oe** weh	**uê** way	**oc** aok	**uyêt** oo-yit

(*shelter from rain*) chỗ trú; (*insurance*) bảo hiểm **2** *v/t* che phủ; (*with chocolate*) phủ một lớp; (*in blood, mud*) đầy; (*of insurance policy*) bảo hiểm; *distance* đi được; (*of journalist*) theo dõi đưa tin
♦ **cover up 1** *v/t* mặc ấm; *crime, scandal* che giấu **2** *v/i fig* che giấu; **~ for X** bao che cho X
coverage (*by media*) việc đưa tin
covering letter thư phụ giải
covert bí mật
coverup (*of crime*) sự che giấu
cow *n* bò cái
coward kẻ hèn nhát
cowardice tính hèn nhát
cowardly hèn nhát
cowboy người chăn bò
cower lùi ra xa
coy (*evasive*) rụt rè; (*flirtatious*) ra vẻ e lệ
cozy *chair, feeling* thoải mái; *room, house* ấm cúng
CPU (= *central processing unit*) bộ xử lý trung tâm
crab *n* con cua
crack 1 *n* (*in wall, ceiling, cup etc*) vết rạn; (*joke*) câu đùa hóm hỉnh **2** *v/t* *cup, glass* làm rạn nứt; *nut* kẹp vỡ; *code* giải; F (*solve*) xử lý; **~ a joke** nói đùa **3** *v/i* rạn; **get ~ing** F (*set to work*) bắt tay vào làm ngay
♦ **crack down on** xử lý nghiêm ngặt hơn
♦ **crack up** *v/i* (*have breakdown*) suy sụp; F (*laugh*) phá ra cười
crackdown xử lý thẳng tay
cracked *cup, glass* rạn nứt
cracker (*to eat*) bánh quy giòn
crackle *v/i* (*of fire*) nổ lách tách
cradle *n* (*for baby*) cái nôi
craft[1] NAUT thuyền
craft[2] (*skill*) nghề thủ công; (*trade*) nghề

craftsman thợ thủ công
crafty xảo quyệt
crag (*rock*) vách đá dựng đứng
cram *v/t* nhồi nhét
cramp chuột rút
cramped *room, apartment* chật hẹp
cramps (*stomach ~*) cơn đau quặn
cranberry quả man việt quất
crane 1 *n* (*machine*) cần trục **2** *v/t:* **~ one's neck** nghển cổ
crank *n* (*strange person*) người kỳ cục; *health-food ~* người câu nệ về thức ăn
crankshaft trục quay
cranky (*bad-tempered*) cáu kỉnh; (*strange*) kỳ cục
crap ∨ **1** *n* cứt; (*bad quality goods, work*) như cứt; **don't talk ~!** đừng có nói tầm bậy! **2** *v/i* đi ỉa
crash 1 *n* (*of dishes*) tiếng vỡ loảng xoảng; (*of thunder*) tiếng nổ; COM sự phá sản; COMPUT sự treo máy; *car/plane ~* vụ đâm ô tô/rơi máy bay **2** *v/i* (*of waves*) vỗ ầm ầm; (*of vase, dishes*) rơi vỡ loảng xoảng; (*of thunder*) nổ ầm ầm; (*of car*) đâm; (*of plane*) rơi; (COM: *of market*) phá sản; COMPUT bị treo; F (*sleep*) ngủ **3** *v/t* *car* đâm vỡ
♦ **crash out** F (*fall asleep*) ngủ
crash course lớp học cấp tốc; **crash diet** chế độ ăn kiêng tăng cường; **crash helmet** mũ lái mô tô; **crash landing** sự hạ cánh khẩn cấp
crate (*packing case*) thùng gỗ lớn
crater (*of volcano*) miệng núi lửa
crave *food* thèm; *affection, attention* khao khát; *forgiveness* cầu khẩn
craving (*for food*) sự thèm thuồng; (*for attention, affection etc*) sự khao khát
crawl 1 *n* (*in swimming*) lối bơi crôn; **at a ~** (*very slowly*) nhích lên

ch (*final*) k	**gh** g	**nh** (*final*) ng	**r** z; (S) r	**x** s	**â** (but)	**i** (tin)
d z; (S) y	**gi** z; (S) y	**ph** f	**th** t	**a** (hat)	**e** (red)	**o** (saw)
đ d	**nh** (onion)	**qu** kw	**tr** ch	**ă** (hard)	**ê** ay	**ô** oh

từng bước **2** *v/i* (*on floor*) bò; (*move slowly*) đi như trườn
♦ **crawl with** *people* đầy nhóc; *the city is crawling with tourists* thành phố đầy nhóc khách du lịch; *the ground was crawling with ants* sàn lúc nhúc những kiến

crayon (*pencil*) bút chì màu; (*chalk*) phấn màu

craze sự say mê; *the latest* ~ mốt mới nhất

crazy *adj* điên rồ; *be* ~ *about ...* quá say mê ...

creak 1 *n* tiếng kêu cót két **2** *v/i* kêu cót két

cream 1 *n* (*for skin, coffee, cake*) kem; (*color*) màu kem **2** *adj* màu kem

cream cheese pho mát trắng nhiều kem

creamer (*pitcher*) bình đựng kem; (*for coffee*) bột kem

creamy (*with lots of cream*) nhiều kem

crease 1 *n* (*accidental*) nếp nhàu; (*deliberate*) đường li **2** *v/t* (*accidentally*) làm nhàu

create 1 *v/t* (*cause*) gây ra; (*make*) tạo ra **2** *v/i* (*be creative*) sáng tạo

creation (*something created*) sáng tạo; (*of job, market etc*) sự tạo ra; (*of poets, artists*) sự sáng tác; REL sự tạo ra thế giới

creative sáng tạo

creator người sáng tạo; (*author*) người sáng tác; (*founder*) người sáng lập; *the Creator* REL Đấng Tạo hóa

creature (*animal*) con vật; (*person*) kẻ

credibility (*of person*) sự tín nhiệm; (*of story*) sự đáng tin

credible *witness, statement, report* đáng tin cậy

credit 1 *n* FIN bán chịu; (*use of* ~ *cards*) tín dụng; (*honor*) sự khen ngợi; (*payment received*) số tiền trả vào tài khoản; ~*s and debits* bên có và bên nợ; *be in* ~ có tiền trong tài khoản; *get the* ~ *for X* nhận được sự khen ngợi về X **2** *v/t* (*believe*) tin; ~ *an amount to an account* ghi một khoản tiền vào tài khoản

creditable *performance, mark* đáng khen

credit card thẻ tín dụng

credit limit (*of credit card*) mức giới hạn tín dụng

creditor chủ nợ

creditworthy *company, individual* có khả năng thanh toán

credulous nhẹ dạ

creed (*beliefs*) sự tín ngưỡng

creek (*stream*) suối

creep 1 *n pej* kẻ nịnh **2** *v/i* (*of person*) rón rén; (*of water*) dâng lên từ từ

creeper BOT cây leo

creeps F: *the house/he gives me the* ~ ngôi nhà/anh ấy khiến tôi rùng mình

creepy F *house* sởn tóc gáy; *person* kỳ quái

cremate hỏa táng

cremation sự hỏa táng

crematorium nơi hỏa táng

crescent *n* (*shape*) hình lưỡi liềm

crest (*of hill*) đỉnh; (*of bird*) mào

crestfallen tiu nghỉu

crevice khe hở

crew *n* (*of ship*) đoàn thủy thủ; (*of aircraft*) phi đội; (*of repairmen etc*) đội; (*group of people*) nhóm người

crew cut kiểu tóc húi cua

crew neck kiểu cổ tròn

crib *n* (*for baby*) giường cũi

crick: ~ *in the neck* bị vẹo cổ

ơ ur	**y** (tin)	**ây** uh-i	**iê** i-uh	**oa** wa	**ôi** oy	**uy** wee	**ong** aong
u (soon)	**au** a-oo	**eo** eh-ao	**iêu** i-yoh	**oai** wai	**ơi** ur-i	**ênh** uhng	**uyên** oo-in
ư (dew)	**âu** oh	**êu** ay-oo	**iu** ew	**oe** weh	**uê** way	**oc** aok	**uyêt** oo-yit

cricket (*insect*) con dế
crime (*offense*) tội; (*criminal activity*) tội phạm; (*shameful act*) điều đáng xấu hổ, hành động ngu ngốc; *war* ~ tội ác chiến tranh
criminal 1 *n* kẻ phạm tội; *war* ~ tội phạm chiến tranh **2** *adj* (*relating to crime*) tội phạm; (*shameful*) đáng xấu hổ; ~ *law* luật hình sự
crimson *adj* đỏ thẫm
cringe rúm người lại
cripple 1 *n* người què **2** *v/t person* làm què; *country, economy, industry* làm tê liệt
crisis (*financial, political*) cuộc khủng hoảng
crisp *adj weather, air* khô lạnh; *lettuce* tươi; *bacon, toast, apple* giòn; *new shirt, bills* mới cứng
criterion (*standard*) tiêu chuẩn
critic người chỉ trích; (*in music, theater, literature*) nhà phê bình
critical (*making criticisms*) phê phán; (*serious*) trầm trọng; *moment etc* quyết định; MED nguy kịch
critically *speak etc* một cách chỉ trích; ~ *ill* ốm trầm trọng
criticism sự chỉ trích
criticize *v/t* chỉ trích
croak 1 *n* (*of frog*) tiếng kêu ồm ộp; (*of person*) tiếng khàn khàn **2** *v/i* (*of frog*) kêu ồm ộp; (*of person*) nói khàn khàn
crockery đĩa chén bằng sành
crocodile cá sấu
crony F chiến hữu
crook *n* (*dishonest*) kẻ lừa đảo
crooked *streets* quanh co; *branch* cong queo; *table* xiêu vẹo; (*dishonest*) không ngay thẳng
crop 1 *n* vụ; *fig* lớp; *the wheat / potato* ~ vụ lúa mì/khoai tây **2** *v/t hair* cắt ngắn; *photo* cắt mép
♦ **crop up** (*at work etc*) bất ngờ xảy ra; (*in conversation*) bất ngờ nhắc đến

cross 1 *adj* (*angry*) cáu **2** *n* (*X*) dấu chữ thập; (*Christian symbol*) cây thánh giá **3** *v/t* (*go across*) đi ngang qua; ~ *oneself* REL làm dấu chữ thập; ~ *one's legs* vắt chéo chân; *keep one's fingers* ~*ed* cầu mong; *it never* ~*ed my mind* chưa bao giờ tôi nghĩ đến **4** *v/i* (*go across*) đi ngang qua đường; (*of lines*) cắt ngang qua nhau
♦ **cross off, cross out** xóa bỏ
crossbar (*of goal*) xà ngang; (*of bicycle*) thanh ngang; (*in high jump*) xà
cross-country (**skiing**) (môn trượt tuyết) đường trường
cross-examine LAW sự cật vấn
cross-eyed lác mắt
crossing NAUT chuyến vượt biển
crossroads ngã tư; **cross-section** (*of people*) mẫu tiêu biểu; **crosswalk** đèn hiệu qua đường; **crossword** (**puzzle**) trò chơi ô chữ
crouch *v/i* co mình lại; ~ *down* cúi xuống
crow *n* (*bird*) con quạ; *as the* ~ *flies* theo đường chim bay
crowd *n* đám đông; (*at sports event*) khán giả
crowded đông người
crown 1 *n* (*on tooth*) thân răng **2** *v/t tooth* bịt răng
crucial rất quan trọng
crude 1 *adj* (*vulgar*) thô tục; (*unsophisticated*) thô sơ **2** *n*: ~ (*oil*) dầu thô
cruel *person, joke* độc ác
cruelty sự độc ác
cruise 1 *n* chuyến dạo chơi trên biển bằng tàu thủy **2** *v/i* (*in ship*) đi dạo biển bằng tàu; (*of car*) đi ở

ch (*final*) k	**gh** g	**nh** (*final*) ng	**r** z; (*S*) r	**x** s	**â** (but)	**i** (tin)
d z; (*S*) y	**gi** z; (*S*) y	**ph** f	**th** t	**a** (hat)	**e** (red)	**o** (saw)
đ d	**nh** (onion)	**qu** kw		**tr** ch	**ă** (hard)	**ê** ay	**ô** oh

tốc độ vừa phải; (*of plane*) bay ở tốc độ vừa phải

cruise liner tàu biển chở du khách

cruising speed (*of vehicle*) tốc độ đều vừa; *fig* (*of project*) tốc độ triển khai bình thường

crumb mảnh bánh vụn

crumble 1 *v/t* bóp vụn **2** *v/i* (*of bread, stonework*) vỡ vụn; *fig* (*of opposition, hopes, marriage etc*) tan vỡ; (*of civilization*) sụp đổ

crumple 1 *v/t* (*crease*) làm nhàu **2** *v/i* (*collapse*) quy xuống

crunch 1 *n* F: *when it comes to the* ~ khi đến thời điểm quyết định **2** *v/i* (*of gravel*) kêu lạo xạo

crusade *n fig* chiến dịch vận động

crush 1 *n* (*crowd*) đám đông chen chúc; *have a* ~ *on* mê đắm **2** *v/t* đè; (*crease*) làm nhàu; *they were* ~*ed to death* họ đều bị đè chết **3** *v/i* (*crease*) nhàu

crust (*on bread*) vỏ bánh

crutch (*for injured person*) cái nạng

cry 1 *n* (*call*) tiếng kêu; *have a* ~ khóc **2** *v/t* (*call*) kêu **3** *v/i* (*weep*) khóc

♦ **cry out 1** *v/t* kêu to **2** *v/i* kêu lên

♦ **cry out for** (*need*) đòi hỏi

crystal (*mineral*) thạch anh; (*glass*) pha lê

crystallize *v/t & v/i* kết tinh

cub thú con

Cuba nước Cu Ba

Cuban 1 *adj* Cu Ba **2** *n* người Cu Ba

cube (*shape*) hình lập phương

cubic khối

cubic capacity TECH dung tích xi lanh

cubicle (*changing room*) buồng nhỏ thay quần áo

Cu Chi Tunnels địa đạo Củ Chi

cucumber quả dưa chuột

cuddle 1 *n* sự ôm ấp **2** *v/t* ôm ấp

cuddly *kitten etc* được cưng chiều; (*liking cuddles*) thích được nâng niu

cue *n* (*for actor etc*) vĩ bạch; (*for pool*) gậy chọc bi-a

cuff 1 *n* (*of shirt*) cổ tay áo; (*of pants*) gấu vén; (*blow*) cái bạt tai; *off the* ~ *speech* không được chuẩn bị trước; *joke, remark* thiếu suy nghĩ **2** *v/t* (*hit*) bạt tai

cuff link khuy măng sét

cul-de-sac ngõ cụt (*N*)

culinary nấu nướng

♦ **culminate in** dẫn đến

culmination đỉnh cao nhất

culprit thủ phạm

cult (*sect*) giáo phái

cultivate *land* trồng trọt; *person* trau dồi

cultivated *person* có học thức

cultivated land (*in Vietnamese zodiac*) Quý

cultivation (*of land*) sự trồng trọt

cultural văn hoá

culture *n* (*artistic*) văn hóa; (*of a country*) nền văn hóa

cultured (*cultivated*) có văn hóa

culture shock cú sốc văn hóa

cumbersome *package* cổng kềnh; *administrative procedures* phiền hà

cunning 1 *n* sự xảo quyệt **2** *adj* xảo quyệt

cup *n* chén (*N*), ly (*S*); (*trophy*) cúp; *paper* ~ cốc; *a* ~ *of tea* một chén trà

cupboard tủ

curable có thể chữa khỏi

curator (*of museum*) người phụ trách nhà bảo tàng

curb 1 *n* (*of street*) lề đường; (*on powers etc*) sự kiểm soát **2** *v/t anger* kiềm chế; *inflation* kiểm soát

curdle *v/i* (*of milk*) đóng thành cục

ơ ur	y (tin)	ây uh-i	iê i-uh	oa wa	ôi oy	uy wee	ong aong
u (soon)	au a-oo	eo eh-ao	iêu i-yoh	oai wai	ơi ur-i	ênh uhng	uyên oo-in
ư (dew)	âu oh	êu ay-oo	iu ew	oe weh	uê way	oc aok	uyêt oo-yit

cure 1 *n* MED sự điều trị **2** *v/t* MED chữa khỏi; *meat, fish* bảo quản
curfew MIL lệnh giới nghiêm
curiosity (*inquisitiveness*) sự tò mò
curious (*inquisitive*) tò mò; (*strange*) kỳ lạ
curiously (*inquisitively*) một cách tò mò; (*strangely*) một cách kỳ lạ; ~ *enough* điều kỳ lạ là
curl 1 *n* (*in hair*) lọn tóc xoăn; (*of smoke*) làn khói cuộn tròn **2** *v/t hair* uốn xoăn; (*wind*) cuốn **3** *v/i* (*of hair*) quăn; (*of leaf, paper etc*) cuộn lại
♦ **curl up** cuộn tròn
curly *hair, tail* xoăn
currant (*dried fruit*) nho khô
currency (*money*) tiền tệ; *foreign ~* ngoại tệ
current 1 *n* (*in sea, river etc*) dòng nước; ELEC dòng điện; (*of air*) luồng **2** *adj* (*present*) hiện nay
current affairs, current events thời sự, sự kiện hiện nay
current affairs program chương trình thời sự
currently hiện nay
curriculum chương trình giảng dạy
curse 1 *n* (*spell*) lời nguyền rủa; (*swearword*) lời chửi rủa **2** *v/t* nguyền rủa; (*swear at*) chửi rủa **3** *v/i* (*swear*) chửi rủa
cursor COMPUT con trỏ
cursory vội vàng
curt *person, answer, letter* cộc lốc
curtail *speech, trip* cắt ngắn; *spending* giảm bớt
curtain (*at window, door*) rèm cửa; THEA màn
curve 1 *n* đường cong **2** *v/i* (*bend*) ngoặt sang
cushion 1 *n* (*for couch*) gối đệm **2** *v/t blow, fall* làm nhẹ bớt

custard món sữa trứng
custody (*of children*) quyền trông nom; *in ~* LAW bị tạm giam
custom (*tradition*) phong tục; *as was his ~* theo thói quen của anh ấy
customary thông thường; *it is ~ to ...* theo thông lệ thì ...
customer khách hàng
customer relations quan hệ với khách hàng
custom-made đặt làm; *clothes* đặt may
customs hải quan
customs clearance giấy phép hải quan; **Customs Department** Tổng cục Hải quan; **customs inspection** sự kiểm tra hải quan; **customs officer** nhân viên hải quan
cut 1 *n* (*with knife, scissors*) sự cắt; (*injury*) vết đứt; (*of garment*) kiểu cắt may; (*of hair*) kiểu cắt tóc; *more ~s in education* thêm cắt giảm trong chi phí giáo dục; *my hair needs a ~* tôi cần phải cắt tóc **2** *v/t cut; hours* giảm; *get one's hair ~* cắt tóc
♦ **cut back 1** *v/i* (*in costs*) cắt giảm chi tiêu **2** *v/t employees* giảm
♦ **cut down 1** *v/t tree* chặt **2** *v/i* (*in smoking etc*) giảm bớt
♦ **cut down on** *smoking etc* giảm bớt
♦ **cut off** (*with knife, scissors etc*) cắt đứt; (*isolate*) biệt lập; TELEC cắt điện thoại; *we were ~* chúng tôi bị cắt điện thoại
♦ **cut out** (*with scissors*) cắt; (*eliminate*) trừ bỏ; *cut that out!* thôi cái đó đi!; *be ~ for X* hợp với X
♦ **cut up** *v/t meat etc* thái
cutback sự cắt giảm

---

ch (*final*) k	**gh** g	**nh** (*final*) ng	**r** z; (S) r	**x** s	**â** (but)	**i** (tin)
d z; (S) y	**gi** z; (S) y	**ph** f	**th** t	**a** (hat)	**e** (red)	**o** (saw)
đ d	**nh** (onion)	**qu** kw	**tr** ch	**ă** (hard)	**ê** ay	**ô** oh

cute (*pretty*) xinh đẹp; (*sexually attractive*) quyến rũ; (*smart, clever*) ranh mãnh

cuticle biểu bì

cut-price bán hạ giá

cut-throat *competition* gay gắt

cutting 1 *n* (*from newspaper etc*) bài báo cắt ra 2 *adj remark* cay độc

cyberspace khoảng không gian liên lạc giữa các máy vi tính

cycle 1 *n* (*bicycle*) xe đạp; (*series of events*) chu kỳ 2 *v/i* (*ride bicycle*) đi xe đạp

cycling sự đi xe đạp

cyclist người đi xe đạp

cyclo xích lô

cyclo rider người đạp xích lô

cylinder (*container*) hình trụ; (*in engine*) xilanh

cylindrical có hình trụ

cynic người hoài nghi

cynical hoài nghi

cynicism thái độ hoài nghi

cyst nang

Czech 1 *adj* Séc; **the ~ Republic** nước cộng hòa Séc 2 *n* (*person*) người Séc; (*language*) tiếng Séc

D

DA (= *District Attorney*) ủy viên công tố quận

dab *n* (*of paint etc*) vệt

♦ **dab off** thấm

♦ **dab on** xoa

♦ **dabble in** (*for short time*) thử làm qua; (*in amateurish way*) làm chơi; *pej* học đòi

dad ba (*S*), bố (*N*)

dagger dao găm

daily 1 *n* (*paper*) nhật báo 2 *adj* hàng ngày

dainty dễ thương

dairy products các sản phẩm làm từ sữa

dais bục

dam 1 *n* (*for water*) đập nước 2 *v/t river* xây đập

damage 1 *n* thiệt hại; *fig* (*to reputation etc*) sự tổn hại 2 *v/t* làm hư hại; *fig* (*reputation etc*) làm tổn hại

damages LAW tiền bồi thường

damaging có hại

dame F (*woman*) mụ

damn 1 *interj* F mẹ kiếp! 2 *n* F: *I don't give a ~!* tôi đếch cần! 3 *adj* F chết tiệt; *it's a ~ nuisance* thật là phiền phức 4 *adv* F quá 5 *v/t* (*condemn*) chỉ trích; *~ it!* F chết rồi!; *I'm ~ed if ...* F tôi sẽ bị trời nếu ...

damned → **damn** *adj, adv*

damp *building, room, cloth* ẩm

dampen làm ẩm

dance 1 *n* (*art form*) điệu múa; (*movements and steps*) điệu nhảy; (*social event*) vũ hội; (*act of dancing*) sự nhảy múa 2 *v/i* nhảy; (*as art form*) múa; *would you like to ~?* anh/chị có muốn nhảy không?

ơ ur	**y** (tin)	**ây** uh-i	**iê** i-uh	**oa** wa	**ôi** oy	**uy** wee	**ong** aong
u (soon)	**au** a-oo	**eo** eh-ao	**iêu** i-yoh	**oai** wai	**ơi** ur-i	**ênh** uhng	**uyên** oo-in
ư (dew)	**âu** oh	**êu** ay-oo	**iu** ew	**oe** weh	**uê** way	**oc** aok	**uyêt** oo-yit

dancer người nhảy; (*performer*) diễn viên múa

dancing nhảy múa

dandruff gàu

Dane người Đan Mạch

danger sự nguy hiểm; *out of ~* (*of patient*) đã qua cơn hiểm nghèo

dangerous nguy hiểm

dangle 1 *v/t* lúc lắc 2 *v/i* đung đưa

Danish 1 *adj* Đan Mạch 2 *n* (*language*) tiếng Đan Mạch

Danish (*pastry*) kiểu Đan Mạch

dare 1 *v/t* dám; *~ to do sth* dám làm gì; *how ~ you!* thật là quá quắt! 2 *v/t*: *~ X to do Y* thách X làm Y

daring *adj* táo bạo

dark 1 *n* bóng tối; *after ~* sau khi mặt trời lặn; *keep s.o. in the ~ fig* hoàn toàn bưng bít ai 2 *adj room, night* tối; *hair, eyes, color* sẫm; *clothes* sẫm màu; *~ green/blue* màu lục/lam sẫm

darken (*of sky*) tối lại

dark glasses kính râm

darkness bóng tối

darling 1 *n* (*man to woman*) em yêu; (*woman to man*) anh yêu 2 *adj* yêu quý

darn[1] 1 *n* (*mend*) chỗ mạng 2 *v/t* (*mend*) mạng

darn[2], **darned** → *damn adj, adv*

dart 1 *n* (*for throwing*) phi tiêu 2 *v/i* lao

dash 1 *n* (*punctuation*) gạch ngang; (*small amount*) chút ít; (MOT: *dashboard*) bảng đồng hồ; *a ~ of brandy* chút ít rượu cô nhắc; *make a ~ for* lao tới 2 *v/i* lao vội; *I must ~* tôi phải đi ngay 3 *v/t hopes* làm tiêu tan

♦ **dash off** 1 *v/i* dông 2 *v/t* (*write quickly*) viết nhanh

dashboard bảng đồng hồ

data dữ liệu

database cơ sở dữ liệu; **data capture** sự nhập dữ liệu; **data processing** sự xử lý dữ liệu; **data protection** sự bảo vệ dữ liệu; **data storage** sự lưu trữ dữ liệu

date[1] (*fruit*) quả chà là

date[2] 1 *n* ngày tháng; (*meeting*) cuộc hẹn gặp; (*person*) bồ; *what's the ~ today?* hôm nay ngày mấy?; *out of ~ clothes* lỗi thời; *passport* hết hạn; *up to ~ information* cập nhật; *style* hiện đại 2 *v/t letter, check* ghi ngày tháng; (*go out with*) hẹn hò; *that ~s you* điều ấy xác định tuổi anh/chị

dated lỗi thời

daub *v/t* trát

daughter con gái

daughter-in-law con dâu

daunt *v/t* làm nản lòng

dawdle dềnh dàng

dawn 1 *n* rạng đông; *fig* (*of new age*) buổi bình minh 2 *v/i*: *it ~ed on me that ...* tôi đã vỡ lẽ ...

day ngày; *what ~ is it today?* hôm nay là ngày thứ mấy?; *~ off* ngày nghỉ; *by ~* ban ngày; *~ by ~* ngày lại ngày; *the ~ after* hôm sau; *the ~ after tomorrow* ngày kia; *the ~ before* hôm trước; *the ~ before yesterday* hôm kia; *~ in ~ out* ngày ngày; *in those ~s* những ngày ấy; *one ~* ngày nào đó; *the other ~* (*recently*) hôm nọ; *let's call it a ~!* hãy dừng thôi!

daybreak rạng sáng; **daydream** 1 *n* sự mơ màng 2 *v/i* mơ màng; **daylight** ánh sáng ban ngày; **daytime**: *in the ~* vào ban ngày; **day trip** chuyến đi trong ngày

daze *n*: *in a ~* ở trạng thái bàng hoàng

ch (*final*) k	**gh** g	**nh** (*final*) ng	**r** z; (*S*) r	**x** s	**â** (but) **i** (tin)
d z; (*S*) y	**gi** z; (*S*) y	**ph** f	**th** t	**a** (hat)	**e** (red) **o** (saw)
đ d	**nh** (onion)	**qu** kw	**tr** ch	**ă** (hard)	**ê** ay **ô** oh

dazed (*by good*, *bad news*) sửng sốt; (*by a blow*) choáng váng

dazzle v/t (*of light*) hoa mắt; *fig* làm hoa mắt

dead 1 *adj* chết; *battery* hết điện; *phone* không hoạt động; *flashlight*, *light bulb* hỏng; F (*place*) tẻ ngắt **2** *adv* F (*very*) cực kỳ; **~ beat**, **~ tired** mệt lử, mệt chết được; *that's* **~ right** trúng phong phóc **3** *n*: *the* **~** (*~ people*) những người chết; *in the* **~ of night** lúc nửa đêm

deaden *pain*, *sound* giảm bớt

dead end (*street*) ngõ cụt (*N*); **dead-end job** việc làm không có triển vọng; **dead heat** sự đạt đích đồng thời; **deadline** thời hạn cuối cùng; **deadlock** *n* (*in talks*) sự bế tắc

deadly *adj* (*fatal*) chết người; F (*boring*) chán ngắt

deaf điếc

deaf-and-dumb câm và điếc

deafen làm điếc tai

deafening chói tai

deafness chứng điếc

deal 1 *n* sự thỏa thuận; *it's a* **~!** (*we have reached an agreement*) thế là xong!; (*it's a promise*) được rồi, đồng ý!; *a good* **~** (*bargain*) món hời; (*a lot*) nhiều; *a great* **~ of** (*lots*) rất nhiều **2** v/t *cards* chia; **~ a blow to** giáng một đòn

♦**deal in** (*trade in*) buôn bán

♦**deal out** *cards* chia

♦**deal with** (*handle*) giải quyết; (*do business with*) giao thiệp với

dealer (*merchant*) người buôn bán; (*drug* ~) kẻ bán ma túy; (*in card game*) người chia bài

dealing (*drug* ~) việc buôn bán ma túy

dealings (*business*) sự giao dịch

dean (*of college*) chủ nhiệm khoa

dear *adj* yêu quí; (*expensive*) đắt; *Dear Sir* thưa ngài; *Dear Richard / Margaret* Richard / Margaret thân mến; (*oh*) **~!**, **~ me!** trời ơi!, trời đất!

dearly *love* tha thiết

death cái chết; (*fatality*) người chết; *sentenced to* **~** bị kết án tử hình

death penalty án tử hình

death toll tổng số người chết

debatable có thể bàn cãi

debate 1 *n* also POL cuộc tranh luận **2** v/i tranh luận; (*think about*) cân nhắc **3** v/t bàn cãi về

debauchery sự trác táng

debit 1 *n* (*sum withdrawn*) lần rút tiền; (*in accountancy*) khoản nợ **2** v/t *account*, *amount* ghi nợ; *her account was ~ed with $50* tài khoản của bà ấy ghi nợ 50$; **~ $50 against my account** ghi 50$ nợ vào tài khoản của tôi

debris mảnh vỡ

debt khoản nợ; *be in* **~** (*financially*) mắc nợ

debtor con nợ

debug *room* tháo máy nghe trộm; COMPUT gỡ lỗi

début *n* buổi xuất hiện lần đầu tiên

decade thập kỷ

decadent suy đồi

decaffeinated đã loại bỏ caphêin

decanter (*for wine*) bình rượu

decapitate chém đầu

decay 1 *n* (*of wood*) tình trạng mục hỏng; (*of civilization*) tình trạng suy tàn; (*of teeth*) tình trạng sâu; (*in teeth*) chỗ bị sâu; (*in wood*) chỗ bị mục **2** v/i (*of teeth*) bị sâu; (*of wood*) bị mục; (*of plant*) thối; (*of civilization*) suy tàn

deceased: *the* **~** người quá cố

ơ ur	y (tin)	ây uh-i	iê i-uh	oa wa	ôi oy	uy wee	ong aong
u (soon)	au a-oo	eo eh-ao	iêu i-yoh	oai wai	ơi u-ri	ênh uhng	uyên oo-in
ư (dew)	âu oh	êu ay-oo	iu ew	oe weh	uê way	oc aok	uyêt oo-yit

deceit sự lừa đảo

deceitful dối trá

deceive đánh lừa

December tháng Mười hai

decency phép lịch sự; *he had the ~ to ...* anh ấy đã tỏ ra có lịch sự mà ...

decent *person* đứng đắn; *salary, price* thích đáng; *meal* tươm tất; *sleep* thỏa đáng; (*adequately dressed*) ăn vận tươm tất

decentralize *administration* phân cấp quản lý

deception sự lừa gạt

deceptive dễ gây lầm lẫn

deceptively: *it looks ~ simple* trông thì có vẻ dễ

decibel đêxiben

decide 1 *v/t* (*make up one's mind, conclude*) quyết định; (*settle*) giải quyết **2** *v/i* quyết định; *you ~* anh/chị quyết định đi

decided (*definite*) rõ ràng

decider (*match etc*) trận đấu quyết định

decimal *n* phân số thập phân

decimal point dấu phẩy thập phân

decimate hủy diệt nhiều

decipher *handwriting* giải đoán; *code* giải mã

decision sự quyết định; (*conclusion*) sự kết luận; *come to a ~* đi đến sự quyết định

decision-maker người ra quyết định

decisive dứt khoát; (*crucial*) quyết định

deck (*of ship*) boong; (*of bus*) sàn; (*of cards*) cỗ bài

deckchair ghế xếp

declaration (*statement*) lời tuyên bố; (*of independence*) bản tuyên ngôn; *~ of war* sự tuyên chiến

declare (*state*), *war etc* tuyên bố; (*at customs*) khai

decline 1 *n* (*fall*) sự giảm sút; (*in health*) sự suy giảm **2** *v/t invitation* khước từ; *~ to comment/accept* từ chối bình luận/chấp nhận **3** *v/i* (*refuse*) khước từ; (*decrease*) giảm sút; (*of health*) suy giảm

declutch nhả côn

decode giải mã

decompose thối rữa

décor cách trang trí

decorate (*with paint, paper*) trang trí; (*adorn*) trang hoàng; *soldier* gắn huy chương

decoration (*paint, paper*) đồ trang trí; (*ornament*) vật trang trí

decorative trang trí

decorator thợ trang trí

decoy *n* (*bird, model duck etc*) con mồi; (*person*) cò mồi

decrease 1 *n* sự giảm bớt **2** *v/t & v/i* giảm

dedicate *book etc* để tặng; *~ oneself to ...* (*to God*) hiến thân cho ...; (*to job*) tận tụy với ...

dedication (*in book*) lời để tặng; (*to cause, work*) tinh thần tận tụy

deduce suy luận

deduct: *~ X from Y* khấu X vào Y

deduction (*from salary*) sự khấu trừ; (*conclusion*) kết quả suy luận

deed *n* (*act*) hành động; LAW chứng thư

deep *hole, water, shelf* sâu; *sleep* say; *trouble* vô cùng; *voice* trầm; *color* sẫm; *thinker* sâu sắc

deepen 1 *v/t* đào sâu thêm **2** *v/i* sâu thêm; (*of crisis, mystery*) tăng thêm

deep freeze *n* sự đông lạnh

deep-frozen food thức ăn đông lạnh

deep-fry rán

deer con hươu

deface *book, poster, wall* xóa lủi

---

ch (*final*) k	**gh** g	**nh** (*final*) ng	**r** z; (*S*) r	**x** s	**â** (but)	**i** (tin)
d z; (*S*) y	**gi** z; (*S*) y	**ph** f	**th** t	**a** (hat)	**e** (red)	**o** (saw)
đ d	**nh** (onion)	**qu** kw	**tr** ch	**ă** (hard)	**ê** ay	**ô** oh

defamation sự nói xấu

defamatory nói xấu

default adj COMPUT ngầm định

defeat 1 n thất bại; (action of ~ing) sự đánh bại; (being ~ed) sự thất bại **2** v/t đánh bại; (of task, problem) làm thất bại

defeatist adj attitude thất bại chủ nghĩa

defect n nhược điểm; (sth missing) thiếu sót

defective có khuyết điểm

defend bảo vệ; cause bênh vực; (stand by) ủng hộ; (justify) biện hộ; LAW bào chữa; ~ oneself tự vệ

defendant bên bị; (in criminal case) bị cáo

defense sự bảo vệ; MIL quốc phòng; SP hàng hậu vệ; LAW luật sư bị cáo; (justification) sự biện hộ; (of cause) sự bênh vực; **come to s.o.'s ~** bênh vực ai

defense budget POL ngân sách quốc phòng

defense lawyer luật sư bên bị

defenseless không có khả năng tự vệ

defense player SP hậu vệ; **Defense Secretary** POL Bộ trưởng Quốc phòng; **defense witness** LAW nhân chứng cho bên bị

defensive 1 n: **on the ~** ở vào thế phòng ngự; **go on the ~** chuyển sang phòng ngự **2** adj weaponry, person phòng thủ

defer v/t (postpone) trì hoãn

deference sự tôn trọng

deferential biết tôn trọng

defiance sự thách thức; **in ~ of** không đếm xỉa tới

defiant ngang ngạnh

deficiency (lack) sự thiếu hụt

deficient: **be ~ in ...** thiếu

deficit số tiền thiếu hụt

define word định nghĩa; objective xác định

definite date, time đích xác; answer, improvement rõ ràng; (certain) chắc chắn; **are you ~ about that?** anh/chị có chắc chắn về chuyện ấy không?; **nothing ~ has been arranged** chưa có gì sắp đặt rõ ràng

definite article quán từ xác định

definitely chắc chắn

definition (of word) sự định nghĩa; (of objective) sự định rõ

definitive biography, performance cuối cùng

deflect ball, blow đi chệch; criticism làm chệch hướng; (from course of action) làm cho đi chệch; **be ~ed from** (from course of action) bị kéo chệch khỏi

deforestation phá rừng

deform làm biến dạng

deformity sự dị dạng

defraud lừa

defrost v/t food, fridge làm tan băng

deft khéo léo

defuse bomb tháo ngòi nổ; situation, hostility làm lắng dịu

defy parent, teacher, order etc không tuân theo; government, law coi thường

degenerate v/i (of morals) thoái hóa; **~ into** chuyển thành

degrade làm mất tư cách

degrading position, work làm mất tư cách

degree (from university) bằng đại học; (of temperature, angle, latitude) độ; (amount) mức độ; **by ~s** dần dần; **get one's ~** tốt nghiệp đại học

dehydrated làm mất nước

de-ice làm tan băng

de-icer (spray) chất phòng băng

ơ ur   y (tin)   ây uh-i   iê i-uh   oa wa   ôi oy   uy wee   ong aong
u (soon)   au a-oo   eo eh-ao   iêu i-yoh   oai wai   ơi ur-i   ênh uhng   uyên oo-in
u (dew)   âu oh   êu ay-oo   iu ew   oe weh   uê way   oc aok   uyêt oo-yit

deign: ~ *to ...* hạ cố ...

deity vị thần

dejected chán nản

delay 1 *n* sự chậm trễ **2** *v/t* (*postpone*) hoãn lại; *be ~ed* (*be late*) bị chậm **3** *v/i* chậm trễ

delegate 1 *n* đại biểu **2** *v/t task* giao phó; *person* cử làm đại diện

delegation (*of task*) sự giao phó; (*people*) đoàn đại biểu

delete xóa bỏ

deletion (*act*) sự xóa bỏ; (*that deleted*) chỗ xóa bỏ

deli → *delicatessen*

deliberate[1] *adj* có chủ tâm

deliberate[2] *v/i* cân nhắc

deliberately cố ý

delicacy (*of fabric*) tính mịn màng; (*of problem*) tính tế nhị; (*of health*) sự yếu ớt; (*tact*) sự tế nhị; (*food*) cao lương mỹ vị

delicate *fabric* mịn màng; *problem* tế nhị; *health* yếu

delicatessen cửa hàng bán đồ ăn đặc sản làm sẵn

delicious ngon; *that was ~* món này ngon tuyệt

delight *n* niềm vui sướng

delighted sung sướng

delightful *evening* thú vị; *person* đáng yêu

delimit quy định phạm vi

delinquent *n* kẻ phạm pháp

delirious MED mê sảng; (*ecstatic*) sướng cuồng lên

deliver *parcel, letter* phát; *goods* giao; *message* chuyển; *baby* đẻ; *~ a speech* đọc một bài diễn văn

delivery (*of goods*) sự giao; (*of mail*) sự phát; (*of baby*) sự sinh đẻ

delivery date ngày giao hàng; **delivery note** phiếu giao hàng; **delivery van** xe giao hàng

delta đồng bằng

delude đánh lừa; *you're deluding yourself* anh/chị đang tự dối mình

deluge 1 *n* (*heavy rainfall*) trận mưa lớn; *fig* (*of letters etc*) đợt thư tới tấp **2** *v/t fig* dồn tới tấp

delusion ảo tưởng; (*state of being deluded*) sự bị đánh lừa

de luxe loại sang

demand 1 *n* yêu cầu; COM mức cầu; *the law of supply and ~* luật cung cầu; *in ~* được cần đến **2** *v/t* yêu cầu; (*require*) đòi hỏi

demanding *job* đòi hỏi nhiều nỗ lực; *boss, employer* khắt khe

demented điên, điên cuồng

demise qua đời; *fig* sự xập tiệm

demitasse tách cà phê nhỏ

demo (*protest*) cuộc biểu tình; (*of video etc*) sự trình bày

democracy (*system*) chế độ dân chủ; (*country*) nước dân chủ

democrat người theo chế độ dân chủ; *Democrat* POL người thuộc Đảng Dân chủ

democratic dân chủ

demo disk đĩa trình bày

demolish *building* phá hủy; *argument* đập tan

demolition (*of building*) sự phá hủy; (*of argument*) sự đập tan

demon con quỉ

demonstrate 1 *v/t* (*prove*) chứng minh; (*display*) trình bày **2** *v/i* (*politically*) biểu tình

demonstration (*show*) sự chứng minh; (*protest*) cuộc biểu tình; (*of machine*) sự trình bày

demonstrative: *be ~* dễ biểu lộ tình cảm

demonstrator (*protester*) người biểu tình

demoralized làm nản lòng

demoralizing làm nản lòng

den (*study*) phòng làm việc riêng

---

ch (*final*) k	**gh** g	**nh** (*final*) ng	**r** z; (S) r	**x** s	**â** (but)	**i** (tin)
d z; (S) y	**gi** z; (S) y	**ph** f	**th** t	**a** (hat)	**e** (red)	**o** (saw)
đ d	**nh** (onion)	**qu** kw	**tr** ch	**ă** (hard)	**ê** ay	**ô** oh

denial (*of rumor, accusation*) sự phủ nhận; (*of request*) từ chối

denim vải bò

denims (*jeans*) quần bò

Denmark nước Đan Mạch

denomination (*of money*) loại; (*religious*) giáo phái

dense *smoke, fog, crowd* dày đặc; *foliage* rậm rạp; (*stupid*) đần độn

densely: ~ *populated* đông dân cư

density (*of population*) mật độ

dent 1 *n* vết lõm **2** *v/t* làm lõm

dental *treatment* răng

dentist nha sĩ

dentures răng giả

Denver boot cái khóa kẹp bánh xe

deny *charge, rumor* phủ nhận; *right, request* từ chối

deodorant chất khử mùi

depart khởi hành; ~ *from* (*deviate from*) đi chệch

department (*of company*) phòng; (*of university*) khoa; (*of government*) Bộ; (*of store*) gian hàng

Department of Defense Bộ Quốc phòng; **Department of State** Bộ Ngoại giao; **Department of the Interior** Bộ Nội vụ; **department store** cửa hàng bách hóa

departure (*leaving*) sự ra đi; (*of train, bus*) sự khởi hành; (*of person from job*) sự thôi việc; (*deviation*) sự chệch hướng; *a new* ~ (*for government, organization, actor, artist etc*) một sự chuyển hướng mới

departure lounge phòng đợi khởi hành

departure time giờ khởi hành

depend: *that* ~*s* cái đó còn tùy; *it* ~*s on the weather* tùy thuộc vào thời tiết; *I* ~ *on you* tôi trông cậy vào anh/chị

dependable đáng tin cậy

dependence, dependency sự phụ thuộc

dependent 1 *n* người ăn theo **2** *adj*: *be* ~ *on s.o.*/*sth* phụ thuộc vào ai/gì

depict (*in painting, writing*) thể hiện

deplorable đáng trách

deplore phàn nàn về

deport trục xuất

deportation sự trục xuất

deportation order lệnh trục xuất

deposit 1 *n* (*in bank*) khoản tiền gửi; (*of mineral*) trầm tích; (*on purchase*) tiền đặt cọc **2** *v/t money* gửi; (*put down*) để; *silt, mud* làm lắng đọng

deposition LAW lời khai

depot (*train station*) ga; (*bus station*) bến xe buýt; (*for storage*) kho

depreciate *v/i* FIN mất giá

depreciation FIN sự mất giá

depress *person* gây buồn chán

depressed *person* buồn chán

depressing làm thất vọng

depression MED sự suy sụp tinh thần; (*economic*) tình trạng suy thoái; (*meteorological*) vùng áp thấp

deprive: ~ *X of Y* tước X khỏi Y

deprived *child, area* thiếu thốn

depth (*of water, hole, shelf*) chiều sâu; (*of voice*) độ trầm; (*of color*) độ sẫm; (*of thought*) mức sâu sắc; *in* ~ (*thoroughly*) một cách sâu sắc; *in the* ~*s of winter* giữa mùa đông; *be out of one's* ~ (*in water*) ở chỗ nước sâu ngập đầu; *fig* (*in discussion etc*) không thể hiểu chút gì

deputation nhóm đại diện

♦ **deputize for** thay mặt cho

deputy phó

deputy leader phó chủ tịch

ơ ur	y (tin)	ây uh-i	iê i-uh	oa wa	ôi oy	uy wee	ong aong
u (soon)	au a-oo	eo eh-ao	iêu i-yoh	oai wai	ơi u-ri	ênh uhng	uyên oo-in
ư (dew)	âu oh	êu ay-oo	iu ew	oe weh	uê way	oc aok	uyêt oo-yit

derail: *be ~ed* (*of train*) bị trật bánh

deranged loạn trí

derelict *adj* hoang vắng

deride chế giễu

derision sự chế giễu

derisive *remarks, laughter* chế giễu

derisory *amount, salary* không nghĩa lý gì

derivative (*not original*) phát sinh

derive *v/t* (*obtain*) có được; *be ~d from* (*of word*) bắt nguồn từ

derogatory *remark* xúc phạm; *term* theo nghĩa xấu

descend 1 *v/i* xuống; *be ~ed from* là dòng dõi của ... 2 *v/i* (*of airplane*) xuống; (*of hill, road*) dốc xuống; (*of mood*) xấu đi; (*of darkness*) buông xuống

descendant con cháu

descent (*from mountain*) xuống; (*of airplane*) hạ xuống; (*ancestry*) thuộc dòng dõi; *of Chinese ~* gốc Trung Quốc

describe miêu tả; *~ X as Y* coi X như Y

description sự miêu tả; (*of criminal*) sự tả lại

desegregate xóa bỏ tệ phân biệt chủng tộc

desert[1] *n* sa mạc; *fig* bãi sa mạc

desert[2] 1 *v/t* (*abandon*) rời bỏ 2 *v/i* (*of soldier*) đào ngũ

deserted vắng tanh

deserter MIL kẻ đào ngũ

desertion (*abandonment*) sự rời bỏ; MIL sự đào ngũ

deserve đáng được

design 1 *n* (*subject*) môn thiết kế; (*of particular object*) thiết kế; (*drawing*) bản thiết kế; (*pattern*) họa tiết 2 *v/t* thiết kế; *not ~ed for heavy use* không nhằm dùng cho các việc nặng

designate *v/t person* chỉ định; *area*

qui định

designer người thiết kế

designer clothes quần áo mốt cao cấp

design fault lỗi thiết kế

design school trường dạy thiết kế

desirable đáng mong muốn

desire *n* (*wish*) sự mong muốn; (*sexual*) sự thèm muốn

desk (*in home, office*) bàn làm việc; (*in classroom*) bàn học sinh; (*in hotel*) quầy lễ tân

desk clerk nhân viên lễ tân

desktop publishing kỹ thuật chế bản điện tử

desolate *adj place* hoang vắng

despair 1 *n* sự tuyệt vọng; *in ~* một cách tuyệt vọng 2 *v/i* tuyệt vọng; *~ of* hết hy vọng

desperate *person, action, letter* tuyệt vọng; *situation, illness* hết sức nghiêm trọng; *be ~ for a drink/cigarette* cần ghê gớm một cốc rượu/điếu thuốc

desperation sự tuyệt vọng; *an act of ~* một hành động tuyệt vọng

despise coi khinh

despite mặc dù

despondent chán nản

despot kẻ bạo chúa

dessert món tráng miệng

destination nơi đến

destiny số mệnh

destitute cơ cực

destroy phá hoại

destroyer (*boat*) tàu khu trục

destruction sự phá hoại

destructive *power* phá hoại; *criticism* thiếu xây dựng; *child* thích phá phách

detach tháo ra

detachable có thể tháo ra

detached (*objective*) vô tư

detachment (*objectivity*) tính vô tư

---

ch (*final*) k	**gh** g	**nh** (*final*) ng	**r** z; (*S*) r	**x** s	**â** (but) **i** (tin)
d z; (*S*) y	**gi** z; (*S*) y	**ph** f	**th** t	**a** (hat)	**e** (red) **o** (saw)
đ d	**nh** (onion)	**qu** kw	**tr** ch	**ă** (hard)	**ê** ay **ô** oh

detail n (*small point, piece of information*) chi tiết; (*irrelevancy*) chi tiết vụn vặt; *in ~* một cách chi tiết

detailed chi tiết

detain (*hold back*) giữ lại; (*as prisoner*) bắt giữ

detainee người bị bắt giữ

detect nhận thấy; (*of device*) phát hiện

detection (*of criminal, smoke etc*) sự phát hiện

detective (*police officer*) thám tử

detective novel truyện trinh thám

detector máy dò

détente POL sự hòa hoãn

detention (*imprisonment*) sự giam giữ

deter ngăn cản; *~ X from doing Y* ngăn cản X khỏi làm Y

detergent chất tẩy

deteriorate xấu đi

determination (*resolution*) quyết tâm

determine (*establish*) xác định

determined *look, attitude* kiên quyết; *~ to do sth* nhất quyết làm gì; *be ~ that* nhất quyết cho rằng

deterrent 1 n sự răn đe **2** adj *weapons, measures* răn đe

detest ghét

detonate 1 v/t làm nổ **2** v/i nổ

detour n đường vòng; (*diversion*) đường tránh

♦ **detract from** (*lessen the value of*) giảm giá trị; (*diminish*) giảm bớt

detriment: *to the ~ of* có hại cho

detrimental có hại

deuce (*in tennis*) tỉ số 40 đều

devaluation (*of currency*) sự mất giá

devalue *currency* mất giá

devastate *crops, countryside, city* tàn phá; *fig: person* làm choáng váng

devastating gây choáng váng

develop 1 v/t *film* tráng; *land, site* khai thác; *activity, business* phát triển; (*originate*) sáng chế; (*improve on*) hoàn thiện; *illness, cold* nhiễm **2** v/i (*grow*) phát triển

developer (*of property*) công ty khai thác nhà cửa

developing country nước đang phát triển

development (*of film*) sự tráng; (*of land, site*) sự khai thác; (*of business, country*) sự phát triển; (*event*) diễn biến; (*origination*) sự sáng chế; (*improving*) sự hoàn thiện

device (*tool*) dụng cụ

devil (*wicked person*) người tai quái; *the Devil* Quỉ Xa tăng

devious (*sly*) xảo quyệt

devise sáng chế

devoid: *~ of* hoàn toàn không có

devote *time, effort, money* cống hiến

devoted *son etc* tận tụy; *be ~ to a person* tận tụy với một người

devotion sự tận tụy

devour *food* ăn nghiến ngấu; *book* đọc nghiến ngấu

devout mộ đạo

dew sương

dexterity sự khéo léo; *manual ~* sự khéo tay

diabetes bệnh đái đường

diabetic 1 n người mắc bệnh đái đường **2** adj *foods* của người mắc bệnh đái đường

diagonal adj: *~ line* đường chéo

diagram biểu đồ

dial 1 n (*of clock*) mặt đồng hồ; (*of meter*) mặt số **2** v/t & v/i TELEC quay số

dialect tiếng địa phương

dialog cuộc đối thoại

ơ ur	y (tin)	ây uh-i	iê i-uh	oa wa	ôi oy	uy wee	ong aong
u (soon)	au a-oo	eo eh-ao	iêu i-yoh	oai wai	ơi ur-i	ênh uhng	uyên oo-in
ư (dew)	âu oh	êu ay-oo	iu ew	oe weh	uê way	oc aok	uyêt oo-yit

dial tone tín hiệu quay số

diameter đường kính

diametrically: ~ *opposed* đối chọi hoàn toàn

diamond kim cương; (*in cards*) quân rô; (*shape*) hình thoi

diaper tã lót

diaphragm ANAT cơ hoành; (*contraceptive*) mũ tử cung

diarrhea bệnh ỉa chảy

diary (*for thoughts*) nhật ký; (*for appointments*) sổ tay

dice 1 *n* con súc sắc **2** *v/t* (*cut*) thái hạt lựu

dictate *v/t letter, novel* đọc cho viết; *course of action* ra lệnh

dictation việc đọc cho viết; (*test*) bài chính tả

dictator POL nhà độc tài; *fig* người chuyên quyền

dictatorial *tone of voice* hách dịch; *person* thích ra lệnh; *powers* độc tài

dictatorship chính thể độc tài; ~ *of the proletariat* nền chuyên chính vô sản

dictionary từ điển

die chết; ~ *of cancer/Aids* chết vì ung thư/SIĐA; *I'm dying to know* tôi muốn biết đến chết đi được

♦ **die away** (*of noise*) lắng dần

♦ **die down** (*of noise*) lắng dần; (*of storm*) tan dần; (*of fire*) tắt dần; (*of excitement*) nguôi dần

♦ **die out** (*of custom*) tàn lụi; (*of species*) tuyệt chủng

diesel (*fuel*) dầu điêden, dầu nhớt (*S*)

diet 1 *n* (*regular food*) thức ăn thường ngày; (*for losing weight, health reasons*) chế độ ăn kiêng **2** *v/i* (*to lose weight*) ăn kiêng

differ (*be different*) khác nhau; (*disagree*) bất đồng

difference sự khác nhau; (*disagreement*) sự bất hòa; *it doesn't make any* ~ (*doesn't change anything*) điều đó không ảnh hưởng gì cả; (*doesn't matter*) điều đó không có gì quan trọng

different (*dissimilar, distinct*) khác nhau; (*other*) khác; ~ *from* khác với

differentiate: ~ *between things* phân biệt giữa; *people* phân biệt đối xử

differently khác

difficult khó; *person* khó khăn

difficulty khó khăn; *with* ~ một cách khó khăn

dig 1 *v/t* đào **2** *v/i*: *it was ~ging into me* cái ấy chọc vào tôi

♦ **dig out** (*find*) tìm được

♦ **dig up** đào bới; *land* vỡ; *information* phát hiện

digest *v/t food* tiêu hóa; *information* hiểu rõ

digestible *food* có thể tiêu hóa được

digestion sự tiêu hóa

digit (*number*) chữ số; *a 4-~ number* một số gồm 4 chữ số

digital hiện số, số hóa

dignified *manner, voice* đường hoàng; *person* có phẩm cách

dignitary quan chức cao cấp

dignity (*of person*) phẩm cách; (*of manner*) đường hoàng; *human* ~ nhân phẩm

digress lạc đề

digression sự lạc đề

dike (*wall*) con đê

dilapidated ọp ẹp

dilate (*of nostrils*) nở rộng ra; (*of pupils*) giãn ra

dilemma tình thế tiến thoái lưỡng nan; *be in a* ~ ở vào tình thế tiến thoái lưỡng nan

---

ch (*final*) k	**gh** g	**nh** (*final*) ng	**r** z; (*S*) r	**x** s	**â** (but)	**i** (tin)
d z; (*S*) y	**gi** z; (*S*) y	**ph** f	**th** t	**a** (hat)	**e** (red)	**o** (saw)
đ d	**nh** (onion)	**qu** kw	**tr** ch	**ă** (hard)	**ê** ay	**ô** oh

diligent siêng năng

dilute *v/t* pha loãng

dim 1 *adj room, light* lờ mờ; *outline* mờ; (*stupid*) ngu ngốc; *prospects* tối tăm **2** *v/t:* **~ the headlights** giảm sáng đèn pha **3** *v/i* (*of lights*) mờ đi

dime đồng mười xu

dimension (*measurement*) kích thước

diminish 1 *v/t* giảm bớt **2** *v/i* giảm

diminutive 1 *n* tên gọi tắt **2** *adj* (*tiny*) nhỏ xíu

dimple (*in cheeks*) lúm đồng tiền

din *n* tiếng ầm ĩ

dine ăn bữa chính

diner (*person*) người dự tiệc; (*restaurant*) quán ăn cạnh đường

dinghy xuồng

dingy *atmosphere* xám xịt; (*dirty*) bẩn

dining car toa ăn; **dining room** phòng ăn; **dining table** bàn ăn

dinner (*in the evening*) bữa ăn tối; (*at midday*) bữa ăn trưa; (*gathering*) bữa tiệc

dinner guest khách dự tiệc; **dinner jacket** áo xmốckinh; **dinner party** bữa tiệc liên hoan

dinosaur khủng long

dip 1 *n* (*swim*) sự bơi một loáng; (*for food*) nước xốt; (*in road*) chỗ dốc xuống **2** *v/t* nhúng; **~ the headlights** hạ thấp đèn pha **3** *v/i* (*of road*) dốc xuống

diploma bằng

diplomacy ngành ngoại giao; (*tact*) tài ngoại giao

diplomat nhà ngoại giao

diplomatic ngoại giao; (*tactful*) lịch thiệp

dire khủng khiếp; (*extreme*) cực kỳ

direct 1 *adj* trực tiếp; *flight* thẳng; *train* suốt; (*blunt*) thẳng thắn;

family connection trực hệ **2** *v/t* (*to a place*) chỉ đường; *play, movie* đạo diễn; *attention* hướng

direct current ELEC dòng điện một chiều

direction hướng; (*of movie, play*) công việc đạo diễn; (*to a place*) sự chỉ đường; (*for use, medicine*) lời chỉ dẫn; **~s** (*instructions*) chỉ dẫn

directly 1 *adv* (*straight*) thẳng; (*soon*) ngay; (*immediately*) ngay tức khắc **2** *conj* ngay khi

director (*of company*) giám đốc; (*of play, movie*) đạo diễn

directory danh mục; TELEC danh bạ; COMPUT thư mục

dirt vết bẩn

dirt cheap rẻ như bèo

dirty 1 *adj* bẩn; (*pornographic*) bẩn thỉu **2** *v/t* vấy bẩn

dirty trick trò bịp bẩn thỉu

disability sự tàn tật

disabled 1 *n:* **the ~** người tàn tật **2** *adj* tàn tật

disadvantage (*drawback*) sự bất lợi; **be at a ~** ở vào thế bất lợi

disadvantaged bị thiệt thòi

disadvantageous bất lợi

disagree (*of person*) không đồng ý

♦ **disagree with** (*of person*) không đồng ý với; (*of food*) không hợp

disagreeable đáng ghét

disagreement sự bất đồng; (*argument*) sự bất hòa

disappear biến mất; (*run away*) biệt tăm

disappearance sự biến mất

disappoint làm thất vọng

disappointed thất vọng

disappointing gây thất vọng

disappointment sự thất vọng

disapproval sự không tán thành

disapprove không tán thành; **~ of** phản đối

ơ ur	y (tin)	ây uh-i	iê i-uh	oa wa	ôi oy	uy wee	ong aong
u (soon)	au a-oo	eo eh-ao	iêu i-yoh	oai wai	ơi ur-i	ênh uhng	uyên oo-in
ư (dew)	âu oh	êu ay-oo	iu ew	oe weh	uê way	oc aok	uyêt oo-yit

disarm 1 *v/t robber, militia* tước vũ khí **2** *v/i (of country)* giải trừ quân bị

disarmament *(of militia)* sự tước vũ khí; *(of country)* sự giải trừ quân bị

disarming làm nguôi giận

disaster tai họa; *natural ~* thiên tai

disaster area vùng có thiên tai; *fig (person)* kẻ bậy bạ chuyên gây tai họa

disastrous tai hại; *(causing a disaster)* gây tai họa

disbelief: *in ~* hoài nghi

disc *(CD)* đĩa

discard *(see)* thải bỏ; *fig: boyfriend, theory* từ bỏ

discern *(see)* nhận ra; *fig (detect)* nhận thấy

discernible có thể nhận thấy

discerning suy xét sâu sắc

discharge 1 *n (from hospital)* sự cho ra viện; *(from army)* sự cho giải ngũ **2** *v/t (from hospital)* cho ra viện; *(from army)* cho giải ngũ; *(from job)* cho thôi việc

disciple REL môn đồ; *fig* học trò

disciplinary kỷ luật

discipline 1 *n* kỷ luật **2** *v/t (punish)* phạt; *employee* rèn kỷ luật

disc jockey bình luận viên chương trình ca nhạc của Đài hoặc Vô tuyến

disclaim không nhận

disclose tiết lộ

disclosure *(of information, name)* sự tiết lộ; *(about scandal etc)* điều tiết lộ

disco phòng nhảy disco

discolor làm bạc màu

discomfort *(pain, embarrassment)* sự khó chịu

disconcert làm lúng túng

disconcerted lúng túng

disconnect tháo; *appliance, telephone* ngắt

disconsolate buồn chán

discontent sự bất mãn

discontented bất mãn

discontinue *product* làm gián đoạn; *bus, train service* ngừng hoạt động; *magazine* không ra nữa

discord MUS sự không hòa âm; *(in relations)* sự bất hòa

discotheque phòng nhảy disco

discount 1 *n* tiền bớt **2** *v/t goods* giảm giá; *theory* không để ý đến

discourage *(dishearten)* làm nhụt chí; *~ s.o. from doing sth (dissuade)* khuyên ngăn ai không nên làm gì

discover phát hiện

discoverer người phát hiện

discovery *(act of discovering)* sự phát hiện; *(thing discovered)* phát kiến

discredit *v/t person* làm mất thể diện; *theory* làm mất tin tưởng vào

discreet *person* thận trọng

discrepancy sự không nhất quán

discretion sự thận trọng; *use your ~* anh/chị hãy tự quyết định lấy; *at your ~* tùy ý anh/chị

discriminate: *~ against* phân biệt đối xử đối với; *~ between X and Y* phân biệt X với Y

discriminating sành sỏi

discrimination *(sexual, racial etc)* sự phân biệt đối xử, sự kỳ thị

discus *(event)* cuộc thi ném đĩa; *(object)* đĩa

discuss thảo luận; *(of article)* bàn về

discussion cuộc thảo luận

disease bệnh

disembark *v/i (from plane)* xuống máy bay; *(from ship)* lên bờ

disenchanted: *~ with* vỡ mộng

---

về ...

disengage gỡ

disentangle gỡ

disfigure *person* làm biến dạng; *landscape* làm xấu đi

disgrace 1 *n* sự nhục nhã; *it's a ~* thật đáng hổ thẹn; *in ~* bị ghét bỏ **2** *v/t* làm nhục

disgraceful *behavior, situation* nhục nhã

disgruntled bất bình

disguise 1 *n* đồ cải trang **2** *v/t voice, handwriting* giả; *fear, anxiety* che giấu; *~ oneself as* cải trang làm; *he was ~d as* anh ấy cải trang làm

disgust 1 *n* sự kinh tởm **2** *v/t* làm kinh tởm

disgusting *habit, smell, food* kinh tởm; *it is ~ that ...* thật là kinh tởm khi mà ...

dish (*part of meal*) món ăn; (*container*) đĩa

dishcloth khăn lau bát đĩa

disheartened nản lòng

disheartening đáng nản lòng

disheveled *hair* rối bù; *clothes* lôi thôi; *person* nhếch nhác

dishonest không trung thực

dishonesty tính không trung thực

dishonor *n* sự mất danh dự; *bring ~ on* làm mất danh dự

dishonorable nhục nhã

dishwasher (*person*) người rửa bát đĩa; (*machine*) máy rửa bát đĩa

dishwashing liquid xà phòng rửa bát đĩa

dishwater nước rửa bát

disillusion *v/t* làm vỡ mộng

disillusionment sự vỡ mộng

disinclined không muốn

disinfect *wound, surgical instrument* tẩy trùng

disinfectant chất tẩy trùng

disinherit tước quyền thừa kế

disintegrate tan ra; (*of marriage*) tan vỡ; (*of building*) đổ nát

disinterested (*unbiased*) không thiên vị

disjointed rời rạc

disk (*shape*) hình tròn dẹt; COMPUT đĩa; *on ~* trên đĩa

disk drive COMPUT ổ đĩa

diskette đĩa mềm

dislike 1 *n* sự ghét **2** *v/t* ghét

dislocate *shoulder* làm trật khớp

dislodge làm bật ra

disloyal không trung thành

disloyalty sự không trung thành

dismal *weather* ảm đạm; *news, prospect* đáng buồn; (*person: sad*) buồn nản; (*person: negative*) tiêu cực; *failure* thảm hại

dismantle *object* tháo dỡ; *organization* giải tán

dismay 1 *n* (*alarm*) sự sững sờ; (*disappointment*) sự chưng hửng **2** *v/t* (*disappoint*) chưng hửng

dismiss *employee* đuổi việc; *suggestion* bác bỏ; *idea, thought, possibility* gạt bỏ

dismissal (*of employee*) sự sa thải

disobedience (*of child*) sự không vâng lời; (*of soldier*) sự không tuân lệnh

disobedient *child* không vâng lời

disobey *parent* không vâng lời; *superior officer* không tuân lệnh; *order* không tuân theo

disorder (*untidiness*) sự lộn xộn; (*unrest*) cuộc bạo loạn; MED sự rối loạn

disorderly *room, desk* lộn xộn, hỗn loạn

disorganized vô tổ chức

disoriented mất phương hướng

disown từ bỏ

disparaging miệt thị

ơ ur	y (tin)	ây uh-i	iê i-uh	oa wa	ôi oy	uy wee	ong aong
u (soon)	au a-oo	eo eh-ao	iêu i-yoh	oai wai	ơi ur-i	ênh uhng	uyên oo-in
ư (dew)	âu oh	êu ay-oo	iu ew	oe weh	uê way	oc aok	uyêt oo-yit

disparity sự chênh lệch

dispassionate (*objective*) không thiên vị

dispatch *v/t* (*send*) gửi đi

dispensary (*in pharmacy*) nơi phát thuốc

dispense: ~ **with** không cần đến

disperse 1 *v/t mist, clouds* xua tan; *crowd* giải tán **2** *v/i* (*of crowd*) giải tán; (*of mist*) tan đi

displace (*supplant*) thay thế

display 1 *n* (*of paintings, photographs*) cuộc trưng bày; (*of emotion*) sự biểu lộ; (*in store window*) cách trưng bày; COMPUT màn hình; **be on ~** (*at exhibition*) được trưng bày; (*be for sale*) được bày bán **2** *v/t emotion* biểu lộ; (*at exhibition*) trưng bày; (*for sale*) bày bán; COMPUT thể hiện

display cabinet (*in museum, store*) tủ kính trưng bày

displease làm phật lòng

displeasure sự bực mình

disposable dùng một lần; ~ **income** thu nhập khả dụng

disposal sự vứt bỏ; (*of pollutants, nuclear waste*) sự thải bỏ; *I am at your* ~ tôi sẵn sàng để anh/chị sai bảo; *put X at Y's* ~ đem X cho Y sai bảo

dispose: ~ **of** vứt bỏ

disposed: **be ~ to do sth** (*willing*) sẵn sàng làm gì; **be well ~ toward** ... nghĩ tốt về ...

disposition (*nature*) tính khí

disproportionate thiếu cân đối

disprove bác bỏ

dispute 1 *n* sự bàn cãi; (*between two countries, industrial*) sự tranh chấp **2** *v/t* bàn cãi; (*fight over*) tranh chấp

disqualify loại

disregard 1 *n* sự không để ý **2** *v/t*

không để ý đến

disrepair: *in a state of* ~ trong tình trạng hư nát

disreputable *person* thành tích bất hảo; *area* nổi tiếng xấu

disrespect sự thiếu tôn trọng

disrespectful thiếu tôn trọng

disrupt *traffic* làm gián đoạn; *meeting, class* làm rối loạn; (*intentionally*) phá rối

disruption (*of traffic*) sự làm gián đoạn; (*of meeting, class*) sự làm rối loạn; (*intentional*) sự phá rối

disruptive gây rối

dissatisfaction sự bất mãn

dissatisfied không hài lòng

dissension sự bất đồng

dissent 1 *n* sự bất đồng quan điểm **2** *v/i*: ~ *from* bất đồng quan điểm với

dissident *n* người chống đối

dissimilar khác nhau

dissociate: ~ *oneself from* tách khỏi

dissolute phóng đãng

dissolve *v/t & v/i* (*of substance*) hòa tan

dissuade khuyên can; ~ *X from doing Y* khuyên can X không làm Y

distance 1 *n* khoảng cách; *in the* ~ từ xa **2** *v/t*: ~ *oneself from* tách khỏi

distant *place, relative* xa; *time* xa xưa; *fig* (*aloof*) lạnh nhạt

distaste sự không thích

distasteful khó chịu

distinct (*clear*) rõ ràng; (*different*) khác nhau; ~ *from* khác với

distinction (*differentiation*) sự phân biệt; (*difference*) sự khác biệt; *hotel / product of* ~ khách sạn / sản phẩm nổi tiếng

distinctive dễ phân biệt

---

ch (*final*) k	**gh** g	**nh** (*final*) ng	**r** z; (*S*) r	**x** s	**â** (but)	**i** (tin)
d z; (*S*) y	**gi** z; (*S*) y	**ph** f	**th** t	**a** (hat)	**e** (red)	**o** (saw)
đ d	**nh** (onion)	**qu** kw	**tr** ch	**ă** (hard)	**ê** ay	**ô** oh

distinctly (*clearly*) rõ ràng; (*decidedly*) rành rành

distinguish (*see*) nhận ra; ~ **between X and Y** phân biệt X với Y

distinguished (*famous*) xuất sắc; (*dignified*) đàng hoàng

distort *sound, vision* làm méo mó; *statement, fact* xuyên tạc

distract *person* làm mất tập trung; *attention* làm sao lãng

distracted (*worried*) hốt hoảng

distraction (*of attention*) sự làm sao nhãng; (*amusement*) sự tiêu khiển; **drive s.o. to** ~ làm ai rối trí

distraught quẫn trí

distress 1 *n* (*mental suffering*) sự khổ não; (*physical pain*) sự kiệt sức; **in** ~ (*ship, aircraft*) trong cảnh hiểm nguy **2** *v/t* (*upset*) làm buồn khổ; ~ **oneself** tự làm khổ mình

distressing đau buồn

distress signal tín hiệu cấp cứu

distribute phân phát; *wealth*, COM phân phối

distribution (*handing out*) sự phân phát; (*of wealth*), COM sự phân phối

distribution arrangement COM kế hoạch phân phối

distributor (*person*) người phân phối; (*company*) công ty phân phối; MOT bộ phân phối

district (*area*) vùng; (*administrative unit of a country*) huyện; (*administrative unit of a town*) quận

district attorney ủy viên công tố quận

distrust 1 *n* sự nghi ngờ **2** *v/t* nghi ngờ

disturb (*interrupt*) quấy rầy; (*upset*) gây lo ngại; **do not** ~ không làm ồn

disturbance (*interruption*) sự quấy

rầy; ~**s** cuộc náo loạn

disturbed (*concerned, worried*) băn khoăn; (*mentally*) bị xáo động

disturbing gây lo ngại

disused bỏ không dùng nữa

ditch 1 *n* (*in fields*) mương; (*at roadside*) rãnh **2** *v/t* F (*get rid of*) bỏ

dive 1 *n* sự nhảy lao đầu xuống; (*underwater*) sự lặn; (*of plane*) sự bổ nhào; F (*bar etc*) nơi bất hảo; **take a** ~ (*of dollar etc*) sụt giá; (*of morale*) sa sút **2** *v/i* nhảy xuống; (*underwater*) lặn; (*of plane*) bổ nhào

diver (*off board*) người nhảy pơ lông giông; (*underwater*) người lặn

diverge rẽ ra

diverse đa dạng

diversification COM sự đa dạng hóa

diversify *v/i* COM đa dạng hóa

diversion (*for traffic*) đường tránh; (*to distract attention*) trò đánh lạc hướng

diversity tính đa dạng

divert *traffic* đổi hướng; *attention* đánh lạc hướng

divest: ~ **X of Y** (*of money, power*) tước đoạt Y của X; (*of authority, rights*) tước bỏ Y của X

divide chia; *fig: country, family* chia cắt; *party, government* chia rẽ

dividend FIN tiền lãi cổ phần; **pay** ~**s** *fig* đem lại hiệu quả

divine REL thần thánh; F tuyệt trần

diving (*from board*) sự nhảy pơ lông giông; **scuba** ~ sự lặn với bình khí nén

diving board cầu nhảy

divisible chia hết

division MATH phép chia; (*split: in party etc*) sự chia rẽ; (*splitting into parts*) sự chia cắt; (*of company*) bộ

ơ ur	**y** (tin)	**ây** uh-i	**iê** i-uh	**oa** wa	**ôi** oy	**uy** wee	**ong** aong
u (soon)	**au** a-oo	**eo** eh-ao	**iêu** i-yoh	**oai** wai	**ơi** ur-i	**ênh** uhng	**uyên** oo-in
ư (dew)	**âu** oh	**êu** ay-oo	**iu** ew	**oe** weh	**uê** way	**oc** aok	**uyêt** oo-yit

phận

divorce 1 *n* sự ly hôn; **get a ~** làm thủ tục ly hôn **2** *v/t husband*, *wife* ly hôn; *science from religion etc* tách rời **3** *v/i* ly hôn

divorced đã ly hôn; **get ~** ly hôn

divorcee người ly hôn

divulge tiết lộ

DIY (= *do-it-yourself*) tự làm lấy

dizzy: **feel ~** cảm thấy choáng váng

DNA (= *deoxyribonucleic acid*) AND, cấu tử cơ bản của tế bào di truyền

do 1 *v/t* làm; *French, chemistry* học; *100mph etc* chạy; **~ one's hair** chải đầu; **what are you ~ing tonight?** tối nay anh/chị làm gì?; **I don't know what to ~** tôi không biết phải làm gì nữa; **no, I'll ~ it** không, tôi sẽ làm; **~ it right now!** làm ngay lập tức!; **have you done this before?** anh/chị đã từng làm việc này bao giờ chưa?; **have one's hair done** đi làm tóc **2** *v/i* (*be suitable, enough*) cũng được, được; **will this one ~?** cái này đẹp chứ?; **how is the business ~ing?** công việc làm ăn ra sao?; **that will ~!** (*stop that*) thôi đi!; (*that's sufficient*) thôi đủ rồi!; **~ well** (*of person*) thành công; **well done!** (*congratulations!*) hoan hô!; **how ~ you ~** xin chào **3** *auxiliary*: **~ you know him?** anh/chị có quen ông ta không?; **I don't know** tôi không biết; **~ you like New York? – yes I ~** anh/chị có thích Niu-Yóoc không? – có, tôi có thích; **he works hard, doesn't he?** anh ấy chịu khó làm việc, phải thế không?; **don't you believe me?** anh/chị không tin tôi hay sao?; **you ~ believe me, don't you?** anh/chị có tin tôi, phải thế

không?; **you don't know the answer, ~ you? – no, I don't** anh/chị không biết câu trả lời, phải thế không? – vâng, tôi không biết ◊ (*to express the past*) đã; **I didn't know** tôi đã không biết ◊ (*with imperatives*) hãy; (*with negative*) đừng; **~ be quick** hãy nhanh lên; **don't say that!** đừng nói thế!

♦ **do away with** (*scrap*) hủy bỏ

♦ **do in** F: **I'm done in** tôi kiệt sức rồi

♦ **do out of**: **do X out of Y** lừa X để lấy Y

♦ **do up** *building, street* sửa chữa lại; (*fasten*) cài; *laces* thắt

♦ **do with**: **I could ~ ...** (*would like*) tôi muốn có ...; **this room could ~ new drapes** (*needs*) căn phòng này cần có bộ rèm cửa mới; **he won't have anything to ~ it** (*won't get involved*) anh ấy chẳng dính vào chuyện ấy làm gì

♦ **do without 1** *v/i* chịu thiếu **2** *v/t* không cần đến

docile *person, animal* dễ bảo

dock¹ 1 *n* NAUT bến tàu **2** *v/i* (*of ship*) cập bến; (*of spaceship*) lắp ghép vào nhau

dock² LAW ghế bị cáo

dockyard xưởng sửa chữa và đóng tàu

doctor *n* MED bác sĩ; (*of philosophy etc*) tiến sĩ

doctorate học vị tiến sĩ

doctrine học thuyết

docudrama kịch tài liệu

document *n* tài liệu

documentary 1 *adj* tài liệu **2** *n* (*movie*) phim tài liệu; (*program*) chương trình tài liệu

documentation (*documents*) tài liệu; (*act of documenting*) sự chứng minh bằng tài liệu

---

ch (*final*) k	**gh** g	**nh** (*final*) ng	**r** z; (S) r	**x** s	**â** (but) **i** (tin)
d z; (S) y	**gi** z; (S) y	**ph** f	**th** t	**a** (hat)	**e** (red) **o** (saw)
đ d	**nh** (onion)	**qu** kw	**tr** ch	**ă** (hard)	**ê** ay **ô** oh

dodge *v/t blow* tránh; *person, issue, question* né tránh

doe (*deer*) hươu cái; (*rabbit*) thỏ cái

dog 1 *n* con chó; (*wild ~*) chó rừng; (*in Vietnamese zodiac*) Tuất **2** *v/t* (*of bad luck*) bám riết

dog catcher nhân viên bắt chó đi lạc

dog-eared *book* sờn góc

dogged *person, determination* ngoan cường

doggie (*children's language*) con cún

doggy bag túi đựng thức ăn thừa

doghouse: be in the ~ bị hờn ghét; **be in the ~ with the administration** bị chính quyền trù ghét

dogma giáo điều

dogmatic giáo điều

dog meat thịt chó

do-gooder nhà cải cách hăng hái

dog tag MIL thẻ quân nhân

dog-tired mệt lử

do-it-yourself tự làm lấy

doldrums: be in the ~ (*of economy*) ở vào trạng thái trì trệ; (*of person*) ở trong trạng thái chán nản

♦ **dole out** phát nhỏ giọt

doll (*toy*) con búp bê; F (*woman*) con búp bê

♦ **doll up** F: *get dolled up* ăn vận thật diện

dollar đô la

dollop *n* chút

dolphin cá heo

dome (*of building*) mái vòm

domestic *adj chores* trong nhà; *bliss* trong gia đình; *news, policy, unrest* trong nước

domestic animal vật nuôi trong nhà; (*for agriculture*) gia súc

domesticate *animal* thuần hóa; **be**

~d (*of person*) quen làm công việc nội trợ

domestic flight chuyến bay trong nước

dominant quan trọng nhất; *member* có thế lực nhất; BIO trội

dominate chi phối; *landscape* cao vượt lên trên

domination sự thống trị

domineering độc đoán

donate *money, books* tặng; *time* cống hiến; MED cho

donation (*act of donating*) sự quyên góp; (*contribution*) đồ quyên góp; (*of time*) sự cống hiến; (*of toys, books*) sự tặng; MED sự cho

dong FIN đồng

donkey con lừa

donor (*of money*) người tặng; MED người cho

donut bánh rán

doom *n* (*fate*) sự bạc phận; (*ruin*) sự sụp đổ; (*death*) sự chết

doomed *project* tất phải thất bại; **we are ~** (*bound to fail*) chúng ta chắc chắn sẽ thất bại; (*going to die*) chúng ta sắp đến ngày tận số rồi; **the ~ ship** chiếc tàu sắp sửa chìm; **the ~ plane** chiếc máy bay sắp sửa rơi

door cửa; (*entrance*) lối vào; **there's someone at the ~** có ai ngoài cửa

doorbell chuông cửa; **doorknob** quả đấm cửa; **doorman** nhân viên gác cửa; **doormat** thảm chùi chân; **doorstep** ngưỡng cửa; **doorway** cửa vào

dope 1 *n* (*drugs*) chất ma túy; (*idiot*) đồ ngốc; (*information*) tin mật **2** *v/t*: *the horse was ~d* con ngựa đã được tiêm chất kích thích

dormant *plant* ngủ; *volcano* nằm im

dormitory nhà ở tập thể

ơ ur	y (tin)	ây uh-i	iê i-uh	oa wa	ôi oy	uy wee	ong aong
u (soon)	au a-oo	eo eh-ao	iêu i-yoh	oai wai	ơi ur-i	ênh uhng	uyên oo-in
ư (dew)	âu oh	êu ay-oo	iu ew	oe weh	uê way	oc aok	uyêt oo-yit

dosage liều lượng
dose *n* liều
dot *n* (*also in e-mail address*) chấm; (*in writing*) dấu chấm; **on the ~** (*exactly*) đúng
♦**dote on** yêu chiều
dotted line dòng chấm chấm
double 1 *n* (*amount*) số gấp đôi; (*person*) người giống hệt; (*of movie star*) người đóng thay; (*room*) phòng đôi **2** *adj* (*twice as much*) gấp đôi; *sink, oven* đôi; *doors* hai lần; **~ Scotch** ly uýt ki đôi; **a ~ layer of insulation** hai lớp vật liệu cách ly; **in ~ figures** với hai con số **3** *adv* gấp đôi **4** *v/t* tăng gấp đôi; (*fold*) gấp làm đôi **5** *v/i* tăng gấp đôi
♦**double back** *v/i* (*go back*) quay trở lại
♦**double up** (*in pain*) gập người lại; (*share room*) chung phòng
double bass đàn công bát; **double bed** giường đôi; **double-breasted** cài chéo; **doublecheck** *v/t & v/i* kiểm tra kỹ; **doublechin** cằm có ngấn; **doublecross** *v/t* phản bội; **double glazing** kính hai lớp; **doublepark** *v/i* đỗ xe cạnh xe khác; **double-quick: in ~ time** hết sức nhanh; **double room** phòng đôi
doubles (*in tennis*) trận đánh đôi; **mixed ~** trận đánh đôi nam nữ
doubt 1 *n* sự nghi ngờ; (*uncertainty*) sự không chắc chắn; **be in ~** không tin tưởng; **no ~** (*probably*) rất có thể **2** *v/t* nghi ngờ
doubtful *remark, look* đáng ngờ; **be ~** (*of person*) nghi ngại; **it is ~ whether ...** không chắc rằng ...
doubtfully nghi ngại
doubtless chắc chắn
dough bột nhào; F (*money*) xu

doughnut bánh rán
dove chim bồ câu; *fig* người chủ trương hòa bình
dowdy xuềnh xoàng
Dow Jones Average chỉ số Dow Jones
down[1] *n* (*feathers*) lông tơ chim
down[2] **1** *adv* (*downward, onto the ground*) xuống; *shoot ~* bắn rơi; **be ~ on one's knees** quỳ xuống; **~ there** ở dưới kia; **cut ~** chặt xuống; **fall ~** ngã xuống; **die ~** (*of noise*) lắng xuống; **$200 ~** (*as deposit*) đặt cọc 200 đô la; **~ south** xuống miền Nam; **be ~** (*of price, rate, numbers*) giảm; (*not working*) không chạy; F (*depressed*) chán nản **2** *prep* xuống; (*along*) dọc theo; **he came ~ the steps** anh ấy đi xuống thềm; **he walks ~ the street** anh ấy đi bộ xuống phố; **there's a market ~ this street** phố này có cái chợ **3** *v/t* (*swallow*) uống cạn một hơi; (*destroy*) bắn rơi
down-and-out *n* kẻ lang thang cơ nhỡ; **downcast** (*dejected*) chán nản; **downfall** sự sa sút; (*of politician*) sự suy vi; **downgrade** *v/t* xuống cấp; *employee* giáng cấp; **downhearted** chán nản; **downhill** *adv* xuống dốc; *go ~ fig* sút kém; **downhill skiing** môn trượt tuyết xuống dốc; **download** COMPUT tải xuống; **downmarket** *adj* phục vụ khách ít tiền; **down payment** tiền đặt cọc; **downplay** nói nhẹ bớt; **downright 1** *adv dangerous, stupid etc* hết sức **2** *adj lie* rành rành; *idiot* thuần túy; **downside** (*disadvantage*) mặt bất lợi; **downsize 1** *v/t car* giảm kích thước; *company* giảm biên chế **2** *v/i* (*of company*) giảm biên chế;

ch (*final*) k	**gh** g	**nh** (*final*) ng	**r** z; (*S*) r	**x** s	**â** (but)	**i** (tin)
d z; (*S*) y	**gi** z; (*S*) y	**ph** f	**th** t	**a** (hat)	**e** (red)	**o** (saw)
đ d	**nh** (onion)	**qu** kw	**tr** ch	**ă** (hard)	**ê** ay	**ô** oh

downstairs 1 *adj* ở tầng dưới
2 *adv* (*down the stairs*) xuống cầu
thang; (*on a lower floor*) ở tầng
dưới; **down-to-earth** *approach*
thiết thực; *person* thực tế; **down-
town 1** *adj* ở trung tâm thành phố
2 *adv* (*in the center*) ở khu trung
tâm thành phố; *go ~* tới khu trung
tâm thành phố; **downturn** (*in
economy*) sự suy thoái

downward 1 *adj glance* xuống;
trend đi xuống **2** *adv look* xuống;
revise theo hướng giảm bớt

doze 1 *n* sự chợp mắt **2** *v/i* chợp
mắt

♦ **doze off** chợp mắt

dozen tá; *~s of ...* hàng tá ...

drab tẻ ngắt

draft 1 *n* (*of air*) chỗ gió lùa; (*of
document*) bản thảo; MIL chế độ
quân dịch; *~* (*beer*), *beer on ~* bia
tươi **2** *v/t document* soạn thảo; MIL
bắt quân dịch

draft beer bia hơi

draft dodger người trốn quân dịch

draftee lính quân dịch

draftsman người vẽ sơ đồ thiết kế;
(*of plan*) người phác thảo

drafty có gió lùa

drag 1 *n*: *it's a ~ having to ...* thật
khó chịu nếu phải ...; *he's a ~*
chán hắn quá đi; *the main ~* F
đường phố chính; *in ~* ăn vận như
đàn bà **2** *v/t* (*pull*) kéo; *person* lôi;
(*search: canal etc*) mò vét; *~ X into
Y* (*involve*) lôi kéo X vào Y; *~ X
out of Y* (*get information from*)
moi được X từ Y **3** *v/i* (*of time*)
kéo dài; (*of movie*) kéo dài lê thê

♦ **drag away**: *drag oneself away
from the TV* tự bắt mình rời khỏi
TV

♦ **drag in** (*into conversation*) cố đưa
vào

♦ **drag on** (*last long time*) kéo dài

♦ **drag out** (*prolong*) kéo dài

♦ **drag up** (*mention*) chêm vào

dragon con rồng; *fig* mụ La Sát; (*in
Vietnamese zodiac*) Thìn

dragon dance múa rồng

dragonfly chuồn chuồn

drain 1 *n* (*pipe*) đường ống; (*under
street*) cống; *a ~ on resources* một
việc làm tiêu hao nguồn tiền **2** *v/t
water, vegetables* chắt nước; *oil*
tháo; *land* tiêu nước; *glass, tank*
làm cạn; *~ s.o.* (*exhaust*) làm ai
kiệt quệ **3** *v/i* (*of dishes*) làm ráo
nước

♦ **drain away** (*of liquid*) tiêu đi

♦ **drain off** *water* tiêu đi

drainage (*drains*) hệ thống thoát
nước; (*of water from soil*) sự tiêu
nước

drainpipe ống tiêu nước

drama (*art form*) nghệ thuật sân
khấu; (*excitement*) kịch tính; (*play:
on TV*) vở kịch

dramatic kịch; (*exciting*) đầy kịch
tính; *gesture* cường điệu

dramatist nhà soạn kịch

dramatization (*play*) sự chuyển
thành kịch

dramatize *story* chuyển thành kịch;
fig cường điệu

drape *v/t cloth, coat* choàng; *~d in*
(*covered with*) phủ

drapery màn trướng

drapes rèm cửa

drastic (*extreme*) quá mạnh;
measures quyết liệt; *change* mạnh
mẽ

draw 1 *n* (*in match, competition*)
trận đấu hòa; (*in lottery*) sự mở số;
(*attraction*) trò hấp dẫn **2** *v/t
picture, map* vẽ; *cart, curtain, person*
kéo; (*in lottery*) mở; *gun, knife* rút;
(*attract*) thu hút; (*lead*) kéo; (*from*

ơ ur	y (tin)	ây uh-i	iê i-uh	oa wa	ôi oy	uy wee	ong aong
u (soon)	au a-oo	eo eh-ao	iêu i-yoh	oai wai	ơi ur-i	ênh uhng	uyên oo-in
ư (dew)	âu oh	êu ay-oo	iu ew	oe weh	uê way	oc aok	uyêt oo-yit

bank account) rút; **~ a knife on s.o.** rút dao chĩa vào ai 3 *v/i* hấp dẫn; (*in match, competition*) hòa tỉ số; **~ near** tới gần

♦ **draw back 1** *v/i* (*recoil*) lùi lại **2** *v/t* (*pull back*) kéo lại

♦ **draw on 1** *v/i* (*approach*) đến gần **2** *v/t* (*make use of*) sử dụng

♦ **draw out** *v/t billfold, money* rút ra

♦ **draw up 1** *v/t document* thảo; *chair* kéo **2** *v/i* (*of vehicle*) dừng bánh

drawback điều bất lợi

drawer[1] (*of desk etc*) ngăn kéo

drawer[2] (*person*) người vẽ

drawing (*picture*) bức vẽ; (*act*) môn họa

drawing board bàn vẽ; **go back to the ~** bắt tay làm lại từ đầu

drawl *n* lối nói kéo dài giọng

dread *v/t* rất sợ

dreadful (*horrifying*) khủng khiếp; (*unpleasant*) khó chịu; *pity* hết sức

dreadfully (*extremely*) rất; *behave* một cách rất khó chịu

dream 1 *n* giấc mơ **2** *adj house etc* đẹp như mơ **3** *v/t* (*day~*) mơ ước **4** *v/i* mơ mộng; (*day~*) mơ ước; **~ about s.o.** mơ thấy ai

♦ **dream up** tưởng tượng ra

dreamer (*day~*) kẻ mơ mộng hão huyền

dreamy *voice, look* mơ màng

dreary chán ngấy

dredge *harbor, canal* nạo vét

♦ **dredge up** *fig* moi ra

dregs (*of coffee*) bã; **the ~ of society** cặn bã xã hội

drench *v/t* làm ướt sũng; **get ~ed** bị ướt sũng

dress 1 *n* (*for woman*) váy dài; (*clothing*) quần áo; **~ sense** cách ăn vận **2** *v/t person* mặc quần áo; *wound* băng bó; **get ~ed** mặc quần áo **3** *v/i* (*get ~ed*) mặc quần

áo; (*well, in black etc*) ăn mặc

♦ **dress up** *v/i* ăn mặc thật diện; (*wear a disguise*) ăn mặc cải trang; **~ as** cải trang làm

dress circle ban công tầng một ở nhà hát

dresser (*dressing table*) bàn trang điểm; (*in kitchen*) tủ để bát đĩa

dressing (*for salad*) dầu dấm trộn; (*for wound*) bông băng

dressing room (*in theater*) phòng diễn viên thay quần áo

dressing table bàn trang điểm

dressmaker thợ may quần áo nữ

dress rehearsal buổi tổng diễn tập

dressy diện ngất trời

dribble *v/i* (*of person, baby*) chảy nước dãi; (*of liquid*) chảy nhỏ giọt; SP rê bóng

dried *fruit etc* khô

drier (*for drying clothes*) máy sấy

drift 1 *n* (*of snow*) đống **2** *v/i* (*of snow*) dồn thành đống; (*of ship*) trôi giạt; (*go off course: of ship*) chạy chệch hướng; (*of plane*) bay chệch hướng; (*of person*) lang bạt

♦ **drift apart** (*of couple*) rời xa nhau dần

drifter kẻ lang bạt

drill 1 *n* (*tool*) máy khoan; (*exercise*) bài tập; MIL sự luyện tập **2** *v/t hole* khoan **3** *v/i* (*for oil*) khoan; MIL luyện tập

drilling rig (*platform*) dàn khoan

drily *remark* một cách châm biếm

drink 1 *n* đồ uống; **a ~ of ...** một ngụm ...; **go for a ~** đi uống một chầu **2** *v/t* uống **3** *v/i* uống; (*consume alcohol*) uống rượu; **I don't ~** tôi không uống rượu

♦ **drink up 1** *v/i* (*finish drink*) uống nốt **2** *v/t* (*drink completely*) uống hết

drinkable uống được

ch (*final*) k	**gh** g	**nh** (*final*) ng	**r** z; (S) r	**x** s	**â** (but)	**i** (tin)
d z; (S) y	**gi** z; (S) y	**ph** f	**th** t	**a** (hat)	**e** (red)	**o** (saw)
đ d	**nh** (onion)	**qu** kw	**tr** ch	**ă** (hard)	**ê** ay	**ô** oh

drinker người nghiện rượu

drinking (of alcohol) uống rượu, nhậu (S)

drinking water nước sạch để uống

drip 1 n (liquid) giọt; MED ống truyền **2** v/i nhỏ giọt

dripdry phơi không cần vắt

dripping: ~ (wet) ướt sũng

drive 1 n chặng lái xe; (outing) cuộc đi chơi bằng xe hơi; (energy) nghị lực; COMPUT ổ đĩa; (campaign) cuộc vận động; **go for a ~ in the car** lái một chặng; **left-/right-hand** ~ MOT có tay lái bên trái/bên phải **2** v/t vehicle lái; (own) có; (take in car) lái xe đưa; TECH truyền lực; **that noise/he is driving me mad** tiếng động ấy/hắn ta làm tôi phát điên **3** v/i lái xe

♦ **drive at**: **what are you driving at?** anh/chị định lái đến chuyện gì thế?

♦ **drive away 1** v/t đưa đi bằng xe hơi; (chase off) đuổi **2** v/i lái xe bỏ đi

♦ **drive in** v/t nail đóng

♦ **drive off** → **drive away**

drive-in n (movie theater) bãi chiếu bóng phục vụ khách ngồi trong ô tô

driver (of car, truck) người lái

driver's license bằng lái

driveway đường lái xe vào nhà

driving 1 n (way of ~) cách lái xe; (ability) sự lái xe **2** adj rain đập mạnh

driving force lực lượng thúc đẩy; **driving instructor** người dạy lái xe; **driving lesson** bài học lái xe; **driving school** trường dạy lái xe; **driving test** cuộc thi lấy bằng lái xe

drizzle n & v/i mưa phùn

drone n (noise) tiếng ù ù

droop v/i (of head) gục xuống; (of shoulders) so lại; (of plant, flower) rũ xuống

drop 1 n (of rain) giọt; (small amount) chút ít; (in price, temperature, number) sự giảm **2** v/t (accidentally) đánh rơi; (deliberately) thả; (stop seeing) bỏ rơi; charges, demand etc rút; (give up) bỏ; (from team) gạt ra khỏi; ~ **s.o.** (from car) cho ai xuống xe; ~ **a line to** viết vài dòng cho **3** v/i rơi; (decline) giảm; (of wind) bớt

♦ **drop in** (visit) tạt vào thăm

♦ **drop off 1** v/t cho ... xuống xe; (deliver) giao **2** v/i (fall asleep) ngủ thiếp đi; (decline) giảm

♦ **drop out** (withdraw) rút khỏi; (of school) bỏ học nửa chừng

dropout (from school) người bỏ học nửa chừng; (from society) người sống ngoài lề xã hội

drops (for eyes) những giọt thuốc

drought hạn hán

drown v/i chết đuối **2** v/t person dìm chết; sound át; **be ~ed** chết đuối

drowsy cảm thấy buồn ngủ

drudgery công việc nhàm chán

drug 1 n MED thuốc; (illegal) chất ma túy; ~**s** ma túy; **be on ~s** nghiện ma túy **2** v/t đánh thuốc mê

drug addict người nghiện ma túy

drug dealer kẻ buôn bán ma túy

druggist dược sĩ

drugstore cửa hàng dược phẩm

drug trafficking sự buôn lậu ma túy

drum n MUS cái trống; (in Western or ethnic music) trống; (container) thùng; **be on ~s** chơi ở bộ gõ

♦ **drum into**: **drum X into Y** nhắc

ơ ur	**y** (tin)	**ây** uh-i	**iê** i-uh	**oa** wa	**ôi** oy	**uy** wee	**ong** aong
u (soon)	**au** a-oo	**eo** eh-ao	**iêu** i-yoh	**oai** wai	**ơi** ur-i	**ênh** uhng	**uyên** oo-in
ư (dew)	**âu** oh	**êu** ay-oo	**iu** ew	**oe** weh	**uê** way	**oc** aok	**uyêt** oo-yit

drum 410

nhiều để Y nhớ X

♦ **drum up**: ~ *support* cổ động

drummer tay trống

drumstick MUS dùi trống; (*of poultry*) món chân gà vịt quay

drunk 1 *n* người say rượu **2** *adj* say rượu; **get**: ~ uống say rượu; **get s.o.** ~ làm ai say

drunk driving lái xe khi say rượu

drunken *voices, laughter* say rượu; *party* say sưa

dry 1 *adj* khô; *wine* chất; (*ironic*) tỉnh khô; (*where alcohol is banned*) cấm rượu **2** *v/t* phơi khô; *dishes* làm ráo nước; ~ **one's eyes** lau nước mắt **3** *v/i* khô

♦ **dry out** (*of alcoholic*) chữa bệnh nghiện rượu

♦ **dry up** (*of river*) khô cạn; (*be quiet*) ngừng nói chuyện

dry-clean *v/t* giặt khô

dry-cleaner (*place*) cửa hàng giặt khô

dry-cleaning (*clothes*) đồ giặt khô

dryer (*for drying clothes*) máy sấy

dry season mùa khô

DTP (= *desktop publishing*) kỹ thuật chế bản điện tử

dual kép

dub *movie* lồng tiếng

dubious đáng ngờ; (*having doubts*) nghi ngờ

duck 1 *n* con vịt; (*female*) con vịt cái **2** *v/i* chúi xuống; *v/t one's head* chúi; *question* lẩn tránh

dud *n* (*false bill*) tiền giả

due (*owed*) nợ; *payment, rent etc* đến kỳ hạn; (*proper*) thích đáng; **be ~** (*expected*) (*of train*) sẽ phải đến; (*of baby*) sẽ sinh; **be ~ to do sth** sẽ phải làm gì; ~ **to** (*because of*) vì; **be ~ to** (*be caused by*) là do; **in ~ course** vào lúc thích hợp

dull *weather* u ám; *sound* thình thịch;

pain âm ỉ; (*boring*) chán ngắt

duly (*as expected*) đúng như dự định; (*properly*) một cách thích đáng

dumb (*mute*) câm; (*stupid*) ngu ngốc

dummy (*imitation*) đồ dởm

dump 1 *n* (*for garbage*) nơi đổ rác; F (*unpleasant place*) nơi bẩn thỉu **2** *v/t* (*put down*) bỏ; (*dispose of*) quẳng; *toxic waste, nuclear waste* đổ

dumpling (*sweet*) bánh nướng nhân hoa quả; (*savory*) bánh hấp

dune đụn cát

dung phân súc vật

dungarees áo quần vải thô

dunk *biscuit* nhúng

duo (MUS: *instrumental*) song tấu; (*singing*) song ca

duplex (**apartment**) căn hộ hai tầng

duplicate 1 *n* bản sao; **in** ~ làm hai bản **2** *v/t* (*copy*) làm bản sao; (*repeat*) lặp lại

duplicate key chìa khóa thứ hai

durable *material* bền; *relationship* bền vững

duration thời gian

duress: **under** ~ dưới sự ép buộc

durian sầu riêng

during trong; ~ **my absence** trong khi tôi vắng mặt

dusk lúc chạng vạng

dust 1 *n* bụi **2** *v/t* phủi bụi; ~ **X with Y** (*sprinkle*) rắc Y lên X

dust cover (*for furniture*) tấm vải phủ; (*for book*) bìa bọc ngoài

duster (*cloth*) khăn lau

dust jacket (*of book*) bìa bọc ngoài

dustpan cái hốt rác

dusty bụi bặm

Dutch 1 *adj* Hà lan; **go** ~ cùng góp

ch (*final*) k	**gh** g	**nh** (*final*) ng	**r** z; (S) r	**x** s	**â** (but)	**i** (tin)
d z; (S) y	**gi** z; (S) y	**ph** f	**th** t	**a** (hat)	**e** (red)	**o** (saw)
đ d	**nh** (onion)	**qu** kw	**tr** ch	**ă** (hard)	**ê** ay	**ô** oh

tiền trả **2** *n* (*language*) tiếng Hà lan; **the ~** người Hà lan

duty trách nhiệm; (*task*) nhiệm vụ; (*on goods*) thuế; **be on ~** đang làm nhiệm vụ; **be off ~** nghỉ giờ làm

duty-free 1 *adj* miễn thuế **2** *n* hàng miễn thuế

duty-free shop cửa hàng miễn thuế

dwarf 1 *n* người lùn; (*in fairy stories*) chú lùn **2** *v/t*: **~ s.o. /sth** làm ai/gì có vẻ nhỏ đi

♦ **dwell on** (*keep thinking about*)

day đi day lại

dwindle nhỏ lại

dye 1 *n* thuốc nhuộm **2** *v/t* nhuộm

dying *person* hấp hối; *industry, tradition* sắp tiêu vong

dynamic *person* năng động

dynamism (*of person*) tính năng động; (*energy*) năng lực

dynamite *n* đinamít; *fig* thuốc nổ

dynamo TECH đinamô

dynasty triều đại

dyslexia chứng đọc khó

dyslexic 1 *adj* mắc chứng đọc khó **2** *n* người mắc chứng đọc khó

E

each 1 *adj* mỗi **2** *adv* mỗi một; **they're $1.50 ~** mỗi cái là 1.50$ **3** *pron* (*people*) mỗi người; (*things*) mỗi cái; **~ other** lẫn nhau; **they help ~ other** họ giúp đỡ lẫn nhau; **we don't like ~ other** chúng tôi không thích nhau

eager thiết tha

eager beaver F người quá hăng hái

eagerly hăm hở

eagerness sự hăm hở

eagle chim đại bàng

ear¹ (*of person, animal*) tai

ear² (*of corn, wheat*) bông

earache đau tai

eardrum màng tai

early 1 *adj hours, October, stages* đầu; (*ahead of time*) sớm; *vegetables, varieties of potato* đầu mùa; *music, Picasso etc* thời kỳ đầu; (*in the near future*) sớm; **an ~**

riser người hay dậy sớm; **in the ~ hours of the morning** lúc tảng sáng **2** *adv* sớm

early bird (*who arrives early*) người đến sớm; (*who gets up early*) người dậy sớm

earmark: ~ sth for sth dành gì cho gì

earn kiếm được; *holiday, drink etc* được hưởng; *respect* giành được

earnest nghiêm túc; **in ~** nghiêm túc

earnings (*of person*) tiền thu nhập; (*of company*) khoản thu

earphones ống nghe đeo tai; **ear-piercing** *adj* inh tai; **earring** khuyên tai; **earshot: within ~** trong tầm nghe; **out of ~** ngoài tầm nghe

earth (*soil*) đất; (*world, planet*) trái đất; **where on ~ ...? ...** ở đâu thế

ơ ur	**y** (tin)	**ây** uh-i	**iê** i-uh	**oa** wa	**ôi** oy	**uy** wee	**ong** aong
u (soon)	**au** a-oo	**eo** eh-ao	**iêu** i-yoh	**oai** wai	**ơi** ur-i	**ênh** uhng	**uyên** oo-in
ư (dew)	**âu** oh	**êu** ay-oo	**iu** ew	**oe** weh	**uê** way	**oc** aok	**uyêt** oo-yit

nhỉ?

earthenware n đồ đất nung

earthly trần thế; *it's no ~ use ...* hoàn toàn vô ích ...

Earthly stems chi, địa chi

earthquake động đất

earth-shattering gây chấn động

ease 1 n (*lack of difficulty*) sự dễ dàng; *be at (one's) ~* ở trạng thái dễ chịu; *feel at ~* cảm thấy dễ chịu; *feel ill at ~* cảm thấy bối rối **2** v/t *pain* làm dịu; *it would ~ my mind if ...* tôi sẽ đỡ lo nếu ... **3** v/i (*of pain*) dịu bớt

♦ **ease off 1** v/t (*remove: cap of bottle*) nới ra; *boot* nới bỏ **2** v/i (*of pain*) dịu bớt; (*of rain*) ngớt

easel khung vẽ

easily (*with ease*) một cách dễ dàng; (*by far*) rõ ràng

east 1 n phía đông; *East-West relations* quan hệ Đông-Tây **2** adj đông **3** adv *travel* hướng đông

East Asia phương Đông; **East Asian 1** adj phương Đông **2** n người phương Đông; **East China Sea** Biển Đông

Easter lễ Phục sinh

Easter egg trứng lễ Phục sinh

easterly *wind, direction* đông

eastern miền đông; (*Oriental*) phương Đông

Easterner người miền đông (nước Mỹ)

eastward về phía đông

easy (*not hard*) dễ dàng; (*relaxed*) thư thả; *take things ~* (*slow down*) làm việc thong thả; *take it ~!* (*calm down*) hãy bình tĩnh!

easy chair ghế bành

easy-going thoải mái

eat v/t & v/i ăn

♦ **eat out** đi ăn ngoài

♦ **eat up** *food* ăn hết; *fig* nuốt hết

eatable ăn được

eaves mái hiên

eavesdrop nghe trộm

ebb v/i (*of tide*) rút

♦ **ebb away** *fig* (*of courage, strength*) giảm sút

ebb tide thủy triều xuống

eccentric 1 adj lập dị **2** n người lập dị

echo 1 n tiếng vang **2** v/i vang lại **3** v/t *words* nhắc lại; *views* tán đồng

eclipse 1 n (*of sun*) nhật thực; (*of moon*) nguyệt thực **2** v/t *fig* át hẳn

ecological về sinh thái

ecological balance cân bằng sinh thái

ecologically friendly không làm hại đến môi trường

ecologist nhà sinh thái học

ecology sinh thái học

economic về kinh tế

economical (*cheap, thrifty*) tiết kiệm

economically (*in terms of economics*) về mặt kinh tế; (*thriftily*) một cách tiết kiệm

economics (*science*) kinh tế học; (*financial aspects*) khía cạnh kinh tế

economist nhà kinh tế học

economize tiết kiệm

♦ **economize on** tiết kiệm

economy (*of a country*) nền kinh tế; (*saving*) tiết kiệm

economy class hạng rẻ nhất; **economy drive** sự cố gắng tiết kiệm; **economy size** lô hàng tiết kiệm

ecosystem hệ sinh thái

ecotourism du lịch sinh thái

ecstasy trạng thái mê ly

ecstatic sung sướng mê ly

eczema bệnh chàm bội nhiễm

---

ch (*final*) k	**gh** g	**nh** (*final*) ng	**r** z; (*S*) r	**x** s	**â** (but) **i** (tin)
d z; (*S*) y	**gi** z; (*S*) y	**ph** f	**th** t	**a** (hat)	**e** (red) **o** (saw)
đ d	**nh** (onion)	**qu** kw	**tr** ch	**ă** (hard)	**ê** ay **ô** oh

edge 1 *n* (*of knife*) lưỡi; (*of table, seat*) mép; (*of lawn, road*) ven; (*of cliff*) gờ; (*in voice*) vẻ giận dữ; **on ~** (*nervous*) căng thẳng **2** *v/t* được viền **3** *v/i* (*move slowly*) lách

edgewise: *I couldn't get a word in ~* tôi không thể lời chen một lời

edgy căng thẳng

edible ăn được

edit *text, book, movie* biên tập; *newspaper* làm chủ bút

edition xuất bản

editor (*of text, book, TV, program, movie*) biên tập viên; (*of newspaper*) chủ bút; *sports / political ~* biên tập viên thể thao / chính trị

editorial 1 *adj* biên tập **2** *n* xã luận

EDP (= *electronic data processing*) xử lý dữ liệu điện tử

educate *child* giáo dục; *~ s.o. about sth* làm ai có ý thức về gì

educated *person* có trình độ giáo dục

education nền giáo dục

educational *publishing, psychologist etc* về giáo dục; (*informative*) có tính giáo dục

eel con lươn

eerie *place, feeling* bí hiểm; *scream* sợ hãi

effect *n* tác động; *take ~* (*of medicine, drug*) có tác dụng; *come into ~* (*of law*) có hiệu lực

effective (*efficient*) có hiệu quả; (*striking*) gây ấn tượng sâu sắc; *~ May 1* bắt đầu từ mồng 1 tháng Năm

effeminate giống như đàn bà

effervescent sủi bọt; *personality* sôi nổi

efficiency (*of person, machine*) tính hiệu quả

efficient *person* có năng lực;

machine, method có năng suất

efficiently có hiệu quả

effort (*struggle*) sự nỗ lực; (*attempt*) cố gắng; *make an ~ to do sth* nỗ lực để làm gì

effortless dễ dàng

effrontery sự xấc láo

effusive quá dạt dào

e.g. thí dụ

egalitarian *adj* bình đẳng

egg trứng

♦**egg on** xúi giục

eggcup chén nhỏ đựng trứng luộc; **egghead** F nhà trí thức; **eggplant** cà tím; **eggshell** vỏ trứng

ego PSYCH cái tôi; (*self-esteem*) lòng tự trọng

egocentric tự kỷ trung tâm

Egypt nước Ai cập

Egyptian 1 *adj* Ai cập **2** *n* người Ai cập

eiderdown (*quilt*) mền nhồi lông

eight tám

eighteen mười tám

eighteenth *adj* thứ mười tám

eighth *adj* thứ tám

eightieth *adj* thứ tám mươi

eighty tám mươi

either 1 *adj* … này hoặc … kia; (*both*) cả hai; *there are trees on ~ side of the road* có cây ở cả hai bên đường **2** *pron* (*one of two*) một trong hai; *I don't like ~ of them* (*people, things*) tôi không thích cả hai **3** *adv* cũng không; *I won't go ~* tôi cũng sẽ không đi **4** *conj* ◊: *~ … or …* hoặc … hoặc …; *she's either French or Spanish* cô ấy hoặc là người Pháp hoặc là người Tây Ban Nha ◊ (*with negative*) … mà cũng không; *I haven't seen ~ my mother or my sister for a long time* tôi không có gặp mẹ tôi mà cũng không gặp chị tôi đã lâu

ơ ur	y (tin)	ây uh-i	ê i-uh	oa wa	ôi oy	uy wee	ong aong
u (soon)	au a-oo	eo eh-ao	iêu i-yoh	oai wai	ơi ur-i	ênh uhng	uyên oo-in
ư (dew)	âu oh	êu ay-oo	iu ew	oe weh	uê way	oc aok	uyêt oo-yit

lắm rồi

eject 1 v/t: ~ **sth** đẩy gì ra; ~ **s.o.**
tống ai ra **2** v/i (from plane) bật dù
nhảy ra

♦**eke out** thêm vào

el (elevated railroad) đường sắt nền
cao

elaborate 1 adj scheme,
preparations tỉ mỉ; embroidery công
phu **2** v/i chi tiết hóa

elapse trôi qua

elastic 1 adj đàn hồi **2** n sự đàn hồi

elastic band dây cao su

elasticity tính đàn hồi

elasticized có dây chun

elated phấn chấn

elation sự phấn chấn

elbow 1 n khuỷu tay **2** v/t huých
khuỷu tay; ~ **out of the way**
huých khuỷu tay để chen

elder 1 adj lớn hơn; ~ **brother**/
daughter anh/con gái lớn **2** n
người nhiều tuổi hơn; (of village)
già làng

elderly parents già

eldest 1 adj lớn tuổi nhất **2** n: **the ~**
người lớn tuổi nhất

elect v/t bầu cử; ~ **to ...** quyết
định ...

elected được bầu ra

election cuộc bầu cử

election campaign cuộc vận động

election day ngày bầu cử

elective subjects tự chọn; surgery
không cấp thiết

elector cử tri

electoral system chế độ bầu cử

electorate toàn bộ cử tri

electric điện; fig sôi động

electrical điện

electric blanket chăn điện (N),
mền điện (S)

electric chair ghế điện

electrician thợ điện

electricity điện

electrify railroad line, fence điện khí
hóa; fig kích thích

electrocute: be ~d (accidentally) bị
điện giật chết; (in electric chair) xử
tử bằng ghế điện

electrode điện cực

electron điện tử

electronic điện tử

electronic data processing xử lý
dữ liệu điện tử

electronic mail e-mail

electronics (science) điện tử học

elegance (of woman, dress) vẻ
thanh lịch; (of room, building) vẻ
duyên dáng

elegant woman, dress thanh lịch;
piece of furniture duyên dáng

element (part) yếu tố; CHEM
nguyên tố

elementary (rudimentary) sơ cấp

elementary school trường tiểu
học

elementary teacher giáo viên tiểu
học

elephant con voi

elevate mind, morals nâng cao

elevated railroad đường sắt xây
trên các trụ cao

elevation (altitude) độ cao

elevator thang máy

eleven mười một

eleventh adj thứ mười một; **at the ~**
hour vào phút cuối cùng

eligible có đủ tư cách

eligible bachelor một đám sáng
giá

eliminate (get rid of) triệt bỏ; (rule
out) loại bỏ; (kill) khử; **be ~d**
(from competition) bị loại

elimination (from competition) sự
loại; (of poverty) sự triệt bỏ;
(murder) sự sát hại

élite 1 n nhóm người ưu tú nhất

---

ch (final) k	**gh** g	**nh** (final) ng	**r** z; (S) y	**x** s	**â** (but)	**i** (tin)
d z; (S) y	**gi** z; (S) y	**ph** f	**th** t	**a** (hat)	**e** (red)	**o** (saw)
đ d	**nh** (onion)	**qu** kw	**tr** ch	**ă** (hard)	**ê** ay	**ô** oh

2 *adj school* tiên tiến; *regiment* tinh nhuệ

elk nai an-xet

ellipse hình trái xoan

elm cây du

elope trốn đi

eloquence sự hùng biện

eloquent hùng hồn

eloquently một cách hùng hồn

else: *anything ~?* còn gì khác nữa không?; *if you've got nothing ~ to do* nếu anh/chị không còn gì khác nữa để làm; *no one ~* không còn ai khác nữa; *everyone ~ is going* mọi người khác đều đi cả; *who ~ was there?* còn ai khác ở đấy?; *someone ~* người nào đó nữa; *something ~* cái gì đó nữa; *let's go somewhere ~* chúng ta hãy đi nơi nào khác đi; *or ~ ...* (*otherwise, threatening*) nếu không thì ...

elsewhere (*in a different place*) ở nơi khác; (*to a different place*) đến một nơi khác

elude (*escape*) trốn thoát; (*avoid*) tránh; *her name ~s me* tôi quên mất tên của cô ấy

elusive (*difficult to find*) khó tìm thấy

emaciated gầy mòn

e-mail 1 *n* e-mail **2** *v/t person* gửi e-mail; *text* gửi bằng e-mail

e-mail address địa chỉ e-mail

emancipated *woman* được giải phóng

emancipation sự giải phóng

embalm ướp xác

embankment (*of river*) đê; RAIL đường đắp cao

embargo *n* cấm vận

embark lên tàu

♦**embark on** *explanation* bắt đầu; *adventure* dấn thân

embarrass làm ngượng; *government* gây khó khăn cho

embarrassed (*because shy, ashamed*) ngượng ngùng; (*because disconcerted, not knowing how to react*) lúng túng

embarrassing *personal question etc* gây ngượng ngùng; *incident* gây lúng túng; *situation* khó khăn

embarrassment sự xấu hổ; (*being disconcerted*) sự lúng túng

embassy đại sứ quán

embellish *drawing, room* tô điểm; *story* thêu dệt thêm

embers than hồng

embezzle biển thủ

embezzlement sự biển thủ

embitter làm cay đắng

emblem biểu tượng

embodiment hiện thân

embody hiện thân cho

embolism sự tắc mạch

emboss *metal, paper, fabric* rập nổi

embrace 1 *n* cái ôm **2** *v/t* (*hug*) ôm ghì; (*take in*) bao gồm **3** *v/i* (*of two people*) ôm nhau

embroider thêu; *fig* thêu dệt

embroidery (*needlework*) việc thêu thùa; *a beautiful piece of ~* một tấm thêu đẹp

embryo phôi thai

emerald (*precious stone*) ngọc lục bảo; (*color*) màu lục tươi

emerge (*appear*) nhô ra; *it has ~d that ...* có tin tiết lộ rằng ...

emergency tình trạng khẩn cấp; *in an ~* trong trường hợp khẩn cấp

emergency exit lối ra khẩn cấp

emergency landing sự hạ cánh khẩn cấp

emigrant *n* người di cư

emigrate di cư

emigration sự di cư

eminent xuất sắc

ơ ur	y (tin)	ây uh-i	iê i-uh	oa wa	ôi oy	uy wee	ong aong
u (soon)	au a-oo	eo eh-ao	iêu i-yoh	oai wai	ơi ur-i	ênh uhng	uyên oo-in
ư (dew)	âu oh	êu ay-oo	iu ew	oe weh	uê way	oc aok	uyêt oo-yit

eminently cực kỳ

emission (*of gases*) sự tỏa ra

emotion cảm xúc

emotional *problems, development* tình cảm; (*full of emotion*) xúc động

empathize: ~ *with* đồng cảm với

emperor hoàng đế

emphasis (*on syllable*) sự nhấn mạnh; (*on productivity etc*) tầm quan trọng

emphasize nhấn mạnh

emphatic dứt khoát, nhấn mạnh

empire đế chế; *fig* vương quốc

employ tuyển dụng; (*use*) sử dụng; *he's ~ed as a ...* anh ấy được tuyển dụng làm ...

employee người làm công

employer (*person*) chủ; (*company*) chủ nhân

employment việc làm; (*work*) công việc; *be seeking ~* tìm việc làm

employment agency sở tìm việc

empress nữ hoàng

emptiness sự trống không; *fig* sự trống vắng

empty 1 *adj box, drawer, bottle, hands* trống không; *room, street, bus* trống vắng; *promises* hão huyền **2** *v/t drawer, pockets* trút hết; *glass, bottle* đổ hết **3** *v/i* (*of room, street*) trống vắng

emulate thi đua với

enable cho phép

enact *law* ban hành; THEA biểu diễn

enamel *n* men; (*on tooth*) men răng; ~ *paint* sơn tráng men

enc (= *enclosure(s)*) phụ đính

enchanting *smile, village, person* làm say mê

encircle bao vây

encl (= *enclosure(s)*) phụ đính

enclose (*in letter*) kèm theo; *area* bao quanh; *please find ~d ...* kèm theo đây là ...

enclosure (*with letter*) phụ đính

encore *n* (*song*) bản hát lại; (*dance*) bản múa lại; (*on instrument*) bản chơi lại

encounter 1 *n* cuộc chạm trán **2** *v/t person* chạm trán; *problem, resistance* đương đầu

encourage khuyến khích

encouragement sự khuyến khích

encouraging *news, report, smile* đầy khích lệ

♦ **encroach on** *land, time* lấn vào; *rights* xâm phạm

encyclopedia từ điển bách khoa

end 1 *n* (*extremity*) cuối; (*conclusion*) kết thúc; (*purpose*) mục đích; *in the ~* cuối cùng; *for hours on ~* hàng giờ liền; *stand sth on ~* dựng gì thẳng lên; *at the ~ of the month* vào cuối tháng; *at the ~ of July* vào cuối tháng Bảy; *put an ~ to* chấm dứt **2** *v/t career, meeting, meal etc* kết thúc; *relationship* chấm dứt **3** *v/i* kết thúc

♦ **end up** cuối cùng phải

endanger gây nguy hại

endangered species loài có nguy cơ tuyệt chủng

endearing *smile, behavior* dễ mến

endeavor *n & v/t* cố gắng

ending (*of book, play*) kết cục; GRAM vĩ tố

endless bất tận

endorse *check* viết tên vào mặt sau; *candidacy* ủng hộ; *product* tham gia quảng cáo

endorsement (*of check*) việc ghi tên mặt sau; (*of candidacy*) sự ủng hộ; (*of product*) việc tham gia quảng cáo

end product thành phẩm

end result kết quả cuối cùng

endurance sức chịu đựng

endure 1 *v/t hardship* chịu đựng **2** *v/i (last)* kéo dài

enduring lâu dài

end-user người tiêu dùng

enemy kẻ thù; *(in war)* quân địch

energetic năng nổ; *fig: measures* mạnh mẽ

energy *(gas, electricity etc)* năng lượng; *(of person)* sinh lực

energy-saving *device* tiết kiệm năng lượng

enforce thực thi

engage 1 *v/t (hire)* tuyển dụng **2** *v/i* TECH vào khớp

♦ **engage in** tham gia vào

engaged *(to be married)* đính hôn; **get ~** đính hôn

engagement *(appointment)* cuộc hẹn; *(to be married)* sự đính hôn; MIL trận giao chiến

engagement ring nhẫn đính hôn

engaging *smile, person* quyến rũ

engine *(of car, plane, ship)* động cơ

engineer 1 *n* kỹ sư; NAUT thợ máy; RAIL tài xế xe lửa **2** *v/t fig: meeting etc* sắp đặt

engineering khoa công trình; *(science)* nghề kỹ sư

England nước Anh

English 1 *adj* Anh **2** *n (language)* tiếng Anh; **in ~** bằng tiếng Anh; **the ~** người Anh

Englishman đàn ông Anh

Englishwoman phụ nữ Anh

engrave *(on metal, stone)* khắc

engraving *(drawing)* tranh in khắc; *(design)* nghệ thuật in khắc

engrossed: ~ in mải mê

engulf bao trùm

enhance làm tăng

enigma điều bí hiểm

enigmatic *smile, person* khó hiểu

enjoy thích; **~ (your meal)!** chúc ăn ngon miệng!; **~ oneself** vui thích; **~ yourselves!** hãy vui đùa thỏa thích!

enjoyable thú vị

enjoyment niềm vui thích

enlarge *room, garden, document* mở rộng; *photo* phóng to

enlargement *(of room, garden)* sự mở rộng; *(of photo)* sự phóng to

enlighten *(educate)* khai sáng; *(inform)* làm sáng tỏ

enlist 1 *v/i* MIL nhập ngũ **2** *v/t* tuyển mộ; **~ the help of ...** giành được sự giúp đỡ của ...

enliven làm sôi nổi

enormity *(of crime)* sự dã man; *(of task)* sự lớn lao

enormous *house, statue, amount* đồ sộ; *success* to lớn; *satisfaction, patience* hết sức

enormously vô cùng

enough 1 *adj* đủ **2** *pron* đủ; **will $50 be ~?** liệu 50 đô la có đủ không?; **I've had ~!** tôi đã chán ngấy rồi!; **that's ~, calm down!** đủ rồi, yên đi nào! **3** *adv* đủ; **strangely ~** thật kỳ lạ

enquire, enquiry → **inquire, inquiry**

enraged giận điên lên

enrich *vocabulary, nation* làm giàu thêm; *mind, life* làm phong phú

enroll *v/i* đăng ký

enrolment việc tuyển sinh

ensure đảm bảo

entail đòi hỏi

entangle: become ~d in *(in rope)* bị vướng vào; *(in love affair)* bị vướng mắc vào

enter 1 *v/t room, house* bước vào; *competition* đăng ký tham gia; *(write down)* ghi; COMPUT nhập; **~**

ơ ur	y (tin)	ây uh-i	iê i-uh	oa wa	ôi oy	uy wee	ong aong
u (soon)	au a-oo	eo eh-ao	iêu i-yoh	oai wai	ơi ur-i	ênh uhng	uyên oo-in
ư (dew)	âu oh	êu ay-oo	iu ew	oe weh	uê way	oc aok	uyêt oo-yit

s.o. for sth *person*, *horse in race* đăng ký ai tham gia vào gì **2** *v/i* đi vào; THEA xuất hiện; (*in competition*) tham gia **3** *n* COMPUT phím enter

enterprise (*initiative*) tính sáng tạo; (*venture*) xí nghiệp

enterprising *person* có óc sáng tạo

entertain 1 *v/t* (*amuse*) giải trí; (*consider*: *idea*) xem xét **2** *v/i* (*have guests*) tiếp đãi

entertainer diễn viên làm trò vui

entertaining *adj* vui nhộn

entertainment sự giải trí; (*performance*) buổi biểu diễn

enthrall làm mê hoặc; **an ~ing performance** buổi biểu diễn rất hấp dẫn

enthusiasm nhiệt tình

enthusiast người say mê

enthusiastic nhiệt tình

entice nhử

entire toàn bộ

entirely hoàn toàn, triệt để

entitle: **~ s.o. to do sth** cho ai quyền được làm gì; **be ~d to do sth** được quyền làm gì

entitled *book* mang nhan đề

entrance *n* (*doorway*) lối vào; (*fact of entering*) sự đi vào; THEA sự xuất hiện trên sân khấu; (*admission*) sự vào cửa

entranced mê hoặc

entrance fee tiền vào cửa

entrant người ghi tên dự thi

entrenched *attitudes* cố hữu

entrepreneur nhà doanh nghiệp

entrepreneurial kinh doanh

entrust: **~ X with Y**, **~ Y to X** giao phó Y cho X

entry (*way in*) lối vào; (*admission*: *to building*) quyền đi vào; (*to country*) quyền nhập cảnh; (*for competition*) sự ghi tên thi đấu;

(*for poetry*, *painting competition*) tác phẩm dự thi; (*in diary*, *accounts*) sự ghi vào; **no ~** cấm vào

entry form mẫu đăng ký

entry visa thị thực nhập cảnh

envelop (*in blanket*) quấn kín; (*in snow*) bao phủ

envelope phong bì, bì thư (*S*)

enviable *reputation*, *position* đáng thèm muốn

envious *person*, *glance* ghen tị; **be ~ of s.o.** phát ghen lên với ai

environment (*nature*) môi sinh; (*surroundings*) môi trường

environmental *concerns*, *considerations* về môi trường

environmentalist nhà môi trường học

environmentally friendly không làm hại đến môi trường

environmental pollution sự ô nhiễm môi trường

environmental protection sự bảo vệ môi trường

environs khu ngoại ô

envisage thấy trước; *new world* dự kiến

envoy phái viên

envy 1 *n* sự ghen tị; **be the ~ of** là sự thèm muốn của **2** *v/t* ghen tị; **~ s.o. sth** ghen tị với ai về điều gì

epic 1 *n* (*book*) anh hùng ca; (*movie*) thiên sử thi **2** *adj* *journey* kỳ vĩ; **a task of ~ proportions** một nhiệm vụ vĩ đại

epicenter tâm động đất

epidemic bệnh dịch; *fig* nạn dịch

epilepsy bệnh động kinh

epileptic *n* người bị động kinh

epileptic fit cơn động kinh

epilog phần kết

episode (*of story*, *soap opera*) đoạn; (*happening*) giao đoạn

ch (*final*) k	gh g	nh (*final*) ng	r z; (*S*) r	x s	â (but)	i (tin)
d z; (*S*) y	gi z; (*S*) y	ph f	th t	a (hat)	e (red)	o (saw)
đ d	nh (onion)	qu kw	tr ch	ă (hard)	ê ay	ô oh

epitaph văn bia
epoch thời đại
epoch-making cực kỳ quan trọng
equal 1 *adj portions, amounts, pay* bằng nhau; *intelligence, work, opportunity* như nhau; *be ~ to* (*a task*) đủ sức để **2** *n* (*person in status*) người ngang hàng; (*person in quality*) người ngang tài sức; *X is the ~ of Y* (*in status*) X ngang hàng với Y **3** *v/t* (*in numbers*) bằng; (*be as good as*) ngang với
equality bình đẳng
equalize 1 *v/t pressure* cân bằng **2** *v/i* SP san bằng tỷ số
equalizer SP người san bằng tỷ số
equally (*divide*) đều nhau; *responsible, intelligent* như nhau; *~, ...* cũng tương tự như vậy ...
equate: *~ X with Y* coi X ngang với Y
equation MATH phương trình
equator xích đạo
equilibrium thăng bằng
equinox điểm phân
equip trang bị; *he's not ~ped to handle it fig* anh ấy không được trang bị vốn kinh nghiệm để xử lý việc đó
equipment thiết bị
equity COM vốn cổ phần
equivalent 1 *adj* tương đương; *be ~ to* tương đương với **2** *n* vật tương đương
era kỷ nguyên
eradicate *poverty, disease* trừ tiệt
erase xóa
eraser cái tẩy; (*for blackboard*) cái xóa bảng
erect 1 *adj* thẳng đứng **2** *v/t building* xây dựng; *statue, tent* dựng
erection (*of building etc*) việc xây dựng; (*of penis*) cương cứng
erode xói mòn

erosion sự xói mòn
erotic *dance, novel, person* gợi tình
eroticism tính gợi tình
errand việc lặt vặt; *run ~s* chạy việc vặt
erratic *driver* không đáng tin cậy; *performance, behavior* thất thường; *course of ship* không xác định
error lỗi; *in ~* do nhầm lẫn; *an ~ of judgment* sai lầm trong việc nhận định tình hình
error message COMPUT thông báo lỗi
erupt (*of volcano*) phun lửa; (*of violence*) nổ ra; (*of person*) nổi khùng lên
eruption (*of volcano*) sự phun lửa; (*of violence*) sự bùng nổ
escalate (*of war, tense situation*) leo thang
escalation (*of war, tension*) sự leo thang
escalator cầu thang tự động
escape 1 *n* (*of prisoner, animal*) sự trốn thoát; (*of gas*) sự rò rỉ; *he had a narrow ~* (*from death*) anh ấy đã suýt chết; (*from arrest*) anh ấy suýt bị tóm **2** *v/i* (*of prisoner, animal*) trốn thoát; (*of gas*) rò rỉ **3** *v/t*: *the word ~s me* tôi quên bẵng mất cái từ
escape chute băng trượt thoát hiểm
escort 1 *n* (*person*) vệ sĩ; (*guard*) đội hộ tống **2** *v/t* (*socially*) đưa đi; (*act as guard to*) hộ tống
especial → *special*
especially đặc biệt là
espionage gián điệp; *industrial ~* tình báo công nghiệp
essay *n* bài tiểu luận
essential *adj* thiết yếu
essentially về cơ bản
establish *company* thành lập;

ơ ur	y (tín)	ây uh-i	iê i-uh	oa wa	ôi oy	uy wee	ong aong
u (soon)	au a-oo	eo eh-ao	iêu i-yoh	oai wai	ơi ur-i	ênh uhng	uyên oo-in
ư (dew)	âu oh	êu ay-oo	iu ew	oe weh	uê way	oc aok	uyêt oo-yit

(*create*) tạo lập; (*determine*) xác minh; ~ **oneself as** ổn định vững vàng như một

establishment (*firm, store etc*) cơ sở; **the Establishment** giới quyền uy

estate (*area of land*) điền trang; (*possessions of dead person*) tài sản

esthetic thẩm mỹ

estimate 1 *n* sự ước tính; FIN sự đánh giá **2** *v/t* ước tính

estimation: he has gone up/down in my ~ anh ấy được tôi coi trọng nhiều hơn/ít hơn; **in my** ~ (*opinion*) theo sự đánh giá của tôi

estranged *wife, husband* ly thân

estuary cửa sông

ETA (= **estimated time of arrival**) giờ đến ước chừng

etching (*art*) thuật khắc axít; (*copy*) bản khắc axít

eternal vĩnh cửu

eternity tính vĩnh cửu; *fig* thời gian vô tận

ethical đạo đức

ethics đạo lý; (*subject*) đạo đức học

ethnic dân tộc

ethnic group nhóm dân tộc

ethnic minority dân tộc thiểu số

euphemism uyển ngữ

euphoria trạng thái phấn phơ

Europe châu Âu

European 1 *adj* châu Âu **2** *n* người châu Âu

euthanasia sự làm chết không đau đớn

evacuate (*clear people from*) sơ tán; (*leave*) rút khỏi

evade *question, person* né tránh

evaluate đánh giá

evaluation sự đánh giá

evangelist người truyền bá Phúc âm

evaporate (*of water*) bốc hơi; (*of confidence*) tiêu tan

evasion sự tránh

evasive lẳng tránh

eve (*day before*) ngày trước

even 1 *adj* (*regular*) đều; (*level*) bằng phẳng; *number* số chẵn; **get** ~ **with ...** trả đũa ... **2** *adv* thậm chí; ~ **bigger/better** thậm chí to hơn/tốt hơn; **not** ~ ngay cả ... cũng không; ~ **so** mặc dù vậy; ~ **if** dù cho **3** *v/t*: ~ **the score** san bằng tỷ số

evening buổi tối; **in the** ~ vào buổi tối; **this** ~ tối nay; **good** ~ chào anh/chị

evening classes những lớp học buổi tối; **evening dress** (*for woman*) quần áo dạ hội; (*for man*) lễ phục; **evening paper** báo buổi chiều

evenly (*regularly*) đều

event sự kiện; SP môn thi thể thao; **at all** ~s trong bất cứ trường hợp nào

eventful đầy những sự kiện

eventual cuối cùng

eventually rút cục là

ever *adv* bao giờ; (*in past tense questions*) đã bao giờ; (*in past tense negatives*) chưa bao giờ; **nothing like this has** ~ **happened before** trước đây chưa bao giờ có chuyện như vậy xảy ra; **if you** ~ **meet him ...** nếu có bao giờ anh/chị gặp anh ấy ...; **have you** ~ **been to ...?** anh/chị đã có bao giờ đi ... chưa?; **I haven't** ~ **been there** tôi chưa bao giờ đến đó; **for** ~ mãi mãi; ~ **since** suốt từ đó

evergreen *n* cây xanh mãi

everlasting vĩnh viễn

every mỗi; ~ **day/month/year** hàng ngày/tháng/năm; ~ **other**

day mỗi hai ngày; ~ ***now and then*** thỉnh thoảng

everybody mọi người

everyday hàng ngày

everyone mọi người

everything tất cả mọi cái

everywhere mọi nơi; (*wherever*) khắp mọi nơi

evict đuổi khỏi

evidence (*signs*) dấu hiệu; LAW bằng chứng; ***give*** ~ đưa ra bằng chứng

evident rõ ràng

evidently (*clearly*) rõ ràng là; (*apparently*) hiển nhiên là

evil 1 *adj* xấu xa **2** *n* cái xấu; (*wicked thing*) tai họa

evoke *image* gợi nên

evolution sự tiến hóa

evolve *v/i* (*of animals*) tiến hóa; (*develop*) tiến triển

ewe con cừu cái

ex- (*former*) cựu

ex *n* F (*former wife*) vợ cũ; (*former husband*) chồng cũ

exact *adj* chính xác

exactly đúng; ~*!* đúng thế!; ***not*** ~ không hẳn là như thế

exaggerate 1 *v/t* thổi phồng **2** *v/i* cường điệu

exaggeration sự cường điệu

exam cuộc thi; ***take an*** ~ dự thi; ***pass/fail an*** ~ đỗ/trượt cuộc thi

examination (*of facts etc*) sự kiểm tra; (*of patient*) sự khám bệnh; EDU kỳ thi

examine (*study*) kiểm tra; *patient* khám; EDU: *students* kiểm

examiner EDU người chấm thi

example thí dụ; ***for*** ~ thí dụ như; ***set a good/bad*** ~ nêu gương tốt/xấu

exasperated bực tức

excavate *v/t* (*dig*) đào; (*of*

archeologist) khai quật

excavation sự khai quật

excavator (*machine*) máy xúc

exceed (*be more than, go beyond*) vượt quá

exceedingly cực kỳ

excel 1 *v/i* tỏ ra xuất sắc; ~ ***at*** xuất sắc về **2** *v/t*: ~ ***oneself*** làm tốt hơn hẳn

excellence sự xuất sắc

excellent xuất sắc

except trừ; ~ ***for*** chỉ trừ; ~ ***that*** trừ khi

exception ngoại lệ; ***with the*** ~ ***of*** chỉ trừ; ***take*** ~ phản đối

exceptional (*very good*) hiếm có; (*special*) khác thường

exceptionally (*extremely*) hết sức

excerpt đoạn trích

excess 1 *n* sự quá mức; ***eat/drink to*** ~ ăn/uống quá độ; ***in*** ~ ***of*** vượt quá **2** *adj* thừa

excess baggage hành lý quá mức qui định

excess fare tiền vé trả thêm

excessive *profits, amounts of fat* quá nhiều; *speed* quá cao

exchange 1 *n* (*of views, information*) sự trao đổi; (*between schools*) chuyến đi thăm trao đổi; ***in*** ~ để đổi lấy; ***in*** ~ ***for*** để đổi lấy **2** *v/t* (*in store*) đổi; *addresses* trao đổi; *currency* đổi tiền; ~ ***X for Y*** đổi X lấy Y

exchange rate FIN tỉ giá hối đoái

excitable dễ bị kích động

excite (*make enthusiastic*) gây phấn khích

excited phấn khởi; ***get*** ~ bị kích động; ***get*** ~ ***about sth*** bị kích động do điều gì

excitement sự phấn khích

exciting đầy hứng thú

exclaim kêu to

---

exclamation thán từ
exclamation point dấu chấm than
exclude (*not include, bar*) gạt ra; *possibility* loại trừ
excluding không kể
exclusive *hotel, restaurant* đặc biệt; *rights, interview* dành riêng
excruciating *pain* nhức nhối
excursion cuộc đi chơi
excuse 1 *n* lý do **2** *v/t* (*forgive*) tha lỗi; (*allow to leave*) cho phép đi ra; ~ **X from Y** miễn cho X về Y; ~ **me** (*to get attention*) xin lỗi; (*to get past*) xin phép anh/chị; (*interrupting s.o.*) tha lỗi cho tôi
execute *criminal* xử tử; *plan* thực hiện
execution (*of criminal*) sự xử tử; (*of plan*) sự thực hiện
executioner người hành hình
executive *n* (*in business*) ủy viên quản trị
executive briefcase tài liệu
executive washroom phòng vệ sinh của các ủy viên quản trị
exemplary mẫu mực
exempt: **be ~ from** được miễn
exercise 1 *n* (*physical*) sự tập luyện; EDU bài tập; MIL diễn tập; **take ~** tập thể dục **2** *v/t muscle, one's dog* tập luyện; *caution, restraint etc* biểu hiện **3** *v/i* tập luyện
exercise book EDU quyển vở
exert *authority* sử dụng; ~ **oneself** gắng sức
exertion sự gắng sức
exhale thở ra
exhaust 1 *n* (*fumes*) khói; (*pipe*) ống xả **2** *v/t* (*tire*) làm kiệt sức; (*use up*) làm cạn kiệt; *patience* dốc hết
exhausted (*tired*) kiệt sức
exhaust fumes khói thải

exhausting làm kiệt sức
exhaustion tình trạng kiệt sức
exhaustive *list, account* toàn diện
exhaust pipe ống xả
exhibit 1 *n* (*in exhibition*) vật trưng bày **2** *v/t* (*of gallery*) trưng bày; (*of artist*) triển lãm; (*give evidence of*) biểu lộ
exhibition cuộc triển lãm; (*of behavior, emotion*) sự biểu lộ; (*of skill*) cuộc biểu diễn
exhibitionist người thích phô trương; (*who exposes himself*) người bị bệnh thích phô bày bộ phận sinh dục ra trước mọi người
exhilarating *climate* làm khỏe ra; *experience, news* làm phấn chấn
exile 1 *n* sự lưu vong; (*person*) người sống ly hương **2** *v/t* đẩy ải
exist tồn tại; ~ **on** sống bằng
existence sự tồn tại; (*life*) cuộc sống; **in ~** (*of instruments, paintings, organization etc*) còn tồn tại; (*of ancient trees etc*) vẫn còn sống; **come into ~** (*of organization, state*) bắt đầu tồn tại
existing hiện nay
exit *n* (*way out*) lối ra; (*from highway*) chỗ rẽ; THEA sự đi vào
exit visa thị thực xuất cảnh
exonerate giải tội cho; **he was ~d of all responsibility for ...** anh ấy được miễn cho mọi trách nhiệm về ...
exorbitant cắt cổ
exotic *place* kỳ thú; *flowers, style* ngoại nhập; *person* đặc biệt
expand 1 *v/t market, area of search* mở rộng **2** *v/i* (*of city, business*) phát triển; (*of population*) gia tăng; (*of metal*) giãn nở
♦ **expand on** nói rõ thêm
expanse (*of desert, sea*) vùng rộng lớn

ch (*final*) k	**gh** g	**nh** (*final*) ng	**r** z; (S) r	**x** s	**â** (but)	**i** (tin)
d z; (S) y	**gi** z; (S) y	**ph** f	**th** t	**a** (hat)	**e** (red)	**o** (saw)
đ d	**nh** (onion)	**qu** kw	**tr** ch	**ă** (hard)	**ê** ay	**ô** oh

expansion (of business, city) sự mở rộng; (of population) sự gia tăng; (of metal) sự giãn nở

expect 1 v/t mong chờ; baby có mang; (suppose) cho rằng; (demand) yêu cầu **2** v/i: **be ~ing** (be pregnant) có mang; **I ~ so** tôi cho là như vậy

expectant crowd, spectators, silence mong đợi

expectant mother phụ nữ có mang

expectation sự mong chờ; **~s** (demands) những yêu cầu

expedient n cách thức

expedition cuộc thám hiểm; (group) đoàn thám hiểm; **shopping ~** cuộc đi mua hàng

expel (from school, club) đuổi; diplomat trục xuất

expend energy dùng

expendable person có thể hy sinh

expenditure sự chi tiêu

expense phí tổn; **at the company's ~** do công ty trả tiền; **a joke at my ~** trò cười chế giễu tôi; **at the ~ of his health** với sự trả giá bằng sức khỏe của anh ấy

expense account bản tính các khoản chi tiêu

expenses các khoản chi tiêu

expensive đắt tiền; lifestyle xa hoa

experience 1 n (event) sự từng trải; (in life, particular field) kinh nghiệm **2** v/t pain, pleasure nếm trải; problem, difficulty trải qua

experienced có kinh nghiệm

experiment 1 n thí nghiệm **2** v/i thí nghiệm; **~ on** animals thử nghiệm trên; **~ with** drugs thử mùi; new software etc thử nghiệm với

experimental thực nghiệm

expert 1 adj thành thạo; **~ advice** ý kiến chuyên gia **2** n chuyên gia

expertise kỹ năng

expiration sự hết hạn

expiration date ngày hết hạn

expire (of passport, contract) hết hạn

expiry sự hết hạn

expiry date ngày hết hạn

explain v/t & v/i giải thích

explanation sự giải thích

explicit instructions rất rõ ràng

explicitly state một cách rõ ràng; forbid dứt khoát

explode 1 v/i (of bomb) nổ tung **2** v/t bomb làm nổ, cho nổ

exploit[1] n kỳ công

exploit[2] v/t person bóc lột; resources khai thác

exploitation (of person) sự bóc lột

exploration cuộc thăm dò

exploratory surgery thử nghiệm thăm dò

explore country etc thăm dò; possibility tìm hiểu

explorer nhà thám hiểm; **one of the great ~s** một trong những nhà thám hiểm vĩ đại

explosion sự nổ; (in population) sự bùng nổ

explosive n chất nổ

export 1 n (action) sự xuất khẩu; (item) hàng xuất khẩu **2** v/t goods xuất khẩu; COMPUT xuất

export campaign chiến dịch đẩy mạnh xuất khẩu

exporter (person) nhà xuất khẩu; (company) công ty xuất khẩu; (country) nước xuất khẩu

expose (uncover) phơi bày; scandal vạch trần; person vạch mặt; **~ X to Y** (to sunlight, cold etc) phơi X ra Y; **be ~d to** (to radiation, new ideas) bị tiếp xúc với

exposure sự phơi ra; (to radiation) sự tiếp xúc; MED ngoại cảm nặng; (of dishonest behavior) sự tố giác;

PHOT kiểu ảnh

express 1 *adj* (*fast*) tốc hành; (*explicit*) rõ ràng **2** *n* (*train*) tàu hỏa tốc hành; (*bus*) xe buýt tốc hành **3** *v/t* bày tỏ; **~ oneself** (*emotionally*) biểu hiện; **~ oneself well/clearly** diễn đạt tốt/rõ ràng

express elevator thang máy cao tốc

expression 1 (*voiced*) sự bày tỏ; (*on face*) vẻ mặt; (*phrase*) thành ngữ; (*expressiveness*) sự biểu cảm

expressive *face, gesture* diễn cảm

expressly (*explicitly*) một cách dứt khoát; **he does it ~ to annoy me** (*deliberately*) anh ấy làm thế là cốt để chọc tức tôi

expressway đường cao tốc

expulsion (*from school*) sự đuổi; (*of diplomat*) sự trục xuất

exquisite (*beautiful*) tuyệt đẹp

extend 1 *v/t* mở rộng; *runway, path* kéo dài; *contract, visa* gia hạn; *thanks, congratulations* bày tỏ **2** *v/i* (*of garden etc*) mở rộng

extension (*to house*) phần mở rộng; (*of contract, visa*) sự gia hạn; TELEC máy phụ

extension cable dây cáp nối

extensive *work, damage, grounds* lớn; *knowledge* rộng lớn; *search* mở rộng

extent mức độ; **to such an ~ that** đến mức mà; **to a certain ~** ở một mức nào đó

exterior 1 *adj* bên ngoài **2** *n* (*of building*) mặt ngoài; (*of person*) bề ngoài

exterminate *vermin* tiêu diệt; *race* hủy diệt

external (*outside*) bên ngoài

extinct *species* tuyệt chủng

extinction (*of species*) sự tuyệt chủng

extinguish *fire* dập tắt; *cigarette* tắt

extinguisher bình chữa cháy

extort: **~ money from s.o.** tống tiền ai

extortion sự tống tiền

extortionate *price* cắt cổ

extra 1 *n* (*additional thing*) cái thêm vào; (*in movie*) quần chúng **2** *adj* thêm; **be ~** (*cost more*) trả thêm **3** *adv* hết sức

extra charge món tiền phải trả thêm

extract[1] *n* đoạn trích

extract[2] *v/t* rút ra; *oil* ép; *coal* khai thác; *tooth* nhổ; *information* moi được

extraction (*of oil, coal*) sự ép; (*of tooth*) sự nhổ

extradite dẫn độ

extradition sự dẫn độ

extradition treaty hiệp định dẫn độ

extramarital ngoài hôn nhân; **~ affairs** những vụ ngoại tình

extraordinarily một cách lạ thường

extraordinary *person, story, intelligence etc* lạ thường, khác thường

extravagance sự phung phí

extravagant (*with money*) phung phí

extreme 1 *n* thái cực **2** *adj* tột độ; *views* cực đoan

extremely cực kỳ

extremist *n* phần tử cực đoan

extricate gỡ ra

extrovert *n* người hướng ngoại

exuberant hớn hở

exult hân hoan

eye 1 *n* mắt; (*of needle*) lỗ; **keep an ~ on** (*look after*) trông hộ; (*monitor*) chăm chú theo dõi **2** *v/t* nhìn

eyeball nhãn cầu; **eyebrow** lông

ch (*final*) k	**gh** g	**nh** (*final*) ng	**r** z; (*S*) r	**x** s	**â** (but)	**i** (tin)
d z; (*S*) y	**gi** z; (*S*) y	**ph** f	**th** t	**a** (hat)	**e** (red)	**o** (saw)
đ d	**nh** (onion)	**qu** kw	**tr** ch	**ă** (hard)	**ê** ay	**ô** oh

mày; **eyeglasses** kính đeo mắt; **eyelash** lông mi; **eyelid** mí mắt; **eyeliner** bút kẻ mi mắt; **eyeshadow** chất bôi mí mắt;

eyesight thị lực; **eyesore** vật chướng mắt; **eye strain** sự mỏi mắt; **eyewitness** người chứng kiến

F

F (= *Fahrenheit*) độ F (= thang nhiệt độ hệ Fahrenheit)
fabric (*material*) vải
fabulous tuyệt cú mèo
façade (*of building*) mặt tiền; (*of person*) vẻ ngoài
face 1 *n* mặt; **~ to ~** mặt đối mặt; *lose ~* mất mặt **2** *v/t person, the sea* mặt hướng về
face cloth khăn mặt; **facelift** sửa mặt; **face value: take X at ~** chấp nhận giá trị bề ngoài của X
facilitate tạo điều kiện thuận tiện
facilities những tiện nghi
fact sự việc; *in ~*, *as a matter of ~* sự thật là, thực tế là
factor nhân tố
factory nhà máy
faculty (*hearing etc*) khả năng; (*at university*) khoa
fade *v/i* (*of colors*) phai
faded *color, jeans* bạc màu
fag *pej* F (*homosexual*) thằng pê đê
Fahrenheit Fahrenheit
fail 1 *v/i* thất bại **2** *v/t exam* trượt
failure sự thất bại
faint 1 *adj line, smile* nửa cười; *difference* không đáng kể **2** *v/i* ngất đi
fair¹ *n* (*fun~*) chợ phiên; COM hội chợ

fair² *adj hair* sáng màu; *complexion* trắng; (*just*) công bằng; *it's not ~* điều đó là không công bằng
fairly *treat* công bằng; (*quite*) khá
fairness (*of treatment*) sự công bằng
fairy nàng tiên
fairy tale truyện thần tiên
faith niềm tin; REL tôn giáo
faithful trung thành; *be ~ to one's partner* trung thành với đối tác của mình
fake 1 *n* đồ giả **2** *adj* giả
fall¹ 1 *v/i* (*of person*) ngã; (*of government*) sụp đổ; (*of prices, temperature, exchange rate*) giảm; (*of night*) xuống; *it ~s on a Tuesday* rơi đúng vào ngày thứ Ba; *~ ill* bị ốm **2** *n* (*of person*) cú ngã; (*of government, minister*) sự sụp đổ; *he had a nasty ~* anh ấy bị một cú ngã nguy hiểm
♦**fall back on** nhờ cậy đến
♦**fall down** (*of person*) thất bại; (*of wall, building*) sụp đổ; *he fell down on the job* anh ấy đã thất bại trong công việc
♦**fall for** (*fall in love with*) mê tít; (*be deceived by*) bị lừa
♦**fall out** (*of hair*) rụng; (*argue*) cãi nhau

ơ ur	**y** (tin)	**ây** uh-i	**iê** i-uh	**oa** wa
u (soon)	**au** a-oo	**eo** eh-ao	**iêu** i-yoh	**oai** wai
ư (dew)	**âu** oh	**êu** ay-oo	**iu** ew	**oe** weh

ôi oy	**uy** wee	**ong** aong
ơi ur-i	**ênh** uhng	**uyên** oo-in
uê way	**oc** aok	**uyêt** oo-yit

♦ **fall over** ngã lộn nhào

♦ **fall through** (of plans) hỏng

fall² n (autumn) mùa thu

falling star sao băng

fallout bụi phóng xạ

false sai

false teeth răng giả

falsify accounts, records làm giả

fame danh tiếng

familiar adj (intimate) thân thiện; form of address thân mật; **be ~ with X** quen với X

familiarity (with subject etc) sự quen thuộc

familiarize làm cho quen; **~ oneself with ...** làm quen với ...

family gia đình

family doctor bác sĩ gia đình; **family name** họ; **family planning** kế hoạch hóa gia đình

famine nạn đói

famous nổi tiếng; **be ~ for ...** nổi tiếng về ...

fan¹ n (supporter) người say mê

fan² 1 n (for cooling: electric, handheld) quạt 2 v/t: **~ oneself** tự quạt

fanatic người cuồng tín

fanatical cuồng tín

fan belt MOT dây kéo quạt

fancy dress quần áo hóa trang

fancy-dress party tiệc hóa trang

fang (of tiger etc) răng nanh; (of snake) răng nọc

fanny pack bao đeo thắt lưng

Fansipan Phan-xi-pan

fantastic (very good) tuyệt vô cùng; (very big) rất lớn

fantasy sự ảo tưởng

far adv xa; (much) nhiều; **it's ~ faster** nhanh hơn nhiều; **~ away** xa; **how ~ is it to ...?** đến ... thì là bao xa?; **as ~ as the corner/hotel** đến tận góc/khách sạn; **as ~ as I**

know theo sự hiểu biết của tôi; **you've gone too ~** (in behavior) anh/chị đã đi quá xa; **so ~ so good** mọi việc vẫn tốt đẹp

farce (ridiculous goings-on) trò hề

fare n (for travel) tiền vé

Far East Viễn Đông

farewell n lời chào tạm biệt

farewell party tiệc chia tay

farfetched cường điệu

farm n trang trại

farmer chủ trại; (peasant) nông dân

farmhouse nhà của chủ trại

farmworker công nhân trang trại

farsighted nhìn xa thấy rộng; (optically) viễn thị

fart F 1 n phát rắm 2 v/i đánh rắm (N), địt (S)

farther adv xa hơn (nữa); **we can't go any ~** chúng ta không thể đi xa hơn nữa

farthest travel etc xa nhất

fascinate v/t làm say mê; **be ~d by ...** bị say mê bởi ...

fascinating hấp dẫn

fascination (with subject) sự say mê

fascism chủ nghĩa phát xít

fascist 1 n phần tử phát xít 2 adj phát xít

fashion n kiểu dáng; (manner) cách; **in ~** hợp thời trang; **out of ~** không hợp thời trang

fashionable clothes, person đúng mốt; idea thời thượng

fashion-conscious quan tâm về ăn mặc đúng mốt

fashion designer người vẽ kiểu quần áo thời trang

fast¹ 1 adj nhanh, lẹ (S); **be ~** (of clock) chạy nhanh 2 adv nhanh; **stuck ~** dính chặt; **~ asleep** ngủ say

fast² n (not eating) thời kỳ nhịn ăn

ch (final) k	**gh** g	**nh** (final) ng	**r** z; (S) r	**x** s	**â** (but)	**i** (tin)
d z; (S) y	**gi** z; (S) y	**ph** f	**th** t	**a** (hat)	**e** (red)	**o** (saw)
d d	**nh** (onion)	**qu** kw	**tr** ch	**ă** (hard)	**ê** ay	**ô** oh

fasten 1 v/t lid đậy chặt; dress cài chặt; window đóng chặt; **~ X onto Y** (onto dress) cài chặt X vào Y; (onto machine) vặn chặt X vào Y **2** v/i (of dress etc) cài khuy

fastener (for dress) phéc mơ tuya; (for lid) cái chốt

fast food đồ ăn nhanh; **fast-food restaurant** cửa hàng ăn nhanh; **fast forward 1** n (on video etc) nút tua đi **2** v/i tua đi; **fast lane** (on road) tuyến cao tốc; **fast train** tàu tốc hành

fat 1 adj person, stomach béo **2** n (on meat) mỡ

fatal illness chết người; error tai hại

fatality tử vong; **amazingly there were no fatalities** đáng ngạc nhiên là không có tử vong

fatally: ~ injured bị tử thương

fate định mệnh

father n bố (N), ba (S)

fatherhood cương vị làm bố

father-in-law (of wife) bố vợ; (of husband) bố chồng

fatherly như cha

fathom n NAUT sải

fatigue n sự mệt nhọc

fatso F thằng béo

fatty 1 adj nhiều mỡ **2** n F (person) thằng béo

faucet vòi

fault n (defect) sai sót; **it's your ~** đó là lỗi của anh/chị; **find ~ with ...** chê trách ...

faultless person, performance hoàn hảo

faulty goods hỏng

favor n thiện ý; **in ~ of ...** ủng hộ ...; **be in ~ of ...** tán thành ...; **do s.o. a ~** chiếu cố ai; **do me a ~!** (don't be stupid) xin làm ơn thôi đi!

favorable reply etc có thiện chí; **~ conditions** (for investment etc) điều kiện thuận lợi

favorite 1 n (person) người được yêu thích nhất; (thing) vật được yêu thích nhất; (food) món ăn được ưa thích nhất **2** adj được ưa thích nhất

fax 1 n (document) fax; (machine) máy fax; **send X by ~** gửi X bằng fax **2** v/t gửi fax; **~ X to Y** fax X cho Y

FBI (= **Federal Bureau of Investigation**) FBI, Cục điều tra Liên Bang

fear 1 n sự sợ hãi **2** v/t sợ

fearless can đảm

feasibility study sự nghiên cứu tính khả thi

feasible khả thi

feast n bữa tiệc

feat kỳ công

feather lông vũ

feature 1 n (on face) nét; (of city, building, plan, style) nét đặc trưng; (article in paper) bài chuyên đề; (movie) phim chính; **make a ~ of ...** làm nổi bật ... **2** v/t (of movie) có ... đóng vai chính; **a movie featuring Depardieu** một bộ phim có Depardieu đóng vai chính

February tháng Hai

federal liên bang

federation liên bang

fed up adj F chán ngấy; **be ~ with ...** chán ngấy với ...

fee (of lawyer, doctor etc) tiền thù lao; (for entrance, membership) lệ phí

feeble person, attempt, laugh yếu ớt

feed v/t family nuôi; (give food to) cho ăn

feedback thông tin phản hồi; **we don't get any ~ from our partner** chúng ta không có thông tin phản

ơ ur   y (tin)   ây uh-i   iê i-uh   oa wa   ôi oy   uy wee   ong aong
u (soon)   au a-oo   eo eh-ao iêu i-yoh oai wai   ơi ur-i   ênh uhng   uyên oo-in
ư (dew)   âu oh   êu ay-oo iu ew   oe weh   uê way   oc aok   uyêt oo-yit

feel 428

hồi nào từ phía đối tác của chúng ta

feel 1 *v/t* (*touch*) sờ; (*sense*) cảm thấy; *pain, pleasure, sensation* cảm thấy; (*think*) nghĩ **2** *v/i* (*of cloth etc*) sờ thấy; *it ~s like silk/cotton* có cảm giác như sờ lụa/vải bông; *your hand ~s hot/cold* bàn tay anh/chị sờ thấy nóng/lạnh; *I ~ hungry/tired* tôi cảm thấy đói/ mệt; *how are you ~ing today?* hôm nay anh/chị cảm thấy thế nào?; *how does it ~ to be rich?* trở thành giàu có thì có cảm giác thế nào nhỉ?; *do you ~ like a drink/meal?* anh/chị có muốn uống/ăn cơm không?; *I ~ like going/staying* tôi thấy muốn đi/ở lại; *I don't ~ like it* tôi cảm thấy không muốn

♦ **feel up** (*sexually*) sờ soạng
♦ **feel up to** cảm thấy có thể

feeler (*of insect*) râu sờ
feelgood factor sự việc làm phấn chấn tinh thần
feeling (*of happiness, sensation*) cảm giác; (*emotion*) nỗi xúc động; *what are your ~s about it?* (*opinion*) anh/chị nghĩ thế nào về việc đó?; *I have mixed ~s about him* tôi có những cảm giác lẫn lộn về anh ta
fellow *n* (*man*) anh chàng
fellow citizen đồng bào; **fellow countryman** người đồng hương; **fellow man** đồng loại
felony trọng tội
felt *n* dạ
felt tip, felt-tip(ped) pen đầu bịt dạ, bút dạ
female 1 *adj animal, plant* cái; *person* nữ **2** *n* (*of animals*) con cái; (*of plants*) cây cái; (*woman*) nữ; *pej* (*woman*) con mụ

feminine 1 *adj qualities* nữ tính; *color, grace* của phụ nữ; GRAM giống cái; *she's very ~* cô ấy rất nữ tính **2** *n* GRAM giống cái
feminism thuyết nam nữ bình quyền
feminist 1 *n* người ủng hộ thuyết nam nữ bình quyền **2** *adj group, ideas* nam nữ bình quyền
fence *n* hàng rào
♦ **fence in** *land* rào lại
fencing SP môn đấu kiếm
fend: *~ for oneself* tự lo liệu lấy
fender MOT cái chắn bùn
ferment¹ *v/i liquid* lên men
ferment² *n* (*unrest*) sự náo động
fermentation sự lên men
fern *n* cây dương xỉ
ferocious hung dữ
ferry *n* phà
fertile *soil* màu mỡ; *woman, animal* có khả năng sinh sản
fertility (*of soil*) sự màu mỡ; (*of woman, animal*) khả năng sinh sản
fertility drug thuốc trợ giúp thụ thai
fertilize *v/t ovum* thụ tinh
fertilizer (*for soil*) phân bón
fervent *admirer* nồng nhiệt
fester *v/i* (*of wound*) mưng mủ
festival lễ hội; (*arts event*) liên hoan
festive *mood, decoration* ngày hội; *the ~ season* mùa hội hè
festivities những cuộc lễ hội
fetch *person* đón; *thing* lấy; *price* bán được
fetus bào thai
feud *n* mối hận thù
feudal phong kiến
feudalism chế độ phong kiến
fever cơn sốt
feverish sốt; *fig: excitement* cuồng nhiệt

ch (final) k	gh g	nh (final) ng	r z; (S) r	x s	â (but)	i (tin)
d z; (S) y	gi z; (S) y	ph f	th t	a (hat)	e (red)	o (saw)
đ d	nh (onion)	qu kw	tr ch	ă (hard)	ê ay	ô oh

few 1 *adj* (*not many*) vài; *a ~* (*things*) một vài; *quite a ~*, *a good ~* (*a lot*) khá nhiều **2** *pron* (*not many*) một ít; *a ~* (*some*) một vài; *quite a ~*, *a good ~* (*a lot*) khá nhiều

fewer *adj* ít hơn; *~ than ...* ít hơn ...

fiancé chồng chưa cưới

fiancée vợ chưa cưới

fiasco sự thất bại

fib *n* chuyện bịa

fiber *n* sợi

fiberglass *n* sợi thủy tinh; **fiber optic** bằng sợi quang; **fiber optics** sợi quang

fickle *person*, *lover* hay thay đổi

fiction (*novels*) tiểu thuyết; (*made-up story*) chuyện bịa

fictitious *character*, *event* hư cấu

fiddle 1 *n* F (*violin*) đàn viôlông **2** *v/i*: ~ *with ...* nghịch ...; ~ (*around*) *with ...* nghịch vớ vẩn ... **3** *v/t accounts*, *results* giả mạo

fidelity (*of lover*) sự chung thủy

fidget *v/i* cựa quậy

field *n* cánh đồng; (SP: *ground*) sân; (*competitors in race*) các đấu thủ; (*of research*, *knowledge etc*) lĩnh vực; *that's not my ~* đó không phải là lĩnh vực của tôi

field events các môn điền kinh trên sân bãi

fierce *animal* hung dữ; *wind*, *storm* dữ dội; *temper*, *person* nóng nẩy

fifteen mười lăm

fifteenth *adj* thứ mười lăm

fifth *adj* thứ năm

fiftieth *adj* thứ năm mươi

fifty năm mươi

fifty-fifty *adv* chia làm đôi, bằng nhau

fig quả vả

fight 1 *n* (*brawl*) đánh nhau; (*argument*) cãi nhau; (*in war*) trận

chiến; *fig* (*for survival*) đấu tranh; (*for championship etc*) cuộc thi; (*in boxing*) cuộc thi đấu **2** *v/t enemy*, *person* chiến đấu; (*in boxing*) thi đấu; *disease*, *injustice* chống lại **3** *v/i* (*of drunks*, *schoolkids etc*) đánh nhau; (*of soldiers*) chiến đấu; (*argue*) cãi nhau; *fig* (*struggle*) đấu tranh

♦**fight for** *one's rights*, *cause* đấu tranh vì

fighter (*warrior*) chiến binh; (*airplane*) máy bay chiến đấu; (*boxer*) võ sĩ; *she's a ~* cô ấy là một con người kiên cường

figurative *use of word* nghĩa bóng; *art* hình tượng

figure 1 *n* (*digit*) con số; (*of person*) thân hình; (*form*, *shape*) hình bóng; (*symbol*) hình vẽ **2** *v/t* F (*think*) nghĩ

♦**figure on** F (*plan*) dự tính

♦**figure out** (*understand*) hiểu; (*calculate*) tính toán

figure skating trượt băng nghệ thuật

file¹ 1 *n* (*of documents*) kẹp hồ sơ; COMPUT tệp **2** *v/t documents* xếp vào hồ sơ

♦**file away** *documents* lưu trữ vào hồ sơ

file² 1 *n* (*for wood*) mài nhẵn; (*for fingernails*) giũa **2** *v/t*: ~ *one's teeth* cà răng

file cabinet tủ đựng hồ sơ

file manager COMPUT hệ quản lý tệp dữ liệu

filial impiety sự bất hiếu

filial piety sự hiếu thảo

Filipino 1 *adj* Phi-líp-pin, Phi luật Tân **2** *n* người Phi-líp-pin, người Phi luật Tân

fill 1 *v/t glass*, *crate* đổ đầy **2** *n*: *eat one's ~* ăn no hết mức

---

ơ ur   **y** (tin)   **ây** uh-i   **iê** i-uh   **oa** wa   **ôi** oy   **uy** wee   **ong** aong
u (soon) **au** a-oo **eo** eh-ao **iêu** i-yoh **oai** wai **ơi** ur-i **ênh** uhng **uyên** oo-in
ư (dew) **âu** oh **êu** ay-oo **iu** ew **oe** weh **uê** way **oc** aok **uyêt** oo-yit

fill 430

♦ **fill in** *form* điền vào; *hole* bịt lại
♦ **fill in for** tạm thay thế
♦ **fill out 1** *v/t form* trở nên rộng hơn **2** *v/i (get fatter)* béo ra
♦ **fill up 1** *v/t* đổ ngập **2** *v/i (of stadium, theater)* tràn ngập

fillet *n (fish)* cá nạc; *(meat)* thịt thăn

fillet steak miếng thịt thăn

filling 1 *n (in sandwich)* nhân; *(in tooth)* hàn răng **2** *adj*: **it's very ~** gây cảm giác đầy bụng

filling station trạm xăng

film 1 *n (for camera)* phim; *(movie)* phim ảnh **2** *v/t person, event* quay phim

film-maker người làm phim

film star ngôi sao điện ảnh

filter 1 *n (for coffee)* phin; *(for oil)* máy lọc **2** *v/t coffee, liquid* lọc
♦ **filter through** *(of news reports)* lọt ra

filter tip *(cigarette)* đầu lọc

filth *(mud etc)* vết bẩn

filthy *(dirty)* bẩn thỉu; *(vulgar)* tục tĩu

fin *(of fish)* vây

final 1 *adj also decision* cuối cùng **2** *n* SP trận chung kết

finalist người vào chung kết

finalize *plans, design* hoàn tất

finally cuối cùng; *(at last)* rốt cuộc

finance 1 *n* tài chính **2** *v/t program, project* tài trợ

financial *matters, policy, magazine* tài chính

financial year năm tài chính

financier nhà tài chính

find *v/t* thấy; **I'm trying to ~ ...** tôi đang tìm ...; **if you ~ it too hot / cold** nếu anh/chị thấy quá nóng/ lạnh; **~ a person innocent/guilty** LAW tuyên bố một người vô tội/ có tội
♦ **find out 1** *v/t (discover)* phát hiện

ra **2** *v/i (inquire)* tìm hiểu; *(discover)* phát hiện ra

fine[1] *adj day, city* đẹp; *weather* tốt; *wine* ngon; *performance* hay; *distinction* tinh tế; *hair* mỏng; **how's that? – that's ~** thấy thế nào? – tốt đấy; **that's ~ by me** đối với tôi thì tốt thôi; **how are you? – ~** anh/chị có khỏe không? – tôi khỏe

fine[2] *n (penalty)* tiền phạt

finger *n* ngón tay

fingernail móng tay; **fingerprint** *n* dấu tay; **fingertip** đầu mút ngón tay; **have X at one's ~s** *knowledge, skills* biết rõ X như lòng bàn tay

finicky *person* cầu kỳ; *design, pattern* quá tỉ mỉ

finish 1 *v/t course, meal* ăn xong; *drink* uống xong; *book* đọc xong; *race* về đích; **~ doing sth** làm xong gì **2** *v/i (of person talking, movie, work)* kết thúc; *(of person talking)* nói hết; *(of movie)* chiếu hết; *(of work)* làm xong **3** *n (of product)* sự hoàn thiện; *(of race)* đích
♦ **finish off** *v/t drink, meal, work* kết thúc xong
♦ **finish up** *v/t food* ăn nốt; **he finished up liking it / living there** cuối cùng thì anh ấy thích cái đó/ sống ở đó
♦ **finish with** *boyfriend etc* chấm dứt quan hệ với

finish line đường kẻ của đích

Finland nước Phần Lan

Finn người Phần Lan

Finnish 1 *adj* Phần Lan **2** *n (language)* tiếng Phần Lan

fir cây thông

fire 1 *n (in grate, in room)* lửa; *(electric, gas)* lò sưởi; *(blaze)* đám cháy; *(bonfire, campfire etc)* đống

---

ch *(final)* k   **gh** g   **nh** *(final)* ng   **r** z; *(S)* r   **x** s   **â** *(but)*   **i** *(tin)*
d z; *(S)* y   **gi** z; *(S)* y   **ph** f   **th** t   **a** *(hat)*   **e** *(red)*   **o** *(saw)*
đ d   **nh** *(onion)*   **qu** kw   **tr** ch   **ă** *(hard)*   **ê** ay   **ô** oh

lửa; *be on ~* bị cháy; *catch ~* bắt lửa; *set X on ~*, *set ~ to X* làm cho X cháy lên, đốt cháy X **2** *v/i* (*shoot*) nổ súng **3** *v/t* F (*dismiss*) đuổi việc; *be ~d* bị sa thải

fire alarm còi báo cháy; **firearm** súng; **fire department** đội cứu hỏa; **fire engine** xe cứu hỏa; **fire escape** lối thoát hỏa hoạn; **fire extinguisher** bình chữa cháy; **fire fighter, fireman** lính cứu hỏa; **fireplace** lò sưởi; **fire truck** xe cứu hỏa; **firewood** củi; **fireworks** (*display*) pháo hoa

firm[1] *adj grip, handshake* chặt; *flesh, muscles* rắn chắc; *voice* cương quyết; *decision* dứt khoát; *a ~ deal* một thỏa thuận chắc chắn

firm[2] *n* COM hãng

first 1 *adj* đầu tiên, thứ nhất; *who's ~ please?* xin cho biết ai là người đầu tiên? **2** *n* (*person*) người đầu tiên **3** *adv arrive, finish* đầu tiên; (*beforehand*) trước hết; *~ of all* (*for one reason*) trước hết; *at ~* thoạt đầu

first aid việc sơ cứu; **first-aid box, first-aid kit** bộ dụng cụ sơ cứu; **first-born** *adj* đầu lòng; **first-class 1** *adj ticket, compartment* hạng nhất; (*very good*) hàng đầu **2** *adv travel* hạng nhất; **first floor** tầng trệt; **firsthand** *adj experience* trực tiếp; **first lady** phu nhân tổng thống

firstly (*in listing reasons*) thứ nhất là
first name tên
first-rate tốt nhất
fiscal *policy, measures* tài chính
fish 1 *n* cá **2** *v/i* câu cá
fishbone xương cá
fisherman người đánh cá
fishing nghề cá
fishing boat tàu đánh cá; **fishing**

line dây câu; **fishing rod** cần câu
fishmonger người bán cá; **fish sauce** nước mắm; **fish stick** lát cá tẩm bột
fishy F (*suspicious*) ám muội
fist nắm tay
fit[1] *n* MED cơn; *a ~ of rage / jealousy* cơn thịnh nộ / ghen
fit[2] *adj* (*physically*) khoẻ mạnh; (*morally*) xứng đáng; *keep ~* giữ sức khoẻ
fit[3] **1** *v/t clothes* vừa; *attach* lắp **2** *v/i* (*of clothes*) vừa; (*of piece of furniture etc*) vừa khớp **3** *n* sự vừa khớp; *it's a good ~* vừa vặn; *it's a tight ~* vừa khít
♦ **fit in** (*of person in group*) hòa hợp; *it fits in with our plans* cái đó ăn khớp với các kế hoạch của chúng ta
fitful *sleep* chập chờn
fitness (*physical*) sự sung sức
fitness center phòng thể dục thẩm mỹ
fitted kitchen nhà bếp có trang bị cố định
fitter *n* (*in factory*) thợ lắp ráp
fitting *adj position, memorial* thích hợp
fittings thiết bị
five năm
fix 1 *n* (*solution*) giải pháp; *be in a ~* F bị lúng túng **2** *v/t* (*attach*) đóng chặt; (*repair*) sửa chữa; (*arrange: meeting etc*) bố trí; *lunch* sửa soạn; (*dishonestly: match etc*) mua chuộc; *~ X onto Y* (*with glue, screws etc*) lắp X vào Y; *I'll ~ you a drink* tôi sẽ pha nước giải khát cho anh / chị
♦ **fix up** *meeting* thu xếp; *it's all fixed up* tất cả đã thu xếp xong
fixed (*in one position*) cố định; *timescale, exchange rate* đã được ấn định

---

ơ ur	y (tin)	ây uh-i	iê i-uh	oa wa	ôi oy	uy wee	ong aong
u (soon)	au a-oo	eo eh-ao	iêu i-yoh	oai wai	ơi ur-i	ênh uhng	uyên oo-in
ư (dew)	âu oh	êu ay-oo	iu ew	oe weh	uê way	oc aok	uyêt oo-yit

fixture (*in room*) thiết bị cố định

flab (*on body*) sự béo nhão

flabbergast: *be ~ed* F lặng đi vì sửng sốt

flabby *muscles, stomach* béo nhão

flag[1] *n* lá cờ

flag[2] *v/i* (*tire*) yếu đi

flair (*talent*) năng khiếu; *have a natural ~ for* có năng khiếu tự nhiên về

flake *n* (*of snow*) bông; (*of plaster, skin*) mảnh

♦ **flake off** *v/i* (*of plaster, paint, dead skin*) bong ra

flaky *skin, paint* bị bong ra

flaky pastry bột nhào cắt lát

flamboyant *personality* phô trương

flame *n* ngọn lửa

flammable dễ cháy

flan bánh bông lan

flank 1 *n* (*of horse etc*) sườn **2** *v/t* kèm hai bên; *be ~ed by ...* (*of person*) có ... đi kèm hai bên; (*of building*) có ... xây ở hai bên cạnh

flap 1 *n* (*of envelope, pocket*) nắp; (*of table*) mặt bàn phụ; *be in a ~* F bị bối rối **2** *v/t wings* vỗ **3** *v/i* (*of flag etc*) bay phần phật; F (*panic*) bối rối

flare 1 *n* (*distress signal*) pháo sáng; (*in dress*) loe **2** *v/t nostrils* phồng lên

♦ **flare up** (*of violence*) nổi bùng lên; (*of illness, rash*) tái phát; (*of fire*) cháy bùng lên; (*get very angry*) nổi nóng

flash 1 *n* (*of light*) ánh chớp sáng; PHOT đèn nháy; *in a ~* F ngay tức khắc; *have a ~ of inspiration* loé lên một tia cảm hứng; *~ of lightning* ánh chớp **2** *v/i* (*of light*) loé sáng **3** *v/t headlights* chớp sáng

flashback *n* (*in movie*) cảnh hồi tưởng

flashbulb bóng đèn nháy

flasher MOT đèn báo

flashlight đèn pin; PHOT đèn nháy

flashy *color, tie, clothes* sặc sỡ

flask bình thót cổ

flat 1 *adj surface, land* bằng phẳng; *beer* hả hơi; *battery* hết điện; *tire* bị xịt hơi; *shoes* đế dẹt; *sound, tone* đều đều; *and that's ~* F và dứt khoát là như vậy **2** *adv* MUS thấp; *~ out* work, run, drive hết tốc lực

flat-chested ngực lép

flat rate giá đồng hạng

flatten *v/t land, road* san phẳng; (*by bombing, demolition*) san bằng

flatter *v/t* nịnh hót

flattering *comments* tâng bốc; *color, clothes* làm tôn vẻ đẹp

flattery sự nịnh hót

flavor 1 *n* mùi vị **2** *v/t food* thêm gia vị

flavoring đồ gia vị

flaw *n* (*in system, plan, novel, logic*) sai sót; (*in s.o.'s character*) nhược điểm

flawless *beauty, complexion, French etc* hoàn hảo

flea bọ chét

flee *v/i* chạy trốn

fleet *n* NAUT hạm đội; (*of taxis, trucks*) đoàn xe

fleeting *visit etc* chớp nhoáng; *catch a ~ glimpse of* thoáng nhìn thấy

flesh thịt; (*of fruit*) cùi; *meet/see a person in the ~* gặp/nhìn thấy một người bằng xương bằng thịt; *the pleasures of the ~* những thú vui xác thịt

flex *v/t muscles* gập lại

flexible *arrangement, working hours* linh động; *material* dẻo; *I'm quite ~* (*about arrangements, timing*) tôi khá linh động

ch (*final*) k	gh g	nh (*final*) ng	r z; (S) r	x s	â (but)	i (tin)
d z; (S) y	gi z; (S) y	ph f	th t	a (hat)	e (red)	o (saw)
đ d	nh (onion)	qu kw	tr ch	ă (hard)	ê ay	ô oh

flick v/t tail ngoe nguẩy; **he ~ed a fly off his hand** anh ẩy phủi con ruồi khỏi bàn tay mình; **she ~ed her hair out of her eyes** cô ẩy gạt tóc ra khỏi mắt mình
♦ **flick through** book, magazine giở lướt

flicker v/i (of light, candle, computer screen) lóe lên

flies (on pants) cửa quần

flight (in airplane) chuyến bay; (flying) sự bay; (fleeing) cuộc chạy trốn; **~ (of stairs)** cầu thang

flight crew phi hành đoàn; **flight deck** (on aircraft carrier) sân bay trên boong; (in airplane) buồng lái; **flight number** số hiệu chuyến bay; **flight path** đường bay; **flight recorder** hộp đen; **flight time** (departure) giờ bay; (duration) thời gian bay

flighty lồng bồng

flimsy structure, furniture mỏng manh; dress, material mỏng; excuse hời hợt

flinch ngẩn ngại

fling v/t ném; **~ oneself into a chair** ngồi phịch xuống ghế; **she flung herself into his arms** cô ẩy lao người vào vòng tay anh ẩy
♦ **flip through** book, magazine lật nhanh

flipper (for swimming) chân nhái

flirt v/i tán tỉnh **2** n kẻ tán tỉnh

flirtatious girl, man, look hay tán tỉnh

float v/i nổi; FIN thả nổi

flock n (of sheep) đàn

flog v/t (whip) quất

flood 1 n nước lũ **2** v/t (of river) làm ngập lụt; **~ its banks** (of river) tràn qua bờ

flooding nạn lụt

floodlight n đèn pha

floor n (of room) sàn nhà; (story) tầng; (of ocean) đáy

floorboard ván sàn; **floor cloth** giẻ lau nhà; **floor lamp** đèn cây

flop 1 v/i đổ xuống; F (fail) thất bại **2** n F (failure) sự thất bại

floppy adj (not stiff) mềm; (weak) yếu mệt

floppy (disk) đĩa mềm

florist người bán hoa

flour bột mì

flourish v/i (of plants) mọc sum suê; (of business, civilization etc) phát triển

flourishing business, trade phát đạt

flow 1 v/i (of river) chảy; (of electric current) truyền; (of traffic) lưu thông; (of work) trôi chảy **2** n (of river) dòng chảy; (of information, ideas) sự trao đổi

flowchart biểu đồ phát triển

flower 1 n hoa **2** v/i (of plants) nở hoa

flowerbed luống hoa

flowerpot chậu hoa

flowery pattern có hình hoa; style of writing hoa mỹ

flu bệnh cúm

fluctuate v/i thay đổi bất thường

fluctuation sự thay đổi bất thường

fluency (in a language) sự lưu loát

fluent adj speaker, writer lưu loát; **he speaks ~ Vietnamese** anh ẩy nói tiếng Việt lưu loát

fluently speak, write lưu loát

fluff: a bit of ~ (material) một ít nùi bông

fluffy adj material, hair mịn; clouds xốp như bông; **~ toy** đồ chơi mịn

fluid n (in body) chất lỏng; (for brakes) dầu

flunk v/t F subject trượt vỏ chuối

fluorescent huỳnh quang; **~ light** đèn nê ông

ơ ur	**y** (tin)	**ây** uh-i	**iê** i-uh	**oa** wa	**ôi** oy	**uy** wee	**ong** aong
u (soon)	**au** a-oo	**eo** eh-ao	**iêu** i-yoh	**oai** wai	**ơi** ur-i	**ênh** uhng	**uyên** oo-in
ư (dew)	**âu** oh	**êu** ay-oo	**iu** ew	**oe** weh	**uê** way	**oc** aok	**uyêt** oo-yit

flush 1 v/t toilet giật nước; ~ **X down the toilet** giật nước cho X trôi xuống hố xí **2** v/i (of toilet) trôi sạch; (go red in the face) ửng đỏ **3** adj (level) ngang bằng; **be ~ with ...** ngang bằng với ...

♦ **flush away** (down toilet) giật nước cho trôi đi

♦ **flush out** rebels etc lôi ra ngoài

fluster v/t bối rối; **get ~ed** bị bối rối

flute ống sáo

flutter v/i (of bird, wings) vỗ cánh; (of flag) phất phới; (of heart) xao xuyến

fly¹ n (insect) con ruồi

fly² n (on pants) cửa quần

fly³ 1 v/i (of bird, airplane) bay; (in airplane) đi máy bay; (of flag) tung bay; (rush) lao vụt; ~ **into a rage** nổi khùng lên **2** v/t airplane lái; airline đi máy bay; (transport by air) vận chuyển bằng máy bay

♦ **fly away** (of bird, airplane) bay đi

♦ **fly back** v/i (travel back) bay về

♦ **fly in 1** v/i (of passengers) chở bằng máy bay **2** v/t supplies etc vận chuyển bằng máy bay

♦ **fly off** (of hat etc) bay tuột khỏi

♦ **fly out** v/i bay đi

♦ **fly past** (in formation) bay diễu hành; (of time) trôi nhanh

flying n đi máy bay

foam n (on liquid) bọt

foam rubber cao su bọt

FOB (= free on board) giao hàng ở cảng dỡ hàng

focus n PHOT tiêu điểm; (of attention) trung tâm; **be in ~/out of ~** PHOT ở trong tiêu điểm/ở ngoài tiêu điểm

♦ **focus on** problem, issue tập trung vào; PHOT chỉnh tiêu điểm vào

fodder thức ăn gia súc

fog sương mù

foggy có sương mù

foil¹ n (silver ~ etc) lá

foil² v/t (thwart) ngăn chặn

fold 1 v/t paper etc gấp; ~ **one's arms** khoanh tay **2** v/i (of business) ngừng hoạt động **3** n (in cloth etc) nếp gấp

♦ **fold up 1** v/t gấp lại **2** v/i (of chair, table) gấp

folder (for documents) bìa kẹp; COMPUT thư mục

folding gấp; ~ **chair** ghế gấp

foliage tán lá

folk (people) người; **my ~** (family) người nhà tôi; **come in, ~s** F vào đi các cậu

folk dance múa dân gian; **folk music** nhạc dân gian; **folk singer** ca sĩ dân gian; **folk song** dân ca

follow 1 v/t person, road, guidelines theo; TV series, news theo dõi; (understand) hiểu rõ; ~ **me** hãy theo tôi **2** v/i đi theo; (logically) tiếp nối; **it ~s from this that ...** xuất phát từ cái này nên ...; **as ~s** như sau

♦ **follow up** v/t letter, inquiry tiếp theo

follower (of politician, football team etc) người ủng hộ; (of TV program) người theo dõi

following 1 adj pages, points sau đây; ~ **day/night** ngày/đêm hôm sau **2** n (people) nhóm người ủng hộ; **the ~** những gì sau đây

follow-up meeting cuộc họp tiếp sau

follow-up visit (to doctor etc) cuộc thăm tiếp theo

folly (madness) sự ngu xuẩn

fond (loving) yêu mến; memory trìu mến; **be ~ of** thích

fondle v/t vuốt ve

fondness (for parents, sister etc) sự

---

ch (final) k	**gh** g	**nh** (final) ng	**r** z; (S) r	**x** s	**â** (but) **i** (tin)
d z; (S) y	**gi** z; (S) y	**ph** f	**th** t	**a** (hat)	**e** (red) **o** (saw)
đ d	**nh** (onion)	**qu** kw	**tr** ch	**ă** (hard)	**ê** ay **ô** oh

yêu mến; (*for wine, food etc*) sự yêu thích

font (*for printing*) nét chữ

food thức ăn; (*cuisine, cooking*) món ăn; *French* / *Vietnamese* ~ món ăn Pháp / Việt Nam

food freak F người sành ăn; **food mixer** máy trộn thức ăn; **food poisoning** ngộ độc thức ăn

fool *n* ngu dân; *make a* ~ *of oneself* xử sự một cách ngốc nghếch

♦ **fool around** làm điều ngu ngốc; (*sexually*) lăng nhăng

♦ **fool around with** *knife, drill etc* nghịch dại dột với

foolish *person, thing to do* khờ dại

foolproof *system* đáng tin cậy

foot (*of person, animal*) chân; (*measurement*) phít; *on* ~ đi bộ; *at the* ~ *of the page* ở cuối trang; *at the* ~ *of the hill* ở chân đồi; *put one's* ~ *in it* F phạm sai lầm

football (*American-style*) bóng đá kiểu Mỹ; (*soccer*) bóng đá; (*ball*) quả bóng đá; **football player** (*American-style*) cầu thủ bóng đá kiểu Mỹ; (*soccer*) cầu thủ bóng đá; **footbridge** cầu cho người đi bộ; **foothills** dãy đồi phía dưới

footing (*basis*) cơ sở; *lose one's* ~ trượt chân; *be on the same / a different* ~ có quan hệ bình đẳng / khác biệt; *be on a friendly* ~ *with* ... có quan hệ hữu nghị với ...

footlights dãy đèn sàn sân khấu; **footnote** chú thích cuối trang; **footpath** đường mòn; **footprint** dấu chân; **footstep** bước chân; *follow in s.o.'s* ~*s* (*professionally*) theo cùng nghề với ai; **footwear** giày dép

for ◊ cho; *clothes* ~ *children* quần áo dành cho trẻ con; *here's a*

letter ~ *you* đây là bức thư gửi cho anh / chị; *this is* ~ *you* đây là cho anh / chị; *what is there* ~ *lunch?* bữa trưa có gì ăn nhỉ?; *the steak is* ~ *me* miếng thịt nướng này là của tôi; *it's too big / small* ~ *you* đối với anh / chị thì là quá to / nhỏ ◊ (*purpose*) để; *what is this* ~? cái này để làm gì?; *what* ~? để làm gì? ◊ (*destination etc*) đi; *a train* ... ~ tàu hỏa đi ... ◊ (*time*) trong; ~ *three days / two hours* trong ba ngày / hai giờ; *please get it done* ~ *Monday* xin làm xong cái đó vào ngày thứ Hai ◊ (*distance*) được; *I walked* ~ *a mile* tôi đã đi được một dặm; *it stretches* ~ *100 miles* trải dài ra một trăm dặm ◊ (*in favor of*) ủng hộ; *I am* ~ *the idea* tôi ủng hộ ý kiến ◊ (*instead of, in behalf of*) giúp cho; *let me do that* ~ *you* để tôi làm hộ anh / chị; *we are agents* ~ ... chúng tôi là đại lý của ... ◊ (*in exchange for*) với giá; *I bought it* ~ *$25* tôi đã mua nó với giá 25$; *how much did you sell it* ~? anh / chị đã bán nó với giá bao nhiêu?

forbid cấm; ~ *X to do Y* cấm X không được làm Y

forbidden bị cấm; *smoking / parking* ~ cấm hút thuốc / đỗ xe

forbidding *person, tone, prospect* gớm guốc

force 1 *n* (*violence*) vũ lực; (*of explosion, wind, punch*) sức mạnh; *come into* ~ (*of law etc*) có hiệu lực; *the* ~*s* MIL lực lượng vũ trang **2** *v/t door, lock* phá bung; ~ *X to do Y* bắt ép X phải làm Y; ~ *X open* phá bung X

forced *laugh, smile* gượng ép; *confession* bị ép buộc

forced landing sự hạ cánh khẩn

ơ ur	**y** (tin)	**ây** uh-i	**iê** i-uh	**oa** wa	**ôi** oy	**uy** wee	**ong** aong
u (soon)	**au** a-oo	**eo** eh-ao	**iêu** i-yoh	**oai** wai	**ơi** ur-i	**ênh** uhng	**uyên** oo-in
u (dew)	**âu** oh	**êu** ay-oo	**iu** ew	**oe** weh	**uê** way	**oc** aok	**uyêt** oo-yit

cấp

forceful *argument, speaker* có sức thuyết phục; *character* mạnh mẽ

forceps fóoc xép

forcible *entry* bằng sức mạnh; *argument* mạnh mẽ

ford *n* chỗ sông cạn

fore: *come to the* ~ nổi bật lên

foreboding linh tính; **forecast 1** *n* sự dự đoán; *(of weather)* sự dự báo thời tiết **2** *v/t* dự báo; **forecourt** *(of garage)* sân trước trạm xăng; **forefathers** tổ tiên; **forefinger** ngón trỏ; **foregone**: *that's a ~ conclusion* đó là kết quả đã được dự đoán trước; **foreground** cận cảnh; **forehand** *(in tennis)* cú đập; **forehead** trán

foreign nước ngoài

foreign affairs việc ngoại giao

foreign currency ngoại tệ

foreigner người nước ngoài

foreign exchange ngoại hối; **foreign language** ngoại ngữ; **Foreign Office** *Br* Bộ Ngoại Giao; **foreign policy** chính sách đối ngoại; **Foreign Secretary** *Br* bộ trưởng Bộ Ngoại Giao

foreman đốc công; *LAW* chủ tịch ban hội thẩm; **foremost** quan trọng nhất; **forerunner** *(person)* người mở đường; *(of modern diesel engine etc)* tiền thân; **foresee** *v/t* dự đoán; **foreseeable** có thể dự đoán trước; *in the ~ future* trong tương lai gần đây; **foresight** sự lo xa

forest rừng

forestry lâm nghiệp

foretaste sự mở đầu

foretell đoán trước

forever mãi mãi

foreword lời mở đầu

forfeit *v/t right, privilege etc* bị mất

forge *v/t (counterfeit)* làm giả; *signature* giả

forger *(of counterfeit money)* kẻ làm giả

forgery *(of bank bill etc)* việc làm giả; *(document, painting)* đồ giả

forget quên

forgetful *person* hay quên

forget-me-not *(flower)* hoa lưu ly

forgive *v/t & v/i* tha thứ

forgiveness sự khoan dung

fork *n* cái nĩa; *(in road)* ngã ba

♦fork out *v/i* F *(pay)* trả tiền

forklift *(truck)* xe nâng

form 1 *n (shape)* hình thức; *(document)* tờ khai **2** *v/t (in clay etc)* nặn; *friendship* xây đắp; *opinion* hình thành; *past tense etc* hình thái **3** *v/i (take shape, develop)* hình thành

formal *language, word, behavior* trang trọng; *dress, reception* theo nghi thức; *recognition etc* chính thức

formality *(being formal)* nghi thức; *(procedure)* thủ tục; *it's just a ~* chỉ làm cho có lệ thôi

formally *adv speak, behave* một cách trang trọng; *accepted, recognized* một cách chính thức

format 1 *v/t diskette* định khuôn dạng; *document* trình bầy **2** *n (size: of magazine, paper etc)* khổ; *(make-up: of program)* sự định khuôn dạng

formation *(of s.o.'s character)* sự hình thành; *(of past tense etc)* sự cấu tạo; *(of airplanes)* đội hình

formative *influence* định hình; *in his ~ years* những năm hình thành tính cách của anh ấy

former 1 *adj* trước **2** *n*: *the ~ (of things)* cái trước; *(of people)* người trước

---

ch *(final)* k	gh g	nh *(final)* ng	r z; *(S)* r	x s	â (but)	i (tin)
d z; *(S)* y	gi z; *(S)* y	ph f	th t	a (hat)	e (red)	o (saw)
đ d	nh (onion)	qu kw	tr ch	ă (hard)	ê ay	ô oh

formerly trước kia

formidable *opponent, personality* đáng gờm; *task* quá khó khăn

formula MATH, CHEM công thức; *(for success etc)* phương pháp

formulate *(express)* diễn đạt

fort MIL pháo đài

forth: *back and ~* đi tới đi lui; *and so ~* và vân vân

forthcoming *(future)* sắp tới; *personality* cởi mở

fortieth *adj* thứ bốn mươi

fortnight *Br* hai tuần

fortress MIL pháo đài lớn

fortunate may mắn

fortunately may mắn là

fortune *(luck)* vận may; *(lot of money)* gia tài lớn

fortune-teller thầy bói

forty bốn mươi

forward 1 *adv* walk, move, drive* về phía trước **2** *adj pej: person* sỗ sàng **3** *n* SP tiền đạo **4** *v/t letter* gửi chuyển tiếp

forwarding agent COM đại lý vận chuyển hàng hóa

fossil hóa thạch

foster child con nuôi tạm

foster parents cha mẹ đỡ đầu

foul 1 *n* SP cú phạm lỗi **2** *adj smell, taste* hôi thối; *weather* xấu **3** *v/t* SP chơi xấu

found *v/t school etc* sáng lập

foundation *(of theory etc)* nguyên lý; *(organization)* quỹ tài trợ; *(basis)* cơ sở

foundations *(of building)* nền móng

founder *n (of institution, club, company)* người sáng lập

foundry lò đúc

fountain đài phun nước

four bốn

four-star *adj hotel etc* bốn sao

fourteen mười bốn

fourteenth *adj* thứ mười bốn

fourth *adj* thứ bốn

fowl gà vịt

fox *n* con cáo

fraction chút ít; MATH phần số

fracture 1 *n* sự gãy **2** *v/t* gãy

fragile mỏng manh

fragment *(of vase etc)* mảnh vỡ; *(of story, conversation)* phần nhỏ

fragmentary vụn vặt

fragrance hương thơm

fragrant thơm

frail yếu ớt

frame 1 *n (of picture, window, bicycle)* khung; *(of eyeglasses)* gọng; *~ of mind* tâm trạng **2** *v/t picture* đóng khung; F *person* ghép tội oan

framework *(for new novel)* cốt truyện; *(for peace agreement etc)* khuôn khổ

France nước Pháp

frank *person, discussion* thẳng thắn

frankly một cách thẳng thắn; *~, it's not worth it* thành thực mà nói, nó không đáng đâu

frantic *search, preparations* dữ dội

fraternal anh em

fraud sự lừa đảo; *(person)* kẻ lừa đảo

fraudulent *claims* lừa đảo

frayed *cuffs* bị sờn

freak 1 *n (unusual event)* biến cố bất thường; *(two-headed person, animal etc)* quái dị; F *(strange person)* người khác thường; *movie/jazz ~ (fanatic)* người mê phim ảnh/nhạc jazz **2** *adj wind, storm etc* dữ dội khác thường

freckle tàn nhang

free 1 *adj (at liberty)* tự do; *(no cost)* miễn phí; *room, table* trống; *are you ~ this afternoon?* chiều nay

---

ơ ur	y (tin)	ây uh-i	iê i-uh	oa wa	ôi oy	uy wee	ong aong
u (soon)	au a-oo	eo eh-ao	iêu i-yoh	oai wai	ơi ur-i	ênh uhng	uyên oo-in
ư (dew)	âu oh	êu ay-oo	iu ew	oe weh	uê way	oc aok	uyêt oo-yit

anh/chị có rỗi không?; ~ **and easy**
thoải mái; **for** ~ (travel, get sth)
miễn phí **2** v/t prisoners thả
freebie F quà tặng
freedom tự do
freedom of the press tự do báo
chí
free kick (in soccer) đá phạt trực
tiếp; **freelance 1** adj worker,
journalist, contributor theo nghề tự
do **2** adv work theo nghề tự do;
freelancer người làm nghề tự do;
free market economy kinh tế thị
trường tự do; **free sample** hàng
mẫu miễn phí; **free speech** tự do
ngôn luận; **freeway** đường cao
tốc; **freewheel** v/i (on bicycle) thả
xe
freeze 1 v/t river etc làm đóng băng;
food làm đông lạnh; wages hạn
định; bank account niêm phong;
video tạm dừng **2** v/i (of water)
đóng băng
♦ **freeze over** (of river) phủ băng
freezer tủ đá
freezing 1 adj temperatures, wind,
day băng giá; **it's ~ out here** ở
ngoài này giá lạnh hết sức; **it's ~
(cold)** (of weather, water) lạnh như
băng giá; **I'm ~ (cold)** tôi đang bị
rét cóng **2** n điểm đông lạnh; **10
below** ~ 10 độ dưới điểm đông
freezing compartment ngăn đá
freezing point điểm đông lạnh
freight n hàng hóa chuyên chở;
(costs) tiền chuyên chở
freight car (on train) toa trần
freighter (ship) tàu thủy chở hàng;
(airplane) máy bay chở hàng
freight train xe lửa chở hàng
French 1 adj Pháp **2** n (language)
tiếng Pháp; **the** ~ người Pháp
French doors cửa kính đôi; **French
fries** khoai tây rán; **Frenchman**

đàn ông Pháp; **Frenchwoman**
phụ nữ Pháp
frequency sự lặp đi lặp lại, sự
thường xuyên; (of radio) tần số
frequent¹ adj thường xuyên; **how ~
are the trains?** tàu hỏa có đi
thường xuyên lắm không?
frequent² v/t bar thường lui tới
frequently thường xuyên
fresh fruit, meat etc tươi; weather
khá lạnh; wind lạnh; (new) mới;
(impertinent) hỗn xược; **make a ~
start** bắt đầu lại từ đầu
♦ **freshen up 1** v/i tắm rửa **2** v/t
room, paintwork sửa sang lại
freshman sinh viên năm thứ nhất
freshness (of fruit, meat) sự tươi
ngon; (of style, approach) tính độc
đáo; (of climate) sự mát lạnh
freshwater adj nước ngọt
fret v/i lo lắng
friction PHYS sự ma sát; (between
people) sự xích mích
friction tape băng cách điện
Friday thứ Sáu
fridge tủ lạnh
fried egg trứng rán; **fried potatoes**
khoai tây rán; **fried rice** cơm rang;
fried spring roll nem rán
friend bạn; **make ~s** (of one person)
kết bạn; (of two people) trở thành
bạn; **make ~s with X** kết bạn với
X
friendly adj smile, meeting, person
thân mật; restaurant, hotel mến
khách; (easy to use) dễ sử dụng; **be
~ with X** (be friends) thân với X
friendship tình bạn
fries khoai tây rán
fright sự hoảng sợ; **give X a ~** làm
cho X hoảng sợ
frighten v/t làm hoảng sợ; **be ~ed**
hoảng sợ; **don't be ~ed** đừng
hoảng sợ; **be ~ed of** sợ

---

ch (final) k	**gh** g	**nh** (final) ng	**r** z; (S) r **x** s **â** (but) **i** (tin)
d z; (S) y	**gi** z; (S) y	**ph** f	**th** t **a** (hat) **e** (red) **o** (saw)
đ d	**nh** (onion)	**qu** kw	**tr** ch **ă** (hard) **ê** ay **ô** oh

frightening *noise, person, prospect* dễ sợ

frigid (*sexually*) lãnh cảm

frill (*on dress etc*) điểm xếp nếp; (*fancy extra*) chi phí thêm

fringe (*on dress, curtains etc*) diềm tua; (*in hair*) mái bằng; (*of society*) bên lề; (*of city*) ven

frisk *v/t* lần soát

frisky *puppy etc* thích nô đùa

♦ **fritter away** *time, fortune* phung phí

frivolous *person, pleasures* phù phiếm

frizzy *hair* quăn tít

frog con ếch

frogman người nhái

from ◊ (*in time*) từ; ~ *9 to 5* (*o'clock*) từ 9 giờ đến 5 giờ; ~ *the 18th century* từ thế kỷ thứ 18; ~ *today on* từ hôm nay trở đi; ~ *next Tuesday* từ thứ Ba sau ◊ (*in space*) từ; ~ *here to there* từ đây đến đó; *we drove here ~ Hanoi* chúng tôi lái xe từ Hà Nội đến đây ◊ (*origin*) của; *a letter ~ Jo* một bức thư của Jo; *a gift ~ the management* một tặng phẩm của ban quản trị; *it doesn't say who it's ~* không có ghi rõ cái này là do ai gửi; *I am ~ New Jersey* tôi từ New Jersey tới; *made ~ bananas* làm bằng chuối ◊ (*because of*) do; *tired ~ the journey* mệt mỏi do chuyến đi; *it's ~ overeating* là do ăn quá nhiều

front 1 *n* (*of building*) mặt trước; (*of book*) bìa trước; (*cover organization*) bình phong; MIL mặt trận; (*of weather*) frông, phía trước; *in ~* ở phía trước; *in ~ of* ở phía trước; *at the ~* ở đằng trước; *at the ~ of* ở đằng trước 2 *adj wheel, seat* trước 3 *v/t TV program* giới thiệu

front cover bìa trước; **front door** cửa trước; **front entrance** lối ra vào phía trước

frontier biên giới; *fig* (*of knowledge, science*) lĩnh vực

front page (*of newspaper*) trang nhất; **front page news** tin tức trang nhất; **front row** hàng thứ nhất; **front seat passenger** (*in car*) hành khách ghế trên; **front-wheel drive** thiết bị truyền lực cho bánh trước

frost *n* sương giá

frosted glass kính mờ

frosting (*on cake*) kem trứng

frosty *weather* có sương giá; *fig* (*welcome*) lãnh đạm

froth bọt

frothy *cream etc* sủi bọt

frown 1 *n* sự nghiêm nghị 2 *v/i* cau mày

frozen *feet etc* lạnh cứng; *wastes of Siberia* băng giá; *food* đông lạnh; *I'm ~* F tôi bị tê cóng

frozen food thức ăn đông lạnh

fruit trái cây (*S*), hoa quả (*N*); (*individual*) quả; *fig* kết quả; *what is this ~?* quả này là quả gì?

fruitful *talks etc* có nhiều kết quả

fruit juice nước trái cây (*S*), nước hoa quả (*N*)

fruit salad sa-lát hoa quả

frustrate *v/t person* cản trở; *plans* làm thất bại

frustrated *look, sigh* chán nản

frustrating làm nản lòng

frustratingly *slow, hard* làm nản lòng

frustration sự bực mình; *sexual ~* sự không thỏa mãn về tình dục; *the ~s of modern life* sự thất vọng của cuộc sống hiện đại

---

ơ ur	y (tin)	ây uh-i	iê i-uh	oa wa	ôi oy	uy wee	ong aong
u (soon)	au a-oo	eo eh-ao	iêu i-yoh	oai wai	ơi ur-i	ênh uhng	uyên oo-in
ư (dew)	âu oh	êu ay-oo	iu ew	oe weh	uê way	oc aok	uyêt oo-yit

fry v/t rán; (stir-~) xào

frying pan chảo

fuck v/t V đéo; **~!** đéo mẹ!; **~ him/ that!** đéo mẹ nó!

♦ **fuck off** V cút đi; **~!** cút đi!

fucking V **1** adj chết tiệt **2** adv hot, brilliant đéo chịu được; **don't be ~ stupid!** đừng có ngu!

fuel n nhiên liệu

fugitive n người chạy trốn

fulfill v/t thực hiện; **feel ~ed** (in job, life) cảm thấy thỏa mãn

fulfilling job vừa ý

fulfillment (of contract etc) sự thực hiện; (moral, spiritual) sự thỏa mãn

full bottle, diskette đầy; hotel, bus đầy khách; account, report đầy đủ; schedule kín; day bận; **~ of** (of water, tourists, errors etc) đầy; **~ up** (of hotel etc) hết chỗ; (with food) no; **pay in ~** trả hết; **have a ~ life** có một cuộc sống đầy ý nghĩa

full board bao cả phòng và ăn uống; **full coverage** (insurance) bảo hiểm toàn diện; **full-grown** adult trưởng thành thực sự; animal lớn hết cỡ; **full-length** dress dài chấm gót; movie trọn vẹn; **full moon** trăng tròn; **full-time 1** adj worker, job cả buổi **2** adv work cả buổi

fully booked hết sạch; understand, explain, recovered hoàn toàn, hẳn; describe đầy đủ

fumble v/t ball etc lóng ngóng

♦ **fumble around** sờ soạng

fume: be fuming F (be very angry) nổi đóa

fumes (from vehicles, machines) khói; (chemical) khí

fun sự vui thích; **it was great ~** thật là vui; **bye, have ~!** tạm biệt, vui chơi thỏa thích nhé!; **for ~** để làm

trò vui; **make ~ of** (of person, decision etc) giễu cợt

function 1 n chức năng; (reception etc) buổi lễ chính thức **2** v/i (of machine etc) vận hành; **~ as** dùng như

fund 1 n quỹ **2** v/t project etc tài trợ

fundamental (basic) cơ bản; (substantial) quan trọng; (crucial) chủ yếu

fundamentally different, altered một cách cơ bản

funeral đám tang

funeral home phòng lễ tang

funfair hội chợ giải trí

funicular (railway) đường sắt leo núi

funnel n (of ship) ống khói

funnily (oddly) kỳ lạ; (comically) khôi hài; **~ enough** thật là kỳ lạ

funny (comical) buồn cười; (odd) lạ lùng

fur lông thú

furious (angry) giận dữ; **at a ~ pace** với một tốc độ dữ dội

furnace (for metal) lò luyện kim; (for glass) lò nấu thủy tinh

furnish room trang bị đồ đạc; (supply) cung cấp

furniture đồ đạc; **a piece of ~** một món đồ

furry animal bằng lông thú

further 1 adj (additional) thêm nữa; (more distant) xa hơn nữa; **until ~ notice** cho tới khi có thông báo mới; **have you anything ~ to say?** anh/chị có điều gì nói thêm nữa không? **2** adv walk, drive xa hơn nữa; **~, I want to say ...** hơn nữa, tôi muốn nói rằng ...; **2 miles ~ (on)** xa hơn 2 dặm nữa **3** v/t cause etc thúc đẩy

furthest adj & adv xa nhất

furtive glance trộm

---

ch (final) k	**gh** g	**nh** (final) ng	**r** z; (S) r	**x** s	**â** (but)	**i** (tin)
d z; (S) y	**gi** z; (S) y	**ph** f	**th** t	**a** (hat)	**e** (red)	**o** (saw)
đ d	**nh** (onion)	**qu** kw	**tr** ch	**ă** (hard)	**ê** ay	**ô** oh

fury (*anger*) cơn cuồng nộ

fuse ELEC **1** *n* cầu chì **2** *v/i* đứt cầu chì **3** *v/t* hàn nối

fusebox hộp cầu chì

fuselage thân máy bay

fuse wire dây chì

fusion đúc hợp

fuss *n* sự ầm ĩ; **make a ~** (*complain*) làm ầm ĩ; (*behave in exaggerated way*) làm rối rít; **make a ~ of** (*be very attentive to*) chăm sóc quá mức

fussy *person* cầu kỳ; *design etc* kiểu cách; **be a ~ eater** là một người ăn rất cầu kỳ

futile vô ích

future *n* tương lai; GRAM thì tương lai; **in ~** trong tương lai

futures FIN hợp đồng kỳ hạn

futures market FIN thị trường kỳ hạn

futuristic *design* rất hiện đại

fuzzy *hair* xoăn tít; (*out of focus*) mờ nhạt

G

gadget đồ dùng

gag 1 *n* cái banh miệng; (*joke*) trò khôi hài **2** *v/t person, the press* bịt miệng

gain *v/t* (*acquire*) đạt được; **~ speed** đạt được tốc độ; **~ 10 pounds** lên 10 pao

gale cơn bão

gallant ga-lăng

gall bladder túi mật

gallery (*for art*) phòng tranh; (*in theater*) hạng chuồng gà

galley (*on ship*) bếp

gallon galông

gallop *v/i* phi nước đại

gallows giá treo cổ

gallstone sỏi mật

gamble vi đánh cờ bạc; **~ on sth** đánh cuộc gì

gambler con bạc

gambling trò cờ bạc

game *n* (*sport*) môn chơi; (*children's*) trò chơi; (*in tennis*) ván

gang (*criminal*) băng cướp

♦ **gang up on** vào hùa bắt nạt

gangster kẻ cướp, găng xtơ

gangway cầu tàu

gap (*in wall*) lỗ hổng; (*in life history*) sự gián đoạn; (*for parking, in list*) khoảng trống; (*in time, conversation*) chỗ ngắt quãng; (*between two people's characters*) sự khác nhau

gape *v/i* (*of person*) há hốc mồm nhìn; (*of hole*) mở to

♦ **gape at** há hốc mồm nhìn

gaping *hole* mở rộng

garage (*for parking*) nhà để xe; (*for repairs*) xưởng sửa chữa ô tô

garbage rác; (*poor quality item*) đồ bỏ đi; (*nonsense*) điều vô nghĩa

garbage can thùng rác

garden vườn

gardener người làm vườn

gardening công việc làm vườn

gargle *v/i* súc miệng

ơ ur	y (tin)	ây uh-i	iê i-uh	oa wa	ôi oy	uy wee	ong aong
u (soon)	au a-oo	eo eh-ao	iêu i-yoh	oai wai	ơi ur-i	ênh uhng	uyên oo-in
ư (dew)	âu oh	êu ay-oo	iu ew	oe weh	uê way	oc aok	uyêt oo-yit

garish lòe loẹt

garland n vòng hoa

garlic tỏi

garment áo quần

garnish v/t bày biện

garrison n (troops) đơn vị đồn trú; (place) nơi đồn trú

garter nịt bít tất

gas n chất khí; (for heating, cooking) ga; (gasoline) xăng dầu

gash n vết thương

gasket miếng đệm

gasoline xăng dầu

gasp 1 n sự thở hổn hển 2 v/i (with exhaustion) thở hổn hển; (with surprise, pleasure) há hốc mồm; ~ for breath thở hổn hển

gas pedal bộ tăng tốc; gas pump bơm ga; gas station trạm bán xăng; gas works nhà máy sản xuất hơi đốt

gate (of house, castle) cổng; (at airport) cửa

gatecrash không mời mà đến

gateway lối ra vào; fig cửa ngõ

gather 1 v/t facts, information thu thập; am I to ~ that ...? phải chăng tôi phải hiểu rằng ...?; ~ speed tăng tốc độ 2 v/i (understand) hiểu

♦ gather up possessions thu thập

gathering n (group of people) cuộc hội họp

gaudy lòe loẹt

gauge 1 n đồng hồ đo 2 v/t đo

gaunt face hốc hác

gauze (of cotton) gạc; (of silk) sa

gay 1 n (homosexual) người đồng tính luyến ái 2 adj men, club đồng tính luyến ái

gaze 1 n cái nhìn chằm chằm 2 v/i nhìn chằm chằm

♦ gaze at nhìn chằm chằm vào

GB (= Great Britain) nước Anh

GDP (= gross domestic product) tổng sản lượng trong nước

gear n (equipment) dụng cụ; (in vehicles) số

gear lever, gear shift cần sang số

gecko con cắc kè

gel n (for hair, shower) dầu

gem (precious stone) đá quý; fig (book etc) vật quý giá; (person) viên ngọc quý

gender GRAM giống; (sex) giới tính

gene gien; it's in his ~ có sẵn trong gien của anh ấy

general 1 n (in army) tướng; in ~ nói chung 2 adj (overall, miscellaneous) chung; (widespread) phổ biến

general election Tổng tuyển cử

generalization sự khái quát; that's a ~ đó là một sự khái quát hóa

generalize khái quát hóa

generally nói chung

generate (create) tạo ra; electricity phát ra; (in linguistics) tạo thành

generation thế hệ; (of electricity) sự sản xuất

generation gap khoảng cách thế hệ

generator ELEC máy phát điện

generosity (with money) tính hào phóng

generous (with money) hào phóng; (not too critical) rộng lượng; portion etc dồi dào

genetic di truyền

genetically về mặt di truyền

genetic engineering kỹ thuật gen

genetic fingerprint dấu vân tay liên quan tới di truyền

geneticist nhà di truyền học

genetics di truyền học

genial person, company vui vẻ

genitals cơ quan sinh dục

genius thiên tài

---

gentle *person, voice, touch* dịu dàng; *breeze* nhẹ

gentleman người đàn ông hào hoa phong nhã

gents (*toilet*) phòng vệ sinh nam

genuine (*real*) đích thực; (*sincere*) chân thật

geographical *features* địa lý

geography địa lý

geological địa chất

geologist nhà địa chất

geology địa chất

geometric(al) hình học

geometry hình học

geriatric *n & adj* lão khoa

germ vi trùng; (*of idea etc*) mầm mống

German 1 *adj* Đức **2** *n* (*person*) người Đức; (*language*) tiếng Đức

Germany nước Đức

germ warfare chiến tranh vi trùng

gesticulate khoa tay múa chân

gesture *n* (*with hand*) cử chỉ; *fig* (*of friendship*) thái độ

get *v/t* (*obtain*) lấy; (*buy*) mua được; (*fetch*) kiếm; (*receive: letter*) nhận được; (*receive: knowledge, respect etc*) giành được; (*catch: bus, train etc*) đón; (*understand*) hiểu được; ~ *going* (*leave*) đi ◊ (*become*) trở nên; **things are ~ting serious** sự việc trở nên trầm trọng; **he's ~ting old** anh ấy già đi; **I'm ~ting tired** tôi thấy mệt ◊ (*causative*): ~ *sth done* (*do oneself*) làm gì; (*have s.o. else do sth*) đi làm gì; ~ *one's hair cut* đi chuẩn bị gì; ~ *sth ready* chuẩn bị gì; ~ *the car/TV fixed* (*by s.o. else*) mang xe/TV cho người ta sửa; **I'll ~ it sorted out for you** (*by oneself*) tôi sẽ giải quyết cho anh/chị; **I'll ~ it done by tomorrow night** (*by s.o. else or by oneself*) việc sẽ được giải

quyết xong xuôi trước tối mai; ~ *s.o. to do sth* thuyết phục ai làm gì ◊ (*have opportunity*): ~ *to do sth* có cơ hội làm gì; **I didn't ~ to meet him** tôi đã không có dịp gặp anh ấy; **did you ~ to visit the temple?** anh/chị đã có dịp đi thăm đến không? ◊: **have got** (*possess*) có; **I've got three tickets** tôi có ba vé; **have you got enough time?** anh/chị có đủ thời giờ không?; **I haven't got time** tôi không có thời giờ ◊: **have got to** phải; **I have got to study** tôi phải học; **I don't want to, but I've got to** tôi không muốn …, nhưng tôi phải … ◊: ~ *to know s.o.* làm quen với ai

♦ **get along** (*progress*) có tiến bộ; (*come to party etc*) tới; (*with s.o.*) ăn ý

♦ **get around** (*travel*) đi du lịch nhiều chỗ; (*be mobile*) đi lại

♦ **get at** (*criticize*) chỉ trích; (*imply, mean*) hàm ý

♦ **get away 1** *v/i* (*leave*) đi khỏi **2** *v/t*: **get sth away from s.o.** lấy gì ra khỏi ai

♦ **get away with: I'll let you ~ it this time** lần này thì tôi tha cho anh/chị

♦ **get back 1** *v/i* (*return*) trở về; **I'll ~ to you on that** tôi sẽ trả lời anh/chị về việc đó **2** *v/t* (*obtain again*) lấy lại

♦ **get by** (*pass*) đi qua; (*financially*) xoay sở được

♦ **get down 1** *v/i* (*from ladder etc*) xuống; (*duck etc*) cúi xuống **2** *v/t* (*depress*) làm chán nản

♦ **get down to** (*start: work*) bắt đầu; (*reach: real facts*) đạt tới

♦ **get in 1** *v/i* (*arrive: of train, plane*) tới; (*come home*) về; (*to car*) lên;

ơ ur	**y** (tin)	**ây** uh-i	**iê** i-uh	**oa** wa	**ôi** oy	**uy** wee	**ong** aong
u (soon)	**au** a-oo	**eo** eh-ao	**iêu** i-yoh	**oai** wai	**ơi** ur-i	**ênh** uhng	**uyên** oo-in
ư (dew)	**âu** oh	**êu** ay-oo	**iu** ew	**oe** weh	**uê** way	**oc** aok	**uyêt** oo-yit

how did they ~? (*of thieves, snakes etc*) làm sao chúng vào được bên trong? **2** *v/t* (*to suitcase etc*) nhét vào

♦ **get off 1** *v/i* (*from bus etc*) xuống; (*finish work*) kết thúc; (*not be punished*) thoát tội **2** *v/t* (*remove: lid, top etc*) mở; (*remove: clothes, hat etc*) cởi; ***~ the grass!*** hãy ra khỏi đám cỏ!

♦ **get off with:** ***~ a small fine*** chỉ bị phạt một món tiền nhỏ

♦ **get on 1** *v/i* (*to bike, bus, train*) lên; (*make progress*) tiến bộ; (*succeed*) thành công; (*be friendly with*) hòa thuận; (*advance: of time*) trở nên muộn; (*become old*) già đi; ***it's getting on*** (*getting late*) muộn rồi; ***he's getting on*** anh ấy già đi; ***he's getting on for 50*** anh ấy xấp xỉ 50 **2** *v/t:* ***~ the bus/one's bike*** lên xe buýt/xe đạp; ***get one's hat on*** đội mũ; ***I can't get these pants on*** tôi không thể kéo chiếc quần này lên

♦ **get out 1** *v/i* (*from car etc*) ra khỏi; (*of prison*) ra; ***~!*** cút đi!; ***let's ~ of here*** chúng ta hãy ra khỏi nơi đây; ***I don't ~ much these days*** dạo này tôi không ra khỏi nhà mấy **2** *v/t* (*extract: nail, something jammed*) rút; (*remove: stain*) tẩy; (*pull out: gun, pen*) rút ra

♦ **get over** *fence, disappointment etc* vượt qua; *lover etc* quên được

♦ **get over with:** ***let's get it over with*** chúng ta hãy làm cho xong đi

♦ **get through** (*on telephone*) liên lạc được; (*make oneself understood*) làm hiểu được

♦ **get to** (*arrive*) tới; ***when we got to Hanoi*** khi chúng tôi đến Hà Nội

♦ **get up 1** *v/i* (*in morning*) dậy; (*from chair etc*) đứng dậy; (*of wind*) nổi lên **2** *v/t hill etc* trèo lên

getaway (*from robbery*) sự bỏ trốn

getaway car chiếc ô tô dùng để chạy trốn

get-together cuộc họp mặt

ghastly *experience, murder* rùng rợn; *mistake, color* kinh khủng

gherkin dưa chuột nhỏ

ghetto *pej* khu nhà ổ chuột

ghost ma

ghostly giống như ma

GI lính Mỹ

giant 1 *n* người khổng lồ; *fig* thiên tài **2** *adj* khổng lồ

giblets lòng

giddiness cảm giác chóng mặt

giddy chóng mặt

gift (*present*) quà tặng

gifted có năng khiếu

giftwrap gói quà

gigabyte COMPUT gigabai

gigantic cực lớn

giggle 1 *v/i* cười rúc rích **2** *n* tiếng cười rúc rích

gill (*of fish*) mang

gilt *n* mạ; ***~s*** FIN trái phiếu thượng hạng

gimmick mánh lới

gin rượu gin; ***~ and tonic*** rượu gin pha tônic

ginger 1 *n* (*spice*) gừng **2** *adj Br hair* vàng hoe; *cat* vàng

gingerbread bánh gừng

ginseng củ nhân sâm

gipsy dân di gan

giraffe hươu cao cổ

girder *n* dầm

girl (*child*) bé gái; (*young woman*) cô gái

girlfriend (*of boy, girl*) bạn gái

girl guide nữ hướng đạo

girlie magazine tạp chí khiêu dâm

---

ch (*final*) k	**gh** g	**nh** (*final*) ng	**r** z; (S) r	**x** s	**â** (but)	**i** (tin)
d z; (S) y	**gi** z; (S) y	**ph** f	**th** t	**a** (hat)	**e** (red)	**o** (saw)
đ d	**nh** (onion)	**qu** kw	**tr** ch	**ă** (hard)	**ê** ay	**ô** oh

girl scout nữ hướng đạo

gist ý chính

give (*hand over*) đưa; *present* tặng; (*supply: electricity etc*) cung cấp; ~ *a talk* thuyết trình; ~ *a lecture* giảng bài; ~ *a cry* kêu lên một tiếng; ~ *a groan* kêu rên; ~ *her my love* chuyển tới cô ấy lời chào hỏi của tôi

♦ **give away** *present* cho không; (*betray*) phản bội; *give oneself away* phản lại chính mình

♦ **give back** trả lại

♦ **give in 1** *v/i* (*surrender*) đầu hàng **2** *v/t* (*hand in*) nộp

♦ **give off** *smell, fumes* tỏa ra

♦ **give onto** (*overlook*) nhìn ra

♦ **give out 1** *v/t leaflets etc* phân phát **2** *v/i* (*of supplies*) cạn hết

♦ **give up 1** *v/t smoking etc* bỏ; *give oneself up to the police* đầu thú cảnh sát **2** *v/i* (*cease habit*) cai; (*stop making effort*) buông tay

♦ **give way** (*of bridge etc*) đổ

given name tên

glacier sông băng

glad vui mừng

gladly vui vẻ

glamor sức quyến rũ

glamorous đầy quyến rũ

glance 1 *n* cái liếc nhìn **2** *v/i* liếc nhìn; ~ *at s.o./sth* liếc nhìn ai/gì

gland tuyến

glandular fever chứng sưng các tuyến bạch hầu

glare 1 *n* (*of sun, headlights*) ánh chói **2** *v/i* (*of sun, headlights*) chiếu sáng chói

♦ **glare at** nhìn giận giữ

glaring *adj mistake* quá rõ ràng

glass (*material*) thủy tinh; (*for drink*) cốc

glasses (*eyeglasses*) kính

glaze *n* nước men

♦ **glaze over** (*of eyes*) đờ đẫn

glazed *expression* đờ đẫn

glazier thợ lắp kính

glazing sự lắp kính

gleam 1 *n* tia sáng yếu ớt **2** *v/i* ánh lên

glee niềm vui sướng

gleeful vui sướng

glib ngọt xớt

glide (*of bird, plane*) bay liệng; (*on casters*) lướt

glider tàu lượn

gliding *n* (*sport*) môn thể thao tàu lượn

glimmer 1 *n* (*of light*) tia sáng le lói; ~ *of hope* tia hy vọng **2** *v/i* le lói

glimpse 1 *n* cái nhìn lướt qua; *catch a ~ of* thoáng nhìn thấy **2** *v/t* thoáng nhìn thấy

glint 1 *n* tia sáng lóe **2** *v/i* (*of light*) lóe sáng; (*of eyes*) sáng lên

glisten *v/i* óng ánh

glitter *v/i* lấp lánh

glitterati các ngôi sao hàng đầu

gloat *v/i* hả hê; ~ *over ...* hả hê trước ...

global (*worldwide*) toàn cầu; (*without exceptions*) toàn thể

global economy kinh tế toàn cầu; **global market** thị trường toàn cầu; **global warming** sự tăng nhiệt độ khí quyển trái đất

globe (*the earth*) quả đất; (*model of earth*) quả địa cầu

gloom (*darkness*) bóng tối lờ mờ; (*mood*) sự u buồn

gloomy *room* tối tăm; *mood, person* u sầu

glorious *weather, day* đẹp; *victory* vẻ vang

glory *n* sự vinh quang

gloss *n* (*shine*) sự láng bóng; (*general explanation*) lời giải thích

ơ u*r*	y (tin)	ây uh-i	iê i-uh	oa wa	ôi oy	uy wee	ong aong
u (soon)	au a-oo	eo eh-ao	iêu i-yoh	oai wai	ơi ur-i	ênh uhng	uyên oo-in
ư (dew)	âu oh	êu ay-oo	iu ew	oe weh	uê way	oc aok	uyêt oo-yit

chung chung

glossary bảng chú giải thuật ngữ
gloss paint sơn bóng
glossy 1 *adj paper* bóng loáng **2** *n* (*magazine*) hào nhoáng
glove găng tay
glow 1 *n* (*of light, fire*) ánh sáng mờ đục; (*in cheeks*) vẻ hồng hào **2** *v/i* (*of light*) sáng rực; (*of fire*) cháy rực; (*of cheeks*) ửng hồng
glowing *description* tán dương
glue 1 *n* keo dán **2** *v/t* dán; *~ X to Y* dán X vào Y
glum ủ rũ
glutinous rice gạo nếp
glutinous rice cake bánh nếp
glutton người phàm ăn
gluttony thói phàm ăn
GMT (= *Greenwich Mean Time*) giờ quốc tế GMT
gnarled *branch, hands* xương xẩu
gnaw *v/t bone* gặm
GNP (= *gross national product*) tổng sản lượng quốc gia
go 1 *n*: **on the ~** bận rộn **2** *v/i* đi; (*leave: of train*) khởi hành; (*leave: of airplane*) cất cánh; (*leave: of people*) ra đi; (*work, function*) chạy; (*become*) trở nên; (*come out: of stain etc*) mất đi; (*cease: of pain etc*) tan biến; (*match: of colors etc*) hợp nhau; *~ shopping / jogging* đi mua hàng / chạy bộ; *I must be ~ing* tôi cần phải đi; *let's ~!* chúng ta hãy đi!; *~ for a walk* đi dạo; *~ to bed* đi ngủ; *~ to school* đi học; *how's the work ~ing?* công việc tiến triển như thế nào rồi?; *they're ~ing for $50* (*being sold at*) chúng được bán với giá 50$; *hamburger to ~* bánh kẹp thịt băm viên mua mang về; *be all gone* (*finished*) đã hết; *be ~ing to do sth* sẽ làm gì

♦ **go ahead** (*and do sth*) cứ làm
♦ **go ahead with** *plans etc* tiến hành với
♦ **go along with** *suggestion* đồng ý với
♦ **go at** (*attack*) tấn công
♦ **go away** (*of person*) ra đi; (*of rain*) tạnh; (*of pain, clouds*) biến mất
♦ **go back** (*return*) trở về; (*date back*) trở lại; *we ~ a long way* chúng tôi biết nhau đã từ lâu rồi; *~ to sleep* đi ngủ lại
♦ **go by** (*of car, people*) đi qua; (*of time*) trôi qua
♦ **go down** đi xuống; (*of sun*) lặn; (*of ship*) đắm chìm; (*of swelling*) bớt đi; (*of suggestion etc*) tiếp nhận
♦ **go for** (*attack*) tấn công; (*like*) thích
♦ **go in** (*to room, house*) đi vào; (*of the sun*) khuất; (*fit: of part etc*) khớp với
♦ **go in for** *competition, race* tham dự; (*like*) mê
♦ **go off 1** *v/i* (*leave*) ra đi; (*of bomb*) nổ; (*of gun*) được bắn ra; (*of alarm*) vang lên; (*of milk etc*) ôi **2** *v/t* (*stop liking*) chán
♦ **go on** (*continue*) tiếp tục; (*happen*) xảy ra; *~, do it!* (*encouraging*) cứ làm đi!; *what's going on?* có chuyện gì xảy ra thế?
♦ **go on at** (*nag*) than phiền
♦ **go out** (*of person*) đi ra khỏi; (*of light, fire*) tắt
♦ **go over** *v/t* (*check*) kiểm tra
♦ **go through** *v/t illness, hard times* trải qua; (*check*) kiểm tra; (*read through*) đọc hết
♦ **go under** *v/i* (*sink*) chìm; (*of company*) phá sản
♦ **go up** (*climb*) trèo; (*climb:*

ch (*final*) k	gh g	nh (*final*) ng	r z; (S) r	x s	â (but)	i (tin)
d z; (S) y	gi z; (S) y	ph f	th t	a (hat)	e (red)	o (saw)
đ d	nh (onion)	qu kw	tr ch	ă (hard)	ê ay	ô oh

mountain) leo; (*of prices*) tăng lên

♦ **go without 1** *v/t food etc* nhịn **2** *v/i* chịu nhịn

goad *v/t* trêu chọc

go-ahead 1 *n* sự cho phép; **get the ~** nhận được sự cho phép **2** *adj* (*enterprising, dynamic*) năng nổ

goal (*sport: target*) khung thành; (*sport: point*) điểm; (*objective*) mục tiêu

goalkeeper thủ môn

goalpost cột gôn

goat con dê; (*in Vietnamese zodiac*) Mùi

♦ **gobble up** nuốt vội

go-between người trung gian

god thần; **God** Chúa trời; **thank God!** F lạy Chúa!; **oh God!** F trời ơi!

goddess nữ thần

godforsaken *place, town* khỉ ho cò gáy

goggles kính bảo hộ

going *adj price etc* hiện tại; **~ concern** ngành kinh doanh đang phát đạt

goings-on sự cố

gold *n & adj* vàng

golden *sky, hair* màu vàng; **~ handshake** món tiền thưởng về hưu; **~ wedding anniversary** đám cưới vàng

goldfish cá vàng; **gold medal** huy chương vàng; **goldsmith** thợ kim hoàn

golf môn đánh gôn

golf club (*organization*) câu lạc bộ đánh gôn; (*stick*) gậy đánh gôn

golf course sân gôn

golfer người chơi gôn

gong cái cồng

good tốt; (*Vietnamese often prefers a more specific word than 'good', so for example a 'good price' may*

translate as a 'high / low price'): *food, meal* ngon; (*in quality*) *hotel, restaurant, train service, model* khá; (*skilled, able*) *craftsman, student, doctor* giỏi; *speaker* hay; (*well-behaved*) *child* ngoan; (*well made*) *movie, book* hay; (*strong*) *runner, boxer* khỏe; (*valid*) *reason* chính đáng; (*enjoyable*) *party, vacation* vui; (*suitable*) *color* hợp; **a ~ many** khá nhiều; **be ~ at ...** giỏi về ...; **be ~ for s.o.** tốt cho ai; **~!, let's go** tốt!, chúng ta đi

goodbye chào; **say ~ to s.o.** nói lời chào tạm biệt với ai

good-for-nothing *n* người vô tích sự; **Good Friday** thứ Sáu tuần Thánh; **good-humored** vui tính; **good-looking** *man* đẹp trai; *woman* đẹp gái; **good-natured** hòa nhã

goodness (*moral*) lòng tốt; (*of fruit etc*) chất bổ; **thank ~!** tạ ơn Chúa!

goods COM hàng hóa

goodwill thiện chí; COM danh tiếng

goody-goody *n*: **he's such a ~** hắn ta ra vẻ tốt bụng

gooey dính nhớp nháp

goof *v/i* F làm hỏng

goose con ngỗng

gooseberry quả lý gai

goosebumps, gooseflesh nổi da gà

gorge 1 *n* (*in mountains*) hẻm núi **2** *v/t* ăn nhồi nhét; **~ oneself on sth** ăn nhồi nhét gì

gorgeous *weather* tuyệt vời; *dress* lộng lẫy; *woman, hair* tuyệt đẹp; *smell* thơm ngon

gorilla con gôrila, con khỉ đột

Gospel (*in Bible*) sách Phúc âm

gossip 1 *n* chuyện tầm phào; *pej* chuyện ngồi lê mách lẻo; (*person*) người ngồi lê mách lẻo **2** *v/i* nói

ơ ur	y (tin)	ây uh-i	iê i-uh	oa wa	ôi oy	uy wee	ong aong
u (soon)	au a-oo	eo eh-ao	iêu i-yoh	oai wai	ơi ur-i	ênh uhng	uyên oo-in
ư (dew)	âu oh	êu ay-oo	iu ew	oe weh	uê way	oc aok	uyêt oo-yit

chuyện phiếm

govern *country* cai trị

government chính phủ; (*strong, weak etc*) sự cai quản

governor (*of province*) tỉnh trưởng; (*of state in the USA*) thống đốc

gown (*long dress*) váy dài; (*wedding dress*) váy cưới; (*academic, of judge*) áo thụng; (*of surgeon*) áo choàng

grab *v/t* chộp lấy; **~ a bite to eat** tranh thủ ăn; **~ some sleep** tranh thủ ngủ

grace (*quality*) vẻ duyên dáng

graceful *person* duyên dáng; *movement* uyển chuyển

gracious *person* tử tế; *style, living* hào hiệp; **good ~!** trời ơi!

grade 1 *n* (*quality*) chất lượng; EDU (*in exam*) loại; (*class*) lớp **2** *v/t* xếp loại

grade crossing RAIL chỗ chắn tàu

gradient độ dốc

gradual dần dần

gradually dần dần

graduate 1 *n* nghiên cứu sinh **2** *adj* sau đại học

graduation sự tốt nghiệp đại học

graffiti grafitô

graft *n* BOT cành ghép; MED sự cấy ghép; (*corruption*) sự hối lộ

grain (*of rice, sand, salt etc*) hạt; (*in wood*) thớ; **go against the ~** trái với bản chất

gram gam

grammar ngữ pháp

grammatical ngữ pháp

grand 1 *adj* (*big*) lớn; F (*very good*) tuyệt điệu **2** *n* F (*$1000*) một nghìn đô

grandchild cháu; **granddad** ông; **granddaughter** cháu gái

grandeur sự hùng vĩ

grandfather (*paternal*) ông nội; (*maternal*) ông ngoại; **grandma** bà; **grandmother** (*paternal*) bà nội; (*maternal*) bà ngoại; **grandpa** ông; **grandparents** ông bà; **grand piano** đàn pianô cánh dơi; **grandson** cháu trai; **grandstand** khán đài

granite đá granit

granny bà

grant 1 *n* (*money*) tiền tài trợ; (*for university, school*) học bổng **2** *v/t* *wish, peace* ban cho; *visa* cấp; *request* chấp nhận; **take s.o./sth for ~ed** lợi dụng ai/điều gì

granule (*of sugar, salt etc*) hạt

grape quả nho

grapefruit quả bưởi tây; **grapefruit juice** nước bưởi tây; **grapevine:** **hear sth through the ~** nghe đồn về gì

graph đồ thị

graphic 1 *adj* (*vivid*) sinh động **2** *n* COMPUT minh họa

graphics COMPUT đồ họa

♦**grapple with** *attacker* ghì chặt; *problem etc* vật lộn

grasp 1 *n* (*physical*) sự nắm chặt; (*mental*) sự nắm vững **2** *v/t* (*physically*) nắm chặt; (*understand*) hiểu

grass cỏ

grasshopper con châu chấu; **grass widow** người đàn bà vắng chồng; **grass widower** người đàn ông vắng vợ

grassy phủ cỏ

grate¹ *n* (*metal*) chấn song

grate² **1** *v/t* (*in cooking*) nạo **2** *v/i* (*of sounds*) kêu ken két

grateful biết ơn; **be ~ to s.o.** biết ơn ai

grater cái nạo

gratification sự mãn nguyện

---

ch (*final*) k	**gh** g	**nh** (*final*) ng	**r** z; (S) r	**x** s	**â** (but)	**i** (tin)
d z; (S) y	**gi** z; (S) y	**ph** f	**th** t	**a** (hat)	**e** (red)	**o** (saw)
đ d	**nh** (onion)	**qu** kw	**tr** ch	**ă** (hard)	**ê** ay	**ô** oh

gratify làm hài lòng

grating 1 n lưới **2** adj sound ken két; voice the thé

gratitude lòng biết ơn

gratuity tiền thưởng

grave¹ n mộ

grave² adj error nghiêm trọng; face, voice long trọng

gravel n sỏi

gravestone bia mộ

graveyard nghĩa địa

gravity PHYS lực hút

gravy (in cooking) nước xốt

gray adj xám; **be going ~** bắt đầu có tóc bạc

gray-haired tóc bạc

grayhound chó đua

graze¹ v/i (of cow, horse etc) gặm cỏ

graze² 1 v/t arm etc làm xước da **2** n chỗ xước da

grease mỡ

greasy food béo ngậy; hair, skin, plate nhờn

great rất lớn; composer, writer vĩ đại; F (very good) tuyệt vời; **how was it? ~ ~** thế nào đấy? – tuyệt; **~ to see you!** thật là sung sướng được gặp anh/chị!

Great Britain nước Anh; **great-grandchild** chắt; **great-grandfather** cụ ông; **great-grandmother** cụ bà

greatly admire, appreciate etc rất; improved, changed, increased etc nhiều

greatness sự vĩ đại

Greece nước Hy Lạp

greed (for food) tính tham ăn; (for money etc) sự tham lam

greedy (for food) tham ăn; (for money) tham lam

Greek 1 adj Hy Lạp **2** n người Hy Lạp; (language) tiếng Hy Lạp

green xanh lá cây;

(environmentally) ủng hộ việc bảo vệ môi trường

Green Beret Mũ Nồi Xanh; **greenhorn** F lính mới; **greenhouse** nhà kính; **greenhouse effect** hiệu ứng nhà kính; **greenhouse gas** khí ô nhiễm; **green party** đảng Xanh; **green tea** chè xanh (N), trà xanh (S)

greet chào hỏi

greeting lời chào hỏi

grenade lựu đạn

grid chắn song; (network of electricity supply) lưới điện

gridiron SP sân đá bóng ở Mỹ

gridlock (in traffic) sự tắc nghẽn

grief nỗi đau khổ

grievance điều phàn nàn

grieve làm đau khổ; **~ for s.o.** thương tiếc ai

grill 1 n (on window etc) lưới bảo vệ; Br (for cooking) lò nướng **2** v/t (interrogate) tra hỏi; Br food nướng

grille lưới bảo vệ

grim look, face hầm hầm; prospect, future buồn chán

grimace n vẻ nhăn nhó

grime bụi bẩn

grimy đầy bụi

grin 1 n cái cười toe toét **2** v/i cười toe toét

grind v/t coffee, meat xay

grip 1 n (on rope etc) sự nắm chặt; **be losing one's ~** không kiểm soát được tình huống **2** v/t nắm chặt

gristle xương sụn

grit n (dirt) sạn; (for roads) đá mạt

groan 1 n tiếng rên **2** v/i rên lên

grocer người bán hàng tạp phẩm

groceries hàng tạp phẩm

grocery store cửa hàng tạp phẩm

ơ ur	y (tin)	ây uh-i	iê i-uh	oa wa	ôi oy	uy wee	ong aong
u (soon)	au a-oo	eo eh-ao	iêu i-yoh	oai wai	ơi ur-i	ênh uhng	uyên oo-in
ư (dew)	âu oh	êu ay-oo	iu ew	oe weh	uê way	oc aok	uyêt oo-yit

groin bụng dưới

groom 1 *n* (*for bride*) chú rể; (*for horse*) người chăn ngựa **2** *v/t horse* chải lông; (*train, prepare*) huấn luyện; ***well ~ed*** (*in appearance*) ăn mặc chỉnh tề

groove *n* rãnh

grope 1 *v/i* (*in the dark*) dò dẫm **2** *v/t* (*sexually*) sờ soạng

♦ **grope for** *door handle, right word* mò mẫm tìm

gross *adj* (*coarse, vulgar*) thô lỗ; *exaggeration* rành rành; FIN tổng; **~ domestic product** tổng sản lượng trong nước; **~ national product** tổng sản lượng quốc gia

ground 1 *n* mặt đất; (*reason*) lý do; ELEC sự tiếp đất; **on the ~** ở dưới đất **2** *v/t* ELEC tiếp đất

ground control bộ phận điều khiển ở mặt đất

ground crew nhân viên mặt đất

groundless không có cơ sở

ground meat thịt băm; **groundnut** lạc (*N*), đậu phộng (*S*); **ground plan** sơ đồ mặt bằng; **ground staff** SP nhân viên bảo quản sân bãi; (*at airport*) nhân viên mặt đất; **groundwork** công việc chuẩn bị cơ bản

group 1 *n* (*of people*) nhóm; (*of companies*) tập đoàn; (*of trees*) lùm **2** *v/t* tập hợp thành nhóm

grow *v/i* (*of child, animal*) lớn lên; (*of plants*) mọc; (*of hair, beard*) dài ra; (*of number, amount*) tăng lên; (*of business*) phát triển; **~ old / tired** (*become*) trở nên già / mệt **2** *v/t flowers* trồng

♦ **grow up** (*of person*) trưởng thành; (*of city*) phát triển; **~!** phải người lớn lên chứ!

growl 1 *n* (*of dog*) tiếng gầm gừ; (*of person*) tiếng lầm bầm **2** *v/i*

(*of dog*) gầm gừ; (*of person*) lầm bầm

grown-up *n & adj* người lớn

growth (*of person*) quá trình lớn lên; (*of company*) sự phát triển; (*increase*) sự gia tăng; MED khối u

grub (*of insect*) ấu trùng

grubby bẩn thỉu

grudge 1 *n* mối bực tức; **bear a ~** mang mối ác cảm **2** *v/t* miễn cưỡng; **~ s.o. sth** cảm thấy bực tức với ai về gì

grudging miễn cưỡng

grueling *climb* mệt nhoài; *task* rất khó khăn

gruff cục cằn

grumble *v/i* cằn nhằn

grumbler người hay cằn nhằn

grunt 1 *n* (*of pig*) tiếng ủn ỉn; (*of person*) tiếng cằn nhằn **2** *v/i* (*of pig*) kêu ủn ỉn; (*of person*) cằn nhằn

guarantee 1 *n* sự bảo hành; (*promise*) sự bảo đảm; **~ period** thời gian bảo hành **2** *v/t* (*ensure*) bảo đảm; *product* bảo hành; **~ sth against sth** bảo hành gì chống gì

guarantor người bảo đảm; LAW người bảo lãnh

guard 1 *n* người canh gác; MIL lính gác; (*in prison*) người gác; **security ~** nhân viên bảo vệ; **be on one's ~ against** cảnh giác đề phòng chống lại **2** *v/t* canh gác

♦ **guard against** coi chừng

guarded *reply* thận trọng

guardian LAW người giám hộ

guerrilla du kích

guess 1 *n* sự đoán **2** *v/t answer* đoán; **I ~ so** tôi nghĩ thế; **I ~ not** tôi không nghĩ thế **2** *v/i* đoán

guesswork sự phỏng đoán

guest khách

guesthouse nhà khách

---

ch (*final*) k	**gh** g	**nh** (*final*) ng	**r** z; (*S*) r	**x** s	**â** (but) **i** (tin)
d z; (*S*) y	**gi** z; (*S*) y	**ph** f	**th** t	**a** (hat)	**e** (red) **o** (saw)
đ d	**nh** (onion)	**qu** kw	**tr** ch	**ă** (hard)	**ê** ay **ô** oh

guestroom phòng ngủ dành cho khách

guffaw 1 n kiểu cười ha hả **2** v/i cười ha hả

guidance sự hướng dẫn

guide 1 n (*person*) người hướng dẫn; (*book*) sách hướng dẫn **2** v/t dẫn

guidebook (*for travel*) sách hướng dẫn du lịch

guided missile tên lửa điều khiển

guided tour (*of city etc*) chuyến du lịch có hướng dẫn; (*in museum, art gallery*) cuộc đi thăm có hướng dẫn

guidelines đường lối chỉ đạo

guilt LAW tội lỗi; (*moral responsibility*) lỗi lầm; (*guilty feeling*) cảm giác tội lỗi

guilty LAW có tội; (*responsible*) đáng trách; *smile* như có lỗi; *have a ~ conscience* có lương tâm tội lỗi

guinea pig chuột lang; *fig* vật thí nghiệm

guitar đàn ghi ta

guitarist người chơi đàn ghi ta

gulf vịnh; *fig* hố ngăn cách

Gulf of Thailand Vịnh Thái Lan

Gulf of Tonkin Vịnh Bắc Bộ

gull con hải âu

gullet (*throat*) cổ họng

gullible cả tin

gulp 1 n (*of water etc*) ngụm **2** v/i (*with emotion*) nghẹn ngào

♦ **gulp down** *drink* nốc; *breakfast, food* ngốn

gum[1] (*in mouth*) lợi

gum[2] n (*glue*) keo; (*chewing ~*) kẹo cao su

gun súng

♦ **gun down** bắn gục

gunfire loạt đạn bắn; **gunman** tên cướp có súng; **gunpowder** thuốc súng; **gunship** pháo hạm; (*helicopter*) pháo thuyền trực thăng; **gunshot** phát súng; **gunshot wound** vết thương từ phát đạn

gurgle v/i (*of baby*) ríu rít; (*of drain*) ùng ục

gush v/i (*of liquid*) phọt ra

gushy F (*enthusiastic*) quá cường điệu

gust n cơn gió mạnh đột ngột

gusty *weather* có gió thổi mạnh; *~ wind* gió thổi mạnh

gut 1 n ruột; F (*stomach*) bụng; *~s* F (*courage*) sự can đảm **2** v/t (*of fire*) thiêu cháy

gutter (*on sidewalk*) rãnh nước; (*on roof*) máng nước

guy F anh chàng; *hey, you ~s* này, các anh

gym (*place: at sports club, in school*) phòng tập thể dục

gymnasium phòng tập thể dục

gymnast huấn luyện viên thể dục

gymnastics sự tập luyện thể dục

gynecologist bác sĩ phụ khoa

gypsy dân di gan

H

habit thói quen
habitable có thể ở được
habitat môi trường sống
habitual quen thói; **~ smoker/
drinker** người thường xuyên hút
thuốc/uống rượu
hack n (*poor writer*) nhà văn xoàng
hacker COMPUT *người tìm cách lấy
dữ liệu máy tính mà không được
phép*
hackneyed nhàm
haggard phờ phạc
haggle mặc cả (*N*), mà cả (*S*)
hail n mưa đá
hailstorm trận mưa đá dữ dội
hair tóc; (*single*) sợi tóc; (*of cat, dog
etc*) lông
hairbrush bàn chải tóc; **haircut**
(*style*) kiểu cắt tóc; (*cutting*) sự cắt
tóc; **hairdo** kiểu làm đầu;
hairdresser thợ làm đầu; **at the ~**
ở hiệu làm đầu; **hairdrier,
hairdryer** máy sấy tóc
hairless *animal* không có lông;
head trọc; *chin* không có râu
hairpin cái trâm; **hairpin curve** chỗ
cua rất gấp; **hair-raising** làm dựng
tóc gáy; **hair remover** kem làm
rụng lông; **hair-splitting** n chẻ sợi
tóc làm tư; **hairstyle** kiểu tóc
hairy *arm* lông lá; *animal* có lông; F
(*frightening*) làm dựng tóc gáy
Hai Van Pass đèo Hải Vân
half 1 n một nửa; **~ past ten, ~
after ten** mười giờ rưỡi; **~ an hour**
nửa giờ; **~ a pound** nửa pao **2** adj
nửa **3** adv một nửa

half-hearted thiếu nhiệt tình; **half
time** n SP giờ nghỉ giữa hai hiệp;
halfway 1 adj *stage, point* nửa
chừng **2** adv (*in distance*) nửa
đường; (*in work, time*) một nửa
hall (*large room*) phòng lớn;
(*hallway in house*) hành lang cửa
vào
halo vầng hào quang
Halong Bay vịnh Hạ long
halt 1 v/i dừng lại **2** v/t làm dừng lại
3 n sự tạm dừng; RAIL ga xếp;
come to a ~ tạm dừng lại
halve v/t *apple* chia đôi; *costs, effort,
time* giảm một nửa
ham (*meat*) giăm bông
hamburger bánh mì kẹp nhân thịt
bò, hamburger
hamlet xóm, ấp
hammer 1 n cái búa **2** v/i đập ầm
ầm; **~ at the door** đập cửa ầm ầm
hammock cái võng
hamper[1] n (*for food*) giỏ mây
hamper[2] v/t (*obstruct*) cản trở
hamster chuột hang
hand n bàn tay; (*of clock*) kim;
(*worker*) nhân công; **at ~, to ~** ở
kề bên; **at first ~** từ nguồn trực
tiếp; **by ~** bằng tay; **delivered by ~**
đưa tay; **written by ~** viết tay; **on
the one ~ ..., on the other** một
mặt ..., mặt khác ...; **in ~** (*being
done*) đang được giải quyết; **on
your right ~** bên phải anh/chị; **~s
off!** đừng mó vào!; **~s up!** giơ tay
lên!; **change ~s** (*ownership*) thay
đổi chủ

---

ch (*final*) k	**gh** g	**nh** (*final*) ng	**r** z; (*S*) r	**x** s	**â** (but)	**i** (tin)
d z; (*S*) y	**gi** z; (*S*) y	**ph** f	**th** t	**a** (hat)	**e** (red)	**o** (saw)
đ d	**nh** (onion)	**qu** kw	**tr** ch	**ă** (hard)	**ê** ay	**ô** oh

♦ **hand down** truyền lại
♦ **hand in** trình
♦ **hand on** chuyển
♦ **hand out** phân phát
♦ **hand over** nộp
handbag *Br* cái xắc tay; **hand baggage** hành lý xách tay; **handbook** sổ tay hướng dẫn; **handbrake** *Br* phanh tay (*N*), thắng tay (*S*); **handcuffs** còng số tám
handicap *n* (*disability*) tật nguyền; (*disadvantage*) điều bất lợi
handicapped (*physically*) bị tàn tật; ~ *by lack of funds* bị thiệt thòi vì thiếu tiền
handicraft nghề thủ công
handiwork công trình làm bằng tay
handkerchief khăn tay
handle 1 *n* (*on door*) nắm đấm; (*on suitcase*) tay xách; (*of knife*) cán **2** *v/t goods* buôn bán; *case*, *deal* xử lý; (*control*) trị; *let me ~ this* để việc này cho tôi
handlebars ghi đông
hand luggage hành lý xách tay; **handmade** làm bằng tay; **handrail** lan can; **handshake** cái bắt tay
hands-off không can dự, đứng ngoài
handsome đẹp; *a ~ man* một người đẹp trai
hands-on *experience* thực hành; *he's a ~ manager* anh ấy là một người quản lý thực dụng
handwriting nét chữ
handwritten viết tay
handy *tool*, *device* tiện lợi; *it might come in ~* cái ấy có lúc được việc đấy
hang 1 *v/t picture* treo; *person* treo cổ **2** *v/i* (*of dress*, *washing*) treo; (*of hair*) xõa xuống **3** *n*: *get the ~ of*

sth hiểu gì
♦ **hang around** luẩn quẩn
♦ **hang on** *v/i* (*wait*) chờ; ~ *a minute!* đợi tí đã!
♦ **hang on to** (*keep*) giữ
♦ **hang up** *v/i* TELEC đặt ống nghe xuống
hangar nhà để máy bay
hanger (*for clothes*) cái mắc áo
hang glider (*person*) vận động viên môn bay lượn hình cánh diều; (*device*) khung hình cánh diều trong môn bay lượn
hanging basket (*for shoulder pole*) quang gánh
hangover đau đầu; (*legacy*) tàn tích
♦ **hanker after** khao khát
hankie, hanky F khăn tay
Hanoi Hà Nội
haphazard bừa bãi
happen xảy ra; *if you ~ to see him* nếu anh/chị tình cờ gặp hắn; *what has ~ed to you?* có chuyện gì xảy ra với anh/chị thế?
♦ **happen across** may mắn tìm thấy
happening sự kiện
happily sung sướng; (*luckily*) may mắn
happiness niềm hạnh phúc
happy may mắn
happy-go-lucky vô tư lự
harass *enemy* quấy rối; *neighbors* làm phiền; ~ *s.o. sexually* quấy rối ai về tình dục
harassed mệt mỏi, căng thẳng
harassment (*of the enemy*) sự quấy rối; (*from boss*, *police*) sự làm phiền; *sexual ~* sự quấy rối về tình dục
harbor 1 *n* cảng **2** *v/t criminal* chứa chấp; *grudge* ấp ủ
hard *material* cứng; *punch* mạnh; (*difficult*) gay go; *facts*, *evidence*

ơ ur	**y** (tin)	**ây** uh-i	**iê** i-uh	**oa** wa	**ôi** oy	**uy** wee	**ong** aong	
u (soon)	**au** a-oo	**eo** eh-ao	**iêu** i-yoh	**oai** wai	**ơi** ur-i	**ênh** uhng	**uyên** oo-in	
ư (dew)	**âu** oh	**êu** ay-oo	**iu** ew	**oe** weh	**uê** way	**oc** aok	**uyêt** oo-yit	

không thể chối cãi; **~ of hearing**
nặng tai

hardback sách bìa cứng; **hard-boiled** *egg* luộc thật chín; **hard copy** bản in ra giấy; **hard core** *n* lực lượng nòng cốt trung kiên; **hard currency** đồng tiền mạnh; **hard disk** đĩa cứng

harden 1 *v/t glue etc* làm khô cứng **2** *v/i (of glue)* khô cứng; *(of attitude)* trở nên cứng rắn

hardheaded thiết thực

hardliner kẻ theo đường lối cứng rắn

hardly *(barely)* vừa mới; *I can ~ hear* tôi hầu như không nghe được; *there was ~ anyone there* hầu như không có ai ở đó

hardness *(of steel)* độ cứng rắn; *(difficulty)* tính chất gay go

hard sell kiểu bán hàng ép buộc

hardship sự khó khăn

hard-up hết tiền; **hardware** *(household goods)* đồ ngũ kim; COMPUT phần cứng; **hardware store** cửa hàng ngũ kim; **hard-working** cần cù

hardy có sức chịu đựng

hare thỏ rừng

harm 1 *n* sự tổn hại; *it wouldn't do any ~ to ...* chẳng hại gì ... **2** *v/t* làm hại

harmful có hại

harmless vô hại

harmonious *colors* hài hòa; *relationship* hòa thuận; *sounds* du dương

harmonize *notes* phối hòa âm; *ideas* làm hòa hợp

harmony MUS hòa âm; *(in relationship etc)* sự hòa hợp

harp thụ cầm

♦ **harp on about** F lải nhải về

harpoon *n* cây lao móc

harsh *criticism, words* khắc nghiệt; *color, light* chói mắt

harvest *n* việc thu hoạch

hash: make a ~ of F làm hỏng bét

hash browns khoai tây rán

hashish ha sít

haste sự vội vàng

hasty vội vàng

hat cái mũ

hatch *n (for serving food)* ô cửa; *(on ship)* cửa hầm hàng

♦ **hatch out** *v/i (of eggs)* nở

hatchback ô tô đuôi cong

hatchet rìu cán ngắn

hate 1 *n* sự căm ghét **2** *v/t* căm ghét

hatred lòng căm thù

haughty cao ngạo

haul 1 *n (of fish)* mẻ lưới **2** *v/t (pull)* kéo; **~ oneself up** cố rướn lên

haulage vận tải đường bộ

haulage company công ty vận tải đường bộ

haulier công ty vận tải đường bộ

haunch *(of person)* vùng hông; *squat on one's ~es* ngồi xổm

haunt 1 *v/t* hay lui tới; *this place is ~ed* nơi này có ma ám **2** *n* nơi hay lui tới

haunting *tune* luôn âm vang

have ◊ *(own)* có; *I ~ a house in ...* tôi có một căn nhà ở ...; *do you ~ any family?* anh/chị có người thân nào không?; *I ~ a headache* tôi bị đau đầu ◊ *breakfast, lunch* ăn ◊: *can I ~ ...?* xin cho tôi ...; *can I ~ more time?* xin cho tôi thêm thời giờ được không?; *can I ~ a cup of coffee?* làm ơn cho tôi một cốc cà phê; *do you ~?* *(request)* anh/chị cơ ... không? ◊: *~ (got) to* phải; *I ~ (got) to speak with him* tôi phải nói chuyện với anh ấy; *do you ~ to take your passport?* có phải mang theo hộ

ch *(final)* k	**gh** g	**nh** *(final)* ng	**r** z; *(S)* r	**x** s	**â** (but)	**i** (tin)
d z; *(S)* y	**gi** z; *(S)* y	**ph** f	**th** t	**a** (hat)	**e** (red)	**o** (saw)
đ d	**nh** (onion)	**qu** kw	**tr** ch	**ă** (hard)	**ê** ay	**ô** oh

chiếu không? ◊ (*causative*): ~ *sth done* (*by oneself*) tự làm gì; (*by s.o. else*) đi làm việc gì; *I had my hair cut* tôi đã đi cắt tóc; *can you ~ someone repair it?* anh/chị có thể nhờ ai đó sửa không?; *I'll ~ it done by this evening* (*by myself or by s.o. else*) việc sẽ được giải quyết xong xuôi tối nay ◊ (*past auxiliary*) đã; *I ~ come* tôi đã tới; ~ *you seen her?* anh/chị có thấy cô ấy không?

♦ have back lấy lại; *when can I have it back?* bao giờ thì tôi có thể lấy lại?

♦ have on (*wear*) mặc; (*have planned*) dự định; *do you have anything on for tonight?* tối nay anh/chị có dự định làm gì không?

haven *fig* nơi ẩn náu

havoc (*chaos*) sự lộn xộn; *play ~ with* (*with schedule etc*) làm đảo lộn; (*with digestive system*) làm hỏng

hawk diều hâu; *fig* phần tử diều hâu

hay cỏ khô

hay fever chứng dị ứng phấn hoa

hazard *n* mối nguy hiểm

hazard lights MOT đèn nháy báo hiểm

hazardous nguy hiểm

haze sương mù mỏng

hazel (*tree*) cây phỉ

hazelnut quả phỉ

hazy *view, image* mờ; *memories* mơ hồ; *I'm a bit ~ about it* tôi hơi mơ hồ về chuyện này

HCM (= *Ho Chi Minh City*) Thành phố Hồ Chí Minh

he ◊ anh ấy; (*older or respected man*) ông ấy, ổng (S), ảnh (S); (*child*) nó; (*informal or pejorative*) hắn ◊ (*omission of pronoun:*

informal use): *where's Nam? – he's gone* Nam đâu? – đi rồi

head 1 *n* đầu; (*of department, company, government*) người đứng đầu; (*of school*) hiệu trưởng; (*on beer*) lớp bọt; (*of line, queue, nail*) đầu; ~ *of the delegation* trưởng đoàn; *the ~ of the family* người chủ gia đình; *$15 a ~* 15$ mỗi người; ~*s or tails?* ngửa hay sấp?; *at the ~ of the list* đứng đầu danh sách; ~ *over heels fall* lăn lông lốc; *she's ~ over heels in love* cô ta yêu say đắm; *lose one's ~* (*go crazy*) mất bình tĩnh **2** *v/t delegation* dẫn đầu; *department* đứng đầu; *ball* đánh đầu

headache chứng đau đầu

header (*in soccer*) cú đánh đầu; (*in document*) phần đầu trang

headhunter COM công ty có nhiệm vụ tìm và tuyển dụng những nhân viên giỏi

heading (*in list*) đề mục

headlamp, headlight đèn pha; **headline** (*in newspaper*) đề mục; *make the ~s* trở thành tin quan trọng; **headlong** *adv fall* đâm đầu xuống; **headmaster** thầy hiệu trưởng; **headmistress** cô hiệu trưởng; **head office** (*of company*) trụ sở chính; **head-on** *adv & adj crash* đâm đầu vào nhau; **headphones** bộ tai nghe; **headquarters** (*of party*) cơ quan đầu não; (*of army*) sở chỉ huy; **headrest** cái tựa đầu; **headroom** (*for vehicle under bridge*) khoảng trống phía trên nóc của một chiếc xe; (*in car*) độ cao của trần xe; **headscarf** khăn trùm đầu; **headstrong** ương ngạnh; **head waiter** bồi bàn trưởng; **headwind** gió ngược

ơ ur   y (tin)   ây uh-i   iê i-uh   oa wa   ôi oy   uy wee   ong aong
u (soon) au a-oo   eo eh-ao   iêu i-yoh   oai wai   ơi ur-i   ênh uhng uyên oo-in
ư (dew)   âu oh   êu ay-oo   iu ew   oe weh   uê way   oc aok   uyêt oo-yit

heady *drink, wine etc* nặng

heal 1 *v/t* chữa lành **2** *v/i* lành

health sức khỏe; *your ~!* chúc sức khoẻ!

health club câu lạc bộ dưỡng sinh; **health food** thức ăn tự nhiên; **health food store** cửa hàng thức ăn tự nhiên; **health insurance** bảo hiểm y tế; **health resort** khu an dưỡng

healthy *person* khỏe mạnh; *food, lifestyle* lành mạnh; *economy* mạnh

heap *n* đống

♦**heap up** *v/t* xếp thành đống; *heap sand up* vun cát thành đống

hear nghe thấy

♦**hear about** nghe nói về

♦**hear from** (*have news from*) nhận được tin của

hearing thính giác; LAW phiên tòa; *within ~* trong tầm nghe; *out of ~* ngoài tầm nghe

hearing aid máy trợ thính

hearsay *by ~* theo tin đồn

hearse xe tang

heart tim; (*of problem*) cốt lõi; (*of city, organization*) trung tâm; *know sth by ~* thuộc lòng gì

heart attack cơn suy tim; **heartbeat** nhịp tim; **heartbreaking** đau lòng; **heartburn** chứng ợ nóng; **heart failure** chứng liệt tim; **heartfelt** *sympathy* chân thành

hearth nền lò sưởi

heartless tàn nhẫn

heartrending *plea, sight* thương tâm

hearts (*in cards*) quân cơ

heart throb F thần tượng

heart transplant sự ghép tim

hearty *meal* thịnh soạn; *person* vui tính; *a ~ appetite* ăn uống ngon miệng

heat *n* hơi nóng; (*hot weather*) thời tiết nóng

♦**heat up** *room* sưởi ấm; *food* hâm nóng

heated *discussion* sôi nổi; *~ swimming pool* bể bơi nước ấm

heater lò sưởi

heath trảng

heathen *n* người ngoại đạo

heating hệ thống sưởi

heat-resistant chịu nhiệt; **heatstroke** sự say nắng; **heatwave** đợt nóng

heave *v/t* (*lift*) nâng lên

heaven trời; *~ and hell* thiên đường và địa ngục; *good ~s!* trời ơi!

Heavenly Stems can

heavy *object, smoker, accent, cold* nặng; *rain* to; *traffic* dày đặc; *food* khó tiêu; *loss* nặng nề; *bleeding* nhiều

heavy-duty bền

heavyweight SP hạng nặng

heckle *v/t* hỏi vặn vẹo

hectic bề bộn

hedge *n* hàng rào

hedgehog con nhím

heed chú ý đến; *pay ~ to ...* chú ý đến ...

heel gót

heel bar thợ sửa giày

hefty *person* to khỏe; *weight, suitcase* nặng

height chiều cao; (*of airplane*) độ cao; *the ~ of summer* lúc nóng nhất của mùa hè

heighten *effect, tension* tăng

heir người thừa kế

heiress người thừa kế nữ

helicopter máy bay trực thăng

helicopter gunship pháo thuyền trực thăng

hell địa ngục; *what the ~ are you doing?* F mày đang làm cái quái gì vậy?; *what the ~ do you want?*

---

ch (*final*) k	**gh** g	**nh** (*final*) ng	**r** z; (*S*) r	**x** s	**â** (but) **i** (tin)
d z; (*S*) y	**gi** z; (*S*) y	**ph** f	**th** t	**a** (hat)	**e** (red) **o** (saw)
đ d	**nh** (onion)	**qu** kw	**tr** ch	**ă** (hard)	**ê** ay **ô** oh

F mày muốn cái quái gì?; *go to ~!*
F quỷ tha ma bắt mày đi!; *a ~ of a
lot* F nhiều ơi là nhiều; *a ~ of a
nice guy* F thật đáng mặt là một
chàng trai
hello xin chào; TELEC a lô
helm NAUT bánh lái
helmet mũ bảo hộ; *(soldier's)* mũ
cối
help 1 *n* sự giúp đỡ; *~!* cứu tôi với!
2 *v/t* giúp; *please ~ yourself!* *(to
food)* xin cứ tự nhiên!; *I can't ~ it*
tôi không thể làm khác hơn; *I
couldn't ~ laughing* tôi đã không
thể nhịn cười
helper người giúp đỡ
helpful hữu ích
helping *(of food)* phần
helpless *(unable to cope)* không thể
tự lực; *(powerless)* bất lực
help screen COMPUT màn hình trợ
giúp
hem *n* *(of dress etc)* gấu
hemisphere bán cầu
hemorrhage 1 *n* chứng xuất huyết
2 *v/i* xuất huyết
hemp cây gai dầu
hen gà mái
henchman *pej* tay sai
henpecked sợ vợ; *~ husband*
người chồng sợ vợ
hepatitis bệnh viêm gan
her 1 *adj* (của) chị ấy; *(of younger
woman)* (của) cô ấy; *(of older or
respected woman)* (của) bà ấy; *(of
little girl)* (của) nó; *(emphatic)* của
chị ấy *etc*; *~ ticket* vé (của) cô ấy;
she hurt ~ leg cô ấy bị đau chân;
she lost ~ ticket cô ấy đánh mất
vé **2** *pron* chị ấy; *(younger)* cô ấy;
(older or respected woman) bà ấy;
(little girl) nó; *I know ~* tôi quen
chị ấy; *this is for ~* cái này là để
cho cô ấy

herb cỏ
herb(al) tea trà dược thảo
herd *n* đàn
here *live, work* ở đây; *come* đây;
over ~ ở đây; *in ~* ở trong này; *~'s
to you!* *(as toast)* chúc mừng anh/
chị!; *~ you are* *(giving sth)* đây
anh/chị; *~ we are!* *(finding sth)*
đây rồi!
hereditary *disease* di truyền
heritage di sản
hermit ẩn sĩ
hernia MED chứng thoát vị
hero người anh hùng
heroic anh hùng
heroin hê rô in, bạch phiến
heroine nữ anh hùng
heron con diệc
herpes bệnh mụn giộp
herring cá trích
hers của chị ấy; *a cousin of ~* anh
chị em họ của chị ấy, chính cô ấy;
→ *her*
herself tự chị ấy; *she hurt ~* chị ấy
tự làm mình đau; *by ~* tự mình; →
her
hesitate ngập ngừng
hesitation sự ngập ngừng
heterosexual *adj* tình dục khác
giới
heyday thời vàng son
hi chào
hibernate ngủ đông
hiccup *n* nấc; *(minor problem)* sự
trục trặc; *have the ~s* có nấc
hick *pej* F nhà quê
hick town *pej* F thị trấn tỉnh lẻ
hidden *meaning* ẩn; *treasure* giấu
kín
hide¹ 1 *v/t* giấu **2** *v/i* ẩn nấp
hide² *n* *(of animal)* da sống
hide-and-seek trò ú tim
hideaway nơi ẩn náu
hideous *crime, face, person* ghê tởm;

ơ ur	y (tin)	ây uh-i	iê i-uh	oa wa	ôi oy	uy wee	ong aong
u (soon)	au a-oo	eo eh-ao	iêu i-yoh	oai wai	ơi ur-i	ênh uhng	uyên oo-in
ư (dew)	âu oh	êu ay-oo	iu ew	oe weh	uê way	oc aok	uyêt oo-yit

weather kinh khủng

hiding¹ (*beating*) trận đòn

hiding²: be in ~ đang trốn tránh; *go into ~* giấu mình

hiding place chỗ nấp

hierarchy hệ thống cấp bậc

hi-fi bộ dàn hai phai

high 1 *adj* cao; *wind* mạnh; *society* thượng lưu; (*on drugs*) say; *have a ~ opinion of s.o.* đánh giá cao về ai; *it is ~ time ...* đã đến lúc ... **2** *n* MOT số cao; (*in statistics*) đỉnh cao; EDU trường trung học **3** *adv* cao; *that's as ~ as we can go* đó là mức cao nhất chúng tôi có thể đưa ra; *~ in the sky* tít trên trời cao

highbrow *adj* trí thức; **highchair** ghế cao (cho trẻ nhỏ); **highclass** cao cấp; **High Court** Tòa án tối cao; **high diving** động tác nhảy pơ lông giông cao; **high-frequency** tần số cao; **high-grade** chất lượng cao; **high-handed** cậy quyền; **high-heeled** cao gót; **high jump** môn nhảy cao; **high-level** cấp cao; **high life** cuộc sống xa hoa; **highlight 1** *n* (*main event*) sự kiện chủ chốt; (*in hair*) sắc sáng **2** *v/t* (*with pen*), COMPUT đánh dấu; **highlighter** (*pen*) bút đánh dấu

highly *desirable*, *likely* rất; *be ~ paid* được trả lương cao; *think ~ of s.o.* coi trọng ai

high performance *drill*, *battery* hiệu suất cao; **high-pitched** *voice* the thé; *note* cao; **high point** (*of life*, *program*) đỉnh cao; **high-powered** *engine* công suất lớn; *intellectual*, *salesman* đầy năng lực; **high pressure 1** *n* (*weather*) áp suất cao **2** *adj* TECH áp suất cao; *salesman* hay ép; *job*, *lifestyle* căng thẳng; **high priest** thầy cả; **high**

rising tone dấu sắc; **high school** trường trung học; **high society** xã hội thượng lưu; **high-speed train** tàu cao tốc; **high-strung** dễ bị kích động; **high-tech** *n & adj* kỹ nghệ tiên tiến; **high technology** kỹ nghệ tiên tiến; **high-tension** *cable* cao thế; **high tide** thủy triều lên cao; **high water** thủy triều lên cao; **highway** quốc lộ; **high wire** tiết mục biểu diễn trên dây

hijack 1 *v/t plane*, *bus* cướp **2** *n* (*of plane*, *bus*) vụ cướp

hijacker (*of plane*, *bus*) kẻ cướp

hike¹ 1 *n* cuộc đi bộ đường dài **2** *v/i* đi bộ

hike² *n* (*in prices*) sự tăng

hiker người đi bộ đường dài

hilarious rất vui nhộn

hill đồi; (*slope*) dốc

hillbilly *pej* F dân quê; **hillside** sườn đồi; **hilltop** đỉnh đồi; **hilltribe** dân tộc miền núi

hilly có nhiều đồi

hilt cán

him anh ấy; (*older or respected man*) ông ấy, (*S*) (*child*) nó; (*informal or pejorative*) hắn; *I know ~* tôi biết anh ấy; *this is for ~* cái này cho anh ấy; → **he**

Himalayas Hy-ma-lay-a

himself chính anh ấy; *he hurt ~* anh ấy tự làm mình đau; *by ~* tự mình; → **he**

hinder cản trở

hindrance điều cản trở

hindsight sự nhận thức muộn; *with ~* nhìn lại sự việc sau đó

hinge *n* bản lề

hint (*clue*) lời chỉ dẫn; (*piece of advice*) lời khuyên; (*implied suggestion*) lời gợi ý; (*of sadness etc*) dấu hiệu; (*of red etc*) dấu vết

hip hông

---

ch (*final*) k	**gh** g	**nh** (*final*) ng	**r** z; (*S*) r	**x** s	**â** (but)	**i** (tin)
d z; (*S*) y	**gi** z; (*S*) y	**ph** f	**th** t	**a** (hat)	**e** (red)	**o** (saw)
đ d	**nh** (onion)	**qu** kw	**tr** ch	**ă** (hard)	**ê** ay	**ô** oh

hip pocket túi hông

hippopotamus con hà mã

hire v/t thuê

his 1 adj (của) anh ấy; (emphatic) của anh ấy; **~ ticket** vé (của) anh ấy; **he hurt ~ leg** anh ấy bị đau chân; **he lost ~ ticket** anh ấy đánh mất vé **2** pron của anh ấy; **it's ~** cái này là của anh ấy; **a cousin of ~** anh chi em họ của anh ấy

Hispanic 1 n (from Latin America) người châu Mỹ La tinh **2** adj châu Mỹ La tinh

hiss v/i (of snake) kêu xì xì; (of audience) huýt sáo chê

historian nhà sử học

historic lịch sử

historical lịch sử

history lịch sử

hit 1 v/t đánh; ball đập; (collide with) đâm vào; **he was ~ by a bullet** anh ấy bị trúng một viên đạn; **it suddenly ~ me** (I realized) tôi bất thần nhận thấy; **~ town** (arrive) tới thành phố **2** n (blow) cú đánh; (success) việc thành công **3** adj: **~ songs/records** những bài hát/đĩa nổi tiếng

♦ **hit back** trả đũa

♦ **hit on** idea chợt nghĩ ra

♦ **hit out at** (criticize) công kích tới tấp

hit-and-run: ~ accident đụng rồi bỏ chạy; **~ driver** kẻ đụng rồi bỏ chạy

hitch 1 n (problem) trục trặc; **without a ~** không có gì trục trặc **2** v/t buộc; **~ sth to sth** buộc gì vào gì; **~ a ride** đi nhờ một chuyến **3** v/i (hitchhike) đi nhờ xe

♦ **hitch up** wagon, trailer móc nối

hitchhike v/i đi nhờ xe; **hitchhiker** người đi nhờ xe; **hitchhiking** sự đi nhờ xe

hi-tech n & adj kỹ nghệ tiên tiến

hitlist danh sách đối tượng; **hitman** kẻ giết người thuê; **hit-or-miss** được chăng hay chớ; **hit squad** đội đặc nhiệm

HIV HIV

hive (for bees) tổ ong

♦ **hive off** v/t (COM: separate off) tách ra

HIV-positive HIV dương tính

hoard 1 n chỗ cất giữ **2** v/t tích trữ

hoarse khàn

hoax n trò chơi khăm

hobble v/i đi khập khiễng

hobby sở thích riêng

hobo kẻ lang thang; (migrant worker) thợ làm rong

Ho Chi Minh (City) Thành phố Hồ Chí Minh; **Ho Chi Minh's Birthday** sinh nhật Bác Hồ; **Ho Chi Minh's Mausoleum** Lăng Chủ Tịch Hồ Chí Minh; **Ho Chi Minh Trail** Đường mòn Hồ Chí Minh

hockey (ice ~) khúc côn cầu trên băng

hog n (pig) lợn thịt

hoist 1 n tời **2** v/t (lift) nhấc lên; flag kéo lên

hokum (nonsense) lời vô nghĩa; (sentimental stuff) chuyện vớ vẩn

hold 1 v/t (in hands) ôm; hand nắm; shelf etc đỡ; disk drive etc giữ; passport, license có; prisoner, suspect bắt giữ; (contain) chứa được; job, post, course giữ; **~ one's breath** nín thở; **he can ~ his drink** anh ấy uống nhiều mà vẫn tỉnh táo; **~ s.o. responsible** coi ai là người phải chịu trách nhiệm; **~ that ...** (believe, maintain) nhất định cho rằng ...; **~ the line** TELEC cầm máy chờ **2** n (in ship) khoang hàng; (in plane) khoang hành lý;

ơ ur	**y** (tin)	**ây** uh-i	**iê** i-uh	**oa** wa	**ôi** oy	**uy** wee	**ong** aong
u (soon)	**au** a-oo	**eo** eh-ao	**iêu** i-yoh	**oai** wai	**ơi** ur-i	**ênh** uhng	**uyên** oo-in
ư (dew)	**âu** oh	**êu** ay-oo	**iu** ew	**oe** weh	**uê** way	**oc** aok	**uyêt** oo-yit

(*on reality*) sự bám víu; **take ~ of sth** nắm lấy gì; **lose one's ~ on sth** (*on rope*) tuột tay khỏi gì

♦ **hold against:** hold X against Y vì X mà giận Y

♦ **hold back 1** *v/t crowds* ngăn cản; *facts, information* giữ kín **2** *v/i* (*not tell all*) giữ miệng

♦ **hold on** *v/i* (*wait*) chờ; TELEC giữ máy; **now ~ a minute!** này, đợi tí đã!

♦ **hold on to** (*keep*) giữ lại; *belief* kiên trì

♦ **hold out 1** *v/t hand* đưa ra; *prospect* đưa ra **2** *v/i* (*of supplies*) vẫn còn; (*of trapped miners etc*) chịu đựng được

♦ **hold up** *v/t hand* giơ lên; *bank etc* cướp; (*make late*) làm chậm lại; **hold sth up as an example** nêu gì lên làm thí dụ

♦ **hold with** (*approve of*) tán thành

holder (*container*) chỗ đựng; (*of passport, ticket etc*) người cầm; (*of record*) người giữ

holding company công ty cổ phần mẹ

holdup (*robbery*) vụ cướp; (*delay*) sự chậm trễ

hole lỗ hổng

holiday (*single day*) ngày nghỉ; (*period*) kỳ nghỉ; **take a ~** đi nghỉ

Holland nước Hà lan

hollow *object* rỗng; *cheeks* hõm; *promise* hão

holly cây nhựa ruồi

holocaust sự hủy diệt

hologram kỹ thuật tạo ảnh ba chiều

holster bao súng ngắn

holy thần thánh

Holy Spirit Đức Thánh Thần

Holy Week Tuần lễ Thánh

home 1 *n* nhà; (*native country*) tổ quốc; (*town, part of country*) quê hương; (*for old people*) nhà dưỡng lão; *at ~* (*in my house*) ở nhà; (*in my country*) ở trong nước; SP trên sân nhà; **make oneself at ~** cứ tự nhiên như ở nhà; **at ~ and abroad** ở trong nước và ngoài nước **2** *adv* ở nhà; (*in own country*) ở trong nước; (*in own town, part of country*) ở quê hương; **go ~** về nhà; (*to own country*) về nước; (*to town, part of country*) về quê

home address địa chỉ nơi ở; **homecoming** sự trở về nhà; (*to town, part of country*) sự về quê; (*to country*) sự về nước; **home computer** máy tính dùng trong nhà; **home game** trận đấu trên sân nhà

homeless 1 *adj* vô gia cư **2** *n*: **the ~** những người vô gia cư

homeloving tính thích quanh quẩn ở nhà

homely (*homeloving*) tính thích cuộc sống gia đình; (*not good-looking*) xấu

homemade nhà làm

home movie phim nhà làm

homeopathy phép chữa bệnh vi lượng đồng căn

homesick: *be ~* nhớ nhà

home town thành phố quê hương

homeward *adv* (*to own house*) trở về nhà; (*to own country*) trở về nước

homework (*from school*) bài tập về nhà làm

homeworking COM làm ở nhà

homicide (*crime*) tội giết người; (*police department*) phòng điều tra các vụ án giết người

homograph từ cùng chữ

homophobia sự căm ghét những kẻ đồng tính luyến ái

---

ch (*final*) k	**gh** g	**nh** (*final*) ng	**r** z; (*S*) r	**x** s	**â** (but) **i** (tin)
d z; (*S*) y	**gi** z; (*S*) y	**ph** f	**th** t	**a** (hat)	**e** (red) **o** (saw)
đ d	**nh** (onion)	**qu** kw	**tr** ch	**ă** (hard)	**ê** ay **ô** oh

homosexual 1 *adj* đồng tính luyến ái **2** *n* kẻ đồng tính luyến ái

honest thành thực

honestly thành thực

honesty lòng trung thực

honey mật ong; F (*to woman*) em yêu; (*to man*) anh yêu

honeycomb tầng ong

honeymoon *n* tuần trăng mật

Hong Kong Hồng Kông

honk *v/t horn* bấm còi

honor 1 *n* danh dự; *it was an ~ to ...* thật là một vinh dự được ... **2** *v/t* tỏ lòng kính trọng

honorable chính trực

honorific kính cẩn

hood (*over head*) mũ trùm đầu; (*over cooker*) nắp đậy bếp; MOT mui xe gập; (*gangster*) kẻ cướp

hoodlum (*gangster*) kẻ cướp

hoof móng guốc

hook *n* (*to hang clothes on*) cái mắc; (*for fishing*) lưỡi câu; *off the ~* TELEC bỏ ống nghe ra khỏi máy

hooked: *be ~ on s.o. / sth* say mê ai/gì; *be ~ on sth* (*on drugs*) nghiện gì

hooker F gái điếm

hooky: *play ~* trốn học, kẻ côn đồ

hooliganism thói côn đồ

hoop (*of wood, metal*) đai; (*child's toy*) vòng gỗ

hoot 1 *v/t horn* rúc **2** *v/i* (*of car*) rúc còi; (*of owl*) kêu

hop¹ *n* (*plant*) cây hublông

hop² *v/i* nhảy

hope 1 *n* niềm hy vọng; *there's no ~ of that* không hy vọng gì vào đó **2** *v/i* hy vọng; *~ for sth* hy vọng vào gì; *I ~ so* tôi mong là thế; *I ~ not* tôi không mong là thế **3** *v/t: I ~ you like it* tôi hy vọng anh/chị thích nó

hopeful (*promising*) đầy hứa hẹn; *feel ~ that ...* cảm thấy có hy vọng là ...

hopefully *say, wait* một cách đầy hy vọng; (*I/we hope*) hy vọng rằng

hopeless *position, propect* tuyệt vọng; (*useless: person*) không có năng lực

horizon đường chân trời

horizontal nằm ngang

hormone hoốc môn

horn (*of animal*) cái sừng; MOT còi

hornet ong bắp cày

horn-rimmed spectacles kính gọng sừng

horny F (*sexually*) bị kích dục

horoscope lá số tử vi

horrible khủng khiếp

horrify: *I was horrified* tôi hoảng lên

horrifying *experience, idea, prices* đáng sợ

horror sự ghê rợn; *the ~s of war* những điều rùng rợn của chiến tranh

horror movie phim rùng rợn

hors d'oeuvre món khai vị

horse con ngựa; (*in Vietnamese zodiac*) Ngọ

horseback: *on ~* cưỡi trên lưng ngựa; **horse chestnut** (*tree*) cây dẻ ngựa; (*nut*) hạt dẻ ngựa; **horsepower** mã lực; **horse race** cuộc đua ngựa; **horseshoe** móng ngựa

horticulture nghề làm vườn

hose *n* ống mềm

hospice bệnh viện dành cho những bệnh nhân ở giai đoạn cuối

hospitable mến khách

hospital bệnh viện; *go into the ~* đi bệnh viện

hospitality lòng mến khách

host *n* (*at party, reception*) chủ nhà; (*of TV program*) người dẫn

---

ơ ur	y (tin)	ây uh-i	iê i-uh	oa wa	ôi oy	uy wee	ong aong
u (soon)	au a-oo	eo eh-ao	iêu i-yoh	oai wai	ơi ur-i	ênh uhng	uyên oo-in
ư (dew)	âu oh	êu ay-oo	iu ew	oe weh	uê way	oc aok	uyêt oo-yit

chương trình

hostage con tin; *be taken ~* bị bắt làm con tin

hostage taker kẻ bắt giữ con tin

hostel (*for students*) nhà ký túc; (*youth ~*) nhà trọ thanh niên

hostess (*at party, reception*) bà chủ nhà; (*on airplane, in bar*) nữ chiêu đãi viên

hostile *attitude, speech etc* thù địch; *troops* địch

hostility (*of attitude*) sự thù địch; *hostilities* chiến sự

hot *weather, water, food* nóng; (*spicy*) cay; F (*good*) có khiếu; *I'm ~* tôi cảm thấy nóng

hot dog bánh mì kẹp xúc xích

hotel khách sạn

hotplate bảng hâm nhiệt

hot spot (*military, political*) điểm nóng

hour giờ

hourly *adj:* *there's an ~ bus* mỗi giờ có một chuyến xe buýt; *at ~ intervals* hàng giờ

house *n* nhà; *at your ~* tại nhà anh/chị

houseboat nhà thuyền; **housebreaking** đập cửa vào nhà; **household** hộ; **household name** cái tên quen thuộc; **house husband** ông chồng nội trợ; **housekeeper** quản gia; **housekeeping** (*activity*) công việc nội trợ; (*money*) tiền nội trợ; **House of Representatives** Hạ nghị viện; **housewarming** (**party**) tiệc mừng nhà mới; **housewife** bà nội trợ; **housework** công việc nhà cửa

housing nhà cửa; TECH vỏ bọc

housing conditions hoàn cảnh nhà cửa

hovel căn nhà tồi tàn

hover bay lượn

hovercraft tàu di động trên đệm không khí

how như thế nào; *~ does it switch on?* nó bật như thế nào?; *~ are you?* anh/chị có khoẻ không?; *~ about ...?* anh/chị có thích …?; *~ about going for a meal?* đi ăn hàng chứ?; *~ much?* bao nhiêu?; *~ much is it?* bao nhiêu tiền?; *~ many?* bao nhiêu?; *~ often?* có thường không?; *~ funny!* thật là buồn cười!; *~ sad!* thật là buồn!

however tuy nhiên; *~ rich/small they are* dù họ có giàu có/nhỏ bé đến đâu đi nữa

howl *v/i* (*of dog*) hú; (*in pain, with laughter*) rú lên

hub (*of wheel*) trục

hubcap nắp trục

♦ **huddle together** tụm lại với nhau

hue màu sắc

huff: *be in a ~* đang trong cơn giận dữ

hug *v/t* ôm chặt

huge *building, tree, difference* to lớn; *debt, sum of money* rất lớn

hull NAUT thân tàu

hullabaloo (*noise*) tiếng huyên náo; (*fuss*) sự làm rùm beng

hum 1 *v/t song, tune* ngâm nga **2** *v/i* (*of person*) ngâm nga; (*of machine*) kêu ù ù

human 1 *n* con người **2** *adj* của con người; *~ error* sự sai lầm của con người

human being con người

human chess cờ người

humane nhân đạo

humanitarian nhân đạo

humanity (*human beings*) nhân loại; (*of attitude etc*) lòng nhân đạo

human race loài người

ch (*final*) k	**gh** g	**nh** (*final*) ng	**r** z; (S) r	**x** s	**â** (but)	**i** (tin)
d z; (S) y	**gi** z; (S) y	**ph** f	**th** t	**a** (hat)	**e** (red)	**o** (saw)
đ d	**nh** (onion)	**qu** kw	**tr** ch	**ă** (hard)	**ê** ay	**ô** oh

human resources nhân lực

humble *attitude, person* khiêm tốn; *origins* hèn kém; *meal, house* tầm thường

humdrum nhàm chán

humid ẩm

humidifier thiết bị giữ độ ẩm

humidity độ ẩm; **90% ~** độ ẩm 90%

humiliate làm nhục

humiliating nhục nhã

humiliation (*humiliating*) sự làm nhục; (*being humiliated*) sự bị làm nhục

humility thái độ khiêm nhường

humor (*comical*) sự hài hước; (*mood*) tâm trạng; **sense of ~** tính hài hước

humorous hài hước

hump 1 *n* (*of camel, person*) cái bướu; (*on road*) mô đất **2** *v/t* (*carry*) vác

hunch (*idea*) linh cảm

hundred trăm

hundredth *adj* thứ một trăm

hundredweight *một phần hai mươi của một tấn*

Hungarian 1 *adj* Hung-ga-ri **2** *n* (*person*) người Hung-ga-ri (*language*) tiếng Hung-ga-ri

Hungary nước Hung-ga-ri

hunger *n* sự đói

hung-over chuếnh choáng

hungry đói; **I'm ~** tôi thấy đói

hunk: great ~ F (*man*) người đàn ông lực lưỡng

hunky-dory F tốt đẹp

hunt 1 *n* (*for animals*) sự săn bắt; (*for a new leader, missing child etc*) sự lùng kiếm **2** *v/t animal* săn bắt

♦ **hunt for** tìm kiếm

hunter người đi săn

hunting sự đi săn

hurdle SP rào; *fig* (*obstacle*) vật chướng ngại

hurdler SP vận động viên chạy vượt rào

hurdles SP môn chạy vượt rào

hurl *stones* ném; *insults* gào thét

hurray hoan hô

hurricane cơn bão

hurried gấp

hurry 1 *n* sự vội vàng; **be in a ~** vội vã **2** *v/i* gấp lên

♦ **hurry up 1** *v/i* gấp lên; **~!** nhanh lên! (*N*), lẹ lên! (*S*) **2** *v/t* giục

hurt 1 *v/i* bị đau; **does it ~?** có đau không? **2** *v/t* (*physically*) làm đau; (*emotionally*) xúc phạm

husband người chồng

hush *n* sự im lặng; **~!** suỵt!

♦ **hush up** *scandal etc* bưng bít

husk (*of peanuts*) vỏ; (*of rice*) trấu

husky *adj* khàn khàn

hustle 1 *n* sự nhộn nhịp hối hả; **~ and bustle** sự lăng xăng bận rộn **2** *v/t person* thúc giục

hut túp lều

hyacinth cây lan dạ hương

hybrid (*plant*) cây lai; (*animal*) vật lai

hydrant: fire ~ van lấy nước để chữa cháy

hydraulic thủy lực

hydro ... thủy ...

hydroelectric thủy điện

hydrofoil (*boat*) tàu thủy trượt trên mặt nước

hydrogen hyđrô

hydrogen bomb bom khinh khí

hygiene vệ sinh

hygienic vệ sinh

hymn bài thánh ca

hype *n* quảng cáo thổi phồng

hyperactive quá hiếu động

hypermarket siêu thị lớn;

hypersensitive quá nhạy cảm;

hypertension chứng huyết áp cao; **hypertext** COMPUT siêu văn

---

ơ ur	**y** (tin)	**ây** uh-i	**iê** i-uh	**oa** wa	**ôi** oy	**uy** wee	**ong** aong
u (soon)	**au** a-oo	**eo** eh-ao	**iêu** i-yoh	**oai** wai	**ơi** ur-i	**ênh** uhng	**uyên** oo-in
ư (dew)	**âu** oh	**êu** ay-oo	**iu** ew	**oe** weh	**uê** way	**oc** aok	**uyêt** oo-yit

bản
hyphen dấu nối
hypnosis sự thôi miên
hypnotherapy phép chữa bệnh
bằng thôi miên
hypnotize thôi miên
hypochondriac *n* chứng nghi bệnh
hypocrisy thói đạo đức giả
hypocrite kẻ đạo đức giả
hypocritical đạo đức giả
hypothesis giả thuyết

hypothetical có tính chất giả
thuyết
hysterectomy thủ thuật cắt bỏ dạ
con
hysteria sự quá kích động
hysterical *person* bị cuồng loạn;
laugh điên loạn; (*very funny*) hết
sức buồn cười; ***become ~*** trở nên
điên loạn
hysterics cơn cuồng loạn;
(*laughter*) trận cười điên dại

I

I tôi, tui (*S*); (*informal*) tớ; (*speaking
to one's parents*) con; (*female to
younger brother or sister or member
of the younger generation*) chị;
(*male to younger brother or sister or
member of the younger generation*)
anh; (*to one's older brother or sister
or member of an older generation*)
em; (*mother to her children*) mẹ
(*N*), má (*S*); (*father to his children*)
bố (*N*), ba (*S*); (*young person to
friend of same generation*) tao;
(*informal to same generation*) mình,
tớ ◊ (*omission of pronoun: informal
use*): ***where is he? – ~ don't know***
anh ấy đâu? – không biết
ice (*in drink*) đá; (*on road*) băng;
break the ~ *fig* xua tan sự e ngại
♦ **ice up** (*of engine, wings*) phủ băng
iceberg tảng băng trôi; **icebox** tủ
lạnh; **icebreaker** (*ship*) tàu phá
băng; **ice cream** kem; **ice-cream
parlor** hiệu kem; **ice cube** viên
đá nhỏ

iced *drink* ướp lạnh
iced coffee cà phê đá
ice hockey hốc cây trên băng
ice rink sân băng
icicle nhũ băng
icon (*cultural*) thần tượng; COMPUT
biểu tượng
icy *road, surface* phủ băng; *welcome*
lạnh nhạt
idea ý kiến; ***good ~!*** ý kiến hay
đấy!; ***I have no ~*** tôi không biết;
it's not a good ~ to … không
nên …
ideal *adj* (*perfect*) lý tưởng
idealistic lý tưởng chủ nghĩa
identical giống hệt; ***~ twins*** cặp
sinh đôi giống nhau như đúc
identification sự nhận dạng;
(*papers etc*) giấy chứng minh
identify *thing* nhận biết; *person*
nhận dạng
identity (*of person*) nhận dạng;
their sense of national ~ ý thức
đồng nhất dân tộc của họ; ***the***

ch (*final*) k	gh g	nh (*final*) ng	r z; (*S*) r	x s	â (but)	i (tin)
d z; (*S*) y	gi z; (*S*) y	ph f	th t	a (hat)	e (red)	o (saw)
đ d	nh (onion)	qu kw	tr ch	ă (hard)	ê ay	ô oh

building has its own distinct ~
tòa nhà có đặc tính riêng biệt của
nó; *~ card* thẻ chứng minh

ideological hệ tư tưởng

ideology hệ tư tưởng

idiom *(saying)* thành ngữ

idiomatic: she speaks fluent and
~ French cô ấy nói tiếng Pháp
lưu loát và rất Pháp

idiosyncrasy phong cách riêng

idiot kẻ ngu ngốc

idiotic ngu ngốc

idle 1 *adj person* lười; *threat* vô tác
dụng; *machinery* để không; *in an ~*
moment vào lúc nhàn rỗi **2** *v/i (of*
engine) chạy không tải

♦ **idle away** *the time etc* ngồi không;
~ the hours watching TV ngồi
không hàng giờ liền xem vô
tuyến

idol *(statue of a deity)* tượng thần;
(movie star etc) thần tượng

idolize thần tượng hóa

idyllic bình dị

if *conj (on condition)* nếu; *(whether)*
có ... không; *~ you have finished*
eating ... nếu anh/chị đã ăn xong
...; *do you know ~ he's married?*
anh/chị có biết anh ấy đã có gia
đình rồi hay không?

igloo lều tuyết

ignite *v/t* đốt

ignition *(in car)* hệ thống đánh lửa;
~ key chìa khóa công tắc

ignorance sự không hiểu biết

ignorant không hiểu biết; *(rude)*
khiếm nhã

ignore phớt lờ; COMPUT bỏ qua

ill ốm; *fall ~*, *be taken ~* bị ốm

illegal phi pháp

illegible khó đọc

illegitimate *(against the law)* bất
hợp pháp; *an ~ child* con ngoài
giá thú

ill-fated xui xẻo

illicit *copy, import* lậu; *relationship,*
pleasure bất chính

illiterate *(unable to read or write)*
mù chữ; *(ignorant)* không hiểu
biết

ill-mannered bất lịch sự

ill-natured xấu tính

illness sự đau ốm

illogical phi lý

ill-tempered cáu kỉnh

illtreat ngược đãi

illuminate *building etc* trưng đèn

illuminating *remarks etc* làm sáng
tỏ

illusion ảo tưởng

illustrate *(with picture, examples)*
minh họa

illustration *(picture)* tranh minh
họa; *(with examples)* sự minh họa

illustrator người vẽ tranh minh họa

ill will sự thù ghét

ILO (= *International Labor*
Organization) Tổ chức Lao Động
quốc tế

image *(picture)* hình ảnh; *(of*
politician, company) tiếng tăm; *be*
the ~ of s.o. giống y hệt ai

image-conscious quan tâm tới
tiếng tăm của mình

imaginable có thể tưởng tượng
được; *the biggest/smallest size*
~ cỡ lớn nhất/bé nhất có thể
tưởng tượng được

imaginary tưởng tượng

imagination trí tưởng tượng; *it's all*
in your ~ toàn là trong trí tưởng
tượng của anh/chị

imaginative giàu tưởng tượng

imagine tưởng tượng; *I can just ~ it*
tôi có thể tưởng tượng được điều
đó; *you're imagining things* anh/
chị giàu óc tưởng tượng

imbecile người đần độn; *pej* F

ơ u*r*	y (tin)	ây uh-i	iê i-uh	oa wa	ôi oy	uy wee	ong aong
u (soon)	au a-oo	eo eh-ao	iêu i-yoh	oai wai	ơi ur-i	ênh uhng	uyên oo-in
ư (dew)	âu oh	êu ay-oo	iu ew	oe weh	uê way	oc aok	uyêt oo-yit

người ngu ngốc

IMF (= *International Monetary Fund*) IMF

imitate bắt chước

imitation (*copying*) sự bắt chước; (*something copied*) đồ giả; **~ leather** da giả

immaculate *clothes, person* sạch sẽ chỉnh tề

immaterial (*not relevant*) không liên quan gì

immature non nớt

immediate (*in time*) ngay; **the ~ family** gia đình gần gũi nhất; **in the ~ neighborhood** ở vùng lân cận nhất

immediately ngay lập tức; **~ after the bank/church** ngay sau ngân hàng/nhà thờ

immense cực kỳ lớn

immerse (*in liquid etc*) ngâm; **~ oneself in** đắm mình vào

immersion heater dụng cụ đun nóng bằng điện đặt trong thùng đun nước

immigrant *n* người nhập cư

immigrate nhập cư

immigration (*act*) sự nhập cư; (*government office*) Cơ quan nhập cư

imminent sắp xảy ra

immobilize *person* làm bất động; *factory* làm không hoạt động được; *car* làm không chuyển động được

immoderate quá đáng

immoral trái đạo đức

immorality tính trái đạo đức

immortal *soul* bất tử; *phrase, words* bất hủ

immortality sự bất tử

immune (*to illness, infection*) miễn dịch; (*from ruling, requirement*) được miễn

immune system MED hệ thống miễn dịch

immunity (*to infection*) khả năng miễn dịch; (*from ruling*) sự miễn trừ; **diplomatic ~** quyền miễn trừ ngoại giao

impact *n* (*of meteorite, vehicle etc*) sự va chạm; (*of new manager etc*) ảnh hưởng; (*effect*) tác động

impair làm hại

impaired bị suy kém

impartial vô tư

impassable *road* không thể đi được

impasse (*in negotiations etc*) thế bế tắc

impassioned *speech, plea* tha thiết

impassive thản nhiên

impatience sự nôn nóng

impatient nôn nóng

impatiently một cách nôn nóng

impeccable *turnout, English etc* hoàn hảo

impeccably *dressed, pronounce, speak* một cách hoàn hảo

impede cản trở

impediment (*in speech*) khuyết tật

impending sắp xảy ra

impenetrable *jungle, fortress* không thể vào được; *mind, mystery* không thể hiểu được

imperative 1 *adj* cấp bách **2** *n* GRAM thể mệnh lệnh

imperceptible không thể nhận thấy được

imperfect 1 *adj* không hoàn hảo **2** *n* GRAM thời quá khứ chưa hoàn thành

imperial hoàng đế

impersonal *pej* lạnh lẽo

impersonate (*as a joke*) nhại; (*illegally*) đóng giả

impertinence sự xấc láo

impertinent xấc láo

ch (*final*) k	gh g	nh (*final*) ng	r z; (*S*) r	x s	â (but)	i (tin)
d z; (*S*) y	gi z; (*S*) y	ph f	th t	a (hat)	e (red)	o (saw)
đ d	nh (onion)	qu kw	tr ch	ă (hard)	ê ay	ô oh

imperturbable điềm tĩnh
impervious: ~ **to** thản nhiên trước
impetuous nông nổi
impetus (*of campaign etc*) sự thúc đẩy
implement 1 *n* công cụ **2** *v/t measures etc* thực hiện
implicate: ~ **s.o. in sth** làm ai dính líu vào gì
implication (*act of involving*) sự dính líu; (*what is implied*) hàm ý
implicit ngầm ngầm; (*absolute*) tuyệt đối
implore van nài
imply ngụ ý
impolite vô lễ
import 1 *n* sự nhập khẩu **2** *v/t* nhập khẩu
importance tầm quan trọng
important quan trọng
importer (*person*) người nhập khẩu; (*company*) công ty nhập khẩu; (*country*) nước nhập khẩu
impose: ~ **a tax** đánh thuế; ~ **oneself on s.o.** buộc ai phải chấp nhận sự có mặt của mình
imposing oai nghiêm
impossibility điều không thể làm được
impossible không thể được; (*hopeless*) tuyệt vọng; *person* rất khó chịu đựng nổi
impostor kẻ mạo danh
impotence sự bất lực
impotent bất lực
impoverished bị nghèo đi
impractical *suggestion* không thực tế; *he is very* ~ anh ta rất vụng tay
impress gây ấn tượng; *be ~ed by s.o.*/*sth* bị gây ấn tượng bởi ai/gì
impression (*idea, feeling*) cảm tưởng; (*strong effect*) ấn tượng; (*impersonation*) nhại lại; *make a good*/*bad ~ on s.o.* gây ấn tượng tốt/xấu đối với ai; *I get the ~ that ...* tôi có cảm giác rằng …
impressionable dễ bị tác động
impressive *piece of work* gây ấn tượng mạnh; *building* nguy nga
imprint *n* (*of credit card*) sự in
imprison giam cầm
imprisonment sự giam cầm; *be sentenced to 15 years* ~ bị kết án 15 năm tù
improbable *story* không chắc có thực
improper *behavior* sai trái
improve 1 *v/t work, relations* cải thiện; *skills, English* nâng cao **2** *v/i* trở nên tốt hơn
improvement sự cải thiện; (*in skills, English*) sự nâng cao
improvise *v/i* ứng biến
impudent hỗn xược
impulse sự bốc đồng; *do sth on an* ~ làm gì khi bốc đồng; ~ *buy* đồ mua bất chợt
impulsive hấp tấp
impunity: *with* ~ không bị trừng phạt
impure *thoughts* không trong sáng; *substance* có tạp chất
in 1 *prep* ◊ (*location, position*) ở; ~ *Washington*/*Vietnam* ở Washington/Việt Nam; *wounded* ~ *the leg*/*arm* bị thương ở chân/cánh tay ◊ (*inside, within*) trong; ~ *the box* trong hộp; *put it* ~ *your pocket* cho nó vào túi anh/chị ◊ (*during a period of time*) vào; ~ *1999* vào năm 1999; ~ *the morning* vào buổi sáng; ~ *the summer* vào mùa hè; ~ *August* vào tháng Tám; *I'll be back* ~ *two hours* sau hai tiếng nữa tôi sẽ quay lại; *I haven't seen him* ~ *two years* đã hai năm tôi không

ơ ur	y (tin)	ây uh-i	iê i-uh	oa wa	ôi oy	uy wee	ong aong
u (soon)	au a-oo	eo eh-ao	iêu i-yoh	oai wai	ơi ur-i	ênh uhng	uyên oo-in
ư (dew)	âu oh	êu ay-oo	iu ew	oe weh	uê way	oc aok	uyêt oo-yit

có gặp anh ấy ◊ (*medium*, *means*, *color*) bằng; ~ *English*/ *Vietnamese* bằng tiếng Anh/Việt; ~ *a loud voice* bằng giọng nói to; ~ *his style* theo phong cách của anh ấy; *dressed* ~ *yellow* mặc màu vàng; *painted* ~ *yellow* sơn màu vàng ◊ (*while*) trong lúc; ~ *crossing the road* trong lúc đang qua đường; ~ *agreeing to this* (*by virtue of*) vì đã đồng ý với cái đó ◊: ~ *his novel* trong cuốn tiểu thuyết của anh ấy; ~ *Faulkner* trong các tác phẩm của Faulkner ◊: *three* ~ *all* tổng số là ba; *one* ~ *ten* một trong mười 2 *adv* (*at home*, *in the building etc*) có nhà; (*arrived*: *train*) tới; (*within a particular area*) ở trong; *is the CD* ~*?* có đĩa CD ở trong máy không?; ~ *here* ở trong đây 3 *adj* (*fashionable*, *popular*) đang thịnh hành

inability sự thiếu khả năng
inaccessible không thể vào được
inaccurate không chính xác
inactive không hoạt động
inadequate không thỏa đáng
inadvisable (*unwise*) không nên
inanimate vô tri vô giác
inapplicable không thể áp dụng được
inappropriate không thích hợp
inarticulate *person* lủng củng
inattentive không chú ý
inaudible không nghe được
inaugural *speech* khai mạc
inaugurate khánh thành
inborn bẩm sinh
inbreeding sự giao phối nội dòng
inc. (= *incorporated*) liên hợp
incalculable *damage* không thể tính được
incapable (*helpless*) không tự lực

được; *be* ~ *of doing sth* không có khả năng làm gì
incendiary device bom cháy
incense[1] *n* hương
incense[2] *v/t*: ~ *s.o.* làm ai nổi giận
incentive sự khích lệ
incessant không ngừng
incessantly không ngừng
incest sự loạn luân
inch *n* insơ
incident: *a diplomatic* ~ một sự kiện ngoại giao; *a border* ~ một cuộc đụng độ ở biên giới
incidental (*chance*) tình cờ; ~ *expenses* những chi phí phụ
incidentally (*by the way*) nhân thể
incinerator (*for garbage*) lò đốt rác
incision (*cut*) sự mổ
incisive *mind*, *analysis* sắc sảo
incite kích động; ~ *s.o. to do sth* kích động ai làm gì
inclination (*liking*) sở thích; (*tendency*) thiên hướng
incline: *be* ~*d to do sth* có thiên hướng làm gì
inclose → *enclose*
inclosure → *enclosure*
include bao gồm
including *prep* kể cả
inclusive 1 *adj price* bao gồm tất cả 2 *prep*: ~ *of* bao gồm cả 3 *adv* kể cả; *from Monday to Thursday* ~ từ thứ Hai cho tới hết thứ Năm
incoherent không mạch lạc
income thu nhập
income tax thuế thu nhập
incoming *flight*, *phonecall*, *mail* đến; *tide* vào; *president* mới đắc cử
incomparable không thể sánh được
incompatibility sự không tương hợp
incompatible không tương hợp
incompetence sự thiếu năng lực

ch (*final*) k	**gh** g	**nh** (*final*) ng	**r** z; (*S*) r	**x** s
d z; (*S*) y	**gi** z; (*S*) y	**ph** f	**th** t	**a** (hat)
đ d	**nh** (onion)	**qu** kw	**tr** ch	**ă** (hard)

â (but)	**i** (tin)	
e (red)	**o** (saw)	
ê ay	**ô** oh	

incompetent thiếu năng lực

incomplete không đầy đủ

incomprehensible không thể hiểu được

inconceivable không thể tưởng tượng được

inconclusive không đi đến kết luận

incongruous không phù hợp

inconsiderate thiếu thận trọng

inconsistent không nhất quán

inconsolable không gì khuyên giải được

inconspicuous kín đáo

inconvenience *n* sự bất tiện

inconvenient bất tiện

incorporate bao gồm

incorporated COM liên hợp

incorrect không đúng, sai

incorrectly sai, không đúng

incorrigible không thể sửa được

increase 1 *v/t* tăng 2 *v/i* tăng lên 3 *n* sự tăng lên

increasing tăng lên

increasingly càng ngày càng; *it's ~ important to be able to understand Japanese* việc hiểu được tiếng Nhật càng ngày càng trở nên quan trọng

incredible (*amazing*) khó tin

incriminate buộc tội; *~ oneself* tự buộc tội

in-crowd phe phái

incubator (*for chicks*) lồng ấp; (*for babies*) lồng kính

incur gánh chịu

incurable không thể chữa được

indebted: *be ~ to s.o.* mang ơn ai

indecent không đứng đắn

indecisive không dứt khoát

indecisiveness tính không dứt khoát

indeed (*in fact*) thật ra; (*agreeing*) đúng thế; *very much ~* thực sự

nhiều

indefinable không thể định nghĩa được

indefinite *period, length* không hạn định; *~ article* GRAM quán từ không xác định

indefinitely *stay, reside* không hạn định

indelicate thiếu tế nhị

indent 1 *n* (*in text*) chỗ thụt vào 2 *v/t*: *~ a line* thụt vào đầu dòng

independence độc lập

Independence Day (*in America*) Ngày Độc lập

independent độc lập

independently một cách độc lập; *~ of* độc lập với

indescribable không thể tả được

indescribably không thể tả được

indestructible *friendship etc* bền vững; *toys etc* bền

indeterminate không xác định

index *n* (*for book*) bảng chú dẫn

index card phiếu thư mục

index finger ngón tay trỏ

India nước Ấn Độ

Indian 1 *adj* Ấn Độ 2 *n* người Ấn Độ; (*American*) người Anh-điêng

Indian summer thời kỳ ấm nắng ráo vào cuối thu

indicate 1 *v/t* (*show*) chỉ ra; (*be a sign of*) báo hiệu 2 *v/i* (*when driving*) đánh đèn xi nhan

indication dấu hiệu

indicator (*on car*) đèn xi nhan

indict truy tố

indifference sự thờ ơ

indifferent thờ ơ; (*mediocre*) xoàng

indigestible khó tiêu

indigestion chứng khó tiêu

indignant phẫn nộ

indignation sự phẫn nộ

indirect *route* quanh co; *accusation, criticism* gián tiếp

ơ ur	**y** (tin)	**ây** uh-i	**iê** i-uh	**oa** wa	**ôi** oy	**uy** wee	**ong** aong
u (soon)	**au** a-oo	**eo** eh-ao	**iêu** i-yoh	**oai** wai	**ơi** ur-i	**ênh** uhng	**uyên** oo-in
ư (dew)	**âu** oh	**êu** ay-oo	**iu** ew	**oe** weh	**uê** way	**oc** aok	**uyêt** oo-yit

indirectly một cách gián tiếp

indiscreet không kín đáo

indiscretion (*act*) sự thiếu thận trọng

indiscriminate không phân biệt

indispensable không thể thiếu được

indisposed (*not well*) khó ở

indisputable không thể chối cãi được

indisputably không thể chối cãi được

indistinct không rõ ràng

indistinguishable không phân biệt được

individual 1 *n* (*person*) cá nhân **2** *adj* (*separate*) riêng lẻ; (*personal*) riêng

individualist *n* người cá nhân chủ nghĩa

individually riêng biệt

indivisible không thể phân chia được

Indochina Đông dương

Indochinese *adj* Đông dương

indoctrinate nhồi sọ

indolence tính lười nhác

indolent lười nhác

Indonesia nước Inđônêxia

Indonesian 1 *adj* Inđônêxia **2** *n* (*person*) người Inđônêxia

indoor trong nhà

indoors ở trong nhà

indorse *check* ký hậu; *driver's license* ghi phạt; (*give approval to*) tán đồng

induction ceremony buổi lễ giới thiệu

indulge 1 *v/t* (*oneself, one's tastes*) tự thỏa mãn **2** *v/i*: ~ *in sth* thỏa thích gì

indulgence (*of tastes, appetite etc*) sự thỏa mãn; (*laxity*) sự nuông chiều

indulgent (*not strict enough*) nuông chiều

industrial công nghiệp; ~ *action* bãi công

industrial dispute sự bất đồng giữa công nhân và ban quản đốc

industrialist nhà tư bản công nghiệp

industrialize *v/t & v/i* công nghiệp hóa

industrial park khu công nghiệp

industrial waste phế thải công nghiệp

industrious cần cù

industry công nghiệp

ineffective không có hiệu quả

ineffectual *person* vô dụng

inefficient *person* kém năng lực; *system* kém hiệu quả

ineligible không đủ tiêu chuẩn

inept vụng về

inequality sự bất bình đẳng

inescapable không thể tránh được

inestimable *worth, value* vô giá

inevitable không thể tránh được; *with the ~ Coca-Cola machine in the corner* với cái máy bán Coca-Cola quen thuộc ở góc phòng

inevitably chắc chắn

inexcusable không thể bào chữa được

inexhaustible *person* không thể kiệt sức; *supply* vô tận

inexpensive không đắng đất

inexperienced thiếu kinh nghiệm

inexplicable không thể giải thích được

inexpressible *joy* không thể tả được

infallible không thể sai được

infamous khét tiếng

infancy (*of person*) thời thơ ấu; (*of state, institution*) thời kỳ trứng nước

ch (*final*) k	**gh** g	**nh** (*final*) ng	**r** z; (*S*) r	**x** s	**â** (but)	**i** (tin)
d z; (*S*) y	**gi** z; (*S*) y	**ph** f	**th** t	**a** (hat)	**e** (red)	**o** (saw)
đ d	**nh** (onion)	**qu** kw	**tr** ch	**ă** (hard)	**ê** ay	**ô** oh

infant trẻ con
infantile *pej* trẻ con
infantry bộ binh
infantry soldier lính bộ binh
infatuated: be ~ with s.o. si mê ai
infect *wound* làm nhiễm trùng; (*of person*) làm lây; *food, water* làm nhiễm độc; *become ~ed* (*of person*) bị nhiễm
infected *wound* bị nhiễm trùng
infection (*of a disease*) sự lây nhiễm
infectious *disease* lây nhiễm; *fig: laughter* dễ lây
infer: ~ X from Y luận ra X từ Y
inferior 1 *adj quality, workmanship* kém hơn **2** *n* (*in rank, company*) người cấp thấp hơn
inferiority (*in quality*) sự kém hơn
inferiority complex mặc cảm tự ti
infertile *plant, soil* cằn cỗi; *woman* vô sinh
infertility (*of plant, soil*) sự cằn cỗi; (*of woman*) sự vô sinh
infidelity sự không chung thủy
infiltrate *v/t* thâm nhập
infinite vô hạn
infinitive nguyên thể
infinity sự vô tận
infirm yếu đuối
infirmary bệnh xá
infirmity sự yếu đuối
inflame kích thích
inflammable dễ cháy
inflammation MED sự viêm nhiễm
inflatable *dinghy* có thể bơm căng
inflate *v/t tire, dinghy* bơm căng; *economy* gây lạm phát
inflation sự lạm phát
inflationary (*of inflation*) lạm phát; (*causing inflation*) gây ra lạm phát
inflection (*of voice*) sự thay đổi
inflexible *attitude, person* cứng nhắc
inflict: ~ X on Y *punishment* giáng X

cho Y; *suffering, wound, hardship* gây X cho Y
in-flight trong chuyến bay; *~ entertainment* trò giải trí trong chuyến bay
influence 1 *n* ảnh hưởng; *be a good/bad ~ on s.o.* có ảnh hưởng tốt/xấu đối với ai **2** *v/t s.o.'s thinking, decision* ảnh hưởng đến
influential có ảnh hưởng
influenza bệnh cúm
inform 1 *v/t* báo tin; *~ X of Y* báo tin cho X về Y; *please keep me ~ed* xin thường xuyên báo cho tôi biết **2** *v/i* báo tin; *~ on s.o.* khai báo về ai
informal *meeting, agreement* không chính thức; *dress* không theo nghi thức; *conversation, form of address* thân mật
informality (*of meeting, agreement*) sự không chính thức; (*of dress*) sự không theo nghi thức; (*of conversation, form of address*) sự thân mật
informant người cung cấp tin tức
information thông tin
information science công nghệ thông tin; **information scientist** nhà khoa học về thông tin; **information technology** công nghệ thông tin
informative giàu tính cách thông tin
informer người chỉ điểm
infra-red *adj* hồng ngoại
infrastructure cơ sở hạ tầng
infrequent không thường xuyên
infuriate: ~ s.o. làm ai tức điên lên
infuriating làm tức điên lên
infuse *v/i* (*of tea, herbs*) hãm
infusion (*of tea, herbs*) sự hãm
ingenious tài tình
ingenuity sự tài tình

ơ ur	y (tin)	ây uh-i	iê i-uh	oa wa	ôi oy	uy wee	ong aong
u (soon)	au a-oo	eo eh-ao	iêu i-yoh	oai wai	ơi ur-i	ênh uhng	uyên oo-in
ư (dew)	âu oh	êu ay-oo	iu ew	oe weh	uê way	oc aok	uyêt oo-yit

ingot thỏi

ingratiate: ~ *oneself with s.o.* lấy lòng ai

ingratitude sự bội ơn

ingredient (*in food*) thành phần; *fig* (*for success*) thành tố

inhabit cư trú

inhabitable có thể ở được

inhabitant cư dân

inhale 1 *v/t* hít **2** *v/i* (*when smoking*) hít khói

inhaler bình xông

inherit thừa kế

inheritance sự thừa kế

inhibit *growth, conversation etc* ngăn trở

inhibited bị ức chế

inhibition sự ức chế

inhospitable *city, people* không mến khách; *climate* không dễ chịu

in-house 1 *adj team, company* trong nội bộ; *facilities* nội tại **2** *adv work* nội bộ

inhuman vô nhân đạo

initial 1 *adj* ban đầu **2** *n* tên họ viết tắt **3** *v/t* (*write initials on*) ký tắt

initially ban đầu

initiate *v/t* khởi đầu

initiation sự khởi đầu

initiative sáng kiến; *do sth on one's own* ~ làm gì theo sự chủ động của mình

inject *medicine* tiêm; *drug* chích; *fuel* bơm; *capital* rót vào

injection MED việc tiêm; (*of fuel*) sự bơm; (*of capital*) sự rót vào

injure làm bị thương

injured 1 *adj leg* bị thương; *feelings* bị tổn thương **2** *n*: *the* ~ những người bị thương

injury thương tích

injustice sự bất công

ink mực

inkjet (*printer*) máy in phun mực

inland nội địa

in-laws (*wife's family*) họ hàng bên vợ; (*husband's family*) họ hàng bên chồng

inlay *n* vật khảm

inlet (*of sea*) vịnh nhỏ; (*in machine*) đường dẫn vào

inmate (*of prison*) bạn tù; (*of mental hospital*) người cùng nằm viện

inn nhà trọ

innate bẩm sinh

inner *thoughts* thầm kín; *courtyard, ear* trong

inner city nội thành

innermost trong tận cùng

inner tube săm

innocence (*of child etc*) sự ngây thơ; LAW sự vô tội

innocent *child etc* ngây thơ; LAW vô tội

innovation sự đổi mới

innovative đổi mới

innovator người đổi mới

innumerable vô số

inoculate tiêm chủng

inoculation sự tiêm chủng

inoffensive vô hại

inorganic vô cơ

in-patient bệnh nhân nội trú

input 1 *n* (*into project etc*) sự đưa vào; COMPUT sự nhập **2** *v/t* (*into project*) đưa vào; COMPUT nhập

input port COMPUT cổng vào

inquest cuộc điều tra

inquire hỏi thăm; ~ *into sth* điều tra về gì

inquiry câu hỏi

inquisitive tò mò

insane điên rồ

insanitary mất vệ sinh

insanity sự mất trí

insatiable không bao giờ thỏa mãn

inscription dòng chữ ghi

---

ch (*final*) k	**gh** g	**nh** (*final*) ng	**r** z; (*S*) r	**x** s	**â** (but) **i** (tin)
d z; (*S*) y	**gi** z; (*S*) y	**ph** f	**th** t	**a** (hat)	**e** (red) **o** (saw)
đ d	**nh** (onion)	**qu** kw	**tr** ch	**ă** (hard)	**ê** ay **ô** oh

inscrutable bí hiểm

insect côn trùng; (*caterpillar, butterfly etc*) sâu bọ

insecticide thuốc trừ sâu

insect repellent thuốc chống côn trùng

insecure *job etc* bấp bênh; *person* không có lòng tự tin

insecurity (*psychological*) sự thiếu tự tin

insensitive vô tình

insensitivity sự vô tình

inseparable *two issues* không thể tách rời; *two people* không rời nhau

insert 1 *n* (*in magazine etc*) phụ trương **2** *v/t* đưa vào; **~ X into Y** đưa X vào Y

insertion (*act*) sự đưa vào

inside 1 *n* (*of house, box*) phía trong; (*of road*) phần đường bên trong sát lề đường; **somebody on the ~** tay trong; **~ out** mặt trái; **turn sth ~ out** lộn trái gì; **know sth ~ out** biết tường tận gì **2** *prep* bên trong; **~ the house** bên trong ngôi nhà; **~ of 2 hours** trong vòng hai giờ **3** *adv stay, remain* ở bên trong; *go, carry* vào trong; **we went ~** chúng tôi đã đi vào trong **4** *adj* bên trong; **~ information** tin tức nội bộ; **~ lane** SP đường chạy bên trong; (*on road*) làn đường bên phải; **~ pocket** túi bên trong

insider tay trong

insider trading FIN việc giao dịch mà chỉ những người có liên quan mới biết

insides bụng

insidious *disease* âm ỉ; *means, effects* ngấm ngầm

insight sự hiểu biết sâu sắc

insignificant *person, problem* không quan trọng; *amount* không

đáng kể

insincere không chân thành

insincerity sự không chân thành

insinuate (*imply*) ám chỉ

insist khăng khăng một mực; *please keep it, I ~* xin hãy giữ lại, tôi xin anh/chị

♦ **insist on** yêu cầu

insistent khăng khăng một mực

insolent láo xược

insoluble *problem* không thể giải quyết được; *substance* không tan được

insolvent không trả được nợ

insomnia chứng mất ngủ

inspect *work, tickets, baggage* kiểm tra; *building, factory, school* thanh tra

inspection (*of work, tickets, baggage*) sự kiểm tra; (*of building, factory, school*) sự thanh tra

inspector (*in factory*) người thanh tra

inspiration nguồn cảm hứng; (*very good idea*) ý nghĩ bất chợt

inspire (*cause: respect etc*) gây ra; *be ~d by s.o./sth* bị ai/gì truyền cảm hứng

instability (*of character, economy*) tình trạng không ổn định

install *computer, telephones* lắp đặt; *software* cài đặt

installation (*of new equipment*) sự lắp đặt; (*of software*) sự cài đặt; *military ~* căn cứ quân sự

installment (*of story, TV drama etc*) kỳ; (*payment*) phần trả từng kỳ

installment plan sự mua trả góp

instance (*example*) ví dụ; *for ~* ví dụ như

instant 1 *adj* ngay lập tức **2** *n* chốc lát; *in an ~* trong chốc lát

instantaneous ngay tức khắc

instant coffee cà phê pha liền

ơ ur	**y** (tin)	**ây** uh-i	**iê** i-uh	**oa** wa
u (soon)	**au** a-oo	**eo** eh-ao	**iêu** i-yoh	**oai** wai
ư (dew)	**âu** oh	**êu** ay-oo	**iu** ew	**oe** weh

ôi oy	**uy** wee	**ong** aong
ơi ur-i	**ênh** uhng	**uyên** oo-in
uê way	**oc** aok	**uyêt** oo-yit

instantly ngay tức khắc

instead thay thế cho; **~ of** thay cho

instep mu bàn chân

instinct bản năng

instinctive theo bản năng

institute 1 *n* học viện; (*home for elderly*) nhà dưỡng lão; (*home for mentally ill*) nhà thương điên **2** *v/t new law* thiết lập; *inquiry* tiến hành

institution (*governmental*) thể chế; (*sth traditional*) phong tục; (*setting up*) việc tiến hành

instruct (*order*) chỉ thị; (*teach*) dạy; **~ X to do Y** (*order*) chỉ thị cho X làm Y

instruction manual sổ tay hướng dẫn sử dụng

instructions (*directions*) hướng dẫn; **~ for use** hướng dẫn sử dụng

instructive chỉ dạy

instructor (*for sports*) huấn luyện viên; MIL người huấn luyện

instrument MUS nhạc cụ; (*gadget, tool*) dụng cụ

insubordinate bất trị

insufficient không đủ

insulate ELEC cách điện; (*against cold*) cách nhiệt

insulation ELEC sự cách điện; (*material*) chất cách điện; (*against cold*) sự cách nhiệt

insulin insulin

insult 1 *n* sự xúc phạm; (*spoken*) lời xúc phạm **2** *v/t* xúc phạm

insurance bảo hiểm; (*means of protection*) biện pháp bảo đảm an toàn

insurance company công ty bảo hiểm

insurance policy hợp đồng bảo hiểm

insure bảo hiểm

insured: be ~ được bảo hiểm

insurmountable không thể vượt

qua

intact (*not damaged*) còn nguyên vẹn

intake (*of college etc*) số lượng người vào

integrate *v/t* hòa nhập

integrated circuit vi mạch

integrity (*honesty*) tính chính trực

intellect trí tuệ

intellectual 1 *adj* trí tuệ **2** *n* người trí thức

intelligence trí thông minh; (*news*) tin tức tình báo

intelligence service cơ quan tình báo

intelligent thông minh

intelligible dễ hiểu

intend dự định; **~ to do sth** dự định làm gì; *that's not what I ~ed* ý tôi không phải là thế

intense *sensation, pleasure* mãnh liệt; *heat, pressure* dữ dội; *personality* dễ xúc cảm mạnh mẽ; *concentration* dữ lắm

intensify 1 *v/t effect, pressure* tăng cường **2** *v/i* (*of pain*) tăng lên; (*of fighting*) trở nên dữ dội

intensity (*of sensation*) tính mãnh liệt; (*of heat, pain, fighting*) tính dữ dội

intensive *study, training* cấp tốc; *treatment* tập trung; *preparation, search* kỹ lưỡng

intensive care unit bộ phận theo dõi tăng cường

intensive course (*of study*) lớp học cấp tốc

intent: be ~ on doing sth (*determined to do*) kiên quyết làm gì; (*concentrating on*) tập trung làm gì

intention ý định; *I have no ~ of ...* (*refuse to*) tôi không hề có ý định ...

---

ch (*final*) k	gh g	nh (*final*) ng	r z; (*S*) r	x s	â (but)	i (tin)
d z; (*S*) y	gi z; (*S*) y	ph f	th t	a (hat)	e (red)	o (saw)
đ d		nh (onion)	qu kw	tr ch	ă (hard)	ê ay	ô oh

intentional cố ý

intentionally một cách cố ý

interaction (*between people, departments*) sự hợp tác; CHEM sự tương tác

interactive tương tác

intercede làm trung gian hòa giải

intercept *ball* chặn; *message* nghe trộm; *missile* đánh chặn

interchange *n* (*of highways*) ngã tư xa lộ

interchangeable có thể thay thế cho nhau

intercom (*in office, ship*) hệ thống thông tin nội bộ; (*for front door*) intercom

intercourse (*sexual*) sự giao hợp

interdependent phụ thuộc lẫn nhau

interest 1 *n* sự quan tâm; (*financial*) lãi; *take an ~ in sth* quan tâm tới gì **2** *v/t* làm quan tâm; *does that offer ~ you?* anh/chị có thích đề nghị đó không?

interested quan tâm; *be ~ in sth* quan tâm tới gì; *thanks, but I'm not ~* thôi cám ơn, xin cho tôi miễn

interesting thú vị

interest rate lãi suất

interface 1 *n* COMPUT giao diện; *fig* điểm giao nhau **2** *v/i* tương thích

interfere can thiệp

♦ **interfere with** *controls* động vào; *plans* ngăn cản

interference sự can thiệp; (*on radio*) nhiễu

interior 1 *adj* bên trong **2** *n* (*of house*) nội thất; (*of country*) vùng nội địa; *Department of the Interior* Bộ Nội vụ

interior decorator người trang trí nội thất; **interior design** thiết kế nội thất; **interior designer** người

interlude (*at theater, concert*) giờ nghỉ giải lao; (*period*) khoảng thời gian

intermediary *n* người trung gian

intermediate *adj stage* giữa; *level, course* trung cấp

intermission (*in theater*) lúc tạm nghỉ

intern *v/t* giam giữ

internal *measurements* bên trong; *trade* trong nước; (*within organization*) nội bộ

internal combustion engine động cơ đốt trong

internally (*in body*) bên trong; (*within organization*) nội bộ

Internal Revenue Service Sở Thuế

international *adj* quốc tế

International Court of Justice Tòa án Quốc tế

internationally quốc tế

International Monetary Fund Quỹ Tiền Tệ Quốc Tế

International Worker's Day Ngày quốc tế lao động

Internet mạng Internet; *on the ~* trên mạng Internet

internist bác sĩ nội khoa

interpret 1 *v/t* (*linguistically*) dịch; *piece of music* diễn tấu; *comment* giải thích **2** *v/i* phiên dịch

interpretation (*linguistic*) sự phiên dịch; (*of piece of music*) cách diễn tấu; (*of meaning*) cách giải thích

interpreter người phiên dịch

interrelated *facts* có liên quan tới nhau

interrogate thẩm vấn

interrogation cuộc thẩm vấn

interrogative *n* GRAM từ nghi vấn

interrogator người thẩm vấn

interrupt 1 *v/t speaker* ngắt lời;

ơ ur	y (tin)	ây uh-i	iê i-uh	oa wa	ôi oy	uy wee	ong aong
u (soon)	au a-oo	eo eh-ao	iêu i-yoh	oai wai	ơi ur-i	ênh uhng	uyên oo-in
ư (dew)	âu oh	êu ay-oo	iu ew	oe weh	uê way	oc aok	uyêt oo-yit

trade, program làm gián đoạn **2** *v/i* ngắt lời

interruption (*of process, event etc*) sự gián đoạn; (*of speaker*) sự ngắt lời

intersect *v/t & v/i* cắt nhau

intersection (*crossroads*) ngã tư

interstate 1 *n* xa lộ giữa các bang **2** *adj* giữa các bang

interval (*in space*) khoảng cách; (*in time*) khoảng giữa; (*in theater, at concert*) lúc tạm nghỉ; *sunny/showery ~s* lúc nắng/mưa

intervene (*of person, police etc*) can thiệp

intervention sự can thiệp

interview 1 *n* (*on TV, in paper, for job*) cuộc phỏng vấn **2** *v/t* (*on TV, for paper, for job*) phỏng vấn

interviewee (*on TV, for job*) người được phỏng vấn

interviewer (*on TV, for paper, for job*) người phỏng vấn

intestine ruột

intimacy (*of friendship*) sự thân thiết; (*sexual*) mối quan hệ tình dục

intimate *adj friend* thân; (*sexually*) có quan hệ tình dục; *thoughts* riêng tư

intimidate đe dọa

intimidation sự đe dọa

into vào trong; *he put it ~ his suitcase* anh ấy đút nó vào trong va li của mình; *translate ~ English* dịch sang tiếng Anh; *be ~ sth* F (*like*) mê gì; (*be involved with*) bị lôi cuốn vào gì; *when you're ~ the job* khi anh/chị quen với công việc

intolerable không thể chịu đựng nổi

intolerant không dung thứ được

intoxicated (*drunk*) say; *~ by/with*

sth say sưa bởi/với gì

intransitive nội động từ

intravenous trong tĩnh mạch

intrepid gan dạ

intricate rắc rối

intrigue 1 *n* mưu đồ **2** *v/t* làm tò mò; *I would be ~d to know ...* tôi tò mò muốn biết ...

intriguing hấp dẫn

introduce giới thiệu; *new technique etc* đưa vào áp dụng; *may I ~ ...?* cho phép tôi giới thiệu ...

introduction (*to person, sport, new food etc*) sự giới thiệu; (*in book*) lời nói đầu; (*of new techniques etc*) sự đưa vào áp dụng

introvert *n* người hướng nội

intrude *v/i* xâm nhập

intruder kẻ xâm nhập

intrusion sự xâm nhập

intuition trực giác

invade xâm lược

invalid[1] *adj* không có căn cứ

invalid[2] *n* MED người tàn tật

invalidate *claim, theory* làm mất giá trị

invaluable *help, contributor* vô giá

invariably (*always*) luôn luôn

invasion sự xâm lược

invent phát minh

invention (*act*) sự phát minh; (*sth invented*) phát minh

inventive sáng tạo

inventor nhà phát minh

inventory bảng kiểm kê

inverse *adj order* ngược

invert đảo ngược

invertebrate *n* động vật không xương sống

inverted commas dấu ngoặc kép

invest *v/t & v/i* đầu tư

investigate điều tra

investigation (*of crime*) sự điều tra; (*in science*) sự nghiên cứu

---

ch (*final*) k	**gh** g	**nh** (*final*) ng	**r** z; (S) r	**x** s	**â** (but)	**i** (tin)
d z; (S) y	**gi** z; (S) y	**ph** f	**th** t	**a** (hat)	**e** (red)	**o** (saw)
đ d	**nh** (onion)	**qu** kw	**tr** ch	**ă** (hard)	**ê** ay	**ô** oh

investigative journalism nghề làm báo điều tra

investment (*act*) sự đầu tư; (*sum*) khoản tiền đầu tư; *foreign ~ capital* vốn đầu tư nước ngoài

investment law luật đầu tư

investor nhà đầu tư

invigorating *climate* có lợi cho sức khỏe

invincible vô địch

invisible vô hình

invitation (*act*) lời mời; (*card*) giấy mời

invite mời; *can I ~ you for a meal?* tôi có thể mời anh/chị ăn một bữa chứ?

invoice 1 *n* hóa đơn **2** *v/t customer* gửi hóa đơn

involuntary không có ý định

involve *hard work, expense* đòi hỏi; (*concern*) liên quan; *what does it ~?* có liên quan tới những gì?; *get ~d with sth* bị lôi cuốn vào gì; *get ~d with s.o.* (*emotionally, romantically*) dính líu với ai

involved (*complex*) rắc rối

involvement (*in a project etc*) sự tham gia; (*in a crime, accident*) sự dính líu

invulnerable *person* không thể bị thương được; *fortifications* không thể bị tấn công được

inward 1 *adj feeling, smile, thoughts* trong thâm tâm; *direction* đi vào trong **2** *adv* bên trong

inwardly trong thâm tâm

iodine iốt

IOU (= *I owe you*) giấy nợ

IQ (= *intelligence quotient*) chỉ số thông minh

Iran nước Iran

Iranian 1 *adj* Iran **2** *n* (*person*) người Iran (*language*) tiếng Iran

Iraq nước Irắc

Iraqi 1 *adj* Irắc **2** *n* (*person*) người Irắc

Ireland nước Ai-len

iris (*of eye*) tròng mắt; (*flower*) hoa diên vĩ

Irish *adj* Ai-len

Irishman người Ai-len

Irishwoman người (đàn bà) Ai-len

iron 1 *n* (*substance*) sắt; (*for clothes*) bàn là (*N*), bàn ủi (*S*) **2** *v/t shirts etc* là (*N*), ủi (*S*)

ironic(al) mỉa mai

ironing việc là (*N*)/ủi (*S*); (*clothes to iron*) quần áo cần là (*N*)/ủi (*S*); *do the ~* là (*N*)/ủi (*S*) quần áo

ironing board cầu là

ironworks xưởng đúc gang

irony sự mỉa mai

irrational phi lý

irreconcilable *people* không thể hòa giải được; *positions* không thể hòa hợp được

irrecoverable không thể lấy lại được

irregular *intervals, sizes* không đều; *behavior* thất thường

irrelevant không liên quan

irreparable *loss, damage etc* không thể bù đắp được

irreplaceable *object, person* không thể thay thế được

irrepressible *sense of humor* không nén được; *person* không thể kiểm chế được

irreproachable không thể chê trách được

irresistible không thể cưỡng lại được

irrespective: *~ of* bất kể

irresponsible vô trách nhiệm

irretrievable không thể lấy lại được

irreverent vô lễ

irrevocable không thể thay đổi

ơ *ur*	y (tin)	ây uh-i	iê i-uh	oa wa	ôi oy	uy wee	ong aong
u (soon)	au a-oo	eo eh-ao	iêu i-yoh	oai wai	ơi ur-i	ênh uhng	uyên oo-in
ư (dew)	âu oh	êu ay-oo	iu ew	oe weh	uê way	ênh aok	uyêt oo-yit

irrigate tưới

irrigation sự tưới

irrigation canal kênh tưới nước

irritable cáu kỉnh

irritate làm phát cáu

irritating *person, attitude etc* làm phát cáu; *mosquito bite etc* gây ngứa

irritation (*anger*) cơn cáu giận; (*of skin*) sự ngứa

Islam đạo Hồi

Islamic đạo Hồi

island đảo

islander dân sống ở đảo

isolate (*separate*) tách ra; (*cut off*) cô lập; (*identify*) tách riêng

isolated *house etc* biệt lập; *occurrence* riêng biệt

isolation (*of a region*) sự cách biệt; **in ~** một cách riêng biệt

isolation ward phòng cách ly

ISP (= *Internet service provider*) công ty cung cấp dịch vụ Internet

Israel nước Do thái

Israeli 1 *adj* Do thái **2** *n* (*person*) người Do thái

issue 1 *n* (*matter*) vấn đề; (*of magazine*) sự phát hành; **the point at ~** điểm đang được tranh luận; **take ~ with s.o.** đặt vấn đề với ai **2** *v/t supplies, coins, passport* cấp phát; *warning* công bố

IT (= *information technology*)

công nghệ thông tin

it ◊ (*not translated*): **~ 's raining** trời đang mưa; **I'll do ~** tôi sẽ làm ◊ (*as pronoun*) nó; **what color is ~? – ~ is red** màu gì? – màu đỏ ◊ (*as subject to identify a person*) đấy; **~ 's me**/**him** là tôi đấy/anh ấy đấy; **~ 's Charlie here** TELEC Charlie đang nói đây; **~ 's your turn** tới lượt anh/chị đấy; **that's ~!** (*that's right*) đúng rồi!; (*finished*) thế là hết!; (*annoyed*) được rồi!

Italian 1 *adj* Ý **2** *n* (*person*) người Ý; (*language*) tiếng Ý

italic *adj* nghiêng

italics chữ in nghiêng

Italy nước Ý

itch 1 *n* sự ngứa ngáy **2** *v/i* ngứa

item (*of news*) mẩu tin; (*on agenda, in accounts*) khoản mục; (*on shopping list*) món hàng; (*thing*) vật

itemize *invoice* ghi thành từng khoản

itinerary hành trình

its (*of animal, object*) của nó

itself tự nó; **the dog hurt ~** con chó tự nó làm đau; **by ~** (*alone*) một mình; (*automatically*) một cách tự động

ivory (*substance*) ngà

ivy cây thường xuân

---

ch (*final*) k	**gh** g	**nh** (*final*) ng	**r** z; (S) r	**x** s	**â** (but)	**i** (tin)
d z; (S) y	**gi** z; (S) y	**ph** f	**th** t	**a** (hat)	**e** (red)	**o** (saw)
đ d	**nh** (onion)	**qu** kw	**tr** ch	**ă** (hard)	**ê** ay	**ô** oh

J

jab *v/t* thọc mạnh

jack *n* MOT cái kích; (*in cards*) quân J

♦ **jack up** MOT kích lên

jacket (*coat*) áo vét; (*of suit*) áo vét tông; (*of book*) bìa rời

jacket potato khoai tây nướng cả vỏ

jack fruit quả mít

jack-knife *v/i* gãy gập

jackpot (*in lottery*) giải độc đắc; (*in quiz show*) giải đặc biệt; **hit the ~** trúng số độc đắc

jade *n* ngọc bích

Jade Emperor Ngọc Hoàng

jagged *edge* lởm chởm; *coastline* gồ ghề

jail *n* nhà tù

jam¹ mứt

jam² **1** *n* (*in traffic*) sự tắt nghẽn; (*in machine*) sự kẹt máy; F (*difficulty*) tình thế khó khăn; **be in a ~** F lâm vào tình thế khó khăn **2** *v/t* (*ram*) nhét; (*cause to stick*) làm mắc kẹt; *broadcast* làm nhiễu; **be ~med** (*of roads*) bị tắc nghẽn; (*of door, window*) bị kẹt **3** *v/i* (*stick*) bị mắc kẹt; (*squeeze*) bị nhồi nhét

jam-packed chật ních

janitor người gác cổng

January tháng Giêng

Japan nước Nhật

Japanese 1 *adj* Nhật **2** *n* người Nhật; (*language*) tiếng Nhật

jar¹ *n* (*container*) lọ

jar² *v/i* (*of noise*) làm chói tai; **the noise ~red on his ears** tiếng động làm chói tai anh ấy

jargon từ chuyên môn

jasmine hoa nhài (*N*), hoa lài (*S*)

jaundice bệnh vàng da

jaw *n* hàm

jaywalker người đi ẩu

jaywalking sự đi ẩu

jazz nhạc ja

♦ **jazz up** F *place, party etc* làm sinh động; *dress* làm vui mắt

jealous ghen tuông; **be ~ of** ghen tuông với ...

jealousy sự ghen tuông

jeans quần bò

jeep xe gíp

jeer 1 *n* lời chế nhạo **2** *v/i* cười chế nhạo; **they ~ed at him because ...** chúng chế nhạo anh ấy bởi vì ...

jelly thạch

jelly bean kẹo dẻo

jellyfish con sứa

jeopardize làm nguy hại

jeopardy: be in ~ trong tình trạng nguy hiểm

jerk¹ 1 *n* cái giật mạnh **2** *v/t* giật mạnh

jerk² F (*person*) người ngu ngốc

jerky *movement* giật giật

jest 1 *n* lời nói đùa; **in ~** đùa giỡn **2** *v/i* đùa giỡn

Jesus Chúa Giê-su

jet 1 *n* (*of water*) tia; (*nozzle*) vòi; (*airplane*) máy bay phản lực **2** *v/i* (*travel*) đi bằng máy bay phản lực

jet-black đen nhánh; **jet engine** động cơ phản lực; **jetlag** sự mệt

---

ơ ur	y (tin)	ây uh-i	iê i-uh	oa wa	ôi oy	uy wee	ong aong
u (soon)	au a-oo	eo eh-ao	iêu i-yoh	oai wai	ơi ur-i	ênh uhng	uyên oo-in
ư (dew)	âu oh	êu ay-oo	iu ew	oe weh	uê way	oc aok	uyêt oo-yit

mỏi do chênh lệch giờ khi bay từ vùng này sang vùng khác

jettison vứt bỏ; *fig* từ bỏ

jetty đê chắn sóng

Jew người Do Thái

jewel (*precious stone*) đá quý; *fig* (*person*) viên ngọc quý; **~s** (*jewelry*) đồ nữ trang

jeweler (*who sells*) người bán đồ nữ trang; (*who makes*) thợ kim hoàn

jewelry đồ nữ trang

Jewish Do Thái

jiffy: in a ~ F trong chốc lát

jigsaw (*puzzle*) trò chơi chắp hình

jilt bỏ rơi

jingle 1 *n* (*song*) bài hát quảng cáo cho một sản phẩm trên đài, ti-vi **2** *v/i* (*of keys, coins*) kêu leng keng

jinx (*person*) người hãm tài; (*bad luck*) sự xúi quẩy; **there's a ~ on this project** có một sự xúi quẩy trong dự án này

jitters: get the ~ F cảm thấy bồn chồn

jittery F bồn chồn

job (*employment*) việc làm; (*task*) việc; **out of a ~** thất nghiệp; **it's a good ~ you ...** thật là may anh/chị đã …; **you'll have a ~** (*it'll be difficult*) anh/chị sẽ gặp khó khăn

job description bản miêu tả việc làm

job hunt: be job hunting tìm việc làm

jobless thất nghiệp

job satisfaction sự hài lòng về việc làm

jockey *n* người cưỡi ngựa đua

jog 1 *n* thể dục chạy bộ; **go for a ~** chạy bộ **2** *v/i* (*as exercise*) chạy bộ **3** *v/t elbow etc* hích nhẹ; **~ one's memory** giúp ai nhớ lại gì

jogger (*person*) người chạy bộ; (*shoe*) giày tập chạy

jogging môn thể dục chạy bộ; **go ~** chạy bộ

jogging suit bộ quần áo thể thao

john F (*toilet*) nhà xí (*N*), nhà cầu (*S*)

join 1 *n* chỗ nối **2** *v/i* (*of roads, rivers*) gặp nhau; (*become a member*) gia nhập **3** *v/t* (*connect*) nối; *person* đến gặp; *club, organization, company* gia nhập; (*of road*) giao

♦ **join in** tham gia vào

joiner thợ mộc

joint 1 *n* ANAT khớp; (*in woodwork*) mộng; (*of meat*) súc thịt; F (*place*) quán; (*of cannabis*) điếu cần sa **2** *adj* (*shared*) chung

joint account tài khoản chung; **joint-stock company** công ty cổ phần; **joint venture** liên doanh

joke 1 *n* (*story*) chuyện đùa; (*practical ~*) trò chơi khăm; **play a ~ on s.o.** đùa xỏ ai; **it's no ~** đó không phải là chuyện đùa **2** *v/i* (*pretend*) nói đùa; (*have a ~*) kể chuyện đùa

joker (*person*) người thích đùa; *pej* gã; (*in cards*) quân phăng teo

joking: ~ apart nói nghiêm chỉnh

jokingly một cách đùa bỡn

jolly vui nhộn

jolt 1 *n* (*jerk*) cái giật mạnh **2** *v/t* (*push*) đẩy mạnh

joss stick nén hương

jostle *v/t* chen lấn

♦ **jot down** ghi nhanh

journal (*magazine*) tạp chí; (*diary*) nhật ký

journalism (*writing*) văn phong báo chí; (*trade*) nghề làm báo

journalist nhà báo

journey *n* chuyến đi

joy niềm vui sướng

jubilant hân hoan

ch (*final*) k	**gh** g	**nh** (*final*) ng	**r** z; (*S*) r	**x** s	**â** (but)	**i** (tin)
d z; (*S*) y	**gi** z; (*S*) y	**ph** f	**th** t	**a** (hat)	**e** (red)	**o** (saw)
đ d	**nh** (onion)	**qu** kw	**tr** ch	**ă** (hard)	**ê** ay	**ô** oh

jubilation niềm hân hoan

judge 1 n LAW thẩm phán; (in competition) giám khảo **2** v/t LAW xét xử; (estimate) ước đoán; (criticize) xét đoán; competition làm giám khảo

judgment LAW phán quyết; (opinion) ý kiến; (good sense) khả năng suy xét

judicial pháp lý

judicious sáng suốt

judo võ giu đô, nhu đạo

juggle tung hứng; fig sắp xếp

juggler tung hứng

juice (of fruit) nước quả

juicy mọng nước; news, gossip lý thú

jukebox máy hát tự động

July tháng Bảy

jumble n mớ lộn xộn

♦**jumble up** làm lộn xộn

jump 1 n cú nhảy; (increase) sự tăng vọt; *give a* ~ (of surprise) làm giật mình **2** v/i nhảy; (in surprise) giật mình; (increase) tăng vọt; ~ *to one's feet* bật dậy; ~ *to conclusions* vội kết luận **3** v/t fence etc nhảy qua; F (attack) tấn công bất thần

♦**jump at** opportunity chộp ngay lấy

jumper SP vận động viên nhảy; (animal) con vật nhảy

jumpy hay giật mình

junction (of roads) ngã tư

June tháng Sáu

jungle rừng rậm

junior 1 adj (subordinate) cấp dưới; (younger) trẻ hơn **2** n (in rank) người cấp dưới; *she is ten years my* ~ cô ấy trẻ hơn tôi mười tuổi

junk[1] đồ đồng nát

junk[2] (boat) ghe buồm

junk food đồ ăn tạp nhạp

junkie dân nghiện

junk mail thư từ tạp nhạp

junkyard nơi để đồ tạp nhạp

jurisdiction LAW phạm vi xét xử

juror hội thẩm

jury ban hội thẩm; (in contest) ban giám khảo

just 1 adj law công bằng; war, cause chính đáng **2** adv (barely) vừa mới; (exactly) đúng; (only) chỉ; *I – want to talk to you* tôi chỉ muốn nói chuyện với anh/chị thôi; *I've ~ seen her* tôi vừa mới trông thấy cô ấy; ~ *about* (almost) hầu như; *I was ~ about to leave when ...* tôi vừa mới định rời khỏi khi ...; ~ *like that* (abruptly) đột ngột; (exactly like that) đúng như thế; ~ *now* (a few moments ago) vừa mới; (at the moment) đúng vào lúc này; ~ *you wait!* liệu hồn anh/chị đấy!; ~ *be quiet!* hãy im đi!

justice công bằng; (of cause) công lý

justifiable chính đáng, hợp lý

justifiably một cách chính đáng

justification sự biện hộ

justify biện hộ; text sắp chữ thẳng hàng

justly (fairly) một cách công bằng; (rightly) một cách đúng đắn

♦**jut out** v/i nhô ra

juvenile 1 adj vị thành niên; pej trẻ con **2** n fml vị thành niên

juvenile delinquency sự phạm pháp ở vị thành niên

juvenile delinquent vị thành niên phạm pháp

K

k (= *kilobyte*) k, kilôbai
karate võ caratê, không thủ đạo
karate chop nhát chặt caratê
keel *n* NAUT sống tàu
keen (*intense*) quyết liệt; *Br*
(*enthusiastic*) nhiệt tình
keep 1 *n* (*maintenance*) cái nuôi
thân; *for ~s* F vĩnh viễn **2** *v/t*
(*retain*) giữ; (*detain*) giữ lại; (*store*)
để; *family* nuôi dưỡng; *animals*
nuôi; *~ a promise* giữ lời hứa; *~
s.o. waiting* làm ai phải đợi; *~ ...
to oneself* (*not tell*) giữ kín ...; *~ X
from Y* giữ kín X không cho Y
biết; *~* (*on*) *trying* tiếp tục cố
gắng; *~* (*on*) *interrupting* liên tục
ngắt lời **3** *v/i* (*remain*) giữ; (*of
food*) giữ được
♦ **keep away 1** *v/i* tránh xa; *~ from
s.o. / sth* tránh xa ai / gì **2** *v/t*: *keep
the children away* cho bọn trẻ
tránh xa
♦ **keep back** *v/t information* giấu;
keep the tears back cầm nước
mắt; *keep the floodwaters back*
chặn lại dòng nước lũ
♦ **keep down** *v/t costs, inflation etc*
giữ không cho tăng; *he can't keep
anything down* food anh ấy nôn
hết tất cả; *keep one's voice down*
nói khẽ; *keep the noise down* bớt
ồn
♦ **keep in** (*in hospital*) giữ lại; (*in
school*) phạt giữ lại
♦ **keep off 1** *v/t food, drink etc*
kiêng; *subject etc* tránh; *~ the
grass!* hãy tránh xa bãi cỏ! **2** *v/i*: *if*

the rain keeps off nếu trời không
mưa
♦ **keep out** *v/i* không đi vào; (*not get
involved*) không dính vào; *~!* (*as
sign*) cấm vào!
♦ **keep to** *path* bám theo; *rules* tuân
theo
♦ **keep up 1** *v/i* (*when walking,
running etc*) theo kịp; *~ with* theo
kịp; (*stay in touch with*) giữ quan
hệ với **2** *v/t pace, payments* duy trì;
(*support*) giữ vững
keeping: *in ~ with* phù hợp với
keg thùng nhỏ
kennel chuồng chó
kennels nơi trông giữ chó
kernel nhân
kerosene dầu hỏa
ketchup (nước) xốt cà chua
kettle ấm đun nước
key 1 *n* (*to door, drawer*) chìa khóa;
(*on computer, piano etc*) phím; MUS
khóa **2** *adj* (*vital*) chủ chốt **3** *v/t*
COMPUT phím
♦ **key in** *data* đánh vào
keyboard COMPUT, MUS bàn phím;
keyboarder COMPUT người sử
dụng bàn phím; **keycard** chìa
khóa
keyed-up (*tense*) bồn chồn
keyhole lỗ khóa; **keynote speech**
bài để dẫn; **keyring** vòng đeo chìa
khóa
Khmer (*person*) người Khơ-mé;
(*language*) tiếng Khơ-me
Khmer Rouge Khơ-me đỏ
kick 1 *n* cú đá; F (*thrill*) cảm giác

ch (*final*) k	**gh** g	**nh** (*final*) ng	**r** z; (S) r	**x** s	**â** (but)	**i** (tin)
d z; (S) y	**gi** z; (S) y	**ph** f	**th** t	**a** (hat)	**e** (red)	**o** (saw)
đ d	**nh** (onion)	**qu** kw	**tr** ch	**ă** (hard)	**ê** ay	**ô** oh

kích thích; (*just*) *for* ~*s* F (chỉ) vì
muốn có cảm giác kích thích **2** *v/t*
đá; F (*habit*) cai **3** *v/i* đá

♦ **kick around** *v/t* ball đá loanh
quanh; (*treat harshly*) đối xử tàn
ác; F (*discuss*) bàn luận

♦ **kick in** F **1** *v/t* money đóng góp
2 *v/i* (*of boiler etc*) khởi động

♦ **kick off** *v/i* (*sport*) phát bóng; F
(*start*) bắt đầu

♦ **kick out** *v/t* đuổi ra; *be kicked
out of the company*/*army* bị đuổi
khỏi công ty/quân đội

♦ **kick up**: ~ *a fuss* làm toáng lên
kickback F (*bribe*) tiền lại quả
kickoff (*sport*) cú phát bóng
kid F **1** *n* (*child*) đứa trẻ; ~ *brother*/
~ *sister* em trai/em gái **2** *v/t* trêu
chọc **3** *v/i* trêu chọc; *I was only
~ding* tôi chỉ đùa thôi
kidder F người nói đùa
kidnap bắt cóc
kidnap(p)er kẻ bắt cóc
kidnap(p)ing sự bắt cóc
kidney ANAT quả thận; (*food*) quả
bầu dục
kill *v/t* also time giết; plant làm chết;
be ~ed in an accident bị chết
trong một tai nạn; ~ *oneself* tự tử
killer (*murderer*) kẻ giết người;
(*cause of death*) làm chết người
killing sự giết người; *make a* ~ (*lots
of money*) trúng đậm
killingly: ~ *funny* F cực kỳ buồn
cười
kiln lò nung
kilo cân (*N*), ký (*S*)
kilobyte kilôbai; **kilogram**
kilôgam; **kilometer** kilômét
kimono áo ki-mô-nô
kind[1] *adj* tử tế
kind[2] *n* loại; *what* ... *of* ...? loại ...
gì?; *all ~s of people* đủ các loại
người; *nothing of the* ~ hoàn toàn

không phải vậy; ~ *of sad*/*strange*
F hơi buồn/lạ kỳ
kindergarten vườn trẻ
kind-hearted tốt bụng
kindly 1 *adj* tử tế **2** *adv* một cách tử
tế; (*please*) làm ơn
kindness sự tử tế
king vua
kingdom vương quốc
king-size(d) F cỡ lớn
Kinh people người Kinh
kink (*in hose etc*) chỗ xoắn
kinky F kỳ quái
kiosk quầy
kiss 1 *n* cái hôn **2** *v/t* hôn **3** *v/i* hôn
nhau
kit (*equipment*) bộ dụng cụ; (*for
assembly*) bộ đồ lắp ráp
kitchen bếp
Kitchen God Ông Táo
kite (*toy*) cái diều
kitten mèo con
kitty (*money*) tiền góp
klutz F (*clumsy person*) kẻ hậu đậu
knack (*ability*) tài; (*trick*) mẹo;
there's a special ~ *to it* phải đặc
biệt khéo tay mới làm được
knead dough nhào trộn
knee *n* đầu gối
kneecap *n* xương bánh chè
kneel quỳ
knick-knacks đồ trang trí lặt vặt
knife 1 *n* con dao **2** *v/t* đâm
knit *v/t & v/i* đan

♦ **knit together** (*of broken bone*)
nối lại
knitting (*sth being knitted*) đồ đan;
(*activity*) việc đan
knitwear quần áo đan
knob (*on door*) quả nắm cửa; (*on
drawer*) núm
knock 1 *n* (*on door*) tiếng gõ;
(*blow*) cái va chạm **2** *v/t* (*hit*) đập;
door gõ; F (*criticize*) chỉ trích **3** *v/i*

ơ ur	**y** (tin)	**ây** uh-i	**iê** i-uh	**oa** wa	**ôi** oy	**uy** wee	**ong** aong
u (soon)	**au** a-oo	**eo** eh-ao	**iêu** i-yoh	**oai** wai	**ơi** ur-i	**ênh** uhng	**uyên** oo-in
ư (dew)	**âu** oh	**êu** ay-oo	**iu** ew	**oe** weh	**uê** way	**oc** aok	**uyêt** oo-yit

(*on the door*) gõ

♦ **knock around 1** *v/t* (*beat*) đánh đập **2** *v/i* F (*travel*) đi đây đó

♦ **knock down** (*of car*) đụng ngã; *object, building etc* phá; F (*reduce the price of*) hạ giá

♦ **knock out** (*make unconscious*) đánh ngất; (*in boxing*) nốc ao; (*of medicine*) làm xỉu; *power lines etc* làm đứt

♦ **knock over** đánh đổ; (*of car*) đụng ngã

knockdown: *a ~ price* một giá thấp hơn

knockout *n* (*in boxing*) cú đo ván

knot 1 *n* cái nút; (*tangle*) chỗ rối **2** *v/t* thắt nút

knotty *problem* nan giải

know 1 *v/t* biết; (*recognize*) nhận ra **2** *v/i* biết; *I don't ~* tôi không biết; *yes, I ~* vâng, tôi biết **3** *n*: *be in the ~* thạo tin

knowhow bí quyết

knowing hiểu biết

knowingly (*wittingly*) chủ ý; *smile*

etc một cách hiểu biết

know-it-all F kẻ tự cho mình biết mọi việc trên đời

knowledge kiến thức; *to the best of my ~* theo như tôi biết; *have a good ~ of ...* có kiến thức sâu rộng về ...

knowledgeable am hiểu

knuckle khớp đốt ngón tay

♦ **knuckle down** bắt tay vào việc

♦ **knuckle under** chịu thua

KO cú nốc ao

Korea nước Triều Tiên; (*South*) nước Nam Triều Tiên; (*North*) nước Bắc Triều Tiên

Korean 1 *adj* (*South*) Nam Triều Tiên; (*North*) Bắc Triều Tiên **2** *n* (*South*) người Nam Triều Tiên; (*North*) người Bắc Triều Tiên; (*language in the North*) tiếng Bắc Triều Tiên; (*language in the South*) tiếng Nam Triều Tiên

kosher REL *phục vụ ăn kiêng của người Do Thái*; F chính đáng

kudos danh vọng

L

lab (*room*) phòng thí nghiệm

label 1 *n* nhãn hiệu **2** *v/t baggage* dán nhãn

labor *n* (*work*) lao động; (*in pregnancy*) sự đẻ; *be in ~* đang đẻ

laboratory phòng thí nghiệm

laboratory technician kỹ thuật viên phòng thí nghiệm

labored *style, speech* nặng nề

laborer người lao công

laborious *task* khó khăn

labor union công đoàn

labor ward khu sản phụ

lace *n* (*material*) ren; (*for shoe*) dây buộc

♦ **lace up** *shoes* buộc dây

lack 1 *n* sự thiếu **2** *v/t* thiếu **3** *v/i*: *be ~ing* còn thiếu

lacquer *n* (*for hair*) keo xịt tóc

lacquer painting tranh sơn mài

ch (*final*) k	gh g	nh (*final*) ng	r z; (S) r	x s	â (but)	i (tin)
d z; (S) y	gi z; (S) y	ph f	th t	a (hat)	e (red)	o (saw)
đ d	nh (*onion*)	qu kw	tr ch	ă (hard)	ê ay	ô oh

lacquerware hàng sơn mài

lad chàng trai

ladder cái thang

laden chất đầy

ladies' (room) phòng vệ sinh nữ

ladle *n* cái môi

lady (*young woman*) cô; (*older woman*) bà

ladybug con bọ rùa

lag *v/t* pipes bọc bằng chất liệu cách nhiệt

♦**lag behind** tụt lại sau

lager la de

lagoon hồ mặn

laidback ung dung

lake hồ

lamb (*animal*) cừu non; (*meat*) thịt cừu non

lame *person* khập khiễng; *excuse* không đủ sức thuyết phục

lament 1 *n* lời than tiếc **2** *v/t* thương tiếc

lamentable đáng tiếc

laminated dát mỏng

lamp đèn

lamppost cột đèn

lampshade chụp đèn

land 1 *n* đất; (*shore*) đất liền; (*country*) đất nước; **by ~** bằng đường bộ; **on ~** trên đất liền; **work on the ~** (*as farmer*) làm ruộng **2** *v/t airplane* hạ cánh; *job* giành được **3** *v/i* (*of airplane*) đỗ bộ; (*of ball, sth thrown*) rơi xuống

landing (*of airplane*) sự hạ cánh; (*top of staircase*) đầu cầu thang

landing field bãi hạ cánh; **landing gear** bộ bánh máy bay; **landing strip** bãi hạ cánh

landlady (*of bar*) bà chủ quán; (*of hostel etc*) bà chủ trọ

landlord (*of bar*) ông chủ quán; (*of hostel etc*) ông chủ trọ

landmark *also fig* mốc

land owner địa chủ

landscape 1 *n* phong cảnh; (*painting*) tranh phong cảnh **2** *adv print* khổ ngang

landslide sự lở đất

landslide victory thắng lợi long trời lở đất

lane (*in country*) đường làng; (*alley*) ngõ (*N*), hẻm (*S*); MOT làn đường

language ngôn ngữ; (*of a particular country*) tiếng; *English is his native ~* tiếng Anh là tiếng mẹ đẻ của anh ấy

langur con vọoc

lank *hair* thẳng

lanky *person* khẳng khiu

lantern đèn lồng

Lao 1 *adj* Lào **2** *n* (*language*) tiếng Lào

Laos nước Lào

Laotian 1 *adj* Lào **2** *n* (*person*) người Lào

lap[1] *n* (*of track*) vòng đua

lap[2] *n* (*of water*) vỗ nhẹ

♦**lap up** *milk* liếm; *flattery* vồ vập

lap[3] *n* (*of person*) lòng

lapel ve áo

laptop COMPUT máy tính xách tay

larceny sự ăn cắp

larder cái chạn

large *building, sum of money etc* lớn; *country* rộng lớn; *hands, head etc* to; *at ~* (*of criminal*) còn tự do; (*of wild animal*) thả rong

largely (*mainly*) chủ yếu là

lark (*bird*) chim sơn ca

larva ấu trùng

laryngitis viêm thanh quản

larynx thanh quản

laser la de

laser beam tia la de

laser printer máy in la de

lash[1] *v/t* (*with whip*) quất

♦**lash down** (*with rope*) buộc chặt

ơ ur	y (tin)	ây uh-i	iê i-uh	oa wa	ôi oy	uy wee	ong aong
u (soon)	au a-oo	eo eh-ao	iêu i-yoh	oai wai	ơi ur-i	ênh uhng	uyên oo-in
ư (dew)	âu oh	êu ay-oo	iu ew	oe weh	uê way	oc aok	uyêt oo-yit

lash² *n* (*eyelash*) lông mi

last¹ *adj* (*in series*) cuối cùng; (*preceding*) trước; **~ but one** áp cuối; **~ night** đêm qua; **~ but not least** cuối cùng nhưng không kém phần quan trọng; **at ~** cuối cùng

last² *v/i* (*of good weather, relationship etc*) kéo dài; (*of food*) để lâu

lastly sau cùng

latch *n* cài then

late trễ (*S*), muộn (*N*); *it's getting ~* sắp muộn rồi; *of ~* mới đây; *the ~ 19th/20th century* cuối thế kỷ 19/20

lately mới đây

latent fire (*heavenly stem*) Đinh

later *adv* lát nữa; *see you ~!* lát nữa sẽ gặp!; **~ on** (*shortly afterward*) lát nữa; (*at a time in the future*) sau này

latest *news, developments* mới nhất; *girlfriend* mới đây nhất

lathe máy tiện

lather (*from soap*) bọt; (*sweat*) mồ hôi

Latin America Mỹ La tinh

Latin American 1 *adj* Mỹ La tinh **2** *n* người Mỹ La tinh

latitude (*geographical*) vĩ độ; (*freedom*) tự do

latter *n* (*person*) người sau; (*thing*) cái sau

laugh 1 *n* tiếng cười; *it was a ~* thật là vui nhộn **2** *v/i* cười

♦ **laugh at** (*mock*) cười nhạo

laughing stock: *make oneself a ~* biến mình thành trò cười; *become a ~* trở thành trò cười

laughter tiếng cười

launch 1 *n* (*boat*) phóng xuống; (*of rocket, ship*) phóng; (*of product*) đưa ra **2** *v/t rocket, ship* phóng; *new product* tung ra

launch(ing) ceremony lễ khai trương

launch(ing) pad bệ phóng

launder giặt là

laundromat hiệu giặt tự động

laundry (*place*) phòng giặt là; (*clothes*) quần áo giặt là; *get one's ~ done* đưa quần áo cho người ta giặt là

laurel cây nguyệt quế

lavatory phòng vệ sinh

lavender (*plant*) cây oải hương; (*flower*) hoa oải hương

lavish *adj* hậu hĩnh

law luật lệ; (*as a subject of study*) luật; (*body of ~s*) pháp luật; *against the ~* trái với pháp luật; *forbidden by ~* luật cấm

law court tòa án

lawful hợp pháp

lawless không có pháp luật

lawn bãi cỏ

lawn mower máy xén cỏ

lawsuit việc kiện cáo

lawyer luật sư

lax lỏng lẻo

laxative *n* thuốc nhuận tràng

lay *v/t* (*put down*) đặt; *eggs* đẻ; ∨ (*sexually*) đéo

♦ **lay into** (*attack*) tấn công

♦ **lay off** *workers* nghỉ việc

♦ **lay on** (*provide*) cung cấp

♦ **lay out** *objects* sắp đặt; *page* trình bày

layabout *Br* người vô công rồi nghề

layer *n* lớp

layman người không chuyên

layout (*of text, page*) cách trình bày; (*of building, rooms*) cách bố trí

♦ **laze around** nghỉ ngơi; *pej* chả làm gì

lazy *person* lười biếng; *day* chơi không

ch (*final*) k	gh g	nh (*final*) ng	r z; (*S*) r	x s	â (but)	i (tin)
d z; (*S*) y	gi z; (*S*) y	ph f	th t	a (hat)	e (red)	o (saw)
đ d	nh (onion)	qu kw	tr ch	ă (hard)	ê ay	ô oh

lb (= *pound(s)*) pao, 450 gam

LCD (= *liquid crystal display*) màn hình thể lỏng

lead¹ 1 *v/t procession, race* dẫn đầu; *company, team* lãnh đạo; (*guide, take*) dẫn **2** *v/i* (*in race, competition*) dẫn đầu; (*provide leadership*) lãnh đạo; *a street ~ing off the square* một con phố bắt đầu từ quảng trường; *where is this ~ing?* điều này dẫn tới đâu? **3** *n* (*in race*) sự dẫn đầu; *be in the ~* đứng đầu; *take the ~* đạt vị trí đứng đầu; *lose the ~* mất vị trí đứng đầu
- **lead on** (*go in front*) đi trước
- **lead up to** dẫn tới

lead² *n* (*for dog*) dây dắt

lead³ *n* (*electric cable*) dây điện

lead⁴ *n* (*metal*) chì

leader người lãnh đạo

leadership (*of party etc*) sự lãnh đạo; *under his ~* dưới sự lãnh đạo của anh ấy

leadership contest cuộc đấu tranh quyền lãnh đạo

leadership skills khả năng lãnh đạo

lead-free *gas* không có chì

leading *runner* dẫn đầu; *company, product* hàng đầu

leading-edge *adj company, technology* hàng đầu

leaf lá cây
- **leaf through** lướt qua

leaflet tờ rời

league liên minh

leak 1 *n* sự rỉ; (*of information*) sự rò tin **2** *v/i* bị rò
- **leak out** (*of air, gas*) rò; (*of news*) lộ ra ngoài

leaky *pipe, boat* bị rò

lean¹ 1 *v/i* (*be at an angle*) nghiêng; *~ against sth* dựa vào gì **2** *v/t* dựa; *~ sth against sth* dựa gì vào gì

lean² *adj meat* nạc

leap 1 *n* sự nhảy; *a great ~ forward* bước nhảy vọt lớn **2** *v/i*: *~ over* nhảy qua; *~ into* nhảy vọt vào

leap year năm nhuận

learn học; *~ how to do sth* học làm gì

learner người học

learning *n* (*knowledge*) kiến thức; (*act*) sự học

learning curve: *be on the ~* học hỏi

lease 1 *n* hợp đồng thuê **2** *v/t* (*of owner*) cho thuê; (*of taker*) thuê
- **lease out** *apartment, equipment* cho thuê

lease purchase thuê mua trả góp

leash *n* (*for dog*) dây dắt

least 1 *adj* (*slightest*) nhỏ nhất **2** *adv* ít nhất **3** *n* số lượng nhỏ nhất; *not in the ~ surprised / disappointed* hoàn toàn không ngạc nhiên / thất vọng chút nào; *at ~* ít nhất

leather 1 *n* da thuộc **2** *adj* da

leave 1 *n* (*vacation*) thời gian được nghỉ; *on ~* nghỉ phép **2** *v/t city, place* rời khỏi; *person, husband, wife* bỏ; *food on plate* bỏ lại; *scar, memory* để lại; (*forget, leave behind*) bỏ quên; *let's ~ things as they are* chúng ta hãy để nguyên sự việc; *how did you ~ things with him?* anh / chị đã thu xếp như thế nào với anh ấy?; *~ s.o. / sth alone* (*not touch*) để yên ai / gì; *~ alone* (*not interfere with*) không dính vào; (*not damage*) không đụng tới; *be left* còn lại; *there is nothing left* không còn gì nữa **3** *v/i* (*of person*) rời đi; (*of plane, train, bus*) rời
- **leave behind** (*intentionally*) để lại; (*forget*) để quên

ơ ur   y (tin)   ây uh-i   iê i-uh   oa wa   ôi oy   uy wee   ong aong
u (soon)   au a-oo   eo eh-ao   iêu i-yoh   oai wai   ơi u-i   ênh uhng   uyên oo-in
ư (dew)   âu oh   êu ay-oo   iu ew   oe weh   uê way   oc aok   uyêt oo-yit

♦ **leave on** *hat, coat* để nguyên; *TV, computer* không tắt

♦ **leave out** *word, figure* bỏ sót; *(not put away)* để lại; *leave me out of this* trừ tôi ra khỏi việc này

leaving party tiệc chia tay

lecture 1 *n* bài giảng **2** *v/i (at university)* giảng bài

lecture hall hội trường

lecturer giảng viên

LED (= *light-emitting diode*) đi ốt phát sáng

ledge mép

ledger COM sổ cái

Le Dynasty nhà Lê

leech con đỉa

leek tỏi tây

leer *n (sexual)* cái nhìn đểu cáng; *(evil)* cái nhìn quỷ quyệt

left 1 *adj* trái; POL cánh tả **2** *n* POL cánh tả; *on/to the ~* bên trái; *on the ~ of sth* bên trái của gì **3** *adv* turn, look bên trái

left-hand *side, bend* bên trái; **left-hand drive** xe lái bên trái; **left-handed** thuận tay trái; **left-overs** *(food)* đồ ăn thừa; **left-wing** POL thuộc cánh tả

leg chân; *pull s.o.'s ~* giễu cợt ai

legacy tài sản kế thừa

legal *(allowed)* hợp pháp; *(relating to the law)* pháp lý

legal adviser cố vấn pháp lý

legality tính hợp pháp

legalize hợp pháp hóa

legend truyền thuyết

legendary *(famous)* nổi tiếng

legible dễ đọc

legislate lập pháp

legislation *(laws)* luật pháp; *(passing of laws)* xây dựng luật pháp

legislative *powers, assembly* lập pháp

legislature POL cơ quan lập pháp

legitimate hợp pháp

leg room chỗ duỗi chân

leisure thời gian rảnh rỗi; *at your ~* vào lúc rỗi rãi

leisure center trung tâm giải trí

leisurely *pace* ung dung

leisure time thời giờ rảnh rỗi

lemon quả chanh

lemonade nước chanh ga

lemon grass xả; **lemon juice** nước chanh; **lemon tea** chè chanh *(N)*, trà chanh *(S)*

lend: *~ s.o. sth* cho ai vay gì

length chiều dài; *(piece: of material etc)* đoạn; *at ~ describe, explain* dài dòng; *(eventually)* rốt cuộc

lengthen *sleeve etc* hạ; *contract* kéo dài

lengthy *speech* dài dòng; *stay* quá lâu

lenient khoan dung

lens *(of eyeglasses)* mắt kính; *(contact ~)* kính đeo vào con người; *(of camera)* kính; ANAT thủy tinh thể

lens cover *(of camera)* nắp đậy ống kính

Lent Mùa chay

lentil đậu lăng-til

lentil soup xúp đậu lăng-til

leopard con báo

leotard quần áo nịt

lesbian 1 *n* đồng tính luyến ái nữ **2** *adj* đồng tính nữ

less: *eat/talk ~* ăn/nói ít hơn; *~ interesting/serious* kém thú vị/nghiêm trọng; *it cost ~* đỡ tốn hơn; *~ than $200* chưa đến 200$

lesson bài học

let *v/t (allow)* để cho; *~ s.o. do sth* để ai làm gì; *~ me go!* hãy để cho tôi đi!; *~ him come in!* hãy để cho anh ấy vào!; *~'s go/stay* chúng ta

ch *(final)* k	gh g	nh *(final)* ng	r z; (S) r	x s	â (but)	i (tin)
d z; (S) y	gi z; (S) y	ph f	th t	a (hat)	e (red)	o (saw)
đ d	nh (onion)	qu kw	tr ch	ă (hard)	ê ay	ô oh

hãy đi/ở lại thôi; **~'s not argue** chúng ta hãy thôi không tranh cãi nữa; **~ alone** (not even) còn nói gì đến; **~ go of sth** (of rope, handle) buông gì ra

♦ **let down** hair bỏ xõa; blinds bỏ xuống; (disappoint) làm thất vọng; dress, pants hạ gấu

♦ **let in** (to house) cho vào

♦ **let off** (not punish) tha; (from car) cho xuống

♦ **let out** (of room, building) ra khỏi; jacket etc nới rộng thêm; groan, yell phát ra

♦ **let up** v/i (stop) ngừng

lethal làm chết người

lethargic uể oải

letter (of alphabet) chữ; (in mail) thư

letterhead (heading) tiêu đề; (headed paper) giấy có tiêu đề

letter of credit COM thư tín dụng

lettuce rau diếp

letup: **without a ~** không nghỉ

leukemia bệnh bạch cầu

level 1 adj field, surface phẳng; (in competition, scores) ngang bằng; **draw ~ with s.o.** ngang điểm với ai **2** n (on scale, in hierarchy) cấp; (amount, quantity) mức độ; **on the ~** (on level ground) trên mặt phẳng; F (honest) thật thà

level-headed bình tĩnh

lever 1 n đòn bẩy **2** v/t bẩy; **~ sth open** bẩy nắp gì ra

leverage PHYS sức mạnh đòn bẩy; (influence) ảnh hưởng

levy v/t: **~ taxes** đánh thuế

lewd dâm đãng

liability (responsibility) trách nhiệm; (likeliness) khả năng xảy ra

liability insurance bảo hiểm trách nhiệm dân sự

liable (answerable) chịu trách nhiệm; **be ~ to** (likely to) có khả năng

♦ **liaise with** liên lạc

liaison (contacts) sự liên lạc

liar người nói dối

libel 1 n lời bôi nhọ **2** v/t bôi nhọ

liberal adj (broad-minded) khoáng đạt; (generous: portion etc) hào phóng; POL đảng viên đảng Tự do

liberate prisoner etc thả; occupied country giải phóng

liberated woman phóng khoáng

liberation giải phóng

Liberation Day Ngày Giải Phóng

liberty sự tự do; **at ~** (prisoner etc) được tự do; **be at ~ to do sth** được phép làm gì

librarian nhân viên thư viện

library thư viện

Libya nước Li-Bi

Libyan 1 adj Li-băng **2** n người Li-băng

license 1 n giấy phép **2** v/t cấp giấy phép; **be ~d** được cấp giấy phép

license number số giấy phép; (vehicle number) số đăng ký

license plate (of car) biển đăng ký

lick 1 n cái liếm **2** v/t liếm; **~ one's lips** liếm môi

licking: **get a ~** F (defeat) thất bại

licorice cam thảo

lid nắp

lie¹ 1 n (untruth) lời nói dối **2** v/i nói dối

lie² v/i (of person, object) nằm; (be situated) nằm ở

♦ **lie down** nằm nghỉ

lie-in: **have a ~** ngủ muộn

lieutenant trung úy

life (of person) đời sống; (of machine) tuổi thọ; **all her ~** suốt cuộc đời của cô ấy; **that's ~!** đời là thế đấy!

---

life belt phao cấp cứu; **lifeboat** thuyền cứu đắm; **life expectancy** tuổi thọ trung bình; **lifeguard** người cứu đắm; **life history** tiểu sử; **life insurance** bảo hiểm nhân mạng; **life jacket** áo phao

lifeless *body* chết; *personality, town, party* không sinh động

lifelike giống như thật; **lifelong** suốt đời; **life preserver** *(for swimmer)* áo cứu đắm; **life-saving** *adj medical equipment, drug* cấp cứu; **lifesized** to như thật; **life-threatening** nguy kịch; **lifetime** cuộc đời; **in my ~** trong cuộc đời tôi

lift 1 *v/t* nâng lên **2** *v/i (of fog)* tan đi **3** *n (in car)* sự đi nhờ; *Br (elevator)* thang máy; **give s.o. a ~** cho ai đi nhờ xe

♦ **lift off** *v/i (of rocket)* phóng

liftoff *(of rocket)* sự phóng

ligament dây chằng

light¹ 1 *n* ánh sáng; *(lamp)* đèn; **in the ~ of** bởi vì; **have you got a ~?** anh/chị có lửa không? **2** *v/t fire, cigarette* châm; *(illuminate)* chiếu sáng **3** *adj (not dark)* sáng sủa

light² 1 *adj (not heavy)* nhẹ **2** *adv: travel ~* du lịch gọn nhẹ

♦ **light up 1** *v/t (illuminate)* chiếu sáng **2** *v/i (start to smoke)* bắt đầu hút

light bulb bóng đèn

lighted fire *(heavenly stem)* Bính

lighten¹ *v/t color* làm sáng lên

lighten² *v/t load* làm nhẹ đi

♦ **lighten up** *(of person)* thoải mái đi

lighter *(for cigarettes)* bật lửa

light-headed *(dizzy)* choáng váng; **light-hearted** vô tư; **lighthouse** hải đăng

lighting ánh sáng

lightly *touch* một cách nhẹ nhàng; **get off ~** bị phạt nhẹ

lightness¹ *(of room)* sự sáng sủa; *(of color)* sự nhợt

lightness² *(in weight)* nhẹ

lightning tia chớp

lightning conductor cột thu lôi

light pen bút quang điện; **lightweight** *(in boxing)* hạng nhẹ; **light year** năm ánh sáng

likable dễ thương

like¹ 1 *prep* giống; *(as)* như; **be ~ s.o.** *(in looks)* giống ai đó; **be ~ sth** *(in appearance, make-up)* giống gì đó; *(in character)* như ai vậy; **what is she ~?** cô ấy như thế nào?; **it's not ~ him** *(not his character)* tính cách của anh ấy không phải là như thế; **one ~ this** một cái như cái này; **do it ~ this** làm như thế này **2** *conj* F *(as)* như; **~ I said** như tôi đã nói

like² *v/t* thích; **I ~ it** tôi thích; **I ~ her** tôi thích cô ấy; **I would ~ ...** tôi muốn ...; **I would ~ to ...** tôi muốn ...; **would you ~ ...?** anh/chị có muốn ... không?; **would you ~ to ...?** anh/chị có muốn ... không?; **~ to do sth** thích làm gì; **if you ~** nếu anh/chị muốn

likeable dễ thương

likelihood khả năng; **in all ~** hoàn toàn có khả năng

likely *(probable)* có thể; **not ~!** không đời nào!

likeness *(resemblance)* sự giống nhau

liking: to your ~ làm hài lòng anh/chị; **take a ~ to s.o.** thích ai

lilac *(flower)* hoa đinh tử hương; *(color)* màu tím nhạt

lily hoa loa kèn

lily of the valley cây hoa chuông

limb chi

---

ch *(final)* k	**gh** g	**nh** *(final)* ng	**r** z; (S) r	**x** s	**â** (but)	**i** (tin)
d z; (S) y	**gi** z; (S) y	**ph** f	**th** t	**a** (hat)	**e** (red)	**o** (saw)
đ d	**nh** (onion)	**qu** kw	**tr** ch	**ă** (hard)	**ê** ay	**ô** oh

lime¹ (*fruit, tree*) chanh cốm

lime² (*substance*) vôi

limegreen màu chanh; **limelight: be in the ~** được mọi người chú ý; **limestone** đá vôi

limit 1 *n* (*of s.o.'s land*) ranh giới; (*of s.o.'s endurance, patience*) giới hạn; **within ~s** trong giới hạn; **off ~s** không được lui tới; **that's the ~!** thật là quá lắm! **2** *v/t* giới hạn

limitation mặt hạn chế

limited company *Br* công ty hữu hạn

limo, limousine xe li-mô-din

limp¹ *adj* arm, material mềm; **feel ~** cảm thấy mệt lịm

limp² *n* sự đi khập khiễng; **he has a ~** anh ấy có tật đi khập khiễng

line¹ *n* (*on paper, road*) vạch; TELEC đường dây; (*of people, trees etc*) dãy; (*standing in ~*) hàng; (*of text*) dòng chữ; (*of business*) ngành; **the ~ is busy** đường dây đang bận; **hold the ~** cầm máy đợi; **draw the ~ at sth** từ chối không làm gì; **~ of inquiry** đường lối tìm hiểu; **~ of reasoning** hướng lập luận; **stand in ~** đứng trong hàng; **in ~ with ...** (*conforming with*) phù hợp với ...; **he's out of ~** (*not doing the proper thing*) anh ấy không làm đúng thủ tục

line² *v/t* (*with material*) lót

♦ **line up** *v/i* xếp hàng

linen (*material*) vải lanh; (*sheets etc*) đồ lanh

liner (*ship*) tàu thủy

linesman SP trọng tài biên

linger (*of person*) nấn ná; (*of pain*) kéo dài

lingerie quần áo lót của phụ nữ

linguist (*good at foreign languages*) người biết nhiều thứ tiếng; (*who studies linguistics*) nhà ngôn ngữ học

linguistic ngôn ngữ học

lining (*of clothes*) lớp vải lót; (*of pipe*) lớp trong; (*of brakes*) ruột

link 1 *n* (*connection*) mối liên kết; (*in chain*) mắt xích **2** *v/t* liên kết

♦ **link up** *v/i* ghép lại; TV nối chương trình

lion con sư tử

lip môi

lipread *v/i* hiểu theo mấp máy môi

lipstick son bôi môi

liqueur rượu mùi

liquid 1 *n* chất lỏng **2** *adj* lỏng

liquidation sự thanh lý; **go into ~** vỡ nợ

liquidity khả năng thanh toán tiền mặt

liquor rượu mạnh

liquor store cửa hàng rượu

lisp 1 *n* tật nói ngọng **2** *v/i* nói ngọng

list 1 *n* danh sách **2** *v/t* lên danh sách

listen lắng nghe

♦ **listen in** lắng nghe lỏm

♦ **listen to** radio, person nghe

listener (*to radio*) thính giả; **he's a good ~** anh ấy là người lắng nghe

listings magazine tạp chí đăng danh mục các chương trình phát thanh và truyền hình

listless bơ phờ

liter lít

literacy sự biết chữ

literacy campaign chiến dịch xóa nạn mù chữ

literal sense nghĩa đen; translation nguyên văn

literary văn học

literate: be ~ biết chữ

literature tác phẩm văn học; (*promotional*) tài liệu

litter rác; (*of animal*) lứa đẻ

ơ ur	y (tin)	ây uh-i	iê i-uh	oa wa	ôi oy	uy wee	ong aong
u (soon)	au a-oo	eo ah-ao	iêu i-yoh	oai wai	ơi ur-i	ênh uhng	uyên oo-in
ư (dew)	âu oh	êu ay-oo	iu ew	oe weh	uê way	oc aok	uyêt oo-yit

little 1 *adj town, bowl, house* nhỏ;
pain, change ít; **the ~ ones** những
đứa nhỏ **2** *n:* **a ~** một ít; *(with
reference to time)* một chút; **a ~
bread** một ít bánh mì; **a ~ is
better than nothing** một ít còn
hơn không; **that's the ~ I know** đó
là chút ít những gì tôi biết **3** *adv:* **~
by ~** dần dần; **a ~ bigger** to hơn tí;
a ~ before 6 trước 6 giờ một chút

live¹ *v/i (reside)* ở; *(be alive)* sống
♦ **live on 1** *v/t rice, bread* sống bằng
2 *v/i (continue living)* còn sống
♦ **live up: live it up** sống xả láng
♦ **live up to** sống theo
♦ **live with** *(with person)* sống với
live² *adj broadcast* tại chỗ;
ammunition sẵn sàng
livelihood *(means of living)* sinh kế
lively *person* sôi nổi; *party, music,
city* vui nhộn
liver MED, *(food)* gan
livestock gia súc
livid *(angry)* giận điên lên
living 1 *adj (not dead)* còn sống **2** *n*
sự kiếm sống; **earn one's ~** kiếm
sống; **standard of ~** mức sống
living room phòng khách
lizard con thằn lằn
load 1 *n* vật chở; ELEC tải trọng; **~s
of** F hàng đống **2** *v/t car, truck* chất;
camera lắp phim; *gun* nạp đạn;
COMPUT: *software* nạp dữ liệu; **~
sth onto sth** chất gì lên gì
loaded F *(very rich)* rất giàu;
(drunk) khướt
loaf: a ~ of bread một ổ bánh mì
♦ **loaf around** lượn lờ
loafer *(shoe)* giày đế phẳng
loan 1 *n* tiền cho vay; **on ~** mượn
2 *v/t:* **~ s.o. sth** cho ai vay gì
loathe rất ghét
lobby *(in hotel)* phòng tiếp tân; *(in
theater)* tiền sảnh; POL nhóm người

vận động
lobster tôm hùm
local 1 *adj* địa phương; **I'm not ~** tôi
không phải người địa phương **2** *n*
(person) dân địa phương
local anesthetic gây tê cục bộ;
local call TELEC điện thoại trong
vùng; **local government** chính
quyền địa phương
locality nơi chốn
locally *live, work* địa phương
local produce sản phẩm địa
phương
local time giờ địa phương
locate *new factory etc* đặt; *(identify
position of)* xác định vị trí; **be ~d**
nằm ở
location *(siting)* địa điểm;
(identifying position of) việc xác
định vị trí; **on ~** *movie* quay tại
hiện trường
lock¹ *(of hair)* lọn tóc
lock² 1 *n (on door)* ổ khóa **2** *v/t
door* khóa; **~ sth in position** khóa
chốt gì
♦ **lock away** cất giữ
♦ **lock in** *person* nhốt
♦ **lock out** *(of house)* bị khóa ở
ngoài cửa; **I locked myself out** tôi
bị khóa ngoài cửa
♦ **lock up** *(in prison)* giam
locker tủ ngăn nhỏ có khóa
locket trái tim đeo cổ
locksmith thợ khóa
locust con châu chấu
lodge 1 *v/t:* **~ a complaint** đệ đơn
kiện **2** *v/i (of bullet, ball etc)* mắc
vào
lodger người ở trọ
loft *(attic)* gác mái
lofty *tree, mountain, building etc* cao
ngất; *ideals* cao quý
log *(wood)* khúc củi; *(driver's ~)* sổ
lộ trình; *(captain's ~)* nhật ký hàng

---

ch *(final)* k	**gh** g	**nh** *(final)* ng	**r** z; *(S)* r	**x** s	**â** *(but)*	**i** *(tin)*
d z; *(S)* y	**gi** z; *(S)* y	**ph** f	**th** t	**a** *(hat)*	**e** *(red)*	**o** *(saw)*
đ d	**nh** *(onion)*	**qu** kw	**tr** ch	**ă** *(hard)*	**ê** ay	**ô** oh

hải; (*written record*) sự ghi chép
♦ **log off** COMPUT ra khỏi chương
 trình
♦ **log on** COMPUT vào chương trình
♦ **log on to** COMPUT vào chương
 trình
logbook (*driver's* ~) sổ lộ trình;
 (*captain's* ~) nhật ký hàng hải
log cabin lều bằng gỗ súc
logic lô gíc
logical *argument, conclusion, mind*
 hợp với lô gíc; *person* hợp lý
logistics ngành hậu cần
logo biểu tượng
loiter lảng vảng
lollipop kẹo tăm
London Luân Đôn
loneliness (*of person*) cảnh cô đơn;
 (*of place*) hẻo lánh
lonely *person* cô đơn; *place* hẻo
 lánh
loner người cô đơn
long[1] 1 *adj* dài; *it's a ~ way* xa lắm
 2 *adv* lâu; *don't be ~* đừng có lâu
 nhé; *5 weeks is too ~* 5 tuần thì
 quá lâu; *will it take ~?* có lâu lắm
 không?; *for a ~ time* lâu lắm; *that
 was ~ ago* đã lâu rồi; *~ before
 then* trước đó đã lâu; *before ~*
 sắp sửa; *we can't wait any ~er*
 chúng tôi không thể chờ lâu hơn
 nữa; *he no ~er works here* anh
 ấy không còn làm ở đây nữa; *so ~
 as* (*provided*) miễn là; *so ~!* tạm
 biệt!
long[2] *v/i:* ~ *for sth* mong mỏi gì; *be
 ~ing to do sth* mong mỏi làm gì
longan quả nhãn
long-distance *adj phonecall, flight*
 đường dài; *race* đường trường
longing *n* lòng mong muốn
longitude kinh độ
long jump môn nhảy xa; **long-
 range** *missile* tầm xa; *forecast* dài

ngày; **long-sighted** viễn thị; **long-
 sleeved** dài tay; **long-standing**
 đã có từ lâu đời; **long-term** *adj
 effects, plans, relationship etc* lâu
 dài; *contract* dài hạn; **long wave**
 sóng dài
loo *Br* 𝖥 nhà xí (*N*), nhà cầu (*S*)
look 1 *n* (*appearance*) bề ngoài;
 (*glance*) cái nhìn; *give s.o./sth a ~*
 nhìn ai/gì; *have a ~ at sth*
 (*examine*) kiểm tra gì; *can I have
 a ~?* tôi xem có được không?; *can
 I have a ~ around?* (*in store etc*)
 tôi chỉ nhìn thôi có được không?;
 ~s (*beauty*) nhan sắc **2** *v/i* nhìn;
 (*search*) tìm kiếm; (*seem*) có vẻ;
 you ~ tired/different anh/chị có
 vẻ mệt mỏi/khác đi
♦ **look after** trông nom
♦ **look around** *museum, city* thăm
♦ **look at** nhìn; (*examine*) nghiên
 cứu; (*consider*) xem
♦ **look back** nhìn lại
♦ **look down on** xem thường
♦ **look for** tìm kiếm
♦ **look forward to** mong đợi
♦ **look in on** (*visit*) ghé qua
♦ **look into** (*investigate*) điều tra
♦ **look on 1** *v/i* (*watch*) đứng xem
 2 *v/t:* ~ *s.o./sth as* (*consider*) xem
 ai/gì như là
♦ **look onto** *garden, street* trông ra
♦ **look out** *v/i* (*of window etc*) nhìn
 ra ngoài; (*pay attention*) cẩn thận;
 ~! hãy cẩn thận!
♦ **look out for** (*try to find*) tìm
 kiếm; (*be on guard against*) đề
 phòng
♦ **look out of** *window* nhìn ra ngoài
♦ **look over** *house, translation* xem
 xét
♦ **look through** *magazine, notes*
 xem lướt
♦ **look to** (*rely on*) tin tưởng vào

ơ ur	**y** (tin)	**ây** uh-i	**iê** i-uh	**oa** wa	**ôi** oy	**uy** wee	**ong** aong
u (soon)	**au** a-oo	**eo** eh-ao	**iêu** i-yoh	**oai** wai	**ơi** ur-i	**ênh** uhng	**uyên** oo-in
ư (dew)	**âu** oh	**êu** ay-oo	**iu** ew	**oe** weh	**uê** way	**oc** aok	**uyêt** oo-yit

♦ **look up 1** v/i (*from paper etc*) ngước nhìn lên; (*improve*) được cải thiện; **things are looking up** tình hình đang được cải thiện **2** v/t *word*, *phone number* tra; (*visit*) đến thăm

♦ **look up to** (*respect*) kính trọng

lookout (*person*) người gác; **be on the ~ for ...** (*guard against*) để phòng ...

♦ **loom up** hiện ra lờ mờ

loony F **1** n người điên **2** adj điên rồ

loop n hình thắt nút

loophole (*in law etc*) kẽ hở

loose *connection*, *wire*, *button* lỏng lẻo; *clothes* rộng lùng thùng; *morals* phóng túng; *wording* không chặt chẽ; **~ change** tiền lẻ; **~ ends** (*of problem*, *discussion*) những điều còn chưa ngã ngũ

loosely *tied* lỏng lẻo; *worded* không chặt chẽ

loosen *collar*, *knot* nới lỏng

loot 1 n chiến lợi phẩm **2** v/i cướp bóc

looter kẻ cướp bóc

♦ **lop off** cắt tỉa

lop-sided lệch

Lord (*God*) Chúa trời; **~'s Prayer** lời cầu nguyện của Chúa

lorry Br xe tải

lose 1 v/t *object* mất; *match* thua **2** v/i SP thua; (*of clock*) chạy chậm; **I'm lost** tôi bị lạc; **get lost!** F biến đi!

♦ **lose out** bị thua thiệt

loser SP người thua; (*in life*) người thất bại

loss sự mất; (*in business*) sự thua lỗ; **make a ~** thua lỗ; **be at a ~** bị lúng túng

lost đã mất

lost-and-found (**office**) nơi giữ đồ đạc bị thất lạc

lot ◊: **a ~**, **~s** nhiều; **a ~ of**, **~s of** nhiều; **a ~ of beer** nhiều bia; **a ~ easier** dễ hơn nhiều ◊: **a ~** (*with verbs*) rất (*before Vietnamese verb*) lắm (*after Vietnamese verb*); *like*, *love*, *hate etc* nhiều (*after Vietnamese verb*); **it costs a ~** rất đắt; **I really like it a ~** tôi thực tình rất thích; **I didn't understand a ~** tôi hiểu không nhiều lắm; **do you still travel a ~?** anh/chị vẫn hay đi du lịch nhiều chứ?

lotion (*medicine*) thuốc bôi; (*beauty product*) kem

lotus cây sen

lotus flower hoa sen

loud *music*, *voice*, *noise* ầm ĩ; *color* sặc sỡ

loudspeaker (*at station*) loa phóng thanh; (*for stereo*) loa

lounge (*in hotel*) phòng chơi

♦ **lounge around** loanh quanh

louse con rận

lousy *meal*, *vacation etc* tồi tệ; **I feel ~** tôi cảm thấy không được khỏe

lout kẻ thô tục

lovable đáng yêu

love 1 n tình yêu; (*in tennis*) không; **be in ~** yêu; **fall in ~** phải lòng; **make ~** làm tình; **my ~** (*to female*) em yêu; (*to male*) anh yêu; (*to child*) cưng **2** v/t *person*, *country* yêu; *wine*, *food etc* rất thích; **~ to do sth** rất thích làm gì

love affair chuyện tình; **love letter** thư tình; **lovelife** cuộc sống tình yêu

lovely *face*, *person* đáng yêu; *color*, *hair*, *weather* đẹp; *tune*, *character* hay; *vacation* thú vị; *meal* ngon; **we had a ~ time** chúng tôi đã vui chơi thỏa thích

lover người yêu

loving adj giàu lòng thương mến

---

low 1 *adj bridge, wall, salary, price*
thấp; *voice* trầm; *quality* kém; **be
~ feeling** ~ cảm thấy buồn nản; **be ~
on gas/tea** đã cạn ga/chè **2** *n* (*in
weather*) vùng áp thấp; (*in sales,
statistics*) mức thấp

low broken tone dấu nặng;
lowbrow *adj* kém học thức; **low-
calorie** lượng ca lo thấp; **low
constricted tone** dấu nặng; **low-
cut** *dress* cổ trễ

lower (*to the ground*) thả xuống;
flag, hem hạ; *pressure, price* giảm

low falling tone dấu huyền; **low-
fat** lượng béo thấp; **lowkey**
presentation, speech không sôi nổi;
approach dè dặt; **lowlands** vùng
đất thấp; **low-pressure area** vùng
áp thấp; **low rising tone** dấu hỏi;
low season mùa vắng khách; **low
tide** thủy triều xuống

loyal trung thành

lozenge (*shape*) hình thoi; (*tablet*)
viên ngậm

Ltd (= **limited**) hữu hạn

lubricant dầu nhờn

lubricate tra dầu mỡ

lubrication sự tra dầu mỡ

lucid (*clear*) rõ ràng; (*sane*) tỉnh táo

luck sự may mắn; **bad ~** vận rủi;
hard ~! thật là không may!; **good
~** vận may; **good ~!** chúc may
mắn!

♦ **luck out** F may mắn

luckily may mắn thay

lucky *person, day, number* may, may
mắn; **you were ~** anh/chị thật
may mắn; **he's ~ to be alive** anh
ấy thật may là đã sống sót; **that's
~!** thật là may!

ludicrous lố bịch

luggage hành lý

lukewarm *water* âm ấm; *reception*
hờ hững

lull 1 *n* (*in storm, fighting,
conversation*) khoảng thời gian
yên tĩnh **2** *v/t:* **~ s.o. into a false
sense of security** xoa dịu ai bằng
một cảm giác an toàn giả tạo

lullaby bài hát ru

lumbago chứng đau lưng

lumber *n* (*timber*) gỗ xẻ

luminous phát sáng

lump (*of sugar*) miếng; (*swelling*)
cái bướu

♦ **lump together** gộp lại

lump sum món tiền cả cục

lumpy lổn nhổn

lunacy sự rồ dại

lunar thuộc mặt trăng

lunar calendar âm lịch; **lunar
eclipse** nguyệt thực; **Lunar New
Year** Tết Nguyên Đán

lunatic *n* kẻ điên rồ

lunch bữa trưa; **have ~** ăn trưa

lunch box hộp đựng thức ăn trưa;
lunch break thời gian nghỉ trưa;
lunch hour giờ nghỉ ăn trưa;
lunchtime giờ ăn trưa

lung phổi

lung cancer ung thư phổi

♦ **lunge at** lao lên tấn công

lurch *v/i* (*of person*) lảo đảo; (*of
ship etc*) tròng trành

lure 1 *n* sức hấp dẫn **2** *v/t* nhử

lurid *color* sáng chói; *details* khủng
khiếp

lurk (*of person*) núp; (*of doubt*)
ngấm ngầm

luscious *fruit* thơm ngon; *dessert*
hấp dẫn; (*sexy*) khêu gợi

lust *n* sự ham muốn nhục dục

luxurious sang trọng

luxury 1 *n* sự xa hoa **2** *adj* sang
trọng

lychee quả vải

Ly Dynasty nhà Lý

lymph gland tuyến bạch cầu

ơ ur	y (tin)	ây uh-i	iê i-uh	oa wa	ôi oy	uy wee	ong aong
u (soon)	au a-oo	eo eh-ao	iêu i-yoh	oai wai	ơi ur-i	ênh uhng	uyên oo-in
ư (dew)	âu oh	êu ay-oo	iu ew	oe weh	uê way	oc aok	uyêt oo-yit

lynch hành hình kiểu lin sơ
lynx mèo rừng

lyricist người viết lời bài ca
lyrics lời ca

M

MA (= *Master of Arts*) thạc sĩ Văn
  chương
ma'am thưa bà
machine *n & v/t* máy
machine gun *n* súng máy
machine-readable có thể đọc
  được bằng máy
machinery (*machines*) máy móc
machismo thói cao ngạo của đàn
  ông
macho cao ngạo đàn ông
mackintosh áo mưa
macro COMPUT lệnh vĩ mô
mad (*insane*) điên; (*angry*) tức giận;
  be ~ about (*very enthusiastic*) say
  mê; *drive s.o. ~* làm cho ai phát
  điên lên; *go ~* (*become insane*)
  phát điên; (*with enthusiasm*) trở
  nên cuồng nhiệt; *like ~ run, work*
  như điên
madden (*infuriate*) chọc tức
maddening làm bực mình
made-to-measure may đo
madhouse *fig* chợ vỡ
madly như điên; *~ in love* yêu như
  điên
madman người điên
madness chứng điên; (*folly*) sự
  điên rồ
Mafia: the ~ bọn maphia
magazine (*printed*) tạp chí
maggot con giòi
magic 1 *n* ma thuật; (*tricks*) trò ảo

  thuật; *like ~* như có phép mẫu
  2 *adj* phép mẫu
magical *powers* ma thuật; *moment*
  kỳ diệu
magician (*performer*) nhà ảo thuật
magic spell câu phù chú
magic trick trò ảo thuật
magnanimous hào hiệp
magnet nam châm
magnetic có từ tính; *fig: personality*
  có sức hấp dẫn
magnetism (*of person*) sức hấp dẫn
magnificence vẻ lộng lẫy
magnificent (*beautiful*) lộng lẫy;
  (*impressive*) phi thường; *building*
  nguy nga
magnify phóng đại
magnifying glass kính lúp
magnitude tầm lớn
magnolia hoa ngọc lan
mah-jong mạt chược
maid (*servant*) người hầu; (*in hotel*)
  cô hầu phòng
maiden name tên họ thời con gái
maiden voyage chuyến vượt biển
  đầu tiên
mail 1 *n* thư từ; *put sth in the ~* bỏ
  gì vào thùng thư bưu điện **2** *v/t*
  letter gửi qua bưu điện
mailbox (*in street*) thùng thư bưu
  điện; (*of house*), COMPUT hộp thư
mailing list danh sách nhận ấn
  phẩm

---

ch (*final*) k	**gh** g	**nh** (*final*) ng	**r** z; (S) r	**x** s	**â** (but)	**i** (tin)
d z; (S) y	**gi** z; (S) y	**ph** f	**th** t	**a** (hat)	**e** (red)	**o** (saw)
đ d	**nh** (onion)	**qu** kw	**tr** ch	**ă** (hard)	**ê** ay	**ô** oh

mailman người đưa thư; **mail-order catalog** catalô để đặt hàng qua bưu điện; **mail-order firm** công ty nhận đặt hàng qua bưu điện

maim làm tàn tật

main *adj* chính

mainframe máy chủ; **mainland** đất liền; **on the ~** trên đất liền; **mainland China** lục địa Trung Hoa

mainly chủ yếu

main road đường chính

main street phố chính

maintain *peace, law and order etc* duy trì; *pace, speed* giữ; *machine, house* bảo quản; *family* nuôi dưỡng; *innocence, guilt* khẳng định; **~ that** khẳng định rằng

maintenance (*of machine, house*) sự bảo quản; (*money*) tiền chu cấp; (*of law and order*) sự duy trì

majestic *person* oai vệ; *scenery* hùng vĩ; *ship* uy nghi

major 1 *adj* (*significant*) lớn; **a ~ operation** MED một ca phẫu; **in C ~** MUS khóa Đô trưởng **2** *n* MIL thiếu tá

♦**major in** chuyên về môn

majority đa số; POL đa số phiếu; **be in the ~** chiếm đa số

make 1 *n* (*brand*) kiểu **2** *v/t* làm; *coffee, tea* pha; *dress* cắt may; *table, chair etc* đóng; *noise* gây ra; *movie* dựng; (*manufacture*) chế tạo; (*earn*) kiếm được; MATH bằng; (*total*) tạo thành; **~ the bed** dọn giường; **~ a speech** phát biểu; **~ a statement** tuyên bố; **~ a decision** quyết định; **~ a telephone call** gọi điện thoại; **made in Vietnam** sản xuất tại Việt Nam; **~ s.o. do sth** (*force to*) bắt buộc ai làm gì; (*cause to*) làm cho ai làm gì; **you**

can't ~ me do it! anh /chị không thể bắt tôi làm điều đó!; **~ s.o. happy/angry** làm cho ai sung sướng/tức giận; **~ it** (*catch bus, train*) đến kịp; (*come*) đến dự; (*succeed*) thành công; (*survive*) sống được; **what time do you ~ it?** đồng hồ của anh/chị là mấy giờ?; **~ believe** giả vờ; **~ do with** đành chịu; **what do you ~ of it?** anh/chị thấy thế nào?

♦**make for** (*go toward*) tiến về phía

♦**make off** chuồn đi

♦**make off with** (*steal*) cuỗm đi

♦**make out** *v/t list, check* viết; (*see*) nhìn thấy; (*imply*) ngụ ý; **~ a check** viết séc

♦**make over: make X over to Y** chuyển nhượng X cho Y

♦**make up 1** *v/i* (*of woman*) trang điểm; (*of actor*) hóa trang; (*after quarrel*) dàn hòa **2** *v/t story, excuse* bịa; *face* trang điểm; *actor* hóa trang; (*constitute*) cấu tạo; **be made up of** được cấu tạo bởi; **~ one's mind** quyết định; **make it up** (*after quarrel*) dàn hòa

♦**make up for** đền bù

make-believe *n* sự giả vờ

maker nhà sản xuất

makeshift *adj* tạm thời

make-up (*cosmetics*) đồ trang điểm

maladjusted thất thường về tâm lý

malaria bệnh sốt rét

Malay (*language*) tiếng Mã lai; (*person*) người Mã lai

Malaysia nước Malaysia, nước Mã lai

Malaysian *adj* Malaysia, Mã lai

male 1 *adj* (*masculine*) nam; *animal, fish* đực; *bird* trống **2** *n* (*man*) đàn ông; (*animal, fish*) con đực; (*bird*) trống

male chauvinist (pig) (con lợn) sô

ơ ur	y (tin)	ây uh-i	iê i-uh	oa wa	ôi oy	uy wee	ong aong
u (soon)	au a-oo	eo eh-ao	iêu i-yoh	oai wai	ơi ur-i	ênh uhng	uyên oo-in
ư (dew)	âu oh	êu ay-oo	iu ew	oe weh	uê way	oc aok	uyêt oo-yit

vanh

male nurse y tá nam

malevolent ác tâm

malfunction 1 *n* sự trục trặc **2** *v/i* trục trặc

malice sự ác tâm

malicious ác tâm

malignant *tumor* ác tính

mall (*shopping ~*) khu vực buôn bán

malnutrition sự suy dinh dưỡng

malpractice việc làm phi pháp

maltreat ngược đãi

maltreatment sự ngược đãi

mammal loài (động vật) có vú

mammoth *adj* (*enormous*) khổng lồ

man *n* đàn ông; (*human being*) con người; (*humanity*) nhân loại; (*in chess, checkers*) quân

manage 1 *v/t business, money* quản lý; *suitcase, heavy object etc* mang được; **~ to ...** tìm được cách ... **2** *v/i* (*cope, get by*) xoay sở; **can you ~ (to do it) by yourself?** anh/chị có thể tự làm được không?

manageable *size etc* có thể làm được; **it's not ~** cái đó không thể làm được

management (*managing*) sự quản lý; (*managers*) ban quản trị; **under his ~** dưới sự điều hành của ông ấy

management buyout việc ban quản trị công ty mua lại hết các cổ phần để trở thành chủ công ty; **management consultant** người tư vấn về quản lý; **management studies** môn nghiên cứu về quản lý; **management team** đội quản lý

manager giám đốc

managerial về quản lý

managing director giám đốc điều hành

Mandarin (*language*) tiếng Quan

thoại

mandarin (*in China*) quan lại

mandarin orange quả quít

mandate (*authority*) sự ủy thác; (*task*) nhiệm vụ

mandatory bắt buộc

mane (*of horse*) bờm

maneuver 1 *n* thao tác; *fig* thủ đoạn **2** *v/t vehicle* điều khiển; *fig* vận động

mangle *v/t* (*crush*) xé nát

mango quả xoài

mangrove cây vẹt (*N*), cây đước (*S*)

manhandle *person* cư xử thô bạo; *object* vác

manhood (*maturity*) tuổi trưởng thành; (*virility*) nam tính

man-hour giờ công

manhunt cuộc săn lùng tội phạm

mania (*craze*) sự say mê

maniac người điên khùng

manicure *n* cắt sửa móng tay

manifest 1 *adj* rõ ràng **2** *v/t* bày tỏ; **~ itself** hiện ra

manipulate *person* lôi kéo; *bones* điều khiển

manipulation (*of person, bones*) sự điều khiển

manipulative lôi cuốn

mankind nhân loại, loài người

manly có vẻ đàn ông

man-made nhân tạo

mannequin manơcanh

manner (*of doing something*) cách; (*attitude*) thái độ

manners: **good/bad ~** cách cư xử tốt/xấu; **have no ~** không lịch sự

manpower nhân sự

mansion dinh thự

mantelpiece, mantelshelf bệ lò sưởi

manual 1 *adj*: **~ labor** lao động chân tay **2** *n* (*book*) sách chỉ dẫn

---

ch (*final*) k	**gh** g	**nh** (*final*) ng	**r** z; (*S*) r	**x** s	**â** (but)	**i** (tin)
d z; (*S*) y	**gi** z; (*S*) y	**ph** f	**th** t	**a** (hat)	**e** (red)	**o** (saw)
đ d	**nh** (onion)	**qu** kw	**tr** ch	**ă** (hard)	**ê** ay	**ô** oh

sử dụng

manual dexterity chân tay khéo léo

manual worker người lao động chân tay

manufacture 1 *n* sự sản xuất **2** *v/t* sản xuất

manufacturer nhà sản xuất

manufacturing industry công nghiệp sản xuất

manure phân bón

manuscript bản thảo

many 1 *adj* nhiều; ~ *times* nhiều lần; *not* ~ *taxis* không nhiều xe tắc xi; *too* ~ *problems / beers* quá nhiều vấn đề / bia **2** *pron* nhiều; *a great* ~, *a good* ~ rất nhiều; *how* ~ *do you need?* anh/chị cần bao nhiêu?

map *n* bản đồ

♦**map out** vạch ra

maple (*tree*) cây thích; (*wood*) gỗ thích

mar làm hỏng

marathon (*race*) cuộc đua ma ra tông

marble (*material*) cẩm thạch

March tháng Ba

march 1 *n* MIL cuộc hành quân; (*ceremonial*) cuộc diễu hành; (*demonstration*) cuộc tuần hành **2** *v/i* MIL hành quân; (*ceremonially*) diễu hành; (*in protest*) tuần hành

Mardi Gras ngày trước tuần chay

mare ngựa cái

margarine bơ thực vật

margin (*of page*) lề; (COM: *profit* ~) lãi ròng; *by a narrow* ~ sát nút

marginal (*slight*) nhỏ

marginally (*slightly*) đôi chút

marihuana, marijuana cần sa

marina bến thuyền

marinade *n* nước ướp

marinate ướp

marine 1 *adj* biển **2** *n* MIL lính thủy đánh bộ, thủy quân lục chiến (*S*)

marital hôn nhân

maritime hàng hải

mark 1 *n* (*stain*) vết; (*sign, token*) biểu hiện; (*trace*) dấu hiệu; EDU điểm; *leave one's* ~ để lại ấn tượng **2** *v/t* (*stain*) làm có vết; EDU chấm điểm; (*indicate*) đánh dấu, ghi; (*commemorate*) kỷ niệm **3** *v/i* (*of fabric*) bị vết

♦**mark down** *goods* giảm giá

♦**mark out** (*with a line etc*) kẻ đường ranh; *fig* (*set apart*) phân biệt với

♦**mark up** *price* tăng giá

marked (*definite*) rõ rệt

marker (*highlighter*) bút đánh dấu

market 1 *n* chợ; (*for particular commodity*) thị trường; *stock* ~ thị trường chứng khoán; *on the* ~ được đưa ra bán **2** *v/t* (*sell*) bán; (*promote*) chào hàng

market economy kinh tế thị trường

market forces thế lực thị trường

marketing sự tiếp thị

market leader (*product*) sản phẩm hàng đầu; (*company*) công ty hàng đầu; **marketplace** (*in town*) nơi họp chợ; (*for commodities*) thương trường; **market research** sự nghiên cứu thị trường; **market share** thị phần

mark-up sự tăng giá

marmalade mứt cam

marquee lều bạt lớn

marriage hôn nhân; (*event*) đám cưới

marriage certificate giấy đăng ký kết hôn

marriage counselor cố vấn về hôn nhân

married vợ chồng; ~ *man* đàn ông

ơ ur	y (tin)	ây uh-i	iê i-uh	oa wa	ôi oy	uy wee	ong aong
u (soon)	au a-oo	eo eh-ao	iêu i-yoh	oai wai	ơi ur-i	ênh uhng	uyên oo-in
ư (dew)	âu oh	êu ay-oo	iu ew	oe weh	uê way	oc aok	uyêt oo-yit

có vợ; **~ woman** phụ nữ có chồng;
be ~ to ... kết hôn với ...

marry kết hôn; (*of priest*) làm phép cưới; **get married** cưới

marsh đầm lầy

marshal *n* (*police officer*) cảnh sát trưởng; (*official*) quan chức phụ trách nghi lễ

marshy đầm lầy

martial arts võ thuật; **martial arts instructor** võ sư; **martial law** tình trạng thiết quân luật

martyr *n* REL kẻ tử vì đạo; *fig* người chịu hy sinh, đau khổ

martyred đau khổ

marvel *n* (*person*) người kỳ diệu; (*thing*) vật kỳ diệu

♦**marvel at** kinh ngạc trước

marvelous tuyệt vời

Marxism chủ nghĩa Mác

Marxism-Leninism chủ nghĩa Mác Lênin

Marxist 1 *adj* Mác Xít **2** *n* người theo chủ nghĩa Mác

mascara thuốc bôi mi mắt

mascot biểu tượng may mắn

masculine *adj* đàn ông

masculinity (*virility*) tính đàn ông

mash *v/t* nghiền

mashed potatoes khoai tây nghiền

mask 1 *n* mặt nạ **2** *v/t feelings* che giấu

masochism sự thích tự hành hạ bản thân; (*sexual*) sự thống dâm

masochist người thích tự hành hạ mình; (*sexual*) kẻ thống dâm

mason thợ nề

masonry (*stonework*) phần xây nề; (*craft*) nghề thợ nề

masquerade 1 *n fig* sự giả vờ **2** *v/i*: **~ as** giả danh là

mass¹ 1 *n* (*great amount*) khối; **the ~es** quần chúng nhân dân; **~es of**

rất nhiều, số đông **2** *v/i* tập hợp

mass² REL lễ mixa

massacre 1 *n* cuộc tàn sát; F (*in sport*) sự thua đậm **2** *v/t* F (*in sport*) đè bẹp

massage 1 *n* sự xoa bóp, mát xa **2** *v/t* xoa bóp, mát xa; *figures* điều chỉnh

massage parlor hiệu mát xa

masseur, masseuse nhân viên mát xa

massive rất lớn

mass media phương tiện thông tin đại chúng; **mass-produce** sản xuất hàng loạt; **mass production** sự sản xuất hàng loạt

mast (*of ship*) cột buồm; (*for radio signal*) cột ăng ten

master 1 *n* (*of dog*) chủ; (*of ship*) thuyền trưởng; **be a ~ of** là bậc thầy ở môn **2** *v/t skill, language* nắm vững; *situation* làm chủ

master bedroom phòng ngủ chính

master key chìa cái

masterly bậc thầy

mastermind 1 *n* người làm quân sư **2** *v/t* đạo diễn; **Master of Arts** thạc sĩ Văn chương; **master of ceremonies** trưởng ban nghi thức; **masterpiece** kiệt tác; **master's (degree)** (bằng) thạc sĩ

mastery sự thành thạo

masturbate thủ dâm

mat *n* (*for floor*) tấm thảm; (*for table*) tấm lót

match¹ (*for cigarette*) diêm (*N*), quẹt (*S*)

match² **1** *n* (*competition*) trận đấu; **be no ~ for s.o.** không phải là đối thủ của ai; **meet one's ~** gặp kỳ phùng địch thủ **2** *v/t* (*be the same as*) tương xứng; (*equal*) sánh được **3** *v/i* (*of colors, patterns*) tương xứng

ch (*final*) k **gh** g **nh** (*final*) ng **r** z; (*S*) r **x** s **â** (but) **i** (tin)
d z; (*S*) y **gi** z; (*S*) y **ph** f **th** t **a** (hat) **e** (red) **o** (saw)
đ d **nh** (onion) **qu** kw **tr** ch **ă** (hard) **ê** ay **ô** oh

matchbox hộp diêm (*N*), hộp quẹt (*S*)

matching *adj* tương xứng

mate 1 *n* (*of animal: female*) con cái; (*male*) con đực; NAUT phó thuyền trưởng **2** *v/i* kết đôi

material 1 *n* (*fabric*) vải; (*substance*) vật liệu **2** *adj* vật chất

materialism chủ nghĩa vật chất

materialist người thiên về vật chất

materialize (*appear*) hiện ra; (*become a reality*) thành sự thật

materials nguyên liệu

maternal *love, feelings* mẫu tử; *relatives* ngoại

maternity chức năng làm mẹ

maternity dress áo váy bầu; **maternity leave** nghỉ đẻ; **maternity ward** khu sản

math toán

mathematical *calculations, formula* toán học; *mind, person* có khiếu về toán

mathematician nhà toán học

mathematics toán; (*subject*) toán học

matinée cuộc trình diễn buổi chiều

matriarch nữ chúa

matrimony hôn nhân

matt xỉn

matter 1 *n* (*affair*) sự việc; PHYS vật chất; *it's rather a serious ~* đây là một sự việc khá nghiêm trọng; *as a ~ of course* là điều tất nhiên; *as a ~ of fact* thật ra; *what's the ~?* chuyện gì vậy?; *no ~ what she says* bất kể bà ấy nói gì **2** *v/i* quan trọng; *it doesn't ~* không có vấn đề gì

matter-of-fact thản nhiên

mattress đệm

mature 1 *adj* chín chắn **2** *v/i* (*of person*) trở nên chín chắn; (*of insurance policy etc*) đến hạn thanh toán

maturity (*adulthood*) tuổi trưởng thành; (*in behavior, attitude*) tính chín chắn

maximize tăng tối ta

maximum *n & adj* tối đa

May tháng Năm

may ◊ (*possibility, permission*) có thể; *it ~ rain* trời có thể mưa; *you ~ be right* có thể anh/chị đúng; *it ~ not happen* điều đó có thể sẽ không xảy ra; *~ I help/smoke?* tôi có thể giúp/hút thuốc không?; *you ~ if you like* được, nếu anh/chị muốn ◊ (*wishing, hoping*) chúc; *~ you both be very happy* chúc hai người thật hạnh phúc

maybe có thể

May Day Ngày mồng 1 tháng Năm, Ngày mùng 1 tháng Năm (*S*)

mayo, mayonnaise xốt mayone

mayor thị trưởng

maze mê cung

MB (= *megabyte*) mêga bai

MBA (= *Master of Business Administration*) cử nhân quản lý kinh doanh

MBO → *management buyout*

MD (= *Doctor of Medicine*) bác sĩ y khoa

me tôi, tui (*S*); (*speaking to one's parents*) con; (*female to younger brother or sister or member of the younger generation*) chị; (*male to younger brother or sister or member of the younger generation*) anh; (*to older brother or sister or member of an older generation*) em; (*mother to her children*) mẹ (*N*), má (*S*); (*father to his children*) bố (*N*), ba (*S*); (*young person to friend of same generation*) tao; (*informal to same generation*) mình; *it's ~* tôi đây; *he knows ~* anh ấy biết tôi; *that's for*

~ cái đó là cho tôi

meadow đồng cỏ

meager *amount, salary* ít ỏi; *meal* đạm bạc

meal bữa ăn

mealtime giờ ăn

mean¹ (*with money*) bủn xỉn; (*nasty*) hèn hạ

mean² 1 *v/t* (*intend*) có ý; (*signify*) có nghĩa; *~ to do sth* có ý định làm gì; *be ~t for* dự định cho; (*of remark*) nhằm vào 2 *v/i*: ~ *well* có ý tốt; *doesn't it ~ anything to you?* (*doesn't it matter?*) điều đó có ý nghĩa gì đối với anh/chị không?

meaning (*of word*) nghĩa

meaningful (*comprehensible*) rõ nghĩa; (*constructive*) tích cực; *glance* đầy ý nghĩa

meaningless *sentence, gesture etc* vô nghĩa

means (*financial*) phương tiện; (*way*) cách; *~ of transportation* phương tiện giao thông; *by all ~* (*certainly*) tất nhiên; *by no ~ rich/ poor* không giàu/nghèo tí nào; *by ~ of* bằng cách

meantime: *in the ~* trong lúc đó

measles bệnh sởi

measure 1 *n* (*step*) biện pháp; (*certain amount*) một số 2 *v/t* đo 3 *v/i* đo được

♦ **measure out** *sugar, flour etc* chia ra

♦ **measure up to** *certain standard* đo được; *expectations* đạt được

measurement (*action*) sự đo lường; (*of person*) số đo; (*of room etc*) kích thước; *system of ~* hệ thống đo lường

meat thịt

meatball thịt viên

meatloaf ổ bánh thịt

mechanic thợ cơ khí

mechanical *device, gesture* máy móc

mechanically bằng máy; *do sth* một cách máy móc

mechanism bộ phận máy

mechanize cơ khí hóa

medal huy chương

medalist người được thưởng huy chương

meddle (*interfere*) can thiệp; (*tinker*) mó máy

media: *the ~* phương tiện thông tin đại chúng

media hype *quảng cáo rùm beng của các phương tiện thông tin đại chúng*

median strip giải phân cách

mediate làm trung gian hòa giải

mediation sự trung gian hòa giải

mediator người làm trung gian hòa giải

medical 1 *adj school, profession* y khoa; *treatment, insurance* y tế; ~ *history* bệnh sử 2 *n* khám sức khỏe

medical certificate giấy khám sức khỏe

Medicare *chế độ bảo hiểm y tế của nhà nước Mỹ*

medicated có pha thuốc

medication thuốc

medicinal: *for ~ purposes* dùng để chữa bệnh; ~ *herbs* dược thảo

medicine (*science*) y học; (*medication*) thuốc uống

medieval thời Trung cổ

mediocre thường; *performance* xoàng

mediocrity (*of work etc*) tính chất tầm thường; (*person*) người tầm thường

meditate trầm tư

meditation sự trầm tư

---

ch (*final*) k	**gh** g	**nh** (*final*) ng	**r** z; (*S*) r	**x** s	**â** (but)	**i** (tin)
d z; (*S*) y	**gi** z; (*S*) y	**ph** f	**th** t	**a** (hat)	**e** (red)	**o** (saw)
đ d	**nh** (onion)	**qu** kw	**tr** ch	**ă** (hard)	**ê** ay	**ô** oh

medium 1 *adj* (*average*) trung bình;
steak vừa **2** *n* (*in size*) trung bình;
(*vehicle*) phương tiện; (*female
spiritualist*) cô đồng; (*male
spiritualist*) ông đồng

medium-sized cỡ trung bình

medium wave RAD sóng trung

medley (*assortment*) sự hỗn hợp

meek hiền lành

meet 1 *v/t* gặp; (*be introduced to*)
làm quen; (*collect*) đi đón; (*in
competition*) gặp; (*satisfy*) đáp ứng;
their eyes met mắt họ chạm nhau
2 *v/i* gặp; (*of committee etc*) họp;
have you two met? (*know each
other*) các anh/chị đã gặp nhau
chưa? **3** *n* SP cuộc thi

♦ **meet with** *person* gặp mặt;
opposition gặp phải; *approval etc*
giành được

meeting (*by arrangement, of
committee*) cuộc họp; (*by chance*)
cuộc gặp gỡ; *he's in a ~* anh ấy
đang họp

meeting place nơi hội họp

megabyte COMPUT mêga bai

Mekong Delta Đồng bằng sông
Cửu Long, Đồng bằng sông Mê
Kông

Mekong River sông Cửu Long,
sông Mê Kông

melancholy *adj* u sầu

mellow 1 *adj* êm dịu **2** *v/i* (*of
person*) trở nên chín chắn

melodious du dương

melodramatic cường điệu

melody giai điệu

melon quả dưa

melt 1 *v/i* tan ra **2** *v/t* làm tan ra

♦ **melt away** *fig* làm tan biến

♦ **melt down** *metal* nấu chảy

melting pot *fig* nơi tụ cư

member (*of family, club,
organization*) thành viên; (*of plant
family*) chi; *~ of Congress* hạ nghị
sĩ

membership tư cách hội viên;
(*number of members*) số hội viên

membership card thẻ hội viên

membrane màng

memento vật kỷ niệm

memo thư báo

memoirs hồi ký

memorable đáng ghi nhớ

memorial 1 *adj* tưởng niệm **2** *n* đài
tưởng niệm

Memorial Day ngày liệt sĩ

memorize học thuộc

memory (*recollection*) ký ức;
(*power of recollection*) trí nhớ;
COMPUT bộ nhớ; *have a good/bad
~* có trí nhớ tốt/tồi; *in ~ of* để
tưởng nhớ tới

menace 1 *n* (*threat*) sự đe dọa;
(*person*) mối đe dọa **2** *v/t* đe dọa

menacing dọa nạt

mend 1 *v/t* sửa chữa **2** *n: be on the
~* (*after illness*) trở nên khá hơn

menial *adj* giản đơn

meningitis viêm màng não

menopause thời kỳ mãn kinh

men's room phòng vệ sinh nam

menstruate thấy kinh

menstruation kinh nguyệt

mental *ability, powers* trí tuệ; *health*
tinh thần; F (*crazy*) mất trí

mental arithmetic tính nhẩm;
mental cruelty sự tàn nhẫn về
mặt tinh thần; **mental hospital**
bệnh viện tâm thần; **mental
illness** bệnh tâm thần

mentality cách suy nghĩ

mentally (*in one's mind*) thầm; *~
handicapped* tật nguyền tâm
thần; *~ ill* bị bệnh tâm thần

mention 1 *n* sự đề cập **2** *v/t* đề cập;
don't ~ it có gì đâu

mentor *n* cố vấn dày kinh nghiệm

ơ ur	y (tin)	ây uh-i	iê i-uh	oa wa	ôi oy	uy wee	ong aong
u (soon)	au a-oo	eo eh-ao	iêu i-yoh	oai wai	ơi ur-i	ênh uhng	uyên oo-in
ư (dew)	âu oh	êu ay-oo	iu ew	oe weh	uê way	oc ack	uyêt oo-yit

menu (*for food*) thực đơn; COMPUT danh mục

mercenary 1 *adj* vụ lợi **2** *n* MIL lính đánh thuê

merchandise hàng hóa

merchant thương nhân

merciful nhân từ

mercifully (*thankfully*) may mắn

merciless tàn nhẫn

mercury (*chemical*) thủy ngân

mercy lòng nhân từ; *be at s.o.'s ~* phó mặc cho ai

mere *adj* chỉ là

merely chỉ

merge *v/i* (*of two lines etc*) nhập vào nhau; (*of companies*) sát nhập

merger COM sự sát nhập

merit 1 *n* (*worth*) sự xứng đáng; (*positive attributes*) giá trị; (*advantage*) thuận lợi **2** *v/t* đáng được

merry vui vẻ; *Merry Christmas!* chúc Giáng Sinh vui vẻ!

merry-go-round vòng quay ngựa gỗ

mesh *n* (*of net*) tấm lưới; (*measure of density*) mắt lưới

mess *n* (*untidiness*) sự bừa bãi; (*trouble*) sự rắc rối; *be a ~* (*of room, desk*) bừa bộn; (*of hair*) rối tung; (*of situation, s.o.'s life*) mờ bòng bong

♦ **mess around 1** *v/i* tào lao **2** *v/t person* úp mở với

♦ **mess around with** (*interfere with*) mó máy; *~ s.o.* (*have an affair*) tằng tịu với ai

♦ **mess up** *room, papers* làm lộn xộn; *task, plans, marriage* làm hỏng

message lời nhắn; (*of movie, book*) thông điệp

messenger (*courier*) người đưa tin

messy *room* bừa bộn; *person* bừa bãi; *job* lộn xộn; *divorce, situation*

không dễ chịu

metabolism sự chuyển hóa

metal 1 *n* kim loại; (*in Vietnamese zodiac*) Canh **2** *adj* bằng kim loại

metallic kim loại, như kim loại

meteor sao băng

meteoric *fig* nhanh chóng

meteorite thiên thạch

meteorological khí tượng

meteorologist nhà khí tượng

meteorology khí tượng học

meter[1] (*for measuring*) đồng hồ đo; (*parking ~*) máy tính tiền đỗ xe

meter[2] (*unit of length*) mét

method phương pháp

methodical *search* có phương pháp; *person* cẩn thận

methodically một cách có phương pháp

meticulous tỉ mỉ

metric mét

metropolis thủ đô

metropolitan *adj* thành phố

mew → *miaow*

Mexican 1 *adj* Mêhicô **2** *n* người Mêhicô

Mexico nước Mêhicô

mezzanine (*floor*) gác lửng

miaow 1 *n* tiếng mèo kêu meo meo **2** *v/i* meo meo

mickey mouse *adj pej* F *course, qualification* không có giá trị

microchip vi mạch; **microcosm** thế giới vi mô; **microelectronics** vi điện tử; **microfilm** vi phim; **microphone** micrô; **microprocessor** bộ vi xử lý; **microscope** kính hiển vi; **microscopic** cực nhỏ; **microwave** (*oven*) lò vi sóng

midair: *in ~* ở giữa không trung

Mid-Autumn Festival Tết Trung Thu

---

ch (*final*) k	**gh** g	**nh** (*final*) ng	**r** z; (S) r	**x** s	**â** (but)	**i** (tin)
d z; (S) y	**gi** z; (S) y	**ph** f	**th** t	**a** (hat)	**e** (red)	**o** (saw)
đ d	**nh** (onion)	**qu** kw	**tr** ch	**ă** (hard)	**ê** ay	**ô** oh

midday buổi trưa

middle 1 *adj* giữa **2** *n* giữa; *in the ~ of* (*floor, room*) ở giữa; (*period of time*) vào giữa; *be in the ~ of doing sth* đang làm gì

middle-aged tuổi trung niên; **Middle Ages** thời Trung cổ; **middle-class** *adj* tầng lớp trung lưu; **middle class(es)** lớp người trung lưu; **Middle East** Trung Đông; **middleman** người trung gian; **middle name** tên đệm; **middleweight** *n* (*boxer*) võ sĩ hạng trung

middling trung bình

midget 1 *adj* (*very small*) rất nhỏ **2** *n* (*small person*) người lùn

mid-level tone dấu ngang; **midnight** nửa đêm; *at ~* vào lúc nửa đêm; **midsummer** giữa mùa hè; **midway** (*in distance*) nửa đường; (*in time*) giữa buổi; **midweek** *adv* giữa tuần; **Midwest** vùng Trung tây; **midwife** hộ sinh; **midwinter** giữa mùa đông

might¹ có thể; *I ~ be late* tôi có thể sẽ đến muộn; *it ~ rain* trời có thể sẽ mưa; *it ~ never happen* điều đó có thể sẽ không bao giờ xảy ra; *I ~ have lost it* (*maybe I did*) có thể tôi đã đánh mất nó; (*I didn't but it would have been possible*) tôi đã có thể đánh mất nó; *he ~ have left* anh ấy có thể đã đi; *you ~ as well spend the night here* anh/chị có thể nghỉ đêm tại đây; *you ~ have told me!* lẽ ra anh/chị nên nói với tôi!

might² *n* (*power*) sức mạnh

mighty 1 *adj army, ruler* hùng mạnh; *blow* mạnh **2** *adv* F (*extremely*) hết sức

migraine chứng đau nửa đầu

migrant worker công nhân di cư

migrate (*of person*) di cư; (*of bird*) di trú

migration (*of people*) sự di cư; (*of birds*) di trú

mike micrô, máy vi âm

mild *weather* ôn hòa; *cheese* nhẹ; *person, voice* dịu dàng; *curry* ít cay

mildew nấm mốc

mildly (*gently*) nhẹ nhàng; (*slightly*) nhẹ

mildness (*of weather*) sự ôn hòa; (*of person, voice*) sự dịu dàng

mile dặm; *~s better/easier* F khá hơn/dễ hơn rất nhiều

mileage số dặm đã đi được

milestone (*important event*) sự kiện quan trọng

militant 1 *adj* chiến đấu **2** *n* chiến sĩ

military 1 *adj* quân sự **2** *n: the ~* quân đội

military academy học viện quân sự

military service nghĩa vụ quân sự

militia lực lượng dân quân

milk 1 *n* sữa **2** *v/t* vắt sữa

milk chocolate sô cô la sữa

milk shake sữa trộn

mill *n* (*for grain*) nhà máy xay; (*for textiles*) nhà máy sợi

♦ **mill around** đi loanh quanh

millennium thiên niên kỷ

milligram miligam

millimeter milimét

million triệu

millionaire triệu phú

millionth *adj* thứ một triệu

mime *v/t* làm điệu bộ

mimic 1 *n* (*person*) người bắt chước **2** *v/t* bắt chước

mince *v/t* băm nhỏ

mincemeat (*fruit*) nhân quả băm; (*meat*) thịt băm

mince pie bánh có nhân quả băm

mind 1 *n* (*thoughts*) tâm trí; (*brain*)

ơ ur	**y** (tin)	**ây** uh-i	**iê** i-uh	**oa** wa	**ôi** oy	**uy** wee	**ong** aong
u (soon)	**au** a-oo	**eo** eh-ao	**iêu** i-yoh	**oai** wai	**ơi** u-ri	**ênh** uhng	**uyên** oo-in
ư (dew)	**âu** oh	**êu** ay-oo	**iu** ew	**oe** weh	**uê** way	**oc** aok	**uyêt** oo-yit

đầu óc; (*intellect*) tài trí; *it's all in your ~* đó hoàn toàn do anh tưởng tượng; *be out of one's ~* bị mất trí; *bear sth in ~* nhớ gì; *I've a good ~ to ...* tôi rất muốn ...; *change one's ~* thay đổi ý kiến; *it didn't enter my ~* tôi không hề có ý nghĩ rằng; *give s.o. a piece of one's ~* nói toẹt ra với ai; *make up one's ~* quyết định; *have sth on one's ~* có gì làm bận tâm; *keep one's ~ on sth* tập trung tư tưởng vào gì; *one of the great ~s of this century* một trong những thiên tài vĩ đại của thế kỷ này **2** *v/t* (*look after*) trông nom; (*object to*) phản đối; (*heed*) chú ý tới; *I don't ~ what we do* tôi thế nào cũng được; *do you ~ if I smoke?* tôi hút thuốc không làm phiền anh/chị chứ?; *would you ~ opening the window?* anh/chị vui lòng mở giúp cửa sổ?; *~ the step!* chú ý bậc thềm!; *~ your own business!* không liên can gì đến anh/chị! **3** *v/i*: *~!* (*be careful*) cẩn thận đấy!; *never ~!* không sao!; *I don't ~* tôi thế nào cũng được

mind-boggling đáng kinh ngạc
mindless *violence* điên rồ
mine[1] *pron* của tôi; *a friend of ~* một người bạn của tôi; → **me**
mine[2] **1** *n* (*for coal etc*) mỏ **2** *v/i* (*for coal etc*) đào; *~ for* khai thác
mine[3] **1** *n* (*explosive*) mìn **2** *v/t* đặt mìn
minefield MIL bãi mìn; *fig* lĩnh vực khó khăn
miner thợ mỏ
mineral *n* khoáng sản
mineral water nước khoáng
minesweeper NAUT tàu quét thủy lôi
mingle *v/i* (*of sounds, smells*) trộn lẫn; (*at party*) nói chuyện xã giao

mini (*skirt*) mini, ngắn
miniature *adj* (*tiny*) bé xíu; (*smaller version of*) thu nhỏ lại
minibus xe buýt nhỏ
minimal tối thiểu
minimize giảm đến mức tối thiểu; (*downplay*) đánh giá thấp
minimum 1 *adj* tối thiểu **2** *n* (*quantity*) số tối thiểu; (*degree*) mức tối thiểu
minimum wage lương tối thiểu
mining sự khai thác mỏ
miniskirt váy mini, váy ngắn
minister POL bộ trưởng; REL mục sư
ministerial bộ trưởng
ministry POL bộ
Ministry of Agriculture and Rural Development Bộ Nông nghiệp và phát triển nông thôn; **Ministry of Culture and Information** Bộ Văn hóa – Thông tin; **Ministry of Education and Training** Bộ Giáo dục và Đào tạo; **Ministry of Finance** Bộ Tài chính; **Ministry of Foreign Affairs** Bộ Ngoại giao; **Ministry of Industry** Bộ Công nghiệp; **Ministry of Public Health** Bộ Y tế; **Ministry of Science, Technology and Environment** Bộ Khoa học Kỹ thuật và Môi trường; **Ministry of Trade** Bộ Thương mại; **Ministry of Transport and Communications** Bộ Giao thông
mink (*fur*) da lông chồn; (*coat*) áo lông chồn
minor 1 *adj* nhỏ; *injury* nhẹ; *in D ~* MUS cung Rê thứ **2** *n* LAW người vị thành niên
minority thiểu số; *be in the ~* bị thiểu số
mint *n* (*herb*) bạc hà; (*chocolate*) sô

---

ch (*final*) k	gh g	nh (*final*) ng	r z; (*S*) r	x s	â (but)	i (tin)
d z; (*S*) y	gi z; (*S*) y	ph f	th t	a (hat)	e (red)	o (saw)
đ d	nh (onion)	qu kw	tr ch	ă (hard)	ê ay	ô oh

cô la bạc hà; (*hard candy*) kẹo bạc hà

minus 1 *n* (*~ sign*) dấu trừ **2** *prep* MATH trừ; *~ 4 degrees* âm 4 độ

minuscule nhỏ tí xíu

minute¹ *n* (*of time*) phút; *in a ~* (*soon*) tí nữa; *just a ~* (*wait*) đợi một chút; (*in indignation*) khoan hẳng!

minute² *adj* (*tiny*) cực nhỏ; (*detailed*) tỉ mỉ; *in ~ detail* đến từng chi tiết tỉ mỉ

minutely (*in detail*) một cách tỉ mỉ

minutes (*of meeting*) biên bản

miracle phép kì diệu

miraculous kì diệu

miraculously kì diệu thay

mirage ảo ảnh

mirror 1 *n* gương; MOT gương hậu **2** *v/t* phản chiếu

misanthropist kẻ hận đời

misapprehension: *be under a ~* hiểu lầm

misbehave cư xử xấu

misbehavior sự cư xử xấu

miscalculate 1 *v/t* tính toán sai **2** *v/i* tính lầm

miscalculation sự tính toán sai

miscarriage MED sự sẩy thai; *~ of justice* một vụ án xử sai

miscarry (*of plan*) thất bại

miscellaneous linh tinh

mischief (*naughtiness*) trò tinh nghịch

mischievous (*naughty*) tinh nghịch; (*malicious*) ác ý

misconception quan niệm sai lầm

misconduct hành vi sai trái

misconstrue hiểu lầm

misdemeanor vi phạm nhẹ

miser người bủn xỉn

miserable (*unhappy*) khổ sở; *weather* khốn nạn; *performance* thảm hại

miserly *person* keo kiệt; *amount* ít ỏi

misery (*unhappiness*) sự khổ sở; (*wretchedness*) sự khốn khổ

misfire (*of joke*) vô duyên; (*of scheme*) trục trặc

misfit (*in society*) người lạc lõng

misfortune nỗi bất hạnh

misgivings sự nghi ngại

misguided *attempt, plan* sai lầm; *person* dại dột

mishandle xử lý sai

mishap việc rủi ro

misinterpret hiểu sai; (*from one language to another*) dịch sai

misinterpretation sự hiểu lầm; (*of language*) dịch sai

misjudge *person, situation* đánh giá sai

mislay để thất lạc

mislead đánh lừa

misleading gây hiểu sai

mismanage quản lý tồi

mismanagement sự quản lý tồi

mismatch (*in figures, descriptions*) sự không khớp; (*of people*) sự không tương xứng

misplaced *loyalty, enthusiasm* không đúng chỗ

misprint *n* lỗi in sai

mispronounce phát âm sai

mispronunciation sự phát âm sai

misread *word, figures* đọc sai; *situation* hiểu sai

misrepresent miêu tả sai

miss¹: *Miss Smith* cô Smith

miss² **1** *n* SP sự trượt; *give sth a ~* *meeting, party etc* không đi dự **2** *v/t* (*not hit*) chệch; (*not meet*) không gặp; (*emotionally*) nhớ; *bus, train, plane* nhớ; (*not notice*) không nhận thấy; (*not be present at*) lỡ; *you just ~ed him* (*he's just gone*) anh ấy chỉ vừa đi **3** *v/i* trượt

---

ơ ur	y (tin)	ây uh-i	iê i-uh	oa wa	ôi oy	uy wee	ong aong
u (soon)	au a-oo	eo eh-ao	iêu i-yoh	oai wai	ơi ur-i	ênh uhng	uyên oo-in
ư (dew)	âu oh	êu ay-oo	iu ew	oe weh	uê way	oc aok	uyêt oo-yit

misshapen dị dạng

missile (*object*) vật ném; (*rocket*) tên lửa

missing mất; *child, plane* mất tích; *be ~* bị mất; (*of child, plane*) bị mất tích

mission (*task*) sứ mệnh; (*delegation*) phái đoàn

missionary n REL nhà truyền giáo

misspell viết sai chính tả

mist sương mù

♦ **mist over** (*of eyes*) mờ đi

♦ **mist up** (*of mirror, window*) làm mờ

mistake 1 n lỗi; (*error of judgment*) sai lầm; *make a ~* phạm lỗi; *by ~* do sơ suất **2** v/t nhầm; *~ X for Y* nhầm X với Y

mistaken: *be ~* bị nhầm lẫn

mister → *Mr*

mistress (*lover*) tình nhân; (*of servant, dog*) bà chủ

mistrust 1 n sự nghi ngờ **2** v/t nghi ngờ

misty *weather* sương mù; *eyes* nhòe; *color* mờ

misunderstand hiểu lầm

misunderstanding sự hiểu lầm; (*disagreement*) sự bất đồng

misuse 1 n sự lạm dụng **2** v/t dùng sai

mitigating circumstances tình tiết giảm nhẹ

mitt (*in baseball*) găng bắt bóng

mitten găng tay liền ngón

mix 1 n (*mixture*) sự pha trộn; (*in cooking*) hỗn hợp; (*cooking: ready to use*) bột đã trộn sẵn **2** v/t *cement, ingredients* trộn; *drink, color* pha **3** v/i (*socially*) hòa nhập

♦ **mix up** (*confuse*) nhầm lẫn; (*muddle up*) lộn xộn; *mix X up with Y* nhầm X với Y; *be mixed up* (*emotionally*) bị bối rối; (*of figures, papers*) bị lộn xộn; *be mixed up in* dính líu; *get mixed up with* giao du với

♦ **mix with** (*associate with*) giao thiệp với

mixed *feelings, reactions, reviews* lẫn lộn

mixed marriage sự kết hôn khác chủng tộc

mixer (*food processor*) máy trộn thức ăn; (*drink*) đồ uống dùng để pha với rượu; *she's a good ~* cô ấy là người giỏi hòa đồng

mixture (*substance*) hỗn hợp; (*combination*) sự hỗn hợp; (*medicine*) thuốc hỗn hợp

mix-up sự nhầm lẫn

moan 1 n (*of pain*) tiếng rên rỉ; (*complaint*) lời than văn **2** v/i (*in pain*) rên rỉ; (*complain*) than văn

mob 1 n đám đông **2** v/t vây quanh

mobile 1 adj *person* đi lại; (*that can be moved*) di động **2** n (*for decoration*) vật trang trí treo dây, chuyển động được

mobile home nhà lưu động

mobile phone Br điện thoại vô tuyến

mobility sự đi lại; (*with means of transportation*) tính cơ động

mobster kẻ cướp

mock 1 adj (*imitation*) giả; (*feigned*) giả vờ; (*for practice*) thử **2** v/t chế nhạo

mockery (*derision*) sự chế nhạo; (*travesty*) trò hề

mock-up (*model*) mô hình

mode (*form*) phương thức; COMPUT chế độ

model 1 adj *employee, husband* gương mẫu; *boat, plane* mô hình **2** n (*miniature*) mô hình; (*pattern*) khuôn mẫu; (*fashion ~*) người mẫu thời trang; (*for artist,*

---

ch (*final*) k	**gh** g	**nh** (*final*) ng	**r** z; (*S*) r	**x** s	**â** (but)	**i** (tin)
d z; (*S*) y	**gi** z; (*S*) y	**ph** f	**th** t	**a** (hat)	**e** (red)	**o** (saw)
đ d	**nh** (onion)	**qu** kw	**tr** ch	**ă** (hard)	**ê** ay	**ô** oh

photographer) người mẫu **3** *v/t* trình diễn mẫu **4** *v/i* (*for designer, artist, photographer*) làm người mẫu

modem modem

moderate 1 *adj* vừa phải; POL ôn hòa **2** *n* POL người có quan điểm ôn hòa **3** *v/t* tone of voice làm dịu; *speed* làm giảm bớt **4** *v/i* (*of storm, wind*) dịu đi; (*of speed*) giảm đi

moderately ở mức vừa phải

moderation (*restraint*) sự kiểm chế; *in ~* một cách điều độ

modern hiện đại

modernization sự hiện đại hóa

modernize *v/t & v/i* hiện đại hóa

modest *house, apartment* giản dị; (*small*) nhỏ; (*not conceited*) khiêm tốn

modesty (*of house, apartment*) sự giản dị; (*of wage, improvement*) số nhỏ; (*lack of conceit*) tính khiêm tốn

modification sự sửa đổi

modify sửa đổi

modular *furniture* được lắp ráp

module môđun; (*space ~*) khoang

moist ẩm

moisten làm ẩm

moisture (*in air*) hơi ẩm; (*in soil*) độ ẩm

moisturizer (*for skin*) kem chống khô da

molar răng hàm

molasses mật mía

mold[1] *n* (*on food*) mốc

mold[2] **1** *n* (*for clay*) khuôn **2** *v/t clay etc* nặn; *character, person* tư cách

moldy *food* bị mốc

mole (*on skin*) nốt ruồi

molecular phân tử

molecule phân tử

molest *child, woman* quấy rối

mollycoddle nâng niu chiều

chuộng

molten *lead* nấu chảy; *lava* lỏng

mom F mẹ

moment lát; *at the ~* lúc này; *for the ~* tạm thời

momentarily (*for a moment*) thoáng qua; (*in a moment*) ngay bây giờ

momentary thoáng qua

momentous rất quan trọng

momentum đà

monarch quốc vương

monastery tu viện

monastic tu viện

Monday thứ Hai

monetary tiền tệ

money tiền

money-lender kẻ cho vay lãi; **money market** thị trường tiền tệ; **money order** lệnh chi

Mongolia nước Mông Cổ

Mongolian 1 *adj* Mông Cổ **2** *n* người Mông Cổ

mongrel chó lai

monitor 1 *n* COMPUT màn hình **2** *v/t* theo dõi

monk (*Buddhist*) nhà sư; (*Christian*) thầy tu

monkey con khỉ; F (*child*) ranh con; (*in Vietnamese zodiac*) Thân

♦**monkey around with** F táy máy nghịch

monkey wrench mỏ lết đầu dẹt

monogram *n* kiểu chữ lồng

monogrammed có chữ lồng

monolog độc thoại

monopolize giữ độc quyền; *fig* chiếm độc quyền

monopoly sự độc quyền

monosodium glutamate bột ngọt

monotonous *voice* đều đều; (*boring*) tẻ nhạt

monotony sự đơn điệu

monsoon gió mùa

ơ ur	y (tin)	ây uh-i	iê i-uh	oa wa	ôi oy	uy wee	ong aong
u (soon)	au a-oo	eo eh-ao	iêu i-yoh	oai wai	ơi u-i	ênh uhng	uyên oo-in
ư (dew)	âu oh	êu ay-oo	iu ew	oe weh	uê way	oc aok	uyêt oo-yit

monsoon season mùa mưa

monster *n* quái vật; (*person*) con quỷ độc ác

monstrosity vật kỳ quái

monstrous (*like a monster*) kỳ quái; (*enormous*) khổng lồ; (*unacceptable*) phi lý

month tháng

monthly 1 *adj & adv* hàng tháng **2** *n* (*magazine*) tạp chí ra hàng tháng

monument đài kỷ niệm

mood (*frame of mind*) tâm trạng; (*of meeting, country*) bầu không khí; *bad* ~ cơn bực tức; *be in a good/bad* ~ có tâm trạng vui vẻ/khó chịu; *be in the* ~ *for ...* cảm thấy thích ...

moody (*changeable*) tính khí thất thường; (*bad-tempered*) cáu kỉnh

moon *n* mặt trăng

moon cake bánh trung thu; **Moon Festival** Tết Trung Thu; **moonlight 1** *n* ánh trăng **2** *v/i* F làm đêm ngoài giờ; **moonlit:** *a* ~ *night* một đêm trăng

moor *v/t boat* bổ neo

moorings nơi thả neo

moose nai sừng tấm

mop 1 *n* (*for floor*) cán lau nhà; (*for dishes*) miếng rửa bát đĩa **2** *v/t floor* lau rửa; *eyes, face* lau

♦ **mop up** vét; MIL quét sạch

mope rầu rĩ

moral 1 *adj* đạo đức; *person, behavior* có đạo đức **2** *n* (*of story*) bài học; ~*s* đạo đức

morale tinh thần

morality đạo đức

morbid bệnh hoạn

more 1 *adj* (*greater: number, amount*) nhiều hơn; (*additional: number, amount*) thêm; *he has* ~ *money than me* anh ấy có nhiều tiền hơn tôi; ~ *tea?* thêm trà nữa

chứ?; ~ *and* ~ *students/time* ngày càng nhiều sinh viên/thời gian **2** *adv* hơn; ~ *important* quan trọng hơn; ~ *often* thường xuyên hơn; ~ *and* ~ (*in increasing numbers*) ngày càng nhiều; (*increasingly*) ngày càng; ~ *or less* (*approximately*) khoảng chừng; (*almost*) hầu như; *once* ~ một lần nữa; ~ *than* hơn; *I don't live there any* ~ tôi không còn sống ở đó nữa **3** *pron* thêm; *do you want some* ~? anh/chị có muốn thêm nữa không?; *a little* ~ thêm chút nữa

moreover hơn nữa

morgue nhà xác

morning buổi sáng; *in the* ~ buổi sáng; *it's four o'clock in the* ~! bây giờ là bốn giờ sáng!; *in the* ~ (*tomorrow*) sáng mai; *this* ~ sáng nay; *tomorrow* ~ sáng mai; *good* ~ xin chào anh/chị

moron người khờ dại

morose ủ rũ

morphine mooc-phin

morsel: *a* ~ *of* một miếng

mortal 1 *adj* phải chết; ~ *blow* đòn chí mạng; ~ *enemy* kẻ tử thù **2** *n* con người

mortality tử vong; (*death rate*) tỷ lệ tử vong

mortar¹ MIL súng cối

mortar² (*cement*) vữa

mortgage 1 *n* sự thế chấp **2** *v/t* thế chấp

mortician nhân viên lễ tang

mortuary nhà xác

mosaic tranh ghép mảnh

Moscow Mát-xơ-cơ-va

mosquito con muỗi

mosquito coil hương muỗi

mosquito net cái màn (*N*), cái mùng (*S*)

ch (*final*) k	**gh** g	**nh** (*final*) ng	**r** z; (*S*) r	**x** s	**â** (but) **i** (tin)
d z; (*S*) y	**gi** z; (*S*) y	**ph** f	**th** t	**a** (hat)	**e** (red) **o** (saw)
đ d	**nh** (onion)	**qu** kw	**tr** ch	**ă** (hard)	**ê** ay **ô** oh

moss rêu

mossy phủ rêu

most 1 *adj* hầu hết; ~ ***people would agree*** hầu hết mọi người đồng ý **2** *adv* ◊ nhất; ***the ~ beautiful/interesting*** đẹp nhất/ thú vị nhất; ***that's the one I like*** (***the***) ~ đó là cái tôi thích nhất; ~ ***of all*** nhất là ◊ (*very*) rất; ~ ***interesting*** rất thú vị **3** *pron* (*majority*) phần lớn; ***the ~ I can tell you*** đó là những gì tôi có thể nói với anh/chị; ***at*** (***the***) ~ tối đa; ***make the ~ of*** tận dụng

mostly hầu hết

motel *khách sạn ven đường dành cho khách có xe hơi*

moth bướm đêm

mother 1 *n* mẹ (*N*), má (*S*) **2** *v/t* chăm sóc như người mẹ

motherboard COMPUT bảng mạch mẹ; **motherhood** chức năng làm mẹ; **mother-in-law** (*wife's mother*) mẹ vợ; (*husband's mother*) mẹ chồng

motherly của người mẹ

mother-of-pearl xà cừ; **Mother's Day** ngày lễ của các bà mẹ; **mother tongue** tiếng mẹ đẻ

motif họa tiết

motion 1 *n* (*movement*) sự chuyển động; (*proposal*) bản kiến nghị; ***set things in*** ~ phát động **2** *v/t*: ***he ~ed me forward*** anh ấy ra hiệu cho tôi bước tới

motionless bất động

motivate *person* thúc đẩy

motivation động cơ

motive động cơ

motor *n* động cơ

motorbike xe máy, xe honda (*S*); **motorbike taxi** xe ôm; **motorboat** xuồng máy; **motorcade** đoàn xe hộ tống;

motorcycle xe máy, xe honda (*S*); **motorcyclist** người lái xe máy; **motor home** (*camper van*) xe cắm trại

motorist người lái xe ô tô

motorscooter xe vét pa

motor vehicle xe gắn máy

motto khẩu hiệu

mound (*hillock*) gò; (*in baseball*) vị trí ném bóng; (*pile*) đống

mount 1 *n* (*mountain*) núi; (*horse*) ngựa cưỡi **2** *v/t steps* trèo; *horse, bicycle* cưỡi; *campaign* tổ chức; *photo* đóng khung; *painting* đóng khung **3** *v/i* tăng lên

♦ **mount up** chồng chất

mountain núi

mountain bike xe đạp địa hình

mountaineer nhà leo núi

mountaineering leo núi

mountainous có nhiều núi

mourn 1 *v/t* thương tiếc **2** *v/i*: ~ ***for*** thương tiếc

mourner người đưa tang

mournful buồn thảm

mourning để tang; ***be in*** ~ để tang; ***wear*** ~ mặc đồ tang

mouse chuột; COMPUT con chuột

mouse mat COMPUT tấm lót con chuột

mouth *n* (*of person*) miệng; (*of river*) cửa sông

mouthful (*of food*) miếng; (*drink*) ngụm

mouthorgan kèn ácmônica; **mouthpiece** (*of instrument*) miệng kèn; (*spokesperson*) ống nói; **mouthwash** nước súc miệng; **mouthwatering** làm chảy nước miếng

move 1 *n* (*in chess, checkers*) nước đi; (*step, action*) bước đi; (*change of house*) sự chuyển nhà; ***get a ~ on!*** mau lên!; ***don't make a ~!*** đừng

---

ơ ur	**y** (tin)	**ây** uh-i	**iê** i-uh	**oa** wa	**ôi** oy
u (soon)	**au** a-oo	**eo** eh-ao	**iêu** i-yoh	**oai** wai	**ơi** ur-i
ư (dew)	**âu** oh	**êu** ay-oo	**iu** ew	**oe** weh	**uê** way

uy wee	**ong** aong
ênh uhng	**uyên** oo-in
oc aok	**uyêt** oo-yit

động đậy! **2** v/t object, (transfer)
chuyển; (change position) di
chuyển; fingers, toes cử động;
(emotionally) làm xúc động **3** v/i
(change position) cử động; (of
leaves, tree) lay động; (from one
point of view to another) chuyển
sang; (transfer) chuyển; **~ house**
dọn nhà

♦ **move around** (in room) đi lại;
(from house to house) chuyển chỗ
ở

♦ **move away** đi khỏi; (move house)
dọn nhà

♦ **move in** chuyển tới

♦ **move on** (to another town)
chuyển chỗ ở; (to another job)
chuyển nghề; (to another subject)
chuyển chủ đề

♦ **move out** (of house) dọn nhà đi;
(of area) đi khỏi

♦ **move up** (in league) tiến lên;
(make room) dịch ra

movement sự cử động;
(organization) phong trào; MUS
phần

movers những người chuyên giúp
chuyển nhà

movie phim; **go to a ~/the ~s** đi
xem phim

moviegoer người đi xem phim;
movie star ngôi sao điện ảnh;
movie theater rạp chiếu phim

moving (which can move) chuyển
động; (emotionally) cảm động

mow grass xén

♦ **mow down** làm chết hàng loạt

mower (machine) máy xén

MP (= **Military Policeman**) quân
cảnh

mph (= **miles per hour**) dặm mỗi
giờ

Mr ông

Mrs bà

Ms bà

much 1 adj nhiều; **there's not ~
difference** không có sự khác nhau
nhiều lắm; **is there ~ damage?** có
nhiều hư hại lắm không?; **as ~ ...
as ...** bằng; **I gave as ~ money as
you did** tôi đã cho tiền nhiều
bằng anh/chị **2** adv nhiều; **that's ~
better** thế thì khá hơn nhiều; **~
easier** dễ hơn nhiều; **very ~** rất
nhiều; **thanks very ~** cám ơn rất
nhiều; **too ~** quá nhiều; **as ~ as ...**
(up to) nhiều khoảng chừng; **I
thought as ~** tôi nghĩ thế; **do you
like it? – not ~** anh/chị có thích
không? – không thích lắm **3** pron
nhiều; **nothing ~** không gì nhiều
lắm

muck (dirt) đồ dơ bẩn

mucus nước nhầy

mud bùn

muddle 1 n (mess) tình trạng lộn
xộn; (confusion) sự rối trí **2** v/t
(confuse) làm rối trí; (mix) làm rối
tung

♦ **muddle up** (put into a mess) làm
lộn xộn; (confuse) lẫn lộn

muddy adj lầy lội, lấm bùn

muffin bánh nướng xốp

muffle bót nghẹt

♦ **muffle up** v/i ủ ấm

muffler MOT cái giảm âm; (scarf)
khăn quàng

mug[1] n (for tea, coffee) cái cốc; F
(face) cái mặt

mug[2] v/t (attack) trấn lột

mugger kẻ trấn lột

mugging vụ trấn lột

muggy oi bức

mule (animal) con la; (slipper) dép
lê

♦ **mull over** suy tính

multilingual sử dụng nhiều thứ
tiếng

---

ch (final) k	**gh** g	**nh** (final) ng	**r** z; (S) r	**x** s	**â** (but)	**i** (tin)
d z; (S) y	**gi** z; (S) y	**ph** f	**th** t	**a** (hat)	**e** (red)	**o** (saw)
đ d	**nh** (onion)	**qu** kw	**tr** ch	**ă** (hard)	**ê** ay	**ô** oh

multimedia *n* các phương tiện thông tin tổng hợp

multinational 1 *adj* đa quốc gia **2** *n* COM công ty đa quốc gia

multiple *adj* nhiều

multiplication *(of cells etc)* sự nhân; *(in arithmetic)* tính nhân

multiply 1 *v/t* nhân **2** *v/i* tăng thêm

mumble 1 *n* tiếng nói lí nhí **2** *v/t & v/i* nói lí nhí

mumps bệnh quai bị

munch *v/t & v/i* nhai tóp tép

municipal thành phố

mural *n* bức tranh tường

murder 1 *n* vụ giết người **2** *v/t person* giết chết; *song* làm hỏng

murderer kẻ giết người

murderous *rage, look* đầy sát khí

murmur 1 *n* tiếng thì thầm **2** *v/t* thì thầm

muscle cơ bắp

muscular *pain, strain* cơ bắp; *person* có bắp thịt nở nang

muse *v/i* trầm ngâm

museum viện bảo tàng

mushroom 1 *n* nấm **2** *v/i* mọc lên như nấm

music âm nhạc; *(in written form)* bản nhạc

musical 1 *adj* âm nhạc; *person* giỏi nhạc; *voice* du dương **2** *n* vở nhạc kịch

musical instrument nhạc cụ

musician nhạc sĩ

mussel con trai

must ◊ *(necessity)* phải; *I ~ be on time* tôi phải đúng giờ; *I ~* tôi phải ◊ *(with negative)* không được; *I*

~n't be late tôi không được muộn ◊ *(probability)* chắc là; *it ~ be about 6 o'clock* chắc là khoảng 6 giờ rồi; *they ~ have arrived by now* chắc bây giờ họ đã tới rồi

mustache ria mép

mustard mù tạc

musty mốc meo

mute *adj animal* câm lặng

muted *color* dịu; *criticism etc* ngầm

mutilate cắt

mutiny 1 *n* cuộc nổi loạn **2** *v/i* nổi loạn

mutter *v/t & v/i* lầm bầm

mutton thịt cừu

mutual *admiration, affection* lẫn nhau; *(common to both)* chung

muzzle 1 *n (of animal)* mõm; *(for dog)* rọ bịt mõm **2** *v/t: ~ the press* bịp miệng báo chí

my (của) tôi, (S) (của) tui; *(emphatic)* của tôi; *~ ticket* vé (của) tôi; *I hurt ~ leg* tôi đau chân; *I lost ~ ticket* tôi đánh mất vé; → **me**

myopic cận thị; *pej* thiển cận

myself chính tôi; *I hurt ~* tôi tự mình làm đau; *by ~* một mình; → **me**

mysterious bí ẩn

mysteriously thật kỳ lạ

mystery điều bí ẩn; *(type of fiction)* truyện trinh thám

mystify làm hoang mang

myth thần thoại; *fig* chuyện hoang đường

mythical thần thoại

mythology thần thoại, truyện

ơ ur	**y** (tin)	**ây** uh-i	**iê** i-uh	**oa** wa	**ôi** oy	**uy** wee	**ong** aong
u (soon)	**au** a-oo	**eo** eh-ao	**iêu** i-yoh	**oai** wai	**ơi** ur-i	**ênh** uhng	**uyên** oo-in
ư (dew)	**âu** oh	**êu** ay-oo	**iu** ew	**oe** weh	**uê** way	**oc** aok	**uyêt** oo-yit

N

nab (*take for oneself*) lấy

nag 1 *v/i* (*of person*) cằn nhằn **2** *v/t* cằn nhằn; **~ s.o. to do sth** cằn nhằn ai để làm gì

nagging *person* hay cằn nhằn; *doubt, pain* dai dẳng

nail (*for wood*) cái đinh; (*on finger, toe*) móng

nail clippers cái bấm móng tay; **nail file** cái giũa móng tay; **nail polish** sơn bôi móng tay; **nail polish remover** thuốc rửa sơn bôi móng tay; **nail scissors** kéo sửa móng tay; **nail varnish** sơn bôi móng tay

naive ngây thơ

naked trần truồng; **to the ~ eye** bằng mắt trần

name 1 *n* tên; **what's your ~?** anh/ chị tên gì?; **call s.o. ~s** đặt tên chế nhạo ai; **make a ~ for oneself** trở nên nổi danh **2** *v/t* đặt tên

♦ **name for**: **name s.o. for s.o.** đặt tên ai theo tên ai

namely đó là

namesake người trùng tên họ

nametag (*on clothing etc*) nhãn tên

nanny *n* người trông trẻ

nap *n* giấc chợp mắt; **have a ~** chợp mắt

napalm napan

nape: **~ of the neck** gáy

napkin (*table*) khăn ăn; (*sanitary*) băng vệ sinh

narcissus hoa thuỷ tiên

narcotic *n* ma túy

narcotics agent nhân viên đội

kiểm tra ma túy

narrate kể chuyện

narration (*telling*) sự kể chuyện

narrative 1 *n* (*story*) chuyện kể **2** *adj poem, style* dưới dạng kể chuyện

narrator người kể chuyện

narrow *street, bed etc* hẹp; *views, mind* hẹp hòi; *victory* chật vật

narrowly *win* suýt soát; **~ escape sth** suýt bị gì

narrow-minded hẹp hòi

nasal *voice* mũi

nasty *person, thing to say* độc ác; *smell, weather* khó chịu; *cut, wound, disease* nghiêm trọng

nation quốc gia

national 1 *adj security, issue, institution* quốc gia; *pride* dân tộc **2** *n* công dân

national anthem quốc ca; **National Day** Ngày Quốc Khánh; **national debt** nợ quốc gia

nationalism chủ nghĩa dân tộc

nationality quốc tịch

nationalize *industry etc* quốc hữu hóa

national park vườn quốc gia

native 1 *adj* quê hương; **~ land/city** mảnh đất/thành phố quê hương; **~ language** tiếng mẹ đẻ **2** *n* (*person*) dân bản xứ; (*tribesman*) thổ dân

native country đất nước quê hương

native speaker người nói tiếng mẹ đẻ

---

ch (*final*) k	**gh** g	**nh** (*final*) ng	**r** z; (S) r	**x** s	**â** (but)	**i** (tin)
d z; (S) y	**gi** z; (S) y	**ph** f	**th** t	**a** (hat)	**e** (red)	**o** (saw)
đ d	**nh** (onion)	**qu** kw	**tr** ch	**ă** (hard)	**ê** ay	**ô** oh

NATO (= *North Atlantic Treaty Organization*) khối Nato
natural *resources, forces* thiên nhiên; *death, flavor* tự nhiên; (*obvious: conclusion, thing to think*) đương nhiên; *a ~ blonde* một cô gái có mái tóc vàng tự nhiên
natural gas khí tự nhiên
naturalist *n* nhà tự nhiên học
naturalize: become ~d nhập quốc tịch
naturally (*of course*) tất nhiên; *behave, speak* tự nhiên; (*by nature*) bẩm sinh
natural science khoa học tự nhiên
natural scientist nhà khoa học tự nhiên
nature (*natural world*) tự nhiên; (*of person, problem*) bản chất
nature reserve khu bảo tồn thiên nhiên
naughty *child* hư; *photograph, word etc* nhảm nhí
nausea sự buồn nôn
nauseate làm buồn nôn; *fig* (*disgust*) làm kinh tởm
nauseating *smell, taste, person* kinh tởm
nauseous: feel ~ cảm thấy buồn nôn
nautical hàng hải
nautical mile hải lý
naval *power, officer, victory* hải quân; *a ~ battle* trận thủy chiến
naval base căn cứ hải quân
navel rốn
navigable *river* tàu bè đi lại được
navigate *v/i* (*in ship, airplane*) làm hoa tiêu; (*in car*) dẫn đường; COMPUT chuyển
navigation (*in ship, airplane*) hoa tiêu; (*in car*) sự dẫn đường; (*skills*) ngành hàng hải
navigator (*in airplane*) hoa tiêu; (*in ship*) người lái; (*naval explorer*) nhà hàng hải; (*in car*) người dẫn đường
navy *n* hải quân
navy blue 1 *n* màu xanh nước biển **2** *adj* xanh nước biển
near 1 *adv* gần **2** *prep* gần; *~ the bank* gần ngân hàng; *do you go ~ the bank?* anh/chị có tới gần ngân hàng không? **3** *adj* gần; *the ~est bus stop* bến xe buýt gần nhất; *in the ~ future* trong một tương lai gần đây
nearby *adv* live ở gần
nearly sắp
near-sighted cận thị
neat *room, desk* ngăn nắp; *person* gọn gàng; *whiskey* nguyên chất; *solution* hữu hiệu; F (*terrific*) hay
necessarily nhất thiết
necessary cần thiết; *it is ~ to ...* cần thiết phải ...
necessitate đòi hỏi
necessity (*being necessary*) sự cần thiết; (*something necessary*) điều cần thiết
neck cổ
necklace (*of gold, silver etc*) dây chuyền; (*beads*) chuỗi hạt;
neckline (*of dress*) viền cổ;
necktie cà vạt
née tên khai sinh
need 1 *n* nhu cầu; *if ~ be* nếu cần thiết; *in ~* có nhu cầu; *be in ~ of sth* cần gì; *there's no ~ to be rude/upset* không cần phải thô lỗ/lo ngại **2** *v/t* cần; *you'll ~ to buy one* anh/chị sẽ cần phải mua một cái; *you don't ~ to wait* anh/chị không cần phải đợi; *I ~ to talk to you* tôi cần phải nói chuyện với anh/chị; *I say more?* tôi cần phải nói thêm gì nữa không?
needle (*for sewing*) kim khâu; (*for*

ơ ur   **y** (tin)   **ây** uh-i   **iê** i-uh   **oa** wa   **ôi** oy   **uy** wee   **ong** aong
u (soon)   **au** a-oo   **eo** eh-ao   **iêu** i-yoh   **oai** wai   **ơi** ur-i   **ênh** uhng   **uyên** oo-in
ư (dew)   **âu** oh   **êu** ay-oo   **iu** ew   **oe** weh   **uê** way   **oc** aok   **uyêt** oo-yit

injection) kim tiêm; (*on dial*) kim chỉ số

needlework công việc may vá

needy túng thiếu

negative 1 *adj verb, sentence* phủ định; *attitude, person* tiêu cực; ELEC âm **2** *n*: **answer in the ~** trả lời từ chối

neglect 1 *n* sự sao nhãng **2** *v/t garden, one's health* sao nhãng; **~ to do sth** quên làm gì

neglected *gardens* bị sao nhãng; *author* bị quên lãng; **feel ~** cảm thấy bị bỏ mặc

negligence tính cẩu thả

negligent cẩu thả

negligible *quantity, amount* không đáng kể

negotiable *salary, contract* có thể thương lượng

negotiate 1 *v/i* đàm phán **2** *v/t deal, settlement* đàm phán; *obstacles* vượt qua; *bend in road* đi qua

negotiation cuộc đàm phán

negotiator người đàm phán

Negro *n* người da đen

neigh *v/i* hí

neighbor người láng giềng; (*at table etc*) người bên cạnh

neighborhood (*district*) khu phố; (*people*) hàng xóm; **in the ~ of ...** *fig* khoảng chừng ...

neighboring *house, state* láng giềng

neighborly tử tế tốt bụng

neither 1 *adj* cả hai ... đều không; **~ answer is correct** cả hai câu trả lời đều không đúng **2** *pron* (*of two things*) cả hai cái đều không; (*of two people*) cả hai người đều không; **~ of them could help** cả hai người đều không thể giúp được **3** *adv*: **~ ... nor ...** không ... cũng không; **the hotel is ~ new nor old** khách sạn này không mới

cũng không cũ; **~ Jane nor Sally knew where it was** cả Jane lẫn Sally đều không biết nó ở đâu **4** *conj*: **~ do I, me ~** tôi cũng thế

neon light (*illumination*) ánh sáng nêông; (*equipment*) đèn nêông

Nepal nước Nê-pan

Nepalese 1 *adj* Nê-pan **2** *n* (*person*) người Nê-pan

nephew cháu trai

nerd F người ngớ ngẩn

nerve ANAT dây thần kinh; (*courage*) sự can đảm; (*impudence*) sự trơ tráo; **it's bad for my ~s** điều đó làm tôi căng thẳng thần kinh; **get on s.o.'s ~s** làm ai bực mình

nerve-racking căng thẳng

nervous *person* nhút nhát; *twitch* dây thần kinh; **be ~ about doing sth** lo ngại làm điều gì

nervous breakdown sự suy nhược thần kinh

nervous energy phấn chấn

nervousness sự bồn chồn lo lắng

nervous wreck người bị suy nhược thần kinh

nervy (*fresh*) trơ tráo

nest *n* tổ

nestle nép vào

net¹ lưới; **fishing ~** lưới đánh cá

net² *adj price, amount* thực; *weight* tịnh

net curtain màn lưới

net profit lãi ròng

nettle *n* cây tầm ma

network (*of contacts, cells*) mạng lưới; COMPUT mạng

neurologist bác sĩ thần kinh

neurosis chứng loạn thần kinh chức năng

neurotic *adj* (*excessively anxious*) quá lo âu; (*obsessive*) ám ảnh

neuter *v/t animal* vô tính

neutral 1 *adj country* trung lập; **~**

---

ch (*final*) k	**gh** g	**nh** (*final*) ng	**r** z; (S) r	**x** s	**â** (but)	**i** (tin)
d z; (S) y	**gi** z; (S) y	**ph** f	**th** t	**a** (hat)	**e** (red)	**o** (saw)
đ d	**nh** (onion)	**qu** kw	**tr** ch	**ă** (hard)	**ê** ay	**ô** oh

color màu nhã **2** *n* (*gear*) số không; **in ~** về số không

neutrality POL tính trung lập

neutralize *poison, drug etc* trung hòa; *threat* làm vô hiệu hóa

never không bao giờ; (*up to now*) chưa bao giờ; **you're ~ going to believe this** anh/chị sẽ không bao giờ tin điều này; *I have ~ eaten dog* tôi chưa bao giờ ăn thịt chó; *you ~ promised, did you?* anh/chị không có hứa hẹn phải không?

never-ending không bao giờ chấm dứt

nevertheless tuy nhiên

new mới; *this system is still ~ to me* hệ thống này vẫn còn mới đối với tôi; *I'm ~ to the job* tôi chưa quen việc; *that's nothing ~* cái đó không có gì là mới cả

newborn *adj* mới sinh

newcomer người mới đến

newly (*recently*) mới đây

newlyweds những người mới cưới

new moon trăng non

news tin tức; *that's ~ to me* đó là tin mới đối với tôi

news agency hãng thông tấn; **newscaster** TV phát thanh viên; **newsdealer** người bán báo; **news flash** bản tin đặc biệt; **newspaper** báo; **newsreader** TV *etc* phát thanh viên; **news report** phóng sự; **newsstand** quầy bán sách báo; **newsvendor** người bán báo

New Year năm mới; (*Vietnamese*) Tết; *Happy ~!* chúc mừng năm mới!; **New Year's Day** Ngày tết Dương lịch; **New Year's Eve** đêm Giao Thừa; **New York** Niu-Yóoc; **New Zealand** nước Niu-Zi-Lân; **New Zealander** người Niu-Zi-

Lân

next 1 *adj* (*in time*) tới; (*in space*) tiếp sau; *the ~ week/month he came back again* tuần/tháng tới anh ấy lại trở về; *who's ~?* ai là người tiếp sau? **2** *adv* sau đó; **~ to** (*beside*) bên cạnh; (*in comparison with*) sau

next-door 1 *adj neighbor* sát vách **2** *adv live* ngay sát vách

next of kin người ruột thịt gần nhất

Nguyen Du Nguyễn Du

nibble *v/t* gặm

nice *person, weather etc* dễ chịu; *party, vacation etc* thú vị; *house, hair etc* đẹp; *meal, food* ngon; *be ~ to your sister* hãy xử đẹp với chị/ em; *that's very ~ of you* anh/chị tốt quá

nicely *written, presented* tốt; (*pleasantly*) thân mật

niceties: *social ~* các phép ứng xử lịch sự

niche (*in market*) cơ hội làm ăn; (*suitable position*) công việc vừa ý

nickel kền; (*coin*) đồng năm xu

nickname *n* biệt hiệu

niece cháu gái

niggardly *adj amount* ít ỏi; *person* keo kiệt

night đêm; *tomorrow ~* đêm mai; *11 o'clock at ~* 11 giờ đêm; *travel by ~* đi đêm; *during the ~* trong đêm; *stay the ~* ở lại đêm; *a room for 2/3 ~s* một phòng ngủ 2/ 3 đêm; *work ~s* làm đêm; *good ~* chúc ngủ ngon; *in the middle of the ~* vào giữa đêm

nightcap (*drink*) chén rượu uống *trước khi đi ngủ*; **nightclub** hộp đêm; **nightdress** áo ngủ đàn bà; **nightfall**: *at ~* lúc sẩm tối; **night flight** chuyến bay đêm; **nightgown** áo ngủ đàn bà

o ur	**y** (tin)	**ây** uh-i	**iê** i-uh	**oa** wa	**ôi** oy	**uy** wee	**ong** aong
u (soon)	**au** a-oo	**eo** eh-ao	**iêu** i-yoh	**oai** wai	**ơi** ur-i	**ênh** uhng	**uyên** oo-in
ư (dew)	**âu** oh	**êu** ay-oo	**iu** ew	**oe** weh	**uê** way	**oc** aok	**uyêt** oo-yit

nightingale 518

nightingale chim sơn ca

nightlife thú vui ban đêm

nightly 1 *adj* về đêm **2** *adv* đêm đêm

nightmare cơn ác mộng; *fig* hãi hùng

night porter người gác đêm; **night school** trường học buổi tối; **night shift** ca đêm; **nightshirt** áo ngủ nam; **nightspot** câu lạc bộ ban đêm; **nighttime**: *at* ~, *in the* ~ về đêm

nimble nhanh nhẹn; *mind* linh lợi

nine chín

nineteen mười chín

nineteenth *adj* thứ mười chín

ninetieth *adj* thứ chín mươi

ninety chín mươi

ninth *adj* thứ chín

nip *n* (*pinch*) cái véo; (*bite*) cái cắn

nipple núm vú

nitrogen nitơ

no 1 *adv* ◊ không; *do you understand?* – ~ ~ anh/chị có hiểu không? – không ◊ (*using 'yes'*, ie *yes that is right*) vâng; *you don't know the answer, do you?* – ~, *I don't* anh/chị không biết câu trả lời, phải không? – vâng, tôi không biết **2** *adj* không có; *there's* ~ *coffee/tea* không có cà phê/chè; *I have* ~ *family/money* tôi không có gia đình/tiền bạc; *I'm* ~ *linguist* tôi không phải là nhà ngôn ngữ; ~ *smoking/parking* cấm hút thuốc/đỗ xe

nobility (*quality*) tính cao thượng; (*class*) giới quý tộc

noble *adj person* quý tộc; *gesture* quý phái

nobody không ai; ~ *knows* không ai biết; *there was* ~ *at home* không có ai ở nhà

nod 1 *n* cái gật đầu **2** *v/i* gật đầu

♦**nod off** (*go to sleep*) gà gật

no-fly zone vùng cấm bay

no-hoper người không làm nên trò trống gì

noise (*sound*) tiếng động; (*loud, unpleasant*) tiếng ồn ào

noisy ồn ào

nomad du dân

nomadic du cư

nominal *amount* trên danh nghĩa

nominate (*appoint*) bổ nhiệm; ~ *s.o. for a post* (*propose*) đề cử ai vào chức vụ

nomination (*appointment*) sự bổ nhiệm; (*proposal*) sự đề cử; (*person proposed*) người được đề cử

nominee người được đề cử

non ... không

nonalcoholic không có rượu

nonaligned không liên kết

nonchalant hờ hững

noncommissioned officer hạ sĩ quan

noncommittal *person, response* lững lơ

nondescript khó tả

none: ~ *of the students* không một sinh viên nào; ~ *of the chocolate* không một số cô la nào; *there is/ are* ~ *left* không còn nữa

nonentity kẻ vô danh

nonetheless tuy thế

nonexistent không có thực; **nonfiction** phi tiểu thuyết; **non(in)flammable** không dễ bắt lửa; **noninterference**, **nonintervention** sự không can thiệp; **non-iron** *shirt* không cần là ủi

no-no: *that's a* ~ F đó là điều cấm kỵ

no-nonsense *approach* nghiêm túc

nonpayment sự không trả tiền;

---

ch (*final*) k	**gh** g	**nh** (*final*) ng	**r** z; (S) r	**x** s	**â** (but) **i** (tin)
d z; (S) y	**gi** z; (S) y	**ph** f	**th** t	**a** (hat) **e** (red) **o** (saw)
đ d	**nh** (onion)	**qu** kw	**tr** ch	**ă** (hard) **ê** ay **ô** oh

nonpolluting không ô nhiễm;
nonresident *n* (*in hotel*) khách
vãng lai; (*in country*) người tạm
trú; **nonreturnable** không hoàn
lại

nonsense vô nghĩa; ***don't talk ~***
đừng nói bậy bạ; *~, **it's easy!*** vô
lý, dễ thôi!

nonskid *tires* giảm độ trượt;
nonslip *surface* chống trơn;
nonsmoker (*person*) người không
hút thuốc lá; **nonstandard** không
chuẩn; **nonstick** *pan* chống dính;
nonstop 1 *adj flight* thẳng; *train*
liên tục; *train* chạy suốt; ***a ~ train
to Hanoi*** chuyến tàu chạy suốt
Hà Nội **2** *adv fly, travel* thẳng;
chatter, argue liên tục;
nonswimmer người không biết
bơi; **nonunion** *adj* không thuộc
công đoàn; **nonviolence** không
bạo lực; **nonviolent** không bạo
động

noodles phở; (*wheat flour*) mì; (*rice
flour*) bún

noodle soup (canh) phở

nook góc nhỏ

noon buổi trưa; ***at ~*** vào buổi trưa

no-one → *nobody*

noose nút thòng lọng

nor cũng không; *~ **do I*** tôi cũng
không

norm tiêu chuẩn

normal *temperature, speed, person,
behavior* bình thường; *time, place,
position* thông thường

normality trạng thái bình thường

normalize *relationships* bình thường
hóa

normally (*usually*) thường; (*in a
normal way*) bình thường

north 1 *n* phía bắc; ***to the ~ of*** phía
bắc của **2** *adj* phía bắc **3** *adv travel*
về phía bắc; *~ **of*** phía bắc của

North America Bắc Mỹ; **North
American 1** *adj* Bắc Mỹ **2** *n* người
Bắc Mỹ; **northeast** *n* đông bắc

northerly *adj* từ phía bắc

northerner người miền Bắc

North Korea nước Bắc Triều Tiên;
North Korean 1 *adj* Bắc Triều
Tiên **2** *n* người Bắc Triều Tiên;
North Pole Bắc cực; **North
Vietnam** nước Bắc Việt; **North
Vietnamese 1** *adj* Bắc Việt **2** *n*
người Bắc Việt

northward *travel* về phía bắc

northwest *n* tây bắc

Norway nước Na Uy

Norwegian 1 *adj* Na Uy **2** *n*
(*person*) người Na Uy; (*language*)
tiếng Na Uy

nose mũi; *it was right under my ~!*
nó ở ngay trước mũi tôi!

♦**nose around** sục sạo

nosebleed sự chảy máu cam

nostalgia nỗi luyến tiếc quá khứ

nostalgic luyến tiếc quá khứ

nostril lỗ mũi

nosy thóc mách

not ◊ không; *I don't know* tôi
biết; *he didn't help* anh ấy
đã không giúp đỡ; *I'm ~ tired* tôi
không mệt; *~ for me, thanks* tôi
thôi, cám ơn; *~ a lot* không nhiều
lắm; *it's ~ ready* chưa xong ◊ (*with
là, pronouns, adverbs*) không phải;
~ this one, that one không phải
cái này, cái kia kìa; *~ now, I'm
busy* không phải bây giờ, tôi đang
bận; *~ there* không phải chỗ đó; *~
like that* không phải như vậy; *~
before Tuesday/next week*
không phải trước thứ Ba/tuần tới;
I am ~ American tôi không phải
là người Mỹ ◊ (*with imperatives*):
don't do that! (*forbidding*) không
được làm thế!; (*advising*) đừng

ơ ur	y (tin)	ây uh-i	iê i-uh	oa wa	ôi oy	uy wee	ong aong
u (soon)	au a-oo	eo eh-ao	iêu i-yoh	oai wai	ơi u-r-i	ênh uhng	uyên oo-in
ư (dew)	âu oh	êu ay-oo	iu ew	oe weh	uê way	oc aok	uyêt oo-yit

làm thế!

notable đáng chú ý

notary công chứng viên

notch *n* vết khía

note *n* (*short letter*) bức thư ngắn; MUS nốt nhạc; (*memo to self*) sự ghi chép; (*comment on text*) lời chú giải; **take ~s** ghi chép; **take ~ of sth** để ý tới gì

♦ **note down** ghi chép

notebook sổ tay; COMPUT máy tính xách tay

noted (*famous*) nổi tiếng

notepad tập giấy để ghi chép

notepaper giấy viết thư

nothing không có gì; **~ but** không có gì ngoài; **~ much** không nhiều lắm; **for ~** (*for free*) không mất tiền; (*with no reward*) không công; (*for no reason*) không vì cái gì; **I'd like ~ better** không gì làm tôi vui hơn; **there's ~ left** không còn gì nữa; **what did you do? – ~** anh/ chị đã làm gì? – không làm gì cả; **~ for me, thanks** cám ơn tôi không cần gì

notice 1 *n* (*on bulletin board, in street, newspaper*) thông báo; (*advance warning*) sự báo trước; (*to leave job*) giấy báo nghỉ việc; (*to leave house*) giấy báo chuyển nhà; **at short ~** lời báo trước gấp gáp; **until further ~** cho tới khi có thông báo mới; **give s.o. his/her ~** (*to quit job*) báo trước cho ai đó phải thôi việc; (*to leave house*) báo trước cho ai đó phải chuyển nhà; **hand in one's ~** (*to employer*) nộp giấy báo thôi việc; **four weeks' ~** thông báo trước bốn tuần; **take ~ of s.o./sth** để ý tới ai/gì; **take no ~ of s.o./sth** không để ý tới ai/gì **2** *v/t* để ý

noticeable đáng chú ý

notify thông báo

notion ý nghĩ

notions (*articles for sewing*) đồ khâu vá

notorious có tiếng xấu

nougat kẹo nuga

noun danh từ

nourishing có nhiều dinh dưỡng

nourishment chất dinh dưỡng

novel *n* tiểu thuyết

novelist nhà viết tiểu thuyết

novelty (*being novel*) tính mới lạ; (*sth novel*) cái mới lạ

November tháng Mười một

novice (*beginner*) người mới vào nghề; REL người mới tu

now bây giờ; **~ and again, ~ and then** thỉnh thoảng; **by ~** vào lúc này; **from ~ on** từ bây giờ trở đi; **right ~** ngay lập tức; **just ~** (*at this moment*) vào lúc này; (*a little while ago*) lúc nãy; **~, ~!** thôi đi!; **~, where did I put it?** vậy thì tôi đã để nó ở đâu?

nowadays ngày nay

nowhere không một nơi nào; **~ to be seen** không thấy ở đâu cả; **it's ~ near finished** còn lâu mới xong

nozzle miệng vòi

nuclear hạt nhân

nuclear energy năng lượng hạt nhân; **nuclear fission** sự phân hạt nhân; **nuclear-free** phi hạt nhân; **nuclear physics** vật lý hạt nhân; **nuclear power** năng lượng hạt nhân; **nuclear power station** nhà máy điện hạt nhân; **nuclear reactor** lò phản ứng hạt nhân; **nuclear waste** chất thải hạt nhân; **nuclear weapons** vũ khí hạt nhân

nude 1 *adj* khỏa thân **2** *n* (*painting*) tranh khỏa thân; **in the ~** trần truồng

ch (*final*) k	**gh** g	**nh** (*final*) ng	**r** z; (*S*) r	**x** s	**â** (but)	**i** (tin)
d z; (*S*) y	**gi** z; (*S*) y	**ph** f	**th** t	**a** (hat)	**e** (red)	**o** (saw)
đ d	**nh** (onion)	**qu** kw	**tr** ch	**ă** (hard)	**ê** ay	**ô** oh

nudge *v/t* huých
nudist *n* người theo chủ nghĩa khỏa thân
nuisance (*person*) người phiền phức; (*thing*) điều phiền phức; *make a ~ of oneself* làm bực mình mọi người; *what a ~!* thật là phiền phức!
nuke *v/t* phá hủy bằng bom nguyên tử
null and void không có giá trị
numb (*with cold*) tê cóng; (*emotionally*) chết lặng đi
number 1 *n* (*figure*) con số; (*quantity*) một số; (*of hotel room, house, phone ~ etc*) số **2** *v/t* (*put a number on*) đánh số
numeral chữ số
numerate biết làm các phép tính
numerous rất nhiều
nun nữ tu sĩ

nurse *n* y tá
nursery (*for children*) nhà trẻ; (*for plants*) vườn ươm
nursery rhyme thơ ca cho trẻ nhỏ; **nursery school** trường mẫu giáo; **nursery school teacher** giáo viên mẫu giáo
nursing nghề y tá
nursing home (*for old people*) nhà dưỡng lão
nut hạt (N), hột (S); (*for bolt*) đai ốc; *~s* F (*testicles*) hòn dái
nutcrackers cái kẹp hạt
nutrient chất dinh dưỡng
nutrition sự dinh dưỡng
nutritious có chất dinh dưỡng
nuts *adj* F (*crazy*) gàn dở; *be ~ about s.o.* mê say ai
nutshell: *in a ~* tóm lại
nutty F (*crazy*) gàn dở
nylon 1 *n* ni lông **2** *adj* bằng ni lông

O

oak (*tree*) cây sồi; (*wood*) gỗ sồi
oar mái chèo
oasis ốc đảo; *fig* nơi yên tĩnh
oath LAW lời thề; (*swearword*) câu chửi thề; *be on ~* thề (trước tòa)
oats yến mạch
obedience sự tuân theo
obedient tuân theo
obey vâng lời; *law* tuân lệnh
obituary *n* lời cáo phó
object[1] *n* (*thing*) đồ vật; (*aim*) mục đích; GRAM bổ ngữ
object[2] *v/i* phản đối
♦ **object to** phản đối

objection sự phản đối
objectionable (*unpleasant*) khó chịu
objective 1 *adj* khách quan **2** *n* mục đích
obligation sự bắt buộc; *be under an ~ to s.o.* chịu ơn ai
obligatory bắt buộc
oblige: *much ~d!* cảm ơn anh/chị!
obliging sốt sắng
oblique 1 *adj reference* bóng gió **2** *n* (*in punctuation*) dấu chéo
obliterate *city* phá hủy; *memory* xóa sạch

ơ ur	**y** (tín)	**ây** uh-i	**iê** i-uh	**oa** wa	**ôi** oy	**uy** wee	**ong** aong
u (soon)	**au** a-oo	**eo** eh-ao	**iêu** i-yoh	**oai** wai	**ơi** ur-i	**ênh** uhng	**uyên** oo-in
ư (dew)	**âu** oh	**êu** ay-oo	**iu** ew	**oe** weh	**uê** way	**oc** aok	**uyêt** oo-yit

oblivion (*being forgotten*) sự quên lãng; *fall into* ~ bị rơi vào quên lãng

oblivious: *be* ~ *of sth* quên hết gì

oblong *adj* hình chữ nhật

obnoxious *adj person* rất đáng ghét; *smell* rất thối

obscene *words, gestures* tục tĩu; *salary, poverty* ghê tởm

obscure (*hard to see*) che khuất; (*hard to understand*) khó hiểu; (*little known*) ít người biết đến

observance (*of festival*) sự duy trì

observant tinh ý

observation (*of nature, stars*) sự quan sát; (*comment*) nhận xét

observatory đài thiên văn

observe quan sát

observer (*of human nature etc*) người quan sát; (*at conference, elections*) quan sát viên

obsess: *be* ~*ed with* bị ám ảnh bởi

obsession nỗi ám ảnh

obsessive *person, behavior* bị ám ảnh

obsolete lỗi thời

obstacle (*physical*) vật chướng ngại; (*to progress etc*) trở ngại

obstetrician bác sĩ sản khoa

obstinacy tính ngoan cố

obstinate ngoan cố

obstruct *road, passage* làm tắc; *investigation, police* cản trở

obstruction (*on road etc*) sự tắc nghẽn

obstructive *behavior, tactics* cản trở

obtain nhận được

obtainable *products* kiếm được

obvious hiển nhiên; (*not subtle*) không tế nhị

obviously rõ ràng; ~*!* hiển nhiên!

occasion dịp; (*special* ~) sự kiện; *on this* ~ nhân dịp này

occasional thỉnh thoảng

occasionally thỉnh thoảng

occult 1 *adj* huyền bí **2** *n*: *the* ~ những điều huyền bí

occupant (*of vehicle*) hành khách; (*of building*) người ở; *illegal* ~ người ở bất hợp pháp

occupation (*job*) nghề nghiệp; (*of country*) sự chiếm đóng

occupy *one's time, mind* chiếm; *position in company* giữ; *country* chiếm đóng

occur (*happen*) xảy ra; *it* ~*red to me that* ... tôi chợt nảy ra ý nghĩ là ...

occurrence việc xảy ra

ocean đại dương

o'clock: *at five/six* ~ lúc năm/sáu giờ

October tháng Mười

octopus con bạch tuộc

odd (*strange*) kỳ lạ; (*not even*) lẻ; *the* ~ *one out* bị lẻ ra; *50* ~ 50 có lẻ

odds: *be at* ~ *with* ... xung đột với ...

odds and ends (*objects*) những đồ lặt vặt; (*things to do*) những việc phải làm

odometer đồng hồ đo dặm

odor mùi

of ◊ (*possession*) của; *the works* ~ *Dickens* những tác phẩm của Dickens ◊ (*not translated*): *the color* ~ *the car* màu xe; *at the foot* ~ *the hill* ở chân đồi ◊ (*time*): *five/ten minutes* ~ *twelve* 12 giờ kém năm/mười phút ◊ (*cause*): *die* ~ *cancer/a heart attack* chết vì ung thư/đau tim đột ngột ◊: *love* ~ *money/adventure* thích tiền bạc/phiêu lưu; ~ *the three this is* ... trong số ba cái cái này là ...

off 1 *prep*: ~ *the main road* (*away*

ch (*final*) k	**gh** g	**nh** (*final*) ng	**r** z; (*S*) r	**x** s	**â** (but) **i** (tin)
d z; (*S*) y	**gi** z; (*S*) y	**ph** f	**th** t	**a** (hat)	**e** (red) **o** (saw)
đ d	**nh** (onion)	**qu** kw	**tr** ch	**ă** (hard)	**ê** ay **ô** oh

from) gần đường cái; (*leading off*) từ đường cái rẽ vào; *$20 ~ the price* giảm giá 20$; *he's ~ his food* anh ấy ăn không thấy ngon miệng **2** *adv*: *be ~* (*of light, TV, machine*) tắt; (*of brake*) nhả; (*of lid, top*) mở; (*not at work*) nghỉ; (*canceled*) bị hủy bỏ; *we're ~ tomorrow* (*leaving*) ngày mai chúng tôi sẽ đi; *I'm ~ to New York* tôi đi Niu-Yóoc; *he still had his pants ~* anh ấy còn chưa mặc quần; *take a day ~* nghỉ làm một ngày; *it's 3 miles ~* cách xa 3 dặm; *it's a long way ~* (*in distance*) vẫn còn cách xa; (*in future*) còn xa; *drive ~* lái đi; *walk ~* đi khỏi **3** *adj*: *the ~ switch* công tắc tắt

offend *v/t* (*insult*) xúc phạm

offender LAW kẻ phạm tội

offense LAW hành động phạm pháp

offensive 1 *adj behavior, remark, smell* khó chịu **2** *n* (MIL: *attack*) cuộc tấn công; *go onto the ~* tấn công

offer 1 *n* đề nghị **2** *v/t* cung cấp; *can I ~ you a drink?* tôi có thể mời anh/chị uống được không?

offerings đồ cúng; *make ~* cúng

offhand *adj attitude* lắc cắc

office (*building*) văn phòng; (*room*) phòng làm việc; (*position*) chức vụ

office block khối văn phòng

office hours giờ làm việc

officer MIL sĩ quan; (*in police*) cảnh sát

official 1 *adj organization, statement* chính thức **2** *n* công chức

officially (*strictly speaking*) một cách chính thức

off-line *adj working, input* không nối mạng; *go ~* tắt mạng; **off-peak**

rates, season ngoài cao điểm; **off-season 1** *adj rates, vacation* văn khách **2** *n* mùa văn khách; **offset** *v/t losses, disadvantage* bù đắp;

offside 1 *adj wheel etc* phía gần tâm đường nhất **2** *adv* SP việt vị;

offspring con; **off-white** *adj* trắng nhạt

often thường; *I don't see her so ~ these days* dạo này tôi không thường gặp cô ấy; *how ~ do you go there?* cách bao lâu anh/chị lại đi tới đó?; *the buses don't go very ~* các xe buýt không chạy thường xuyên lắm

oil 1 *n* (*for machine, food, skin*) dầu **2** *v/t hinges, bearings* tra dầu

oil company công ty dầu lửa; **oil painting** tranh sơn dầu; **oil rig** giàn khoan dầu; **oil tanker** tàu chở dầu; **oil well** giếng dầu

oily *hands, rag* dây dầu

ointment thuốc mỡ

ok đồng ý; *can I? – ~ ~* được chứ? – được; *is it ~ with you if ...?* anh/chị có đồng ý không nếu ...?; *that's ~ by me* tôi đồng ý; *are you ~?* (*well, not hurt*) anh/chị không sao chứ?; *are you ~ for Friday?* thứ Sáu đối với anh/chị thì được chứ ?; *he's* (*is a good guy*) anh ấy hiền thôi; *is this bus ~ for ...?* xe buýt này có đi ... không?

old *person* già; *vehicle, custom, joke* cũ; *building* cổ; (*previous*) trước dây; *how ~ is he?* anh ấy bao nhiêu tuổi?; *he's getting ~* anh ấy đã bắt đầu già rồi

old age tuổi già

old-fashioned lỗi thời; *word* cổ

olive (*fruit*) quả ôliu; (*tree*) cây ôliu

olive oil dầu ôliu

Olympic Games Đại hội thể thao Ôlimpích

ơ u*r*	y (tin)	ây uh-i	iê i-uh	oa wa	ôi oy	uy wee	ong aong
u (soon)	au a-oo	eo eh-ao	iêu i-yoh	oai wai	ơi u*r*-i	ênh uhng	uyên oo-in
ư (dew)	âu oh	êu ay-oo	iu ew	oe weh	uê way	oc aok	uyêt oo-yit

omelet trứng ốp lết, trứng tráng

ominous đe dọa

omission (act) sự gạt bỏ; (that omitted) cái bị bỏ sót

omit gạt bỏ; ~ *to do sth* lơ là không làm gì đó

on 1 prep trên; ~ *the table/wall* trên bàn/tường; ~ *the bus/train* trên xe buýt/tàu hỏa; ~ *the street* ở trên đường phố; ~ *TV/the radio* trên vô tuyến/đài; ~ *Sunday* vào ngày Chủ Nhật; ~ *the 1st of ...* vào ngày mồng 1 ...; *this is* ~ *me* (I'm paying) tôi khao anh/chị; ~ *his arrival/departure* khi anh ấy đến/ra đi 2 adv: *be* ~ (of light) được thắp sáng; (of TV, computer etc) được mở; (of brake) được nhắc; (of lid, top) được đậy; (of TV program) được phát; (of meeting etc: be scheduled to happen) được xắp xếp; *what's* ~ *tonight?* (on TV etc) tối nay có chương trình gì?; (what's planned?) tối nay có dự định gì không?; *he sat there with his jacket* ~ anh ấy ngồi đó với chiếc áo vét trên mình; *you're* ~ (I accept your offer etc) đồng ý, được; ~ *you go* (go ahead) cứ đi; *walk* ~ đi tiếp; *talk* ~ nói tiếp; *and so* ~ và vân vân ...; ~ *and* ~ *talk etc* tràng giang đại hải 3 adj: *the* ~ *switch* công tắc bật

once 1 adv (one time, formerly) một lần; ~ *again*, ~ *more* một lần nữa; *at* ~ (immediately) ngay lập tức; *all at* ~ (suddenly) đột nhiên; (all) *at* ~ (together) cùng một lúc; ~ *upon a time there was ...* ngày xửa ngày xưa có một ... 2 conj một khi; ~ *you have finished* một khi anh/chị kết thúc

one 1 n (number) một 2 adj một; ~ *day* một ngày kia 3 pron một cái;

I'll buy ~ tôi sẽ mua một cái; *can I try* ~? tôi thử một cái được không?; *which* ~? (person) người nào?; (thing) cái nào?; ~ *by* ~ enter, deal with things từng cái một; enter, deal with people từng người một; ~ *another* lẫn nhau; *the little* ~s lũ trẻ 4 personal pron ai, người ta; *what can* ~ *say/do?* biết nói gì/làm gì đây?

one-off n (unique event, person) có một không hai; (exception) ngoại lệ

one-parent family gia đình chỉ có cha hoặc mẹ

oneself chính mình; *do sth by* ~ làm gì một mình

one-sided discussion thiên vị; fight chênh lệch; **one-way street** đường phố một chiều; **one-way ticket** vé đi

onion củ hành

on-line adj nối mạng; *go* ~ *to* nối mạng với

on-line service COMPUT dịch vụ trên mạng

onlooker người xem

only 1 adv chỉ; *not* ~ *X but also Y* không chỉ X mà lại còn cả Y; ~ *just* vừa mới 2 adj duy nhất; ~ *son/daughter* con trai/con gái một

onset sự bắt đầu

onside adv SP ở vị trí hợp lệ

onto lên trên; *put sth* ~ *sth* để gì lên trên gì

onward về phía trước; *from ...* ~ từ ... trở lên

ooze 1 v/i (of liquid, mud) chảy ra 2 v/t: *he* ~s *charm* anh ấy duyên dáng vô cùng

opaque glass mờ

OPEC (= *Organization of Petroleum Exporting Countries*)

Tổ chức các nước xuất khẩu dầu lửa

open 1 *adj door, store, book, computer file, bank account* mở; *flower* nở; *(honest, frank)* thành thật; *relationship* cởi mở; *countryside* trống trải; **in the ~ air** ở ngoài trời **2** *v/t door, store, bottle, book, file, bank account etc* mở; *meeting* khai mạc **3** *v/i (of door, store)* mở; *(of flower)* nở
♦ **open up** *v/i (of person)* cởi mở hơn

open-air *adj meeting, concert, pool* ngoài trời; **open door policy** chính sách mở cửa; **open-ended** *contract etc* bỏ ngỏ

opening *(in wall etc)* lỗ hổng; *(beginning: of movie, novel etc)* phần mở đầu; *(job going)* chỗ còn trống

openly *(honestly, frankly)* thẳng thắn

open-minded phóng khoáng; **open plan office** văn phòng không có vách ngăn; **open ticket** vé để trống

opera nhạc kịch, ôpêra

opera glasses ống nhòm xem ôpêra; **opera house** rạp ôpêra; **opera singer** ca sĩ ôpêra

operate 1 *v/i (of company, airline, bus service)* hoạt động; *(of machine)* chạy; MED mổ **2** *v/t machine* vận hành
♦ **operate on** MED mổ

operating instructions những quy tắc vận hành; **operating room** MED phòng mổ; **operating system** COMPUT hệ điều hành

operation MED ca mổ; *(of machine)* sự hoạt động; **~s** *(of company)* hoạt động; **need an ~** MED cần phải mổ; **have an ~ for**

appendicitis làm một ca mổ ruột thừa

operator TELEC người trực tổng đài; *(of machine)* người điều khiển; *(tour ~)* hãng điều hành du lịch

ophthalmologist bác sĩ khoa mắt

opinion quan điểm; **in my ~** theo quan điểm của tôi

opium thuốc phiện

opponent đối thủ

opportunity cơ hội

oppose chống đối; **be ~d to ...** chống đối ...; **as ~d to ...** trái với ...

opposite 1 *adj side of road, end of town* đối diện; *direction, views, characters* ngược nhau; *meaning* đối lập; **the ~ sex** người khác giới **2** *n* cái trái ngược

opposition *(to plan)* sự chống đối; *Br* POL phe đối lập

oppress *the people* đàn áp

oppressive *rule, dictator* đàn áp; *weather* ngột ngạt

optical illusion ảo giác

optician chuyên viên nhãn khoa

optimism sự lạc quan

optimist người lạc quan

optimistic lạc quan

optimum 1 *adj* tối ưu **2** *n* điều kiện tốt nhất

option sự lựa chọn; **you have the ~ of taking early retirement** anh/ chị có sự lựa chọn nghỉ hưu sớm; **I had no other ~** tôi đã không có sự lựa chọn nào khác

optional tự chọn

optional extras phần thêm vào phải trả tiền

or hay, hoặc; *(in questions)* hay; *(with negatives)* cũng không; **he can't see – hear** anh ấy không thấy cũng không nghe được; **~**

ơ ur	y (tin)	ây uh-i	iê i-uh	oa wa	ôi oy	uy wee	ong aong
u (soon)	au a-oo	eo eh-ao	iêu i-yoh	oai wai	ơi u-r-i	ênh uhng	uyên oo-in
ư (dew)	âu oh	êu ay-oo	iu ew	oe weh	uê way	oc aok	uyêt oo-yit

else! nếu không thì ...!

oral *hygiene* miệng; *sex* bằng đường miệng; *~ exam* thi vấn đáp

orange 1 *adj* (*color*) màu da cam **2** *n* (*fruit*) quả cam

orangeade nước hơi cam

orange juice nước cam

orator diễn giả

orbit 1 *n* (*of earth*) quỹ đạo; *send sth into* đưa gì vào quỹ đạo **2** *v/t the earth* bay vào quỹ đạo

orchard vườn cây ăn quả

orchestra dàn nhạc

orchid (*plant*) cây phong lan; (*flower*) hoa phong lan

ordeal sự thử thách

order 1 *n* (*command*) mệnh lệnh; (*sequence*) thứ tự; (*being well arranged*) trật tự; (*for goods*) đơn đặt hàng; (*in restaurant*) đặt món ăn; *in ~ to* để mà; *out of ~* (*not functioning*) hỏng; (*not in sequence*) không trật tự ngăn nắp **2** *v/t* (*put in sequence, proper layout*) xắp đặt cho trật tự; *goods* đặt; *meal* gọi; *~ s.o. to do sth* ra lệnh cho ai làm gì **3** *v/i* (*in restaurant*) gọi món ăn

orderly 1 *adj lifestyle* ngăn nắp **2** *n* (*in hospital*) hộ lý

ordinary bình thường

ore quặng

organ ANAT cơ quan; MUS đàn oóc, phong cầm

organic *food, fertilizer* hữu cơ

organism cơ thể

organization (*company, group*) tổ chức; (*organizing*) sự tổ chức; (*of data, one's life*) sự sắp xếp

organize *conference, people* tổ chức; *data, one's life* sắp xếp

organizer (*person*) người tổ chức

orgasm sự cực khoái

Orient phương Đông

orient *v/t* (*direct*) định hướng; *~ oneself* (*get bearings*) định hướng

Oriental 1 *adj* phương Đông **2** *n* người phương Đông

origin nguồn gốc; *idea/person of Chinese* ~ ý niệm/con người gốc Trung Quốc

original 1 *adj* (*not copied*) gốc; *idea, book etc* độc đáo; (*first*) đầu tiên **2** *n* (*painting etc*) nguyên bản

originality tính độc đáo

originally lúc đầu; *~ he comes from France* anh ấy quê gốc ở Pháp

originate 1 *v/t scheme, idea* sáng tạo **2** *v/i* (*of idea, belief*) bắt nguồn; (*of family*) quê ở

originator (*of scheme etc*) người sáng tạo; *he's not an ~* anh ấy không phải là con người sáng tạo

ornament *n* đồ trang trí

ornamental để trang trí

ornate *style, architecture* trang trí lộng lẫy

orphan *n* trẻ mồ côi

orphanage trại mồ côi

orthopedic chỉnh hình

ostentatious phô trương

other 1 *adj* khác; *the ~ day* (*recently*) mấy ngày qua; *every ~ day/person* mỗi hai ngày/người **2** *n* kia; *the ~s* (*people*) những người khác; (*things*) những vật khác; *he raised one arm, then the ~* anh ấy giơ một tay lên và sau đó giơ nốt tay kia

otherwise nếu không thì, kẻo (S); (*differently*) khác

otter con rái cá

ought *I ~ to know* tôi nên biết; *you ~ to have done it* đáng lẽ anh/chị đã làm rồi thì phải

ounce ao xơ

our (của) chúng tôi; (*including*

---

ch (*final*) k	**gh** g	**nh** (*final*) ng	**r** z; (*S*) r	**x** s	**â** (but) **i** (tin)
d z; (*S*) y	**gi** z; (*S*) y	**ph** f	**th** t	**a** (hat)	**e** (red) **o** (saw)
đ d	**nh** (onion)	**qu** kw	**tr** ch	**ă** (hard)	**ê** ay **ô** oh

listeners) (của) chúng ta; (*informal including listeners*) (của) chúng mình; (*very informal excluding listeners*) (của) chúng tao; (*emphatic*) của chúng tôi; ~ *tickets* những cái vé của chúng tôi; *we lost ~ tickets* chúng tôi đã đánh mất vé

ours của chúng tôi; (*including listeners*) của chúng ta; (*informal including listeners*) của chúng mình; (*very informal excluding listeners*) của chúng tao; *a friend of* ~ một người bạn của chúng tôi

ourselves bản thân chúng tôi; *by* ~ tự mình

oust (*from office*) gạt ra

out: *be* ~ (*of light, fire*) đã tắt; (*of flower*) đã nở; (*of sun*) đã ló; (*not at home, not in building*) đi vắng; (*of calculations*) tính sai; (*be published*) đã được xuất bản; (*of secret*) đã bị lộ; (*no longer in competition*) bị loại; (*no longer in fashion*) không còn là mốt nữa; ~ *here in Dallas* ở Dallas; *he's ~ in the garden* anh ấy đang ở trong vườn; (*get*) ~*!* hãy cút đi!; (*get*) ~ *of my room!* hãy cút khỏi phòng tôi!; *that's ~!* (*out of the question*) không được!; *he's ~ to win* (*fully intending to*) mục đích của anh ấy là để thắng

outboard motor máy thuyền

outbreak (*of violence, war*) sự bùng nổ

outburst (*emotional*) cơn (bột phát)

outcast người bị ruồng bỏ

outcome kết quả

outcry sự phản đối mạnh mẽ

outdated lỗi thời; *equipment* lạc hậu

outdo trội hơn

outdoor *activities, life* ngoài trời;

toilet bên ngoài

outdoors *adv* ở bên ngoài; (*in the open air*) ở ngoài trời

outer *wall etc* ở bên ngoài

outer space khoảng không gian

outfit (*clothes*) bộ đồ; (*company, organization*) tổ chức

outgoing *flight* lượt đi; *personality* cởi mở

outgrow *old ideas* bỏ

outing (*trip*) cuộc đi chơi

outlet (*of pipe*) chỗ thoát; (*for sales*) đại lý; ELEC phích cắm

outline 1 *n* (*of person, building etc*) hình dáng; (*of plan, novel*) đề cương **2** *v/t plans etc* phác thảo

outlive sống lâu hơn

outlook (*prospects*) viễn cảnh

outlying *areas* xa xôi

outnumber đông hơn; *they were ~ed* họ bị đa số áp đảo; MIL đông hơn

out of ◊ (*motion*) ra khỏi; *run ~ the house* chạy ra khỏi nhà ◊ (*position*) ở ngoài; *20 miles ~ Hue* cách Huế 20 dặm ◊ (*cause*) vì; ~ *jealousy* vì ghen tức; ~ *curiosity* vì tò mò ◊ (*without*) không còn; *we're ~ gas / beer* chúng tôi không còn ga / bia ◊ (*from a group*) trong (số); *5 – 10* 5 trong số 10

out-of-date lỗi thời

out-of-the-way ở xa

outperform hiệu suất cao hơn

output 1 *n* (*of factory*) sản lượng; COMPUT thông tin do máy tính đưa ra; *data ~* số liệu đưa ra **2** *v/t* (*produce*) sản xuất

outrage 1 *n* (*feeling*) sự phẫn nộ; (*act*) hành động tàn bạo **2** *v/t* xúc phạm; *I was ~d to hear ...* tôi rất phẫn nộ khi nghe thấy ...

outrageous *acts* tàn bạo; *prices* quá đáng

ơ ur	y (tin)	ây uh-i	iê i-uh	oa wa	ôi oy	uy wee	ong aong
u (soon)	au a-oo	eo eh-ao	iêu i-yoh	oai wai	ơi ur-i	ênh uhng	uyên oo-in
ư (dew)	âu oh	êu ay-oo	iu ew	oe weh	uê way	oc aok	uyêt oo-yit

outright 1 *adj winner* rõ ràng **2** *adv win* hoàn toàn; *kill* ngay

outrun (*run faster than*) chạy nhanh hơn; (*run for longer than*) chạy xa hơn

outset sự bắt đầu; *from the ~* từ đầu

outside 1 *adj surface, wall, lane* bên ngoài **2** *adv sit* ở bên ngoài; *go ~* đi ra ngoài **3** *prep* bên ngoài; (*apart from*) ngoài **4** *n* (*of building, suitcase etc*) bên ngoài; *at the ~* tối đa là

outside broadcast chương trình thu, quay ngoài studio chính

outsider (*person outside a group*) người ngoài; (*in race, contest*) người ít có khả năng thắng; (*horse etc*) con vật ít có khả năng thắng

outsize *adj clothing* ngoại cỡ

outskirts ngoại ô

outspoken thẳng thắn

outstanding *success, quality, writer, athlete* xuất sắc; FIN: *invoice, sums* chưa được thanh toán

outward *adj appearance* bên ngoài; *~ journey* chuyến đi xa nhà

outwardly bên ngoài

outweigh (*be more important than*) quan trọng hơn

outwit mưu mẹo hơn

oval *adj mirror, stadium etc* hình bầu dục; *face* hình trái xoan

ovary buồng trứng

oven lò

over 1 *prep* (*above*) ở trên; (*across*) bên kia; (*more than*) hơn; (*during*) trong thời gian; *travel all ~ Vietnam* đi khắp Việt Nam; *you find them all ~ Vietnam* anh/chị sẽ thấy trên khắp Việt Nam; *let's talk ~ a drink/meal* chúng ta hãy nói chuyện trong khi uống/ăn; *we're ~ the worst* chúng ta đã

vượt qua được điều tệ hại nhất **2** *adv:* *be ~* (*finished*) kết thúc; (*of relationship*) chấm dứt; (*of rain*) đã tạnh; (*left*) còn lại; *~ to you* (*your turn*) tới lượt anh/chị; *~ in Europe* ở bên châu Âu; *~ here/there* ở đằng này/đằng kia; *it hurts all ~* đau khắp mọi chỗ; *painted white all ~* khắp nơi đều sơn màu trắng; *it's all ~* mọi sự đều đã kết thúc; *~ and ~ again* nhiều lần; *do sth ~ again* làm gì lại

overall 1 *adj length* toàn bộ **2** *adv* (*in total*) tất cả

overawe: *be ~d by s.o./sth* quá sợ ai/gì

overboard: *man ~!* có người ngã kìa!; *go ~ for s.o./sth* quá nhiệt tình với ai/gì

overcast *day, sky* u ám

overcharge *v/t customer* bán quá đắt

overcoat áo khoác

overcome *difficulties, shyness* vượt qua; *be ~ by emotion* mất tự chủ do bị xúc động mạnh

overcrowded đông nghịt

overdo (*exaggerate*) cường điệu; (*in cooking*) nấu quá nhừ; *you're ~ing things* anh/chị làm quá trớn

overdone *meat* bị nấu quá nhừ

overdose *n* sử dụng quá liều

overdraft số tiền chi trội; *have an ~* bị chi trội

overdraw *account* chi trội; *be $800 ~n* đã rút quá mức đến 800$

overdrive MOT hệ thống tăng tốc

overdue *apology, alteration* quá hạn

overestimate *abilities, value* đánh giá quá cao

overexpose *photograph* lộ sáng thừa

overflow 1 *n* (*pipe*) ống thoát **2** *v/i* (*of water*) chảy tràn

---

ch (*final*) k	**gh** g	**nh** (*final*) ng	**r** z; (*S*) r	**x** s	**â** (but) **i** (tin)
d z; (*S*) y	**gi** z; (*S*) y	**ph** f	**th** t	**a** (hat)	**e** (red) **o** (saw)
đ d	**nh** (onion)	**qu** kw	**tr** ch	**ă** (hard)	**ê** ay **ô** oh

overgrown *garden* mọc um tùm; *he's an ~ baby* anh ấy là một đứa trẻ lớn quá nhanh

overhaul *v/t engine* đại tu; *plans* xem xét kỹ lưỡng

overhead 1 *adj lights, railroad* ở trên cao **2** *n* FIN chi phí chung

overhear nghe lỏm

overjoyed vui mừng khôn xiết

overland *adj & adv travel* bằng đường bộ

overlap *v/i (of tiles etc)* gối lên nhau; *(of periods of time)* chồng chéo lên nhau; *(of theories)* trùng nhau

overload *v/t vehicle* quá tải; ELEC làm quá tải

overlook *(of tall building etc)* trông xuống; *(not see)* bỏ xót; *(ignore)* bỏ qua

overly quá mức; *not ~ ...* không ... quá

overnight *adv stay, travel* qua đêm

overnight bag xắc nhỏ

overpaid trả quá cao

overpass cầu dẫn

overpower *v/t (physically)* áp đảo

overpowering *smell* nồng nặc; *sense of guilt* nặng nề

overpriced quá đắt

overrated được đánh giá quá cao

overrule *decision* bác bỏ

overrun *country* tràn vào; *time* quá giờ; *be ~ with* tràn ngập bởi

overseas 1 *adv* ở nước ngoài **2** *adj* nước ngoài

Overseas Vietnamese Việt Kiều

oversee giám sát

oversight sơ suất

oversleep ngủ quá giấc

overtake *(in work, development)* vượt lên; *Br* MOT vượt

overthrow lật đổ

overtime 1 *n* giờ làm thêm; *(in sport)* hiệp phụ **2** *adv work* ngoài giờ

overture MUS khúc dạo đầu; *make ~s to* gợi ý với

overturn 1 *v/t vehicle, object* lật úp; *government* lật đổ **2** *v/i (of vehicle)* bị lật úp

overweight quá trọng lượng

overwhelm *(with work, emotion)* chìm ngập; *be ~ed by (by response)* rất cảm kích bởi

overwork 1 *n* sự làm việc quá sức **2** *v/i* làm việc quá sức **3** *v/t* bắt làm việc quá sức

owe *v/t* nợ; *~ s.o. $500* nợ ai 500$; *~ s.o. an apology* phải xin lỗi ai; *how much do I ~ you?* tôi nợ anh/chị bao nhiêu?

owing to do

owl con cú

own¹ *v/t (possess)* có

own² 1 *adj* của riêng mình **2** *pron: a car/an apartment of my ~* ô tô/căn hộ riêng của tôi; *on my/his ~* một mình

♦ **own up** thú nhận

owner chủ nhân

ownership quyền sở hữu

ox bò thiến

oxide ôxít

oxygen khí ôxy

oyster con sò

ozone khí ôdôn

ozone layer tầng ôdôn

ơ ur	y (tin)	ây uh-i	iê i-uh	oa wa	ôi oy	uy wee	ong aong
u (soon)	au a-oo	eo eh-ao	iêu i-yoh	oai wai	ơi ur-i	ênh uhng	uyên oo-in
ư (dew)	âu oh	êu ay-oo	iu ew	oe weh	uê way	oc aok	uyêt oo-yit

P

pace 1 *n* (*step*) bước chân; (*speed*) tốc độ **2** *v/i*: **~ up and down** đi đi lại lại

pacemaker MED máy điều hòa nhịp tim; SP người dẫn đầu

Pacific: **the ~** (*Ocean*) Thái Bình Dương

Pacific Rim: **the ~** Bờ Thái Bình Dương; **~ countries** những nước bên Bờ Thái Bình Dương

pacifier (*for baby*) vú giả

pacifism chủ nghĩa hòa bình

pacifist *n* người theo chủ nghĩa hòa bình

pacify làm nguôi

pack 1 *n* (*back~*) ba lô; (*of cereal, food*) hộp; (*of cigarettes*) bao; (*of cards*) cỗ bài **2** *v/t bag, goods, groceries* đóng gói; *item of clothing etc* xếp **3** *v/i* xếp hành lý

package 1 *n* (*parcel*) bưu kiện; (*of offers etc*) tập hợp các điều kiện **2** *v/t* (*in packs*) đóng gói; (*for promotion*) chương trình quảng cáo hoàn chỉnh

package deal (*for vacation*) chi phí trọn gói

package tour chuyến đi trọn gói

packaging (*of product*) bao bì; (*of rock star etc*) chương trình quảng cáo hoàn chỉnh

packed (*crowded*) chật ních

packet gói

pact (*between people*) thỏa thuận; (*between countries*) hiệp ước

pad¹ 1 *n* (*piece of cloth etc*) miếng đệm lót; (*for writing*) tập giấy **2** *v/t* (*with material*) đệm lót; *speech, report* nhồi nhét

pad² *v/i* (*move quietly*) bước nhẹ chân

padded *jacket, shoulders* có độn

padding (*material*) vật đệm; (*in speech etc*) chỗ nhồi nhét thêm

paddle¹ 1 *n* (*for canoe*) mái chèo **2** *v/i* (*in canoe*) chèo xuồng

paddle² *v/i* (*in water*) lội nước

paddock (*for horses*) bãi để ngựa; (*at racetrack*) bãi tập hợp ngựa

paddy field cánh đồng lúa

padlock 1 *n* cái khóa móc **2** *v/t gate* khóa móc; **~ X to Y** khóa móc X vào Y

page¹ *n* (*of book etc*) trang; **~ number** số trang

page² *v/t* (*call*) gọi

pager máy nhắn tin

pagoda chùa

paid employment việc làm có trả lương

pail cái xô

pain sự đau đớn; (*mental*) sự đau khổ; **be in ~** bị đau; **take ~s to ...** rất cố gắng ...; **he/she's a ~ in the neck** F anh/chị ấy là đồ của nợ; **it's a ~ in the neck** F thật là của nợ

painful *arm, leg etc* đau; (*distressing*) đau buồn; (*laborious*) vất vả

painfully (*extremely, acutely*) quá

painkiller thuốc giảm đau

painless không đau

painstaking *work* khó nhọc; *worker* chịu khó

ch (*final*) k	gh g	nh (*final*) ng	r z; (*S*) r	x s	â (but)	i (tin)
d z; (*S*) y	gi z; (*S*) y	ph f	th t	a (hat)	e (red)	o (saw)
đ d	nh (onion)	qu kw	tr ch	ă (hard)	ê ay	ô oh

paint 1 n (*for wall, car*) sơn; (*for artist*) thuốc màu **2** v/t wall etc sơn; *picture* vẽ **3** v/i (*as art form*) vẽ
paintbrush (*for wall, ceiling etc*) chổi quét sơn; (*of artist*) bút vẽ
painter (*decorator*) thợ sơn; (*artist*) họa sĩ
painting (*activity*) hội họa; (*picture*) bức họa
paintwork lớp sơn
pair đôi; *a ~ of shoes / sandals* một đôi giày / dép; *a ~ of scissors / pants* một cái kéo / quần
pajama jacket áo pigiama
pajama pants quần pigiama
pajamas bộ pigiama, bộ quần áo ngủ
Pakistan nước Pakixtan
Pakistani 1 adj Pakixtan **2** n người Pakixtan
pal F (*friend*) bạn; *hey ~, got a light?* mày ơi, có lửa không?
palace cung điện
palate khẩu vị
palatial nguy nga
pale person tái xanh; ~ *pink / blue* hồng / xanh nhạt
pallet tấm nâng hàng
pallor vẻ xanh xao
palm[1] (*of hand*) lòng bàn tay
palm[2] (*tree*) cây cọ
palpitations MED tim đập nhanh
paltry nhỏ nhoi
pamper nuông chiều
pamphlet cuốn sách mỏng
pan 1 n (*for cooking*) chảo **2** v/t F (*criticize*) chỉ trích gay gắt
♦ **pan out** (*develop*) diễn biến
pancake bánh kếp
panda gấu trúc
pandemonium sự náo động
pane (*of glass*) tấm kính cửa sổ
panel (*section*) tấm ghép, panen; (*people*) nhóm người

paneling các tấm ghép
panhandle v/i F ăn xin
panic 1 n sự hoảng loạn **2** v/i hoảng sợ; *don't ~!* đừng có hoảng lên!
panic buying FIN sự mua vội (*trong lúc hoang mang*); **panic selling** FIN sự bán vội (*trong lúc hoang mang*); **panic-stricken** hoảng sợ
panorama toàn cảnh
panoramic view toàn cảnh
pansy (*flower*) hoa bướm
pant v/i thở hổn hển
panties quần lót nữ
pants chiếc quần; *a pair of ~* một chiếc quần
pantyhose quần tất
papaya quả đu đủ
paper 1 n (*material*) giấy; (*news~*) báo; (*wall~*) giấy dán tường; (*academic*) báo cáo khoa học; (*examination ~*) bài thi; *~s* (*documents, identity ~s*) giấy tờ; *a piece of ~* một tờ giấy **2** adj bằng giấy **3** v/t room, walls dán giấy tường
paperback sách bìa mềm; **paper bag** túi giấy; **paper clip** cái kẹp giấy; **paper cup** cốc giấy; **paper effigy** mã; **paperwork** công việc giấy tờ
par (*in golf*) tỷ số thắng; *be on a ~ with* (*be considered as equal*) coi ngang với; (*be of equal quality*) ngang tầm với; *feel below ~* cảm thấy không được khỏe
Paracel Islands Đảo Hoàng Sa
parachute 1 n cái dù **2** v/i nhảy dù **3** v/t troops, supplies thả dù
parachutist người nhảy dù
parade 1 n (*procession*) cuộc diễu hành; MIL cuộc duyệt binh **2** v/i diễu hành; (*not in ceremony*) diễu lên diễu xuống **3** v/t knowledge, new car phô trương

---

ơ ur	y (tin)	ây uh-i	iê i-uh	oa wa	ôi oy	uy wee	ong aong
u (soon)	au a-oo	eo eh-ao	iêu i-yoh	oai wai	ơi ur-i	ênh uhng	uyên oo-in
ư (dew)	âu oh	êu ay-oo	iu ew	oe weh	uê way	oc aok	uyêt oo-yit

paradise thiên đường
paradox nghịch lý
paradoxical nghịch lý
paradoxically một cách nghịch lý
paragraph đoạn
parallel 1 *n* đường song song; (*of latitude*) vĩ tuyến; *fig* (*comparison*) sự so sánh; (*similarity*) sự tương tự; *do two things in ~* làm hai việc song song **2** *adj line* song song; *fig* đồng thời; *~ sentences* câu đối **3** *v/t* (*match*) giống
paralysis chứng liệt
paralyze làm liệt; *fig* làm đờ người; (*of strike*) làm tê liệt
paramedic nhân viên trợ giúp y tế
parameter giới hạn
paramilitary 1 *adj* bán quân sự **2** *n* thành viên của tổ chức bán quân sự
paramount quan trọng nhất; *be ~* là điều quan trọng hơn cả
paranoia bệnh hoang tưởng
paranoid bị hoang tưởng
paraphernalia đồ phụ tùng linh tinh
paraphrase *v/t* diễn giải ngắn gọn
paraplegic *n* bị liệt hai chân
parasite ký sinh; *fig* kẻ ăn bám
parasol cái ô (*N*), cái dù (*S*)
paratrooper quân nhảy dù
parcel *n* (*in the mail*) bưu kiện; (*bundle*) gói
♦ **parcel up** gói lại
parch *v/t* khô cháy; *be ~ed* (*of person*) khát cháy họng
pardon 1 *n* LAW sự giải tội; *I beg your ~?* (*what did you say?*) xin lỗi, anh/chị nói sao?; *I beg your ~* (*I'm sorry*) xin lỗi anh/chị **2** *v/t* tha thứ; LAW tha tội; *~ me?* xin lỗi, anh/chị nói sao?
pare (*peel*) gọt vỏ
parental cha mẹ

parent company công ty mẹ
parents cha mẹ
parent-teacher association hội nhà giáo và phụ huynh học sinh
park[1] (*area*) công viên
park[2] MOT **1** *v/t* đỗ, đậu (*S*) **2** *v/i* đỗ xe, đậu xe (*S*)
parka áo ấm viền lông thú có mũ
parking MOT sự đỗ xe, sự đậu xe (*S*); *no ~* cấm đỗ xe, cấm đậu xe (*S*)
parking brake phanh tay (*N*), thắng tay (*S*); **parking garage** nhà để xe có nhiều tầng; **parking lot** bãi đỗ xe; **parking meter** đồng hồ đỗ xe; **parking place** chỗ đỗ xe; **parking ticket** (*fine*) phiếu phạt đỗ xe
parliament quốc hội
parliamentary quốc hội
parole 1 *n* lời cam kết; *be on ~* được thả vì đã cam kết **2** *v/t* thả theo lời cam kết
parrot *n* con vẹt
parsley cây mùi tây
part 1 *n* (*portion, section*) phần; (*area*) nơi; (*of machine*) bộ phận; (*in play, movie*) vai; MUS bè; (*in hair*) đường ngôi; *take ~ in* tham gia vào **2** *adv* (*partly*) một phần **3** *v/i* chia tay **4** *v/t*: *~ one's hair* rẽ đường ngôi
♦ **part with** bỏ đi
part exchange mua theo cách các thêm tiền; *take sth in ~* mua gì theo cách các thêm tiền
partial (*incomplete*) một phần; *be ~ to* thiên vị
partially một phần
participant người tham gia
participate tham gia; *~ in sth* tham gia vào gì
participation sự tham gia
particle PHYS hạt; (*small amount*)

ch (*final*) k	**gh** g	**nh** (*final*) ng	**r** z; (*S*) r	**x** s	**â** (but) **i** (tin)
d z; (*S*) y	**gi** z; (*S*) y	**ph** f	**th** t	**a** (hat)	**e** (red) **o** (saw)
đ d	**nh** (onion)	**qu** kw	**tr** ch	**ă** (hard)	**ê** ay **ô** oh

một chút
particular (*specific, special*) đặc
biệt; (*fussy*) cầu kỳ; **in** ~ nói riêng
particularly đặc biệt
parting (*of people*) sự chia tay
partition 1 *n* (*screen*) vách ngăn; (*of
country*) sự chia cắt **2** *v/t country*
chia cắt
♦ **partition off** ngăn ra
partly phần nào
partner COM đối tác; (*in
relationship*) bạn đời; (*dancing*)
bạn nhảy; (*colleague*) cộng sự; SP
người cùng phe
partnership COM, (*in particular
activity*) sự cộng tác
part of speech từ loại; **part owner**
người đồng sở hữu; **part-time** *adj
& adv work* nửa buổi
party 1 *n* (*celebration*) tiệc; POL
đảng; (*group of people*) nhóm; **be a
~ to sth** tham gia vào gì **2** *v/i* F
chơi bời
pass 1 *n* (*for getting into a place*)
thẻ ra vào; SP sự chuyển bóng; (*in
mountains*) đèo; **make a ~ at** tìm
cách gạ gẫm **2** *v/t* (*hand*) chuyển;
(*go past*) đi qua; (*in car, overtake,
go beyond*) vượt qua; (*approve*)
thông qua; SP chuyển; ~ **an exam**
thi đỗ, thi đậu (S); ~ **sentence**
LAW tuyên án; ~ **the time** cho qua
thời giờ **3** *v/i* (*of time*) trôi qua; (*in
exam*) đỗ, đậu (S); SP chuyển
bóng; (*go away*) qua đi
♦ **pass around** chuyển tay
♦ **pass away** (*die*) qua đời
♦ **pass by 1** *v/t* (*go past*) đi qua **2** *v/i*
(*go past*) đi qua; (*of time*) trôi qua
♦ **pass on 1** *v/t information, book*
chuyển; *costs, savings* chuyển sang
2 *v/i* (*die*) qua đời
♦ **pass out** (*faint*) ngất đi
♦ **pass through** *town* ghé qua

♦ **pass up** *opportunity* khước từ
passable *road* qua lại được;
(*acceptable*) tàm tạm
passage (*corridor*) hành lang;
(*from poem, book*) đoạn trích; **the
~ of time** thời gian trôi qua
passageway lối đi
passenger hành khách
passenger seat ghế hành khách
passer-by khách qua đường
passion (*emotion*) tình cảm mạnh
mẽ; (*sexual desire*) sự đam mê;
(*fervor*) hăng say
passionate *lover* say đắm; (*fervent*)
nồng nhiệt
passive 1 *adj* thụ động; *resistance*
tiêu cực **2** *n* GRAM thể bị động; **in
the** ~ ở thể bị động
pass mark mức tiêu chuẩn;
passport hộ chiếu; **passport
control** trạm kiểm soát nhập
cảnh; **password** mật khẩu
past 1 *adj* (*former*) quá khứ, trước
đây; **the ~ few days** mấy ngày
qua; **that's all ~ now** nay thì mọi
sự đã qua đi **2** *n* quá khứ; **in the ~**
trong quá khứ **3** *prep* (*in time*) quá;
(*in position*) sau; **it's half ~ two**
bây giờ là hai giờ rưỡi **4** *adv:* **run/
walk** ~ chạy/đi qua
paste 1 *n* (*adhesive*) hồ dán **2** *v/t*
(*stick*) dán
pastel 1 *n* (*color*) màu phấn nhạt
2 *adj* nhạt
pastime sự giải trí
pastor cha sở
past participle phân từ quá khứ
pastrami thịt bò hun khói tẩm gia
vị
pastry (*for uncooked pie*) vỏ bánh;
(*small cake*) bánh nướng
past tense thời quá khứ
pasty *adj complexion* xanh xao
pat 1 *n* cái vỗ nhẹ; **give s.o. a ~ on**

ơ ur	**y** (tin)	**ây** uh-i	**iê** i-uh	**oa** wa	**ôi** oy	**uy** wee	**ong** aong
u (soon)	**au** a-oo	**eo** eh-ao	**iêu** i-yoh	**oai** wai	**ơi** ur-i	**ênh** uhng	**uyên** oo-in
ư (dew)	**âu** oh	**êu** ay-oo	**iu** ew	**oe** weh	**uê** way	**oc** aok	**uyêt** oo-yit

the back fig khen ngợi ai **2** *v/t* vỗ nhẹ

patch 1 *n* (*on clothing*) miếng vá; (*period of time*) thời kỳ; (*area*) mảng; *be not a ~ on* F kém **2** *v/t clothing* vá

♦ **patch up** (*repair temporarily*) sửa tạm; *quarrel* dàn xếp

patchwork 1 *n* (*needlework*) miếng vải chắp mảnh **2** *adj quilt* chắp nhiều mảnh

patchy *quality, work, performance* chắp vá

patent 1 *adj* (*obvious*) rõ ràng **2** *n* (*for invention*) bằng sáng chế **3** *v/t invention* lấy bằng sáng chế

patent leather da sơn

patently (*clearly*) rõ rành rành

paternal *relative* họ nội; *pride, love etc* của người cha; *~ grandmother / grandfather* bà / ông nội

paternalism chủ nghĩa gia trưởng

paternalistic theo chủ nghĩa gia trưởng

paternity tư cách làm cha

path con đường nhỏ; *fig* con đường

pathetic (*invoking pity*) tội nghiệp; F (*very bad*) thảm hại

pathological bệnh hoạn

pathologist nhà bệnh lý học

pathology bệnh lý học

patience tính kiên nhẫn

patient 1 *n* bệnh nhân **2** *adj* nhẫn nại; *just be ~!* hãy kiên nhẫn nào!

patiently một cách kiên nhẫn

patio hiên hè

patriot người yêu nước

patriotic yêu nước

patriotism lòng yêu nước

patrol 1 *n* việc tuần tra; *be on ~* đang tuần tra **2** *v/t streets, border* tuần tra

patrol car xe tuần tra; **patrolman**

cảnh sát tuần tra; **patrol wagon** xe chở tù

patron (*of store*) khách hàng quen; (*of movie house etc*) khách xem; (*of artist, charity etc*) người bảo trợ

patronize *person* đối xử kẻ cả

patronizing ra vẻ kẻ cả

patter 1 *n* (*of rain etc*) tiếng lộp độp; F (*of salesman*) lối nói liến thoắng **2** *v/i* rơi lộp bộp

pattern *n* (*on wallpaper, fabric*) hoa văn; (*for knitting, sewing*) kiểu; (*model*) mô hình; (*in behavior, events*) mẫu hình

patterned có hoa văn

paunch bụng phệ

pause 1 *n* sự tạm ngừng **2** *v/i* tạm ngừng **3** *v/t tape* tạm ngừng

pave lát; *~ the way for* fig mở đường cho ...

pavement (*roadway*) lề đường

paving stone đá lát

paw 1 *n* (*of animal*) chân; F (*hand*) bàn tay **2** *v/t* F sờ soạng

pawn[1] *n* (*in chess*) con tốt; fig con tốt đen

pawn[2] *v/t* cầm cố

pawnbroker chủ hiệu cầm đồ

pawnshop hiệu cầm đồ

pay 1 *n* tiền lương; *in the ~ of* ăn lương của **2** *v/t employee* trả lương; *sum* trả; *check* thanh toán; *~ attention* lắng nghe; *~ s.o. a compliment* khen ngợi ai **3** *v/i* trả tiền; (*be profitable*) có lời; *it doesn't ~ to ...* không đem lại lợi lộc ...; *~ for purchase* trả tiền; *you'll ~ for this!* fig anh/chị sẽ phải trả giá về việc này!

♦ **pay back** *person, loan* trả nợ; (*get revenge on*) trả thù

♦ **pay in** (*to bank*) nộp vào

♦ **pay off 1** *v/t debt* thanh toán; *corrupt official* đút lót **2** *v/i* (*be*

ch (*final*) k	gh g	nh (*final*) ng	r z; (S) r	x s	â (but)	i (tin)
d z; (S) y	gi z; (S) y	ph f	th t	a (hat)	e (red)	o (saw)
đ d	nh (onion)	qu kw	tr ch	ă (hard)	ê ay	ô oh

profitable) sinh lời

♦ **pay up** trả hết nợ

payable phải trả

pay check séc trả lương

payday ngày lĩnh lương

payee người nhận chi trả

pay envelope phong bì tiền lương

payer người chi trả

payment (*of check*) sự thanh toán; (*money*) trả tiền công

pay phone điện thoại công cộng

payroll (*money*) bảng lương; (*employees*) số nhân viên của một công ty; **be on the ~** có tên trên bảng lương

PC (= **personal computer**) máy tính cá nhân; (= **politically correct**) nhằm tránh làm xúc phạm tới bất cứ nhóm người đặc biệt nào trong xã hội

pea đậu hạt

peace (*not war*) hòa bình; (*quietness*) sự yên tĩnh

peaceable *person* thích yên tĩnh

Peace Corps Tổ chức Hòa bình Mỹ

peaceful yên tĩnh; (*nonviolent*) hòa bình

peacefully một cách thanh thản

peach (*fruit*) quả đào; (*tree*) cây đào

peach blossom hoa đào

peacock con công

pea hen con công mái

peak 1 *n* (*of mountain*) đỉnh núi; (*mountain*) núi; *fig* tột đỉnh; (*in time*) cao điểm **2** *v/i* đạt tới điểm cao nhất

peak consumption mức tiêu thụ cao nhất

peak hours những giờ cao điểm

peanut lạc (*N*), đậu phộng (*S*); **get paid ~s** F bị trả đồng lương mạt; **that's ~s to him** F cái đó đối với

anh ấy thì không thấm vào đâu

peanut butter bơ lạc

pear (*fruit*) quả lê; (*tree*) cây lê

pearl ngọc trai; *fig* ngọc quý

peasant nông dân

pebble đá cuội

pecan quả hồ đào Pêcan

peck 1 *n* (*bite*) cái mổ; (*kiss*) cái hôn vội **2** *v/t* (*bite*) mổ; (*kiss*) hôn vội

peculiar (*strange*) kỳ lạ; **~ to** (*special*) riêng biệt của

peculiarity (*strangeness*) tính chất kỳ lạ; (*special feature*) nét riêng biệt

pedal 1 *n* (*of bike*) bàn đạp **2** *v/i* (*turn ~s*) đạp; (*cycle*) đạp xe

pedantic ra vẻ mô phạm

pedestal (*for statue*) bệ

pedestrian *n* khách bộ hành

pedestrian precinct khu vực dành riêng cho người đi bộ

pediatrician bác sĩ nhi khoa

pediatrics nhi khoa

pedicab xích lô

pedigree 1 *n* nòi; (*of person*) dòng dõi **2** *adj* có nòi

pee *v/i* F đái, tiểu

peek 1 *n* cái nhìn vội **2** *v/i* nhìn lén

peel 1 *n* vỏ **2** *v/t fruit, vegetables* gọt vỏ **3** *v/i* (*of nose, shoulders*) tróc ra; (*of paint*) bong ra

peep → **peek**

peephole lỗ dòm ở cửa

peer¹ *n* (*equal*) người ngang hàng; (*in age*) bạn cùng lứa tuổi

peer² *v/i* nhìn kỹ; **~ through the mist** nhìn chăm chú qua sương mù; **~ at sth close up** nhìn gí mắt vào; (*in dark*) nhìn căng mắt vào

peeved F cáu kỉnh

peg *n* (*for hat, coat*) cái mắc; (*for tent*) cọc buộc lều; **off the ~** may sẵn

---

ơ ur	**y** (tin)	**ây** uh-i	**iê** i-uh	**oa** wa	**ôi** oy	**uy** wee	**ong** aong
u (soon)	**au** a-oo	**eo** eh-ao	**iêu** i-yoh	**oai** wai	**ơi** ur-i	**ênh** uhng	**uyên** oo-in
ư (dew)	**âu** oh	**êu** ay-oo	**iu** ew	**oe** weh	**uê** way	**oc** aok	**uyêt** oo-yit

pejorative có nghĩa xấu
pellet viên nhỏ; (*bullet*) viên đạn nhỏ
pelt 1 *v/t*: ~ **X with Y** ném túi bụi Y vào X **2** *v/i*: **they ~ed along the road** chúng phóng nhanh dọc theo đường; **it's ~ing down with rain** trời mưa như trút
pelvis khung chậu
pen[1] *n* (*ballpoint* ~) bút bi; (*fountain* ~) bút máy
pen[2] (*enclosure*) bãi nhốt
pen[3] F (*penitentiary*) nhà tù
penalize phạt
penalty sự phạt; SP quả phạt đền
penalty area SP khu phạt đền
penalty clause điều khoản phạt
pencil bút chì
pencil sharpener cái gọt bút chì
pendant (*necklace*) mặt dây
pending 1 *prep* trong khi chờ đợi **2** *adj*: **be** ~ (*awaiting a decision*) còn để treo; (*about to happen*) sắp xảy ra
penetrate *skin, defenses* xuyên qua; *market* thâm nhập
penetrating *stare* sắc sảo; *sound* the thé; *analysis* sâu sắc
penetration (*of defenses, skin*) sự xuyên qua; (*of market*) sự thâm nhập
pen friend bạn trên thư từ
penicillin pênixilin
peninsula bán đảo
penis dương vật
penitence sự ăn năn
penitent *adj* tỏ ra ăn năn
penitentiary nhà tù
pen name bút danh
pennant cờ đuôi nheo
penniless không một xu dính túi
penpal bạn trên thư từ
pension trợ cấp
♦ **pension off** cho về hưu

pension fund quỹ lương trợ cấp
pension scheme chế độ đóng trợ cấp
pensive trầm ngâm
Pentagon: **the** ~ Lầu năm góc
penthouse tầng mái
pent-up dồn nén
penultimate áp chót
people người; (*in general*) mọi người; (*race, tribe*) dân tộc; **the** ~ nhân dân; **the Vietnamese** ~ nhân dân Việt Nam; ~ **say ...** người ta nói ...; **there were 15** ~ đã có 15 người
People's Army Quân Đội Nhân Dân; **People's Committee** Ủy Ban Nhân Dân; **People's Newspaper** báo Nhân Dân
pepper (*spice*) hạt tiêu; (*vegetable*) ớt ngọt
peppermint (*candy*) kẹo bạc hà; (*flavoring*) hương vị bạc hà
pep talk lời động viên
per mỗi
per annum mỗi năm
perceive (*with senses*) nhận biết; (*view, interpret*) lĩnh hội
percent phần trăm; **10** ~ 10 phần trăm
percentage (*of sums*) tỷ lệ phần trăm; (*of groups, people etc*) tỷ lệ
perceptible có thể nhận thấy được
perceptibly có thể nhận thấy được
perception (*through senses*) sự cảm nhận; (*of situation*) sự nhận thức; (*insight*) sự hiểu biết
perceptive *person, remark* sâu sắc
perch 1 *n* (*for bird*) sào đậu **2** *v/i* (*of bird*) đậu; (*on edge of seat etc*) ngồi ghé; (*on high stool etc*) ngồi ngất ngưởng
percolate *v/i* (*of coffee*) pha bằng phin
percolator bình pha cà phê

ch (*final*) k	**gh** g	**nh** (*final*) ng	**r** z; (*S*) r	**x** s	**â** (but)	**i** (tin)
d z; (*S*) y	**gi** z; (*S*) y	**ph** f	**th** t	**a** (hat)	**e** (red)	**o** (saw)
đ d	**nh** (onion)	**qu** kw	**tr** ch	**ă** (hard)	**ê** ay	**ô** oh

percussion bộ gõ
percussion instrument nhạc khí gõ
perfect 1 n GRAM thời hoàn thành **2** adj hoàn hảo; (*ideal*) lý tưởng **3** v/t hoàn thiện
perfection sự tuyệt hảo; **to ~** một cách hoàn hảo
perfectionist n người cầu toàn
perfectly một cách hoàn hảo; (*totally*) hoàn toàn
perforated line đục lỗ
perforations đường đục lỗ
perform 1 v/t (*carry out*) thực hiện; (*of actor, musician etc*) trình diễn **2** v/i (*of actor, musician, dancer*) trình diễn; (*of machine*) hoạt động
performance (*by actor, musician etc*) buổi trình diễn; (*of employee, company etc*) thành tích; (*by machine*) hiệu suất
performance car xe có hiệu suất cao
performer người biểu diễn
perfume (*for woman*) nước hoa; (*of flower*) hương thơm
perfunctory chiếu lệ
perhaps có lẽ
peril hiểm họa
perilous đầy nguy hiểm
perimeter (*of circle*) chu vi; (*of camp etc*) vòng ngoài
perimeter fence hàng rào vòng ngoài
period (*time*) thời kỳ; (*menstruation*) hành kinh; (*punctuation mark*) dấu chấm câu; **I don't want to, ~!** tôi không muốn, chấm hết!
periodic theo chu kỳ
periodical n tạp chí xuất bản định kỳ
periodically một cách định kỳ
peripheral 1 adj (*not crucial*) thứ

yếu **2** n COMPUT thiết bị ngoại vi
periphery ngoại vi
perish (*of rubber*) mất tính đàn hồi; (*of person*) bỏ mạng
perishable adj food dễ ôi thiu
perjure: **~ oneself** khai man
perjury tội khai man
perk n (*of job*) bổng lộc
♦ **perk up 1** v/t làm cho vui vẻ **2** v/i trở nên phấn chấn
perky (*cheerful*) phấn chấn
perm 1 n lối uốn sóng **2** v/t uốn sóng
permanent adj lâu dài; employee, address thường xuyên; damage etc vĩnh viễn
permanently reside etc một cách lâu dài; damaged etc vĩnh viễn
permissible chấp nhận được
permission sự cho phép
permissive parents dễ dãi; society tự do
permit 1 n giấy phép **2** v/t cho phép; **~ X to do Y** cho phép X làm Y
perpendicular adj vuông góc
perpetual không ngừng
perpetually liên tục
perpetuate làm cho bất diệt
perplex làm bối rối
perplexed bối rối
perplexity tình trạng bối rối
persecute ngược đãi; (*of the press etc*) quấy rầy
persecution sự ngược đãi; (*by the press etc*) sự quấy rầy
perseverance tính kiên trì
persevere kiên trì
persist (*continue*) dai dẳng; (*not give up*) kiên trì; **~ in doing sth** khăng khăng làm gì
persistence (*perseverance*) tính kiên trì; (*continuation*) sự tiếp tục
persistent person, questions kiên trì;

ơ ur	y (tin)	ây uh-i	iê i-uh	oa wa	ôi oy	uy wee	ong aong
u (soon)	au a-oo	êu eh-ao	iêu i-yoh	oai wai	ơi u-r-i	ênh uhng	uyên oo-in
ư (dew)	âu oh	êu ay-oo	iu ew	oe weh	uê way	oc aok	uyêt oo-yit

rain dai dẳng

persistently (*continually*) tiếp tục

person người; *in ~* đích thân

personal (*private*) cá nhân; *life, phonecall* riêng tư; (*relating to a particular individual*), *belongings* dành riêng; ***don't make ~ remarks*** đừng nhận xét mang tính cá nhân

personal assistant trợ lý riêng; **personal computer** máy tính cá nhân; **personal hygiene** vệ sinh cá nhân

personality tính cách; (*celebrity*) nhân vật

personally (*for my part*) về phần tôi; (*in person*) đích thân; *know* bản thân; ***don't take it ~*** đừng cho rằng cái đó nhằm chĩa vào mình

personal pronoun đại từ chỉ ngôi

personal stereo máy stereo cá nhân

personnel (*employees*) nhân viên; (*department*) phòng nhân sự

personnel manager người quản lý nhân sự

perspiration mồ hôi; (*sweating*) sự đổ mồ hôi

perspire đổ mồ hôi

persuade *person* thuyết phục; *~ s.o. to do sth* thuyết phục ai làm gì

persuasion sự thuyết phục

persuasive có sức thuyết phục

pertinent thích đáng

perturb làm lo lắng

perturbing làm lo lắng

pervasive *influence, ideas etc* lan rộng

perverse (*awkward*) tai ác

perversion (*sexual*) sự trụy lạc

pervert *n* (*sexual*) người trụy lạc

pessimism tính bi quan

pessimist người bi quan

pessimistic bi quan

pest loài gây hại; F kẻ quấy rầy

pest control việc tiêu diệt các loài gây hại

pester quấy rầy; *~ s.o. to do sth* quấy rầy ai để làm gì

pesticide thuốc trừ sâu

pet 1 *n* (*animal*) vật nuôi; (*favorite*) con cưng **2** *adj* (*favorite*) được ưa thích **3** *v/t animal* vuốt ve **4** *v/i* (*of couple*) âu yếm

petal cánh hoa

♦ **peter out** yếu dần; (*of path*) mất dần

petite nhỏ nhắn

petition *n* kiến nghị

petrified hoảng sợ

petrify làm khiếp sợ

petrochemical chất hóa dầu

petroleum dầu mỏ

petty *person, behavior* nhỏ nhen; *details, problem* lặt vặt

petty cash tiền chi vặt

petulant nóng nảy

pew ghế dài có tựa

pewter hợp kim thiếc

pharmaceutical dược

pharmaceuticals dược phẩm

pharmacist (*in store*) dược sĩ

pharmacy (*store*) hiệu thuốc

phase giai đoạn

♦ **phase in** đưa vào từng bước

♦ **phase out** hủy bỏ từng bước

PhD (= *Doctor of Philosophy*) tiến sĩ Triết học

phenomenal kỳ lạ

phenomenally một cách kỳ lạ

phenomenon hiện tượng

philanthropic từ thiện

philanthropist người từ thiện

philanthropy lòng nhân đức

Philippines: *the ~* nước Phi-líp-pin

philistine *n* người phàm tục

philosopher triết gia

---

ch (*final*) k	**gh** g	**nh** (*final*) ng	**r** z; (*S*) r	**x** s	**â** (but)	**i** (tin)
d z; (*S*) y	**gi** z; (*S*) y	**ph** f	**th** t	**a** (hat)	**e** (red)	**o** (saw)
đ d	**nh** (onion)	**qu** kw	**tr** ch	**ă** (hard)	**ê** ay	**ô** oh

philosophical theo triết học; *attitude* tự an ủi

philosophy triết học; (*personal*) triết lý

phobia nỗi sợ hãi

phoenix phượng

phone 1 *n* điện thoại **2** *v/t & v/i* gọi điện thoại

phone book danh bạ điện thoại; **phone booth** trạm điện thoại công cộng; **phonecall** cú điện thoại; **phone number** số điện thoại

phon(e)y *adj* giả

phosphate phốt phát

photo *n* bức ảnh

photo album anbom ảnh; **photocopier** máy phô tô; **photocopy 1** *n* bản sao chụp **2** *v/t* sao chụp

photogenic *person* ăn ảnh; *view etc* lên ảnh đẹp

photograph 1 *n* bức ảnh **2** *v/t* chụp ảnh

photographer nhà nhiếp ảnh

photography (*skill*) nghệ thuật nhiếp ảnh; (*action*) sự chụp ảnh

phrase 1 *n* cụm từ; (*saying*) thành ngữ **2** *v/t* diễn đạt bằng lời

phrasebook từ điển cụm từ và thành ngữ

physical 1 *adj* (*relating to the body*) (thuộc) cơ thể; *attraction* thể xác **2** *n* MED khám sức khỏe

physical handicap tật nguyền cơ thể

physically thể xác

physician thầy thuốc

physicist nhà vật lý

physics vật lý học

physiotherapist nhà vật lý trị liệu

physiotherapy vật lý trị liệu

physique thể lực

pianist người chơi dương cầm

piano dương cầm, pianô

pick 1 *n*: **take your ~** anh/chị cứ chọn đi **2** *v/t* (*choose*) chọn; *flowers, fruit* hái; **~ one's nose** cạy rỉ mũi **3** *v/i*: **~ and choose** kén chọn

♦ **pick at**: **~ one's food** gảy từng tí một

♦ **pick on** (*treat unfairly*) trù dập; (*select*) chọn

♦ **pick out** (*identify*) nhận diện

♦ **pick up 1** *v/t* nhấc ... lên; (*from ground*) nhặt ... lên; (*collect: people*) đón; (*collect: things*) lấy về; (*in car*) cho ... đi nhờ; (*in sexual sense*) bắt bồ; *language, skill* nắm; *habit, illness* nhiễm; (*buy*) mua được; *criminal* bắt **2** *v/i* (*improve*) trở nên tốt hơn; (*of weather*) đẹp lên

picket 1 *n* (*of strikers*) người đứng cản **2** *v/t*: **they ~ed the factory** họ đứng cản trước nhà máy

picket fence hàng rào cọc nhọn

picket line hàng người đứng cản

pickle *v/t* đem giấm

pickles dưa

pickpocket kẻ móc túi

pick-up (**truck**) xe tải nhỏ

picky F kén cá chọn canh

picnic 1 *n* pích ních **2** *v/i* đi pích ních

picture 1 *n* (*photo*) bức ảnh (*N*), bức hình (*S*); (*painting*) bức họa; (*illustration*) tranh minh họa; (*movie*) bộ phim; **keep s.o. in the ~** thông báo cho ai về gì **2** *v/t* hình dung

picture book sách tranh ảnh

picture postcard bưu thiếp có ảnh

picturesque đẹp như tranh

pie bánh nướng có nhân

piece mảnh; (*in board game*) con; **a ~ of bread** mẩu bánh mì; **a ~ of advice** một lời khuyên; **go to ~s**

ơ ur	**y** (tin)	**ây** uh-i	**iê** i-uh	**oa** wa	**ôi** oy	**uy** wee	**ong** aong
u (soon)	**au** a-oo	**eo** eh-ao	**iêu** i-yoh	**oai** wai	**ơi** u-r-i	**ênh** uhng	**uyên** oo-in
ư (dew)	**âu** oh	**êu** ay-oo	**iu** ew	**oe** weh	**uê** way	**oc** aok	**uyêt** oo-yit

bị suy sụp; **take to ~s** tháo rời
♦ **piece together** *broken plate* lắp ráp; *facts, evidence* chắp lại
piecemeal *adv* từng phần một
piecework *n* việc khoán
pierce (*penetrate*) xuyên thủng; *ears* bấm lỗ
piercing *noise* the thé; *eyes* xuyên thấu; *wind* buốt thấu xương
pig con lợn (*N*), con heo (*S*); (*unpleasant person*) đồ con lợn; (*in Vietnamese zodiac*) Hợi
pigeon chim bồ câu
pigheaded bướng bỉnh
pigpen chuồng lợn; *fig* ổ lợn; **pigskin** da lợn; **pigtail** bím tóc đuôi sam
pile đống; **a ~ of work** một đống việc
♦ **pile up 1** *v/i* (*of work, bills*) chất đống **2** *v/t* chất đống
piles MED bệnh trĩ
pile-up MOT vụ có nhiều xe đâm vào nhau
pilfering sự ăn cắp vặt
pilgrim người hành hương
pilgrimage cuộc hành hương
pill viên thuốc; **the ~** thuốc tránh thai; **be on the ~** dùng thuốc tránh thai
pillar cột
pillion (*of motorbike*) yên đèo
pillow gối
pillowcase, pillowslip áo gối
pilot 1 *n* (*of airplane*) phi công **2** *v/t airplane* lái
pilot plant xưởng thí điểm
pilot scheme kế hoạch thí điểm
pimp *n* chủ chứa
pimple mụn nhọt
PIN (= *personal identification number*) số nhận dạng cá nhân
pin 1 *n* (*for sewing*) đinh ghim; (*in bowling*) con ky; (*badge*) huy hiệu;

a 2-~ plug ELEC phích cắm hai chạc **2** *v/t* (*hold down*) ghìm chặt; (*attach*) ghim
♦ **pin down: pin s.o. down to a date** buộc ai phải đồng ý với một ngày cụ thể
♦ **pin up** *notice* ghim lên
pincers cái kìm; **a pair of ~** một chiếc kìm
pinch 1 *n* cái véo; (*of salt, sugar etc*) nhúm; **at a ~** khi cần thiết **2** *v/t* véo **3** *v/i* (*of shoes*) bó chặt
pine¹ *n* (*tree*) cây thông; (*wood*) gỗ thông
pine² *v/i*: **~ for** mong ngóng
pineapple quả dứa (*N*), quả thơm (*S*)
ping 1 *n* tiếng keng **2** *v/i* kêu keng
ping-pong bóng bàn
pink (*color*) màu hồng
pinnacle *fig* đỉnh cao nhất
pinpoint xác định rõ; **pins and needles** cảm giác rần rần; **pinstripe** *adj* kẻ sọc nhỏ
pint panh
pin-up (**girl/boy**) tranh ảnh tài tử
pioneer 1 *n fig* người tiên phong **2** *v/t* mở đầu
pioneering *adj work* tiên phong
pious sùng đạo
pip *n* (*of fruit*) hột
pipe 1 *n* (*for smoking*) tẩu thuốc; (*for water, gas, sewage*) ống dẫn **2** *v/t* đặt ống dẫn
♦ **pipe down** bớt ồn ào
piped music nhạc phát ra loa
pipeline đường ống dẫn; **in the ~** sắp xảy ra
pirate *v/t software* in lậu
piss F **1** *v/i* (*urinate*) đi đái **2** *n* Br: **take the ~** chế nhạo
pissed F (*annoyed*) bực bội; *Br* (*drunk*) say mèm

ch (*final*) k	gh g	nh (*final*) ng	r z; (S) r	x s	â (but)	i (tin)
d z; (S) y	gi z; (S) y	ph f	th t	a (hat)	e (red)	o (saw)
đ d	nh (onion)	qu kw	tr ch	ă (hard)	ê ay	ô oh

pistol súng lục

piston pít-tông

pit n (hole) hố; (coalmine) mỏ than; (in fruit) hột

pitch¹ n MUS độ cao

pitch² **1** v/i (in baseball) ném bóng **2** v/t tent dựng; ball ném

pitch-black đen như mực

pitcher¹ (baseball player) cầu thủ ném bóng

pitcher² (container) bình

piteous đáng thương

pitfall chỗ bẫy

pith (of citrus fruit) cùi

pitiful sight đáng thương; excuse, attempt đáng khinh

pitiless độc ác, nhẫn tâm

pittance tiền thù lao rẻ mạt

pity 1 n lòng thương hại; it's a ~ that ... đáng tiếc là ...; what a ~! thật đáng tiếc!; take ~ on thấy thương hại **2** v/t person thương hại

pivot v/i xoay quanh

pizza bánh piza

placard áp phích

place 1 n nơi; (bar, restaurant) nơi; (apartment, house) nhà; (in book) đoạn; (in race, competition) vị trí; (seat) chỗ ngồi; at my/his ~ tại nhà tôi/anh ấy; in ~ of thay thế; feel out of ~ cảm thấy lạc lõng; take ~ được tiến hành; in the first ~ (firstly) trước hết; (in the beginning) lúc đầu **2** v/t (put) đặt; (identify) nhận ra; ~ an order đặt hàng

place mat miếng lót đĩa ăn

placid trầm tĩnh

plague 1 n bệnh dịch **2** v/t (bother) quấy rầy

plain¹ n đồng bằng

plain² **1** adj (clear, obvious) rõ ràng; (not fancy) đơn giản; (not pretty) bình thường; (not patterned) trơn; (blunt) thẳng thắn; ~ chocolate sô cô la thường **2** adv hoàn toàn; it's ~ crazy thật hoàn toàn điên rồ

plain clothes: in ~ mặc thường phục

plainly (clearly) rõ ràng; (bluntly) thẳng thắn; (simply) đơn giản

plain-spoken nói thẳng

plaintiff nguyên đơn

plaintive rầu rĩ

plait 1 n (in hair) tóc tết **2** v/t hair tết

plan 1 n (project, intention) kế hoạch; (drawing) sơ đồ **2** v/t (prepare) chuẩn bị; (design) thiết kế; ~ to do sth dự kiến làm gì **3** v/i trù tính

plane¹ n (airplane) máy bay

plane² n (tool) cái bào

planet hành tinh

plank (of wood) tấm ván; fig (of policy) mục

planning sự lập kế hoạch; at the ~ stage ở giai đoạn lập kế hoạch

plant¹ **1** n thực vật **2** v/t trồng

plant² n (factory) nhà máy; (equipment) máy móc thiết bị

plantation đồn điền

plaque¹ (on wall) tấm biển

plaque² (on teeth) bựa răng

plaster 1 n (on wall, ceiling) vữa **2** v/t wall, ceiling trát; be ~ed with make-up trát đầy; posters etc dán đầy

plaster cast khuôn bó bột

plastic 1 n chất dẻo **2** adj (made of ~) bằng chất dẻo

plastic bag túi nilông; **plastic money** thẻ tín dụng; **plastic surgeon** nhà phẫu thuật tạo hình; **plastic surgery** phẫu thuật tạo hình

plate n (for food) đĩa; (sheet of metal) tấm

ơ ur	y (tin)	ây uh-i	iê i-uh	oa wa	ôi oy	uy wee	ong aong
u (soon)	au a-oo	eo eh-ao	iêu i-yoh	oai wai	ơi ur-i	ênh uhng	uyên oo-in
ư (dew)	âu oh	êu ay-oo	iu ew	oe weh	uê way	oc aok	uyêt oo-yit

plateau cao nguyên
platform (*stage*) bục; (*of railroad station*) thềm ga; *fig* (*political*) cương lĩnh
platinum 1 *n* bạch kim **2** *adj* bằng bạch kim
platitude lời nhạt nhẽo
platonic *relationship* thuần khiết
platoon (*of soldiers*) trung đội
platter (*for meat, fish*) đĩa lớn
plausible có thể tin được
play 1 *n* (*in theater, on TV*) vở kịch; (*of children*) trò chơi; (*activity*) sự vui chơi; TECH lỏng; SP lối chơi **2** *v/i also* MUS, SP chơi **3** *v/t instrument, music, game* chơi; *opponent* thi đấu; (*perform: Macbeth etc*) trình diễn; *particular role* đóng vai; *~ a joke on* chơi khăm
♦ **play around** (*be unfaithful*) léng phéng
♦ **play down** làm giảm tính quan trọng
♦ **play up** (*of machine*) trục trặc; (*of child*) gây rắc rối; (*of tooth, bad back etc*) làm đau đớn
playact vờ vịt; **playback** quay lại; **playboy** kẻ ăn chơi
player MUS, SP người chơi; (*actor*) diễn viên
playful *punch etc* hay đùa
playground sân chơi
playing card quân bài
playing field sân bóng
playmate bạn cùng chơi
playwright nhà soạn kịch
plaza (*for shopping*) trung tâm buôn bán
plea *n* lời cầu xin
plead *v/i: ~ for* cầu xin; *~ guilty* thú tội; *~ not guilty* chối tội; *~ with* nài xin
pleasant dễ chịu; *meal* ngon

please 1 *adv* làm ơn; *~ take me with you* làm ơn cho tôi đi cùng anh/chị; *can I have a coffee, ~?* xin vui lòng cho tôi một cốc cà phê; *more tea? – yes,* – dùng thêm chè chứ? – vâng, xin anh/chị; *~ do* (*go ahead*) xin mời **2** *v/t* làm vui lòng; *~ yourself* tùy anh/chị thôi
pleased hài lòng; *~ to meet you* hân hạnh được gặp anh/chị
pleasing *sound* dễ chịu; *sight, design* vui mắt; *it is ~ that ...* thật dễ chịu ...
pleasure (*happiness, satisfaction*) niềm vui thích; (*as opposed to work*) vui chơi; (*delight*) niềm vui sướng; *it's a ~* (*you're welcome*) không dám; *with ~* rất vui lòng
pleat *n* (*in skirt*) nếp gấp
pledge 1 *n* (*promise*) lời hứa hẹn; *Pledge of Allegiance* lời hứa trung thành **2** *v/t* (*promise*) hứa hẹn
plentiful *supply* dồi dào; *fruit, hotels etc* rất nhiều
plenty (*abundance*) nhiều; *~ of* nhiều; *that's ~* đủ rồi; *there's ~ for everyone* có thừa đủ cho mọi người; *a time of ~* thời sung túc
pliable dễ uốn
pliers cái kìm; *a pair of ~* một đôi kìm
plight cảnh ngộ khốn khó
plod *v/i* (*walk*) lê bước
♦ **plod along, plod on** (*with a job*) vất vả
plodder (*at work, school*) người cần cù
plot¹ *n* (*land*) mảnh đất
plot² *n* (*conspiracy*) âm mưu; (*of novel*) cốt truyện **2** *v/t* mưu tính **3** *v/i* âm mưu
plotter người âm mưu; COMPUT

---

ch (*final*) k	**gh** g	**nh** (*final*) ng	**r** z; (S) r	**x** s	**â** (but)	**i** (tin)
d z; (S) y	**gi** z; (S) y	**ph** f	**th** t	**a** (hat)	**e** (red)	**o** (saw)
đ d	**nh** (onion)	**qu** kw	**tr** ch	**ă** (hard)	**ê** ay	**ô** oh

máy in đồ thị

plow 1 n cái cày **2** v/t & v/i cày

♦ **plow back** profits tái đầu tư

pluck v/t eyebrows tỉa; chicken nhổ lông

♦ **pluck up**: ~ **courage** lấy hết can đảm

plug 1 n (for sink, bath) cái nút; (electrical) phích cắm; (spark ~) bugi; (for new book etc) bài quảng cáo **2** v/t hole nút lại; new book etc quảng cáo liên tiếp

♦ **plug away** F ráng sức

♦ **plug in** v/t cắm phích

plum 1 n (fruit) quả mận; (tree) cây mận **2** adj job etc béo bở

plumage bộ lông chim

plumb adj thẳng đứng

plumber thợ ống nước

plumbing (pipes) hệ thống ống nước

plummet (of airplane) rơi nhanh; (of share prices) tụt xuống

plump adj person bụ bẫm; chicken béo mẫm

♦ **plump for** chọn

plunge 1 n cú lao xuống; (in prices) sự tụt xuống; **take the ~** làm liều; (get married) nhắm mắt làm liều **2** v/i lao xuống; (of prices) tụt xuống **3** v/t knife đâm; **the city was ~d into darkness** thành phố chìm trong bóng tối; **the news ~d him into despair** tin tức làm anh ấy đâm ra tuyệt vọng

plunging: ~ **neckline** cổ khoét sâu

plural adj & n số nhiều

plus 1 prep cộng với **2** adj hơn; **$500 ~** hơn 500$ **3** n (symbol) dấu cộng; (advantage) ưu thế **4** conj (moreover, in addition) hơn nữa

plush sang trọng

plywood gỗ dán

p.m. chiều

pneumatic đầy không khí

pneumatic drill khoan hơi

pneumonia viêm phổi

poach¹ v/t (cook) rim

poach² v/i (hunt) săn trộm

poached egg trứng chần

poaching (hunting) sự săn trộm

PO Box hộp thư bưu điện

pocket 1 n túi; **line one's own ~** kiếm tiền một cách bất chính; **be out of ~** làm mất tiền tôi **2** adj (miniature) bé nhỏ **3** v/t đút túi

pocketbook (purse) sắc nhỏ; (billfold) ví; (book) sổ tay nhỏ; **pocket calculator** máy tính cầm tay; **pocketknife** dao nhíp

podium bục

poem bài thơ

poet nhà thơ

poetic person như thi sĩ; description thi vị

poetry thơ ca

poignant đau lòng

point 1 n (of pencil) đầu; (of knife) mũi; (in competition, exam) điểm; (purpose) mục đích; (meaning) ý nghĩa; (moment) lúc; (in argument, discussion) lý lẽ; (in decimals) chấm; **beside the ~** không thích hợp; **be on the ~** sắp làm gì; **get to the ~** đi thẳng vào vấn đề; **the ~ is ...** vấn đề là ...; **there's no ~ in waiting/trying** không ích gì mà chờ đợi/thử **2** v/i chỉ (tay) **3** v/t gun chĩa

♦ **point at** (with finger) chỉ tay vào

♦ **point out** sights chỉ ra; advantages etc lưu ý

♦ **point to** (with finger) chỉ về; fig (indicate) vạch rõ

point-blank 1 adj refusal, denial thẳng thừng; **at ~ range** ở cự ly rất gần **2** adv refuse, deny một cách thẳng thừng

---

ơ ur	y (tin)	ây uh-i	iê i-uh	oa wa	ôi oy	uy wee	ong aong
u (soon)	au a-oo	eo eh-ao	iêu i-yoh	oai wai	ơi ur-i	ênh uhng	uyên oo-in
ư (dew)	âu oh	êu ay-oo	iu ew	oe weh	uê way	oc aok	uyêt oo-yit

pointed *remark etc* nhằm thẳng vào

pointer (*for teacher*) thước kẻ; (*hint*) lời gợi ý; (*sign, indication*) dấu hiệu

pointless vô bổ; *it's ~ trying* làm gì cho tốn hơi sức

point of sale (*place*) nơi bán hàng; (*promotional material*) đồ quảng cáo

point of view quan điểm

poise tư thế đỉnh đạc

poised *person* đỉnh đạc

poison 1 *n* thuốc độc **2** *v/t person* đầu độc; *animal, water, land* đánh thuốc độc; *relationship* làm tổn hại

poisonous *snake, spider* có nọc độc; *plant* có chất độc hại

poke 1 *n* cú hích **2** *v/t* (*prod*) đẩy; (*in the ribs*) hích; (*stick: gun*) dí; ♦ *fun at* chế giễu; *~ one's nose into* gí mũi vào

♦ **poke around** lục lọi

poker (*card game*) bài xì

poky (*cramped*) chật chội

Poland nước Ba Lan

polarize *v/t* phân cực

Pole người Ba Lan

pole¹ (*to push a boat*) sào; (*for support*) cột

pole² (*of earth*) cực

polevault (*event*) môn nhảy sào

police *n* công an, cảnh sát

policeman công an, cảnh sát; **police state** chế độ dùi cui; **police station** đồn công an, đồn cảnh sát; **policewoman** nữ công an, nữ cảnh sát

policy¹ (*of government, company*) chính sách

policy² (*insurance ~*) hợp đồng

polio bệnh bại liệt

Polish 1 *adj* Ba Lan **2** *n* tiếng Ba Lan

polish 1 *n* (*product*) thuốc đánh bóng; *shoe ~* xi đánh giày **2** *v/t* đánh bóng; *speech* trau chuốt

♦ **polish off** *food* ngốn hết

♦ **polish up** *skill* hoàn thiện

polished *performance* tinh tế

polite lịch sự

politely một cách lịch sự

politeness sự lễ phép

political chính trị

politically correct nhằm tránh làm xúc phạm tới bất cứ nhóm người đặc biệt nào trong xã hội

politician nhà chính trị

politics việc chính trị; *what are his ~?* quan điểm chính trị của anh ấy là thế nào?

poll 1 *n* (*survey*) cuộc thăm dò ý kiến; *the ~s* (*election*) cuộc bầu cử; *go to the ~s* (*vote*) đi bầu cử **2** *v/t people* thăm dò ý kiến; *votes* thu được

pollen phấn hoa

pollen count chỉ số phấn hoa

polling booth phòng bỏ phiếu

pollster người thăm dò ý kiến

pollutant chất ô nhiễm

pollute làm ô nhiễm

pollution sự ô nhiễm

polo neck (*sweater*) cổ lọ

polo shirt áo sơ mi cổ lọ

polyester áo polyexte

polyethylene politen

polystyrene polixtiren

polyunsaturated *không có khả năng sinh cô lextêrôn*

pomegranate quả thạch lựu

pompous *speech* khoa trương; *person* vênh vang

pond ao

ponder *v/t* cân nhắc

pony giống ngực pony

ponytail tóc đuôi ngựa

poodle chó xù

pool¹ (*swimming ~*) bể bơi; (*of*

ch (*final*) k	gh g	nh (*final*) ng	r z; (*S*) r	x s	â (but)	i (tin)
d z; (*S*) y	gi z; (*S*) y	ph f	th t	a (hat)	e (red)	o (saw)
đ d	nh (onion)	qu kw	tr ch	ă (hard)	ê ay	ô oh

water, blood) vững

pool² (*game*) trò chơi pun

pool³ 1 *n* (*common fund*) vốn chung **2** *v/t resources* góp chung

pool hall phòng đánh pun

pool table bàn đánh pun

pooped F mệt đứt hơi

poor 1 *adj* (*not wealthy*) nghèo; (*not good*) kém; (*unfortunate*) tội nghiệp; *be in ~ health* bị ốm yếu; *~ old Tony!* tội nghiệp Tony! **2** *n: the ~* người nghèo

poorly 1 *adv* tồi **2** *adj* (*unwell*) không được khỏe

pop¹ 1 *n* (*noise*) tiếng nổ bốp **2** *v/i* (*of cork, popcorn*) nổ bốp; (*of balloon*) nổ tung **3** *v/t cork* mở đánh bốp; *balloon* làm nổ

pop² *n & adj* MUS nhạc pốp

pop³ F (*father*) bố

♦ **pop up** *v/i* (*appear suddenly*) bất ngờ xuất hiện

popcorn bỏng ngô

Pope giáo hoàng

poppy cây anh túc

Popsicle® kem que

pop song bài hát nhạc pốp

popular được nhiều người ưa thích; *belief* phổ biến; *support* của nhân dân

popularity sự được lòng dân

popular opera chèo

populate cư trú

population dân số

porcelain 1 *n* đồ sứ **2** *adj* bằng sứ

porch hiên

porcupine con nhím

pore (*of skin*) lỗ chân lông

♦ **pore over** mải mê nghiên cứu

pork thịt lợn (*N*), thịt heo (*S*)

porn *n* khiêu dâm

porn(o) *adj* khiêu dâm

pornographic khiêu dâm

pornography sự khiêu dâm;

(*books, movies*) sách báo khiêu dâm

porous xốp

port¹ *n* (*town*) thành phố cảng; (*area*) cảng

port² *adj* (*left-hand*) mạn trái

portable 1 *adj* xách tay **2** *n* COMPUT máy tính xách tay; (*TV set*) máy ti-vi xách tay

porter người khuân vác; (*doorman*) người gác cửa

porthole NAUT ô cửa sổ

portion *n* phần; (*of food*) suất

portrait 1 *n* (*painting, photograph*) chân dung; (*depiction*) sự miêu tả **2** *adv print* khổ dọc

portray (*of artist*) vẽ chân dung; (*of photograph*) chụp chân dung; (*of actor*) diễn tả; (*of author*) miêu tả

portrayal (*by actor*) sự diễn tả; (*by author*) sự miêu tả

Portugal nước Bồ Đào Nha

Portuguese 1 *adj* Bồ Đào Nha **2** *n* (*person*) người Bồ Đào Nha; (*language*) tiếng Bồ Đào Nha

pose 1 *n* (*pretense*) trò giả tạo **2** *v/i* (*for artist, photographer*) làm mẫu; *~ as* giả danh **3** *v/t: ~ a problem/a threat* tạo ra vấn đề/mối đe dọa

position 1 *n* (*location, in competition, military*) vị trí; (*stance*) tư thế; (*point of view*) quan điểm; (*situation*) hoàn cảnh; (*job*) chỗ làm; (*status*) địa vị **2** *v/t* bố trí

positive *attitude* lạc quan; *response* tích cực; *medical test* dương tính; GRAM ở dạng nguyên; ELEC dương; *be ~* (*sure*) chắc chắn

positively (*decidedly*) rõ ràng; (*definitely*) chắc chắn

possess có

possession (*ownership*) sự sở hữu; (*thing owned*) vật sở hữu; *~s* tài sản

---

ơ ur	**y** (tin)	**ây** uh-i	**iê** i-uh	**oa** wa	**ôi** oy	**uy** wee	**ong** aong
u (soon)	**au** a-oo	**eo** eh-ao	**iêu** i-yoh	**oai** wai	**ơi** ur-i	**ênh** uhng	**uyên** oo-in
ư (dew)	**âu** oh	**êu** ay-oo	**iu** ew	**oe** weh	**uê** way	**oc** aok	**uyêt** oo-yit

possessive *child* ích kỷ; *parent, partner* có tính sở hữu; GRAM sở hữu

possibility khả năng

possible có thể; *the shortest/ quickest ~ ...* ... ngắn nhất/nhanh nhất có thể được; *the best ~ ...* ... tốt nhất có thể được

possibly có thể; *that can't ~ be right* điều đó không thể nào đúng được; *could you ~ tell me ...?* anh/chị có thể nói cho tôi biết ...

post¹ 1 *n* (*of wood, metal*) cột 2 *v/t notice* dán; *profits* công bố; *keep s.o. ~ed* thông báo kịp thời

post² 1 *n* (*place of duty*) vị trí 2 *v/t soldier, employee* bổ nhiệm; *guards* bố trí

postage bưu phí

postal bưu điện

postcard bưu thiếp

postdate để lùi ngày tháng

poster (*advertising*) áp phích; (*for decoration*) tranh in to

posterior *n hum* (*buttocks*) mông đít

posterity thế hệ mai sau

postgraduate 1 *n* nghiên cứu sinh 2 *adj* sau đại học

posthumous: *~ novel* cuốn tiểu thuyết xuất bản sau khi tác giả qua đời; *~ award* sự truy tặng; *~ baby* đứa bé sinh ra sau khi bố chết

posting (*assignment*) việc bổ nhiệm

postmark dấu bưu điện

postmortem khám nghiệm tử thi

post office bưu điện

postpone hoãn lại

postponement sự hoãn lại

posture *n* tư thế

postwar hậu chiến

pot¹ (*for cooking in*) nồi; (*for coffee,*

tea) bình; (*for plant*) chậu

pot² F (*marijuana*) cần sa

potato khoai tây

potato chips khoai tây chiên

potent *drug, medicine* hiệu nghiệm; *weapon* có uy lực

potential 1 *adj* tiềm năng 2 *n* khả năng

potentially có khả năng

potter *n* thợ gốm

pottery (*activity*) nghề gốm; (*items*) đồ gốm; (*place*) xưởng gốm

potty *n* (*for baby*) bô

pouch (*bag*) túi nhỏ; (*of ammunition, mailman*) bao

poultry (*birds*) gà vịt; (*meat*) thịt gà vịt

pounce *v/i* (*of animal*) vồ; *fig* chộp

pound¹ *n* (*weight*) pao

pound² (*for strays*) chỗ nhốt mèo chó lạc; (*for cars*) nơi giữ ô tô bị phạt

pound³ *v/i* (*of heart*) đập thình thịch; *~ on* (*hammer on*) đập mạnh

pound sterling bảng Anh

pour *v/t liquid* rót 2 *v/i* chảy; *it's ~ing* (*with rain*) trời mưa như trút

♦ **pour out** *liquid* rót; *troubles* thổ lộ

pout *v/i* trề môi

poverty sự nghèo nàn

poverty-stricken nghèo xác xơ

powder 1 *n* bột; (*for face*) phấn 2 *v/t face* đánh phấn

powder room phòng vệ sinh nữ

power 1 *n* (*strength*) sức mạnh; (*authority*) quyền lực; (*energy*) năng lượng; (*electricity*) điện; *in ~* POL nắm quyền; *fall from ~* POL mất quyền 2 *v/t: be ~ed by* vận hành bằng

power-assisted có trợ lực

power cut sự mất điện

powerful *blow* mạnh; *drug, detergent* có công hiệu; *country* hùng mạnh;

ch (*final*) k	**gh** g	**nh** (*final*) ng		**r** z; (*S*) r	**x** s	**â** (but)	**i** (tin)
d z; (*S*) y	**gi** z; (*S*) y	**ph** f		**th** t	**a** (hat)	**e** (red)	**o** (saw)
đ d	**nh** (onion)	**qu** kw		**tr** ch	**ă** (hard)	**ê** ay	**ô** oh

person, union có quyền hành; *car, engine* có công suất lớn

powerless bất lực; *be ~ to ...* không có khả năng ...

power line dây điện; **power outage** sự mất điện; **power station** nhà máy điện; **power steering** cơ cấu lái bằng điện; **power unit** bộ phát điện năng

PR (= *public relations*) quan hệ quần chúng

practical *experience* thực tiễn; *work* thực hành; *person* thực tế; (*functional*) thiết thực

practical joke trò chơi khăm

practically *behave, think* một cách thực tế; (*almost*) hầu như

practice 1 *n* sự thực hành, sự tập luyện; (*rehearsal*) buổi diễn tập; (*custom*) tập tục; (*in work life*) thông lệ; *in ~* (*in reality*) trên thực tế; *be out of ~* không tập luyện **2** *v/i* tập luyện **3** *v/t* luyện; *law, medicine* hành nghề

pragmatic thực dụng

pragmatism chủ nghĩa thực dụng

prairie đồng cỏ

praise 1 *n* lời khen ngợi **2** *v/t* khen ngợi

praiseworthy đáng ca ngợi

prank trò đùa tinh nghịch

prattle *v/i* nói chuyện tầm phào

pray cầu nguyện

prayer lời cầu nguyện

preach 1 *v/i* (*in church*) giảng đạo; (*moralize*) thuyết giáo **2** *v/t* *sermon* thuyết giảng

preacher người thuyết giáo

precarious *situation, future, living* bấp bênh

precariously *stand* chênh vênh; *balance* bấp bênh

precaution sự đề phòng

precautionary *measure* phòng ngừa

precede *v/t* (*in time*) có trước; (*walk in front of*) đi trước

precedence: *take ~* có quyền ưu tiên; *take ~ over ...* có quyền ưu tiên hơn ...

precedent tiền lệ

preceding *week* trước đó; *chapter* trước

precinct (*district*) quận

precious *gems* quý; *possession, commodity* quý giá

precipitate *v/t* *crisis* đẩy nhanh

précis *n* bản tóm tắt

precise đúng

precisely (*in time*) đúng; *know, tell etc* chính xác

precision sự chính xác

precocious *child* sớm phát triển

preconceived *idea* định trước

precondition điều kiện tiên quyết

predator (*animal*) dã thú

predecessor (*in job*) người tiền nhiệm; (*machine*) kiểu dáng trước

predestination thuyết tiên định

predicament tình thế khó khăn

predict dự đoán

predictable có thể dự đoán được

prediction lời dự báo

predominant nổi bật nhất

predominantly chủ yếu là

predominate trội hơn hẳn

prefabricated làm sẵn

preface *n* lời nói đầu

prefer: *~ X* thích X hơn; *~ X to Y* thích X hơn Y; *~ to do sth* thích làm gì hơn; *~ to wait* thích chờ đợi hơn

preferable hợp hơn; *be ~ to* hợp hơn

preferably tốt nhất là

preference sự thích hơn; *do you have any ~?* anh/chị thích gì hơn?

preferential ưu đãi

prefix tiền tố

ơ ur	y (tin)	ây uh-i	iê i-uh	oa wa	ôi oy	uy wee	ong aong
u (soon)	au a-oo	eo eh-ao	iêu i-yoh	oai wai	ơi ur-i	ênh uhng	uyên oo-in
ư (dew)	âu oh	êu ay-oo	iu ew	oe weh	uê way	oc aok	uyêt oo-yit

pregnancy sự có thai; (*period*) kỳ thai nghén

pregnant có thai

prehistoric thời tiền sử; *fig* cổ lỗ sĩ

prejudice 1 *n* sự thành kiến **2** *v/t chances* làm giảm; ~ *s.o.* làm ai có thành kiến

prejudiced có thành kiến

preliminary *adj* sơ bộ; (*competition*) vòng loại

premarital trước hôn nhân

premature *senility, death* sớm; *baby* đẻ non; *decision* quá sớm

premeditated dự tính trước

premier *n* POL thủ tướng; (*in Australia*) thủ hiến

première *n* (*of movie*) buổi chiếu đầu tiên; (*of play*) buổi công diễn đầu tiên

premises (*house, building etc*) tòa nhà; *on the* ~ trong tòa nhà

premium *n*: *insurance* ~ phí bảo hiểm

premonition linh cảm

prenatal trước khi đẻ

preoccupied lo nghĩ

preparation (*act*) sự chuẩn bị; *in* ~ *for* để chuẩn bị cho; ~*s* công việc chuẩn bị

prepare 1 *v/t* chuẩn bị; *be* ~*d to do sth* (*willing*) sẵn sàng làm việc gì **2** *v/i* chuẩn bị

preposition giới từ

preposterous vô lý

prerequisite điều kiện tiên quyết

prescribe (*of doctor*) kê đơn; *rest* chỉ định

prescription MED đơn thuốc (*N*), toa thuốc (*S*)

presence sự có mặt; *in the* ~ *of* trước mặt

presence of mind sự nhanh trí

present¹ 1 *adj* (*current*) hiện nay; *be* ~ có mặt **2** *n*: *the* ~ hiện tại;

GRAM thời hiện tại; *at* ~ lúc này

present² 1 *n* (*gift*) quà tặng **2** *v/t award, bouquet* tặng; *program* giới thiệu; ~ *X with Y*, ~ *Y to X* tặng Y cho X

presentation (*to audience*) sự trình bày

present-day thời nay

presently (*at the moment*) lúc này; (*soon*) sau chốc lát

preservation sự giữ gìn

preservative *n* chất bảo quản

preserve 1 *n* (*domain*) lĩnh vực **2** *v/t standards, peace etc* giữ gìn; *wood, food* bảo quản

preside *v/i* (*at meeting*) chủ trì; ~ *over meeting* điều khiển

presidency (*office*) chức tổng thống; (*term*) nhiệm kỳ tổng thống

president POL tổng thống; (*of communist country, company, organization*) chủ tịch; (*of club, cooperative etc*) chủ nhiệm

presidential tổng thống, chủ tịch

press 1 *n*: *the* ~ báo chí **2** *v/t button* ấn; (*urge*) thúc ép; (*squeeze*) xiết chặt; *grapes, olives etc; clothes* là (*N*), ủi (*S*) **3** *v/i*: ~ *for* thúc ép đòi

press conference cuộc họp báo

pressing *adj need, concern* cấp bách; *business* gấp

pressure 1 *n* (*of water*) áp lực; (*force*) sức lực; (*of work, demands*) sức ép; *be under* ~ chịu sức ép căng thẳng; *be under* ~ *to do sth* bị thúc ép làm gì **2** *v/t* gây sức ép

prestige uy tín

prestigious có uy tín

presumably có lẽ

presume cho là; ~ *to do sth* dám làm gì

presumption (*of innocence, guilt*) giả định

presumptuous quá táo bạo

---

ch (*final*) k	**gh** g	**nh** (*final*) ng	**r** z; (*S*) r	**x** s	**â** (but)	**i** (tin)
d z; (*S*) y	**gi** z; (*S*) y	**ph** f	**th** t	**a** (hat)	**e** (red)	**o** (saw)
đ d	**nh** (onion)	**qu** kw	**tr** ch	**ă** (hard)	**ê** ay	**ô** oh

pre-tax trước khi nộp thuế
pretend *v/t & v/i* giả vờ, giả đò (*S*)
pretense sự giả vờ; *a ~ of friendship* sự kết bạn hờ
pretentious *person, restaurant* kiêu kỳ; *movie, book* khoa trương
pretext cớ
pretty 1 *adj* xinh xắn **2** *adv* (*quite*) khá
prevail (*triumph*) thắng
prevailing *wind* thường; *opinion* phổ biến nhất
prevent *epidemic, riot* ngăn chặn; *marriage* ngăn cản; *colds* ngăn ngừa; *~ s.o.* (*from*) *doing sth* (*of crowds, person*) ngăn cản ai làm gì; (*of accident etc*) phòng ngừa ai làm gì
prevention (*of crime, cruelty*) sự ngăn ngừa; MED sự phòng bệnh
preventive *medicine* phòng bệnh; *measure* phòng ngừa
preview *n* (*of movie, exhibition*) sự duyệt trước
previous trước
previously trước đây
prewar tiền chiến
prey *n* con mồi
♦ **prey on** bắt làm mồi; *fig* (*of conman etc*) lợi dụng
price 1 *n* giá **2** *v/t* COM đặt giá
priceless vô giá
price war chiến tranh giá cả
prick¹ 1 *n* (*pain*) sự đau nhói **2** *v/t* (*jab*) châm
**prick² ** *n* V (*penis*) con cặc, buổi (*N*); (*person*) thằng ngu ngốc
♦ **prick up: ~ one's ears** (*of dog*) vểnh tai; (*of person*) giỏng tai
prickle (*on plant*) gai
prickly *plant* có gai; *beard* như gai đâm; (*irritable*) dễ cáu
pride 1 *n* (*in person, achievement*) sự hãnh diện; (*self-respect*) lòng tự

trọng **2** *v/t*: *~ oneself on* tự hào về
priest linh mục
primarily chủ yếu
primary 1 *adj* hàng đầu **2** *n* POL hội nghị chọn ứng cử viên
prime 1 *n*: *be in one's ~* (*of man*) ở thời kỳ sung sức nhất; (*of woman*) ở thời kỳ xuân sắc **2** *adj example, reason* quan trọng nhất; *of ~ importance* có tầm quan trọng bậc nhất
prime minister thủ tướng
prime time TV giờ cao điểm
primitive nguyên thủy; *conditions* đơn sơ
prince hoàng tử
princess công chúa
principal 1 *adj* chính **2** *n* (*of school*) hiệu trưởng
principally chủ yếu
principle (*moral*) nguyên tắc đạo đức; (*rule*) nguyên lý; *on ~* vì những nguyên lý đạo đức; *in ~* về nguyên lý
print 1 *n* (*in book, newspaper etc*) chữ in; (*photograph*) ảnh in; *the book is out of ~* cuốn sách đã hết xuất bản **2** *v/t book, newspaper* in; (*publish*) đăng; (*using block capitals*) viết chữ in hoa
♦ **print out** in ra
printed matter ấn phẩm
printer (*person*) thợ in; (*owner of firm*) chủ nhà in; (*machine*) máy in
printing press máy in sách báo
printout bản in
prior 1 *adj* trước **2** *prep*: *~ to* trước
prioritize (*put in order of priority*) ưu tiên; (*give priority to*) dành ưu tiên cho
priority điều ưu tiên; *have ~* được quyền ưu tiên
prison nhà tù
prisoner tù nhân; *take s.o. ~* bắt ai

ơ ur	y (tin)	ây uh-i	iê i-uh	oa wa	ôi oy	uy wee	ong aong
u (soon)	au a-oo	eo eh-ao	iêu i-yoh	oai wai	ơi ur-i	ênh uhng	uyên oo-in
ư (dew)	âu oh	êu ay-oo	iu ew	oe weh	uê way	oc aok	uyêt oo-yit

tù nhân

prisoner of war tù binh

privacy (*in a room, place*) sự riêng biệt; (*from public attention*) đời sống riêng tư

private 1 *adj* riêng; *room, patient* tư nhân **2** *n* MIL binh nhì; **in ~** riêng

private enterprise kinh doanh tư nhân

privately (*in private*) riêng; *funded, owned* tư nhân; (*inwardly*) trong thâm tâm

private property tư sản

private sector khu vực tư nhân

privilege (*special treatment*) đặc quyền; (*honor*) đặc ân

privileged có đặc quyền; (*honored*) được vinh dự

prize 1 *n* giải thưởng **2** *v/t* (*value, respect*) quý trọng

prizewinner người trúng giải

prizewinning trúng giải

pro¹ *n*: **the ~s and cons** thuận và chống

pro² → **professional**

pro³: **be ~ ...** (*in favor of*) ủng hộ ...

probability khả năng có thể xảy ra

probable rất có thể

probably hầu như chắc chắn

probation (*in job*) thời gian thử thách; LAW thời gian quản chế

probation officer nhân viên giám sát tù treo

probation period (*in job*) thời gian thử thách

probe 1 *n* (*investigation*) cuộc điều tra; (*scientific*) tàu thăm dò vũ trụ **2** *v/t* dò; (*investigate*) thăm dò; *situation* điều tra

problem vấn đề; **no ~** không có vấn đề gì

procedure thủ tục

proceed 1 *v/i* (*go: of people*) đi; (*of work etc*) tiến triển **2** *v/t*: **~ to do**

sth chuyển sang làm gì

proceedings (*events*) nghi thức

proceeds tiền thu được

process 1 *n* quá trình, quy trình; **in the ~** (*while doing it*) trong khi đang làm **2** *v/t food, raw materials* chế biến; *data* xử lý; *application etc* giải quyết

procession (*ceremonial*) đám rước; (*steady flow*) đoàn người

processor COMPUT bộ xử lý; **food ~** máy chế biến thực phẩm

proclaim tuyên bố

prod 1 *n* cú chọc **2** *v/t* chọc

prodigy: (*child*) ~ thần đồng

produce 1 *n* sản phẩm **2** *v/t commodity* sản xuất; (*of cow, hen etc*) cho; *agreement, result* đạt được; *response* tạo ra; (*take out*) *gun, $100 bill* rút ra; *play* dàn dựng; *movie, TV program* sản xuất

producer (*of commodity, movie etc*) nhà sản xuất; (*of play*) đạo diễn

product sản phẩm; (*result*) kết quả

production (*action of producing*) việc sản xuất; (*things produced*) sản lượng; (*of play*) sự dàn dựng; (*of movie, TV program*) sự sản xuất; (*play, TV program*) tác phẩm; (*movie*) bộ phim

production capacity công suất

production costs chi phí sản xuất

productive có năng suất; *meeting* hữu ích

productivity năng suất

profane *language* phàm tục

profess tự nhận là

profession nghề nghiệp

professional 1 *adj* (*not amateur*) chuyên nghiệp; *advice, help* của người chuyên nghiệp; *piece of work* có tay nghề; **turn ~** chuyển sang chuyên nghiệp **2** *n* (*doctor, lawyer etc*) người chuyên nghiệp;

---

ch (*final*) k	**gh** g	**nh** (*final*) ng	**r** z; (S) r	**x** s	**â** (but)	**i** (tin)
d z; (S) y	**gi** z; (S) y	**ph** f	**th** t	**a** (hat)	**e** (red)	**o** (saw)
đ d	**nh** (onion)	**qu** kw	**tr** ch	**ă** (hard)	**ê** ay	**ô** oh

(*not an amateur*) tay nhà nghề

professionally *play sport* chuyên nghiệp; (*well, skillfully*) thành thạo

professor giáo sư

proficiency sự thành thạo

proficient thành thạo

profile (*of face*) mặt nhìn nghiêng; (*description*) bản miêu tả

profit 1 *n* lợi nhuận **2** *v/i:* **~ by**, **~ from** có lợi từ; *pej* lợi dụng

profitability sự có lợi

profitable có lợi

profit margin lãi ròng

profound *effect* sâu sắc; *knowledge, thought* sâu

profoundly sâu sắc

prognosis (*medical*) tiên lượng bệnh; (*forecast*) sự dự đoán

program 1 *n also* COMPUT, TV chương trình; (*in theater*) tờ chương trình biểu diễn **2** *v/t* COMPUT lập trình

programmer COMPUT người lập trình

progress 1 *n* sự tiến bộ; **make ~** (*of patient*) có tiến bộ; (*of building*) tiến triển; **in ~** đang được tiến hành **2** *v/i* (*advance in time*) tiếp diễn; (*move on*) tiến tới; (*make progress*) có tiến bộ; **how is the work ~ing?** công việc tiến triển như thế nào rồi?

progressive *adj* (*enlightened*) tiến bộ; (*which progresses*) tăng dần

progressively dần dần từng nấc

prohibit (*forbid*) ngăn cấm; (*prevent*) ngăn chặn

prohibition (*act of forbidding*) sự cấm; (*ban on*) lệnh cấm; **Prohibition** luật cấm nấu và bán rượu ở Mỹ thời kỳ 1920-1933

prohibitive *prices* quá cao

project¹ *n* (*plan*) đề án; (*undertaking*) dự án; EDU sự học;

(*housing area*) khu nhà rẻ tiền

project² 1 *v/t figures, sales* dự kiến; *movie* chiếu **2** *v/i* (*stick out*) nhô ra

projection (*forecast*) sự dự đoán

projector: *slide* **~** máy chiếu phim dương bản

prolific *writer, artist* sáng tác nhiều

prolong kéo dài

prom (*school dance*) buổi vũ hội ở trường

prominent *nose* gồ; *chin* nhô ra; (*significant*) nổi bật

promiscuity (*sexual*) sự chung chạ bừa bãi

promiscuous chung chạ bừa bãi

promise 1 *n* lời hứa; (*potential*) hứa hẹn **2** *v/t* hứa; **~ to ...** hứa là ...; **~ X one's support** hứa với X là sẽ ủng hộ; **~ to do sth** hứa làm gì; **~ X a bicycle** hứa với X là sẽ cho xe đạp **3** *v/i* hứa

promising *actor, future* đầy hứa hẹn; *weather* có triển vọng

promote *employee* đề bạt; (*encourage, foster*) tăng cường; *growth* thúc đẩy; *idea, scheme, region, area* xúc tiến; COM: *product, record* quảng cáo

promoter (*of sports event*) người bảo trợ

promotion (*of employee*) sự đề bạt; (*of scheme, idea*) sự xúc tiến; COM sự vận động quảng cáo

prompt 1 *adj* (*on time*) đúng giờ; (*speedy*) nhanh chóng **2** *adv:* **at two o'clock ~** vào lúc 2 giờ đúng **3** *v/t* (*cause*) gợi lên; *actor* nhắc vở **4** *n* COMPUT dấu chờ lệnh

promptly (*on time*) đúng giờ; (*immediately*) ngay

prone: **be ~ to** dễ bị

pronoun đại từ

pronounce *word* phát âm; (*declare*) tuyên bố

ơ ur	**y** (tin)	**ây** uh-i	**iê** i-uh	**oa** wa	**ôi** oy	**uy** wee	**ong** aong
u (soon)	**au** a-oo	**eo** eh-ao	**iêu** i-yoh	**oai** wai	**ơi** ur-i	**ênh** uhng	**uyên** oo-in
ư (dew)	**âu** oh	**êu** ay-oo	**iu** ew	**oe** weh	**uê** way	**oc** aok	**uyêt** oo-yit

pronounced *accent* rõ rệt; *views* dứt khoát

pronunciation sự cách phát âm

proof *n* bằng chứng; (*of book*) bản in thử

prop 1 *v/t* dựa **2** *n* (*in theater*) đạo cụ

♦ **prop up** đỡ; *regime* hỗ trợ

propaganda sự tuyên truyền

propel đẩy đi

propellant (*in aerosol*) đẩy

propeller (*of boat*) chân vịt

proper (*real*) thật sự; (*correct*) đúng; (*fitting*) thích hợp

properly *behave, eat* đúng mực; *work* chuẩn; (*fittingly*) phù hợp

property tài sản; (*things owned*) vật sở hữu; (*land*) nhà cửa đất đai

property developer (*company*) công ty khai thác bất động sản; (*person*) người khai thác bất động sản

prophecy sự tiên tri

prophesy tiên đoán

proportion (*ratio*) tỷ lệ; **~s** (*dimensions*) kích thước

proportional cân xứng

proposal (*suggestion*) lời đề nghị; (*of marriage*) sự cầu hôn

propose 1 *v/t* (*suggest*) đề nghị; (*plan*) dự định **2** *v/i* (*make offer of marriage*) cầu hôn

proposition 1 *n* lời đề nghị **2** *v/t woman* gạ gẫm ăn nằm

proprietor người chủ

prose văn xuôi

prosecute *v/t* LAW truy tố

prosecution LAW sự truy tố; (*lawyers*) bên nguyên

prosecutor công tố viên

prospect 1 *n* (*chance, likelihood*) triển vọng; (*thought of something in the future*) viễn cảnh; **~s** triển vọng **2** *v/i*: **~ for** gold thăm dò

prospective tương lai

prosper (*of person, business*) phát đạt; (*of city*) phồn vinh

prosperity sự phồn vinh

prosperous *person, business* phát đạt; *city* phồn vinh

prostitute *n* gái điếm; *male ~* đĩ đực

prostitution (*profession*) nghề mại dâm

prostrate: *be ~ with grief* kiệt sức

protect bảo vệ

protected forest rừng được bảo vệ, rừng cấm

protection sự bảo vệ

protection money tiền bảo hộ

protective *mother* che chở; *clothing, equipment* bảo hộ

protector người bảo vệ

protein chất đạm, prôtêin

protest 1 *n* lời phản kháng; (*demonstration*) cuộc biểu tình phản đối **2** *v/t* phản đối **3** *v/i* phản đối; (*demonstrate*) biểu tình phản đối

Protestant 1 *n* người theo đạo Tin lành **2** *adj* của đạo Tin lành

protester người phản đối

protocol nghi thức

prototype mẫu đầu tiên

protracted kéo dài

protrude *v/i* (*of eyes*) lồi ra; (*of ears*) vểnh ra; (*of chin*) nhô ra; (*of object*) thò ra

proud tự hào; (*independent*) tự trọng; *be ~ of* tự hào về

proudly một cách tự hào

prove chứng minh

proverb tục ngữ

provide *money, food, shelter* cung cấp; *opportunity* tạo; **~ Y to X, ~ X with Y** cung cấp Y cho X; **~d** (*that*) (*on condition that*) với điều kiện là

---

ch (*final*) k	**gh** g	**nh** (*final*) ng	**r** z; (*S*) r	**x** s	**â** (but)	**i** (tin)
d z; (*S*) y	**gi** z; (*S*) y	**ph** f	**th** t	**a** (hat)	**e** (red)	**o** (saw)
đ d	**nh** (onion)	**qu** kw	**tr** ch	**ă** (hard)	**ê** ay	**ô** oh

♦**provide for** *family* chu cấp đầy đủ; (*of law etc*) qui định
province tỉnh
provincial *city* tỉnh; *pej: attitude* nhà quê
provision (*supply*) sự cung cấp; (*of law, contract*) điều khoản
provisional tạm thời
proviso điều kiện
provocation sự khiêu khích
provocative khiêu khích; (*sexually*) khêu gợi
provoke (*cause*) gây ra; (*annoy*) chọc tức
prow NAUT mũi thuyền
prowess tài năng
prowl *v/i* (*of tiger etc*) đi lảng vảng kiếm mồi; (*of burglar*) đi lảng vảng rình mò
prowler kẻ đi lảng vảng
proximity sự gần
proxy (*authority*) sự ủy nhiệm; (*person*) người được ủy nhiệm
prude người cả thẹn
prudence tính thận trọng
prudent thận trọng
prudish thuộc người hay cả thẹn
prune[1] *n* mận khô
prune[2] *v/t plant* tỉa; *fig: expenditure, labor force* cắt giảm; *essay* lược bớt
pry xoi mói
♦**pry into** xoi mói vào
PS (= *postscript*) tái bút
pseudonym bút danh
psychiatric (*thuộc*) bệnh tâm thần
psychiatrist bác sĩ tâm thần
psychiatry tâm thần học
psychic *adj research* (*thuộc*) tâm linh; *person* siêu linh
psychoanalysis phân tâm học
psychoanalyst nhà phân tâm học
psychoanalyze phân tích tâm lý
psychological *development* tâm lý; *method, research* tâm lý học

psychologically về mặt tâm lý
psychologist nhà tâm lý học
psychology tâm lý học
psychopath người bệnh tâm thần
puberty tuổi dậy thì
pubic hair lông mu
public 1 *adj proposal, support, opinion* của công chúng; *image* đối với xã hội; *humiliation* công khai; *library, meeting* công cộng **2** *n: the ~* dân chúng; *in ~* giữa công chúng
publication (*of book, report*) sự xuất bản; (*by newspaper*) sự công bố; (*book, newspaper*) sách báo xuất bản
publicity sự quảng cáo
publicize quảng cáo
publicly một cách công khai
public prosecutor công tố viên; **public relations** công tác quần chúng; **public school** trường công; **public sector** khu vực Nhà nước
publish *book, newspaper* xuất bản; *story, photographs, biography* đăng
publisher (*person*) người xuất bản; (*company*) nhà xuất bản
publishing công việc xuất bản
publishing company nhà xuất bản
puddle *n* vũng nhỏ
puff 1 *n* (*of wind, smoke*) luồng **2** *v/i* (*pant*) thở hổn hển; *~ on a cigarette* hút từng hơi ngắn
puffy *eyes, face* sưng phồng
pull 1 *n* (*on rope*) sự kéo; F (*appeal*) sức lôi kéo; F (*influence*) ảnh hưởng **2** *v/t* (*drag*) kéo; (*tug*) giật; *tooth* nhổ; *muscle* kéo căng **3** *v/i* kéo
♦**pull apart** (*separate*) tách ra
♦**pull away** *v/t* tách rời
♦**pull down** (*lower*) kéo thấp; (*demolish*) phá đổ
♦ **pull in** *v/i* (*of bus*) tới; *~ to the*

ơ ur	y (tin)	ây uh-i	iê i-uh	oa wa	ôi oy	uy wee	ong aong
u (soon)	au a-oo	eo eh-ao	iêu i-yoh	oai wai	ơi u-i	ênh uhng	uyên oo-in
ư (dew)	âu oh	êu ay-oo	iu ew	oe weh	uê way	oc aok	uyêt oo-yit

station vào ga

♦ **pull off** *leaves etc* nhổ; *clothes* cởi;
F *deal etc* thành công

♦ **pull out 1** *v/t gun etc* rút ra; *person
from water etc* kéo lên; *troops* rút
khỏi **2** *v/i* (*of agreement,
competition*), MIL rút khỏi; (*of ship*)
rời khỏi

♦ **pull through** (*from an illness*)
bình phục lại

♦ **pull together 1** *v/i* (*cooperate*) sát
cánh với nhau **2** *v/t*: *pull oneself
together* giữ bình tĩnh

♦ **pull up 1** *v/t* (*raise*) kéo lên; *plant,
weeds* nhổ lên **2** *v/i* (*of car etc*)
dừng lại

pulley cái ròng rọc

pulp bột nghiền; (*for paper-making*)
bột giấy

pulpit bục giảng kinh

pulsate (*of heart, rhythm*) đập

pulse mạch

pulverize tán thành bột

pump 1 *n* (*machine*) máy bơm; (*gas
~*) cái bơm **2** *v/t* bơm

♦ **pump up** bơm

pumpkin quả bí ngô

pun sự chơi chữ

punch 1 *n* (*blow*) cú đấm;
(*implement*) cái giùi lỗ **2** *v/t* (*with
fist*) đấm; *hole* khoan; *ticket* bấm

punch line điểm nút

punctual đúng giờ

punctuality sự đúng giờ

punctually đúng giờ

punctuate *text* chấm câu

punctuation phép chấm câu

punctuation mark dấu chấm

puncture 1 *n* lỗ thủng **2** *v/t* đâm
thủng

pungent *smell* hăng; *taste* cay

punish *person* trừng phạt

punishing *pace, schedule* mệt nhoài

punishment sự trừng phạt;

(*method*) hình phạt

puny (*small*) nhỏ bé; (*weak*) yếu ớt

pup (*dog*) chó con

pupil¹ (*of eye*) con ngươi

pupil² (*student*) học sinh; (*of artist,
musician*) môn đệ

puppet con rối; *fig* bù nhìn

puppet government chính phủ bù
nhìn

puppy chó con

purchase¹ **1** *n* (*action*) sự mua;
(*object*) vật mua **2** *v/t* mua

purchase² (*grip*) chỗ bám

purchaser người mua

pure *silk, wool* nguyên chất; *air*
trong lành; *water* tinh khiết; *white
etc* hoàn toàn; *sound* trong trẻo;
(*morally*) trong sáng

purely đơn thuần

purge 1 *n* (*of political party*) sự
thanh trừng **2** *v/t* thanh trừng

purify *water* lọc sạch

puritan REL tín đồ Thanh giáo;
(*moral*) người khắt khe về đạo
đức

puritanical khắt khe

purity (*of ore*) sự nguyên chất; (*of
air*) sự trong lành; (*of voice*) sự
trong trẻo; (*moral*) sự trong sáng

purple *adj* màu tía

Purple Heart MIL xích tâm bội tinh

purpose (*aim, object*) mục đích; *on
~* cố tình

purposeful kiên quyết

purposely cố ý

purr *v/i* (*of cat*) kêu rừ rừ

purse *n* (*pocketbook*) ví xách tay

pursue *v/t person* săn đuổi; *career*
theo đuổi; *course of action* tiếp tục

pursuer người săn đuổi

pursuit (*chase*) sự săn đuổi; (*of
happiness etc*) sự mưu cầu;
(*activity*) hoạt động; *those in ~*
những người đang săn đuổi

---

ch (*final*) k	gh g	nh (*final*) ng	r z; (S) r	x s	â (but)	i (tin)
d z; (S) y	gi z; (S) y	ph f	th t	a (hat)	e (red)	o (saw)
đ d	nh (onion)	qu kw	tr ch	ă (hard)	ê ay	ô oh

pus mủ

push 1 *n* (*shove*) sự đẩy; (*of button*) sự bấm **2** *v/t* (*shove*) đẩy; *button* bấm; (*pressure, urge*) thúc ép; *drugs* bán; *be ~ed for money* túng tiền; *be ~ed for time* thì giờ thúc bách; *be ~ing 40* xấp xỉ 40 tuổi **3** *v/i* đẩy

♦ **push along** *cart etc* đẩy
♦ **push away** đẩy ra
♦ **push off 1** *v/t lid* nạy **2** *v/i* (*leave*) đi khỏi; *~!* cút đi!
♦ **push on** *v/i* (*continue*) tiếp tục
♦ **push up** *prices* đẩy lên

push-button *a ~ phone* máy điện thoại bấm nút

pusher (*of drugs*) người bán ma túy lậu

push-up môn thể dục hít đất

pushy F tự đề cao

puss, pussy (**cat**) con mèo

put để; *~ a question* đưa ra câu hỏi; *~ the cost at ...* ước chừng giá là ...

♦ **put aside** *money* dành dụm; *work* gạt sang một bên
♦ **put away** (*in closet etc*) cất đi; (*in prison*) cho vào tù; (*in mental home*) cho vào nhà thương điên; (*consume*) nốc; *money* dành dụm; *animal* giết
♦ **put back** (*replace*) để lại
♦ **put by** *money* dành dụm
♦ **put down** đặt ... xuống; *deposit* trả tiền; *rebellion* đàn áp; (*belittle: person*) xem thường; (*in writing*) ghi; *put one's foot down* (*in car*) tăng tốc; (*be firm*) kiên quyết; *put*

X down to Y (*attribute*) quy X cho Y

♦ **put forward** *idea etc* đề xuất
♦ **put in** xen vào; *time* làm; *request, claim* đệ trình
♦ **put in for** xin
♦ **put off** *light, radio, TV* tắt; (*postpone*) hoãn; (*deter*) ngăn cản; (*repel*) làm khó chịu; *put X off Y* làm X cách Y
♦ **put on** *light, radio, TV* bật; *tape, music* mở; *jacket* mặc vào; *eyeglasses* đeo vào; *shoes* đi vào; *make-up* đánh; (*perform*) trình diễn; *accent* giả vờ; *look of regret etc* làm ra vẻ; *~ the brake* đạp phanh; *~ weight* lên cân; *she's just putting it on* (*pretending*) cô ta chỉ giả vờ thôi
♦ **put out** *hand* chìa ra; *fire* dập tắt; *light* tắt
♦ **put through** (*on phone*) nối máy
♦ **put together** (*assemble*) lắp ráp; (*organize*) tổ chức
♦ **put up** *v/t person* cho ở nhờ; *fence etc* dựng; *building* xây dựng; *prices* tăng; *poster, notice* dán; *money* cung cấp; *put your hand up!* giơ tay lên!; *~ for sale* đưa ra bán
♦ **put up with** (*tolerate*) chịu đựng

putty mát tít

puzzle 1 *n* (*mystery*) điều bí ẩn; (*game*) trò chơi đố; (*jigsaw ~*) trò chơi lắp hình; (*crossword ~*) trò chơi ô chữ **2** *v/t* làm bối rối

puzzling gây bối rối

PVC nhựa PVC

pylon cột điện cao thế

ơ ur	y (tin)	ây uh-i	iê i-uh	oa wa	ôi oy	uy wee	ong aong
u (soon)	au a-oo	eo eh-ao	iêu i-yoh	oai wai	ơi ur-i	ênh uhng	uyên oo-in
ư (dew)	âu oh	êu ay-oo	iu ew	oe weh	uê way	oc aok	uyêt oo-yit

Q

quack[1] **1** *n* (*of duck*) tiếng quàng quạc **2** *v/i* kêu quàng quạc

quack[2] F (*bad doctor*) lang băm

quadrangle (*figure*) hình tứ giác; (*courtyard*) sân trong

quadruped động vật bốn chân

quadruple *v/i* tăng gấp bốn lần

quadruplets bốn đứa trẻ sinh tư

quaint (*pretty*) xinh xắn; (*slightly eccentric*) kỳ lạ

quake (*earthquake*) trận động đất **2** *v/i* (*of earth*) rung lên; (*with fear*) run rẩy

qualification (*from university etc*) bằng cấp; (*of remark etc*) sự dè dặt; **have the right ~s for a job** có khả năng chuyên môn phù hợp với công việc

qualified *doctor, engineer etc* có trình độ chuyên môn; (*restricted*) hạn chế; **I am not ~ to judge** tôi không đủ tư cách để xét đoán

qualify 1 *v/t remark etc* hạn chế; **~ s.o. to do sth** (*of degree, course etc*) làm ai có đủ tư cách để làm gì; **this degree qualifies you to teach in all schools** bằng này làm cho anh/chị có đủ tư cách để giảng dạy ở tất cả các trường **2** *v/i* (*get degree etc*) tốt nghiệp; (*in competition*) có đủ điều kiện; **our team has qualified for the semifinal** đội chúng tôi đã có đủ điều kiện vào bán kết; **that doesn't ~ as ...** điều này không được coi như là ...

quality (*of goods etc*) chất lượng; (*characteristic*) đức tính

quality control (*activity*) việc kiểm tra chất lượng; (*department*) bộ phận kiểm tra chất lượng

qualm nỗi day dứt; **have no ~s about ...** không bị day dứt về ...

quantify xác định số lượng

quantity lượng

quarantine *n* sự cách ly

quarrel 1 *n* sự cãi nhau **2** *v/i* cãi nhau

quarrelsome hay sinh sự

quarry (*for mining*) mỏ đá

quart lít Mỹ

quarter 1 *n* một phần tư; (*25 cents*) đồng 25 xen; (*part of town*) khu phố; **a ~ of an hour** mười lăm phút; **a ~ to 5** 5 giờ kém 15; **~ past 5** 5 giờ 15 **2** *v/t* chia tư

quarterback SP tiền vệ; **quarterfinal** trận tứ kết; **quarterfinalist** đấu thủ vào vòng tứ kết

quarterly 1 *adj* hàng quý **2** *adv* từng quý một

quarternote MUS nốt đen

quarters MIL doanh trại

quartet MUS nhóm tứ tấu

quartz thạch anh

quaver 1 *n* (*in voice*) sự rung tiếng **2** *v/i* (*of voice*) rung rung

queen nữ hoàng; (*king's wife*) hoàng hậu

queen bee ong chúa

queer (*peculiar*) kỳ cục

quench *flames* dập tắt; **~ one's thirst** giải khát

---

ch (*final*) k	**gh** g	**nh** (*final*) ng	**r** z; (S) r	**x** s	**â** (but) **i** (tin)
d z; (S) y	**gi** z; (S) y	**ph** f	**th** t	**a** (hat)	**e** (red) **o** (saw)
đ d	**nh** (onion)	**qu** kw	**tr** ch	**ă** (hard)	**ê** ay **ô** oh

query 1 *n* câu hỏi **2** *v/t* (*express doubt about*) nghi ngờ; (*check*) kiểm tra lại; ~ *X with Y* kiểm tra lại X với Y

question 1 *n* câu hỏi; (*matter*) vấn đề; *in* ~ (*being talked about*) đang được nói đến; (*in doubt*) bị nghi ngờ; *it's a* ~ *of money/time* đây là vấn đề tiền bạc/thời gian; *that's out of the* ~ điều đó không thể được **2** *v/t person* hỏi; LAW chất vấn; (*doubt*) nghi ngờ

questionable *honesty* đáng ngờ; *figures, statement* không trung thực

questioning *look, tone* dò xét

question mark dấu chấm hỏi

questionnaire bản câu hỏi

quick nhanh, lẹ (*S*); *be* ~*!* nhanh lên!; *let's have a* ~ *drink* hãy làm nhanh một cốc; *can I have a* ~ *look?* tôi có thể xem nhanh được không?; *that was* ~*!* thật là nhanh!

quicksand vùng cát lún; **quicksilver** thủy ngân; **quick-tempered** máu nóng; **quick-witted** nhanh trí

quiet *voice, music, life* êm ả; *engine* êm; *street, town* yên tĩnh; *keep* ~ *about sth* giữ kín điều gì; ~*!* im nào!

♦ **quieten down 1** *v/t children, class* làm im lặng **2** *v/i* (*of children*) trở nên im lặng; (*of political situation*) trở nên yên tĩnh

quilt (*on bed*) mền bông (*S*), chăn bông (*N*)

quinine ký ninh

quip 1 *n* (*remark*) lời nhận xét dí dỏm **2** *v/i* nhận xét dí dỏm

quirky kỳ cục

quit 1 *v/t place, job etc* rời khỏi; ~ *doing sth* ngừng làm gì **2** *v/i* (*leave job*) thôi việc; COMPUT ra khỏi

quite (*fairly*) khá; (*completely*) hẳn; *not* ~ *ready* chưa xong hẳn; *I didn't* ~ *understand* tôi không hiểu hẳn; *is that right?* – *not* ~ điều đó có đúng không? – không đúng hẳn; ~*! đúng thế!; ~ a lot* khá nhiều; *it was* ~ *a surprise/change* một sự ngạc nhiên hết sức/thay đổi lớn lao

quits: *be* ~ *with s.o.* hết nợ nần với ai

quiver *v/i* (*of leaf*) rung rinh; (*of voice, hand*) run run

quiz 1 *n* cuộc thi đố **2** *v/t* vặn hỏi

quiz program chương trình thi đố

quota (*share*) phần; (*limited numbers allowed*) hạn ngạch

quotation (*from author*) lời trích dẫn; (*price*) bản báo giá; *give X a* ~ *for Y* đưa cho X bản báo giá về Y

quotation marks dấu ngoặc kép

quote 1 *n* (*from author*) lời trích dẫn; (*price*) bản báo giá; (*quotation mark*) dấu ngoặc kép **2** *v/t text* trích dẫn; *price* định giá **3** *v/i*: ~ *from an author* trích dẫn tác giả

ơ ur	y (tin)	ây uh-i	iê i-uh	oa wa	ôi oy	uy wee	ong aong
u (soon)	au a-oo	eo eh-ao	iêu i-yoh	oai wai	ơi u-r-i	ênh uhng	uyên oo-in
ư (dew)	âu oh	êu ay-oo	iu ew	oe weh	uê way	oc aok	uyêt oo-yit

R

rabbit con thỏ; (*food*) thịt thỏ
rabies bệnh dại
raccoon gấu trúc Mỹ
race[1] *n* (*of people*) chủng tộc
race[2] **1** *n* SP cuộc đua; *the ~s* (*horse ~s*) kỳ đua ngựa **2** *v/i* (*run fast*) chạy nhanh; SP đua; *he ~d through his meal/work* hắn ăn/làm thật nhanh **3** *v/t*: *I'll ~ you* tôi sẽ đua với anh/chị; *I'll ~ you over a mile* tôi sẽ đua với anh/chị một dặm
racecourse trường đua ngựa;
racehorse ngựa đua; **racetrack** đường đua
racial chủng tộc; *~ equality* quyền bình đẳng giữa các chủng tộc
racing cuộc đua
racing car xe đua
racing driver người đua ôtô
racism chủ nghĩa phân biệt chủng tộc
racist 1 *n* kẻ phân biệt chủng tộc **2** *adj* phân biệt chủng tộc
rack 1 *n* (*for parking bikes*) giá để xe đạp; (*for bags on train*) giá gác; (*for CDs*) giá **2** *v/t*: *~ one's brains* nặn óc
racket[1] SP vợt
racket[2] (*noise*) tiếng ầm ĩ; (*criminal activity*) thủ đoạn làm tiền
radar ra đa
radiant *smile, appearance* rạng rỡ
radiate *v/i* (*of heat, light*) tỏa
radiation PHYS phóng xạ
radiator (*in room*) lò sưởi; (*in car*) bộ tản nhiệt

radical 1 *adj treatment, changes* triệt để; *difference, error* cơ bản; POL: *views* cấp tiến **2** *n* POL phần tử cấp tiến
radicalism POL thuyết cấp tiến
radically hoàn toàn
radio đài; (*means of communication*) vô tuyến điện; *on the ~* trên đài phát thanh; *by ~* bằng vô tuyến điện
radioactive phóng xạ;
radioactivity tính phóng xạ; **radio alarm** đài báo thức; **radio station** đài phát thanh; **radio taxi** xe tắc xi có liên lạc vô tuyến;
radiotherapy phép điều trị bằng tia X
radius bán kính
raffle *n* cuộc xổ số
raft bè
rafter rui nhà
rag (*for cleaning etc*) giẻ
rage 1 *n* cơn thịnh nộ; *be in a ~* nổi cơn thịnh nộ; *all the ~* được hâm mộ nhất **2** *v/i* (*of person*) nổi xung; (*of storm*) hoành hành dữ dội
ragged *edge* lởm chởm; *appearance, clothes* rách rưới
raid 1 *n* (*by troops*) cuộc đột kích; (*by police*) cuộc vây bắt; (*by robbers*) vụ cướp; FIN mưu toan của một công ty nhằm mua phần lớn cổ phần của một công ty khác để dành quyền kiểm soát nó **2** *v/t* (*of troops*) đột kích; (*of police*) vây ráp; (*of robbers*) cướp
raider (*on bank etc*) kẻ cướp

---

rail (*on track*) thanh ray; (*hand~*) tay vịn; (*for towel*) thanh mắc khăn tắm; **by ~** bằng xe lửa

railings (*around park etc*) hàng rào

railroad đường xe lửa

railroad station ga xe lửa

rain 1 *n* mưa; **in the ~** dưới mưa; **the ~s** mùa mưa **2** *v/i* mưa; **it's ~ing** trời đang mưa

rainbow cầu vồng; **raincheck: can I take a ~ on that?** việc này tôi hẹn đến lần sau được không?; **raincoat** áo mưa; **raindrop** giọt mưa; **rainfall** lượng mưa; **rain forest** rừng nhiệt đới; **rainstorm** mưa dông

rainy nhiều mưa; **it's ~** trời mưa nhiều

rainy season mùa mưa

raise 1 *n* (*in salary*) sự tăng **2** *v/t shelf etc* dựng lên; *offer* tăng lên; *children* nuôi dưỡng; *question* nêu; *money* thu góp

raisin nho khô

rake *n* (*for garden*) cái cào

rally *n* (*meeting, reunion*) cuộc mít tinh lớn; MOT cuộc đua ô tô đường trường; (*in tennis*) loạt đánh qua lại

♦ rally around 1 *v/i* tập hợp lại **2** *v/t*: **~ s.o.** tập hợp lại xung quanh ai

RAM (= *random access memory*) RAM, bộ nhớ truy nhập ngẫu nhiên

ram 1 *n* cừu đực **2** *v/t ship, car* đâm vào

ramble 1 *n* (*walk*) cuộc đi dạo **2** *v/i* (*walk*) đi dạo; (*when speaking*) nói lan man; (*talk incoherently*) nói không mạch lạc

rambler (*walker*) người đi dạo

rambling 1 *n* (*walking*) cuộc đi dạo; (*in speech*) sự nói năng lan man

2 *adj speech* lan man

rambutan quả chôm chôm

ramp (*for airplane passengers*) thang máy bay; (*for raising vehicle*) cầu dốc

rampage sự hoành hành; **go on the ~** hoành hành đập phá

rampart thành lũy

ramshackle hư nát

ranch trại chăn nuôi

rancher chủ trại chăn nuôi

ranchhand công nhân làm việc tại trại

rancid *butter* trở mùi; *smell* ôi khét

rancor sự thù oán

R & D (= *research and development*) sự nghiên cứu và phát triển

random 1 *adj* ngẫu nhiên; **~ sample** mẫu lấy ngẫu nhiên **2** *n*: **at ~** bừa

range 1 *n* (*of products*) loạt; (*of missile, gun*) tầm bắn; (*of voice, vision*) tầm; (*of airplane*) tầm hoạt động; (*of mountains*) dãy **2** *v/i*: **~ from X to Y** nằm trong khoảng từ X đến Y

ranger (*forest ~*) người bảo vệ rừng; MIL biệt kích

rank 1 *n* cấp bậc; **the ~s** MIL lính thường **2** *v/t* xếp hạng

♦ rank among đứng vào hạng

ransack lục soát kỹ lưỡng

ransom *n* tiền chuộc; **hold s.o. to ~** bắt giữ ai để đòi tiền chuộc

rant: ~ and rave nói lung tung

rap 1 *n* (*at door etc*) tiếng gõ khẽ; MUS nhạc rap **2** *v/t table etc* đập khẽ

♦ rap at *window etc* gõ

rape 1 *n* sự hiếp dâm **2** *v/t* hiếp dâm

rape victim nạn nhân vụ hiếp dâm

rapid nhanh

ơ ur	y (tin)	ây uh-i	iê i-uh	oa wa	ôi oy	uy wee	ong aong
u (soon)	au a-oo	eo ch-ao	iêu i-yoh	oai wai	ơi ur-i	ênh uhng	uyên oo-in
ư (dew)	âu oh	êu ay-oo	iu ew	oe weh	uê way	oc aok	uyêt oo-yit

rapidity sự nhanh chóng

rapids ghềnh

rapist kẻ hiếp dâm

rapture sự sung sướng vô ngần

rapturous *welcome, applause* rất nồng nhiệt

rare hiếm có; *steak* lòng đào

rarely hiếm khi

rarity (*unusual thing*) vật hiếm

rascal đứa trẻ tinh quái

rash[1] *n* MED chỗ phát ban

rash[2] *adj action, behavior* hấp tấp

raspberry (*fruit*) quả mâm xôi

rat *n* chuột; (*in Vietnamese zodiac*) Tý

rate 1 *n* (*of exchange*) tỷ giá; (*of pay*) mức; (*price*) giá; (*speed*) tốc độ; *the annual birth/death ~* tỷ lệ sinh đẻ/tử vong hàng năm; *~ of interest* FIN lãi suất; *at this ~* (*at this speed*) với tốc độ này; (*carrying on like this*) với cung cách này **2** *v/t* (*consider, rank*) xếp hạng

rather (*quite, fairly*) khá; *I would ~ stay here* tôi thích ở lại đây hơn; *or would you ~ ...?* hoặc anh/chị thích … hơn?

ration 1 *n* khẩu phần **2** *v/t supplies* định khẩu phần

rational *decision, argument* hợp lý; *person* biết điều

rationality tính hợp lý

rationalization (*of production etc*) sự hợp lý hóa

rationalize 1 *v/t production, company* hợp lý hóa; *emotions, one's actions etc* biện bạch **2** *v/i* lý sự

rat race sự vật lộn vì cuộc sống

rattan (*plant*) cây mây; (*material*) sợi mây

rattle 1 *n* (*noise*) tiếng lách cách; (*toy*) cái lúc lắc **2** *v/t chains etc* làm kêu lách cách **3** *v/i* (*of chains etc*) kêu lách cách; (*of crates*) lọc xọc

♦**rattle off** *poem, list of names* đọc liến thoắng

rattlesnake rắn đuôi kêu

ravage: *~d by war* bị chiến tranh tàn phá

rave *v/i* (*talk deliriously*) nói sảng; (*talk wildly*) nói điên cuồng; *~ about sth* (*speak with great enthusiasm*) nói say mê về điều gì; (*write with great enthusiasm*) viết say mê về điều gì

raven con quạ

ravenous *appetite* đói cồn cào

ravine hẻm núi

raving: *~ mad* điên hẳn

ravishing mê hồn

raw *meat, vegetable* sống; *sugar, iron* thô

raw materials (*for production*) nguyên liệu

ray tia; *a ~ of hope* một tia hy vọng

razor dao cạo

razor blade lưỡi dao cạo

re COM về

reach 1 *n: within ~* (*objects*) trong tầm tay; (*stores, bus station*) dễ đi tới; *out of ~* ngoài tầm tay **2** *v/t city etc* tới; (*go as far as*) dài tới; *decision, agreement, conclusion* đạt tới

♦**reach out** với tay

react phản ứng

reaction sự phản ứng

reactionary POL *1 n* phần tử phản động **2** *adj* phản động

reactor (*nuclear*) lò phản ứng hạt nhân

read 1 *v/t also* COMPUT đọc **2** *v/i* đọc; *~ to s.o.* đọc cho ai nghe

♦**read out** *v/t* (*aloud*) đọc to

♦**read up on** nghiên cứu về

readable *handwriting* có thể đọc

được

reader (*person*) người đọc

readily *admit, agree* sẵn lòng

readiness (*for action*) tình trạng sẵn sàng; (*willingness*) sự sẵn lòng

reading (*activity*) sự đọc sách báo; (*from meter etc*) sự ghi số

reading matter sách báo

readjust 1 *v/t equipment, controls* điều chỉnh **2** *v/i* (*to conditions*) thích ứng

read-only file COMPUT tệp chỉ đọc

read-only memory COMPUT bộ nhớ chỉ đọc

ready (*prepared*) sẵn sàng; (*willing*) sẵn lòng; **get** (**oneself**) **~** chuẩn bị sẵn sàng; **get sth ~** sửa soạn gì sẵn sàng

ready-made *stew etc* nấu sẵn; *suit, curtains* may sẵn; *solution* có sẵn

ready-to-wear may sẵn

real thật; (*for emphasis*) thật sự; **he's a ~ genius** anh ấy là một thiên tài thật sự

real estate bất động sản

real estate agent người kinh doanh bất động sản

realism tính thực tế

realist người thực tế

realistic thực tế

reality thực tế

realization (*of goal, dream etc*) sự thực hiện; (*awareness*) sự nhận thức

realize *v/t truth, importance etc* nhận thức được; *goal, dream etc* thực hiện được; FIN bán được; **I ~ now that ...** bây giờ tôi hiểu ra rằng ...

really thực sự; **~?** thực vậy sao?; **not ~** (*not much*) không nhiều lắm

real time *n* COMPUT thời gian thực

real-time *adj* COMPUT thời gian thực

realtor người kinh doanh bất động

sản

reap thu hoạch

reappear lại hiện ra

rear 1 *n* phía sau **2** *adj legs, wheels, lights* sau **3** *v/t livestock* chăn nuôi

rearm *v/t & v/i* tái vũ trang

rearmost sau cùng

rearrange *flowers etc* cắm lại; *furniture etc* sắp xếp lại; *schedule, meetings* sắp đặt lại

rear-view mirror gương chiếu hậu

reason 1 *n* (*faculty*) lý trí; (*cause*) lý do **2** *v/i:* **~ with s.o.** tranh luận với ai

reasonable *behavior* hợp lý; *person* biết điều; *price, quality* phải chăng; **a ~ number of people** khá nhiều người

reasonably *act, behave* hợp lý; (*quite*) khá

reassure làm yên tâm

reassuring làm yên tâm

rebate (*money back*) số tiền được trả lại

rebel *n* kẻ phiến loạn; **~ troops** quân phiến loạn

rebellion cuộc nổi loạn

rebellious bất trị

rebound *v/i* (*of ball etc*) nảy lại

rebuff *n* sự cự tuyệt

rebuild xây dựng lại

rebuke *v/t* khiển trách

recall *v/t ambassador* gọi về; (*remember*) nhớ lại

recapture 1 *n* MIL sự chiếm lại **2** *v/t criminal, animal* bắt lại; *town, position* chiếm lại

receding: **he has a ~ hairline** anh ấy bị hói trán

receipt (*for goods*) giấy biên nhận; **acknowledge ~ of sth** báo đã nhận được gì; **~s** FIN số thu

receive nhận được

receiver (*of letter*) người nhận;

ơ ur	y (tin)	ây uh-i	iê i-uh	oa wa	ôi oy	uy wee	ong aong
u (soon)	au a-oo	eo ch-ao	iêu i-yoh	oai wai	ơi ur-i	ênh uhng	uyên oo-in
ư (dew)	âu oh	êu ay-oo	iu ew	oe weh	uê way	oc aok	uyêt oo-yit

TELEC ống nghe; (*for radio*) máy thu

receivership: *be in ~* dưới sự kiểm soát của người quản lý tài sản

recent gần đây

recently gần đây

reception (*in hotel, company*) phòng lễ tân; (*formal party*) cuộc chiêu đãi; (*welcome*) sự đón tiếp; (*for radio, mobile phone*) sự thu

reception desk quầy lễ tân

receptionist nhân viên lễ tân

receptive: *be ~ to sth* dễ tiếp thu điều gì

recess (*in wall etc*) hốc; EDU giờ giải lao; (*of parliament*) thời gian ngừng họp

recession (*economic*) tình trạng suy thoái

recharge *battery* nạp lại

recipe công thức nấu nướng

recipient (*of payment, parcel etc*) người nhận

reciprocal lẫn nhau

recital MUS cuộc biểu diễn độc tấu

recite *poem* ngâm; *details, facts* kể lại

reckless thiếu thận trọng

reckon (*think, consider*) cho rằng

♦ **reckon with**: *have s.o. / sth to ~* cần phải tính đến ai/gì

reclaim *land from sea* khai khẩn

recline *v/i* ngả mình

recluse người ẩn dật

recognition (*of state, s.o.'s achievements*) sự công nhận; *changed beyond ~* biến đổi đến nỗi không nhận ra được nữa

recognizable có thể nhận ra

recognize *person, voice, tune, symptoms* nhận ra; POL: *state* công nhận; *it can be ~d by ...* có thể nhận ra điều đó nhờ ...

recollect nhớ lại

recollection sự nhớ lại; *~s* kỷ niệm

recommend *person, hotel, book etc* giới thiệu; (*advise*) khuyên

recommendation lời khuyên; (*by employer, referee*) thư giới thiệu

recompense 1 *n* (*reward*) vật thưởng; LAW vật bồi thường **2** *v/t* (*reward*) thưởng; LAW bồi thường

reconcile *people* hòa giải; *differences* điều hòa; *~ sth with sth* làm gì cho nhất trí với gì; *~ oneself to ...* cam chịu ...; *be ~d* (*of two people*) hòa giải

reconciliation (*of people, differences*) sự hòa giải; (*of differences*) sự điều hòa

recondition sửa mới

reconnaissance MIL sự trinh sát

reconsider *v/t & v/i* xem xét lại

reconstruct *city* xây dựng lại; *one's life* làm lại; *crime* diễn lại

record 1 *n* MUS đĩa hát; SP *etc*, (*in database*) kỷ lục; (*written document etc*) hồ sơ; *~s* hồ sơ; *say sth off the ~* nói điều gì một cách không chính thức; *have a criminal ~* có tiền án; *have a good ~ for sth* thành tích tốt về gì **2** *v/t* (*on tape etc*) thu

record-breaking phá kỷ lục

reorder MUS ống tiêu

record holder người giữ kỷ lục

recording sự ghi âm

recording studio phòng ghi âm

record player máy quay đĩa

recoup *financial losses* lấy lại được

recover 1 *v/t sth lost, stolen goods, composure* lấy lại được **2** *v/i* (*from illness*) bình phục

recovery (*of sth lost, stolen goods*) sự lấy lại lại được; (*from illness*) sự bình phục; *he has made a good ~* anh ấy đã bình phục nhiều

recreation sự giải trí

---

ch (*final*) k	**gh** g	**nh** (*final*) ng	**r** z; (*S*) r	**x** s	**â** (but)	**i** (tin)
d z; (*S*) y	**gi** z; (*S*) y	**ph** f	**th** t	**a** (hat)	**e** (red)	**o** (saw)
đ d	**nh** (onion)	**qu** kw	**tr** ch	**ă** (hard)	**ê** ay	**ô** oh

recruit 1 *n* MIL tân binh; (*to company*) thành viên mới **2** *v/t new staff* tuyển mộ

recruitment sự tuyển mộ

recruitment drive cuộc vận động tuyển mộ

rectangle hình chữ nhật

rectangular hình chữ nhật

recuperate hồi phục

recur tái diễn

recurrent tái diễn đều

recycle tái sinh

recycling sự tái sinh

red 1 *adj* đỏ; *hair* hung đỏ **2** *n*: **in the ~** nợ

Red Cross Hội Chữ thập đỏ, Hội Hồng thập tự (*S*)

redden *v/i* (*blush*) đỏ mặt

redecorate *v/t* trang trí lại

redeem *debt* trả hết

redeeming: **~ feature** điều bù lại

redevelop *part of town* qui hoạch lại

red-handed: *catch s.o.* **~** bắt quả tang ai; **redhead** người tóc đỏ; **red-hot** đỏ rực; *enthusiasm, passion* nồng nhiệt; *story, news* nóng hổi; **red light** (*at traffic light*) đèn đỏ; **red light district** khu làng chơi; **red meat** thịt đỏ; **redneck** tầng lớp công nhân có quan điểm chính trị phản động; **red pepper** ớt ngọt đỏ; **Red River** sông Hồng; **Red River Delta** châu thổ sông Hồng; **Red River Gorge** Ngã ba sông Hồng; **red tape** tệ quan liêu

reduce giảm

reduction sự giảm

redundancy *Br* (*at work*) tình trạng bị sa thải; *there were many redundancies* có nhiều công nhân bị sa thải

redundant (*unnecessary*) thừa; *be made* **~** *Br* (*at work*) bị sa thải

reed BOT sậy

reef (*in sea*) đá ngầm

reef knot nút kép

reek *v/i* nồng nặc; **~ of ...** nặc mùi ...

reel *n* (*of film, thread*) cuộn

refer *v/t*: **~ a decision / problem to s.o.** chuyển một quyết định / vấn đề đến ai xử lý

♦ **refer to** (*allude to*) ám chỉ; *dictionary etc* tra

referee SP trọng tài; (*for job*) người chứng nhận

reference (*allusion*) sự ám chỉ; (*for job*) giấy chứng nhận; (*~ number*) ký hiệu; **with ~ to** về

reference book sách tham khảo

referendum cuộc trưng cầu dân ý

refill *v/t glass* rót đầy lại; *tank* làm đầy lại

refine *sugar* tinh chế; *oil* lọc; *technique* cải tiến

refined *manners* tao nhã; *language* lịch sự

refinery (*for oil*) nhà máy lọc; (*for sugar*) nhà máy tinh chế

reflation sự phục hồi hệ thống tiền tệ

reflect 1 *v/t light* phản chiếu; *be* **~ed in ...** phản chiếu trên ... **2** *v/i* (*think*) suy nghĩ

reflection (*in water, glass*) sự phản chiếu; (*consideration*) sự suy nghĩ

reflex (*in body*) phản xạ

reflex reaction phản ứng không tự chủ

reform 1 *n* sự cải cách **2** *v/t* cải cách

refrain[1] *v/i* kiềm chế; *please ~ from smoking* làm ơn cố nhịn hút thuốc

refrain[2] *n* (*in song, poem*) điệp khúc

refresh *person* làm tỉnh táo; *feel* **~ed** cảm thấy tỉnh táo lại

---

refresher course lớp bồi dưỡng

refreshing *drink* làm tỉnh táo, thú vị

refreshments các món ăn nhẹ

refrigerate ướp lạnh

refrigerator tủ lạnh

refuel *v/t & v/i airplane* tiếp nhiên liệu

refuge nơi ẩn náu; **take ~** (*from storm etc*) ẩn náu

refugee người tị nạn

refugee camp trại tị nạn

refund 1 *n* tiền hoàn lại **2** *v/t* hoàn lại

refusal sự từ chối

refuse *v/t* từ chối; **~ to do sth** từ chối không làm gì

regain *control, lost territory, the lead* lấy lại

regard 1 *n*: **have great ~ for s.o.** rất kính trọng ai; **in this** ~ về mặt này; **with ~ to** về; (**kind**) ~s lời chúc tốt đẹp; **please give my ~s to Lan** xin gửi lời chào của tôi tới Lan; **with no ~ for ...** không quan tâm đến ... **2** *v/t*: **~ s.o./sth as s.o./sth** coi ai/gì như ai/gì; **as ~s ...** về...

regarding về

regardless bất chấp; **~ of** bất chấp

regime chế độ

regiment *n* trung đoàn

region (*of country, city*) vùng; **in the ~ of** (*approximately*) khoảng

regional khu vực

register 1 *n* sổ **2** *v/t birth, death, vehicle* đăng ký; *letter* gửi đảm bảo; *emotion* biểu lộ; **send a letter ~ed** gửi bức thư đảm bảo **3** *v/i* (*at university, for a course*) ghi tên; (*with police*) đăng ký

registered letter thư bảo đảm

registration (*at university, for course*) việc ghi tên

regret 1 *v/t* hối tiếc; **I ~ that I** *cannot help* tôi lấy làm tiếc là tôi không thể giúp đỡ; **it is to be ~ted that ...** điều đáng tiếc là ... **2** *n* sự hối tiếc

regrettable đáng tiếc

regrettably thật đáng tiếc là

regular 1 *adj flights* thường kỳ; *intervals, pattern, shape* đều đặn; *habits* thường lệ; *soldier, army* chính quy; *situation* hợp thức; (*normal, ordinary*) thông thường **2** *n* (*in bar etc*) khách thường xuyên

regulate điều chỉnh

regulation (*rule*) qui tắc

rehabilitate *ex-criminal* phục hồi; *disabled* phục hồi chức năng

rehearsal sự diễn tập

rehearse *v/t & v/i* diễn tập

reign 1 *n* triều đại **2** *v/i* trị vì

reimburse hoàn lại

rein dây cương

reincarnation sự hiện thân, sự đầu thai

reinforce *structure, beliefs* củng cố

reinforced concrete bê tông cốt sắt

reinforcements MIL quân tiếp viện

reinstate *person in office* phục hồi chức vị; *paragraph in text* lấy lại

reject *v/t proposal, request* bác bỏ; *goods, applicant* loại bỏ

rejection sự bác bỏ

relapse *n* MED sự tái phát; **have a ~** bị cơn tái phát

relate 1 *v/t* liên hệ; **~ X to Y** liên hệ X với Y **2** *v/i*: **~ to ...** (*be connected with*) liên quan tới; **he doesn't ~ to people** anh ấy không hòa hợp được với mọi người

related (*by family*) có họ hàng; *events, ideas etc* có liên quan

relation (*in family*) quan hệ họ hàng; (*connection*) mối quan hệ;

---

ch (*final*) k	**gh** g	**nh** (*final*) ng	**r** z; (*S*) r	**x** s	**â** (but)	**i** (tin)
d z; (*S*) y	**gi** z; (*S*) y	**ph** f	**th** t	**a** (hat)	**e** (red)	**o** (saw)
đ d	**nh** (onion)	**qu** kw	**tr** ch	**ă** (hard)	**ê** ay	**ô** oh

business/diplomatic ~s quan hệ kinh doanh/ngoại giao

relationship (*connection*) mối quan hệ; (*sexual*) quan hệ tình dục

relative 1 *n* thân thuộc **2** *adj* tương đối; **X is ~ to Y** X có liên quan với Y

relatively tương đối

relax 1 *v/i* thư giãn; **~!, don't get angry** nguôi ngoai đi!, đừng có giận **2** *v/t muscle* thư giãn; *pace of work* giảm

relaxation sự nghỉ ngơi

relay 1 *v/t message* chuyển tiếp; *radio, TV signals* tiếp phát **2** *n:* **~** (*race*) cuộc đua tiếp sức

release 1 *n* (*from prison*) sự thả; (*of CD etc*) sự phát hành **2** *v/t prisoner* thả; *parking brake* nhả; *information* phát ra; *bomb* ném; **~ s.o. from a promise** miễn cho ai khỏi phải thực hiện một lời hứa

relent bớt nghiêm khắc

relentless (*determined*) không nao núng; *rain etc* không ngớt

relevance liên quan

relevant có liên quan

reliability tính đáng tin cậy

reliable đáng tin cậy

reliably một cách đáng tin cậy; **I am ~ informed that ...** tôi được thông báo từ một nguồn tin đáng tin cậy rằng ...

reliance sự tin cậy; **~ on s.o. /sth** sự tin cậy vào ai/gì

relic di vật

relief sự khuây khỏa; **that's a ~** thật là nhẹ cả người; **in ~** (*in art*) nổi

relieve *pressure, pain* giảm bớt; (*take over from*) thay phiên; **be ~d** (*at news etc*) cảm thấy nhẹ nhõm

religion tôn giáo

religious tôn giáo; **a very ~ person** một người rất sùng đạo

religiously (*conscientiously*) một cách cẩn thận

relish 1 *n* (*sauce*) nước sốt **2** *v/t idea, prospect* thích thú

relive *the past, an event* hồi tưởng

relocate *v/i* (*of business, employee*) di chuyển

reluctance sự miễn cưỡng

reluctant miễn cưỡng; **be ~ to do sth** miễn cưỡng làm gì

reluctantly một cách miễn cưỡng

♦ **rely on** dựa vào; **~ s.o. to do sth** dựa vào ai để làm gì

remain (*be left*) còn lại; (*stay*) ở lại

remainder (*rest*) phần còn lại; MATH số dư

remains (*of body*) thi hài

remand 1 *v/t:* **~ s.o. in custody** đưa trả ai về trại giam **2** *n:* **be on ~** bị tạm giam

remark 1 *n* sự nhận xét **2** *v/t* nhận xét

remarkable đáng chú ý

remarkably đặc biệt

remarry *v/i* tái hôn

remedy (*method of treatment*) cách điều trị; (*medicine*) thuốc; *fig* biện pháp khắc phục

remember 1 *v/t* nhớ; **~ to lock the door** nhớ khóa cửa đấy; **~ me to her** chuyển giúp tôi lời chào cô ấy **2** *v/i* nhớ; **I don't ~** tôi không nhớ

remind: ~ s.o. of sth (*bring to their attention*) nhắc nhở ai điều gì; (*make think of*) làm ai nhớ lại điều gì; **~ s.o. of s.o.** làm ai nhớ lại ai

reminder điều nhắc nhở; COM (*for payment*) giấy nhắc trả tiền

reminisce hồi tưởng

reminiscent: be ~ of sth gợi nhớ lại điều gì

remnant (*of old city etc*) dấu tích;

ơ ur	**y** (tin)	**ây** uh-i	**iê** i-uh	**oa** wa	**ôi** oy	**uy** wee	**ong** aong
u (soon)	**au** a-oo	**eo** eh-ao	**iêu** i-yoh	**oai** wai	**ơi** ur-i	**ênh** uhng	**uyên** oo-in
ư (dew)	**âu** oh	**êu** ay-oo	**iu** ew	**oe** weh	**uê** way	**oc** aok	**uyêt** oo-yit

(of old custom) tàn dư

remorse sự hối hận

remorseless *person* tàn nhẫn; *pace, demands* ráo riết

remote *village* xa xôi; *possibility, connection* mỏng manh; *(aloof)* hờ hững; *ancestor* xa xưa

remote access COMPUT truy nhập từ xa

remote control điều khiển từ xa

remotely *related, connected* rất ít; *just ~ possible* chỉ hơi có chút ít khả năng

removal *(of garbage)* sự dọn dẹp; *(of demonstrators)* sự giải tán; *(of tumor etc)* sự cắt bỏ; *(of lid)* sự mở; *(of clothes)* sự cởi; *(of doubt)* sự xóa tan

remove *feet, hand etc* thu; *dishes, garbage* dọn; *demonstrators* giải tán; *tumor, organ* cắt bỏ; *top, lid* mở; *clothes, shoes, hat etc* cởi; *doubt, suspicion* xóa tan

remuneration tiền trả công

remunerative được trả hậu

rename đặt tên mới

render *service* đáp lại; *~ s.o. homeless* làm ai trở nên vô gia cư

rendering *(of piece of music)* trình diễn

rendez-vous *(place)* nơi hẹn gặp; *(meeting)* cuộc hẹn; MIL nơi tập kết

renew *contract, license* gia hạn; *discussions* tiếp tục lại; *feel ~ed* cảm thấy hồi phục

renewal *(of contract etc)* sự gia hạn; *(of discussions)* sự tiếp tục lại

renounce *v/t title, rights* từ bỏ

renovate trùng tu

renovation việc trùng tu

renovation policy chính sách đổi mới

renown danh tiếng

renowned nổi tiếng

rent 1 *n* tiền thuê; *for ~* cho thuê **2** *v/t apartment, car, equipment* thuê; *(~ out)* cho thuê

rental *(money paid)* số tiền thuê

rental agreement hợp đồng thuê

rental car xe cho thuê

rent-free *adv* thuê miễn phí

reopen 1 *v/t business, store, negotiations* mở lại; LAW: *case* bắt đầu lại **2** *v/i (of theater etc)* khai diễn lại

reorganization *(of business)* việc tổ chức lại; *(of room, schedule)* sự sắp xếp lại

reorganize *business* tổ chức lại; *room, schedule* sắp xếp lại

rep COM đại diện

repaint sơn lại

repair 1 *v/t* sửa chữa **2** *n* việc sửa chữa; *in a good/bad state of ~* trong tình trạng tốt/xấu

repairman người sửa chữa

repatriate hồi hương

repay *money* trả lại; *person* đền đáp

repayment sự trả lại

repeal *v/t law* hủy bỏ

repeat 1 *v/t sth said* nhắc lại; *word, performance, experience* lặp lại; *am I ~ing myself?* tôi lặp đi lặp lại chăng? **2** *v/i* nhắc lại; *I ~, do not touch it* tôi nhắc lại: đừng đụng vào đó **3** *n (TV program etc)* chương trình phát lại

repeat business COM vụ làm ăn tiếp

repeated *occasions, requests* liên tiếp

repeat order COM đơn đặt hàng tiếp

repel *v/t invaders, attack* đẩy lùi; *insects* đuổi; *(disgust)* làm kinh tởm

repellent 1 *n (insect ~)* thuốc đuổi

ch *(final)* k	**gh** g	**nh** *(final)* ng	**r** z; (S) r	**x** s	**â** (but)	**i** (tin)
d z; (S) y	**gi** z; (S) y	**ph** f	**th** t	**a** (hat)	**e** (red)	**o** (saw)
đ d	**nh** (onion)	**qu** kw	**tr** ch	**ă** (hard)	**ê** ay	**ô** oh

côn trùng **2** *adj* kinh tởm

repent ăn năn

repercussions hậu quả

repetition (*of word, event etc*) sự lặp lại; (*repeating things*) điều lặp lại

repetitive lặp đi lặp lại

replace (*put back*) đặt lại; (*take the place of*) thay thế

replacement (*person*) người thay thế; (*thing*) vật thay thế

replacement part bộ phận thay thế

replay 1 *n* (*recording*) đoạn quay chậm; (*match*) trận đấu lại **2** *v/t match* đấu lại

replica bản sao

reply 1 *n* sự trả lời **2** *v/t & v/i* trả lời

report 1 *n* (*account*) bản báo cáo; (*by journalist*) bài tường thuật **2** *v/t facts* tường thuật; (*to authorities*) trình báo; **~ one's findings to s.o.** báo cáo với ai các phát hiện của mình; **~ a person to the police** tố cáo một người với cảnh sát; **he is ~ed to be in Hong Kong** có tin đồn là anh ấy đang ở Hồng Kông **3** *v/i* (*of journalist*) đưa tin; (*present oneself*) trình diện

♦ **report to** (*in business*) chịu trách nhiệm cho …

report card EDU bản thành tích học tập

reporter phóng viên

repossess COM lấy lại quyền sở hữu

reprehensible đáng khiển trách

represent (*act for*) đại diện cho; (*of images in painting etc*) tượng trưng

representative 1 *n* người đại diện; COM đại diện; POL đại biểu **2** *adj* (*typical*) tiêu biểu

repress *revolt* đàn áp; *feelings, natural urges* ghìm nén; *laugh* nhịn

repression POL cuộc đàn áp

repressive POL đàn áp

reprieve 1 *n* LAW lệnh hoãn thi hành án; *fig* sự tạm hoãn **2** *v/t prisoner* hoãn thi hành án

reprimand *v/t* khiển trách

reprint 1 *n* sự tái bản **2** *v/t* tái bản

reprisal sự trả đũa; **take ~s** trả đũa

reproach 1 *n* sự trách mắng; **be beyond ~** không thể chê trách **2** *v/t* trách

reproachful có ý chê trách

reproduce 1 *v/t atmosphere, mood* làm sống lại **2** *v/i* BIO sinh sản

reproduction BIO sự sinh sản; (*of sound*) sự phát lại âm; (*of images*) sự sao lại; (*piece of furniture*) mô phỏng

reproductive BIO sinh sản

reptile loài bò sát

republic nước cộng hòa

republican 1 *n* người theo đảng cộng hòa; **Republican** đảng viên đảng Cộng hòa **2** *adj* cộng hòa

repudiate (*deny*) bác bỏ

repulsive ghê tởm

reputable có uy tín

reputation danh tiếng; **have a good/bad ~** nổi tiếng tốt/xấu

request 1 *n* lời thỉnh cầu; **on ~** theo yêu cầu **2** *v/t* yêu cầu

require (*need*) cần đến; **it ~s great care** cần phải rất cẩn thận; **as ~d by law** như pháp luật qui định; **guests are ~d to …** để nghị các vị khách …

required (*necessary*) cần thiết; **the ~ amount of …** số lượng cần thiết …; **it is ~ reading** bắt buộc phải đọc

requirement (*need*) nhu cầu; (*condition*) yêu cầu

reroute *airplane etc* đổi lộ trình

rerun *tape* chạy lại

rescue 1 *n* sự cứu; **come to s.o.'s ~**

ơ ur	y (tin)	ây uh-i	iê i-uh	oa wa	ôi oy	uy wee	ong aong
u (soon)	au a-oo	eo eh-ao	iêu i-yoh	oai wai	ơi ur-i	ênh uhng	uyên oo-in
ư (dew)	âu oh	êu ay-oo	iu ew	oe weh	uê way	oc aok	uyêt oo-yit

cứu ai **2** *v/t* cứu
rescue party đội cấp cứu
research *n* sự nghiên cứu
♦ **research into** nghiên cứu về
research and development sự
nghiên cứu và phát triển
research assistant trợ lý nghiên
cứu
researcher nhà nghiên cứu
research project dự án nghiên cứu
resemblance sự giống nhau
resemble giống
resent bực tức
resentful bực tức
resentment sự bực tức
reservation (*of room, table*) sự đặt
trước; (*mental*) điều dè dặt;
(*special area*) vùng đặc cư; *I have
a ~* tôi có đặt chỗ trước
reserve 1 *n* (*store*) sự dự trữ;
(*aloofness*) sự dè dặt; SP cầu thủ
dự bị; *keep sth in* ~ dự trữ gì **2** *v/t seat, table* đặt trước;
judgment giữ lại
reserved *person, manner* dè dặt;
table, seat được đặt trước
reservoir (*for water*) hồ chứa
reside cư trú
residence (*house etc*) dinh thự;
(*stay*) cư trú
residence permit giấy phép cư trú
resident 1 *n* (*in town, district, street*)
cư dân; (*in hotel*) khách trọ **2** *adj*
(*living in a building*) cư dân
residential *district* cư dân
residue cặn
resign 1 *v/t position* từ chức; ~
oneself to cam chịu **2** *v/i* (*from
job*) từ chức
resignation (*from job*) sự từ chức;
(*mental*) sự cam chịu
resigned cam chịu; *we have
become* ~ *to the fact that ...*
chúng tôi đành cam chịu là ...

resilient *personality* mau phục hồi;
material đàn hồi
resin nhựa thông
resist 1 *v/t enemy, s.o.'s advances,
new measures* chống lại; *temptation*
cưỡng lại **2** *v/i* chống cự
resistance (*to enemy*) sự chống cự;
(*to new laws*) sự chống đối; (*to
disease, heat etc*) sức đề kháng;
ELEC điện trở; *the Resistance*
POL phong trào kháng chiến; *air* ~
sức cản của không khí; *market* ~
tình trạng thị trường không chấp
nhận
resistant *material* bền; ~ *to heat /
rust* chịu nhiệt/không gỉ
resolute kiên quyết
resolution (*decision*) nghị quyết;
(*determination*) quyết tâm; (*of
problem*) giải pháp; (*of image*) độ
phân giải
resolve *problem, doubts etc* giải
quyết; ~ *to do sth* quyết tâm làm
gì
resort *n* (*place*) nơi nghỉ; *as a last* ~
như là phương sách cuối cùng
resounding *success, victory* vang
dội
resource nguồn
resourceful cơ trí
respect 1 *n* (*for people*) sự kính
trọng; (*considerateness*) sự tôn
trọng; *show* ~ *to* tỏ ra tôn trọng;
with ~ *to* đối với; *in this / that* ~
về mặt này/kia; *in many* ~*s* về
nhiều điểm; *pay one's last* ~*s to
s.o.* đến chào vĩnh biệt ai **2** *v/t
person, s.o.'s opinion, privacy, law*
tôn trọng
respectable đứng đắn
respectful kính cẩn
respectfully kính cẩn
respective riêng từng; *they each
returned to their* ~ *countries* bọn

---

ch (*final*) k	gh g	nh (*final*) ng	r z; (S) r	x s	â (but)	i (tin)
d z; (S) y	gi z; (S) y	ph f	th t	a (hat)	e (red)	o (saw)
đ d	nh (onion)	qu kw	tr ch	ă (hard)	ê ay	ô oh

họ ai trở về nước người ấy

respectively theo thứ tự đã nói

respiration sự hô hấp

respirator MED máy hô hấp nhân tạo

respite nghỉ ngơi; *without ~* không ngừng

respond (*answer*) trả lời; (*react*) đáp lại; *~ to treatment* đáp ứng

response (*answer*) câu trả lời; (*reaction*) phản ứng

responsibility trách nhiệm; *accept ~ for* chịu trách nhiệm; *a job with more ~* một việc làm với nhiều trách nhiệm hơn

responsible (*to blame*) chịu trách nhiệm; (*liable, for children, production etc*) phải chịu trách nhiệm; (*trustworthy, showing seriousness*) có tinh thần trách nhiệm; (*involving responsibility: job*) đầy trọng trách

responsive *audience* nhiệt tình; *brakes* ăn

rest[1] **1** *n* sự nghỉ ngơi; *I need a ~* cần sự nghỉ ngơi **2** *v/i* nghỉ; *~ on ...* (*be based on*) dựa trên ...; (*lean against*) dựa vào ...; *it all ~s with him* mọi sự đều tùy thuộc vào anh ấy **3** *v/t* (*lean, balance etc*) dựa

rest[2] *n*: *the ~* phần còn lại

restaurant tiệm ăn

restaurant car toa ăn

rest cure sự chữa bệnh bằng nghỉ ngơi

rest home nhà dưỡng lão

restless hiếu động; *have a ~ night* qua một đêm trần trọc

restoration việc trùng tu

restore *building etc* trùng tu

restrain *dog, troops* ghìm giữ; *emotions* kiểm chế; *~ oneself* tự kiểm chế

restraint (*moderation*) sự kiểm chế

restrict hạn chế; *I'll ~ myself to ...* tôi sẽ tự giới hạn chỉ ...

restricted *view* hạn chế; *sense* hẹp

restricted area MIL vùng cấm

restriction hạn chế

rest room nhà vệ sinh

result *n* kết quả; *as a ~ of this* do đó

♦ **result from** là kết quả của

♦ **result in** dẫn đến

resume *v/t* lại tiếp tục

résumé (*of career*) sơ yếu lý lịch

resurface **1** *v/t* *road* rải lại **2** *v/i* (*reappear*) lại xuất hiện

resurrection REL sự phục sinh

resuscitate làm tỉnh lại

retail **1** *adv* lẻ **2** *v/i* bán lẻ; *~ at ...* bán lẻ với giá ...

retailer người bán lẻ

retail price giá bán lẻ

retain giữ lại

retainer FIN tiền trả trước

retaliate trả đũa

retaliation sự trả đũa

retarded (*mentally*) chậm phát triển

retire *v/i* (*from work*) về hưu

retired về hưu

retirement sự về hưu

retirement age tuổi về hưu

retiring (*shy*) nhút nhát

retort **1** *n* lời vặn lại **2** *v/i* vặn lại

retrace *footsteps* trở lại

retract *v/t claws, undercarriage* co lại; *statement* rút lại

retreat **1** *v/i* MIL, (*in discussion etc*) rút lui **2** *n* MIL cuộc rút lui; (*place*) nơi ẩn dật

retrieve tìm lại được

retriever (*dog*) chó tha mồi

retroactive *law etc* có hiệu lực trở về trước

retrograde *move, decision* thụt lùi

retrospect: *in ~* nhìn lại việc đã

ơ ur	y (tin)	ây uh-i	iê i-uh	oa wa	ôi oy	uy wee	ong aong
u (soon)	au a-oo	eo eh-ao	iêu i-yoh	oai wai	ơi u-ri	ênh uhng	uyên oo-in
ư (dew)	âu oh	êu ay-oo	iu ew	oe weh	uê way	oc aok	uyêt oo-yit

qua

retrospective n cuộc triển lãm quá khứ sáng tác

return 1 n (coming back, going back) sự trở về; (giving back) sự trả lại; COMPUT phím enter; (in tennis) cú đánh trả; **by ~** (**of post**) bằng chuyến thư tới; **~s** (profit) tiền lời; **many happy ~s** (**of the day**) chúc mừng sinh nhật **2** v/t (give back) trả lại; (put back) để lại; favor, invitation đáp lại **3** v/i (go back, come back) trở về; (of good times, doubts etc) trở lại

returnee quân nhân phục viên

return flight chuyến bay trở về

return journey chuyến về

reunification sự thống nhất lại

reunion cuộc họp mặt

reunite v/t old friends đoàn tụ; country thống nhất lại

reusable dùng lại được

reuse dùng lại

rev n vòng quay; **~s per minute** vòng quay/phút

♦ **rev up** v/t engine cho quay nhanh

revaluation (of currency) sự nâng giá

reveal (make visible) để lộ ra; (make known) tiết lộ

revealing remark bộc lộ; dress hở hang

revelation sự phát giác

revenge n sự trả thù; **take one's ~** trả thù

revenue thu nhập

reverberate (of sound) vang dội

revere tôn sùng

Reverend Đức cha

reverent cung kính

reverse 1 adj sequence ngược lại **2** n (opposite) điều trái ngược; (back) mặt sau; MOT số lùi **3** v/t sequence đảo ngược; vehicle lùi

review 1 n (of book, movie) bài phê bình; (of troops) cuộc duyệt binh; (of situation etc) việc xem xét lại **2** v/t book, movie phê bình; troops duyệt; situation etc xem xét lại; (for exam) ôn tập

reviewer (of book, movie) nhà phê bình

revise v/t opinion, text sửa lại

revision (of opinion, text) việc sửa lại

revisionism POL chủ nghĩa xét lại

revival (of custom, old style etc, patient) sự phục hồi

revive 1 v/t custom, old style etc phục hồi; patient làm tỉnh lại **2** v/i (of business, exchange rate etc) tăng

revoke license thu hồi; law hủy bỏ

revolt 1 n cuộc nổi dậy **2** v/i nổi dậy

revolting (disgusting) ghê tởm

revolution POL etc cuộc cách mạng; (turn) vòng quay

revolutionary 1 n POL nhà cách mạng **2** adj cách mạng

revolutionize cách mạng hóa

revolve v/i quay tròn

revolver súng lục

revolving door cửa quay

revue THEA tấu

revulsion sự ghê sợ

reward 1 n (financial) tiền thưởng; (benefit derived) phần thưởng **2** v/t (financially) thưởng

rewarding experience bổ ích

rewind v/t film, tape quay lại

rewrite v/t viết lại

rhetoric tu từ học; pej lối nói hoa mỹ

rheumatism bệnh thấp khớp

rhinoceros con tê giác

rhubarb cây đại hoàng

rhyme 1 n vần **2** v/i vần với nhau; ~

---

ch (final) k	**gh** g	**nh** (final) ng	**r** z; (S) r **x** s **â** (but) **i** (tin)
d z; (S) y	**gi** z; (S) y	**ph** f	**th** t **a** (hat) **e** (red) **o** (saw)
đ d	**nh** (onion)	**qu** kw	**tr** ch **ă** (hard) **ê** ay **ô** (saw)

with ... vẫn với ...

rhythm nhịp điệu; *(of breathing, heartbeat)* nhịp

rib xương sườn

ribbon *(in hair, for parcel)* dải ruy băng; *(for typewriter)* ruy băng

rice *(plant)* cây lúa; *(uncooked)* gạo; *(with husks)* thóc; **boiled ~** cơm; **fried ~** cơm rang

rice bowl bát ăn cơm *(N)*, chén ăn cơm *(S)*; **rice cooker** *(electric)* nồi cơm điện; **ricefield** ruộng lúa; **rice noodles** bún; **rice wine** rượu lậu *(N)*, rượu đế *(S)*

rich 1 *adj (wealthy)* giàu; *food* béo bổ **2** *n: the ~* những người giàu

rid: get ~ of tống khứ

riddle *(puzzle)* câu đố; *(mystery)* bí ẩn

ride 1 *n (on horse)* cuộc cưỡi ngựa; *(in vehicle)* cuộc đi xe; *(journey)* chuyến đi xe; *do you want a ~ into town?* anh/chị có muốn đi nhờ xe vào thành phố không? **2** *v/t horse, bike* đi **3** *v/i (on horse)* cưỡi ngựa; *(by vehicle)* đi xe; *I ~ to school by bike* tôi đi đến trường bằng xe đạp

rider *(on horse)* người cưỡi ngựa; *(on bike)* người đi xe đạp; *(on motorbike)* người đi xe máy

ridge *(raised strip)* đường gờ; *(of mountain)* đường sống núi; *(of roof)* nóc

ridicule 1 *n* sự nhạo báng **2** *v/t* nhạo báng

ridiculous lố bịch, tức cười; *price* vô lý

ridiculously *expensive, easy etc* một cách vô lý

riding *(on horseback)* cưỡi ngựa

rifle *n* súng trường

rift *(in earth)* đường nứt; *(in party etc)* sự rạn nứt

rig 1 *n (oil ~)* dàn khoan; *(truck)* xe tải **2** *v/t elections* gian lận

right 1 *adj (correct, proper, just)* đúng; *(suitable)* thích hợp; *(not left)* bên phải; **be ~** *(of answer, person)* đúng; *(of clock)* chạy đúng; *that's ~!* đúng thế!; *put things ~* thu xếp tốt đẹp mọi việc; → **alright 2** *adv (directly)* ngay; *(correctly)* đúng; *(completely)* hẳn; *(not left)* sang phải; *~ now (immediately)* ngay bây giờ; *(at the moment)* ngay lúc này **3** *n (civil, legal etc)* quyền; *(not left)* bên phải; POL cánh hữu; *on the ~* ở bên phải; POL theo cánh hữu; *turn to the ~*, *take a ~* rẽ sang phải; *be in the ~* nắm phần đúng; *know ~ from wrong* biết cái đúng cái sai

right-angle góc vuông; *at ~s to ...* vuông góc với ...

rightful *heir, owner etc* hợp pháp

right-hand *adj* bên phải; *on the ~ side* ở bên phải; **right-hand drive** MOT tay lái bên phải; **right-handed** thuận tay phải; **right-hand man** cánh tay phải; **right of way** *(in traffic)* quyền ưu tiên; *(across land)* quyền được đi qua; **right wing** POL cánh hữu; SP hữu biên; **right-wing** *adj* POL cánh hữu; **right-winger** POL phần tử cánh hữu; **right-wing extremism** POL chủ nghĩa cực đoan cánh hữu

rigid *material* cứng; *principles, attitude* cứng nhắc

rigor *(of discipline)* tính nghiêm khắc; *the ~s of the winter* tính khắc nghiệt của mùa đông

rigorous *discipline* nghiêm khắc; *tests, analysis* nghiêm ngặt

rim *(of wheel)* vành; *(of cup)* miệng; *(of eyeglasses)* gọng

ring¹ *n (circle)* vòng tròn; *(on finger)*

ơ ur	y (tin)	ây uh-i	iê i-uh	oa wa	ôi oy	uy wee	ong aong
u (soon)	au a-oo	eo eh-ao	iêu i-yoh	oai wai	ơi ur-i	ênh uhng	uyên oo-in
ư (dew)	âu oh	êu ay-oo	iu ew	oe weh	uê way	oc aok	uyêt oo-yit

chiếc nhẫn; (*in boxing*) võ đài; (*at circus*) sàn diễn

ring² 1 *n* (*of bell*) tiếng chuông; (*of voice*) tiếng ngân vang 2 *v/t bell* rung 3 *v/i* (*of bell*) rung; **please ~ for attention** xin vui lòng bấm chuông để được phục vụ

ringleader đầu sỏ

ring-pull vòng kéo

rink sân băng

rinse 1 *n* (*for hair color*) thuốc nhuộm tóc 2 *v/t clothes* giũ; *dishes* tráng; *hair* xả nước

riot 1 *n* sự náo loạn 2 *v/i* làm náo loạn

rioter kẻ náo loạn

riot police cảnh sát chống bạo loạn

rip 1 *n* (*in cloth etc*) vết rách 2 *v/t cloth etc* xé toạc; **~ sth open** xé mở gì

♦ **rip off** F *customers* chém (đất); (*cheat*) lừa

ripe *fruit* chín

ripen *v/i* (*of fruit*) chín

ripeness (*of fruit*) sự chín

rip-off *n* F xoáy; *it's a ~* thật là giá cắt cổ

ripple (*on water*) làn sóng lăn tăn

rise 1 *v/i* (*from chair etc*) đứng dậy; (*of sun*) mọc; (*of rocket*) phóng lên; (*of price, temperature*) tăng lên; (*of water level*) dâng lên 2 *n* (*in price, temperature, salary*) sự tăng lên; (*in water level*) sự dâng lên

risk 1 *n* nguy cơ; *take a ~* liều 2 *v/t* đánh liều; *let's ~ it* ta hãy liều một phen

risky mạo hiểm

ritual 1 *n* nghi thức 2 *adj* lễ nghi

rival 1 *n* đối thủ 2 *v/t* đua tranh với; *I can't ~ that* tôi không thể làm tốt hơn thế

rivalry sự đua tranh

river sông

riverbed lòng sông

riverside bờ sông

rivet 1 *n* đinh tán 2 *v/t* ghép bằng đinh tán; **~ sth to sth** ghép gì với gì bằng đinh tán

road con đường; *it's just down the ~* chỉ ở dưới đường kia kìa

roadblock rào chắn đường; **road hog** kẻ lái xe bạt mạng; **road holding** (*of vehicle*) khả năng bám đường; **road map** bản đồ lái xe; **road repairs** công việc sửa đường; **roadside**: *at the ~* bên lề đường; **roadsign** biển báo; **roadway** lòng đường; **road work** (*for boxers etc*) tập chạy trên đường; **roadworthy** đủ điều kiện an toàn để chạy trên đường

roam *v/i* lang thang

roar 1 *n* (*of person, engine, lion*) tiếng gầm; (*of engine*) tiếng rú; (*of traffic*) tiếng ầm ầm; *~s of laughter* tiếng cười phá lên 2 *v/i* (*of engine*) rú lên; (*of lion, person*) gầm lên; **~ with laughter** cười phá lên

roast 1 *n* (*of beef etc*) món thịt quay 2 *v/t beef etc* quay; *coffee beans, peanuts, chestnuts etc* rang 3 *v/i* (*of food*) quay; (*of coffee beans, peanuts, chestnuts etc*) được rang; *we're ~ing* F chúng tôi nóng như bị rang

roast beef món bò quay

roast pork món lợn quay (*N*), món heo quay (*S*)

rob *bank* cướp; *person* ăn trộm; *I've been ~bed* tôi bị cướp

robber kẻ cướp; (*burglar*) kẻ trộm

robbery vụ cướp; (*burglary*) vụ trộm

robe (*of judge, priest*) áo choàng; (*bath~*) áo choàng mặc trong nhà

ch (*final*) k	**gh** g	**nh** (*final*) ng	**r** z; (*S*) r	**x** s	**â** (but) **i** (tin)
d z; (*S*) y	**gi** z; (*S*) y	**ph** f	**th** t	**a** (hat)	**e** (red) **o** (saw)
đ d	**nh** (onion)	**qu** kw	**tr** ch	**ă** (hard)	**ê** ay **ô** oh

robin chim cổ đỏ

robot người đá; rôbôt

robust *person, health* cường tráng; *material, structure* kiên cố

rock 1 *n (small stone)* hòn đá; *(in sea)* khối đá; MUS nhạc rốc; **on the ~s** *drink* pha với đá; *marriage* gặp khó khăn lớn **2** *v/t baby, cradle* đu đưa; *(surprise)* làm ... sửng sốt **3** *v/i (on chair)* đu đưa; *(of boat)* lắc lư

rock bottom: reach ~ xuống tới điểm thấp nhất

rock-bottom *prices* thấp nhất

rocket 1 *n* tàu vũ trụ; *(firework)* pháo hoa **2** *v/i (of prices)* tăng vọt

rocking chair ghế xích đu

rock 'n' roll rốc-en-rôn

rock star ngôi sao nhạc rốc

rocky *beach, path* đá lởm nhởm

rod *(stick)* cái gậy; *(for fishing)* cái cần

rodent loài gặm nhấm

rogue kẻ vô lại

role *(in play, movie)* vai; *(in company etc)* vai trò

role model mẫu gương

roll 1 *n (bread)* ổ bánh mì; *(of film)* cuộn; *(of thunder)* tiếng rền; *(list, register)* danh sách **2** *v/i (of ball etc)* lăn; *(of boat)* tròng trành **3** *v/t:* **~ sth into a ball** cuộn tròn gì; **~ sth along the ground** lăn gì trên mặt đất

♦ **roll over 1** *v/i* lăn mình **2** *v/t person, object* lăn; *(renew, extend)* gia hạn

♦ **roll up 1** *v/t sleeves* xắn **2** *v/i* F *(arrive)* tới

roll call điểm danh

roller *(for hair)* lô cuốn

roller blade *n* lưỡi máy lăn cắt cỏ

roller skate *n* pa-tanh

rolling pin trục cán

ROM *(= read only memory)* ROM, bộ nhớ chỉ đọc

Roman Catholic 1 *n* người theo đạo Thiên Chúa La Mã **2** *adj* đạo Thiên Chúa La Mã

romance *(affair)* chuyện tình; *(novel)* tình truyện; *(movie)* phim tình yêu

romantic *adj* lãng mạn

roof mái

roof rack MOT cái giá mui xe

room phòng; *(space)* chỗ; **there's no ~ for ...** không có chỗ cho ...

room clerk nhân viên lễ tân; **roommate** bạn cùng phòng; **room service** hầu phòng

roomy *house etc* rộng rãi; *clothes* rộng

root rễ; *(of word)* gốc từ; **~s** *(of person)* gốc rễ

♦ **root out** *(get rid of)* triệt bỏ; *(find)* mò ra

rope dây thừng

♦ **rope off** chăng dây

rose BOT hoa hồng; *(pink)* màu hồng

rostrum diễn đàn

rosy *cheeks* đỏ hồng; *future* tốt đẹp

rot 1 *n (in wood)* sự mục nát; *(in teeth)* sự bị sâu **2** *v/i (of food)* thiu hồng; *(of wood)* mục nát; *(of teeth)* sâu

rota bảng phân công

rotate *v/i (of blades, earth)* quay

rotation *(around the sun etc)* sự quay; **do sth in ~** luân phiên làm gì

rotten *food* thiu hồng; *wood etc* mục hồng; *trick, thing to do* đồi bại; *weather, luck* tồi tệ

rough 1 *adj surface* gồ ghề; *hands, skin* thô ráp; *voice* khàn; *(violent)* thô bạo; *crossing* gian nan; *seas* động; *(approximate)* đại khái; **~**

ơ ur	y (tin)	ây uh-i	iê i-uh	oa wa	ôi oy	uy wee	ong aong
u (soon)	au a-oo	eo eh-ao	iêu i-yoh	oai wai	ơi ur-i	ênh uhng	uyên oo-in
ư (dew)	âu oh	êu ay-oo	iu ew	oe weh	uê way	oc aok	uyêt oo-yit

draft phác thảo sơ lược **2** *adv:*
sleep ~ ngủ vạ vật **3** *n (in golf)*
phần sân gỗ ghề **4** *v/t:* **~ it** tạm
thời thiếu tốn
roughage *(in food)* chất xơ
roughly *(approximately)* khoảng
roulette cò quay, ru lét
round 1 *adj* tròn; **in ~ figures** số
tròn **2** *n (of mailman)* lộ trình làm
việc; *(of doctor)* sự đi tua; *(of
toast)* khoanh; *(of drinks)* tuần; *(of
competition)* vòng; *(in boxing
match)* hiệp **3** *v/t* **corner** đi vòng
quanh **4** *adv, prep* → **around**
♦ **round off** *edges* làm tròn; *meeting,
night out* kết thúc
♦ **round up** *figure* lấy tròn; *suspects,
criminals* bắt giữ
roundabout *adj route, way of saying
sth* quanh co; **round trip** khứ hồi;
round trip ticket vé khứ hồi;
round-up *(of cattle)* sự dồn lại; *(of
suspects, criminals)* sự bắt giữ; *(of
news)* sự tóm tắt
rouse *(from sleep)* đánh thức;
interest, emotions kích động
rousing *speech, finale* kích động
route *n* tuyến đường
routine 1 *adj* thường lệ **2** *n* lệ
thường; **as a matter of ~** theo lệ
thường
row[1] *(line)* hàng; **5 days in a ~** 5
ngày liền
row[2] **1** *v/t boat* chèo **2** *v/i* chèo
thuyền
row[3] *n Br (quarrel)* cuộc cãi lộn;
(noise) sự huyên náo
rowboat thuyền chèo
rowdy ồn ào và lộn xộn
row house nhà dãy
royal *adj palace, visit* hoàng gia
royal opera ôpêra hoàng gia
royalty *(royal persons)* hoàng tộc;
(on book, recording) tiền bản

quyền tác giả
rub *v/t* xát
♦ **rub down** *(to clean)* đánh nhẵn
♦ **rub off 1** *v/t dirt* lau sạch; *paint etc*
cạo bỏ **2** *v/i:* **it rubs off on you**
điều đó ảnh hưởng tới anh/chị
♦ **rub out** *(with eraser)* tẩy xóa
rubber 1 *n* cao su; *(eraser)* cái tẩy
2 *adj* cao su
rubber tree cây cao su
rubbish *Br* rác rưởi; *(poor quality
item)* đồ bỏ đi; *(nonsense)* chuyện
nhảm nhí; **don't talk ~!** đừng nói
nhảm nhí!
rubble gạch đá vụn
ruby *(jewel)* hồng ngọc
rucksack ba lô
rudder *(of boat)* bánh lái; *(of plane)*
đuôi lái
ruddy *complexion* hồng hào
rude thô lỗ; **it is ~ to ...** là điều bất
lịch sự ...; **I didn't mean to be ~**
tôi không có ý khiếm nhã
rudeness sự thô lỗ
rudimentary *skills, knowledge* sơ
đẳng; *(not sophisticated)* thô sơ
rudiments những điều sơ đẳng
ruffian tên lưu manh
ruffle 1 *n (on dress)* diềm xếp nếp
2 *v/t hair* làm bù; *person* làm bối
rối; **get ~d** *(confused)* bối rối
rug *(carpet)* tấm thảm; *(blanket)*
tấm mền
rugged *coastline, cliffs* lởm chởm;
face sần sùi; *resistance* kiên quyết
ruin 1 *n* sự đổ nát; **~s** di tích; **in ~s**
(of city, building) đổ nát; *(of plans,
marriage)* tan vỡ **2** *v/t party,
birthday, vacation, plan* làm hỏng;
reputation hủy hoại; **be ~ed**
(financially) bị phá sản
rule 1 *n (of club, game)* qui tắc; *(of
monarch)* sự trị vì; *(for measuring)*
thước gấp; **a country under**

---

ch *(final)* k	**gh** g	**nh** *(final)* ng	**r** z; *(S)* r	**x** s	**â** (but)	**i** (tin)
d z; *(S)* y	**gi** z; *(S)* y	**ph** f	**th** t	**a** (hat)	**e** (red)	**o** (saw)
đ d	**nh** (onion)	**qu** kw	**tr** ch	**ă** (hard)	**ê** ay	**ô** oh

French ~ một nước dưới quyền cai trị của Pháp; *as a* ~ theo lệ thường **2** *v/t country* cai trị; *the judge ~d that ...* quan tòa phán quyết rằng ... **3** *v/i (of monarch)* trị vì

♦ **rule out** loại trừ

ruler (*for measuring*) cái thước; (*of state*) người cầm quyền

ruling 1 *n* quyết định **2** *adj party* cầm quyền

rum (*drink*) rượu rum

rumble *v/i (of stomach)* sôi ùng ục; (*of train in tunnel*) chạy ầm ầm

♦ **rummage around** lục tung

rummage sale cuộc bán đồ cũ để quyên tiền từ thiện

rumor 1 *n* tin đồn **2** *v/t: it is ~ed that ...* có tin đồn rằng ...

rump (*of animal*) mông

rumple *clothes, paper* vò nhàu

rumpsteak thịt mông bò

run 1 *n* (*on foot*) sự chạy; (*in pantyhose*) khe hở do sốt mũi; (THEA: *of play*) đợt lưu diễn; *go for a* ~ (*for exercise*) chạy một chặng; *make a ~ for it* bỏ chạy; *a criminal on the* ~ một tên tội phạm đang chạy trốn; *in the short* ~ trước mắt; *in the long* ~ về lâu dài; *a ~ on the dollar* một sự đổ xô mua đô la **2** *v/i (of person, animal, engine, machine, software, trains etc)* chạy; (*of river*) chảy; (*of paint, make-up*) loang lổ; (*of nose, eyes, tap*) chảy nước; (*of play*) lưu diễn; (*in election*) ứng cử; *~ for President* ứng cử Tổng thống **3** *v/t race, mile* chạy; *business, hotel, project etc* điều hành; *software* cho chạy; *car* có; *he ran his eye down the page* anh ấy đọc lướt qua trang giấy

♦ **run across** (*meet*) tình cờ gặp;

(*find*) tình cờ tìm thấy

♦ **run away** bỏ chạy

♦ **run down 1** *v/t* (*knock down*) đâm ngã; (*criticize*) chê bai; *stocks* giảm bớt **2** *v/i* (*of battery*) hết điện

♦ **run into** (*meet*) tình cờ gặp; *difficulties* lâm vào

♦ **run off 1** *v/i* bỏ chạy **2** *v/t* (*print off*) sao lại

♦ **run out** (*of contract, time*) hết hạn; (*of supplies*) cạn kiệt

♦ **run out of** *time, patience, supplies* hết; *I ran out of gas* tôi đã cạn xăng

♦ **run over 1** *v/t* (*knock down*) chẹt phải; *can we ~ over the details again?* chúng ta có thể xem qua các chi tiết lần nữa không? **2** *v/i* (*of water etc*) tràn ra

♦ **run through** (*rehearse, go over*) xem lại

♦ **run up** *v/t debts, large bill* tích lại; *clothes* may

run-down *person* kiệt sức; *part of town, building* tồi tệ

rung (*of ladder*) bậc

runner (*athlete*) nhà chạy đua

runner-up (*team*) đội về thứ nhì; (*person*) người về thứ nhì

running 1 *n* SP cuộc chạy đua; (*of business*) sự điều hành **2** *adj: for two days* ~ trong hai ngày liền

running water (*supply*) nước máy

runny *jam, sauce* loãng; *have a ~ nose* bị sổ mũi

run-up SP chạy lấy đà; *in the ~ to Christmas* trong thời gian sắp tới Nô-En

runway đường băng

rupture 1 *n* (*in pipe*) sự vỡ tung; (*in relations*) sự vỡ vụn **2** *v/i* (*of pipe etc*) vỡ tung

rural nông thôn

rush 1 *n* sự vội vã; *do sth in a ~*

ơ ur	y (tin)	ây uh-i	iê i-uh	oa wa	ôi oy	uy wee	ong aong
u (soon)	au a-oo	eo eh-ao	iêu i-yoh	oai wai	ơi ur-i	ênh uhng	uyên oo-in
ư (dew)	âu oh	êu ay-oo	iu ew	oe weh	uê way	oc aok	uyêt oo-yit

làm vội gì; *be in a ~* đang vội; *what's the big ~?* có gì mà vội ghê thế? **2** *v/t person* thúc giục; *meal* ăn vội vã; *~ s.o. to the hospital* cấp tốc đưa ai tới bệnh viện **3** *v/i* vội vã
rush hour giờ cao điểm
Russia nước Nga
Russian 1 *adj* Nga **2** *n* người Nga; (*language*) tiếng Nga
rust 1 *n* gỉ **2** *v/i* bị gỉ
rustle 1 *n* (*of silk, leaves*) tiếng loạt soạt **2** *v/i* (*of silk, leaves*) kêu loạt

soạt
♦ **rustle up** F *meal* sửa soạn nhanh
rust-proof *adj* không gỉ
rust remover thuốc tẩy gỉ
rusty gỉ; *French, math etc* cùn đi; *I'm a little ~* năng lực tôi có phần cùn đi
rut (*in road*) vết bánh xe; *be in a ~ fig* trong sự buồn tẻ
ruthless tàn nhẫn
ruthlessness sự tàn nhẫn
rye lúa mạch đen
rye bread bánh mì lúa mạch đen

S

sabbatical *n* (*of academic*) phép
sabotage 1 *n* sự phá hoại **2** *v/t* phá hoại
saccharin đường sacarin
sachet (*of shampoo, cream etc*) gói
sack 1 *n* bao tải **2** *v/t* F sa thải
sacred *building, place* linh thiêng; *music* thánh
sacrifice 1 *n* (*act*) sự hy sinh; (*person, animal sacrificed*) vật tế thần; *make ~s fig* hy sinh **2** *v/t* cúng tế; *fig: one's freedom etc* hy sinh
sad *person, face, song* buồn; *state of affairs* tồi tệ
saddle *n* (*on horse*) yên ngựa; (*on bike*) yên xe
sadism tính bạo dâm
sadist kẻ bạo dâm
sadistic bạo dâm
sadly *look, sing etc* một cách buồn bã; (*regrettably*) đáng buồn là

sadness sự buồn rầu
safe 1 *adj* (*not dangerous, not in danger*) an toàn; *driver* thận trọng; *investment, prediction* chắc chắn **2** *n* két sắt
safeguard 1 *n* cái bảo đảm; *as a ~ against* là cái bảo đảm để chống lại **2** *v/t* bảo vệ
safekeeping: *give sth to s.o. for ~* giao gì cho ai bảo quản an toàn
safely *arrive* một cách an toàn; *complete tests etc* một cách trôi chảy; *drive* một cách thận trọng; *assume* một cách chắc chắn; *they will be ~ looked after* họ sẽ được chăm sóc an toàn
safety (*of equipment, wiring, home, public*) sự an toàn; (*of investment, prediction*) sự chắc chắn; *be in ~* được an toàn
safety-conscious có ý thức an toàn; *safety first* an toàn trên hết;

ch (*final*) k	**gh** g	**nh** (*final*) ng	**r** z; (*S*) r	**x** s	**â** (but)	**i** (tin)
d z; (*S*) y	**gi** z; (*S*) y	**ph** f	**th** t	**a** (hat)	**e** (red)	**o** (saw)
đ d	**nh** (onion)	**qu** kw	**tr** ch	**ă** (hard)	**ê** ay	**ô** oh

safety pin ghim băng

sag 1 *n* (*in ceiling etc*) chỗ lõm **2** *v/i* (*of ceiling, rope*) võng xuống; (*of output, tempo*) giảm

sage (*herb*) cây xô thơm

Saigon Sài Gòn

Saigon spring roll nem Sài Gòn, chả giò

sail 1 *n* cánh buồm; (*trip*) chuyến đi bằng thuyền buồm; *go for a ~* đi bằng thuyền buồm **2** *v/t yacht* lái **3** *v/i* lái thuyền; (*depart*) nhổ neo

sailboard 1 *n* ván buồm **2** *v/i* lướt ván buồm; **sailboarding** môn lướt ván buồm; **sailboat** thuyền buồm

sailing SP đi thuyền buồm

sailing ship thuyền buồm

sailor thủy thủ; SP vận động viên đua thuyền; *be a good/bad ~* là người ít bị hay bị say sóng

saint thánh

sake: *for my ~* vì tôi; *for your ~* vì anh/chị; *for the ~ of* vì lợi ích của

salad xà lách

salad dressing dầu giấm

salary tiền lương

salary scale thang lương

sale sự bán; (*reduced prices*) sự bán hạ giá; *for ~* (*sign*) để bán; *be on ~* được bày bán; (*at reduced prices*) được bày bán với giá hạ

sales (*department*) bộ phận bán hàng

sales clerk (*in store*) người bán hàng; **sales figures** tổng doanh số hàng bán ra; **salesman** người bán hàng; **sales manager** giám đốc bộ phận bán hàng; **sales meeting** hội nghị về bán hàng

saliva nước bọt (N), nước miếng (S)

salmon cá hồi

saloon (*bar*) quầy rượu; *Br* MOT xe hòm

salt muối

saltcellar lọ muối

salt flat ngập mặn

salty mặn

salutary *experience* bổ ích

salute 1 *n* (*greeting*) sự chào; (*firing of guns*) loạt súng chào; *take the ~* chào đáp lễ **2** *v/t & v/i* chào

salvage *v/t* (*from wreck*) cứu hộ

salvation REL sự cứu rỗi linh hồn

Salvation Army Đội quân Cứu tế

same 1 *adj* (*identical*) cùng chung; (*similar*) giống nhau **2** *pron* như nhau; *he and I said the ~* anh ấy và tôi đều nói như nhau; *Happy New Year – the ~ to you* Chúc mừng năm mới – cũng xin chúc anh/chị như vậy; *he's not the ~ any more* anh ấy không còn như ngày nào nữa; *all the ~* dù sao đi nữa; *men are all the ~* đàn ông đều như thế cả; *it's all the ~ to me* với tôi thì cũng thế cả thôi **3** *adv*: *smell/look/sound the ~* ngửi/nhìn/nghe như nhau

sampan thuyền tam bản

sample *n* mẫu

sanction 1 *n* (*approval*) sự đồng ý; (*penalty*) sự trừng phạt **2** *v/t* (*approve*) phê chuẩn

sanctity tính thiêng liêng

sanctuary REL thánh đường; (*for wild animals*) khu bảo tồn

sand 1 *n* cát **2** *v/t* (*with sandpaper*) đánh giấy ráp

sandal dép

sandbag bao cát; **sandblast** phun cát; **sand dune** đụn cát

sander (*tool*) máy đánh bóng

sandpaper 1 *n* giấy ráp (N), giấy nhám (S) **2** *v/t* đánh giấy ráp; **sandpit** hố cát; **sandstone** sa thạch

sandwich 1 *n* bánh xăng đuých

ơ ur	y (tin)	ây uh-i	iê i-uh	oa wa	ôi oy	uy wee	ong aong
u (soon)	au a-oo	eo eh-ao	iêu i-yoh	oai wai	ơi ur-i	ênh uhng	uyên oo-in
ư (dew)	âu oh	êu ay-oo	iu ew	oe weh	uê way	oc aok	uyêt oo-yit

2 v/t: *be ~ed between two ...* bị kẹp giữa hai ...

sandy *beach*, *soil* có cát; *hair* màu hung hung đỏ

sane lành mạnh

sanitarium viện điều dưỡng

sanitary *conditions*, *installations* vệ sinh

sanitary napkin băng vệ sinh

sanitation (*sanitary installations*) các hệ thống vệ sinh; (*removal of waste*) công tác vệ sinh

sanitation department sở vệ sinh

sanity sự tỉnh táo

Santa Claus ông già Nô-en

sap 1 *n* (*in tree*) nhựa cây **2** *v/t s.o.'s energy* làm hao mòn

sapphire *n* (*jewel*) xa phia

sarcasm lời châm chọc

sarcastic châm chọc

sardine cá mòi

sash (*around waist*) khăn thắt lưng; (*over shoulder*) băng quàng vai; (*in window*) khung cửa trượt

Satan quỷ Sa tăng

satellite vệ tinh

satellite dish chảo vệ tinh

satellite TV truyền hình vệ tinh

satin xa tanh

satire sự châm biếm

satirical châm biếm

satirist nhà văn châm biếm

satisfaction sự thỏa mãn; *get ~ out of sth* được sự thỏa mãn về điều gì; *a feeling of ~* một cảm giác thỏa mãn; *is that to your ~?* anh/chị thấy vừa ý chứ?

satisfactory *performance* đáng hài lòng; *explanation* thỏa đáng; *state of affairs* vừa ý; (*just good enough*) tạm vừa ý; *this is not ~* (*of student's performance*) bài vở không đạt yêu cầu; (*of authorities' explanation*) điều này là chưa thỏa

đáng

satisfy *customers*, *needs*, *hunger*, *sexual desires* thỏa mãn; *conditions* đáp ứng; *I am satisfied* (*had enough to eat*) tôi đã thỏa mãn; *I am satisfied that he ...* (*convinced*) tôi tin chắc rằng anh ấy …; *I hope you're satisfied!* tôi hy vọng rằng anh/chị hả hê!

Saturday thứ Bảy

sauce nước xốt

saucepan cái chảo

saucer đĩa để tách

saucy *person* nghênh trơ tráo; *dress* lẳng lơ

Saudi (*person*) người Ả rập Xê út

Saudi Arabia Ả rập Xê út

Saudi Arabian *adj* Ả rập Xê út

sauna tắm hơi

saunter đi thong dong

sausage xúc xích

savage 1 *adj animal* hung dữ; *attack* dữ dội; *criticism* độc ác **2** *n* người man rợ

save 1 v/t (*rescue*) cứu; *money*, *time* tiết kiệm; (*collect*) sưu tầm; COMPUT cất giữ; *goal* cứu nguy; *you could ~ yourself a lot of effort* anh/chị có thể đỡ tốn nhiều công sức **2** v/i (*put money aside*) để dành; SP cứu nguy **3** *n* SP động tác cứu nguy

♦ **save up for** dành dụm để

saving (*amount saved*) khoản tiền tiết kiệm; (*activity*) sự tiết kiệm

savings tiền tiết kiệm

savings account tài khoản tiết kiệm; **savings and loan** hiệp hội cho vay và tiết kiệm; **savings bank** ngân hàng tiết kiệm

Savior: *Our ~, the ~* REL Giê-su, Chúa cứu thế

savor v/t thưởng thức

savory *adj* (*not sweet*) có vị mặn

---

ch (*final*) k	gh g	nh (*final*) ng	r z; (S) r	x s	â (but)	i (tin)
d z; (S) y	gi z; (S) y	ph f	th t	a (hat)	e (red)	o (saw)
đ d	nh (onion)	qu kw	tr ch	ă (hard)	ê ay	ô oh

saw 1 n (*tool*) cái cưa **2** v/t cưa
♦ **saw off** cưa bỏ
sawdust mùn cưa
saxophone kèn xắc xô
say 1 v/t đọc; *can I ~ something?*
tôi xin phát biểu có được không?;
that is to ~ thế có nghĩa là; *what
do you ~ to that?* anh/chị thấy
cái đó thế nào? **2** n: *have one's ~*
biểu thị quan điểm của mình
saying tục ngữ
scab vẩy da
scaffold(ing) giàn giáo
scald v/t làm bỏng
scale[1] n (*on fish*) vẩy
scale[2] **1** n (*size*) quy mô; (*on
thermometer etc*) mặt chia độ; (*of
map*) tỷ lệ; MUS gam; *on a larger/
smaller ~* với qui mô lớn hơn/nhỏ
hơn **2** v/t *cliffs etc* leo lên
scale drawing sự vẽ theo tỷ lệ
scales (*for weighing*) cái cân
scalp n da đầu
scalpel dao mổ
scalper F (*for tickets*) phe vé
scam F trò lừa đảo
scan 1 v/t *horizon* nhìn chăm chú;
page, newspaper, list nhìn lướt
nhanh; MED soi chụp; (*ultrasound*)
siêu âm; COMPUT quét **2** n MED sự
soi chụp; (*ultrasound*) sự siêu âm
♦ **scan in** COMPUT quét
scandal vụ bê bối, vụ xì căng đan
scandalous *affair* gây tai tiếng;
prices quá đáng
scanner MED máy soi chụp;
COMPUT máy quét hình
scantily *adv*: ~ *clad* mặc phong
phanh
scanty *clothes* chật
scapegoat người giơ đầu chịu
báng
scar 1 n vết sẹo **2** v/t đóng sẹo
scarce (*in short supply*) khan hiếm;

make oneself ~ lánh đi
scarcely vừa mới; ~ *had he
entered the room when ...* anh ấy
vừa mới bước vào phòng thì ...; ~
anything left hầu như không còn
lại gì
scarcity (*of supplies*) sự khan hiếm
scare 1 v/t làm ... sợ hãi; *that
noise ~d me* tiếng động đó làm
tôi sợ hãi; *be ~d of* sợ hãi **2** n
(*panic, alarm*) sự hoảng sợ; *give
s.o. a* ~ làm cho ai hoảng sợ
♦ **scare away** xua đuổi
scarecrow người bù nhìn
scaremonger người phao tin đồn
nhảm
scarf (*around neck*) khăn quàng;
(*over head*) khăn trùm đầu
scarlet đỏ tươi
scarlet fever bệnh ban đỏ
scary *sight, music, movie* rùng rợn
scathing *criticism, attack* gay gắt;
comments cay độc
scatter 1 v/t *leaflets* rải; *seeds* vãi;
be ~ed all over the room rải rắc
khắp phòng **2** v/i (*of crowd etc*)
chạy tán loạn
scatterbrained đãng trí
scattered *showers* rải rác; *family,
villages* thưa thớt
scenario viễn cảnh; (*for movie*)
kịch bản
scene THEA cảnh; (*view, sight*) cảnh
tượng; (*of accident, crime etc*) hiện
trường; (*of novel, movie*) bối cảnh;
(*argument*) cuộc cãi lộn; *make a ~*
gây lộn; *~s* THEA phông cảnh;
jazz/rock ~ giới nhạc jazz/nhạc
rốc; *behind the ~s* hậu trường
scenery phong cảnh; THEA phông
cảnh
scent n (*smell*) mùi thơm;
(*perfume*) nước hoa; (*of animal*)
mùi hơi

ơ ur	**y** (tin)	**ây** uh-i	**iê** i-uh	**oa** wa	**ôi** oy
u (soon)	**au** a-oo	**eo** eh-ao	**iêu** i-yoh	**oai** wai	**ơi** ur-i
ư (dew)	**âu** oh	**êu** ay-oo	**iu** ew	**oe** weh	**uê** way

uy wee	**ong** aong	
ênh uhng	**uyên** oo-in	
oc aok	**uyêt** oo-yit	

schedule 1 *n* (*of events*) chương trình; (*of work*) kế hoạch; (*for trains*) thời biểu; (*of lessons*) thời khóa biểu; **be on ~** (*of work, workers etc*) đúng với kế hoạch; (*of train*) đúng với thời biểu; **be behind ~** (*of work, workers etc*) chậm so với kế hoạch; (*of train*) chậm so với thời biểu **2** *v/t* (*put on ~*) xếp vào chương trình; **it's ~d for completion next month** theo kế hoạch cái đó sẽ được hoàn thành vào tháng sau

scheduled flight chuyến bay theo kế hoạch

scheme 1 *n* (*plot*) mưu đồ **2** *v/i* (*plot*) âm mưu

scheming *adj* person thủ đoạn

schizophrenia bệnh tâm thần phân liệt

schizophrenic 1 *n* người mắc bệnh tâm thần phân liệt **2** *adj* bệnh tâm thần phân liệt

scholar (*learned person*) học giả; (*student with scholarship*) sinh viên được học bổng

scholarship (*work*) sự uyên bác; (*financial award*) học bổng

school trường học; (*university*) trường đại học

schoolbag túi sách đeo vai; **schoolboy** học sinh nam; **schoolchildren** học sinh; **school days** (*past*) thời học sinh; (*not the weekend*) ngày học; **schoolgirl** học sinh nữ; **schoolteacher** giáo viên

sciatica bệnh đau thần kinh tọa

science khoa học

science fiction khoa học viễn tưởng

scientific approach, mind, analysis khoa học

scientist nhà khoa học

scissors cái kéo

scoff¹ *v/t* (*eat fast*) ăn ngấu nghiến; (*eat whole lot*) ngốn hết

scoff² *v/i* chế giễu

♦ **scoff at** person, efforts chế giễu

scold *v/t* child, husband mắng

scoop 1 *n* (*for ice cream*) cái muôi; (*for mud, sand etc*) cái xúc; (*story*) tin sốt dẻo **2** *v/t* mud etc xúc; ice cream etc múc

♦ **scoop up** kids, books nâng lên

scooter (*with motor*) xe scutơ; (*child's*) xe hẩy

scope (*of inquiry, undertaking*) phạm vi; (*freedom, opportunity*) cơ hội

scorch *v/t* làm cháy xém

scorching hot nóng nhiệt thiêu

score 1 *n* SP số điểm; (*written music*) bản tổng phổ; (*of movie etc*) phần nhạc phim; **what's the ~?** số điểm là bao nhiêu?; **have a ~ to settle with s.o.** có một vấn đề cần thanh toán với ai **2** *v/t* goal, point ghi được; (*cut: line*) rạch **3** *v/i* ghi bàn thắng; (*keep the score*) ghi lại điểm; **that's where he ~s** đó là chỗ mạnh của anh ấy

scorer (*of goal*) đấu thủ ghi được bàn; (*of point*) người ghi được điểm; (*keeper of points scored*) người ghi lại số điểm

scorn 1 *n* sự khinh miệt; **pour ~ on sth** dè bỉu gì **2** *v/t* idea, suggestion coi khinh

scornful look, remark đầy khinh bỉ

scorpion con bò cạp

Scot người Xcốtlen

Scotch (*whiskey*) rượu uýt ki Xcốt

scot-free: get off ~ không bị trừng phạt

Scotland nước Xcốtlen

Scottish Xcốtlen

scoundrel tên vô lại; *hum* ranh con

---

ch (*final*) k	**gh** g	**nh** (*final*) ng	**r** z; (*S*) r	**x** s	**â** (but)	**i** (tin)
d z; (*S*) y	**gi** z; (*S*) y	**ph** f	**th** t	**a** (hat)	**e** (red)	**o** (saw)
đ d	**nh** (onion)	**qu** kw	**tr** ch	**ă** (hard)	**ê** ay	**ô** oh

scour¹ *area, city* lùng sục

scour² *pans* cọ chùi

scout *n* (*boy* ~) hướng đạo sinh

scowl 1 *n* vẻ cau có **2** *v/i* cau có

scram F cút ngay

scramble 1 *n* (*rush*) sự hối hả **2** *v/t message* đổi tần số **3** *v/i* (*climb*) trèo; **he ~d to his feet** anh ấy bật dậy

scrambled eggs trứng bác

scrap 1 *n* (*metal*) phế liệu; (*fight*) cuộc ẩu đả; (*little bit*) một tí **2** *v/t plan, project etc* hủy bỏ; *paragraph etc* cắt bỏ

scrapbook vở dán các bài báo hay tranh ảnh rời

scrape 1 *n* (*on paintwork etc*) sự cạo sạch **2** *v/t paintwork etc* cạo; *one's arm* làm xây xát; *vegetables* cạo gọt; **~ a living** lần hồi kiếm sống

♦ **scrape through** (*in exam*) chỉ vừa có thể vượt qua

scrap heap đống phế liệu; **good for the** ~ chỉ có thể dùng làm phế liệu

scrap metal kim loại phế liệu

scrappy *work* chắp vá; *writing* rời rạc

scratch 1 *n* (*mark on skin, paintwork*) vết xước; **have a** ~ (*to stop itching*) gãi; **start from** ~ làm từ đầu; **not up to** ~ chưa đạt tiêu chuẩn **2** *v/t* (*mark: skin, paint*) cào; (*because of itch*) gãi **3** *v/i* (*of cat, nails*) cào

scrawl 1 *n* nét chữ nguệch ngoạc **2** *v/t* viết nguệch ngoạc

scream 1 *n* tiếng kêu thét **2** *v/i* kêu thét

screech 1 *n* (*of tires*) tiếng rít; (*scream*) tiếng kêu gào **2** *v/i* (*of tires*) rít lên; (*scream*) kêu thét lên

screen 1 *n* (*in room, hospital*) bình

phong; (*of trees, smoke*) màn che chắn; (*in movie theater*) màn ảnh; COMPUT màn hình; **on the** ~ trên màn ảnh; **on** (**the**) ~ COMPUT trên màn hình **2** *v/t* (*protect, hide*) che khuất; *movie* chiếu; (*for security reasons*) thẩm tra

screenplay kịch bản phim; **screen saver** COMPUT trình tiện ích tiết kiệm màn hình; **screen test** đóng vai thử

screw 1 *n* đinh vít; V (*sex*) đéo; V (*partner in sex*) bạn làm tình **2** *v/t* bắt vít; V đéo; F (*cheat*) lừa đảo; ~ **a bracket to the wall** vít một cái rầm đỡ vào tường

♦ **screw up 1** *v/t eyes* nhíu mắt; *piece of paper* vo tròn; F (*make a mess of*) làm rối tinh **2** *v/i* F (*make a bad mistake*) làm hỏng

screwdriver cái vặn vít

screwed up F (*psychologically*) căng thẳng và rối ren

screw top (*on bottle*) nắp xoáy

scribble 1 *n* chữ viết ngoáy **2** *v/t* (*write quickly*) viết ngoáy **3** *v/i* (*make illegible marks*) viết nguệch ngoạc

script (*for play etc*) kịch bản; (*form of writing*) hệ chữ viết

scripture: *the* (**Holy**) *Scriptures* Kinh

scriptwriter tác giả kịch bản

scroll *n* (*manuscript*) cuộn giấy

♦ **scroll down** *v/i* COMPUT cuộn xuống

♦ **scroll up** *v/i* COMPUT cuộn lên

scrounger kẻ xoáy trộm

scrub *v/t floors, hands* cọ rửa

scrubbing brush (*for floor*) bàn cọ

scruffy *appearance, clothes, person* nhếch nhác

♦ **scrunch up** *plastic cup etc* đập vỡ lạo xạo

ơ ur	**y** (tin)	**ây** uh-i	**iê** i-uh	**oa** wa	**ôi** oy	**uy** wee	**ong** aong
u (soon)	**au** a-oo	**eo** eh-ao	**iêu** i-yoh	**oai** wai	**ơi** ur-i	**ênh** uhng	**uyên** oo-in
ư (dew)	**âu** oh	**êu** ay-oo	**iu** ew	**oe** weh	**uê** way	**oc** aok	**uyêt** oo-yit

scruples sự đắn đo; *have no ~ about doing sth* không đắn đo khi làm điều gì

scrupulous (*with moral principles*) thận trọng; (*thorough*) tỉ mỉ

scrutinize (*examine closely*) xem xét kỹ lưỡng

scrutiny sự xem xét kỹ lưỡng; *come under ~* được đưa ra xem xét kỹ lưỡng

scuba diving lặn có bình khí nén

scuffle *n* cuộc ẩu đả

sculptor nhà điêu khắc

sculpture *n* (*art*) nghệ thuật điêu khắc; (*something sculpted*) tác phẩm điêu khắc

scum (*on liquid*) lớp váng; *pej* (*people*) đồ cặn bã

scythe *n* cái hái

sea biển; *by the ~* gần biển

seafaring *nation* sự đi biển; **seafood** hải sản; **seafront** phần hướng ra biển; **seagoing** *vessel* viễn dương; **seagull** hải âu

seal¹ *n* (*animal*) con hải cẩu

seal² 1 *n* (*on document*) con dấu; TECH miếng bịt 2 *v/t container* bịt gắn kín

♦ **seal off** *area* vây chặn

sea level mực nước biển; *above/ below ~* trên/dưới mực nước biển

seam *n* (*on garment*) đường nối; (*of ore*) vỉa

seaman thủy thủ; **seaport** thành phố cảng; **sea power** (*nation*) cường quốc hải quân

search 1 *n* sự tìm kiếm 2 *v/t city* lục soát; *files* tìm

♦ **search for** tìm kiếm

search engine COMPUT chương trình duyệt

searching *adj look, question* sắc sảo

searchlight đèn pha rọi; **search party** đoàn tìm kiếm; **search warrant** lệnh khám xét

seasick say sóng; *get ~* bị say sóng; **seaside** bờ biển; *at the ~* ở bờ biển; *go to the ~* đi chơi ở bờ biển; **seaside resort** nơi nghỉ ở bờ biển

season *n* (*winter etc, period of time*) mùa

seasoned *wood* để khô; *traveler etc* dày dạn kinh nghiệm

seasoning đồ gia vị

season ticket vé mùa

seat 1 *n* chỗ ngồi; (*of pants*) đũng quần; *please take a ~* xin mời ngồi 2 *v/t* (*have seating for*) ngồi; *the hall can ~ 200 people* phòng lớn có thể ngồi 200 người; *she ~ed herself on the sofa* chị ấy ngồi xuống ghế xô pha; *please remain ~ed* xin tiếp tục an tọa

seat belt đai an toàn

sea urchin con đồi mồi; **sea urchin** con nhím biển; **seaweed** rong biển

secluded *part of the world, little hotel* hẻo lánh

seclusion sự tách biệt

second 1 *n* (*of time*) giây; *just a ~* chờ một chút 2 *adj* thứ hai 3 *adv come in* ở vị trí thứ hai; *~ biggest* lớn thứ hai 4 *v/t motion* ủng hộ

secondary *reason* thứ yếu; *power supply, road* phụ; *of ~ importance* có tầm quan trọng thứ hai

secondary education nền giáo dục trung học

second best *adj* thứ nhì; **second-class** *adj ticket* hạng hai; **second gear** MOT số hai; **second hand** (*on clock*) kim chỉ giây;

secondhand 1 *adj* cũ 2 *adv buy* đồ cũ

secondly hai là

---

ch (*final*) k	**gh** g	**nh** (*final*) ng	**r** z; (*S*) r	**x** s	**â** (but)	**i** (tin)
d z; (*S*) y	**gi** z; (*S*) y	**ph** f	**th** t	**a** (hat)	**e** (red)	**o** (saw)
đ d	**nh** (onion)	**qu** kw	**tr** ch	**ă** (hard)	**ê** ay	**ô** oh

second-rate loại xoàng

second thoughts: *I've had* ~ tôi đã nghĩ lại

secrecy sự giữ bí mật

secret 1 *n* điều bí mật; *do sth in* ~ làm điều gì trong sự bí mật **2** *adj garden, passage* khuất nẻo; *work* bí mật

secret agent điệp viên

secretarial *tasks, job* thư ký

secretary thư ký; POL bộ trưởng

Secretary of State Bộ trưởng Bộ Ngoại giao

secrete *(give off) fluids etc* tiết ra; *(hide away)* giấu kín

secretion *(of liquid)* sự tiết ra; *(liquid secreted)* chất tiết ra; *(hiding)* việc giấu kín

secretive *person, attitude* hay che giấu

secretly một cách bí mật

secret police cảnh sát mật

secret service cơ quan tình báo

sect *(of Christianity)* phái

section *(of book, text)* phần; *(of population)* bộ phận; *(department)* ban; *(of apple etc)* miếng cắt

sector *(of society, city)* khu vực; *(of lung)* vùng; *(of diskette)* cung

secular thế tục

secure 1 *adj shelf etc* chắc chắn; *feeling* yên tâm; *job, contract* chắc chắn **2** *v/t shelf etc* gắn chặt; *s.o.'s help, finances* đạt được

securities market FIN thị trường chứng khoán

security *(in job)* sự yên ổn; *(guarantee)* sự bảo đảm; *(at airport etc)* sự an ninh; *(department responsible for ~)* bộ phận an ninh; *(of beliefs etc)* sự yên tâm; *securities* FIN chứng khoán

security alert sự báo động an ninh; **security check** kiểm tra an ninh;

security-conscious có ý thức về an ninh; **security forces** lực lượng bảo an; **security guard** người bảo vệ; **security risk** *(person)* người không tin cậy được *(về mặt an ninh)*

sedan MOT xe xà lun

sedative *n* thuốc an thần

sediment cặn

seduce *(sexually)* quyến rũ

seduction *(sexual)* sự quyến rũ

seductive *dress* quyến rũ; *offer* hấp dẫn

see nhìn thấy; *(understand)* hiểu; *I* ~ tôi hiểu rồi; *can I* ~ *the manager?* tôi có thể gặp ông giám đốc không?; *you should* ~ *a doctor* anh/chị nên đi khám bác sĩ; ~ *s.o. home* tiễn ai về nhà; *I'll* ~ *you to the door* để tôi đưa anh/chị ra cửa; ~ *you!* hẹn gặp lại!

♦ **see about** *(look into)* lo liệu

♦ **see off** *(at airport etc)* tiễn; *(chase away)* đuổi đi

♦ **see to:** ~ *sth* lo giải quyết gì; ~ *it that sth gets done* đảm bảo chắc chắn là sẽ làm xong gì

seed hạt giống; *(in tennis)* đấu thủ hạt giống; *go to* ~ *(of person)* trở nên tiều tụy; *(of district)* trở nên tồi tàn

seedling cây giống con

seedy *bar, district* tàn tạ

seeing *(that)* xét thấy

seeing-eye dog chó dẫn đường cho người mù

seek 1 *v/t employment, truth* tìm kiếm **2** *v/i* tìm tòi

seem dường như; *it ~s that ...* dường như là ...

seemingly dường như

seep *(of liquid)* rỉ ra

♦ **seep out** *(of liquid)* rỉ ra

seesaw *n* ván bập bênh

ơ ur	y (tin)	ây uh-i	iê i-uh	oa wa	ôi oy	uy wee	ong aong
u (soon)	au a-oo	eo eh-ao	iêu i-yoh	oai wai	ơi ur-i	ênh uhng	uyên oo-in
ư (dew)	âu oh	êu ay-oo	iu ew	oe weh	uê way	oc aok	uyêt oo-yit

see-through *dress, material* nhìn xuyên qua được

segment (*of orange*) múi; (*geometry*) hình viên phân

segregate cách ly

segregation sự phân biệt

seismology địa chấn học

seize *person, arm* túm lấy; *opportunity* nắm lấy; (*of Customs, police etc*) bắt giữ

♦ **seize up** (*of engine*) trở nên kẹt

seizure MED bệnh bột phát; (*of drugs etc*) sự bắt giữ

seldom hiếm khi

select 1 *v/t* chọn **2** *adj* (*exclusive*) chọn lọc

selection (*choosing*) sự tuyển chọn; (*things chosen*) những cái được tuyển chọn; (*people chosen*) những người được tuyển chọn; (*assortment*) bộ tuyển chọn

selection process quá trình tuyển chọn

selective chọn lựa cẩn thận

self bản thân

self-addressed envelope phong bì ghi sẵn địa chỉ của mình; **self-assured** tự tin; **self-catering apartment** nhà nghỉ tự nấu nướng; **self-centered** ích kỷ; **self-confessed** tự thú nhận; **self-confidence** sự tự tin; **self-confident** tự tin; **self-conscious** e dè; **self-contained** *apartment* có tiện nghi riêng; **self-control** sự tự chủ; **self-defense** sự tự vệ; **self-discipline** kỷ luật tự giác; **self-doubt** tự nghi; **self-employed** làm tư; **self-evident** hiển nhiên; **self-interest** tính tư lợi

selfish ích kỷ

selfless *person, attitude* vị tha; *dedication* quên mình

self-made man người đàn ông tự thành đạt; **self-possessed** bình tĩnh; **self-reliant** tự lực; **self-respect** lòng tự trọng; **self-righteous** *pej* tự cho mình là đúng; **self-satisfied** *pej* tự mãn; **self-service** *adj* tự phục vụ; **self-service restaurant** cửa hàng ăn tự phục vụ

sell 1 *v/t* bán; **you have to ~ yourself** anh/chị phải tự tiến cử mình **2** *v/i* (*of products*) bán

seller người bán

selling *n* COM việc bán hàng

selling point COM điểm hấp dẫn

semen tinh dịch

semester học kỳ

semi (*truck*) xe moóc theo máy kéo

semicircle hình bán nguyệt; **semicircular** có hình bán nguyệt; **semiconductor** ELEC chất bán dẫn; **semifinal** bán chung kết

seminar hội thảo

seminskilled có tay nghề vừa phải

senate thượng viện

senator thượng nghị sĩ

send *v/t* gửi; **~ sth to s.o.** gửi gì cho ai; **~ s.o. to s.o.** gửi ai đi gặp ai; **~ her my best wishes** gửi cô ấy lời chúc mừng tốt đẹp của tôi

♦ **send back** gửi trả lại

♦ **send for** *doctor* cho đi mời; *help* nhờ

♦ **send in** *troops* điều động; *next interviewee* đưa vào; *application form* nộp

♦ **send off** *letter, fax etc* gửi đi

♦ **send up** (*mock*) nhại lại

sender (*of letter*) người gửi

senile già yếu

senility tình trạng già yếu

senior (*older*) lớn tuổi hơn; (*in rank*) cấp trên; **be ~ to X** (*in rank*) cao cấp hơn X

---

ch (*final*) k	**gh** g	**nh** (*final*) ng	**r** z; (*S*) r	**x** s	â (but)	**i** (tin)
d z; (*S*) y	**gi** z; (*S*) y	**ph** f	**th** t	**a** (hat)	**e** (red)	**o** (saw)
đ d	**nh** (onion)	**qu** kw	**tr** ch	**ă** (hard)	**ê** ay	**ô** oh

senior citizen người đã về hưu

sensation (*feeling*) cảm giác; (*surprise event*) tin giật gân; (*product*) vật tuyệt vời; (*person*) người tuyệt vời

sensational *news, discovery* gây xúc động mạnh; (*very good*) tuyệt vời; *pej* giật gân

sense 1 *n* (*meaning*) nghĩa; (*purpose, point*) ý nghĩa; (*common* ~) lẽ thường; (*of sight, smell etc*) giác quan; (*feeling*) cảm giác; *in a* ~ về một nghĩa nào đó; *talk ~, man!* nói chuyện đàng hoàng một chút, anh bạn!; *it doesn't make* ~ chẳng ra ý nghĩa gì; *there's no* ~ *in trying/waiting* cố thử/chờ mà chẳng được gì **2** *v/t s.o.'s presence* cảm thấy

senseless (*pointless*) vô nghĩa

sensible *person* biết điều; *advice, decision* hợp lý

sensitive *skin, person* nhạy cảm

sensitivity (*of skin, person*) độ nhạy cảm

sensual *person, movements* gợi tình

sensuality sự đam mê lạc thú

sensuous *movements, person* khêu gợi

sentence 1 *n* GRAM câu; LAW lời tuyên án **2** *v/t* LAW kết án

sentiment (*sentimentality*) sự ủy mị, sự đa cảm; (*opinion*) ý kiến

sentimental *person, mood* đa cảm; *reason* tình cảm; *movie, music* ủy mị

sentimentality sự đa cảm

sentry lính gác

separate 1 *adj* riêng biệt; *keep X from Y* tách riêng X khỏi Y **2** *v/t* tách riêng ra; (*of sea, gorge*) ngăn cách; ~ *X from Y* tách X khỏi Y **3** *v/i* (*of couple*) ly thân

separated *couple* đã ly thân

separately *pay, treat, deal with* riêng rẽ

separation (*act*) sự chia tách; (*state*) tình trạng bị chia tách; (*of couple*) sự ly thân

September tháng Chín

septic nhiễm trùng; *go* ~ (*of wound*) bị nhiễm trùng

sequel hậu quả

sequence *n* chuỗi; *in* ~ theo trật tự; *out of* ~ không liên tục; *the* ~ *of events* thứ tự các sự kiện

serene *person, smile* thanh thản; *lake* lặng

sergeant (*in army*) hạ sĩ cảnh sát; (*in police*) đồn trưởng

serial *n* (*on TV, radio*) chuyện phát nhiều buổi; (*in magazine*) chuyện đăng nhiều kỳ

serialize (*on TV, radio*) phát thanh nhiều buổi; (*in magazine*) đăng nhiều kỳ

serial killer kẻ giết người hàng loạt; **serial number** (*of product*) số xê-ri; **serial port** COMPUT cổng nối tiếp

series (*of numbers, events, errors*) loạt

serious *illness, situation, damage* nghiêm trọng; (*earnest*) nghiêm túc; *company* đứng đắn; *I'm* ~ tôi nói chuyện đứng đắn đây; *listen, this is* ~ nghe đây, chuyện này không nên phải đùa; *we'd better take a* ~ *look at it* chúng ta nên nhìn sự việc một cách nghiêm túc

seriously *injured, understaffed* nghiêm trọng; ~ *intend to ...* thực sự dự định ...; ~? thực đấy à?; *take s.o.* ~ (*believe*) tin tưởng ai; (*in relationship*) thật sự trọng ai

sermon REL bài thuyết pháp; *fig* bài lên lớp

servant người ở

ơ ur	y (tin)	ây uh-i	iê i-uh	oa wa	ôi oy	uy wee	ong aong
u (soon)	au a-oo	eo eh-ao	iêu i-yoh	oai wai	ơi ur-i	ênh uhng	uyên oo-in
ư (dew)	âu oh	êu ay-oo	iu ew	oe weh	uê way	oc aok	uyêt oo-yit

serve 1 *n* (*in tennis*) cú giao bóng **2** *v/t food, customer, country* phục vụ **3** *v/i* (*give out food*) dọn cơm; (*as politician etc*) phục vụ; (*in tennis*) giao bóng; *it ~s you right* đáng đời anh/chị

♦ **serve up** *meal* dọn cơm

server (*in tennis*) người giao bóng; COMPUT máy chủ mạng

service 1 *n* (*to customers, community*) sự phục vụ, dịch vụ; (*for vehicle, machine*) sự bảo dưỡng; (*in tennis*) quả giao bóng; *the ~s* quân chủng **2** *v/t vehicle, machine* bảo dưỡng

service area khu dịch vụ; **service charge** (*in restaurant, club*) phí phục vụ; **service industry** ngành dịch vụ; **serviceman** MIL quân nhân; **service provider** COMPUT công ty cung cấp dịch vụ Internet; **service sector** khu vực dịch vụ; **service station** trạm xăng dầu

sesame oil dầu vừng

session (*of parliament*) khóa họp; (*with psychiatrist, consultant etc*) buổi họp

set 1 *n* (*of tools, books etc*) bộ; (*group of people*) giới; MATH tập hợp; THEA: *scenery* bộ phông cảnh; (*where a movie is made*) diễn trường; (*in tennis*) xéc; *television ~* máy vô tuyến **2** *v/t* (*place*) đặt; *movie, novel etc* lấy bối cảnh; *date, time, limit* ấn định; *mechanism* điều chỉnh; *alarm clock* để; *broken limb* bó; *jewel* gắn; (*type~*) xếp chữ; *~ the table* sắp đặt bàn ăn; *~ a task for s.o.* giao một việc cho ai **3** *v/i* (*of sun*) lặn; (*of glue*) đông kết **4** *adj views, ideas* cứng nhắc; *be dead ~ on X* kiên quyết thực hiện X; *be very ~ in one's ways* rất cố chấp; *~ book/reading* (*in course*)

sách/bài quy định; *~ meal* món ăn ấn định

♦ **set apart:** *set X apart from Y* phân biệt X với Y

♦ **set aside** (*for future use*) dành riêng ra

♦ **set back** (*in plans etc*) làm chậm lại; *it set me back $400* nó làm tôi phải trả 400 đô la

♦ **set off 1** *v/i* (*on journey*) khởi hành **2** *v/t explosion, chain reaction* gây nổ

♦ **set out 1** *v/i* (*on journey*) lên đường; *~ to do X* (*intend*) có ý định làm X **2** *v/t ideas, proposal* trình bày; *goods* bày

♦ **set to** (*start on a task*) bắt tay vào làm

♦ **set up 1** *v/t company, system* thành lập; *equipment, machine* lắp đặt; *market stall* dựng lên; F (*frame*) lừa **2** *v/i* (*in business*) thành lập

setback trở lực

setting (*of novel etc*) bối cảnh; (*of house*) khung cảnh

settle 1 *v/i* (*of bird*) đậu; (*of liquid, dust*) lắng đọng; (*to live*) sinh sống **2** *v/t dispute, argument* dàn xếp; *issue, uncertainty* giải quyết; *s.o.'s debts* thanh toán; *check* trả tiền; *that ~s it!* thế là xong!

♦ **settle down** *v/i* (*stop being noisy*) lắng dịu; (*stop wild living*) ổn định cuộc sống; (*in an area*) định cư

♦ **settle for** (*take, accept*) đành chấp nhận

settlement (*of claim, dispute*) sự giải quyết; (*of debt*) sự thanh toán; (*payment*) sự thỏa thuận; (*of building*) sự lún

settler (*in new country*) người định cư

set-up (*structure*) cơ cấu tổ chức; (*relationship*) mối quan hệ; F

---

ch (*final*) k	**gh** g	**nh** (*final*) ng	**r** z; (*S*) r	**x** s	**â** (but)	**i** (tin)
d z; (*S*) y	**gi** z; (*S*) y	**ph** f	**th** t	**a** (hat)	**e** (red)	**o** (saw)
đ d	**nh** (onion)	**qu** kw	**tr** ch	**ă** (hard)	**ê** ay	**ô** oh

(*frame-up*) sự lừa gạt
seven bảy
seventeen mười bảy
seventeenth *adj* thứ mười bảy
seventh *adj* thứ bảy
seventieth *adj* thứ bảy mươi
seventy bảy mươi
sever *v/t arm, cable, relations etc* cắt đứt
several *adj & pron* một số
severe *illness* nghiêm trọng; *teacher, face, penalty* nghiêm khắc; *winter, weather* khắc nghiệt
severely *punish, speak* nghiêm khắc; *injured, disrupted* nghiêm trọng
severity (*of illness*) sự nghiêm trọng; (*of look, penalty etc*) sự nghiêm khắc; (*of winter*) sự khắc nghiệt
sew 1 *v/t* khâu **2** *v/i* may vá
♦ **sew on** *button* đính
sewage chất thải
sewage plant nhà máy xử lý chất thải
sewer cống rãnh
sewing (*skill*) việc may vá; (*that being sewn*) đồ may
sewing machine máy khâu
sex (*act*) việc làm tình; (*gender*) giới tính; *have ~ with* làm tình với
sexual *person* đam mê sắc tình; *relations, activity, desire* tình dục; *~ organs* cơ quan sinh lý
sexual intercourse giao hợp
sexually transmitted disease bệnh lây bằng con đường tình dục
sexy *person, picture* khêu gợi
shabby *coat etc* tồi tàn; *treatment* tồi tệ
shack túp lều
shade 1 *n* (*for lamp*) cái chụp đèn; (*of color*) gam màu; (*on window*) màn che; *in the ~* trong bóng râm

2 *v/t* (*from sun, light*) che
shadow *n* bóng
shady *spot* có bóng râm; *character, dealings* khả nghi
shaft (*of axle*) thân trục; *mine ~* đường thông xuống hầm mỏ
shaggy *hair* bờm xờm; *dog* có bộ lông bờm xờm
shake 1 *n* sự lắc; *give X a good ~* lắc mạnh X **2** *v/t bottle, one's head* lắc; *~ hands* bắt tay; *~ hands with X* bắt tay với X **3** *v/i* (*of hands*) run rẩy; (*of voice*) run run; (*of building*) lung lay
shaken (*emotionally*) bàng hoàng
shake-up sự cải tổ
shaky *table, chair etc* ọp ẹp; *voice* run run; (*after illness, shock*) run rẩy; *grasp of sth, grammar etc* không vững
shall sẽ; *I ~ do my best* tôi sẽ cố hết sức; *I shan't see them* tôi sẽ không gặp họ; *~ we go now?* bây giờ chúng ta đi chứ?
shallow *water* nông; *person* nông cạn
shame 1 *n* (*embarrassment*) sự xấu hổ; (*disgrace*) nỗi nhục; *feel ~ at having told a lie* cảm thấy xấu hổ vì đã nói dối; *bring ~ on ...* mang lại nỗi nhục cho ...; *what a ~!* thật đáng tiếc!; *~ on you!* anh/chị phải biết xấu hổ chứ! **2** *v/t person, family* làm nhục; *~ X into doing Y* làm cho X xấu hổ mà làm Y
shameful đáng xấu hổ
shameless vô liêm sỉ
shampoo 1 *n* dầu gội đầu; *a ~ and set* gội và sấy ép **2** *v/t customer, hair* gội ... bằng dầu gội đầu
shape 1 *n* hình dáng **2** *v/t clay* nặn; *s.o.'s life, the future* định hướng
shapeless *dress etc* không ra hình thù gì

ơ ur	y (tín)	ây uh-i	iê i-uh	oa wa	ôi oy	uy wee	ong aong
u (soon)	au a-oo	eo eh-ao	iêu i-yoh	oai wai	ơi u-ri	ênh uhng	uyên oo-in
ư (dew)	âu oh	êu ay-oo	iu ew	oe weh	uê way	oc aok	uyêt oo-yit

shapely *figure* cân đối

share 1 *n* phần; FIN cổ phần; *do one's ~ of the work* làm phần việc của mình **2** *v/t feelings, opinions* chia xẻ **3** *v/i* chia xẻ; *do you mind sharing with Patrick?* (*bed, room, table*) anh/chị bằng lòng dùng chung với Patrick chứ?

♦ **share out** phân chia

shareholder người có cổ phần

shark cá mập

sharp 1 *adj knife* sắc; *mind* sắc sảo; *pain* nhói; *taste* gắt; *criticism, remark etc* gay gắt **2** *adv* MUS cao; *at 3 o'clock ~* ba giờ đúng

sharpen *knife* mài; *pencil* gọt; *skills* trau dồi

shatter 1 *v/t glass* đập vỡ; *illusions* làm tiêu tan **2** *v/i (of glass)* vỡ tan

shattered F (*exhausted*) rã rời; (*very upset*) rụng rời

shattering *news, experience* làm choáng người; *effect* gây choáng váng

shave 1 *v/t head* cạo; *legs, armpits* cạo lông **2** *v/i* cạo râu **3** *n* sự cạo râu; *have a ~* cạo râu; *that was a close ~ fig* suýt nữa thì nguy

♦ **shave off** *beard* cạo; (*from piece of wood*) bào

shaven *head* cạo trọc

shaver (*electric*) dao cạo điện

shaving brush chổi cạo râu

shaving soap xà phòng cạo râu

shawl khăn choàng

she chị ấy; (*younger woman*) cô ấy, cổ (S); (*older or respected woman*) bà ấy; (*child*) nó

shears kéo tỉa cành

sheath *n* (*for knife*) bao; (*contraceptive*) bao cao su

shed[1] *v/t blood* đổ; *tears* trào; *leaves* rụng; *~ light on fig* rọi sáng

shed[2] *n* nhà kho

sheep con cừu

sheepdog chó chăn cừu

sheepish ngượng ngập

sheepskin *adj lining* da cừu

sheer *adj madness, luxury* hoàn toàn; *drop, cliffs* dựng đứng

sheet (*for bed*) khăn trải giường; (*of paper*) tờ; (*of metal, glass etc*) tấm

shelf giá; *shelves* những ngăn giá

shell 1 *n* (*of mussel, egg, nuts etc*) vỏ; (*of tortoise*) mai; MIL đạn pháo; *come out of one's ~ fig* ra khỏi cái vỏ của mình **2** *v/t peas* bóc vỏ; MIL nã pháo

shellfire sự pháo kích; *come under ~* bị pháo kích

shellfish hải sản có vỏ

shelter 1 *n* (*refuge*) chỗ trú ẩn; (*construction*) hầm trú ẩn; (*at bus stop*) trạm xe **2** *v/i* (*from rain, bombs*) trú **3** *v/t* (*from weather*) che chắn; (*from danger*) che giấu; (*from criticism*) che đỡ

sheltered *place* khuất gió; *lead a ~ life* sống cuộc đời được che chở

sherry rượu se-ry

shield 1 *n* lá chắn bảo vệ; (*sports trophy*) phần thưởng hình cái khiên; TECH tấm chắn **2** *v/t* che; (*against danger, from reality etc*) che chở

shift 1 *n* (*in attitude, thinking*) sự thay đổi; (*switchover*) sự chuyển đổi; (*in direction of wind etc*) sự chuyển; (*period of work*) ca **2** *v/t* (*move*) chuyển; *stains etc* làm mất đi; *~ the emphasis onto* chuyển trọng tâm vào **3** *v/i* (*move*) xê dịch; (*in attitude, opinion*) thay đổi; (*of wind*) chuyển; *that's ~ing!* F nhanh thế!

shift key COMPUT phím síp

shift work làm việc theo ca

---

ch (*final*) k	gh g	nh (*final*) ng	r z; (S) r	x s	â (but)	i (tin)
d z; (S) y	gi z; (S) y	ph f	th t	a (hat)	e (red)	o (saw)
đ d	nh (onion)	qu kw	tr ch	ă (hard)	ê ay	ô oh

shifty *pej* gian giảo

shifty-looking *pej* có vẻ gian

shimmer *v/i* lấp lánh

shin *n* cẳng chân

shine **1** *v/i* (*of sun, moon*) chiếu sáng; (*of shoes, polish*) bóng láng; *fig* (*of student etc*) xuất sắc **2** *v/t flashlight etc* rọi **3** *n* (*on shoes etc*) sự bóng lộn

shingle (*on beach*) đá cuội

shingles MED bệnh zona

shiny *surface* nhẵn bóng

ship **1** *n* tàu **2** *v/t* (*send*) gửi; (*send by sea*) gửi bằng đường biển

shipment (*consignment*) sự gửi hàng

shipowner chủ tàu

shipping (*sea traffic*) giao thông hàng hải; (*sending*) sự gửi hàng; (*sending by sea*) gửi bằng đường biển

shipping company công ty hàng hải

shipshape *adj* gọn gàng;
 shipwreck 1 *n* sự đắm tàu **2** *v/t* làm đắm; **be ~ed** bị đắm tàu;
 shipyard xưởng đóng tàu

shirk trốn tránh

shirt áo sơ mi; *in his ~ sleeves* không mặc áo vét

shit F **1** *n* cứt; (*bad quality goods, work*) như cứt; *I need a ~* tôi buồn đi ỉa **2** *v/i* đi ỉa **3** *interj* mẹ kiếp

shitty F rác rưởi

shiver *v/i* run lên

shock **1** *n* cú sốc; ELEC điện giật; *be in ~* MED bị sốc **2** *v/t* làm sửng sốt; *be ~ed by* sững sờ bởi

shock absorber MOT thiết bị giảm sốc

shocking *behavior* chướng; *poverty* dễ sợ; F (*very bad*) tồi tệ; *prices* đắt khủng khiếp

shoddy *goods* kém phẩm chất;

 behavior tồi

shoe giày

shoelace dây giày; **shoestore** cửa hàng giày; **shoestring**: *do X on a ~* làm X với số vốn chẳng đáng là bao

♦ **shoo away** *children, chicken* xua đi

shoot **1** *n* BOT chồi cây **2** *v/t* bắn; (*and kill*) bắn chết; *movie* quay phim; *~ X in the leg* bắn vào chân X

♦ **shoot down** *airplane* bắn rơi; *suggestion* bác bỏ

♦ **shoot off** (*rush off*) đông

♦ **shoot up** *v/i* (*of prices*) tăng vọt; (*of children*) lớn vổng lên; (*of new suburbs, buildings etc*) mọc lên

shooting star sao băng

shop **1** *n* cửa hàng; *talk ~* bàn công chuyện **2** *v/i* mua hàng; *go ~ping* đi mua hàng

shopkeeper chủ hiệu

shoplifter kẻ cắp ở cửa hàng

shopper người mua hàng

shopping (*activity*) việc mua hàng; (*items*) hàng; *do one's ~* đi mua hàng

shopping mall trung tâm thương mại

shop steward người đại diện công đoàn

shore bờ; *on ~* (*not at sea*) trên bờ

short **1** *adj* (*in height*) thấp; *road, distance* ngắn; (*in time*) ngắn ngủi; *be ~ of* thiếu **2** *adv* đột ngột; *cut a vacation/meeting ~* rút ngắn một kỳ nghỉ/cuộc họp; *stop a person ~* đột ngột ngắt lời người nào; *go ~ of* không có đủ; *in ~* tóm lại

shortage sự thiếu hụt

short circuit *n* đoản mạch;
 shortcoming khiếm khuyết;
 shortcut (*route*) đường tắt; *fig*

ơ ur	y (tin)	ây uh-i	iê i-uh	oa wa	ôi oy	uy wee	ong aong
u (soon)	au a-oo	eo eh-ao	iêu i-yoh	oai wai	ơi u-i	ênh uhng	uyên oo-in
ư (dew)	âu oh	êu ay-oo	iu ew	oe weh	uê way	oc aok	uyêt oo-yit

cách làm nhanh hơn
shorten *v/t dress, hair etc* cắt ngắn; *chapter, article* rút gọn; *vacation, work day* rút ngắn

shortfall sự thâm hụt; **shorthand** *n* tốc ký; **shortlist** *n (of candidates)* danh sách vòng trong; **short-lived** tồn tại trong thời gian ngắn

shortly *(soon)* sớm; ~ *before that* ngay trước đó

shorts quần soóc; *(underwear)* quần đùi

shortsighted cận thị; *fig* thiển cận; **short-sleeved** ngắn tay; **short-staffed** thiếu người làm; **short story** truyện ngắn; **short-tempered** nóng tính; **short-term** ngắn hạn; **short time**: *be on ~ (of workers)* làm việc không hết thời giờ; **short wave** sóng ngắn

shot *(from gun)* phát súng; *(photograph)* ảnh chụp; *(injection)* mũi tiêm; *be a good/poor ~* là tay súng giỏi/kém; *like a ~ accept, run off* ngay lập tức

shotgun súng săn

should nên; *what ~ I do?* tôi nên làm gì?; *you ~n't do that* anh/chị không nên làm thế; *that ~ be long enough* đáng lẽ đủ thời giờ rồi thì phải; *you ~ have heard him!* anh/chị cần phải nghe anh ấy nói!

shoulder *n* vai
shoulder blade xương vai
shoulder pole đòn gánh
shout 1 *n* tiếng thét; *~s of joy/ excitement* những tiếng reo hò sung sướng/khích động 2 *v/i* thét lên 3 *v/t order* thét
♦ **shout at** quát tháo
shouting *n* tiếng hò hét
shove 1 *n* cú đẩy mạnh 2 *v/t* đẩy 3 *v/i* xô đẩy

♦ **shove in** *v/i (in line-up)* chen vào
♦ **shove off** *v/i* F *(go away)* đi đi
shovel *n* cái xẻng
show 1 *n* THEA buổi biểu diễn; RAD, TV chương trình; *(display)* sự thể hiện; *on ~ (at exhibition etc)* được trưng bày; *it's all done for ~ pej* làm chỉ để phô bày 2 *v/t passport, ticket* xuất trình; *interest, emotion* thể hiện; *(at exhibition)* trưng bày; *movie* chiếu; *~ X to Y* cho Y xem X 3 *v/i (be visible)* lộ ra; *(of movie)* chiếu; *does it ~?* có lộ ra không?
♦ **show off** 1 *v/t skills* phô trương 2 *v/i pej* khoe khoang
♦ **show up** 1 *v/t s.o.'s shortcomings etc* cho thấy; *don't show me up in public (embarrass)* đừng làm tôi ngượng trước công chúng 2 *v/i (arrive, turn up)* xuất hiện; *(be visible)* nổi
show business công việc kinh doanh ngành giải trí nghệ thuật
showdown cuộc đối đầu
shower 1 *n (of rain)* trận mưa rào; *(to wash)* sự tắm rửa; *take a ~* tắm 2 *v/i* tắm 3 *v/t*: *~ X with compliments/praise* chúc mừng/ khen ngợi X đáo để
shower cap mũ tắm; **shower curtain** rèm che buồng tắm; **shower gel** sữa tắm; **showerproof** *adj* không thấm nước
show jumping môn cưỡi ngựa vượt rào; **show-off** kẻ phô trương; **showroom** phòng trưng bày; *in ~ condition* trong tình trạng trưng bày
showy *behavior* phô trương; *clothes* lòe loẹt
shred 1 *n (of paper etc)* mảnh; *(of evidence etc)* một chút 2 *v/t paper*

ch *(final)* k	gh g	nh *(final)* ng	r z; (S) r	x s	â *(but)*	i *(tin)*
d z; (S) y	gi z; (S) y	ph f	th t	a *(hat)*	e *(red)*	o *(saw)*
đ d	nh *(onion)*	qu kw	tr ch	ă *(hard)*	ê ay	ô oh

cắt vụn; (*in cooking*) thái nhỏ
shredder (*for documents*) máy xé giấy
shrewd khôn ngoan
shriek 1 *n* tiếng hét **2** *v/i* hét lên
shrimp con tôm
shrine điện thờ
shrink¹ *v/i* (*of material*) co lại; (*of level of support etc*) giảm đi
shrink² *n* F (*psychiatrist*) bác sĩ tâm thần
shrink-wrap gói trong giấy ni lông
shrink-wrapping (*process*) đóng gói bằng giấy ni lông; (*material*) giấy ni lông để đóng gói
shrivel nhăn nhúm
shrub cây bụi
shrubbery có nhiều bụi cây
shrug 1 *n* cái nhún vai **2** *v/i* nhún vai **3** *v/t* nhún; **~ one's shoulders** nhún vai
shudder 1 *n* (*of fear, disgust*) cơn rùng mình; (*of earth etc*) rung chuyển **2** *v/i* (*with fear, disgust*) rùng mình; (*of earth, building*) rung lên
shuffle 1 *v/t* cards xáo bài **2** *v/i* (*in walking*) lê chân
shun tránh
shut 1 *v/t* đóng **2** *v/i* đóng; **when do the stores ~ on Saturday?** Thứ Bảy các cửa hàng đóng cửa vào lúc mấy giờ?
♦ **shut down 1** *v/t business* đóng cửa; *computer* tắt **2** *v/i* (*of business*) ngừng kinh doanh; (*of computer*) tắt
♦ **shut up** *v/i* (*be quiet*) im mồm; **~!** im mồm đi!
shutter (*on window*) cửa chớp; PHOT lá chắn sáng
shuttle *v/i* đi lại như con thoi
shuttlebus (*at airport*) xe con thoi;

shuttlecock SP quả cầu lông
shuttle service dịch vụ xe tuyến
shy *adj* nhút nhát
shyness tính nhút nhát
Siamese twins trẻ sinh đôi dính với nhau
sick ốm; *sense of humor* độc ác; *society* bệnh hoạn; **I'm going to be ~** (*about to vomit*) tôi cảm thấy buồn nôn; **be ~ of** (*fed up with*) chán ngấy
sicken 1 *v/t* (*disgust*) làm cho ghê tởm; **the way he treats them ~s me** cách anh ấy đối xử với chúng làm cho tôi ghê tởm **2** *v/i*: **be ~ing for something** có triệu chứng bệnh
sickening ghê tởm
sickle cái liềm
sick leave phép nghỉ ốm; **be on ~** nghỉ ốm
sickly *person* hay ốm; *color* xanh xao
sickness sự đau ốm; (*vomiting*) cảm giác buồn nôn
side *n* (*of box, house*) cạnh; (*of room, field*) mặt bên; (*of mountain, person*) sườn; SP bên; **take ~s** (*favor one side*) đứng về phe; **take ~s with s.o.** đứng về phe ai; **I'm on your ~** tôi đứng về phe anh/chị; **~ by ~** sát bên nhau; **at the ~ of the road** bên lề đường; **on the big/small ~** hơi rộng/nhỏ
♦ **side with** *v/i* đứng về phe
sideboard tủ búp-phê; **sideburn** tóc mai; **side dish** món ăn kèm; **side effect** tác động phụ; **sidelight** MOT đèn hiệu; **sideline 1** *n* (*second job*) nghề phụ **2** *v/t* cho ra rìa; **feel ~d** cảm thấy bị ra rìa; **side street** phố nhỏ; **sidetrack** *v/t* đánh lạc hướng; **get ~ed** bị lạc hướng; **sidewalk** vỉa hè; **sidewalk**

ơ ur　　**y** (tin)　　**ây** uh-i　　**iê** i-uh　　**oa** wa　　**ôi** oy　　**uy** wee　　**ong** aong
u (soon)　**au** a-oo　**eo** eh-ao　**iêu** i-yoh　**oai** wai　**ơi** ur-i　**ênh** uhng　**uyên** oo-in
ư (dew)　**âu** oh　　**êu** ay-oo　**iu** ew　　**oe** weh　**uê** way　**oc** aok　　**uyêt** oo-yit

café cà phê vỉa hè; **sideways** adv nghiêng

siege n sự vây hãm; **lay ~ to** city bao vây

sieve n cái sàng

sift v/t corn, ore sàng; data sàng lọc
♦ **sift through** details, data xem xét kỹ

sigh 1 n tiếng thở dài; **heave a ~ of relief** thở dài khoan khoái 2 v/i thở dài

sight n cảnh; (power of seeing) thị lực; **~s** (of city) thắng cảnh; **catch ~ of** thoáng thấy; **know by ~** biết mặt; **within ~ of** trong tầm mắt; **out of ~** ngoài tầm mắt; **what a ~ you are!** trông anh/chị mới nhếch nhác làm sao!; **lose ~ of** main objective etc quên đi

sightseeing cuộc tham quan; **go ~** đi tham quan

sightseeing tour chuyến đi tham quan

sightseer người đi tham quan

sign 1 n (indication) dấu hiệu; (road~) biển báo; (outside store, on building) biển hiệu; **it's a ~ of the times** đó là một dấu hiệu của thời đại 2 v/t document ký 3 v/i ký tên
♦ **sign up** v/i (join the army) nhập ngũ

signal 1 n tín hiệu; **be sending out all the right/wrong ~s** đưa ra toàn những tín hiệu đúng/sai 2 v/i (of driver) ra hiệu

signatory (to treaty, contract) người ký kết

signature chữ ký

signature tune nhạc hiệu

significance ý nghĩa

significant event etc có ý nghĩa; (quite large) đáng kể

signify có nghĩa là

sign language ngôn ngữ ký hiệu

signpost biển chỉ đường

silence 1 n sự im lặng; **in ~, work, march** trong sự im lặng; **~!** hãy im đi! 2 v/t rumor-mongers, opposition làm cứng họng

silencer (on gun) bộ giảm thanh

silent footsteps, streets, forest lặng lẽ; engine im lặng; protest, suffering thầm lặng; movie câm; **stay ~** (not comment) nín thinh

silent partner COM đối tác hùn vốn

silhouette n hình bóng

silicon silic

silicon chip mạch điện tử làm bằng silic

silk 1 n lụa 2 adj shirt etc bằng lụa

silk painting tranh lụa

silkworm con tằm

silly khờ dại

silver 1 n bạc 2 adj ring bằng bạc; hair ánh bạc

silver medal huy chương bạc

silver-plated mạ bạc

similar giống nhau

similarity sự giống nhau

simmer v/i (in cooking) sủi tăm; (with rage) giận sôi lên
♦ **simmer down** bình tĩnh trở lại

simple (easy) đơn giản

simplicity sự đơn giản

simplify đơn giản hóa

simplistic đơn giản quá mức

simply (absolutely) hoàn toàn; (in a simple way) một cách đơn giản; **it is ~ the best** không nghi ngại gì đó là cái tốt nhất

simulate (feign) giả vờ; (reproduce) tái tạo

simultaneous đồng thời

simultaneously một cách đồng thời

sin 1 n tội lỗi 2 v/i phạm tội

since 1 prep từ khi; **~ last week** từ tuần trước 2 adv từ đó; **I haven't**

---

ch (final) k	**gh** g	**nh** (final) ng	**r** z; (S) r	**x** s	**â** (but) **i** (tin)
d z; (S) y	**gi** z; (S) y	**ph** f	**th** t	**a** (hat) **e** (red) **o** (saw)
đ d	**nh** (onion)	**qu** kw	**tr** ch	**ă** (hard) **ê** ay **ô** oh

seen him ~ từ đó tôi không hề gặp anh ấy **3** *conj* (*expression of time*) sau khi; (*seeing that*) bởi vì; ~ *you left* sau khi anh/chị đã đi; ~ *you don't like it* bởi vì anh/chị không thích nó

sincere chân thành

sincerely một cách chân thành; (*really*) một cách thực sự; *Yours* ~ Kính thư

sincerity sự chân thành

sinful *person, deeds* tội lỗi

sing 1 *v/t* hát **2** *v/i* (*of person*) hát; (*of bird*) hót

Singapore nước Sing-ga-po

Singaporean 1 *adj* Sing-ga-po **2** *n* (*person*) người Sing-ga-po

singe *v/t* làm cháy xém

singer ca sĩ

single 1 *adj* (*sole*) chỉ một; (*not double*) đơn; (*not married*) độc thân; *there wasn't a* ~ ... không có lấy một ...; *in* ~ *file* thành hàng một **2** *n* MUS (*record*) đĩa hát đơn; (*room*) phòng một; ~*s* (*in tennis*) trận đấu đơn

♦ **single out** (*choose*) chọn ra; (*distinguish*) tách riêng ra

single-breasted *jacket* có một hàng khuy; **single-handed 1** *adj attempts, rescue* đơn độc **2** *adv* một mình; **single-minded** chuyên tâm; **single mother** người mẹ độc thân; **single parent** bố hoặc mẹ tự nuôi con; **single parent family** gia đình chỉ có bố hoặc mẹ; **single room** phòng một

singular GRAM **1** *adj* số ít **2** *n* số ít; *in the* ~ ở dạng số ít

sinister *look, person* nham hiểm; *sky* mang điềm gở

sink 1 *n* bồn rửa **2** *v/i* (*of ship, object*) chìm; (*of sun*) lặn; (*of interest rates etc*) xuống thấp; (*of*

pressure) giảm xuống; *he sank onto the bed* anh ấy nằm thụt xuống giường **3** *v/t ship* đánh chìm; *funds* đầu tư

♦ **sink in** *v/i* (*of liquid*) ngấm vào; (*of words, event*) thấm thía; *it took a long time for the truth to* ~ phải mất một thời gian dài mới thấm thía được sự thực

sinner người có tội

sinusitis MED viêm xoang

sip 1 *n* (*of tea*) sự nhấp nháp **2** *v/t* nhấp nháp

sir thưa ngài; *excuse me,* ~ thưa ông

siren (*on police car*) còi

sirloin thịt thăn bò

sister (*older*) chị gái; (*younger*) em gái

sister-in-law (*older*) chị dâu; (*younger*) em dâu

sit *v/i* ngồi

♦ **sit down** ngồi xuống

♦ **sit up** (*in bed*) ngồi dậy; (*straighten back*) ngồi thẳng lên; (*wait up at night*) thức khuya

sitcom hài kịch tình thế

site 1 *n* địa điểm **2** *v/t new offices etc* xác định địa điểm

sitting (*of committee, court*) buổi họp; (*for artist*) buổi ngồi làm mẫu; (*for meals*) lượt ăn

sitting room phòng khách

situated *be* ~ (*of building*) nằm ở

situation tình hình; (*of building etc*) địa thế

six sáu

sixteen mười sáu

sixteenth *adj* thứ mười sáu

sixth *adj* thứ sáu

sixtieth *adj* thứ sáu mươi

sixty sáu mươi

size (*of room, building, car*) kích thước; (*of company, loan, project*)

ơ ur	y (tin)	ây uh-i	iê i-uh	oa wa	ôi oy	uy wee	ong aong
u (soon)	au a-oo	eo eh-ao	iêu i-yoh	oai wai	ơi ur-i	ênh uhng	uyên oo-in
ư (dew)	âu oh	êu ay-oo	iu ew	oe weh	uê way	oc aok	uyêt oo-yit

qui mô; (*of jacket, shoes*) cỡ số
♦ **size up** *person, situation* đánh giá
sizeable *meal, house, order* khá lớn
sizzle tiếng xèo xèo
skate 1 *n* (*for ice-skating*) giày trượt băng; (*for roller skating*) giày pa-tanh 2 *v/i* (*on ice*) trượt băng; (*on roller skates*) trượt pa-tanh
skateboard *n* ván trượt
skater (*on ice*) người trượt băng; (*on roller skates*) người trượt pa-tanh
skating (*on ice*) môn trượt băng; (*on roller skates*) môn trượt pa-tanh
skeleton bộ xương
skeleton key chìa khóa vạn năng
skeptic người hoài nghi
skeptical hoài nghi
skepticism thái độ hoài nghi
sketch 1 *n* bức phác thảo; THEA vở hài kịch ngắn 2 *v/t* phác họa
sketchbook vở nháp
sketchy *knowledge etc* sơ sài
ski 1 *n* ván trượt tuyết 2 *v/i* trượt tuyết
skid 1 *n* sự trượt 2 *v/i* (*of vehicle, person*) trượt
skier người trượt tuyết
skiing môn trượt tuyết
skill kỹ năng
skilled có kỹ năng
skilled worker công nhân lành nghề
skillet chảo
skillful *person* khéo tay; *job* tinh xảo; *driving* lành nghề
skim *surface* lướt qua
♦ **skim off** *the best* lấy đi
♦ **skim through** *text* đọc lướt
skimmed milk sữa không kem
skimpy *account etc* không đầy đủ; *little dress* hở hang
skin 1 *n* da 2 *v/t* lột da

skin diving môn lặn trần
skinny *person, legs* gầy nhom
skin-tight *dress* bó sát người
skip 1 *n* (*little jump*) bước nhảy chân sáo 2 *v/i* nhảy chân sáo; (*with skipping rope*) nhảy dây 3 *v/t* (*omit*) bỏ qua
skipper NAUT thuyền trưởng; (*of team*) đội trưởng
skirt *n* váy
ski run đường trượt tuyết
skull sọ
sky bầu trời
skylight cửa sổ mái; **skyline** hình dáng in lên nền trời; **skyscraper** nhà chọc trời
slab (*of stone*) phiến; (*of cake etc*) tấm
slack *rope* chùng; *discipline* lỏng lẻo; *person* cẩu thả; *work* lơ là; *period* nhàn hạ
slacken *v/t rope* làm chùng; *pace* làm chậm
♦ **slacken off** *v/i* (*of trading*) giảm bớt; (*of pace*) đi chậm lại
slacks quần
slam 1 *v/t door* đóng sầm 2 *v/i* (*of door etc*) đóng sầm lại
♦ **slam down** (*throw with violence*) ném phịch; (*put with violence*) đặt phịch
slander 1 *n* sự vu cáo 2 *v/t* vu cáo
slang tiếng lóng; (*of a specific group*) tiếng lóng nhà nghề
slant 1 *v/i* nghiêng 2 *n* (*of roof*) dốc; (*given to a story*) quan điểm
slanting *roof* nghiêng; *eyes* xếch
slap 1 *n* (*blow*) cái đập; (*smack*) cái tát 2 *v/t* tát; ~ **him in the face** tát anh ấy vào mặt
slash 1 *n* (*in skin, painting*) vết rạch; (*in punctuation*) vạch chéo 2 *v/t painting, skin etc* rạch; *prices, costs* giảm mạnh; ~ **one's wrists**

ch (*final*) k	**gh** g	**nh** (*final*) ng	**r** z; (*S*) r	**x** s	**â** (but)	**i** (tin)
d z; (*S*) y	**gi** z; (*S*) y	**ph** f	**th** t	**a** (hat)	**e** (red)	**o** (saw)
đ d	**nh** (onion)	**qu** kw	**tr** ch	**ă** (hard)	**ê** ay	**ô** oh

tự rạch cổ tay

slate n (material) đá acđoa

slaughter 1 n (of animals) sự mổ thịt; (of people, troops) sự tàn sát **2** v/t animals mổ thịt; people, troops tàn sát

slave n nô lệ

slay giết chết

slaying (murder) tội giết người

sleazy bar, area nhớp nhúa; characters ám muội

sled(ge) n xe trượt tuyết

sledge hammer búa tạ

sleep 1 n (also: sleep); **go to ~** đi ngủ; **I need a good ~** tôi cần có một giấc ngủ ngon; **I couldn't get to ~** tôi không thể vỗ giấc **2** v/i ngủ; **~ late** ngủ dậy muộn

♦ **sleep on** v/t proposal, decision để đến mai

♦ **sleep with** (have sex with) ăn nằm với

sleeping bag túi ngủ; **sleeping car** toa xe lửa có giường ngủ; **sleeping pill** thuốc ngủ

sleepless night không ngủ

sleepwalker người mộng du

sleepy yawn ngái ngủ; town im lìm; **I'm ~** tôi buồn ngủ

sleet n mưa tuyết

sleeve (of jacket etc) tay áo

sleeveless shirt, dress không có tay áo

sleight of hand sự khéo léo của đôi tay

slender figure, arms thon thả; chance, margin mỏng manh; income nghèo nàn

slice 1 n (of bread, tart) lát; fig (of profits etc) phần **2** v/t loaf etc cắt thành lát

sliced bread bánh mì cắt lát

slick 1 adj performance khéo léo; road, surface trơn; pej (cunning) ma

lanh **2** n (of oil) vết dầu loang

slide 1 n (for kids) cầu trượt; PHOT phim dương bản **2** v/i trượt; (drop: of exchange rate etc) trượt xuống **3** v/t đẩy trượt

sliding door cửa kéo

slight 1 adj person, figure mảnh khảnh; difference, changes không đáng kể; accent, headache, cold nhẹ; **no, not in the ~est** không, không một chút nào **2** n (insult) sự xúc phạm

slightly hơi

slim 1 adj person, figure thon thả; pocketbook mỏng; chance, hopes mỏng manh **2** v/i làm cho người thon thả

slime chất nhờn

slimy liquid nhầy nhụa; person xu nịnh

sling 1 n (for arm) băng đeo **2** v/t (throw) quăng

slip 1 n (on ice etc) sự trượt chân; (mistake) sự sơ xuất; **a ~ of paper** một mẩu giấy nhỏ; **a ~ of the tongue** sự lỡ lời; **give s.o. the ~** cắt đuôi ai **2** v/i (on ice etc) trượt; (decline: of quality etc) tụt xuống thấp; **he ~ped out of the room** anh ấy đã lẻn ra khỏi phòng **3** v/t (put) đút vội; **he ~ped it into his briefcase** anh ấy đút vội vào cặp của mình

♦ **slip away** (of time) trôi qua; (of opportunity) bỏ lỡ; (die quietly) chết lịm dần

♦ **slip off** v/t jacket etc cởi tuột ra

♦ **slip out** v/i (go out) lẻn ra

♦ **slip up** v/i (make mistake) lầm lẫn

slipped disc sự trẹo đĩa khớp

slipper dép lê

slippery surface, road, fish trơn

slipshod work, editing cẩu thả

slit 1 n (tear) vết rách; (hole) kẽ hở;

. (*in skirt*) đường xẻ **2** v/t *envelope, packet* rạch mở; *throat* cắt

slither v/i trượt

slobber v/i (*of dog, baby*) chảy dãi

slogan khẩu hiệu

slop v/t *water, food* đánh đổ

slope 1 n (*of handwriting, roof*) độ nghiêng; (*of mountain*) sườn; **built on a ~** xây trên một đường dốc **2** v/i (*of writing*) nghiêng; (*of roof, street*) dốc xuống; **the road ~s down to the sea** con đường dốc xuống biển

sloppy *work, editing* cẩu thả; (*in dressing*) luộm thuộm; (*too sentimental*) ủy mị

slot n khe; (*in schedule*) chỗ

♦**slot in** v/t & v/i lắp

slot machine (*for vending*) máy bán hàng tự động; (*for gambling*) máy đánh bạc

slouch v/i lòng khòng

slovenly *appearance, person* luộm thuộm

slow chậm; **be ~** (*of clock*) chậm

♦**slow down 1** v/t làm chậm lại **2** v/i (*thing*) chậm lại; **the doctor told her to ~** bác sĩ đã bảo cô ấy làm gì cũng nên thong thả

slowdown (*in production*) sự giảm

slow motion: in ~ được quay chậm

slug n (*animal*) con sên

sluggish *pace, start, traffic* chậm chạp; *river* lững lờ

slum n khu nhà ổ chuột

slump 1 n (*in trade*) thời kỳ suy sụp **2** v/i (*economically*) sụt xuống; (*collapse: of person*) gục xuống

slur 1 n (*on s.o.'s character*) lời vu khống **2** v/t *words* nói líu nhíu

slurred *speech* líu nhíu

slush tuyết tan; *pej* (*sentimental stuff*) tình cảm dấm dớ

slush fund quỹ đen

slut người đàn bà phóng túng

sly *person, look* ranh mãnh; **on the ~** kín đáo

smack 1 n (*in the face*) cái tát; (*to child, on the bottom*) cái phát **2** v/t *child, bottom* phát

small 1 adj (*elegant*) nhỏ **2** n: **the ~ of the back** eo lưng

small change tiền lẻ; **small hours** tảng sáng; **smallpox** bệnh đậu mùa; **small print** chữ in nhỏ; **small talk** chuyện phiếm

smart 1 adj (*elegant*) lịch sự; (*intelligent*) thông minh; *pace* nhanh; **get ~ with** tỏ ra láu cá với **2** v/i (*hurt*) đau buốt

smart card thẻ thông minh

♦**smarten up** v/t *person* ăn mặc chỉnh tề; *city, room* làm gọn gàng sạch sẽ

smash 1 n (*noise*) tiếng vỡ loảng xoảng; (*car crash*) vụ đụng xe; (*in tennis*) cú đập **2** v/t *glass, toys* đập vỡ tan; (*hit hard*) đập mạnh; **~ X to pieces** đập X tan ra thành từng mảnh **3** v/i (*break*) vỡ tan; **the driver ~ed into ...** người lái xe đã đâm vào ...

smash hit F (*new song, movie, proposal*) thành công bất ngờ

smashing F *party, vacation, time* tuyệt vời; *person* xuất sắc

smattering (*of a language*) sự hiểu biết hời hợt

smear 1 n (*of ink etc*) vết; MED mẫu xét nghiệm; (*on character*) sự bôi nhọ **2** v/t *paint etc* phết lên; *character* bôi nhọ

smear campaign chiến dịch bôi nhọ

smell 1 n mùi; **it has no ~** nó không có mùi; **sense of ~** khứu giác **2** v/t ngửi thấy **3** v/i (*unpleasantly*) có mùi khó chịu; (*sniff*) ngửi hít;

---

ch (*final*) k	**gh** g	**nh** (*final*) ng	**r** z; (S) r	**x** s	**â** (but)	**i** (tin)
d z; (S) y	**gi** z; (S) y	**ph** f	**th** t	**a** (hat)	**e** (red)	**o** (saw)
đ d	**nh** (onion)	**qu** kw	**tr** ch	**ă** (hard)	**ê** ay	**ô** oh

what does it ~ of? nó có mùi gì?;
you ~ of beer anh/chị có mùi bia

smelly *feet, old rag* hôi thối

smile 1 *n* nụ cười **2** *v/i* mỉm cười

♦ **smile at** mỉm cười với

smirk 1 *n* nụ cười tự mãn **2** *v/i* cười
tự mãn

smog sương khói

smoke 1 *n* khói; *have a ~* châm
một điếu **2** *v/t cigarettes* hút; *bacon*
xông khói **3** *v/i (give off ~)* tỏa
khói; *(of person)* hút thuốc; *I don't
~* tôi không hút thuốc

smoker *(person)* người nghiện
thuốc

smoking sự hút thuốc; *no ~* cấm
hút thuốc

smoking car RAIL toa hút thuốc

smoky *room, air* đầy khói

smolder *(of fire)* cháy âm ỉ; *fig
(with anger)* nung nấu; *fig (with
desire)* âm ỉ

smooth 1 *adj surface* phẳng phiu;
skin nhẵn nhụi; *sea* phẳng lặng;
ride êm; *transition* suôn sẻ; *pej
(person)* ngọt xớt **2** *v/t hair* làm
bóng mượt

♦ **smooth down** *(with sandpaper
etc)* làm nhẵn

♦ **smooth out** *paper, cloth* vuốt
phẳng

♦ **smooth over:** *smooth things
over* che giấu sự việc

smother *flames* dập; *person* làm
ngạt thở; *~ X with kisses* hôn X
tới tấp

smudge 1 *n* vết bẩn **2** *v/t* làm bẩn

smug tự mãn

smuggle *v/t* buôn lậu

smuggler kẻ buôn lậu

smuggling sự buôn lậu

smutty *joke, sense of humor* tục tĩu

snack *n* bữa ăn nhẹ

snack bar xnách ba

snag *(problem)* vấn đề

snail con ốc sên

snake *n* con rắn; *(in Vietnamese
zodiac)* Tí

snap 1 *n (sound)* tiếng sầm; PHOT
bức ảnh chụp nhanh **2** *v/t (break)*
làm gẫy rắc **3** *v/i (break)* gẫy rắc;
(say sharply) nói gắt **4** *adj decision,
judgment* vội vàng

♦ **snap up** *bargain* vồ hết

snappy *person, mood* dễ cáu kỉnh;
decision, response mau lẹ; *(elegant)*
rất mốt

snapshot bức ảnh chụp nhanh

snarl 1 *n (of dog)* tiếng gầm gừ **2** *v/i
(of dog, tiger)* gầm gừ; *(of person)*
hầm hè

snatch 1 *v/t* giật lấy; *(steal)* chộp
mất; *(kidnap)* bắt cóc **2** *v/i* giật

snazzy F *necktie, dresser* rất mốt

sneak 1 *v/t (remove, steal)* xoáy; *~ a
glance at* lén nhìn vào **2** *v/i (tell
tales)* mách lẻo; *~ into the room/
out of the room* lẻn vào buồng/ra
khỏi buồng

sneakers giày thể thao

sneaking: *have a ~ suspicion that
...* có mối nghi thầm kín là ...

sneaky F *(crafty)* gian khôn

sneer 1 *n* cái cười khẩy **2** *v/i* cười
khẩy

sneeze 1 *n* cái hắt hơi **2** *v/i* hắt hơi

sniff 1 *v/i (to clear nose)* khụt khịt;
(of dog) đánh hơi **2** *v/t (smell)* ngửi

sniper người bắn tỉa

snitch 1 *n (telltale)* đứa mách lẻo
2 *v/i (tell tales)* mách lẻo

snob kẻ hợm mình

snobbish hợm hĩnh

snooker *n* trò chơi bi-da

♦ **snoop around** rình mò

snooty khinh khỉnh

snooze 1 *n* giấc ngủ ngắn; *have a
~* chợp mắt **2** *v/i* chợp mắt

ơ ur   y (tin)   ây uh-i   iê i-uh   oa wa   ôi oy   uy wee   ong aong
u (soon)   au a-oo   eo eh-ao   iêu i-yoh   oai wai   ơi ur-i   ênh uhng   uyên oo-in
ư (dew)   âu oh   êu ay-oo   iu ew   oe weh   uê way   oc aok   uyêt oo-yit

snore *v/i* ngáy

snoring *n* tiếng ngáy

snorkel (*of diver*) ống thở

snort *v/i* (*of bull, horse*) thở phì phì; (*disdainfully*) khịt khịt mũi

snout (*of pig, dog*) mõm

snow 1 *n* tuyết 2 *v/i* tuyết rơi

♦ **snow under**: **be snowed under with ...** bị ... làm ngập đầu

snowball *n* nắm tuyết; **snowbound** bị nghẽn vì tuyết; **snow chains** MỘT dây xích của ô tô đi trên tuyết; **snowdrift** đống tuyết; **snowdrop** hoa giọt tuyết; **snowflake** bông tuyết; **snowman** người tuyết; **snowplow** xe ủi tuyết; **snowstorm** bão tuyết

snowy *weather* có tuyết rơi; *roads, hills* phủ đầy tuyết

snub 1 *n* sự lạnh nhạt 2 *v/t* lạnh nhạt

snub-nosed mũi hếch

snug ấm cúng; (*tight-fitting*) chật

♦ **snuggle down** nép mình một cách yên ổn

♦ **snuggle up to** xích lại gần

so 1 *adv* như thế, như vậy; ~ *hot/ cold* thật là nóng/lạnh; *not ~ much* không nhiều quá; *not ~ much for me, thanks* cảm ơn, đừng cho tôi nhiều quá; ~ *much better/easier* tốt/dễ hơn rất nhiều; *eat/drink ~ much* ăn/uống nhiều thế; *I miss you ~* tôi nhớ anh/chị lắm; ~ *am/do I* tôi cũng vậy; ~ *is she/does she* cô ấy cũng vậy; *and ~ on* vân vân 2 *pron*: *I hope ~* tôi cũng hy vọng là vậy; *I think ~* tôi cũng nghĩ là vậy; *you didn't tell me – I did ~* anh/chị đã không nói cho tôi biết – tôi đã có nói; *50 or ~* khoảng 50 gì đó 3 *conj* (*for that reason*) do đó; (*in order that*) để cho; *and ~ I*

missed the train và do đó tôi lỡ chuyến tàu hỏa; ~ (*that*) *I could come too* để cho tôi cũng có thể đến được; ~ *what?* thế thì sao nào?

soak *v/t* (*steep*) ngâm; (*of water, rain*) làm ướt

♦ **soak up** *liquid* thấm

soaked ướt đẫm

so-and-so F (*unknown person*) người nào đó; (*annoying person*) đứa nào đó

soap *n* (*for washing*) xà phòng

soap (*opera*) phim xã hội hiện thực phát thường kỳ

soapy *water* nhiều xà phòng

soar (*of rocket etc*) bay vút lên; (*of prices*) tăng vọt lên

sob 1 *n* tiếng nức nở 2 *v/i* nức nở

sober (*not drunk*) không say; (*serious*) nghiêm túc

♦ **sober up** tỉnh rượu

so-called cái gọi là

soccer bóng đá

sociable thích giao du

social *adj* xã hội; (*recreational*) có tính cách giải trí; ~ *evils* tệ nạn xã hội

socialism chủ nghĩa xã hội

socialist 1 *adj* xã hội chủ nghĩa 2 *n* người theo chủ nghĩa xã hội

Socialist Republic of Vietnam Cộng hòa xã hội chủ nghĩa Việt Nam

socialize hòa nhập

social work công tác xã hội

social worker người làm công tác xã hội

society xã hội; (*organization*) hội

sociology xã hội học

sock[1] (*for wearing*) bít tất, vớ (S)

sock[2] 1 *n* (*punch*) cú đấm 2 *v/t* (*punch*) đấm

socket (*electrical*) chân cắm; (*for*

---

ch (*final*) k	**gh** g	**nh** (*final*) ng	**r** z; (S) r	**x** s	**â** (but) **i** (tin)
d z; (S) y	**gi** z; (S) y	**ph** f	**th** t	**a** (hat)	**e** (red) **o** (saw)
đ d	**nh** (onion)	**qu** kw	**tr** ch	**ă** (hard)	**ê** ay **ô** oh

light bulb đui; (*on computer monitor, printer etc*) ổ cắm; (*of arm*) khớp; (*of eye*) hốc

soda (~ *water*) nước xô đa; (*ice-cream* ~) kem xô đa; (*soft drink*) nước ngọt

sofa ghế xô pha

sofa bed giường xô pha

soft *pillow, chair* êm; *voice, music* êm dịu; *skin* mịn; *light, color* dịu; (*lenient*) nhẹ nhàng; *have a ~ spot for* đặc biệt yêu thích

soft drink nước ngọt

soften 1 *v/t position* làm dịu; *impact, blow* làm giảm nhẹ **2** *v/i* (*of butter, ice cream*) mềm đi

softly *speak, play* khẽ

software phần mềm

soggy nhão

soil 1 *n* (*earth*) đất **2** *v/t* làm bẩn

solar energy năng lượng mặt trời

solar panel tấm thu năng lượng mặt trời

soldier người lính

sole¹ *n* (*of foot*) lòng bàn chân; (*of shoe*) đế

sole² *adj* (*only*) duy nhất

solely (*only*) duy nhất; *be ~ responsible for the accident* hoàn toàn chịu trách nhiệm về vụ tai nạn

solemn (*serious*) long trọng

solid *adj* (*hard*) rắn; *food* đặc; *crowd, cloud* dày đặc; *gold, silver* thuần nhất; (*sturdy*) vững chắc; *evidence* xác thực; *support* mạnh mẽ

solidarity tình đoàn kết

solidify *v/i* rắn lại

solitaire (*card game*) lối chơi bài paxiên

solitary *life* cô đơn; *occupation, walk* một mình; (*single*) đơn độc

solitude trạng thái đơn độc

solo 1 *n* (*song*) đơn ca; (*instrumental*) độc tấu **2** *adj* một mình

soloist (*singer*) ca sĩ đơn ca; (*instrumentalist*) nhạc công độc tấu

soluble *substance* có thể hòa tan; *problem* có thể giải quyết

solution (*to problem*) giải pháp; (*to crossword puzzle*) cách giải quyết; (*mixture*) dung dịch

solve *problem* giải quyết; *crossword* giải; *mystery* làm sáng tỏ

solvent *adj* (*financially*) có khả năng thanh toán

somber (*dark*) tối; (*serious*) u sầu

some 1 *adj* một số; (*with uncountable nouns and food*) một ít; ~ *people say that ...* một số người nói rằng ...; *would you like ~ water/cookies?* anh/chị có muốn một ít nước/bánh qui không? **2** *pron* ◊ một số; (*with uncountable nouns and food*) một ít; ~ *of my relatives* một số bà con của tôi; ~ *of the money* một phần số tiền; ~ *of the group* một số (người) trong nhóm ◊ (*omission of some*): *do you have any spare copies? – yes, would you like ~?* anh/chị có bản sao nào không? – có anh/chị có muốn không? **3** *adv* (*a bit*) một chút; *we'll have to wait ~* chúng ta sẽ phải chờ một chút

somebody ai, người nào đó; *there is ~ to see you* có ai muốn gặp anh/chị; *can ~ help?* ai đó có thể giúp được không?; *he thinks he's really ~* anh ấy nghĩ mình thực sự là một ông này ông nọ

someday ngày nào đó

somehow (*by one means or another*) bằng cách này hay cách

σ u r   y (tin)   ây uh-i   iê i-uh   oa wa   ôi oy   uy wee   ong aong
u (soon)   au a-oo   eo eh-ao   iêu i-yoh   oai wai   ơi u-r-i   ênh uhng   uyên oo-in
ư (dew)   âu oh   êu ay-oo   iu ew   oe weh   uê way   oc aok   uyêt oo-yit

khác; (*for some unknown reason*) không hiểu sao

someone → **somebody**

someplace → **somewhere**

somersault 1 *n* cú nhảy lộn nhào **2** *v/i* nhảy lộn nhào

something cái gì, gì, cái gì đó; *would you like ~ to drink?* anh/ chị có muốn uống gì không?; *is ~ wrong?* có cái gì không ổn chăng?

sometime một thời nào đó; *~ last year* một ngày nào đó trong năm ngoái

sometimes đôi khi

somewhere 1 *adv* đâu đó **2** *pron* một chỗ nào đó; *is there ~ to park?* có một chỗ nào đó để đỗ xe không?; *let's go ~ quieter* hãy đi đến một chỗ nào đó yên tĩnh hơn

son con trai

song bài hát

songwriter nhạc sĩ sáng tác bài hát

son-in-law con rể

son of a bitch V đồ chó đẻ

soon ◊ sắp; *they'll be here ~* họ sắp có mặt ở đây ◊ (*quickly*) sớm; *how ~ can you be ready to leave?* sớm nhất thì bao giờ anh/ chị có thể sẵn sàng ra đi?; *as ~ as* ngay khi; *as ~ as possible* càng sớm càng tốt; *~er or later* sớm hay muộn; *the ~er the better* càng sớm càng tốt; *the phone rang ~ after* không bao lâu thì chuông điện thoại reo

soot bồ hóng

soothe *pain* làm đỡ; (*calm*) làm dịu

sophisticated *person, tastes* sành điệu; *machine* tinh vi

sophomore sinh viên năm thứ hai

soprano *n* (*voice*) giọng nữ cao; (*singer*) người hát giọng nữ cao

sordid *affair, business* bẩn thỉu

sore 1 *adj* (*painful*) đau; F (*angry*) tức giận; *is it ~?* có đau không? **2** *n* vết thương

sorrow *n* nỗi đau buồn

sorry (*regretful*) lấy làm tiếc; (*apologetic*) xin lỗi; (*I'm*) *~!* (tôi) xin lỗi!; *I'm ~ to hear it* tôi lấy làm tiếc khi nghe tin đó; *I feel ~ for her* tôi thấy thương cho cô ấy

sort 1 *n* loại; *~ of ...* F có phần ...; *is it finished? – ~ of* F xong rồi chứ? – phần nào **2** *v/t* phân loại; COMPUT sắp xếp

♦ **sort out** *papers* sắp xếp; *problem* giải quyết

so-so *adv* tàm tạm

soul REL, *fig* (*of a nation etc*) linh hồn; (*character*) hồn; (*person*) người; *that poor ~* anh chàng đáng thương ấy; *there wasn't a ~ to be seen in the street* ngoài phố chẳng có ma nào cả; *don't tell a ~* đừng nói với ai

sound[1] *adj* (*sensible*) đúng đắn; *heart, lungs etc* khỏe mạnh; *business* tốt; *sleep* ngon

sound[2] **1** *n* âm thanh; (*noise*) tiếng **2** *v/t* (*pronounce*) phát âm; MED khám nghe; *~ one's horn* bấm còi **3** *v/i*: *that ~s interesting* chuyện ấy nghe ra cũng thú vị; *that ~s like a good idea* xem ra đó là một ý hay; *she ~ed unhappy* cô ấy có vẻ không vui

soundly *sleep* ngon; *beaten* hoàn toàn

soundproof *adj* cách âm

soundtrack đường ghi âm của phim

soup xúp

soup bowl tô đựng xúp

sour *adj apple, milk* chua; *expression, comment* chanh chua

---

ch (*final*) k	gh g	nh (*final*) ng	r z; (S) r	x s	â (but)	i (tin)
d z; (S) y	gi z; (S) y	ph f	th t	a (hat)	e (red)	o (saw)
đ d	nh (onion)	qu kw	tr ch	ă (hard)	ê ay	ô oh

source *n* nguồn

south 1 *adj* nam 2 *n* phương nam; (*of country*) miền nam; **to the ~ of ...** về phía nam của ... 3 *adv* về hướng nam

South Africa nước Nam Phi; South African 1 *adj* Nam Phi 2 *n* người Nam Phi; South America Nam Mỹ; South American 1 *adj* Nam Mỹ 2 *n* người Nam Mỹ; South China Sea Biển Đông; southeast 1 *n* hướng đông nam 2 *adj* đông nam 3 *adv* về hướng đông nam; **it's ~ of ...** ở phía đông nam của ...; Southeast Asia Đông Nam Á; Southeast Asian 1 *adj* Đông Nam Á 2 *n* người Đông Nam Á; southeastern đông nam

southerly *adj* nam

southern miền nam

South Korea nước Hàn Quốc; South Korean 1 *adj* Hàn Quốc 2 *n* người Hàn Quốc; South Pole Nam cực

southward *adv* về hướng nam

southwest 1 *n* hướng tây nam 2 *adj* tây nam 3 *adv* về hướng tây nam; **it's ~ of ...** ở phía tây nam của ...

southwestern tây nam

souvenir vật kỷ niệm

sovereign *adj state* có chủ quyền

sovereignty (*of state*) chủ quyền

Soviet Union Liên Xô

sow[1] *n* (*female pig*) lợn nái

sow[2] *v/t seeds* gieo

soy bean đậu nành

soy sauce xì dầu

space *n* (*outer ~*) không gian; (*area*) khoảng; (*room*) chỗ
♦ space out để cách nhau

space bar COMPUT phím cách; spacecraft tàu vũ trụ; spaceship tàu vũ trụ; space shuttle tàu con thoi; space station trạm vũ trụ;

spacesuit bộ quần áo vũ trụ

spacious rộng rãi

spade cái mai; **~s** (*in cards*) con pích

Spain nước Tây Ban Nha

span *v/t* kéo dài qua; (*of bridge*) bắc qua

Spaniard người Tây Ban Nha

Spanish 1 *adj* Tây Ban Nha 2 *n* (*language*) tiếng Tây Ban Nha

spank *v/t person* phát vào đít

spare 1 *v/t* (*give: time, money*) dành cho; (*do without*) không cần đến; **can you ~ the time?** anh/chị có thể dành thời gian được không?; **there were 5 to ~** đã có thừa 5 cái 2 *adj* dự phòng 3 *n* (*part*) phụ tùng thay thế

spare ribs sườn lợn; spare room phòng trống; spare time thời giờ rỗi; spare tire MOT lốp dự phòng; spare wheel bánh xe dự phòng

spark *n* tia lửa

sparkle *v/i* lấp lánh

sparkling wine rượu vang sủi tăm

spark plug bugi

sparrow chim sẻ

sparse *vegetation* thưa thớt

sparsely: **~ populated** dân cư thưa thớt

spatter *v/t mud, paint* làm bắn

speak 1 *v/i* nói; (*make a speech*) phát biểu; **we're not ~ing (to each other)** (*we've quarreled*) chúng tôi đã không chuyện trò (với nhau); **~ing** TELEC tôi đang nói đây 2 *v/t foreign language* nói; **~ one's mind** nói rõ gì nói nấy
♦ speak for nói thay cho
♦ speak out nói thẳng
♦ speak up (*louder*) nói to lên

speaker (*at conference*) người diễn thuyết; (*orator*) nhà diễn thuyết;

ơ ur	y (tin)	ây uh-i	iê i-uh	oa wa	ôi oy	uy wee	ong aong
u (soon)	au a-oo	eo eh-ao	iêu i-yoh	oai wai	ơi u-r-i	ênh uhng	uyên oo-in
ư (dew)	âu oh	êu ay-oo	iu ew	oe weh	uê way	oc aok	uyêt oo-yit

(*of sound system*) loa

spearmint (*flavor*) bạc hà

special đặc biệt

specialist chuyên gia

specialize chuyên về; ~ *in ...* chuyên về ...

specially → *especially*

specialty đặc sản

species loài

specific cụ thể

specifically cụ thể

specifications (*of machine etc*) các đặc điểm kỹ thuật

specify chỉ rõ

specimen MED mẫu xét nghiệm; (*of work*) mẫu

speck (*of dust, soot*) hạt nhỏ

spectacle (*impressive sight*) cảnh tượng

spectacular *adj house, views* ngoạn mục; *profit, success* to tát

spectator khán giả

spectator sport môn thể thao thu hút nhiều khán giả

spectrum (*range*) đa dạng/loạt; *the whole ~ of emotion* tất cả các loại cảm xúc

speculate *v/i* suy đoán; FIN đầu cơ

speculation sự suy đoán; FIN sự đầu cơ

speculator FIN người đầu cơ

speech (*address*) bài diễn văn; (*in play*) trưởng thoại; (*ability to speak*) khả năng nói; *freedom of ~* POL tự do ngôn luận; *the only animal with the power of ~* con vật duy nhất biết nói; *her ~ was slurred* lời nói của cô ấy đã líu nhíu

speech defect khuyết tật trong nói năng

speechless (*with shock, surprise*) không nói nên lời

speech therapist chuyên viên về

lời nói rị liệu

speech writer người soạn diễn văn

speed 1 *n* tốc độ; (*of film*) độ nhạy; *at a ~ of 150 mph* với tốc độ 150 dặm/giờ **2** *v/i* (*go quickly*) chạy nhanh; (*drive too quickly*) lái quá tốc qui định

♦ **speed by** lao qua vùn vụt

♦ **speed up** *v/t & v/i* tăng tốc độ

speedboat thuyền cao tốc

speedily nhanh chóng

speeding *n* (*when driving*) sự vi phạm tốc độ

speeding fine tiền phạt vi phạm tốc độ

speed limit giới hạn tốc độ

speedometer đồng hồ tốc độ

speedy nhanh chóng

spell¹ 1 *v/t word* đánh vần **2** *v/i* viết đúng chính tả

spell² *n* (*in the army, prison etc*) thời gian; (*of weather, illness*) đợt; *I'll take a ~ at the wheel* tôi sẽ thay phiên cầm lái

spellbound mê mẩn; **spellcheck** COMPUT sự kiểm lỗi chính tả; *do a ~ on ...* kiểm lỗi chính tả của ...; **spellchecker** COMPUT chương trình kiểm lỗi chính tả

spelling chính tả

spend *money* tiêu sài; (*pass: time*) sử dụng; (*use: time*) bỏ; *she spent a week in the hospital* cô ấy nằm một tuần ở bệnh viện; *~ a lot of time on a project* bỏ nhiều thời giờ vào dự án

spendthrift *n pej* kẻ tiêu tiền như rác

sperm tinh trùng; (*semen*) tinh dịch

sperm bank ngân hàng tinh trùng

sphere (*figure*) hình cầu; *fig* (*field*) phạm vi; (*social circle*) giới; *~ of influence* phạm vi ảnh hưởng

spice *n* (*seasoning*) đồ gia vị

spicy *food* nhiều đồ gia vị

spider con nhện

spiderweb mạng nhện

spike *n (on plant)* gai; *(on shoes)* đinh; *(on railings)* đầu nhọn

spill **1** *v/t* làm đổ **2** *v/i* đổ ra; *(overflow)* tràn ra

spin[1] **1** *n (turn)* vòng quay **2** *v/t* xoay **3** *v/i (of wheel)* quay; *my head is ~ning* đầu óc tôi quay cuồng

spin[2] *v/t wool, cotton* xe; *web* chăng

♦ **spin around** *v/i (of person)* quay nhanh lại; *(of dancer, skater)* quay nhanh; *(of car)* quay trượt lại

♦ **spin out** kéo dài

spinach rau bina

spinal xương sống

spinal column cột xương sống

spin doctor *phát ngôn viên của một chính đảng*; **spin-dry** *v/t* vắt khô; **spin-dryer** máy vắt quần áo

spine xương sống; *(of book)* gáy; *(of plant, hedgehog)* gai

spineless *(cowardly)* hèn nhát

spin-off *(ancillary benefit)* lợi ích phụ; *(by-product)* sản phẩm phụ

spiral **1** *n* hình xoắn ốc **2** *v/i (rise quickly)* tăng vọt

spiral staircase cầu thang hình xoắn ốc

spire tháp nhọn

spirit *n (attitude)* tinh thần; *(of dead person)* linh hồn; *(energy, courage)* khí thế; *we did it in a ~ of cooperation / friendliness* chúng ta đã làm việc ấy với tinh thần hợp tác / hữu nghị

spirited *debate* hăng say; *performance* đầy hào hứng; *defense* dũng cảm

spirit level ống nivô

spirits[1] *(alcohol)* rượu mạnh

spirits[2] *(morale)* tinh thần; *be in*

good / poor ~ ở trạng thái vui vẻ / bực bội

spiritual *adj* tinh thần

spiritualism thuyết duy linh

spiritualist *n* nhà duy linh

spit *v/i (of person)* nhổ nước bọt; *it's ~ting with rain* mưa lâm râm

♦ **spit out** *food, liquid* nhổ ra

spite *n* sự ác ý; *in ~ of* bất chấp

spiteful hằn học

spitting image: *be the ~ of s.o.* giống ai như đúc

splash **1** *n (noise)* tiếng rơi tõm; *(small amount of liquid)* lượng nhỏ; *(of color)* mảng **2** *v/t (spatter)* làm bắn tóe; *(sprinkle)* vẩy **3** *v/i* làm bắn nước; *(of water)* bắn tóe

♦ **splash down** *(of spacecraft)* hạ cánh xuống nước

♦ **splash out** *(in spending)* vung tiền; *I splashed out on a round-the-world trip* tôi đã vung tiền ra trong một chuyến du lịch vòng quanh thế giới

splendid *meal, weather, idea, vacation* tuyệt vời; *building, garden* tráng lệ

splendor *(of building)* vẻ tráng lệ; *(of ceremony)* tính long trọng

splint *n* MED thanh nẹp

splinter **1** *n* mảnh vụn **2** *v/i* vỡ vụn ra

splinter group nhóm phân lập

split **1** *n (in leather)* vết toạc; *(in wood)* vết nứt; *(disagreement)* sự chia rẽ; *(division, share)* sự chia phần **2** *v/t wood* làm nứt; *leather* làm toạc; *logs* bổ đôi; *(cause disagreement in)* chia rẽ; *(divide)* chia **3** *v/i (of leather)* toạc ra; *(of wood)* nứt ra; *(disagree)* không nhất trí

♦ **split up** *v/i (of couple)* bỏ nhau

split personality PSYCH chứng tâm

ơ ur	y (tin)	ây uh-i	iê i-uh	oa wa	ôi oy	uy wee	ong aong
u (soon)	au a-oo	eo eh-ao	iêu i-yoh	oai wai	ơi ur-i	ênh uhng	uyên oo-in
ư (dew)	âu oh	êu ay-oo	iu ew	oe weh	uê way	oc aok	uyêt oo-yit

thần phân lập

splitting: ~ *headache* đầu nhức
như búa bổ

spoil *v/t child* làm hư; *party etc* làm
hỏng

spoilsport F kẻ phá đám

spoilt *adj child* quá được nuông
chiều; *be ~ for choice* không biết
đâu mà chọn

spoke (*of wheel*) nan hoa

spokesman (nam) phát ngôn viên

spokesperson phát ngôn viên

spokeswoman (nữ) phát ngôn
viên

sponge *n* bọt biển

♦ **sponge off**, **sponge on** F ăn bám

sponger F kẻ ăn bám

sponsor 1 *n* người bảo trợ **2** *v/t* bảo
trợ

sponsorship sự bảo trợ

spontaneous tự phát

spooky F có ma

spool *n* cuộn

spoon *n* cái thìa (N), cái muỗng (S)

spoonfeed *fig* làm hộ mọi việc

spoonful thìa (N), muỗng (S)

sporadic lẻ tẻ

sport *n* thể thao

sporting *event* thể thao; (*fair*) thẳng
thắn; (*generous*) hào hiệp; *a ~
gesture* một cử chỉ thượng võ

sportscar xe đua; **sportscoat** áo
vét nam thường; **sports journalist**
nhà báo thể thao; **sportsman** vận
động viên (nam); **sports news** tin
thể thao; **sports page** trang thể
thao; **sportswoman** vận động
viên (nữ)

sporty *person* ham thể thao

spot¹ (*pimple*) mụn; (*caused by
measles etc*) nốt đỏ; (*part of
pattern*) đốm

spot² (*place*) nơi; *on the ~* (*in the
place in question*) tại chỗ;

(*immediately*) ngay tại chỗ; *put
s.o. on the ~* đặt ai vào tình thế
khó xử

spot³ *v/t* (*see*) nhận ra

spot check việc kiểm tra đột xuất;
carry out spot checks tiến hành
những cuộc kiểm tra đột xuất

spotless sạch bong

spotlight *n* THEA đèn sân khấu

spotted *fabric* lốm đốm

spotty (*with pimples*) có tàn nhang

spouse *fml* (*husband*) chồng;
(*wife*) vợ

spout 1 *n* (*of teapot etc*) vòi **2** *v/i* (*of
liquid*) phun ra

sprain 1 *n* chỗ bong gân **2** *v/t*
bong gân

sprawl *v/i* ườn ra; (*of dead bodies*)
nằm ngổn ngang; (*of city*) trải rộng
ra; *send s.o. ~ing* (*of punch*) cho
ai nằm thẳng cẳng

sprawling *city*, *suburbs* trải rộng ra

spray 1 *n* (*of sea water*, *from
fountain*) bụi nước; (*paint*) sơn
phun; (*perfume*) nước hoa xịt; (*for
hair*) thuốc xịt; (~ *can*) bình xịt
2 *v/t* phun; ~ *X with Y* phun Y lên
X

spraygun ống phun

spread 1 *n* (*of disease*) sự lan
truyền; (*of religion*) sự truyền bá;
F (*big meal*) bữa tiệc **2** *v/t* (*lay*)
trải; *butter*, *jam* phết; *news*, *rumor*
truyền đi; *disease* làm lan truyền;
arms, *legs* dang **3** *v/i* lan ra; (*of
butter*) phết

spreadsheet COMPUT bảng tính

spree: *go* (*out*) *on a ~* F chè chén
lu bù; *go on a shopping ~* đi mua
sắm lu bù

sprightly linh lợi

spring¹ *n* (*season*) mùa xuân

spring² *n* (*device*) lò xo

spring³ *n* (*stream*) con suối

---

ch (*final*) k	gh g	nh (*final*) ng	r z; (S) r	x s	â (but)	i (tin)
d z; (S) y	gi z; (S) y	ph f	th t	a (hat)	e (red)	o (saw)
đ d	nh (onion)	qu kw	tr ch	ă (hard)	ê ay	ô oh

spring⁴ 1 *n* (*jump*) cú nhảy bật lên **2** *v/i* nhảy bật lên; ~ *from* (*originate from*) bắt nguồn từ

springboard ván nhún; **spring chicken**: *she's no* ~ *hum* cô ấy không còn trẻ trung gì nữa; **spring-cleaning** cuộc tổng vệ sinh; **springtime** thời kỳ mùa xuân

springy *mattress, ground* nhún nhảy; *walk* thoăn thoắt; *elastic* co dãn

sprinkle *v/t sugar, flour* rắc; *water* vảy; ~ *the cake with sugar* rắc đường lên bánh

sprinkler (*for garden*) dụng cụ phun nước; (*in ceiling*) hệ thống phun nước chống cháy

sprint 1 *n* (*type of race*) môn chạy nước rút; (*fast run*) sự chạy hết tốc lực **2** *v/i* (*of athlete*) chạy nước rút; (*run fast*) chạy hết tốc lực

sprinter SP vận động viên chạy nước rút

sprout 1 *v/i* (*of seed*) mọc mầm **2** *n*: (*Brussels*) ~s cải Bruxen

spruce *adj person* chải chuốt; *room, house* sạch sẽ

spur *n fig* (*incentive*) sự kích thích; *on the* ~ *of the moment* không kịp đắn đo

♦ **spur on** (*encourage*) cổ vũ

spurt 1 *n* (*in race*) sự chạy tăng tốc độ; *put on a* ~ tăng tốc độ **2** *v/i* (*of liquid*) phụt ra

spy 1 *n* gián điệp **2** *v/i* làm gián điệp **3** *v/t* (*see*) thấy

♦ **spy on** theo dõi

squabble 1 *n* cuộc cãi vã **2** *v/i* cãi vã

squalid bẩn thỉu

squalor tình trạng bẩn thỉu

squander *money* phung phí

square 1 *adj* (*in shape*) vuông; ~ *mile/yard* dặm/thước Anh vuông

2 *n* (*shape*) hình vuông; (*in town*) quảng trường; (*in board game*) ô vuông; MATH bình phương; *market* ~ bãi chợ; *we're back to* ~ *one* chúng ta lại trở về con số không

square root căn bình phương

squash¹ *n* (*vegetable*) quả bí

squash² *n* (*game*) bóng quần

squash³ *v/t* (*crush*) làm nát

squat 1 *adj person, build, figure* béo lùn; *building, teapot etc* thấp bè bè **2** *v/i* (*sit*) ngồi xổm; (*illegally*) chiếm dụng trái phép

squatter người chiếm dụng nhà đất trái phép

squeak 1 *n* (*of mouse*) tiếng chít chít; (*of hinge*) tiếng cót két **2** *v/i* (*of mouse*) kêu chít chít; (*of hinge, shoes*) kêu cót két

squeal 1 *n* tiếng ré; (*of brakes*) tiếng kít; *a* ~ *of pain* tiếng kêu ré vì đau; ~*s of laughter* những tiếng cười ré **2** *v/i* (*in pain*) kêu ré lên; (*of brakes*) kêu kít

squeamish nhạy cảm

squeeze 1 *n* (*of hand*) sự siết chặt **2** *v/t hand* siết chặt; (*testing*) *fruit, parcel* nắn; *toothpaste* bóp; (*remove juice from*) vắt

♦ **squeeze in 1** *v/i* (*to a car etc*) chen lách vào **2** *v/t* lèn vào

♦ **squeeze up** *v/i* (*to make space*) ép sát

squid con mực, tật lác mắt (*N*), tật lé mắt (*S*)

squirm (*wriggle*) quằn quại; (*in embarrassment*) xấu hổ

squirrel *n* con sóc

squirt 1 *v/t water, perfume* phun; (*accidentally*) làm bắn ra **2** *n pej F* tí hon

stab *v/t person* đâm

stability sự ổn định

ơ ur	**y** (tin)	**ây** uh-i	**iê** i-uh	**oa** wa	**ôi** oy	**uy** wee	**ong** aong
u (soon)	**au** a-oo	**eo** eh-ao	**iêu** i-yoh	**oai** wai	**ơi** ur-i	**ênh** uhng	**uyên** oo-in
ư (dew)	**âu** oh	**êu** ay-oo	**iu** ew	**oe** weh	**uê** way	**oc** aok	**uyêt** oo-yit

stabilize 1 *v/t prices, currency* ổn định; *boat* làm thăng bằng **2** *v/i (of prices etc)* ổn định

stable¹ *n (for horses)* chuồng ngựa

stable² *adj* ổn định

stack 1 *n (pile)* chồng; *(smokestack)* ống khói cao **2** *v/t* chất thành đống

stadium sân vận động

staff *n (employees)* nhân viên; *(teachers)* toàn thể giáo viên

staffer nhân viên

staffroom *(in school)* phòng làm việc của giáo viên

stage¹ *(in life, project etc)* giai đoạn; *(of journey)* chặng đường

stage² 1 *n* THEA sân khấu; *go on the* ~ trở thành diễn viên **2** *v/t play* đưa lên sân khấu; *demonstration, strike* tiến hành

stage door lối vào đằng sau nhà hát

stagger 1 *v/i* loạng choạng **2** *v/t (amaze)* làm choáng váng; *coffee breaks etc* xếp xen kẽ

staggering gây sửng sốt

stagnant *water* tù đọng; *economy* trì trệ

stagnate *fig (of person)* bế tắc; *(of mind)* mụ mẫm

stag party buổi họp mặt của giới đàn ông, đặc biệt dành cho người sắp cưới vợ

stain 1 *n (dirty mark)* vết bẩn; *(for wood)* thuốc nhuộm **2** *v/t (dirty)* làm vấy bẩn; *wood* nhuộm màu **3** *v/i (of wine etc)* hoen ố; *(of fabric)* vấy bẩn

stained-glass window cửa sổ kính màu

stainless steel 1 *n* thép không gỉ **2** *adj* inốc

stain remover thuốc tẩy vết bẩn

stair bậc cầu thang; *the* ~*s* cầu

thang

staircase cầu thang

stake 1 *n (of wood)* cọc; *(when gambling)* tiền đánh cược; *(investment)* vốn đầu tư; *be at* ~ bị đe dọa **2** *v/t tree* đỡ bằng cọc; *money* đặt cược; *person* trợ giúp

stale *bread* thiu; *air* ẩm mốc; *news* cũ rích

stalemate *(in chess)* thế cờ bí; *fig* sự bế tắc

stalk¹ *n (of fruit)* cuống; *(of plant)* thân

stalk² *v/t animal* săn đuổi; *person* lẩn lút đe dọa

stalker *(of person)* kẻ lẩn lút đe dọa

stall¹ *n (at market)* quầy bán hàng; *(for cow, horse)* ngăn chuồng

stall² 1 *v/i (of vehicle, engine)* chết máy; *(play for time)* quanh co **2** *v/t engine* làm chết máy; *people* trì hoãn; *one's creditors* khất lần

stallion ngựa giống

stalwart *adj support, supporter* kiên định

stamina sức bền bỉ

stammer 1 *n* tật nói lắp **2** *v/i* nói lắp

stamp¹ 1 *n (for letter)* tem; *(device)* con dấu; *(mark made with device)* dấu **2** *v/t document, passport* đóng dấu

stamp² *v/t:* ~ *one's feet* giậm chân

♦ **stamp out** *disease, racism* xóa bỏ; *violence etc* loại trừ

stampede *n (of cattle, people etc)* sự chạy tán loạn

stance *(position, viewpoint)* lập trường; *(way of standing)* thế đứng

stand 1 *n (at exhibition)* quầy; *(witness* ~*)* chỗ của người làm chứng; *(base)* giá; *(for motorbike)* chân chống; *take the* ~ LAW ra làm chứng **2** v/i (be situated: of person, as opposed to sit) đứng; (of object, building) ở; (rise) đứng dậy; **~ still** đứng yên; **where do I ~ with you?** quan hệ giữa tôi và anh/chị thì là thế nào? **3** v/t (tolerate) chịu đựng; (put) đặt; **~ the table on end** đặt cái bàn nằm nghiêng; **you don't ~ a chance** anh/chị không có cơ hội nào; **~ one's ground** không lùi bước

♦ **stand back** lùi lại

♦ **stand by 1** v/i (not take action) đứng bàng quan; (be ready) sẵn sàng **2** v/t person ủng hộ; decision giữ vững

♦ **stand down** (withdraw) rút lui

♦ **stand for** (tolerate) tha thứ; (represent) là chữ viết tắt của

♦ **stand in for** thay thế

♦ **stand out** nổi bật

♦ **stand up 1** v/i đứng dậy **2** v/t F (on date) không giữ hẹn

♦ **stand up for** bảo vệ

♦ **stand up to** đương đầu với

standard 1 adj (usual) thông thường; textbook chuẩn **2** n (level), TECH tiêu chuẩn; (of morality) chuẩn mực; **be up to ~** đạt tiêu chuẩn; **not be up to ~** không đạt tiêu chuẩn

standardize v/t tiêu chuẩn hóa

standard of living mức sống

standby: on ~ (for flight) trong trạng thái sẵn sàng

standby passenger hành khách trong danh sách dự bị

standing n (in society etc) địa vị; (repute) danh tiếng; **a musician / politician of some ~** một nhạc sĩ/ nhà chính trị khá nổi tiếng

standing room phòng đứng chờ

standoffish lạnh lùng; **standpoint** quan điểm; **standstill: be at a ~**

(of traffic) trong trạng thái tắc nghẽn; (of production) trong trạng thái ngừng trệ; **bring to a ~ production** dẫn đến chỗ ngừng trệ; of traffic dẫn đến chỗ tắc nghẽn

staple¹ n (foodstuff) món ăn chủ yếu

staple² n (fastener) ghim dập **2** v/t đóng vào bằng ghim dập

staple diet thức ăn thường ngày

staple gun máy dập ghim

stapler cái dập ghim

star 1 n (also person) ngôi sao; (of hotel) sao **2** v/t (of movie): **~ s.o.** do ai đóng vai chính; **"Gone with the Wind" ~s Clark Gable and Vivian Leigh** bộ phim "Cuốn theo chiều gió" do Clark Gable và Vivian Leigh đóng vai chính **3** v/i (in movie) đóng vai chính

starboard adj bên phải

stare 1 n cái nhìn chằm chằm **2** v/i (into space, distance) nhìn đăm đăm; **~ at** nhìn chằm chằm

starfish con sao biển

star fruit quả khế

stark 1 adj landscape tiêu điều; reminder, contrast etc rõ rệt **2** adv: **~ naked** trần như nhộng

starling chim sáo đá

Stars and Stripes Sao và Sọc

start 1 n sự bắt đầu; **get off to a good / bad ~** (in race, career, marriage) một sự khởi đầu tốt đẹp/tồi tệ; **from the ~** từ lúc bắt đầu; **well, it's a ~!** thôi thì cũng là bước đầu! **2** v/i bắt đầu; (of engine, car) nổ máy; **~ing from tomorrow** bắt đầu từ ngày mai **3** v/t bắt đầu; (cause) gây ra; engine, car nổ máy; **~ to do X** bắt đầu làm X

starter (part of meal) món khai vị; (of car) bộ khởi động; (SP: official) người ra hiệu lệnh

ơ ur	y (tin)	ây uh-i	iê i-uh	oa wa	ôi oy	uy wee	ong aong
u (soon)	au a-oo	eo eh-ao	iêu i-yoh	oai wai	ơi ur-i	ênh uhng	uyên oo-in
ư (dew)	âu oh	êu ay-oo	iu ew	oe weh	uê way	oc aok	uyêt oo-yit

starting point (*for walk etc*) điểm xuất phát; (*for discussion, thesis*) điểm khởi đầu

starting salary lương khởi điểm

startle làm giật mình

startling *news, discovery* gây sửng sốt

starvation sự đói; *die of ~* chết đói

starve *v/i* đói; *~ to death* đói đến chết; *I'm starving* F tôi đói lắm rồi

state¹ 1 *n* (*condition*) tình trạng; (*part of country*) bang; (*country*) quốc gia; *the States* Mỹ **2** *adj capital etc* bang; *banquet etc* long trọng

state² (*declare*) tuyên bố; (*express*) phát biểu

State Department Bộ ngoại giao

statement (*to police*) bản khai; (*announcement*) bản thông báo; (*bank*) ~ bản báo cáo ngân hàng

state of emergency tình trạng khẩn cấp

state-of-the-art *adj* tiên tiến nhất

statesman chính khách

state trooper cảnh sát tiểu Bang

state visit cuộc thăm viếng cấp nhà nước

static (*electricity*) tĩnh (điện)

station 1 *n* RAIL nhà ga; RAD đài phát thanh; TV đài truyền hình **2** *v/t guard etc* bố trí; *be ~ed at* (*of soldier*) được bố trí ở

stationary *vehicle* đứng yên

stationer's hiệu văn phòng phẩm

stationery đồ dùng văn phòng

station wagon ô tô đuôi cong

statistical thống kê

statistically qua thống kê

statistics (*science*) khoa học thống kê; (*figures*) số thống kê

statue tượng

Statue of Liberty tượng Nữ thần Tự do

status địa vị

status symbol vật tượng trưng địa vị

statute đạo luật

staunch *adj friend, supporter* kiên định

stay 1 *n* sự lưu lại **2** *v/i* (*in a place*) ở lại; (*in a condition*) giữ; *~ clean* giữ sạch sẽ; *~ single* vẫn độc thân; *~ in a hotel* ở trong một khách sạn; *~ right there!* đứng yên ở đó!; *~ put* ngồi yên tại chỗ

♦ **stay away** không đến gần

♦ **stay away from** tách xa ra khỏi

♦ **stay behind** ở lại

♦ **stay up** (*not go to bed*) thức

steadily *improve* dần dần

steady 1 *adj* (*not shaking*) chắc chắn; (*regular, continuous*) đều đều; *boyfriend* lâu dài; *job* thường xuyên **2** *adv*: *be going ~* có quan hệ đứng đắn; *~ on!* cẩn thận đấy! **3** *v/t person, voice, hands* làm cho vững

steak thăn bò nướng; (*raw*) thăn bò

steal 1 *v/t money etc* ăn cắp **2** *v/i* (*be a thief*) ăn cắp; (*move quietly*) lẻn

stealthy rón rén

steam 1 *n* hơi nước **2** *v/t food* hấp

♦ **steam up 1** *v/i* (*of window*) phủ đầy hơi nước **2** *v/t*: *be steamed up* F nổi cơn lên

steamed rice cơm

steamer (*for cooking*) nồi hấp

steel 1 *n* thép **2** *adj* (*made of ~*) bằng thép

steep¹ *adj hill etc* dốc; F (*expensive*) quá đắt

steep² *v/t* (*soak*) ngâm

steeplechase (*in athletics*) cuộc đua ngựa vượt rào

steer¹ *n* (*animal*) trâu non thiến

steer² *v/t car, boat, conversation* lái;

---

ch (*final*) k	**gh** g	**nh** (*final*) ng	**r** z; (S) r	**x** s	**â** (but)	**i** (tin)
d z; (S) y	**gi** z; (S) y	**ph** f	**th** t	**a** (hat)	**e** (red)	**o** (saw)
đ d	**nh** (onion)	**qu** kw	**tr** ch	**ă** (hard)	**ê** ay	**ô** oh

person dẫn

steering (*of motor vehicle*) thiết bị lái

steering wheel bánh lái

stem[1] *n* (*of plant*) thân cây; (*of glass*) chân; (*of pipe*) ống; (*of word*) gốc

♦**stem from** xuất phát từ

stem[2] *v/t* (*block*) ngăn chặn; *bleeding* cầm

stemware cốc ly có chân

stench mùi hôi thối

step 1 *n* (*pace*) bước; (*stair*) bậc thang; *take ~s* (*measures*) áp dụng các biện pháp; *~ by ~* từng bước một **2** *v/i* bước

♦**step down** (*from post etc*) từ chức

♦**step out** *v/i* (*go out for a short time*) đi ra ngoài một chút

♦**step up** *v/t* (*increase*) đẩy mạnh

stepbrother anh em ghẻ; **stepdaughter** con gái ghẻ; **stepfather** cha ghẻ; **stepladder** thang đứng; **stepmother** mẹ ghẻ

stepping stone tảng đá kê bước; *take it as a ~ to higher position fig* coi đó là bước đệm để tiến tới địa vị cao hơn

stepsister chị em ghẻ

stepson con (trai) ghẻ

stereotype *n* khuôn mẫu

sterile *woman, man* vô sinh; MED vô trùng

sterilize *woman* triệt sản; *equipment* khử trùng

sterling *n* FIN đồng bảng Anh

stern *adj face, warning* nghiêm khắc

steroids xteroit

stethoscope ống nghe

Stetson® mũ rộng vành

stevedore công nhân bốc vác

stew *n* món hầm

steward (*on ship*) nhân viên phục vụ; (*on plane*) chiêu đãi viên

stewardess (*on plane*) nữ chiêu đãi viên

stick[1] *n* (*wood*) thanh củi; (*of police*) dùi cui; (*walking ~*) gậy chống; *the ~s* F miền quê hẻo lánh

stick[2] **1** *v/t* (*with adhesive*) dán; F (*put*) để **2** *v/i* (*jam*) bị kẹt; (*adhere*) dính

♦**stick around** F quanh quẩn gần đây

♦**stick by**: *~ s.o.* F trung thành với ai

♦**stick out** *v/i* (*out of pocket*) chìa ra; (*of ears*) vểnh ra; (*of tongue*) thè ra; (*be noticeable*) nổi bật

♦**stick to** (*adhere to*) dính vào; F (*keep to*) bám lấy; F (*follow*) kiên trì theo đuổi

♦**stick together** F gắn bó với nhau

♦**stick up** *poster, leaflet* treo

♦**stick up for** bênh vực

sticker nhãn dính

sticking plaster băng dính

stick-in-the-mud người bảo thủ

sticky *hands etc* dính; *surface* nhớp nháp; *label* có sẵn keo dính

sticky rice gạo nếp

stiff 1 *adj brush, cardboard, leather* cứng; *muscle, body* đau cứng; *mixture, paste* đặc quánh; (*in manner*) cứng nhắc; *competition* gay go; *drink* mạnh; *fine, penalty* khắc nghiệt **2** *adv: be scared ~* F sợ hãi đến cực độ; *be bored ~* F chán ngấy

stiffen *v/i* cứng đờ

♦**stiffen up** (*of muscle*) đau cứng

stifle *v/t yawn, laugh* kìm lại; *criticism, debate* ngăn chặn

stifling ngột ngạt

stigma mối ô nhục

stilettos (*shoes*) giày gót nhọn

still[1] **1** *adj* tĩnh lặng **2** *adv* vẫn; *keep*

ơ ur	y (tín)	ây uh-i	iê i-uh	oa wa	ôi oy	uy wee	ong aong
u (soon)	au a-oo	eo eh-ao	iêu i-yoh	oai wai	ơi ur-i	ênh uhng	uyên oo-in
ư (dew)	âu oh	êu ay-oo	iu ew	oe weh	uê way	oc aok	uyêt oo-yit

~! hãy yên nào!; *stand* ~! hãy đứng yên!

still² *adv* (*yet*) vẫn còn; (*nevertheless*) tuy nhiên; *do you want it?* anh/chị vẫn còn muốn cái đó chứ?; *she ~ hasn't finished* cô ấy vẫn chưa làm xong; *she might ~ come* có thể cô ấy vẫn còn đến; *they are ~ my parents* họ vẫn là cha mẹ tôi; ~ *more* (*even more*) còn nữa

stillborn: *be* ~ chết lúc chào đời

stilted *conversation* không tự nhiên

stilt house nhà sàn

stilts (*under house*) cột nhà sàn

stimulant chất kích thích

stimulate *person* gây hào hứng; *growth, demand* thúc đẩy; *new ideas* gợi nên

stimulating *discussion* lý thú; *person* hào hứng

stimulation sự khuyến khích

stimulus (*incentive*) tác nhân kích thích

sting 1 *n* (*from bee*) sự đốt; (*from jellyfish*) sự châm **2** *v/t* (*of bee*) đốt; (*of jellyfish*) châm **3** *v/i* (*of eyes*) xót; (*of scratch*) rát

stinging *remark, criticism* xúc phạm

stingy F keo kiệt

stink 1 *n* (*bad smell*) mùi hôi; F (*fuss*) sự ầm ĩ; *make a* ~ F kêu ca ầm ĩ **2** *v/i* (*smell bad*) có mùi hôi; F (*be very bad*) quá tồi tệ

stint *n* phần việc; *do a* ~ *in the army* làm nhiệm vụ trong quân đội

♦ **stint on** hà tiện

stipulate qui định

stipulation (*condition*) điều kiện

stir 1 *n* sự khuấy; *give the soup a* ~ khuấy món xúp lên; *cause a* ~ *fig* gây nên sự náo động **2** *v/t* khuấy **3** *v/i* (*of sleeping person*) động đậy

♦ **stir up** *crowd* kích động; *bad memories* gợi lại

stir-crazy: *be* ~ F cảm thấy bị tù túng

stir-fry *v/t* xào

stirring *music, speech* gây hào hứng

stitch 1 *n* (*in sewing*) mũi khâu; (*in knitting*) mũi đan; ~*es* MED mũi khâu; *have a* ~ đau xóc **2** *v/t* (*sew*) khâu

♦ **stitch up** *wound* khâu

stitching (*stitches*) mũi khâu

stock 1 *n* (*reserves: of food etc*) nguồn dự trữ; (COM: *of store*) hàng trong kho; (*animals*) gia súc; FIN cổ phần; (*chicken* ~, *beef* ~) nước hầm; (*vegetable* ~) nước xốt; *be in* ~/*out of* ~ còn/không còn; *take* ~ đánh giá lại **2** *v/t* COM kiểm kê

♦ **stock up on** tích trữ

stockbroker người mua bán cổ phần chứng khoán; **stock exchange** thị trường chứng khoán; **stockholder** cổ đông

stocking tất dài

stock market thị trường chứng khoán; **stockmarket crash** thị trường chứng khoán sụt giá; **stockpile 1** *n* (*of food, weapons*) kho dự trữ **2** *v/t* dự trữ; **stockroom** phòng kho; **stock-still**: *stand* ~ đứng bất động; **stocktaking** sự kiểm kê

stocky chắc nịch

stodgy *food* khó tiêu

stomach 1 *n* (*insides*) dạ dày; (*abdomen*) bụng **2** *v/t* (*tolerate*) chịu được

stomach ache đau bụng

stone *n* (*material*) đá; (*pebble*) đá cuội; (*precious* ~) đá quí

stoned F (*on drugs*) tê mê

stone-deaf điếc đặc

stonewall *v/i* cản trở

---

stony *ground, path* rải đá

stool (*seat*) ghế đẩu

stoop¹ **1** *n* dáng lom khom **2** *v/i*
(*bend down*) cúi xuống; (*have bent
back*) còng lưng

stoop² *n* (*porch*) hiên

stop 1 *n* (*place: for train*) ga; (*place:
for bus*) bến; **come to a ~** dừng lại;
put a ~ to chấm dứt **2** *v/t* (*put an
end to*) chấm dứt; (*prevent*) ngăn
cản; (*cease*) ngừng; *smoking,
drinking* bỏ; *person in street* giữ lại;
car, bus, train etc dừng ... lại; **~
talking immediately!** hãy ngừng
nói chuyện ngay lập tức!; *I ~ped
her from leaving* tôi giữ lại không
cho cô ấy đi; *it has ~ped raining*
trời đã tạnh mưa; **~ a check** an
chặn tờ séc **3** *v/i* (*come to a halt*)
dừng lại; (*of breathing*) ngừng; (*of
heart*) ngừng đập; (*in a particular
place: of bus, train*) đỗ

♦ **stop by** (*visit*) ghé qua

♦ **stop off** tạt vào

♦ **stop over** dừng lại

♦ **stop up** *v/t sink* làm tắc

stopgap (*person*) người lấp chỗ
trống; (*thing*) vật lấp chỗ trống;

stoplight (*traffic light*) tín hiệu
giao thông; (*brake light*) đèn đạp
phanh; **stopover** sự dừng lại

stopper (*for bath, basin, bottle*) cái
nút

stopping: **no ~** (*sign*) cấm dừng xe

stop sign biển dừng xe

stopwatch đồng hồ bấm giờ

storage (*space*) kho; (*cost of
storing*) tiền lưu kho; **put sth in ~**
cất gì vào kho; **be in ~** ở trong kho

storage capacity COMPUT khả
năng lưu trữ

storage space nơi dự trữ

store 1 *n* cửa hàng; (*stock*) kho;
(*storehouse*) nhà kho **2** *v/t* cất giữ;

COMPUT lưu trữ

storefront cửa kính cửa hiệu;

storehouse nhà kho;

storekeeper chủ hiệu;

storeroom buồng kho; **store
window** ô kính cửa hàng

stork con cò

storm *n* cơn bão

storm drain cống thoát nước lớn;
storm warning dự báo bão;
storm window cửa sổ bên ngoài
để phòng mưa bão

stormy *weather* bão táp; *relationship*
đầy sóng gió

story¹ (*tale*) truyện; (*account*) câu
chuyện; (*newspaper article*) bài
báo; F (*lie*) chuyện bịa

story² (*of building*) tầng

stout *adj person* hơi béo; *boots* chắc

stove (*for cooking*) bếp lò; (*for
heating*) lò sưởi

stow xếp gọn

♦ **stow away** *v/i* trốn vé

stowaway người trốn vé

straight 1 *adj line, hair, back* thẳng;
(*honest, direct*) thẳng thắn; (*not
criminal*) lương thiện; *whiskey etc*
không pha; (*tidy*) gọn gàng;
(*conservative*) bảo thủ; (*not
homosexual*) tình dục khác giới;
be a ~ A student là một học sinh
luôn đạt loại A **2** *adv* (*in a straight
line, directly, immediately*) thẳng;
(*clearly*) một cách mạch lạc; **go ~
to bed** đi thẳng lên giường; **stand
up ~!** đứng thẳng người lên!; **look
s.o. ~ in the eye** nhìn thẳng vào
mắt ai; **go ~** F (*of criminal*) sống
hoàn lương; **give it to me** ~ F hãy
nói thật với tôi; **~ ahead** *be
situated* ngay phía trước; *walk,
drive, look* thẳng về phía trước;
carry ~ on (*of driver etc*) đi thẳng
tới; **~ away, ~ off** ngay lập tức; **~**

ơ *ur* y (tin) ây uh-i iê i-uh oa wa ôi oy uy wee ong aong
u (soon) au a-oo eo eh-ao iêu i-yoh oai wai ơi ur-i ênh uhng uyên oo-in
ư (dew) âu oh êu ay-oo iu ew oe weh uê way oc aok uyêt oo-yit

out thẳng thừng; *~ up* (*without ice*) không có đá

straighten *v/t picture, tie* sửa cho thẳng

♦ **straighten out 1** *v/t situation* giải quyết; F *person* dạy bảo **2** *v/i* (*of road*) lại thẳng ra

♦ **straighten up** *v/i* thẳng người lên

straightforward (*honest, direct*) thẳng thắn; (*simple*) không phức tạp

strain¹ 1 *n* (*on rope*) sức kéo căng; (*on engine, heart*) sự làm việc quá sức; (*on person*) sức ép **2** *v/t* (*injure*) làm tổn thương; *one's eyes* căng; *fig: finances, budget* gây sức ép

strain² *v/t vegetables* để cho ráo nước; *oil, fat etc* lọc

strainer (*for vegetables etc*) cái rổ; *tea ~* cái lọc trà

strait eo biển

straitlaced quá khắt khe

strand¹ *n* (*of wool, thread*) sợi

strand² *v/t person, tourists* làm mắc kẹt; *be ~ed* bị mắc kẹt

strange (*odd, curious*) kỳ lạ; (*unknown, foreign*) lạ

strangely (*oddly*) một cách lạ lùng; *~ enough* thật là kỳ lạ

stranger (*person you don't know*) người lạ; *I'm a ~ here myself* tôi là người lạ ở đây

strangle *person* bóp cổ

strap *n* (*of purse*) quai; (*of bra, dress*) dây vai; (*of watch, shoe*) dây

♦ **strap in** buộc dây an toàn

strapless *bra, dress* không có dây vai

strategic chiến lược

strategy chiến lược

straw¹ rơm; (*single piece*) cọng rơm; *that's the last ~!* quá lắm rồi!

straw² (*for drink*) ống hút

strawberry quả dâu tây

stray 1 *adj animal, bullet* lạc **2** *n* (*dog*) con chó lạc; (*cat*) con mèo lạc **3** *v/i* (*of animal, child*) đi lạc; *fig* (*of eyes*) nhìn chệch ra; (*of thought*) lạc ra

streak 1 *n* (*of dirt, paint*) vệt; *fig* (*of nastiness etc*) tính **2** *v/i* (*move quickly*) lao vụt **3** *v/t: be ~ed with* có vệt

stream 1 *n* dòng suối; *fig* (*of people*) dòng; (*of complaints*) hàng loạt; *come on ~* đi vào hoạt động **2** *v/i* (*of tears*) chảy ròng ròng; *~ out of* (*of people*) ùn ùn kéo ra; *~ into* (*of people*) ùn ùn kéo vào; *sunlight ~ed into the room* ánh nắng tràn ngập gian buồng

streamer băng giấy màu

streamline *v/t fig* hợp lý hóa

streamlined *car, plane* có dáng thuôn; *fig: organization* được hợp lý hóa

street phố; *in the ~* ở trên đường phố

streetcar tàu điện; **street hawker** người bán hàng rong; **streetlight** đèn phố; **street market** chợ trời; **streetpeople** những người vô gia cư; **streetwalker** gái điếm; **streetwise** *adj* lịch lãm

strength (*of person: physical*) sức lực; *fig* (*strong point*) mặt mạnh; (*of wind, current*) lực; (*of emotion, feeling*) cường độ; (*of love, friendship, organization, country, currency*) sức mạnh

strengthen 1 *v/t bridge, road surface, foundation* làm cho vững; *country, organization, ties, relationship* tăng cường; *muscles* làm cho rắn chắc **2** *v/i* (*of bonds, ties*) được tăng cường; (*of currency*) mạnh lên

---

ch (*final*) k	**gh** g	**nh** (*final*) ng	**r** z; (*S*) r	**x** s	**â** (but) **i** (tin)
d z; (*S*) y	**gi** z; (*S*) y	**ph** f	**th** t	**a** (hat)	**e** (red) **o** (saw)
đ d	**nh** (onion)	**qu** kw	**tr** ch	**ă** (hard)	**ê** ay **ô** oh

strenuous *climb, walk* vất vả

stress 1 *n* (*on syllable*) trọng âm; (*emphasis*) sự nhấn mạnh; (*tension*) sự căng thẳng; **be under ~** có tâm trạng căng thẳng **2** *v/t syllable, importance etc* nhấn mạnh; **I must ~ that ...** tôi phải nhấn mạnh rằng ...

stressed out F bị căng thẳng

stressful căng thẳng

stretch 1 *n* (*of land, wasteland*) dải; (*of water*) vùng; (*of road*) quãng; **at a ~** (*non-stop*) một mạch **2** *adj fabric* co giãn **3** *v/t material* làm giãn ra; *small income* sử dụng triệt để; *rules* linh động; **he ~ed out his hand** anh ấy chìa tay ra; **a job that ~es me** một công việc đòi hỏi rất nhiều khả năng tôi **4** *v/i* (*to relax muscles*) vươn vai; (*to reach sth*) cố với; (*spread*) trải rộng ra; (*of fabric: give*) giãn ra; (*of fabric: sag*) chùng xuống; **~ from X to Y** (*extend*) trải dài từ X đến Y

stretcher cái cáng

strict *person* nghiêm khắc; *instructions, rules* nghiêm ngặt

strictly một cách nghiêm khắc; **it is ~ forbidden** nghiêm cấm

stride 1 *n* sải chân; **take sth in one's ~** coi việc gì là dễ dàng **2** *v/i* sải bước

strident *noise, voice etc* đinh tai nhức óc; *protest* kịch liệt

strike 1 *n* (*of workers*) cuộc bãi công; (*in baseball*) đòn tấn công; (*of oil*) sự phát hiện; **be on ~** bãi công; **go on ~** tiến hành cuộc bãi công **2** *v/i* (*of workers*) bãi công; (*attack*) tấn công; (*of disaster*) giáng xuống; (*of clock*) điểm **3** *v/t* (*hit*) đập; *fig* (*of disaster, illness*) giáng xuống; (*of hurricane*) tàn phá; *match* đánh; (*of idea, thought*) chợt đến; *oil* phát hiện; **the man was struck by a car** ông ấy bị ô tô đâm; **she struck me as being ...** cô ấy gây cho tôi ấn tượng là ...

♦ **strike out** *v/t* (*delete*) gạch bỏ

strikebreaker kẻ phá hoại bãi công

striker (*person on strike*) người bãi công

striking (*marked*) nổi bật; (*eye-catching*) hấp dẫn

string *n* (*cord*) sợi dây; (*of violin, cello etc*) dây đàn; (*of tennis racket*) dây vợt; **~s** (*musicians*) các nhạc công đàn dây; **pull ~s** giật dây; **a ~ of** (*series*) một loạt

♦ **string along 1** *v/i* bị cuốn đi **2** *v/t* đánh lừa; **string s.o. along** đánh lừa ai đó

♦ **string up** F treo cổ lên

stringed instrument đàn dây

stringent *rules, conditions* nghiêm ngặt

string player nhạc công đàn dây

strip 1 *n* (*of cloth, land*) dải; (*comic ~*) tranh vui **2** *v/t* (*remove*) cạo bỏ; *blossoms, leaves* tước bỏ; *sheets from bed* lột bỏ; (*undress*) cởi quần áo; **~ X of Y** tước bỏ Y của X **3** *v/i* (*undress*) cởi quần áo; (*of stripper*) thoát y

strip club hộp thoát y

stripe (*of wallpaper, fabric*) kẻ sọc; (*of tiger*) đường vằn; (*indicating rank*) vạch quân hàm

striped *wallpaper, fabric* có kẻ sọc; *animal* có vằn

stripper người trình diễn thoát y

strip show trình diễn thoát y

striptease điệu múa thoát y

strive 1 *v/t* nỗ lực; **~ to do sth** nỗ lực làm gì **2** *v/i* đấu tranh; **~ for** đấu tranh cho

---

stroke 1 n MED cơn đột quy; (*when writing, painting*) nét bút; (*style of swimming*) kiểu bơi; **~ of luck** điều may mắn; **she never does a ~ (of work)** cô ấy chẳng bao giờ làm một việc gì **2** v/t vuốt

stroll 1 n sự đi dạo **2** v/i đi dạo

stroller người đi dạo; (*for baby*) xe đẩy

strong *person, animal, arms* khỏe; *structure* kiên cố; *candidate, wind, alcohol, currency* mạnh; *support, supporter, feelings, objections* mạnh mẽ; *tea, coffee* đậm; *cheese, smell etc* nặng; *perfume* ngào ngạt; *argument* vững chắc

stronghold *fig* pháo đài

strongly một cách mạnh mẽ

strong-minded cứng cỏi

strong-willed cứng cỏi

structural cấu trúc; **~ steel** thép xây dựng

structure 1 n (*sth built*) công trình kiến trúc; (*way sth has been put together*) cấu trúc **2** v/t (*plan: course etc*) tổ chức; *schedule, syllabus* sắp xếp; *play* kết cấu

struggle 1 n (*fight*) cuộc đánh nhau; (*for power, independence etc*) cuộc đấu tranh; (*hard time*) cuộc vật lộn **2** v/i (*with a person*) đánh nhau; (*have a hard time*) vật lộn; **to do sth** đấu tranh để làm gì; **~ to stay afloat** vật lộn để không mắc nợ

strum chơi tập tọng

strut v/i bước đi oai vệ

stub 1 n (*of cigarette*) mẩu; (*of check, ticket*) cuống **2** v/t vấp; **~ one's toe** vấp ngón chân

♦ **stub out** *cigarette* dụi tắt

stubble (*on man's face*) râu mọc lởm chởm

stubborn *person* bướng bỉnh;

refusal, denial kiên quyết; *defense* ngoan cường

stubby *fingers* múp míp

stuck: be ~ on s.o. F yêu say mê ai

stuck-up F hợm mình

student (*at high school*) học sinh; (*at college, university*) sinh viên

student nurse y tá thực tập

student teacher giáo sinh

studio (*of artist, sculptor*) xưởng vẽ; (*recording ~*) phòng ghi âm; (*movie ~*) xưởng phim; (*TV ~*) xưởng truyền hình

studious chăm chỉ

study 1 n (*room*) phòng làm việc; (*learning*) sự học tập; (*investigation*) sự nghiên cứu **2** v/t (*at school, university*) học; (*examine: face, papers*) xem xét kỹ càng; *map, subject, photographs* nghiên cứu **3** v/i học

stuff 1 n (*objects, things*) những vật; (*belongings*) đồ đạc **2** v/t *turkey* nhồi; **~ X into Y** nhét X vào trong Y

stuffed toy đồ chơi nhồi bông

stuffing (*for turkey*) thức nhồi; (*in chair, teddy bear*) bông nhồi

stuffy *room* ngột ngạt; *person* nghiêm nghị

stumble v/i vấp

♦ **stumble across** tình cờ tìm ra

♦ **stumble over** vấp phải; *words* nói ... vấp váp

stumbling block vật chướng ngại

stump 1 n (*of tree*) gốc cây **2** v/t (*of question, questioner*) gây bối rối

♦ **stump up** F trả

stun (*of blow*) làm choáng váng; (*of news*) làm sững sốt

stunning (*amazing*) đáng kinh ngạc; (*extremely beautiful*) tuyệt đẹp

stunt n (*for publicity*) trò quảng

---

ch (*final*) k	**gh** g	**nh** (*final*) ng	**r** z; (*S*) r	**x** s	**â** (but)	**i** (tin)
d z; (*S*) y	**gi** z; (*S*) y	**ph** f	**th** t	**a** (hat)	**e** (red)	**o** (saw)
đ d		**nh** (onion)	**qu** kw	**tr** ch	**ă** (hard)	**ê** ay	**ô** oh

cáo; (*in movie*) trò nguy hiểm

stuntman (*in movie*) người đóng thay trong những cảnh nguy hiểm

stupefy sững sờ

stupendous *dress, house, garden* tuyệt đẹp; *mistake* lạ lùng

stupid ngu ngốc

stupidity sự ngu ngốc

stupor sự ngẩn ngơ

sturdy *person* cường tráng; *child* khoẻ mạnh; *furniture* chắc chắn

stutter *v/i* nói lắp

sty (*for pig*) chuồng lợn

style *n* (*method, manner*) phong cách; (*fashion*) thời trang; (*fashionable elegance*) sự trang nhã; **go out of ~** không hợp thời trang

stylish hợp thời trang

subcommittee phân ban

subcompact (**car**) ô tô cực nhỏ

subconscious: the ~ (**mind**) tiềm thức

subcontract *v/t* ký hợp đồng phụ

subcontractor (*person*) người thực hiện hợp đồng phụ; (*company*) công ty thực hiện hợp đồng phụ

subdivide *v/t* chia nhỏ ra

subdued *voice* khẽ khàng; *lighting* dịu

subheading đầu đề nhỏ

subject 1 *n* (*of country*) người dân; (*topic*) chủ đề; (*branch of learning*) môn học; GRAM chủ ngữ; **change the ~** thay đổi đề tài **2** *adj*: **be ~ to** (*have a tendency to*) có chiều hướng; (*be conditional on*) lệ thuộc vào; **~ to availability** (*dependent*) tuỳ xem có hay không **3** *v/t* (*expose*) bắt phải chịu; (*subjugate*) khuất phục; **the metal was ~ed to great heat** kim loại được đưa vào nung ở nhiệt độ cao

subjective chủ quan

sublet *v/t* cho thuê lại

submachine gun súng tiểu liên

submarine tàu ngầm

submerge 1 *v/t rocks* làm chìm xuống; *tomatoes* dìm **2** *v/i* (*of submarine*) lặn xuống

submission (*surrender*) sự khuất phục; (*to committee etc*) sự đệ trình

submissive dễ bảo

submit *v/t plan, proposal* đệ trình

subordinate 1 *adj employee, position* cấp dưới **2** *n* người cấp dưới

subpoena 1 *n* trát đòi hầu tòa **2** *v/t person* đòi ra hầu tòa

♦**subscribe to** *magazine etc* đặt mua dài hạn; *theory* tán thành

subscriber (*to magazine*) người mua dài hạn

subscription việc đặt mua dài hạn

subsequent tiếp theo

subsequently sau đó

subside (*of floodwaters*) rút xuống; (*of high winds*) ngớt; (*of building*) lún xuống; (*of fears, panic*) giảm bớt

subsidiary *n* chi nhánh

subsidize trợ cấp cho

subsidy tiền trợ cấp

♦**subsist on** sống bằng

subsistence farmer chủ trang trại chỉ đủ tự túc

subsistence level mức sống chỉ đủ để tồn tại

substance (*matter*) chất

substandard dưới mức tiêu chuẩn

substantial *contribution, amount, damage* đáng kể

substantially (*considerably*) một cách đáng kể; (*in essence*) về căn bản; **they contributed ~ to the success of ...** họ đã đóng góp một cách đáng kể cho sự thành công của ...

ơ ur	**y** (tin)	**ây** uh-i	**iê** i-uh	**oa** wa	**ôi** oy	**uy** wee	**ong** aong
u (soon)	**au** a-oo	**eo** eh-ao	**iêu** i-yoh	**oai** wai	**ơi** ur-i	**ênh** uhng	**uyên** oo-in
ư (dew)	**âu** oh	**êu** ay-oo	**iu** ew	**oe** weh	**uê** way	**oc** aok	**uyêt** oo-yit

substantiate chứng minh

substantive (*real*) thật sự

substitute 1 *n* (*for person*) người thay thế; (*product*) sản phẩm thay thế; SP tuyển thủ thay thế **2** *v/t:* ~ *X for Y* X thay thế cho Y **3** *v/i:* ~ *for s.o.* thay cho ai

substitution (*act*) sự thay thế; *make a* ~ SP làm sự thay thế

subtitle 1 *n* phụ đề **2** *v/t* movie có phụ đề

subtle tinh tế

subtract *v/t number* trừ; ~ *X from Y* Y trừ X

suburb ngoại ô; *the* ~*s* khu ngoại ô

suburban *housing, architecture* ở ngoại ô; *attitudes, lifestyle* hẹp hòi

subversive 1 *adj* có tính chất lật đổ **2** *n* phần tử lật đổ

subway RAIL tàu điện ngầm

subzero *adj* dưới số không

succeed 1 *v/i* (*be successful*) thành công; (*to throne*) kế vị; (*to office*) kế tục; ~ *in doing sth* thành công trong việc gì **2** *v/t* (*come after*) kế tục; *monarch* nối ngôi

succeeding tiếp theo

success sự thành công; *be a* ~ là một sự thành công

successful *operation, marriage etc* thành công; *businessman* thành đạt

successfully một cách thành công

succession (*sequence*) một chuỗi; (*of visitors, phonecalls*) hàng loạt; (*to the throne*) sự kế vị; (*in office*) sự kế tục; *in* ~ liên tiếp

successive *managers* kế tiếp nhau; *days* liên tục

successor (*person*) người kế vị; (*thing*) cái kế tiếp

succinct súc tích

succulent *meat* ngon; *fruit* mọng nước

succumb (*give in*) không chịu nổi;

(*of city*) ngừng chống cự; ~ *to temptation* không chống nổi sự cám dỗ

such 1 *adj* (*of that kind*) như thế; ~ *a* (*so much of a*) đến như vậy; *don't make* ~ *a fuss* đừng có làm om sòm lên như vậy; *I never thought it would be* ~ *a success* tôi không bao giờ nghĩ rằng lại thành công đến thế; ~ *as* (*like*) như; *there is no* ~ *word as ...* không có từ như ... **2** *adv* thật là; *as* ~ theo đúng nghĩa của nó

suck mút; ~ *one's thumb* mút ngón tay cái; ~ *poison out of a wound* hút chất độc ra khỏi vết thương

♦ **suck up** *moisture etc* hút khô

♦ **suck up to** F nịnh hót ai

sucker F (*person*) kẻ khờ dại; (*lollipop*) kẹo mút

sucking pig lợn sữa

suction sức hút

sudden đột ngột; *all of a* ~ bất thình lình

suddenly bất chợt

suds (*soap* ~) bọt xà phòng

sue *v/t* kiện

suede *n* da lộn

suffer 1 *v/i* (*be in pain*) đau đớn; (*deteriorate*) sút kém; *be* ~*ing from* bị; *the doctors say she is* ~*ing from amnesia* bác sĩ nói cô ấy bị bệnh hay quên **2** *v/t setback* chịu; *the company* ~*ed a severe loss* công ty đã chịu tổn thất nặng nề

suffering *n* sự đau khổ

sufficient đủ

sufficiently một cách đầy đủ

suffocate 1 *v/i* chết ngạt **2** *v/t* bóp nghẹt

suffocation sự ngạt thở

sugar 1 *n* đường **2** *v/t* cho đường vào

---

ch (*final*) k	**gh** g	**nh** (*final*) ng	**r** z; (*S*) r	**x** s	**â** (but)	**i** (tin)
d z; (*S*) y	**gi** z; (*S*) y	**ph** f	**th** t	**a** (hat)	**e** (red)	**o** (saw)
đ d	**nh** (onion)	**qu** kw	**tr** ch	**ă** (hard)	**ê** ay	**ô** oh

sugar bowl bát đựng đường

sugar cane cây mía

suggest *v/t* đề nghị; *I ~ that we stop now* tôi đề nghị chúng ta hãy dừng lại bây giờ

suggestion lời đề nghị

suicide sự tự tử; *commit ~* tự tử

suit 1 *n* bộ com-lê; (*in cards*) bộ hoa **2** *v/t* (*of clothes, color*) hợp với; *~ yourself!* tùy anh/chị!; *be ~ed for sth* hợp với gì

suitable thích hợp

suitcase va li

suite (*of rooms*) dãy phòng; (*furniture*) bộ sa lông; MUS tổ khúc

sulfur lưu huỳnh

sulk *v/i* hờn dỗi

sulky *person, mood* hay hờn dỗi

sullen ủ rũ; *sky* ảm đạm

sultry *climate* oi bức; (*sexually*) đầy nhục cảm

sum (*total*) tổng; (*amount*) số tiền; (*in arithmetic*) bài toán số học; *a large ~ of money* một khoản tiền lớn; *~ insured* số tiền bảo hiểm; *the ~ total of his efforts* tất cả sự cố gắng của anh ấy

♦ **sum up 1** *v/t* (*summarize*) tóm tắt; (*assess*) đánh giá **2** *v/i* LAW kết luận

summarize *v/t* tóm tắt

summary *n* bản tóm tắt

summer mùa hè

summit (*of mountain*) đỉnh; *fig* thượng đỉnh; POL cuộc họp thượng đỉnh

summon *staff, meeting* triệu tập

♦ **summon up** *strength, courage, enthusiasm* dồn hết

summons LAW trát đòi hầu tòa

sump (*for oil*) bình hứng dầu

sun mặt trời; *in the ~* dưới ánh nắng; *out of the ~* trong bóng râm; *he has had too much ~* anh ấy

phơi nắng quá nhiều

sunbathe tắm nắng; **sunblock** kem chống nắng; **sunburn** sự cháy nắng; **sunburnt** cháy nắng; **suncream** kem chống nắng

Sunday ngày Chủ Nhật

sundial đồng hồ mặt trời

sundries những cái lặt vặt

sunglasses kính râm

sun-helmet mũ cối

sunken *cheeks* lõm

sunny *day* nắng; *disposition* vui vẻ; *it's ~* trời nắng

sunrise mặt trời mọc; **sunset** mặt trời lặn; **sunshade** dù che nắng; **sunshine** ánh nắng; **sunstroke** sự say nắng; **suntan** sự rám nắng; *get a ~* có nước da rám nắng

super 1 *adj* F *vacation, idea, person* thật tuyệt **2** *n* (*janitor*) người quản lý

superb *meal, wine* tuyệt vời

superficial *comments, analysis* sơ lược; *person* hời hợt; *wounds* ngoài da

superfluous *comments, advice* không cần thiết

superhuman *efforts* phi thường

superintendent (*of apartment block*) người quản lý

superior 1 *adj quality, hotel, translation* tốt hơn; *team, player* giỏi hơn; *pej* (*attitude*) hợm hĩnh **2** *n* (*in organization, society*) người cấp trên

supermarket siêu thị

supernatural 1 *adj powers* siêu tự nhiên **2** *n: the ~* cái siêu phàm

superpower POL siêu cường

supersonic *flight, aircraft* siêu âm

superstition sự mê tín

superstitious *person* mê tín

supervise giám sát

supervisor (*at work*) người giám

σ ur **y** (tin) **ây** uh-i **iê** i-uh **oa** wa **ôi** oy **uy** wee **ong** aong
u (soon) **au** a-oo **eo** eh-ao **iêu** i-yoh **oai** wai **ơi** ur-i **ênh** uhng **uyên** oo-in
ư (dew) **âu** oh **êu** ay-oo **iu** ew **oe** weh **uê** way **oc** aok **uyêt** oo-yit

sát; (*academic*) người hướng dẫn
supper bữa cơm tối

supple *material* mềm; *limbs* mềm
mại; *person, mind* linh hoạt

supplement *n* (*extra payment*) phần
bổ sung

supplier (*person*) người cung cấp
hàng hóa; (*company*) công ty cung
cấp hàng hóa

supply 1 *n* sự cung cấp; *~ and
demand* cung và cầu; *supplies*
nguồn dự trữ **2** *v/t goods* cung cấp;
~ X with Y cung cấp Y cho X; *be
supplied with ...* được cung cấp ...

support 1 *n* (*for structure*) vật
chống; (*backing*) sự ủng hộ **2** *v/t
building, structure* chống đỡ;
(*financially*) nuôi; (*back*) ủng hộ

supporter người ủng hộ

supportive *attitude, person* giúp đỡ

suppose (*imagine*) cho là; *I ~ so* tôi
cho là như vậy; *be ~d to ...* (*be
meant to*) đáng lẽ thì ...; (*be said to
be*) được coi là ...; *you are not ~d
to ...* (*not allowed to*) anh/chị
không được phép ...

suppository MED thuốc đạn

suppress *rebellion etc* đàn áp

suppression sự đàn áp

supremacy uy thế

supreme *commander, court* tối cao;
courage, delight, sacrifice cao cả;
effort lớn nhất; *The Supreme
Being* Thượng Đế

surcharge *n* số tiền phải trả thêm

sure 1 *adj* chắc chắn; *I'm ~* tôi dám
chắc; *I'm not ~* tôi không dám
chắc; *be ~ about sth* chắc chắn
về gì; *make ~ that ...* tìm hiểu
chắc chắn rằng ... **2** *adv*: *~
enough* không còn nghi ngờ gì
nữa; *it ~ is hot today* F hôm nay
chắc chắn là trời nóng; *~!* tất
nhiên!

surely (*certainly*) chắc chắn;
(*gladly*) tất nhiên

surf (*on sea*) bọt sóng biển **2** *v/t
the Net* lướt

surface 1 *n* (*of table, object*) bề mặt;
(*of water*) mặt; *on the ~* *fig* bề
ngoài **2** *v/i* (*of swimmer,
submarine*) nổi lên mặt nước;
(*appear*) lại xuất hiện

surface mail thư thường

surfboard ván lướt sóng

surfer (*on sea*) người lướt sóng

surfing sự lướt sóng; *go ~* đi lướt
sóng

surge *n* (*in electric current, demand
etc*) sự tăng lên đột ngột; (*of
interest, financial growth etc*) sự
tăng trưởng nhanh chóng

♦**surge forward** (*of crowd*) lao lên

surgeon bác sĩ phẫu thuật

surgery sự phẫu thuật; *undergo ~*
làm phẫu thuật

surgical phẫu thuật

surly cáu kỉnh

surmount *difficulties* khắc phục

surname họ

surpass trội hơn

surplus 1 *n* thặng dư **2** *adj* dư thừa

surprise 1 *n* sự ngạc nhiên; *it'll
come as no ~ to hear that ...* sẽ
chẳng có gì đáng ngạc nhiên khi
nghe tin là ... **2** *v/t* làm ngạc nhiên;
be/look ~d ngạc nhiên/có vẻ
ngạc nhiên

surprising đáng ngạc nhiên

surprisingly một cách đáng ngạc
nhiên

surrender 1 *v/i* (*of army*) đầu hàng
2 *v/t* (*hand in: weapons etc*) giao
nộp **3** *n* sự đầu hàng; (*handing in*)
sự giao nộp

surrogate mother người phụ nữ đẻ
thay

surround 1 *v/t* (*of enemy*) bao vây;

(*of wall, hill*) bao quanh; **be ~ed by ...** bị bao quanh bởi ... **2** *n* (*of picture etc*) đường viền

surrounding *adj countryside, states* phụ cận

surroundings môi trường xung quanh

survey 1 *n* (*of modern literature etc*) sự nhìn tổng quát; (*of building*) sự kiểm tra **2** *v/t* (*look at*) quan sát; *building* kiểm tra

surveyor viên thanh tra

survival (*in office, in big city*) sự tồn tại; (*of species*) sự sống sót

survive 1 *v/i* (*of species*) sống sót; (*of patient*) sống qua được; *how are you? – I'm surviving* anh/chị khỏe chứ? – tôi vẫn còn sống đây; *his two surviving daughters* hai người con gái vẫn còn sống của anh ấy **2** *v/t accident* sống sót; *operation* qua khỏi; (*outlive*) sống lâu hơn

survivor người sống sót; *he's a ~ fig* anh ấy là một người sống ngoan cường

susceptible (*emotionally*) dễ xúc cảm; *be ~ to the cold/heat* dễ bị lạnh/nóng

suspect 1 *n* người bị tình nghi **2** *v/t person* nghi; (*suppose*) cho là

suspected *murderer* bị tình nghi; *cause, heart attack etc* đang nghi vấn

suspend (*hang*) treo; (*from office*) đình chỉ công tác

suspenders (*for pants*) dây đeo quần

suspense sự hồi hộp

suspension (*in vehicle*) hệ thống giảm xóc; (*from duty*) sự đình chỉ

suspension bridge cầu treo

suspicion sự nghi ngờ

suspicious (*causing suspicion*) khả nghi; (*feeling suspicion*) ngờ vực; *be ~ of* nghi ngờ

sustain *life* duy trì

swab *n* MED miếng gạc

swagger *n* dáng điệu nghênh ngang

swallow[1] *v/t & v/i* nuốt

swallow[2] (*bird*) chim én

swamp 1 *n* đầm lầy **2** *v/t* làm ngập nước; *be ~ed with* bị ngập đầu trong

swampy *ground* lầy lội

swan con thiên nga

swap *v/t* đổi; *~ X for Y* đổi X lấy Y **2** *v/i* đánh đổi

swarm 1 *n* (*of bees*) đàn **2** *v/i* (*of ants, tourists etc*) lúc nhúc; *the town was ~ing with ...* thành phố lúc nhúc những ...

swarthy *face, complexion* ngăm đen

swat *v/t insect, fly* đập

sway 1 *n* (*influence*) ảnh hưởng; (*rule*) sự thống trị **2** *v/i* lảo đảo

swear *v/i* (*use swearword*) chửi; (*promise, on oath*) thề; *~ at s.o.* chửi ai

♦ **swear in** *witnesses etc* tuyên thệ

swearword câu chửi

sweat 1 *n* mồ hôi; *covered in ~* đầm đìa mồ hôi **2** *v/i* toát mồ hôi

sweater áo len cổ chui

sweatshirt áo vệ sinh

sweaty *hands, smell* đẫm mồ hôi

Swede người Thụy Điển

Sweden nước Thụy Điển

Swedish 1 *adj* Thụy Điển **2** *n* tiếng Thụy Điển

sweep 1 *v/t floor, leaves* quét **2** *n* (*long curve*) đoạn cong

♦ **sweep up** *v/t mess, crumbs* quét sạch

sweeping *adj generalization, statement* chung chung; *changes* có ảnh hưởng sâu rộng

---

ơ ur	y (tin)	ây uh-i	iê i-uh	oa wa	ôi oy	uy wee	ong aong
u (soon)	au a-oo	eo eh-ao	iêu i-yoh	oai wai	ơi ur-i	ênh uhng	uyên oo-in
u (dew)	âu oh	êu ay-oo	iu ew	oe weh	uê way	oc aok	uyêt oo-yit

sweet *adj taste, tea* ngọt; F (*kind*) tốt bụng; F (*cute*) dễ thương
sweet and sour *adj* chua ngọt
sweetcorn ngô (*N*), bắp (*S*)
sweeten *v/t drink, food* làm ngọt
sweetener (*for drink*) viên ngọt
sweetheart cưng
swell 1 *v/i* (*of limb*) sưng lên **2** *adj* F (*good*) tuyệt vời **3** *n* (*of the sea*) biển động
swelling *n* MED chỗ sưng lên
sweltering *heat, day* nóng khó chịu
swerve *v/i* (*of driver, car*) ngoặt
swift *adj* mau lẹ
swim 1 *v/i* bơi; **go ~ming** đi bơi; **my head is ~ming** đầu óc tôi đang quay cuồng **2** *n* sự bơi; **go for a ~** đi bơi
swimmer người bơi
swimming sự bơi lội
swimming pool bể bơi
swimsuit quần áo bơi
swindle 1 *n* sự lừa đảo **2** *v/t* lừa đảo; **~ X out of $1000** lừa X lấy được 1000$
swine F (*person*) đồ con lợn
swing 1 *n* sự đung đưa; (*for child*) cái đu; **~ to the Democrats** quay ngoắt sang bên Dân Chủ **2** *v/t* lúc lắc; *hips* uốn éo **3** *v/i* lắc lư; (*of monkeys*) chuyền; (*turn*) quay; (*of public opinion etc*) quay ngoắt
swing-door cửa tự động
Swiss *adj* Thụy Sĩ
switch 1 *n* (*for light*) công tắc; (*change*) sự thay đổi đột ngột **2** *v/t* (*change*) thay đổi; *rooms* đổi **3** *v/i* (*change*) đổi
♦ **switch off** *v/t lights, engine, PC, TV* tắt
♦ **switch on** *v/t TV, PC* mở
switchboard tổng đài
switchover (*to new system*) sự thay đổi đột ngột

Switzerland nước Thụy Sĩ
swivel *v/i* (*of chair, monitor*) xoay
swollen *ankles* bị sưng; *stomach* phình ra
swoop *v/i* (*of bird*) lao xuống
♦ **swoop down on** *prey* lao xuống về
♦ **swoop on** (*of police etc*) sục vào
sword thanh kiếm
sycamore (*plane tree*) cây tiêu huyền
syllable âm tiết
syllabus chương trình học
symbol (*character*) ký hiệu; (*in poetry, art*) tượng trưng
symbolic *poem* có tính tượng trưng; *gesture* có ngụ ý
symbolism (*in poetry, art*) chủ nghĩa tượng trưng
symbolize tượng trưng cho
symmetric(al) đối xứng
symmetry sự đối xứng
sympathetic (*showing pity*) thông cảm; (*understanding*) đồng tình; **be ~ toward a person/an idea** đồng tình với một người/một tư tưởng nào đó
♦ **sympathize with** (*feel compassion*) thông cảm với; (*support*) ủng hộ
sympathizer POL người có cảm tình
sympathy (*pity*) sự thông cảm; (*understanding*) đồng tình; **don't expect any ~ from me!** đừng mong tôi thông cảm!
symphony bản giao hưởng
symptom MED triệu chứng; *fig* dấu hiệu
symptomatic: be ~ of MED là một triệu chứng của; *fig* là dấu hiệu của
synchronize *watches* để cùng giờ; *operations* đồng bộ hóa

ch (*final*) k	**gh** g	**nh** (*final*) ng	**r** z; (*S*) r	**x** s	**â** (but) **i** (tin)
đ z; (*S*) y	**gi** z; (*S*) y	**ph** f	**th** t	**a** (hat)	**e** (red) **o** (saw)
đ d	**nh** (onion)	**qu** kw	**tr** ch	**ă** (hard)	**ê** ay **ô** oh

synonym từ đồng nghĩa
syntax cú pháp
synthetic sợi tổng hợp
syphilis bệnh giang mai
syringe MED ống tiêm
syrup xirô
system (*method*) phương pháp;
  (*orderliness, computer*) hệ thống;
  braking ~ hệ thống phanh; *fuel
  injection ~* hệ thống bơm phun

nhiên liệu; *digestive ~* hệ thống
tiêu hóa
systematic *approach, person* có
  phương pháp; *attempts, destruction*
  có hệ thống
systematically *analyze, study* một
  cách có phương pháp; *destroy* một
  cách có hệ thống
systems analyst COMPUT chuyên
  gia phân tích hệ thống

T

tab *n* (*for pulling*) vạt; (*in text*) tab;
  pick up the ~ trả tiền
table *n* cái bàn; (*of figures*) bảng
  biểu
tablecloth khăn trải bàn
tablespoon thìa xúp
tablet (*medicine*) viên
table tennis bóng bàn
tabloid *n* (*newspaper*) báo khổ nhỏ
taboo *adj* cấm kị
tacit ngầm
tack 1 *n* (*nail*) đinh mũ **2** *v/t* (*sew*)
  khâu lược **3** *v/i* (*of yacht*) trở buồm
tackle 1 *n* (*equipment, sport*) dụng
  cụ **2** *v/t* SP chặn cản; *problem* giải
  quyết; *intruder* đương đầu
tacky *paint, glue* hơi dính; *goods* rẻ
  tiền; *decoration* lòe loẹt; *behavior*
  hẹp hòi
tact sự khéo xử
tactful khéo xử
tactical *move* tài tình; *thinking* mưu
  lược
tactics chiến thuật
tactless *person* không lịch thiệp;

remark không tế nhị
tadpole con nòng nọc
tag (*label*) nhãn
tail *n* đuôi
tail light đèn hậu
tailor thợ may
tailor-made *suit* may đo; *solution*
  hoàn toàn thích hợp
tail wind gió xuôi
tainted *food* thiu; *reputation,
  atmosphere* nhơ
Taiwan nước Đài Loan
Taiwanese 1 *adj* Đài Loan **2** *n*
  người Đài Loan; (*dialect*) tiếng địa
  phương Đài Loan
take *v/t* (*remove*) lấy; (*steal*) lấy
  mất; (*transport*) đưa; (*accompany*)
  đi cùng; (*accept: money, gift*) nhận;
  credit cards chấp nhận; (*study*) học;
  photograph, photocopy chụp; *exam,
  degree* thi; *s.o.'s temperature* đo;
  (*endure*) chịu được; (*require*) cần
  phải; *~ a shower* tắm sen; *~ a
  stroll* đi dạo; *I'll ~ you home* tôi
  sẽ đưa anh/chị về nhà; *how long*

ơ ur   y (tin)   ây uh-i   iê i-uh   oa wa   ôi oy   uy wee   ong aong
u (soon)   au a-oo   eo eh-ao   iêu i-yoh   oai wai   ơi ur-i   ênh uhng   uyên oo-in
ư (dew)   âu oh   êu ay-oo   iu ew   oe weh   uê way   oc aok   uyêt oo-yit

does it ~*?* cần phải mất bao lâu?;
I'll ~ *it* (*when shopping*) tôi sẽ mua
♦ **take after** giống
♦ **take away** *pain* làm mất đi;
(*remove: object*) lấy đi; MATH trừ;
take sth away from s.o. lấy của gì
của ai
♦ **take back** (*return: object*) trả lại;
person đưa về; (*accept back:
husband etc*) chấp nhận; *that
takes me back* (*of music, thought
etc*) nó làm tôi nhớ lại quá khứ
♦ **take down** (*from shelf*) lấy
xuống; *scaffolding* tháo dỡ; *pants*
tụt; (*write down*) ghi chép
♦ **take in** (*take indoors*) đưa vào
nhà; (*give accommodation*) cho ở
trọ; (*make narrower*) làm hẹp lại;
(*deceive*) đánh lừa; (*include*) gồm
có
♦ **take off 1** *v/t clothes* cởi; *hat* bỏ;
10% etc bớt; (*mimic*) bắt chước;
can you take a bit off here? (*to
barber*) anh/chị có thể cạo bỏ một
chút ở đây không?; *take a day/
week off* một ngày/tuần nghỉ làm
việc **2** *v/i* (*of airplane*) cất cánh;
(*become popular*) nổi tiếng
♦ **take on** *job* nhận làm; *staff* tuyển
♦ **take out** (*from bag, pocket*) rút ra;
stain xóa sạch; *appendix* cắt; *tooth*
nhổ; *word from text* cắt bỏ; *money
from bank* rút; (*to dinner etc*) đưa
đi; *insurance policy* nhận được;
take it out on s.o. trút lên đầu ai
♦ **take over 1** *v/t company etc* nắm
quyền kiểm soát; *tourists* ~ *the
town* khánh du lịch tràn ngập
thành phố **2** *v/i* (*of new
management etc*) nắm quyền; (*do
sth in s.o.'s place*) thay; (*take control
of*) tiếp quản
♦ **take to** (*like*) ưa thích; *he has
taken to getting up early* anh ấy

đã quen dậy sớm
♦ **take up** *carpet etc* nhấc; (*carry up*)
mang lên; (*shorten: dress etc*) làm
ngắn; *hobby* ham thích; (*begin
studying*) bắt đầu học; *offer* nhận
làm; *space, time* chiếm; ~ *a new
job* bắt đầu việc làm mới; *I'll take
you up on your offer* tôi sẽ chấp
nhận lời đề nghị của anh/chị
take-home pay lương đã trừ thuế;
takeoff (*of airplane*) cất cánh;
(*imitation*) sự bắt chước; **takeover**
COM sự nắm quyền kiểm soát;
takeover bid cuộc đấu thầu tiếp
quản
takings doanh thu
talcum powder bột talc
tale truyện
talent tài năng
talented có tài
talk 1 *v/i* nói chuyện; *can the baby
~ yet?* đứa bé đã biết nói chưa?;
can I ~ to ...? tôi có thể nói
chuyện với ...?; *I'll ~ to him
about it* tôi sẽ nói chuyện với anh
ấy về điều này **2** *v/t English etc*
nói; *business, politics* bàn luận; ~
s.o. into sth thuyết phục ai làm gì
3 *n* (*conversation*) cuộc trò
chuyện; (*lecture*) bài nói chuyện;
he's all ~ *pej* anh ấy chỉ hứa hão
♦ **talk over** thảo luận
talkative hay nói
talk show RAD, TV chương trình
chuyện trò với khách mời
tall cao
tall order đòi hỏi quá cao
tall story chuyện khó tin
tame *animal* đã thuần hóa; *person*
lành; *joke etc* nhạt nhẽo
♦ **tamper with** *lock, brakes etc* ngó
ngoáy; (*in amateurish way*) sửa
bậy
tampon nút bông vệ sinh

ch (*final*) k	**gh** g	**nh** (*final*) ng	**r** z; (*S*) r	**x** s	**â** (but)	**i** (tin)
d z; (*S*) y	**gi** z; (*S*) y	**ph** f	**th** t	**a** (hat)	**e** (red)	**o** (saw)
đ d	**nh** (onion)	**qu** kw	**tr** ch	**ă** (hard)	**ê** ay	**ô** oh

tan 1 n (*from sun*) màu rám nắng; (*color*) màu nâu vàng nhạt **2** v/i (*in sun*) rám nắng **3** v/t *leather* thuộc da

tandem (*bike*) xe đạp hai chỗ ngồi

tangerine quả quít

tangle n mớ rối

♦ **tangle up**: *get tangled up* (*of string etc*) làm rối tung

tango n điệu nhảy tăng gô

tank (*for water*) bể; MOT bình; MIL xe tăng; (*for skin diver*) bình oxy

tanker (*truck*) xe chuyên chở (dầu); (*ship*) tàu chở dầu

tanned rám nắng

tantalizing cám dỗ

tantamount: *be ~ to* tương đương với

tantrum cơn cáu kỉnh

Taoism đạo Lão

Taoist 1 adj đạo Lão **2** n (*person*) người theo đạo Lão

tap 1 n (*for water*) vòi **2** v/t (*knock*) gõ nhẹ; *phone* đặt máy nghe trộm

♦ **tap into** *resources* khai thác

tap dance n điệu nhảy clacket

tape 1 n (*for recording*) băng ghi âm; (*sticky*) băng dính **2** v/t *conversation etc* ghi âm; (*with sticky ~*) buộc

tape deck máy ghi âm băng từ; **tape drive** COMPUT ổ băng; **tape measure** thước dây

taper v/i (*of stick, fingers*) vuốt thon; (*of column*) làm hẹp lại

♦ **taper off** (*of production, figures*) giảm dần

tape recorder máy ghi âm

tape recording sự ghi âm trên băng từ

tapestry thảm thêu

tapeworm sán dây

tar n (*for road surface*) nhựa đường; (*in cigarette*) cao

tardy muộn (*N*), trễ (*S*)

target 1 n (*in shooting*) bia; (*objective*) đích; MIL, COM mục tiêu **2** v/t *market* nhắm vào

target date kỳ hạn; **target group** COM nhóm đối tượng; **target market** thị trường mục tiêu

tariff (*price*) bảng giá; (*tax*) thuế

tarmac (*at airport etc*) đường băng rải nhựa

tarnish v/t *metal* mất độ bóng; *mirror* làm cho mờ; *reputation* làm nhơ nhuốc

tarpaulin vải nhựa

tart n bánh; *apple ~* bánh táo

task nhiệm vụ

task force lực lượng đặc nhiệm

tassel quả tua

taste 1 n (*sense*) vị giác; (*of food etc*) vị; (*in clothes, art etc*) sở thích; *he has no ~* anh ấy không có khiếu thẩm mỹ **2** v/t *food* nếm; *freedom etc* nếm mùi

tasteful có khiếu thẩm mỹ

tasteless *food* vô vị; *remark, person* khiếm nhã

tasty ngon

tattered *clothes, book* rách nát

tatters: *in ~* (*of clothes*) tả tơi; (*of reputation, career*) tan vỡ

tattoo n hình xăm

taunt 1 n lời chế nhạo **2** v/t chế nhạo

taut (*stretched tightly*) căng; (*tense*) căng thẳng

tax 1 n thuế; *before/after ~* trước/sau khi đóng thuế **2** v/t (*people, product*) đánh thuế

taxation (*act of taxing*) việc đánh thuế; (*taxes*) hệ thống thuế

tax code bảng thuế; **tax-deductible** thuế khấu trừ; **tax-free** miễn thuế

taxi tắc xi

ơ ur	**y** (tin)	**ây** uh-i	**iê** i-uh	**oa** wa	**ôi** oy	**uy** wee	**ong** aong
u (soon)	**au** a-oo	**eo** eh-ao	**iêu** i-yoh	**oai** wai	**ơi** ur-i	**ênh** uhng	**uyên** oo-in
ư (dew)	**âu** oh	**êu** ay-oo	**iu** ew	**oe** weh	**uê** way	**oc** aok	**uyêt** oo-yit

taxi driver lái tắc xi

taxi rank bến đỗ tắc xi

tax payer người đóng thuế

tax return (*form*) bản khai thu nhập cá nhân

tea (*drink*) chè (*N*), trà (*S*); (*meal*) bữa trà

teabag chè gói

teach 1 *v/t person* dạy học; *subject* dạy; **~ s.o. to do sth** dạy ai làm gì **2** *v/i* dạy học

teacher giáo viên

teacher training đào tạo giáo viên

teaching (*profession*) dạy học

teaching aid giáo cụ

tea cloth khăn lau bát đĩa; **teacup** chén uống trà; **tea drinker** người nghiện trà

teak (*tree*) cây tếch; (*wood*) gỗ tếch

tea leaves bã chè

team (*in sport, at work*) đội

team spirit tinh thần đồng đội

teamster người lái xe tải

teamwork sự chung sức

teapot ấm pha trà

tear[1] **1** *n* (*in cloth etc*) chỗ rách **2** *v/t paper, cloth* xé; **be torn between two alternatives** phân vân giữa hai sự lựa chọn **3** *v/i* (*run fast, drive fast*) lao vút

♦ **tear up** *paper* xé tan; *agreement* xé bỏ

tear[2] (*in eye*) nước mắt; **burst into ~s** òa khóc; **be in ~s** rơi nước mắt

teardrop giọt nước mắt

tearful *look* đẫm lệ; **be ~** (*of person*) hay rớt lệ

tear gas hơi cay

tearoom phòng trà

tease *v/t* trêu chọc

tea service, tea set bộ đồ trà

teaspoon thìa uống trà

teat đầu vú

tea towel khăn lau bát đĩa

technical kỹ thuật; (*specialized*) chuyên môn

technicality (*technical nature*) thuật ngữ chuyên môn; LAW điểm chuyên môn; **that's just a ~** đó chỉ là một vấn đề kỹ thuật thôi

technically (*strictly speaking*) theo từng lời; *written* về mặt kỹ thuật

technician kỹ thuật viên

technique kỹ thuật

technological công nghệ

technology công nghệ học

technophobia bài công nghệ

tedious chán ngắt

tee *n* (*in golf*) điểm phát bóng

teem: **be ~ing with rain** mưa xối xả; **be ~ing with tourists** tấp nập những khách du lịch

teenage *fashions* tuổi thanh thiếu niên; **~ boy** nam thiếu niên; **~ girl** thiếu nữ

teenager thanh thiếu niên

teens: **be in one's ~** ở tuổi thanh thiếu niên; **reach one's ~** đến tuổi thanh xuân

telecommunications liên lạc viễn thông

telegram bức điện

telemedicine chữa bệnh từ xa

telepathic thần giao cách cảm; **you must be ~!** anh/chị đúng là nhà thần giao cách cảm!

telepathy thần giao cách cảm

telephone 1 *n* điện thoại; **be on the ~** (*be speaking*) đang nói chuyện trên điện thoại; (*possess a phone*) mắc điện thoại **2** *v/t & v/i* gọi điện thoại

telephone booth điện thoại công cộng; **telephone call** cú điện thoại; **telephone directory** danh bạ điện thoại; **telephone exchange** tổng đài; **telephone**

---

ch (*final*) k	**gh** g	**nh** (*final*) ng	**r** z; (*S*) r	**x** s	**â** (but) **i** (tin)
d z; (*S*) y	**gi** z; (*S*) y	**ph** f	**th** t	**a** (hat)	**e** (red) **o** (saw)
đ d	**nh** (onion)	**qu** kw	**tr** ch	**ă** (hard)	**ê** ay **ô** oh

line dây điện thoại; **telephone number** số điện thoại

telephoto lens ống kính chụp xa

telesales bán hàng qua điện thoại

telescope kính thiên văn

televise truyền trên ti vi, truyền hình

television ti vi, vô tuyến; (*set*) máy ti vi; *on* ~ trên ti vi; *watch* ~ xem ti vi

television program chương trình ti vi; **television set** máy ti vi; **television studio** phòng thu phát các chương trình ti vi

tell 1 *v/t story* kể; *lie* nói; *difference* thấy; *~ s.o. sth* nói gì cho ai nghe; *don't ~ Mom* không được mách mẹ; *could you ~ me the way to ...?* làm ơn chỉ đường tôi đi ...; *~ s.o. to do sth* bảo ai làm gì; *you're ~ing me!* anh/chị hoàn toàn có lý! **2** *v/i* (*have effect*) có tác dụng; *the heat is ~ing on him* thời tiết nóng ảnh hưởng tới anh ấy; *time will ~* rồi sẽ biết

♦ **tell off** khiển trách

teller (*in bank*) người thu ngân

telltale 1 *adj signs* làm lộ tẩy **2** *n* (*child*) đứa hớt lẻo

temp 1 *n* (*employee*) nhân viên tạm thời **2** *v/i* làm tạm thời

temper (*bad* ~) cơn cáu kỉnh; *be in a* ~ giận giữ; *keep one's* ~ giữ bình tĩnh; *lose one's* ~ mất bình tĩnh

temperament tính khí

temperamental (*moody*) tính khí thất thường

temperature (*of climate*) nhiệt độ; (*fever*) sốt; *have a* ~ lên cơn sốt

temple[1] REL đền

temple[2] ANAT thái dương

Temple of Literature Văn Miếu

tempo nhịp

temporarily tạm thời

temporary tạm thời

tempt lôi kéo; *~ s.o. into doing sth* lôi kéo ai làm gì

temptation sự cám dỗ

tempting hấp dẫn

ten mười

tenacious ngoan cường

tenant người thuê

tend[1] *v/t* (*look after*) chăm nom

tend[2]: *~ to do sth* có khuynh hướng làm gì; *~ toward sth* hướng về gì

tendency xu hướng

tender[1] *adj* (*sore*) đau; (*affectionate*) âu yếm; *steak* mềm

tender[2] *n* COM sự bỏ thầu

tenderness (*soreness*) đau nhức; (*of kiss etc*) sự âu yếm; (*of steak*) mềm

tendon gân

tennis ten-nít

tennis ball bóng ten-nít; **tennis court** sân ten-nít; **tennis player** người chơi ten-nít; **tennis racket** vợt ten-nít

tenor *n* (*singer*) giọng nam cao; *~ part* bè têno

tense[1] *n* GRAM thời

tense[2] *adj muscle* căng; *voice* hồi hộp; *person* bồn chồn; *moment* găng

♦ **tense up** *v/i* (*of muscles*) căng; (*of person*) bồn chồn

tension (*of rope*) độ căng; (*in atmosphere, voice*) sự căng thẳng; (*in movie*) tình huống căng thẳng

tent lều

tentacle xúc tu

tentative thăm dò

tenterhooks: *be on* ~ lo sốt vó

tenth *adj* thứ mười

tepid *water etc* âm ấm; *reaction* không dứt khoát

term (*period of time*) nhiệm kỳ;

ơ ur	**y** (tin)	**ây** uh-i	**iê** i-uh	**oa** wa	**ôi** oy	**uy** wee	**ong** aong
u (soon)	**au** a-oo	**eo** eh-ao	**iêu** i-yoh	**oai** wai	**ơi** ur-i	**ênh** uhng	**uyên** oo-in
ư (dew)	**âu** oh	**êu** ay-oo	**iu** ew	**oe** weh	**uê** way	**oc** aok	**uyêt** oo-yit

(*condition*) điều khoản; (*word*) từ; *Br* EDU học kỳ; **be on good/bad ~s with s.o.** có quan hệ tốt/xấu với ai; **in the long/short ~** trong tương lai xa/gần; **come to ~s with sth** chịu chấp nhận gì

terminal 1 *n* (*at airport*) ga đến hoặc đi; (*for buses*) bến cuối cùng, trạm cuối cùng (*S*); (*for containers*) bến; ELEC cực; COMPUT thiết bị đầu cuối **2** *adj illness* vào giai đoạn cuối

terminally *adv*: **~ ill** ốm nặng vô phương cứu chữa

terminate 1 *v/t contract* chấm dứt; *pregnancy* nạo thai **2** *v/i* (*end*) hoàn thành

termination (*of contract*) sự kết thúc; (*of pregnancy*) sự nạo thai

terminology thuật ngữ

terminus (*for buses*) bến cuối cùng, trạm cuối cùng (*S*); (*for trains*) ga cuối cùng

terrace (*on hillside*) bậc thang; (*patio*) sân hiên

terracotta đồ đất nung

terrain địa hình

terrestrial *adj species* của trái đất; **~ television** vô tuyến không dùng vệ tinh

terrible khủng khiếp

terribly (*very*) rất

terrific tuyệt vời

terrifically (*very*) cực kỳ

terrify làm khiếp sợ; **be terrified** khiếp sợ

terrifying gây kinh hoàng

territorial lãnh thổ

territorial waters lãnh hải

territory lãnh thổ; *fig* lĩnh vực

terror nỗi khiếp sợ

terrorism chính sách khủng bố

terrorist tên khủng bố

terrorist organization tổ chức

khủng bố

terrorize khủng bố

test 1 *n* (*academic, scientific, technical*) sự kiểm tra; (MED: *blood, urine*) sự xét nghiệm; (*trial of a person's character*) sự thử thách; **driving ~** cuộc thi lấy bằng lái xe **2** *v/t person* thử thách; *machine, theory* thử nghiệm

testament bằng chứng; **Old Testament** Kinh Cựu ước; **New Testament** Kinh Tân ước

testicle tinh hoàn

testify *v/i* LAW làm chứng

testimonial *n* giấy chứng nhận

test tube ống nghiệm

test-tube baby trẻ sinh ra bằng thụ tinh nhân tạo

testy (*irritable*) hay cáu kỉnh

tetanus bệnh uốn ván

tether 1 *v/t horse* buộc **2** *n* dây buộc; **be at the end of one's ~** không thể chịu đựng được nữa

Tet offensive tết Mậu Thân

text văn bản

textbook sách giáo khoa

textile vải

texture kết cấu

Thai 1 *adj* Thái Lan **2** *n* (*person*) người Thái Lan; (*language*) tiếng Thái Lan

Thailand nước Thái Lan

than hơn; **bigger ~ / faster ~ me** to hơn/nhanh hơn tôi

thank *v/t* cảm ơn; **~ you** xin cảm ơn; **no ~ you** không, cảm ơn anh/chị

thankful biết ơn

thankfully một cách biết ơn; (*luckily*) may mắn

thankless *task* bạc bẽo

thanks lời cảm ơn; **~!** xin cảm ơn!; **~ to** nhờ có

Thanksgiving (Day) ngày Lễ Tạ ơn

---

ch (*final*) k	**gh** g	**nh** (*final*) ng	**r** z; (*S*) r	**x** s	**â** (but)	**i** (tin)
d z; (*S*) y	**gi** z; (*S*) y	**ph** f	**th** t	**a** (hat)	**e** (red)	**o** (saw)
đ d	**nh** (onion)	**qu** kw	**tr** ch	**ă** (hard)	**ê** ay	**ô** oh
					ơ ơn	

that 1 *adj* đó; ~ *letter* bức thư đó; ~ *one* (*thing*) cái đó; (*person*) người đó **2** *pron* đó; *what is* ~? cái gì đó?; *who is* ~? ai đó?; ~*'s mine* đó là của tôi; ~*'s tea* đó là chè; ~*'s very kind* thật tử tế quá; ~ *is what you told me* đó là điều anh/chị đã nói với tôi **3** *relative pron* (*can be omitted*) mà; *the person/car* ~ *you see* người/ô tô (mà) anh/chị trông thấy ◊: *I think* ~ ... tôi nghĩ rằng ... **4** *adv* (*so*) thế; ~ *big/expensive* to/đắt thế

thatched house nhà tranh

thaw *v/i* (*of snow*) tan; (*of frozen food*) tan băng

the ◊ (*no equivalent in Vietnamese*): ~ *border* biên giới; ~ *capital of Vietnam* thủ đô Việt Nam ◊ (*when reference pre-identified, use of classifier*): *is that* ~ *ring he gave you?* đó có phải là chiếc nhẫn anh ấy cho anh/chị không? ◊: ~ *rich/poor* người giàu/nghèo ◊: ~ *sooner* ~ *better* càng sớm càng tốt

theater nhà hát

theatrical sân khấu; (*overdone*) điệu bộ

theft trộm cắp

their ◊ (của) họ; (*children, animals*) (của) chúng; (*things*) (của) những cái ấy; *pej* (*for people you don't like*) (của) chúng (nó); (*emphatic*) của họ; ~ *hotel* khách sạn (của) họ; *they hurt* ~ *legs* họ đau chân; *they lost* ~ *tickets* họ mất vé ◊ (*his or her*) của họ; *someone has left* ~ *keys here* ai đó đã để quên chìa khóa (của họ) ở đây

theirs của họ; *a friend of* ~ một người bạn của họ; → *them*

them (*people*) họ; (*children, animals*) chúng; (*things*) những cái

đó; *pej* (*for people you don't like*) chúng (nó); *this is for* ~ cái này là cho họ; *who is that? – it's* ~ *again* ai đấy? – lại là chúng nó ◊ (*him or her*): họ; *nobody had a car with* ~ không một ai đi ô tô cả

theme chủ đề

theme park công viên chủ đề

theme song bài hát chủ đề

themselves chính họ; *they hurt* ~ tự họ làm đau; *by* ~ tự họ; → *them*

then (*at that time*) khi ấy; (*after that*) sau đó; (*deducing*) vậy thì; *by* ~ đến khi ấy

theology thần học

theoretical lý thuyết

theory lý thuyết; *in* ~ về mặt lý thuyết

therapeutic trị liệu

therapist chuyên viên trị liệu

therapy trị liệu pháp

there ở đó; *over* ~/*down* ~ ở đó/dưới đó; ~ *is /are* ... có ...; *is /are* ~ ...? có ... không?; ~ *is/are not* ... không có ...; ~ *you are* (*giving sth*) của anh/chị đây; (*finding sth*) đấy rồi; (*completing sth*) đây; ~ *and back* đi và về; ~ *he is!* anh ấy đây rồi!; ~, ~! nào, nào!

thereabouts khoảng

therefore vì thế

thermometer nhiệt kế

thermos flask phích (*N*), téc-mốt

thermostat bộ điều chỉnh nhiệt

these 1 *adj* những ... này; ~ *streets/people* những phố/người này **2** *pron* những cái này

thesis luận văn

they ◊ (*people*) họ; (*children, animals*) chúng; (*things*) những cái ấy; *pej* (*for people you don't like*) chúng (nó) ◊ (*he or she*) họ; *if anyone knows,* ~ *should say so*

ơ ur　　y (tin)　　ây uh-i　　iê i-uh　　oa wa　　ôi oy　　uy wee　　ong aong
u (soon)　au a-oo　eo eh-ao　iêu i-yoh　oai wai　ơi u-i　ênh uhng　uyên oo-in
ư (dew)　âu oh　　êu ay-oo　iu ew　　oe weh　uê way　oc aok　　uyêt oo-yit

nếu ai đó biết họ cũng nên nói vậy ◊ (*impersonal*) họ, người ta; ~ **say that ...** họ nói rằng …; ~ **are going to change the law** họ sẽ thay đổi luật

thick *hair*, *wall*, *book* dày; *soup* đặc; *fog* dày đặc; F (*stupid*) ngu dốt

thicken *sauce* đặc

thickset chắc đậm

thickskinned *fig* lì

thief kẻ cắp

thigh đùi

thimble cái đê

thin *hair* thưa; *soup* loãng; *coat* mỏng; *person* mảnh khảnh; *line* mảnh

thing đồ vật; ~**s** (*belongings*) đồ cá nhân; **how are ~s?** cuộc sống ra sao?; **good ~ you told me** may là anh/chị đã nói với tôi; **what a ~ to do/say!** ai đời lại làm/nói như vậy!

thingumajig F (*object*) cái ấy; (*person*) người ấy

think nghĩ; **I ~ so** tôi nghĩ vậy; **I don't ~ so** tôi không nghĩ vậy; **I ~ so too** tôi cũng nghĩ vậy; **what do you ~?** anh/chị nghĩ thế nào?; **what do you ~ of it?** anh/chị nghĩ gì về điều đó?; **I can't ~ of anything more** tôi không thể nghĩ gì hơn nữa; ~ **hard!** hãy suy nghĩ kỹ đi!; **I'm ~ing about emigrating** tôi đang nghĩ chuyện di cư

♦ **think over** cân nhắc

♦ **think through** suy xét kỹ lưỡng

♦ **think up** *plan* sáng tạo

third 1 *adj* thứ ba **2** *n* (*fraction*) một phần ba

thirdly thứ ba

third-party insurance bảo hiểm trách nhiệm dân sự; **third-rate** chất lượng kém; **Third World** thế giới thứ ba

thirst sự khát

thirsty khát; **be** ~ khát

thirteen mười ba

thirteenth *adj* thứ mười ba

thirtieth *adj* thứ ba mươi

thirty ba mươi

this 1 *adj* này; ~ **table** cái bàn này; ~ **one** cái này **2** *pron* cái này; ~ **is good** cái này tốt; ~ **is ...** (*introducing s.o.*) đây là …; ~ **is Lan** TELEC Lan đây **3** *adv:* ~ **big** to như thế; ~ **high** cao như thế

thorn gai

thorough *search* kỹ lưỡng; *knowledge* đầy đủ; *person* cẩn thận

thoroughbred (*horse*) thuần chủng

those 1 *adj* những … đó; ~ **jobs** những công việc đó **2** *pron* những cái đó

though 1 *conj* (*although*) mặc dù; ~ **it might fail** mặc dù có thể thất bại; **as** ~ như là **2** *adv* tuy nhiên; **it's not finished** ~ tuy nhiên vẫn chưa kết thúc

thought (*single*) ý kiến; (*collective*) tư duy

thoughtful *look*, *face* trầm tư; *book* sâu sắc; (*considerate*) chu đáo

thoughtless không thận trọng

thousand nghìn; ~**s of** (*lots of*) hàng nghìn; **ten** ~ mười nghìn; **hundred** ~ trăm nghìn

thousandth *adj* thứ một nghìn

thrash *v/t* (*with stick etc*) đánh đập; SP đánh bại

♦ **thrash around** (*with arms etc*) quẫy đập

♦ **thrash out** *solution* tranh luận triệt để

thrashing (*beating*) đánh đập; SP thắng đậm

thread 1 *n* sợi chỉ; (*of screw*) đường ren **2** *v/t needle* xâu kim; *beads* xâu chuỗi hạt

ch (*final*) k	**gh** g	**nh** (*final*) ng	**r** z; (S) r	**x** s	**â** (but) **i** (tin)
d z; (S) y	**gi** z; (S) y	**ph** f	**th** t	**a** (hat)	**e** (red) **o** (saw)
đ d	**nh** (onion)	**qu** kw	**tr** ch	**ă** (hard)	**ê** ay **ô** oh

threadbare cũ rích

threat sự đe dọa

threaten đe dọa

threatening *gesture, tone* cảnh cáo; *sky* đe dọa

three ba

three-quarters *n* ba phần tư

thresh *v/t corn* đập

threshold (*of house*) ngưỡng cửa; (*of new age*) bước vào; **on the ~ of** *fig* ở buổi đầu của

thrift tính tiết kiệm

thrifty tiết kiệm

thrill 1 *n* (*pleasure*) sự xúc động; (*slight shudder*) sự run lên **2** *v/t:* **be ~ed** xúc động

thriller ly kỳ

thrilling gây xúc động

thrive (*of plant*) chóng lớn; (*of business, economy*) thịnh vượng

throat cổ họng

throat lozenges viên ngậm chống ho

throb 1 *n* (*of heart*) đập mạnh; (*of music*) rộn ràng **2** *v/i* (*of heart*) đập mạnh; (*of music*) rộn ràng

thrombosis chứng huyết khối

throne ngai vàng

throttle 1 *n* (*on motorbike*) tay ga; (*on boat*) van tiết lưu **2** *v/t* (*strangle*) bóp cổ

♦ **throttle back** *v/i* giảm ga

through 1 *prep* (*across*) qua; (*during*) suốt; (*thanks to*) nhờ có; **go ~ the city** đi qua thành phố; **~ the winter/summer** suốt mùa đông/hè; **Monday ~ Friday** suốt từ thứ Hai cho đến hết thứ Sáu; **arranged ~ him** nhờ anh ấy xắp đặt **2** *adv:* **wet ~** ướt sũng; **watch a movie ~** xem hết bộ phim; **read a book ~** đọc hết cuốn sách **3** *adj:* **be ~** (*of couple*) đã cắt đứt; (*have arrived: of news etc*) vừa tới; **you're**

~ TELEC anh/chị có thể nói chuyện được rồi; **I'm ~ with ...** (*finished with*) tôi đã kết thúc với ...

through flight chuyến bay thẳng

throughout 1 *prep* suốt **2** *adv* (*in all parts*) khắp nơi

through train chuyến tầu chạy suốt

throw 1 *v/t object* ném; (*of horse*) hất ngã; (*disconcert*) làm bối rối; *party* tổ chức **2** *n* (*of dice*) sự gieo; (*act of throwing*) sự ném

♦ **throw away** *v/t* vứt

♦ **throw out** *old things* vứt; (*from bar etc*) đuổi khỏi; *husband* đuổi đi; *plan* bác bỏ

♦ **throw up 1** *v/t ball* tung; **~ one's hands** giơ cao tay lên **2** *v/i* (*vomit*) nôn (*N*), ói (*S*)

throw-away *remark* bâng quơ; (*disposable*) chỉ dùng một lần

throw-in SP ném bóng vào sân

thru → **through**

thrush (*bird*) chim hét

thrust *v/t* (*push hard*) ấn; **~ sth into s.o.'s hands** ấn gì vào tay ai; **~ one's way through a crowd** len qua đám đông

thud *n* tiếng huỵt

thug (*aggressive person*) kẻ côn đồ; (*violent criminal*) hung phạm

thumb 1 *n* ngón tay cái **2** *v/t:* **~ a ride** vẫy xe đi nhờ

thumbtack đinh rệp

thump 1 *n* (*blow*) đấm; (*noise*) đánh huỵt **2** *v/t person* đánh; **~ one's fist on the table** đấm xuống bàn **3** *v/i* (*of heart*) đập mạnh; **~ at the door** đập thùm thụp vào cửa

thunder *n* tiếng sấm

thunderstorm bão tố

thundery *weather* dông tố

Thursday thứ Năm

ơ ur	**y** (tin)	**ây** uh-i	**iê** i-uh	**oa** wa	**ôi** oy	**uy** wee	**ong** aong
u (soon)	**au** a-oo	**eo** eh-ao	**iêu** i-yoh	**oai** wai	**ơi** u-ri	**ênh** uhng	**uyên** oo-in
ư (dew)	**âu** oh	**êu** ay-oo	**iu** ew	**oe** weh	**uê** way	**oc** aok	**uyêt** oo-yit

thus (*in this way*) như thế; (*therefore*) do đó

thwart *person, plans* cản trở

thyroid (**gland**) tuyến giáp

Tibet nước Tây Tạng

Tibetan 1 *adj* Tây Tạng **2** *n* (*person*) người Tây Tạng; (*language*) tiếng Tây Tạng

tick 1 *n* (*of clock*) tiếng tíc-tắc; (*checkmark*) dấu kiểm **2** *v/i* (*of clock*) kêu tíc-tắc

♦ **tick off** (*reprimand*) trách mắng

ticket vé

ticket collector người thu vé; **ticket inspector** người kiểm soát vé; **ticket machine** máy bán vé; **ticket office** (*at station*) phòng vé; THEA quầy vé

tickle 1 *v/t person* cù (*N*), thọc lét (*S*) **2** *v/i* (*of material*) làm buồn buồn (*N*), làm nhột (*S*); (*of person*) làm buồn (*N*), làm nhột (*S*)

ticklish *person* có máu buồn (*N*), hay nhột (*S*)

tidal wave sóng cồn

tide thủy triều; **high ~** triều lên; **low ~** triều xuống; **the ~ is in/out** thủy triều lên/xuống

tidy *person, habits, room, house* ngăn nắp

♦ **tidy up 1** *v/t room, shelves* dọn dẹp; **tidy oneself up** sửa sang chỉnh tề **2** *v/i* ngăn nắp

tie 1 *n* (*neck~*) cà vạt; (SP: *even result*) trận hòa; **he doesn't have any ~s** anh ấy không có chút ràng buộc nào cả **2** *v/t knot* thắt nút; *hands* buộc; **~ two ropes together** thắt nút hai dây với nhau **3** *v/i* SP hòa

♦ **tie down** (*with rope*) cột; (*restrict*) ràng buộc

♦ **tie up** *person* trói; *laces, hair* buộc; *boat* cột; **I'm tied up tomorrow**

(*busy*) mai tôi mắc bận

tier (*of hierarchy*) tầng lớp; (*in stadium*) dãy ghế

tiger con hổ (*N*), con cọp (*S*); (*in Vietnamese zodiac*) Dần

tight 1 *adj* (*close-fitting*) chật; (*strict*) chật chẽ; (*hard to move*) chặt; (*properly shut*) đóng kín; (*not leaving much time*) khít; F (*drunk*) say **2** *adv hold, shut* chặt

tighten *screw* vặn chặt; *control, security* nghiêm ngặt; **~ one's grip on sth** nắm chặt gì

♦ **tighten up** *v/i* (*in discipline, security*) nghiêm ngặt

tight-fisted chặt chẽ

tightrope dây kéo căng

tile *n* đá lát

till[1] → **until**

till[2] (*cash register*) máy tính tiền

till[3] *v/t soil* làm đất

tilt *v/t & v/i* nghiêng

timber *n* gỗ

time thời gian; (*occasion*) lần; **~ is up** hết giờ; **for the ~ being** tạm thời; **have a good ~** có thời gian vui vẻ; **have a good ~!** chúc vui vẻ!; **what's the ~?, what ~ is it?** mấy giờ rồi?; **the first ~** lần đầu tiên; **four ~s** bốn lần; **~ and again** lần lại lần; **all the ~** luôn luôn; **two/three at a ~** hai/ba mỗi lần; **at the same ~** *speak, reply etc* cùng một lúc; (*however*) tuy nhiên; **in ~** kịp; **on ~** đúng giờ; **in no ~** rất nhanh

time bomb bom giờ; **time clock** (*in factory*) máy chấm công; **time-consuming** tốn nhiều thời gian; **time-lag** khoảng thời gian; **time limit** thời hạn

timely đúng lúc

time out SP nghỉ đấu

timer bấm giờ

---

ch (*final*) k	**gh** g	**nh** (*final*) ng	**r** z; (S) r	**x** s	**â** (but)	**i** (tin)
d z; (S) y	**gi** z; (S) y	**ph** f	**th** t	**a** (hat)	**e** (red)	**o** (saw)
đ d	**nh** (onion)	**qu** kw	**tr** ch	**ă** (hard)	**ê** ay	**ô** oh

timesaving *n* tiết kiệm thời gian; **timescale** (*of project*) thời gian thực hiện; **time switch** nút định giờ; **timetable** (*train ~*) giờ tàu chạy; (*flight ~*) lịch bay; **timewarp** quá khứ hoặc tương lai trở thành hiện thực; **time zone** vùng có chung múi giờ

timid *person, animal* nhút nhát; *smile* bẽn lẽn

timing (*choosing a time*) thời điểm; (*of actor, dancer*) sự hành động đúng lúc; *the ~ of the announcement was perfect* thời điểm thông báo thật là lý tưởng

tin (*metal*) thiếc

tinfoil lá thiếc

tinge *n* (*of color*) nhuốm; (*of sadness*) đượm

tingle *v/i* (*of skin, hands*) tê tê

♦ **tinker with** mày mò

tinkle *n* (*of bell*) tiếng leng keng

tinsel kim tuyến

tint 1 *n* (*of color*) sắc; (*in hair*) nhuộm **2** *v/t hair* nhuộm

tinted ~ *eyeglasses* kính màu

tiny *baby, hands etc* bé xíu; *doubt* chút xíu

tip¹ *n* (*of stick, finger, cigarette*) đầu; (*of mountain*) đỉnh

tip² **1** *n* (*piece of advice*) mách nước; (*money*) tiền thưởng **2** *v/t waiter etc* thưởng

♦ **tip off** báo trước

♦ **tip over** *pitcher, liquid* đổ; *he tipped water all over me* anh ấy đã đổ nước lên khắp mình mẩy tôi

tipped *cigarettes* đầu lọc

tippy-toe *n: walk/stand on ~* đi/đứng nhón chân

tipsy ngà say

tire¹ *n* lốp

tire² **1** *v/t* làm mệt **2** *v/i* mệt mỏi; *he*

never ~s of it anh ấy không bao giờ chán nó

tired mệt; *be ~ of s.o./sth* chán ngấy ai/gì

tireless *efforts* không mệt mỏi

tiresome (*annoying*) khó chịu

tiring gây mệt mỏi

tissue ANAT mô; (*handkerchief*) khăn giấy

tissue paper giấy lụa

tit¹ (*bird*) chim sẻ ngô

tit²: ~ *for tat* ăn miếng trả miếng

tit³ ∨ (*breast*) vú

title (*of novel etc*) đầu đề; (*of person*) chức vụ; LAW quyền

titter *v/i* cười khúc khích

to 1 *prep* đến; ~ *Vietnam* đến Việt Nam; *go ~ my place* đến nhà tôi; *walk ~ the station* đi bộ đến nhà ga; ~ *the north/south of ...* ở phía bắc/nam của ...; *give sth ~ s.o.* đưa gì cho ai; *from Monday ~ Wednesday* từ thứ Hai đến thứ Tư; *from 10 ~ 15 people* từ 10 đến 15 người **2** *with verbs*: (*not translated*): ~ *speak*, ~ *shout* nói, hét; *learn ~ drive* học lái xe; *nice ~ eat* trông ngon miệng; *too heavy ~ carry* quá nặng để vác; ~ *be honest with you ...* thẳng thắn mà nói thì ... **3** *adv*: ~ *and fro* đi đi lại lại

toad con cóc

toadstool một loại nấm độc

toast 1 *n* bánh mì nướng; (*when drinking*) nâng cốc; *propose a ~ to s.o.* đề nghị nâng cốc chúc mừng ai **2** *v/t* (*when drinking*) nâng cốc

tobacco thuốc lá sợi; (*smoked in water pipe*) thuốc lào

toboggan *n* xe trượt tuyết

today hôm nay

toddle (*of child*) đi chập chững

---

toddler đứa trẻ mới biết đi

toe 1 *n* ngón chân; (*of shoe*) mũi
2 *v/t:* ~ *the line* nhắm mắt làm theo

toffee kẹo bơ

tofu đậu phụ

together (*as a pair or group*) cùng nhau; (*at the same time*) cùng một lúc

toil *n* công việc cực nhọc

toilet (*place*) nhà vệ sinh; (*equipment*) vệ sinh; *go to the* ~ đi giải

toilet paper giấy vệ sinh

toiletries các mặt hàng xà phòng, kem, bàn chải đánh răng

token (*sign*) biểu hiện; *gift* ~ phiếu mua tặng phẩm

Tokyo Tô-ky-ô

tolerable *pain etc* có thể chịu đựng được; (*quite good*) kha khá

tolerance sự dung thứ

tolerant khoan dung

tolerate *noise, person* chịu đựng được; *I won't* ~ *it!* tôi sẽ không tha!

toll[1] *v/i* (*of bell*) rung

toll[2] (*deaths*) số người chết

toll[3] (*for bridge, road*) lệ phí; TELEC cước điện thoại đường dài

toll booth (*on road, bridge*) trạm thu lệ phí cầu đường; **toll-free** TELEC điện thoại miễn phí; **toll road** đường thu lệ phí

tomato cà chua

tomato ketchup sốt cà chua

tomb mộ

tomboy (*in personality*) cô gái nam tính; (*in appearance*) cô gái trông như con trai

tombstone bia mộ

tomcat mèo đực

tomorrow ngày mai; *the day after* ~ ngày kia, mốt (*S*); ~ *morning*
sáng mai

ton tấn

tone (*of color*) sắc; (*of musical instrument*) âm thanh; (*of conversation etc*) giọng; (*of neighborhood*) môi trường; ~ *of voice* giọng nói

♦ **tone down** *demands etc* giảm bớt

toner bột in tĩnh điện

tongs (*for sugar, ice, salad*) cái gắp; (*in laboratory*) cái kẹp; (*for hair*) cái kẹp uốn

tongue *n* lưỡi

tonic MED thuốc bổ

tonic (*water*) nước tônic

tonight tối nay

tonsillitis sưng amiđan

tonsils amiđan

too (*also*) cũng; (*excessively*) quá; *me* ~ tôi cũng vậy; ~ *big/hot* quá to/nóng; ~ *much rice* quá nhiều cơm; *eat* ~ *much* ăn quá nhiều

tool dụng cụ

tooth răng

toothache đau răng

toothbrush bàn chải răng

toothless không có răng

toothpaste kem đánh răng

toothpick cái tăm

top 1 *n* (*of mountain, tree*) ngọn; (*upper part*) phần trên; (*lid: of bottle, pen*) nắp; (*of class, league*) vị trí đứng đầu; (*clothing*) áo; *on* ~ *of* ở trên; *at the* ~ *of* ở vị trí cao nhất; *get to the* ~ (*of company etc*) đạt vị trí đứng đầu; *be over the* ~ (*exaggerated*) cường điệu; (*of behavior*) quá đáng **2** *adj branches, floor, speed* cao nhất; *job, people* hàng đầu; *player* xuất sắc **3** *v/t:* ~*ped with cream* phủ kem trên

top gear MOT số cao nhất; **top hat** mũ chóp cao; **topheavy** nặng ở phần đầu

---

ch (*final*) k	**gh** g	**nh** (*final*) ng	**r** z; (*S*) r	**x** s	**â** (but) **i** (tin)
d z; (*S*) y	**gi** z; (*S*) y	**ph** f	**th** t	**a** (hat) **e** (red) **o** (saw)
đ d	**nh** (onion)	**qu** kw	**tr** ch	**ă** (hard) **ê** ay **ô** oh

♦**top up** *glass, tank* đổ đầy

topic chủ đề

topical có tính thời sự

topless *adj waitress* ngực trần

topmost *branches, floor* cao nhất

topping *(on pizza)* lớp nhân trên

topple 1 *v/i* đổ nhào **2** *v/t government* lật đổ

top secret *adj* tối mật

topsy-turvy *adj (in disorder)* hỗn loạn; *world* đảo lộn

torch *n (with flame)* đuốc

torment 1 *n* đau khổ **2** *v/t person, animal* hành hạ; **~ed by doubt** bị nghi ngờ dần vặt

tornado cơn lốc

torrent *(of water)* nước lũ; *(of abuse, words)* một tràng

torrential *rain* xối xả

tortoise con rùa

torture 1 *n* sự tra tấn **2** *v/t* tra tấn

toss 1 *v/t ball* tung; *rider* hất lên; *salad* trộn; **~ a coin** tung đồng xu **2** *v/i:* **~ and turn** trở mình

total 1 *n* tổng số **2** *adj sum, amount* tổng cộng; *disaster, idiot, stranger* hoàn toàn **3** *v/t (of figures)* tính tổng số; F *car* vỡ tan tành

totalitarian chuyên chế

totally hoàn toàn

tote bag giỏ

totter *v/i (of adult)* lảo đảo; *(of child)* chập chững

touch 1 *n (act of touching)* cái chạm; *(sense)* xúc giác; *(little bit)* một chút; SP ngoài đường biên; *lose ~ with s.o.* mất liên lạc với ai; *keep in ~ with s.o.* giữ liên lạc với ai; *we keep in ~* chúng tôi vẫn giữ liên lạc với nhau; *be out of ~* không còn liên lạc nữa **2** *v/t (physically)* chạm; *(emotionally)* làm xúc động **3** *v/i (with hand)* chạm; *(of two lines etc)* chạm nhau

♦**touch down** *v/i (of airplane)* hạ cánh; SP ghi điểm

♦**touch on** *(mention)* đề cập đến

♦**touch up** *photo* sửa cho đẹp

touchdown *(of airplane)* sự hạ cánh; SP ghi điểm

touching *adj* cảm động

touchline SP đường biên

touchy *person* hay cáu kỉnh

tough *person* cứng cỏi; *meat* dai; *question, exam* khó; *material* bền; *punishment* nghiêm khắc

tough guy *(violent)* người đàn ông hung bạo; *(not showing emotions)* người ít biểu lộ tình cảm

tour 1 *n* chuyến đi tham quan **2** *v/t area* đi du lịch

tourism ngành du lịch

tourist khách du lịch

tourist (information) office phòng thông tin du lịch

tournament SP giải thi đấu

tour operator hãng điều hành du lịch

tousled *hair* bù xù

tow 1 *v/t car, boat* kéo **2** *n* sự kéo; *give s.o. a ~* kéo giúp hộ ai

♦**tow away** *car* kéo đi

toward *prep (in the direction of)* về phía; *fig* hướng tới; *(in relation to)* đối với; **~ a solution** hướng tới một giải pháp; *he came ~ us* anh ấy đi về phía chúng tôi; *kind ~ s.o.* tử tế với ai

towel khăn tắm

tower *n* tháp

town thị xã

town council hội đồng thị xã

town hall tòa thị chính

towrope dây dùng để kéo

toxic độc hại

toy đồ chơi

♦**toy with** *object* chơi nghịch với; *idea* nghĩ vấn vơ về

ơ ur	**y** (tin)	**ây** uh-i	**iê** i-uh	**oa** wa	**ôi** oy	**uy** wee	**ong** aong
u (soon)	**au** a-oo	**eo** eh-ao	**iêu** i-yoh	**oai** wai	**ơi** ur-i	**ênh** uhng	**uyên** oo-in
ư (dew)	**âu** oh	**êu** ay-oo	**iu** ew	**oe** weh	**uê** way	**oc** aok	**uyêt** oo-yit

trace 1 n (of substance) dấu hiệu **2** v/t (find) tìm thấy; (follow: footsteps) lần theo; (draw) vẽ

track n (path) đường mòn; (on racecourse) đường đua nhỏ; (racecourse) đường đua chính; RAIL đường ray; **~ 10** RAIL đường sân ga số 10; **keep ~ of sth** theo dõi gì

♦ **track down** v/t tìm thấy

tracksuit quần áo thể thao

tractor máy kéo

trade 1 n (commerce) thương mại; (profession, craft) kinh doanh **2** v/i (do business) kinh doanh; **~ in sth** kinh doanh gì **3** v/t (exchange) trao đổi; **~ sth for sth** đổi gì lấy gì

♦ **trade in** v/t (when buying) đổi mua; **he traded in his car for a new model** anh ấy đã đổi chiếc ô tô cũ của mình để mua lấy chiếc xe kiểu mới

trade fair hội chợ triển lãm; **trademark** nhãn hiệu; **trade mission** phái đoàn thương mại

trader thương nhân

trade secret bí quyết nhà nghề

trade(s) union công đoàn

tradition truyền thống

traditional truyền thống

traditionally theo truyền thống

traditional medicine thuốc bắc

traditional Vietnamese dress áo dài

traffic n (on roads) xe cộ; (at airport) lưu lượng vận chuyển; (in drugs) sự buôn lậu

♦ **traffic in** drugs buôn lậu

traffic accident tai nạn xe cộ; **traffic circle** bùng binh (S), ngã tư (N); **traffic cop** F cảnh sát giao thông; **traffic island** khu vực nhỏ lên giữa đường dành cho người đi bộ khi qua đường; **traffic jam** ách

tắc giao thông; **traffic light** đèn hiệu giao thông; **traffic police** cảnh sát giao thông; **traffic sign** bảng hiệu giao thông; **traffic warden** nhân viên kiểm soát việc đỗ xe

tragedy also fig bi kịch

tragic loss, voice, death etc bi thảm; actor bi kịch

trail 1 n (path) đường mòn; (of blood) vết **2** v/t (follow) theo đuổi; (tow) kéo lê **3** v/i (lag behind) lêo đèo theo sau

trailer (pulled by vehicle) xe moóc; (mobile home) nhà lưu động; (of movie) trích đoạn quảng cáo

train[1] n tàu hỏa; **go by ~** đi bằng tàu hỏa

train[2] **1** v/t team, athlete huấn luyện; employee đào tạo; dog luyện tập **2** v/i (of team, athlete) được huấn luyện; (of teacher etc) được đào tạo

trainee người được đào tạo

trainer SP huấn luyện viên; (of dog) người dạy

trainers Br (shoes) giày thể thao

training (of new staff) đào tạo; SP thời kỳ huấn luyện; **be in ~** SP trong thời kỳ huấn luyện; **be out of ~** SP hết thời kỳ huấn luyện

training course khóa đào tạo

training scheme chương trình đào tạo

train station ga xe lửa

trait đặc điểm

traitor kẻ phản bội

tramp 1 n (hobo) kẻ lang thang **2** v/i lê bước

trample v/t: **be ~d to death** bị giẫm đạp đến chết; **be ~d underfoot** bị giẫm đạp lên

♦ **trample on** person chà đạp; object giẫm nát

trampoline đệm nhún để nhào lộn

trance sự hôn mê; *go into a ~* bị hôn mê

Tran Dynasty nhà Trần

tranquil yên tĩnh

tranquility sự tĩnh yên

tranquilizer thuốc an thần

transact *deal, business* giao dịch

transaction sự giao dịch

transatlantic *liner* qua đại tây dương; *trade* giữa các nước đại tây dương

transcendental tiên nghiệm

transcript biên bản

transfer 1 *v/t & v/i* chuyển 2 *n* việc chuyển; (*in travel*) chuyển; (*of money*) sự chuyển tiền

transferable *ticket* có thể chuyển nhượng

transform *v/t* biến đổi

transformation sự biến đổi

transformer ELEC cái biến thế

transfusion (*of blood*) sự truyền máu

transistor bóng bán dẫn

transistor radio đài bán dẫn

transit: in ~ (*of goods, passengers*) quá cảnh

transition bước quá độ

transitional quá độ

transit lounge (*at airport*) phòng quá cảnh

translate *text, book* biên dịch; *word* dịch

translation (*of text, book*) sự biên dịch; (*of word*) sự dịch

translator biên dịch viên

transliterate chuyển tự

transmission (*of program, disease*) sự truyền; MOT bộ truyền lực

transmit *program, disease* truyền

transmitter (*for radio, TV*) máy phát

transpacific *flight* qua thái bình dương; *trade* giữa các nước thái bình dương

transparency PHOT phim đèn chiếu

transparent *material* trong suốt; (*obvious*) rõ ràng

transplant MED 1 *v/t* cấy 2 *n* sự cấy

transport 1 *v/t goods, people* vận chuyển 2 *n* (*of goods, people*) sự vận chuyển

transportation (*of goods, people*) sự chuyển chở; *means of ~* phương tiện vận chuyển; *public ~* giao thông công cộng; *Department of Transportation* Bộ Giao thông vận tải

transvestite đàn ông phục sức đàn bà

trap 1 *n* (*for animal*) bẫy; (*question, set-up etc*) cái bẫy; *set a ~ for s.o.* cài bẫy ai 2 *v/t animal* bẫy; *person* bẫy; *be ~ped* (*by enemy, flames, landslide etc*) mắc bẫy

trapdoor cửa sập

trapeze xà treo

trappings (*of power*) vẻ bề ngoài

trash (*garbage*) rác; (*poor product*) không ra gì; (*despicable person*) đồ rác rưởi

trash can thùng rác

trashy *goods, novel* tồi

traumatic đau buồn

travel 1 *n* du lịch; *~s* những chuyến đi 2 *v/i* đi du lịch 3 *v/t miles* vượt

travel agency hãng du lịch

travel bag túi du lịch

traveler người đi du lịch

traveler's check séc du lịch

travel expenses chi phí đi lại; **travel insurance** bảo hiểm du lịch; **travelsick** say tầu xe

trawler thuyền đánh lưới rà

tray (*for food etc*) khay (*S*), mâm (*N*); (*to go in oven, printer, copier*) khay

treacherous *person* phụ bạc

treachery (*of currents, roads*) không an toàn

tread 1 *n* (*sound of walking*) tiếng chân đi; (*of staircase*) mặt bậc cầu thang; (*of tire*) ta lông **2** *v/i* bước đi

♦ **tread on** *person's foot* giẫm lên

treason sự phản quốc

treasure 1 *n* (*object*) kho báu; (*person*) người được yêu quý **2** *v/t gift etc* trân trọng

treasurer thủ quỹ

Treasury Department Bộ Tài chính

treat 1 *n* điều thú vị; *it was a real ~* đó là một điều thú vị thực sự; *I have a ~ for you* tôi có điều thú vị cho anh/chị; *it's my ~* (*I'm paying*) đây là tôi thết **2** *v/t materials* xử lý; *illness* điều trị; (*behave toward*) cư xử; *~ s.o. to sth* thết đãi ai gì

treatment (*of materials*) cách xử lý; (*of illness*) phép điều trị; (*of people*) cách đối xử

treaty hiệp ước

treble[1] MUS giọng kim

treble[2] **1** *adv*: *~ the price* giá gấp ba **2** *v/i* tăng gấp ba

tree cây

tremble (*of person, hand, voice*) run; (*of building*) rung

tremendous (*very good*) tuyệt vời; (*enormous*) rất lớn

tremendously (*very*) rất; (*a lot*) cực kỳ

tremor (*of earth*) chấn động

trench MIL chiến hào

trend xu hướng

trendy *person, pub, clothes* rất mốt; *views* thức thời

trespass xâm phạm; *no ~ing* cấm vào

♦ **trespass on** *s.o.'s land* xâm nhập; *s.o.'s privacy* lạm dụng

trespasser người vi phạm

trial LAW phiên tòa xét xử; (*of equipment*) thử nghiệm; *on ~* LAW ra hầu tòa; *have sth on ~ equipment* đem thử nghiệm gì

trial period (*for employee*) thời gian làm thử; (*for equipment*) thời gian thử nghiệm

triangle hình tam giác

triangular tam giác

tribe bộ lạc

tribunal tòa án

tributary sông nhánh

trick 1 *n* (*to deceive*) trò bịp; (*knack*) mẹo; *play a ~ on s.o.* chơi xỏ ai **2** *v/t* lừa dối; *~ s.o. into doing sth* lừa ai làm gì

trickery sự lừa đảo

trickle *n* nhỏ giọt

trickster kẻ lừa đảo

tricky (*difficult*) khó khăn

tricycle xe đạp ba bánh

trifle (*triviality*) trò lặt vặt

trifling *concerns* tầm thường; *details* vặt

trigger *n* (*on gun*) cò; (*on camcorder*) nút bấm

♦ **trigger off** gây ra

trim 1 *adj* (*neat*) gọn gàng; *figure* thanh mảnh **2** *v/t hair, hedge* cắt tỉa; *budget, costs* cắt; (*decorate: dress*) tô điểm **3** *n* (*light cut*) sự tỉa; *just a ~, please* to hairdresser chỉ tỉa thôi; *in good ~* trong tình trạng tốt

trimming (*on clothes*) đồ trang trí; *with all the ~s* với tất cả những thứ kèm theo

trinket đồ trang sức rẻ tiền

trio MUS tam ca; *a piano ~* tam tấu pianô

trip 1 *n* (*journey*) chuyến đi **2** *v/i*

---

ch (*final*) k	gh g	nh (*final*) ng	r z; (S) r	x s	â (but)	i (tin)
d z; (S) y	gi z; (S) y	ph f	th t	a (hat)	e (red)	o (saw)
đ d	nh (onion)	qu kw	tr ch	ă (hard)	ê ay	ô oh

(*stumble*) vấp **3** *v/t*: ~ **s.o. up** (*make fall*) làm cho ai vấp

♦ **trip up 1** *v/t* (*make fall*) vấp; (*cause to go wrong*) bẫy **2** *v/i* (*fall*) vấp ngã; (*make a mistake*) phạm lỗi

tripe (*food*) lòng bò

triple → **treble**

triplets con sinh ba

tripod PHOT giá ba chân

trishaw xích lô

trite nhảm chán

triumph *n* thắng lợi

trivial không đáng kể

triviality cái vớ vẩn

trombone kèn trôm bông

troops quân đội

trophy SP cúp; (*memento of success*) chiến tích

tropic chí tuyến

tropical nhiệt đới

tropics vùng nhiệt đới

trot *v/i* (*of horse*) chạy nước kiệu; (*of person*) chạy cóc cóc

trouble 1 *n* (*difficulties*) khó khăn; (*problems*) vấn đề; (*inconvenience*) phiền phức; (*disturbance*) tình hình lộn xộn; **he has ~ with his back** lưng anh ấy có vấn đề; **go to a lot of ~ to do sth** bỏ nhiều công sức làm điều gì; **no ~** không thành vấn đề; **get into ~** gặp rắc rối **2** *v/t* (*worry*) làm lo âu; (*bother, disturb*) làm phiền; (*of back, liver etc*) làm đau

trouble-free không có trục trặc; **troublemaker** người gây phiền hà; **troubleshooter** (*mediator*) người hòa giải; **troubleshooting** hòa giải

troublesome rắc rối

trousers Br quần

truant: **play** ~ trốn học

truce sự ngừng bắn

truck xe tải

truck driver người lái xe tải; **truck farm** nông trại trồng rau để bán; **truck farmer** người làm việc ở nông trại; **truck stop** quán dành cho lái xe tải

trudge 1 *v/i* lê bước **2** *n* chuyến đi bộ dài vất vả

true (*correct*) đúng; *friend, American* thật sự; **come ~** (*of hopes, dream*) trở thành sự thật

truly thật sự; **Yours ~** kính thư

trumpet *n* kèn trôm-pét

trunk (*of tree, body*) thân; (*of elephant*) vòi; (*large suitcase*) hòm; (*of car*) ngăn để hành lý

trust 1 *n* sự tin tưởng; FIN sự ủy thác **2** *v/t* tin cậy; **I ~ you** tôi tin tưởng vào anh/chị

trusted tin cậy được

trustee người được ủy thác

trustful, trusting tin người

trustworthy đáng tin cậy

truth sự thật

truthful *person* chân thật; *account* trung thực

try 1 *v/t plan, route, new method* thử; *food* dùng thử; LAW xét xử; **~ to do sth** cố gắng làm gì **2** *v/i* thử; *you* **must ~ harder** anh/chị phải cố gắng nhiều hơn nữa **3** *n* sự thử; **can I have a ~?** (*of food*) tôi có thể dùng thử được không?; (*at doing sth*) tôi có thể thử làm được không?

♦ **try on** *clothes* mặc thử

♦ **try out** *new machine, method* thử nghiệm

trying (*annoying*) khó chịu

T-shirt áo phông (*N*), áo thun (*S*)

tub (*bath*) tắm bồn; (*of liquid*) bình; (*for yoghurt, ice cream*) hũ (*S*), hộp

tubby béo phệ

tube (*pipe*) ống; (*of toothpaste, ointment*) tuýp

ơ ur	**y** (tin)	**ây** uh-i	**iê** i-uh	**oa** wa	**ôi** oy
u (soon)	**au** a-oo	**eo** eh-ao	**iêu** i-yoh	**oai** wai	**ơi** u-ri
ư (dew)	**âu** oh	**êu** ay-oo	**iu** ew	**oe** weh	**uê** way

uy wee	**ong** aong	
ênh uhng	**uyên** oo-in	
oc aok	**uyêt** oo-yit	

tubeless *tire* không có săm

tuberculosis bệnh lao

tuck 1 *n* (*in dress*) nếp gấp **2** *v/t* (*put*) nhét

♦ **tuck away** (*put away*) cất; (*eat quickly*) ăn ngấu nghiến

♦ **tuck in 1** *v/t children* ủ chăn; *sheets* nhét **2** *v/i* (*start eating*) chén

♦ **tuck up** *sleeves etc* xắn; **tuck s.o. up in bed** ủ chăn cho ai

Tuesday thứ Ba

tuft búi

tug 1 *n* (*pull*) sự giật mạnh; NAUT tàu kéo **2** *v/t* (*pull*) giật mạnh

tuition: *private ~* (*given by tutor*) sự dạy tư; (*received by student*) sự học tư

tulip hoa tuy líp

tumble *v/i* đổ nhào

tumbledown ọp ẹp

tumbler (*for drink*) cốc vại; (*in circus*) người nhào lộn

tummy bụng

tummy ache đau bụng

tumor khối u

tumult sự náo động

tumultuous sôi động

tuna cá ngừ

tune 1 *n* giai điệu; *in ~* đúng điệu; *out of ~* sai điệu **2** *v/t instrument* lên dây

♦ **tune in** *v/i* RAD mở đài; TV mở kênh

♦ **tune in to** RAD chỉnh sóng; TV chỉnh kênh

♦ **tune up 1** *v/i* (*of orchestra*) so dây **2** *v/t engine* chỉnh

tuneful du dương

tuner (*hi-fi*) bộ chọn tín hiệu

tunic EDU áo đồng phục nữ

tunnel *n* đường hầm

turbine tua bin

turbulence (*in air travel*) sự xáo động

turbulent xáo động

turf (*grass*) lớp cỏ

Turk người Thổ Nhĩ Kỳ

Turkey nước Thổ Nhĩ Kỳ

turkey gà tây

Turkish 1 *adj* Thổ Nhĩ Kỳ **2** *n* (*language*) tiếng Thổ Nhĩ Kỳ

turmeric nghệ

turmoil rối loạn

turn 1 *n* (*rotation*) sự quay vòng; (*in road*) chỗ rẽ; (*in vaudeville*) tiết mục; *take ~s doing sth* theo thứ tự lần lượt làm gì; *it's my ~* đến lượt tôi; *it's not your ~* chưa đến lượt anh/chị; *take a ~ at the wheel* đến lượt lái xe; *do s.o. a good ~* làm một việc gì giúp ai **2** *v/t wheel* quay; *corner* rẽ (N), quẹo (S); *~ one's back on s.o.* quay lưng lại ai **3** *v/i* (*of driver, car*) rẽ (N), quẹo (S); (*of wheel*) quay; *~ right/left here* rẽ phải/trái ở đây; *it has ~ed sour/cold* trở nên chua/lạnh; *he has ~ed 40* anh ấy đã bước qua tuổi 40

♦ **turn around 1** *v/t object* quay; *company* chuyển hướng; COM (*deal with*) giải quyết **2** *v/i* (*of person*) quay mặt lại; (*of driver*) quay lại

♦ **turn away 1** *v/t* (*send away*) lưng đi **2** *v/i* (*walk away*) bỏ đi; (*look away*) nhìn đi chỗ khác

♦ **turn back 1** *v/t edges, sheets* gấp **2** *v/i* (*of walkers etc*) quay trở lại; (*in course of action*) quay lui

♦ **turn down** *v/t offer, invitation* từ chối; *volume, TV* vặn nhỏ; *heating* vặn bớt; *edge, collar* gập

♦ **turn in 1** *v/i* (*go to bed*) đi ngủ **2** *v/t* (*to police*) giao cho

♦ **turn off 1** *v/t radio, TV etc* tắt; *faucet, heater, engine* khóa; F (*sexually*) mất hứng **2** *v/i* (*of car, driver*) rẽ (N), quẹo (S)

♦ **turn on 1** *v/t radio*, *TV etc* bật; *tap*, *heater*, *engine* mở; F (*sexually*) kích động **2** *v/i* (*of machine*) vặn

♦ **turn out 1** *v/t lights* tắt **2** *v/i*: **as it turned out** rốt cục thì

♦ **turn over 1** *v/i* (*in bed*) trở mình; (*of vehicle*) lật nhào **2** *v/t* (*put upside down*) lật ngược; *page* lật; FIN đạt doanh số

♦ **turn up 1** *v/t collar* lật lên; *volume* tăng lên; *cuff* xắn lên **2** *v/i* (*arrive*) đến

turning (*in road*) chỗ rẽ

turning point bước ngoặt

turnout (*people*) số người đến dự; **turnover** FIN doanh số; **turnpike** đường cao tốc có thu lệ phí; **turn signal** MOT đèn xi nhan; **turnstile** cửa quay; **turntable** (*of record player*) bàn quay

turquoise màu ngọc lam

turret (*of castle*) tháp nhỏ; (*of tank*) tháp pháo

turtle con rùa

turtleneck (**sweater**) áo cổ lọ

tusk ngà

tutor: (*private*) ~ gia sư

tuxedo áo xmốckinh

TV ti vi; **on** ~ trên ti vi

TV program chương trình ti vi

twang 1 *n* (*in voice*) giọng mũi **2** *v/t guitar string* búng

tweezers cái nhíp

twelfth *adj* thứ mười hai

twelve mười hai

twentieth *adj* thứ hai mươi

twenty hai mươi

twice hai lần; ~ **as much** gấp hai lần

twiddle xoay xoay; ~ **one's thumbs** ngồi chơi không

twig *n* nhánh cây

twilight chập tối

twin con sinh đôi

twin beds hai giường

twinge *n* (*of pain*) cơn đau nhói

twinkle *v/i* (*of stars*) lấp lánh; (*of eyes*) long lanh

twin town thành phố kết nghĩa

twirl 1 *v/t* quay tròn **2** *n* (*of cream etc*) hình xoắn tròn

twist 1 *v/t* xoắn; ~ **one's ankle** trật mắt cá chân **2** *v/i* (*of road*, *river*) uốn khúc **3** *n* (*in rope*) nút xoắn; (*in road*) chỗ ngoặt; (*in plot*, *story*) diễn biến bất ngờ

twisty *road* quanh co

twit F đồ ngu

twitch 1 *n* (*nervous*) sự co giật **2** *v/i* (*jerk*) giật giật

twitter *v/i* (*of birds*) kêu líu ríu

two hai; **the** ~ **of them** cả hai chúng nó

two-faced lá mặt lá trái; **two-stroke** *adj engine* hai kỳ; **two-way traffic** giao thông hai chiều

tycoon vua

type 1 *n* (*sort*) loại; **what** ~ **of ...?** loại ... gì? **2** *v/t & v/i* đánh máy

typeset xếp chữ

typewriter máy chữ

typhoid (**fever**) sốt thương hàn

typhoon cơn bão

typhus bệnh sốt phát ban

typical điển hình; **a** ~ **American male** một người đàn ông Mỹ điển hình; **that's** ~ **of him!** đúng là đặc tính của anh ta!

typically điển hình; ~ **American** điển hình của người Mỹ

typist nhân viên đánh máy

tyrannical *regime* chuyên chế

tyrannize *population* áp chế; *one's family* hành hạ

tyranny sự chuyên chế

tyrant kẻ bạo ngược

ơ ur	y (tin)	ây uh-i	iê i-uh	oa wa	ôi oy	uy wee	ong aong
u (soon)	au a-oo	eo eh-ao	iêu i-yoh	oai wai	ơi ur-i	ênh uhng	uyên oo-in
ư (dew)	âu oh	êu ay-oo	iu ew	oe weh	uê way	oc aok	uyêt oo-yit

U

ugly xấu xí

UK (= *United Kingdom*) Vương quốc Anh

ulcer chỗ loét

ultimate (*best, definitive*) tân tiến nhất; (*final*) cuối cùng; (*fundamental*) cơ bản

ultimately (*in the end*) cuối cùng

ultimatum tối hậu thư

ultrasound MED siêu âm

ultraviolet *adj* cực tím

umbilical cord dây rốn, cây ô (*N*), cây dù (*S*)

umpire *n* trọng tài

umpteen F quá nhiều

UN (= *United Nations*) Liên hiệp quốc

un ... (*with adjectives*) không …

unable: be ~ to do X (*not know how to*) không biết làm X; (*not be in a position to*) không thể làm X

unacceptable không thể chấp nhận được; **it is ~ that** không thể chấp nhận rằng

unaccountable không thể giải thích được

unaccustomed: be ~ to X không quen với X

unadulterated *fig* (*absolute*) hoàn toàn

un-American (*not fitting*) xa lạ với Mỹ; (*against the USA*) chống Mỹ

unanimous *verdict* nhất trí; **be ~ on** nhất trí về

unanimously *vote, decide* nhất trí

unapproachable *person* khó gần gũi

unarmed *person* không có vũ khí; **~ combat** chiến đấu tay không

unassuming khiêm tốn

unattached (*without a partner*) chưa có người yêu; (*not married*) chưa có gia đình

unattended vô chủ; **leave X ~** bỏ quên X

unauthorized không được phép

unavoidable không thể tránh được

unavoidably: be ~ detained không thể tránh được bị giữ lại

unaware: be ~ of không ý thức được về

unawares: catch X ~ làm X bất ngờ

unbalanced không cân xứng; PSYCH không bình thường

unbearable không thể chịu nổi

unbeatable *team, quality* vô địch

unbeaten *team* chưa hề bị đánh bại

unbeknownst: ~ to X mà X không được biết

unbelievable không thể tin được; F *heat, value* lạ lùng; **he's ~** F (*very good/bad*) anh ấy thật lạ lùng

unbias(s)ed không thiên vị

unblock *pipe* khai thông

unborn chưa sinh

unbreakable *plate* không vỡ được; *world's record* không phá vỡ được

unbutton cởi khuy

uncalled-for (*not necessary*) không cần thiết

uncanny *resemblance, feeling* kỳ lạ; *skill* lạ thường

unceasing không ngừng

---

ch (*final*) k	**gh** g	**nh** (*final*) ng	**r** z; (*S*) r	**x** s	**â** (but)	**i** (tin)
đ z; (*S*) y	**gi** z; (*S*) y	**ph** f	**th** t	**a** (hat)	**e** (red)	**o** (saw)
đ d	**nh** (onion)	**qu** kw	**tr** ch	**ă** (hard)	**ê** ay	**ô** oh

uncertain *future* không chắc chắn; *weather* dễ thay đổi; (*unclear*) không rõ ràng; *be ~ about X* không biết rõ về X

uncertainty (*of the future*) tình trạng không rõ ràng; *there is still ~ about* còn chưa rõ ràng về

unchecked: *let X go ~* để X đi thả cửa

uncle (*father's older brother*) bác; (*father's younger brother*) chú; (*mother's brother*) cậu; (*man older than one's parents, not related*) bác; (*man younger than one's parents, not related*) chú

uncomfortable *chair* bất tiện; *sitting position* không thoải mái; *feel ~ about X* (*about decision etc*) cảm thấy lo lắng về X; *I feel ~ with him* tôi cảm thấy không được thoải mái với anh ấy

uncommon hiếm thấy; *it's not ~* không phải là hiếm

uncompromising không nhân nhượng

unconcerned hờ hững; *be ~ about X* không lo lắng về X

unconditional vô điều kiện

unconscious MED bất tỉnh; PSYCH tiềm thức; *knock ~* đánh bất tỉnh; *be ~ of X* (*not aware*) không có ý thức về X

uncontrollable *anger, desire, children* không thể kiềm chế được

unconventional không theo lề thói

uncooperative bất hợp tác

uncork *bottle* mở nút

uncover *corpse, plot, ancient remains* phát hiện

undamaged không bị hư hại

undaunted: *carry on ~* tiếp tục không nản lòng

undecided *question* chưa được giải quyết; *be ~ about X* lưỡng lự về X

undeniable không thể phủ nhận được

undeniably không thể phủ nhận được

under 1 *prep* (*beneath, less than*) dưới; *it is ~ investigation* nó đang được điều tra **2** *adv* (*anesthetized*) hôn mê

underage *drinking etc* dưới tuổi; *be ~* dưới tuổi

underarm *adv throw* dưới tầm vai

undercarriage bộ càng bánh máy bay

undercover *adj agent* bí mật

undercut *v/t* COM bán rẻ hơn

underdog bên yếu

underdone *meat* tái

underestimate *v/t person, skills, task* đánh giá thấp

underexposed PHOT chụp rửa non

underfed thiếu ăn

undergo *experiences* chịu đựng; *~ surgery* trải qua cuộc phẫu thuật

underground 1 *adj passages etc* ngầm; POL: *resistance, newspaper etc* bí mật **2** *adv work* dưới mặt đất; *go ~* POL rút vào bí mật

undergrowth bụi cây thấp

underhand *adj* (*devious*) dối trá

underlie *v/t* (*form basis of*) làm nền tảng

underline *v/t text* gạch dưới

underlying *causes, problems* sâu xa

undermine *s.o.'s position, theory* làm suy yếu

underneath 1 *prep* dưới **2** *adv* bên dưới

underpants quần lót

underpass (*for pedestrians*) đường ngầm (dành cho người đi bộ)

underprivileged bị thiệt thòi về quyền lợi

underrate *v/t* đánh giá thấp

undershirt áo lót

ơ u*r*	y (tin)	ây uh-i	iê i-uh	oa wa	ôi oy	uy wee	ong aong
u (soon)	au a-oo	eo eh-ao	iêu i-yoh	oai wai	ơi u*r*-i	ênh uhng	uyên oo-in
ư (dew)	âu oh	êu ay-oo	iu ew	oe weh	uê way	oc aok	uyêt oo-yit

undersized cỡ quá nhỏ
underskirt váy lót
understaffed thiếu nhân viên
understand 1 *v/t* hiểu; *I ~ that you ...* tôi hiểu rằng anh/chị ...; *they are understood to be in Canada* họ dường như đang ở Canađa **2** *v/i* hiểu
understandable có thể hiểu được
understandably có thể hiểu được
understanding 1 *adj person* biết thông cảm **2** *n (of problem, situation)* sự hiểu biết; *(agreement)* sự thỏa thuận; *on the ~ that ...* với điều kiện là ...
understatement sự nói nhẹ đi
undertake *task* nhận làm; *~ to do X* cam kết làm X
undertaking *(enterprise)* công việc; *(promise)* sự cam kết
undervalue *v/t* đánh giá quá thấp
underwear quần áo lót
underweight *adj* nhẹ cân
underworld *(criminal)* giới tội phạm; *(in mythology)* âm phủ
underwrite *v/t* FIN bảo hiểm
undeserved không xứng đáng
undesirable *features, changes* không mong muốn; *person* không ai ưa; *~ element (person)* kẻ đáng ghét
undisputed *champion, leader* không bác được
undo *parcel, wrapping* mở; *buttons, shirt, shoelaces* cởi; *s.o. else's work* hủy bỏ
undoubtedly rõ ràng
undreamt-of *riches* không ngờ
undress *v/t & v/i* cởi quần áo
undue *(excessive)* quá đáng
unduly *punished, blamed* không thích đáng; *(excessively)* quá đáng
unearth *ancient remains* khai quật; *fig (find)* tìm thấy; *secret* phát hiện
unearthly: *at this ~ hour* vào giờ

bất tiện này
uneasy *relationship* không thoải mái; *peace* ngột ngạt; *feel ~ about* cảm thấy băn khoăn về
uneatable không thể ăn được
uneconomic không kinh tế
uneducated ít học thức
unemployed 1 *adj* thất nghiệp **2** *n: the ~* những người thất nghiệp
unemployment tình trạng thất nghiệp
unending bất tận
unequal không bằng nhau; *be ~ to the task* không đủ sức làm nhiệm vụ
unerring *judgment, instinct* không nhầm lẫn
uneven *quality* không đều; *surface, ground* gồ ghề
unevenly *distributed, applied* không đều; *~ matched (of two contestants)* đấu không cân sức
uneventful: *we had an ~ journey* chúng tôi đã có một chuyến đi bình thường; *after another ~ day* lại sau một ngày bình thường nữa
unexpected bất ngờ
unexpectedly bất ngờ
unfair không công bằng
unfaithful *husband, wife* không chung thủy; *be ~ to X* không chung thủy với X
unfamiliar không quen; *be ~ with X* không quen với X
unfasten *belt* cởi
unfavorable *report, review* không tán thành; *weather conditions* không thuận lợi
unfeeling *person* nhẫn tâm
unfinished chưa kết thúc; *leave X ~* để X còn dở dang
unfit *(physically)* không khỏe; *(not morally suited)* không thích hợp; *be ~ to eat/drink* không thích hợp

---

ch *(final)* k	**gh** g	**nh** *(final)* ng	**r** z; *(S)* r	**x** s	**â** (but)	**i** (tin)
d z; *(S)* y	**gi** z; *(S)* y	**ph** f	**th** t	**a** (hat)	**e** (red)	**o** (saw)
đ d	**nh** (onion)	**qu** kw	**tr** ch	**ă** (hard)	**ê** ay	**ô** oh

để ăn/uống

unfix *part* tháo

unflappable điềm tĩnh

unfold 1 *v/t sheets, letter* mở ra; *one's arms* mở rộng **2** *v/i (of story etc)* được tiết lộ; *(of view)* trải ra

unforeseen bất ngờ

unforgettable không quên được

unforgivable không tha thứ được; *that was ~ of you* không thể tha thứ được cho anh/chị

unfortunate *people* bất hạnh; *event* rủi ro; *choice of words* không thích hợp; *that's ~ for you* thật đáng tiếc cho anh/chị

unfortunately thật đáng tiếc

unfounded không có cơ sở

unfriendly không thân thiện; *software etc* không dễ sử dụng

unfurnished không có đồ đạc

ungodly: *at this ~ hour* vào giờ bất tiện này

ungrateful vô ơn

unhappiness sự bất hạnh

unhappy buồn; *(not content: of customers etc)* không bằng lòng; *be ~ with the service/an explanation* không bằng lòng với sự phục vụ/lời giải thích

unharmed không bị thiệt hại

unhealthy *person* không khỏe mạnh; *conditions, food, atmosphere* có hại cho sức khỏe; *economy, balance sheet* không lành mạnh

unheard-of chưa từng nghe thấy

unhurt không bị thương

unhygienic mất vệ sinh

unification sự thống nhất

uniform 1 *n (of soldier)* quân phục; *(of school pupil, air hostess)* đồng phục **2** *adj* giống nhau

unify thống nhất

unilateral đơn phương

unimaginable không thể tưởng

tượng được

unimaginative không có trí tưởng tượng

unimportant không quan trọng

uninhabitable không thể ở được

uninhabited *building, region* không có người ở

uninjured không bị thương

unintelligible không thể hiểu được

unintentional không có ý

unintentionally vô ý

uninteresting không thú vị

uninterrupted *sleep, work etc* liên tục

union POL liên minh; *(labor ~)* công đoàn

unique độc nhất; F *(very good)* độc nhất vô nhị; *with his own ~ humor* với vẻ hài hước riêng của anh ấy

unit *(department, of measurement)*, MIL đơn vị; *(section: of machine, structure)* bộ phận; *(part with separate function)* bộ đồ; *we must work together as a ~* chúng ta cần phải cùng nhau làm việc như một đơn vị

unit cost COM đơn giá

unite *v/t & v/i* đoàn kết

united *efforts* chung; *group, people* hòa hợp

United Kingdom Vương quốc Anh

United Nations *n (organization)* Liên hiệp quốc

United States (of America) Hợp chủng quốc (Hoa Kỳ)

unity sự thống nhất

universal chung

universally toàn thể

universe vũ trụ

university trường đại học; *he is at ~* anh ấy đang học ở trường đại học

unjust không công bằng

ơ ur **y** (tin) **ây** uh-i **iê** i-uh **oa** wa **ôi** oy **uy** wee **ong** aong
u (soon) **au** a-oo **eo** eh-ao **iêu** i-yoh **oai** wai **ơi** ur-i **ênh** uhng **uyên** oo-in
u (dew) **âu** oh **êu** ay-oo **iu** ew **oe** weh **uê** way **oc** aok **uyêt** oo-yit

unkempt *appearance* nhếch nhác; *hair* bù xù

unkind ác

unknown 1 *adj* (*not famous*) vô danh; (*not known*) chưa biết **2** *n*: *a journey into the ~* một chuyến đi đến nơi chưa từng biết

unleaded *adj* không có chì

unless trừ phi; *don't say anything ~ you are sure* đừng nói gì trừ phi anh/chị thật chắc chắn; *I am going to my lawyer ~ he pays us tomorrow* tôi sẽ đi gặp luật sư của tôi, trừ phi anh ấy trả tiền cho chúng tôi

unlike *prep* (*different from*) không giống; *it's ~ him to drink so much* anh ấy không có kiểu uống nhiều như thế; *the photograph was completely ~ her* bức ảnh hoàn toàn không giống cô ấy

unlikely (*improbable*) không chắc; (*difficult to believe*) không chắc có thực; *he is ~ to win* anh ấy không chắc thắng; *it is ~ that ...* không chắc rằng ...; *~ story* câu chuyện khó tin

unlimited *supplies, cash* vô tận; *patience, energy, power* vô hạn

unlisted: *be ~* không có trong danh bạ điện thoại

unload *truck* dỡ hàng; *goods* dỡ

unlock mở khóa

unluckily (*unfortunately*) không may

unlucky *day, choice, person* đen đủi; *that was so ~ for you!* thật là đen đủi cho anh/chị!

unmade-up *face* không trang điểm

unmanned *spacecraft* không có người lái

unmarried không kết hôn

unmistakable không thể nhầm lẫn được

unmoved (*emotionally*) không mủi lòng

unmusical *person* không có khiếu về âm nhạc; *sounds* không êm tai

unnatural (*not normal*) không bình thường; *it's not ~ to be annoyed* khó chịu là điều bình thường

unnecessary không cần thiết

unnerving làm nản lòng

unnoticed: *it went ~* việc đã qua đi mà không ai để ý

unobtainable *goods* không thể kiếm được; TELEC không thể liên lạc được

unobtrusive *person, building* không phô trương

unoccupied *building, house* bỏ trống; *post, room* trống; *person* nhàn rỗi

unofficial không chính thức

unofficially một cách không chính thức

unpack 1 *v/t* mở **2** *v/i* soạn đồ ra

unpaid *work* không công

unpleasant khó chịu; *he was very ~ to her* anh ấy có thái độ rất khó chịu với cô ấy

unplug *v/t TV, computer* rút phích cắm

unpopular *government, decision* không được lòng dân; *person* không được ưa thích; *style, design* không phổ biến

unprecedented chưa từng thấy; *it was ~ for a woman to ...* chưa từng thấy một người phụ nữ là ...

unpredictable *person, weather* không đoán trước được

unpretentious *person, style, hotel* khiêm tốn

unprincipled *pej* vô nguyên tắc

unproductive *meeting, discussion* không hữu ích; *soil* không màu mỡ

unprofessional *person* không

---

ch (*final*) k	**gh** g	**nh** (*final*) ng	**r** z; (*S*) r	**x** s	**â** (but)	**i** (tin)
d z; (*S*) y	**gi** z; (*S*) y	**ph** f	**th** t	**a** (hat)	**e** (red)	**o** (saw)
đ d	**nh** (onion)	**qu** kw	**tr** ch	**ă** (hard)	**ê** ay	**ô** oh

chuyên nghiệp; *behavior* không phù hợp với tiêu chuẩn nghề nghiệp; *workmanship* không chuyên

unprofitable không có lời

unpronounceable không thể đọc được

unprotected *borders, machine* không được bảo vệ; ~ *sex* quan hệ tình dục không an toàn

unprovoked *attack* vô cớ

unqualified *worker, doctor etc* không đủ trình độ

unquestionably (*without doubt*) không thể nghi ngờ được

unquestioning *attitude, loyalty* mù quáng

unravel *v/t string, knitting* tháo ra; *mystery* làm sáng tỏ; *complexities* giải quyết

unreadable *book* khó đọc

unreal hư ảo; *this is ~!* F cái đó không có thật!

unrealistic không thực tế

unreasonable *person, demand, expectation* vô lý

unrelated *issues* không có liên quan; *people* không có họ hàng

unrelenting liên tục

unreliable không đáng tin cậy

unrest tình trạng bất an

unrestrained *emotions* không kiềm chế

unroadworthy không an toàn

unroll *v/t carpet, scroll* trải ra

unruly ngang bướng

unsafe không an toàn; *it is ~ to ...* không an toàn khi ...

unsanitary *conditions, drains* không vệ sinh

unsatisfactory không thỏa đáng

unsavory *person, reputation, district* tồi tệ

unscathed (*not injured*) vô sự; (*not damaged*) không bị thiệt hại

unscrew *tháo ốc; top of bottle* mở ra

unscrupulous vô lương tâm

unselfish không ích kỷ

unsettled *issue* chưa được quyết định; *weather, stock market* có thể thay đổi; *lifestyle* không ổn định; *bills* chưa thanh toán

unshaven chưa cạo râu

unsightly khó coi

unskilled không có chuyên môn

unsociable không chan hòa

unsophisticated *person, equipment, beliefs* đơn giản

unstable *person* không thăng bằng; *structure* không vững; *area, economy* không ổn định

unsteady (*on one's feet*) loạng choạng; *ladder* lung lay

unstinting: *be ~ in one's efforts / generosity* hết sức cố gắng / hào phóng

unstuck: *come ~* (*of notice etc*) bị bong ra; (*of plan etc*) bị thất bại

unsuccessful không thành công; *he tried but was ~* anh ấy đã cố gắng nhưng không thành công

unsuccessfully *try, apply* không thành công

unsuitable không thích hợp

unsuspecting không nghi ngờ

unswerving *loyalty, devotion* kiên định

unthinkable không thể tưởng tượng được

untidy *room, desk* lộn xộn; *hair* không chải

untie *knot, laces* cởi; *prisoner* cởi trói

until 1 *prep* đến; *from Monday ~ Friday* từ thứ Hai đến thứ Sáu; *I can wait ~ tomorrow* tôi có thể đợi đến ngày mai; *not ~ Friday*

ơ u*r*	y (tin)	ây uh-i	iê i-uh	oa wa	ôi oy	uy wee	ong aong
u (soon)	au a-oo	eo eh-ao	iêu i-yoh	oai wai	ơi u*r*-i	ênh uhng	uyên oo-in
ư (dew)	âu oh	êu ay-oo	iu ew	oe weh	uê way	oc aok	uyêt oo-yit

không trước thứ Sáu; *it won't be finished ~ July* sẽ không thể xong cho đến tháng Bảy **2** *conj* cho đến khi; *can you wait ~ I'm ready?* anh/chị có thể đợi cho đến khi tôi sẵn sàng không?; *they won't do anything ~ you say so* họ sẽ không làm gì cho đến khi anh/chị bảo

untimely *death* quá sớm

untiring *efforts* không mệt mỏi

untold *riches, suffering* không kể xiết; *story* chưa kể ra

untranslatable không thể dịch được

untrue không đúng sự thật; (*not loyal*) không trung thành

unused¹ *goods* chưa sử dụng

unused²: *be ~ to sth* không quen với gì; *be ~ to doing sth* không quen làm gì

unusual khác thường

unusually một cách khác thường

unveil *memorial, statue etc* bỏ màn khánh thành

unwell không khỏe

unwilling: *be ~ to do sth* không sẵn lòng làm gì

unwind 1 *v/t tape* tháo ra **2** *v/i* (*of tape*) được tháo ra; (*of story*) tiến triển; (*relax*) thư giãn

unwise không khôn ngoan

unwrap *gift* mở ra

unwritten *law, rule* không thành văn

unzip *v/t dress etc* mở khóa phéc mơ tuya; COMPUT giải nén

up 1 *adv* trên; *~ in the sky* ở trên trời; *~ on the roof* ở trên mái nhà; *~ here/there* ở trên đây/đấy; *be ~* (*out of bed*) dậy; (*of sun*) mọc; (*be built*) được xây dựng; (*of shelves*) được lắp đặt; (*of prices, temperature*) tăng lên; (*have expired*) hết hạn; *what's ~?* có

chuyện gì thế?; *~ to the year 1989* cho tới năm 1989; *he came ~ to me* anh ấy lên gặp tôi; *what are you ~ to these days?* dạo này anh/chị làm gì?; *what are those kids ~ to?* bọn trẻ kia đang làm trò gì thế?; *be ~ to something* (*bad*) đang làm trò gì; *I don't feel ~ to it* tôi cảm thấy không đủ sức làm; *it's ~ to you* (*it's your decision*) tùy anh/chị; (*only you can make it happen*) điều đó phụ thuộc vào anh/chị; *it is ~ to them to solve it* họ có nhiệm vụ phải giải quyết cái đó; *be ~ and about* (*after illness*) đi lại được **2** *prep* (*to higher level*): *further ~ the mountain* xa hơn nữa phía trên núi; *he climbed ~ a tree* anh ấy trèo lên cây; *they ran ~ the street* họ chạy dọc phố; *the water goes ~ this pipe* nước chảy qua ống dẫn; *we traveled ~ to Hai Phong* chúng tôi đã đi lên Hải Phòng **3** *n*: *~s and downs* những thăng trầm

upbringing sự dạy dỗ

upcoming *adj* (*forthcoming*) sắp tới

update 1 *v/t file, records* cập nhật; *~ s.o. on sth* thông tin ai về gì **2** *n* (*of files, records, software*) sự cập nhật; *can you give me an ~ on the situation?* anh/chị có thể cho tôi những thông tin mới về tình hình không?

upgrade *v/t computers, ticket etc* nâng cấp; *product* cải tiến chất lượng

upheaval (*emotional, physical*) xáo trộn; (*political, social*) biến động

uphill 1 *adv walk* lên dốc **2** *adj struggle* khó khăn

uphold *traditions, rights* giữ gìn;

ch (*final*) k	gh g	nh (*final*) ng	r z; (S) r	x s	â (but)	i (tin)
d z; (S) y	gi z; (S) y	ph f	th t	a (hat)	e (red)	o (saw)
đ d	nh (onion)	qu kw	tr ch	ă (hard)	ê ay	ô oh

(*vindicate*) ủng hộ

upholstery (*coverings*) vật liệu dùng để bọc; (*padding*) vật liệu dùng để nhồi

upkeep n (*of old buildings, parks etc*) sự bảo quản

upload v/t COMPUT chuyển tập tin cho máy khác

upmarket adj restaurant, hotel sang trọng

upon → **on** prep & adv

upper part of sth trên cao; stretches of a river thượng lưu; deck trên; atmosphere tầng thượng

upper-class accent, family tầng lớp thượng lưu

upper classes các tầng lớp thượng lưu

upright 1 adj citizen ngay thẳng **2** adv sit thẳng

upright (**piano**) pianô tủ

uprising cuộc nổi dậy

uproar (*loud noise*) tiếng ồn ào; (*protest*) sự phản kháng ầm ĩ

upset 1 v/t drink, glass đánh đổ; (*emotionally*) làm đau khổ **2** adj (*emotionally*) đau khổ; **get ~ about sth** đau khổ vì gì; **have an ~ stomach** bị rối loạn tiêu hóa

upsetting đau khổ

upshot (*result, outcome*) kết quả cuối cùng

upside down adv lộn ngược; **turn sth ~** lộn ngược gì

upstairs 1 adv go, walk lên gác (N), lên lầu (S); live, be trên gác (N), trên lầu (S) **2** adj room ở tầng trên

upstart kẻ hãnh tiến

upstream adv ngược dòng

uptight F (*nervous*) bồn chồn; (*inhibited*) ức chế

up-to-date information cập nhật; fashions kiểu mới nhất

upturn (*in economy*) bước đi lên

upward fly, move lên; **~ of 10,000** trên 10.000

uranium uran

urban đô thị

urbanization đô thị hóa

urchin (*street ~*) trẻ bụi đời

urge 1 n sự ham muốn **2** v/t: **~ X to do Y** cố khuyến khích X làm Y

♦ **urge on** (*encourage*) cổ vũ

urgency (*of situation*) tính cấp bách

urgent job, letter khẩn cấp; **be in ~ need of sth** cần gấp gì; **is it ~?** có gấp không?

urinate đi tiểu

urine nước tiểu

urn cái bình

US (= **United States**) Mỹ

us (*excluding listeners*) chúng tôi; (*including listeners*) chúng ta; **that's for ~** đó là để cho chúng tôi; **who's that? – it's ~** ai đó? – chúng tôi đây

USA (= **United States of America**) nước Mỹ

usable có thể dùng được

usage (*linguistic*) cách dùng

use 1 v/t tool, skills, knowledge sử dụng; word, s.o.'s car etc dùng; pej: person lợi dụng; **I could ~ a drink** tôi muốn uống một cái gì đó **2** n (*act of using*) sự sử dụng; (*usefulness*) hữu ích; **be of great ~ to s.o.** rất hữu ích cho ai; **be of no ~ to s.o.** không có ích cho ai; **is that of any ~?** có ích gì không?; **it's no ~** không ích gì; **it's no ~ trying / waiting** không có ích gì mà cố thử / đợi chờ

♦ **use up** dùng hết

used¹ car etc đã dùng rồi

used²: **be ~ to s.o. / sth** quen với ai / gì; **get ~ to s.o. / sth** trở nên quen với ai / gì; **be ~ to doing sth** quen làm gì; **get ~ to doing sth** trở nên quen làm gì

used³: I ~ to like/know him tôi vốn thích/biết anh ấy; **I don't work there now, but I ~ to** hiện nay tôi không làm việc tại đó, song trước kia thì có

useful *person, information, gadget* hữu ích

usefulness sự hữu ích

useless *information, person* vô ích; F *person* kém; *machine, computer* vô dụng; **it's ~ trying** không ích gì mà cố thử

user (*of product*) người sử dụng

user-friendly *software, device* dễ sử dụng

usher *n* người dẫn chỗ

♦ **usher in** *new era* mở ra

usual thường lệ; **as ~** như thường lệ; **the ~, please** xin cho như thường lệ

usually thông thường

utensil dụng cụ nhà bếp

uterus dạ con

utility (*usefulness*) sự có ích; **public utilities** các ngành dịch vụ công cộng

utility pole cột điện thoại

utilize sử dụng

utmost 1 *adj* hết sức **2** *n*: **do one's ~** cố gắng hết sức

utter 1 *adj* hoàn toàn **2** *v/t sound* phát ra

utterly hoàn toàn

U-turn vòng trở lại; *fig* (*in policy*) sự quay ngược

V

vacant *building* bỏ trống; *position* khuyết; *look, expression* lơ đãng

vacate *room* rời khỏi

vacation *n* kỳ nghỉ; **be on ~** đang nghỉ mát; **go to ... on ~** đi nghỉ ở ...

vacationer người đi nghỉ

vaccinate tiêm ngừa; **be ~d against ...** được tiêm ngừa phòng ...

vaccination sự tiêm ngừa (*N*), sự chủng ngừa (*S*)

vaccine vácxin

vacuum 1 *n* PHYS chân không; *fig* (*in one's life*) khoảng trống **2** *v/t floors* hút bụi

vacuum cleaner máy hút bụi;

vacuum flask phích (*N*), bình thủy (*S*); **vacuum-packed** đóng gói chân không

vagina âm đạo

vaginal âm đạo

vague *answer, wording* mơ hồ; *feeling, resemblance* ngờ ngợ; **a ~ taste of lemon** hơi có vị chanh; **he was very ~ about it** anh ấy rất mơ hồ về việc ấy

vaguely *answer* một cách mơ hồ; (*slightly, remotely*) hơi

vain 1 *adj person* tự hào; *hope* hão huyền **2** *n*: **in ~** một cách vô ích; **their efforts were in ~** những cố gắng của họ đều là vô ích

valet (*person*) người phục vụ

---

valet service (*for clothes*) dịch vụ là, hấp; (*for cars*) dịch vụ rửa xe

valiant dũng cảm

valid *passport*, *document* hợp thức; *reason*, *argument* hợp lý

validate (*with official stamp*) hợp thức hóa; *s.o.'s alibi* công nhận

validity (*of reason*, *argument*) tính hợp lý

valley thung lũng

valuable 1 *adj ring*, *asset* có giá trị lớn; *colleague*, *help*, *advice* quý giá **2** *n*: **~s** đồ quý giá

valuation sự định giá; *at his* **~** theo sự đánh giá của anh ấy

value 1 *n* giá trị; *be good* **~** giá hời; *get* **~** *for money* xứng với đồng tiền bỏ ra; *rise/fall in* **~** tăng/sụt giá **2** *v/t s.o.'s friendship*, *one's freedom* coi trọng; *I* **~** *your advice* tôi coi trọng lời khuyên của anh/ chị; *have an object* **~d** cho định giá một đồ vật

valve van

van xe tải

vandal kẻ phá hoại

vandalism hành động phá hoại

vandalize phá hoại

vanilla *n* & *adj* vani

vanish (*of person*, *fortune*) biến mất

vanity (*of person*) tính tự hào; (*of hopes*) sự hão huyền

vanity case túi đựng đồ trang điểm

vantage point (*on hill etc*) vị trí có thể nhìn được rõ

vapor hơi nước

vaporize *v/t* (*of atomic bomb*, *explosion*) bốc hơi

vapor trail (*of airplane*) vệt hơi nước sau đuôi máy bay

variable 1 *adj amount* thay đổi; *moods*, *weather* thất thường **2** *n* MATH, COMPUT biến số

variation sự thay đổi

varicose vein chứng giãn tĩnh mạch

varied *range*, *lifestyle* đa dạng

variety sự đa dạng; (*of plant*, *bird*) giống; (*of disease*) loại; *a* **~** *of things to do* nhiều thứ phải làm

various (*several*) một vài; (*different*) khác nhau

varnish 1 *n* (*for wood*) vécni; (*for fingernails*) sơn bóng **2** *v/t wood* đánh vécni; *fingernails* sơn

vary 1 *v/i* thay đổi; *it varies* nó thay đổi **2** *v/t* thay đổi

varying *quality* phong phú

vase cái bình

vast *desert*, *city*, *knowledge* bao la; *collection* khổng lồ

vaudeville chương trình tạp kỹ

vault¹ *n* (*in roof*) mái vòm; **~s** (*of bank*) hầm két; (*cellar*) tầng hầm

vault² **1** *n* (*over vaulting horse*) nhảy ngựa gỗ; (*in polevaulting*) nhảy sào **2** *v/t beam etc* nhảy qua

VCR (= *video cassette recorder*) máy thu băng viđêô

veal thịt bê

vegan 1 *n* người ăn chay triệt để **2** *adj* ăn chay triệt để

vegetable rau

vegetarian 1 *n* người ăn chay **2** *adj* ăn chay

vehicle xe; (*for information etc*) phương tiện

veil 1 *n* (*bridal* **~**) mạng che mặt; (*worn by nuns*) khăn trùm **2** *v/t* che

vein ANAT huyết quản

Velcro® *n* khóa Vencrô

velocity vận tốc

velvet nhung

vending machine máy bán hàng tự động

vendor LAW bên bán

veneer (*on wood*) lớp gỗ dán; (*of politeness etc*) vẻ bề ngoài

---

ơ ur	y (tin)	ây uh-i	iê i-uh	oa wa	ôi oy	uy wee	ong aong
u (soon)	au a-oo	eo eh-ao	iêu i-yoh	oai wai	ơi ur-i	ênh uhng	uyên oo-in
ư (dew)	âu oh	êu ay-oo	iu ew	oe weh	uê way	oc aok	uyêt oo-yit

venereal disease bệnh hoa liễu
venetian blind cửa chớp lật
vengeance sự trả thù; *it started raining with a ~* mưa bắt đầu trút xuống ào ào; *set to work with a ~* lao đầu vào việc
venison thịt nai
venom (*of snake*) nọc độc
vent *n* (*for air*) lỗ thông; *give ~ to feelings, emotions* trút hết
ventilate *room, building* làm thông gió
ventilation sự thông gió
ventilation shaft hầm thông gió
ventilator quạt máy
ventriloquist người nói tiếng bụng
venture 1 *n* (*undertaking*) công việc mạo hiểm; COM sự đầu cơ **2** *v/i* liều
venue nơi gặp gỡ; (*for meeting*) nơi họp; (*for concert*) nơi trình diễn
veranda hiên hè
verb động từ
verdict LAW lời tuyên án; (*opinion, judgment*) sự nhận định
verge *n* (*soft shoulder*) bờ yếu của ven đường; (*grass along the path*) bờ cỏ; *be on the ~ of ...* (*of ruin, collapse*) ở ngưỡng cửa bị ...; *be on the ~ of tears* suýt phát khóc
♦ **verge on** gần như; *it's verging on the ridiculous* gần như lố bịch
verification sự kiểm tra; (*confirmation*) sự xác minh
verify (*check out*) kiểm tra; (*confirm*) xác minh
vermicelli mì sợi
vermin vật hại mùa màng
vermouth rượu vecmut
vernacular *n* thổ ngữ
versatile *person, mind* tháo vát; *machine* nhiều tác dụng
versatility (*of person*) sự tháo vát; (*of machine*) tính đa năng

verse (*poetry*) thơ; (*of poem, song*) đoạn
versed: *be well ~ in a subject* rất giỏi về môn
version (*account, of event*) cách giải thích; (*of song, story, book*) bản; (*adapted form of a book, play etc*) bản phóng tác; *the Vietnamese ~ of the Bible* bản tiếng Việt của Kinh thánh; *what is your ~ of what happened?* anh/chị giải thích như thế nào về những gì đã xảy ra?
versus SP đấu với; LAW kiện lại
vertebra đốt sống
vertebrate *n* động vật có xương sống
vertical thẳng đứng
vertigo sự chóng mặt
very 1 *adv* rất; (*in negative sentence*) lắm; *was it cold? – not ~* nó có lạnh không? - không lạnh lắm; *the ~ best* cái tốt đẹp hơn cả **2** *adj*: *in the ~ act* vào đúng lúc đang hành động; *that's the ~ thing I need* đó chính là thứ mà tôi cần; *the ~ thought* ý nghĩ thuần túy; *right at the ~ top/bottom* ở tận trên/dưới
vessel NAUT con tầu
vest áo gi-lê
vestige (*of previous civilization etc*) di tích; (*of truth*) một chút
vet¹ *n* (*veterinarian*) bác sĩ thú y
vet² *v/t applicants etc* kiểm tra kỹ lưỡng
veteran 1 *n* (*war ~*) cựu chiến binh; (*person with long experience*) người kỳ cựu **2** *adj* (*old*) cũ; (*old and experienced*) kỳ cựu
veterinarian bác sĩ thú y
veto 1 *n* quyền phủ quyết **2** *v/t* phủ quyết
vexed (*worried*) lo lắng; *the ~ question of ...* vấn đề nan giải

---

ch (*final*) k	**gh** g	**nh** (*final*) ng	**r** z; (S) r	**x** s	**â** (but)	**i** (tin)
d z; (S) y	**gi** z; (S) y	**ph** f	**th** t	**a** (hat)	**e** (red)	**o** (saw)
đ d	**nh** (onion)	**qu** kw	**tr** ch	**ă** (hard)	**ê** ay	**ô** oh

của ...

via qua

viable *life form* có thể sống được; *company* có thể tồn tại được; *alternative, plan* có thể thực hiện được

vibrate *v/i* rung lên

vibration sự rung động

vice thói xấu; *the problem of ~* vấn đề tệ nạn xã hội

vice president phó chủ tịch; **vice squad** đội chống tệ lậu xã hội; **vice versa** ngược lại

vicinity vùng lân cận; *in the ~ of ... the church etc* vùng lân cận của ...; *$500 etc* xấp xỉ ...

vicious *dog* dữ; *attack, temper, criticism* dữ dội

victim nạn nhân

victimize đối xử bất công

victor người thắng cuộc

victorious chiến thắng

victory sự chiến thắng; *win a ~ over ...* giành thắng lợi trước ...

video 1 *n* viđêô; *have X on ~* ghi băng X vào viđêô **2** *v/t* thu hình; *~ a TV program* thu một chương trình TV vào băng viđêô

video camera máy quay viđêô; **video cassette** băng viđêô; **video conference** TELEC hội nghị qua viđêô; **video game** trò chơi viđêô; **videophone** máy điện thoại truyền hình; **video recorder** đầu máy viđêô; **video recording** băng hình; **videotape** băng viđêô

Viet Cong Việt Cộng

Vietnam nước Việt Nam

Vietnamese 1 *adj* Việt Nam **2** *n* (*person*) người Việt; (*language*) tiếng Việt

Vietnamese script chữ Việt

Vietnam News Agency Thông Tấn Xã Việt Nam

Vietnam Women's Union Hội liên hiệp phụ nữ Việt Nam

Viet Vet Cựu chiến binh Việt Nam

view 1 *n* quang cảnh; (*of situation*) quan điểm; *in ~ of* (*because of*) bởi vì; *be on ~* (*of paintings*) được trưng bày; *with a ~ to* với ý định; *are you looking at it with a ~ to purchase?* anh/chị xem với ý định mua phải không? **2** *v/t events, situation* xem xét; *TV program, house for sale* xem **3** *v/i* (*watch TV*) xem

viewer TV khán giả

viewfinder PHOT kính ngắm

viewpoint quan điểm

vigor (*energy*) sức sống

vigorous *person, shake* mạnh mẽ; *denial* kịch liệt

vile *smell* ghê tởm; *thing to do* đê tiện

village làng

village elders lão làng

villager dân làng

villain (*in drama*) nhân vật phản diện; (*in real life*) kẻ hung ác

vindicate (*show to be correct*) chứng minh là đúng; (*show to be innocent*) minh oan; *I feel ~d* tôi cảm thấy được minh oan

vindictive hận thù

vine cây nho

vinegar dấm

vineyard vườn nho

Vinh Moc Tunnels địa đạo Vĩnh Mốc

vintage 1 *n* (*of wine*) rượu chính vụ **2** *adj* (*classic*) cổ điển

violate *sanctity of a place* xâm phạm; *treaty, rules* vi phạm

violation (*of sanctity*) sự xâm phạm; (*of treaty, rules, traffic ~*) sự vi phạm

violence (*of person, movie*) bạo lực;

ơ ur   y (tin)   ây uh-i   iê i-uh   oa wa   ôi oy   uy wee   ong aong
u (soon)   au a-oo   eo eh-ao   iêu i-yoh   oai wai   ơi ur-i   ênh uhng   uyên oo-in
ư (dew)   âu oh   êu ay-oo   iu ew   oe weh   uê way   oc aok   uyêt oo-yit

(*of emotion, reaction*) sự mãnh liệt; (*of gale*) tính dữ dội; **outbreak of ~** sự bùng nổ của bạo lực

violent *person* hung dữ; *movie* nhiều cảnh bạo lực; *emotion, reaction* mãnh liệt; *gale* dữ dội; **have a ~ temper** có tính hung dữ

violently *react, object* mãnh liệt; **fall ~ in love with s.o.** yêu ai một cách mãnh liệt

violet (*color*) màu tím; (*plant*) hoa viôlét

violin đàn viôlông

violinist người chơi đàn viôlông

VIP (= *very important person*) thượng khách

viral *infection* vi rút

virgin (*male*) trai tân; (*female*) gái tân

virginity trinh tiết; **lose one's ~** mất trinh

virgin land (*in Vietnamese zodiac*) Nhâm

virile *man* rất đàn ông; *prose* hùng dũng

virility tính nam nhi; (*sexual*) sức mạnh tình dục

virtual hầu như

virtually (*almost*) hầu như

virtual reality hệ thống hình ảnh ảo được tạo ra bởi máy tính

virtue đạo đức; **in ~ of** (*because of*) bởi vì

virtuoso MUS nghệ sĩ bậc thầy

virtuous có đạo đức tốt

virulent *disease* độc hại

virus MED, COMPUT vi rút

visa visa, thị thực

visibility tầm nhìn

visible *object* có thể nhìn thấy được; *difference, anger* rõ ràng; **not ~ to the naked eye** không thể nhìn thấy được bằng mắt thường

visibly *different* một cách rõ ràng;

he was ~ **moved** rõ ràng là anh ấy bị xúc động

vision (*eyesight*) thị lực; REL *etc* cảnh mộng

visit 1 *n* (*to person, place*) sự đến thăm; **pay a ~ to the doctor/ dentist** đi khám bác sĩ/nha sĩ; **pay s.o. a ~** đến thăm ai **2** *v/t person, place, country, city* đến thăm; *doctor, dentist* đi khám

visiting card danh thiếp

visiting hours (*at hospital*) giờ thăm bệnh

visitor (*guest*) khách; (*to museum etc*) khách tham quan; (*tourist*) du khách

visor (*of helmet*) tấm che mặt; (*of cap*) cái lưỡi trai

visual *organs, deficiency, arts* thị giác; **a good ~ memory** một trí nhớ thị giác tốt

visual aid (*teaching*) phương tiện nhìn

visual display unit thiết bị hiện hình

visualize hình dung; (*foresee*) thấy trước

visually nhìn bề ngoài

visually impaired thị lực suy kém

vital (*essential*) thiết yếu; **it is ~ that ...** điều thiết yếu là …

vitality (*of person, city etc*) sức sống

vitally: **~ important** cực kỳ quan trọng

vital organs phủ tạng

vital statistics (*of woman*) các số đo cơ thể

vitamin sinh tố, vitamin

vitamin pill viên vitamin

vivacious *girl, personality* sôi nổi

vivacity tính sôi nổi

vivid *color* sặc sỡ; *memory* sống động; *imagination* mạnh mẽ

V-neck cổ chữ V

---

ch (*final*) k	gh g	nh (*final*) ng	r z; (*S*) r	x s	â (but)	i (tin)
d z; (*S*) y	gi z; (*S*) y	ph f	th t	a (hat)	e (red)	o (saw)
đ d	nh (onion)	qu kw	tr ch	ă (hard)	ê ay	ô oh

vocabulary vốn từ; (*list of words*) bảng từ vựng

vocal *adj* phát âm; (*expressing opinions*) lớn tiếng

vocal cords dây thanh âm

vocal group MUS nhóm ca sĩ

vocalist MUS ca sĩ

vocation (*calling*) thiên hướng; (*profession*) nghề

vocational guidance hướng nghiệp

vodka rượu vốtca

vogue mốt; *be in ~* trở thành mốt

voice 1 *n* giọng nói **2** *v/t opinions* nói

voicemail lời nhắn trên điện thoại

void 1 *n* khoảng không; *fig* khoảng trống **2** *adj:* ~ *of sth* thiếu gì

volatile *personality, moods* hay thay đổi

volcano núi lửa

volley *n* (*of shots*) loạt; (*in tennis*) quả vôlê

volleyball bóng chuyền

volt vôn

voltage điện áp

volume (*of container*) dung tích; (*of work, business etc*) khối lượng; (*of liquid*) khối; (*of book*) quyển; (*of radio etc*) âm lượng

volume control bộ phận điều chỉnh âm lượng

voluntary *adj helper, work* tình nguyện

volunteer 1 *n* người tình nguyện

2 *v/i* tình nguyện

voluptuous *woman, figure* khêu gợi

vomit 1 *n* chất nôn (*N*), chất mửa (*S*) **2** *v/i* nôn (*N*), mửa (*S*)

♦**vomit up** nôn ra

voracious *appetite* ngấu nghiến

vote 1 *n* lá phiếu; *have the ~* (*be entitled to vote*) có quyền đi bầu **2** *v/i* POL bỏ phiếu; ~ *for/against ...* bỏ phiếu tán thành/chống lại ... **3** *v/t:* *they ~d him President* họ đã bầu ông ta làm chủ tịch; *they ~d to stay behind* họ đã biểu quyết ở lại

♦**vote in** *new member* bỏ phiếu bầu

♦**vote on** *issue* biểu quyết

♦**vote out** (*of office*) bỏ phiếu gạt

voter POL cử tri

voting POL bầu cử

voting booth phòng bỏ phiếu

♦**vouch for** *truth of sth* xác minh; *person* bảo đảm cho

voucher (*receipt*) biên nhận; (*ticket*) phiếu; *gift ~* phiếu quà tặng; *discount ~* phiếu mua hàng giảm giá

vow 1 *n* lời thề **2** *v/t:* ~ *to do sth* thề làm gì

vowel nguyên âm

voyage (*by sea, in space*) chuyến du hành

vulgar *person, language* thô tục

vulnerable (*to attack, criticism etc*) dễ bị tổn thương

vulture chim kền kền

ơ ur	y (tin)	ây uh-i	iê i-uh	oa wa	ôi oy	uy wee	ong aong
u (soon)	au a-oo	eo eh-ao	iêu i-yoh	oai wai	ơi ur-i	ênh uhng	uyên oo-in
ư (dew)	âu oh	êu ay-oo	iu ew	oe weh	uê way	oc aok	uyêt oo-yit

W

wad *n* (*of paper*) cuộn; (*of absorbent cotton*) miếng; **a ~ of $100 bills** một nắm tiền giấy 100$
waddle *v/i* đi lạch bạch
wade lội
♦ **wade through** *book, documents* đọc vất vả
waffle[1] *n* (*to eat*) bánh quế
waffle[2] *v/i* nói loanh quanh
wag 1 *v/t tail, finger* vẫy **2** *v/i* (*of tail*) ve vẫy
wage *v/t war* tiến hành
wage earner người làm công ăn lương
wages *n* tiền lương
waggle *v/t hips* lắc; *ears* vẫy; *loose screw, tooth etc* lung lay
wagon: **be on the ~** F kiêng rượu
wail 1 *n* (*of person*) tiếng than khóc; (*of baby*) tiếng kêu khóc; (*of siren*) tiếng rền rĩ **2** *v/i* (*of person*) than khóc; (*of baby*) kêu khóc; (*of siren*) rền rĩ
waist eo
waistline vòng eo
wait 1 *n* (*act*) sự chờ đợi; (*time*) thời gian chờ đợi; *I had a long ~* tôi đã chờ đợi lâu **2** *v/i* chờ; *we'll ~ until he's ready* chúng ta sẽ chờ cho đến khi anh ấy chuẩn bị xong; *I'm sorry to have kept you ~ing* tôi xin lỗi đã làm anh/chị phải chờ; *it's not worth ~ing* không đáng đợi **3** *v/t meal* chờ; *~ table* hầu bàn
♦ **wait for** chờ; *~ me!* chờ tôi với!
♦ **wait on** *person* hầu hạ
♦ **wait up** thức chờ

waiter người hầu bàn; *~!* anh hầu bàn ơi!
waiting *n* sự chờ đợi; *no ~ sign* biển báo cấm đỗ xe
waiting list (*for treatment*) danh sách những người chờ đợi
waiting room phòng đợi
waitress người hầu bàn nữ
wake[1] **1** *v/i* thức dậy **2** *v/t* đánh thức
wake[2] (*of ship*) rẽ nước; *in the ~ of fig* theo sau; *follow in the ~ of* tiếp theo sau
wake-up call cú gọi điện thoại đánh thức
Wales nước xứ Wales
walk 1 *n* sự đi bộ; (*path*) đường vào; *it's a long/short ~ to the office* đó là một quãng đi bộ dài/ngắn đến cơ quan; *go for a ~* đi dạo **2** *v/i* đi; (*as opposed to taking the car/bus etc*) đi bộ; (*hike*) đi bộ đường dài **3** *v/t dog* dắt đi dạo; *~ the streets* (*walk around*) đi quanh
♦ **walk out** (*of spouse*) bỏ đi; (*of theater etc*) bỏ về; (*go on strike*) bãi công
♦ **walk out on** *spouse, family* bỏ
walker (*hiker*) người đi bộ đường dài; (*for baby, old person*) khung tập đi; *be a slow/fast ~* là người đi bộ chậm/nhanh
walkie-talkie điện đài xách tay
walk-in closet tủ quần áo lớn
walking (*as opposed to driving*) việc đi bộ; (*hiking*) cuộc đi bộ đường dài; *be within ~ distance* trong

---

khoảng cách gần có thể đi bộ
walking stick gậy chống
walking tour cuộc đi bộ
Walkman® cát xét cá nhân;
walkout (*strike*) cuộc bãi công;
walkover (*easy win*) thắng lợi dễ
dàng; **walk-up** n căn hộ không có
thang máy
wall tường; *fig* (*of silence etc*) bức
tường; *go to the ~* (*of company*)
tới chỗ cùng đường
wallet cái ví
wallop F **1** n (*blow*) cái vụt mạnh
2 v/t *child* đánh đòn; *ball* đánh
mạnh; *opponent* đánh gục
wallpaper 1 n giấy dán tường **2** v/t
phủ giấy dán tường; **Wall Street**
phố Wall; **wall-to-wall carpet**
thảm trải khít
walnut (*tree*) cây óc chó; (*nut*) quả
óc chó; (*wood*) gỗ óc chó
waltz n điệu vanxơ
wan *face* xanh xao
wander v/i (*roam*) đi lang thang;
(*stray*) đi lạc; (*of attention*) lơ đễnh
♦ **wander around** đi loanh quanh
wane (*of interest, enthusiasm*) suy
giảm
wangle v/t F xoay xở
want 1 n nhu cầu; *for ~ of* do không
có **2** v/t muốn; (*need*) cần; *~ to do
sth* muốn làm gì; *I ~ to stay here*
tôi muốn ở lại đây; *do you ~ to
come too? – no, I don't ~ to* anh/
chị có muốn cùng đến không? –
không, tôi không muốn; *you can
have whatever you ~* anh/chị
muốn gì được nấy; *it's not what I
~ed* đó không phải là những gì tôi
cần; *she ~s you to go back* cô ấy
muốn anh/chị trở về; *he ~s a
haircut* (*needs*) anh ấy cần cắt tóc
3 v/i: *~ for nothing* chẳng thiếu
cái gì

want ad mục rao vặt
wanted: *he is ~ by the police* anh
ấy đang bị công an truy nã
wanting: *be ~ in* thiếu
wanton adj *cruelty, damage, waste* cố
ý
war n chiến tranh; *be at ~* trong
tình trạng chiến tranh
warble v/i (*of bird*) hót líu lo
ward (*in hospital: room*) phòng; (*in
hospital: section*) khu; (*child*) người
được bảo trợ
♦ **ward off** *blow, attacker, cold* tránh
war dead liệt sĩ
warden (*of prison*) người gác
wardrobe (*clothes*) lô quần áo
warehouse kho hàng
warfare (*guerrilla, modern ~*) cuộc
chiến tranh; (*gang ~*) cuộc xung
đột; **warhead** đầu nổ; **war hero**
anh hùng chiến sĩ
warily một cách cảnh giác
warm 1 adj ấm; *welcome* nồng
nhiệt; *smile* trìu mến **2** v/t làm ấm
lên
♦ **warm up 1** v/t *room* làm ấm lên;
soup hâm nóng; *person, audience*
làm sôi nổi **2** v/i (*of person*) trở
nên cởi mở; (*of room*) ấm lên; (*of
soup*) hâm nóng lên; (*of athlete etc*)
khởi động
warmhearted nhiệt tâm
warmly *dressed* một cách ấm áp;
welcome một cách nồng nhiệt;
smile một cách trìu mến
warmth sự ấm áp; (*of welcome*) sự
nhiệt tình; (*of smile*) sự trìu mến
warn (*give advance notice*) báo
trước; (*caution*) cảnh cáo
warning n lời cảnh cáo; *without ~*
không có sự báo trước
warp 1 v/t *wood* làm vênh; *book
cover* làm cong; *character* làm hư
hỏng **2** v/i (*of wood*) vênh lên; (*of

ơ ur   y (tin)   ây uh-i   iê i-uh   oa wạ   ôi oy   uy wee   ong aong
u (soon)   au a-oo   eo eh-ao   iêu i-yoh   oai wai   ơi ur-i   ênh uhng   uyên oo-in
ư (dew)   âu oh   êu ay-oo   iu ew   oe weh   uê way   oc aok   uyêt oo-yit

book cover) cong lên

warped *fig: personality* hư hỏng; *view of life* méo mó; *sense of humor* lệch lạc

warplane máy bay quân sự

warrant 1 *n* lệnh **2** *v/t (deserve, call for)* biện hộ

warranty *(guarantee)* giấy bảo hành; ***be under ~*** trong thời hạn bảo hành

warrior chiến binh

warship tàu chiến

wart mụn cóc

wartime thời chiến

wary cảnh giác; ***be ~ of*** cảnh giác với

wash 1 *n* sự rửa; ***have a ~*** tắm rửa; ***that jacket/shirt needs a ~*** cái áo vét/sơ mi kia cần phải giặt **2** *v/t dishes, one's hand* rửa; *clothes* giặt **3** *v/i* tắm rửa

♦ **wash up** *(wash one's hands and face)* rửa ráy

washable *clothes, fabrics* có thể giặt được; *paint, surfaces* có thể rửa được

washbasin, washbowl bồn rửa

washcloth khăn mặt

washed out phờ phạc

washer *(for faucet etc)* vòng đệm

washing *(clothes)* quần áo giặt; ***do the ~*** giặt quần áo

washing machine máy giặt

Washington *(city)* Washington

washroom phòng vệ sinh

wasp *(insect)* ong bắp cày

waste 1 *n* sự lãng phí; *(industrial)* chất thải; *(household ~)* rác rưởi; ***it's a ~ of time/money*** đó là một sự lãng phí thời gian/tiền bạc **2** *adj land* bỏ hoang; *material* phế thải **3** *v/t* lãng phí

♦ **waste away** gầy mòn đi

wasteful *luxury, expenditure* hoang phí

wasteland đất hoang; **wastepaper** giấy lộn; **wastepaper basket** sọt đựng giấy lộn; **waste product** phế phẩm

watch 1 *n (timepiece)* đồng hồ; ***keep ~*** canh phòng **2** *v/t movie, TV* xem; *the road* quan sát; *(of police)* theo dõi; *(look after)* trông nom **3** *v/i* theo dõi

♦ **watch for** chăm chú chờ đợi

♦ **watch out** cẩn thận; ***~!*** cẩn thận đấy!

♦ **watch out for** *(be careful of)* cẩn thận với

watchful canh chừng

watchmaker thợ đồng hồ

water 1 *n* nước; ***~ in nature*** *(in Vietnamese zodiac)* Giáp; ***~ in the home*** *(in Vietnamese zodiac)* Ất; ***~s*** NAUT hải phận **2** *v/t plant* tưới nước **3** *v/i (of eyes)* chảy nước; ***my mouth is ~ing*** mồm tôi chảy nước dãi

♦ **water down** *drink* pha nước vào

water buffalo con trâu; **water chestnut** củ ấu; **watercolor** màu nước; **watercress** cải xoong; **waterfall** thác nước

watering can bình tưới

watering place *(for animals)* vũng nước cho súc vật uống

water level mực nước; **water lily** cây hoa súng; **waterlogged** *earth, field* ngập nước; **watermark** *(in paper, bills)* hình mờ; **water melon** dưa hấu; **water pipe** *(to smoke)* điếu cày; **waterproof** *adj* không thấm nước; **water puppets** múa rối nước; **waterside** *n* bờ nước; ***at the ~*** bên bờ nước; **waterskiing** môn lướt ván nước; **watertight** *compartment* kín nước; **waterway** luồng nước

---

ch *(final)* k	**gh** g	**nh** *(final)* ng	**r** z; *(S)* r	**x** s	**â** (but)	**i** (tin)
d z; *(S)* y	**gi** z; *(S)* y	**ph** f	**th** t	**a** (hat)	**e** (red)	**o** (saw)
đ d	**nh** *(onion)*	**qu** kw	**tr** ch	**ă** (hard)	**ê** ay	**ô** oh

watery *soup, coffee, sauce* loãng

watt oát

wave¹ *n* (*in sea*) sóng

wave² **1** *n* (*of hand*) cái vẫy tay **2** *v/i* (*with hand*) vẫy tay; **~ to s.o.** vẫy ai **3** *v/t* flag *etc* phất

wavelength RAD bước sóng truyền thanh; **be on the same ~** *fig* tâm đầu ý hợp

waver *v/i* dao động

wavy *hair, line* lượn sóng

wax *n* (*for floor, furniture*) sáp; (*in ear*) ráy tai

way **1** *n* (*method*) cách; (*manner*) cách ứng xử; (*route*) đường; **this ~** (*like this*) như thế này; (*in this direction*) hướng này; **by the ~** (*incidentally*) nhân tiện; **by ~ of** (*via*) qua đường; (*in the form of*) coi như; **in a ~** (*in certain respects*) ở một mức độ nào đó; **be under ~** đang tiến hành; **give ~** MOT nhường đường; (*collapse*) sụp đổ; **give ~ to** (*be replaced by*) bị thay thế bởi; **have one's (own) ~** làm theo ý mình; **OK, we'll do it your ~** thôi được, chúng ta sẽ làm theo cách của anh/chị; **lead the ~** dẫn đường; *fig* dẫn đầu; **lose one's ~** lạc đường; **be in the ~** (*be an obstruction*) chắn đường; **it's on the ~ to the station** trên đường đi nhà ga; **I was on my ~ to the station** tôi đang trên đường đi nhà ga; **no ~!** không đời nào!; **there's no ~ he can do it** anh ấy không tài nào mà làm được **2** *adv* F (*much*) quá; **it's ~ too soon to decide** còn quá sớm để quyết định; **they are ~ behind with their work** họ quá chậm trễ trong công việc của họ

way in lối vào; **way of life** lối sống; **way out** *n* lối ra; *fig* (*from situation*) giải pháp

we ◊ (*excluding listeners*) chúng tôi; (*including listeners*) chúng ta; (*informal including listeners*) chúng mình; (*very informal excluding listeners*) chúng tao ◊ (*omission of pronoun: informal use*): **are you guys ready? – no, ~'re not coming after all** chúng mày đã chuẩn bị xong chưa? – thôi, không đi nữa

weak *tea, coffee* nhạt; *government* nhu nhược; *currency,* (*physically*) yếu; *person* mềm yếu

weaken **1** *v/t currency, foundations, government* làm suy yếu **2** *v/i* (*of currency, person, animal, physically*) yếu đi; (*morally*) mềm yếu

weakling (*morally*) mềm yếu; (*physically*) yếu

weakness (*of structure, government*) nhu nhược; (*physical: of person*) tình trạng yếu; (*moral: of person*) sự mềm yếu; (*of system*) nhược điểm; **have a ~ for sth** (*liking*) mê gì

wealth sự giàu có; **a ~ of** sự phong phú

wealthy giàu có

weapon vũ khí

wear **1** *n* sự ăn mặc; **~ (and tear)** (*to jacket*) sự sờn rách; (*to engine, gearbox*) sự hao mòn; **clothes for everyday/evening ~** quần áo để mặc hàng ngày/buổi tối **2** *v/t* (*have on: jacket, skirt, jeans, shirt*) mặc; *spectacles, earrings etc* đeo **3** *v/i* (*of carpet, fabric: ~ out*) sờn; (*last*) bền

♦ **wear away** **1** *v/i* (*of inscription etc*) mờ dần; (*of stone, steps etc*) mòn dần **2** *v/t* làm mòn dần

♦ **wear off** (*of effect of anesthetic*)

ơ ur	**y** (tin)	**ây** uh-i	**iê** i-uh	**oa** wa	**ôi** oy
u (soon)	**au** a-oo	**eo** eh-ao	**iêu** i-yoh	**oai** wai	**ơi** ur-i
ư (dew)	**âu** oh	**êu** ay-oo	**iu** ew	**oe** weh	**uê** way

uy wee	**ong** aong
ênh uhng	**uyên** oo-in
oc aok	**uyêt** oo-yit

tan dần; (*of shock, pain*) dịu dần
♦ **wear out 1** *v/t* (*tire*) làm cho mệt lử; *shoes* làm cho mòn rách **2** *v/i* (*of shoes*) mòn; (*of carpet*) sờn

wearing (*tiring*) làm mệt mỏi

weary rã rời

weather 1 *n* thời tiết; *be feeling under the ~* cảm thấy không được khỏe **2** *v/t crisis* vượt qua

weather-beaten dày dạn sương nắng; **weather forecast** dự báo thời tiết; **weatherman** người đọc tin thời tiết

weave 1 *v/t cloth* dệt; *basket* đan **2** *v/i* (*move*) luồn lách

Web mạng lưới

web (*of spider*) mạng

webbed feet chân màng

web page trang web

web site vị trí web

wedding lễ cưới

wedding anniversary buổi kỷ niệm ngày cưới; **wedding banquet** cỗ cưới; **wedding cake** bánh cưới; **wedding day** ngày cưới; **wedding dress** áo cưới; **wedding ring** nhẫn cưới

wedge *n* (*under door*) cái chẹn cửa; (*of cheese etc*) một góc

Wednesday thứ Tư

weed 1 *n* cỏ dại **2** *v/t* nhổ cỏ
♦ **weed out** (*remove*) loại bỏ

weedkiller thuốc diệt cỏ dại

week tuần; *a ~ tomorrow* ngày mai tuần sau

weekday ngày thường trong tuần

weekend cuối tuần; *on the ~* vào cuối tuần

weekly 1 *adj & adv* hàng tuần **2** *n* (*magazine*) tuần báo

weep khóc

weigh 1 *v/t* cân **2** *v/i* cân nặng
♦ **weigh down**: *be weighed down with* (*with bags*) oằn người dưới;

(*of branches*) nặng trĩu; (*with worries*) nặng trĩu
♦ **weigh up** (*assess: situation*) cân nhắc kỹ; *person* xem xét kỹ

weight (*of person, object*) trọng lượng

weightlifter người cử tạ

weightlifting môn cử tạ

weir đập nước

weird kỳ lạ

weirdo *n* F người lập dị

welcome 1 *adj* hoan nghênh; *you're ~!* không dám!; *you're ~ to try some* anh cứ việc thử vài cái xem sao **2** *n* (*for guests etc*) sự chào đón; *fig* (*to news, proposal*) sự đón nhận **3** *v/t guests etc* chào đón; *fig: decision etc* đón nhận

weld *v/t* hàn

welder thợ hàn

welfare (*of person*) sự hạnh phúc; (*of nation*) sự thịnh vượng; (*financial assistance*) tiền trợ cấp; *be on ~* lãnh trợ cấp

welfare check tiền trợ cấp xã hội; **welfare state** hệ thống phúc lợi xã hội; **welfare work** công tác phúc lợi; **welfare worker** người làm công tác phúc lợi

well[1] *n* (*for water*) cái giếng; (*oil ~*) giếng dầu

well[2] *adv* giỏi; *we know each other ~* chúng tôi quen thân; *as ~* (*too*) cũng; *are they coming as ~?* họ cũng đến chứ?; *as ~ as* (*in addition to*) và thêm cả; *I can't swim as ~ as you* tôi không thể bơi giỏi bằng anh/chị; *it's just as ~ you told me* may mà anh/chị cho tôi biết; *very ~* (*when acknowledging an order*) được ạ; (*signifying reluctance*) được thôi; *~, ~!* (*surprise*) chà, chà!; *~ ...* (*uncertainty, thinking*) ờ **2** *adj* (*in*

ch (*final*) k	gh g	nh (*final*) ng	r z; (S) r	x s	â (but)	i (tin)
d z; (S) y	gi z; (S) y	ph f	th t	a (hat)	e (red)	o (saw)
đ d	nh (onion)	qu kw	tr ch	ă (hard)	ê ay	ô oh

good health) khỏe; **be ~** khỏe; **feel ~** cảm thấy khỏe; **get ~ soon!** chóng khỏe nhé!

well-balanced *person* vững vàng về mặt tinh thần; *meal, diet* được điều chỉnh thích hợp; **well-behaved** ngoan; **well-being** tình trạng khỏe mạnh; **well-done** *meat* nấu kỹ; **well-dressed** ăn mặc lịch sự; **well-earned** đáng được hưởng; **well-known** nổi tiếng; **well-made** tốt; **well-mannered** lịch sự; **well-off** (*wealthy*) sung túc; **well-read** đọc nhiều; **well-timed** *action* đúng lúc; **well-to-do** *person, area of town* giàu có; **well-worn** *shoes, clothes* sờn rách

west 1 *n* phía tây; **the West** (*Western nations*) phương Tây; (*western part of a country*) miền tây **2** *adj* wind tây **3** *adv* về phía tây; **~ of** phía tây của

West Coast (*of USA*) miền ven biển phía Tây (nước Mỹ)

westerly *direction, wind* tây

western 1 *adj* phía tây; **Western** phương Tây **2** *n* (*movie*) phim cao bồi

Westerner người phương Tây

westernized Âu hóa

West Lake hồ Tây

westward về hướng tây

wet *adj* ướt; (*rainy*) có mưa; **"~ paint"** "sơn còn ướt"; **be ~ through** ướt sũng

wet rice lúa nước

whack F **1** *n* (*blow*) cú đánh mạnh **2** *v/t* đánh mạnh

whale cá voi

whaling đánh cá voi

wharf *n* cầu tàu

what 1 *pron* (*cái*) gì; **~ are you reading?** anh/chị đang đọc (cái) gì thế?; **~ is that?** kia là (cái) gì?;

~ is it? (*what do you want?*) (*cái*) gì thế?; **~?** (*what do you want?*) (*cái*) gì thế?; (*what did you say?*) (*cái*) gì vậy?; (*astonishment*) nói gì vậy?; **~ about some dinner?** ta ăn cơm tối nhé?; **~ about heading home?** ta trở về nhà nhé?; **~ for?** (*why?*) để làm gì?; **so ~?** thì đã sao nào? ◊ (*relative*) mà; **that's not ~ I meant** đó không phải là điều (mà) tôi muốn nói; **is that ~ you wanted?** đó có phải là cái anh/chị cần không? **2** *adj* gì; **~ color is the car?** xe ô tô màu gì?; **~ university are you at?** anh/chị ở trường đại học nào?

whatever 1 *pron* bất cứ cái gì; (*regardless of what*) bất kể là **2** *adj* bất cứ; **you have no reason ~ to worry** anh/chị không có bất cứ lý do nào để lo lắng

wheat lúa mì

wheedle: **~ X out of Y** phỉnh nịnh Y để được X

wheel 1 *n* bánh xe; (*of ship*) bánh lái; (*steering ~*: *of car*) tay lái **2** *v/t* bicycle, barrow đẩy **3** *v/i* (*of birds*) lượn vòng

♦ **wheel around** quay tròn

wheelbarrow xe cút kít;

wheelchair xe lăn; **wheel clamp** cái khóa kẹp bánh xe

wheeze *v/i* thở khò khè

when 1 *adv* (*interrogative*) khi nào; **~ do you leave?** khi nào anh/chị đi?; **I forget ~ you leave** tôi không nhớ khi nào anh/chị đi **2** *conj* khi; **~ I was a child** khi tôi còn là một đứa trẻ

whenever (*at any time*) bất cứ khi nào; (*every time*) mỗi khi

where 1 *adv* (*interrogative*) ở đâu; **~ are you going for your vacation?** anh/chị sẽ đi nghỉ ở đâu?; **~ do**

ơ ur	**y** (tin)	**ây** uh-i	**iê** i-uh	**oa** wa	**ôi** oy	**uy** wee	**ong** aong
u (soon)	**au** a-oo	**eo** eh-ao	**iêu** i-yoh	**oai** wai	**ơi** ur-i	**ênh** uhng	**uyên** oo-in
ư (dew)	**âu** oh	**êu** ay-oo	**iu** ew	**oe** weh	**uê** way	**oc** aok	**uyêt** oo-yit

you come from? anh/chị từ đâu tới? **2** *conj* nơi mà; *this is ~ I used to live* đây là nơi mà tôi đã ở

whereabouts *adv* ở đâu

wherever 1 *conj* ở bất cứ nơi nào **2** *adv* ở đâu

whet *appetite* kích thích

whether có hay không; *he asked ~ I knew you* anh ấy hỏi tôi có biết anh/chị hay không

which 1 *adj* nào; *~ room?* phòng nào?; *~ one is yours?* cái nào là của anh/chị? **2** *pron* (*interrogative for things*) cái nào; (*for people*) người nào; *~ is yours?* cái nào là của anh/chị?; *~ of the boys is tallest?* ai là người cao nhất trong các cậu?; *take one, it doesn't matter* – cứ lấy một cái, cái nào cũng được ◊ (*relative*) mà (*can be omitted*); *the hotel ~ I prefer* khách sạn (mà) tôi thích

whichever 1 *adj* bất cứ **2** *pron* cái nào

whiff (*smell*) mùi thoang thoảng

while 1 *conj* trong khi; (*although*) mặc dù **2** *n* khoảng thời gian; *a long ~* một thời gian dài; *for a ~* trong một thời gian; *I'll wait a ~ longer* tôi sẽ chờ thêm một lát nữa

♦ **while away** giết thời gian

whim ý thích đột ngột

whimper 1 *n* tiếng khóc thút thít **2** *v/i* khóc thút thít

whine *v/i* (*of dog*) tru lên; F (*complain*) phàn nàn; (*of child*) khóc nhai nhải

whip 1 *n* roi **2** *v/t* (*beat*) đánh bằng roi; *cream* đánh; F (*defeat*) đánh bại

♦ **whip out** F (*take out*) rút nhanh

♦ **whip up** (*arouse*) kích động

whipping (*beating*) sự phạt roi; F

(*defeat*) sự thất bại

whirl 1 *n* sự xoay tít; *my mind is in a ~* đầu óc tôi đang quay cuồng **2** *v/i* (*of propeller blades*) quay tít; (*of leaves*) quay tròn; (*of mind*) quay cuồng

whirlpool (*in river*) xoáy nước; (*for relaxation*) bồn tắm có mạch nước xoáy để xoa bóp cơ thể

whirlwind cơn gió lốc

whir(r) *v/i* kêu vù vù

whisk 1 *n* (*kitchen utensil*) cái đánh trứng **2** *v/t eggs* đánh

♦ **whisk away** *food, drinks* dọn đi nhanh chóng

whiskers (*of man*) râu quai nón; (*of animal*) râu

whiskey rượu uýt ki

whisper 1 *n* tiếng thì thầm **2** *v/i* thì thầm **3** *v/t* nói thầm

whistle 1 *n* (*sound*) tiếng huýt sáo; (*device*) cái còi **2** *v/i* (*of person*) huýt sáo; (*of wind*) rít lên **3** *v/t tune* huýt sáo

white 1 *n* (*color*) màu trắng; (*of egg*) lòng trắng trứng; (*person*) người da trắng **2** *adj shirt, paint* trắng; *hair* bạc; (*with fury*) tái nhợt; *person* da trắng

white-collar worker người lao động trí óc; **White House** Nhà Trắng; **white lie** sự nói dối vô hại; **white meat** thịt trắng; **white-out** (*for text*) hồ xóa; **whitewash 1** *n* nước vôi trắng; *fig* sự che đậy **2** *v/t* quét vôi trắng; **white wine** rượu vang trắng

whittle *wood* đẽo

♦ **whittle down** giảm dần

whizz *n* tiếng rít; *be a ~ at* F rất giỏi về

♦ **whizz by, whizz past** (*of time*) trôi vùn vụt; (*of car*) chạy vèo qua

whizzkid F thần đồng

WHO (= *World Health Organization*) Tổ chức y tế thế giới

who ◊ (*interrogative*) ai; **~'s that?** đó là ai? ◊ (*relative*) mà (*can be omitted*); *people ~ can speak Vietnamese* những người (mà) có thể nói được tiếng Việt

whoever (*anyone*) bất cứ ai; (*the person who*) ai mà

whole 1 *adj* cả; *the ~ town/country* cả thành phố/nước; *it's a ~ lot easier/better* dễ hơn/tốt hơn rất nhiều **2** *n* toàn bộ; *the ~ of the United States* toàn bộ nước Mỹ; *on the ~* nói chung

whole-hearted hết lòng;

wholesale 1 *adj* bán sỉ; *fig* hàng loạt **2** *adv* sỉ; **wholesaler** người bán sỉ; **wholesome** *food, meals* bổ dưỡng; *atmosphere, advice* lành mạnh

wholly hoàn toàn

whom *fml* (*interrogative*) ai; (*relative*) mà

whooping cough bệnh ho gà

whore *n* gái điếm

whose 1 *pron* ◊ (*interrogative*) của ai; *~ is this?* cái này của ai? ◊ (*relative*) mà; *a country ~ economy is booming* một đất nước mà nền kinh tế đang phát triển **2** *adj* của ai; *~ bike is that?* chiếc xe đạp kia là của ai?

why ◊ (*interrogative*) tại sao; *~ not?* tại sao lại không? ◊ (*relative*) tại sao mà; *that's ~* vì lý do đó; *I don't know ~ I said that* tôi không biết tại sao tôi lại nói thế

wick bấc

wicked *person, action* xấu xa; *laugh* ranh mãnh

wicker đồ đan bằng mây

wicker chair ghế mây

wicket (*in station, bank etc*) cửa giao dịch

wide *adj street, field* rộng; *experience* phong phú; *range* rộng lớn; *be 12 foot ~* rộng 12 phít

wide-awake tỉnh táo

widely *used, known* một cách rộng rãi

widen 1 *v/t road* mở rộng **2** *v/i* trở nên rộng hơn

wide-open *window* mở toang; *eyes* mở thao láo

widespread phổ biến

widow người góa chồng

widower người góa vợ

width chiều rộng

wield *weapon, power* nắm

wife người vợ

wig bộ tóc giả

wiggle *v/t hips* lắc lư; *loose screw etc* lúc lắc

wild 1 *adj animal* hoang; *flowers* dại; *teenager* bất trị; *party, applause* cuồng nhiệt; (*crazy: scheme*) điên rồ; *be ~ about ...* (*enthusiastic*) say mê ...; *go ~* (*of fans etc*) hoan hô cuồng nhiệt; (*become angry*) giận phát điên lên; *run ~* (*of plants*) mọc bừa bãi; (*of children*) chạy nhảy lung tung **2** *n: the ~s* vùng hoang vu

wild dog chó rừng

wilderness (*empty place*) vùng hoang vu; (*garden*) bãi đất hoang

wildfire: spread like ~ lan rất nhanh; **wildgoose chase** cuộc đuổi vịt trời; **wildlife** chim thú hoang dã

will¹ *n* LAW di chúc

will² *n* (*willpower*) ý chí

will³ ◊ (*to express the future*) sẽ; *I ~ let you know tomorrow* ngày mai tôi sẽ nói cho anh/chị biết; *~ you be there?* anh/chị sẽ có mặt ở đó

ơ ur	y (tin)	ây uh-i	iê i-uh	oa wa	ôi oy	uy wee	ong aong
u (soon)	ua a-oo	eo eh-ao	iêu i-yoh	oai wai	ơi ur-i	ênh uhng	uyên oo-in
ư (dew)	âu oh	êu ay-oo	iu ew	oe weh	uê way	oc aok	uyêt oo-yit

chứ?; *I won't be back until late* tôi sẽ về muộn đấy; *you ~ call me, won't you?* anh/chị sẽ gọi tôi chứ?; *I'll pay for this – no you won't* tôi sẽ trả tiền anh/chị – không, tôi cấm anh/chị; *the car won't start* xe không chịu nổ máy ◊ (*requests*): *~ you tell her that ...?* xin anh/chị bảo cô ấy rằng ...; *~ you have some more tea?* anh/chị uống thêm cốc nước chè nữa chứ?; *you stop that!* ngừng đi nào!

willful *person* cứng đầu; *murder, refusal, disobedience* có chủ tâm

willing sẵn sàng

willingly sẵn sàng

willingness sự sẵn sàng

willow (*tree*) cây liễu

willpower ý chí

wilt *v/i* (*of plant*) héo tàn

wily ranh mãnh

wimp F người nhút nhát

win 1 *n* sự thắng lợi **2** *v/t & v/i* thắng

wince *v/i* nhăn mặt

wind[1] **1** *n* gió; (*flatulence*) sự đầy hơi; *get ~ of ...* nghe phong thanh ... **2** *v/t: be ~ed* mệt đứt hơi

wind[2] **1** *v/i* (*of path*) quanh co; (*of stream, river*) uốn lượn; (*of staircase*) xoắn trôn ốc; (*of ivy*) quấn quanh **2** *v/t* quấn

♦ **wind down 1** *v/i* (*of party etc*) lắng xuống **2** *v/t car window* quay xuống; *business* chuẩn bị đóng cửa

♦ **wind up 1** *v/t clock* lên dây; *car window* quay lên; *speech, presentation* kết thúc; *affairs, matter* giải quyết xong; *company* đóng cửa **2** *v/i* (*finish*) kết thúc; *~ in hospital* cuối cùng cũng phải vào bệnh viện

windfall của trên trời rơi xuống

winding *path* quanh co; *stream* uốn

khúc

wind instrument nhạc khí thổi

windmill cối xay gió

window cửa sổ; *in the ~* (*of store*) trong ô kính bày hàng

windowpane ô kính cửa sổ; **window-shop:** *go ~ping* đi xem hàng; **windowsill** bậu cửa sổ

windshield kính chắn gió xe hơi; **windshield wiper** cần gạt nước; **windsurfer** (*person*) người lướt ván buồm; (*board*) ván buồm; **windsurfing** môn lướt ván buồm

windy *weather, day* lộng gió; *it's getting ~* trời nổi gió to

wine rượu vang

wine list danh mục (các loại) rượu vang

wing *n* (*of bird, plane*) cánh; SP biên

wink 1 *n* cái nháy mắt ra hiệu **2** *v/i* (*of person*) nháy mắt ra hiệu; *~ at s.o.* nháy mắt ra hiệu cho ai

winner (*of race, competition, election, bet*) người thắng cuộc; (*of lottery*) người trúng thưởng

winning *adj team, number* đoạt giải; *~ entry* tác phẩm đoạt giải

winning post cột đích

winnings tiền được cuộc

winter *n* mùa đông

winter sports thể thao mùa đông

wintry *light, weather* mùa đông

wipe *v/t* lau; *tape* xóa

♦ **wipe out** (*kill, destroy: of disease*) hủy diệt; (*of fire*) thiêu hủy; *debt* xóa hết

wire (*made of metal*) dây kim loại; ELEC dây điện

wire netting lưới sắt

wiring ELEC mạng điện

wiry *person* rắn chắc

wisdom sự thông thái

wisdom tooth răng khôn

wise khôn ngoan

---

ch (*final*) k	gh g	nh (*final*) ng	r z; (S) r	x s	â (but)	i (tin)
d z; (S) y	gi z; (S) y	ph f	th t	a (hat)	e (red)	o (saw)
đ d	nh (onion)	qu kw	tr ch	ă (hard)	ê ay	ô oh

wisecrack *n* lời nói lém lỉnh

wise guy *pej* kẻ hợm đời

wisely *act* một cách khôn ngoan

wish 1 *n* sự ước mong; *best ~es* những lời chúc tốt đẹp nhất **2** *v/t* ước mong; *I ~ that ...* tôi ước gì ...; *~ s.o. well* chúc lành ai; *I ~ed him good luck* tôi chúc anh ấy may mắn

♦ **wish for** mong muốn

wishful thinking mơ tưởng

wishy-washy *person* không có chính kiến; *color* nhợt nhạt

wistful *person* đăm chiêu; *smile* bâng khuâng

wit (*humor*) sự hóm hỉnh; (*person*) người hóm hỉnh; *be at one's ~s' end* vô phương kế

witch mụ phù thủy

with ◊ (*accompanied by*) cùng với; *are you ~ me?* (*do you understand?*) anh/chị hiểu điều tôi nói chứ?; *~ no money* không có tiền ◊ (*proximity*) với; *a meeting ~ the President* một buổi họp với Tổng thống; *I live ~ my mother* tôi sống với mẹ tôi; *I'll discuss it ~ my wife* tôi sẽ bàn với vợ tôi ◊ (*agency*) bằng; *stabbed ~ a pocketknife* đâm bằng dao nhíp; *decorated ~ flowers* trang trí bằng hoa ◊ (*cause*) vì; *trembling ~ fear* run lên vì sợ; *sick ~ the flu* bị ốm vì cúm ◊ (*possession*) có; *the house ~ the red door* ngôi nhà có cửa đỏ; *the girl ~ blue eyes* cô gái có đôi mắt xanh; *someone ~ more experience* một người nào đó có nhiều kinh nghiệm hơn ◊; *~ a smile/a wave* với nụ cười/vẫy tay ◊; *be angry/pleased ~ s.o.* giận/hài lòng với ai; *be disappointed ~ sth* thất vọng với cái gì

withdraw 1 *v/t complaint, application* rút lại; *money from bank, troops* rút **2** *v/i* (*of competitor, troops*) rút khỏi

withdrawal (*of complaint, application*) sự rút lại; (*of money, troops*) sự rút; (*from drugs*) sự cai nghiện

withdrawal symptoms những triệu chứng trong lúc cai nghiện

withdrawn *adj person* thu mình lại

wither héo

withhold *information etc* găm; *payment, consent* từ chối không cho

within *prep* (*inside*) bên trong; (*in expressions of time*) trong vòng; (*in expressions of distance*) không quá; (*inside the range of*) trong phạm vi; *we kept ~ the budget* chúng tôi duy trì trong phạm vi của ngân sách; *~ my power/my capabilities* trong phạm vi quyền hạn/khả năng của tôi; *~ reach* trong tầm tay

without (*of money*) có; *we can't survive much longer ~ water* chúng ta không thể tồn tại lâu hơn nếu không có nước; *~ looking/asking* mà không nhìn/hỏi

withstand *heat, cold, pressure* chịu được; *temptation, attack* chống lại

witness 1 *n* (*at trial*) nhân chứng; (*of accident, crime*) người chứng kiến; (*to signature*) người làm chứng **2** *v/t accident, crime* chứng kiến; *signature* làm chứng

witness stand ghế nhân chứng

witticism nhận xét hóm hỉnh

witty hóm hỉnh

wobble *v/i* (*on bicycle*) loạng choạng; (*of table, chair*) lung lay; (*of voice*) run run

wobbly *tooth* lung lay; *furniture* lắc

ơ *ur*	y (tin)	ây uh-i	iê i-uh	oa wa	ôi oy	uy wee	ong aong
u (soon)	au a-oo	eo eh-ao	iêu i-yoh	oai wai	ơi ur-i	ênh uhng	uyên oo-in
ư (dew)	âu oh	êu ay-oo	iu ew	oe weh	uê way	oc aok	uyệt oo-yit

lư; *voice, person after illness* run run

wolf 1 *n* (*animal*) chó sói; *fig*
(*womanizer*) kẻ máu gái **2** *v/t*
ngốn sạch; ~ (*down*) ăn ngấu
nghiến

wolf whistle *n* tiếng huýt sáo tỏ ý
ngưỡng mộ

woman phụ nữ

woman doctor nữ bác sĩ

womanizer kẻ máu gái

woman priest nữ tu sĩ

womb dạ con

women's lib (*movement*) phong
trào giải phóng phụ nữ

women's libber *người đấu tranh
cho phong trào giải phóng phụ nữ*

wonder 1 *n* (*amazement*) sự kinh
ngạc; *no ~!* hèn chi!; *it's a ~ that
...* điều kỳ lạ là ... **2** *v/i* thắc mắc
3 *v/t* tự hỏi; *I ~ if you could help*
tôi không biết anh/chị có thể giúp
được không

wonderful tuyệt vời

wood (*for carving, making things*)
gỗ; (*for fire, stove*) củi; (*forest*)
rừng; (*in Vietnamese zodiac*) Mậu;
~ *prepared to burn* (*in Vietnamese
zodiac*) Kỷ

woodcut print tranh khắc gỗ

wooded có nhiều cây

wooden (*made of wood*) bằng gỗ

woodwind MUS bộ phận nhạc hơi

woodwork (*parts made of wood*)
phần mộc; (*activity*) nghề mộc

wool len

woolen 1 *adj* len **2** *n* quần áo len

word 1 *n* từ; (*news*) tin tức;
(*promise*) lời hứa; *is there any ~
from ...?* có tin tức gì về ...
không?; *have ~s* (*argue*) cãi nhau;
have a ~ with s.o. nói chuyện
riêng với ai **2** *v/t article, letter* diễn
đạt

wording cách diễn đạt

word processing xử lý văn bản

word processor (*software*) bộ
phận xử lý văn bản

work 1 *n* công việc; *out of ~* không
có việc làm; *be at ~* đang làm
việc; *I go to ~ by bus* tôi đi làm
bằng xe buýt **2** *v/i* (*of person*) làm
việc; (*be operational*) hoạt động;
(*succeed*) đạt kết quả; *I used to ~
with him* tôi làm việc với anh ấy;
how does it ~? (*of device*)
nó hoạt động thế nào? **3** *v/t*
employee bắt phải làm việc;
student bắt phải học tập; *machine*
vận hành

♦ **work off** *bad mood, anger* gạt bỏ;
flab loại bỏ

♦ **work out 1** *v/t problem* giải được;
solution tìm ra **2** *v/i* (*at gym*) tập
luyện; (*of relationship etc*) thành
công

♦ **work out to** (*add up to*) tổng số là

♦ **work up** *enthusiasm* kích động; ~
an appetite làm tăng cảm giác
ngon miệng; *get worked up* (*get
angry*) nổi giận; (*get nervous*) bồn
chồn lo lắng

workable *solution* có thể thực hiện
được

workaholic *n* người tham công tiếc
việc

work day (*hours of work*) giờ làm
trong ngày; (*not a holiday*) ngày
làm việc

worker công nhân; *she's a good ~*
(*of student*) cô ấy là một người
chăm chỉ

workforce lực lượng lao động

work hours giờ làm việc

working class *n* giai cấp công
nhân; **working-class** *adj* tầng lớp
lao động; **working knowledge**
kiến thức cơ bản

workload khối lượng công việc;

---

ch (*final*) k	**gh** g	**nh** (*final*) ng	**r** z; (*S*) r	**x** s	**â** (but)	**i** (tin)
d z; (*S*) y	**gi** z; (*S*) y	**ph** f	**th** t	**a** (hat)	**e** (red)	**o** (saw)
đ d	**nh** (onion)	**qu** kw	**tr** ch	**ă** (hard)	**ê** ay	**ô** oh

workman người thợ; **workmanlike** *piece of furniture* làm khéo; *fig: performance* rất điệu nghệ; **workmanship** tay nghề; **work of art** tác phẩm nghệ thuật; **workout** rèn luyện cơ thể; **work permit** giấy phép làm việc; **workshop** xưởng; (*seminar*) hội thảo; **work station** trạm công tác

world thế giới; *the ~ of computers/the theater* giới vi tính/sân khấu; *out of this ~* F tuyệt thế

World Bank Ngân hàng thế giới

worldly (*material*) vật chất; *person* lọc lõi

world power cường quốc thế giới; **world war** chiến tranh thế giới; **worldwide 1** *adj* khắp thế giới **2** *adv* trên toàn thế giới

worm *n* con sâu; MED con giun

worn-out *shoes, carpet, part* sờn mòn; *person* mệt lử

worried lo lắng

worry 1 *n* sự lo lắng **2** *v/t* làm lo lắng; (*upset*) làm phiền **3** *v/i* lo lắng; *it will be alright, don't ~!* rồi sẽ ổn thôi, đừng lo!

worrying *situation* đáng lo ngại

worse 1 *adj* xấu hơn **2** *adv* kém hơn

worsen *v/i* trở nên xấu hơn

worship 1 *n* sự thờ cúng **2** *v/t* tôn thờ

worst 1 *adj* tồi tệ nhất **2** *adv* tệ hại nhất **3** *n: the ~* điều tệ hại nhất; *the ~ of the storm is over* thời điểm dữ dội nhất của cơn bão đã qua; *what's the ~ that could happen?* chuyện gì xấu nhất có thể xảy ra?; *if the ~ comes to ~* trong trường hợp xấu nhất

worth *adj* đáng giá; *$20 ~ of gas* 20 đô la ga; *be ~ ...* (*in monetary terms*) trị giá; *be ~ reading/*

seeing đáng đọc/xem; *be ~ it* đáng

worthless *object* vô giá trị; *person* không ra gì

worthwhile (*worth the effort, worth doing*) đáng làm; *be ~* (*beneficial, useful*) có ích lợi; *it's not ~ waiting* không đáng đợi

worthy xứng đáng; *cause* đáng được kính trọng; *be ~ of* (*deserve*) xứng đáng với

would: *I ~ help if I could* tôi sẽ giúp nếu tôi có thể; *I said that I ~ go* tôi đã nói là tôi sẽ đi; *I told him I ~ not leave unless ...* tôi đã bảo anh ấy rằng tôi sẽ không đi trừ phi ...; *I ~ have told you but ...* đáng lẽ tôi đã nói với anh/chị nhưng ...; *I ~ not have been so angry if ...* đáng lẽ tôi đã không giận đến thế nếu ... ◊ (*requests*): *~ you like to go to the movies?* anh/chị có muốn đi xem phim không?; *~ you mind if I smoked?* nếu tôi hút thuốc thì có làm phiền anh/chị không?; *~ you tell her that ...?* xin anh/chị nói với cô ấy là ...; *~ you close the door?* xin anh/chị đóng cửa lại

wound 1 *n* vết thương **2** *v/t* (*with weapon*) làm bị thương; (*with remark*) xúc phạm

wow *interj* ối chà

wrap *v/t parcel, gift* gói; (*wind*) quấn; (*cover*) băng bó

♦ **wrap up** *v/i* (*against the cold*) mặc đồ ấm vào

wrapper (*for candy etc*) giấy gói

wrapping giấy bọc

wrapping paper giấy gói

wreath vòng hoa

wreck 1 *n* (*of ship*) xác tàu; (*of car*) xác ô tô; *be a nervous ~* là một người suy nhược thần kinh **2** *v/t*

ơ ur	y (tin)	ây uh-i	iê i-uh	oa wa	ôi oy	uy wee	ong aong
u (soon)	au a-oo	eo eh-ao	iêu i-yoh	oai wai	ơi ur-i	ênh uhng	uyên oo-in
ư (dew)	âu oh	êu ay-oo	iu ew	oe weh	uê way	oc aok	uyêt oo-yit

ship, *car* làm hỏng; *plans*, *career*, *marriage* phá hoại

wreckage (*of car*, *plane*) mảnh vụn; **the ~ of his marriage** chút gì còn lại trong cuộc hôn nhân của anh ấy

wrecker (*vehicle*) xe chở các ô tô bị hỏng nặng

wrecking company công ty chở thuê các ô tô bị hỏng nặng

wrench 1 *n* (*tool*) cờ lê; (*injury*) chỗ trật khớp **2** *v/t knee*, *shoulder* làm trật khớp; (*pull*) giật mạnh

wrestle đấu vật

♦ **wrestle with** *problems* vật lộn với

wrestler đô vật

wrestling môn đấu vật

wrestling contest cuộc thi đấu vật

wriggle *v/i* (*squirm*) ngọ ngoạy; (*along the ground*) lách qua

♦ **wriggle out of** *awkward situation etc* lẩn tránh

♦ **wring out** *v/t cloth* vắt nước

wrinkle 1 *n* nếp nhăn **2** *v/t clothes* làm nhăn **3** *v/i* (*of clothes*) nhàu; (*of paper*, *skin*) nhăn

wrist cổ tay

wristwatch đồng hồ đeo tay

write 1 *v/t* viết; *music* soạn **2** *v/i*

viết; (*send a letter*) viết thư

♦ **write down** ghi

♦ **write off** *debt* xóa bỏ; *car* làm hỏng

writer (*of letter*, *book*, *song*) người viết; (*fiction ~*) nhà văn

write-up bài phê bình

writhe quặn đau

writing (*as career*) sự viết văn; (*handwriting*) nét chữ; (*words*) văn phong; (*script*) chữ viết; **in ~** bằng văn bản

writing paper giấy viết thư

wrong 1 *adj* sai; **be ~** (*of person*) bị nhầm; (*morally*) bậy bạ; **what's ~?** làm sao vậy?; **there is something ~ with the car** xe ô tô có gì trục trặc **2** *adv* sai; **go ~** (*of person*) mắc lỗi; (*of marriage etc*) trục trặc; (*of plan*, *attack*) thất bại **3** *n* cái sai; **be in the ~** có lỗi

wrongful *arrest*, *imprisonment* trái luật

wrongly *believe* một cách sai lầm; *accused* một cách bất công

wrong number nhầm số

wrought metal (*in Vietnamese zodiac*) Tân

wry *comment*, *smile* hơi chế giễu

X

xenophobia tính bài ngoại

xenophobic bài ngoại

X-ray 1 *n* (*picture*) ảnh chụp X quang **2** *v/t* chụp X quang

---

ch (*final*) k	**gh** g	**nh** (*final*) ng	**r** z; (*S*) r	**x** s	**â** (but)	**i** (tin)
d z; (*S*) y	**gi** z; (*S*) y	**ph** f	**th** t	**a** (hat)	**e** (red)	**o** (saw)
đ d	**nh** (onion)	**qu** kw	**tr** ch	**ă** (hard)	**ê** ay	**ô** oh

Y

yacht thuyền buồm
yachting (*as a sport*) môn thuyền buồm; (*for pleasure*) chơi thuyền buồm
yachtsman người lái thuyền buồm
Yank *n* F Mẽo
yank *v/t* giật mạnh
yap *v/i* (*of small dog*) sủa ăng ẳng; F (*talk a lot*) nói huyên thiên
yard¹ (*of prison, institution etc*) sân; (*behind house*) sân vườn; (*for storage*) bãi
yard² (*measurement*) thước Anh
yardstick *fig* thước đo
yarn *n* (*thread*) sợi; F (*story*) chuyện bịa
yawn 1 *n* cái ngáp 2 *v/i* ngáp
year năm; *for ~s* F nhiều năm rồi
yearly *adj* & *adv* hàng năm
yearn *v/i* khao khát
♦ **yearn for** ao ước
yearning *n* lòng mong ước
yeast men
yell 1 *n* tiếng thét 2 *v/i* thét lên 3 *v/t* gào thét
yellow màu vàng
yellow fever sốt vàng da; **yellow pages** những trang vàng; **Yellow River** Hoàng Hà; **Yellow Sea** Hoàng Hải
yelp 1 *n* tiếng kêu ăng ẳng 2 *v/i* kêu ăng ẳng
yen FIN đồng yên
yes ◊ dạ, vâng (N) ◊ (*repeating the verb*): *do you want it? – ~ ~* anh/chị có muốn không? – muốn, có, có muốn ◊ (*using 'no', ie no, that is not

right*): *you don't know the answer, do you? – oh – I do* anh/chị không biết câu trả lời phải không? – không, tôi biết ◊ (*responding*): *Chau! – ~?* Châu! – gì thế?; (*more polite*) Châu! – dạ?
yesman *pej* kẻ a dua
yesterday hôm qua; *the day before ~* hôm kia
yet 1 *adv* còn, hãy còn, chưa; *as ~* cho tới nay; *he hasn't arrived ~* anh ấy vẫn chưa tới; *is he here ~? – not ~* anh ấy đã có mặt ở đây chưa? – chưa; *~ bigger / longer* còn to hơn/dài hơn 2 *conj* tuy nhiên; *~ I'm not sure* tuy nhiên tôi vẫn không chắc chắn
yield 1 *n* (*from fields etc*) sản lượng; (*from investment*) lãi 2 *v/t fruit, good harvest* mang lại; FIN sinh lãi 3 *v/i* (*to the enemy*) đầu hàng; (*to wishes*) nhượng bộ; (*give way, in driving*) nhường đường
Yin and Yang âm dương
yoghurt sữa chua
yoke (*for carrying*) đòn gánh; (*for oxen*) ách
yolk lòng đỏ trứng
you ◊ (*formal, singular: to more senior man / woman*) ông/bà; (*formal to younger man / woman*) chú/cô; (*less formal: to younger man / woman*) anh/chị; (*to younger person or child*) em; (*familiar*) cậu, mày; (*formal plural: to more senior men / women*) các ông/bà; (*formal plural: to younger men / women*) các

---

đ ur	y (tin)	ây uh-i	iê i-uh	oa wa	ôi oy	uy wee	ong aong
u (soon)	au a-oo	eo eh-ao	iêu i-yoh	oai wai	ơi ur-i	ênh uhng	uyên oo-in
ư (dew)	âu oh	êu ay-oo	iu ew	oe weh	uê way	oc aok	uyêt oo-yit

chú/cô; (*less formal plural: to younger men/women*) các anh/chị; (*to younger people or children*) các em; (*familiar plural*) chúng mày, các cậu ◊ (*omission of pronoun: informal use*): **listen, can ~ hear this?** nghe nào, có nghe thấy gì không? ◊ (*one*) người ta, ai; ~ **never know** ai mà biết được; **it's good for ~** tốt cho sức khỏe

young trẻ

youngster trẻ con

your (*formal, singular: of more senior man/woman*) (của) ông/bà; (*formal: of a younger man/woman*) (của) chú/cô; (*less formal: of a younger man/woman*) (của) anh/chị; (*of a younger person or child*) (của) em; (*familiar*) (của) mày, (của) cậu; (*formal, plural: of more senior men/women*) (của) các ông/bà; (*less formal: of younger men/women*) (của) các anh/chị; (*formal: of younger men/woman*) (của) các chú/cô; (*of younger*

people or children) (của) các em; (*familiar*) (của) chúng mày, (của) các cậu; (*emphatic*) của ông/bà *etc*; **is this ~ seat?** đây có phải là ghế (của) anh/chị không?; **did you hurt ~ leg?** anh/chị đã bị đau chân phải không?; **have you lost ~ ticket?** anh chị đã đánh mất vé rồi phải không?

yours của anh/chị; **a friend of ~** một người bạn của anh/chị; **~ ...** (*in letter*) kính thư ...; → **your**

yourself chính anh/chị; **did you hurt ~?** tự anh/chị làm đau phải không?; **by ~** tự mình; → **you**

yourselves chính các anh/chị; **did you hurt ~?** tự các anh/chị làm đau phải không?; **by ~** tự mình; → **you**

youth (*age*) tuổi trẻ; (*young man*) chàng trai; (*young people*) thanh niên

youthful trẻ trung

youth hostel quán trọ thanh niên

Youth Union Đoàn Thanh niên

Z

zap *v/t* (COMPUT: *delete*) xóa; F (*kill*) giết chết; F (*hit*) đánh

♦ **zap along** F (*move fast in car etc*) phóng nhanh; (*of work*) làm nhanh

zapped F (*exhausted*) mệt lử

zappy F *car, pace* nhanh; (*lively, energetic*) linh hoạt

zeal nhiệt tâm

zebra con ngựa vằn

Zen đạo Thiền

Zen Buddhism Phật giáo thiền phái

Zen Buddhist 1 *adj* theo Phật giáo thiền phái **2** *n* người theo Phật giáo thiền phái

zero số không; **10 below ~** dưới 10 độ không

♦ **zero in on** (*identify*) tập trung vào

zero growth sự tăng trưởng số không

ch (*final*) k	gh g	nh (*final*) ng	r z; (S) r	x s	â (but)	i (tin)
d z; (S) y	gi z; (S) y	ph f	th t	a (hat)	e (red)	o (saw)
đ d	nh (onion)	qu kw	tr ch	ă (hard)	ê ay	ô oh

zest (*enjoyment*) sự thích thú

zigzag 1 *n* sự ngoằn ngoèo **2** *v/i* (*of person, path etc*) chạy ngoằn ngoèo; (*of river*) uốn khúc ngoằn ngoèo

zilch F không có gì

zinc kẽm

♦**zip up** *v/t dress, jacket* kéo phéc mơ tuya lên; *file* nén

zip code mã thư tín

zipper phéc mơ tuya

zither (*16 string*) đàn tranh; (*36 string*) đàn tam thập lục

zodiac hoàng đạo; *signs of the ~* các cung hoàng đạo

zombie F (*barely human person*) kẻ đờ đẫn; *feel like a ~* (*exhausted*) cảm thấy mệt đờ người

zone (*geographical*) vùng; (*of city*) khu vực; *time ~* múi giờ

zoo vườn thú (*N*), sở thú (*S*)

zoological động vật học

zoology động vật học

zoom F (*move fast*) phóng vù vù

♦**zoom in on** PHOT mở to ống kính

zoom lens ống kính

σ ur	y (tin)	ây uh-i	iê i-uh	oa wa	ôi oy	uy wee	ong aong
u (soon)	au a-oo	eo eh-ao	iêu i-yoh	oai wai	ơi ur-i	ênh uhng	uyên oo-in
ư (dew)	âu oh	êu ay-oo	iu ew	oe weh	uê way	oc aok	uyêt oo-yit

Numbers

1	một
2	hai
3	ba
4	bốn
5	năm
6	sáu
7	bảy
8	tám
9	chín
10	mười
11	mười một
12	mười hai
13	mười ba
14	mười bốn
15	mười lăm
16	mười sáu
17	mười bảy
18	mười tám
19	mười chín
20	hai mươi
30	ba mươi
40	bốn mươi
50	năm mươi
60	sáu mươi
70	bảy mươi
80	tám mươi
90	chín mươi
100	trăm
1,000	nghìn, ngàn
10,000	mười nghìn
100,000	trăm nghìn
1,000,000	triệu
1,000,000,000	tỷ

Ordinal Numbers

1st	thứ nhất
2nd	thứ hai
3rd	thứ ba
4th	thứ bốn
5th	thứ năm
6th	thứ sáu
7th	thứ bảy
8th	thứ tám
9th	thứ chín
10th	thứ mười
11th	thứ mười một
12th	thứ mười hai
13th	thứ mười ba
14th	thứ mười bốn
15th	thứ mười lăm
16th	thứ mười sáu
17th	thứ mười bảy
18th	thứ mười tám
19th	thứ mười chín
20th	thứ hai mươi
30th	thứ ba mươi
40th	thứ bốn mươi
50th	thứ năm mươi
60th	thứ sáu mươi
70th	thứ bảy mươi
80th	thứ tám mươi
90th	thứ chín mươi
100th	thứ một trăm
1,000th	thứ một nghìn, thứ một ngàn
1,000,000th	thứ một triệu
1,000,000,000th	thứ một tỷ

The number 5

In spoken Vietnamese, for numbers ending in 5, from 15 to 95, the word **lăm** is used in the North and **nhăm** in the South. In written Vietnamese **năm** is used in both North and South. The numbers 5, 105, 205 etc are exceptions to this variant.

The number 10

A variant for **mười** (ten) when used in round units of 10 (eg: 20, 30 40, 50, 60 etc) is **chục**.